திருஞானசம்பந்தர் தேவாரம்

மூலமும் - உரையும்
வரலாற்று முறை

இரண்டாம் பகுதி

சொல்லரசு புலவர்
வீ.சிவஞானம் எம்.ஏ., பி.எட்.,

விஜயா பதிப்பகம்
20, ராஜ வீதி,
கோயம்புத்தூர் - 641 001.
www.vijayapathippagam.org

© விஜயா பதிப்பகம்

திருஞானசம்பந்தர் தேவாரம் - இரண்டாம் பகுதி

Thirugnanasambandar Devaram - II Part

உரையாசிரியர் : **புலவர் வீ. சிவஞானம்**

முதல் பதிப்பு : **ஏப்ரல் 2016**

விஜயா பதிப்பகம்

20, ராஜ வீதி, கோயம்புத்தூர் - 641 001.

✆ 0422 - 2382614 / 2385614

vijayapathippagam2007@gmail.com

ஒளியச்சு / புத்தக வடிவமைப்பு : **ஐரிஸ் கிராபிக்ஸ், கோவை.**

அட்டை வடிவமைப்பு : **ஆர்.சி. மதிராஜ், சென்னை.**

அச்சாக்கம் : **ஜோதி எண்டர்பிரைசஸ், சென்னை - 5.**

ISBN - **81-8446-715-X** / பக்கம் : **944** / **விலை : ரூ. 650/-**

உ
சிவமயம்

பொருளடக்கம்

பதிக வரிசை எண்	தலம்	பதிகத் தொடக்கம்	திருமுறை எண்	பதிக எண்
131.	திருப்பட்டீச்சரம்	பாடல்மறை	3	331
132.	திருக்கருக்குடி	நனவிலும்	3	279
133.	திருஇரும்பூளை	சீரார் கழலே	2	172
134.	திருஅரதைப்பெரும்பாழி	பைத்தபாம்போடு	3	288
135.	திருச்சேறை	முறியுறு	3	344
136.	திருநாலூர் மயானம்	பால்ஊரும்	2	182
137.	திருக்குடவாயில்	திகழும்திரு	2	158
138.	திருக்குடவாயில்	கலைவாழும்	2	194
139.	திருநறையூர்ச்சித்தீச்சரம்	ஊர்உலாவு	1	129
140.	திருநறையூர்ச்சித்தீச்சரம்	பிறைகொள்	1	71
141	திருநறையூர்ச்சித்தீச்சரம்	நேரியன்	2	223
142.	திருஅரிசில்கரைப்புத்தூர்	மின்னும்	2	199
143.	திருச்சிவபுரம்	புவம்வளி	1	21
144.	திருச்சிவபுரம்	இன்குரல்	1	112
145.	திருச்சிவபுரம்	கலைமலி	1	125
146.	திருக்குடமூக்கு	அரவிரி	3	317
147.	திருக்குடந்தைக்காரோணம்	வார்ஆர்	1	72
148.	திருநாகேச்சரம்	பொன்ஏர்	2	160
149.	திருநாகேச்சரம்	தழைகொள்	2	255

பதிக வரிசை எண்	தலம்	பதிகத் தொடக்கம்	திருமுறை எண்	பதிக எண்
150.	திருஇடைமருதூர்	ஓடேகலன்	1	32
151.	திருஇடைமருதூர்	தோடுஆர்	1	95
152.	திருஇடைமருதூர்	மருந்துஅவன்	1	110
153.	திருஇடைமருதூர்	நடைமரு	1	121
154.	திருஇடைமருதூர்	விரிதரு	1	122
155.	திருஇடைமருதூர்	பொங்குநூல்	2	192
156.	திருத்தென்குரங்காடுதுறை	பரவக்கெடும்	2	171
157.	திருஆவடுதுறை	இடரினும்	3	262
158.	திருக்கோழம்பம்	நீற்றானை	2	149
159.	திருவைகல் மாடக்கோயில்	துளமதி	3	276
160.	திருநல்லம்	கல்ஆல்	1	85
161.	திருச்சிறுகுடி	திடமலி	3	355
162.	திருஅழுந்தூர்	தொழுமாறு	2	156
163.	திருத்துருத்தி	வரைதலை	2	234
164.	திருமயிலாடுதுறை	கரவுஇன்றி	1	38
165.	திருமயிலாடுதுறை	ஏனவயிறு	3	328
166.	திருச்செம்பொன்பள்ளி	மருவார்	1	25
167.	திருவிளநகர்	ஒளிர்இளம்	2	214
168.	திருக்கடைமுடி	அருத்தனை	1	111
169.	திருப்பறியலூர் வீரட்டம்	கருத்தன்	1	134
170.	திருவேட்டக்குடி	வண்டுஇரைக்கும்	3	324
171.	திருத்தருமபுரம்	மாதர்மட	1	136
172.	திருநள்ளாறு	போகம் ஆர்த்த	1	49
173.	திருநள்ளாறு	ஏடுமலி	2	169
174.	திருச்சாத்தமங்கை	திருமலர்	3	319

பதிக வரிசை எண்	தலம்	பதிகத் தொடக்கம்	திருமுறை எண்	பதிக எண்
175.	திருநாகைக்காரோணம்	புனையும்	1	84
176.	திருநாகைக்காரோணம்	கூனல்திங்கள்	2	252
177.	திருச்சிக்கல்	வான்உலாவு	2	144
178.	திருக்கீழ்வேளூர்	மின்உலாவிய	2	241
179.	திருச்செங்காட்டங்குடி	பைங்கோட்டு	3	321
180.	திருச்செங்காட்டங்குடி	நறைகொண்ட	1	61
181.	திருமருகல்	சடையான்	2	154
182.	திருமருகலும் திருச்செங்காட்டங்குடியும்	அங்கமும்	1	6
183.	திருப்புகலூர்	வெங்கள்	2	251
184.	திருப்புகலூர் வர்த்தமானீச்சரம்	பட்டம்	2	228
185.	திருவிற்குடி வீரட்டம்	வடிகொள்	2	244
186.	திருஆரூர்	பாடலான்	1	105
187.	திருஆரூர்	பருக்கை யானை	2	237
188.	திருஆரூர்	சித்தம்	1	91
189.	திருஆரூர்	அந்தமாய்	3	303
190.	திருவலிவலம்	ஒல்லைஆறி	1	50
191.	திருவலிவலம்	பூவியல்	1	123
192.	திருக்கோளிலி	நாளாய	1	62
193.	திருஆரூர்	பவனமாய்	2	215
194.	திருப்பனையூர்	அரவச்சடை	1	37
195.	திருஇராமனதீச்சரம்	சங்குஒளிர்	1	115
196.	திருப்புகலூர்	குறிகலந்த	1	2
197.	திருஅம்பர்மாகாளம்	அடையார்	1	83
198.	திருஅம்பர்மாகாளம்	புல்குபொன்நிறம்	2	239

பதிக வரிசை எண்	தலம்	பதிகத் தொடக்கம்	திருமுறை எண்	பதிக எண்
199.	திருஅம்பர்மாகாளம்	படிஉளார்	3	351
200.	திருஅம்பர்பெருந்திருக் கோயில்	எரிதர	3	277
201.	திருக்கோட்டாறு	கருந்தடம்	2	188
202.	திருக்கோட்டாறு	வேதியன்	3	270
203.	திருக்கடவூர் வீரட்டம்	சடைஉடை	3	266
204.	திருக்கடவூர் மயானம்	வரியமறை	2	216
205.	திருஆக்கூர்	அக்குஇருந்த	2	178
206.	திருமீயச்சூர்	காயச்செவ்வி	2	198
207.	திருபாம்புரம்	சீர்அணி	1	41
208.	திருவீழிமிழலை	அரைஆர்	1	35
209.	திருவீழிமிழலை	சடையார்	1	11
210.	திருபேணுபெருந்துறை	பைம்மா	1	42
211.	திருதிலதைப்பதி	பொடிகள்	2	254
212.	திருப்புகலியும் திருவீழிமிழலையும்	மைம்மரு	1	4
213.	திருவீழிமிழலை	தடநிலவிய	1	20
214.	திருவீழிமிழலை	இரும்பொன்	1	82
215.	திருவீழிமிழலை	அலர்மகள்	1	124
216.	திருவீழிமிழலை	ஏர்இசையும்	1	132
217.	திருவீழிமிழலை	கேள்வியர்	3	267
218.	திருவீழிமிழலை	சீர்மருவு	3	338
219.	திருவீழிமிழலை	மட்டுஒளி	3	343
220.	திருவீழிமிழலை	வெண்மதி	3	356
221.	திருவீழிமிழலை	வேலின்நேர்	3	369

பதிக வரிசை எண்	தலம்	பதிகத் தொடக்கம்	திருமுறை எண்	பதிக எண்
222.	திருவீழிமிழலை	துன்றுகொன்றை	3	374
223.	திருவீழிமிழலை	புள்ளித்தோல்	3	377
224.	திருவீழிமிழலை	வாசிதீர	1	92
225.	திருவாஞ்சியம்	வன்னிகொன்றை	2	143
226.	திருப்பெருவேளூர்	அண்ணாவும்	3	322
227.	திருக்கரவீரம்	அரியும்நம்வினை	1	58
228.	திருவிளமர்	மத்தகம்	3	346
229.	திருக்காறாயில்	நீரானே	2	151
230.	திருத்தேவூர்	பண்நிலாவிய	2	218
231.	திருத்தேவூர்	காடுபயில்	3	332
232.	திருநெல்லிக்கா	அறத்தால்உயர்	2	155
233.	திருக்கைச்சினம்	தையல்ஓர்	2	181
234.	திருத்தெங்கூர்	புரைசெய்	2	229
235.	திருக்கொள்ளிக்காடு	நிணம்படு	3	274
236.	திருக்கோட்டூர்	நிலம்ஆர்	2	245
237.	திருவெண்துறை	ஆதியன்	3	319
238.	திருத்தண்டலை நீள்நெறி	விரும்பும்	3	308
239.	திருக்களர்	நீர்உளார்	2	187
240.	திருமறைக்காடு	சதுரம்மறை	2	173
241.	திருவாய்மூர்	தளர்இள	2	247
242.	திருமறைக்காடு	சிலைதனை	1	22
243.	திருமறைக்காடு	பொங்குவெண்	2	227
244.	திருமறைக்காடு	கல்பொலி	3	334
245.	பொது	வேயுறுதோளி	2	221
246.	திருஅகத்தியான்பள்ளி	வாடியவெண்	2	212

பதிக வரிசை எண்	தலம்	பதிகத் தொடக்கம்	திருமுறை எண்	பதிக எண்
247.	திருகடிக்குளம்	பொடிகொள்	2	240
248.	திருஇடும்பாவனம்	மனம் ஆர்தரு	1	17
249.	திருவுசாத்தானம்	நீர்இடை	3	291
250.	திருக்கொடுங்குன்றம்	வானில்பொலி	1	14
251.	திருஆலவாய்	மங்கையர்க்கரசி	3	378
252.	திருஆலவாய்	நீல மாமிடறு	1	94
253.	திருஆலவாய்	செய்யனே	3	309
254.	திருஆலவாய்	காட்டுமா	3	305
255.	திருஆலவாய்	வேதவேள்வி	3	366
256.	திருப்பிரமபுரம்	பிரமனூர்	2	206
257.	திருஆலவாய்	மானின்நேர்	3	297
258.	திருஆலவாய்	மந்திரம் ஆவது	2	202
259.	திருநள்ளாறு	தளிர்இள	3	345
260.	திருநள்ளாறு	வாழ்க அந்தணர்	3	312
261.	திருஏடகம்	வன்னியும்	3	290
262.	திருஆலவாய்	வீடல்ஆல	3	310

திருச்சிற்றம்பலம்

உ
சிவமயம்

திருத்தலம் – அகரவரிசை

பதிக வரிசை எண்	திருத்தலம்	திருப்பதிகத் தொடக்கம்	பாடல் எண்
246.	அகத்தியான்பள்ளி	வாடியவெண்	2663 - 2673
200.	அம்பர் பெருந்திருக்கோயில்	எரிதர	2162 - 2172
134.	அரதைப் பெரும்பாழி	பைத்தபாம்பு	1442 - 1452
142.	அரிசிற்கரைப்புத்தூர்	மின்னும்சடை	1529 - 1539
162.	அழுந்தூர்	தொழுமாறு	1749 - 1759
197.	அம்பர்மாகாளம்	அடையார்	2129 - 2139
198.	அம்பர்மாகாளம்	புல்குபொன்	2140 - 2150
199.	அம்பர்மாகாளம்	படிஉளார்	2151 - 2161
205.	ஆக்கூர்	அக்குஇருந்த	2217 - 2227
186.	ஆரூர்	பாடல்நான்	2010 - 2019
187.	ஆரூர்	பருக்கை	2020 - 2030
188.	ஆரூர்	சித்தம்	2031 - 2041
189.	ஆரூர்	அந்தமாய்	2042 - 2052
193.	ஆரூர்	பவனமாய்	2086 - 2096
251.	ஆலவாய்	மங்கையர்க்கரசி	2716 - 2726
252.	ஆலவாய்	நீலமா	2727 - 2737
253.	ஆலவாய்	செய்யனே	2738 - 2748
254.	ஆலவாய்	காட்டுமா	2749 - 2759

பதிக வரிசை எண்	திருத்தலம்	திருப்பதிகத் தொடக்கம்	பாடல் எண்
255.	ஆலவாய்	வேதவேள்வி	2760 - 2770
257.	ஆலவாய்	மானின்நேர்	2783 - 2793
258.	ஆலவாய்	மந்திரம்	2794 - 2804
262.	ஆலவாய்	வீடல்ஆல	2838 - 2848
157.	ஆவடுதுறை	இடரினும்	1694 - 1704
248.	இடும்பாவனம்	மனம்ஆர்	2685 - 2695
150.	இடைமருதூர்	ஓடேகலன்	1617 - 1627
151.	இடைமருதூர்	தோடுஒர்	1628 - 1638
152.	இடைமருதூர்	மருந்துஅவன்	1639 - 1649
153.	இடைமருதூர்	நடைமரு	1650 - 1660
154.	இடைமருதூர்	விரிதரு	1661 - 1671
155.	இடைமருதூர்	பொங்குநூல்	1672 - 1682
195.	இராமனதீர்த்தம்	சங்குஒளிர்	2108 - 2117
133.	இரும்பூளை	சீரார்கழல்	1432 - 1441
249.	உசாத்தானம்	நீரிடை	2696 - 2704
261.	ஏடகம்	வன்னியும்	2828 - 2837
204.	கடவூர்மயானம்	வரியமறையார்	2206 - 2216
203.	கடவூர் வீரட்டம்	சடைஉடை	2195 - 2205
247.	கடிக்குளம்	பொடிகொள்	2674 - 2684
168.	கடைமுடி	அருத்தனை	1815 - 1825
227.	கரவீரம்	அரியும்நம்	2459 - 2469
132.	கருக்குடி	நனவிலும்	1421 - 1431
239.	களர்	நீர்உளார்	2587 - 2597
229.	காறாயில்	நீரானே	2481 - 2491
178.	கீழ்வேளூர்	மின்உலாவிய	1925 - 1935

பதிக வரிசை எண்	திருத்தலம்	திருப்பதிகத் தொடக்கம்	பாடல் எண்
147.	குடந்தைக்காரோணம்	வார்ஆர்	1584 - 1594
146.	குடமூக்கு	அரவிரி	1573 - 1574
137.	குடவாயில்	திகழும்திரு	1475 - 1485
138.	குடவாயில்	கலைவாழும்	1486 - 1495
233.	கைச்சினம்	தையல்ஒர்	2525 - 2534
250.	கொடுங்குன்றம்	வானில்பொலி	2705 - 2715
235.	கொள்ளிக்காடு	நிணம்படு	2546 - 2556
201.	கோட்டாறு	கருந்தடம்	2173 - 2183
202.	கோட்டாறு	வேதியன்	2184 - 2194
236.	கோட்டூர்	நீலம்ஆர்	2557 - 2567
158.	கோழம்பம்	நீற்றானை	1705 - 1715
192.	கோளிலி	நாளாய	2075 - 2085
174.	சாத்தமங்கை	திருமலர்	1881 - 1891
177.	சிக்கல்	வான்உலாவு	1914 - 1924
161.	சிறுகுடி	திடமலி	1738 - 1748
143.	சிவபுரம்	புவம்வளி	1540 - 1550
144.	சிவபுரம்	இன்குரல்	1551 - 1561
145.	சிவபுரம்	கலைமலி	1562 - 1572
179.	செங்காட்டங்குடி	பைங்கோட்டு	1936 - 1945
180.	செங்காட்டங்குடி	நறைகொண்ட	1946 - 1956
166.	செம்பொன்பள்ளி	மருவார்	1793 - 1803
135.	சேறை	முறிஉறு	1453 - 1463
238.	தண்டலை நீள்நெறி	விரும்பும்	2579 - 2586
171.	தருமபுரம்	மாதர்மட	1848 - 1858
211.	திலதைப்பதி	பொடிகள்	2283 - 2293

பதிக வரிசை எண்	திருத்தலம்	திருப்பதிகத் தொடக்கம்	பாடல் எண்
163.	துருத்தி	வரைத்தலை	1760 - 1770
234.	தெங்கூர்	புரைசெய்	2535 - 2545
156.	தென்குரங்காடுதுறை	பரவக்கெடும்	1683 - 1693
230.	தேஆர்	பண்நிலாவிய	2492 - 2502
231.	தேஆர்	காடுபயில்	2503 - 2513
160.	நல்லம்	கல்ஆல்	1727 - 1737
172.	நள்ளாறு	போகம்ஆர்த்த	1859 - 1869
173.	நள்ளாறு	ஏடுமலி	1870 - 1880
259.	நள்ளாறு	தளிர்இள	2805 - 2815
260.	நள்ளாறு	வாழ்க அந்தணர்	2816 - 2827
139.	நறையூர்ச்சித்தீச்சரம்	ஊர்உலாவு	1496 - 1506
140.	நறையூர்ச்சித்தீச்சரம்	பிறைகொள்	1507 - 1517
141.	நறையூர்ச்சித்தீச்சரம்	நேரியன்	1518 - 1528
148.	நாகேச்சரம்	பொன்நேர்	1595 - 1605
149.	நாகேச்சரம்	தழைகொள்	1606 - 1616
175.	நாகைக்காரோணம்	புனையும்	1892 - 1902
176.	நாகைக்காரோணம்	கூனல்திங்கள்	1903 - 1913
136.	நாலூர் மயானம்	பால்ஊரும்	1464 - 1474
232.	நெல்லிக்கா	அறத்தால்	2514 - 2524
131.	பட்டீச்சரம்	பாடல்மறை	1410 - 1420
169.	பறியலூர் வீரட்டம்	கருத்தன்	1826 - 1836
194.	பனையூர்	அரவச்சடை	2097 - 2107
207.	பாம்புரம்	சீர்அணி	2239 - 2249
256.	பிரமபுரம்	பிரமனூர்	2771 - 2782
183.	புகலூர்	வெங்கள்	1978 - 1988

பதிக வரிசை எண்	திருத்தலம்	திருப்பதிகத் தொடக்கம்	பாடல் எண்
196.	புகலூர்	குறிகலந்த	2118 - 2128
184.	புகலூர் வர்த்தமானீச்சரம்	பட்டம்பால்	1989 - 1999
212.	புகலியும் வீழிமிழலையும்	மைம்மரு	2294 - 2304
226.	பெருவேளூர்	அண்ணாவும்	2448 - 2458
210.	பேணுபெருந்துறை	பைம்மா	2272 - 2282
245.	பொது	வேயுறு	2652 - 2662
164.	மயிலாடுதுறை	கரவுஇன்றி	1771 - 1781
165.	மயிலாடுதுறை	ஏனஎயிறு	1782 - 1792
181.	மருகல்	சடையாய்	1957 - 1967
182.	மருகலும் செங்காட்டங்குடியும்	அங்கமும்	1968 - 1977
240.	மறைக்காடு	சதுரம்பறை	2598 - 2608
242.	மறைக்காடு	சிலைதனை	2620 - 2631
243.	மறைக்காடு	பொங்குவெண்	2631 - 2641
244.	மறைக்காடு	கல்பொலி	2642 - 2651
240.	மறைக்காடு	சதுரம்மறை	2598 - 2608
206.	மீயச்சூர்	காயச்செவ்வி	2228 - 2238
190.	வலிவலம்	ஒல்லைஆறி	2053 - 2063
191.	வலிவலம்	பூவியல்	2064 - 2074
225.	வாஞ்சியம்	வன்னிகொன்றை	2437 - 2447
241.	வாய்மூர்	தளிர்இள	2609 - 2619
167.	விளநகர்	ஒளிர்இளம்	1804 - 1814
228.	விளமர்	மத்தகம்	2470 - 2480
185.	விற்குடி வீரட்டம்	வடிகொள்	2000 - 2009
208.	வீழிமிழலை	அரைஆர்	2250 - 2260

பதிக வரிசை எண்	திருத்தலம்	திருப்பதிகத் தொடக்கம்	பாடல் எண்
209.	வீழிமிழலை	சடைஆர்	2261 - 2271
213.	”	தடநிலவிய	2305 - 2315
214.	”	இரும்பொன்	2316 - 2326
215.	”	அலர்மகள்	2327 - 2337
216.	”	ஏரிசையும்	2338 - 2348
217.	”	கேள்வியர்	2349 - 2359
218.	”	சீர்மருவு	2360 - 2370
219.	”	மட்டுஒளி	2371 - 2381
220.	”	வெண்மதி	2382 - 2392
221.	”	வேலின்நேர்	2393 - 2403
222.	”	துன்றுகொன்றை	2404 - 2414
223.	”	புள்ளித்தோல்	2415 - 2425
224.	”	வாசிதீரவே	2426 - 2436
237.	வெண்துறை	ஆதியன்	2568 - 2578
170.	வேட்டக்குடி	வண்டிரைக்கும்	1837 - 1847
159.	வைகல் மாடக்கோயில்	துளமதி	1716 - 1726

திருச்சிற்றம்பலம்

131

திருப்பட்டீச்சரம்

பதிக வரலாறு:

சண்பை வேந்தர் திருவலம்சுழி வழிபட்டுத் தங்கி இருந்த நாளில் வேனில் காலம் வந்துற்றது; அத்தலத்திலிருந்து புறப்பட்டுச் சத்திமுற்றம் வணங்கி, பட்டீச்சுரம் நோக்கி வரும்போது, தமிழ் விரகர் முடிமீது சிவபூதங்கள் முத்துப்பந்தல் பிடித்து வந்தன. அவ்வாறு பட்டீச்சுரம் வந்து சேர்ந்து, கோயிலை வலமாக வந்து, உட்புகுந்து, இத்தமிழ்மாலை பாடி வழிபடுகின்றார்.

தல வரலாறு:

கும்பகோணத்திற்குத் தெற்கில் 6கி.மீ. தொலைவில் உள்ளது. கோயிலின் பெயர் பட்டீச்சரம் என்பது. தலத்தின் பெயர் பழையாறை என்பது. இது மங்கையர்க்கரசியார் அவதரித்த தலம். இராமன் பூசித்துப் பிரமகத்தி தோடம் நீங்கப்பெற்ற தலம். இதற்கான திருவிழா மார்கழி அமாவாசை நாளில் கொண்டாடப்படுகிறது. சம்பந்தருக்கு முத்துப்பந்தர் அருளியதற்கான விழா ஆனி முதல்நாளில் கொண்டாடப்படுகிறது. ஞானசம்பந்தர் தூரத்தில் வரும்போதே நந்திவிலகி நின்று, இறைகாட்சி காட்டியதாக வரலாறு. இக்கோயிலுக்குப் பெரும்அளவில் திருப்பணி செய்த கோவிந்த தீட்தருக்கும் அவரது மனைவியார்க்கும் பிரதிமைகள் உண்டு.

சுவாமி : பட்டீசுவரர்

அம்மை : பல்வளை நாயகி

தல மரம் : வன்னி

தீர்த்தம் : ஞானதீர்த்தம்

திருவிராகம்

பண்: சாதாரி

1410. பாடல்மறை சூடல்மதி பல்வளைஓர்
பாகம்மதில் மூன்றுஓர்கணையால்
கூடஎரி ஊட்டிஎழில் காட்டிநிழல்
கூட்டுபொழில் சூழ்பழசையுள்
மாடமழ பாடிஉறை பட்டிசரம்
மேயகடி கட்டுஅரவினார்
வேடநிலை கொண்டவரை வீடுநெறி
காட்டிவினை வீடுமவரே (1)

அருஞ்சொற்பொருள்:

பழசை - பறையாறை நகரம். மழபாடி - முன்னாளில் கோயில் அமைந்திருந்த பகுதி. கட்டுஅரவினார் - 'அரவு கட்டினார்' என மாற்றி உரைக்க. அரவு - பாம்பு. வீடுமவர் - போக்கி அருளுபவர். வேடநிலை - பக்குவநிலை.

பொழிப்புரை:

நிழல்தரும் பழையாறைப் பெருநகரில் மழபாடிப் பகுதியில் பட்டீச்சரம் கோயிலில் எழுந்தருளி இருக்கும் இறைவர், வேதங்களை அருளியவர்; சந்திரனைச் சூடி இருப்பவர்; பலவளையல்கள் அணிந்துள்ள உமாதேவியைப் பாகமாகக் கொண்டவர்; மும்மதில்களை ஓர்அம்பு கொண்டு தீப்பற்றி எரியுமாறு செய்து அழித்து, தமது வீரத்தின் அழகைக் காட்டியவர்; பாம்பினை இடையில் கச்சாகக் கட்டிஇருப்பவர்; அடியார்களின் பக்குவ நிலைக்குஏற்ப, அவர்களது வினைகளை அழித்து, வீடுபேறும் அருளவல்லவர்.

1411. நீரின்மலி புன்சடையர் நீள்அரவு
கச்சைஅது நச்சுஇலைஅதுஓர்
கூரின்மலி சூலம்அது ஏந்திஉடை
கோவணமும் மானின்உரிதோல்

காரின்மலி கொன்றைவிரி தார்கடவுள்
காதல்செய்து மேயநகர்தான்
பாரின்மலி சீர்பழைசை பட்டிசரம்
ஏத்தவினை பற்றுஅழியுமே (2)

அருஞ்சொற்பொருள்:

நச்சு - விடம். கார் - கார்காலம். தார் - மாலை. பார் - உலகம்.

பொழிப்புரை:

தலையில் கங்கையைச் சூடிய சடை உடையவரும்; நீண்ட பாம்பினைக் கச்சாகக் கட்டி இருப்பவரும்; இலைபோன்ற வடிவம் உடையதும், விடம் தடவி இருப்பதும், கூர்மை உடையதும், ஆகிய சூலம் ஏந்தி இருப்பவரும்; கோவணமும் மான்தோலும் ஆகிய இவற்றை உடையாக உடுத்தி இருப்பவரும்; கார் காலத்துக் கொன்றைமலர் மாலை சூடி இருப்பவரும்; ஆகிய கடவுள் விரும்பி எழுந்தருளி இருப்பது, உலகில் மிகுந்த புகழுடன் விளங்கும் பழையாறை நகரில் பட்டீசரம் என்னும் திருக்கோயிலில் ஆகும். அப்பெருமானைப் போற்றி வழிபட வினைகளின் பிடியானது தளரும்.

1412. காலைமட வார்கள்புனல் ஆடுவது
கௌவைகடி யார்மறுகுஎலாம்
மாலைமணம் நாறும்பழை யாறைமழ
பாடிஅழ காயமலிசீர்ப்
பாலைஅன நீறுபுனை மார்பன்உறை
பட்டிசர மேபரவுவார்
மேலைஒரு மால்கடல்கள் போல்பெருகி
விண்உலகம் ஆளும்அவரே (3)

அருஞ்சொற்பொருள்:

கௌவை - ஓசை. மறுகு - வீதி. பாலை அன நீறு - பால் போன்ற வெண்மை நிறத் திருநீறு. மேலை - மேல்வர இருக்கும் பிறவிகளில். மால் கடல் - பெரிய கடல்.

பொழிப்புரை:

விடியற்காலையில் மகளிர் நீராடுவதால் எழுகின்ற ஆரவாரமும், வீதிகளில் மாலை நேரத்தில் பலவகையால் மணம் பரவுவதும், ஆகிய சிறப்புகளுடன் கூடிய பழையாறை நகரில் மழபாடிப் பகுதியில் பட்டீச்சரம் திருக்கோயிலில் எழுந்தருளி இருக்கும் பால்போன்ற வெண்மை நிறத் திருநீறு பூசிஇருக்கும் அழகிய சிறந்த மார்புஉடைய பெருமானைப் போற்றி வழிபடுவாரது செல்வம், பலமடங்காகப் பெருகும்; வரஉள்ள பிறவிகளில் விண்ணுலகை ஆளுகின்ற மேலான நிலையும் பெறுவர்.

1413. **கண்ணின்மிசை நண்ணிஇழி விப்பமுகம்**
ஏத்துகமழ் செஞ்சடையினான்
பண்ணின்மிசை நின்றுபல பாணிபட
ஆடவல பால்மதியினான்
மண்ணின்மிசை நேரின்மழ பாடிமலி
பட்டிசர மேமருவுவார்
விண்ணின்மிசை வாழும்இமை யோரொடுஉடன்
ஆதல்அது மேவல்எளிதே (4)

அருஞ்சொற்பொருள்:

இழிவிப்ப - இழியுமாறு செய்ய. ஆடவல - ஆடவல்ல. பால்மதி - பால் போன்ற வெள்ளை நிறப்பிறைச் சந்திரன். உடன்ஆதல் - உடன்இருப்பது.

பொழிப்புரை:

பகீரதன் செய்த தவத்தின் பயனாய் ஆகாய கங்கையைப் பூமிக்குக் கொண்டுவர, அதனைத் தன் சடையிலே ஏற்று அருளியவனும், இசையோடு கூடிய பல பாடல்களுக்கு அதன் தாளஒத்துக்கு ஏற்ப ஆடுவதில் வல்லமை உடையவனும், பால் போன்ற வெள்ளை நிறப் பிறையைச் சூடி இருப்பவனும், ஆகிய பெருமான், இந்நிலவுலகில் ஒப்புமை கூறமுடியாத சிறப்புடைய மழபாடி என்னும் பகுதியில் பட்டீச்சரம் கோயிலில் எழுந்தருளி இருக்கிறார். அவரை வழிபடுவோர்க்கு மறுமையில், விண்ணுலகில் உள்ள தேவர்களோடு கூடி வாழ்தல் எளிதாகும்.

1414. மருவமுழவு அதிரமழ பாடிமலி
மத்தவிழவு ஆர்க்கவரைஆர்
பருவமழை பண்கவர்செய் பட்டிசரம்
மேயபடர் புன்சடையினான்
வெருவமத யானைஉரி போர்த்துஉமையை
அஞ்சவரு வெள்விடையினான்
உருவம்எரி கழல்கள்தொழ உள்ளம்உடை
யாரைஅடை யாவினைகளே (5)

அருஞ்சொற்பொருள்:

மத்தவிழவு - சுத்த மத்தளத்துடன் நிகழும் ஒருவகை விழா. ஆர்க்க - ஒலிக்க. வரைஆர் பருவமழை - மலைமீது பெய்யும் பருவ காலத்து மழை. வெருவ - அஞ்ச.

பொழிப்புரை:

மழபாடியில் முழவு ஒலிக்கவும், சுத்த மத்தள விழாவின் ஒலி ஒலிக்கவும், மலையில் பருவமழை தவறாது பெய்வதால் நீர்வரத்து உடையதும், ஆகிய பட்டீச்சரம் திருக்கோயிலில் எழுந்தருளி இருக்கும் படர்ந்த மெல்லிய சடைஉடையவன்; அனைவரும் அஞ்சுமாறு யானையின் தோலை உரித்துப் போர்த்தவன்; மேலும் உமாதேவியும் அஞ்சுமாறு இடபத்தில் ஏறி விரைந்து வருபவன்; அவனது திருவடியின் நிறம், நெருப்பின் சிவந்த நிறம்; அத்திருவடிகளை வணங்கும் மனம் உடையவரை வினைகள் பற்றுவது இல்லை.

1415. மறையின்ஒலி கீதமொடு பாடுவன
பூதம்அடி மருவிவிரவார்
பறையின்ஒலி பெருகநிகழ் நட்டம்அமர்
பட்டிசரம் மேயபனிகூர்
பிறையினொடு மருவியதுஒர் சடையின்இடை
ஏற்றபுனல் தோற்றநிலையாம்
இறைவன்அடி முறைமுறையின் ஏத்தும்அவர்
தீத்தொழில்கள் இல்லர்மிகவே (6)

அருஞ்சொற்பொருள்:

நட்டம் - நடனம். பனி - குளிர்ச்சி. தோற்றம் - தோற்றப்பொலிவு. தீத்தொழில்கள் - துன்பம் செய்யும் வினைகளுக்கான தீயதொழில்கள்.

பொழிப்புரை:

வேதம் ஓதுவதால் எழுகின்ற ஒலியும், பூதங்கள் இசையோடு பாடுவதால் எழுகின்ற ஒலியும், இறைவனது திருவடியில் வந்து பொருந்தி வழிபாடு செய்வார் எழுப்பும் ஒலியும், பறை முழங்குவதால் உண்டாகும் ஒலியும், ஆகிய இவை பெருக, நடனம் ஆடுகின்ற பெருமான் எழுந்தருளி இருப்பது பட்டீச்சரம் என்னும் திருக்கோயிலில் ஆகும். குளிர்ந்த பிறை சூடிய சடையில் கங்கையையும் வைத்து அழகுடன் விளங்கும் அந்த இறைவனை முறைப்படி போற்றி வணங்குபவர்க்குத் தீமைதரும் வினைகள் ஏறுவதற்கு உரிய தொழில்கள் இல்லையாகும்.

1416. பிறவிபிணி மூப்பினொடு நீங்கிஇமை
யோர்உலகு பேணல்உறுவார்
துறவிஎனும் உள்ளம்உடை யார்கள்கொடி
வீதிஅழ காயதொகுசீர்
இறைவன்உறை பட்டிசரம் ஏத்திஎழு
வார்கள்வினை ஏதும்இலவாய்
நறவவிரை யாலும்மொழி யாலும்வழி
பாடுமற வாதவரே (7)

அருஞ்சொற்பொருள்:

மூப்பு - முதுமை. கொடிவீதி - கொடிகளால் அலங்கரிக்கப்பட்ட வீதி. தொகுசீர் - பலவித சிறப்புகளுடன் கூடிய. நறவம் - தேன். விரை - மணம்.

பொழிப்புரை:

பிறப்பும், அப்பிறப்பில் வரும் நோயும் முதுமையும், ஆகிய இவை இல்லாத தேவர்களால் பாராட்டப்படுபவரும், அகப்புறப் பற்றுக்களைத் துறந்த மனம் உடைய ஞானிகளும் நிறைந்து வாழ்வதும், கொடிகளால் அலங்கரிக்கப்பட்ட வீதிகளை உடையதும், பலவகை சிறப்புகள் உடையதும், ஆகிய பழையாறை நகரில் பட்டீசுரம் திருக்கோயிலில் எழுந்தருளி இருக்கும் இறைவனைத் தேன்மணம் கமழும் மலர்கள் கொண்டும், தோத்திரங்கள் பாடியும், வழிபட மறவாதவர், ஏறுவினை (ஆகாமிய கன்மம்) இலராவர்.

1417. நேசமிகு தோள்வலவன் ஆகிஇறை
வன்மலையை நீக்கிஇடலும்
நீசன்விறல் வாட்டிவரை உற்றதுஉண
ராதநிரம் பாமதியினான்
ஈசன்உறை பட்டிசரம் ஏத்திஎழு
வார்கள்வினை ஏதும்இலவாய்
நாசம்அற வேண்டுதலின் நண்ணல்எளி
தாம்அமரர் விண்உலகமே (8)

அருஞ்சொற்பொருள்:

நேசம் - வெற்றியின்மீது வைக்கும் விருப்பம். வலவன் - வலிமை உடையவன். இறைவன்மலை - கயிலைமலை. நீசன் - கீழ்மகன். விறல் - வலிமை. வாட்டி - குன்றச்செய்து. வரை - மலை. நிரம்பா மதி - பிறைச்சந்திரன். நாசம் - பிறப்பு இறப்புகளாகிய அழிவு. நண்ணல் - நெருங்குதல் (அடைதல்).

பொழிப்புரை:

வெற்றியின்மீது விருப்பம் மிகஉடையவனும், தோள்வலிமை உடையவனும், ஆகிய இராவணன் கயிலை மலையை அப்புறப்படுத்த முயற்சி மேற்கொள்ள, இழிதகைமை உடைய அவனது வலிமை அழியுமாறு செய்த பிறைச்சந்திரனைச் சூடி, பட்டீசரம் திருக்கோயிலில் எழுந்தருளி இருக்கும் எல்லா உலகங்களையும் ஆளும் இறைவனை, வழிபடுவாரது வினைகள் நாசமாகும்; மேலும் பிறப்பு இறப்புகளில் இருந்து விடுபடலாம்; தேவர்கள் வாழும் விண்ணுலகம் சேர்வதும் எளிதாகும்.

1418. தூயமல ரானும்நெடி யானும்அறி
யார்அவன் தோற்றநிலையில்
ஏயவகை ஆனதனை யார்அதுஅறி
வார்அணிகொள் மார்பின்அகலம்
பாயநல நீறுஅதுஅணி வான்உமைத
னோடும்உறை பட்டிசரமே
மேயவனது ஈர்அடியும் ஏத்தஎளிது
ஆகும்நலம் மேல்உலகமே (9)

அருஞ்சொற்பொருள்:

ஏய - பொருந்திய. மேயவன் - எழுந்தருளி இருப்பவன். ஈர்அடி - இரண்டு திருவடி. மேல்உலகம் - மேல்உள்ள தேவர் உலகம், சிவன் உலகம் முதலியன.

பொழிப்புரை:

தூய தாமரை மலரில் எழுந்தருளி இருக்கும் பிரமனும், நெடிய உருவம் உடைய திருமாலும், ஆகிய இருவரும் அறியமுடியாத சிவபெருமானின் தோற்றம் முதலியன குறித்து வேறு எவரால் அறிய முடியும்? அழகிய திருநீறு பூசிய இடமகன்ற மார்பினை உடைய அப்பெருமான் உமாதேவியோடும் எழுந்தருளி இருக்கும் பட்டீசுவரம் திருக்கோயிலுக்கு வந்து, அவரது திருவடிகளை வழிபடும் அடியார் களுக்கு, மேலான உலகங்களில் இடம்கிடைப்பது எளிதாகிவிடும்.

1419. **தடுக்கினை இடுக்கிமட வார்கள்இடு**
பிண்டம்அது உண்டுஉழல்தரும்
கடுப்பொடி உடல்கவசர் கத்துமொழி
காதல்செய்தி டாதுகமழ்சேர்
மடைக்கயல் வயல்கொள் மழபாடிநகர்
நீடுபழை யாறைஅதனுள்
படைக்குஒரு கரத்தன்மிகு பட்டிசரம்
ஏத்தவினை பற்றுஅறுதலே (10)

அருஞ்சொற்பொருள்:

தடுக்கு - சிறிய பாய். இடுக்கி - கக்கத்தில் இடுக்கி. பிண்டம் - உணவுப்பிண்டம். உழல்தரும் - திரிதரும். கடுப்பொடி - கடுக்காய்ப் பொடி. உடல்கவசர் - உடலை மூடி இருப்பவர். கத்துமொழி - கத்திச் சொல்கின்ற அறிவுரைகள். காதல் - அன்பு. மடை - நீர்மடு. கயல் - கயல்மீன். படை - மழுப்படை. கரத்தன் - கை உடையவன்.

பொழிப்புரை:

தடுக்கு ஒன்றைக் கக்கத்தில் இடுக்கிக் கொண்டு, மகளிர்இடும் பிச்சை உணவை வாங்கி உண்டு திரியும் சமணரும்; கடுக்காய்ப் பொடியினை மென்றும், உடலை துவராடையால் போர்த்தும், திரிகின்ற பௌத்தரும்; ஆகிய இவர்கள் கூறும் அறிவுரைமீது அன்பு வையாது; மடைகளில் கயல்மீன்கள் துள்ளுவதும், வயல்வளம் உடையதும்,

ஆகிய பழையாறை என்னும் பெரியநகரின் ஒருபகுதியாக விளங்கும் மழபாடியில் உள்ள பட்டீசரம் என்னும் திருக்கோயிலில் எழுந்தருளி இருக்கும் மழுப்படை ஏந்திய கைஉடைய இறைவனைப் போற்றி வழிபடுங்கள்; அவ்வாறு வழிபட வினையானது நீங்கும்.

1420. மந்தமலி சோலைமழ பாடிநகர்
நீடுபழை யாறைஅதனுள்
பந்தம்உயர் வீடுநல பட்டிசரம்
மேயபடர் புன்சடையானை
அந்தண்மறை யோர்இனிது வாழ்புகலி
ஞானசம் பந்தன்அணிஆர்
செந்தமிழ்கள் கொண்டுஇனிது செப்பவல
தொண்டர்வினை நிற்பதுஇலவே (11)

அருஞ்சொற்பொருள்:

மந்தம் - தென்றல் காற்று. பந்தம் - தளை. வீடு - முத்தி. புன்சடை - மெல்லிய சடை. அணிஆர் - அழகு பொருந்திய. செப்பவல - சொல்லவல்ல.

பொழிப்புரை:

தென்றல் காற்று வீசும் சோலை சூழ்ந்த பழையாறை நகரில் மழபாடிப் பகுதியில் அமைந்துள்ள பட்டீசரம் திருக்கோயிலில் எழுந்தருளி இருக்கும் படர்ந்த மெல்லிய சடைஉடைய பெருமான்மீது, அறமுடைய மறையோர்கள் கூடிவாழும் சீர்காழி நகரில் அவதரித்த ஞானசம்பந்தன் பாடிய அழகிய செந்தமிழ்ப் பாக்களை, முறையாகப் பாடி வழிபடும் வல்லமை உடைய தொண்டருக்கு வினைகள் சேர்வதில்லை.

திருச்சிற்றம்பலம்

132

திருக்கருக்குடி

பதிக வரலாறு:

இப்பதிகம் பாடப்பட்டது எப்பொழுது? என்பது குறித்துச் சேக்கிழார் ஒன்றும் குறிப்பிடவில்லை. ஆயினும், திருப்பட்டீசுவரம் வணங்கி இரும்பூளை செல்லும்போது இடையில் இத்தலத்துக்கு வந்து, பாடி வழிபட்டு இருக்கலாம்.

தல வரலாறு:

கும்பகோணத்துக்குத் தென்கிழக்கில் 5கி.மீ. தொலைவில் உள்ளது. இது இப்பொழுது 'மருதாந்தநல்லூர்' என்று வழங்கப்படுகின்றது.

பிரமன், இராமன், சற்குணன் என்னும் அரசன் ஆகியோர் வழிபட்ட தலம். வணிகன் ஒருவன் தன் தாயைப் புணர்ந்த பழி நீக்கப்பட்ட தலம்.

சுவாமி	:	சற்குணநாதர்
அம்மை	:	சுரும்பார்குழலி அரிவை
தீர்த்தம்	:	ஓம தீர்த்தம்

திருமுறை 3 - 279

பண்: காந்தார பஞ்சமம்

1421. நனவிலும் கனவிலும் நாளும் தன்ஒளி
நினைவிலும் எனக்குவந்து எய்தும் நின்மலன்
கனைகடல் வையகம் தொழுக ருக்குடி
அனல்எரி ஆடும்எம் அடிகள் காண்மினே (1)

அருஞ்சொற்பொருள்:

நின்மலன் - மலமற்றவன். கனைகடல் - ஒலிக்கின்ற கடல்.

பொழிப்புரை:

நாள்தோறும் நனவு நிலையிலும் கனவு நிலையிலும் உள்ஒளியாக என்நெஞ்சில் நிற்கும் மலமற்ற இறைவன், அனலைக் கையில் ஏந்தி ஆடுபவன்; அவனை, ஒலிக்கின்ற கடலால் சூழப்பட்ட இந்நிலவுலக மக்கள், வந்து வணங்குகின்ற தலம், கருக்குடி என்பதை அறிவீராக!

1422. **வேதியன் விடைஉடை விமலன் ஒன்னலர்**
மூதுஎயில் எரிஎழ முனிந்த முக்கணன்
காதுஇயல் குழையினன் கருக்கு டிஅமர்
ஆதியை அடிதொழ அல்லல் இல்லையே (2)

அருஞ்சொற்பொருள்:

ஒன்னலர் - பகைவர். மூதுஎயில் - பழமையான மதில். முக்கணன் - முக்கண்ணன். அல்லல் - துன்பம்

பொழிப்புரை:

வேதம் சொன்னவன், இடபஊர்தி உடையவன், மலமற்றவன், பகைவரது பழமை உடைய மதில்கள் தீப்பற்றி எரியுமாறு சினம் கொண்டவன், மூன்று கண்கள் உடையவன், காதில் குழை அணிந்திருப்பவன், அவன் கருக்குடி என்னும் தலத்தில் எழுந்தருளி இருக்கும் முதல்வன்; அவனது திருவடியைச் சென்று தொழுவார்க்குத் துன்பம் இல்லையாகும்.

1423. **மஞ்சுஉறு பொழில்வளம் மலிக ருக்குடி**
நஞ்சுஉறு திருமிடறு உடைய நாதனார்
அம்சுரும்பு ஆர்குழல் அரிவை அஞ்சவே
வெம்சுரம் தனில்விளை யாடல் என்கொலோ (3)

அருஞ்சொற்பொருள்:

மஞ்சு - மேகம். அம்சுரும்பு - அழகிய வண்டு. குழல் - கூந்தல். விளையாடல் - நடனம் ஆடுதல்.

பொழிப்புரை:

மேகம் தங்கும் சோலைவளம் உடைய கருக்குடியில் எழுந்தருளி இருக்கும் விடம் தங்கிய கழுத்து உடைய தலைவர், அழகிய வண்டுகள் மொய்க்கும் கூந்தல்உடைய உமாதேவி அஞ்சுமாறு, கொடிய வெப்பம் மிகுந்த காட்டில் நடனம் ஆடுவது எக்காரணம் பற்றியோ?

1424. ஊன்உடைப் பிறவியை அறுக்க உன்னுவீர்
கான்இடை ஆடலான் பயில்க ருக்குடிக்
கோன்உயர் கோயிலை வணங்கி வைகலும்
வானவர் தொழுகழல் வாழ்த்தி வாழ்மினே (4)

அருஞ்சொற்பொருள்:

ஊன் - உடம்பு. ஊன்னுவீர் - நினைக்கும் மனிதர்களே. கான் - காடு. கோன் - தலைவன். வைகலும் - நாள்தோறும்.

பொழிப்புரை:

உடம்பு எடுத்துப் பிறக்கும் பிறப்பை அறுக்க விரும்புகின்ற மனிதர்களே! சுடுகாட்டில் நடனம் ஆடுகின்ற தலைவன் எழுந்தருளி இருக்கும் கோயிலைத் தேவர்கள் நாளும் வழிபட்டுச் செல்கின்றனர். நீங்களும் அத்தலத்து இறைவனது திருவடியை வணங்கி நல்வாழ்வு பெறுவீராக!

1425. சூடுவர் சடைஇடைக் கங்கை நங்கையைக்
கூடுவர் உலகுஇடை ஐயம் கொண்டுஒலி
பாடுவர் இசைபறை கொட்ட நட்டிருள்
ஆடுவர் கருக்குடி அண்ணல் வண்ணமே (5)

அருஞ்சொற்பொருள்:

நட்டிருள் - நடுஇரவு. அண்ணல் - தலைவன். வண்ணம் - தன்மை.

பொழிப்புரை:

சடையின் இடையே கங்கை என்னும் பெண்ணைச் சூடிஇருப்பவர், பிச்சைக்கு ஊரின் இடையே சுற்றித் திரிந்து பாட்டுப் பாடுபவர், பறையானது முழங்க நள்ளிருளில் நடனம் ஆடுபவர், இவை கருக்குடி என்னும் தலத்தில் எழுந்தருளி இருக்கும் இறைவனது தன்மைகள் ஆகும்.

1426. இன்புஉடை யார்இசை வீணை பூண்அரா
என்புஉடை யார்எழில் மேனி மேல்எரி
முன்புஉடை யார்முதல் ஏத்தும் அன்பருக்கு
அன்புஉடை யார்கருக் குடிஎம் அண்ணலே (6)

அருஞ்சொற்பொருள்:

பூண்அரா - அணிகின்ற பாம்பு. என்பு - எலும்பு.

பொழிப்புரை:

இசை எழுப்பும் வீணை ஏந்தி இருப்பவர், அணிகலனாகப் பாம்பையும் எலும்பையும் அணிந்து இருப்பவர். அழகிய திருமேனி அனல் பிழம்பாய் முன்பு உயர்ந்து நின்றவர், தம்மிடம் அன்பு வைக்கும் அன்பரிடம் அன்பு வைப்பவர், இவற்றுக்கெல்லாம் மகிழும் தன்மை உடையவர், அவர் கருக்குடி என்னும் தலத்தில் எழுந்தருளி இருக்கும் எம் தலைவரே ஆவர்.

1427. காலமும் ஞாயிறும் தீயும் ஆயவர்
 கோலமும் முடிஅரவு அணிந்த கொள்கையர்
 சீலமும் உடையவர் திருக்க ருக்குடிச்
 சாலவும் இனிதுஅவ ருடைய தன்மையே (7)

அருஞ்சொற்பொருள்:

கோலம் - அழகு. சீலம் - ஒழுக்கம். சாலவும் - மிகுதியும்.

பொழிப்புரை:

கால தத்துவமாக விளங்குபவர், சூரியன் (சந்திரன்) நெருப்பு ஆகிய சுடர்மூன்றாய் விளங்குபவர், அழகிய திருமுடியில் பாம்பை அணிந்திருப்பவர், மேலான தவஒழுக்கம் உடையவர், கருக்குடி என்னும் தலத்தில் எழுந்தருளி இருப்பவர், அவரது தன்மை மிகவும் உயிர்களுக்கு இன்பம் செய்வதாக அமைந்துள்ளது.

1428. எறிகடல் புடைதழுவு இலங்கை மன்னனை
 முறிபட வரைஇடை அடர்த்த மூர்த்தியார்
 கறைபடு பொழில்மதி தவழ்க ருக்குடி
 அறிவொடு தொழும்அவர் ஆள்வர் நன்மையே (8)

அருஞ்சொற்பொருள்:

வரை - மலை. கறை - நிழல் என்னும் பொருள் தரும்.

பொழிப்புரை:

அலைவீசும் கடலால் சூழப்பட்ட இலங்கை நாட்டு அரசன் இராவணனை, அவனது தோளும் தாளும் இற்றுவிழுமாறு மலையின்கீழ் வைத்து நசுக்கிய திருஉருவு உடையவர், அவர் மரங்கள் அடர்ந்து நிழல்செய்யும் சோலை சூழ்ந்த மேகங்கள் வந்து தங்கும் உயரிய

கோயில் விளங்கும் கருக்குடியில் எழுந்தருளி இருக்கும் இறைவர். அவரைப் புத்திபூர்வமாக வழிபட, அவ்வாறு வழிபட்டவர் நன்மையே அடைவர்.

1429. **பூமனும் திசைமுகன் தானும் பொற்புஅமர்**
வாமனன் அறிகிலா வண்ணம் ஓங்குஎரி
ஆம்என உயர்ந்தவன் அணிக ருக்குடி
நாமன னில்வர நினைதல் நன்மையே (9)

அருஞ்சொற்பொருள்:

பூமனும் - (பூ மன்னும்) தாமரைப் பூவில் எழுந்தருளி இருக்கும். திசைமுகன் - நான்முகன். வாமனன் - வாமன அவதாரத் திருமால். நா - நாவில். மனனில் - மனத்தில்.

பொழிப்புரை:

தாமரை மலரில் எழுந்தருளும் பிரமனும், அழகுவிளங்கும் வாமன அவதாரத் திருமாலும், அறியமுடியாதபடி நெருப்பு உருவாய் உயர்ந்து நின்றவன், எழுந்தருளி அழகு செய்யும் கருக்குடியை நாவால் புகழ்ந்தும், மனத்தால் தியானித்தும், வர நன்மையே உண்டாகும்.

1430. **சாக்கியர் சமண்படு கையர் பொய்ம்மொழி**
ஆக்கிய உரைகொளேல் அருந்திரு(ந்) நமக்கு
ஆக்கிய அரன்உறை அணிக ருக்குடிப்
பூக்கமழ் கோயிலே புடைபட்டு உய்ம்மினே (10)

அருஞ்சொற்பொருள்:

சமண்படு - சமணக்கோட்பாடு. கையர் - வஞ்சகர். கொளேல் - கொள்ள வேண்டா. அருந்திரு - அரிய சைவமாகிய செல்வம். பூக்கமழ் - பூக்கள் மணக்கும். புடைபட்டு - சார்ந்து.

பொழிப்புரை:

பௌத்தரும், வஞ்சகக் கொள்கை உடைய சமணரும், பேசும் பொய்யான உபதேசங்களைக் கேட்க வேண்டா; மாறாகச் சைவ சமயநெறியில் நம்மைப் பிறக்க வைத்த பிறப்பை அறுக்கவல்ல பெருமான், எழுந்தருளி இருக்கும் அழகிய கருக்குடி என்னும் தலத்தில் உள்ள, பூக்கள் மணக்கும் கோயிலை வழிபட்டு உய்வீராக!

1431. கானலில் விரைமலர் விம்மு காழியான்
 வானவன் கருக்குடி மைந்தன் தன்ஒளி
 ஆனமெய்ஞ் ஞானசம் பந்தன் சொல்லிய
 ஊனம்இல் பொழிவலார்க்கு உயரும் இன்பமே   (11)

அருஞ்சொற்பொருள்:

கானல் - கடற்கரைச் சோலை. விரை - மணம். மைந்தன் - வலிமை உடையவன். ஊனம் - குறை.

பொழிப்புரை:

தேவதேவனும், கருக்குடியில் எழுந்தருளி இருக்கும் வலிமை உடையவனும், ஆகிய பெருமானது; ஒளியாய் விளங்கும் மெய்ஞ்ஞான சம்பந்தனும், கடற்கரை சோலையால் மணம் கமழும் காழிநகருக்கு உரியவனும், ஆகிய அடியேன்; பாடிய குற்றமற்ற பாடலைப் பாடி வழிபட வல்லவர்க்கு, இன்பமானது பெருகும்.

திருச்சிற்றம்பலம்

133

திருஇரும்பூளை

பதிக வரலாறு:

பட்டீசரம் வணங்கிய பிள்ளையார், பழையாறை வடதளி வந்து பாடி வழிபட்டு (பதிகம் கிடைத்திலது) தொண்டர்கள் புடைசூழ இரும்பூளை வந்து சேர்ந்தார்; அத்தலத்து அடியார்கள் எதிரில் வந்து வணங்கி அழைத்துச் சென்றனர்; அப்பொழுது திருக்கோயிலுக்குச் சென்று, இப்பதிகத்தைப் பாடி வழிபடுகின்றனர்.

தல வரலாறு:

இத்தலம் இப்பொழுது ஆலங்குடி என்று வழங்கப்படுகிறது. பூளைச்செடி தலமரம் ஆதலின், இரும்பூளை எனப்பெயர் பெற்றது. பூளைவனம் என்றும் வழங்குவர். விசுவாமித்திரர் பூசித்துப் பேறு பெற்ற தலம். நவக்கிரகத் தலங்களுள் இது குருவுக்கு உரிய தலம். தட்சிணாமூர்த்தி இங்குக் குருவாக இருந்து அருள்பாலித்து வருகின்றனர். நீடாமங்கலம் - கும்பகோணம் பேருந்து வழியில் நீடாமங்கலத்தில் இருந்து 6கி.மீ. தொலைவில் உள்ளது.

சுவாமி	:	காசியாரணியர் (ஆபத்சகாயர்)
அம்மை	:	ஏலவார்குழலி
தல மரம்	:	பூளைச்செடி
தீர்த்தம்	:	அமிர்தப்பொய்கை

திருமுறை 2 - 172   திருஞான - 402

பண்: இந்தளம்

1432. சீரார்கழ லேதொழு வீர்இது செப்பீர்
வாரார்முலை மங்கையொ டும்உடன் ஆகி
ஏரார்இரும் பூளை இடம்கொண்ட ஈசன்
காரார்கடல் நஞ்சுஅமுது உண்ட கருத்தே   (1)

அருஞ்சொற்பொருள்:

கழல் - திருவடி (திருவருள்). ஏர் - அழகு. கார் - கருமை.

பொழிப்புரை:

கச்சுஅணிந்த முலைஉடைய உமாதேவியோடு அழகிய இரும்பூளை என்னும் தலத்தை இடமாகக் கொண்டு எழுந்தருளி இருக்கும் ஈசனாகிய பெருமான், பாற்கடலிலிருந்து வெளிப்பட்ட கருமைநிறம் உடைய விடத்தினை உண்டது எதற்காக? அவரது சிறப்புமிக்க திருவடியை வணங்கும் தொண்டர்களே! இதற்கு விடை கூறுவீராக!

1433. **தொழலார்கழ லேதொழு தொண்டர்காள் சொல்லீர்**
குழலார்மொழிக் கோல்வளை யோடுஉடன் ஆகி
எழில்ஆர்இரும் பூளை இடம்கொண்ட ஈசன்
கழல்தான்கரி கான்இடை ஆடு கருத்தே (2)

அருஞ்சொற்பொருள்:

குழல் ஆர் மொழி - புல்லாங்குழலின் இசைபோல இனியமொழி. கோல்வளை - அழகிய வளையல். கான் - காடு. கரிகான் - சுடுகாடு.

பொழிப்புரை:

புல்லாங்குழலின் இசை போன்ற இனிய மொழி பேசுபவரும், அழகிய வளையல் அணிந்திருப்பவரும், ஆகிய உமாதேவியோடு அழகிய இரும்பூளையில் எழுந்தருளி இருக்கும் ஈசன், சுடுகாட்டில் கால் பதித்து நடனம் ஆடுவது எதற்காக? தொழத் தகுதிஉடைய திருவடிகளைத் தொழும் தொண்டர்களே! இதற்கு விடை சொல்லுவீராக!

1434. **அன்பால்அடி கைதொழு வீர்அறி யீரே**
மின்போல்மருங் குல்மட வாளொடு மேவி
இன்பாய்இரும் பூளை இடங்கொண்ட ஈசன்
பொன்போல்சடை யில்புனல் வைத்த பொருளே (3)

அருஞ்சொற்பொருள்:

அறீயீரே - அறிவீர்களோ? மின் - மின்னல். மருங்குல் - இடை. ஈசன் - ஆளுபவன்.

பொழிப்புரை:

மின்னல்போல் மெலிந்த இடை உடைய உமாதேவியோடு இரும்பூளை என்னும் தலத்தில் மகிழ்வுடன் எழுந்தருளி இருக்கும் ஈசன், தனது பொன் போன்ற சடையில் கங்கையை வைத்திருப்பது எதற்காக? அன்புமிகுதியால் அவரது திருவடியைத் தொழுகின்ற அடியார்களே! இதுகுறித்து அறிவீராயின், விடை கூறுவீராக!

1435. **நச்சித்தொழு வீர்காள் நமக்குஇது சொல்லீர்**
கச்சிப்பொலி காமக் கொடியுடன் கூடி
இச்சித்துஇரும் பூளை இடம்கொண்ட ஈசன்
உச்சித்தலை யில்பலி கொண்டுஉழல் ஊணே (4)

அருஞ்சொற்பொருள்:

நச்சி - விரும்பி. கச்சி - காஞ்சிபுரம். காமக்கொடி - காமாட்சி என்னும் பெயருடன் விளங்கும் கொடி போன்ற உமாதேவி. இச்சித்து - விரும்பி. ஊண் - உணவு.

பொழிப்புரை:

காஞ்சிபுரத்தில் எழுந்தருளி இருக்கும் காமாட்சி என்னும் பெயருடன் விளங்கும் கொடிபோன்ற உமாதேவியோடு இரும்பூளை என்னும் தலத்தில் விரும்பி எழுந்தருளி இருக்கும் ஈசன், மண்டடைஓட்டில் பிச்சை ஏற்கச் சுற்றித் திரிவது எதற்காக? விரும்பி வழிபடுகின்ற அடியார்களே! இதற்கான விடையை எம்மிடம் கூறுவீராக!

1436. **சுற்றுஆர்ந்துஅடி யேதொழு வீர்இது சொல்லீர்**
நற்றாழ்குழல் நங்கையொ டும்உடன் ஆகி
எற்றேஇரும் பூளை இடம்கொண்ட ஈசன்
புற்றுஆடுஅர வோடுஎன்பு பூண்ட பொருளே (5)

அருஞ்சொற்பொருள்:

சுற்றுஆர்ந்து - சூழ்ந்து நிறைந்து. நற்றாழ்குழல் - (நல் + தாழ் + குழல்) நல்ல நீண்ட கூந்தல். என்பு - எலும்பு.

பொழிப்புரை:

நல்ல நீண்ட கூந்தலுடன் கூடிய உமாதேவியோடு இரும்பூளை என்னும் தலத்தில் எழுந்தருளி இருக்கும் ஈசன், புற்றில்வாழும் படம்எடுத்து ஆடும் பாம்பு, எலும்பு ஆகியவற்றை மாலையாக

அணிந்திருப்பது எதற்காக? சூழ்ந்து நிறைந்து நின்று வழிபடும் அடியார்களே! இதற்கான விடை இன்னது என்று கூறுவீராக!

1437. **தோடுஆர்மலர் தூய்த்தொழு தொண்டர்கள் சொல்லீர்**
சேடுஆர்குழல் சேஇழை யோடுஉடன் ஆகி
ஈடாய்இரும் பூளை இடம்கொண்ட ஈசன்
காடுஆர்கடு வேடுவன் ஆன கருத்தே (6)

அருஞ்சொற்பொருள்:

தோடு - இதழ். தூய் - தூவி. சேடு - திரட்சி. சேஇழை - செப்பமான அணிகலன். ஈடு - பெருமை.

பொழிப்புரை:

திரண்ட கூந்தலும், செவ்விய அணிகலன்களும் உடைய உமா தேவியோடு பெருமை பொருந்திய இரும்பூளை என்னும் தலத்தில் எழுந்தருளி இருக்கும் ஈசன், காட்டில் கடிய வேடுவனாகச் சென்றது எதற்காக? இதழ்களுடன் கூடிய மலர்களைத் தூவி வழிபடும் தொண்டர்களே! இதுகுறித்துக் கூறுவீராக!

★ (இப்பதிகத்தின் 7-ஆம் பாடல் கிடைக்கவில்லை).

1438. **ஒருக்கும்மனத்து அன்பர்உள் ளீர்இது சொல்லீர்**
பருக்கைமத வேழம் உரித்துஉமை யோடும்
இருக்கைஇரும் பூளை இடம்கொண்ட ஈசன்
அரக்கன்உரம் தீர்த்துஅருள் ஆக்கிய வாறே (8)

அருஞ்சொற்பொருள்:

ஒருக்கும் மனம் - ஒருமுகப்பட்ட மனம். பருக்கை - பெரிய கை. உரம் - வலிமை.

பொழிப்புரை:

பெரிய கைஉடைய மதயானையின் தோலை உரித்து, உமா தேவியோடு இரும்பூளை என்னும் தலத்தில் எழுந்தருளி இருக்கும் ஈசன், அரக்கனாகிய இராவணனது வலிமையை முதலில் அழித்துப் பின்னர் அவனுக்கு வாளும் வாழ்நாளும் தந்து அருளியது எதற்காக? மனத்தால் ஒன்றிஇருந்து தியானிக்கும் தொண்டர்களே! இது குறித்துக் கூறுவீராக!

1439. துயர்ஆயின நீங்கித் தொழும்தொண்டர் சொல்லீர்
கயல்ஆர்கரும் கண்ணியொ டும்உடன் ஆகி
இயல்பாய்இரும் பூளை இடம்கொண்ட ஈசன்
முயல்வார்இரு வர்க்குஎரி ஆகிய மொய்ம்பே (9)

அருஞ்சொற்பொருள்:

இருவர் - பிரமன், திருமால். மொய்ம்பு - ஆற்றல்.

பொழிப்புரை:

கயல்மீன் போன்ற உருவஅழகும் கரிய நிறமும் கொண்ட கண் உடைய உமாதேவியோடு இயல்பாக இரும்பூளை என்னும் தலத்தில் எழுந்தருளி இருக்கும் ஈசன், அடியையும் முடியையும் தேடமுயன்ற இருவருக்குக் காட்டிக் கொள்ளாது, எரிஉருவாய் நின்ற வலிமை என்ன வலிமை? துன்பமானது நீங்கித் தொழுகின்ற தொண்டர்களே! இதற்கு விடை கூறுவீராக!

1440. துணைநன்மலர் தூய்த்தொழும் தொண்டர்கள் சொல்லீர்
பணைமென் முலைப்பார்ப் பதியோடு உடனாகி
இணைஇல்இரும் பூளை இடம்கொண்ட ஈசன்
அணைவு இல்சமண் சாக்கியம் ஆக்கிய வாறே (10)

அருஞ்சொற்பொருள்:

துணை - ஒப்பு. தூய் - தூவி. பணை - பருமை. அணைவுஇல் - அணைதல் இல்லாத.

பொழிப்புரை:

பருத்த மெல்லிய முலையுடன் விளங்கும் உமாதேவியை உடன் கொண்டு, ஒப்புமை கூறமுடியாத சிறப்புடைய இரும்பூளை என்னும் தலத்தில் எழுந்தருளி இருக்கும் ஈசன், அணைந்து வழிபடுதல் இல்லாத சமணம் பௌத்தம் முதலிய புறப்புறச் சமயங்களை உண்டாக்கி வைத்திருப்பது எதற்காக? ஒரேவகையான நல்ல மலர்களைத் தூவி வழிபடும் தொண்டர்களே! இதற்கு விடை கூறுவீராக!

1441. எந்தைஇரும் பூளை இடம்கொண்ட ஈசன்
சந்தம்பயில் சண்பையுள் ஞானசம் பந்தன்
செந்தண்டமிழ் செப்பிய பத்துஇவை வல்லார்
பந்தம்(ம்)அறுத்து ஓங்குவர் பான்மையி னாலே (11)

அருஞ்சொற்பொருள்:

சந்தம் - வேதம். செப்பிய - பாடிய. பந்தம் - தளை. பான்மை - தன்மை.

பொழிப்புரை:

எமது தந்தையும், இரும்பூளை என்னும் தலத்தில் எழுந்தருளி இருப்பவனும், ஆகிய ஈசன்மீது, வேதம் பயில்கின்ற சீர்காழி நகரத்து ஞானசம்பந்தன், செப்பமும் தட்பமும் உடைய தமிழ்மொழி கொண்டு பாடிய பாடல் பத்தினையும் பாடி வழிபடும் வல்லமை உள்ளவர், தளைகளை அறுத்துக் கொண்டு விரைவில் வீட்டுலகுக்குச் செல்வர்.

திருச்சிற்றம்பலம்

134

திருஅரதைப் பெரும்பாழி

பதிக வரலாறு:

இரும்பூளை பாடி வழிபட்ட ஆளுடைய பிள்ளை, அரதைப் பெரும்பாழி வந்து, அத்தலத்துப் பெருமான்மீது, இப்பதிகத்தைப் பாடி வழிபடுகின்றார்.

தல வரலாறு:

இப்பொழுது இத்தலம் 'அரித்துவாரமங்கலம்' என்று வழங்கப் படுகின்றது. தஞ்சாவூர், கும்பகோணம் ஆகிய ஊர்களில் இருந்து பேருந்தில் செல்லலாம். இறைவன் திருமுன்பு திருமால் பறித்த பள்ளம் உள்ளது. அதனால் இத்தலம் இப்பெயர் பெற்றது. (பாழி - பள்ளம்).

சுவாமி	:	பாதாள வரதர்
அம்மை	:	அலங்கார வல்லி
தல மரம்	:	வன்னி
தீர்த்தம்	:	பிரமதீர்த்தம்

திருமுறை 3 - 288 திருஞான - 403

பண்: கொல்லி

1442. பைத்தபாம் போடுஅரைக் கோவணம் பாய்புலி
     மொய்த்தபேய் கள்முழக் கம்முது காட்டிடை
     நித்தமா கந்நடம் ஆடிவெண் நீறுஅணி
     பித்தர்கோ யில்அர தைப்பெரும் பாழியே   (1)

அருஞ்சொற்பொருள்:

பைத்த - படம் உடைய. முதுகாடு - சுடுகாடு. நித்தமாக - நிலைத்த தன்மையுடன்.

பொழிப்புரை:

படமுடைய பாம்பை அரையில் கச்சாகவும், கோவணம் புலித்தோல் ஆகியவற்றை உடையாகவும், கட்டி, பூதங்கள் புடைசூழ முழங்கும் சுடுகாட்டில், உடம்பில் வெண்ணீறு பூசி, நடனம் ஆடும் பித்தராகிய சிவபெருமான் எழுந்தருளி இருக்கும் கோயில் இருப்பது, அரதைப் பெரும்பாழி என்னும் தலத்திலே ஆகும்.

1443. **கயலசே லகரும் கண்ணியர் நாள்தொறும்**
பயலைகொள் எப்பலி தேர்ந்துஉழல் பான்மையார்
இயலைவா னோர்நினைந் தோர்களுக்கு எண்ணரும்
பெயரர்கோ யில்அர தைப்பெரும் பாழியே (2)

அருஞ்சொற்பொருள்:

கயல சேலகர் - கயல்மீன் போன்றும் சேல்மீன் போன்றும். கண்ணியர் - கண் உடைய மகளிர். பயலை - பசலை. எண்ணரும் - எண்ண அருமை உடைய.

பொழிப்புரை:

கயல்மீன் போலும் சேல்மீன் போலும் உருவ அழகு உடைய கண்களுடன் கூடிய தாருகாவனத்து முனிவர்களது மனைவிமார்கள் உடம்பில் பசலை தோன்றுமாறு, அழகுகாட்டி நாள்தோறும் பிச்சைக்குச் சென்று திரியும் பெருமான்; அவரது இயல்பு குறித்து நினைக்கும் தேவர்களுக்கு எண்ணிச் சொல்ல முடியாத அளவு சிறப்பும், அதனால் பெற்ற பெயரும் உடையவர்; அவரது திருக்கோயில் அமைந்திருக்கும் தலம், அரதைப் பெரும்பாழியே ஆகும்.

1444. **கோடல்சா லவ்வுடை யார்கொலை யானையின்**
மூடல்சா லவ்வுடை யார்முளி கான்இடை
ஆடல்சா லவ்வுடை யார்அழ காகிய
பீடர்கோ யில்அர தைப்பெரும் பாழியே (3)

அருஞ்சொற்பொருள்:

கோடல் - பிச்சை கொள்ளுதல். மூடல் - போர்வை. முளிகான் - சுடுகாடு. பீடர் - பெருமை உடையவர்.

பொழிப்புரை:

பிச்சை ஏற்பதை மிகுதியும் உடையவரும், கொல்லும் தன்மைஉடைய யானையின் தோலை உரித்துப் போர்த்தவரும், சுடுகாட்டில் மிகுதியும் நடனம் ஆடுபவரும், அழகும் பெருமையும் உடையவரும், ஆகிய சிவபெருமான் எழுந்தருளி இருக்கும் கோயில் இருப்பது, அரதைப் பெரும்பாழி என்னும் தலத்திலே ஆகும்.

1445. **மண்ணர்நீ ரார்அழ லார்மலி காலினார்**
விண்ணர்வே தம்விரித்து ஓதுவார் மெய்ப்பொருள்
பண்ணர்பா டல்உடை யார்ஒரு பாகமும்
பெண்ணர்கோ யில்அர தைப்பெரும் பாழியே (4)

அருஞ்சொற்பொருள்:

கால் - காற்று. பண்ணர் பாடல் - (பண்ணார் பாடல்) இசையோடு கூடிய பாடல்.

பொழிப்புரை:

நிலம், நீர், நெருப்பு, காற்று, ஆகாயம் என ஐம்பூதங்களாக விளங்குபவரும்; வேதத்தை விரித்து உலகுக்கு ஓதியவரும்; மெய்ப்பொருளாய் விளங்குபவரும்; இசையோடு கூடிய பாடல்களில் பொருந்தி இருப்பவரும்; உமாதேவியை உடம்பின் பாகமாகக் கொண்டவரும்; ஆகிய சிவபெருமான் எழுந்தருளி இருக்கும் கோயில் இருப்பது, அரதைப் பெரும்பாழி என்னும் தலத்திலே ஆகும்.

1446. **மறையர்வா யின்மொழி மானொடு வெண்மழுக்**
கறைகொள்சூ லம்உடைக் கையர்கா ரார்தரும்
நறைகொள்கொன் றைநயந் தார்தரும் சென்னிமேல்
பிறையர்கோ யில்அர தைப்பெரும் பாழியே (5)

அருஞ்சொற்பொருள்:

'வாயின்மொழி மறையர்' - என்று கூட்டி உரைக்க. கார் - கார்காலம். நறை - தேன். 'சென்னிமேல் தரும் பிறையர்' - எனக் கூட்டி உரைக்க.

பொழிப்புரை:

மறை ஓதும் வாயினை உடையவரும்; மான்கன்று, வெண்மைநிற மழுப்படை, இரத்தக்கறை படிந்த சூலம் ஆகியவற்றை ஏந்திய கை உடையவரும்; தேன்நிரம்பிய கார்காலத்துக் கொன்றைமலர் மாலையும்

பிறைச்சந்திரனும் சூடிய சடை உடையவரும்; ஆகிய சிவபெருமான் எழுந்தருளி இருக்கும் கோயில் இருப்பது, அரதைப் பெரும்பாழி என்னும் தலத்திலே ஆகும்.

1447. **புற்றுஅர வம்புலித் தோல்அரைக் கோவணம்**
தற்றுஇர வில்நடம் ஆடுவர் தாழ்தரு
சுற்றுஅமர் பாரிடம் தொல்கொடி யின்மிசைப்
பெற்றர்கோ யில்அர தைப்பெரும் பாழியே (6)

அருஞ்சொற்பொருள்:

தற்று - (இடையில்) உடுத்து. தாழ்தரு - வணங்குகின்ற. சுற்றுஅமர் பாரிடம் - சூழ இருப்பது பூதப்படை. கொடியின்மிசை பெற்றர் - பெற்றம் எழுதிய கொடி. பெற்றம் - இடபம்.

பொழிப்புரை:

புற்றில் வாழும் பாம்பினை இடையில் கச்சாகவும், கோவணமும் புலித்தோலும் உடையாகவும், உடுத்தி, இரவுநேரத்தில் சுடுகாட்டில் பூதங்கள் புடைசூழ இருப்ப, நடனம் ஆடுபவரும்; இடபம் எழுதிய கொடியினை ஏந்தி இருப்பவரும்; ஆகிய சிவபெருமான் எழுந்தருளி இருக்கும் கோயில் இருக்கும் தலம், அரதைப் பெரும்பாழி ஆகும்.

1448. **துணைஇறுத்து அம்சுரி சங்குஅமர் வெண்பொடி**
இணைஇல்ஏற் றைஉகந்து ஏறுவ ரும்எரி
கணையினால் முப்புரம் செற்றவர் கையினில்
பிணையர்கோ யில்அர தைப்பெரும் பாழியே (7)

அருஞ்சொற்பொருள்:

அம் சுரி சங்கு - அழகிய சுரிந்த சங்கு. ஏற்றை - இடபத்தை. ஏறுவரும் - ஏறுபவரும். பிணை - மான்கன்று.

பொழிப்புரை:

அழகிய சுருண்ட சங்கால் செய்யப்பட்ட குழையை அணிந்திருப்ப வரும், வெள்ளை நிறப் பொடியாக விளங்கும் திருநீற்றைப் பூசி இருப்பவரும், ஒப்பற்ற இடப ஊர்தியில் ஏறிவருபவரும், நெருப்பு அம்புகொண்டு முப்புரத்தை அழித்தவரும், கையில் மான்கன்று ஒன்றை ஏந்திஇருப்பவரும், ஆகிய சிவபெருமான் எழுந்தருளி இருக்கும் கோயில் இருக்கும் தலம், அரதைப் பெரும்பாழியே ஆகும்.

1449. சரிவிலா வல்அரக் கன்தடம் தோள்தலை
நெரிவிலா ரவ்வடர்த் தார்நெறி மென்குழல்
அரிவைபா கம்அமர்ந் தார்அடி யாரொடும்
பிரிவில்கோ யில்அர தைப்பெரும் பாழியே (8)

அருஞ்சொற்பொருள்:

சரிவு இலா - தளர்தல் இல்லாத. தடம்தோள் - இடமகன்ற தோள். நெரிவிலா - (நெரிவில்லார்) - நெரித்து. அடர்த்தார் - நசுக்கினார். நெறிமென் குழல் - அடர்ந்த மெல்லிய கூந்தல்.

பொழிப்புரை:

தளர்தல் இல்லாத வலிமை உடைய அரக்கனாகிய இராவணனது இடமகன்ற தோள்கள் தலைகள் ஆகியவற்றை நெரித்து நசுக்கியவனும், அடர்ந்த மெல்லிய கூந்தல் உடைய உமாதேவியைப் பாகமாகக் கொண்டவனும், ஆகிய சிவபெருமான், அடியார்கள் புடைசூழ எழுந்தருளி இருக்கும் கோயில் இருப்பது, அரதைப் பெரும்பாழி என்னும் தலத்திலே ஆகும்.

1450. வரிஅரா என்புஅணி மார்பினர் நீர்மல்கும்
எரிஅரா வும்சடை மேல்பிறை ஏற்றவர்
கரியமா லோடுஅயன் காண்புஅரிது ஆகிய
பெரியர்கோ யில்அர தைப்பெரும் பாழியே (9)

அருஞ்சொற்பொருள்:

வரி அரா - கோடுகள் உடைய பாம்பு. என்பு - எலும்பு. எரி அராவும் சடை - நெருப்பு போல் சிவந்த நிறமுடைய சடை. கரியமால் - கரியநிறத் திருமால். அயன் - பிரமன்.

பொழிப்புரை:

கோடுகள் உடைய பாம்பும் எலும்பும் அணிந்த மார்பு உடையவரும், கங்கை தங்கிய நெருப்புபோல் சிவந்த சடையில் பிறைச் சந்திரனைச் சூடிஇருப்பவரும், கரியநிறத் திருமாலும் பிரமனும் தேடிக் காண முடியாதவரும், ஆகிய பெரிய பெருமான் எழுந்தருளி இருக்கும் கோயில் இருப்பது, அரதைப் பெரும்பாழி என்னும் தலத்திலே ஆகும்.

1451. நாண்இலா தசமண் சாக்கியர் நாள்தொறும்
ஏண்இலா த(ம்)மொழி அவ்எழி லாயவர்
சேண்உலா மும்மதில் தீஎழச் செற்றவர்
பேணுகோ யில்அர தைப்பெரும் பாழியே (10)

அருஞ்சொற்பொருள்:

ஏண் - பெருமை. சேண் - ஆகாயம்.

பொழிப்புரை:

நாணம் சிறிதும் இல்லாத (உடை உடுத்தாத) சமணரும், பௌத்தரும், நாள்தோறும் பேசும் பெருமை இல்லாத மொழியினையே பேசுவர்; அவற்றை ஏற்க வேண்டா; ஆகாயத்தில் திரிந்த முப்புரத்தை எரித்து அழித்த அழகிய பெருமான் விரும்பி எழுந்தருளும் கோயில் இருப்பது அரதைப் பெரும்பாழி என்னும் தலத்திலே ஆகும். (எனவே அப்பெருமானை வழிபட்டு உய்வீராக!).

1452. நீரினார் புன்சடை நிமலனுக்கு இடம்எனப்
பாரினார் பரவுஅர தைப்பெரும் பாழியைச்
சீரினார் காழியுள் ஞானசம் பந்தன்செய்
ஏரினார் தமிழ்வல்லார்க்கு இல்லையாம் பாவமே (11)

அருஞ்சொற்பொருள்:

நீரினார் - (நீரின் + ஆர்) நீரால் நிரம்பிய. நிமலன் - மலமற்றவன். பாரினார் - உலகர். சீரினார் - (சீரின் + ஆர்) சிறப்பு பொருந்திய. ஏரினார் - (ஏரின் + ஆர்) அழகு பொருந்திய.

பொழிப்புரை:

கங்கையை ஏற்ற மெல்லிய சடைஉடைய மலமற்ற இறைவர் எழுந்தருளும் இடமாகிய, உலகர் போற்றி வழிபடும் அரதைப் பெரும் பாழியை, சிறப்பு மிகுந்த சீர்காழி ஞானசம்பந்தன், பாடிய அழகிய தமிழ்ப்பாவினைப் பாடி வழிபடும் வல்லமை உடையவர்க்குப் பாவம் இல்லையாகும்.

திருச்சிற்றம்பலம்

135

திருச்சேறை

பதிக வரலாறு:

அரதைப் பெரும்பாழி வழிபட்ட ஆளுடைய பிள்ளையார், திருச்சேறை வந்து இப்பதிகம் பாடி வழிபடுகின்றார்.

தல வரலாறு:

இப்பொழுது 'உடையார்கோயில்' என்று வழங்கப்படுகின்றது. கும்பகோணத்திற்குத் தென்கிழக்கில் 15கி.மீ. தொலைவில் உள்ளது. தௌமிய ரிஷி பூசித்துப் பேறு பெற்ற தலம்.

சுவாமி	:	செந்நெறியப்பர்
அம்மை	:	ஞானவல்லி
தல மரம்	:	மாவிலங்கை
தீர்த்தம்	:	அமிர்த தீர்த்தம்

திருமுறை 3 – 344　　　　　　　　　திருஞான – 403

திருவிராகம்
பண்: சாதாரி

1453. முறிஉறு நிறமல்கு முகிழ்முலை
　　　மலைமகள் வெருவமுன் -
　　வெறிஉறு மதகரி அதள்பட
　　　உரிசெய்த விறலினர்
　　நறிஉறும் இதழியின் மலரொடு
　　　நதிமதி நகுதலை
　　செறிஉறு சடைமுடி அடிகள்தம்
　　　வளநகர் சேறையே　　　　(1)

அருஞ்சொற்பொருள்:

முறிஉறு - தளிர்போன்ற. முகிழ் - அரும்பு. 'மதவெறி உறுகரி' - எனக் கூட்டி உரைக்க. கரி - யானை. அதள் - தோல். நறி உறும் இதழி - மணமுடைய கொன்றை. நகுதலை - சிரிப்பதுபோல் தோற்றம் உடைய மண்டைஓடு.

பொழிப்புரை:

தளிர் போன்ற நிறமும் அரும்பு போன்ற முலையும் உடைய உமாதேவி அஞ்சுமாறு உரித்த மதயானையின் தோலை ஆடையாகப் போர்த்தி இருக்கும் வலிமை உடையவர்; நறுமணமுள்ள கொன்றை மலர் மாலையும், கங்கையும், சந்திரனும், மண்டைஓட்டு மாலையும் அணிந்துள்ள சடைஉடையவர்; அப்படிப்பட்ட இறைவர் எழுந்தருளி இருக்கும் தலம், திருச்சேறை வளநகரமே ஆகும்.

1454. புனம்உடை நறுமலர் பலகொடு
தொழுவதுஓர் புரிவினர்
மனம்உடை அடியவர் படுதுயர்
களைவதுஓர் வாய்மையர்
இனம்உடை மணியினொடு அரசுஇலை
ஒளிபெற மிளிர்வதுஓர்
சினம்முதிர் விடைஉடை அடிகள்தம்
வளநகர் சேறையே (2)

அருஞ்சொற்பொருள்:

புனம் - காடு. கொடு - கொண்டு. மனம் - மனஉறுதி. படுதுயர் - படுகின்ற துன்பம். அரசுஇலை - அரசமரத்தின் இலை வடிவில் செய்யப்பட்ட ஓர் அணிகலன் (மாட்டின் கழுத்தில் கட்ட உதவுவது).

பொழிப்புரை:

காட்டில் மலரும் மணமுள்ள மலர்கள் பலவற்றைக் கொண்டு வந்து சாத்தி வழிபடும் அடியவர்க்கும், மனஉறுதி கொண்டு வழிபடும் அடியவர்க்கும், வரஉள்ள துன்பங்களைப் போக்கி அருள்செய்யும் ஒரு நியமம் உடையவர்; மணி, அரசஇலை (ஒருவகை அணி), ஆகியவற்றைக் கழுத்தில் ஒளிபெற அணிந்திருக்கும் கோபம் மிக உடைய இடபத்தை ஊர்தியாகக் கொண்டவர்; அப்படிப்பட்ட இறைவர் எழுந்தருளி இருப்பது, திருச்சேறை என்னும் வளநகரிலே ஆகும்.

1455. புரிதரு சடையினர் புலிஅதள்
	அரையினர் பொடிபுல்கும்
	எரிதரும் உருவினர் இடபம்அது
	ஏறுவர் ஈடுஉலா
	வரிதரு வளையினர் அவர்அவர்
	மகிழ்தர மனைதொறும்
	திரிதரு சரிதையர் உறைதரு
	வளநகர் சேறையே					(3)

அருஞ்சொற்பொருள்:

புரிதரு - முறுக்குண்ட. பொடி புல்கும் எரி - சாம்பல் பூத்த நெருப்பு. வரிதரு வளை - கோடுகள் உடைய வளையல். சரிதை - சரிதம்.

பொழிப்புரை:

முறுக்குண்ட சடை உடையவரும், புலித்தோல் ஆடை உடுத்திய இடை உடையவரும், சாம்பல் பூத்த நெருப்பு போல திருநீறு பூசிய சிவந்த திருமேனி உடையவரும், இடபஊர்தியில் ஏறிவருபவரும், கோடுகள் உடைய வளையல் அணிந்துள்ள மகளிர் மகிழுமாறு இல்லம்தோறும் சென்று பிச்சை ஏற்பவரும், ஆகிய வரலாறு உடைய இறைவர் எழுந்தருளி இருக்கும் தலம் திருச்சேறை என்னும் வளநகரம் ஆகும்.

1456. துடிபடும் இடைஉடை மடவரல்
	உடன்ஒரு பாகமா
	இடிபடு குரல்உடை விடையினர்
	படம்உடை அரவினர்
	பொடிபடும் உருவினர் புலிஉரி
	பொலிதரும் அரையினர்
	செடிபடு சடைமுடி அடிகள்தம்
	வளநகர் சேறையே					(4)

அருஞ்சொற்பொருள்:

மடவரல் - பெண். பொடி - திருநீற்றுப்பொடி. புலிஉரி - புலித்தோல். செடிபடு சடை - செடிபோல் வளர்ந்துள்ள சடை.

பொழிப்புரை:

துடியின் நடுப்பகுதி போன்ற சிறுத்த இடை உடைய பெண்ஆகிய உமாதேவியைப் பாகமாகக் கொண்டவர்; இடிபோல் முழங்கும் குரல்

உடைய காளையை ஊர்தியாகக் கொண்டவர்; படம்உடைய பாம்பை அணிகலனாக அணிந்திருப்பவர்; திருநீற்றுப் பொடி பூசிய திருமேனி உடையவர்; புலித்தோல் உடுத்திய இடை உடையவர்; அப்படிப்பட்ட இறைவர் எழுந்தருளி இருப்பது, திருச்சேறை என்னும் வளநகரிலே ஆகும்.

1457. அந்தரம் உழிதரு திரிபுரம்
ஒருநொடி அளவினில்
மந்தர வரிசிலை அதன்இடை
அரவுஅரி வாளியால்
வெந்துஅழி தரஎய்த விடலையர்
விடம்அணி மிடறினர்
செந்தழல் நிறம்உடை அடிகள்தம்
வளநகர் சேறையே (5)

அருஞ்சொற்பொருள்:

அந்தரம் - ஆகாயம். உழிதரு - திரிந்த. மந்தரம் - ஒருமலையின் பெயர் (இங்கு பொதுவாக மலை என்னும் பொருளில் வந்தது). சிலை - வில். அரவு - பாம்பு. அரி - திருமால். வாளி - அம்பு. விடலையர் - இளைஞர்.

பொழிப்புரை:

மலையை வில்லாகவும், பாம்பை நாணாகவும், திருமாலை அம்பாகவும், கொண்டு ஒருநொடிப் பொழுதில் தீப்பற்றி எரியுமாறு செய்து ஆகாயத்தில் சுற்றித்திரிந்த முப்புரத்தை அழித்த இளைஞர்; விடம் தங்கிய கண்டம் உடையவர்; சிவந்த தீயின் நிறத் திருமேனி உடையவர்; அப்படிப்பட்ட இறைவர், எழுந்தருளி இருப்பது திருச்சேறை என்னும் தலத்திலே ஆகும்.

1458. மத்தரம் உறுதிறல் மறவர்தம்
வடிவுகொள் உருவுஉடைப்
பத்துஒரு பெயர்உடை விசயனை
அசைவுசெய் பரிசினால்
அத்திரம் அருளும்நம் அடிகளது
அணிகிளர் மணிஅணி
சித்திர வளநகர் செறிபொழில்
தழுவிய சேறையே (6)

அருஞ்சொற்பொருள்:

மத்திரம் - மந்திரம் (மலை). அத்திரம் - பாசுபதம் என்னும் அத்திரம். சித்திர - அழகிய. செறிபொழில் - அடர்ந்த சோலை.

பொழிப்புரை:

மலை போன்ற வலிமை உடைய வேடர் உருவம் தாங்கி பத்துப் (பல) பெயர்கள் உடைய அர்ச்சுனனது வலிஅழியப் போரிட்டு, அவனுக்குப் பாசுபதம் என்னும் அத்திரம் அருளிய அடிகள் எழுந்தருளி இருக்கும் தலம், அழகிய மணிகள் பதித்துக் கட்டப்பட்ட மாளிகைகள் உடையதும், அடர்ந்த சோலையால் சூழப்பட்டதும், ஆகிய திருச்சேறை என்னும் வளநகரமே ஆகும்.

1459. பாடினர் அருமறை முறைமுறை
    பொருள்என அருநடம்
ஆடினர் உலகுஇடை அலர்கொடும்
    அடியவர் துதிசெய
வாடினர் படுதலை இடுபலி
    அதுகொடு மகிழ்தரும்
சேடர்தம் வளநகர் செறிபொழில்
    தழுவிய சேறையே   (7)

அருஞ்சொற்பொருள்:

'முறைமுறை அருமறை பாடினர்' - எனக்கூட்டி உரைக்க. வாடினர் - வாட்டமுற்ற பிரமன். படுதலை - மண்டை ஓடு. சேடர் - பெருமை உடையவர்.

பொழிப்புரை:

வரிசைபட வேதத்தை அருளிச் செய்பவரும், ஐந்தொழில் செய்யும் பொருட்டு முறையாகக் கூத்து நிகழ்த்துபவரும், மலர்கொண்டு அடியார்கள் வழிபட இந்நிலவுலகில் எழுந்தருளி இருப்பவரும், கிள்ளி நீக்கியமையால் வாட்டமுற்ற பிரமனது தலையின் தசை வரண்ட மண்டை ஓட்டில் பிச்சை ஏற்பவரும், அதனால் மகிழ்வு எய்துபவரும், ஆகிய பெருமை உடைய இறைவர் எழுந்தருளி இருப்பது, அடர்ந்த சோலையால் சூழப்பட்ட திருச்சேறையே ஆகும்.

1460.கட்டுஉரம் அதுகொடு கயிலைநன்
மலைமலி கரம்உடை
நிட்டுரன் உடலொடு நெடுமுடி
ஒருபதும் நெரிசெய்தார்
மட்டுஉரம் மலர்அடி அடியவர்
தொழுதுஎழ அருள்செயும்
சிட்டர்தம் வளநகர் செறிபொழில்
தழுவிய சேறையே (8)

அருஞ்சொற்பொருள்:

கட்டுஉரம் - உடல் வலிமை. நிட்டுரன் - கொடியவன். ஒருபது - ஒருபத்து. மட்டு - தேன். சிட்டர் - நல்இயல்பு உடையவர் (சிவபெருமான்).

பொழிப்புரை:

உடல்வலிமை உடைய இராவணன் என்னும் கொடியவன் தம் கைகளால் கயிலை என்னும் நல்ல மலையைப் பெயர்க்க, அவனது உடம்பும் பத்துத்தலைகளும் நெரிபடுமாறு ஊன்றிய திருவடி உடையவர்; அந்த வலிமையும், தேன்ஒழுகும் மலர்களால் அலங்கரிக்கப்பட்டதும், ஆகிய திருவடியை அடியார்கள் வணங்கிஎழ, அவர்க்கு அருள்செய்யும் மேலான குணங்கள் உடைய பெருமானார் எழுந்தருளி இருப்பது, அடர்ந்த சோலையால் சூழப்பட்ட வளநகரமாகிய திருச்சேறையே ஆகும்.

1461.பன்றியர் பறவையர் பரிசுடை
வடிவொடு படர்தர
அன்றிய அவர்அவர் அடியொடு
முடிஅவை அறிகிலார்
நின்றுஇரு புடைபட நெடுஎரி
நடுவேஓர் நிகழ்தரச்
சென்றுஉயர் வெளிபட அருளிய
அவர்நகர் சேறையே (9)

அருஞ்சொற்பொருள்:

பரிசு - தன்மை. அன்றிய - மாறுபட்ட. இருபுடை - இரண்டு பக்கங்களிலும். 'நடுவே ஓர் நெடுஎரி' - என்று கூட்டி உரைக்க.

பொழிப்புரை:

தம்முள் மாறுபட்ட திருமாலும் பிரமனும் முறையே பன்றியாக அகழ்ந்தும், அன்னமாகப் பறந்தும், தேடியும் காணமுடியாத இருவருக்கும் நடுவே உயர்ந்த நெருப்புத்தூணாய் நின்ற இறைவர், தம் மேன்மை வெளிப்பட அருள்செய்ய எழுந்தருளி இருக்கும் தலம், திருச்சேறை என்னும் நகரமே ஆகும்.

1462. **துகள்உறு விரிதுகில் உடையவர்**
அமண்எனும் வடிவினர்
விகடம்அது உறுசிறு மொழிஅவை
நலம்இல வினவிடில்
முகிழ்தரும் இளமதி அரவொடும்
அழகுஉற முதுநதி
திகழ்தரும் சடைமுடி அடிகள்தம்
வளநகர் சேறையே (10)

அருஞ்சொற்பொருள்:

துகள்உறு - அழுக்கு பொருந்திய. விகடம் - அற்ப வார்த்தைகள். நலம்இல - நன்மை இல்லை.

பொழிப்புரை:

அழுக்குஉடைய துவராடையை மேலாடையாக விரித்துப் போர்த்தி இருக்கும் பௌத்தரும், உடை உடுத்தாத சமணரும், பேசும் அற்ப வார்த்தைகளை, அவை நலமற்ற வார்த்தைகள் எனக் கைவிடுவீராக! இளம்பிறைச் சந்திரன், பாம்பு, கங்கை நதி ஆகியவற்றை அழகுபடச் சடையில் அணிந்திருக்கும் பெருமான் எழுந்தருளி இருக்கும் நகர் திருச்சேறை என்பது அறிந்து, வந்து வழிபட்டு உய்வீராக!

1463. **கற்றநன் மறைபயில் அடியவர்**
அடிதொழு கவின்உறு
சிற்றிடை அவளொடும் இடம்என
உறைவதுஓர் சேறைமேல்
குற்றம்இல் புகலியுள் இகல்அறு
ஞானசம் பந்தன்
சொல்தகவு உறமொழி பவர்அழி
விலர்துயர் தீருமே (11)

அருஞ்சொற்பொருள்:

கவின் - அழகு. இகல் - பகை. தகவுஉற - தகுதி பொருந்த. துயர் - மனத்துயரம்.

பொழிப்புரை:

நன்மை பயக்கும் மறைகளை ஓதி உணர்ந்த அடியார்கள் வந்து தொழுது வழிபடும் இறைவர், அழகிய மெல்லிய இடைஉடைய உமாதேவியோடு எழுந்தருளி இருக்கும் திருச்சேறை மீது, குற்றமற்ற புகலி நகரைச் சேர்ந்த, பகைமை இல்லாத ஞானசம்பந்தன் பாடிய பாடல்களைப் பாடி வழிபடுபவர், அழிவிலராய்த் துன்பமின்றி வாழ்வர்.

திருச்சிற்றம்பலம்

136

திருநாலூர் மயானம்

பதிக வரலாறு:

சேறை வழிபட்ட செண்பையர் நாலூர் மயானம் வந்து, அத்தலத்து இறைவர்மீது இப்பதிகம் பாடி வழிபடுகின்றனர்.

தல வரலாறு:

திருவாரூர் - கும்பகோணம் பேருந்து வழித்தடத்தில் உள்ளது. இது நான்கு வேதங்களாலும் வழிபடப்பட்ட தலம். ஆபத்தம்ப இருடி பூசித்துப் பேறு பெற்ற தலம்.

சுவாமி	:	பலாசவனநாதர்
அம்மை	:	பெரியநாயகி
தல மரம்	:	பலாசு

திருமுறை 2 - 182   திருஞான - 403

பண்: சீகாமரம்

1464. பால்ஊரும் மலைப்பாம்பும் பனிமதியும் மத்தமும்
மேல்ஊரும் செஞ்சடையான் வெண்ணூல்சேர் மார்பினான்
நாலூர் மயானத்து நம்பான்தன் அடிநினைந்து
மால்ஊரும் சிந்தையர்பால் வந்துஊரா மறுபிறப்பே   (1)

அருஞ்சொற்பொருள்:

பால் - பக்கம். மத்தம் - ஊமத்தம்பூ. நம்பான் - சிவபெருமான். மால் - அன்பு. வந்துஊரா - வந்து சேராது.

பொழிப்புரை:

பக்கங்களில் மலைப்பாம்பு ஊர்ந்து செல்வதும்; சிவந்த சடைமீது குளிர்ந்த சந்திரன், ஊமத்தப்பூ முதலியன பொருந்தி இருப்பதும்;

மார்பில் பூணூல் அணிந்து இருப்பதும்; ஆகிய சிறப்புக்கள் உடைய நாலூர் மயானத்தில் எழுந்தருளி இருக்கும் சிவபெருமானது திருவடியை நினைந்து அன்பு வைத்த சிந்தை உடையவர்க்கு, மறுபிறப்பு என்பது வந்து பொருந்துவது இல்லை.

1465. சூடும் பிறைச்சென்னிச் சூழ்காடு இடமாக
ஆடும் பறைசங்கு ஒலியோடு அழகாக
நாடும் சிறப்புஓவா நாலூர் மயானத்தைப்
பாடும் சிறப்போர்பால் பற்றாவாம் பாவமே (2)

அருஞ்சொற்பொருள்:

'அழகாக ஆடும்' - எனக் கூட்டி உரைக்க. ஓவா - ஒழியாத. சிறப்போர்பால் - சிறப்பு உடையவரிடத்து. 'பாவம் பற்றாவாம்' - என மாற்றுக.

பொழிப்புரை:

பிறைச்சந்திரனைச் சடையில் சூடி, சுடுகாட்டை இடமாகக் கொண்டு, பறை சங்கு முதலியன முழங்க, அழகாக நடனம் ஆடும் பெருமான், எழுந்தருளி இருக்கும் சிறப்பு குறையாத நாலூர் மயானத்தை வழிபட்டுப் பாடும் சிறப்பு உடையவரைப் பாவமானது பற்றுவது இல்லை.

1466. கல்ஆல் நிழல்மேவிக் காமுறுசீர் நால்வர்க்குஅன்று
எல்லா அறன்உரையும் இன்அருளால் சொல்லினர்ன்
நல்லார் தொழுதுஏத்தும் நாலூர் மயானத்தைச்
சொல்லா தவர்எல்லாம் செல்லாதார் தொன்நெறிக்கே (3)

அருஞ்சொற்பொருள்:

காமுறுசீர் நால்வர் - விரும்பத்தகுந்த சிறப்புடைய சனகர் முதலிய நால்வர். தொன்நெறி - பழமையான சிவநெறி.

பொழிப்புரை:

கல்லால மரநிழலில் எழுந்தருளி விரும்பத் தகுந்த சிறப்பு பொருந்திய சனகர், சனந்தனர், சனாதனர், சனற்குமாரர் ஆகிய முனிவர் நால்வர்க்கும், தனது இனிய அருளால், எல்லா அறவுரைகளையும் சொல்லி அருளிய பெருமான் எழுந்தருளி இருக்கும், நல்லவர் வணங்கும் நாலூர் மயானத்தை வழிபட்டு, அதன் பெருமை குறித்துப் பேசாதவர் எல்லாம், சிவநெறியைச் சேராதவரே ஆவர்.

1467. **கோலத்தார் கொன்றையான் கொல்புலித்தோல் ஆடையான்**
நீலத்தார் கண்டத்தான் நெற்றிஓர் கண்ணினான்
ஞாலத்தார் சென்றுஏத்து நாலூர் மயானத்தில்
சூலத்தான் என்பார்பால் சூழாவாம் தொல்வினையே (4)

அருஞ்சொற்பொருள்:

கோலம் - அழகு. நீலத்து ஆர் - நீலநிறம் பொருந்திய. தொல்வினை - சஞ்சித கன்மம்.

பொழிப்புரை:

அழகிய கொன்றை மலர் மாலை அணிந்திருப்பவன்; கொல்லும் தொழில் உடைய புலியின் தோலை உடையாக உடுத்தி இருப்பவன்; நீலநிறம் பொருந்திய கண்டம் கொண்டவன்; (இரண்டு கண்களுக்கு மேலும்) நெற்றியில் ஒருகண் உடையவன்; உலகத்தார் சென்று வணங்கும் நாலூர் மயானத்தில் எழுந்தருளி இருப்பவன்; அவனைச் 'சூலம் ஏந்திய பெருமான்' என்று சொல்லி வாழ்த்துவாரைத் தொல்வினை சூழாது.

1468. **கறைஆர் மணிமிடற்றான் காபாலி கட்டங்கன்**
பிறைஆர் வளர்சடையான் பெண்பாகன் நண்பாய
நறைஆர் பொழில்புடைசூழ் நாலூர் மயானத்துஎம்
இறையான்என்று ஏத்துவார்க்கு எய்துமாம் இன்பமே (5)

அருஞ்சொற்பொருள்:

கறை - விடக்கறை. காபாலி - கபாலம் ஏந்துபவன் (கபாலம் - மண்டைஓடு). கட்டங்கம் - மழு. நறை - தேன்.

பொழிப்புரை:

'விடக்கறை பொருந்திய நீலமணி போன்ற கண்டம் உடையவன்; பிச்சை ஏற்க மண்டை ஓட்டை ஏந்துபவன்; மழுப்படை உடையவன்; வளர்கின்ற சடையில் பிறை சூடியவன்; பெண்ணைப் பாகமாக உடையவன்; தேன்நிறைந்த சோலை சூழ்ந்த நாலூர் மயானத்தில் எழுந்தருளி இருக்கும் இறைவன் அவன்' என்று புகழ்ந்து பேசுபவர்க்கு இன்பம் வந்து சேரும்.

1469. **கண்ஆர் நுதலான் கனல்ஆடு இடமாகப்**
பண்ஆர் மறைபாடி ஆடும் பரஞ்சோதி
நண்ணார் புரம்எய்தான் நாலூர் மயானத்தை
நண்ணா தவர்எல்லாம் நண்ணாதார் நன்நெறியே (6)

அருஞ்சொற்பொருள்:

நுதல் - நெற்றி. கனல் - நெருப்பு. பரஞ்சோதி - மேலான சுடர். நண்ணாதவர் - நெருங்காதவர். நன்நெறி - ஞானநெறி.

பொழிப்புரை:

நெற்றியில் கண் உடையவன்; வேதம் பாடி, நெருப்பின் நடுவில் நின்று நடனம் ஆடுபவன்; மேலான சுடர்; பகைவரது முப்புரத்தை அழித்தவன்; அவன் எழுந்தருளி இருக்கும் நாலூர் மயானத்தைச் சென்று சேராதவர் எல்லாம், இறைவனை அடைய ஞானநெறியிலே செல்லாதவரே ஆவர்.

1470. **கண்பாவு வேகத்தால் காமனைமுன் காய்ந்துஉகந்தான்**
பெண்பாவு பாகத்தான் நாகத்தோல் ஆகத்தான்
நண்பார் குணத்தோர்கள் நாலூர் மயானத்தை
எண்பாவு சிந்தையார்க்கு ஏலா இடர்தானே (7)

அருஞ்சொற்பொருள்:

பாவு - பரவு. நாகம் - யானை. ஆகம் - உடம்பு. எண் - எண்ணம். இடர் ஏலா - துன்பம் பொருந்தா.

பொழிப்புரை:

கண்ணிலிருந்து பரவிய நெருப்பின் வேகத்தால் மன்மதனை எரித்து மகிழ்ந்தவன்; பெண் பொருந்தி இருக்கும் இடப்பாகம் உடையவன்; யானையின் தோலைப் போர்த்திய உடம்பு உடையவன்; அப்படிப்பட்ட இறைவன் எழுந்தருளி இருப்பதும், நட்பு பாராட்டும் குணம் உடையவர் வந்து வழிபடுவதும், ஆகிய நாலூர் மயானத்தைச் சிந்தையில் வைத்து தியானிப்பவர்க்குத் துன்பம் வந்து பொருந்துவது இல்லை.

1471. **பத்துத் தலையோனைப் பாதத்து ஒருவிரலால்**
வைத்து மலைஅடர்த்து வாளொடு நாள்கொடுத்தான்
நத்தின் ஒலிஓவா நாலூர் மயானத்துஎன்
அந்தன் அடிநினைவார்க்கு அல்லல் அடையாவே (8)

அருஞ்சொற்பொருள்:

நத்து - சங்கு. ஒலிஓவா - இடைவிடாது ஒலிக்கும். அத்தன் - தந்தை. அல்லல் - துன்பம்.

பொழிப்புரை:

பத்துத்தலை உடைய இராவணனைத் திருவடியின் ஒருவிரல் கொண்டு நசுக்கிப் பின் அவனுக்குச் சந்திரகாசம் என்னும் வாளும், வாழ்நாளும் கொடுத்தவன்; அவன், இடையறாது சங்கு முழங்கும் நாலூர் மயானத்தில் எழுந்தருளி இருக்கும் எம்தந்தை; அவனது திருவடியை நினைந்து வழிபடுபவர்க்குத் துன்பம் என்பது இல்லை ஆகும்.

1472. **மாலோடு நான்முகனும் நேட வளர்எரியாய்**
மேலோடு கீழ்காணா மேன்மையான் வேதங்கள்
நாலோடு ஆறுஅங்கம் நாலூர் மயானத்துஎம்
பாலோடு நெய்ஆடி பாதம் பணிவோமே (9)

அருஞ்சொற்பொருள்:

நேட - தேட. பாலோடு நெய் - பாலும் நெய்யும். பாதம் - திருவடி.

பொழிப்புரை:

திருமாலும் நான்முகனும் தேட வளர்ந்து எரிகின்ற நெருப்பாய் நின்றவன்; அவர் இருவரும் முறையே கீழும் மேலுமாய் சென்றும் காணக் காட்டாத மேன்மை உடையவன்; நான்கு வேதங்களாகவும் ஆறு அங்கங்களாகவும் விளங்குபவன்; நாலூர் மயானத்தில் எழுந்தருளி இருக்கும் எம்பெருமான்; பாலும் நெய்யும் கொண்டு திருமஞ்சனம் ஆடுபவன்; அவனது திருவடியைப் பணிந்து வணங்குவோமாக!

1473. **துன்புஆய மசாசார் துவர்ஆய போர்வையார்**
புன்பேச்சுக் கேளாதே புண்ணியனை நண்ணுமின்கள்
நண்பால் சிவாயஎனா நாலூர் மயானத்தே
இன்பாய் இருந்தானை ஏத்துவார்க்கு இன்பமே (10)

அருஞ்சொற்பொருள்:

துன்பு ஆய - துன்பம் தரும். மாசார் - குளிக்காமையால் அழுக்கு ஏறிய சமணர். துவர்ஆய - காவி நிறம் உடைய. போர்வையார் - மேலாடை உடைய பௌத்தர். புன்பேச்சு - இழிந்தபேச்சு.

பொழிப்புரை:

துன்பம் தரும் அழுக்கு ஏறிய உடல் உடைய சமணரும், துவராடை போர்த்திருக்கும் பௌத்தரும், கூறும் இழிசொற்களைக் கேளாதீர்! மாறாக, நாலூர் மயானத்தில் எழுந்தருளி இருக்கும் புண்ணியப் பொருளாய் விளங்குபவனை, 'சிவாய' என்னும் சொல்லுக்கு உரியவனை, உயிர்களிடத்தில் நட்பு பாராட்டுபவனை, இன்பமயமாய் இருப்பவனைப் போற்றி வழிபடுங்கள்! அவ்வாறு வழிபட இன்பமே விளையும்.

1474. ஞாலம் புகழ்காழி ஞானசம் பந்தன்தான்
நாலு மறைஓதும் நாலூர் மயானத்தைச்
சீலம் புகழால் சிறந்துஏத்த வல்லார்க்கு
ஏலும் புகழ்வானத்து இன்பாய் இருப்பாரே   (11)

அருஞ்சொற்பொருள்:

ஞாலம் - உலகம். சீலம் - ஒழுக்கம். ஏலும் - இயலும்.

பொழிப்புரை:

உலகம் புகழும் சீர்காழி நகரத்து ஞானசம்பந்தன், நாலு வேதங்களும் புகழும் நாலூர் மயானத்தைப் புகழ்ந்து பாடிய பாடல்கள் கொண்டு, பாடி வழிபடும் வல்லமை உடையவர்க்கு, புகழ் பொருந்திய வானஉலகங்களுக்குச் சென்று இன்பமயமாய் இருக்க முடியும்.

திருச்சிற்றம்பலம்

137

திருக்குடவாயில்

பதிக வரலாறு:

நாலூர் வழிபட்ட ஞானசம்பந்தர் குடவாயில் வந்து இப்பதிகத்தைப் பாடி வழிபடுகின்றார்.

தல வரலாறு:

திருவாரூர் - கும்பகோணம் பேருந்து வழித்தடத்தில் உள்ளது. திருணபிந்து என்னும் முனிவர்க்குச் சிவபெருமான் குடத்தின் வாயில் வெளிப்பட்டுக் குட்டநோய் நீக்கி அருளிய தலம். அதனால் தலத்தின் பெயர் குடவாயில் என்பதாயிற்று. கருடன் இத்தலத்து இறைவரைப் பூசித்து அமுதம்பெற்றுத் தானும் தன் தாயும் சாபம் நீங்கப் பெற்ற தலம். மதிலின்மேல் கருடன் உருவம் வைக்கப்பட்டுள்ளது.

சுவாமி	:	கோணேசுவரர்
அம்மை	:	பெரிய நாயகி
தல மரம்	:	வாழை
தீர்த்தம்	:	அமிர்த தீர்த்தம்

திருமுறை 2 - 158 திருஞான - 403

பண்: இந்தளம்

1475. திகழும் திருமா லொடுநான் முகனும்
புகழும் பெருமான் அடியார் புகல
மகிழும் பெருமான் குடவாயில் மன்னி
நிகழும் பெருங்கோ யில்நிலா யவனே (1)

அருஞ்சொற்பொருள்:

புகல - விரும்பித் துதிக்க. நிலாயவன் - விட்டு நீங்காதவன்.

பொழிப்புரை:

விளங்குகின்ற திருமாலும் நான்முகனும் புகழ்ந்து பேச எழுந்தருளி இருக்கும் பெருமான்; அடியார்களும் போற்றி வணங்க உள்ள பெருமான்; அவன் குடவாயில் என்னும் தலத்தில் உள்ள பெருங்கோயிலில் நிலைத்த தன்மையில் எழுந்தருளி இருப்பவன்.

1476. **ஓடும் நதியும் மதியோடு உரகம்**
சூடும் சடையன் விடைதொல் கொடிமேல்
கூடும் குழகன் குடவா யில்தனில்
நீடும் பெருங்கோ யில்நிலா யவனே (2)

அருஞ்சொற்பொருள்:

உரகம் - பாம்பு. தொல்கொடி - பழங்கொடி.

பொழிப்புரை:

குடவாயில் என்னும் தலத்தில் உள்ள பெருங்கோயிலில் எழுந்தருளி நிலைத்து விளங்கும் இறைவன், ஓடுகின்ற கங்கை ஆறு, சந்திரன், பாம்பு ஆகியவற்றைச் சூடிய சடை உடையவன்; இடபம் எழுதிய பழமையான கொடியை உயர்த்திப் பிடிக்கும் இளைஞன்.

1477. **கலையான் மறையான் கனல்ஏந்து கையான்**
மலையாள் அவள்பாகம் மகிழ்ந்த பிரான்
கொலைஆர் சிலையான் குடவா யில்தனில்
நிலையார் பெருங்கோ யில்நிலா யவனே (3)

அருஞ்சொற்பொருள்:

கலை - கலைமான் கன்று. கொலைஆர்சிலை - கொலைத் தொழில் புரிந்த வில்.

பொழிப்புரை:

குடவாயில் என்னும் தலத்தில் நிலைத்து விளங்கும் பெருங் கோயிலில் எழுந்தருளி இருக்கும் பெருமான், கலைமான் கன்று ஒன்றினை ஏந்தி இருப்பவன்; வேதம் சொன்னவன்; அனல் ஏந்தும் கை உடையவன்; மலைஅரசனது மகளோடு கூடி இருக்கும் பெருமான்; கொலைத் தொழில் உடைய வில் ஏந்தி இருப்பவன்.

1478. சுலவும் சடையான் சுடுகாடு இடமா
    நலமென் முலையாள் நகைசெய் யநடம்
    குலவும் குழகன் குடவா யில்தனில்
    நிலவும் பெருங்கோ யில்நிலா யவனே   (4)

அருஞ்சொற்பொருள்:

சுலவும் - சுற்றும். குலவும் - ஆடும்.

பொழிப்புரை:

குடவாயில் என்னும் தலத்தில்உள்ள பெருங்கோயிலில் எழுந்தருளி இருக்கும் பெருமான், சுற்றி முடித்த சடை உடையவன்; நல்ல மெல்லிய முலை உடைய உமாதேவி கண்டு மகிழ சுடுகாட்டில் நடனம் ஆடுபவன்; என்றும் இளமை மாறாது இருப்பவன்.

1479. என்தன் உளம்மே விஇருந் தபிரான்
    கன்றல் மணிபோல் மிடறன் கயிலைக்
    குன்றன் குழகன் குடவா யில்தனில்
    நின்ற பெருங்கோ யில்நிலா யவனே   (5)

அருஞ்சொற்பொருள்:

உளம் - உள்ளம். கன்றல்மணி - கருகிய மணி (நீலமணி).

பொழிப்புரை:

குடவாயில் என்னும் தலத்தில் உள்ள பெருங்கோயிலில் எழுந்தருளி இருக்கும் பெருமான், என் உள்ளத்தில் பொருந்தி இருந்த பெருமான், நீலமணி போல் கரிய கண்டம் கொண்டவன்; கயிலை மலையில் இருப்பவன்; என்றும் இளமை மாறாது இருப்பவன்.

1480. அலைசேர் புனலன் அனலன் அமலன்
    தலைசேர் பலியன் சதுரன் விதிரும்
    கொலைசேர் படையன் குடவா யில்தனில்
    நிலைசேர் பெருங்கோ யில்நிலா யவனே   (6)

அருஞ்சொற்பொருள்:

அமலன் - மலமற்றவன். சதுரன் - சதுரப்பாடு (திறமை) உடையவன். விதிரும் - நடுங்கும்.

பொழிப்புரை:

குடவாயில் என்னும் தலத்தில் உள்ள பெருங்கோயிலில் எழுந்தருளி இருக்கும் பெருமான், அலைவீசும் கங்கைப் புனலைச் சுமப்பவன்; அனலைக் கையில் ஏந்தி இருப்பவன்; இயல்பாகவே மலக்குற்றங்கள் இல்லாதவன்; மண்டைஓட்டில் பிச்சை ஏற்பவன்; திறமை உடையவன்; நடுங்கச் செய்யும் கொலைத் தொழில் உடைய ஆயுதங்கள் ஏந்தி இருப்பவன்.

1481. **அறையார் கழலன் அழலன் இயலின்**
பறையார் முழவும் மறைபா டநடம்
குறையா அழகன் குடவா யில்தனில்
நிறையார் பெருங்கோ யில்நிலா யவனே (7)

அருஞ்சொற்பொருள்:

அறை - ஒலி. நடம் - நடனம்.

பொழிப்புரை:

குடவாயில் என்னும் தலத்தில் உள்ள பெருங்கோயிலில் எழுந்தருளி இருக்கும் பெருமான், ஒலிக்கும் வீரக்கழல் அணிந்திருப்பவன்; நெருப்பை ஏந்தி இருப்பவன்; இசைஇயலின்படி ஒலிக்கும் பறையும் முழவும் ஒலிசெய்யவும், மறை பாடவும், ஆக அதற்கேற்ப நடனம் ஆடுபவன்; குறைவில்லாத அழகு உடையவன்.

1482. **வரையார் திரள்தோள் அரக்கன் மடியவ்**
வரையார் ஓர்கால் விரல்வைத் தபிரான்
வரையார் மதில்சூழ் குடவாயில் மன்னும்
வரையார் பெருங்கோ யில்மகிழ்ந் தவனே (8)

அருஞ்சொற்பொருள்:

வரை - மலை. ஆர - பொருந்த.

பொழிப்புரை:

மலை போன்ற மதிலால் சூழப்பட்ட குடவாயில் என்னும் தலத்தில் நிலைபெற்று விளங்கும் மலைபோன்ற பெரிய கோயிலில் விரும்பி எழுந்தருளி இருக்கும் பெருமான், மலை போன்ற தோள்கள் கொண்ட அரக்கனாகிய இராவணன் வலிஅழியுமாறு கயிலை மலையை, ஒருகால் விரல் கொண்டு ஊன்றியவன்.

1483. பொன்ஒப் பவனும் புயல்ஒப் பவனும்
தன்ஒப்பு அறியாத தழலாய் நிமிர்ந்தான்
கொல்நல் படையான் குடவா யில்தனில்
மன்னும் பெருங்கோ யில்மகிழ்ந் தவனே (9)

அருஞ்சொற்பொருள்:

பொன் ஒப்பவன் - பிரமன். புயல் - மேகம். புயல் ஒப்பவன் - திருமால்.

பொழிப்புரை:

குடவாயில் என்னும் தலத்தில் நிலைத்து பெருங்கோயில் கொண்டு மகிழ்ந்து எழுந்தருளி இருக்கும் பெருமான், பொன்போல் மேனிநிறம் உடைய பிரமனும், மேகம்போல் மேனிநிறம் உடைய திருமாலும், தேட தனக்கு ஒப்பாவார் யாரும்இன்றி, தழல்உருவாய் நிமிர்ந்து நின்றவன்; அவன் கொல்லும் நல்ல படைகள் உடையவன்.

1484. வெயிலின் நிலையார் விரிபோர் வையினார்
பயிலும் உரையே பகர்பாவி கள்பால்
குயிலன் குழகன் குடவா யில்தனில்
உயரும் பெருங்கோ யில்உயர்ந் தவனே (10)

அருஞ்சொற்பொருள்:

குயிலன் - (குயிலான்) பதிதல் இல்லாதவன்.

பொழிப்புரை:

குடவாயில் என்னும் தலத்தில் உள்ள உயர்ந்த பெரிய கோயிலில் எழுந்தருளி இருக்கும் இறைவன், வெயிலில் நிற்கும் சமணர், போர்வையால் உடம்பை மறைக்கும் பௌத்தர், ஆகியோர் கூறும் பொய்யான கருத்துகளின் பக்கம் பதிதல் இல்லாதவன்; என்றும் இளமை மாறாது இருப்பவன்.

1485. கடுவாய் மலிநீர் குடவா யில்தனில்
நெடுமா பெருங்கோ யில்நிலா யவனைத்
தடம்ஆர் புகலித் தமிழார் விரகன்
வடம்ஆர் தமிழ் வல்லவர் நல்லவரே (11)

அருஞ்சொற்பொருள்:

கடுவாய் - குடமுருட்டி ஆறு. தடம் - குளம். வடம் - மாலை.

பொழிப்புரை:

நீர்நிரம்பிய குடமுருட்டி ஆற்றின் கரையில் உள்ள குடவாயில் என்னும் தலத்தில் பெருங்கோயிலில் எழுந்தருளி இருக்கும் பெருமான் மீது, குளங்கள் நிறைந்த சீர்காழித் தமிழ்விரகன் ஞானசம்பந்தன், பாடிச் சாத்திய பாமாலையைப் பாடி வழிபட வல்லவர், நல்லவரே ஆவர்.

திருச்சிற்றம்பலம்

138

திருக்குடவாயில்

பதிக வரலாறு:

திருக்குடவாயிலில் ஞானசம்பந்தர் பாடிய மற்றுமொரு பதிகம் இது.

திருமுறை 2 - 194 திருஞான - 403

பண்: காந்தாரம்

1486. கலைவாழும் அங்கையீர் கொங்கை
ஆரும் கருங்கூத்தல்
அலைவாழும் செஞ்சடையில் அரவும்
பிறையும் அமர்வித்தீர்
குலைவாழை கமுகம்பொன் பவளம்
பழுக்கும் குடவாயில்
நிலைவாழும் கோயிலே கோயி
லாக நின்றீரே (1)

அருஞ்சொற்பொருள்:

கலை - கலைமான் கன்று. அங்கை - (அம் + கை) அழகிய கை. அரவு - பாம்பு. அலை - அலைவீசும் கங்கை. கமுகம் - பாக்கு.

பொழிப்புரை:

குலை தள்ளியுள்ள வாழை மரங்களும் பொன் போலும் பவளம் போலும் பழம் பழுத்திருக்கும் பாக்கு மரங்களும் நிரம்பிய குடவாயில் என்னும் தலத்தில் உள்ள கோயிலையே நிலைத்து வாழும் கோயிலாகக் கொண்டவரே! நீவிர் கலைமான் கன்றுஒன்று வாழும் அழகிய கை உடையவர்; முலையும் கரிய கூந்தலும் உடைய கங்கை தங்கியுள்ள சடையில் பாம்பையும் சந்திரனையும் அமர வைத்துள்ளீர்!

1487. அடிஆர்ந்த பைங்கழலும் சிலம்பும்
ஆர்ப்ப அங்கையில்
செடிஆர்ந்த வெண்தலை ஒன்றுஏந்தி
உலகம் பலிதேர்வீர்
குடிஆர்ந்த மாமறையோர் குலாவி
ஏத்தும் குடவாயில்
படிஆர்ந்த கோயிலே கோயி
லாகப் பயின்றீரே (2)

அருஞ்சொற்பொருள்:

செடி - துர்நாற்றம். குலாவி - கொண்டாடி. படி - உலகம். அங்கை - உள்ளங்கை.

பொழிப்புரை:

வேதம் கற்ற வேதியர்குடிகள் நிறைந்து வாழ்ந்து, கொண்டாடிப் புகழ்ந்து போற்றும் இந்நிலவுலகில் உள்ள, குடவாயில் என்னும் தலத்தில் இருக்கும் கோயிலையே, உகந்த கோயிலாக எண்ணி எழுந்தருளி இருப்பவரே! திருவடிகளில் ஒன்றில் பசிய பொன்னால் ஆன வீரக்கழலும் மற்றொன்றில் சிலம்பும் ஒலிக்க, உள்ளங்கையில் முடைநாறும் மண்டைஓடு ஒன்றினை ஏந்தி, உலகம் முழுவதும் சுற்றித்திரிந்து, பிச்சை ஏற்கிறீரே? (இது எதனால்?).

1488. கழலார்பூம் பாதத்தீர் ஓதக்
கடலில் விடம்உண்டுஅன்று
அழலாரும் கண்டத்தீர் அண்டர்
போற்றும் அளவினீர்
குழலார் வண்டுஇனங்கள் கீதத்து
ஒலிசெய் குடவாயில்
நிழலார்ந்த கோயிலே கோயி
லாக நிகழ்ந்தீரே (3)

அருஞ்சொற்பொருள்:

ஓதம் - அலை. அழல் - நஞ்சினது வெப்பம். குழல் - கூந்தல். நிழல் - ஒளி.

பொழிப்புரை:

மகளிரது கூந்தலில் வண்டுகள் அமர்ந்து இசை எழுப்பும் குடவாயில் என்னும் தலத்தில் உள்ள ஒளிபொருந்திய கோயிலையே நீவிர் எழுந்தருளும் கோயிலாகக் கொண்டவரே! வீரக்கழல் அணிந்த மென்மையான திருவடி உடையவரே! அலைவீசும் கடலிலிருந்து வெளிப்பட்ட விடத்தினை உண்டு, அன்று சூடுபறக்கும் கண்டம் உடையவர் ஆனீர்; தேவர்கள் போற்றும்அளவு பலன் அளிப்பவரும் ஆனீர்!

1489. மறிஆரும் கைத்தலத்தீர் மங்கை
 பாக மாகச்சேர்ந்து
 எறிஆரும் மாமழுவும் எரியும்
 ஏத்தும் கொள்கையீர்
 குறிஆர வண்டுஇனங் கள்தேன்
 மிழற்றும் குடவாயில்
 நெறிஆரும் கோயிலே கோயில
 லாக நிகழ்ந்தீரே (4)

அருஞ்சொற்பொருள்:

மறி - மான்கன்று. எறி - எறிதல். குறி - மொக்குகளை மலர்விக்கும் குறிக்கோள். நெறி - வேதஆகம நெறி.

பொழிப்புரை:

வண்டுகள் மொக்குகளின் மேல் அமர்ந்து, அவற்றை மலரச்செய்து தேனினை உண்ணும் குடவாயில் என்னும் தலத்தில் ஆகம விதிப்படி கட்டப்பட்ட கோயிலில் எழுந்தருளி இருப்பவரே! நீவிர் மான்கன்று ஏந்திய கை உடையவர்; உமாதேவியைப் பாகமாகக் கொண்டவர்; வீசி எறியும் மழுப்படையும் தீயும் ஏந்தும் கொள்கை உடையவர்.

1490. இழைஆர்ந்த கோவணமும் கீளும்
 எழிலார் உடையாகப்
 பிழையாத சூலம்பெய்து ஆடல்
 பாடல் பேணினீர்
 குழைஆரும் பைம்பொழிலும் வயலும்
 சூழ்ந்த குடவாயில்
 விழவுஆர்ந்த கோயிலே கோயி
 லாக மிக்கீரே (5)

அருஞ்சொற்பொருள்:

இழை - நூல்இழை. குழை - தளிர். விழவு - விழா.

பொழிப்புரை:

தளிர்கள் நிறைந்த சோலை வளமும் வயல் வளமும் சூழ்ந்த குடவாயில் என்னும் தலத்தில் உள்ள திருவிழாக்கள் இடையறாது நடைபெறும் கோயிலைத் தங்கும் கோயிலாகக் கொண்டு எழுந்தருளி இருப்பவரே! நூல்இழையால் ஆன கோவணமும், கீளும் ஆகியவற்றை அழகிய ஆடையாக அணிபவரே! நீவிர் குறி தப்பாத சூலப்படை ஏந்தி, ஆடலும் பாடலும் நிகழ்த்துகின்றீர்!

1491. அரவுஆர்ந்த திருமேனி யானவெண்
    நீறு ஆடினீர்
இரவுஆர்ந்த பெய்பலிகொண்டு இமையோர்
    ஏத்த நஞ்சுஉண்டீர்
குரவுஆர்ந்த பூஞ்சோலை வாசம்
    வீசும் குடவாயில்
திருஆர்ந்த கோயிலே கோயி
    லாகத் திகழ்ந்தீரே (6)

அருஞ்சொற்பொருள்:

அரவு - பாம்பு. இரவு - இரத்தல் (யாசித்தல்). குரவு - குராமரம். திரு - அழகு.

பொழிப்புரை:

குராமரங்கள் நிறைந்த வாசம் வீசும் பூஞ்சோலைகள் நிரம்ப இருக்கும் குடவாயில் என்னும் தலத்தில் அமைந்துள்ள கோயிலையே எழுந்தருளும் கோயிலாகக் கொண்டவரே! நீவிர் பாம்பு புரளும் திருமேனி மேல் திருவெண்ணீறு அணிந்துள்ளீர்; தேவர்கள் புகழ ஆலகால விடத்தை உண்டீர்; உணவினைப் பிச்சையாகப் பெறுகின்றீர்.

1492. பாடல்ஆர் வாய்மொழியீர் பைங்கண்
    வெள்ளேறு ஊர்தியீர்
ஆடல்ஆர் மாநடத்தீர் அரிவை
    போற்றும் ஆற்றலீர்

கோடல்ஆர் தும்பிமுரன்று இசை
மிழற்றும் குடவாயில்
நீடல்ஆர் கோயிலே கோயி
லாகத் திகழ்ந்தீரே (7)

அருஞ்சொற்பொருள்:

அரிவை - உமாதேவி. கோடல் - வெண்காந்தள். தும்பி - வண்டு.

பொழிப்புரை:

வெண்காந்தள் மலரில் அமர்ந்து வண்டு இசைபாடும் குடவாயில் என்னும் தலத்தில் அமைந்துள்ள அழகிய கோயிலையே கோயிலாகக் கொண்டு எழுந்தருளி இருப்பவரே! வேதத்தில் உள்ள பாடல்களைச் சொன்ன வாயினை உடையவரே! பசியகண் உடைய இடபஊர்தி உடையவரே! சங்கார காலத்தில் மாநடனம் நிகழ்த்துபவரே! நீவிர் உமாதேவி போற்றும் ஆற்றல் உடையவராக இருக்கின்றீர்.

1493. கொங்குஆர்ந்த பைங்கமலத்து அயனும்
குறளாய் நிமிர்ந்தானும்
அங்காந்து தள்ளாட அழலாய்
நிமிர்ந்தீர் இலங்கைக்கோன்
தங்காதல் மாமுடியும் தாளும்
அடர்த்தீர் குடவாயில்
பங்குஆர்ந்த கோயிலே கோயி
லாகப் பரிந்தீரே (8)

அருஞ்சொற்பொருள்:

கொங்கு - தேன். அயன் - பிரமன். குறளாய் - வாமனனாய். அங்காந்து - வாய்பிளந்து. தள்ளாட - மனம் அசைய (சோர்வடைய). பங்கு - கூறு.

பொழிப்புரை:

குடவாயில் என்னும் தலத்தில் உள்ள கோயிலையே உமது கோயிலாகக் கொண்டு எழுந்தருளி இருப்பவரே! நீவிர் தேன்நிரம்பிய தாமரைமலர் மேல் அமரும் பிரமனும், வாமனனாய் வந்து உயர்ந்து நின்ற திருமாலும் வாய்பிளந்து நின்று மனம்சோர நெருப்பு உருவாய் நிமிர்ந்து நின்றீர்! இலங்கை அரசன் இராவணனது பெரிய முடிகளும் கால்களும் நசுங்குமாறு அழுத்தினீர்!

★ (இப்பதிகத்தின் 9-ஆம் பாடல் கிடைக்கவில்லை).

1494. தூசுஆர்ந்த சாக்கியரும் தூய்மை
இல்லாச் சமணரும்
ஏசுஆர்ந்த புன்மொழிநீத்து எழில்கொள்
மாடக் குடவாயில்
ஆசாரம் செய்மறையோர் அளவில்
குன்றாது அடிபோற்றத்
தேசுஆர்ந்த கோயிலே கோயி
லாகச் சேர்ந்தீரே (10)

அருஞ்சொற்பொருள்:

தூசு - ஆடை. ஏசு - இகழ்ச்சி. புன்மொழி - இழிசொல். நீத்து - கைவிட்டு. ஆசாரம் - ஒழுக்கம். தேசு - ஒளி.

பொழிப்புரை:

மேலாடை போர்த்தும் பௌத்தரும், குளிக்காத சமணரும், கூறும் குற்றம் நிரம்பிய இழிந்த சொற்களைக் கேளாது, அழகிய மாளிகைகள் நிறைந்த குடவாயில் என்னும் தலத்தில் ஒழுக்கம் தவறாத அந்தணர்கள் எண்ணற்றவர் திருவடியைப் போற்றி வணங்க, ஒளிமிகுந்த அத்தலத்துக் கோயிலையே எழுந்தருளும் கோயிலாகக் கொண்ட பெருமானைப் போற்றி வழிபடுவீராக!

1495. நளிர்பூந் திரைமல்கு காழி
ஞான சம்பந்தன்
குளிர்பூங் குடவாயில் கோயில்
மேய கோமானை
ஒளிர்பூந் தமிழ்மாலை உரைத்த
பாடல் இவைவல்லார்
தளர்வான தான்ஒழியத் தகுசீர்
வானத்து இருப்பாரே (11)

அருஞ்சொற்பொருள்:

நளிர் - குளிர்ச்சி. திரை - அலை. மல்கு - நிரம்பிய. கோமான் - தலைமகன். ஒளிர் - விளங்கும். தளர்வு ஆன - தளர்வாகிய துன்பங்கள். தகுசீர் - தகுந்த சிறப்பு உடைய. வானம் - வானஉலகம்.

பொழிப்புரை:

குளிர்ந்த அலைகளால் நிரம்பிய கடலின் கரையில் உள்ள சீர்காழி நகரத்து ஞானசம்பந்தன், குளிர்ந்த பூக்கள் நிரம்பிய குடவாயில் என்னும் தலத்தில் உள்ள கோயிலில் எழுந்தருளி இருக்கும் தலைமகன் மீது, பாடிய புகழ் மிக்க தமிழ்மாலை கொண்டு, பாடி வழிபடும் வல்லமை உடையவர், தமது துன்பங்கள் தளர்ந்து ஒழிய, தகுதி உடைய வானஉலகம் சேர்வர்.

திருச்சிற்றம்பலம்

139

திருநறையூர்ச் சித்தீச்சரம்

பதிக வரலாறு:

குடவாயில் வணங்கிய பிள்ளையார், நறையூரிலுள்ள சித்தீச்சரம் திருக்கோயிலுக்கு வந்து, இப்பதிகத்தைப் பாடி அருளுகின்றார்.

தல வரலாறு:

கும்பகோணத்திலிருந்து நகரப்பேருந்தில் செல்லலாம். நறையூர் என்பது ஊரின் பெயர். சித்தீச்சரம் என்பது கோயிலின் பெயர். சித்தர்கள் வழிபட்டுப் பேறு பெற்ற தலம். குபேரன், தேவர்கள், கந்தருவர்கள் ஆகியோரும் வழிபட்ட தலம்.

சுவாமி : சித்திநாதர்

அம்மை : அழகம்மை

தல மரம் : பவளமல்லி

தீர்த்தம் : பிரம தீர்த்தம்

திருமுறை 1 - 29 திருஞான - 403

பண்: தக்கராகம்

1496. ஊர்உ லாவு பலிகொண்டு உலகுஏத்த
நீர்உ லாவு நிமிர்புன் சடைஅண்ணல்
சீர்உ லாவு மறையோர் நறையூரில்
சேரும் சித்தீச் சரம்சென்று அடைநெஞ்சே (1)

அருஞ்சொற்பொருள்:

ஊர்உலாவு பலி - ஊரின் இடமாகச் சுற்றித் திரிந்து ஏற்கும் பிச்சை. அண்ணல் - தலைவன்.

பொழிப்புரை:

ஊரின் இடமாக சுற்றித் திரிந்து பிச்சை ஏற்கும் கங்கை தங்கிய நிமிர்ந்த மெல்லிய சடை உடைய தலைவனாகிய இறைவன், சிறப்பு பொருந்திய அந்தணர்கள் நிறைந்து வாழும் நறையூர் என்னும் தலத்தில் சித்தீச்சரம் என்னும் திருக்கோயிலில் எழுந்தருளி இருக்கிறான்; மனமே! நீ அப்பெருமானைச் சென்று அடைவாயாக!

1497. **காடும் நாடும் கலக்கப் பலிநண்ணி**
ஓடும் கங்கை ஒளிர்புன் சடைதாழ
வீடும் ஆகம் மறையோர் நறையூரில்
நீடும் சித்தீச் சரமே நினைநெஞ்சே (2)

அருஞ்சொற்பொருள்:

'காடும் நாடும் கலக்க ஓடும் கங்கை' - என்று கூட்டி உரைக்க. ஆகம் - உடம்பு. 'ஆகம் வீடும் மறையோர்' - என மாற்றி உரைக்க.

பொழிப்புரை:

காட்டிலும் நாட்டிலும் ஆக கலந்து பாயும் கங்கை நதியை ஒளிரும் மெல்லிய நீண்ட சடையில் தாங்கியுள்ள இறைவன் எழுந்தருளி இருப்பதும், உடம்பை விட்டு வீடுஅடைய விரும்பும் மறையோர் நிறைந்து வாழ்வதும், ஆகிய நறையூர் சித்திச்சரத்தை மனமே! நீ நினைவாயாக!

1498. **கல்வி யாளர் கனகம் அழல்மேனி**
புல்கு கங்கை புரிபுன் சடையான்ஊர்
மல்கு திங்கள் பொழில்சூழ் நறையூரில்
செல்வர் சித்தீச் சரம்சென்று அடைநெஞ்சே (3)

அருஞ்சொற்பொருள்:

'கல்வியாளர் மல்கு நறையூர்' - எனக் கூட்டி உரைக்க. கனகம் - பொன். அழல் - நெருப்பு. 'திங்கள் மல்கு பொழில்' - என மாற்றி உரைக்க.

பொழிப்புரை:

பொன்னும் நெருப்பும் போன்ற திருமேனி நிறம் உடையவனும், கங்கை தங்கிய முறுக்குண்ட மெல்லிய சடை உடையவனும், ஆகிய

இறைவன் எழுந்தருளி இருக்கும், கல்வியாளர் நிறைந்து வாழ்வதும், சந்திரன் தங்கும் சோலைவளம் உள்ளதும், ஆகிய நறையூரிலுள்ள சித்தீச்சரத்தை, மனமே! நீ சென்று அடைவாயாக!

1499. **நீட வல்ல நிமிர்புன் சடைதாழ**
ஆட வல்ல அடிகள் இடமாகும்
பாடல் வண்டு பறையும் நறையூரில்
சேடர் சித்தீச் சரமே தெளிநெஞ்சே (4)

அருஞ்சொற்பொருள்:

நீடவல்ல - மேலும் வளரவல்ல. பறையும் - ஒலிக்கும். சேடர் - பெருமை உடையவர்.

பொழிப்புரை:

மேலும் வளர்தலை உடைய நிமிர்ந்த மெல்லிய சடை நீண்டு தொங்க, நடனம் ஆடுவதில் வலிமை உடைய இறைவன் எழுந்தருளி இருக்கும் இடம்; வண்டுகள் பாடும் நறையூர் என்னும் தலத்தில் பெருமை உடையவர் வந்து செல்லும் சித்தீச்சரம் திருக்கோயிலே ஆகும். மனமே! இதனைத் தெளிவாக அறிவாயாக!

1500. **உம்ப ராலும் உலகின் னவராலும்**
தம்பெ ருமைஅ ளத்தற்கு அரியான்ஊர்
நண்புஉ லாவும் மறையோர் நறையூரில்
செம்பொன் சித்தீச் சரமே தெளிநெஞ்சே (5)

அருஞ்சொற்பொருள்:

உம்பர் - தேவர். உலகின்னவர் - மக்கள். நண்பு - நட்பு.

பொழிப்புரை:

தேவர்களாலும் உலகமக்களாலும் அளந்து அறியமுடியாத பெருமை உடையவனது ஊர்; நட்பு பாராட்டும் அந்தணர் நிறைந்து வாழும் நறையூர் என்னும் தலத்தில் உள்ள செம்பொன் கொண்டு கட்டப்பட்டது போன்ற அழகுடைய சித்தீச்சரம் திருக்கோயிலே ஆகும். எனவே, மனமே! நீ இதனைத் தெளிவாயாக!

1501. **கூர்உ லாவு படையான் விடைஏறி**
போர்உ லாவு மழுவான் அனல்ஆடி
பேர்உ லாவு பெருமான் நறையூரில்
சேரும் சித்தீச் சரமே இடமாமே (6)

அருஞ்சொற்பொருள்:

கூர் உலாவும் படை - கூர்மை உடைய சூலப்படை. பேர்உலாவு - புகழ் பொருந்திய.

பொழிப்புரை:

கூரிய சூலாயுதம் ஏந்துபவனும், இடப ஊர்தியில் ஏறி வருபவனும், போர் செய்ய உதவும் மழுப்படைய ஏந்தி இருப்பவனும், நெருப்பின் நடுவில் நின்று நடனம் ஆடுபவனும், புகழ் மிக உடையவனும், ஆகிய பெருமான் எழுந்தருளி இருக்கும் இடமாவது, நறையூரில் உள்ள சித்தீச்சரம் திருக்கோயிலே ஆகும்.

1502. **அன்றி நின்ற அவுணர் புரம்எய்த**
வென்றி வில்லி விமலன் விரும்பும்ஊர்
மன்றில் வாச மணம்ஆர் நறையூரில்
சென்று சித்தீச் சரமே தெளிநெஞ்சே (7)

அருஞ்சொற்பொருள்:

அன்றி - மாறுபட்டு (பகைத்து). அவுணர் - அசுரர். வில்லி - வில்லை உடையவன். மன்றில் - மன்றம் (பொது அம்பலம்).

பொழிப்புரை:

பகைத்து நின்ற அசுரர் மூவரது முப்புரத்தை எரித்து அழித்த வில்லை ஏந்தியவனும், மலமற்றவனும், ஆகிய சிவபெருமான் விரும்பி எழுந்தருளி இருக்கும் ஊர்; அம்பலங்களும் மணமுள்ள மலர்கள் மலர்ந்திருக்கும் பூஞ்சோலைகளும் நிறைந்த நறையூர் என்னும் தலத்தில் உள்ள சித்தீச்சரம் என்னும் திருக்கோயிலே ஆகும். எனவே, மனமே! இதனைத் தெளிவுபடுத்திக் கொள்வாயாக!

1503. **அரக்கன் ஆண்மை அழிய வரைதன்னால்**
நெருக்க ஊன்றும் விரலான் விரும்பும்ஊர்
பரக்கும் கீர்த்தி உடையார் நறையூரில்
திருக்கொள் சித்தீச் சரமே தெளிநெஞ்சே (8)

அருஞ்சொற்பொருள்:

பரக்கும் கீர்த்தி - பரவும் புகழ். திரு - சிவஞானம்.

பொழிப்புரை:

அரக்கனாகிய இராவணனது ஆளும்தன்மை அழியுமாறு, கயிலைமலை கொண்டு நசுக்க, ஊன்றிய விரல் உடைய இறைவன் விரும்பி எழுந்தருளும் ஊர்; மேலும் பரவும் புகழ்உடையவர் கூடிவாழும் நறையூரில் சிவஞானம் கைகூட உதவும் சித்தீச்சரம் திருக்கோயிலே ஆகும். எனவே, மனமே! நீ இதுகுறித்து தெளிவு பெறுவாயாக!

1504. **ஆழி யானும் மலரின் உறைவானும்**
ஊழி நாடி உணரார் திருந்துமேல்
சூழு நேட எரியாம் ஒருவன்சீர்
நீழல் சித்தீச் சரமே நினைநெஞ்சே (9)

அருஞ்சொற்பொருள்:

ஆழியான் - சக்கரப்படை உடைய திருமால். மலரில் உறைவான் - தாமரை மலரில் உறையும் பிரமன். ஊழி - ஓர் ஊழிக்காலம். நாடி - தேடி. சூழும் - சுற்றிலும். நேட - தேட. நீழல் - (நிழல்) ஒளி.

பொழிப்புரை:

திருமாலும் பிரமனும் ஓர் ஊழிக்காலம் வரை தேடியும் காணமுடியாதவர் ஆயினர்; அவர்களால் தேடப்பட்ட அப்பெருமானோ எரிஉருவாய் காண முடியாதபடி உயர்ந்து நின்றவன்; அவன் எழுந்தருளி இருப்பது நறையூர் என்னும் தலத்தில் ஒளியுடன் திகழும் சித்தீச்சரம் திருக்கோயிலிலே ஆகும். எனவே, மனமே! நீ அந்த இறைவனை நினைவாயாக!

1505. **மெய்யில் மாசர் விரிநுண் துகிலினார்**
கையில் உண்டு கழறும் உரைகொள்ளேல்
உய்ய வேண்டில் இறைவன் நறையூரில்
செய்யும் சித்தீச் சரமே தவமாமே (10)

அருஞ்சொற்பொருள்:

மாசர் - குளிக்காமையால் அழுக்கு ஏறிய உடம்பு உடையவர். துகில் - ஆடை. கழறும் - சொல்லும். 'சித்தீச்சரமே தவமாம் செய்யும்' - எனக் கூட்டி உரைக்க.

பொழிப்புரை:

அழுக்கு ஏறிய உடல்உடைய சமணரும், மெல்லிய ஆடையைப் போர்க்கும் பௌத்தரும், ஆக இவர் இருவரும் பிச்சை உணவைக்

கையில் வாங்கி நின்றபடியே உண்பவர்; அவர்கூறும் அறிவுரைகளைக் கேட்க வேண்டாம்; மாறாக நீவிர் உய்யவேண்டும் என்னும் எண்ணம் உடையவராயின், நறையூரில் உள்ள சித்தீச்சரம் திருக்கோயிலை வழிபடுங்கள்; அதுவே தவமாகும்.

1506. மெய்த்துஉ லாவும் மறையோர் நறையூரில்
  சித்தன் சித்தீச் சரத்தை உயர்காழி
  அத்தன் பாதம் அணிஞான சம்பந்தன்
  பத்தும் பாடப் பறையும் பாவமே (11)

அருஞ்சொற்பொருள்:

மெய் - உண்மை. அத்தன் - தந்தை. பாதம் அணி - திருவடியை தலைமேல் சூடிய. பறையும் - அழியும்.

பொழிப்புரை:

உண்மையோடு வாழும் மறையோர் நிறைந்துள்ள நறையூரில் உள்ள சித்தீச்சரத்தில் எழுந்தருளி இருக்கும் சித்தனாகிய சிவபெருமான் மீது, உயர்ந்த காழி நகருக்குரியவனும், அப்பெருமானின் திருவடியைத் தலைமேல் சூடியவனும், ஆகிய ஞானசம்பந்தன், பாடிய பாடல் பத்தினையும், பாடிவழிபட, வழிபடுபவரது பாவம் அழியும்.

திருச்சிற்றம்பலம்

140

திருநறையூர்ச்சித்தீச்சரம்

பதிக வரலாறு:

நறையூரில் ஞானசம்பந்தர் பாடிய மற்றுமொரு பதிகம் இது.

திருமுறை 1 - 71 திருஞான - 403

பண்: தக்கேசி

1507. பிறைகொள் சடையர் புலியின்
உரியர் பேழ்வாய் நாகத்தர்
கறைகொள் கண்டர் கபாலம்
ஏந்தும் கையர் கங்காளர்
மறைகொள் கீதம் பாடச்
சேடர் மனையில் மகிழ்வுஎய்திச்
சிறைகொள் வண்டு தேனார்
நறையூர்சித் தீச்சரத் தாரே (1)

அருஞ்சொற்பொருள்:

பேழ்வாய் - பிளந்த வாய். கங்காளம் - முழு எலும்புக்கூடு. சேடர் - பெருமை உடையவர்.

பொழிப்புரை:

வேதத்தை இசையோடு பாடி மகிழும் பெருமை உடையவர் கூடி வாழ்வதும், இறகுகளுடன் கூடிய வண்டுகள் தேன் உண்ணுவதும், ஆகிய சிறப்புகள் உடைய நறையூர் சித்தீச்சரம் என்னும் திருக்கோயிலில் எழுந்தருளி இருக்கும் இறைவர், பிறை சூடிய சடை உடையவர்; புலித்தோல் உடை உடையவர்; பிளந்த வாயினை உடைய பாம்பை

அணிந்திருப்பவர்; விடக்கறை பொருந்திய கண்டம் உடையவர்; மண்டை ஓட்டை ஏந்தும் கை உடையவர்; முழு எலும்புக் கூட்டைத் தோளில் சுமப்பவர்.

1508. **பொங்கார் சடையர் புனலர்**
அனலர் பூதம் பாடவே
தங்கா தலியும் தாமும்
உடனாய்த் தனிஓர் விடைஏறிக்
கொங்குஆர் கொன்றை வன்னி
மத்தம் சூடிக் குளிர்பொய்கைச்
செங்கால் அனமும் பெடையும்
சேரும்சித் தீச்சரத் தாரே (2)

அருஞ்சொற்பொருள்:

பொங்கு - வளர்ச்சி. கொங்கு - தேன். அனம் - அன்னம். பெடை - பெண் (அன்னம்).

பொழிப்புரை:

குளிர்ந்த நீர்நிலைகளில் சிவந்த கால்கள் உடைய ஆண்அன்னம் தன் பெண்அன்னத்தோடு சேர்ந்திருக்கும் நறையூரில் உள்ள சித்தீரத்தில் எழுந்தருளி இருக்கும் இறைவர், வளர்கின்ற சடை உடையவர்; கங்கையைத் தாங்கி இருப்பவர்; நெருப்பை ஏந்தி இருப்பவர்; தானும் தன்காதலியும் என இருவராக ஓர் இடபத்தில் ஏறி வருபவர்; தேன் பொருந்திய கொன்றை மலர், வன்னியின் தளிர், ஊமத்தம்பூ ஆகியவற்றைச் சூடி இருப்பவர்.

1509. **முடிகொள் சடையர் முளைவெண்**
மதியர் மூவா மேனிமேல்
பொடிகொள் நூலர் புலியின்
அதளர் புரிபுன் சடைதாழக்
கடிகொள் சோலை வயல்சூழ்
மடுவில் கயலார் இனம்பாயக்
கொடிகொள் மாடக் குழாம்ஆர்
நறையூர்ச்சித் தீச்சரத் தாரே (3)

அருஞ்சொற்பொருள்:

அதள் - தோல். கடி - மணம். மடு - நீர்மடு. கயல் - மீன்வகை.

பொழிப்புரை:

மணமுள்ள சோலை வளமும் வயல்வளமும் உடையதும், மடுவில் கயல்மீன்கள் துள்ளுவதும், கொடியுடன் கூடிய மாடங்கள் நிறைந்து விளங்குவதும், ஆகிய சிறப்புகள் உடைய நறையூர் என்னும் தலத்தில் சித்தீச்சரம் என்னும் திருக்கோயிலில் எழுந்தருளி இருக்கும் இறைவர், சடாமுடி உடையவர்; முளைத்து வளர்கின்ற இளம் வெண் பிறையைச் சூடி இருப்பவர்; மூப்பு அடையாத திருமேனி மீது திருநீற்றைப் பூசி இருப்பவர்; பூணூல் அணிந்திருப்பவர்; புலித்தோலை உடையாக உடுத்தி இருப்பவர்; முறுக்குண்ட மெல்லிய சடை நீண்டு தொங்குமாறு காட்சி அளிப்பவர்.

1510. **பின்தாழ் சடைமேல் நகுவெண்**
தலையர் பிரமன் தலைஏந்தி
மின்தாழ் உருவில் சங்குஆர்
குழைதான் மிளிரும் ஒருகாதர்
பொன்தாழ் கொன்றை செருந்தி
புன்னை பொருந்து செண்பகம்
சென்றார் செல்வத் திருவார்
நறையூர்சித் தீச்சரத் தாரே (4)

அருஞ்சொற்பொருள்:

நகுவெண்தலை - சிரிப்பது போல் தோற்றம் உடைய மண்டைஓடு. சங்குஆர்குழை - சங்கு கொண்டு செய்யப்பட்ட குழை. செருந்தி - செவ்வந்திப்பூ.

பொழிப்புரை:

சிவஞானம் ஆகிய செல்வம் நிறைந்து விளங்கும் நறையூர் என்னும் தலத்தில் சித்தீச்சரம் என்னும் திருக்கோயிலில் எழுந்தருளி இருக்கும் இறைவர், பின்பக்கம் நீண்டு தொங்கும் சடை உடையவர்; சிரிப்பது போன்ற தோற்றம் உடைய மண்டைஓட்டு மாலை அணிந்திருப்பவர்; பிரமகபாலத்தை ஏந்திஇருப்பவர்; மின்னல் போல் ஒளிரும் சங்கால் ஆன குழை அணிந்த ஒருகாது உடையவர்; பொன்போல் நிறம்உடைய கொன்றைமலர், செவ்வந்திப்பூ, புன்னை, செண்பகம் ஆகியவற்றின் மலர்கள், என இவற்றைச் சூடிஇருப்பவர்.

1511. நீர்ஆர் முடியர் கறைகொள்
கண்டர் மறைகள் நிறைநாவர்
பார்ஆர் புகழால் பத்தர்
சித்தர் பாடி ஆடவே
தேர்ஆர் வீதி முழவுஆர்
விழவின் ஒலியும் திசைசெல்லச்
சீர்ஆர் கோலம் பொலியும்
நறையூர்ச்சித் தீச்சரத் தாரே (5)

அருஞ்சொற்பொருள்:

பார்ஆர் புகழ் - உலகம் முழுதும் பரவிய புகழ். பத்தர் - அன்பர். கோலம் - அழகு.

பொழிப்புரை:

உலகம் தழுவிய புகழ் உடையதும், பத்தர்களும் சித்தர்களும் கூடிப் பாடி ஆடுவதும், தேர் செல்லும் வீதிகளைக் கொண்டதும், முழவின் ஒலியும் திருவிழாவின் ஆரவாரமும் ஆகிய இவற்றைத் திசைகள்தோறும் பரவவிடுவதும், சிறந்த அழகிய கோலம் கொள்வதும், ஆகிய நறையூர் என்னும் தலத்தில் சித்தீச்சரம் என்னும் திருக்கோயிலில் எழுந்தருளி இருக்கும் இறைவர், கங்கை தங்கிய சடாமுடி உடையவர்; விடக்கறை பொருந்திய கண்டம் கொண்டவர்; வேதம் ஓதும் நாவினை உடையவர்.

1512. நீண்ட சடையர் நிரைகொள்
கொன்றை விரைகொள் மலர்மாலை
தூண்டு சுடர்பொன் ஒளிகொள்
மேனிப் பவளத்து எழிலார்வந்து
ஈண்டு மாடம் எழில்ஆர்
சோலை இலங்கு கோபுரம்
தீண்டு மதியம் திகழும்
நறையூர்சித் தீச்சரத் தாரே (6)

அருஞ்சொற்பொருள்:

விரை - மணம். நிரைகொள் கொன்றை - வரிசை வரிசையாகப் பூத்திருக்கும் கொன்றை. தூண்டு சுடர் - மேலும்மேலும் ஒளிவிடும் சுடர்.

பொழிப்புரை:

அழகு விளங்கும் மாளிகைகள், சோலை, சந்திரன் உரசிச் செல்லும் உயரிய கோபுரம், என இவைகளை உடைய நறையூர் என்னும் தலத்தில் சித்தீச்சரம் என்னும் திருக்கோயிலில் எழுந்தருளி இருக்கும் இறைவர், நீண்ட சடை உடையவர்; வரிசைவரிசையாகப் பூத்திருக்கும் மணமுள்ள கொன்றை மலர் மாலை சூடிஇருப்பவர்; மேலும்மேலும் ஒளி பெருகும் சுடர் போன்றவர்; பொன் போன்ற அழகிய திருமேனி உடையவர்; அத்திருமேனி பவளம் போன்று சிவந்து காணப்படுபவர்.

1513. **குழல்ஆர் சடையர் கொக்கின்**
இறகர் கோல நிறமத்தம்
தழல்ஆர் மேனித் தவள
நீற்றர் சரிகோ வணக்கீளர்
எழில்ஆர் நாகம் புலியின்
உடைமேல் இசைத்து விடைஏறிக்
கழல்ஆர் சிலம்பு புலம்ப
வருவார்சித் தீச்சரத் தாரே (7)

அருஞ்சொற்பொருள்:

குழல் - கூந்தல். கோலம் - அழகு. தவளம் - வெண்மை. கீள் - கோவணம் தரிக்க இடையைச் சுற்றிக் கட்டப்படும் உடை வகை (அரைஞாண் போன்றது). நாகம் - யானை. புலம்ப - ஒலிக்க.

பொழிப்புரை:

சித்தீச்சரம் என்னும் திருக்கோயிலில் எழுந்தருளி இருக்கும் இறைவர், கூந்தலும் சடையும் உடையவர்; கொக்கின் இறகை அணிந்திருப்பவர்; அழகிய வெள்ளை நிற ஊமத்த மலரைச் சூடி இருப்பவர்; நெருப்பு போல் சிவந்த திருமேனி உடையவர்; வெள்ளை நிறத் திருநீற்றைப் பூசி இருப்பவர்; சரிந்த கோவணமும் கீளும் அணிந்து இருப்பவர்; அழகிய யானை, புலி ஆகியவற்றின் தோலை உடுத்தி இருப்பவர்; இடபத்தில் ஏறி ஒருகாலில் சிலம்பும் மறுகாலில் வீரக்கழலும் ஒலிக்க வருபவர்.

1514. **கரைஆர் கடல்சூழ் இலங்கை**
மன்னன் கயிலை மலைதன்னை
வரைஆர் தோளால் எடுக்க
முடிகள் நெரித்து மனம்ஒன்றி

உரைஆர் கீதம் பாட
நல்ல உலப்பில் அருள்செய்தார்
திரைஆர் புனல்சூழ் செல்வ
நறையூர்சித் தீச்சரத் தாரே (8)

அருஞ்சொற்பொருள்:

வரை - மலை. கீதம் பாட - இசையுடன் சாமவேதம் பாட. உலப்பில் - வற்றாத. திரை - அலை.

பொழிப்புரை:

அலைவீசும் நீரால் சூழப்பட்டதும், செல்வவளம் உடையதும், ஆகிய நறையூர் என்னும் தலத்தில் சித்தீச்சரம் என்னும் திருக்கோயிலில் எழுந்தருளி இருக்கும் இறைவர், கரைஉடைய கடலால் சூழப்பட்ட இலங்கை நாட்டு அரசன் இராவணன் கயிலை மலையைத் தனது மலைபோன்ற தோள்வலிமை கொண்டு பெயர்க்க, அவனது தலைகளை நெரித்தவர்; அவன் மனம் ஒருப்பட்டு சாமகானம் வாசிக்க, அதுகேட்டு வற்றாத வரம் பல அருளியவர்.

1515. நெடியான் பிரமன் நேடிக்
காணார் நினைப்பார் மனத்தாராய்
அடியார் அவரும் அருமா
மறையும் அண்டத்து அமரரும்
முடியால் வணங்கிக் குணங்கள்
ஏத்தி முதல்வா அருள்என்னச்
செடிஆர் செந்நெல் திகழும்
நறையூர்சித் தீச்சரத் தாரே (9)

அருஞ்சொற்பொருள்:

நேடி - தேடி. செடி - புதர்.

பொழிப்புரை:

புதர்போல் மண்டி வளர்ந்திருக்கும் செந்நெல் பயிர் விளங்கும் நறையூர் என்னும் தலத்தில் சித்தீச்சரம் என்னும் திருக்கோயிலில் எழுந்தருளி இருக்கும் இறைவர், நெடிய திருமாலும் பிரமனும் தேடியும் காணமுடியாதவர்; நினைப்பவரது மனத்தில் எழுந்தருளும் இயல்பு உடையவர்; அடியார்களும், வேதங்களும், தேவர்களும், தலைதாழ்த்தி வணங்கியும், அவரது குணச்சிறப்புகளை எடுத்துரைத்தும், 'முதல்வனே! எங்களுக்கு அருளுவாயாக!' என வேண்டியும், வழிபட இருந்தவர்.

1516\. நின்றுஉண் சமணர் இருந்துஉண்
தேரர் நீண்ட போர்வையார்
ஒன்றும் உணரா ஊமர்
வாயில் உரைகேட்டு உழல்வீர்காள்
கன்றுஉண் பயப்பால் உண்ண
முலையில் கபாலம் அயல்பொழியச்
சென்றுஉண்டு ஆர்ந்து சேரும்
நறையூர்சித் தீச்சரத் தாரே (10)

அருஞ்சொற்பொருள்:

தேரர் - பௌத்தர். ஊமர் - வாய் பேசாதவர் (பயனற்ற சொற்களையே பேசுபவர், ஆதலின் அவர் வாய் இருந்தும் ஊமைகளாய் இருக்கின்றனர்). பயப்பால் - விருப்பால். கபாலம் - பாத்திரம்.

பொழிப்புரை:

கன்று உண்ண வேண்டும் என்னும் இரக்க மிகுதியால் பசுவின் மடியில் பாலானது சுரக்க, அதனை விலக்கி வைத்துவிட்டு, வேறொரு பாத்திரத்தில் பாலைக் கறந்து கொண்டு, மீண்டும் கன்றினை விட, மேலும் பால்சுரக்கும் பசுக்கள் நிறைந்த நறையூரில் சித்தீச்சரம் கோயிலில் எழுந்தருளி இருக்கும் இறைவர், நின்றுகொண்டே உணவினை உண்ணும் சமணரும், நீண்ட போர்வையால் உடம்பை மூடி அமர்ந்து உண்ணும் பௌத்தரும், ஒன்றும் அறியாத ஊமர்கள் என்றும், அவர் கூறும் சொற்களைக் கேட்டு உழன்று திரியவேண்டாம் என்றும், தன் அடியார்களுக்குக் காட்டிக் கொடுப்பவர்.

1517\. குயில்ஆர் கோல மாதவிகள்
குளிர்பூஞ் சுர புன்னை
செயில்ஆர் பொய்கை சேரும்
நறையூர்ச்சித் தீச்சரத் தாரை
மயில்ஆர் சோலை சூழ்ந்த
காழி மல்கு சம்பந்தன்
பயில்வார்க்கு இனிய பாடல்
வல்லார் பாவம் நாசமே (11)

அருஞ்சொற்பொருள்:

மாதவி - குருக்கத்தி. செயில் - (செய்யில்). செய் - வயல்.

பொழிப்புரை:

குயில்களும், அழகிய குருக்கத்தியும், குளிர்ந்த அழகிய சுரபுன்னையும், வயல்களும், நீர்நிலைகளும் என இவை அனைத்தும் வளம்சேர்க்கும் நறையூர் என்னும் தலத்தில் உள்ள சித்தீச்சரம் திருக்கோயிலில் எழுந்தருளி இருக்கும் இறைவனை; மயில்கள் பொருந்திய சோலை சூழ்ந்த சீர்காழி நகரத்து ஞானசம்பந்தன்; பாடிய இனிய பாடலைப் பாடி வழிபட வல்லவர்க்குப் பாவம் இல்லை ஆகும்.

திருச்சிற்றம்பலம்

141

திருநறையூர்ச்சித்தீச்சரம்

திருமுறை 2 - 223 திருஞான - 403

பண்: பியந்தைக்காந்தாரம்

1518. நேரியன் ஆகும் அல்லன் ஒருபாலும்
 மேனி அரியான்முனாய ஒளியான்
 நீர்இயல் காலும் ஆகி நிறைவானும்
 ஆகி உறுதீயும் ஆய நிமலன்
 ஊர்இயல் பிச்சை பேணி உலகங்கள்
 ஏத்த நல்கஉண்டு பண்டு சுடலை
 நாரிஒர் பாகம் ஆக நடம்ஆட
 வல்ல நறையூரின் நம்பன் அவனே (1)

அருஞ்சொற்பொருள்:

நேரியன் - நுண்ணியன். முனாய - (முன் + ஆய) முன்னமே உள்ள. கால் - காற்று. வான் - ஆகாயம். நிமலன் - மலமற்றவன். நாரி - பெண். நம்பன் - விரும்பப்படுபவன். சுடலை - சுடுகாடு.

பொழிப்புரை:

நறையூர் என்னும் தலத்தில் எழுந்தருளி இருக்கும் நம்பன், மிக நுண்ணியனும் அல்லன்; பரியன்; உடம்பின் ஒருபாதி திருமால்; முன்னமே ஒளியாய் இருந்து வருபவன்; நீர், காற்று, ஆகாயம், நெருப்பு, (நிலம்) என ஐம்பூதங்களாக விளங்குபவன்; மலமற்றவன்; ஊரார் இடும் பிச்சை உணவை விரும்பி ஏற்பவன்; உமாதேவியை உடம்பில் ஒரு பாகமாகக் கொண்டு சுடுகாட்டில் நின்று நடனம் ஆடுவதில் வலிமை உடையவன்.

1519. இடமயில் அன்ன சாயல் மடமங்கை
தன்கை எதிர்நாணி பூண வரையில்
கடும்அயில் அம்பு கோத்து எயில்
செற்றுஉகந்து அமரர்க்கு அளித்த தலைவன்
மடமயில் ஊர்தி தாதை எனநின்று
தொண்டர் மனம்நின்ற மைந்தன் மருவும்
நடமயில் ஆல நீடு குயில்கூவு
சோலை நறையூரின் நம்பன் அவனே (2)

அருஞ்சொற்பொருள்:

மயில் அன்ன சாயல் - மயில் போன்ற சாயல். மடமங்கை - இளம்பெண். நாணி - நாண். வரை - மேருமலை ஆகிய வில். கடும் அயில் அம்பு - கூரிய கொடிய அம்பு. எயில் - முப்புரம். தாதை - தந்தை. மைந்தன் - வலிமை உடையவன். ஆல - ஆட. 'குயில்கூவும் நீடு சோலை' - என்று கூட்டி உரைக்க. 'இடக்கை வரை' - எனக் கூட்டி உரைக்க (வில்லை இடக்கையிலும் அம்பை வலக்கையிலும் ஏந்துவது முறை; இடக்கை உமாதேவிக்கு உரியது. எனவே வில் ஏந்தியவர் உமாதேவி என அறிக).

பொழிப்புரை:

மயில் போன்ற சாயல் உடைய உமாதேவி என்னும் இளம்பெண் மலையாகிய வில்லை தனக்குரிய கையாக விளங்கும் இடக்கையில் ஏந்த, பாம்பை நாணாகப் பூட்டி, கொடிய கூரிய அம்பினைக் கோத்து, முப்புரத்தை எரித்து அழித்து, தேவர்களுக்கு அருள்செய்த தலைவன்; இளம் மயிலை ஊர்தியாகக் கொண்ட முருகப் பெருமானுக்குத் தந்தை; தொண்டர் மனத்தில் எழுந்தருளும் வலிமை உடையவன்; அவன் மயில் ஆடவும் குயில் கூவவுமாக விளங்கும் நீண்ட சோலை சூழ்ந்த நறையூர் என்னும் தலத்தில் எழுந்தருளி இருக்கும் நம்பன் ஆவன்.

1520. சூடக முன்கைநங்கை ஒருபாகம்
ஆக அருள்கார ணங்கள் வருவான்
ஈடுஅகம் ஆன நோக்கி இடுபிச்சை
கொண்டு படுபிச்சன் என்று பரவத்
தோடுஅக மாய்ஒரு காது ஒருகாது
இலங்கு குழைதாழ வேழ உரியன்
நாடகம் ஆக ஆடி மடவார்கள்
பாடு நறையூரின் நம்பன் அவனே (3)

அருஞ்சொற்பொருள்:

சூடகம் - வளையல். ஈடு அகம் ஆன - பெரிய வீடுகளை நோக்கி. வேழஉரி - யானைத்தோல்.

பொழிப்புரை:

இளம்பெண்கள் ஆடியும் பாடியும் மகிழும் நறையூர் என்னும் தலத்தில் எழுந்தருளி இருக்கும் நம்பனாகிய பெருமான், முன்கையில் வளையல் அணிந்துள்ள உமாதேவி என்னும் பெண்ணை உடம்பின் ஒரு பாகமாகக் கொண்டு எழுந்தருளி வருபவன்; பெரிய வீடுகள் தோறும் சென்று 'பிச்சை இடுங்கள்' என கேட்டுப் பிச்சை பெற்றமையால், படுபிச்சன் என்று போற்றப்படுபவன்; ஒருகாதில் தோடும் ஒருகாதில் குழையும் அணிந்திருப்பவன்; யானையின் தோலை மேலாடையாகப் போர்த்தி இருப்பவன்.

1521. **சாயல் நன்மாது ஓர்பாகன் விதிஆய**
சோதி கதியாக நின்ற கடவுள்
ஆய்அகம் என்உள் வந்த அருள்ஆய
செல்வன் இருள்ஆய கண்டன் அவனித்
தாய்என நின்று உகந்த தலைவன்
விரும்பு மலையின் கண்வந்து தொழுவார்
நாயகன் என்று இறைஞ்சி மறையோர்கள்
பேணும் நறையூரின் நம்பன் அவனே (4)

அருஞ்சொற்பொருள்:

சாயல் - அழகு. விதி ஆய சோதி - அவரவர் வினைக்கேற்ப நன்மை தீமைகளை வழங்கும் சுடர்வடிவினன். கதியாக நின்ற கடவுள் - அடைக்கலம் புகத் தகுதி உடைய கடவுள். அவனி - உலகம். விரும்பு மலை - தான் விரும்புகின்ற கயிலை மலை. நாயகன் - தலைவன்.

பொழிப்புரை:

'தான் விரும்பி எழுந்தருளி இருக்கும் கயிலை மலைக்கு வந்து, வழிபடுவார்க்குத் தலைவனாய் விளங்குபவன்' என்று சொல்லி அந்தணர்கள் போற்றுகின்ற நறையூரில் எழுந்தருளி இருக்கும் நம்பன், அழகில் சிறந்து விளங்கும் நல்ல பெண்ணாகிய உமாதேவியை பாகமாகக் கொண்டவன்; உயிர்கள் செய்யும் புண்ணிய பாவங்களுக்கு ஏற்ப நன்மை தீமைகளை விதிக்கும் (கொடுக்கும்) சுடர்வடிவினன்;

சென்று அடைக்கலம் அடையத் தகுதிஉடைய கடவுள்; அருளே வடிவாக என் உள்ளத்தில் எழுந்தருளிய செல்வன்; இருண்ட (கரியநிற) கண்டம் கொண்டவன்; இந்நிலவுலகைத் தாயாக இருந்து காப்பவன்; உயிர்களைக் காத்து மகிழும் தலைவன்.

1522. **நெதிபடு மெய்எம் ஐயன் நிறைசோலை**
சுற்றி நிகழ்அம் பலத்தின் நடுவே
அதிர்பட ஆட வல்ல அமரர்க்கு
ஒருத்தன் எமர்சுற்ற மாய இறைவன்
மதிபடு சென்னி மன்னு சடைதாழ
வந்து விடைஏறி இல்பலி கொள்வான்
நதிபட உந்தி வந்து வயல்வாளை
பாயும் நறையூரின் நம்பன் அவனே (5)

அருஞ்சொற்பொருள்:

நெதி - நிதி. அமரர்க்கு ஒருத்தன் - தேவர்களுக்கு ஒப்பற்ற ஒரே தலைவன். எமர் - எம்மவர் (அடியார்). சுற்றம் - உறவு. இல்பலி - இல்லம்தோறும் ஏற்கும் பிச்சை.

பொழிப்புரை:

நதியின் வழி வந்து பாயும் நீரில் வாளை மீன் துள்ளுகின்ற வயல்வளம் உடைய நாறையூரில் எழுந்தருளி இருக்கும் நம்பன், செல்வமாக விளங்கும் மெய்ப்பொருள்; எமது தந்தை; சோலையால் சூழப்பட்ட அம்பலத்தில், அவ்வம்பலம் அதிரும்படி ஆடுவதில் வலிமை உடையவன்; தேவர்களுக்கு ஒப்பற்ற தலைவன்; எம்போன்ற அடியார்களுக்கு உறவாய் விளங்கும் இறைவன்; தலையில் சந்திரனைச் சூடி, சடை நீண்டு தொங்குமாறு, இடபத்தில் ஏறி, வீடுதோறும் சென்று பிச்சை ஏற்பவன்.

1523. **கணிகை ஒர்சென்னி மன்னும்அது வன்னி**
கொன்றை மலர்துன்று செஞ்சடை யினான்
பணிகை யின்முன் இலங்க வருவேடம்
மன்னு பலவாகி நின்ற பரமன்
அணுகிய வேத ஓசை அகல்அங்கம்
ஆறின் பொருளான ஆதி அருளான்
நணுகிய தொண்டர் கூடி மலர்தூவி
ஏத்தும் நறையூரின் நம்பன் அவனே (6)

அருஞ்சொற்பொருள்:

கணிகை - கங்கை. துன்று - நெருங்கு. அகல் அங்கம் - விரிந்த வேதத்தின் ஆறு அங்கம். பணி - பாம்பு.

பொழிப்புரை:

தொண்டர்கள் நெருங்கி நின்று மலர்தூவி வழிபடும் நறையூரில் எழுந்தருளி இருக்கும் நம்பன், தன் சிவந்த சடையில் கங்கை ஆறு, வன்னியின் தளிர், கொன்றைமலர், ஆகியவற்றை நெருக்கமாகச் சூடி இருப்பவன்; முன்கையில் பாம்பினைக் கங்கணமாக அணிந்து, பலப்பல வேடம் தாங்கி, அடியார்களுக்குக் காட்சி நல்குபவன்; மேலானவன்; முழங்குகின்ற வேதம், விரிந்து நிற்கும் அதன் ஆறு அங்கம், ஆகியவற்றின் பொருளாய் விளங்குபவன்.

1524. ஒளிர்தரு கின்ற மேனி உருஎங்கும்
அங்கும் அவைஆர ஆடல் அரவம்
மிளிர்தரு கைஇலங் கஅனல் ஏந்தி
ஆடும் விகிர்தன் விடம்கொண்ட மிடறன்
துளிதரு சோலை ஆலை தொழில்மேவ
வேதம் எழில்ஆர வென்றி அருளும்
நளிர்மதி சேரும் மாடம் மடவார்கள்
ஆரும் நரையூரின் நம்பன் அவனே (7)

அருஞ்சொற்பொருள்:

அரவம் - பாம்பு. விகிர்தன் - பல மாறுபட்ட தன்மைகள் உடையவன். துளி - தேன்துளி. ஆலை - கரும்பின் சாற்றினைக் காய்ச்சி வெல்லமாக்கும் ஆலை. மேவ - பொருந்த. வென்றி - வெற்றி. நளிர்மதி - குளிர்ந்த சந்திரன்.

பொழிப்புரை:

தேன் துளிக்கும் சோலைகளும், வெல்லம் காய்ச்சும் ஆலைத் தொழிலும் பொருந்துவதும்; வேத ஒலி முழங்குவதும்; வெற்றி அருளுவதும்; குளிர்ந்த சந்திரன் தங்கும் உயரிய மாடிவீடுகளில் மகளிர் வாழ்வதும்; ஆகிய நறையூர் என்னும் தலத்தில் எழுந்தருளி இருக்கும் நம்பன்; ஒளிரும் திருமேனி முழுவதும் பலபாம்புகள் படமெடுத்து ஆட, அவற்றை அணிந்திருப்பவன்; கையில் அனலை ஏந்தி நடனம் ஆடுகின்ற உலகநடைக்கு மாறான வாழ்க்கை உடையவன்; விடம் தங்கிய கண்டம் உடையவன்.

1525. அடல்எருது ஏறு உகந்த அதிரும்
    கழல்கள் எதிரும் சிலம்பொடு இசையக்
    கடல்இடை நஞ்சம் உண்டு கனிவுற்ற
    கண்டன் முனிவுற்று இலங்கை அரையன்
    உடலொடு தோள்அனைத் தும்முடி பத்தும்
    இறுத்து இசைகேட்டு இரங்கி ஒருவாள்
    நடலைகள் தீர்த்து நல்கி நமைஆள
    வல்ல நறையூரின் நம்பன் அவனே   (8)

அருஞ்சொற்பொருள்:

அடல் எருது - வெல்லும் தன்மை உடைய காளை. கழல் - வீரக்கழல். அரையன் - அரசன். இறுத்து - நசுக்கி. நடலை - துன்பம்.

பொழிப்புரை:

நறையூரில் எழுந்தருளி இருக்கும் நம்பன், வெற்றி பொருந்திய எருதின்மீது ஏறி வருபவன்; ஒரு காலில் வீரக்கழல் அதிரவும் மறுகாலில் சிலம்பு அசையவும் விளங்குபவன்; பாற்கடலில் வெளிப்பட்ட நஞ்சினை உண்டு தேக்கிய கண்டம் உடையவன்; கோபித்து வந்த இலங்கை அரசன் இராவணனது உடலும், இருபது தோள்களும், பத்து தலைகளும் நசுங்குமாறு செய்து, பின் அவன் பாடிய சாமகானம் கேட்டு, மனம் இரங்கி, வாளைப் பரிசாக அளித்தவன்; நமது துன்பங்களை நீக்கி, நம்மை ஆட்கொள்ளும் வல்லமை உள்ள பெருமான்.

1526. குலமலர் மேவி னானும் மிகுமாய
    னாலும் எதிர்கூடி நேடி நினைவுற்
    றிலபல எய்த ஒணாமை எரியாய்
    உயர்ந்த பெரியான் இலங்கு சடையான்
    சிலபல தொண்டர் நின்று பெருமைக்கள்
    பேச அருமைத் திகழ்ந்த பொழிலின்
    நலமலர் சிந்த வாசமணம் நாறு
    வீதி நறையூரின் நம்பன் அவனே   (9)

அருஞ்சொற்பொருள்:

குலமலர் - தாமரை மலர். மிகுமாயன் - மாயம் மிக்கவன். நேடி - தேடி. ஒணாமை - (ஒண்ணாமை) இயலாமை.

பொழிப்புரை:

சிலபல தொண்டர்கள் கூடி நின்று பெருமை பேசுவதும், அருமை உடைய சோலைகளில் நல்ல மலர்கள் பல மலர்ந்து நறுமணம் பரப்புவதும், நீண்ட வீதிகளை உடையதும், ஆகிய நறையூரில் எழுந்தருளி இருக்கும் நம்பன், மலர்களில் சிறந்த தாமரை மலரில் எழுந்தருளி இருக்கும் பிரமனும், பல மாயங்கள் செய்வதில் வல்ல திருமாலும், எதிர் எதிரே நின்று தேடியும் காணமுடியாதவனும், நினைத்துப் பார்க்கவும் அருமை உடையவனும், ஆகிய தன்மையில் எரியாய் உயர்ந்து நின்றவன்; யாவரினும் பெரியவன்; விளங்குகின்ற சடாமுடி உடையவன்.

1527. துவர்உறு கின்ற ஆடை உடல்போர்த்து
          உழன்ற அவர்தாமும் அல்ல சமணும்
       கவர்உறு சிந்தை யாளர் உரைநீத்து
          உகந்த பெருமான் பிறங்கு சடையன்
       தவமலி பத்தர் சித்தர் மறையாளர்
          பேண முறைமாதர் பாடி மருவும்
       நவமணி துன்று கோயில் ஒளிபொன்
          செய்மாட நறையூரின் நம்பன் அவனே   (10)

அருஞ்சொற்பொருள்:

அல்ல சமண் - உடை உடுத்தாத சமணர். கவர் - பிளவு. மாதர் - மகளிர். முறை பாடி - முறையாகப் பாடி. துன்று - நெருங்கு.

பொழிப்புரை:

காவிநிற ஆடை கொண்டு உடலைப் போர்த்துத் திரியும் பௌத்தரும், உடையே உடுத்தாத சமணரும், ஆகிய கிளைக்கும் சிந்தை உடையவரது அறிவுரையை மக்கள் ஏற்காதவாறு நீக்கியருளிய பெருமான், அவன் விளங்குகின்ற சடாமுடி உடையவன்; தவத்தில் சிறந்த பக்தர்களும் சித்தர்களும் அந்தணர்களும் போற்றி வழிபட எழுந்தருளி இருப்பவன்; மகளிர் முறையாகப் பாடி வழிபட நவமணிகள் நிறைந்த கோயிலில் பொன்னால் ஆன மாளிகைகள் விளங்கும் நறையூரில் உறையும் நம்பன் ஆவன்.

1528. கானல் உலாவி ஓதம் எதிர்மல்கு
          காழி மிகுபந்தன் முந்தி உணர
       ஞானம் உலாவு சிந்தை அடிவைத்து
          உகந்த நறையூரின் நம்பன் அவனை

ஈனம் இலாத வண்ணம் இசையால்
உரைத்த தமிழ்மாலை பத்தும் நினைவார்
வானம் நிலாவ வல்லார் நிலம்எங்கும்
நின்று வழிபாடு செய்யும் மிகவே (11)

அருஞ்சொற்பொருள்:

கானல் - கடற்கரைச் சோலை. ஓதம் - அலை. ஈனம் - குறை. இலாத - இல்லாத. வானம் - வானஉலகம். நிலாவ - நிலைபெற.

பொழிப்புரை:

கடற்கரைச் சோலைகளில் கடல்அலைகள் வந்து மீளும் சீர்காழி நகரத்து ஞானசம்பந்தன், முன்னமே ஞானபோனகம் உண்டு சிவஞானம் கைவரப்பட்ட சிந்தையுடன் விளங்கிய, உள்ளத்தில் திருவருளைப் பதித்து மகிழ்ந்தவன் நறையூர் என்னும் தலத்தில் எழுந்தருளி இருக்கும் நம்பன்; அப்பெருமான்மீது குற்றமற்ற வகையில் இசையோடு பாடிய தமிழ்ப்பாமாலை பத்தினையும் நினைக்கும் அடியார்கள், மறுமையில் வானஉலகில் தங்கும் வலிமை பெறுவர்; அவர்களை இந்நிலவுலகத்தவர் மிகுதியும் வழிபாடு செய்வர்.

திருச்சிற்றம்பலம்

142

திருஅரிசில்கரைப்புத்தூர்

பதிக வரலாறு:

நறையூர் வழிபட்ட ஞானசம்பந்தர் அரிசில்கரைப்புத்தூர் வந்து, அத்தலத்து இறைவர்மீது இப்பாமாலையைப் பாடிச் சாத்தி வழிபடுகின்றார்.

தல வரலாறு:

கும்பகோணத்திற்குத் தென்கிழக்கில் 7கி.மீ. தொலைவில் உள்ளது. இப்பொழுது அழகார்புத்தூர் என்றும், திருப்புத்தூர் என்றும் வழங்கப்படுகிறது. புகழ்த்துணை நாயனார் பூசித்துப் பேறு பெற்ற தலம். கோச்செங்கட்சோழன் கட்டிய திருக்கோயில் இது.

சுவாமி : படிக்காசு வைத்த பரமர்
அம்மை : அழகாம்பிகை
தல மரம் : வில்வம்

திருமுறை 2 - 199   திருஞான - 403

பண்: காந்தாரம்

1529. மின்னும் சடைமேல் இளவெண் திங்கள் விளங்கவே
துன்னும் கடல்நஞ்சு இருள்தோய் கண்டர் தொன்மூதூர்
அன்னம் படியும் புனல்ஆர் அரிசில் அலைகொண்டு
பொன்னும் மணியும் பொருதென் கரைமேல் புத்தூரே   (1)

அருஞ்சொற்பொருள்:

அன்னம் படியும் - அன்னம் தங்கும். பொருதல் - மோதுதல். தென்கரை - தெற்குக் கரை.

பொழிப்புரை:

மின்னுகின்ற சடைமீது இளமை உடைய வெள்ளை நிறப் பிறை விளங்கவும், கடலில் வெளிப்பட்ட நஞ்சினை உண்டதால் கண்டம் கருக்கவும், ஆக விளங்கும் பெருமான், எழுந்தருளி இருக்கும் தலம்; தொன்மையும் முதுமையும் உடையதும், அன்னப்பறவைகள் வந்து தங்குவதும், நீரால் நிரம்பிய அரிசில்ஆறு பொன்துகள் மணிவகைகள் ஆகியவற்றைக் கரைஒதுக்கி ஓடுவதும், ஆகிய சிறப்புகள் உடைய தென்கரைப் புத்தூரே ஆகும்.

1530. **மேவா அசுரர் மேவுஎயில் வேவ மலைவில்லால்**
ஏவார் எரிவெங் கணையால் எய்தான் எய்தும்ஊர்
நாவால் நாதன் நாமம் ஓதி நாள்தோறும்
பூவால் நீரால் பூசுரர் போற்றும் புத்தூரே (2)

அருஞ்சொற்பொருள்:

மேவா அசுரர் - பொருந்தாத அசுரர். மேவு எயில் - பொருந்தும் முப்புரம். வேவ - வெந்து சாம்பலாக. மலைவில் - மேரு மலையாகிய வில். ஏவார் - (ஏ + ஆர்) எய்யும் தொழில் பொருந்திய. எரி வெங் கணை - கொடிய நெருப்பு அம்பு. பூசுரர் - பூலோகத் தேவர் (அந்தணர்).

பொழிப்புரை:

பொருந்தாத அசுரர் மூவரும் பொருந்தி இருந்த மதில் மூன்றையும், மேருமலையை வில்லாகக் கொண்டு எய்யும் தொழிலுக்குரிய நெருப்பு அம்பு எய்து, எரிந்து சாம்பலாகுமாறு செய்தவன் எழுந்தருளி இருக்கும் ஊர்; நாள்தோறும் நாவால் அந்த இறைவனின் திருப்பெயர்களை உச்சரித்தும் பூவும்நீரும் கொண்டு வழிபட்டும் வருகின்ற அந்தணர் வாழும் அரிசில்கரைப்புத்தூரே ஆகும்.

1531. **பல்ஆர் தலைசேர் மாலை சூடிப் பாம்பும்பூண்டு**
எல்லா இடமும் வெண்நீறு அணிந்துஓர் ஏறுஏறிக்
கல்ஆர் மங்கை பங்க ரேனும் காணுங்கால்
பொல்லார் அல்லர் அழகியர் புத்தூர் புனிதரே (3)

அருஞ்சொற்பொருள்:

பல் ஆர் தலை - பல்லொடு கூடிய மண்டைஓடு. கல் - மலை. கல்ஆர்மங்கை - மலைமகள். புனிதர் - தூயவர்.

பொழிப்புரை:

புத்தூர் என்னும் தலத்தில் எழுந்தருளி இருக்கும் தூயவராகிய இறைவர், பல்லொடு கூடிய மண்டை ஓட்டு மாலையும், பாம்பும், ஆகிய இவற்றை அணிந்திருப்பவர்; உடம்பின் எல்லா இடங்களிலும் திருநீறு அணிந்திருப்பவர்; ஓர் எருதின்மீது ஏறி வருபவர்; மலைமகளை உடம்பின் பாகமாகக் கொண்டவர்; என்றாலும் அவர் பொல்லாதவர் அல்லர்; அழகியரே ஆவர்.

1532. வரிஏர் வளையாள் அரிவை அஞ்ச வருகின்ற
     கரிஏர் உரிவை போர்த்த கடவுள் கருதும்ஊர்
     அரிஏர் கழனிப் பழனம் சூழ்ந்துஅங்கு அழகாய
     பொரிஏர் புன்கு சொரிபூஞ் சோலைப் புத்தூரே   (4)

அருஞ்சொற்பொருள்:

வரி - கோடு. ஏர் - அழகு. அரிவை - பெண் (உமாதேவி). கரி - யானை. உரிவை - தோல். அரி - நெல்லரி. கழனி - வயல். பழனம் - மருதநிலம். புன்கு - புன்னை. 'புன்கு சொரி பொரி ஏர் பூ' - எனக் கூட்டி உரைக்க. (புன்னையின் பூக்கள் சிதறிக் கிடப்பது பொரி சிதறிக் கிடப்பதுபோல இருக்கும்).

பொழிப்புரை:

கோடுகளுடன் கூடிய அழகிய வளையல் அணிந்துள்ள உமாதேவி அஞ்சுமாறு, தன்னை நோக்கி வந்த யானையின் அழகிய தோலை உரித்துப் போர்த்துக் கொண்ட கடவுள் விரும்பி எழுந்தருளி இருக்கும் ஊர்; மருதநிலத்தில் நெல்அரிந்த வயல்களால் சூழப்பட்டதும் பொரி சிதறிக் கிடப்பது போல புன்னையின் பூக்கள் சிதறிக் கிடக்கும் சோலையால் சூழப்பட்டதும், ஆகிய அழகிய புத்தூரே ஆகும்.

1533. என்போடு அரவம் ஏனத்து எயிறோடு எழில்ஆமை
     மின்போல் புரிநூல் விரவிப் பூண்ட மணிமார்பர்
     அன்போடு உருகும் அடியார்க்கு அன்பர் அமரும்ஊர்
     பொன்போது அலர்கோங்கு ஓங்கு சோலைப் புத்தூரே   (5)

அருஞ்சொற்பொருள்:

என்பு - எலும்பு. அரவம் - பாம்பு. ஏனத்து எயிறு - வராக அவதாரத் திருமாலின் (பன்றி) கொம்பு. ஆமை - கூர்மாவதாரத் திருமாலின்

(ஆமையின்) ஓடு. மின் - மின்னல். புரிநூல் - முப்புரி நூல் (பூணூல்). மணிமார்பு - அழகிய மார்பு. பொன் போது - பொன் போன்ற மொக்கு. கோங்குஅலர் - கோங்க மலர்.

பொழிப்புரை:

பன்றியின் கொம்பு, ஆமையின் ஓடு, ஆகிய இவற்றைக் கோத்த எலும்பு மாலையும், பாம்பு மாலையும், மின்னல் போல் ஒளிரும் பூணூலும், அணிந்த அழகிய திருமார்பு உடையவர்; அன்புசெய்து, மனம்உருகி, வழிபடும் அன்பருக்கு அன்பர்; அவர் எழுந்தருளி இருக்கும் ஊர், பொன் போன்ற கோங்க மரத்தின் மொக்குகள் மலர்ந்து நிறைந்து விளங்கும் சோலை வளம் உடைய புத்தூர் என்னும் தலமே ஆகும்.

1534. **வள்ளி முலைதோய் குமரன் தாதை வான்தோயும்**
வெள்ளி மலைபோல் விடைஒன்று உடையான் மேவும்ஊர்
தெள்ளி வருநீர் அரிசில் தென்பால் சிறைவண்டும்
புள்ளும் மலிபூம் பொய்கை சூழ்ந்த புத்தூரே (6)

அருஞ்சொற்பொருள்:

தாதை - தந்தை. தென்பால் - தெற்குப் பக்கம். சிறைவண்டு - இறகுகளுடன் கூடிய வண்டு. புள் - பறவை.

பொழிப்புரை:

வள்ளியின் முலையைத் தழுவும் முருகனது தந்தை; வானளாவிய வெள்ளிமலை போன்ற இடபஊர்தி உடையவன்; அவன் எழுந்தருளி இருக்கும் ஊர், தெளிந்த நீர்வரத்து உடைய அரிசில் ஆற்றின் தென் கரையில் உள்ளதும், இறகுகளுடன் கூடிய வண்டுகளும் பறவைகளும் வந்து தங்கும் பொய்கையால் சூழப்பட்டதும் ஆகிய புத்தூரே ஆகும்.

1535. **நிலம்தண் நீரோடு அனல்கால் விசும்பின் நீர்மையான்**
சிலந்தி செங்கண் சோழ னாகச் செய்தான்ஊர்
அலந்த அடியால் அற்றைக்கு அன்றுஓர் காசுஎய்திப்
புலர்ந்த காலை மாலை போற்றும் புத்தூரே (7)

அருஞ்சொற்பொருள்:

கால் - காற்று. விசும்பு - ஆகாயம். அன்றைக்கு அன்று ஓர் காசு - நாளும் ஒரு பொற்காசு (புகழ்த்துணை நாயனாருக்கு இறைவன் தந்தது).

பொழிப்புரை:

நிலம், நீர், நெருப்பு, காற்று, ஆகாயம் என்னும் ஐம்பூதங்களாக விளங்குபவனும்; சிலந்தியைகக் கோச்செங்கட்சோழனாகப் பிறக்க வைத்தவனும் ஆகிய இறைவன் எழுந்தருளி இருக்கும் ஊர்; வறுமையுற்ற புகழ்த் துணை நாயனாருக்கு நாளும் ஒரு பொற்காசு அருள, அவர் காலை மாலை என இருவேளையும் வழிபாடு இயற்றிய புத்தூரே ஆகும்.

1536. **இத்தேர் ஏக இம்மலை பேர்ப்பன் என்றுஏந்தும்**
பத்துஓர் வாயான் வரைக்கீழ் அலறப் பாதம்தான்
வைத்தார் அருள்செய் வரதன் மருவும் ஊரான
புத்தூர் காணப் புகுவார் வினைகள் போகுமே (8)

அருஞ்சொற்பொருள்:

தேர்ஏக - தேர்தடையின்றிச் செல்லும் பொருட்டு. வரை - மலை. அலற - வாய்விட்டு அலற. பாதம் - திருவடி. வரதன் - வரம் அருளுபவன்.

பொழிப்புரை:

'இந்தத் தேரானது மேலும் செல்வதற்கு, இம்மலை இடையூறாக இருக்கிறது' என்று கூறி, அம்மலையைப் பெயர்த்து கையில் ஏந்திய இராவணன், தன் பத்து வாய்களாலும் அலறுமாறு திருவடியின் ஒரு விரலை ஊன்றிப் பின் அருள்செய்த பெருமான் எழுந்தருளி இருக்கும் ஊர், புத்தூர் ஆகும். அதனைக் காண வருவாரது வினைகள் அழியும்.

1537. **முள்ஆர் கமலத்து அயன்மால் முடியோடு அடிதேட**
ஒள்ஆர் எரியாய் உணர்தற்கு அரியான் ஊர்போலும்
கள்ஆர் நெய்தல் கழுநீர் ஆம்பல் கமலங்கள்
புள்ஆர் பொய்கைப் பூப்பல தோன்றும் புத்தூரே (9)

அருஞ்சொற்பொருள்:

முள்ஆர் கமலம் - முள் தாள் தாமரை. கள் - தேன். புள் - பறவை.

பொழிப்புரை:

முள்உடைய காம்பில் பூத்திருக்கும் தாமரை மலர்மேல் அமரும் பிரமனும் திருமாலும் முறையே முடியையும் அடியையும் தேடவும் அறிதற்கு அரிய எரியாய் உயர்ந்து நின்றவனது ஊர்; தேன்பொருந்திய நெய்தல், கழுநீர், ஆம்பல், தாமரை ஆகிய மலர்கள் மலர்ந்திருப்பதும், பறவைகள் வந்து தங்குவதும், ஆகிய பொய்கையில் பூக்கள் நிறைந்து தோன்றும் புத்தூரே ஆகும்.

1538. கைஆர் சோறு கவர்குண் டர்களும் துவர்உண்ட
மெய்ஆர் போர்வை மண்டையர் சொல்லும் மெய்அல்ல
பொய்யா மொழியால் அந்தணர் போற்றும் புத்தூரில்
ஐயா என்பார்க்கு ஐயுறவு இன்றி அழகாமே (10)

அருஞ்சொற்பொருள்:

மண்டை - பனைஓலையால் ஆன உணவு உண்ணும் பாத்திரம். பொய்யாமொழி - வேதம்.

பொழிப்புரை:

கையில் உணவினை வாங்கி உண்ணும் குண்டர்களாகிய சமணர்களும், துவராடை கொண்டு உடம்பை மூடிப் பனைஓலையில் சோறு வாங்கி உண்ணும் பௌத்தர்களும், சொல்லும் சொற்களில் உண்மை இல்லை. மாறாக, பொய்கலவாத வேதமொழி கொண்டு போற்றும் அந்தணர்கள் வாழும் புத்தூரில் எழுந்தருளி இருக்கும் இறைவனை, 'ஐயா' என்று அழைத்து வழிபடுபவர்க்கு, சந்தேகம் இன்றி அழகு உண்டாகும்.

1539. நறவம் கமழ்பூங் காழி ஞான சம்பந்தன்
பொறிகொள் அரவம் பூண்டான் ஆண்ட புத்தூர்மேல்
செறிவண் தமிழ்செய் மாலை செப்ப வல்லார்கள்
அறவன் கழல்சேர்ந்து அன்போடு இன்பம் அடைவாரே (11)

அருஞ்சொற்பொருள்:

நறவம் - தேன். பொறி - புள்ளி. அரவம் - பாம்பு. செறி - சொல்லும் பொருளும் நிறைந்த. அறவன் - அறவடிவினன். கழல் - திருவடி.

பொழிப்புரை:

தேன்உள்ள மணம்கமழும் பூக்கள் நிரம்பிய சோலையால் சூழப்பட்ட காழி நகர் ஞானசம்பந்தன், புள்ளி பொருந்திய பாம்பை அணிந்துள்ள புத்தூர் இறைவன்மேல், பாடிய சொல்லும் பொருளும் நிறைந்த பாமாலையைச் சொல்லி வழிபடுபவர்கள், அறவடிவினனாகிய சிவபெருமானின் திருவடி நிழலை அடைந்து, அன்பும் இன்பமும் பெருக இருப்பர்.

திருச்சிற்றம்பலம்

143

திருச்சிவபுரம்

பதிக வரலாறு:

அரிசில்கரைப்புத்தூர் வழிபட்ட ஆளுடைய பிள்ளையார், அத்தலத்தில் தங்கி இருந்த நாளில், அருகில் இருந்த சிவபுரம் வந்து வணங்கி, சில பதிகங்கள் பாடுகின்றார்.

தல வரலாறு:

சுவேத வராக கற்பத்தில் திருமால் கடலில் மூழ்கிய உலகைத் தம்கொம்பால் வெளிக்கொணர்ந்து, வழிபட்ட தலம். இத்தலம் சண்பகவனம் எனவும்படும். இன்றும் சண்பக மரம் கோயிலின்முன் உள்ளது.

சுவாமி : பிரமபுரி நாதர்

அம்மை : பெரிய நாயகி

தல மரம் : சண்பகம்

தீர்த்தம் : சூரிய தீர்த்தம்

திருமுறை 1 - 21 திருஞான - 404

திருவிராகம்

பண்: நட்டபாடை

1540. புவம்வளி கனல்புனல் புவிகலை
உரைமறை திரிகுணம் அமர்நெறி
திவமலி தருசுரர் முதலியர்
திகழ்தரும் உயிர்அவை அவைதம
பவமலி தொழில்அது நினைவொடு
பதுமநன் மலர்அது மருவிய
சிவனது சிவபுரம் நினைபவர்
செழுநில னினில்நிலை பெறுவரே (1)

அருஞ்சொற்பொருள்:

புவம் - ஆகாயம். வளி - காற்று. கனல் - நெருப்பு. புனல் - நீர். புவி - நிலம். கலை - 64 கலைகள். திரிகுணம் - முக்குணம் (சத்துவம், தாமசம், இராட்சசம்). திவம் - தேவலோகம். சுரர் - தேவர். திகழ்தரும் உயிர் - தேவர் முதலாகச் சொல்லப்பட்ட ஏழுவகை உயிர்கள் (தேவர், மனிதர், விலங்கு, பறப்பன, ஊர்வன, நீர்வாழ்வன, தாவரம்). பவம் - பிறப்பு. பவமலி தொழில் - படைக்கும் தொழில். பதும நன் மலரது மருவிய சிவன் - தாமரை மலர் மேல் எழுந்தருளி இருக்கும் பிரமனை அதிட்டிக்கும் சிவபெருமான். நிலனினில் - நிலஉலகில். நிலைபெறுவர் - நிலைத்த வாழ்வு பெறுவர்.

பொழிப்புரை:

ஆகாயம், காற்று, நெருப்பு, நீர், நிலம் என்னும் ஐம்பூதங்களையும், அறுபத்து நான்கு கலைகளை விரித்துரைக்கும் வேதங்களையும், மூன்று குணங்களாக விளங்கும் நெறிகளையும், தேவர்உலகில் வாழும் தேவர் முதல் தாவரம் ஈறாகச் சொல்லப்பட்ட உயிர்களையும், அவ்வவற்றின் வினைகளுக்கு ஏற்ப படைக்கும் தொழிலை, நல்ல தாமரை மலர்மேல் எழுந்தருளி இருக்கும் பிரமனை அதிட்டித்துச் செய்யும் சிவபெருமான் எழுந்தருளி இருக்கும் சிவபுர நகரை நினைந்து வழிபடுபவர், வளமான இந்நிலவுலகில் அழியாக் காயம் (உடம்பு) பெற்று, நிலைத்து வாழ்வர்.

1541. **மலைபல வளர்தரு புவிஇடை**
மறைதரு வழிமலி மனிதர்கள்
நிலைமலி சுரர்முதல் உலகுகள்
நிலைபெறு வகைநினை வொடுமிகும்
அலைகடல் நடுஅறி துயில்அமர்
அரிஉரு இயல்பரன் உறைபதி
சிலைமலி மதிள்சிவ புரம்நினை
பவர்திரு மகளொடு திகழ்வரே (2)

அருஞ்சொற்பொருள்:

புவி - நிலவுலகம். சுரர் - தேவர். அறிதுயில் - நனவில் உறக்கம். அரி - திருமால். இயல் - தன்மை. பரன் - மேலானவன் (சிவபெருமான்). சிலை - கல். மதிள் - மதில். திருமகள் - செல்வம்.

பொழிப்புரை:

பல மலைகள் வளர்ந்து நிற்கும் நிலஉலகில் வேதவிதிப்படி படைக்கப்பட்ட மனிதர்களும், மனிதர்களைவிட கூடுதலாக ஆயுள் பெற்ற

தேவர்களும், ஆகிய இவர்கள் வாழும் தேவலோகம் முதலாகச் சொல்லப் பட்ட வேறுபல உலகங்களும் நிலைத்து வாழக் காத்தல் தொழிலைச் செய்யும் அலைவீசும் கடல்நடுவில் அறிதுயில் கொள்ளும் திருமாலை அதிட்டிக்கும் இயல்பு உடைய மேலான சிவபெருமான் எழுந்தருளி இருக்கும் கருங்கல் கொண்டு அமைக்கப்பட்ட மதில்சுவருடன் கூடிய சிவபுரத்தை நினைத்து வழிபடுபவர், மிகுந்த செல்வ வள்ம்உடைய வாழ்வினைப் பெறுவர்.

1542. **பழுதுஇல கடல்புடை தழுவிய**
படிமுத லியஉல குகள்மலி
குழுவிய சுரர்பிறர் மனிதர்கள்
குலமலி தரும்உயிர் அவைஅவை
முழுவதும் அழிவகை நினைவொடு
முதல்உரு இயல்பரன் உறைபதி
செழுமணி அணிசிவ புரநகர்
தொழும்அவர் புகழ்மிகும் உலகிலே (3)

அருஞ்சொற்பொருள்:

பழுதுஇல - குற்றமற்ற. புடை - பக்கம். படி - நிலஉலகம். சுரர் - தேவர். அழிவகை - அழித்தல் தொழில். உரு இயல் பரன் - உருத்திரனை அதிட்டிக்கும் சிவபெருமான்.

பொழிப்புரை:

குற்றமற்ற கடலால் சூழப்பட்ட நிலஉலகம் முதலிய பல உலகங் களையும், அவற்றில் வாழும் மனிதர், தேவர் முதலிய உயிர்களையும், அழித்தல் தொழிலைச் செய்யும் நினைவு பொருந்த உருத்திரனை அதிட்டிக்கும் இயல்புடைய சிவபெருமான் எழுந்தருளி இருக்கும் செழுமையான மணிகள் அழகு செய்யும் சிரபுர நகரை வந்து வழிபடுபவர், இந்நிலவுலகில் மிகுந்த புகழுடன் வாழும் வாழ்வினைப் பெறுவர்.

1543. **நறைமலி தரும்அள றொடுமுகை**
நகுமலர் புகைமிகு வளர்ஒளி
நிறைபுனல் கொடுதனை நினைவொடு
நியதமும் வழிபடும் அடியவர்
குறைவில பதம்அணை தரஅருள்
குணம்உடை இறைஉறை வனபதி
சிறைபுனல் அமர்சிவ புரம்அது
நினைபவர் செயமகள் தலைவரே (4)

அருஞ்சொற்பொருள்:

நறை - மணம். அளறு - சந்தனக் குழம்பு. முகை - மொக்கு. நகுமலர் - இதழ்விரிந்த மலர். புனல் - நீர். புகை - தூபம். ஒளி - தீபம். நியதமும் - முறையாக. குறைவுஇல - குறைவு இல்லாத. பதம் - சாலோகம், சாமீபம் ஆகிய பதவிநிலை முத்திகள். சிறைபுனல் - தேக்கி வைக்கப்பட்ட நீர்நிலைகள். செயமகள் - வெற்றியின் அடையாளமாக விளங்கும் அம்பிகை.

பொழிப்புரை:

மணமுள்ள சந்தனக் குழம்பு, மொக்கு மலர்ந்த புதுமலர், தூபம், தீபம், நிறைந்த நீர்கொண்டு செய்யும் திருமஞ்சனம் என இவைகொண்டு நாளும் முறையாக வழிபாடு செய்துவரும் சரியை நெறியாளருக்கும் கிரியை நெறியாளருக்கும் குறைவில்லா சிவலோக பதவியும் (சாலோகம்), மகனாம் முறையில் அருகில் இருக்கும் பதவியும் (சாமீபம்) தந்து அருளுகின்ற குணமுடைய இறைவன் எழுந்தருளி இருக்கும் அழகிய தலமாகிய மதகுகளுடன் கூடிய நீர்நிலைகள் உள்ள சிவபுரத்தை நினைந்து வழிபடுபவர், வெற்றியின் அடையாளமாக விளங்கும் அம்பிகையின் அருளைப் பெற்ற தலைவராய்த் திகழ்வர்.

1544. **சினமலி அறுபகை மிகபொறி**
சிதைதரு வகைவளி நிறுவிய
மனன்உணர் வொடுமலர் மிசைஎழு
தருபொருள் நியதமும் உணர்பவர்
தனதுஎழில் உருஅது கொடுஅடை
தகுபரன் உறைவது நகர்மதில்
கனமரு வியசிவ புரம்நினை
பவர்கலை மகள்தர நிகழ்வரே (5)

அருஞ்சொற்பொருள்:

அறுபகை - காமம், குரோதம், லோபம், மோகம், மதம், மாற்சரியம் ஆகிய ஆறு உட்பகை. பொறி - மெய், வாய், கண், மூக்கு, செவி என்னும் ஐம்பொறி. வளி நிறுவிய - பிராண வாயுவை நிலைபெறச் செய்த. மனன் உணர்வு - ஒன்றித்த மனம். மலர்மிசை எழுதரு பொருள் - மனமாகிய தாமரை மலர்மீது எழுந்தருளும் மெய்ப்பொருள் (இறைவர்). நியதம் - நாளும். எழில்உரு - அழகிய உருவம் (சாரூபம்). மதிள் - மதில். கனம் - மேகம்.

பொழிப்புரை:

சினம் முதலிய ஆறுவகை உட்பகையும், மெய் முதலாகச் சொல்லப் பட்ட ஐவகை பொறிகளும், அழிந்துபடும் வகையில் மூச்சுக் காற்றினைச் சமன் செய்யும் பிராணாயாமம் முதலிய யோகநெறியில் நின்று மனதை ஒருநிலைப் படுத்தும் யோகியரது மனமாகிய தாமரையில் எழுந்தருளும் மெய்ப்பொருளாய் விளங்கும் இறைவனை, நாள்தோறும் உணர்பவர்க்குத் தனது உருவ அழகை அப்படியே (சாரூபம்) வழங்கும் இறைவன் எழுந்தருளி இருக்கும் மேகம் தங்கும் உயர்ந்த மதிலால் சூழப்பட்ட சிவபுரத்தை நினைத்து வழிபடுபவர், கலைமகளின் அருளைப் பெற்று புலமை உடையவராய் வாழ்வர்.

1545. **சுருதிகள் பலநல முதல்கலை**
துகள்அறு வகைபயில் வொடுமிகு
உருஇயல் உலகுஅவை புகழ்தர
வழிஒழுகு மெய்உறு பொறிஒழி
அருதவம் முயல்பவர் தனதுஅடி
அடைவகை நினைஅரன் உறைபதி
திருவருள் சிவபுரம் நினைபவர்
திகழ்குலன் நிலன்இடை நிகழுமே (6)

அருஞ்சொற்பொருள்:

சுருதி -.வேதம். பல நல முதல் கலை - (வேதம்) முதலிய பல நல்ல கலைகள். துகள்அறு - குற்றம்அற. அருதவம் முயல்பவர் - ஞானிகள். தனதுஅடி - தனது திருவடி. அடைவகை - அடையும் வழி (சாயுச்சியம் பெறும் வழி). அரன் - பிறப்பை அறுப்பவன். குலன் - குலம். நிலன் - நிலம். நிகழும் - நீடித்த வாழ்வு பெறும்.

பொழிப்புரை:

வேதம் முதலிய பல நல்ல கலைகளையும் குற்றமறப் பயின்று, உலகில் பழிபாவங்களுக்கு அஞ்சி, தூய ஒழுக்கம் உடையவராய், உலகவர் புகழ விளங்கி, உடம்பின்கண் பொருந்தியுள்ள ஐம்பொறிகளின் வழி மனம் செல்லாமல் தடுத்து, அரிய தவத்தினை மேற்கொள்ளும் ஞானிகள், தனது திருவடியை வந்து சேர வகைஅருளும் பிறப்பை அறுக்கவல்ல சிவபெருமான் எழுந்தருளி இருக்கும் தலம், திருவருளைப் பொழியும் சிவபுரம் ஆகும். அத்தலத்தை நினைந்து வழிபடுபவரது குலமானது நிலைத்த வாழ்வினைப் பெறும்.

1546. கதமிகு கரிஉரு வொடுஉகிர்
    இடவட வரைகண கணஎன
    மதம்மிகு நெடுமுகன் அமர்வளை
    மதிதிகழ் எயிறுஅதன் நுதிமிசை
    இதம்அமர் புவிஅது நிறுவிய
    எழில்அரி வழிபட அருள்செய்த
    பதம்உடை யவன்அமர் சிவபுரம்
    நினைபவர் நிலவுவர் படியிலே (7)

அருஞ்சொற்பொருள்:

கதம் - சினம். கரி உரு - கரியநிற உருவம். உகிர் - நகம். வடவரை - வடக்கில் உள்ள மலை (மேருமலை). கணகண - ஒலிக்குறிப்பு. மதம் மிகு நெடுமுகன் - மதம் மிகுந்த நீண்ட முகம் (பன்றி முகம்) கொண்டவன் (திருமால்). வளை மதி திகழ் எயிறு - வளைந்த பிறைச்சந்திரன் போன்ற கொம்பு. நுதி - நுனி. மிசை - மேல். புவி - உலகம். பதம் - பாதம் (திருவடி). நிலவுவர் - புகழோடு விளங்குவர். படி - உலகம். (வராக அவதாரத் திருமால் பூமியை மீட்டு வழிபட்ட வரலாறு சொன்னது).

பொழிப்புரை:

கோபமும் கரியநிற உருவமும் கொண்ட வராக அவதாரத் திருமால், மதம் மிகுந்த நீண்ட முகத்துடன், வளைந்த பிறைச்சந்திரன் போன்ற ஒற்றைக் கொம்பின் நுனியில் பூமியைத் தாங்கிக் கடலிலிருந்து வெளிக் கொணரும்போது, மேருமலை அப்பன்றியின் நகங்களுக்கு இடையே சிக்கிக் கணகண என ஒலிக்க, அத்திருமாலால் வழிபடப்பட்ட நகரம் திருச்சிவபுரம். அத்தலத்து இறைவரது திருவடி, அத்திருமாலுக்கு அன்று அவ்வாறு அருள்செய்தது. அந்தச் சிவபுரத்தை நினைந்து வழிபடுபவர், இந்நிலவுலகில் புகழுடன் வாழும் வாழ்வினைப் பெறுவர் (பன்றிக்கு உரிய நிறம் கருப்பு என்றாலும், வராக அவதாரத் திருமாலின் நிறம் வெள்ளை என அறிக).

1547. அசைவுஉறு தவமுயல் வினில்அயன்
    அருளினில் வருவலி கொடுசிவன்
    இசைகயி லையைஎழு தருவகை
    இருபது கரம்அவை நிறுவிய

நிசிசரன் முடியுடை தரஒரு
விரல்பணி கொளும்அவன் உறைபதி
திசைமலி சிவபுரம் நினைபவர்
செழுநில னினில்நிகழ் உடையரே (8)

அருஞ்சொற்பொருள்:

அசைவு உறு - தளர்ச்சியைத் தருகின்ற. அயன் - பிரமன். வருவலி - வந்து கொண்டிருக்கின்ற வலிமை. இசை - புகழ். கரம் - கை. நிசிசரன் - இராவணன். ஒருவிரல் பணிகொளும் - ஒருவிரலால் அழுத்தி. திசைமலி - எல்லா திசைகளிலும் தம்பெயர் விளங்க. செழுநிலனினில் - வளமான நிலஉலகில்.

பொழிப்புரை:

உடல் சோர்வு அடையும் வகை கடும்தவம் இயற்றி, அதன் பயனாய்ப் பிரமன் தந்த வரபலம் கொண்டு, சிவபெருமான் எழுந்தருளி இருக்கும் கயிலை மலையை மேல்எழுமாறு இருபது கைகள் கொண்டு பெயர்த்துத் தூக்கிய இராவணனது தலைகள் சிதறுமாறு, ஒருவிரலால் ஊன்றுதலாகிய பணியினைச் செய்தவன் எழுந்தருளி இருப்பது, சிவபுரம் என்னும் தலமாகும். அத்தலத்தை நினைத்து வழிபடுபவர், வளமான இந்நிலவுலகில் நீண்டநாள் வாழும் பேறு பெறுவர்.

1548. அடல்மலி படைஅரி அயனொடும்
அறிவுஅரி யதுஒர்அழல் மலிதரு
சுடர்உரு வொடுநிகழ் தரஅவர்
வெருவொடு துதிஅது செயஎதிர்
விடமலி களநுதல் அமர்கண
துஉடைஉரு வெளிபடும் அவன்நகர்
திடமதில் பொழில்எழில் சிவபுரம்
நின்னபவர் வழிபுவி திகழுமே (9)

அருஞ்சொற்பொருள்:

அடல்மலிபடை - வலிமை மிக்க சக்கரப்படை. அரி - திருமால். அயன் - பிரமன். அழல் மலி தருசுடர் - நெருப்பு மலிந்த சுடர். வெரு - அச்சம். விடம் மலி களம் - நஞ்சு தங்கிய கண்டம். நுதல் அமர் கணது - நெற்றியில் பொருந்திய கண் அது. கணது - (கண் + அது). நுதல் - நெற்றி. திடமதில் - வலிய மதில்.

பொழிப்புரை:

வலிமை பொருந்திய சக்கரப்படை உடைய திருமாலும், பிரமனும், அறிதற்கு அருமை உடைய (அறிய முடியாத) நெருப்பு உருவம் தாங்கிய ஒருசுடராக நிற்க, அதுகண்டு அவர் இருவரும் அஞ்சி வழிபாடு செய்ய, நீலகண்டமும் நெற்றியில் கண்ணும் கொண்டு வெளிப்பட்ட சிவபெருமான் எழுந்தருளி இருக்கும் தலம் சிவபுரம். அதனை நினைந்து வழிபடுபவர், இட்ட கட்டளையை ஏற்று, உலகம் அவர்வழியில் நடக்கும்.

1549. **குணம்அறி வுகள்நிலை இலபொருள்**
உரைமரு வியபொருள் களும்இல
திணம்எனும் அவரொடு செதுமதி
மிகுசம ணருமலி தமதுகை
உணல்உடை யவர்உணர்வு அருபரன்
உறைதரு பதிஉல கினில்நல
கணம்மரு வியசிவ புரம்நினை
பவர்எழில் உருஉடை யவர்களே (10)

அருஞ்சொற்பொருள்:

நிலைஇல - நிலை இல்லாதன. திணம் - திண்ணம். செதுமதி - குற்றமுள்ள அறிவு. கைஉணல் - கையில் உணவை வாங்கி உண்ணுதல். உணர்வு அரு பரன் - உணர்வில் எழுந்தருளாத மேலானவன். நலகணம் - நல்லவர் கூட்டம்.

பொழிப்புரை:

குணங்களும் அறிவும் நிலைஇல்லாதன; உலகில் காணப்படும் பொருள்களும், சொல்லுக்குரிய பொருள்களும், அவ்வாறே நிலை இல்லாதன; இதுஉறுதி என்று கணபங்க வாதம் பேசும் கெடுமதியினராகிய கையில் உணவினை வாங்கி உண்ணும் சமணரும், பௌத்தரும், உணர்தற்கு அருமை உடைய (உணர முடியாத) மேலான பொருளாய் விளங்கும் சிவபெருமான் எழுந்தருளி இருக்கும் தலம், இந்நிலவுலகில் நல்லவர் பலரும் கூடிவாழும் சிவபுரம் ஆகும். அத்தலத்தை நினைந்து வழிபடுபவர், உருவஅழகு பொலிய வாழ்வர்.

1550. **திகழ்சிவ புரநகர் மருவிய**
சிவனடி இணைபணி சிரபுர
நகர்இறை தமிழ்விர கனதுஉரை
நலம்மலி ஒருபது நவில்பவர்

நிகழ்குலம் நிலநிறை திருஉரு
 நிகர்இல கொடைமிகு சயமகள்
புகழ்புவி வளர்வழி அடிமையின்
 மிகைபுணர் தரநலம் மிகுவரே (11)

அருஞ்சொற்பொருள்:

சிவபுரநகர் இறை - சீர்காழித் தலைவன். ஒருபது - ஒருபத்து. (குலம், நிறைதிரு, திருஉரு, நிகர்இல கொடை, மிகுசயம், புகழ், புவி வளர் வழி, அடிமை மிகை ஆகிய நலங்கள் பெறுவர்).

பொழிப்புரை:

புகழோடு விளங்கும் சிவபுர நகரில் எழுந்தருளி இருக்கும் சிவபெருமானது திருவடி இணையை வழிபடுபவனும், சீர்காழி நகருக்குத் தலைவனும், தமிழ்விரகனும், ஆகிய ஞானசம்பந்தன் உரைத்த நன்மைமிகு பாடல் பத்தினையும் பாடி வழிபடுபவர், குலம், நிலம், நிறைந்த செல்வம், அழகிய உருவம், ஒப்பற்ற கொடைத் தன்மை, மிகுந்த வெற்றி, தொடரும் சந்ததி, அடியார் என்னும் பெருமிதம் என எல்லா நலமும் உண்டாகுமாறு இந்நிலவுலகில் வாழ்வர்.

திருச்சிற்றம்பலம்

144

திருச்சிவபுரம்

திருமுறை 1 - 112 திருஞான - 404

பண்: வியாழக்குறிஞ்சி

1551. இன்குரல் இசைகெழும் யாழ்முரலத்
    தன்கரம் மருவிய சதுரன்நகர்
    பொன்கரை பொருபழங் காவிரியின்
    தென்கரை மருவிய சிவபுரமே   (1)

அருஞ்சொற்பொருள்:

முரல - ஒலிக்க. கரம் - கை. சதுரன் - சதுரப்பாடு உடையவன். பொன்கரை - அழகிய கரை. பழங்காவிரி - அரிசிலாற்றுக்கு இப்படி ஒருபெயர் உண்டு.

பொழிப்புரை:

இனிய குரலில் இசை எழுப்பும் யாழினைத் தன் கையில் ஏந்தி இருக்கும் சதுரப்பாடு உடைய சிவபெருமான் எழுந்தருளி இருக்கும் நகர், அழகிய கரையில் அலையானது வந்து மோதும் பழங்காவிரியின் (அரிசிலாற்றின்) தென்கரையில் அமைந்துள்ள சிவபுரமே ஆகும்.

1552. அன்றுஅடல் காலனைப் பாலனுக்காய்ப்
    பொன்றிட உதைசெய்த புனிதன்நகர்
    வென்றிகொள் எயிற்றுவெண் பன்றிமுன்னாள்
    சென்றுஅடி வீழ்தரும் சிவபுரம்   (2)

அருஞ்சொற்பொருள்:

அடல் - வலிமை. காலன் - இயமன். பாலன் - மார்க்கண்டேயன். பொன்ற - அழிய. புனிதன் - தூயவன். எயிறு - கொம்பு.

பொழிப்புரை:

மார்க்கண்டேயனுக்காக அன்று இயமன் வலிஇழிந்து அழிய உதைத்த தூயவன் (மலமற்றவன்) எழுந்தருளி இருக்கும் நகரம், முன்னாளில் திருமால் வெண்பன்றியாய் உருவம்தாங்கித் தன்கொம்பினில் பூமியைக் கடலிலிருந்து மீட்டு, சிவபெருமானது திருவடியில் விழுந்து வழிபட்ட சிவபுரமே ஆகும்.

1553. மலைமகள் மறுகிட மதகரியைக்
    கொலைமல்க உரிசெய்த குழகன்நகர்
    அலைமல்கும் அரிசிலின் அதன்அயலே
    சிலைமல்கும் மதிள்அணி சிவபுரமே   (3)

அருஞ்சொற்பொருள்:

மறுக - அஞ்ச. மதகரி - மதயானை. குழகன் - இளமை உடையவன். சிலை மல்கு மதிள் - மலை போன்ற பெரிய மதில்.

பொழிப்புரை:

மலைமகளாகிய பார்வதி அஞ்சுமாறு, மதயானையைக் கொன்று, அதன் தோலை உரித்த இளமை உடையவன் எழுந்தருளி இருக்கும் நகரம், அலைவீசும் நீர்ப்பெருக்கு உடைய அரிசிலாற்றின் கரையில் உள்ள மலைபோன்ற பெரிய மதில்கள் உடைய அழகிய சிவபுரமே ஆகும்.

1554. மண்புனல் அனலொடு மாருதமும்
    விண்புனை மருவிய விகிர்தன்நகர்
    பண்புனை குரல்வழி வண்டுகிண்டிச்
    செண்பகம் மலர்பொழில் சிவபுரமே   (4)

அருஞ்சொற்பொருள்:

பண்புனை குரல் - இசை பாடும் குரல். கிண்டி - கிளறி. பொழில் - சோலை.

பொழிப்புரை:

நிலம், நீர், நெருப்பு, காற்று, ஆகாயம் என ஐம்பூதங்களாக விளங்கும் பலமாறுபாடுகள் உடையவன் எழுந்தருளி இருக்கும் நகர், இசை எழுப்பும் குரல் உடைய வண்டு கிளறுவதால் செண்பகம் மலரும் சோலை வளமுள்ள சிவபுரமே ஆகும்.

வீ.சிவஞானம்

1555. வீறுநன்கு உடையவள் மேனிபாகம்
கூறுநன்கு உடையவன் குளிர்நகர்தான்
நாறுநன் குரவிரி வண்டுகிண்டித்
தேறல்உண்டு எழுதரும் சிவபுரமே (5)

அருஞ்சொற்பொருள்:

வீறு - பெருமை. குர - குரா. தேறல் - தேன்.

பொழிப்புரை:

பெருமை மிக உடையவளாகிய உமாதேவியை உடம்பில் பாகமாகக் கொண்டவன் எழுந்தருளி இருக்கும் குளிர்ந்த நகரம், மணமுள்ள நல்ல குரா மலர் மலருமாறு வண்டு கிண்டி, அதன் தேனை உண்ணும் சிவபுரமே ஆகும்.

1556. மாறுஎதிர் வருதிரி புரம்எரித்து
நீறுஅது ஆக்கிய நிமலன்நகர்
நாறுஉடை நடுபவர் உழவரொடும்
சேறுஉடை வயல்அணி சிவபுரமே (6)

அருஞ்சொற்பொருள்:

மாறு - பகை. திரிபுரம் - முப்புரம். நீறு - சாம்பல். நிமலன் - மலமற்றவன். நாறு - நாற்று.

பொழிப்புரை:

பகை கொண்டு எதிர்த்த அசுரர்களது, முப்புரம் தீப்பற்றி எரிந்து, சாம்பல் ஆகுமாறு செய்த மலமற்றவன் எழுந்தருளி இருக்கும் நகர், சேறு நிரம்பிய வயல்களில் உழவர்கள் நாற்று நடுகின்ற வளமான அழகிய சிவபுரமே ஆகும்.

1557. ஆவில்ஐந்து அமர்ந்தவன் அரிவையொடு
மேவிநன்கு இருந்ததுஓர் வியன்நகர்தான்
பூவில்வண்டு அமர்தரு பொய்கைஅன்னச்
சேவல்தன் பெடைபுல்கு சிவபுரமே (7)

அருஞ்சொற்பொருள்:

ஆவில்ஐந்து - பசுவிடமிருந்து கிடைக்கும் ஐந்து பொருள்கள் (பால், தயிர், நெய், கோநீர், கோமயம்). அரிவை - பெண் (உமாதேவி). வியன்நகர் - இடமகன்ற நகரம். சேவல் - ஆண். பெடை - பெண். புல்கு - தழுவுகின்ற.

பொழிப்புரை:

பசுவிடமிருந்து கிடைக்கும் ஐந்து பொருள்களை விரும்பும் சிவபெருமான் உமாதேவியோடு சேர்ந்து எழுந்தருளி இருக்கும் இடமகன்ற பெரிய நகரம், பூவில் வண்டு அமர்ந்திருப்பதும் பொய்கையில் ஆண்அன்னம் தன்பெண் அன்னத்தோடு கூடி முயங்குவதும் ஆகிய சிவபுரமே ஆகும்.

1558. **எழில்மலை எடுத்தவல் இராவணன்தன்**
முழுவலி அடக்கிய முதல்வன்நகர்
விழவினில் எடுத்தவெண் கொடிமிடைந்து
கெழுமுகில் அடுக்கும்வண் சிவபுரமே (8)

அருஞ்சொற்பொருள்:

எழில்மலை - அழகியமலை (கயிலை). வலி - வலிமை. விழவு - திருவிழா. செழுமுகில் - செழித்த மேகம் (மழை மேகம்).

பொழிப்புரை:

அழகிய கயிலைமலையை எடுத்த வலிமை பொருந்திய இராவணனது வலிமை முழுவதையும் அடக்கிய முதல்வன் எழுந்தருளி இருக்கும் நகரம், திருவிழாவில் கட்டப்பட்ட வெண்கொடிகளும் மழை மேகங்களும் சூழ்ந்து காணப்படும் வளமான சிவபுரமே ஆகும்.

1559. **சங்குஅள வியகையன் சதுர்முகனும்**
அங்குஅளவு அறிவுஅரி யவன்நகர்தான்
கங்குலும் பறவைகள் கமுகுதொறும்
செங்கனி நுகர்தரு சிவபுரமே (9)

அருஞ்சொற்பொருள்:

சங்கு - பாஞ்சசன்னியம் என்னும் சங்கு. அளவிய - கலந்த (பொருந்திய). சதுர்முகன் - நான்முகன். கங்குல் - இரவு. கமுகு - பாக்குமரம்.

பொழிப்புரை:

சங்கு ஏந்திய கை உடைய திருமாலும், நான்முகனும் தேடியும் அளவு அறிய முடியாதவன் எழுந்தருளி இருக்கும் நகர், இரவு நேரங்களிலும் பறவைகள் பாக்கு மரங்களில் அமர்ந்து அதன் பழங்களைச் சுவைக்கும் சிவபுரமே ஆகும்.

1560. மண்டையில் குண்டிகை மாசுதரும்
மிண்டரை விலக்கிய விமலன்நகர்
பண்டுஅமர் தருபழம் காவிரியின்
தெண்டிரை பொருதுஎழு சிவபுரமே (10)

அருஞ்சொற்பொருள்:

மண்டை - உண்கலம். குண்டிகை - கமண்டலம். மிண்டர் - முரடர். தெண்திரை - தெளிந்த அலை.

பொழிப்புரை:

மண்டை என்னும் உண்கலனும் கமண்டலமும் ஏந்தித் திரியும் குளிக்காமையால் அழுக்கு ஏறிய உடல்உடைய முரடர்களாகிய சமணர்களை விலக்கியே வைத்திருக்கும் மலமற்றவன் எழுந்தருளி இருக்கும் நகரம், முன்னமே உள்ள பழங்காவிரி என்னும் பெயருடைய அரிசிலாற்றின் தெளிந்த நீர் அலையானது வந்து மோதும் கரைஉடைய சிவபுரமே ஆகும்.

1561. சிவன்உறை தருசிவ புரநகரைக்
கவுணியர் குலபதி காழியர்கோன்
தவமல்கு தமிழ்இவை சொல்லவல்லார்
நவமொடு சிவகதி நண்ணுவரே (11)

அருஞ்சொற்பொருள்:

நவம் - புதுமை. நண்ணுவர் - பெறுவர்.

பொழிப்புரை:

சிவபெருமான் எழுந்தருளி இருக்கின்ற சிவபுரநகரின்மீது, கவுணியர் குலத் தலைவனும் காழிநகர் அரசனும் ஆகிய ஞானசம்பந்தன் பாடிய தவம் நல்கும் தமிழ்ப்பாடல்கள் ஆகிய இவற்றைச் சொல்லி வழிபட வல்லவர், பல புதுமைகளும் சிவகதியும் அடையப் பெறுவர்.

திருச்சிற்றம்பலம்

145

திருச்சிவபுரம்

திருமுறை 1 - 125 திருஞான - 404

திருவிராகம்
பண்: வியாழக்குறிஞ்சி

1562. கலைமலி அகல்அல்குல் அரிவைதன் உருவினன்
 முலைமலி தருதிரு உருவம்அது உடையவன்
 சிலைமலி மதில்பொதி சிவபுர நகர்தொழ
 இலைநலி வினைஇரு மையும்இடர் கெடுமே   (1)

அருஞ்சொற்பொருள்:

கலை - ஆடை. சிலை மலி மதில் - மலை போன்ற பெரிய மதில். இலை - இல்லை. நலி வினை - துன்பம் செய்யும் வினை. இருமை - இம்மை, மறுமை. இடர் - துன்பம்.

பொழிப்புரை:

ஆடையால் மறைக்கப்பட்ட அகன்ற அல்குல் உடைய உமாதேவியை தன்உருவில் கொண்டவன்; முலையுடன் கூடிய திருமேனி ஒருபுறம் உடையவன்; அவன் எழுந்தருளி இருக்கும் மலைபோன்ற பெரிய மதில் சூழ்ந்த சிவபுரநகரைத் தொழ, நம்மைத் துன்புறுத்தும் வினை இல்லை ஆகும்; இப்பிறப்பு மறுபிறப்பு என இருமைக்கான துன்பங்களும் கெடும்.

1563. படர்ஒளி சடையினன் விடையினன் மதில்அவை
 சுடர்எரி கொளுவிய சிவன்அவன் உறைபதி
 திடல்இடு புனல்வயல் சிவபுரம் அடையநம்
 இடர்கெடும் உயர்கதி பெறுவது திடனே   (2)

அருஞ்சொற்பொருள்:

மதில் - மும்மதில் (முப்புரம்). கொளுவிய - கொளுத்திய (எரித்த). திடல் - திட்டு. திடன் - உறுதி.

பொழிப்புரை:

ஒளி விளங்கும் சடாமுடி உடையவன்; இடப ஊர்தி உடையவன்; முப்புரத்தைத் தீயிட்டுப் பொசுக்கியவன்; சிவபெருமான்; அவன் எழுந்தருளி இருக்கும் தலம்; திட்டுகள் உடையதும் நீரால் சூழப் பட்டதும் ஆகிய வயல்வளம் உடைய சிவபுரம் ஆகும். அந்நகரை அடைந்து, அத்தலத்து இறைவரை வழிபட நம்முடைய துன்பங்கள் தீரும்; உயர்கதி பெறுவதும் உறுதி ஆகும்.

1564. **வரைதிரி தரஅரவு அகடுஅழல் எழவரு**
நுரைதரு கடல்விடம் நுகர்பவன் எழில்திகழ்
திரைபொரு புனல்அரி சில்அதுஅடை சிவபுரம்
உரைதரும் அடியவர் உயர்கதி யினரே (3)

அருஞ்சொற்பொருள்:

வரை திரிதர - மந்திரமலை சுற்ற. அரவு - வாசுகி என்னும் பாம்பு. அகடு - நடு. அழல் எழ வரு நுரைதரு கடல்விடம் - நெருப்பினைக் கக்கும் அளவு சூடுபொருந்திய நுரையுடன் பாற்கடலில் இருந்து வெளிப்பட்ட ஆலகால விடம். திரை பொரும் புனல் - அலைவீசும் நீர். உரைதரும் அடியவர் - புகழ்ந்து பேசும் அடியார்.

பொழிப்புரை:

மந்திர மலையை நடுவில் மத்தாக நிறுத்தி, வாசுகி என்ற பாம்பை நாணாக்கி, தேவர்களும் அசுரர்களும் கூடி திருப்பாற்கடலைக் கடைய, நெருப்புபோல் சுடும் ஆலகால விடத்தை வாசுகி உமிழ, அதனை எடுத்து உண்டவன், எழுந்தருளி இருப்பது, அலைவீசி ஓடிவரும் நீர்ப்பெருக்கு உடைய அரிசில் ஆற்றின் கரையில் உள்ள சிவபுரம் என்னும் தலத்தில் ஆகும். அத்தலத்தை வழிபட்டு, அதன் பெருமை பேசும் அடியார் உயர்ந்த சிவகதி அடைவர்.

1565. **துணிவுஉடை யவர்சுடு பொடியினர் உடல்அடு**
பிணிஅடை விலர்பிற வியும்அற விசுறுவர்
தணிவுஉடை யவர்பயில் சிவபுரம் மறுவிய
மணிமிட றனதுஅடி இணைதொழும் அவரே (4)

அருஞ்சொற்பொருள்:

உடல் அடு பிணி - உடலை வருத்துகின்ற நோய். விசுறுவர் - வீசுவர் (நீங்குவர்). தணிவு - பணிவு. மணி - நீலமணி.

பொழிப்புரை:

பணிவு உடைய தொண்டர்கள் பயிலும் சிவபுரம் நகரில் எழுந்தருளி இருக்கும் நீலமணி போன்ற கண்டம் உடையவனது இணையான திருவடிகளை வணங்குபவர், துணிவு உடையவர்; திருநீற்றைப் பூசி இருப்பவர்; உடலை வருத்தும் நோய் வந்து அடையப் பெறாதவர்; பிறவிப்பிணியும் நீங்குமாறு வீசி எறிபவர்.

1566. மறையவன் மதியவன் மலையவன் நிலையவன்
 நிறையவன் உமையவள் மகிழ்நடம் நவில்பவன்
 இறையவன் இமையவர் பணிகொடு சிவபுரம்
 உறைவுஎன உடையவன் எமைஉடை யவனே (5)

அருஞ்சொற்பொருள்:

நடம் நவில்பவன் - நடனம் ஆடுபவன். இறையவன் - தங்குபவன். இமையவர் - தேவர். பணி - ஏவல். உறைவு - உறைவிடம்.

பொழிப்புரை:

தேவர்கள் ஏவல்செய்ய சிவபுரத்தில் எழுந்தருளி இருக்கும் எம்மை அடிமை கொண்ட இறைவன், வேதங்களை உலகுக்குச் சொன்னவன்; பிறைச்சந்திரனைச் சூடிஇருப்பவன்; கயிலை மலைக்கு உரிமை உடையவன்; நிலைத்த தன்மை உடையவன்; எங்கும் நீக்கமற நிறைந்திருப்பவன்; உமாதேவி மகிழுமாறு நடனம் ஆடுபவன்; அடியார்களது மனங்களில் தங்கி இருப்பவன்.

1567. முதிர்சடை இளமதி நதிபுனல் பதிவுசெய்து
 அதிர்கழல் ஒலிசெய அருநடம் நவில்பவன்
 எதிர்பவர் புரம்எய்த இணைஇலி அணைபதி
 சதிர்பெறும் உளம்உடை யவர்சிவ புரமே (6)

அருஞ்சொற்பொருள்:

எதிர்பவர் - பகைவர். இணைஇலி - ஒப்பற்றவன். சதிர் - சாமர்த்தியம்.

பொழிப்புரை:

முதிர்ந்த சடையில் பிறைச்சந்திரன், கங்கைநீர் ஆகியவற்றைப் பொருந்த வைத்து, வீரக்கழல் ஒலிக்க, நடனம் ஆடுபவன்; பகைத்தவரது முப்புரத்தை எரித்து அழித்தவன்; ஒப்பற்றவன்; அவன் எழுந்தருளி இருக்கும் தலம், திறமையான மனம் உடைய அடியவர் கூடும் சிவபுரமே ஆகும்.

1568. வடிவுஉடை மலைமகள் சலமகள் உடன்அமர்
பொடிபடும் உழைஅதள் பொலிதிரு உருவினன்
செடிபடு பலிதிரி சிவன்உறை சிவபுரம்
அடைதரும் அடியவர் அருவினை இலரே (7)

அருஞ்சொற்பொருள்:

சலமகள் - கங்கை. உழைஅதள் - மான்தோல். செடிபடுபலி - முடைநாற்றம் வீசும் மண்டை ஓட்டில் ஏற்கும் பிச்சை.

பொழிப்புரை:

உருவ அழகில் சிறந்து விளங்கும் இமயமலை அரசனது மகளாகிய பார்வதி, நீர்மகள் எனப்படும் கங்கை, ஆகிய இருவரையும் உடன்கொண்டு விளங்கும் உரித்த மானின் தோலை உடுத்தி இருக்கும் தோற்றமுடன், முடைநாற்றம் வீசும் மண்டை ஓட்டைக் கையில் ஏந்தி, பிச்சை ஏற்கச் சுற்றித்திரியும் சிவபெருமான் எழுந்தருளி இருக்கும் சிவபுர நகரைச் சென்றுசேர்ந்து, வழிபடும் அடியவர், அரியவினைகள் இல்லாதவர் ஆவர்.

1569. கரம்இரு பதும்முடி ஒருபதும் உடையவன்
உரம்நெரி தரவரை அடர்வுசெய் தவன்உறை
பரன்என அடியவர் பணிதரு சிவபுரம்
நகர்அது புகுதல்நம் உயர்கதி அதுவே (8)

அருஞ்சொற்பொருள்:

கரம் - கை. முடி - தலை. பது - பத்து. உரம் - மார்பு (உடல்). வரை - மலை.

பொழிப்புரை:

இருபது கைகளும் பத்துத் தலைகளும் உடைய இராவணனது உடல் நெரிபடுமாறு கயிலை மலையை ஊன்றியவனும், 'மேலான பொருள்

இவனே' என்று அடியார்களால் வழிபடப்படுபவனும் ஆகிய சிவபெருமான் எழுந்தருளி இருக்கும் சிவபுர நகரைச் சென்று அடைதலே உயர்கதி பெறுவதற்கான வழியாகும்.

1570. **அன்றுஇயல் உருவுகொள் அரிஅயன் எனும்அவர்**
சென்றுஅள விடல்அரி யவன்உறை சிவபுரம்
என்றுஇரு பொழுதுமுன் வழிபடும் அவர்துயர்
ஒன்றிலர் புகழொடும் உடையர்இவ் வுலகே (9)

அருஞ்சொற்பொருள்:

அன்றியல் உரு - மாறுபட்ட உருவம். கொள் அரி அயன் - கொண்ட திருமாலும் பிரமனும். இருபொழுது - காலை மாலை.

பொழிப்புரை:

(தங்களின் உண்மை உருவைக் கைவிட்டு) மாறுபட்ட உருவங்கள் கொண்டு (பன்றி, அன்னம்) திருமாலும் பிரமனும் ஆகிய இருவரும் தேடிய, அளவிட்டு அறிய முடியாத தன்மையில் விளங்கியவன் எழுந்தருளி இருக்கும் சிவபுரத்தைக் காலை மாலை என இரு பொழுதுகளிலும் வழிபடுபவர்கள், துன்பம் ஒன்றும் இலராவர்; இவ்வுலகில் வாழுங்காலத்தே புகழும் பெறுவர்.

1571. **புத்தரொடு அமணர்கள் அறவுரை புறவுரை**
வித்தகம் மொழிகில விடைஉடை அடிகள்தம்
இத்தவம் முயல்வுறில் இறைவன சிவபுரம்
மெய்த்தக வழிபடல் விழுமிய குணமே (10)

அருஞ்சொற்பொருள்:

புறவுரை - அறத்துக்குப் புறம்பான உரை. வித்தகம் - மெய்ஞ் ஞானம். மெய்த்தக - உண்மையாக. விழுமிய - சிறந்த.

பொழிப்புரை:

புத்தகர்களும் சமணர்களும் அறவுரை என்று கூறுவன அறத்துக்குப் புறம்பான உரைகளே ஆகும். அவை மெய்ஞ்ஞானம் குறித்து ஒன்றும் கூறுவதுஇல்லை. சிவபுரத்தில் எழுந்தருளி இருக்கும் இடப ஊர்தி உடைய இறைவனை வழிபடும் உண்மைத் தவம் உடையவராயின், அவரே உயர்ந்த குணம் உடையவர் என்று அறிவீராக!

1572. புந்தியர் மறைநவில் புகலிமன் ஞானசம்
 பந்தன தமிழ்கொடு சிவபுர நகர்உறை
 எந்தையை உரைசெய்த இசைமொழி பவர்வினை
 சிந்திமுன் உறஉயர் கதிபெறு வர்களே (11)

அருஞ்சொற்பொருள்:

புந்தியர் - புத்தி உடையவர். வினை சிந்தி - வினை அழிந்து.

பொழிப்புரை:

நல்லறிவு உடையவரும் வேதம் சொல்பவரும் ஆகிய அந்தணர்கள் கூடிவாழும் புகலிநகரைச் சேர்ந்த ஞானசம்பந்தன், தமிழ்ப்பாமாலை கொண்டு, சிவபுர நகரில் உறையும் தந்தையை (இறைவனை)ப் புகழ்ந்து பாடிய இசைப்பாடல்களை இசையோடு பாடி வழிபடுபவரது வினைகள் அழியும்; அவர் உயர்கதி என்னும் சிவகதி பெறுவர்.

திருச்சிற்றம்பலம்

146

திருக்குடமூக்கு

பதிக வரலாறு:

சிவபுரம் வழிபட்ட சிவக்கன்று, திருக்குடமூக்கு நோக்கி எழுந்தருள, அத்தலத்து அடியார்கள் எதிர்வழிபாடு செய்து, தலத்தினுள் அழைத்துச் செல்ல, "குடமூக்கு உவந்து இருந்த பெருமான் எம்இறை" என்னும் கருத்துபட இப்பதிகத்தைப் பாடி வழிபடுகின்றார்.

தல வரலாறு:

ஒரு பிரளய காலத்தில் சிவபெருமான் எல்லா உயிர்களையும் ஒரு குடத்தில் அடைக்க, அக்குடம் நீரில் மிதக்க, அக்குடத்தின் மூக்கு இருந்த இடம், குடமூக்கு எனப்பட்டது. திருமால் பூசித்த தலம். சித்திரை மாதத்தில் ஏழூர்ப் பெருந்திருவிழா நடைபெறும். இங்குள்ள மகாமகத் தீர்த்தம், தன்னில் மூழ்கினவரது பாவங்களைப் போக்கும் ஆற்றல் உடையது. கங்கை முதலிய ஏழு பெரும் தீர்த்த மாதர்களும் இக்குளத்தில் நீராடுவதாக ஐதீகம்.

சுவாமி	:	கும்பேசுவரர்
அம்மை	:	மங்களாம்பிகை
தல மரம்	:	வன்னி
தீர்த்தம்	:	மகாமககுளம்

திருமுறை 3 - 317   திருஞான - 407

பண்: பஞ்சமம்

1573. அரவிரி கோடல்நீடல் அணி காவிரி
    ஆற்றுஅயலே
மரவிரி போதுமௌவல் மண மல்லிகை
    கள்அவிழும்

குரவிரி சோலைசூழ்ந்த குழ கன்குட
மூக்குஇடமா
இரவிரி திங்கள்சூடி இருந் தான்அவன்
எம்இறையே (1)

அருஞ்சொற்பொருள்:

அர - (அரா) பாம்பு. கோடல் - காந்தள். மர - மராமரங்கள். மௌவல் - முல்லை. குர - குராமரங்கள். குடமூக்கு - கும்பகோணம். இர - இரா (இரவு).

பொழிப்புரை:

அழகிய காவிரி ஆற்றின் அருகில், பாம்புபோல் நீண்ட தண்டில் பூத்திருக்கும் காந்தள் மலர்கள், மராமரத்தில் பூத்திருக்கும் மலர்கள், முல்லை மலர்கள், மணமுள்ள மல்லிகை மலர்கள், குராமரத்தில் மலர்ந்துள்ள மலர்கள், என இவற்றிலிருந்து தேன் சொரியும் சோலைகளால் சூழப்பட்ட கும்பகோணம் என்னும் தலத்தை இடமாகக் கொண்டு, இரவில் ஒளி உமிழும் சந்திரனைச் சடையில் சூடிய, எப்பொழுதும் இளமை மாறாத, எம் இறைவன் எழுந்தருளி இருக்கிறான்.

1574. ஓத்துஅர வங்களோடும் ஒலி காவிரி
ஆர்த்துஅயலே
பூத்துஅர வங்களோடும் புகை கொண்டுஅடி
போற்றிநல்ல
கூத்துஅர வங்கள்ஓவாக் குழ கன்குட
மூக்குஇடமா
ஏத்துஅர வங்கள்செய்ய இருந் தான்அவன்
எம்இறையே (2)

அருஞ்சொற்பொருள்:

ஓத்து - வேதம். ஆர்த்து - ஆரவாரம் செய்து. அரவம் - சிவசிவ என்றும் அரஅர என்றும் எழுப்பும் ஒலி. ஓவா - நீங்காத. ஏத்து அரவம் - புகழ்ந்து பாடும் ஒலி.

பொழிப்புரை:

ஆரவாரம் செய்து ஓடிவரும் காவிரியின் அருகில் உள்ள கும்ப கோணத்தில், வேதம் ஓதுகின்ற ஒலியும், தீப தூபம் காட்டி மலர்தூவி வழிபடும்போது எழுகின்ற ஒலியும், போற்றிப் பலவாறாகப் பாடி

வழிபடுவதால் எழுகின்ற ஒலியும், நல்ல கதைக் கரு உள்ள நாடகங்கள் நடைபெறுகின்ற ஒலியும், எழ எம்பெருமான் இனிதே எழுந்தருளி இருக்கின்றான்.

1575. மயில்பெடை புல்கிஆல மணல் மேல்மட
        அன்னம்மல்கும்
பயில்பெடை வண்டுபண்செய் பழம் காவிரிப்பைம்
        பொழில்வாய்க்
குயில்பெடை யோடுபாடல் உடை யான்குட
        மூக்குஇடமா
இயலொடு வானம்ஏத்த இருந் தான்அவன்
        எம்இறையே   (3)

அருஞ்சொற்பொருள்:

மயில்பெடை - பெண்மயில். புல்கி - தழுவி. ஆல - ஆட. மடஅன்னம் - இளம்அன்னம். மல்கும் - நிறைந்திருக்கும். பயில் - தங்கியுள்ள. இயலொடு - முறைப்படி. வானம் - வானஉலகத்தவர்.

பொழிப்புரை:

பெண்மயில் அருகில் இருக்க, ஆண் மயில் தோகை விரித்து ஆடுவதும், மணல் திட்டுகளில் இளமைஉடைய ஆண்அன்னம் பெண் அன்னத்தோடு கூடி நிறைந்திருப்பதும், வண்டுகள் இசை பாடுவதும், ஆண்குயில் பெண் குயிலோடு சேர்ந்து கூவுவதும், ஆகிய பசிய சோலையானது அமைந்திருக்கும் காவிரிக்கரையின் அருகில்உள்ள கும்பகோணத்தில் தேவர்கள் முறைப்படி வந்து வழிபட எழுந்தருளி இருக்கும் இறைவனே, எமது இறைவன் ஆவான்.

1576. மிக்குஅரை தாழவேங்கை உரி ஆர்த்துஉமை
        யாள்வெருவ
அக்குஅரவு ஆமைஏனம் மருப் போடுஅவை
        பூண்டுஅழகார்
கொக்கரை யோடுபாடல் உடை யான்குட
        மூக்குஇடமா
எக்கரை யாரும்ஏத்த இருந் தான்அவன்
        எம்இறையே   (4)

அருஞ்சொற்பொருள்:

அரை - இடுப்பு. வேங்கைஉரி - வேங்கையின் தோல். ஆர்த்து - கட்டி. வெருவ - அஞ்ச. அக்கு - எலும்பு. அரவு - பாம்பு. ஆமை - ஆமைஓடு. ஏனம் மருப்பு - பன்றிக்கொம்பு. கொக்கரை - ஒருவாத்தியம். கரை - தீவு. ஏத்த - போற்றி வழிபட.

பொழிப்புரை:

உமாதேவி அஞ்சுமாறு வேங்கையின் தோலை உரித்து இடையில் உடையாக உடுத்தவனும்; எலும்பு, பாம்பு, ஆமைஓடு, பன்றிக்கொம்பு ஆகியவற்றை அழகிய அணிகலன்களாக அணிந்திருப்பவனும்; கொக்கரை என்னும் வாத்தியம் ஒலிக்க பாடலும் ஆடலும் உடையவனும்; கும்பகோணம் என்னும் தலத்தை இடமாகக் கொண்டு எழுந்தருளி இருப்பவனும்; எல்லா தீவுகளிலும் உள்ளோர் வந்து வழிபாடு செய்ய உள்ளவனும்; என்றும் இளமை மாறாதவனும்; ஆகியவனே எமது இறைவன் ஆவன்.

1577. வடிவுஉடை வாள்தடம்கண் உமை அஞ்சஓர்
வாரணத்தைப்
பொடிஅணி மேனிமூட உரி கொண்டவன்
புன்சடையான்
கொடிநெடு மாடம்ஓங்கும் குழ கன்குட
மூக்குஇடமா
இடிபடு வானம்ஏத்த இருந் தான்அவன்
எம்இறையே (5)

அருஞ்சொற்பொருள்:

வடிவு - உருவ அழகு. வாள் - ஒளி. தடம் - இடமகன்ற (பெரிய). வாரணம் - யானை. பொடி - திருநீறு. உரி - தோல். இடிபடு வானம் - இடித்தலைச் செய்யும் மேகம் தவழும் வானம். (இங்கு வானஉலகில் உள்ள தேவர்களைக் குறித்தது).

பொழிப்புரை:

உருவ அழகும் ஒளி பொருந்திய மதர்த்த கண்ணும் உடைய உமாதேவி அஞ்சுமாறு யானையின் தோலை உரித்து, திருநீறு பூசிய திருமேனியை அத்தோலால் போர்த்துக் கொண்டவனும்; மெல்லிய

சடை உடையவனும்; கொடிகள் கட்டப்பட்டுள்ள மாளிகைகள் நிறைந்துள்ள கும்பகோணத்தில் எழுந்தருளி இருப்பவனும்; எப்பொழுதும் இளமை மாறாது ஒரே தன்மையாய் இருப்பவனும்; மேல் உள்ள உலகத்துத் தேவர்கள் வாழ்த்த உள்ளவனும்; ஆகிய இறைவனே, எமது இறைவன் ஆவன்.

1578. கழைவளர் கவ்வைமுத்தம் கமழ் காவிரி
    ஆற்றுஅயலே
தழைவளர் மாவின்நல்ல பல வின்கனி
    கள்தங்கும்
குழைவளர் சோலைசூழ்ந்த குழ கன்குட
    மூக்குஇடமா
இழைவளர் மங்கையோடும் இருந் தான்அவன்
    எம்இறையே   (6)

அருஞ்சொற்பொருள்:

கழை - மூங்கில். கவ்வை - ஒலி. இழை - அணிகலன். வளர் மங்கை - அணிந்திருக்கும் பெண் (உமாதேவி).

பொழிப்புரை:

(மலர் முதலியவற்றைத் தள்ளிக் கொண்டு வருவதால்) மணம் கமழும் காவிரி ஆற்றுக்குப் பக்கத்தில் மூங்கிலில் விளைந்த முத்துக்கள் (கையில் எடுக்கக் கலகல என) ஒலி செய்வதும்; தழைகள் மண்டிய மா, பலா முதலிய மரங்களில் பழங்கள் நிறைந்து இருப்பதும்; ஆகிய சோலை சூழ்ந்த கும்பகோணத்தை இடமாகக் கொண்டு, இளமை மாறாத இறைவன் நல்ல ஆபரணங்கள் அணிந்துள்ள உமாதேவியோடு கூடி எழுந்தருளி இருக்கிறான்; அவனே எமது இறைவன் ஆவன்.

1579. மலைமலி மங்கைபாகம் மகிழ்ந் தான்எழில்
    வையம்உய்யச்
சிலைமலி வெங்கணையால் சிதைத் தான்புரம்
    மூன்றினையும்
குலைமலி தண்பலவின் பழம் வீழ்குட
    மூக்குஇடமா
இலைமலி சூலம்ஏந்தி இருந் தான்அவன்
    எம்இறையே   (7)

அருஞ்சொற்பொருள்:

மலைமலி மங்கை - மலைமகள். எழில்வையம் - அழகிய உலகம். சிலை - மலையாகிய வில். குலை - கொத்து. இலை மலி சூலம் - இலை போன்ற தலைப்பகுதி உடைய சூலம்.

பொழிப்புரை:

இந்நிலவுலகம் உய்யும் பொருட்டு மலைமகளை உடம்பில் ஒரு பாகமாக வைத்து மகிழ்ந்தவனும், மேருமலையாகிய வில்லில் வைத்து எய்த கொடிய அம்பினால் முப்புரத்தை அழித்தவனும், கொத்தாகக் காய்த்துப் பழுத்து (பறிப்பார் இன்மையின்) தாமே விழும் பலாப் பழங்களை உடைய கும்பகோணத்தை இடமாகக் கொண்டு எழுந்தருளி இருப்பவனும், இலை போன்ற தலைப்பகுதி உடைய சூலம் ஏந்தி இருப்பவனும், ஆகிய சிவபெருமானே எமது இறைவன் ஆவன்.

1580. **நெடுமுடி பத்துஉடைய நிகழ் வாள்அரக்**
கன்உடலைப்
படும்இடர் கண்டுஅயரப் பரு மால்வரைக்
கீழ்அடர்த்தான்
கொடுமடல் தங்குதெங்கு பழம் வீழ்குட
மூக்குஇடமா
இடுமணல் எக்கர்சூழ இருந் தான்அவன்
எம்இறையே (௪)

அருஞ்சொற்பொருள்:

இடர்கண்டு - துன்பமுற்று. அயர - தளருமாறு. பரு - பெரிய. மால் - பெரிய. பருமால் - மிகப் பெரிய. வரை - மலை. கொடு - வளைந்த. மணல்எக்கர் - மணல்திட்டு.

பொழிப்புரை:

நீண்ட பத்துத் தலைகள் உடைய வாள் ஏந்திய அரக்கன் உடல் துன்பப்படுமாறும் சோர்வடையுமாறும் பெரிய கயிலை மலையை அழுத்தி நசுக்கியவன்; வளைந்த மடல்களுடன் கூடிய தென்னையின் பழம் (நெற்று) முற்றி, பறிப்பார் இன்றித் தானே விழும் கும்ப கோணத்தைத் தம் இருப்பிடமாகக் கொண்டவன்; பல திட்டுகளுடன் கூடிய காவிரி ஆறு பாயும் அந்தப் பகுதியில் எழுந்தருளி இருப்பவன்; அவனே எமது இறைவன் ஆவன்.

1581. ஆர்எரி ஆழியானும் மல ரானும்
     அளப்பரிய
     நீர்இரி புன்சடைமேல் நிரம் பாமதி
     சூடிநல்ல
     கூர்எரி ஆகிநீண்ட குழ கன்குட
     மூக்குஇடமா
     ஈர்உரி கோவணத்தோடு இருந் தான்அவன்
     எம்இறையே   (9)

அருஞ்சொற்பொருள்:

ஆர்எரி ஆழி - நெருப்பு போல் ஒளிரும் சக்கரப்படை. நீர்இரி புன்சடை - கங்கை நீர் வழிந்து ஓடுகின்ற மெல்லிய சடை. நிரம்பா மதி - பிறை. கூர்எரி - மிகுந்த நெருப்புப் பிழம்பு. ஈர்உரி - உரித்த ஈரம் உலராத தோல்.

பொழிப்புரை:

நெருப்பு போல ஒளிரும் சக்கரப்படை உடைய திருமாலும், மலர்மேல் அமரும் பிரமனும், கூடி அளந்து அறிய முடியாத, கங்கை வழிந்து ஓடுகின்ற மெல்லிய சடையில், பிறைச்சந்தரனைச் சூடி நல்ல நெருப்புப் பிழம்பாய் உயர்ந்து நின்றவனும்; எப்பொழுதும் இளமை மாறாது இருப்பவனும்; கும்பகோணத்தைத் தாம் எழுந்தருளும் இடமாகக் கொண்டவனும்; உரித்த ஈரம் உலராத யானையின் தோலை மேலே போர்த்து இடையில் கோவணம் உடுத்தி இருப்பவனும் ஆகிய பெருமானே, எமது இறைவன் ஆவன்.

1582. மூடிய சீவரத்தார் முது மட்டையர்
     மோட்டுஅமணர்
     நாடிய தேவர்எல்லாம் நயந் துஏத்திய
     நன்னலத்தான்
     கூடிய குன்றம்எல்லாம் உடை யான்குட
     மூக்குஇடமா
     ஏடுஅலர் கொன்றைசூடி இருந் தான்அவன்
     எம்இறையே   (10)

அருஞ்சொற்பொருள்:

சீவரம் - துவர்ஆடை. மட்டையர் - மடையர் (அறிவிலிகள்). மோட்டு அமணர் - இறுமாப்பு உடைய சமணத் துறவியர். குன்றம் - குன்றச் செய்யும். ஏடுஅலர் - இதழ் விரிந்த.

பொழிப்புரை:

உடலைக் காவித்துணியால் மூடிஇருக்கும் பௌத்தர், முதிர்ந்த அறியாமையும் இறுமாப்பும் உடைய சமணர், ஆகிய இருவரது சொல்லையும் கேட்க வேண்டா; தேவர்கள் எல்லாம் வந்து போற்றி வணங்கும் நன்மை உடையவனும், உயிர்களிடமுள்ள குற்றங்களைக் குன்றச் செய்பவனும், எல்லாம் உடையவனும், கும்பகோணத்தைத் தங்கும் இடமாகக் கொண்டவனும், இதழ் விரிந்த கொன்றை மலர் சூடி இருப்பவனும், ஆகிய சிவபெருமானே எமது இறைவன் ஆவன்.

1583. **வெண்கொடி மாடம்ஓங்கு விறல் வெங்குரு**
நன்னகரான்
நண்பொடு நின்றசீரான் தமிழ் ஞானசம்
பந்தன்நல்ல
தண்குட மூக்குஅமர்ந்தான் அடி சேர்தமிழ்
பத்தும்வல்லார்
விண்புடை மேல்உலகம் வியப் புஎய்துவர்
வீடுஎளிதே (11)

அருஞ்சொற்பொருள்:

வெங்குரு - சீர்காழி. விண்புடை - வானில்உள்ள. மேல்உலகம் - தேவர் உலகம்.

பொழிப்புரை:

வெண்மை நிறக்கொடிகள் பறக்கும் மாளிகைகள் நிறைந்த சீர்காழி என்னும் நல்ல நகரைச் சேர்ந்த நட்புபாராட்டும் இயல்புடையவனும் தமிழில் வல்லமை உடையவனும் ஆகிய, ஞானசம்பந்தன், நன்மை மிக உடைய, குளிர்ந்த, கும்பகோணத்தில் எழுந்தருளி இருக்கும் பெருமானது திருவடியில் சென்று சேருமாறு பாடிய தமிழ்மாலை பத்தினையும் பாடி வழிபட வல்லவர், விண்ணில்உள்ள தேவர் உலகம் சென்று சேர்வர்; அவர் வீடுபேறு அடைவதும் எளிதாகும்.

திருச்சிற்றம்பலம்

147

திருக்குடந்தைக் காரோணம்

பதிக வரலாறு:

குடமூக்கிலுள்ள கும்பேசுவரரை வழிபட்டுப் பதிகம் பாடிய பிள்ளையார், குடந்தைக் கீழ்க்கோட்டம் வணங்கினர் (பதிகம் கிடைத்திலது). பின்னூர் குடந்தைக் காரோணம் வந்து வழிபட்டு இப்பதிகத்தை அருளுகின்றார்.

தல வரலாறு:

கும்பகோணம் மகாமகக் குளத்தின் கரையில் உள்ள காசி விசுவநாதர் ஆலயமே காரோணம் என்பது. கங்கை முதலிய தீர்த்தமாதர் எழுவரும் பூசித்த தலம். அவர்களது திருவுருவுகள் இக்கோயிலில் இருக்கின்றன. சுவாமி மேற்கு நோக்கி இருந்து, அம்மகளிர் எழுவரையும் மகாமகக் குளத்தில் மூழ்குமாறு செய்வித்தார் என்பது வரலாறு.

சுவாமி : காசி விசுவநாதர்

அம்மை : காசி விசாலாட்சி

திருமுறை 1 - 72 **திருஞான - 410**

பண்: தக்கேசி

1584. வார்ஆர் கொங்கை மாதுஒர்
பாகம் ஆக வார்சடை
நீர்ஆர் கங்கை திங்கள்
சூடி நெற்றி ஒற்றைக்கண்
கூர்ஆர் மழுஒன்று ஏந்தி
அம்தண் குழகன் குடமூக்கில்
கார்ஆர் கண்டத்து எண்தோள்
எந்தை காரோ ணத்தாரே (1)

அருஞ்சொற்பொருள்:

வார் - கச்சு. கொங்கை - முலை. குழகன் - இளமை மாறாது இருப்பவன்.

பொழிப்புரை:

கும்பகோணத்தில் உள்ள காரோணத்தில் எழுந்தருளி இருக்கும் எம் தந்தையாகிய இறைவர், கச்சுஅணிந்த முலை உடைய உமாதேவியை உடம்பின் ஒரு பாகமாகக் கொண்டவர்; நீண்ட சடையில் நீரால் நிரம்பிய கங்கையையும் சந்திரனையும் சூடி இருப்பவர்; நெற்றி மீது கூடுதலாக ஒருகண் உடையவர்; கூரிய மழுப்படை ஒன்றை ஏந்தி இருப்பவர்; அழகும் தண்ணளியும் உடைய இளைஞர்; கருமை நிறக் கண்டமும் எட்டு தோள்களும் கொண்டவர்.

1585. முடிஆர் மன்னர் மடமான்
    விழியார் மூவுலகும்(ம்) ஏத்தும்
படிஆர் பவள வாயார்
    பலரும் பரவிப் பணிந்துஏத்தக்
கொடிஆர் விடையார் மாட
    வீதிக் குடந்தைக் குழகாரும்
கடிஆர் சோலைக் கலவ
    மயிலார் காரோ ணத்தாரே (2)

அருஞ்சொற்பொருள்:

மடமான் - இளம் மான். படி - உலகம். கடி - மணம். கலவ மயில் - தோகை உடைய மயில்.

பொழிப்புரை:

மாளிகைகள் நிறைந்த வீதிகள் உடையதும், தோகை உடைய மயில்கள் நிறைந்ததும், மணமுள்ள சோலை சூழ்ந்ததும், ஆகிய கும்பகோணம் நகரில் காரோணம் திருக்கோயிலில் எழுந்தருளி இருக்கும் எப்பொழுதும் இளமையாய் இருக்கும் இறைவர், முடிமன்னர், மான் போல் மருண்ட பார்வை உடைய தேவ மகளிர், மேல் கீழ் நடு என்னும் மூன்று உலகங்களிலும் வாழ்வோர், நிலஉலகில் வாழும் பவளம் போன்ற சிவந்த உதடுகளுடன் கூடிய மகளிர், என்று பலரும் பணிந்து வணங்குமாறு, இடபம் எழுதிய கொடி உடையவராய் இருக்கின்றார்.

1586. மலைஆர் மங்கை பங்கர்
　　அங்கை அனலர் மடலாரும்
　　குலைஆர் தெங்கு குளிர்கொள்
　　வாழை அழகார் குடமூக்கில்
　　முலைஆர் அணிபொன் முளைவெண்
　　நகையார் மூவா மதியினார்
　　கலைஆர் மொழியார் காதல்
　　செய்யும் காரோ ணத்தாரே   (3)

அருஞ்சொற்பொருள்:

தெங்கு - தென்னை. முளை - மூங்கிலின் முளை. வெண்நகை - வெண்பல். மூவாமதி - பிறைச்சந்திரன் (நெற்றிக்கு உவமை).

பொழிப்புரை:

மடலும் குலையும் உடைய தென்னை மரங்களும் குளிர்ந்த வாழை மரங்களும் நிறைந்து அழகு செய்யும் கும்பகோணம் நகரில் காரோணம் திருக்கோயிலில் எழுந்தருளி இருக்கும் இறைவர், மலைமகள் எனப்படும் பார்வதியை உடம்பில் பாகமாகக் கொண்டவர்; உள்ளங்கையில் அனலை ஏந்தி இருப்பவர்; பொன்னால் ஆன அணிகலன்கள் கொண்டு மறைக்கப் பட்ட முலையும், மூங்கிலின் முளை போன்ற வெண்பல்லும், பிறை போன்ற நெற்றியும், பாடுவது போன்ற இனிய மொழியும், உடைய மகளிர் அன்பு செய்ய இருப்பவர்.

1587. போதுஆர் புனல்சேர் கந்தம்
　　உந்திப் பொலியஅவ் அழகுஆரும்
　　தாதுஆர் பொழில் சூழ்ந்துஎழிலார்
　　புறவில் அம்தண் குடமூக்கில்
　　மாதுஆர் மங்கை பாகம்
　　ஆக மனைகள் பலிதேர்வார்
　　காதுஆர் குழையர் காள
　　கண்டர் காரோ ணத்தாரே   (4)

அருஞ்சொற்பொருள்:

போது - மலர். கந்தம் - மணம். தாது - மகரந்தம். புறவு - முல்லை நிலம். காளம் - நஞ்சு.

பொழிப்புரை:

தாமரை, குவளை, கழுநீர் முதலிய பூக்களின் மணம் கமழ்வதும், மகரந்தம் நிறைந்த பூக்கள் உடைய சோலை சூழ்ந்ததும், அழகிய காடு(தோப்பு)கள் நிரம்பியதும், ஆகிய கும்பகோணம் நகரில் காரோணம் என்னும் திருக்கோயிலில் எழுந்தருளி இருக்கும் இறைவர், உமாதேவி பாகமாக இல்லம்தோறும் பிச்சை ஏற்கச் செல்பவர்; காதில் குழை அணிந்திருப்பவர்; விடம் தங்கிய கண்டம் உடையவர்.

1588. **பூஆர் பொய்கை அலர்தா**
மரைசெங் கழுநீர் புறவுஎல்லாம்
தேஆர் சிந்தை அந்த
ணாளர் சீரால் அடிபோற்றக்
கூஆர் குயில்கள் ஆலும்
மயில்கள் இன்சொல் கிளிப்பிள்ளை
காஆர் பொழில்சூழ்ந்து அழகுஆர்
குடந்தைக் காரோ ணத்தாரே (5)

அருஞ்சொற்பொருள்:

பூ ஆர் பொய்கை - பூக்கள் பொருந்திய பொய்கை. புறவு - முல்லை நிலம். தே ஆர் சிந்தை - தெய்வத் தன்மை பொருந்திய மனம். கூ ஆர் குயில் - கூவும் குயில். ஆலும் மயில் - ஆடும் மயில். கா - சோலை (இளமரக்கா). பொழில் - சோலை.

பொழிப்புரை:

செங்கழுநீர், குவளை, தாமரை முதலிய நீர்ப்பூக்கள் பூத்திருக்கும் பொய்கையும்; முல்லை நிலப்பகுதியும், கூவும் குயில்களும்; ஆடும் மயில்களும், இன்சொல் பேசும் கிளிகளும் தங்கும் இளமரக்காக்களும்; பெரிய மரங்கள் அடர்ந்த சோலைகளும்; ஆகிய பலவித அழகுடைய கும்பகோணம் நகரில் காரோணம் திருக்கோயிலில் எழுந்தருளி இருக்கும் இறைவர், தெய்வத்தன்மை உடைய அந்தணர்கள் கூடித் தம் திருவடியைப் போற்ற விளங்குபவர்.

1589. **மூப்புஊர் நலிய நெதியார்**
விதியாய் முன்னே அனல்வாளி
கோப்பார் பார்த்தன் நிலைகண்டு
அருளும் குழகர் குடமூக்கில்

தீர்ப்பார் உடலில் அடுநோய்
அவலம் வினைகள் நலியாமைக்
காப்பார் காலன் அடையா
வண்ணம் காரோ ணத்தாரே (6)

அருஞ்சொற்பொருள்:

மூப்பு - முதுமை. ஊர் - ஊர்ந்து. நலிய - துன்பம் செய்ய. நெதி - நியதி. அனல்வாளி - நெருப்புஅம்பு. கோப்பார் - கோத்து முப்புரத்தை அழித்தவர். பார்த்தன் - அருச்சுனன்.

பொழிப்புரை:

கும்பகோணம் நகரில் காரோணம் திருக்கோயிலில் எழுந்தருளி இருக்கும் இறைவர், நியதிப்படி முதுமை தந்து நலியச் செய்பவர்; முன்பு நெருப்பு அம்புகொண்டு முப்புரத்தை எரித்தவர்; அருச்சுனன் செய்த தவத்தை மெச்சி அருள் செய்தவர்; எப்பொழுதும் இளமை மாறாது இருப்பவர்; உடலைத் துன்புறுத்தும் நோய்களைத் தீர்த்து வைப்பவர்; வினைகளும் வினைகளால் வரும் அவலங்களும் வராது காப்பவர்; இயமன் அணுகாது இருக்கவும் வழிவகை செய்பவர்.

1590. **ஊன்ஆர் தலைகை ஏந்தி**
உலகம் பலிதேர்ந்து உழல்வாழ்க்கை
மான்ஆர் தோலார் புலியின்
உடையார் கரியின் உரிபோர்வை
தேன்ஆர் மொழியார் திளைத்துஅங்கு
ஆடித் திகழும் குடமூக்கில்
கான்ஆர் நட்டம் உடையார்
செல்வக் காரோ ணத்தாரே (7)

அருஞ்சொற்பொருள்:

ஊன் ஆர் தலை - தசை உலராத மண்டைஓடுகள். கரியின் உரி - யானையின் தோல். தேன் ஆர் மொழியார் - தேன் போன்ற இன்மொழி பேசும் உமாதேவியார். திளைத்து - கூடி. ஆடி - நடனம் ஆடி.

பொழிப்புரை:

கும்பகோணம் என்னும் தலத்தில் செல்வ வளமுடைய காரோணம் திருக்கோயிலில் எழுந்தருளி இருக்கும் இறைவர், ஊனொடு பொருந்திய மண்டை ஓட்டைக் கையில் ஏந்தி, பிச்சை ஏற்க உலகம் முழுதும் சுற்றித்

திரிந்து, வாழும் ஒரு வாழ்க்கை உடையவர்; மான்தோலை உடையாக உடுத்தி இருப்பவர்; புலியின் தோலை உடையாகவும் மேலாடையாகவும் அணியும் இயல்புஉடையவர்; யானையின் தோலை மேலாடையாக மட்டுமே போர்த்து இருப்பவர்; தேன்போன்ற இனியமொழி பேசும் உமாதேவியோடு கூடி இருப்பவர்; சுடுகாட்டில் நின்று நடனம் ஆடுபவர்.

1591. **வரைஆர் திரள்தோள் மதவாள்**
அரக்கன் எடுக்க மலைசேரும்
விரைஆர் பாதம் நுதியால்
ஊன்ற நெரிந்து சிரம்பத்தும்
உரைஆர் கீதம் பாடக்
கேட்டுஅங்கு ஒளிவாள் கொடுத்தாரும்
கரைஆர் பொன்னி சூழ்தண்
குடந்தைக் காரோ ணத்தாரே (8)

அருஞ்சொற்பொருள்:

நுதி - நுனி. சிரம் - தலை. உரைஆர் கீதம் - சாமகானம். ஒளிவாள் - சந்திரகாசம் என்னும் வாள்.

பொழிப்புரை:

கரையுடன் கூடிய காவிரி ஆறு சூழ்ந்த கும்பகோணம் நகரில் உள்ள காரோணம் என்னும் திருக்கோயிலில் எழுந்தருளி இருக்கும் இறைவன், மலை போன்ற வலிய தோளும் வாளும் மதமும் உடைய இராவணன் கயிலை மலையை எடுக்க, அதனை மணம் பொருந்திய தமது திருவடியின் ஒருவிரல் நுனியால் ஊன்றி அவனது தலை பத்தினையும் நசுக்கியவன்; பின்னர் அவன் சாமகானம் பாட, அதுகேட்டு மகிழ்ந்து, அவனுக்குச் சந்திரகாசம் என்னும் வாளினைப் பரிசாக அளித்தவன்.

1592. **கரிய மாலும் செய்ய**
பூமேல் அயனும் கழறிப்போய்
அரிய அண்டம் தேடிப்
புக்கும் அளக்க ஒண்கிலார்
தெரிய அரிய தேவர்
செல்வம் திகழும் குடமூக்கில்
கரிய கண்டர் கால
காலர் காரோ ணத்தாரே (9)

அருஞ்சொற்பொருள்:

செய்ய பூ - செந்தாமரை மலர். கழறி - ஒருவரை ஒருவர் தாக்கிப் பேசி. அண்டம் - அண்டமுகடு. ஒண்கிலார் - முடியாதவர் ஆயினர். காலகாலர் - காலனுக்கும் காலனாய் விளங்குபவர்.

பொழிப்புரை:

கண்ணால் கண்டு அறியமுடியாத தேவர் உலகத்துச் செல்வங்களும் நிறைந்து விளங்கும் கும்பகோணம் நகரில் உள்ள காரோணம் திருக் கோயிலில் எழுந்தருளி இருக்கும் இறைவர், கரிய நிறமுடைய திருமாலும், செந்தாமரை மலர்மேல் அமரும் பிரமனும், தங்களுக்குள் ஒருவரை ஒருவர் தாக்கிப் பேசிக்கொண்டு, மேலும் கீழுமாக, தேடிச் சென்றும், அளக்க முடியாத தன்மையில் உயர்ந்து நின்றவர்; கரியநிறக் கண்டம் உடையவர்; காலனுக்கும் காலனாய் விளங்கியவர்.

1593. நாணார் அமணர் நல்லது
    அறியார் நாளும் குரத்திகள்
பேணார் தூய்மை மாசு
    கழியார் பேசேல் அவரோடும்
சேணார் மதிதோய் மாடம்
    மல்கு செல்வ நெடுவீதிக்
கோணா கரம்ஒன்று உடையார்க்
    குடந்தைக் காரோ ணத்தாரே   (10)

அருஞ்சொற்பொருள்:

நாணார் - வெட்கம் அடையார் (உடைஇன்றித் திரிவர்). குரத்தி - பெண் துறவிகளைக் குறித்தது. (குரவன் - ஆண்குரு; குரத்தி - பெண்குரு; குரவன் × குரத்தி). மாசு - அழுக்கு. கழியார் - போக்கிக் கொள்ள மாட்டார் (குளிக்க மாட்டார் என்பது கருத்து). சேண் - ஆகாயம். கோணாகரம் - வளைந்த கடல் போன்ற குளம் (மகாமகக் குளத்தைக் குறித்தது).

பொழிப்புரை:

வானில் உலவும் சந்திரன் உரசிச் செல்லும் அளவு, உயர்ந்த மாளிகைகள் நிரம்பிய, நீண்ட வீதிகளுடன் கூடிய, கும்பகோணம் நகரில் உள்ள, காரோணம் திருக்கோயிலில் எழுந்தருளி இருக்கும் இறைவர், வளைந்த கடல் போன்ற ஒருகுளம் உடையவர்; அமணர்கள் வெட்கம்

அறியாதவர்கள் (உடை உடுத்தாதவர்கள்); நல்லவை பற்றி ஒன்றும் அறியமாட்டார். பெண் சமணத்துறவிகளும் தூய்மையைப் பேணாதவர்கள் (குளிக்காதவர்கள்); எனவே அவர்களோடு பேச வேண்டாம்.

1594. கருவார் பொழில் சூழ்ந்துஅழகார்
  செல்வக் காரோ ணத்தாரைத்
திருவார் செல்வம் மல்கு
  சண்பைத் திகழும் சம்பந்தன்
உருவார் செஞ்சொல் மாலைஇவை
  பத்து உரைப்பார் உலகத்துக்
கருவார் இடும்பைப் பிறப்பு
  அறுத்துக் கவலை கழிவாரே (11)

அருஞ்சொற்பொருள்:

கருவார் - (கரு + ஆர்) கருமை பொருந்திய. திருவார் செல்வம் - (திரு + ஆர் + செல்வம்) ஞானமாகிய செல்வம். கருவார் - (கரு + ஆர்) கருவில் பொருந்தும். இடும்பை - துன்பம்.

பொழிப்புரை:

அடர்ந்த (கருமை நிறம் உடைய) சோலை சூழ்ந்து, அழகாலும் செல்வத்தாலும் சிறந்து விளங்கும் குடந்தை நகரில் காரோணம் கோயிலில் எழுந்தருளி இருக்கும் இறைவரை, ஞானச்செல்வம் மிகஉடைய சண்பை நகரத்து ஞானசம்பந்தன், பாடிய இலக்கணக் கட்டமைப்புடன் கூடிய சொல்மாலை பத்தும் கொண்டு, பாடி வழிபடுபவர், கருவில் தங்கிப் பிறக்கும் பிறப்பினை அறுத்துக் கொள்வர்; அதற்குமேல் அவருக்குத் துன்பம் இல்லை.

திருச்சிற்றம்பலம்

148

திருநாகேச்சரம்

பதிக வரலாறு:

குடந்தையில் பல தலங்களை வழிபட்ட காழியார் திருநாகேச்சரம் வந்து, அத்தலத்து இறைவர் மீது இப்பதிகத்தைப் பாடி அருளுகின்றார்.

தல வரலாறு:

மயிலாடுதுறை - கும்பகோணம் இரயில் பாதையில் உள்ளது. கும்பகோணத்தில் இருந்து பேருந்தில் செல்லலாம். ஆதிசேடன் பூசித்த தலம். அதனால் நாகேச்சரம் எனப்பெயர் பெற்றது. மேலும் சூரியன், சந்திரன் ஆகியோரும் பூசித்த தலம். சேக்கிழாருக்குப் பெருவிருப்பு உடைய தலம். அதனால் அவர் தனது சொந்த ஊராகிய குன்றத்தூரில் ஒரு திருக்கோயில் எழுப்பி, அதற்கு நாகேச்சரம் எனப் பெயரிட்டனர். மூவர் தேவாரமும் பெற்றது. சண்பக வனம் எனவும் வழங்கப்படும்.

சுவாமி : சண்பகாரண்யர்

அம்மை : குன்றாமுலை நாயகி

தலமரம் : சண்பகம்

தீர்த்தம் : சூரிய புட்கரணி

திருமுறை 2 - 160 திருஞான - 411

பண்: இந்தளம்

1595. **பொன்நேர் தருமே னியனே புரியும்**
மின்நேர் சடையாய் விரைகா விரியின்
நன்நீர் வயல்நா கேச்சுர நகரின்
மன்னே எனவல் வினைஆசு அறுமே (1)

அருஞ்சொற்பொருள்:

பொன் நேர் - பொன் போன்ற. மின் - மின்னல். விரைகாவிரி - விரைந்து ஓடும் காவிரி. மன் - மன்னன். வல்வினை - வலிய தீவினை. ஆசு - குற்றம். அறும் - அழியும்.

பொழிப்புரை:

'பொன்போன்ற திருமேனி நிறம் உடையவனே! மின்னல்போல் ஒளிரும் சடை உடையவனே! விரைந்து செல்கின்ற காவிரியின் கரையில் நன்நீர் வளமும் வயல்வளமும் உடைய நாகேச்சர நகரில் எழுந்தருளி இருக்கும் மன்னனே!' என்று கூறி வழிபடுவாரது, வலிய வினைக் குற்றம் அறுபடும்.

1596. **சிறவார் புரம்மூன்று எரியச் சிலையில்**
உறவார் கணைஉய்த் தவனே உயரும்
நறவார் பொழில்நா கேச்சுர நகருள்
அறவா எனவல் வினைஆசு அறுமே (2)

அருஞ்சொற்பொருள்:

சிறவார் - சிறப்பு இல்லாதவர். சிலையில் உற - வில்லில் பொருந்த. வார்கணை - நீண்ட அம்பு. நறவு ஆர் பொழில் - தேன் பொருந்திய சோலை. அறவா - அறவடிவினனே.

பொழிப்புரை:

'சிறப்பில்லாத பகைவர் மூவரது முப்புரம் எரிய மேருமலையாகிய வில்லில் பொருந்துமாறு நீண்ட அம்பு தொடுத்தவனே! உயர்ந்ததும், தேன் பொருந்தியதும், ஆகிய சோலை சூழ்ந்த நாகேச்சுர நகரில் எழுந்தருளி இருக்கும் அறவடிவினனே!' என்று சொல்ல வல்லாரது வலிய வினைக்குற்றம் அறுபடும்.

1597. **கல்ஆல் நிழல்மே யவனே கரும்பின்**
வில்லான் எழில்வே வவிழித் தவனே
நல்லார் தொழும்நா கேச்சுர நகரில்
செல்வா எனவல் வினைதேய்ந்து அறுமே (3)

அருஞ்சொற்பொருள்:

கல்ஆல் - கல்லால மரம். கரும்பின் வில்லான் - மன்மதன். எழில் - அழகு. வேவ - வெந்து அழிய. நல்லார் - சிவஞானம் உடையர். செல்வா - சென்று அடையாத திரு உடையவனே!

பொழிப்புரை:

'கல்லால மரநிழலில் எழுந்தருளி இருப்பவனே! கரும்பு வில்லை ஏந்தும் மன்மதனின் அழகிய உடல் எரிந்து அழியுமாறு நெற்றிக் கண்ணால் நோக்கியவனே! சிவஞானம் கைகூடப் பெற்ற நல்லவர் போற்றி வணங்க நாகேச்சுர நகரில் எழுந்தருளி இருக்கும் சென்றடையாத திருஉடையவனே!' என்று போற்றி வழிபட, வலிய வினையானது தேய்ந்து, பின்னர் அறுபடும்.

1598. **நகுவான் மதியோடு அரவும் புனலும்**
தகுவார் சடையின் முடியாய் தவளம்
நகுவார் பொழில்நா கேச்சுர நகருள்
பகவா எனவல் வினைபற்று அறுமே (4)

அருஞ்சொற்பொருள்:

நகு - விளங்குகின்ற. தகு வார் சடை - தகுதி உடைய நீண்ட சடை. தவளம் - முல்லை. நகும் வார்பொழில் - சிரிப்பது போல் பூத்திருக்கும் நீண்ட சோலை. பகவா - இறைவனே.

பொழிப்புரை:

'விளங்குகின்ற வானில் உலவும் சந்திரப்பிறை, பாம்பு, கங்கை ஆகியவற்றைத் தகுதிஉடைய நீண்ட சடையில் முடித்து வைத்திருப்பவனே! முல்லை மலர் சிரிப்பது போல் பூத்திருக்கும் நீண்ட சோலை சூழ்ந்த திருநாகேச்சுரத்தில் எழுந்தருளி இருக்கும் பெருமானே!' என்று கூறுவாரது, வலிய வினையின் பற்று அறுபடும்.

1599. **கலைமான் மறியும் கனலும் மழுவும்**
நிலையா கியகை யினனே நிகழும்
நலமா கியநா கேச்சுர நகருள்
தலைவா எனவல் வினைதான் அறுமே (5)

அருஞ்சொற்பொருள்:

கலைமான் மறி - ஆண்மான் கன்று. நலமாகிய - நன்மை விளைக்கும்.

பொழிப்புரை:

'ஆண்மான்கன்றும் நெருப்பும் மழுப்படையும் நிலைபெற ஏந்திய கை உடையவனே! வெளிப்பட நன்மைகள் நிகழ்விக்கும் நாகேச்சுரம்

திருக்கோயிலில் எழுந்தருளி இருக்கும் அனைத்து உயிர்களுக்கும் தலைவனாய் விளங்குபவனே!' என்று கூறி வழிபடுவாரது வினைகளானவை அறுபடும்.

1600. **குரைஆர் கழல்ஆ டநடம் குலவி**
வரையான் மகள்கா ணமகிழ்ந் தவனே
நரைஆர் விடைஏ றுநாகேச் சரத்துஎம்
அரைசே எனநீங் கும்அருந் துயரே (6)

அருஞ்சொற்பொருள்:

குரைத்தல் - ஒலித்தல். குலவி - ஆடி. வரையான் மகள் - இமயமலை அரசனது மகள். நரை - வெண்மை. விடைஏறு - இடபம். அரைசே - அரசே.

பொழிப்புரை:

'ஒலிசெய்து வீரக்கழல் அசைய, நடனம் ஆடும், மலைஅரசனது மகள் கண்டு மகிழத் தானும் மகிழ்ந்தவனே! வெள்ளை நிற இடபம் ஒன்றின்மீது ஏறிவரும், நாகேச்சுரம் என்னும் திருக்கோயிலில் எழுந்தருளி இருக்கும் எம் அரசனே!' என்று அழைத்து வழிபடுவாரது, அரிய துன்பம் நீங்கும்.

1601. **முடைஆர் தருவெண் தலைகொண்டு உலகில்**
கடைஆர் பலிகொண்டு உழல்கா ரணனே
நடைஆர் தருநா கேச்சுர நகருள்
சடையா எனவல் வினைதான் அறுமே (7)

அருஞ்சொற்பொருள்:

முடை - புலால்நாற்றம். கடை - கடைவாயில் (வீட்டுமுற்றம்). காரணன் - முதல்வன். நடை - ஒழுக்கம்.

பொழிப்புரை:

'புலால் நாறும் வெண்மை நிற மண்டை ஓட்டினை ஏந்தி, வீட்டு முற்றம் தோறும் சென்றுநின்று, பிச்சை கேட்கும் உலக முதல்வனே! ஒழுக்கம் உடையவர் நிறைந்து வாழும் நாகேச்சுர நகரத்தில் எழுந்தருளி இருக்கும் சடாமுடி உடையவனே!' என்று அழைத்து வழிபடுவாரது, வலிய வினை அறுபடும்.

1602. ஓயாத அரக்கன் நொடிந்து அலற
நீஆர் அருள்செய் துநிகழ்ந் தவனே
வாய்ஆ ரவழுத் துவர்நா கேச்சுரத்
தாயே எனவல் வினைதான் அறுமே (8)

அருஞ்சொற்பொருள்:

ஓயாத - இடைவிடாத. ஆர்அருள் - கருணை பொருந்த.

பொழிப்புரை:

'இடைவிடாது குற்றம் புரியும் அரக்கனாகிய இராவணன் மனம் நொறுங்கவும், வாய்விட்டு அலறவும், ஆக நெரித்துப் பின் அவனுக்கு அருளும் செய்தவனே! நாகேச்சுரம் திருக்கோயிலில் எழுந்தருளி இருப்பவனே!' என்று வாயார வாழ்துவாரது, வலிய வினையானது அறுபடும்.

1603. நெடியா னொடுநான் முகன்நே டல்உறச்
சுடுமால் எரியாய் நிமிர்சோ தியனே
நடுமா வயல்நா கேச்சுர நகரே
இடமா உறைவாய் எனஇன் புறுமே (9)

அருஞ்சொற்பொருள்:

நேடல்உற - தேட. மால்எரி - பெருநெருப்பு. நடு - நாற்று நடு. மாவயல் - பெரிய வயல்.

பொழிப்புரை:

நெடிய உருவம் கொண்ட திருமாலும் நான்முகனும் முறையே அடிமுடி தேட, சுடுகின்ற பெரிய நெருப்பு உருவம் கொண்டு நிமிர்ந்து நின்ற ஒளிவடிவினனே! நாற்று நடுகின்ற வளமான வயல்கள் நிரம்பிய நாகேச்சுர நகரை இடமாகக் கொண்டு எழுந்தருளி இருப்பவனே! என்று அழைத்துப் போற்ற, அவன் அதுகேட்டு இன்பம் அடைபவன்.

1604. மலம்பா வியகை யொடுமண் டைஅதுஉண்
கலம்பா வியர்கட் டுரைவிட்டு உலகில்
நலம்பா வியநா கேச்சுர நகருள்
சிலம்பா எனத்தீ வினைதேய்ந்து அறுமே (10)

அருஞ்சொற்பொருள்:

மலம் - அழுக்கு. மண்டை - பனை ஓலை கொண்டு செய்யப்பட்ட உணவு உண்ணும் கலம். கட்டுரை - கட்டி உரைக்கும் சொல். நலம் - நன்மை. சிலம்பா - கயிலை மலையானே.

பொழிப்புரை:

அழுக்கு நிரம்பிய கையோடு பனை ஓலையால் ஆன உண்கலனில் உணவு வாங்கி உண்ணும் சமண பௌத்தர்களது சொற்களைக் கேளாது விட்டு, 'நிலஉலகில் நன்மைச் செயல்கள் பலவும் நிகழும் நாகேச்சுர நகரில் எழுந்தருளி இருக்கும் கயிலை மலையானே!' என்று அழைத்து வழிபடத் தீவினைகள் தேய்ந்து, பின்னர் அறுபடும்.

1605. **கலம்ஆர் கடல்சூழ் தருகா ழியர்கோன்**
தலம்ஆர் தருசெந் தமிழின் விரகன்
நலம்ஆர் தருநா கேச்சுரத்து அரனைச்
சொலல்மா லைகள்சொல் லநிலா வினையே (11)

அருஞ்சொற்பொருள்:

கலம் - கப்பல். விரகன் - வல்லவன். சொலல் - சொல்லுதல் உடைய. நிலா - நில்லா.

பொழிப்புரை:

கப்பல்கள் பொருந்திய கடலால் சூழப்பட்ட சீர்காழி நகருக்குத் தலைவனும், சிவன் எழுந்தருளி இருக்கும் தலங்கள்மீது தமிழ்ப் பாமாலை பாடி வழிபடும் வல்லமை உடையவனும், ஆகிய ஞானசம்பந்தன்; நன்மை மிகஉடைய நாகேச்சுரம் நகரில் எழுந்தருளி இருக்கும் அரன்மீது பாடிய பாடல்களைப் பாடி வழிபடுவாரது, வினைகள் நிற்காது (நீங்கும்).

திருச்சிற்றம்பலம்

149

திருநாகேச்சரம்

திருமுறை 2 - 255 திருஞான - 411

பண்: செவ்வழி

1606. தழைகொள் சந்தும்(ம்) அகிலும்
மயில் பீலியும் சாதியின்
பழமும் உந்திப் புனல்பாய்
பழங் காவிரித் தென்கரை
நழுவில் வானோர் தொழநல்கு
சீர்மல்கு நாகேச் சுரத்து
அழகுஆர் பாதம் தொழுதுஏத்த
வல்லார்க்கு அழகு ஆகுமே (1)

அருஞ்சொற்பொருள்:

நழுவில் - நழுவுதல் இல்லாத. பாதம் - திருவடி.

பொழிப்புரை:

தழை மண்டியுள்ள சந்தன மரம், அகில் மரம், மயிலின் பீலி, சாதி மரத்தின் பழம், ஆகியவற்றைத் தள்ளிக்கொண்டு, பாய்ந்து வரும் பழங்காவிரியின் தென் கரையில் உள்ள, தேவர்கள் தவறாது வந்து வணங்கிச் செல்லும் நாகேச்சுரத்தில் எழுந்தருளி இருக்கும் இறைவனது திருவடியை தொழுது போற்ற வல்லவர், நல்ல அழகினைப் பெறுவர்.

1607. பெண்ஒர் பாகம்(ம்) அடையச்
சடையில் புனல் பேணிய
வண்ண மான பெருமான்
மருவும் இடம் மண்உளார்

நண்ணி நாளும் தொழுது
ஏத்தி நன்குஎய்தும் நாகேச்சுரம்
கண்ணி னால்காண வல்லார்
அவர் கண்உடை யார்களே (2)

அருஞ்சொற்பொருள்:

நண்ணி - நெருங்கி. நன்கு - சிவபுண்ணியம் முதலிய நன்மைகள். கண்ணினால் காண - கண் பெற்றதன் பயனால் கண்டு.

பொழிப்புரை:

உமாதேவியை உடம்பின் ஒருபாகத்திலும் கங்கையைச் சடையிலும் வைத்துக் காக்கும் அழகிய இறைவன் எழுந்தருளும் இடம், நிலஉலகில் உள்ளவர் நாளும் வந்து வழிபட்டு நன்மைகள் பலவும் பெறும் நாகேச்சரம் ஆகும். அத்தலத்தைக் கண்ணினால் காணும் பேறு பெற்றவரே, உண்மையில் கண் பெற்றவர் ஆவர் (ஏனையோர் கண் இருந்தும் பார்வை இழந்தவரே ஆவர்).

1608. **குறவர் கொல்லைப் புனம்கொள்ளை**
கொண்டும் மணி குலவுநீர்
பறவை ஆலப் பரக்கும்
பழங் காவிரித் தென்கரை
நறவம் நாறும் பொழில்சூழ்ந்து
அழகு ஆயநா கேச்சுரத்து
இறைவர் பாதம் தொழுதுஏத்த
வல்லார்க்கு இடர் இல்லையே (3)

அருஞ்சொற்பொருள்:

குறவர் - குறிஞ்சி நில மக்கள். கொல்லை - குறிஞ்சி நிலம். ஆல - அசைய. பரக்கும் - பரந்து பாயும். நறவம் - தேன்.

பொழிப்புரை:

குறவர் இன மக்கள் வாழ்கின்ற மலை நிலத்தில் இருந்து மணிகளைக் கொள்ளை கொண்டு, பறவைகள் பறந்து செல்லுமாறு ஆர்ப்பரித்து, பரந்து விரிந்து பாயும் பழங்காவிரியின் தென்கரையில் உள்ள, தேன்மணம் கமழும் சோலை சூழ்ந்த அழகிய திருநாகேச்சரத்தில் எழுந்தருளி இருக்கும் இறைவனது திருவடியைப் போற்றி வணங்க வல்லவர்க்குத் துன்பம் என்பது இல்லை ஆகும்.

1609. கூசம் நோக்காது முன்சொன்ன
பொய்கொடு வினை குற்றமும்
நாசம் ஆக்கும் மனத்தார்கள்
வந்து ஆடுநா கேச்சுரம்
தேசம் ஆக்கும் திருக்கோயி
லாக்கொண்ட செல்வன் கழல்
நேசம் ஆக்கும் திறத்தார்
அறத்தார் நெறிப் பாலரே (4)

அருஞ்சொற்பொருள்:

கூசம்நோக்காது - கூச்சப்படாது. ஆடும் - தீர்த்தமாடும். தேசம் - ஒளி. நேசம் - அன்பு. அறத்தார் - அறநெறியில் ஒழுகுபவர். நெறிப்பாலர் - நன்னெறியில் சார்பவர்.

பொழிப்புரை:

கூச்சமின்றி பொய் சொல்லுதலும், அப்பொய்யால் விளையும் வினைக்குற்றமும், ஆகியவற்றை நாசமாக்கும் நல்ல மனம்உடைய அடியார்கள், வந்து தீர்த்தம் ஆடுகின்ற திருநாகேச்சரத்தில், ஒளிவிளங்கும் கோயில்கொண்டு எழுந்தருளி இருக்கும் செல்வனது திருவடிக்கு அன்புசெய்பவர், அறவழியில் செல்பவரும், அதன்வழி வீடுஅடையும் தகுதி உடையவரும் ஆவர்.

1610. வம்பு நாறும் மலரும்
மலைப் பண்டமும் கொண்டுநீர்
பைம்பொன் வாரிக் கொழிக்கும்
பழங் காவிரித் தென்கரை
நம்பன் நாளும் அமர்கின்ற
நாகேச் சுரம் நண்ணுவார்
உம்பர் வானோர் தொழச்சென்று
உடன் ஆவதும் உண்மையே (5)

அருஞ்சொற்பொருள்:

வம்பு - மணம். நம்பன் - விரும்பப்படுபவன். உம்பர் வானோர் - மேல்உலகங்களில் உள்ள தேவர்கள். உடன்ஆவது - இறைவனோடு இரண்டறக் கலக்கப் போவது (சாயுச்சியம் பெறுவது). உண்மையே - உறுதியே.

பொழிப்புரை:

மணம் வீசும் மலர், மலைபடு பொருள்கள், பசிய பொன்னின் துகள், ஆகிய இவற்றைத் தள்ளிக்கொண்டு வந்து, வளங்கொழிக்கச் செய்யும் பழங்காவிரியின் தென்கரையில் உள்ள நம்பனாகிய பெருமான் எழுந்தருளி இருக்கும் திருநாகேச்சரத்தை வழிபடும் அடியவர், வானஉலகில் உள்ள தேவர்கள் குழுமிநின்று வணங்குமாறு சென்று, இறைவனோடு இரண்டறக் கலக்கப் போவது, உறுதியே ஆகும்.

1611. காள மேகந் நிறக்
காலனோடு அந்தகன் கருடனும்
நீள மாய்நின்று எய்த
காமனும் பட்டன நினைவுறின்
நாளும் நாதன் அமர்கின்ற
நாகேச் சுரம் நண்ணுவார்
கோளும் நாளும் தீயவேனும்
நன்காம் குறிக் கொண்மினே (6)

அருஞ்சொற்பொருள்:

காளமேகம் - கருமை நிற மேகம். நீளமாய் நின்று எய்த காமன் - தூரத்தில் இருந்து மலர் அம்பு எய்த மன்மதன்.

பொழிப்புரை:

மழைமேகம் போன்ற கரிய நிறமுடைய இயமன், அந்தகாசுரன், கருடன், தூரத்தில் நின்று மலர்க்கணை எய்த மன்மதன் ஆகியோர் இறந்துபட்டனர். இதனை நினைத்துப் பார்த்து, நமது தலைவனாகிய பெருமான் எழுந்தருளி இருக்கும் திருநாகேச்சரத்தை வழிபடுவோமாயின், நாளும் கோளும் தீயவை ஆயினும், நன்மையே செய்யும்; இதனை மனத்தில் நிறுத்துவீராக!

1612. வேய்உதிர் முத்தொடு மத்த
யானை மருப்பும் விராய்ப்
பாய்புனல் வந்து அலைக்கும்
பழங் காவிரித் தென்கரை
ஞாயிறும் திங்களும் கூடி
வந்து ஆடுநா கேச்சுரம்
மேய வன்தன் அடிபோற்றி
என்பார் வினை வீடுமே (7)

அருஞ்சொற்பொருள்:

வேய் - மூங்கில். யானை மருப்பு - யானைத் தந்தம். விராய் - கலந்து. வினை வீடும் - வினை அழியும்.

பொழிப்புரை:

மூங்கில் உதிர்க்கும் முத்து, யானையின் தந்தம் ஆகியவற்றைத் தள்ளிக் கொண்டு ஓடிவரும் பழங்காவிரியின் தென்கரையில் உள்ள சூரியனும் சந்திரனும் வந்து வழிபட்ட திருநாகேச்சரம் என்னும் தலத்தை வந்தடைந்து, அங்கு எழுந்தருளி இருக்கும் இறைவனது 'திருவடிக்கு வணக்கம்' என்று சொல்லி வழிபடுவாரது வினைகள் அழியும்.

1613. இலங்கை வேந்தன் சிரம்பத்து
    இரட்டி எழில் தோள்களும்
    மலங்கி வீழ(ம்) மலையால்
    அடர்த்தான் இடம் மல்கிய
    நலங்கொள் சிந்தை யவர்
    நாள்தொறும் நண்ணுநா கேச்சுரம்
    வலங்கொள் சிந்தை உடையார்
    இடர் ஆயின மாயுமே (8)

அருஞ்சொற்பொருள்:

சிரம் - தலை. பத்து இரட்டி - (2x10=20) இருபது. மலங்கி - கலங்கி. இடர் - துன்பம். மாயும் - மறையும்.

பொழிப்புரை:

இலங்கை மன்னன் இராவணனது பத்து தலைகள், இருபது தோள்கள், என இவை நிலைகலங்கி வீழுமாறு மலையால் ஊன்றியவன் எழுந்தருளி இருக்கும் இடமாக விளங்கும் திருநாகேச்சுரத்தை நலம்மிக்க சிந்தை உள்ளவர், நாள்தோறும் வந்து வலம்செய்து வழிபட, அவரது துன்பமானவை தொலைந்து போகும்.

1614. கரிய மாலும்(ம்) அயனும்(ம்)
    அடியும் முடி காண்புஒணா
    எரிஅது ஆகிந் நிமிர்ந்தான்
    அமரும் இடம் ஈண்டுகா

விரியின் நீர்வந்து அலைக்கும்
கரை மேவுநா கேச்சுரம்
பிரிவுஇ லாதவ் அடியார்கள்
வானில் பிரி யார்களே (9)

அருஞ்சொற்பொருள்:

ஒணா - (ஒண்ணா) முடியாத. வானில் - வானில் உள்ள சிவலோகம்.

பொழிப்புரை:

கரியநிறம் உடைய திருமாலும் பிரமனும், அடியையும் முடியையும் தேடிக் காண முடியாதபடி, எரிஉருவாகி நிமிர்ந்து நின்றவன் எழுந்தருளி இருக்கும் இடம், காவிரியின் நீரானது வந்து மோதும் கரையில் உள்ள திருநாகேச்சுரம் ஆகும். அத்தலத்தை வணங்கிப் பின் பிரிந்து செல்லாதவர், சிவலோகத்தை அடைந்து பின் அதனை விட்டுப் பிரியாதவர் ஆவர்.

1615. தட்டு இடுக்கி உறி
தூக்கிய கையினர் சாக்கியர்
கட்டு உரைக்கும் மொழி
கொள்ளலும் வெள்ளில்அம் காட்டிடை
நட்டு இருட்கண் நடனம்
ஆடிய நாதன்நா கேச்சுரம்
மட்டு இருக்கும் மலர்
இட்டுஅடி வீழ்வது வாய்மையே (10)

அருஞ்சொற்பொருள்:

தட்டு - தடுக்கு. இடுக்கி - கக்கத்தில் இடுக்கிக் கொண்டு. சாக்கியர் - பௌத்தர். கொள்ளல் - கொள்ள வேண்டா. வெள்ளில் - பாடை. நட்டிருள் - நடு + இருள். மட்டு - தேன்.

பொழிப்புரை:

தடுக்கினைக் கக்கத்தில் இடுக்கிக் கொண்டும், உறியினை கையில் தூக்கிக் கொண்டும், திரியும் சமணரும், பௌத்தரும் கூறும் அறிவுரை களைக் கேட்க வேண்டா; பாடை உடைய சுடுகாட்டில் நடுஇரவில் நடனம் ஆடுகின்ற தலைவன் எழுந்தருளி இருக்கும் திருநாகேச்சுரம் வந்து, தேன்பொருந்திய மலர்களை அத்தலைவனது திருவடிகளில் தூவி வீழ்ந்து வணங்குவீராக! இதுவே உண்மையான பயனைத் தரும்.

1616. கந்தம் நாறும் புனல்
    காவிரித் தென்கரைக் கண்ணுதல்
நந்தி சேரும் திருநா
    கேச்சுரத் தின்மேல் ஞானசம்
பந்தன் நவில் பனுவல்
    இவைத்தும் வல்லார் கள்போய்
எந்தை ஈசன்(ன்) இருக்கும்
    உலகு எய்தவல் லார்களே   (11)

அருஞ்சொற்பொருள்:

கந்தம் - மணம். கண்ணுதல் - (கண் + நுதல்) கண் உடைய நெற்றி. நந்தி - சிவபெருமான். ஈசன் - ஆள்பவன்.

பொழிப்புரை:

மணம் வீசும் நீரானது ஓடிவரும் காவிரியின் தென்கரையில் உள்ள திருநாகேச்சுரம் என்னும் தலத்தில் எழுந்தருளி இருக்கும் நெற்றி மீது கூடுதலாக ஒருகண் கொண்ட சிவபெருமானை, ஞானசம்பந்தன் பாடிய பாடல் பத்தும் கொண்டு, பாடி வழிபடும் வல்லமை உடையவர், எம் தந்தையும், எல்லா உலகங்களையும் ஆளுபவனும், ஆகிய அப்பெருமானது, உலகைச் சென்று சேரும் வலிமை உடையவர் ஆவர்.

திருச்சிற்றம்பலம்

150

திருஇடைமருதூர்

பதிக வரலாறு:

திருநாகேச்சுரம் வழிபட்ட திருஞானசம்பந்தர், திருவிடைமருதூர் நோக்கிச் செல்பவராய் ''ஈங்கு எனை ஆளுடைய பிரான் இடைமருது ஈதோ?'' என்று பதிகம் பாடிச் செல்கின்றார்.

தல வரலாறு:

கும்பகோணத்திலிருந்து பேருந்தில் செல்லலாம். வடநாட்டிலுள்ள மல்லிகார்ச்சுனம், தெற்கே பாண்டி நாட்டிலுள்ள திருப்புடைமருதூர் ஆகிய தலங்களுக்கு மருதமரம் தலமரமாக இருப்பது போல, இத்தலத்துக்கும் மருதமரமே தலமரமாக உள்ளது; மேலும் மேற்கூறிய இரண்டு தலங்களுக்கும் இடையில் இத்தலம் இருப்பதால் இடைமருது என்று வழங்குவதாயிற்று.

உமாதேவியார், பிள்ளையார், முருகர், திருமால், பிரமன், மூன்று கோடி இருடிகள், வசிட்டர், ஐராவணம், சிவவாக்கியர், சமய குரவர்கள், பட்டினத்தார், பத்திரகிரியார் எனப் பலரும் பூசித்த தலம். வரகுண பாண்டியன் கொலைப்பழி நீங்கிய தலம். அவனைப் பிடித்திருந்த பிரமகத்தி கிழக்குக் கோபுர வாசலில் உள்ளது.

சுவாமி : மகாலிங்கேசுவரர், மருதவாணர்

அம்மை : நன்முலை நாயகி

தலமரம் : மருது

தீர்த்தம் : காவிரி

பண்: தக்கராகம்

1617. ஓடேகலன் உண்பது ஊர்இடு பிச்சை
காடேஇடம் ஆவது கல்லால் நிழல்கீழ்
வாடாமுலை மங்கையும் தானும் மகிழ்ந்து
ஈடாஉறை கின்ற இடைமருது ஈதோ (1)

அருஞ்சொற்பொருள்:

கலன் - உணவு உண்ணும் பாத்திரம். ஈடா - இடமாக. ஈதோ - இதுதானோ?

பொழிப்புரை:

சிவபெருமானுக்கு ஓடே உணவு உண்ணும் பாத்திரம்; உணவோ ஊரார் இடும் பிச்சை; தங்கும் இடமோ சுடுகாடு; கல்லால மரநிழலில் வாடுதல் இல்லாத முலைஉடைய உமாதேவியும் தானுமாய், அப்பெருமான் மகிழ்ந்து எழுந்தருளித் தங்கும் இடமாகிய இடைமருது இதுதானோ?

1618. தடம்கொண்டதுஓர் தாமரைப் பொன்முடி தன்மேல்
குடம்கொண்டு அடியார் குளிர்நீர் சுமந்துஆட்டப்
படம்கொண்டதுஓர் பாம்பு அரைஆர்த்த பரமன்
இடம்கொண்டு இருந்தான் தன்இடை மருதுஈதோ (2)

அருஞ்சொற்பொருள்:

தடம் - (தடாகம்) நீர்நிலை. அரை ஆர்த்த - இடையில் கட்டிய.

பொழிப்புரை:

நீர்நிலையில் பூத்த நல்ல தாமரை மலரைப் பொன்போல் ஒளிரும் தன்னுடைய சடையில் சூடி, அடியார்கள் குடங்களில் நீரை நிரப்பிக் கொண்டுவந்து திருமஞ்சனம் ஆட்ட, படமுடைய பாம்பு ஒன்றை இடையில் கச்சாகக் கட்டி இருக்கும் பெருமான், தனது தங்கும்இடமாகக் கொண்டு எழுந்தருளி இருக்கும் இடைமருது என்னும் தலம் இதுதானோ?

1619. வெண்கோ வணம்கொண்டு ஒருவெண் தலைஏந்தி
அங்கோல் வளையாளை ஓர்பாகம் அமர்ந்து
பொங்கா வருகா விரிக்கோலக் கரைமேல்
எங்கோன் உறைகின்ற இடைமருது ஈதோ (3)

அருஞ்சொற்பொருள்:

அம்கோல் - அழகிய திரண்ட. பொங்கா - பொங்கி. கோலக்கரை - அழகிய கரை. எங்கோன் - எம்தலைவன்.

பொழிப்புரை:

வெள்ளை நிறக்கோவணம் அணிந்து, ஒரு வெள்ளை நிறமண்டை ஓட்டைக் கையில் ஏந்தி, அழகிய திரண்ட வளையல் அணிந்த உமா தேவியை ஒருபாகத்தில் ஏற்று, பொங்கிவரும் காவிரியின் கரைமேல் எம்தலைவன் எழுந்தருளி இருக்கும் இடைமருது என்னும் தலம் இதுதானோ?

1620. அந்தம்(ம்) அறியா தவரும் கலம்உந்திக்
கந்தம் கமழ்கா விரிக்கோலக் கரைமேல்
வெந்த பொடிப்பூ சியவேத முதல்வன்
எந்தை உறைகின்ற இடைமருது ஈதோ (4)

அருஞ்சொற்பொருள்:

அந்தம் - முடிவு. கலம் - அணிகலம். கந்தம் - மணம்.

பொழிப்புரை:

அணிகலன்களைத் தள்ளிக்கொண்டு, மணம் கமழுமாறு ஓடி வருகின்ற காவிரியின் அழகிய கரையில், முடிவு என்ற ஒன்று இல்லாதவனும், வெண்திருநீற்றுப் பொடியைப் பூசி இருப்பவனும், வேதங்களுக்கு முதல்வனும், எம்தந்தையும், ஆகிய சிவபெருமான் எழுந்தருளி இருக்கும் இடைமருது என்னும் தலம் இதுதானோ?

1621. வாசம் கமழ்மா மலர்ச்சோ லையில்வண்டே
தேசம் புகுந்துஈண்டி ஒர்செம்மை உடைத்தாய்ப்
பூசம் புகுந்துஆடிப் பொலிந்து அழகாய
ஈசன் உறைகின்ற இடைமருது ஈதோ (5)

அருஞ்சொற்பொருள்:

வாசம் - மணம். தேசம் - உலகம் (உலகர் என்னும் பொருளில் நின்றது). ஈண்டி - குழுமி. பூசம் - பூசம் விண்மீன் நாள்.

பொழிப்புரை:

உலகவர் வந்து கூடிநின்று வழிபடுவதும், செம்மை உடையதும், பூசநாளில் தீர்த்தமாடுவதும், அழகாய் எழுந்தருளி இருப்பதும், ஆகிய

ஈசன் எழுந்தருளி இருக்கும் வண்டுகள் மொய்க்கும் மணமுள்ள மலர்கள் நிறைந்திருக்கும் சோலையால் சூழப்பட்ட இடைமருது என்னும் தலம் இதுதானோ?

1622. வன்புற்று இளநாகம் அசைத்து அழகாக
    என்பில் பலமாலை யும்பூண்டு எருதுஏறி
    அன்பில் பிரியாது அவளோடும் உடனாய்
    இன்புற்று இருந்தான் இடைமருது ஈதோ   (6)

அருஞ்சொற்பொருள்:

வன்புற்று - வலிய புற்று. அசைத்து - கட்டி. என்பு - எலும்பு. எருது - காளை.

பொழிப்புரை:

சிவபெருமான் வலிய புற்றில் வாழும் இளம்பாம்பினை இடையில் கச்சாகக் கட்டி, அழகுபட எலும்பு மாலையும் அணிந்து, ஓர் எருதின்மீது ஏறி, அன்பினால் பிரிதல் இல்லாத உமாதேவியோடு கூடி, இன்பமுற்று எழுந்தருளி இருக்கும் இடைமருது என்னும் தலம் இதுதானோ?

1623. தேக்கும் திமிலும் பலவும் சுமந்துஉந்திப்
    போக்கிப் புறம்பூ சல்அடிப்ப வருமால்
    ஆர்க்கும் திரைக்கா விரிக்கோலக் கரைமேல்
    ஏற்க இருந்தான் தன்இடை மருதுஈதோ   (7)

அருஞ்சொற்பொருள்:

திமில் - வேங்கை மரம். பல - பலா மரம். பூசல் - ஆரவாரம். வருமால் - வரும் + ஆல். (ஆல் - அசை).

பொழிப்புரை:

தேக்கு, வேங்கை, பலா முதலிய மரங்களைச் சாய்த்து, உந்தித் தள்ளிக் கொண்டு, அலைவீசி ஆரவாரம் செய்து, பரந்து அகன்று பாய்கின்ற காவிரியின் கரையில் எம் இறைவன் விரும்பி எழுந்தருளி இருக்கும் இடைமருது என்னும் தலம் இதுதானோ?

1624. பூஆர் குழலார் அகில்கொண்டு புகைப்ப
    ஓவாது அடியார் அடியுள் குளிர்ந்துஏத்த
    ஆவா அரக்கன் தனைஆற்றல் அழித்த
    ஏஆர் சிலையான் தன்இடை மருதுஈதோ   (8)

அருஞ்சொற்பொருள்:

பூ ஆர் குழலார் - மலர் சூடிய கூந்தல் உடைய மகளிர். ஓவாது - இடைவிடாது. ஆவா - இரக்கத்திற்குரிய. ஏ ஆர் சிலை - அம்பு தொடுத்த வில்.

பொழிப்புரை:

மலர் சூடிய கூந்தல் உடைய மகளிர் அகில் கொண்டு தூபம் காட்டவும், இடைவிடாது அடியார்கள் வந்து திருவடி மீது அன்பு செய்து உள்ளம் குளிரப் போற்றுவதும் ஆக, இரங்கத்தக்க வகையில் அரக்கனாகிய இராவணனது வலிமையை அழித்தவனும், அம்பு பொருந்திய வில்லை ஏந்தியவனும், ஆகிய சிவபெருமான் எழுந்தருளி இருக்கும் இடைமருது என்னும் தலம் இதுதானோ?

1625. **முற்றா தததுஓர்பால் மதிசூடு முதல்வன்**
நல்தா மரையா னொடுமால் நயந்துஏத்தப்
பொன்தோளி யும்தானும் பொலிந்து அழகாக
எற்றே உறைகின்ற இடைமருது ஈதோ (9)

அருஞ்சொற்பொருள்:

முற்றாத - முதிராத. பால்மதி - பால் போலும் வெண்மை நிறம் உடைய சந்திரன். பொன்தோள் - அழகிய தோள். தோளி - தோளை உடையவள் (உமை).

பொழிப்புரை:

முதிராத இளம் வெண்பிறைச் சந்திரனைச் சூடும் முதல்வனும், நல்ல தாமரை மலர்மேல் எழுந்தருளும் பிரமனும் திருமாலும் விரும்பிப் புகழ இருந்தவனும், ஆகிய இறைவன், அழகிய தோளினை உடைய உமாதேவியும் தானுமாய் அழகுற எழுந்தருளி இருக்கும் இடைமருது என்னும் தலம் இதுதானோ?

1626. **சிறுதே ரரும்சில் சமணும் புறம்கூற**
நெறியே பலபத்தர் கள்கை தொழுதுஏத்த
வெறியா வருகா விரிக்கோலக் கரைமேல்
எறிஆர் மழுவாளன் இடைமருது ஈதோ (10)

அருஞ்சொற்பொருள்:

தேரர் - பௌத்தர். சமணும் - சமணரும். வெறி - மணம். எறிஆர் - எறிய உதவும். மழுவாளன் - மழுப்படை ஏந்தியவன்.

பொழிப்புரை:

சிற்றறிவு உடைய பௌத்தர்களும் சமணர்களும் பொருத்தமற்ற சொற்களைக் கூறித் திரிய, அதேவேளையில் முறைப்படி அடியார் பலரும் கைகூப்பி வணங்க, மணம் வீசிப் பாய்ந்துவரும் காவிரியின் கரையில், எறிய உதவும் மழுப்படையை ஏந்தி இருக்கும் சிவபெருமான் எழுந்தருளி இருக்கும் இடைமருது என்னும் தலம் இதுதானோ?

1627. **கண்ஆர் கமழ்கா ழியுள்ஞா னசம்பந்தன்**
எண்ஆர் புகழ்எந் தைஇடை மருதின்மேல்
பண்ணோடு இசைபா டியபத்தும் வல்லார்கள்
விண்ணோர் உலகத் தினில்வீற் றிருப்பாரே (11)

அருஞ்சொற்பொருள்:

கண்ஆர் - இடம்அகன்ற. எண்ஆர் - எண்ணத்தில் பொருந்தியுள்ள. விண்ணோர் - தேவர்.

பொழிப்புரை:

இடமகன்ற சீர்காழி நகருக்கு உரிய ஞானசம்பந்தன் எண்ணத்தில் வந்து பொருந்திய புகழுக்குரிய எம்தந்தை எழுந்தருளி இருக்கும் இடைமருது குறித்து, இசையோடு பண்அமையப் பாடிய பாடல் பத்தினையும், பாடி வழிபட வல்லவர், மறுமையில் தேவர் உலகம் சென்று, அங்கு வாழும் வாழ்வைப் பெறுவர்.

திருச்சிற்றம்பலம்

151

திருஇடைமருதூர்

திருமுறை 1 - 95 திருஞான - 413

திருவிருக்குக்குறள்
பண்: குறிஞ்சி

1628. தோடுஒர் காதினன்
பாடு மறையினன்
காடு பேணிநின்று
ஆடு மருதனே (1)

அருஞ்சொற்பொருள்:

மருதன் - இடைமருது இறைவன்.

பொழிப்புரை:

திருஇடைமருது என்னும் தலத்தில் எழுந்தருளி இருக்கும் இறைவன், தோடு அணிந்த இடப்பக்கக் காது உடையவன்; வேதத்தைப் பாடுபவன்; சுடுகாட்டை விரும்பி, அங்கு நடனம் ஆடுபவன்.

1629. கருதார் புரம்எய்வர்
எருதே இனிதுஊர்வர்
மருதே இடமாகும்
விருதாம் வினைதீர்ப்பே (2)

அருஞ்சொற்பொருள்:

கருதார் - பகைவர். விருது - பெருமை.

பொழிப்புரை:

பகைவரது முப்புரத்தை எரித்து அழித்தவர்; எருதின்மீது ஏறி இனிதே ஊர்ந்து வருபவர்; உயிர்களது வினைகளைத் தீர்த்துஅருளும் பெருமை உடையவர்; அவர் எழுந்தருளி இருப்பது இடைமருது என்னும் தலத்திலே ஆகும்.

1630. **எண்ணும் அடியார்கள்**
அண்ணல் மருதரைப்
பண்ணின் மொழிசொல்ல
விண்ணும் தமதுஆமே (3)

அருஞ்சொற்பொருள்:

அண்ணல் - த்லைவர். விண்ணும் - வானஉலகமும்.

பொழிப்புரை:

இடைமருது என்னும் தலத்தில் எழுந்தருளி இருக்கும் தலைவரை, நினைந்து வழிபடும் அடியார்கள், இசையுடன் கூடிய பாடல்கள் கொண்டு பாடி வழிபட, தேவர் உலகமும் அவர்க்கு வசமாகும்.

1631. **விரிஆர் சடைமேனி**
எரிஆர் மருதரைத்
தரியாது ஏத்துவார்
பெரியார் உலகிலே (4)

அருஞ்சொற்பொருள்:

தரியாது - தாமதியாது.

பொழிப்புரை:

இடைமருது என்னும் தலத்தில் எழுந்தருளி இருக்கும் விரிந்த சடையும், நெருப்பு போன்ற சிவந்த திருமேனியும் கொண்ட இறைவரைக் காலம் தாமதியாது போற்றி வழிபடுவார், இவ்வுலகில் பெரியோர் என மதிக்கப்படுவர்.

1632. **பந்த விடைஏறும்**
எந்தை மருதரைச்
சிந்தை செய்பவர்
புந்தி நல்லரே (5)

அருஞ்சொற்பொருள்:

பந்த விடை - கட்டுத்தறியில் கட்டி இருந்த எருது. புந்தி - புத்தி.

பொழிப்புரை:

இடைமருது என்னும் தலத்தில் எழுந்தருளி இருக்கும் எமது தந்தையை, கட்டுத்தறியில் கட்டி வைக்கப்படும் எருதின்மீது ஏறிவருபவரை, சிந்தையில் வைத்து வழிபடுபவர், தெளிந்த அறிவு உடையவராவர்.

1633. கழலும் சிலம்புஆர்க்கும்
    எழில்ஆர் மருதரைத்
    தொழலே பேணுவார்க்கு
    உழலும் வினைபோமே   (6)

அருஞ்சொற்பொருள்:

உழலும் வினை - துன்புறுத்தும் வினை.

பொழிப்புரை:

அழகு விளங்கும் இடைமருது என்னும் தலத்தில் எழுந்தருளி ஒருகாலில் வீரக்கழலும் மறுகாலில் சிலம்பும் ஒலிக்க விளங்கும் இறைவரைத் தொழுது போற்றுவார்க்குத் துன்புறுத்தும் வினைகள் வந்துசேராவாகும்.

1634. பிறைஆர் சடைஅண்ணல்
    மறைஆர் மருதரை
    நிறையால் நினைபவர்
    குறையார் இன்பமே   (7)

அருஞ்சொற்பொருள்:

நிறை - நிறைந்த மனம்.

பொழிப்புரை:

சந்திரப் பிறை பொருந்திய சடைஉடைய தலைவரும், வேதம் சொன்னவரும், ஆகிய இடைமருது இறைவரை, நிறைந்த மனத்தால் நினைப்பவரது இன்பம் குறைவுபடாது.

1635. எடுத்தான் புயம்தன்னை
    அடுத்தார் மருதரைத்
    தொடுத்தார் மலர்சூட்ட
    விடுத்தார் வேட்கையே   (8)

அருஞ்சொற்பொருள்:

புயம் - தோள். அடுத்தார் - நெருக்கினார். வேட்கை - விருப்பம் (ஆசை).

பொழிப்புரை:

கயிலைமலையைப் பெயர்த்த இராவணனது தோள்கள் நெரிபடுமாறு நெருக்கியவர், இடைமருது என்னும் தலத்தில் எழுந்தருளி இருக்கிறார்; அவருக்கு மலர்கொண்டு மாலைதொடுத்து சூட்டி வழிபடுபவர், ஆசைகளை விட்டவரே ஆவர்.

1636. இருவர்க்கு எரிஆய
 உருவ மருதரைப்
 பரவி ஏத்துவார்
 மருவி வாழ்வரே   (9)

அருஞ்சொற்பொருள்:

இருவர் - பிரமன் திருமால். மருவி - பொருந்தி.

பொழிப்புரை:

பிரமன் திருமால் ஆகிய இருவர்க்கும் இடையில் எரிஉருவாய் நின்ற இடைமருது என்னும் தலத்தில் எழுந்தருளி இருக்கும் இறைவரைப் போற்றி வழிபடுபவர், அவரோடு பொருந்தி வாழும் வாழ்வினைப் பெறுபவர் (சாயுச்சியம் பெறுவர் என்பது கருத்து).

1637. நின்றுஉண் சமண்தேரர்
 என்று மருதரை
 அன்றி உரைசொல்ல
 நன்று மொழியாரே   (10)

அருஞ்சொற்பொருள்:

தேரர் - பௌத்தர். நன்று - நல்லவை.

பொழிப்புரை:

இடைமருது என்னும் தலத்தில் எழுந்தருளி இருக்கும் இறைவர் குறித்து, நின்று கொண்டே உணவு உண்ணும் வழக்கம் உடைய சமணரும், பௌத்தர்களும், நன்மை பயக்கும் சொல் ஒன்றும் சொல்லாதவராய், அல்லனவற்றையே சொல்லுவர்.

1638. கருது சம்பந்தன்
   மருதர் அடிபாடிப்
   பெரிதும் தமிழ்சொல்லப்
   பொருத வினைபோமே (11)

அருஞ்சொற்பொருள்:

கருதுதல் - நினைத்தல். பொருத வினை - இதுவரை வருத்திய வினை.

பொழிப்புரை:

திருவருளையே நினைக்கும் ஞானசம்பந்தன், இடைமருது இறைவரது திருவடியைப் பெரிதும் புகழ்ந்து பாடிய பாடல்களைப் பாடி வழிபடுபவரது, துன்புறுத்தும் வினைகள் கழியும்.

திருச்சிற்றம்பலம்

152

திருஇடைமருதூர்

திருமுறை 1 - 110   திருஞான - 413

பண்: வியாழக்குறிஞ்சி

1639. மருந்துஅவன் வானவர் தானவர்க்கும்
  பெருந்தகை பிறவினொடு இறவும்ஆனான்
  அருந்தவ முனிவரொடு ஆல்நிழல்கீழ்
  இருந்தவன் வளநகர் இடைமருதே   (1)

அருஞ்சொற்பொருள்:

வானவர் - தேவர். தானவர் - அசுரர். பிறவு - பிறப்பு. இறவு - இறப்பு. ஆனான் - காரணம் ஆனவன். ஆல் - கல்லால மரம்.

பொழிப்புரை:

பிறவி நோய்க்கு மருந்தாக விளங்குபவனும், தேவர்களுக்கும் அசுரர்களுக்கும் தலைவனாய் விளங்குபவனும், பிறப்புக்கும் இறப்புக்கும் காரணமாய் விளங்குபவனும், அரிய தவம்உடைய முனிவர் நால்வர்க்குக் கல்லால மரநிழலில் இருந்து உபதேசம் செய்தவனும், ஆகிய பெருமான் எழுந்தருளி இருக்கும் வளமான நகரம், இடைமருதே ஆகும்.

1640. தோற்றவன் கேடுஅவன் துணைமுலையாள்
  கூற்றவன் கொல்புலித் தோல்அசைத்த
  நீற்றவன் நிறைபுனல் நீள்சடைமேல்
  ஏற்றவன் வளநகர் இடைமருதே   (2)

அருஞ்சொற்பொருள்:

தோற்றவன் - உயிர்களுக்குத் தோற்றம் (பிறப்பு) அருளியவன். கேடுஅவன் - கேடு (அழிவு) அருளுபவன். கூற்றவன் - பாகமாக உடையவன். (கூறு - பாகம்).

பொழிப்புரை:

உயிர்களுக்குப் பிறப்பும் இறப்பும் தந்து அருளுபவனும், இரண்டு முலைகள் உடைய உமாதேவியை பாகமாக ஏற்றவனும், கொல்லும் தொழில்உடைய புலியின் தோலை உடையாக உடுத்தவனும், திருநீறு பூசிய திருமேனி உடையவனும், நீரால் நிரம்பிய கங்கையை நீண்ட சடைமீது ஏற்றவனும், ஆகிய பெருமான் எழுந்தருளி இருக்கும் வளநகரம் இடைமருதே ஆகும்.

1641. **படைஉடை மழுவினன் பால்வெண்ணீற்றன்**
நடைநவில் ஏற்றினன் ஞாலம்எல்லாம்
உடைதலை இடுபலி கொண்டுஉழல்வான்
இடைமருது இனிதுஉறை எம்இறையே (3)

அருஞ்சொற்பொருள்:

நடைநவில் - நடக்கும் பழக்கம் உடைய. உடைதலை - உடைந்த மண்டைஓடு.

பொழிப்புரை:

மழுவினைப் படையாக ஏந்தி இருப்பவனும், பால்போன்ற வெண்திருநீறு பூசி இருப்பவனும், நடக்கும் பழக்கம் உடைய எருது உடையவனும், உடைந்த மண்டை ஓட்டில் பிச்சை ஏற்க உலகம் முழுவதும் சுற்றித் திரிபவனும், எம் இறைவனும், ஆகியவன் எழுந்தருளி இருப்பது இடைமருது என்னும் தலத்திலே ஆகும்.

1642. **பணைமுலை உமைஒரு பங்கன்ஒன்னார்**
துணைமதிள் மூன்றையும் சுடரின்மூழ்கக்
கணைதுரந்து அடுதிறல் காலன்செற்ற
இணைஇலி வளநகர் இடைமருதே (4)

அருஞ்சொற்பொருள்:

ஒன்னார் - பகைவர். மதிள் - மதில். கணை - அம்பு. அடுதிறல் - கொல்லும் வலிமை. இணைஇலி - ஒப்பற்றவன்.

பொழிப்புரை:

பணைத்த (பருத்த) முலைகளுடன் கூடிய உமாதேவியை உடம்பின் ஒருபாகமாகக் கொண்டவனும், பகைவரது முப்புரம் தீயில் வெந்து அழிய அம்பு எய்தவனும், கொல்லும் வலிமை உடைய இயமனைக் கொன்றவனும், ஒப்பற்றவனும், ஆகிய இறைவன் எழுந்தருளி இருக்கும் வளநகரம் இடைமருதே ஆகும்.

1643. **பொழில்அவன் புயல்அவன் புயல்இயக்கும்**
தொழில்அவன் துயர்அவன் துயர்அகற்றும்
கழல்அவன் கரிஉரி போர்த்துஉகந்த
எழில்அவன் வளநகர் இடைமருதே (5)

அருஞ்சொற்பொருள்:

பொழில் - உலகம். புயல் - மேகம். துயர் - துன்பம் (பிறவித் துன்பம்). துயர் அகற்றும் கழல் - பிறவியை அறுக்கும் திருவருளாகிய திருவடி. கரிஉரி - யானையின் தோல்.

பொழிப்புரை:

ஏழு உலகங்களாக விளங்குபவனும், மேகமாக இருப்பவனும், அம்மேத்தைத் தொழிற்படுத்தி மழை பெய்விப்பவனும், பிறவியாகிய துன்பத்தைத் தருபவனும், அத்துன்பத்தைப் போக்கி அருளும் திருவடி உடையவனும், யானையின் தோலை மேலாடையாகப் போர்த்து அழகுற விளங்குபவனும், ஆகிய பெருமான் எழுந்தருளி இருப்பது, இடைமருது என்னும் தலத்திலே ஆகும்.

1644. **நிறையவன் புனலொடு மதியும்வைத்த**
பொறையவன் புகழவன் புகழநின்ற
மறையவன் மறிகடல் நஞ்சைஉண்ட
இறையவன் வளநகர் இடைமருதே (6)

அருஞ்சொற்பொருள்:

பொறை - சுமை. மறிகடல் - அலை மடிந்து விழும் கடல்.

பொழிப்புரை:

குறைவிலா நிறைவாய் விளங்குபவனும், கங்கை சந்திரன் ஆகியவற்றைச் சுமப்பவனும், புகழுக்கு உரியவனும், வேதங்களால்

புகழ்ந்து பேசப்படுபவனும், அலை மடங்கி விழும் கடலில் இருந்து வெளிப்பட்ட ஆலகால நஞ்சினை உண்டவனும், ஆகிய இறைவன் எழுந்தருளி இருக்கும் வளநகரம் இடைமருதே ஆகும்.

1645. நனிவளர் மதியொடு நாகம்வைத்த
     பனிமலர்க் கொன்றைஅம் படர்சடையன்
     முனிவரொடு அமரர்கள் முறைவணங்க
     இனிதுஉறை வளநகர் இடைமருதே   (7)

அருஞ்சொற்பொருள்:

நனிவளர் - மிகுதியும் வளர்கின்ற. பனிமலர் - குளிர்ந்த மலர்.

பொழிப்புரை:

மிகவும் வளர்தல் உடைய பிறைச்சந்திரன், பாம்பு, குளிர்ந்த அழகிய கொன்றைமலர், ஆகிய இவற்றைச் சூடிய பரந்த சடைஉடையவனும்; முனிவர்கள் முன்னும், தேவர்கள் பின்னும், என முறையே வழிபடுமாறு, இனிதே எழுந்தருளி இருப்பவனும்; ஆகிய இறைவன் எழுந்தருளி இருப்பது இடைமருதிலே ஆகும்.

1646. தருக்கின அரக்கன் தாளும் தோளும்
     நெரித்தவன் நெடுங்கைமா மதகரியன்று
     உரித்தவன் ஒன்னலர் புரங்கள்மூன்றும்
     எரித்தவன் வளநகர் இடைமருதே   (8)

அருஞ்சொற்பொருள்:

தருக்கின் - செருக்கு கொண்ட. ஒன்னலர் - பகைவர்.

பொழிப்புரை:

செருக்கு மிகஉடைய இராவணனது கால்களும் தோள்களும் நெரிபட ஊன்றியவனும், நீண்ட கை உடைய மதயானையின் தோலை உரித்தவனும், பகைவரது முப்புரத்தை எரித்தவனும், ஆகிய இறைவன் எழுந்தருளி இருக்கும் வளநகரம் இடைமருதே ஆகும்.

1647. பெரியவன் பெண்ணினொடு ஆணும்ஆனான்
     வரிஅரவு அணைமறி கடல்துயின்ற
     கரியவன் அலரவன் காண்புஅரிய
     எரியவன் வளநகர் இடைமருதே   (9)

அருஞ்சொற்பொருள்:

வரிஅரவு - கோடுகள் உடைய பாம்பு. அணை - படுக்கை. அலரவன் - பிரமன்.

பொழிப்புரை:

தேவர்க்கும் மூவர்க்கும் மேலாய் விளங்கும் பெரியவனும், பெண்ணும்ஆணுமாய் விளங்குபவனும், கோடுகள் உடைய பாம்புப் படுக்கையில் கடல் நடுவில் உறங்கும் கரிய நிறம்உடைய திருமாலும், மலர்மேல் உறையும் பிரமனும், தேடக் காணமுடியாதபடி எரிஉருவாய் நின்றவனும், ஆகிய பெருமான் எழுந்தருளி இருக்கும் வளநகரம் திருவிடைமருதூர் ஆகும்.

1648. சிந்தையில் சமணொடு தேரர்சொன்ன
புந்தியில் உரைஅவை பொருள்கொளாதே
அந்தணர் ஓத்தினொடு அரவம்ஓவா
எந்தைதன் வளநகர் இடைமருதே   (10)

அருஞ்சொற்பொருள்:

சிந்தை இல் - சிந்திக்கும் திறன் இல்லாத. தேரர் - பௌத்தர். புந்தி - புத்தி (அறிவு). புந்தி இல் உரை - அறிவில்லாத சொற்கள். கொளாதே - கொள்ளாதே. ஓத்து - வேதம். அரவம் - ஒலி. ஓவா - இடைவிடாத.

பொழிப்புரை:

சிந்திக்கும் திறன் இல்லாத சமணர், பௌத்தர் ஆகியோர் கூறும் அறிவற்ற சொற்களையும், அதன் பொருளையும் ஏற்க வேண்டா; அந்தணர்கள் வேதம் ஓதும் ஒலி இடைவிடாது கேட்கும் எம்தந்தை எழுந்தருளி இருக்கும் வளமான நகரம் இடைமருது என்று அறிந்து, வந்து வழிபட்டு உய்வீராக!

1649. இலைமலி பொழிலிடை மருதுஇறையை
நலமிகு ஞானசம் பந்தன்சொன்ன
பலம்மிகு தமிழ்இவை பத்தும்வல்லார்
உலகுஉறு புகழினொடு ஓங்குவரே   (11)

அருஞ்சொற்பொருள்:

பலம்மிகு தமிழ் - பயன்மிகுந்த தமிழ்ப்பாடல்கள். உலகு உறுபுகழ் - உலகில் பொருந்திய புகழ்.

பொழிப்புரை:

இலைகள் நிறைந்த சோலையின் இடையே விளங்கும் இடைமருது என்னும் தலத்தில் எழுந்தருளி இருக்கும் இறைவன்மீது, நன்மை மிக்க ஞானசம்பந்தன் பாடிய பயன்மிகுந்த பாடல்கள் பத்தும் கொண்டு, பாடி வழிபடும் வல்லமை உடையவர், இவ்வுலகில் புகழும், உயர்ந்த வாழ்வும் பெறுவர்.

திருச்சிற்றம்பலம்

153

திருஇடைமருதூர்

திருமுறை 1 - 121   திருஞான - 413

திருவிராகம்
பண்: வியாழக்குறிஞ்சி

1650. நடைமரு திரிபுரம் எரிஉண நகைசெய்த
      படைமரு தழல்எழ மழுவல பகவன்
      புடைமருது இளமுகில் வளம்அமர் பொதுளிய
      இடைமருது அடையநம் இடர்கெடல் எளிதே   (1)

அருஞ்சொற்பொருள்:

நடைமரு - இயங்குதல் உடைய. உண - உண்ண. படைமரு - படைக்கலமாக. தழல் எழ மழு - நெருப்பைக் கக்கும் மழுப்படை. வல - வல்ல. பகவன் - இறைவன். புடை - பக்கம். மருது - மருதமரம். இளமுகில் - இளமை உடைய மேகங்கள். பொதுளிய - செறிந்த. இடர் - துன்பம். கெடல் - கெடுதல்.

பொழிப்புரை:

வானில் இயங்கிய முப்புரம் தீப்பற்றி எரியுமாறு சிரித்தவனும், நெருப்பினைக் கக்கும் மழுப்படையை ஆயுதமாக ஏந்திய வல்லமை உடைய பகவனும், பக்கங்களில் மருத மரங்கள் நிறைந்து காணப்படும் சோலைகளில் இளமை உடைய மேகங்கள் வந்து தங்குகின்ற இடைமருது என்னும் தலத்தில் எழுந்தருளி இருப்பவனும், ஆகிய இறைவனைச் சென்றுசேர, நமது துன்பங்கள் எளிதில் அழிந்து போகும்.

1651. மழைநுழை மதியமொடு அழிதலை மடமஞ்ஞை
      கழைநுழை புனல்பெய்த கமழ்சடை முடியன்
      குழைநுழை திகழ்செவி அழகொடு மிளிர்வதுஓர்
      இழைநுழை புரிஅணல் இடம்இடை மருதே   (2)

அருஞ்சொற்பொருள்:

மழை - மேகம். அழிதலை - மண்டைஓடு. மடமஞ்ஞை - இளம்மயில். கழை - மூங்கில். இழை - பூணூல். அணல் - அண்ணல்.

பொழிப்புரை:

மேகத்தின் ஊடே புகுந்து செல்லும் சந்திரன், மண்டைஓடு, இளம் மயில் மூங்கிலின் நடுவே புகுந்து செல்லும் மலையில் பிறந்த கங்கை, ஆகிய இவற்றைச் சூடிஇருக்கும் மணம்கமழும் சடாமுடி உடையவனும்; குழை அணிந்த ஒருகாதும், முப்புரிநூல் அணிந்த மார்பும், உடைய தலைவனும்; ஆகிய இறைவனது இடம், இடைமருதே ஆகும்.

1652. **அருமையன் எளிமையன் அழல்விட மிடறினன்**
கருமையில் ஒளிபெறு கமழ்சடை முடியன்
பெருமையன் சிறுமையன் பிணைபெணொடு ஒருமையின்
இருமையும் உடைஅணல் இடம்இடை மருதே (3)

அருஞ்சொற்பொருள்:

பிணை பெண் - உடம்பில் பொருந்தி இருக்கும் பெண் (உமாதேவி). ஒருமையின் இருமை - ஓர்உருவில் இரண்டு வடிவம் (சிவமும் சத்தியும்).

பொழிப்புரை:

தற்போதம் கொண்டு தேடமுயல்பவர்க்கு அரியவன்; அன்பினால் அடைய நினைப்பவர்க்கு எளியவன்; வெப்பத்தைக் கக்கும் நஞ்சு தங்கிய கண்டம் உடையவன்; பளபளக்கும் (கருமை நிறம் பொருந்தாத) பொன்னின் நிறமும் நறுமணமும் உடைய சடை உடையவன்; பெரிய பொருள்களுக்கெல்லாம் பெரிய பொருளாய் விளங்குபவன்; சிறிய பொருள்களுக்கெல்லாம் சிறிய பொருளாய் விளங்குபவன்; உமாதேவியை உடன்கொண்டு ஒருமையில் இருமை (சிவசத்தி) உடையவன்; தலைவன்; அவன் எழுந்தருளி இருக்கும் தலம், இடைமருதே ஆகும்.

1653. **பொரிபடு முதுகுற முளிகளி புடைபுல்கு**
நரிவளர் சுடலையுள் நடம்என நவில்வோன்
வரிவளர் குளிர்மதி ஒளிபெற மிளிர்வதுஓர்
எரிவளர் சடைஅணல் இடம்இடை மருதே (4)

அருஞ்சொற்பொருள்:

பொரிபடு முதுகு - பொரிந்த முதுகு. முளி - காய்ந்த. களி - மகிழ்ச்சி. சுடலை - சுடுகாடு. வரிவளர் - கோடுபோன்ற (கீற்று). எரிவளர் சடை - நெருப்பு போல் ஒளிரும் சிவந்த சடை.

பொழிப்புரை:

வெப்பத்தால் காய்ந்து பொரிந்த முதுகும் மகிழ்ச்சியும் உடைய நரிகள் நிரம்ப இருக்கும் சுடுகாட்டில் நடனம் ஆடுபவன்; கீற்று போன்றதும், குளிர்ந்ததும், ஆகிய பிறைச்சந்திரன் ஒளிவீச, நெருப்புபோல் சிவந்த சடை உடைய தலைவன்; அவன் எழுந்தருளி இருக்கும் இடம் இடைமருது என்னும் தலமே ஆகும்.

1654. **வருநல மயில்அன மடநடை மலைமகள்**
பெருநல முலைஇணை பிணைசெய்த பெருமான்
செருநல மதில்எய்த சிவன்உறை செழுநகர்
இருநல புகழ்மல்கும் இடம்இடை மருதே (5)

அருஞ்சொற்பொருள்:

மயில் அன - மயில் போன்ற. முலைஇணை - இரண்டு முலைகள். செரு - போர். இருநலம் - பெரிய நன்மை.

பொழிப்புரை:

இளம் மயில் போன்ற நடையும் சாயலும் உடைய இமயமலை அரசனது மகள் பார்வதியின் பெரும் நன்மைஉடைய இணைமுலை களைத் தழுவிய பெருமான்; நன்மை மிகுந்த போரினால் மும்மதிலை வெற்றி கொண்ட சிவன்; அவன் எழுந்தருளி இருக்கும் செழிப்பான நகரம், பெரும் நன்மையும் புகழும் உடைய இடைமருதே ஆகும்.

1655. **கலைஉடை விரிதுகில் கமழ்குழல் அகில்புகை**
மலைஉடை மடமகள் தனைஇடம் உடையோன்
விலைஉடை அணிகலன் இலன்என மழுவினொடு
இலைஉடை படைஅவன் இடம்இடை மருதே (6)

அருஞ்சொற்பொருள்:

கலை - மேகலை. துகில் - உடை. இடம் - இடப்பக்கம். விலைஉடை அணிகலன் இலன் - விலை மதிப்புடைய அணிகலன்கள் இல்லாதவன். இலை உடை படை - இலை போன்ற தலைப்பகுதி உடைய ஆயுதம் - சூலம்.

பொழிப்புரை:

மேகலையும், விரித்து உடுத்தப்பட்ட உடையும், அகிலின் புகை ஊட்டப்பட்ட மணம் கமழும் கூந்தலும் உடைய மலையரசனது இளம் மகளாகிய உமையை இடப்பாகத்தில் வைத்திருப்பவன்; விலை மதிப்பு உள்ள அணிகலன் என எதுவும் இல்லாதவன்; மழுப்படையும் முத்தலைச் சூலமும் ஆகிய இவற்றை ஆயுதமாக ஏந்தி இருப்பவன்; அவன் எழுந்தருளி இருக்கும் இடம், இடைமருது என்னும் தலமே ஆகும்.

1656. **வளம்என வளர்வன வரிமுரல் பறவைகள்**
இளம்மணல் அணைகரை இசைசெயும் இடைமருது
உளம்என நினைபவர் ஒலிகழல் இணைஅடி
குளம்அணல் உறமூழ்கி வழிபடல் குணமே (7)

அருஞ்சொற்பொருள்:

வரிமுரல் - வரிப்பாடல்களைப் பாடுகின்ற. குளம் அனல்உற - குளத்தைப் பொருந்தி.

பொழிப்புரை:

'இது வளமான நகரம்' என்று அங்கு வந்து பறவைகள் இசைப் பாடல்களைப் பாட, வண்டுகள், மணல் குவிந்துள்ள கரைக்கு வந்து இசைஎழுப்பும் இடைமருது என்னும் தலத்தை மனமார நினைப்பவர், அங்குள்ள தீர்த்தங்களில் நீராடி, ஒலிக்கின்ற வீரக்கழல் அணிந்த இறைவனது திருவடியை வணங்குவது, நற்பண்பின் வெளிப்பாடே ஆகும்.

1657. **மறையவன் உலகவன் மதியவன் மதிபுல்கு**
துறையவன் எனவல அடியவர் துயர்இலர்
கறையவன் மிடறுஅது கனல்செய்த கமழ்சடை
இறையவன் உறைதரும் இடம்இடை மருதே (8)

அருஞ்சொற்பொருள்:

வல - வல்ல. துயர் - துன்பம்.

பொழிப்புரை:

'வேதத்தை உலகுக்குச் சொன்னவன்; உலகமாக விளங்குபவன்; சந்திரனாக இருப்பவன்; சந்திரன் பொருந்திய நீர்த்துறை (கங்கை) உடையவன்; விடக்கறை பொருந்திய கண்டம் உடையவன்; நெருப்பு போல் சிவந்ததும், நறுமணம் கமழ்வதும், ஆகிய சடை உடைய

இறைவன்; அவன் எழுந்தருளி இருக்கும் இடம் இடைமருது என்னும் தலமே ஆகும்' என்று போற்றும் வல்லமை உடைய அடியவர் துன்பம் இலராவர்.

1658. **மருதுஇடை நடவிய மணிவணர் பிரமரும்**
இருதுஉடை அகலமொடு இகலினர் இனதுஎனக்
கருதிடல் அரியதுஓர் உருவொடு பெரியதுஓர்
எருதுஉடை அடிகள்தம் இடம்இடை மருதே (9)

அருஞ்சொற்பொருள்:

மருதுஇடை நடவிய - இரண்டு மருத மரங்களுக்கு இடையே தவழ்ந்து சென்று அவற்றை வீழ்த்திய. மணிவணர் - (மணிவண்ணர்) நீலமணி போன்ற நிறம்உடைய திருமால். கருதிடல் அரியது - நினைக்க அருமை உடையது.

பொழிப்புரை:

இரண்டு மருத மரங்களுக்கு இடையே தவழ்ந்து சென்று அவற்றை வீழத்திய நீலமணி போன்ற கரிய நிறம் உடைய திருமாலும் பிரமனும் 'தங்களுக்குள் யார் பெரியவர்' என மாறுபட, காண அருமை உடைய ஒரு தீயின் உருக்கொடு உயர்ந்து நின்றவரும், இடப ஊர்தி உடையவரும், ஆகிய இறைவர் விரும்பி எழுந்தருளி இருக்கும் தலம் இடைமருதே ஆகும்.

1659. **துவர்உறு விரிதுகில் உடையரும் அமணரும்**
அவர்உறு சிறுசொலை நயவன்மின் இடுமணல்
கவர்உறு புனல்இடை மருதுகை தொழுதுஎழும்
அவர்உறு வினைகெடல் அணுகுதல் குணமே (10)

அருஞ்சொற்பொருள்:

துவர்உறு துகில் - துவராடை. சிறுசொலை - சிறுசொல்லை. நயவன்மின் - விரும்பிக் கேட்க வேண்டா. கவர்உறு புனல் - பிரிந்து செல்லும் நீர். மருது - இடைமருது என்னும் தலம்.

பொழிப்புரை:

துவராடை போர்த்தி இருக்கும் பௌத்தரும், உடையே உடுத்தாத சமணரும், ஆகியவர்கள் சொல்லும் சிறுசொல்லை விரும்பிக் கேட்க வேண்டா. நீரானது வாய்க்கால்கள் வழி கிளைத்துச் செல்லும்

இடைமருது என்னும் தலத்தைக் கைகூப்பி வணங்கும் அடியார்களது வினைகள் ஆயின கெடும்; அவர்க்கு நல்ல குணங்கள் உண்டாகும்.

1660. தடமலி புகலியர் தமிழ்கெழு விரகினன்
 இடமலி பொழில்இடை மருதினை இசைசெய்த
 படமலி தமிழ்இவை பரவவல் லவர்வினை
 கெடமலி புகழொடு கிளர்ஒளி யினரே (11)

அருஞ்சொற்பொருள்:

தடம் - குளம். இடமலி பொழில் - இடம்அகன்ற சோலை. படம் மலி - சொல் ஓவியமாகிய. கிளர் ஒளியினர் - ஒளி உடையவராவர்.

பொழிப்புரை:

குளங்கள் நிரம்பிய புகலி நகரத்துத் தமிழ்விரகன் ஞானசம்பந்தன், இடமகன்ற சோலை சூழ்ந்த இடைமருதை, இசையோடு கூடிய சொல் ஓவியமாக வரைந்த பாடல்களாகிய இவை கொண்டு, பாடி வழிபட வல்லவரது, வினை கெடும்; புகழ் பெருகும்; அவர் ஞானஒளி பெறுவர்.

திருச்சிற்றம்பலம்

154

திருஇடைமருதூர்

திருமுறை 1 - 122	திருஞான - 413

திருவிராகம்
பண்: வியாழக்குறிஞ்சி

1661. விரிதரு புலிஉரி விரவிய அரையினர்
    திரிதரும் எயில்அவை புனைகணை யினில்எய்த
    எரிதரு சடையினர் இடைமருது அடைவுநல்
    புரிதரு மனன்அவர் புகழ்மிக உளதே (1)

அருஞ்சொற்பொருள்:

அரை - இடுப்பு. எயில் - மும்மதில். மனன் - மனம்.

பொழிப்புரை:

புலியின் தோலை விரித்துக் கட்டிய இடையினை உடையவர்; ஆகாயத்தில் திரிந்து கொண்டிருந்த முப்புரத்தை அம்பு எய்து அழித்தவர்; நெருப்பு போன்ற சிவந்த சடை உடையவர்; அவர் எழுந்தருளி இருக்கும் இடைமருது என்னும் தலத்தை அடைந்து வழிபடும் மனம் உடையவர், மிகுந்த புகழ் உடையவர்.

1662. மறிதிரை படுகடல் விடம்அடை மிடறினர்
    எறிதிரை கரைபொரும் இடைமருது எனும்அவர்
    செறிதிரை நரையொடு செலவிலர் உலகினில்
    பிறிதுஇரை பெரும்உடல் பெருகுவது அரிதே (2)

அருஞ்சொற்பொருள்:

மறிதிரை - மடங்கி விழும் அலை. எறிதிரை - மோதுகின்ற அலை. நரை திரை - நரையும் தோலில் சுருக்கமும் (முதுமையால் வருவது). இரை - உணவு.

பொழிப்புரை:

அலைமடிந்து விழும் கடலில் இருந்து வெளிப்பட்ட ஆலகால விடத்தை உண்டு தேக்கிய கண்டம் உடையவர் எழுந்தருளி இருக்கும், காவிரியின் அலையானது வந்து கரையை மோதுகின்ற இடைமருது என்னும் தலத்தை வழிபடுபவர், நரை திரை (முதுமை) இலராவர்; மீண்டும் பிறப்பில் வந்து உடம்புக்கு உணவு தேடவேண்டிய நிலையினை அவர் பெறார்.

1663. **சலசல சொரிபுனல் சடையினர் மலைமகள்**
நிலவிய உடலினர் நிறைமறை மொழியினர்
இலர்என இடுபலி அவர்இடை மருதினை
வலம்இட உடல்நலிவு இலதுஉள வினையே (3)

அருஞ்சொற்பொருள்:

சலசல - ஒலிக்குறிப்பு. சொரிபுனல் - இழியும் நீர். இடுபலி - இடும்பிச்சை. வலம்இட - வலம்வர. உடல்நலிவு - உடல்நோய்.

பொழிப்புரை:

சலசல என ஒலிசெய்து இழியும் கங்கை தங்கிய சடை உடையவர்; மலைமகளாகிய உமை தங்கிய உடல் உடையவர்; வேதங்களை நிறைவாக உலகுக்குச் சொன்னவர்; 'உணவுஇன்மையால் பசியுடன் இருக்கிறார்' என மகளிர் பிச்சைஇட, அதனை ஏற்பவர்; அவர் எழுந்தருளி இருக்கும் இடைமருதை வலமாக வந்து வழிபடுபவரது, வினையால் வந்த உடல்நோய்கள் இல்லை ஆகும்.

1664. **விடையினர் வெளியதுஒர் தலைகலன் எனநனி**
கடைகடை தொறும்பலி இடுகஎன முடுகுவர்
இடைவிடல் அரியவர் இடைமருது எனும்நகர்
உடையவர் அடிஇணை தொழுவதுஎம் உயர்வே (4)

அருஞ்சொற்பொருள்:

வெளியது - வெள்ளை நிறத்தது. கடை - வீட்டின் கடைவாயில். முடுகுவர் - விரைவர். இடைவிடல் - இடைவிட்டு நினைப்பது.

பொழிப்புரை:

இடபஊர்தி உடையவர்; வெள்ளை நிற மண்டைஓடு ஒன்றைக் கையில் ஏந்தி வீட்டுமுற்றம்தோறும் சென்று நின்று 'பிச்சை இடுக' எனக் கேட்டு விரைந்து பெறுபவர்; இடைவிட்டு நினைக்க அரியவர்;

இடைமருது என்னும் தலத்தில் எழுந்தருளி இருப்பவர்; அவரது இணையான திருவடிகளைத் தொழும் எமக்கு உயர்வுதானே தவிர தாழ்வு இல்லை.

1665. உரைஅரும் உருவினர் உணர்வுஅரு வகையினர்
 அரைபொரு புலிஅதள் உடையினர் அதன்மிசை
 இரைமரும் அரவினர் இடைமருது எனஉளம்
 உரைகள்அது உடையவர் புகழ்மிக உளதே (5)

அருஞ்சொற்பொருள்:

புலிஅதள் - புலித்தோல். இரைமரும் அரவு - உணவு உண்ணும் பாம்பு.

பொழிப்புரை:

எடுத்துச் சொல்ல அருமை உடைய உருவம் உடையவர்; உணர்தற்கு அரிய வகையினர்; இடையில் புலித்தோலை உடையாக உடுத்துஇருப்பவர்; அதன்மீது இரை உண்ணும் பாம்பைக் கச்சாகக் கட்டி இருப்பவர்; அவர் எழுந்தருளி இருப்பது இடைமருது என மனதால் நினைத்து, வாயால் சொல்பவரது புகழானது மிகும்.

1666. ஒழுகிய புனல்மதி அரவமொடு உறைதரும்
 அழகிய முடிஉடை அடிகளது அறைகழல்
 எழிலினர் உறைஇடை மருதினை மலர்கொடு
 தொழுதல்செய்து எழும்அவர் துயர்உறல் இலரே (6)

அருஞ்சொற்பொருள்:

ஒழுகிய புனல் - கங்கை. மதி - பிறைச்சந்திரன். அரவு - பாம்பு. அறைகழல் - ஒலிக்கின்ற வீரக்கழல். துயர்உறல் - துன்பம் உறுதல்.

பொழிப்புரை:

கங்கையும் பிறைச்சந்திரனும் பாம்பும் தங்கும் அழகிய சடாமுடி உடைய இறைவர், ஒலிக்கின்ற வீரக்கழல் அணிந்த அழகு உடையவர்; அவர் எழுந்தருளி இருக்கும் இடைமருது என்னும் தலத்துக்குச் சென்று, மலர்கொண்டு வணங்கி எழுவார்க்குத் துன்பம் என்பது இல்லைஆகும்.

1667. கலைமலி விரலினர் கடியதுஒர் மழுவொடும்
 நிலையினர் சலமகள் உலவிய சடையினர்
 மலைமகள் முலைஇணை மருவிய வடிவினர்
 இலைமலி படையவர் இடம்இடை மருதே (7)

அருஞ்சொற்பொருள்:

கடியது - கொடியது. சலமகள் - கங்கை. மருவிய - தழுவிய. இலை மலி படை - சூலம்.

பொழிப்புரை:

வீணை வாசிக்கும் விரல் உடையவர்; கொடிய ஒரு மழுப்படையை ஏந்தி இருப்பவர்; கங்கை தங்கிய சடை உடையவர்; மலைமகளை ஆரத்தழுவி முலைச்சுவடு பொருந்திய தோற்றம் உடையவர்; இலை போன்ற தலைப்பகுதி உடைய சூலாயுதம் ஏந்தி இருப்பவர்; அவர் எழுந்தருளி இருக்கும் தலம் இடைமருதே ஆகும்.

1668. **செருஅடை இலவல செயல்செயத் திறலொடும்**
அருவரை யினில்ஒரு பதுமுடி நெரிதர
இருவகை விரல்நிறி யவர்இடை மருதுஅது
பரவுவர் அருவினை ஒருவுதல் பெரிதே (8)

அருஞ்சொற்பொருள்:

இருவகை விரல் நிறியவர் - சினமும் கருணையும் கொண்டு விரல் ஊன்றியவர்.

பொழிப்புரை:

போரில் செய்யத் தகாத செயல்களையும் செய்யும் தன்மை உடைய இராவணன்மீது, கோபமும் கருணையும், என இரண்டும் கொண்டு, அவனது பத்துத்தலைகளும் நெரிபடுமாறு விரல் ஊன்றியவர்; அவர் எழுந்தருளி இருக்கும் இடைமருதினை வழிபடுவாரது, அரிய வினைகள் பெரும்அளவில் நீங்கும்.

1669. **அரியொடு மலரவன் எனஇவர் அடிமுடி**
தெரிவகை அரியவர் திருவடி தொழுதுஎழ
எரிதரும் உருவர்தம் இடைமருது அடைவுறல்
புரிதரும் மனன்அவர் புகழ்மிக உளதே (9)

அருஞ்சொற்பொருள்:

அடைவுறல் - அடைதல். புரிதரும் மனன் - மனம் உடையவர்.

பொழிப்புரை:

திருமால் பிரமன் என இவர் இருவரும், அடிமுடி தேடிக் காண அரியவர்; எரிஉருவாய் நின்றவர்; அவர் எழுந்தருளி இருக்கும் இடைமருது என்னும் தலத்தை அடைந்து, அவரது திருவடியைத் தொழும் மனம்உடையவராய் விளங்க, அவர்க்குப் புகழ் மிகவும் உளதாகும்.

1670. **குடைமயில் இனதழை மருவிய உருவினர்**
உடைமரு துவரினர் பலசொல உறவுஇலை
அடைமரு திருவினர் தொழுதுஎழு கழலவர்
இடைமருது எனமனம் நினைவதும் எழிலே (10)

அருஞ்சொற்பொருள்:

மயில்இன தழை - மயிற்பீலி. சொல - சொல்ல. இலை - இல்லை. எழில் - அழகு.

பொழிப்புரை:

குடையும் மயிற்பீலியும் கையில் ஏந்திய உருவம் உடைய சமணரும், துவராடை உடுத்தும் பௌத்தரும், ஆகிய இவர்கள் பலவாறாகச் சொல்ல, அவை நமக்குப் பொருந்தாது எனப் புறந்தள்ளிவிட்டு, 'சிவஞானமாகிய செல்வம் உடையவர் வந்து வணங்கி எழுகின்ற திருவடி உடைய இறைவர் எழுந்தருளி இருக்கும் இடம் இடைமருது' என மனத்தால் நினைவது அழகைத் தரும்.

1671. **பொருகடல் அடைதரு புகலியர் தமிழொடு**
விரகினன் விரிதரு பொழில்இடை மருதினைப்
பரவிய ஒருபது பயிலவல் லவர்இடர்
விரவிலர் வினையொடு வியன்உலகு உறவே (11)

அருஞ்சொற்பொருள்:

ஒருபது - ஒருபத்து. இடர் - துன்பம். விரவிலர் - பொருந்தார். வியன்உலகு - இடமகன்ற உலகம் (வீட்டுஉலகம்).

பொழிப்புரை:

அலைவீசும் கடலின் கரையில் உள்ள புகலி நகருக்கு உரியவனும், தமிழ் விரகனும், ஆகிய ஞானசம்பந்தன், பரந்து விரிந்த சோலைகள் உடைய இடைமருது என்னும் தலத்தைப் புகழ்ந்து பாடிய பாடல்கள் பத்தினையும், பாடி வழிபட வல்லவர், துன்பம் இலராவர்; மேலும் இடமகன்ற வீட்டுலகும் அவர்க்குக் கிடைப்பது உறுதியாகும்.

155

திருஇடைமருதூர்

திருமுறை 2 - 192   திருஞான - 413

பண்: காந்தாரம்

1672. பொங்குநூல் மார்பினீர் பூதப்
    படையீர் பூங்கங்கை
தங்குசெஞ் சடையினீர் சாம
    வேதம் ஓதினீர்
எங்கும் எழிலார் மறையோர்கள்
    முறையால் ஏத்த இடைமருதில்
மங்குல்தோய் கோயிலே கோயி
    லாக மகிழ்ந்தீரே   (1)

அருஞ்சொற்பொருள்:

படை - கணம். எழில் - அழகு. மங்குல் - மேகம்.

பொழிப்புரை:

சிவபெருமானே! நீவிர், வெண்மை நிறத்தில் பூணூல் விளங்கும் திருமார்பு உடையீர்; பூதகணங்கள் சூழ இருப்பீர்; அழகிய கங்கை தங்கிய சிவந்த சடை உடையீர்; சாமவேதம் பாடினீர்; அழகு விளங்கும் அந்தணர்கள் எங்கும் நிறைந்து ஆகம விதிப்படி பூசிக்க இடைமருது என்னும் தலத்தில் மேகங்கள் வந்துதங்கும் உயரிய கோபுரங்களுடன் கூடிய கோயிலையே எழுந்தருளும் கோயிலாகக் கொண்டு எழுந்தருளி மகிழ்ந்தீரே!

1673. நீர்ஆர்ந்த செஞ்சடையீர் நெற்றித்
    திருக்கண் நிகழ்வித்தீர்
போர்ஆர்ந்த வெண்மழுஒன்று உடையீர்
    பூதம் பாடலீர்

ஏர்ஆர்ந்த மேகலையாள் பாகம்
 கொண்டீர் இடைமருதில்
சீர்ஆர்ந்த கோயிலே கோயி
 லாகச் சேர்ந்தீரே (2)

அருஞ்சொற்பொருள்:

நிகழ்வித்தீர் - விளங்கச் செய்தீர். ஏர் - அழகு. சீர் - சிறப்பு.

பொழிப்புரை:

சிவபெருமானே! நீவிர், நீர்நிரம்பிய கங்கை தங்கியுள்ள சிவந்த சடை உடையீர்; நெற்றியில் ஒருகண் விளங்குமாறு வைத்துள்ளீர்; போர் செய்யும் வெண்மழு ஒன்றை ஏந்தி இருக்கிறீர்; பூதங்கள் பாட இருக்கின்றீர்; அழகிய ஒட்டியாணம் அணிந்த உமாதேவியை உடம்பின் பாகமாகக் கொண்டுள்ளீர்; திருஇடைமருது என்னும் தலத்தில் உள்ள சிறப்பு பொருந்திய கோயிலையே, எழுந்தருளும் கோயிலாகக் கொண்டு, அக்கோயிலில் எழுந்தருளி உள்ளீரே!

1674. அழல்மல்கும் அங்கையில் ஏந்திப்
 பூதம் அவைபாடச்
சுழல்மல்கும் ஆடலீர் சுடுகாடு
 அல்லால் கருதாதீர்
எழில்மல்கு நான்மறையோர் முறையால்
 ஏத்த இடைமருதில்
பொழில்மல்கு கோயிலே கோயி
 லாகப் பொலிந்தீரே (3)

அருஞ்சொற்பொருள்:

அழல் - நெருப்பு. அங்கை - உள்ளங்கை. சுழல் மல்கும் - சுழன்று ஆடும். கருதாதீர் - நினையாதவர். பொழில் - சோலை.

பொழிப்புரை:

சிவபெருமானே! நீவிர், உள்ளங்கையில் நெருப்பை ஏந்தி, பூதங்கள் சூழநின்று பாட, சுழன்று ஆடுகின்ற நடனம் உடையீர்; சுடுகாடு தவிர வேறு இடத்தை விரும்பமாட்டீர்; நான்கு வேதங்களைக் கற்ற அழகிய அந்தணர்கள் வேதஆகம முறைப்படி போற்றி வழிபடும் இடைமருது என்னும் தலத்தில் உள்ள சோலை சூழ்ந்த கோயிலையே நீவிர் எழுந்தருளும் கோயிலாகக் கொண்டு, அங்குப் பொலிவுற விளங்குகின்றீரே!

1675. பொல்லாப் படுதலைஒன்று ஏந்திப்
புறங்காட்டு ஆடலீர்
வில்லால் புரம்மூன்றும் எரித்தீர்
விடைஆர் கொடியினீர்
எல்லாக் கணங்களும் முறையால்
ஏத்த இடைமருதில்
செல்வாய கோயிலே கோயி
லாகச் சேர்ந்தீரே (4)

அருஞ்சொற்பொருள்:

பொல்லா - பொலிவு இல்லாத. படுதலை - இறந்தவர் மண்டைஓடு. புறங்காடு - சுடுகாடு. விடைஆர் கொடி - இடபம் எழுதிய கொடி. செல்வாய் - செல்வம் ஆய.

பொழிப்புரை:

சிவபெருமானே! நீவிர், பொலிவில்லாத இறந்தவரது மண்டை ஓடு ஒன்றினைக் கையில் ஏந்திச் சுடுகாட்டில் நடனம் ஆடுகின்றீர்; மேருமலையாகிய வில்கொண்டு முப்புரத்தை எரித்து அழித்தீர்; இடபம் எழுதிய கொடி உடையீர்; பலவித கணங்களும் முறைப்படி வணங்கிப் போற்ற, இடைமருது என்னும் தலத்தில் உள்ள செல்வ வளம் மிக்க கோயிலை, எழுந்தருளும் கோயிலாகக் கொண்டு, அங்குத் தங்கி இருந்தீரே!

1676. வருந்திய மாதவத்தோர் வானோர்
ஏனோர் வந்துஈண்டிப்
பொருந்திய தைப்பூசம் ஆடி
உலகம் பொலிவுஎய்தத்
திருந்திய நான்மறையோர் சீரால்
ஏத்த இடைமருதில்
பொருந்திய கோயிலே கோயி
லாகப் புக்கீரே (5)

அருஞ்சொற்பொருள்:

வருந்திய மாதவம் - வருந்திச் செய்த பெருந்தவம். வானோர் - தேவர். ஏனோர் - மனிதர் முதலிய ஏனையோர். ஈண்டி - குழுமி. தைப்பூசம் ஆடி - தைப்பூச நாளில் இத்தலத்துக்கு வந்து காவிரியில் நீராடுவது தொன்று தொட்டு பழக்கத்தில் உள்ள ஒரு சிறப்பு.

பொழிப்புரை:

சிவபெருமானே! நீவிர், உடலை வருத்தி அரிய தவம்பல செய்த தவசிகள், தேவர்கள், மனிதர் முதலிய ஏனையோர், எனப் பலரும் வந்து குழுமி, தைப்பூச நாளில் தீர்த்தம் ஆடி, உலகம் பொலியவும்; நல்ஒழுக்கங்களால் சிறந்து விளங்கும் அந்தணர் சிறப்புடன் போற்றி வணங்கவும்; ஆக விளங்கும் இடைமருது என்னும் தலத்தில் உள்ள கோயிலையே எழுந்தருளும் கோயிலாகக் கொண்டு, அங்குப் புக்கு இருந்தீரே!

1677. **சலம்மல்கு செஞ்சடையீர் சாந்த**
நீறு பூசினீர்
வலம்மல்கு வெண்மழுஒன்று ஏந்தி
மயானத்து ஆடலீர்
இலமல்கு நான்மறையோர் இனிதா
ஏத்த இடைமருதில்
புலம்மல்கு கோயிலே கோயி
லாகக் கலந்தீரே (6)

அருஞ்சொற்பொருள்:

சலம் - நீர் (கங்கை). வலம் - வெற்றி. இலம் - இல்லம். புலம் - அறிவு.

பொழிப்புரை:

சிவபெருமானே! நீவிர், கங்கை நீரை மிகுதியும் தாங்கியுள்ள சிவந்த சடை உடையீர்; சந்தனம் போல திருநீற்றுப் பூச்சு உடையீர்; வலப்பக்கத்தில் ஒரு மழுப்படையை ஏந்தி, சுடுகாட்டில் நடனம் ஆடுகின்றீர்; தங்களது இல்லங்களில் தங்கி வேதம்கற்ற அந்தணர்கள் (வேள்வி முதலியன வேட்டு) இனிதாக வழிபட இடைமருது என்னும் தலத்தில் உள்ள அறிவினை மிகுவிக்கும் (ஞானத்துக்கு ஏதுவாக விளங்கும்) கோயிலையே எழுந்தருளும் கோயிலாகக் கொண்டு, அங்குப் பொருந்தி இருந்தீரே!

1678. **புனம்மல்கு கொன்றையீர் புலியின்**
அதளீர் பொலிவுஆர்ந்த
சினம்மல்கு மால்விடையீர் செய்யீர்
கரிய கண்டத்தீர்

இனம்மல்கு நான்மறையோர் ஏத்தும்
சீர்கொள் இடைமருதில்
கனம்மல்கு கோயிலே கோயி
லாகக் கலந்தீரே (7)

அருஞ்சொற்பொருள்:

புனம் - கொல்லை. அதள் - தோல். மால்விடை - திருமாலாகிய இடபம். செய்யீர் - சிவந்த நிறம் உடையீர். கனம் - மேகம்.

பொழிப்புரை:

சிவபெருமானே! நீவிர், கொல்லை நிலத்து கொன்றையின் மலரை அணிகிறீர்; புலியின் தோலை உடையாக உடுத்துகிறீர்; அழகியதும் சினம் உடையதும், ஆகிய மால்விடையில் ஏறி வருகிறீர்; சிவந்த நிறத் திருமேனி உடையீர்; எனினும் கரிய கண்டம் உடையீர்; நான்கு வேதங் களையும் கற்ற அந்தணர்கள் கூடிவாழும் திருஇடைமருது என்னும் தலத்தில் உள்ள மேகம் தங்கும் உயர்ந்த கோபுரங்களுடன் கூடிய கோயிலையே, எழுந்தருளும் கோயிலாகக் கொண்டு, அங்குப் பொருந்தி இருந்தீரே!

1679. சிலைஉய்த்த வெங்கணையால் புரம்மூன்று
எரித்தீர் திறல்அரக்கன்
தலைபத்தும் திண்தோளும் நெரித்தீர்
தையல் பாகத்தீர்
இலைமொய்த்த தண்பொழிலும் வயலும்
சூழ்ந்த இடைமருதில்
நலம்மொய்த்த கோயிலே கோயி
லாக நயந்தீரே (8)

அருஞ்சொற்பொருள்:

உய்த்த - செலுத்திய. திறல் - வலிமை. திண் - வலிமை. தையல் - பெண் (உமை). நலம் - அழகு. நயந்தீர் - விரும்பினீர்.

பொழிப்புரை:

சிவபெருமானே! நீவிர், மேருமலையை வில்லாக வளைத்து, தீக்கணை ஒன்றுகொண்டு முப்புரத்தை எரித்து அழித்தீர்; வலிமை உடைய இராவணனது பத்துத் தலைகளும் வலிமை பொருந்திய இருபது தோள்களும் நெரிபடச் செய்தீர்; உமாதேவியைப் பாகமாகக் கொண்டீர்;

இலைகள் நிரம்பிய சோலையும் வயலும் சூழ்ந்த இடைமருது என்னும் தலத்தில் உள்ள அழகு விளங்கும் கோயிலையே, எழுந்தருளும் கோயிலாகக் கொண்டு, அங்கு விரும்பி இருந்தீரே!

1680. மறைமல்கு நான்முகனும் மாலும்
    அறியா வண்ணத்தீர்
கறைமல்கு கண்டத்தீர் கபாலம்
    ஏந்தும் கையினீர்
அறைமல்கு வண்டுஇனங்கள் ஆலும்
    சோலை இடைமருதில்
நிறைமல்கு கோயிலே கோயி
    லாக நிகழ்ந்தீரே   (9)

அருஞ்சொற்பொருள்:

வண்ணம் - தன்மை. கறை - விடக்கறை. கபாலம் - பிரம கபாலம். ஆலும் - ஒலிக்கும். நிறைமல்கு - நிறைவாய் விளங்கும்.

பொழிப்புரை:

சிவபெருமானே! நீவிர், வேதம் கற்ற பிரமனும் திருமாலும் தேடி அறியமுடியாத தன்மை உடையீர்; விடக்கறை பொருந்திய கண்டம் உடையீர்; பிரமகபாலம் ஏந்தும் கை உடையீர்; வண்டுக் கூட்டம் ஒலி எழுப்பி ஆரவாரம் செய்கின்ற சோலை வளம் நிரம்பிய இடைமருது என்னும் தலத்தில் உள்ள நிறைவான கோயிலையே எழுந்தருளும் கோயிலாகக் கொண்டு, அங்கு விளங்கும் இயல்பு உடையவர் ஆனீர்!

1681. சின்போர்வைச் சாக்கியரும் மாசு
    சேரும் சமணரும்
துன்பாய கட்டுரைகள் சொல்லி
    அல்லல் தூற்றவே
இன்பாய அந்தணர்கள் ஏத்தும்
    ஏர்கொள் இடைமருதில்
அன்பாய கோயிலே கோயி
    லாக அமர்ந்தீரே   (10)

அருஞ்சொற்பொருள்:

சின்போர்வை - மெல்லிய மேலாடை. மாசு - அழுக்கு. துன்பாய - துன்பம் தருவனவாகிய. கட்டுரை - கட்டி உரைக்கும் சொல் (உபதேசம்). அல்லல் - துன்பம். தூற்ற - பழிதூற்ற. ஏர் - அழகு. அன்பாய - அன்பு மயமான.

பொழிப்புரை:

மெல்லிய மேலாடை போர்த்தி இருக்கும் பௌத்தரும், குளிக்காமையால் அழுக்கு உடல் உடைய சமணரும், ஆகிய இவர்கள் கூறும் துன்பத்திற்கு ஏதுவாகிய உபதேசம் சொல்லி உம்மைப் பழிதூற்றி அல்லலுக்கு ஆளாவர்; மாறாக, இன்பம் பயக்கும் வேத மந்திரங்களை முழங்கி, அந்தணர்கள் போற்ற அழகிய இடைமருது என்னும் தலத்தில் உள்ள அன்புமயமான கோயிலையே, கோயிலாகக் கொண்டு, நீவிர் எழுந்தருளி இருக்கின்றீர்!

1682. கல்லின் மணிமாடக் கழுமலத்
    தார்கா வலவன்
    நல்ல அருமறையான் நற்றமிழ்
    ஞான சம்பந்தன்
    எல்லி இடைமருதில் ஏத்து
    பாடல் இவைபத்தும்
    சொல்லு வார்க்கும் கேட்பார்க்கும்
    துயரம் இல்லையே (11)

அருஞ்சொற்பொருள்:

மணி - அழகு. காவலவன் - அரசன். எல்லி - இரவு. துயரம் - பிறப்பு இறப்புகளால் வரும் துன்பம்.

பொழிப்புரை:

கருங்கற்களால் கட்டப்பட்ட அழகிய மாளிகைகள் நிறைந்த கழுமல நகரில் வசிப்போர்க்கு அரசனும், அரிய மறைகளில் தைதேர்ந்த புலமை உடையவனும், நல்ல தமிழால் பாடுபவனும், ஆகிய ஞானசம்பந்தன் இரவுப் பொழுதில் (அர்த்தசாமப் பூசையின்போது) பாடி வழிபட்ட இப்பாடல் பத்தினையும், சொன்னவர்க்கும் கேட்டவர்க்கும், பிறப்பு இறப்பு ஆகிய துன்பங்கள் இல்லையாகும்.

திருச்சிற்றம்பலம்

156

திருத்தென்குரங்காடுதுறை

பதிக வரலாறு:

இடைமருதில் தங்கிப் பல பதிகங்கள் பாடி வழிபட்ட பாலகனார், அருகில் இருந்த தென்குரங்காடுதுறை வந்து இப்பதிகம் அருளி வழிபடுகின்றனர்.

தல வரலாறு:

கும்பகோணம், மயிலாடுதுறை ஆகிய ஊர்களில் இருந்து நகரப் பேருந்தில் செல்லலாம். காவிரியின் வடகரையில் திருவையாறு என்னும் தலத்துக்குக் கிழக்கில் 9கி.மீ. தொலைவில் குரங்காடுதுறை என ஒரு தலம் இருத்தலினாலும், இது காவிரியின் தென்கரையில் இருத்தலினாலும், தென்குரங்காடுதுறை எனப் பெயர் பெற்றது. இது இப்பொழுது ஆடுதுறை என்று வழங்கப்படுகிறது.

சுவாமி : ஆபத்சகாயர்

அம்மை : பவளக்கொடி அம்மை

தீர்த்தம் : காவிரி, சகாய தீர்த்தம்

திருமுறை 2 - 171 திருஞான - 416

பண்: இந்தளம்

1683. பரவக்கெடும் வல்வினை பாரிடம் சூழ
இரவில்புறங் காட்டிடை நின்றுஎரி ஆடி
அரவச்சடை அந்தணன் மேய அழகார்
குரவப்பொழில் சூழ்குரங் காடு துறையே (1)

அருஞ்சொற்பொருள்:

பாரிடம் - பூதகணம். புறங்காடு - சுடுகாடு. எரிஆடி - ஏரி ஏந்தி ஆடுபவன்; எரியிடை நின்று ஆடுபவன். மேய - எழுந்தருளி உள்ள. குரவம் - குராமரம்.

பொழிப்புரை:

பூதகணங்கள் புடைசூழ, இரவு நேரத்தில், சுடுகாட்டில் நெருப்பின் நடுவே நின்று நடனம் ஆடுபவனும், பாம்பு தங்கிய சடை உடைய அந்தணனும், அழகிய குராமரங்கள் நிறைந்த சோலை சூழ்ந்த குரங்காடுதுறையில் எழுந்தருளி இருப்பவனும், ஆகிய பெருமானை வழிபட, வினைகள் ஆனவை கெடும்.

1684. **விண்டார்புரம் மூன்றும் எரித்த விமலன்**
இண்டார்புறங் காட்டிடை நின்றுஎரி ஆடி
வண்டார்கரு மென்குழல் மங்கைஒர் பாகம்
கொண்டான்நகர் போல்குரங் காடு துறையே (2)

அருஞ்சொற்பொருள்:

விண்டார் - பகைவர். விமலன் - மலம் இல்லாதவன். இண்டு - இண்டங்கொடி.

பொழிப்புரை:

பகைவரது முப்புரத்தை எரித்து அழித்த மலம் இல்லாதவனும், இண்டங்கொடிகள் நிறைந்துள்ள சுடுகாட்டில் நெருப்பின் நடுவில் நின்று நடனம் ஆடுபவனும், வண்டு மொய்க்கும் கரிய மெல்லிய கூந்தல் உடைய உமாதேவியைப் பாகம் கொண்டவனும், ஆகியவன் எழுந்தருளி இருக்கும் தலம் குரங்காடுதுறை போலும்.

1685. **நிறைவுஇல்புறங் காட்டிடை நேரிழை யோடும்**
இறைவுஇல்எரி யான்மழு ஏந்திநின்று ஆடி
மறையின்ஒலி வானவர் தானவர் ஏத்தும்
குறைவுஇல்லவன் ஊர்குரங் காடு துறையே (3)

அருஞ்சொற்பொருள்:

நிறைவுஇல் புறங்காடு - இனி எரிப்பதற்கு எவர் உடம்பும் இல்லை என்று கூறமுடியாத சுடுகாடு. நேர்இழை - நேரிய அணிகலன். (நேரிய -

பொருத்தமான). இறைவு இல் எரியான் - அழியாத நெருப்பை ஏந்தி இருப்பவன். தானவர் - அசுரர். குறைவு இல்லவன் - குறை ஒன்றும் இல்லாதவன்.

பொழிப்புரை:

இனி எரிக்கப் பிணம் இல்லை என்ற நிறைவினை ஒருபோதும் எட்டிப்பிடிக்காத சுடுகாட்டில், நேரிய அணிகலன்கள் அணிந்துள்ள உமாதேவியோடும் கூடி, அழியாத நெருப்பையும் மழுப்படையையும் ஏந்தி நின்று நடனம் ஆடியவனும், வேதமுழக்கம் செய்யும் தேவர்களும் அசுரர்களும் போற்ற நின்றவனும், குறைஒன்றும் இல்லாதவனும், ஆகிய பெருமான் எழுந்தருளி இருக்கும் ஊர் குரங்காடுதுறையே ஆகும்.

1686. **விழிக்கும்நுதல் மேல்ஒரு வெண்பிறை சூடித்**
தெழிக்கும்புறம் காட்டிடைச் சேர்ந்துஎரி ஆடிப்
பழிக்கும்பரி சேபலி தேர்ந்தவன் ஊர்பொன்
கொழிக்கும்புனல் சூழ்குரங் காடு துறையே (4)

அருஞ்சொற்பொருள்:

விழிக்கும் நுதல் - திறந்து பார்க்க ஒருகண் உடைய நெற்றி. தெழிக்கும் - ஒழிக்கும். பரிசு - தன்மை. பலி - பிச்சை. தேர்ந்தவன் - ஏற்றவன்.

பொழிப்புரை:

கண்உடைய நெற்றிக்கு மேல்உள்ள சடையில் ஒருவெண் பிறையைச் சூடிக் கொண்டு, முழங்கி எரியும் நெருப்பு பொருந்திய சுடுகாட்டில் அந்நெருப்பின் நடுவில் நின்று சங்கார நடனம் ஆடுபவனும், பழிச் சொல்லுக்கு ஆளாகும் பிச்சை எடுப்பதைத் தொழிலாகக் கொண்டவனும், ஆகிய பெருமான் எழுந்தருளி இருக்கும் ஊர், பொன்துகள்களை கரைஒதுக்கிக் காவிரி பாயும் குரங்காடுதுறையே ஆகும்.

1687. **நீறுஆர்தரு மேனியன் நெற்றிஒர் கண்ணன்**
ஏறுஆர்கொடி எம்இறை ஈண்டுஎரி ஆடி
ஆறுஆர்சடை அந்தணன் ஆயிழை யாளோர்
கூறான்நகர் போல்குரங் காடு துறையே (5)

அருஞ்சொற்பொருள்:

நீறு - திருநீறு. ஏறு - இடபம். ஆறு - கங்கை. ஆயிழை - ஆராய்ந்து தேர்ந்த அணிகலன். கூறான் - பாகமாக உடையவன்.

பொழிப்புரை:

திருநீறு பூசிய திருமேனி உடையவனும், நெற்றிமேல் ஒருகண் உடையவனும், இடபம் எழுதிய கொடி உடையவனும், எமது இறைவனும், இங்கு எரியின் நடுவில் நின்று நடனம் ஆடுபவனும், கங்கை தங்கிய சடை உடையவனும், அந்தணனும், ஆராய்ந்து தேர்ந்த அணிகலன்கள் அணிந்திருக்கும் உமாதேவியைப் பாகமாகக் கொண்டவனும், ஆகிய இறைவன் எழுந்தருளி இருக்கும் ஊர் குரங்காடுதுறை போலும்.

1688. **நளிரும்மலர்க் கொன்றையும் நாறும் கரந்தைத்**
துளிரும்சுல விச்சுடு காட்டுளரி ஆடி
மிளிரும்(ம்)அரவு ஆர்த்தவன் மேவிய கோயில்
குளிரும்புனல் சூழ்குரங் காடு துறையே (6)

அருஞ்சொற்பொருள்:

நளிரும் - குளிரும். துளிர் - தளிர். சுலவி - சுற்றி. மிளிரும் - விளங்கும்.

பொழிப்புரை:

குளிர்ந்த கொன்றை மலரும், மணம் வீசும் கரந்தைத் தளிரும், ஆகிய இவற்றை அணிந்து கொண்டு, சுடுகாட்டு நெருப்பில் சுழன்று சுழன்று நடனம் ஆடுபவனும்; பாம்பினை விளக்கமாகக் கச்சாகக் கட்டி இருப்பவனும்; ஆகிய பெருமான் எழுந்தருளி இருக்கும் கோயில் இருப்பது; குளிர்ந்த நீரால் சூழப்பட்ட குரங்காடுதுறை என்னும் தலத்திலே ஆகும்.

1689. **பழகும்வினை தீர்ப்பவன் பார்ப்பதி யோடும்**
முழவம்குழல் மொந்தை முழங்குஎரி ஆடும்
அழகன்அயில் மூஇலை வேல்வலன் ஏந்தும்
குழகன்நகர் போல்குரங் காடு துறையே (7)

அருஞ்சொற்பொருள்:

பழகும்வினை - உயிருடன் தொன்று தொட்டுப் பழகிவரும் வினை. பார்ப்பதி - பார்வதிதேவி. அயில் - கூர்மை. வலன் - வலப்பக்கம். குழகன் - இளமை உடையவன்.

பொழிப்புரை:

உயிருடன் தொன்றுதொட்டுப் பழகிவரும் வினையினைத் தீர்ப்பவனும், உமாதேவியோடு இருப்பவனும், முழவம் குழல்

மொந்தை முதலிய வாத்தியங்கள் ஒலிக்க, முழங்கி எரியும் நெருப்பின் நடுவில் நின்று நடனம் ஆடும் அழகனும், கூரிய முத்தலைச் சூலத்தை வலக்கையில் ஏந்தி இருப்பவனும், எப்பொழுதும் இளமையாய் இருப்பவனும், ஆகிய பெருமான் எழுந்தருளி இருக்கும் நகர், குரங்காடுதுறை போலும்.

1690. **வரைஆர்த்து எடுத்தஅவ் வரக்கன் வலிஒல்க**
நிரைஆர்விர லால்நெரித் திட்டவன் ஊராம்
கரைஆர்ந்துஇழி காவிரிக் கோலக் கரைமேல்
குரைஆர்பொழில் சூழ்குரங் காடு துறையே (8)

அருஞ்சொற்பொருள்:

வரை - மலை. ஆர்த்து - ஆரவாரம் செய்து. ஒல்க - தளர. நிரை - ஒழுங்கு. கோலம் - அழகு. குரை - ஒலி.

பொழிப்புரை:

ஆரவாரம் செய்து கயிலை மலையைத் தூக்கிய இராவணனது வலிமை குன்றுமாறு, ஒழுங்கு அமைந்த இடக்கால் பெருவிரல் ஒன்றின் நுனியால் சிறிதளவே நெரித்தவன் எழுந்தருளி இருக்கும் ஊர், இரண்டு கரைகளையும் தொட்டுக் கொண்டு இழிந்துவரும் காவிரி ஆற்றின் அழகிய கரையில் உள்ள, ஆரவாரம் மிக்க சோலை சூழந்த குரங்காடு துறையே ஆகும்.

1691. **நெடியானொடு நான்முக னும்நினைவு ஒண்ணாப்**
படியாகிய பண்டங்கன் நின்றுஎரி ஆடி
செடிஆர்தலை ஏந்திய செங்கண்வெள் ஏற்றின்
கொடியான்நகர் போல்குரங் காடு துறையே (9)

அருஞ்சொற்பொருள்:

படி - தன்மை. பண்டங்கன் - பண்டரங்கம் என்னும் கூத்து நிகழ்த்துபவன். செடி தலை - முடைநாற்றம் வீசும் மண்டைஓடு (பிரம கபாலம்).

பொழிப்புரை:

நெடியவனாகிய திருமாலும் பிரமனும் தேடிக் காண முடியாத தன்மையில் விளங்குபவனும், எரியின் நடுவில் நின்று பண்டரங்கம் என்னும் கூத்து நிகழ்த்துபவனும், புலால் நாற்றம் வீசுகின்ற மண்டை ஓட்டை ஏந்தியவனும், சிவந்த கண்ணும் வெள்ளை நிற உடம்பும்

உடைய இடபம் எழுதிய கொடி உடையவனும், ஆகிய பெருமான் எழுந்தருளி இருக்கும் நகரம், குரங்காடுதுறையே ஆகும்.

1692. **துவர்ஆடையர் வேடம்அ லாச்சமண் கையர்**
கவர்வாய்மொழி காதல்செய் யாதவன் ஊராம்
நவைஆர்மணி பொன்(ன்)அகில் சந்தனம் உந்திக்
குவைஆர்கரை சேர்குரங் காடு துறையே (10)

அருஞ்சொற்பொருள்:

கையர் - கீழ்மக்கள். கவர்வாய் மொழி - கவரும் (ஐயத்தை உண்டாக்கும்) வாய்ப்பேச்சு. நவையார்மணி - (நவமார்மணி என்றிருத்தல் வேண்டும்) புதிய மணி வகைகள். குவை - குவியல்.

பொழிப்புரை:

துவராடை போர்த்தி இருக்கும் பௌத்தரும், உடைஅணியாத சமணரும், ஆகிய கீழ்மக்கள் பேசும் சந்தேகத்துக்கு இடமளிக்கும் சொற்களை விரும்பி கேட்காதவன் எழுந்தருளி இருக்கும் ஊர்; புதுப்புது மணி வகைகளையும் பொன்னின் துகளையும் அகில் சந்தனம் ஆகிய மரங்களின் கட்டைகளையும் தள்ளிக் கொண்டுவந்து காவிரியின் கரையில் குவித்து வைக்கும் குரங்காடுதுறையே ஆகும்.

1693. **நல்லார்பயில் காழியுள் ஞானசம் பந்தன்**
கொல்ஏறுஉடை யான்குரங் காடு துறைமேல்
சொல்லார்தமிழ் மாலைபத் தும்தொழுது ஏத்த
வல்லார்அவர் வானவ ரோடுஉறை வாரே (11)

அருஞ்சொற்பொருள்:

நல்லார் - ஞானியர். வானவர் - வீட்டுலகு அடைந்தோர். உறைவர் - வாழ்வர்.

பொழிப்புரை:

ஞானியர் பலரும் வாழும் சீர்காழியில் தோன்றிய ஞானசம்பந்தன், கொல்லும் தன்மை உடைய இடத்தை ஊர்ந்துவரும் சிவபெருமான் எழுந்தருளி இருக்கும் குரங்காடுதுறை என்னும் தலத்தின்மீது பாடிய, தமிழ்மாலை பத்தினையும், தொழுது போற்ற வல்லவர், மேல்உள்ள வீட்டுலகை அடைந்து, அங்குள்ளோருடன் சேர்ந்து வாழும் வாழ்வினைப் பெறுவர்.

திருச்சிற்றம்பலம்

157

திருஆவடுதுறை

பதிக வரலாறு:

தென்குரங்காடுதுறை பாடி வழிபட்ட ஞானச் செம்மலார், திருஆவடுதுறை நோக்கி வர, அவ்வூர்த் தொண்டர்கள் எதிர்வந்து, உடன்கலந்து வர, வந்து சேர்ந்து, அத்தலத்தில் தங்கி இருந்தபோது, அவரது தந்தையார் வேள்வி செய்யும் காலம் நெருங்கியமையால், பொருள் வேண்டி நின்றார்; அதுகேட்ட பிள்ளையார், கோயிலின்முன் சென்று நின்று, "ஈவது ஒன்று மற்றுஇலேன் உன்அடி அல்லது ஒன்று அறியேன்" என்னும் கருத்தமைந்த இப்பதிகத்தைப் பாடி அருளுகின்றார்.

தல வரலாறு:

நரசிங்கன்பேட்டை இரயில் நிலையத்தில் இருந்து தென்கிழக்கில் 1.5கி.மீ. தொலைவில் உள்ளது. கும்பகோணத்திலிருந்து பேருந்தில் செல்லலாம்.

திருக்கயிலையில் அம்மை இறைவரோடு சொக்கட்டான் ஆடியமையால் பசுவடிவம் பெற்றார் என்றும், அவ்வடிவம் நீங்க இத் தலத்துக்கு வந்து வழிபட்டார் என்றும் தலவரலாறு கூறுகிறது. (ஆ - பசு).

திருமூலர் திருமந்திரம் பாடியது. முசுகுந்தச் சக்கரவர்த்திக்கு மகப்பேறு அளித்தது, வாதவூரடிகளுக்கு குருதரிசனம் காட்டியது, முதலிய சிறப்புகள் உடைய தலம்.

மூவர் தேவாரமும் திருவிசைப்பா பதிகம் ஒன்றும் இத்தலத்துக்கு உண்டு. திருக்கயிலாய பரம்பரையில் ஞானத்தேசிகராய் விளங்கிய நமச்சிவாய மூர்த்திகளால் நிறுவப்பட்ட பெருமையும் பழமையும் பொருந்திய திருவாவடுதுறை ஆதீனம் இங்கு உள்ளது.

சுவாமி : மாசிலாமணி ஈசுவரர்
அம்மை : ஒப்பிலாமுலை அம்மை

தல மரம் : அரசு

தீர்த்தம் : கோமுத்தி

திருமுறை 3 - 262   திருஞான - 424

நாலடி மேல்வைப்பு
பண்: காந்தாரபஞ்சமம்

1694. இடரினும் தளரினும் எனதுஉறுநோய்
 தொடரினும் உனகழல் தொழுதுஎழுவேன்
 கடல்தனில் அமுதொடு கலந்தநஞ்சை
 மிடறினில் அடக்கிய வேதியனே
இதுவோஎமை ஆளுமாறு ஈவதுஒன்றுஎமக்கு இல்லையேல்
அதுவோஉனது இன்னருள் ஆவடுதுறை அரனே   (1)

அருஞ்சொற்பொருள்:

இடரினும் - துன்பத்திலும். தளரினும் - தளர்ச்சியிலும். உறுநோய் - உற்றவினை. உனகழல் - உனது திருவடி. மிடறு - கழுத்து. அரன் - பிறப்பை அறுப்பவன்.

பொழிப்புரை:

தேவர்கள் அமுதம் பெறும்பொருட்டுப் பாற்கடலைக் கடைந்த போது, வெளிப்பட்ட விடத்தினை உண்டு, கண்டத்தில் அடக்கியவனே! வேதம் சொன்னவனே! துன்பம் வந்தபோதும், தளர்வு வந்தபோதும், எனது வினை என்னைத் துன்புறுத்த வந்தபோதும், உனது திருவடி களையே வணங்கி எழுபவனாக இருந்து வருகிறேன்; ஆவடுதுறை என்னும் தலத்தில் எழுந்தருளி இருக்கும் பிறப்பை அறுக்கவல்ல பெருமானே! (எனது தந்தை செய்ய விரும்பும் கேள்விக்கு) வேண்டும் பொருளை நீ எனக்குத் தராதுவிடின், அது உமது திருவருளுக்கு அழகாகுமோ? எம்மை ஆட்கொண்ட தன்மை இதுதானோ?

1695. வாழினும் சாவினும் வருந்தினும்போய்
 வீழினும் உனகழல் விடுவேன்அல்லன்
 தாழ்இளம் தடம்புனல் தயங்குசென்னிப்
 போழ்இளம் மதிவைத்த புண்ணியனே
இதுவோஎமை ஆளுமாறு ஈவதுஒன்றுஎமக்கு இல்லையேல்
அதுவோஉனது இன்அருள் ஆவடுதுறை அரனே   (2)

அருஞ்சொற்பொருள்:

வீழினும் - வழுக்கி விழுந்தாலும். தாழ் - தாங்குகின்ற. தடம்புனல் - பரவிய நீர். போழ் இளமதி - பிளந்தது போன்ற சந்திரன் (பிறை).

பொழிப்புரை:

பரந்துபட்ட கங்கை வெள்ளத்தையும் பிறைச் சந்திரனையும் சடையில் வைத்திருக்கும் புண்ணியப் பொருளாய் விளங்குபவனே! நான் வாழும் போதும், சாகும்போதும், துன்பத்தை அனுபவிக்கும் போதும், வழுக்கி வீழும்போதும், உனது திருவடிப் பற்றை விடுபவன் அல்லேன்; ஆவடுதுறை என்னும் தலத்தில் எழுந்தருளி இருக்கும் பிறப்பை அறுக்கவல்ல பெருமானே! வேண்டும் பொருளை, நீ எனக்குத் தராதுவிடின், அது உமது திருவருளுக்கு அழகாகுமோ? என்னை ஆட் கொண்ட தன்மை இதுதானோ?

1696. **நனவினும் கனவினும் நம்பாஉன்னை**
மனவினும் வழிபடல் மறவேன்அம்மான்
புனல்விரி நறுங்கொன்றைப் போதுஅணிந்த
கனல்எரி அனல்புல்கு கையவனே
இதுவோஎமை ஆளுமாறு ஈவதுஒன்றுஎமக்கு இல்லையேல்
அதுவோஉனது இன்அருள் ஆவடுதுறை அரனே (3)

அருஞ்சொற்பொருள்:

நம்பா - விரும்பப்படுபவனே. மனவினும் - மனத்தாலும். அம்மான் - தந்தை. போது - மலர். புல்கு - பொருந்து.

பொழிப்புரை:

விரிநீர்க் கங்கையையும் கொன்றையின் மணமலரையும் சடையில் அணிந்து, பற்றி எரியும் நெருப்பினைக் கையில் ஏந்தியவனே! அனைவராலும் விரும்பப்படுபவனே! தந்தையே! நனவு நிலையிலும் கனவு நிலையிலும் (சாக்கிர சொப்பன அவத்தைகள்) உம்மை மனதில் வைத்து வழிபட மறந்து அறியேன்; ஆவடுதுறை என்னும் தலத்தில் எழுந்தருளி இருக்கும் பிறப்பை அறுக்கவல்ல பெருமானே! வேண்டும் பொருளை நீ எனக்குத் தராவிடின்,' அது உமது திருவருளுக்கு அழகாகுமோ? என்னை ஆட்கொண்ட தன்மை இதுதானோ?

1697. **தும்மலொடு அருந்துயர் தோன்றிடினும்**
அம்மலர் அடிஅலால் அரற்றாதுஎன்நாக்

கைம்மல்கு வரிசிலைக் கணைஒன்றினால்
மும்மதிள் எரிஎழ முனிந்தவனே
இதுவோஎமை ஆளுமாறு ஈவதுஒன்றுஎமக்கு இல்லையேல்
அதுவோஉனது இன்அருள் ஆவடுதுறை அரனே (4)

அருஞ்சொற்பொருள்:

அடிஅலால் - அடிஅல்லால். அரற்றாது - புலம்பாது. நா - நாக்கு. மதிள் - மதில். முனிந்தவன் - சினந்தவன்.

பொழிப்புரை:

மேருமலையை வில்லாக்கிக் கையில் ஏந்தி, எரிஅம்பு ஒன்றுகொண்டு, மும்மதிலை தீப்பற்றி எரியுமாறு, சினந்து அழித்தவனே! தும்மல் போன்ற அனிச்சைச் செயல்கள் நிகழும்போதும், அழகிய தாமரை மலர் போன்ற உமது திருவடி தவிர, வேறு எதனையும் நினைத்து, என்நா பிதற்றாது (அனிச்சைச் செயலாய் உன்னையே சொல்லிப் பிதற்றும் என்றது); திருஆவடுதுறையில் எழுந்தருளி இருக்கும் பிறப்பை அறுக்கவல்ல பெருமானே! வேண்டும் பொருளை நீ எனக்குத் தராவிடின், அது உனது திருவருளுக்கு அழகாகுமோ? என்னை அடிமை கொண்ட விதம் இதுதானோ?

1698. **கையது வீழினும் கழிவுறினும்**
செய்கழல் அடிஅலால் சிந்தைசெய்யேன்
கொய்அணி நறுமலர் குலாயசென்னி
மைஅணி மிடறுஉடை மறையவனே
இதுவோஎமை ஆளுமாறு ஈவதுஒன்றுஎமக்கு இல்லையேல்
அதுவோஉனது இன்அருள் ஆவடுதுறை அரனே (5)

அருஞ்சொற்பொருள்:

கை அது வீழினும் - கையில் உள்ள பொருள் அனைத்தும் நழுவிய காலத்திலும். கழிவுஉறினும் - ஒன்றுக்கும் உதவாத பொருள் என்று ஏனையோர் இழித்துப் பேசும் காலத்திலும். செய்கழல் - சிவந்த திருவடி. கொய் - கொய்த (பறித்த). குலாய - விளங்குகின்ற. மை - கருமை.

பொழிப்புரை:

பறித்த மணமுள்ள மலர்களைச் சூடியுள்ள சடையும், கரியநிறக் கண்டமும் கொண்டவனே! வேதத்தை உலகுக்குச் சொன்னவனே! கைப்பொருளை நழுவவிடும் முதுமைக் காலத்திலும், இனிப்பயனில்லை

என ஏனையோர் ஓதுக்கும் காலத்திலும், உமது சிவந்த திருவடி தவிர, வேறு எதனையும் நினைக்கமாட்டேன்; ஆவடுதுறை என்னும் தலத்தில் எழுந்தருளி இருக்கும் பிறப்பை அறுக்கவல்ல பெருமானே! வேண்டும் பொருளை நீ எனக்குத் தராவிடின், அது உனது திருவருளுக்கு அழகாகுமோ? என்னை அடிமை கொண்ட தன்மை இதுதானோ?

1699. **வெந்துயர் தோன்றிஓர் வெருவுஉறினும்**
எந்தாய் உன்அடிஅலால் ஏத்தாதுஎந்நா
ஐந்தலை அரவுகொண்டு அரைக்குஅசைத்த
சந்தவெண் பொடிஅணி சங்கரனே
இதுவோஎமை ஆளுமாறு ஈவதுஒன்றுஎமக்கு இல்லையேல்
அதுவோஉனது இன்அருள் ஆவடுதுறை அரனே (6)

அருஞ்சொற்பொருள்:

வெருவு - அச்சம். எந்தாய் - எம் தந்தையே. அசைத்த - கட்டிய. சந்தம் - சந்தனம். சங்கரன் - இன்பம் செய்பவன்.

பொழிப்புரை:

ஐந்துதலைப் பாம்பு ஒன்றை இடையில் கச்சாக அணிந்து, சந்தனம் போல் திருநீற்றைப் பூசி, அழகுற விளங்கும் உயிர்களுக்கு இன்பம் செய்பவனே! எமது தந்தையே! கொடிய இறப்பு உண்டாக, அதன் காரணமாக அச்சம் ஏற்பட்டாலும், உனது திருவடி தவிர, வேறு எதனையும் எனது நா புகழ்ந்து பேசாது; ஆவடுதுறை என்னும் தலத்தில் எழுந்தருளி இருக்கும் பிறப்பை அறுக்கவல்ல பெருமானே! வேண்டும் பொருளை நீ எனக்குத் தராவிடின், அது உனது திருவருளுக்கு அழகாகுமோ? என்னை அடிமை கொண்ட தன்மை இதுதானோ?

1700. **வெப்பொடு விரவிஓர் வினைவரினும்**
அப்பாஉன் அடிஅலால் அரற்றாதுஎந்நா
ஒப்புடை ஒருவனை உருவுஅழிய
அப்படி அழல்எழ விழித்தவனே
இதுவோஎமை ஆளுமாறு ஈவதுஒன்றுஎமக்கு இல்லையேல்
அதுவோஉனது இன்அருள் ஆவடுதுறை அரனே (7)

அருஞ்சொற்பொருள்:

'ஓர்வினை வெப்பொடு வரினும்' - எனக் கூட்டி உரைக்க. ஒப்புடை ஒருவன் - தனக்குத் தானே ஒப்பாகும் உருவ அழகுஉடைய மன்மதன். அப்படி - வியப்புச்சொல் (அப்பேர்ப்பட்ட என்று பேச்சுவழக்கில் வழங்குவர்).

பொழிப்புரை:

தனக்குத்தானே ஒப்புமை ஆகுமாறு உருவஅழகில் சிறந்து விளங்கிய மன்மதனை, அவனது உருவம் அழியுமாறு, நெற்றிக் கண்ணில் நெருப்பு எழ விழித்த பெருமை உடையவனே! என் அப்பனே! வினையால் வரும் துன்பம் நெருப்பு போல் தாக்கினாலும், உனது திருவடிப் பெருமை தவிர, வேறு எதனையும் சொல்லி என் நாக்கு அரற்றாது (புலம்பாது); ஆவடுதுறை என்னும் தலத்தில் எழுந்தருளி இருக்கும் பிறப்பை அறுக்கவல்ல பெருமானே! வேண்டும் பொருளை நீ எனக்குத் தராது இருப்பது, உனது திருவருளுக்கு அழகாகுமோ? என்னை அடிமை கொண்ட தன்மை இதுதானோ?

1701. பேரிடர் பெருகிஓர் பிணிவரினும்
சீர்உடைக் கழல்அலால் சிந்தைசெய்யேன்
ஏர்உடை மணிமுடி இராவணனை
ஆரிடர் படவரை அடர்த்தவனே
இதுவோஎமை ஆளுமாறு ஈவதுஒன்றுஎமக்கு இல்லையேல்
அதுவோஉனது இன்னருள் ஆவடுதுறை அரனே (8)

அருஞ்சொற்பொருள்:

ஏர் - அழகு. ஆரிடர் - (அருமை + இடர்) அரிய துன்பம். வரை - மலை.

பொழிப்புரை:

அழகிய மணிகள் பதிக்கப்பட்ட முடி (கிரீடம்) அணிந்த இராவணனைச் சொல்லஅரிய துன்பம் படுமாறு கயிலை மலையின்கீழ் இட்டு நசுக்கியவனே! வினையின் காரணமாக பெருந்துன்பம் தரும் நோய்வந்து, என்னைத் துன்புறுத்தினாலும், பெருமை பொருந்திய நினது திருவடிதவிர, வேறுஒன்றையும் நினைக்க மாட்டேன்; ஆவடுதுறை என்னும் தலத்தில் எழுந்தருளி இருக்கும் பிறப்பை அறுக்கவல்ல பெருமானே! வேண்டும் பொருளை எனக்கு நீ வழங்காது இருப்பது, உனது திருவருளுக்கு அழகாகுமோ? என்னை அடிமை கொண்ட தன்மை இதுதானோ?

1702. உண்ணினும் பசிப்பினும் உறங்கினும்நின்
ஒண்மலர் அடிஅலால் உரையாதுஎந்நாக்
கண்ணனும் கடிகமழ் தாமரைமேல்
அண்ணலும் அளப்பரிது ஆயவனே
இதுவோஎமை ஆளுமாறு ஈவதுஒன்றுஎமக்கு இல்லையேல்
அதுவோஉனது இன்அருள் ஆவடுதுறை அரனே (9)

அருஞ்சொற்பொருள்:

கண்ணன் - திருமால். ஒண்மலர் - ஒள்ளிய தாமரை மலர். கடி - மணம். அண்ணல் - பிரமன்.

பொழிப்புரை:

திருமாலும், மணம் கமழும் தாமரைமலர் மேல் உறையும் பிரமனும், ஆகிய இருவராலும், அளந்து அறிய முடியாத தன்மையில் விளங்கியவனே! பசியோடு இருக்கும்போதும், பசியார உணவு உண்டபோதும், உறங்கும்போதும், என எல்லாக் காலங்களிலும், ஒள்ளிய தாமரை மலர்போன்ற உனது திருவடிப் பெருமை தவிர, வேறு ஒன்றையும் எனது நாக்குப் பேசாது; ஆவடுதுறை என்னும் தலத்தில் எழுந்தருளி இருக்கும் பிறப்பை அறுக்கவல்ல பெருமானே! வேண்டும் பொருளை எனக்கு வழங்காது இருப்பது, உனது திருவருளுக்கு அழகாகுமோ? என்னை அடிமை கொண்ட தன்மை இதுதானோ?

1703. பித்தொடு மயங்கிஒர் பிணிவரினும்
அத்தாஉன் அடிஅலால் அரற்றாது எந்நாப்
புத்தரும் சமணரும் புறன்உரைக்கப்
பத்தர்கட்கு அருள்செய்து பயின்றவனே
இதுவோஎமை ஆளுமாறு ஈவதுஒன்றுஎமக்கு இல்லையேல்
அதுவோஉனது இன்அருள் ஆவடுதுறை அரனே (10)

அருஞ்சொற்பொருள்:

பித்து - பித்தம். அத்தா - தந்தையே. அரற்றாது - புலம்பாது. புறன்உரைக்க - ஆகமங்களுக்குப் புறம்பான கருத்துகளைச் சொல்ல. பயின்றவன் - பழகியவன்.

பொழிப்புரை:

பௌத்தர்களும் சமணர்களும் சிவநெறிக்குப் புறம்பான கருத்து களைச் சொல்லி வரவும், அதனை ஏற்காது, அடியார்களுக்கு அருள் செய்து பழகியவனே! தந்தையே! பித்தத்தால் மயங்கி நோய்வாய்ப் பட்டாலும், உனது திருவடிப் பெருமை தவிர, வேறுஒன்றையும் சொல்லி எனது நாக்குப் புலம்பாது; ஆவடுதுறை என்னும் தலத்தில் எழுந்தருளி இருக்கும் பிறப்பை அறுக்கவல்ல பெருமானே! வேண்டும் பொருளை எனக்கு வழங்காது இருப்பது, உனது திருவருளுக்கு அழகாகுமோ? என்னை அடிமை கொண்ட தன்மை இதுதானோ?

1704. அலைபுனல் ஆவடு துறைஅமர்ந்த
    இலைநுனை வேல்படை எம்இறையை
    நலமிகு ஞானசம் பந்தன்சொன்ன
    விலைஉடை அருந்தமிழ் மாலைவல்லார்
வினைஆயின நீங்கிப்போய் விண்ணவர் வியன்உலகம்
நிலையாகமுன் ஏறுவர் நிலமிசை நிலையிலரே   (11)

அருஞ்சொற்பொருள்:

அலைபுனல் - அலைவீசும் நீர். இலைநுனை - இலை போன்ற நுனி. வேல் - சூலம். விலைஉடை - விலைப் பெறுமானம் உள்ள. வியன் உலகம் - இடமகன்ற உலகம். நிலமிசை - நிலவுலகின்மீது. நிலையிலர் - நிலைத்து இரார்.

பொழிப்புரை:

அலைவீசும் நீர்வளம் உடைய ஆவடுதுறை என்னும் தலத்தில் எழுந்தருளி இருக்கும் இலை போன்ற கூரிய நுனிப்பகுதி உடைய சூலப்படை ஏந்திய எமது இறைவன்மீது; நன்மைகள் பெருக வகை செய்யும் ஞானசம்பந்தன், பாடிய விலைப்பெறுமானம உள்ள அரிய தமிழ்ப் பாமாலையைப் பாடிச் சாத்தி வழிபட வல்லவர்; தங்களது வினைகள் நீங்கப் பெற்று, தேவர்கள் வாழும் உலகை நோக்கி முன்னேறிச் செல்வர்; அதன்பின் அவர் வீடுஅடைவாரே அன்றி, நிலவுலகில் வந்து பிறவார்.

திருச்சிற்றம்பலம்

158

திருக்கோழம்பம்

பதிக வரலாறு:

ஆளுடைய பிள்ளையார், ஆவடுதுறை அரனைப்பாடி, ஆயிரம் பொன்பெற்றுத் தந்தையாரிடம் தந்து, ஊர்செல்லுமாறு பணித்துப் பின்னர் தலயாத்திரையை மேற்கொண்டவர், கோழம்பம் என்னும் தலத்துக்கு வந்து, இப்பதிகத்தைப் பாடி வழிபடுகின்றார்.

தல வரலாறு:

திருஆவடுதுறைக்குத் தெற்கில் 2.5கி.மீ. தொலைவில் உள்ளது. தற்காலம் குழம்பியம் என அழைக்கப்படுகிறது. சந்தன் என்னும் வித்தியாதரன் ஒருவன் இந்திரனால் சபிக்கப்பட்டு, குயில் உருவம் கொண்டு, இத்தலத்து இறைவரை வழிபட்டுச் சாபம் நீங்கியதாக வரலாறு.

சுவாமி : கோகிலேசுவரர்

அம்மை : சௌந்தர நாயகி

தீர்த்தம் : மது தீர்த்தம்

திருமுறை 2 - 149 **திருஞான - 432**

பண்: இந்தளம்

1705. **நீற்றானை நீள்சடை மேல்நிறை உள்ளதுஓர்**
ஆற்றானை அழகுஅமர் மென்முலை யாளைஓர்
கூற்றானைக் குளிர்பொழில் கோழம்பம் மேவிய
ஏற்றானை ஏத்துமின் நும்இடர் ஏகவே (1)

அருஞ்சொற்பொருள்:

நிறை - சுமை. கூற்றான் - பாகமாக உடையவன். குளிர்பொழில் - குளிர்ந்த சோலை. இடர் ஏக - துன்பம் தொலைய.

பொழிப்புரை:

குளிர்ந்த சோலையால் சூழப்பட்ட கோழம்பம் என்னும் தலத்தில் எழுந்தருளி இருப்பவனை, திருநீறு பூசிய திருமேனி உடையவனை, நீண்ட சடையின்மீது சுமைஉள்ள கங்கை ஆற்றைச் சுமந்து இருப்பவனை, அழகிய மெல்லிய முலை உடைய உமாதேவியைப் பாகமாகக் கொண்டவனை, இடப ஊர்தி உடையவனை, துன்பம் தொலையப் போற்றி வணங்குங்கள்!

1706. **மையான கண்டனை மான்மறி ஏந்திய**
கையானைக் கடிபொழில் கோழம்பம் மேவிய
செய்யானைத் தேன்நெய்ப் பாலும்திகழ்ந்து ஆடிய
மெய்யானை மேவுவார் மேல்வினை மேவாவே (2)

அருஞ்சொற்பொருள்:

மை - கருமை. மான்மறி - மான்கன்று. கடி - மணம். பொழில் - சோலை. செய்யான் - சிவந்த திருமேனி உடையவன். மெய்யான் - மெய்ப்பொருள் ஆனவன். மேல்வினை - ஏறுவினை (ஆகாமியம்). மேவா - பொருந்தா.

பொழிப்புரை:

மணமுள்ள சோலையால் சூழப்பட்ட கோழம்பம் என்னும் தலத்தில் எழுந்தருளி இருக்கும் சிவந்த நிறத் திருமேனி உடையவனை, கருமை நிறக் கண்டம் கொண்டவனை, மான்கன்று ஏந்திய கை உடையவனை, தேன் நெய் பால் கொண்டு திருமஞ்சனம் ஆடுபவனை, மெய்ப் பொருளை, வந்து பொருந்தி வழிபடுவாரை, ஏறுவினை பொருந்தாது.

1707. **ஏதனை ஏதம்இலா இமையோர் தொழும்**
வேதனை வெண்குழை தோடு விளங்கிய
காதனைக் கடிபொழில் கோழம்பம் மேவிய
நாதனை ஏத்துமின் நும்வினை நையவே (3)

அருஞ்சொற்பொருள்:

ஏதன் - காரணமாய் விளங்குபவன் (ஏது - காரணம்). இமையோர் - கண் இமைக்காதவர் (தேவர்). வேதன் - வேதம் சொன்னவன். நைய - வருந்த (நீங்க). நாதன் - தலைவன்.

பொழிப்புரை:

மணமுள்ள சோலையால் சூழப்பட்ட கோழம்பம் என்னும் தலத்தில் எழுந்தருளி இருக்கும் தலைவனை, எல்லா நிகழ்வுகளுக்கும் காரணமாய் விளங்குபவனை, குற்றமில்லாத தேவர்கள் வணங்குகின்ற வேதம் சொன்னவனை, வெண்குழை ஒரு காதிலும் தோடு மறுகாதிலும் அணிந்திருப்பவனைப் போற்றி வழிபடுங்கள்! அவ்வாறு வழிபட, உமது வினைகள் நீங்கும்.

1708. **சடையானைத் தண்மல ரான்சிரம் ஏந்திய**
விடையானை வேதமும் வேள்வியும் ஆயநான்கு
உடையானை குளிர்பொழில் சூழ்திருக் கோழம்பம்
உடையானை உள்குமின் உள்ளம் குளிரவே (4)

அருஞ்சொற்பொருள்:

தண்மலரான் - பிரமன். சிரம் - தலை. நன்கு - நன்மை. உள்குமின் - நினையுங்கள்.

பொழிப்புரை:

குளிர்ந்த சோலையால் சூழப்பட்ட திருக்கோழம்பம் என்னும் தலத்தில் எழுந்தருளி இருக்கும் பெருமானை, சடாமுடி உடையவனை, குளிர்ந்த த்ாமரை மலர்மேல் அமரும் பிரமனது ஒரு தலைஓட்டினை ஏந்தி இருப்பவனை, இடபஊர்தி உடையவனை, வேதமாகவும் வேள்வியாகவும் விளங்கும் நன்மை உடையவனை, உள்ளம் குளிர நினைவு செய்யுங்கள்!

1709. **காரானைக் கடிகமழ் கொன்றைஅம் போதுஅணி**
தாரானைத் தையல்ஒர் பால்மகிழ்ந்து ஓங்கிய
சீரானைச் செறிபொழில் கோழம்பம் மேவிய
ஊரானை ஏத்துமின் நும்இடர் ஒல்கவே (5)

அருஞ்சொற்பொருள்:

கார் - மேகம். போது - மலர். தார் - மாலை. செறிபொழில் - அடர்ந்த சோலை. ஒல்க - சுருங்க.

பொழிப்புரை:

அடர்ந்த சோலை சூழ்ந்த கோழம்பம் திருக்கோயிலில் எழுந்தருளி இருப்பவனை, மழைமேகமாக விளங்குபவனை, மணம் கமழும்

கொன்றையின் அழகிய மலர்கொண்டு தொடுக்கப்பட்ட மாலை அணிந்திருப்பவனை, உமாதேவியை உடம்பில் ஒரு பாகமாகக் கொண்டு மகிழ்பவனை, சிறப்புகள் பலவும் பொருந்தியவனை, உமது துன்பம் குறையுமாறு, போற்றி வழிபாடு செய்யுங்கள்!

1710. பண்டுஆலின் நீழலா னைப்பரஞ் சோதியை
விண்டார்கள் தம்புரம் மூன்றுஉட னேவேவக்
கண்டானைக் கடிகமழ் கோழம்பம் கோயிலாக்
கொண்டானைக் கூறுமின் உள்ளம் குளிரவே (6)

அருஞ்சொற்பொருள்:

ஆலின்நீழல் - கல்லால மர நிழல். பரஞ்சோதி - மேலான சுடர். விண்டார் - பகைவர். வேவ - வெந்து மடிய.

பொழிப்புரை:

மணமுள்ள சோலை சூழ்ந்த கோழம்பம் திருக்கோயிலைத் தம் இருப்பிடமாகக் கொண்டு எழுந்தருளி இருக்கும் பெருமானை, முன்பு கல்லால மரநிழலில் எழுந்தருளி இருந்தவனை, மேலான சுடர் வடிவினனை, பகைவரது முப்புரம் தீப்பற்றி எரியுமாறு செய்தவனை, உள்ளம் குளிரப் புகழ்ந்து பேசுங்கள்!

1711. சொல்லானைச் சுடுகணை யால்புரம் மூன்றுஎய்த
வில்லானை வேதமும் வேள்வியும் ஆனானைக்
கொல்லானை உரியானைக் கோழம்பம் மேவிய
நல்லானை ஏத்துமின் நும்இடர் நையவே (7)

அருஞ்சொற்பொருள்:

சுடுகணை - சுடும் தன்மை உடைய நெருப்பு அம்பு. கொல்லானை - கொல்லும் தொழில்உடைய யானை. உரி - தோல். நைய - தேய.

பொழிப்புரை:

சொல்லாக விளங்குபவனை, நெருப்புஅம்பு கொண்டு முப்புரத்தை எரித்து அழித்த வில் ஏந்தியவனை, வேதமாகவும் வேள்வியாகவும் விளங்குபவனை, கொல்லும் தன்மை உடைய யானையின் தோலை உரித்துப் போர்த்துக் கொண்டவனை, கோழம்பம் என்னும் திருக்கோயிலில் எழுந்தருளி இருக்கும் மங்கலம் உடையவனை, உமது துன்பம் தீருமாறு போற்றி வணங்குவீராக!

1712. வில்தானை வல்அரக் கர்விறல் வேந்தனைக்
குற்றானைத் திருவிர லால்கொடுங் காலனைச்
செற்றானைச் சீர்திக ழும்திருக் கோழம்பம்
பற்றானைப் பற்றுவார் மேல்வினை பற்றாவே (8)

அருஞ்சொற்பொருள்:

வில்தானை - வில் படை. குற்றான் - குறுகச் செய்தவன் (சிறுமைப் படுத்தியவன்). செற்றான் - அழித்தான். பற்றான் - பற்றி இருப்பவன். மேல்வினை - ஏறுவினை (ஆகாமியம்). பற்றாவே - பற்றாது (தொடராது).

பொழிப்புரை:

சிறப்பு விளங்கும் திருக்கோழம்பம் திருக்கோயிலின்மீது பற்று கொண்டு எழுந்தருளி இருப்பவனை, வில்ஏந்தும் அரக்கர்க்கு அரசனாகிய இராவணன் குறுகுமாறு திருவிரால் ஊன்றியவனை, கொடிய இயமனைத் தண்டித்தவனை, ஒரு பற்றாகப் பற்றி வழிபடுவாரை, மேல்வினை பற்றாது.

1713. நெடியானோடு அயன்அறி யாவகை நின்றதுஓர்
படியானைப் பண்டங்க வேடம் பயின்றானைக்
கடிஆரும் கோழம்பம் மேவிய வெள்ஏற்றின்
கொடியானைக் கூறுமின் உள்ளம் குளிரவே (9)

அருஞ்சொற்பொருள்:

நெடியான் - திருமால். அயன் - பிரமன். பண்டங்கம் - பண்டரங்கம் என்னும் கூத்து.

பொழிப்புரை:

மணமுள்ள (சோலை சூழ்ந்த) கோழம்பம் திருக்கோயிலில் எழுந்தருளி இருக்கும் வெண்மை நிற இடபக்கொடி உடையவனை, திருமாலும் பிரமனும் தேடிக் காணமுடியாத வகையில் நின்றவனை, பண்டரங்கம் என்னும் கூத்து நிகழ்த்துவதற்கு ஏற்ற வேடம் புனைந்து விளங்குபவனை, உள்ளம் குளிருமாறு போற்றி வழிபடுங்கள்!

1714. புத்தரும் தோகைஅம் பீலிகொள் பொய்ம்மொழிப்
பித்தரும் பேசுவ பேச்சல்ல பீடுஉடைக்
கொத்துஅலர் தண்பொழில் கோழம்பம் மேவிய
அத்தனை ஏத்துமின் அல்லல் அறுக்கவே (10)

அருஞ்சொற்பொருள்:

பீடு - பெருமை. அத்தன் - தந்தை. அல்லல் - துன்பம்.

பொழிப்புரை:

பௌத்தர்களும், அழகிய மயிற்பீலியைக் கையில் ஏந்தும் பொய்யான உபதேசம் செய்யும் பித்தர்களாகிய சமணர்களும், பேசும் பேச்சு, பேச்சே அல்ல; கொத்தாக மலர்கள் மலர்ந்திருக்கும் குளிர்ந்த சோலை சூழ்ந்த கோழம்பத்தில் எழுந்தருளி இருக்கும் தந்தையைப் போற்றி வழிபடுங்கள்! அவ்வாறு வழிபட, துன்பமானது அறுபடும்.

1715. **தண்புனல் ஓங்குதண் அம்தராய் மாநகர்**
நண்புஉடை ஞானசம் பந்தநம் பான்உறை
விண்பொழில் கோழம்பம் மேவிய பத்துஇவை
பண்கொளப் பாடவல் லார்க்குஇல்லை பாவமே (11)

அருஞ்சொற்பொருள்:

தண் - குளிர்ச்சி. அம் - அழகு. தராய் - சீர்காழி. நம்பான் - சிவபிரான். விண்பொழில் - வானளாவிய சோலை. பண்கொள - பண்அமைய.

பொழிப்புரை:

குளிர்ந்த நீரால் நிரம்பிய அழகிய சீர்காழி மாநகரைச் சேர்ந்த, நட்பு பாராட்டும் இயல்புடைய ஞானசம்பந்தன், சிவபெருமான் எழுந்தருளி இருக்கும் வானளாவிய சோலை சூழ்ந்த கோழம்பம் மீது பாடிய பாடல் பத்தினையும், இசையுடன் பாட வல்லவர்க்குப் பாவம் இல்லையாகும்.

திருச்சிற்றம்பலம்

159

திருவைகல் மாடக்கோயில்

பதிக வரலாறு:

கோழம்பம் கும்பிட்டவர், வைகல் என்னும் தலத்துக்கு வந்து, அங்குள்ள மாடக்கோயிலில் எழுந்தருளி இருக்கும் இறைவரைக் கண்டு, பாடிய பதிகம் இது.

தல வரலாறு:

கும்பகோணம் - மயிலாடுதுறை இருப்புப் பாதையில் ஆடுதுறை நிலையத்திற்குத் தெற்கில் 5கி.மீ. தொலைவில் உள்ளது. வைகல் என்பது ஊரின் பெயர். மாடக்கோயில் என்பது கோயிலின் பெயர். கோச்செங்கட் சோழனால் கட்டப்பட்ட மாடக்கோயில்களுள் இதுவும் ஒன்று.

சுவாமி : வைகல்நாதேசுவரர்
அம்மை : கொம்பியல்கோதை

திருமுறை 3 - 276   திருஞான - 433

பண்: காந்தார பஞ்சமம்

1716. துளமதி உடைமறி தோன்று கையினர்
இளமதி அணிசடை எந்தை யார்இடம்
உளமதி உடையவர் வைகல் ஓங்கிய
வளமதி தடவிய மாடக் கோயிலே   (1)

அருஞ்சொற்பொருள்:

துள - துள்ள. மறி - மான்கன்று. உளம் - உள்ளம். மதிஉடையவர் - ஞானியர். வைகல் - தலத்தின் பெயர். மதி தடவிய - சந்திரன் உரசிய.

பொழிப்புரை:

துள்ளிக் குதிப்பதில் விருப்பம் உடைய மான்கன்று ஏந்திய கை உடையவரும், இளம்பிறை அணிந்த சடை உடையவரும், எமது தந்தையும், ஆகிய இறைவர்க்கு உரிய இடம்; ஞானியர் போற்றும் வைகல் நகரில் உள்ள சந்திரன் தடவிச் செல்லும் உயரிய மாடக் கோயிலே ஆகும்.

1717. **மெய்அகம் மிளிரும்வெண் நூலர் வேதியர்**
மையகண் மலைமக ளோடும் வைகுஇடம்
வையகம் மகிழ்தர வைகல் மேல்திசைச்
செய்யகண் வளவன்முன் செய்த கோயிலே (2)

அருஞ்சொற்பொருள்:

மெய்அகம் - உடம்பின் இடத்தில். மிளிரும் - விளங்குகின்ற. வெண்நூல் - வெண்நிறப் பூணூல். மையகண் - மை பூசிய கண். வைகுஇடம் - தங்கும் இடம். வையகம் - உலகம். மகிழ்தர - மகிழ. செய்யகண் வளவன் - செங்கண்சோழன். முன் - முன்னாளில்.

பொழிப்புரை:

உடம்பில் விளங்குகின்ற வெண்மை நிறப் பூணூல் அணிந்திருப்பவரும், வேதத்தை உலகுக்குச் சொன்னவரும், ஆகிய இறைவர், மை பூசிய கண் உடைய மலைமகளோடு கூடித் தங்கி இருக்கும் இடம்; வைகல் நகரின் மேற்கு திசையில் உள்ளதும், உலகம் புகழ இருப்பதும், கோச்செங்கட்சோழனால் முன்காலத்தில் கட்டப்பட்டதும், ஆகிய மாடக்கோயிலே ஆகும்.

1718. **கணிஅணி மலர்கொடு காலை மாலையும்**
பணிஅணி பவர்க்குஅருள் செய்த பான்மையர்
தணிஅணி உமையொடு தாமும் தங்குஇடம்
மணிஅணி கிளர்வைகல் மாடக் கோயிலே (3)

அருஞ்சொற்பொருள்:

கணி - கண்ணி. அணி - அழகு. பணி - திருப்பணி (தொண்டு). பான்மையர் - தன்மை உடையவர். தணி - (தண் + இ) குளிர்ந்த அருள். அணி உமை - தன் வடிவமாகக் கொண்ட உமை. மணி - நவமணிகள். அணிகிளர் - அழகு செய்கின்ற.

பொழிப்புரை:

அழகிய மலர்கள் கொண்டு, கண்ணி என்னும் தலைமாலை தொடுத்துச் சாத்திக் காலை மாலை என இரண்டு வேளைகளிலும், தொண்டு செய்யும் அடியார்களுக்கு, அருள்பாலிக்கும் தன்மை உடையவர்; அவர் திருவருளே தமது உருவமாகக் கொண்ட உமாதேவியோடு கூடித் தங்கும் இடம்; நவமணிகள் அழகு செய்யும் வைகல் நகரில் உள்ள, மாடக்கோயிலே ஆகும்.

1719. **கொம்புஇயல் கோதைமுன் அஞ்சக் குஞ்சரத்**
தும்பிஅது உரிசெய்த துங்கர் தங்குஇடம்
வம்புஇயல் சோலைசூழ் வைகல் மேல்திசைச்
செம்பியன் கோச்செங்க ணான்செய் கோயிலே (4)

அருஞ்சொற்பொருள்:

கொம்பு இயல் கோதை - (தலத்து இறைவி பெயர்) பூங்கொடி அசைவது போல் நடக்கின்ற அம்பிகை. கோதை - பெண். குஞ்சரத்தும்பி - (இருபெயர் ஒட்டு பண்புத்தொகை). குஞ்சரம் - யானை. தும்பி - யானை. துங்கர் - மேலானவர். வம்பு - மணம்.

பொழிப்புரை:

பூங்கொடி போன்ற மெல்லிய இயல்பு உடைய உமாதேவி அஞ்சுமாறு, ஓர் ஆண்யானையின் தோலை உரித்த மேலானவர். தங்கும் இடம்; மணமுள்ள சோலை சூழ்ந்த வைகல் நகரின் மேற்குத் திசையில் உள்ள, சோழமன்னன் கோச்செங்கணான் கட்டிய, மாடக்கோயிலே ஆகும்.

1720. **விடம்அடை மிடற்றினர் வேத நாவினர்**
மடமொழி மலைமக ளோடும் வைகிடம்
மடஅனம் நடைபயில் வைகல் மாநகர்க்
குடதிசை நிலவிய மாடக் கோயிலே (5)

அருஞ்சொற்பொருள்:

வைகிடம் - தங்கும் இடம். மடஅனம் - (மடஅன்னம்) இளம் அன்னப் பறவை. குடதிசை மேற்கு திசை. மடமொழி - அறிந்தும் அறியாதவர் போல் பேசும் சொற்கள்.

பொழிப்புரை:

விடம் தங்கிய கண்டம் உடையவரும், வேதம் சொன்ன நாவினை உடையவரும், ஆகிய இறைவர், மடமொழி பேசும் மலைமகளோடு கூடித் தங்கி இருக்கும் இடம்; இளம் அன்னப்பறவை நடந்து பழகும், வைகல் என்னும் மாநகரின் மேற்குப்பக்கம் உள்ள, மாடக்கோயிலே ஆகும்.

1721. **நிறைபுனல் பிறையொடு நிலவு நீள்சடை**
இறையவர் உறைவிடம் இலங்கு மூஎரி
மறையொடு வளர்வுசெய் வாணர் வைகலில்
திறையுடை நிறைசெல்வன் செய்த கோயிலே (6)

அருஞ்சொற்பொருள்:

மூஎரி - ஆகவனீயம், தட்சினாக்கினி, காருகபத்தியம் என்னும் மூவகை அக்கினி. வாணர் - வாழ்நர். திறை - கப்பம்.

பொழிப்புரை:

நீரால் நிரம்பிய கங்கை, பிறைச்சந்திரன் ஆகியவை தங்கியுள்ள, நீண்ட சடை உடைய இறைவர், தங்கும்இடம்; மூவகை எரி வளர்த்து, வேதம் ஓதி, அந்தணர்கள் கூடி வாழும், வைகல் நகரில் உள்ள, சிற்றரசர்கள் கட்டும் கப்பத்தால் நிறைந்த செல்வம் உடையவனாய், விளங்கும் பேரரசன் கோச்செங்கட்சோழன் கட்டிய, மாடக்கோயிலே ஆகும்.

1722. **எரிசரம் வரிசிலை வளைய ஏவிமுன்**
திரிபுரம் எரிசெய்த செல்வர் சேர்விடம்
வரிவளை யவர்பயில் வைகல் மேல்திசை
வருமுகில் அணவிய மாடக் கோயிலே (7)

அருஞ்சொற்பொருள்:

எரிசரம் - நெருப்பு அம்பு. வரிசிலை - நீண்ட (மலை) வில். வரிவளை - கோடுகள் உடைய வளையல். அணவிய - தடவிய.

பொழிப்புரை:

மலையை வில்லாக வளைத்து, நெருப்பு அம்பினைத் தொடுத்து, முப்புரத்தைத் தீயிட்டு அழித்த செல்வனார், தங்கியுள்ள இடம்; கோடுகளை உடைய வளையல் அணிந்த மகளிர் பழகுகின்ற வைகல் நகரின், மேற்கு திசையில் உள்ள, மேகங்கள் வந்து தடவிச் செல்லும், உயர்ந்த மாடக்கோயிலே ஆகும்.

1723. மலைஅன இருபது தோளி னான்வலி
தொலைவுசெய்து அருள்செய்த சோதி யார்இடம்
மலர்மலி பொழில்அணி வைகல் வாழ்வர்கள்
வலம்வரு மலைஅன மாடக் கோயிலே (8)

அருஞ்சொற்பொருள்:

மலை அன - மலை போன்ற. (அன - அன்ன). சோதியார் - ஒளிவடிவினர். மலைஅன - மலை போன்ற.

பொழிப்புரை:

மலைபோன்ற இருபது தோள்கள் உடைய இராவணனது வலிமையைக் குன்றச் செய்து, பின்னர் அவனுக்கு அருள்செய்த ஒளிஉருவினர், எழுந்தருளி இருக்கும் இடம்; மலர்கள் நிரம்பிய சோலை அழகு செய்யும் வைகல் நகரில், அந்நகர மக்கள் வலம் வருகின்ற மலைபோன்ற மாடக் கோயிலே ஆகும்.

1724. மாலவன் மலரவன் நேடி மால்கொள
மால்எரி ஆகிய வரதர் வைகிடம்
மாலைகொடு அணிமறை வாணர் வைகலில்
மால்அன மணிஅணி மாடக் கோயிலே (9)

அருஞ்சொற்பொருள்:

மாலவன் - திருமால். மலரவன் - பிரமன். நேடி - தேடி. மால் - மயக்கம். மால் எரி - பெரிய நெருப்பு. வரதர் - வரம் அருளுபவர் (சிவபெருமான்). மால் - மலை.

பொழிப்புரை:

திருமாலும் பிரமனும் தேடிக் காணமுடியாது திகைக்குமாறு, பெருநெருப்பு உருவாய் நின்ற, வரம் அருளும் இறைவர், தங்கும் இடம்; மாலைகள் அணிவித்து, அழகிய வேதத்தை ஓதி, வாழ்கின்ற அந்தணர்கள், நிரம்பிஉள்ள வைகல் நகரில், மலைபோல் பெரியதும், மணிவகைகள் கொண்டு அழகு செய்யப்பட்டதும், ஆகிய மாடக் கோயிலே ஆகும்.

1725. கடுஉடை வாயினர் கஞ்சி வாயினர்
பிடகுஉரை பேணிலார் பேணு கோயிலாம்
மடம்உடை யவர்பயில் வைகல் மாநகர்
வடமலை அனையநன் மாடக் கோயிலே (10)

அருஞ்சொற்பொருள்:

கடு - கடுக்காய். பிடகுஉரை - திரிபிடகம் என்னும் நூலின் கருத்து. மடம் - இளமை. வடமலை - மேருமலை.

பொழிப்புரை:

கடுக்காய்ப் பொடியினை மெல்லும் வாய் உடையவரும், கஞ்சி குடிக்கும் வாய்உடையவரும், ஆகிய சமணர்களையும், திரிபிடகம் என்னும் நூலின் கருத்தைப் பின்பற்றும் பௌத்தர்களையும், ஏற்றுக் கொள்ளாத பெருமான் விரும்பும் கோயில்; இளமை உடையவர் பழகுகின்ற வைகல் நகரில் உள்ள, மேரு மலை போன்ற பெரிய மாடக்கோயிலே ஆகும்.

1726. மைந்தனது இடம்வைகல் மாடக் கோயிலைச்
சந்துஅமர் பொழில்அணி சண்பை ஞானசம்
பந்தன தமிழ்கெழு பாடல் பத்துஇவை
சிந்தைசெய் பவர்சிவ லோகம் சேர்வரே (11)

அருஞ்சொற்பொருள்:

மைந்தன் - வலிமை உடையவன். சந்து - சந்தன மரம்.

பொழிப்புரை:

வலிமைஉடைய சிவபெருமான் எழுந்தருளும் இடமாகிய வைகல் மாடக்கோயிலை, சந்தன மரங்கள் நிறைந்த சோலை அழகுஉடைய சண்பை நகர் ஞானசம்பந்தன், பாடிய தமிழ்தழுவிய பாடல் பத்தினை, சிந்தையில் வைத்துப் போற்றுபவர், சிவலோகம் சேர்வர்.

திருச்சிற்றம்பலம்

160

திருநல்லம்

பதிக வரலாறு:

வைகல் மாடக்கோயிலை வழிபட்ட பிள்ளையார், நல்லம் வந்து, இப்பதிகத்தைப் பாடி வழிபடுகின்றார்.

தல வரலாறு:

இத்தலம் இப்பொழுது 'கோனேரிராஜபுரம்' என்று வழங்கப் படுகின்றது. திருஇடைமருதூருக்குத் தென்கிழக்கில் 9.5.கி.மீ. தொலைவில் உள்ளது. இத்தல நடராசர் மிகவும் சிறப்பு.

சுவாமி : உமாமகேசுவரர்

அம்மை : மங்கள நாயகி

தலமரம் : அரசு

தீர்த்தம் : சக்தி தீர்த்தம்

திருமுறை 1 - 85 **திருஞான - 434**

பண்: குறிஞ்சி

1727. **கல்ஆல் நிழல்மேய கறைசேர் கண்டாஎன்று**
எல்லா மொழியாலும் இமையோர் தொழுதுஏத்த
வில்லால் அரண்மூன்றும் வெந்து விழஎய்த
நல்லான் நமைஆள்வான் நல்லம் நகரானே (1)

அருஞ்சொற்பொருள்:

கறை - விடக்கறை. அரண் - மதில்.

பொழிப்புரை:

பல்வேறு உலகங்களில் உள்ள, பல்வேறு தேவர்கள், பல்வேறு மொழிகளால், 'கல்லால மரத்தின் கீழ் எழுந்தருளி இருக்கும் விடக்கறை

பொருந்திய கண்டம் உடையவனே' என்று போற்றி வணங்க, மேரு மலையாகிய வில்கொண்டு, முப்புரம் வெந்து சாம்பலாகுமாறு, செய்த நல்லவனும், நம்மை அடிமை கொள்பவனும், ஆகியவன்; நல்லம் நகருக்குஉரிய இறைவனே ஆவன்.

1728. **தக்கன் பெருவேள்வி தன்னில் அமரரைத்**
துக்கம் பலசெய்து சுடர்பொன் சடைதாழக்
கொக்கின் இறகோடு குளிர்வெண் பிறைசூடும்
நக்கன் நமைஆள்வான் நல்லம் நகரானே (2)

அருஞ்சொற்பொருள்:

துக்கம் - துன்பம். நக்கன் - உடையின்றி இருப்பவன் (திகம்பரன்).

பொழிப்புரை:

தக்கன், தன்னை மதியாது செய்த பெரிய வேள்வியில் கலந்து கொண்ட தேவர்களைப் பல்வேறு துன்பங்களுக்கு ஆளாக்கியவன்; ஒளிவிடும் பொன் போன்ற சடை நீண்டு தொங்க, அச்சடையில் கொக்கு இறகு, குளிர்ந்த வெண்பிறை, ஆகியவற்றைச் சூடும் திகம்பரன்; நம்மை அடிமை கொள்பவன்; அவன் எழுந்தருளி இருப்பது நல்லம் என்னும் நகரிலே ஆகும்.

1729. **அந்தி மதியோடு அரவச் சடைதாழ**
முந்தி அனல்ஏந்தி முதுகாட்டு எரிஆடி
சிந்தித்து எழவல்லார் தீரா வினைதீர்க்கும்
நந்தி நமைஆள்வான் நல்லம் நகரானே (3)

அருஞ்சொற்பொருள்:

அந்தி - மாலை நேரம். முந்தி - ஊழியின்போது. நந்தி - சிவபெருமான்.

பொழிப்புரை:

மாலை நேரத்துச் சந்திரனும், பாம்பும், அணிந்துள்ள சடை நீண்டு தொங்க, ஊழியின்போது நெருப்பைக் கையில் ஏந்திச் சுடுகாட்டில் நடனம் ஆடியவனை; நம்மை அடிமை கொள்ள வல்லவனை; சிவபெருமானை; நல்லம் நகரில் எழுந்தருளி இருப்பவனைச் சிந்தையில் வைத்துத் தியானிக்க, அவன் நமது தீராத வினைகளையும் தீர்த்து அருளுவான்.

1730. குளிரும் மதிசூடிக் கொன்றைச் சடைதாழ
மிளரும்(ம்) அரவோடு வெண்ணூல் திகழ்மார்பில்
தளிரும் திகழ்மேனித் தையல் பாகமாய்
நளிரும் வயல்சூழ்ந்த நல்லம் நகரானே (4)

அருஞ்சொற்பொருள்:

தளிர் - கொழுந்து இலை. தையல் - பெண் (உமை). நளிர் - குளிர்ச்சி.

பொழிப்புரை:

குளிர்ந்த வயல்களால் சூழப்பட்ட நல்லம் நகர் இறைவன், நீண்ட சடாமுடியில் குளிர்ந்த பிறைச்சந்திரனையும், கொன்றை மலர் மாலையையும், அணிந்திருப்பவன்; மார்பில் பளபளக்கும் பாம்பும், வெண்பூணூலும், திகழத் தளிரின் நிறம் உடைய உமாதேவியை, உடம்பில் பாகமாகக் கொண்டவன்.

1731. மணிஆர் திகழ்கண்டம்(ம்) உடையான் மலர்மல்கு
பிணிவார் சடைஎந்தை பெருமான் கழல்பேணித்
துணிவார் மலர்கொண்டு தொண்டர் தொழுதுஏத்த
நணியான் நமைஆள்வான் நல்லம் நகரானே (5)

அருஞ்சொற்பொருள்:

மணி - நீலமணி. பிணி வார் சடை - பிணித்துக் கட்டிய நீண்ட சடை. துணிவார் - துணிவு உடையவர். நணியான் - அருகில் இருப்பவன்.

பொழிப்புரை:

நீலமணி போன்ற கண்டம் உடையவன்; பூக்கள் நிரம்பிய, முடித்துக் கட்டப்பட்ட, நீண்ட சடை உடைய, எம் தந்தையாகிய பெருமான்; துணிவு உடைய தொண்டர்கள், அப்பெருமானது திருவடியைப் போற்றி, மலர்தூவி, தொழுதுஎழ, அவர்க்கு அருகில் வருபவன்; நம்மை அடிமை கொள்பவன்; அவன் நல்லம் நகருக்கு உரியவன் ஆவன்.

1732. வாசம் மலர்மல்கு மலையான் மகளோடும்
பூசும் சுடுநீறு புனைந்தான் விரிகொன்றை
ஈசன் எனஉள்கி எழுவார் வினைகட்கு
நாசன் நமைஆள்வான் நல்லம் நகரானே (6)

அருஞ்சொற்பொருள்:

உள்கி - நினைந்து. நாசன் - நாசம் செய்பவன்.

பொழிப்புரை:

மணமுள்ள மலர்சூடும் மலையரசனது மகளை உடன்கொண்டு, சாணம் வெந்த சாம்பலை (திருநீற்றை) அழகுபடப் பூசி இருப்பவன்; 'இதழ்விரிந்த கொன்றை மலர்மாலை சூடிய ஈசன்' என நினைந்து வழிபடுபவர், வினையை அழிப்பவன்; நம்மை அடிமைகொள்பவன்; அவன் எழுந்தருளி இருப்பது, நல்லம் நகரிலே ஆகும்.

1733. அங்கோல் வளைமங்கை காண அனல்ஏந்திக்
 கொங்குஆர் நறுங்கொன்றை சூடிக் குழகாக
 வெங்காடு இடமாக வெந்தீ விளையாடும்
 நங்கோன் நமைஆள்வான் நல்லம் நகரானே (7)

அருஞ்சொற்பொருள்:

அம்கோல்வளை - அழகிய திரண்ட வளையல். கொங்கு - தேன். குழகாக - இளமையுடன். வெங்காடு - வெப்பம் மிகுந்த காடு (சுடுகாடு). நம் கோன் - நமது தலைவன்.

பொழிப்புரை:

அழகிய திரண்ட வளையல் அணிந்த உமாதேவி காணுமாறு, நெருப்பைக் கையில் ஏந்தி, மணமுள்ள தேன்பொருந்திய கொன்றை மலரைச் சூடி, இளைஞனாக, வெப்பம் மிகுந்த சுடுகாட்டில், தீயின் நடுவில் நின்று சங்கார நடனம் ஆடுபவன்; நம்மை அடிமை கொள்பவன்; அவன் எழுந்தருளி இருப்பது நல்லம் நகரிலே ஆகும்.

1734. பெண்ஆர் திருமேனிப் பெருமான் பிறைமல்கு
 கண்ஆர் நுதலினான் கயிலை கருத்தினால்
 எண்ணாது எடுத்தானை இறையே விரல்ஊன்றி
 நண்ணார் புரம்எய்தான் நல்லம் நகரானே (8)

அருஞ்சொற்பொருள்:

எண்ணாது - பின்விளைவு குறித்து எண்ணிப்பார்க்காது. இறையே - சிறிதளவு. நண்ணார் - பகைவர்.

பொழிப்புரை:

பெண்பாகம் உடைய திருமேனி இறைவன், கண் பொருந்திய பிறை போன்ற நெற்றி உடையவன்; கயிலைமலை குறித்தும், அதன்

பெருமை குறித்தும், பின்விளைவு குறித்தும், சிறிதும் அறியாமல், பெயர்த்த இராவணன் நசுங்குமாறு, சிறிதளவே விரல் ஊன்றியவன்; பகைவரது முப்புரத்தை எரித்தவன்; அவன் நல்லம் நகருக்கு உரியவன்.

1735. **நாகத்து அணையானும் நளிர்மா மலரானும்**
போகத்து இயல்பினால் பொலிய அழகாகும்
ஆகத்து அவளோடும் அமர்ந்துஅங்கு அழகாரும்
நாகம் அரைஆர்த்தான் நல்லம் நகரானே (9)

அருஞ்சொற்பொருள்:

நாகத்து அணை - பாம்புப் படுக்கை. நளிர் - குளிர். ஆகம் - உடம்பு. அரை - இடுப்பு. ஆர்த்தான் - கட்டி இருப்பவன்.

பொழிப்புரை:

பாம்பின்மீது பள்ளி கொண்டிருக்கும் திருமாலும், குளிர்ந்த தாமரைமேல் அமர்ந்திருக்கும் பிரமனும், முறையே திருமகளோடும் கலைமகளோடும் போகம் பொருந்தி வாழ, தானும் தன்உடம்பில் உமாதேவியோடு கூடி, போகியாய் விளங்குபவன்; அழகிய பாம்பினை இடையில் கச்சாகக் கட்டி இருப்பவன்; அவன் நல்லம் நகருக்கு உரியவன் ஆவான்.

1736. **குறியில் சமணோடு குண்டர் வண்தேரர்**
அறிவில் உரைகேட்டுஅங்கு அவமே கழியாதே
பொறிகொள் அரவுஆர்த்தான் பொல்லா வினைதீர்க்கும்
நறைகொள் பொழில்சூழ்ந்த நல்லம் நகரானே (10)

அருஞ்சொற்பொருள்:

குறி இல் - குறிக்கோள் இல்லாத. குண்டர் - உடல் பருத்தவர் (அறிவிலி). வண்தேரர் - வலிய பௌத்தர். பொறி - படப்புள்ளி. நறை - தேன்.

பொழிப்புரை:

குறிக்கோள் இல்லாத அறிவற்ற சமணரும், வலிய பௌத்தரும், கூறும் அறிவுக்குப் பொருந்தாத உபதேசங்களைக் கேட்டு வீணே காலத்தைக் கழிக்க வேண்டாம். படப்புள்ளி உடைய பாம்பை இடையில் கட்டியவனும், தேன்நிரம்பிய சோலை சூழ்ந்த நல்லம் நகரில் எழுந்தருளி இருப்பவனும், ஆகிய இறைவன், நமது தீயவினைகளைத் தீர்த்து அருள்செய்யத் தயாராய் இருக்கிறான் (எனவே அவனைச் சென்று அடைவோமாக!).

1737. நலம்ஆர் மறையோர்வாழ் நல்லம் நகர்மேய
கொலைசேர் மழுவானைக் கொச்சை அமர்ந்துஓங்கு
தலம்ஆர் தமிழ்ஞான சம்பந் தன்சொன்ன
கலைகள் இவைவல்லார் கவலை கழிவாரே (11)

அருஞ்சொற்பொருள்:

கொச்சை - சீர்காழி. கலைகள் - கலை நயம் மிக்க பாக்கள். கழிவார் - நீங்குவர்.

பொழிப்புரை:

நன்மை பொருந்திய மறையவர் நிறைந்து வாழும், நல்லம் நகரில் எழுந்தருளி இருக்கும், கொலைத்தொழில் உடைய மழு ஏந்தியவனை, சீர்காழித் தலத்தில் வந்து அவதரித்த தமிழ்ஞானசம்பந்தன், பாடிய, கலைநயம் மிக்க பாடல் இவை வல்லவர், கவலை தீர வாழ்வர்.

திருச்சிற்றம்பலம்

161

திருச்சிறுகுடி

பதிக வரலாறு:

நல்லம் வழிபட்ட ஞானசம்பந்தர் திருவழுந்தூர் செல்லும் வழியில் சிறுகுடி வழிபட்டுப் பாடிய பதிகம் இது.

தல வரலாறு:

இத்தலம் பேரளம் இரயில் நிலையத்திற்கு மேற்கில் 1.5கி.மீ. தொலைவில் உள்ளது. கருடன், கந்தருவர், செவ்வாய் ஆகியோர் வழிபட்டுப் பேறு பெற்ற தலம்.

சுவாமி : மங்களேசுவரர்

அம்மை : மங்களநாயகி

தலமரம் : வில்வம்

தீர்த்தம் : சூரிய தீர்த்தம்

திருமுறை 3 - 355 **திருஞான - 435**

திருமுக்கால்

பண்: சாதாரி

1738. **திடமலி மதில்அணி சிறுகுடி மேவிய**
படமலி அரவுஉடை யீரே
படமலி அரசுஉடை யீர்உமைப் பணிபவர்
அடைவது அமரர்உலகு அதுவே (1)

அருஞ்சொற்பொருள்:

திடம் - வலிமை. மதிள் - மதில். படம் மலி - படம் உடைய. அமரர்உலகு அது - வானவர் உலகுக்கும் மேல்உள்ள சிவன்உலகம்.

பொழிப்புரை:

வலிமை மிகுந்த மதிலால் சூழப்பட்ட சிறுகுடியில் எழுந்தருளி இருக்கும் படமுடைய பாம்பை அணிபவரே! படமுடைய பாம்பை அணியும் உம்மைப் பணிந்து வழிபடுபவர் அடைவது, தேவர்உலகுக்கும் மேல்உள்ள, சிவலோகம் ஆகும்.

1739. சிற்றிடை யுடன்மகிழ் சிறுகுடி மேவிய
 சுற்றிய சடைமுடி யீரே
 சுற்றிய சடைமுடி யூர்உம தொழுகழல்
 உற்றவர் உறுபிணி இலரே   (2)

அருஞ்சொற்பொருள்:

உம - உம்முடைய. உறுபிணி - பொருந்தும் பிறவிப்பிணி.

பொழிப்புரை:

சிறிய இடைஉடைய உமாதேவியோடு கூடி மகிழ்ந்து, சிறுகுடியில் எழுந்தருளி இருக்கும் சுருட்டிக் கட்டப்பட்ட சடைமுடி உடையவரே! சுருட்டிக் கட்டப்பட்ட சடைமுடி உடைய, உமது வணங்கத்தக்க திருவடியை வந்து அடைந்தவர், வரஇருக்கும் பிறவிநோய் இலராவர்.

1740. தெள்ளிய புனல்அணி சிறுகுடி மேவிய
 துள்ளிய மான்உடை யீரே
 துள்ளிய மான்உடை யீர்உம தொழுகழல்
 உள்ளுதல் செயநலம் உறுமே   (3)

அருஞ்சொற்பொருள்:

தெள்ளிய - தெளிந்த. புனல் - நீர். உள்ளுதல் - நினைத்தல். செய - செய்ய. நலம் - நன்மை.

பொழிப்புரை:

தெளிந்த நீர் அழகு செய்கின்ற சிறுகுடி என்னும் தலத்தில் எழுந்தருளி இருக்கும் துள்ளுகின்ற மான்கன்றினை ஏந்தி இருப்பவரே! துள்ளுகின்ற மான்கன்றினை ஏந்தி இருக்கும் உமது வணக்கத்துக்கு உரிய திருவடியைத் தியானித்தல் செய்ய, நன்மை உண்டாகுமே!

1741. செந்நெல் வயல்அணி சிறுகுடி மேவிய
 ஒன்னலர் புரம்எரித் தீரே

ஒன்னலர் புரம்எரித் தீர்உமை உள்குவார்
சொல்நலம் உடையவர் தொண்டே   (4)

அருஞ்சொற்பொருள்:

ஒன்னலர் - பகைவர். உள்குவார் - நினைவார். சொல்நலம் - நலம் பயக்கும் சொல். தொண்டே - தொண்டரே. உமை - உம்மை.

பொழிப்புரை:

செந்நெல் விளைகின்ற வயல்கள் அழகு செய்யும் சிறுகுடி என்னும் தலத்தில் எழுந்தருளி இருக்கும் பகைவரது முப்புரத்தை எரித்தவரே! பகைவரது முப்புரத்தை எரித்த உம்மைத் தியானிப்பவர், நலம்பயக்கும் சொல் பேசுபவரும், தொண்டரும் ஆவர்.

1742. செற்றினில் மலிபுனல் சிறுகுடி மேவிய
பெற்றிகொள் பிறைமுடி யீரே
பெற்றிகொள் பிறைமுடி யீர்உமைப் பேணிநஞ்சு
அற்றவர் அருவினை இலரே   (5)

அருஞ்சொற்பொருள்:

செறு - வயல். செறிப்பு - பாத்தி. பெற்றி - தன்மை. நஞ்சு - நைந்து (மனம் குழைந்து). அற்றவர் - பற்று அற்றவர்.

பொழிப்புரை:

பாத்திகளில் நீர் நிரம்பியுள்ள சிறுகுடி என்னும் தலத்தில் எழுந்தருளி இருக்கும் பிறைசூடிய சடை உடையவரே! பிறைசூடிய சடை உடைய உம்மைப் போற்றி, மனம்உருகி, உலகப் பற்றை விட்டவர், அரியவினை இலராவர்.

1743. செங்கயல் புனல்அணி சிறுகுடி மேவிய
மங்கையை இடம்உடை யீரே
மங்கையை இடம்உடை யீர்உமை வாழ்த்துவார்
சங்கைஅது இலர்நலர் தவமே   (6)

அருஞ்சொற்பொருள்:

செங்கயல் - மீன்வகை. சங்கை - அச்சம். 'தவம் நலர்' - எனக் கூட்டி உரைக்க.

பொழிப்புரை:

செங்கயல் என்னும் மீன்உள்ள நீரால் நிரம்பி அழகு விளங்கும் சிறுகுடி என்னும் தலத்தில் எழுந்தருளி உமாதேவியை இடப்பாகத்தில் கொண்டவரே! உமாதேவியை இடப்பாகத்தில் கொண்ட உம்மை வாழ்த்தி வழிபடுபவர், அச்சம் இலராவர்; நல்ல தவம் உடையவரும் ஆவர்.

1744. **செறிபொழில் தழுவிய சிறுகுடி மேவிய**
வெறிகமழ் சடைமுடி யீரே
வெறிகமழ் சடைமுடி யீர்உமை விரும்பிமெய்ந்
நெறிஉணர் வோர்உயர்ந் தோரே (7)

அருஞ்சொற்பொருள்:

செறிபொழில் - அடர்ந்த சோலை. வெறி - மணம். மெய்ந்நெறி - உண்மை நெறி.

பொழிப்புரை:

அடர்ந்த சோலை சூழ்ந்த சிறுகுடி என்னும் தலத்தில் எழுந்தருளி இருக்கும் மணம் கமழும் சடைமுடி உடையவரே! மணம்கமழும் சடைமுடி உடைய உம்மை விரும்பி, உண்மைநெறியை உணர்வோர் உயர்ந்தவரே ஆவர்.

1745. **திசையவர் தொழுதுஎழு சிறுகுடி மேவிய**
தசமுகன் உரம்நெரித் தீரே
தசமுகன் உரம்நெரித் தீர்உமைச் சார்பவர்
வசைஅறும் அதுவழி பாடே (8)

அருஞ்சொற்பொருள்:

தசமுகன் - பத்துமுகம் உடையவன். உரம் - வலிமை. வசை - பழி.

பொழிப்புரை:

எல்லா திசைகளிலும் உள்ளவர்களும் வணங்கி எழுகின்ற சிறுகுடி என்னும் தலத்தில் எழுந்தருளி இருப்பவரே! இராவணனது வலிமையை அழித்தவரே! இராவணனது வலிமையை அழித்த உம்மைச் சார்ந்து வணங்குபவர், பழி இலராவர்; அதுவே வழிபாடு ஆகும்.

1746. **செருவரை வயல்அமர் சிறுகுடி மேவிய**
இருவரை அசைவுசெய் தீரே
இருவரை அசைவுசெய் தீர்உமை ஏத்துவார்
அருவினை யொடுதுயர் இலரே (9)

அருஞ்சொற்பொருள்:

இருவர் - திருமாலும் பிரமனும். அருவினை - நீக்க அரிய வினை. துயர் - துன்பம்.

பொழிப்புரை:

வயல்வளம் உடைய சிறுகுடி என்னும் தலத்தில் எழுந்தருளிப் பிரமனையும் திருமாலையும் சோர்வு அடையச் செய்தவரே! பிரமனையும் திருமாலையும் சோர்வு அடையச் செய்த உம்மைப் போற்றுவாரது, அரிய வினையும் துன்பமும் நீங்கும்.

1747. **செய்த்தலை புனல்அணி சிறுகுடி மேவிய**
புத்தரோடு அமண்புறத் தீரே
புத்தரோடு அமண்புறத் தீர்உமைப் போற்றுதல்
பத்தர்கள் தம்முடைப் பரிசே (10)

அருஞ்சொற்பொருள்:

செய்த்தலை - வயலின் முகப்பு. பரிசு - பேறு.

பொழிப்புரை:

முகப்பின் வழி வயலில் நீர் பாய்ந்து அழகுற விளங்கும் சிறுகுடி என்னும் தலத்தில் எழுந்தருளி இருப்பவரே! பௌத்தர்களையும் சமணர்களையும் புறம்தள்ளி வைத்துள்ளவரே! பௌத்தர்களையும் சமணர்களையும் புறந்தள்ளி வைத்த உம்மைப் போற்றுவது, அன்பர்களின் பெரும்பேறே ஆகும்.

1748. **தேன்அமர் பொழில்அணி சிறுகுடி மேவிய**
மான்அமர் கரம்உடை யீரே
மான்அமர் கரம்உடை யீர்உமை வாழ்த்திய
ஞானசம் பந்தன் தமிழே (11)

அருஞ்சொற்பொருள்:

தேன் - வண்டு. கரம் - கை.

பொழிப்புரை:

வண்டு மொய்க்கும் சோலை அழகுஉடைய சிறுகுடி என்னும் தலத்தில் எழுந்தருளி இருக்கும் மான்கன்று ஏந்திய கை உடையவரே! மான்கன்று ஏந்திய கைஉடைய உம்மை வாழ்த்திப் பாடியது ஞானசம்பந்தன் தமிழே ஆகும் (அதனைப் பாடி வழிபடுபவர் நலம் பெறுவர் என்பது குறிப்பு).

162

திருஅழுந்தூர்

பதிக வரலாறு:

ஞானப்பால் உண்டவர், நல்லம், சிறுகுடி ஆகிய தலங்களை வணங்கி, அழுந்தூர் வந்து இப்பதிகத்தைப் பாடி வழிபடுகின்றார்.

தல வரலாறு:

இத்தலம் இப்பொழுது, 'தேரழுந்தூர்' என வழங்கப்படுகின்றது. மயிலாடுதுறை - கும்பகோணம் இரயில் பாதையில் தேரழுந்தூர் இரயில் நிலையத்திற்கு தெற்கில் 3கி.மீ. தொலைவில் உள்ளது.

அகத்திய முனிவர் பூசித்துக் கொண்டு இருந்ததை அறியாத ஊர்த்துவரதன் என்னும் அரசன், அதற்கு நேர் மேலே தேரைச் செலுத்தத் தேர் செல்லாது அழுந்தியது. அதனால் அழுந்தூர் என்றும் தேரழுந்தூர் என்றும் பெயர் பெற்றது என்பர்.

வேதங்கள், தேவர்கள், திக்குப்பாலகர்கள், முனிவர்கள் பூசித்துப் பேறுபெற்ற தலம்.

சுவாமி	:	வேதபுரீசுவரர்
அம்மை	:	சௌந்தியாம்பிகை
தலமரம்	:	சந்தனம்
தீர்த்தம்	:	வேத தீர்த்தம்

திருமுறை 2 - 156   திருஞான - 435

பண்: இந்தளம்

1749. தொழுமாறு வல்லார் துயர்தீர நினைந்து
எழுமாறு வல்லார் இசைபாட விம்மி
அழுமாறு வல்லார் அழுந்தை மறையோர்
வழிபாடு செய்மா மடம்மன் னினையே   (1)

அருஞ்சொற்பொருள்:

அழுந்தை - அழுந்தூர் என்பதன் மரூஉ. மாமடம் - கோயிலின் பெயர்.

பொழிப்புரை:

அழுந்தூரில் உள்ள அந்தணர்கள் தொழுவதில் வல்லவர்; துன்பம் தீர நினைந்து எழுவதில் வல்லவர்; இசைப்பாடல்கள் பாடி, விம்மி அழுவதில் வல்லவர்; அவர்கள் வழிபாடு செய்யுமாறு, மாமடம் என்னும் திருக்கோயிலில் நிலைத்துத் தங்கினையே!

1750. கடல்ஏறிய நஞ்சு அமுது உண்டவனே
உடலே உயிரே உணர்வே எழிலே
அடல்ஏறு உடையாய் அழுந்தை மறையோர்
விடலே தொழுமா மடம்மே வினையே (2)

அருஞ்சொற்பொருள்:

அடல் ஏறு - வலிமை உடைய காளை. விடலே - தலைவனே. மேவினை - பொருந்த இருந்தனை.

பொழிப்புரை:

அழுந்தூர் அந்தணர்கள் தொழும் தலைவனே! கடலிலிருந்து வெளிப்பட்ட விடத்தினை அமுதமாக உண்டவனே! உடலே! உயிரே! அறிவே! அழகே! வலிய காளை ஊர்தி உடையவனே! நீ மாமடம் என்னும் திருக்கோயிலில் எழுந்தருளி இருந்தனையே!

1751. கழிகா டலனே கனல்ஆ டலினாய்
பழிபாடு இலனே அவையே பயிலும்
அழிபாடு இலராய் அழுந்தை மறையோர்
வழிபாடு செய்மா மடம்மன் னினையே (3)

அருஞ்சொற்பொருள்:

கழிகாடு - ஏனையோர் வெறுத்து ஒதுக்கும் சுடுகாடு. பழிபாடு - பழிப்பு. அழிபாடு - அழிவு.

பொழிப்புரை:

'ஏனையோரால் வெறுத்து ஒதுக்கப்படும் சுடுகாட்டில் வாழ்பவனே! நெருப்பின் நடுவில் நின்று ஆடுபவனே! இருந்தும், பழிப்புக்கு

ஆளாகாதவனே!' எனப் பலமுறையும் உன்னையே புகழும் அழிவில்லாத அழுந்தூர் அந்தணர்கள் வழிபாடு செய்ய, மாமடம் என்னும் கோயிலில் நிலைத்து இருந்தனையே!

1752. வானே மலையே எனமன் உயிரே
    தானே தொழுவார் தொழுதாள் மணியே
    ஆனே சிவனே அழுந்தை அவர்எம்
    மானே எனமா மடம்மன் னினையே   (4)

அருஞ்சொற்பொருள்:

மன்உயிர் - மன்னிய உயிர் (நிலைத்த உயிர்). ஆனே - பசுவே. சிவனே - பதியே. எம்மான் - எம்பெருமான்.

பொழிப்புரை:

'வானமே! மலையே! மணியே! பசுபதீ!' என நிலைத்த தன்மை உடைய உயிர்கள், தானே வந்து தொழுது வணங்கும் திருவடி உடையவனே! அழுந்தூர் அந்தணர்கள், 'எம்பெருமானே!' என்று அழைக்க, மாமடம் என்னும் திருக்கோயிலில் நிலைத்து இருந்தனையே!

1753. அலைஆர் புனல்சூழ் அழுந்தைப் பெருமான்
    நிலைஆர் மறியும் நிறைவெண் மழுவும்
    இலைஆர் படையும் இவைஏந்து செல்வ
    நிலையா அதுகொள்க எனநீ நினையே   (5)

அருஞ்சொற்பொருள்:

மறி - மான்கன்று. மழு - மழுப்படை. இலைஆர் படை - இலை வடிவ சூலம்.

பொழிப்புரை:

அலைவீசும் நீரால் சூழப்பட்ட அழுந்தூரில் எழுந்தருளி இருக்கும் பெருமானது கையில் உள்ள மான்கன்றும், வெள்ளை நிற மழுவும், இலை வடிவ சூலமும், ஆகிய இவையே நிலையானவை, என மனமே! நீ நினைவாயாக!

1754. நறவுஆர் தலையின் நயவா உலகில்
    பிறவா தவனே பிணிஇல் லவனே
    அறைஆர் கழலாய் அழுந்தை மறையோர்
    மறவாது எழமா மடம்மன் னினையே   (6)

அருஞ்சொற்பொருள்:

நறவு - தேன். நயவா - நயம் உடைய. நயம் - நன்மை. பிணி - தளை. அறைதல் - ஒலித்தல்.

பொழிப்புரை:

மலர்களில் இருந்து சிந்தும் தேனின் நன்மை மிகுகின்ற பூச்சூடிய சடை உடையவனே! உலகில் வந்து பிறவாதவனே! தளை இல்லாதவனே! ஒலிக்கின்ற வீரக்கழல் அணிந்திருப்பவனே! அழுந்தூரில் வாழும் அந்தணர்கள் மறவாது, உம்மை நினைந்தபடியே உறங்கி எழ, மாமடம் என்னும் திருக்கோயிலில் நிலைத்து இருந்தனையே!

1755. **தடுமாறு வல்லாய் தலைவா மதியம்**
சுடுமாறு வல்லாய் சுடர்ஆர் சடையில்
அடுமாறு வல்லாய் அழுந்தை மறையோர்
நெடுமா நகர்கை தொழநின் றனையே (7)

அருஞ்சொற்பொருள்:

நெடுமா நகர் - நீண்ட பெரிய கோயில்.

பொழிப்புரை:

உயிர்கள் எளிதில் அடைய முடியாதபடி தடுமாற வைப்பவனே! தலைவனே! காதல் வயப்பட்டவரைச் சுடுகின்ற சந்திரனைச் சடையில் சூடியவனே! உலகை அடவந்த கங்கையைச் சடையில் தாங்கி, வெற்றி கொண்டவனே! அழுந்தூரில் வாழும் மறையோர் தொழுவதற்காக, மாமடம் கோயிலில் எழுந்தருளி இருந்தனையே!

1756. **பெரியாய் சிறியாய் பிறையாய் மிடறும்**
கரியாய் கரிகாடு உயர்வீடு உடையாய்
அரியாய் ஒளியாய் அழுந்தை மறையோர்
வெரியார் தொழமா மடம்மே வினையே (8)

அருஞ்சொற்பொருள்:

வெரியார் - பழி பாவங்களுக்கு அஞ்சுபவர்.

பொழிப்புரை:

பெரியவனே! நுண்ணியவனே! பிறை சூடியவனே! கண்டம் கருத்தவனே! சுடுகாடும் உயர்ந்த வீட்டுஉலகமும் உடையவனே!

அரியவனே! ஒளிமயமானவனே! பழிபாவங்களுக்கு அஞ்சும் அழுந்தூர் அந்தணர்கள் தொழ, மாமடம் என்னும் கோயிலில் பொருந்த இருந்தனையே!

1757. மணிநீள் முடியால் மலையை அரக்கன்
    தணியாது எடுத்தான் உடலம் நெரித்த
    அணியார் விரலாய் அழுந்தை மறையோர்
    பணிமா மடம்மன் னிஇருந் தனையே   (9)

அருஞ்சொற்பொருள்:

தணியாது - செருக்கு தணியாது. உடலம் - உடல். பணி - பணிந்து வணங்குகின்ற.

பொழிப்புரை:

மணிகள் பதித்த நீண்ட முடி (கிரீடம்) தரித்த இராவணன், செருக்கு தணியாமையால், கயிலை மலையை எடுக்க, அவனது உடலை நெரித்த அழகிய திருவிரல் உடையவனே! அழுந்தூர் அந்தணர் பணிந்து வணங்க வசதியாக, மாமடம் கோயிலில் நிலைத்து இருந்தனையே!

1758. முடிஆர் சடையாய் முனம்நாள் இருவர்
    நெடியான் மலரான் நிகழ்வால் இவர்கள்
    அடிமேல் அறியார் அழுந்தை மறையோர்
    படியால் தொழமா மடம்பற் றினையே   (10)

அருஞ்சொற்பொருள்:

முனம் - முன்னம். அடி - திருவடி. மேல் - திருமுடி. படியால் - விதிப்படி.

பொழிப்புரை:

சடாமுடி உடையவனே! முன்னை நாளில் திருமாலும் பிரமனும், 'தங்களுள் யார் பெரியவர்?' என்னும் பூசல் கொண்டு, அந்நிகழ்வால், அடியையும் முடியையும் தேடி அறியமுடியாதவர் ஆயினர்; ஆனால் அழுந்தூர் அந்தணர்கள் முறைப்படி வணங்குமாறு, நீ மாமடம் கோயிலைப் பற்றி இருந்தனையே!

1759. அருஞானம் வல்லார் அழுந்தை மறையோர்
    பெருஞானம் உடைப்பெரு மான் அவனைத்
    திருஞான சம்பந் தனசெந் தமிழ்கள்
    உருஞானம் உண்டாம் உணர்ந்தார் தமக்கே   (11)

அருஞ்சொற்பொருள்:

அருஞானம் - எய்த அருமை உடைய திருவருள் ஞானம். உருஞானம் - சொரூப ஞானம் (உண்மை உணர்வு).

பொழிப்புரை:

எய்த அருமை உடைய திருவருள்ஞானம் உடைய அழுந்தூர் அந்தணர்கள், தொழும் பெரிய ஞானம் உடைய பெருமானைத் திருஞான சம்பந்தன், செந்தமிழ் மொழிகொடு பாடிய பாடல்களின், தன்மை உணர்ந்தவர், மெய்ஞ்ஞானம் உடையவர் ஆவர்.

திருச்சிற்றம்பலம்

163

திருத்துருத்தி

பதிக வரலாறு:

ஆளுடைய பிள்ளையார், அழுந்தூரில் மாமடம் கும்பிட்டு, திருத்துருத்தி வந்து, இப்பதிகத்தைப் பாடி வழிபடுகின்றார்.

தல வரலாறு:

இத்தலம் இப்பொழுது குற்றாலம் என்ற பெயரில் வழங்கப் படுகின்றது. மயிலாடுதுறை - கும்பகோணம் வழியில் அமைந்துள்ளது. குத்தாலம் என்னும் ஒருவகை ஆத்தி மரத்தைத் தலமரமாகக் கொண்டு விளங்குதலின், குத்தாலம் எனப் பெயர் பெற்றுப் பின்னர் மருவி குற்றாலம் என்றாயிற்று. திருத்துருத்தியும் வேள்விகுடியும் ஒருதலம். இறைவர் பகலில் துருத்தியிலும் இரவில் வேள்விகுடியிலும் இருப்பர். துருத்தி என்னும் சொல்லுக்கு ஆற்றிடைக் குறை என்பது பொருள். முற்காலத்தில் இவ்வூர் ஆற்றின் நடுவே இருந்துள்ளது.

அக்கினி, வருணன் முதலியோர் பூசித்துப் பேறு பெற்ற தலம். சுந்தரமூர்த்தி நாயனாரது உடல்பிணியை இக்கோயிலில் உள்ள வடகுளத்தில் மூழ்கச் சொல்லி, இறைவர் போக்கி அருளினார் என்பது வரலாறு.

சுவாமி	:	சொன்னவாறு அறிவார்
அம்மை	:	அரும்பன்ன வனமுலை அம்மை
தல மரம்	:	குத்தாலம்
தீர்த்தம்	:	காவிரி

திருவிராகம்

பண்: நட்டராகம்

1760. வரைத்தலைப் பசும்பொனோடு
அருங்கலன்கள் உந்திவந்து
திரைத்தலைச் சுமந்துகொண்டு
எறிந்துஇலங்கு காவிரிக்
கரைத்தலைத் துருத்திபுக்கு
இருப்பதே கருத்தினாய்
உரைத்தலைப் பொலிந்துஉனக்கு
உணர்த்துமாறு வல்லமே (1)

அருஞ்சொற்பொருள்:

வரைத்தலை - மலையிடம். திரைத்தலை - அலையிடம். எறிந்து - கரைஒதுக்கி. இலங்கு - விளங்குகின்ற. உரைத்தலை - சொல்லுதலை.

பொழிப்புரை:

மலையிலிருந்து பசும்பொன், அரிய அணிகலன்கள் ஆகியவற்றை உந்தி ஆரவாரம் செய்து அலைவீசி ஓடிவரும் காவிரியின் கரையிலுள்ள திருத்துருத்தி என்னும் தலத்தில் விரும்பி எழுந்தருளி இருக்கும் கருத்துஉடைய பெருமானே! சொன்னவாறு அறிதலில் உமக்கு யாம் உணர்த்தும் வல்லமை உடையோமோ? (தலத்து இறைவர் சொன்னவாறு அறிவார் என்பது).

1761. அடுத்துஅடுத்து அகத்தியோடு
வன்னிகொன்றை கூவிளம்
தொடுத்துஉடன் சடைப்பெய்தாய்
துருத்தியாய்ஓர் காலனைக்
கடுத்துஅடிப் புறத்தினால்
நிறத்துஉதைத்த காரணம்
எடுத்துஎடுத்து உரைக்குமாறு
வல்லமாகில் நல்லமே (2)

அருஞ்சொற்பொருள்:

அகத்தி - அகத்திப்பூ. வன்னி - வன்னியின் தளிர். கொன்றை - கொன்றை மலர். கூவிளம் - வில்வ இலை. கடுத்து - சினந்து. அடிப்புறம் - பின்னங்கால். நிறம் - மார்பு.

பொழிப்புரை:

அகத்திப்பூ, வன்னியின் தளிர், கொன்றைமலர், வில்வஇலை, ஆகியவை கொண்டு கலந்து கட்டப்பட்ட மாலையைச் சடையில் சூடி இருப்பவனே! திருத்துருத்தி என்னும் தலத்தில் எழுந்தருளி இருப்பவனே! நீ இயமன்மீது கோபம் கொண்டு, பின்னங்காலால் அவனது மார்பில் உதைத்து, அழித்த காரணத்தை, மீண்டும் மீண்டும் புகழ்ந்து பேசும் வலிமை பெறுவோமாயின், நாங்கள் நன்மை அடைவோம்.

1762. கங்குல்கொண்ட திங்களோடு
    கங்கைதங்கு செஞ்சடைச்
    சங்குஇலங்கு வெண்குழை
    சரிந்துஇலங்கு காதினாய்
    பொங்குஇலங்கு பூணநூல்
    உருத்திரா துருத்திபுக்கு
    எங்கும்நின் இடங்களா
    அடங்கிவாழ்வது என்கொலோ (3)

அருஞ்சொற்பொருள்:

கங்குல் - இரவு. சரிந்துஇலங்கு - கீழ்நோக்கித் தொங்கி விளங்கும். பொங்கு - வெண்மை பொங்கு. உருத்திரா - உருத்திர மூர்த்தியே! இடங்களா - இடங்களாக. அடங்கி வாழ்வது - திருத்துருத்தியில் அடங்கி வாழ்வது.

பொழிப்புரை:

இரவில் ஒளிவீசும் சந்திரன், கங்கை, ஆகியவை தங்கிய செஞ்சடை உடையவனே! சங்கால் ஆன குழை தொங்குகின்ற காது உடையவனே! வெண்மை மிகுகின்ற பூணூல் அணிந்துள்ள உருத்திர மூர்த்தியே! எல்லா இடங்களிலும் வியாபகம் கொண்ட நீ, திருத்துருத்தி என்னும் தலத்தில் எழுந்தருளி இருப்பது, என்ன காரணம் பற்றியோ?

1763. கருத்தினால்ஒர் காணியில்
விருத்திஇல்லை தொண்டர்தம்
அருத்தியால்தம் அல்லல்சொல்லி
ஐயம்ஏற்பது அன்றியும்
ஒருத்திபால் பொருத்திவைத்து
உடம்புவிட்டு யோகியாய்
இருத்திநீ துருத்திபுக்கு
இதுஎன்னமாயம் என்பதே (4)

அருஞ்சொற்பொருள்:

காணி - காணி அளவுள்ள நிலம். விருத்தி - பயிர்த்தொழில் செய்து ஈட்டும் வருமானம். அருத்தி - ஆசை. அல்லல் - துன்பம். ஐயம் - பிச்சை. ஒருத்தி - ஒருபெண். பொருத்திவைத்து - பொருந்தவைத்து. உடம்புவிட்டு - உடல் பற்றினை விட்டு. யோகி - யோகம் செய்பவன். இருத்தி - இருக்கின்றாய்.

பொழிப்புரை:

எண்ணிப் பார்க்கும் இடத்து, ஒரு காணி அளவுள்ள நிலத்தில்கூட, பயிரிட்டு வருமானம் ஈட்டுவதில்லை; தொண்டர்கள்மேல் உனக்கு உள்ள விருப்பத்தின் காரணமாக, உனது துன்பம் குறித்து எடுத்துக்கூறி, பிச்சை ஏற்று உணவு உண்கின்றீர்! அதுதவிர, ஒருபெண்ணை உடம்பின் பாதியில் வைத்திருந்தும், உடம்பின் மீது வைத்த பற்றினை விட்டு, யோகியாக இருக்கின்றீர்! அவ்வாறு இருக்கும் நீவிர், திருத்துருத்தி என்னும் தலத்தில் எழுந்தருளி இருப்பது, என்ன மாயத்தினாலோ?

1764. துறக்குமா சொலப்படாய்
துருத்தியாய் திருந்தடி
மறக்குமாறு இலாதஎன்னை
மையல்செய்துஇம் மண்ணின்மேல்
பிறக்குமாறு காட்டினாய்
பிணிப்படும் உடம்புவிட்டு
இறக்குமாறு காட்டினாய்க்கு
இழுக்குகின்றது என்னையோ (5)

அருஞ்சொற்பொருள்:

துறக்குமா - துறக்குமாறு. சொலப்படாய் - சொல்லப்படவில்லை. இலாத - இல்லாத. மையல் - மயக்கம். பிணிப்படும் - நோய்வாய்ப் படும். இழுக்குகின்றது - இழுக்கு என்பது. என்னையோ - யாதோ?

பொழிப்புரை:

திருத்துருத்தி என்னும் தலத்தில் எழுந்தருளி இருக்கும் இறைவனே! பகலில் யோகியாய் துருத்தியியிலும், இரவில் போகியாய் வேள்வி குடியிலும், விளங்கும் நீ, துறக்கும் வழிவகையினைக் கூறினீர் இல்லை. உமது திருவடியை மறவாது இருந்த என்னை, மயங்குமாறு செய்து, இம்மண்ணுலகில் வந்து பிறக்குமாறு செய்தாய்; நோய்வாய்ப்பட்ட உடம்பைக் கைவிட்டு இறக்குமாறும் செய்தாய்; இதற்கு யான் செய்த குற்றம்தான் யாது?

1765. **வெயிற்குஎதிர்ந்து இடம்கொடாது**
அகம்குளிர்ந்த பைம்பொழில்
துயிற்குஎதிர்ந்த புள்இனங்கள்
மல்குதண் துருத்தியாய்
மயிற்குஎதிர்ந்து அணங்குசாயல்
மாதுஓர்பாகம் ஆகமூ
எயிற்குஎதிர்ந்து ஒர்அம்பினால்
எரித்தவில்லி அல்லையே (6)

அருஞ்சொற்பொருள்:

வெயிற்கு - வெயிலுக்கு. துயிற்கு - துயிலுக்கு. மயிற்கு - மயிலுக்கு. எயிற்கு - எயிலுக்கு. வில்லி - வில்லை உடையவன். அல்லையே - அல்லனோ?

பொழிப்புரை:

வெயிலுக்கு இடம்தராத, குளிர்ந்த பசிய சோலையில், உறக்கத்தை மறந்த பறவைக் கூட்டம் நிறைந்து வாழும், துருத்தி என்னும் தலத்தில் எழுந்தருளி இருப்பவனே! நீ, மயிலின் சாயலை மிஞ்சும் தெய்வச் சாயல் உடைய உமாதேவியை, உடம்பில் பாகமாகக் கொண்டு, முப்புரத்தை ஓர்அம்பு கொண்டு எதிர்த்து, அழித்த வில்லை ஏந்தி இருப்பவன் அல்லனோ?

1766. **கணிச்சிஅம் படைச்செல்வா**
கழிந்தவர்க்கு ஒழிந்தசீர்
துணிச்சிரக் கிரந்தையாய்
கரந்தையாய் துருத்தியாய்

அணிப்படும் தனிப்பிறைப்
பனிக்கதிர்க்கு அவாவுநல்
மணிப்படும்பை நாகம்நீ
மகிழ்ந்தஅண்ணல் அல்லையே (7)

அருஞ்சொற்பொருள்:

கணிச்சி - மழு. அம்படை - அழகிய ஆயுதம். துணி - துண்டித்த. சிரம் - தலைஓடு. கிரந்தை - முடிச்சு (முடித்துக் கட்டப்பட்ட தலை ஓட்டு மாலை). பனிக்கதிர் - குளிர்ந்த கிரணம். அவாவும் - விரும்பும். பை - படம்.

பொழிப்புரை:

அழகிய மழுப்படை ஏந்திய செல்வனே! இறந்த பிரம்ம விட்ணுக்களின் தலைஓட்டைக் கோத்துக் கட்டிய மாலை உடையவனே! கரந்தைப் பூவைச் சூடி இருப்பவனே! துருத்தி என்னும் தலத்தில் எழுந்தருளி இருப்பவனே! நீ குளிர்ந்த கிரணங்களைப் பரவவிடும் சந்திரப் பிறையையும், மணியும் படமும் உடைய பாம்பையும், விரும்பி அணிந்து, மகிழும் தலைவன் அல்லனோ?

1767. சுடப்பொடிந்து உடம்புஇழந்த
அநங்கனாய மன்மதன்
இடர்ப்படக் கடந்துஇடம்
துருத்தியாக எண்ணினாய்
கடற்படை உடையஅக்
கடல்இலங்கை மன்னனை
அடற்பட அடுக்கலில்
அடர்த்த அண்ணல்அல்லையே (8)

அருஞ்சொற்பொருள்:

சுட - நெருப்பு கொண்டு எரிக்க. பொடிந்து - சாம்பலாகி. அநங்கன் - அங்கம் (உடம்பு) இல்லாதவன். இடர்ப்பட - துன்பப்பட. அடற்பட - அடல்பட - வலிமை மிக. அடுக்கல் - மலை. அடர்த்த - நெரித்த

பொழிப்புரை:

நெற்றிக்கண் நெருப்பு கொண்டு, எரித்துச் சாம்பலாக்கி மன்மதனை உடம்பை இழக்கச் செய்து வெற்றி பெற்ற நீ, துருத்தியை தங்கும் இடமாகக் கருதினாய்! கடற்படை உடைய கடலால் சூழப்பட்ட இலங்கை நாட்டு அரசனை, மலையின் கீழ்இட்டு நசுக்கினாய்! நீவிர் இப்படிப்பட்ட வெற்றிகளை உடைய தலைவர் அல்லரோ!

1768. களம்குளிர்ந்து இலங்குபோது
    காதலானும் மாலுமாய்
    வளம்கிளர்பொன் அம்கழல்
    வணங்கிவந்து காண்கிலார்
    துளங்குஇளம் பிறைச்செனித்
    துருத்தியாய் திருந்துஅடி
    உளம்குளிர்ந்த போதுஎலாம்
    உகந்துஉகந்து உரைப்பனே   (9)

அருஞ்சொற்பொருள்:

களம் - இடம். போது - மலர். அம் கழல் - அழகிய திருவடி. செனி - சென்னி. போது - பொழுது. உகந்து - மகிழ்ந்து.

பொழிப்புரை:

விளங்குகின்ற இளம்பிறைச் சந்திரனைச் சூடிஇருக்கும் சென்னி உடையவனே! துருத்தி என்னும் தலத்தில் எழுந்தருளி இருப்பவனே! குளிர்ந்த தாமரை மலரை விரும்பி, அதனை எழுந்தருளும் இடமாகக் கொண்ட பிரமனும், திருமாலும், வளப்பம் மிக்க பொன் போன்ற அழகிய திருவடியைக் கண்டு, வணங்கவேண்டும் என்று விருப்பம் கொண்டும், காணமுடியாதவர் ஆயினர்; ஆனால் யானோ, உள்ளம் குளிர்ந்த காலங்களில் எல்லாம், திருத்திய உமது திருவடி குறித்து, மகிழ்ந்து மகிழ்ந்து போற்றிப் பேசுவேன்.

1769. புத்தர்தத் துவம்இலாச்
    சமண்உரைத்த பொய்தனை
    உத்தமம் எனக்கொளாது
    உகந்துஎழுந்து வண்டுஇனம்
    துத்தநின்று பண்செயும்
    சூழ்பொழில் துருத்திஎம்
    பித்தர்பித்த னைத்தொழப்
    பிறப்புஅறுத்தல் பெற்றியே   (10)

அருஞ்சொற்பொருள்:

உத்தமம் - இங்கு உண்மை எனப் பொருள்படும். கொளாது - கொள்ளாது. துத்தம் - ஏழு இசைகளுள் ஒன்று. பெற்றி - பெற்றிமை (பயன்).

பொழிப்புரை:

பௌத்தர்களும் தத்துவம் இல்லாத சமணர்களும் சொல்லும் பொய்யை, உண்மை உரை எனக் கொள்ளாது, வண்டுக் கூட்டம் மகிழ்ச்சியுடன் எழுந்து துத்தம் என்னும் சுருதியில் பாடும் சோலை சூழ்ந்த துருத்தி என்னும் தலத்தில் எழுந்தருளி இருக்கும் பித்தர்க்குப் பித்தனாய் விளங்கும் பெருமானை வழிபட, பிறப்புஅறுத்தல் என்னும் நன்மைச்செயல் நிகழும்.

1770. கற்றுமுற்றி னார்தொழும்
கழுமலத்து அருந்தமிழ்
சுற்றுமுற்றும் ஆயினான்
அவன்பகர்ந்த சொற்களால்
பெற்றம்ஒன்று உயர்த்தவன்
பெருந்துருத்தி பேணவே
குற்றம்முற்றும் இன்மையில்
குணங்கள்வந்து கூடுமே (11)

அருஞ்சொற்பொருள்:

சுற்றுமுற்றும் ஆயினான் - சுற்றி முற்றும் கற்ற ஞானசம்பந்தன். பெற்றம் - எருது.

பொழிப்புரை:

ஞானநூல்களைக் கற்றுத் தேர்ந்தவர்கள் வணங்கும் கழுமல நகரினனாகிய அருந்தமிழைச் சுற்றி முற்றும் கற்றவனாகிய ஞானசம்பந்தன், பாடிய பாடல்களால், எருதின்மீது ஏறிவரும் பெருந் துருத்தித் தலத்து இறைவனைப் போற்ற, குற்றம் முழுவதும் கெடும்; குணங்கள் முழுவதும் வந்து சேரும்.

திருச்சிற்றம்பலம்

164

திருமயிலாடுதுறை

பதிக வரலாறு:

துருத்தியிலிருந்து மூவலூர் வந்து வழிபட்ட சம்பந்தர் (பதிகம் கிடைத்திலது) மயிலாடுதுறை கண்டு, இப்பதிகம் பாடி வழிபடுகின்றனர்.

தல வரலாறு:

இறைவி மயில் வடிவம் கொண்டு இறைவரை வழிபட்டுப் பேறு பெற்ற தலம் ஆதலின், மயிலாடுதுறை எனப்பட்டது. ஐப்பசி மாதம் அமாவாசை திதியில் தட்சிணாமூர்த்தி காவிரி ஆற்றில் அமைந்துள்ள இடப தீர்த்தக் கரைக்கு எழுந்தருளி, கங்கையைக் காவிரியில் கலக்குமாறு செய்கிறார். எனவே அந்நாளில் இங்கு நீராடுவது பெருஞ்சிறப்பு.

சுவாமி	:	மயூரநாதர்
அம்மை	:	அபயாம்பாள்
தலமரம்	:	மா, வன்னி
தீர்த்தம்	:	காவிரி

திருமுறை 1 - 138   திருஞான - 439

பண்: தக்கராகம்

1771. கரவுஇன்றி நன்மா மலர்கொண்டு
 இரவும் பகலும் தொழுவார்கள்
 சிரம்ஒன் றியசெஞ் சடையான்வாழ்
 வரமாம் மயிலாடு துறையே   (1)

அருஞ்சொற்பொருள்:

கரவு - வஞ்சனை. சிரம்ஒன்றிய - தலை பொருந்திய.

பொழிப்புரை:

வஞ்சனை சிறிதும் இன்றி, நல்ல மேலான மலர்கள் கொண்டு, அடியார்கள் இரவும் பகலும் என எந்நேரமும், வணங்க ஏதுவாக, தலை மாலை அணிந்திருக்கும் சிவந்த சடை உடைய சிவபெருமான் எழுந்தருளி இருக்கும் மயிலாடுதுறை என்பது, அவ்வடியார்களுக்குக் கிடைத்த வரமே ஆகும்.

1772. உரவெங் கரியின் உரிபோர்த்த
    பரமன் உறையும் பதிஎன்பர்
    குரவம் சுரபுன்னை யும்வன்னி
    மருவும் மயிலாடு துறையே   (2)

அருஞ்சொற்பொருள்:

உரம் - வலிமை. வெங்கரி - கொடிய யானை. குரவம் - குராமலர். சுரபுன்னை - நாகலிங்கப்பூ.

பொழிப்புரை:

வலிய கொடிய யானையின் தோலை உரித்துப் போர்த்துக் கொண்ட பரமன் எழுந்தருளி இருக்கும் ஊர் என்று சொல்லுவர்; அது குராமரமும் நாகலிங்க மரமும் வன்னி மரமும் நிறைந்து விளங்கும் மயிலாடு துறையே ஆகும்.

1773. ஊனத்து இருள்நீங ்கிடவேண்டில்
    ஞானப் பொருள்கொண்டு அடிபேணும்
    தேன்ஒத்து இனியான் அமரும்சேர்
    வானம் மயிலாடு துறையே   (3)

அருஞ்சொற்பொருள்:

ஊனம் - குறை. இருள் - ஆணவமல இருள். 'வானம்சேர் மயிலாடுதுறை' - என்று கூட்டி உரைக்க.

பொழிப்புரை:

உயிருக்கு உள்ள ஆணவமலமாகிய இருள் என்னும் குறை நீங்க வேண்டுமாயின், ஞானப்பொருளாய் விளங்கும் சிவபெருமானது திருவடியைப் பேணவேண்டும். அதாவது, தேன்போல் இனிக்கும் மயிலாடுதுறையில் எழுந்தருளி இருக்கும் பெருமானை வழிபட வீடுபேறு அடையலாம்.

1774. அஞ்சுஒண் புலனும் அவைசெற்ற
    மஞ்சன் மயிலாடு துறையை
    நெஞ்சுஒன்றி நினைந்து எழுவார்மேல்
    துஞ்சும் பிணிஆ யினதானே (4)

அருஞ்சொற்பொருள்:

அஞ்சு - ஐந்து. மஞ்சன் - மைந்தன் (வலிமை உடையவன்). 'பிணி ஆயின துஞ்சும்' - எனக் கூட்டி உரைக்க.

பொழிப்புரை:

கண்டு கேட்டு உண்டு உயிர்த்து உற்றறியும் ஐந்து புலன்களைக் கெடுத்த பெரும் வீரனாகிய மயிலாடுதுறையில் எழுந்தருளி இருக்கும் இறைவனை, மனம் ஒன்றுபடுமாறு நினைந்து, உறங்கித் துயிலெழு வார்க்குப் பிறவிநோய் இல்லவாகும்.

1775. தணிஆர் மதிசெஞ் சடையான்தன்
    அணிஆர்ந் தவருக்கு அருள்என்றும்
    பிணிஆயின தீர்த்து அருள்செய்யும்
    மணியான் மயிலாடு துறையே (5)

அருஞ்சொற்பொருள்:

தணி - (தண் + இ). தண் - குளிர்ச்சி. அணி - ஆர்ந்தவர் - அணுகியவர். பிணி - பிறவிப்பிணி. மணியான் - மாணிக்கமணி போன்றவன்.

பொழிப்புரை:

மயிலாடுதுறையில் எழுந்தருளி இருக்கும் பெருமான், மாணிக்கமணி போன்றவன்; அவன் பிறவிநோயைத் தீர்த்து அருளவல்லவன்; குளிர்ந்த சந்திரனைச் சூடிஇருக்கும் சடைஉடைய அவனை நெருங்கி வழிபடுபவர்க்கு, எப்பொழுதும் திருவருளின் துணை உண்டு.

1776. தொண்டர் இசைபா டியும்கூடிக்
    கண்டு துதிசெய் பவன்ஊராம்
    பண்டும் பலவே தியர்ஓத
    வண்டுஆர் மயிலாடு துறையே (6)

அருஞ்சொற்பொருள்:

தொண்டர் - அடியார். பண்டும் - முற்காலத்திலும்.

பொழிப்புரை:

அடியார்கள் கூடி நின்று இசைப்பாடல்கள் பாடியும், கண்டு வணங்கியும், பயன்பெறுகின்ற ஊர், மிகப்பழங்காலம் தொட்டு வேதியர் பலரும் வேதம் ஓதுவதும், வண்டுகள் மொய்ப்பதும், ஆகிய மயிலாடுதுறையே ஆகும்.

1777. **அணங்கோடு ஒருபாகம் அமர்ந்து**
இணங்கி அருள்செய் தவன்ஊராம்
நுணங்கும் புரிநூ லவர்கள்கூடி
வணங்கும் மயிலாடு துறையே (7)

அருஞ்சொற்பொருள்:

நுணங்கும் - துவளும்.

பொழிப்புரை:

தெய்வப் பெண்ணாகிய உமாதேவியோடு கூடி, அவரை உடம்பில் ஒரு பாகமாக ஏற்று, இணங்கி எழுந்தருளி இருக்கும் சிவபெருமானது ஊர்; துவளும் புரிநூல் எனப்படும் பூணூல் அணியும் அந்தணர்கள், கூடிநின்று, வழிபாடு செய்யும், மயிலாடுதுறையே ஆகும்.

1778. **சிரம்கை யினில்ஏந்தி இரந்த**
பரங்கொள் பரமேட்டி வரையால்
அரங்கஅவ் வரக்கன் வலிசெற்ற
வரங்கொள் மயிலாடு துறையே (8)

அருஞ்சொற்பொருள்:

சிரம் - பிரமகபாலம். இரந்த - பிச்சை ஏற்ற. பரம் - மேன்மை. வரை - மலை. அரங்க - நசுக்க. வலிசெற்ற - வலிஅழித்த.

பொழிப்புரை:

கையில் பிரமகபாலம் (பிரமனது தலைஓடு) ஏந்தி, இல்லம்தோறும் சென்று, பிச்சை ஏற்ற மேலான இறைவன், கயிலை மலை கொண்டு இராவணனை நசுக்கி, அவனது வலிமையைக் குன்றச் செய்து, பின்னர் அவனுக்கு வரங்கள் அருளியவன்; அவன் எழுந்தருளி இருப்பது மயிலாடுதுறையே ஆகும்.

1779. ஞாலத்தை நுகர்ந்தவன் தானும்
கோலத்து அயனும் அறியாத
சீலத் தவன்ஊர் சிலர்கூடி
மாலைத் தீர்மயி லாடுதுறையே (9)

அருஞ்சொற்பொருள்:

ஞாலம் - உலகம். நுகர்ந்தவன் - எடுத்து விழுங்கியவன். சீலத்தவன் - ஒழுக்கம் உடையவன். மால் - மயக்கம்.

பொழிப்புரை:

உலகத்தை எடுத்து விழுங்கிய திருமாலும் அழகிய பிரமனும் தேடிக் காணமுடியாத உயர்ஒழுக்கம் உடைய சிவபெருமான் எழுந்தருளி இருக்கும் ஊர், அடியார் சிலர் ஒன்றுகூடி வழிபட்டுத் தம் அறியாமையைப் போக்கிக் கொள்ளும் மயிலாடுதுறையே ஆகும்.

1780. நின்றுஉண் சமணும் நெடுதேரர்
ஒன்றும்(ம்) அறியாமை உயர்ந்த
வென்றி அருளான் அவன்ஊராம்
மன்றல் மயிலாடு துறையே (10)

அருஞ்சொற்பொருள்:

தேரர் - பௌத்தர். வென்றி - வெற்றி. மன்றல் - மணம்.

பொழிப்புரை:

நின்றுகொண்டே உணவினை வாங்கி உண்ணும் சமணர்களும், உருவத்தால் உயர்ந்த பௌத்தர்களும், ஒருசிறிதும் தன்னை அறியாதவர்களாய் இருக்க; உயர்வெற்றியும் அருளும் உடையவன் எழுந்தருளி இருப்பது, நறுமணமுள்ள மயிலாடுதுறையே ஆகும்.

1781. நயர்கா ழியுள்ஞா னசம்பந்தன்
மயல்தீர் மயிலாடு துறைமேல்
செயலால் உரைசெய் தனபத்தும்
உயர்வாம் இவைஉற்று உணர்வார்க்கே (11)

அருஞ்சொற்பொருள்:

நயர் - நயம் உணர்ந்தவர். மயல் - மயக்கம். 'உற்று உணர்வார்க்கு உயர்வாம்' - எனக் கூட்டி உரைக்க.

பொழிப்புரை:

நயம் உணர்ந்தவர் வாழும் சீர்காழிப் பதியைச் சேர்ந்த ஞான சம்பந்தன், அறியாமை மயக்கத்தைப் போக்கும் மயிலாடுதுறைமேல், பத்திச் சிரத்தையுடன் பாடிய பாடல் பத்தினையும் பாடி, அவற்றின் உண்மைப் பொருளை உணரும் வல்லமை உள்ளவர்க்கு, உயர்வு உண்டாகும்.

திருச்சிற்றம்பலம்

165

திருமயிலாடுதுறை

பதிக வரலாறு:

காழியார், மயிலாடுதுறையில் பாடிய மற்றும் ஒரு பதிகம் இது.

திருமுறை 3 - 328 திருஞான - 439

திருவிராகம்
பண்: சாதாரி

1782. ஏனஎயிறு ஆடுஅரவொடு என்புவரி
ஆமைஇவை பூண்டுஇளைஞராய்க்
கானவரி நீடுஉழுவை அதள்உடைய
படர்சடையர் காணிஎனலாம்
ஆனபுகழ் வேதியர்கள் ஆகுதியின்
மீதுபுகை போகிஅழகார்
வானமுறு சோலைமிசை மாசுபட
மூசுமயி லாடுதுறையே (1)

அருஞ்சொற்பொருள்:

ஏனஎயிறு - பன்றியின் கொம்பு. ஆடுஅரவு - ஆடுகின்ற பாம்பு. என்பு - எலும்பு. வரி ஆமை - கோடுகள் உடைய ஆமை ஓடு. கானம் - காடு. உழுவை - புலி. அதள் - தோல். காணி - உரிய இடம். ஆகுதி - வேள்வி. அழகுஆர் - அழகு பொருந்திய. வானம்உறு சோலை - வானளாவிய சோலை. மிசை - மீது. மாசுபட - அழுக்கு ஏற. மூசு - மூடுகின்ற.

பொழிப்புரை:

பன்றியின் கொம்பு, படம்எடுத்து ஆடுகின்ற பாம்பு, எலும்பு, கோடுகள் உடைய ஆமைஓடு, ஆகிய இவற்றைக் கோத்து

அணிகலனாக அணிந்து கொண்டு, இளமை உடையவராய், காட்டில் வாழும் புலியின் தோலை உடையாகவும், படர்ந்த சடை உடையவ ராகவும், விளங்கும் இறைவரது இடம் எது எனில்; அது, புகழ் பொருந்திய வேதியர்கள் வேள்வி வேட்க, அதன் புகையானது வான்அளாவிய சோலைமீது அழுக்கு உண்டாக்க, அப்புகையால் மூடப்பட்ட மயிலாடுதுறை என்னும் தலமே ஆகும்.

1783. **அந்தண்மதி செஞ்சடையர் அங்கண்ணெழில்**
கொன்றையொடு அணிந்தஅழகராம்
எந்தம்அடி கட்குஇனிய தானம்அது
வேண்டில்எழி லார்பதியாம்
கந்தமலி சந்தினொடு கார்அகிலும்
வாரிவரு காவிரிஉளால்
வந்ததிரை உந்திஎதிர் மந்திமலர்
சிந்துமயி லாடுதுறையே (2)

அருஞ்சொற்பொருள்:

அம் தண் மதி - அழகிய குளிர்ந்த சந்திரன். அங்கண் - அவ்விடம். அடிகள் - இறைவர். தானம் - இடம். பதி - தலம். கந்தம் - மணம். சந்து - சந்தனம். உளால் - உள்ளால். மந்தி - பெண் குரங்கு.

பொழிப்புரை:

அழகிய குளிர்ந்த சந்திரனைச் சூடிய சிவந்த சடை உடையவர், அந்தச் சடையில் அழகிய கொன்றை மலர்மாலை அணிந்த அழகராகிய எமது இறைவர், விரும்பி உறையும் இடம் எது எனில்; அது மணமுள்ள சந்தனம், கரிய அகில் ஆகியவற்றின் மரத்துண்டுகளைத் தள்ளிக் கொண்டு வரும் காவிரியின் அலையானது கரைஒதுக்க, அதற்கு எதிராகப் பெண்குரங்கு (மரங்களில் தாவி கோட்டுப்) பூக்களைச் சிந்தவிடும் அழகால் சிறந்து விளங்கும் மயிலாடுதுறை என்னும் தலமே ஆகும்.

1784. **தோளின்மிசை வரிஅரவ நஞ்சுஅழல**
வீக்கிமிகு நோக்குஅரியராய்
மூளைபடு வெண்தலையில் உண்டுமுது
காடுஉறையும் முதல்வர்இடமாம்
பாளைபடு பைங்கமுகு செங்கனி
உதிர்த்திட நிரந்துகமழ்பூ
வாளைகுதி கொள்ளமடல் விரியமணம்
நாறுமயி லாடுதுறையே (3)

அருஞ்சொற்பொருள்:

நஞ்சு அழல - விடத்தினைக் கக்க. வீக்கி - கட்டி. நோக்கு அரியர் - அரிய அழகு உடையவர். முதுகாடு - சுடுகாடு. கமுகு - பாக்குமரம். வாளை - ஒருவகை மீன். மடல்விரிய - பாளை விரிய. மணம் நாறும் - மணம் கமழும்.

பொழிப்புரை:

தோள்மீது கோடுகள் உடைய பாம்பு நஞ்சினைக் கக்குமாறு கட்டி இருப்பவர்; நோக்க அரியவர்; முன்பு மூளை இருந்த வெள்ளை நிறத் தலைஓட்டில் பிச்சை ஏற்று உண்பவர்; சுடுகாட்டை வாழுமிடமாகக் கொண்டவர்; உலகமுதல்வர்; அவருக்கு உரிய இடமாவது, பாளை உடைய பாக்குமரம், தனது சிவந்த கனிகளை உதிர்த்திட, ஆற்றில் வாளைமீன் துள்ளிக் குதிக்க, அதனால் பாக்குமரத்தின் புதிய பாளை விரிய, அதிலுள்ள வரிசைபட அமைந்த மலர் மணம்வீசும் மயிலாடு துறை என்னும் தலமே ஆகும்.

1785. **ஏதம்இலர் அரியமறை மலையர்மகள்**
ஆகிய இலங்குநுதல்ஒண்
பேதைதட மார்புஅதுஇடம் ஆகஉறை
கின்றபெரு மானதுஇடமாம்
காதல்மிகு கவ்வையொடு மவ்வல்அவை
கூடிவரு காவிரிஉளால்
மாதர்மறி திரைகள்புக வெறியவெறி
கமழும்மயி லாடுதுறையே (4)

அருஞ்சொற்பொருள்:

ஏதம் - குற்றம். நுதல் - வெற்றி. தடமார்பு - இடமகன்ற மார்பு. கவ்வை - ஆரவாரம். மவ்வல் - காட்டுமுல்லை. உளால் - உள்ளால். மாதர் - மகளிர். மறி திரை - மடிந்து விழும் அலை. புக - நீரிடத்துப் புகுத. வெறிய - மணமற்ற. வெறி - மணம்.

பொழிப்புரை:

குற்றம் இல்லாதவர்; அரிய வேதமாக விளங்குபவர்; மலையரசனது மகளாகிய அழகிய நெற்றி உடைய பெண்ணை, தனது இடமகன்ற மார்பின் பாதியில் வைத்து, விளங்குகின்ற சிவபெருமான்; அவர் விரும்பி உறையும் இடமாவது; அலைவீசி ஆரவாரம் செய்து, காட்டுமல்லிகை

மலர் முதலியவற்றைத் தள்ளிக் கொண்டு, ஓடிவரும் காவிரியில், அன்பு மிகஉடைய மகளிர் புகுந்து நீராட, அங்கிருந்த மணமற்ற பொருள்களும் நறுமணம் பெறும், மயிலாடுதுறை என்னும் தலமே ஆகும்.

1786. **பூவிரி கதுப்பின்மட மங்கையர்**
அகம்தொறும் நடந்துபலிதேர்
பாவிரி இசைக்குஉரிய பாடல்பயி
லும்பரமர் பழமைஎனலாம்
காவிரி நுரைத்துஇரு கரைக்கும்மணி
சிந்தவரி வண்டுகவர
மாவிரி மதுக்கிழிய மந்திகுதி
கொள்ளுமயி லாடுதுறையே (5)

அருஞ்சொற்பொருள்:

கதுப்பு - கூந்தல். பலிதேர்வர் - பிச்சை ஏற்பர். பழமை - பழமையான பதி. மணிசிந்த - மணிவகைகளைக் கரைஒதுக்க. மாவிரிமது - மாமரத்தில் பொருந்தி இருந்த தேன்அடை. மந்தி - பெண் குரங்கு. கிழிய - தேனடை கிழிய. வண்டு கவர - அதனை வண்டு உண்ண.

பொழிப்புரை:

விரிந்த பூவினைச் சூடிய கூந்தல் உடைய மகளிர் வாழும் வீடுகள் தோறும் சென்று, இசையோடு கூடிய பாடல்களைப் பாடி, பிச்சை ஏற்கும் மேலானவராகிய இறைவர், எழுந்தருளும் பழமையான ஊர்; நுரைத்துப் பாயும் காவிரி இருகரைகளிலும் மணிவகைகளை ஒதுக்க, மாமரத்தில் பொருந்தி இருந்த தேன்அடைமீது, பெண்குரங்கு குதிக்க, அடை கிழிந்து தேன் ஒழுக, வரிஉடைய வண்டுகள், அதனை உண்டு மகிழும், மயிலாடுதுறை என்னும் தலமே ஆகும்.

1787. **கடம்திகழ் கருங்களிறு உரித்துஉமையும்**
அஞ்சமிக நோக்குஅரியராய்
விடம்திகழும் மூவிலைநல் வேல்உடைய
வேதியர் விரும்பும்இடமாம்
தொடர்ந்துஒளிர் கிடந்ததுஒரு சோதிமிகு
தொண்டைஎழில் கொண்டதுவர்வாய்
மடந்தையர் குடைந்தபுனல் வாசம்மிக
நாறுமயி லாடுதுறையே (6)

அருஞ்சொற்பொருள்:

கடம் - மதம். நோக்கு அரியர் - அரிய அழகுஉடையவர். விடம் - நஞ்சு. தொண்டை - கொவ்வைக்கனி. துவர்வாய் - சிவந்த வாய்.

பொழிப்புரை:

மதம் ஒழுகும் கரிய யானையின் தோலை, உமாதேவி கண்டு அஞ்சுமாறு உரித்து, அரிய அழகுஉடையவராய், நஞ்சு தடவிய முத்தலம் சூலம் ஏந்திய வேதம் சொன்ன சிவபெருமான் விரும்பி எழுந்தருளி இருக்கும் இடம்; ஒளிரும் மேனியும் கொவ்வைப்பழம் போன்ற சிவந்த வாயும் உடைய மகளிர் குடைந்து நீராட, அதனால் நீரின் நறுமணம் கூடுகின்ற, நீர்வளம் மிக்க மயிலாடுதுறை என்னும் தலமே ஆகும்.

1788. **அவ்வத்திசை யாரும்அடி யாரும்உள**
ராகஅருள் செய்தவர்கள்மேல்
எவ்வம்அற வைகலும் இரங்கிஎரி
ஆடும்எமது ஈசன்இடமாம்
கவ்வையொடு காவிரி கலந்துவரு
தென்கரை நிரந்துகமழ்பூ
மவ்வலொடு மாதவி மயங்கிமணம்
நாறும்மயி லாடுதுறையே (7)

அருஞ்சொற்பொருள்:

எவ்வம் அற - வினைகள் நீங்க. வைகலும் - நாள்தோறும். கவ்வை - ஆரவாரம். மவ்வல் - முல்லை. மாதவி - ஒருவகை மரம். மயங்கி - கலந்து.

பொழிப்புரை:

அந்தந்தத் திசையில் உள்ளவர்களும், அடியார்களும், ஆகியவர்கள் மேல் அருள்செய்து, நாள்தோறும் நெருப்பின் நடுவில்நின்று நடனம் ஆடுகின்ற எமது ஈசன், எழுந்தருளி இருக்கும் இடம்; ஆரவாரம் செய்து காவிரி பாய்ந்து வருகின்ற, அதன் தென்கரையில் முல்லை, மாதவி முதலியன மலர்ந்து, மணம் பரப்பும் மயிலாடுதுறை என்னும் தலமே ஆகும்.

1789. **இலங்கைநகர் மன்னன்முடி ஒருபதினொடு**
இருபதுதோள் நெரியவிரலால்
விலங்கலில் அடர்ந்துஅருள் புரிந்தவர்
இருந்தஇடம் வினவுதிர்களேல்

கலங்கல்நுரை உந்திஎதிர் வந்தகயம்
மூழ்கிமலர் கொண்டுமகிழா
மலங்கிவரு காவிரி நிரந்துபொழி
கின்றமயி லாடுதுறையே (8)

அருஞ்சொற்பொருள்:

ஒருபது - பத்து. விலங்கல் - மலை. வினவுதிர்களேல் - வினவுவீராயின். கயம் - குளம். மகிழா - மகிழ்ந்து. மலங்கி - சுழித்து.

பொழிப்புரை:

இலங்கை நகரத்து அரசன் இராவணனது முடி பத்தும், தோள் இருபதும், நெரிபடுமாறு, கால் பெருவிரல் கொண்டு, மலையின்கீழ் இட்டு ஊன்றிப் பின், அவனுக்கு அருள்புரிந்த இறைவர், எழுந்தருளி இருக்கும் இடம், எதுஎனக் கேட்பீராயின்; அது, கலங்கிய நுரையுடன் வந்து, குளத்தை நிரப்பி, பல மலர்களையும் உடன்கொண்டு, மகிழ்ந்து சுழித்து ஓடும், காவிரியின் கரையிலுள்ள, மயிலாடுதுறை என்னும் தலமே ஆகும்.

1790. ஒண்திறலின் நான்முகனும் மாலும்மிக
நேடிஉண ராதவகையால்
அண்டம்உற அங்கிஉரு வாகிமிக
நீண்டஅர னாரதுஇடமாம்
கெண்டைஇரை கொண்டுகெளிறு ஆரல்உடன்
இருந்துகிளர் வாய்அறுதல்சேர்
வண்டல்மணல் கெண்டிமட நாரைவிளை
யாடும்மயி லாடுதுறையே (9)

அருஞ்சொற்பொருள்:

ஒண்திறல் - மிகுந்த வலிமை. நேடி - தேடி. அங்கி உரு - நெருப்பு உரு. அரனார் - பிறப்பை அறுக்கவல்ல பெருமானார். கெண்டை, கெளிறு, ஆரல் - மீன்வகைகள். அறுதல் - நீர்வரத்து நின்றுபோதல். கெண்டி - கிளறி. மடநாரை - இளைய நாரை.

பொழிப்புரை:

மிகுந்த வலிமை உடைய திருமாலும் பிரமனும் மிகுந்த சிரமப் பட்டுத் தேடியும், காணமுடியாத வகையில் நெருப்பு உருக்கொண்டு, அண்டமுற உயர்ந்து நின்ற சிவபெருமான், எழுந்தருளி இருக்கும்

இடம்; கெண்டை மீனை இரையாக உண்பதும், கெளிறு ஆரல் ஆகிய மீன்கள் இருப்பதும், ஆகிய ஆற்றின் கரையில் உள்ள நாரை, தண்ணீர் அறுபட்டபின் உள்ள வண்டல் மண்ணைக் கிளறி விளையாடும் மயிலாடுதுறை என்னும் தலமே ஆகும்.

1791. **மிண்டுதிறல் அமணரொடு சாக்கியரும்**
அலர்தூற்ற மிக்கதிறலோன்
இண்டைகுடி கொண்டசடை எங்கள்பெரு
மானதுஇடம் என்பர்எழிலார்
தெண்திரை பரந்துஒழுகு காவிரிய
தென்கரை நிரந்துகமழ்பூ
வண்டுஅவை திளைக்கமது வந்துஒழுகு
சோலைமயி லாடுதுறையே (10)

அருஞ்சொற்பொருள்:

மிண்டு - மதத்தால் பிழைபடும். திறல் - வலிமை. சாக்கியர் - பௌத்தர். அலர்தூற்ற - பழிதூற்ற. மிக்க திறலோன் - மிகுந்த வலிமை உடையவன். எழில்ஆர் - அழகு உடைய. மது - தேன்.

பொழிப்புரை:

பிழைபட்ட சமயத்தைச் சார்ந்திருப்பவரும், உடல்வலிமை உடையவரும், ஆகிய சமணர்களும், பௌத்தர்களும், பழிதூற்ற அவர்களது அறிவுக்கு அப்பாற்பட்டு விளங்கும் மிகுந்த வலிமை உடையவனும், இண்டை சூடிய சடை உடையவனும், ஆகிய எங்கள் பெருமான் எழுந்தருளி இருக்கும் இடம் என்று சொல்லுவார்கள்; அது, அழகிய தெளிந்த அலை வீசி, பரந்து ஓடிவருகின்ற காவிரியின் கரையில், மலர்கள் மலர்ந்து தேன்ஒழுக, வண்டு அதனை உண்ண உள்ள சோலை சூழ்ந்த மயிலாடுதுறையே ஆகும்.

1792. **நிணம்தரு மயானநிலம் வானம்மதி**
யாததுஒரு சூலமொடுபேய்க்
கணம்தொழு கபாலிகழல் ஏத்திமிக
வாய்த்ததுஒரு காதன்மையினால்
மணம்தண்மலி காழிமறை ஞானசம்
பந்தன்மயி லாடுதுறையைப்
புணர்ந்ததமிழ் பத்தும்இசை யால்உரைசெய்
வார்பெறுவர் பொன்உலகமே (11)

அருஞ்சொற்பொருள்:

நிணம் - கொழுப்பு. மயானம் - சுடுகாடு. கபாலி - கபாலம் ஏந்தியவன். கழல் - திருவடி. காதன்மை - அன்பு. தண் - குளிர்ச்சி. பொன்உலகம் - சொர்க்க உலகம்.

பொழிப்புரை:

கொழுப்பு சிந்தும் சுடுகாட்டில் வாழ்பவனும், நிலஉலகிலும் வான உலகிலும் உள்ள வீரர்களை மதிக்காதவனும், ஒரு சூலப்படையை ஏந்தியவனும், பேய்க்கூட்டம் தொழ விளங்குபவனும், கபாலம் ஏந்தியவனும், மயிலாடுதுறையில் எழுந்தருளி இருப்பவனும், ஆகிய சிவபெருமானது திருவடியை; மணமும் குளிர்ச்சியும் பொருந்திய சீர்காழி நகரத்து ஞானசம்பந்தன்; அன்புமிகுதியால் பாடிய பாடல் பத்தினையும்; இசையோடு பாடி வழிபடும் வல்லமை உடையவர், சொர்க்க உலகம் சேர்வர்.

திருச்சிற்றம்பலம்

166

திருச்செம்பொன்பள்ளி

பதிக வரலாறு:

மயிலாடுதுறை வழிபட்ட ஞானப்பிள்ளையார், செம்பொன் பள்ளி வந்து இப்பதிகம் பாடி வழிபடுகின்றார்.

தல வரலாறு:

இத்தலம் இப்பொழுது செம்பொனார் கோயில் என்று வழங்கப் படுகிறது. தக்கன் செய்த வேள்வியை அழித்த வீரபத்திரர் அவதரித்த தலம். முருகர், பிரமன், இந்திரன், அகத்தியர், வசிட்டர், திசைக் காவலர்கள், நாக கன்னியர்கள் ஆகிய இவர்கள் வழிபட்ட தலம். இத்தலத்துக்கு அருகில் ஓடும் காவிரியில் இறந்தவர் எலும்புகளை இட்டால், அவை பூமரங்களாகத் தோன்றி, இறைவனுக்குச் சாத்தி வழிபட பூவினைத் தரும் என்பது வரலாறு.

சுவாமி : செம்பொன்பள்ளியார்

அம்மை : சுகந்தவன நாயகி

தலமரம் : வன்னி

தீர்த்தம் : இந்திர தீர்த்தம்

திருமுறை 1 - 25 **திருஞான - 440**

பண்: தக்கராகம்

1793. மருவார் குழலி மாதுஓர் பாகமாய்
திருவார் செம்பொன் பள்ளி மேவிய
கருவார் கண்டத்து ஈசன் கழல்களை
மருவா தவர்மேல் மன்னும் பாவமே (1)

அருஞ்சொற்பொருள்:

மரு - மணம். குழல் - கூந்தல். மருவார் குழலி - இது இத்தலத்து இறைவி பெயர். கருவார் - (கரு + ஆர்) கருமை பொருந்திய. மருவாதவர் - பொருந்தாதவர்.

பொழிப்புரை:

மணமுள்ள கூந்தலுடன் கூடிய உமாதேவியைப் பாகமாகக் கொண்டவரும், செல்வம் நிறைந்த செம்பொன்பள்ளி என்னும் தலத்தில் எழுந்தருளி இருப்பவரும், கரிய கண்டம் உடையவரும், உலகங்களை ஆளுபவரும், ஆகிய சிவபெருமானது திருவடிகளில் வந்து பொருந்தாதவரிடம், பாவம் நிலைத்து நிற்கும்.

1794. வார்ஆர் கொங்கை மாதுஓர் பாகமாய்ச்
    சீர்ஆர் செம்பொன் பள்ளி மேவிய
    ஏர்ஆர் புரிபுன் சடைஎம் ஈசனைச்
    சேரா தவர்மேல் சேரும் வினைகளே   (2)

அருஞ்சொற்பொருள்:

வார் - கச்சு. ஏர் - அழகு. புரி - முறுக்குண்ட. புன் - மெல்லிய.

பொழிப்புரை:

கச்சு அணிந்த முலை உடைய உமாதேவியைப் பாகமாகக் கொண்டவரும், சிறப்பு பொருந்திய செம்பொன்பள்ளி என்னும் தலத்தில் எழுந்தருளி இருப்பவரும், அழகிய முறுக்குண்ட மெல்லிய சடை உடையவரும், ஆகிய ஈசனைச் சென்று சேராதவர் மீது, மேல் வினைகள் வந்துசேரும்.

1795. வரைஆர் சந்தோடு அகிலும் வருபொன்னித்
    திரைஆர் செம்பொன் பள்ளி மேவிய
    நரைஆர் விடைஒன்று ஊரும் நம்பனை
    உரையா தவர்மேல் ஒழியா ஊனமே   (3)

அருஞ்சொற்பொருள்:

வரை - மலை. சந்து - சந்தனம். பொன்னி - காவிரி. நரை - வெள்ளை. நம்பன் - விரும்பப்படுபவன். ஊனம் - குறை.

பொழிப்புரை:

மலையிலிருந்து சந்தனம் அகில் ஆகிய மரங்களின் துண்டுக் கட்டைகளை அலையால் தள்ளிக் கொண்டுவரும் காவிரியின் கரையில் உள்ள செம்பொன்பள்ளியில் எழுந்தருளி இருப்பவரும், வெள்ளை நிற இடபம் ஒன்றை ஊர்ந்து வருபவரும், ஆகிய பெருமானது பெருமை குறித்துப் பேசாதவர், தம்மேல் உள்ள குறை நீங்காது.

1796. மழுவாள் ஏந்தி மாதுஓர் பாகமாய்ச்
 செழுவார் செம்பொன் பள்ளி மேவிய
 எழில்ஆர் புரிபுன் சடைஎம் இறைவனைத்
 தொழுவார் தம்மேல் துயரம் இல்லையே (4)

அருஞ்சொற்பொருள்:

மழுவாள் - மழுப்படை. செழுவார் - செழிப்பு மிகுந்த. துயரம் - மனத்துன்பம்.

பொழிப்புரை:

மழுப்படையை ஏந்தி இருப்பவரும், உமாதேவியைப் பாகம் கொண்டவரும், செழுமை பொருந்திய செம்பொன்பள்ளி என்னும் தலத்தில் எழுந்தருளி இருப்பவரும், அழகிய முறுக்குண்ட மெல்லிய சடை உடையவரும், ஆகிய எமது இறைவனை, வணங்கி வழிபடுவார்மேல், வரஉள்ள மனத்துன்பம் இல்லை ஆகும்.

1797. மலையான் மகளோடு உடனாய் மதில்எய்த
 சிலைஆர் செம்பொன் பள்ளி யானையே
 இலைஆர் மலர்கொண்டு எல்லி நண்பகல்
 நிலையா வணங்க நில்லா வினைகளே (5)

அருஞ்சொற்பொருள்:

மதில் - மும்மதில் (முப்புரம்). சிலை - மலையாகிய வில். எல்லி - இரவு. நிலையா - நிலைத்த மனமுடன்.

பொழிப்புரை:

மலைஅரசனது மகள் பார்வதியை உடன்கொண்டு இருப்பவரும், முப்புரத்தை அழிக்க மேரு மலையை வில்லாக வளைத்தவரும், செம்பொன்பள்ளி என்னும் தலத்தில் எழுந்தருளி இருப்பவரும், ஆகிய

இறைவரை இலைகளுடன் கூடிய பூங்கொத்துகள் கொண்டு இரவும் பகலும் நிலைத்த (ஒருமித்த) சிந்தை உடையவராய் இருந்து வணங்க, வினைகள் நில்லாது; விலகும்.

1798. அறைஆர் புனலோடு அகிலும் வருபொன்னிச்
    சிறைஆர் செம்பொன் பள்ளி மேவிய
    கறைஆர் கண்டத்து ஈசன் கழல்களை
    நிறையால் வணங்க நில்லா வினைகளே   (6)

அருஞ்சொற்பொருள்:

சிறை - கரை. கறை - விடக்கறை. நிறை - 'ஒருதெய்வ வழிபாடு' என்னும் கற்புஒழுக்கம்.

பொழிப்புரை:

அலைகளால் ஆர்ப்பரித்து சந்தனம் அகில் முதலியவற்றைத் தள்ளிக் கொண்டுவரும் காவிரியின் கரையில் உள்ள செம்பொன்பள்ளி என்னும் தலத்தில் எழுந்தருளி இருப்பவரும், விடக்கறை பொருந்திய கண்டம் உடையவரும், ஆகிய ஈசனது திருவடிகளை மட்டுமே வழிபட்டுவர, வினைகள் நில்லாது.

1799. பைஆர் அரவுஏர் அல்கு லாளொடும்
    செய்ஆர் செம்பொன் பள்ளி மேவிய
    கைஆர் சூலம் ஏந்து கடவுளை
    மெய்யால் வணங்க மேவா வினைகளே   (7)

அருஞ்சொற்பொருள்:

பை - படம். அரவு - பாம்பு. ஏர் - அழகு. செய் - வயல். மெய்யால் - உடம்பால் (உண்மையாக என்பதும் பொருந்தும்).

பொழிப்புரை:

பாம்பின் படம்போன்ற அழகிய அல்குல் உடைய உமாதேவியோடு இருப்பவரும், வயல் வளமுள்ள செம்பொன்பள்ளி என்னும் தலத்தில் எழுந்தருளி இருப்பவரும், சூலப்படை ஏந்திய கை உடையவரும், ஆகிய கடவுளை (மனம், மொழி) மெய்யால் வழிபட, வினைகள் வந்து பொருந்தாது.

1800. **வான்ஆர் திங்கள் வளர்புன் சடைவைத்துத்**
தேன்ஆர் செம்பொன் பள்ளி மேவிய
ஊன்ஆர் தலையில் பலிகொண்டு உழல்வாழ்க்கை
ஆனால் கழலே அடைந்து வாழ்மினே (8)

அருஞ்சொற்பொருள்:

ஊன்ஆர்தலை - ஊனொடு பொருந்திய மண்டைஓடு. உழல்தல் - சுற்றித்திரிதல்.

பொழிப்புரை:

வானில் உலவும் சந்திரனை வளரும் இயல்புடைய மெல்லிய சடைமேல் வைத்துஇருப்பவரும், தேன் பொருந்திய (மலர்கள் நிறைந்த சோலை வளம் உடைய) செம்பொன்பள்ளி என்னும் தலத்தில் எழுந்தருளி இருப்பவரும், ஊனொடு பொருந்திய மண்டைஓட்டில் பிச்சைஏற்றுச் சுற்றித்திரியும் வாழ்க்கை உடையவரும், ஆகிய இறைவரது திருவடியைச் சென்றடைந்து, நல்வாழ்வு பெறுவீராக!

1801. **கார்ஆர் வண்ணன் கனகம் அனையானும்**
தேரார் செம்பொன் பள்ளி மேவிய
நீர்ஆர் நிமிர்புன் சடைஎம் நிமலனை
ஓரா தவர்மேல் ஒழியா ஊனமே (9)

அருஞ்சொற்பொருள்:

கார் - கருமை. கனகம் - பொன். தேரார் - தேடித் தெளியாதவர். நிமலன் - மலமற்றவன். ஓராதவர் - மனம்உருகி வழிபடாதவர்.

பொழிப்புரை:

கரிய நிறம்உடைய திருமாலும், பொன்நிறம் உடைய பிரமனும், தேடிக் காணமுடியாதவரும், செம்பொன்பள்ளி என்னும் தலத்தில் எழுந்தருளி இருப்பவரும், கங்கை தங்கிய நிமிர்ந்த மெல்லிய சடை உடையவரும், மலமற்றவரும், ஆகிய இறைவரை, மனம்உருகி வழிபடாதவரது, குறை தீராது.

1802. **மாசுஆர் உடம்பர் மண்டைத் தேரரும்**
பேசா வண்ணம் பேசித் திரியவே
தேசுஆர் செம்பொன் பள்ளி மேவிய
ஈசா என்ன நில்லா இடர்களே (10)

அருஞ்சொற்பொருள்:

மாசு - அழுக்கு. மண்டை - உண்கலம். தேரர் - பௌத்தர். தேசு - ஒளி.

பொழிப்புரை:

குளிக்காமையால் அழுக்குஏறிய உடம்பு உடைய சமணரும், மண்டை என்னும் ஒருவகை உண்கலனை ஏந்தித் திரியும் பௌத்தரும், பேசக்கூடாதவற்றைப் பேசித்திரிவர்; அதனை விடுத்து, ஒளிபொருந்திய செம்பொன்பள்ளி என்னும் தலத்தில் எழுந்தருளி இருக்கும் இறைவனை, 'ஈசனே!' என்று கூவி அழைத்து, வழிபடத் துன்பங்கள் நில்லாது (விலகும்).

1803. நறவுஆர் புகலி ஞான சம்பந்தன்
     செறுஆர் செம்பொன் பள்ளி மேயானைப்
     பெறுமாறு இசையால் பாடல் இவைபத்தும்
     உறுமா சொல்ல ஓங்கி வாழ்வரே   (11)

அருஞ்சொற்பொருள்:

நறவு - தேன். செறு - வயல். உறுமா - உள்ளத்தில் பொருந்துமாறு.

பொழிப்புரை:

தேன் நிரம்பிய சோலைவளம் உள்ள சீர்காழி நகரத்து ஞான சம்பந்தன், வயல்வளம் உள்ள செம்பொன்பள்ளி நகரத்தில் எழுந்தருளி இருக்கும் இறைவன்மீது, பாடிய இசையோடு கூடிய பாடல்கள் பத்தினையும், உள்ளத்தில் பதியுமாறு பாடி, வழிபடுபவர், மேலான வாழ்வினைப் பெறுவர்.

திருச்சிற்றம்பலம்

167

திருவிளநகர்

பதிக வரலாறு:

செம்பொன்பள்ளி வழிபட்ட சிரபுரத்து வள்ளலார், விளநகர் விடையவர் திருவடி வணங்கிப் பாடிய பதிகம் இது.

தல வரலாறு:

மயிலாடுதுறைக்குக் கிழக்கில் 6.5கி.மீ. தொலைவில் உள்ளது.

அருள்வித்தகர் என்னும் அந்தணர் ஒருவர் பூக்கூடையை எடுத்துக்கொண்டு, காவிரிஆற்றில் இறங்கி வந்தபோது, வெள்ளம் அவரை அடித்துச் செல்ல, அவர் பூக்கூடையை விடாது, சிவபெருமானையே சிந்தை செய்ய, அவர்க்கு இறைவர் ஒருகரை(துறை)யைக் காட்டி கரைஏறச் செய்து, ஞானஉபதேசம் அருளினார் என்பது வரலாறு. அதனால் இத்தலத்து இறைவர் பெயர் துறைகாட்டும் வள்ளலார் என்று வழங்கப்படுகின்றது. இத்திருக்கோயில் தருமபுர ஆதீனத்தின் ஆளுகைக்கு உட்பட்டது.

சுவாமி : துறைகாட்டும் வள்ளல்

அம்மை : வேயுறு தோளியம்மை

தீர்த்தம் : காவிரி

திருமுறை 2 - 214 திருஞான - 440

பண்: காந்தாரம்

1804. ஒளிர்இளம்பிறை சென்னிமேல்
உடையர்கோவண ஆடையர்
குளிர்இளம்மழை தவழ்பொழில்
கோலநீர்மல்கு காவிரி

நளிர்இனம்புனல் வார்துறை
நங்கைகங்கையை நண்ணினார்
மிளிர்இளம்பொறி அரவினார்
மேயதுவிள நகர்அதே (1)

அருஞ்சொற்பொருள்:

ஒளிர் - ஒளிவிடுகின்ற. இளம்மழை - இங்கு மேகத்தைக் குறித்தது. நளிர் - குளிர்ச்சி. வார்துறை - நீண்ட கரை. பொறி - படப்புள்ளி.

பொழிப்புரை:

ஒளிவிடுகின்ற இளம் சந்திரப்பிறையைச் சடைமேல் சூடிஇருப்பவரும், கோவணத்தை உடையாக உடுத்தி இருப்பவரும், குளிர்ந்த நீரால் நிரம்பிய நீண்ட கரைஉடைய கங்கை என்னும் பெண்ணைப் பொருந்தி இருப்பவரும், படப்புள்ளிகளுடன் கூடிய பளபளக்கும் பாம்பினைச் சூடிஇருப்பவரும், ஆகிய இறைவர் எழுந்தருளி இருப்பது, குளிர்ந்த மேகம் தவழும் அழகிய சோலை வளமும், காவிரியின் நீர்வளமும், பொருந்திய விளநகர் என்னும் தலமே ஆகும்.

1805. அக்குஅரவு(வ்)அணி கலன்என
அதனொடுஆர்த்ததுஓர் ஆமைபூண்டு
உக்கவர்சுடு நீறுஅணிந்து
ஒளிமல்குபுனல் காவிரிப்
புக்கவர்துயர் கெடுகஎனப்
பூசுவெண்பொடி மேவிய
மிக்கவர்வழி பாடுசெய்
விளநகர்அவர் மேயதே (2)

அருஞ்சொற்பொருள்:

அக்கு - எலும்பு. அரவு - பாம்பு. ஆமை - ஆமைஓடு. உக்கவர் - அழிந்தவர் (இறந்தவர்). வெண்பொடி - திருநீறு.

பொழிப்புரை:

எலும்பு, பாம்பு ஆகியவற்றையும், அவற்றோடு கூர்மாவதாரத் திருமாலின் ஆமை ஓட்டையும், சேர்த்து அணிகலனாக அணிந்துகொண்டு, இறந்தவர் உடம்பை எரித்த சாம்பலை உடம்பில் பூசிக்கொண்டு, ஒளியுடைய (தெளிந்த) நீரால் நிரம்பிய காவிரியின் நீர்கொண்டு

நீராடும் இறைவரை, 'தும்பம் கெடுக!' என்று வணங்கித் திருநீறு பூசும் அடியார் பலரும், வந்து வழிபாடு செய்யும் தலம், விளநகர் என்பதே ஆகும்.

1806. வாளிசேர்அடங் கார்மதில்
    தொலையநூறிய வம்பின்வேய்த்
தோளிபாகம் அமர்ந்தவர்
    உயர்ந்ததொல்கடல் நஞ்சுடன்
காளம்மல்கிய கண்டத்தர்
    கதிர்விரிசுடர் முடியினர்
மீளிஏறுஉகந்து ஏறினார்
    மேயதுவிள நகர்அதே   (3)

அருஞ்சொற்பொருள்:

வாளி - அம்பு. அடங்கார் - பகைவர். நூறிய - அழித்த. வம்பு - புதுமை. வேய் - மூங்கில். காளம் - கருமை. ஏறு - காளை.

பொழிப்புரை:

பகைவரது முப்புரத்தை ஓரம்பு கொண்டு அழித்தவரும், புதிய மூங்கில் போன்ற அழகிய தோள் உடைய உமாதேவியைப் பாகமாகக் கொண்டவரும், பழம்பெருமை உடைய பாற்கடல் நஞ்சினை உண்டு தேக்கிய கண்டம் கருக்க இருந்தவரும், ஒளிவிடும் சடாமுடி உடையவரும், இடபத்தின் மீது ஏறிவருபவரும், ஆகிய இறைவர் எழுந்தருளி இருப்பது, விளநகர் என்னும் தலத்திலே ஆகும்.

1807. கால்விளங்குளரி கழலினார்
    கைஇலங்கிய வேலினார்
நூல்விளங்கிய மார்பினார்
    நோய்இலார்பிறப் பும்(ம்)இலார்
பால்விளங்(கு) ஒளிமல்கிய
    மாசிலாமணி மிடறினார்
மேல்விளங்குவெண் பிறையினார்
    மேயதுவிள நகர்அதே   (4)

அருஞ்சொற்பொருள்:

கழல் - வீரக்கழல். இலங்குதல் - விளங்குதல். நூல் - பூணூல். மால் - கருமை. மாசிலாமணி - குற்றமற்ற நீலமணி. மிடறு - கழுத்து.

பொழிப்புரை:

நெருப்பு போல் ஒளிவிடும் வீரக்கழல் அணிந்த திருவடி உடையவரும், வேல் ஏந்திய கை உடையவரும், பூணூல் அணிந்த மார்பு உடையவரும், நோய் இல்லாதவரும், பிறப்பு இல்லாதவரும், கருமை நிறம் ஒளிரும் குற்றமற்ற நீலமணி போன்ற கண்டம் உடையவரும், சடைமீது வெண் பிறைச்சந்திரனைச் சூடிஇருப்பவரும், ஆகிய இறைவர் எழுந்தருளி இருப்பது, விளநகர் என்னும் தலத்திலே ஆகும்.

1808. மன்னினார்மறை பாடினார்
    பாயசீர்ப்பழங் காவிரித்
  துன்னுதண்துறை முன்னினார்
    தூநெறிபெறு வார்எனச்
  சென்னிதிங்களைப் பொங்குஅராக்
    கங்கையோடுஉடன் சேர்த்தினார்
  மின்னுபொன்புரி நூலினார்
    மேயதுவிள நகர்அதே   (5)

அருஞ்சொற்பொருள்:

மன்னினார் - சொன்னார். பாய - பரவிய. துன்னு - நெருங்கு. முன்னினார் - அணுகினார். தூநெறி - தூயநெறி. பொங்கு அரா - சினம் உடைய பாம்பு. புரிநூல் - முப்புரிநூல் (பூணூல்).

பொழிப்புரை:

வேதங்களை உலகுக்குச் சொன்னவரும், அவ்வேதங்களைத் தாமே இசையுடன் பாடுபவரும், சடையில் சந்திரன், சினம்உடைய பாம்பு, கங்கை ஆகியவற்றை ஒருசேர அணிந்திருப்பவரும், மின்னுகின்ற அழகிய பூணூல் அணிந்திருப்பவரும், ஆகிய இறைவர் காவிரியின் குளிர்ந்த கரையில் உள்ள விளநகர் என்னும் தலத்தில் எழுந்தருளி, அடியார்களுக்குத் தூயநெறியைக் காட்டி அருள் செய்கின்றார்.

1809. தேவரும்(ம்)அம ரர்களும்
    திசைகள்மேல்உள தெய்வமும்
  யாவரும்(ம்)அறி யாததுஓர்
    அமைதியால்தழல் உருவினார்

　　　　மூவரும்(ம்)இவர் என்னவும்
　　　　முதல்வரும்(ம்)இவர் என்னவும்
　　　　மேவரும்பொருள் ஆயினார்
　　　　மேயதுவிள நகர்அதே　　　　　　　(6)

அருஞ்சொற்பொருள்:

தேவர் - தெய்வமானவர். அமரர் - இறப்பு இல்லாதவர். தழல் - நெருப்பு. மூவரும் - அயன், அரி, அரன் ஆகிய மூவரும். மேவ - பொருந்த.

பொழிப்புரை:

'தெய்வங்களும், இறப்பை வென்றவர்களும், எட்டு திசைக் காவலர்களும், ஆகிய எவராலும் காண முடியாத நெருப்பு உருவத் திருமேனி உடையவரும்; பிரமன், திருமால், உருத்திரன் ஆகிய மூவராக நின்றவரும்; அவர்களுக்கும் மேலாய் முதல்வராய் விளங்குபவரும்; ஆகியவர் இவர்' என்று சொல்லுமாறு, நெருங்க அருமை உடைய பொருளாய் நின்றவர்; அவர் எழுந்தருளி இருப்பது, விளநகர் என்னும் தலத்திலே ஆகும்.

1810. சொல்தரும்மறை பாடினார்
　　　　சுடர்விடும்சடை முடியினார்
　　　　கல்தருவடம் கையினார்
　　　　காவிரித்துறை காட்டினார்
　　　　மல்தருதிரள் தோளினார்
　　　　மாசில்வெண்பொடிப் பூசினார்
　　　　வில்தருமணி மிடறினார்
　　　　மேயதுவிள நகர்அதே　　　　　　　(7)

அருஞ்சொற்பொருள்:

கல்தருவடம் - செபமணி மாலை. மல் - வலிமை. மாசில் - (மாசு + இல்) குற்றமற்ற. வில் - ஒளி.

பொழிப்புரை:

வாய்மொழி வாயிலாக (எழுதப்படாத) வேதத்தைப் பாடியவர்; ஒளிவிடும் சடாமுடி தரித்து இருப்பவர்; செபமணி மாலை ஏந்திய கை உடையவர்; காவிரிக்கரையில் எழுந்தருளி இருப்பவர்; வலிமை பொருந்திய திரண்ட தோள் உடையவர்; குற்றமற்ற வெண்மை நிறத் திருநீற்றைப்

பூசி இருப்பவர்; ஒளிதரும் நீலமணி போன்ற கண்டம் உடையவர்; அவர் பொருந்தி இருப்பது, விளநகர் என்னும் தலத்திலே ஆகும்.

1811. **படர்தரும்சடை முடியினார்**
பைங்கழலடி பரவுவார்
அடர்தரும்பிணி கெடுகஎன
அருளுவார் அரவுஅரையினார்
விடர்தரும்மணி மிடறினார்
மின்னுபொன்புரி நூலினார்
மிடல்அரும்படை மழுவினார்
மேயதுவிள நகர்அதே (8)

அருஞ்சொற்பொருள்:

பைங்கழல் - பசிய வீரக்கழல். அரவு அரை - பாம்பைக் கச்சாகக் கட்டிய இடை. விடர் - மலைப் பிளப்பு. மிடல் - வலிமை.

பொழிப்புரை:

மேலும் படர்கின்ற சடாமுடி உடையவர்; பசிய வீரக்கழல் அணிந்த திருவடி உடையவர்; பற்றித் துன்புறுத்தும் நோயினைக் 'கெடுக' என்றுகூறி அருள்புரிபவர்; பாம்பைக் கச்சாகக் கட்டிய இடை உடையவர்; மலைப் பிளப்புகளில் இருந்து கிடைக்கும் நீலமணி போன்ற கண்டம் கொண்டவர்; மின்னுகின்ற அழகிய பூணூல் அணிந்திருப்பவர்; வலிமை பொருந்திய அரிய மழுப்படையை ஏந்தி இருப்பவர்; அவர் எழுந்தருளி இருக்கும் தலம், விளநகரே ஆகும்.

1812. **கைஇலங்கிய வேலினார்**
தோலினார்கரி காலினார்
பைஇலங்குஅரவு அல்குலாள்
பாகமாகிய பரமனார்
மைஇலங்குஒளி மல்கிய
மாசிலாமணி மிடறினார்
மெய்இலங்குவெண் நீற்றினார்
மேயதுவிள நகர்அதே (9)

அருஞ்சொற்பொருள்:

இலங்கிய - விளங்கிய. கரிகாலினார் - எல்லாம் எரிந்து சர்வசங்காரம் நிகழ்ந்த பின்னும் கரிந்த காலுடன் எஞ்சி நிற்பவர். பை - பாம்பின் படம். மை - கருமை.

பொழிப்புரை:

வேல்படை (சூலம்) விளங்கும் கை உடையவர்; -யானையின் தோலைத் தோளில் மேலாடையாகவும், புலியின் தோலை இடையில் உடையாகவும், உடுத்தி இருப்பவர்; முற்றழிப்பு நடந்த பின்னும், கரிந்த காலுடன் எஞ்சி நிற்பவர்; பாம்பின் படம் போன்ற அல்குல் உடைய உமாதேவியைப் பாகமாகக் கொண்ட மேலானவர்; கருமை நிற ஒளி விளங்கும் மணி போன்ற கண்டம் உடையவர்; உடம்பில் பூசிய வெண்திருநீறு உடையவர்; அவர் எழுந்தருளி இருப்பது, விளநகர் என்னும் தலத்திலே ஆகும்.

1813. **உள்ளதன்னைக் காண்பன்கீழ்**
என்றமாமணி வண்ணனும்
உள்ளதன்தனைக் காண்பன்மேல்
என்றமாமலர் அண்ணலும்
உள்ளதன்தனைக் கண்டிலர்
ஒளியார்தரும்சடை முடியின்மேல்
உள்ளதன்தனைக் கண்டிலார்
ஒளியார்விள நகர்மேயதே (10)

அருஞ்சொற்பொருள்:

உள்ளதன்தனை - நிலைத்து விளங்கும் தன்மை உடைய தன்னை (சிவபெருமானை).

பொழிப்புரை:

'கீழே இருக்கும் திருவடியைக் காண்பேன்' என்று சொன்ன, நீலமணி போன்ற மேனிநிறம் உடைய திருமாலும், 'மேலே இருக்கும் திருமுடியைக் காண்பேன்' என்று சொன்ன, தாமரைமலர்மேல் வீற்றிருக்கும் பிரமனும்; உள்ளபொருளாகிய பெருமானைக் காண்கிலர்; ஒளி விளங்கும் சடாமுடி உடைய 'உள்ளபொருளாக' விளங்கும் இறைவர் எழுந்தருளி இருப்பது, விளநகர் என்னும் தலத்திலே ஆகும்.'

1814. **மென்சிறைவண்டு யாழ்முரல்**
விளநகர்த்துறை மேவிய
நன்பிறைநுதல் அண்ணலைச்
சண்பைஞான சம்பந்தன்சீர்

இன்புறுதமி ழால்சொன்ன
  ஏத்துவார்வினை நீங்கிப்போய்த்
துன்புறுதுய ரம்(ம்)இலர்
  தூநெறிபெறு வார்களே   (11)

அருஞ்சொற்பொருள்:

மென்சிறை - மெல்லிய இறகு. துயரம் - மனத்துன்பம். தூநெறி - தூய சைவ நெறி.

பொழிப்புரை:

மெல்லிய இறகுகளுடன் கூடிய வண்டுகள் யாழ் போல் ஒலி செய்யும் காவிரியின் கரையில் உள்ள விளநகரில் எழுந்தருளி இருக்கும் நல்ல பிறைபோன்ற அழகிய நெற்றி உடைய தலைவனாகிய இறைவனை, சண்பை நகரைச் சேர்ந்த ஞானசம்பந்தன், சிறப்பு பொருந்திய தமிழ்ப்பாடல் கொண்டு பாடிய, பாடல்களைப் பாடிப் போற்றுவாரது, வினைகள் நீங்கப்பெற்று, துன்பம் தரும் மனக்கலக்கம் இலராவர்; மேலும் தூய சிவநெறியைச் சார்ந்தவரும் ஆவர்.

திருச்சிற்றம்பலம்

168

திருக்கடைமுடி

பதிக வரலாறு:

இப்பதிகம் எப்பொழுது பாடப்பட்டது என்பது குறித்துச் சேக்கிழார் ஒன்றும் கூறவில்லை. விளமரிலிருந்து பறியலூர் செல்லும் முன்பு இத்தலத்துக்கு வந்து இப்பதிகம் பாடியிருக்கலாம்.

தல வரலாறு:

இத்தலம் இப்பொழுது கீழையூர் என்று வழங்கப்படுகிறது. காவிரியின் கடைமுடி ஆதலின் கடைமுடி என்ற பெயரும், கீழ்க் கோடியில் இருப்பதால் கீழையூர் என்ற பெயரும் பெற்றது போலும். இது பிரமன் பூசித்துப் பேறுபெற்ற தலம்.

சுவாமி	:	கடைமுடி நாதர்
அம்மை	:	அபிராமி
தலமரம்	:	கிளுவை
தீர்த்தம்	:	கருணா தீர்த்தம்

திருமுறை 1 - 111

பண்: வியாழக்குறிஞ்சி

1815. அருத்தனை அறவனை அமுதனைநீர்
விருத்தனைப் பாலனை வினவுதிரேல்
ஒருத்தனை அல்லதுஇங்கு உலகம்ஏத்தும்
கருத்தன் வளநகர் கடைமுடியே   (1)

அருஞ்சொற்பொருள்:

அருத்தன் - வேதப்பொருளாய் விளங்குபவன். அறவன் - அறவடிவினன். கருத்து - எண்ணம்.

பொழிப்புரை:

வேதத்தின் பொருளாய் விளங்குபவனும், அறவடிவினனும், அமுதம் போன்றவனும், மூத்தவனும், இளையவனும், யார் என நீவிர் கேட்பீராயின், அவன் தியானிப்பவரது எண்ணத்தில் எழுந்தருளுபவனும்; ஒப்பற்றவனும், ஆகிய கடைமுடி என்னும் வளநகரில் வீற்றிருக்கும் இறைவனே ஆவன். அவனையன்றி அப்படிப்பட்ட வேறொருவன் இல்லை என்பதை உலகம் நன்குஅறியும்.

1816. திரைபொரு திருமுடி திங்கள்விம்மும்
அரைபொரு புலிஅதள் அடிகள்இடம்
திரையொடு நுரைபொரு தெள்சுனைநீர்
கரைபொரு வளநகர் கடைமுடியே (2)

அருஞ்சொற்பொருள்:

திரை - அலை (அலையுடைய கங்கை). விம்முதல் - உமிழ்தல். அதள் - தோல். தெள் - தெளிந்த.

பொழிப்புரை:

அலைவீசும் கங்கையும் ஒளிஉமிழும் சந்திரனும் கூடிய சடையும், புலித்தோலை உடையாக உடுத்திய இடையும் உடைய இறைவன் எழுந்தருளி இருக்கும் இடம் எதுவெனில்; அலையும் நுரையும் மோதுகின்ற காவிரியின் கரையில்உள்ள கடைமுடி என்னும் வளநகரமே ஆகும்.

1817. ஆல்இள மதியினொடு அரவுகங்கை
கோலவெண் நீற்றனைத் தொழுதுஇறைஞ்சி
ஏலநல் மலரொடு விரைகமழும்
கால்அன வளநகர் கடைமுடியே (3)

அருஞ்சொற்பொருள்:

ஆல் - கல்லால மரம். கோலம் - அழகு. ஏல நல் மலர் - மணமுள்ள நல்ல மலர். விரை - மணம். கால் -. திருவடி.

பொழிப்புரை:

இளம்பிறைச் சந்திரனும் பாம்பும் கங்கையும் சூடிய சடையும், அழகிய வெண்திருநீறு பூசிய திருமேனியும், கொண்டு கல்லால மரநிழலில் எழுந்தருளி இருக்கும் சிவபெருமானைத் தொழுது வணங்க

ஏதுவாக, மணமுள்ள நல்ல தாமரை மலர்போல் மணம்கமழும் திருவடி உடைய அவன் வீற்றிருப்பது, கடைமுடி என்னும் வளநகரிலே ஆகும்.

1818. **கொய்அணி நறுமலர்ச் கொன்றைஅம்தார்**
மைஅணி மிடறுஉடை மறையவன்ஊர்
பைஅணி அரவொடு மான்மழுவாள்
கைஅணி பவன்இடம் கடைமுடியே (4)

அருஞ்சொற்பொருள்:

கொய் - கொய்யப்பட்ட (பறிக்கப்பட்ட). மை - கருமை. பை - படம். மழுவாள் - மழுப்படை.

பொழிப்புரை:

பறிக்கப்பட்ட அழகிய மணமுள்ள கொன்றை மலர்கொண்டு தொடுக்கப்பட்ட அழகிய மாலை அணிந்திருப்பவனும், கருமைநிறக் கண்டம் உடையவனும்; வேதம் சொன்னவனும், படமுடைய பாம்பு அணிந்திருப்பவனும், மான் மழு ஏந்திய கை உடையவனும், ஆகிய இறைவன் எழுந்தருளி இருக்கும் ஊர், கடைமுடியே ஆகும்.

1819. **மறைஅவன் உலகுஅவன் மாயம்அவன்**
பிறைஅவன் புனல்அவன் அனலும்அவன்
இறைஅவன் எனஉலகு ஏத்தும்கண்டம்
கறைஅவன் வளநகர் கடைமுடியே (5)

அருஞ்சொற்பொருள்:

மறை - வேதம். மாயம் - மாயை. கறை - விடக்கறை.

பொழிப்புரை:

வேதமுதல்வனும், எல்லா உலகங்களாக விளங்குபவனும், மாயையைத் தொழிற்படுத்துபவனும், பிறை சூடி இருப்பவனும், கங்கையைத் தரித்து இருப்பவனும், நெருப்பை ஏந்தி இருப்பவனும், இறைவன் என்று உலகம் புகழ நின்றவனும், கண்டத்தில் கறை உடையவனும், ஆகிய பெருமான் எழுந்தருளி இருப்பது, சடைமுடி என்னும் வளநகரிலே ஆகும்.

1820. **படஅரவு ஏர்அல்குல் பல்வளைக்கை**
மடவர லாளைஒர் பாகம்வைத்துக்
குடதிசை மதிஅது சூடுசென்னிக்
கடவுள்தன் வளநகர் சடைமுடியே (6)

அருஞ்சொற்பொருள்:

ஏர் - அழகு. மடவரல் - பெண் (உமை). குடதிசை மதி - மேற்கு திசையில் காணும் பிறைமதி.

பொழிப்புரை:

பாம்பின் படம் போன்ற அழகிய அல்குலும், பல வளையல்கள் அணிந்த கையும், உடைய உமாதேவியை, உடம்பின் பாகமாகக் கொண்டு, மேற்கு திசையில் உதிக்கும் பிறைச்சந்திரனைச் சூடும் சடை உடைய இறைவன் எழுந்தருளி இருப்பது, கடைமுடி என்னும் வளநகரிலே ஆகும்.

1821. பொடிபுல்கு மார்பினில் புரிபுல்குநூல்
   அடிபுல்கு பைங்கழல் அடிகள்இடம்
   கொடிபுல்கு மலரொடு குளிர்சுனைநீர்
   கடிபுல்கு வளநகர் கடைமுடியே (7)

அருஞ்சொற்பொருள்:

பொடி - திருநீற்றுப்பொடி. புல்கு - பொருந்து. புரிநூல் - பூணூல். பைங்கழல் - பசிய வீரக்கழல். கடி - மணம்.

பொழிப்புரை:

திருநீற்றுப் பொடியினைப் பூசிய மார்பில் முப்புரிநூலும், திருவடியில் பசிய வீரக்கழலும், அணிந்துள்ள இறைவன் எழுந்தருளி இருக்கும் இடம்; மணமுள்ள பூக்கள் பொருந்திய கொடிகளும், குளிர்ந்த நீர்நிலைகளும், உடைய வளநகரமாகிய கடைமுடியே ஆகும்.

1822. நோதல்செய்து அரக்கனை நோக்குஅழியச்
   சாதல்செய் தவன்அடி சரண்எனலும்
   ஆதரவு அருள்செய்த அடிகள்அவர்
   காதல்செய் வளநகர் கடைமுடியே (8)

அருஞ்சொற்பொருள்:

நோதல் - துன்பம். நோக்கு - அருட்பார்வை. சாதல் - அழிதல்.

பொழிப்புரை:

இராவணன் மலையைப் பெயர்த்தபோது, அருள்நோக்கம் செய்யாது, துன்பம் தந்தவனும்; சாமகானம் பாடிய போது, அருள் நோக்கம் செய்து, இன்பம் தந்தவனும்; ஆகிய இறைவன் விரும்பி எழுந்தருளி இருப்பது, கடைமுடி என்னும் வளநகரிலே ஆகும்.

1823. அடிமுடி காண்கிலர் ஓர்இருவர்
புடைபுல்கி அருள்என்று போற்றிஇசைப்பச்
சடைஇடைப் புனல்வைத்த சதுரன்இடம்
கடைமுடி அதன்அயல் காவிரியே (9)

அருஞ்சொற்பொருள்:

புடைபுல்கி - அருகில்வந்து. சதுரன் - திறமை உடையவன்.

பொழிப்புரை:

திருமாலும் பிரமனும் தற்போதம் கொண்டு அடியையும் முடியையும் தேடக் காணக் கிடைக்காதவனும், அருகில் சென்று 'அருளுவாயாக!' என்று வேண்ட இலிங்கத்தில் தோன்றி அருளியவனும், ஆகிய சடையில் கங்கையைத் தாங்கியுள்ள திறமை உடையவன் எழுந்தருளி இருக்கும் இடம், காவிரியின் கரையில் உள்ள கடைமுடி என்னும் தலமே ஆகும்.

1824. மண்ணுதல் பறித்தலும் ஆயஇவை
எண்ணிய கால்அவை இன்பம்அல்ல
ஒண்நுதல் உமையைஓர் பாகம்வைத்த
கண்நுதல் வளநகர் கடைமுடியே (10)

அருஞ்சொற்பொருள்:

மண்ணுதல் - நீரில் மூழ்குதல். பறித்தல் - மயிரினைப் பறித்துக் கொள்ளுதல்.

பொழிப்புரை:

நீரில் பலமுறை மூழ்குதலாகிய தீர்த்தமாடுதலும், தலைமயிரைப் பறித்துக் கொள்ளுதலும், ஆகிய பௌத்த சமண ஒழுக்கம் குறித்து எண்ணிப் பார்க்க, அவை இன்பம் தரமாட்டா என்பது தெரியவரும். மாறாக, ஒளிபொருந்திய நெற்றி உடைய உமாதேவியை உடம்பில் பாகமாக வைத்துள்ள, நெற்றியில் கண்உடைய, கடைமுடி வளநகரத்து இறைவனை வழிபடுவதே இன்பம் தரும்.

1825. பொன்திகழ் காவிரிப் பொருபுனல்சீர்
சென்றுஅடை கடைமுடிச் சிவன்அடியை
நன்றுஉணர் ஞானசம் பந்தன்சொன்ன
இன்தமிழ் இவைசொல இன்பம்ஆமே (11)

அருஞ்சொற்பொருள்:

பொன்திகழ் காவிரி - பொன்துகள்களைக் கரைஒதுக்கி ஓடும் காவிரி.
சீர் - சிறப்பு.

பொழிப்புரை:

பொன்துகள்களைக் கரைஒதுக்கிப் பாயும் அழகிய காவிரியின் கரையில் உள்ள கடைமுடியில் எழுந்தருளி இருக்கும் சிவபெருமானது, திருவடிப்பெருமை குறித்து நன்கு உணர்ந்த, ஞானசம்பந்தன் சொன்ன, இனிய தமிழ்ப்பாடல்களாகிய இவற்றைச் சொன்னவர்க்கு, இன்பம் உண்டாகும்.

திருச்சிற்றம்பலம்

169

திருப்பறியலூர் வீரட்டம்

பதிக வரலாறு:

பறியலூர் வீரட்டம் வந்த நிறைமறை வேந்தர், இப்பதிகம் பாடி வழிபட்டனர்.

தல வரலாறு:

இது மயிலாடுதுறைக்குக் கிழக்கில் 6.5கி.மீ. தொலைவில் உள்ளது. இப்பொழுது பரசலூர் என்று வழங்கப்படுகின்றது. தக்கயாக சங்காரம் நடந்த தலம். அட்டவீரட்டத் தலங்களில் ஒன்று. தக்கன் யாகத்தில் கலந்துகொண்ட தேவர்களின் பாவங்கள் பறிக்கப்பட்ட தலம் ஆதலின், பறியலூர் எனப்பட்டது.

சுவாமி	:	வீரட்டேசுவரர்
அம்மை	:	இளம் கொம்பு அனையாள்
தலமரம்	:	வில்வம், பலா
தீர்த்தம்	:	உத்தரவேதி தீர்த்தம்

திருமுறை 1 - 134   திருஞான - 442

பண்: மேகராகக் குறிஞ்சி

1826. கருத்தன் கடவுள் கனல்ஏந்தி ஆடும்
நிருத்தன் சடைமேல் நிரம்பா மதியன்
திருத்தம் உடையார் திருப்பறி யலூரில்
விருத்தன் எனத்தகும் வீரட்டத் தானே   (1)

அருஞ்சொற்பொருள்:

கருத்தன் - தலைவன். நிருத்தன் - நடனம் ஆடுபவன். நிரம்பா மதி - பிறைச்சந்திரன். விருத்தன் - மூத்தவன் (முதல்வன்).

பொழிப்புரை:

திருந்திய மனம்உடைய அடியார்கள் நிறைந்து வாழும் திருப்பறியலூர் வீரட்டத்தில் எழுந்தருளி இருக்கும் இறைவன், அனைத்து உயிர்களுக்கும் தலைவன்; நெருப்பைக் கையில் ஏந்தி நடனம் ஆடுபவன்; சடைமீது பிறைச்சந்திரனைச் சூடிஇருப்பவன்; காலத்தால் மூத்தவனும் ஆவன்.

1827. **மருந்தன் அமுதன் மயானத்துஉள் மைந்தன்**
பெருந்தண் புனல்சென்னி வைத்த பெருமான்
திருந்து மறையோர் திருப்பறி யலூரில்
விரிந்த மலர்ச்சோலை வீரட்டத் தானே (2)

அருஞ்சொற்பொருள்:

மருந்தன் - நோய் தீர்க்கும் மருந்தாய் விளங்குபவன். தண் - குளிர்ச்சி.

பொழிப்புரை:

திருந்திய வேதம் ஓதும் அந்தணர் நிறைந்து வாழும் திருப்பறியலூரில் மலர்கள் மலர்ந்துள்ள சோலைகளின் நடுவே அமைந்துள்ள வீரட்டத்தில் எழுந்தருளி இருக்கும் இறைவன், பிறவிநோயைப் போக்கும் மருந்தாய் விளங்குபவன்; சாவா மருந்தாகிய அமுதமாக விளங்குபவன்; சுடுகாட்டில் வாழும் வலிமை உடையவன்; பெரிய அளவிலான குளிர்ந்த நீரால் நிரம்பிய கங்கையைச் சடையில் வைத்திருப்பவன்.

1828. **குளிர்ந்தார் சடையன் கொடுஞ்சிலை வில்காமன்**
விளிந்தான் அடங்க வீந்துஎய்தச் செற்றான்
தெளிந்தார் மறையோர் திருப்பறி யலூரில்
மிளிர்ந்தார் மலர்ச்சோலை வீரட்டத் தானே (3)

அருஞ்சொற்பொருள்:

கொடுஞ்சிலை - வளைந்த வில். காமன் - மன்மதன். விளிந்தான் - இறந்தான்.

பொழிப்புரை:

தெளிந்த வேதப்புலமை உடைய அந்தணர்கள் நிறைந்து வாழும் திருப்பறியலூரில் மலர்ச்சோலையால் சூழப்பட்ட வீரட்டம் திருக்கோயிலில் எழுந்தருளி இருக்கும் இறைவர், குளிர்ச்சி பொருந்திய சடை உடையவர்; வளைந்த வில்ஏந்திய மன்மதனைக் கொன்ற பின்னும், இரதிதேவி வேண்ட, அவனுக்கு மீண்டும், அனைவரும் காணும்படி உருவம் தராது, சினந்தவர்.

1829. **பிறப்புஆதி இல்லான் பிறப்பார் பிறப்புச்**
செறப்புஆதி அந்தம் செலச்செய்யும் தேசன்
சிறப்பாடு உடையார் திருப்பறி யலூரில்
விறல்பா ரிடம்சூழ் வீரட்டத் தானே (4)

அருஞ்சொற்பொருள்:

சிறப்பாடு - சிறப்பு. செறப்பு - சிறப்பு. தேசன் - ஒளிமயமானவன். விறல் - வலிமை. பாரிடம் - பூதகணம்.

பொழிப்புரை:

சிறப்பு உடையவர் கூடிவாழும் திருப்பறியலூரில் வலிய பூதகணம் சூழ வீரட்டம் திருக்கோயிலில் எழுந்தருளி இருக்கும் இறைவர், பிறப்பு, இறப்பு முதலியன இல்லாதவர்; பிறப்பில் வருவாரது பிறப்பினை அறுத்து, அதற்குரிய முதலும் முடிவும் அருளவல்ல ஒளிமயமானவர்.

1830. **கரிந்தார் இடுகாட்டில் ஆடும் கபாலி**
புரிந்தார் படுதம் புறங்காட்டில் ஆடும்
தெரிந்தார் மறையோர் திருப்பறி யலூரில்
விரிந்தார் மலர்ச்சோலை வீரட்டத் தானே (5)

அருஞ்சொற்பொருள்:

கரிந்தார் - இறந்தார். படுதம் - கூத்து. புறங்காடு - சுடுகாடு.

பொழிப்புரை:

வேதங்களை ஆராய்ந்து அறிந்த அந்தணர்கள் நிறைந்து வாழும் திருப்பறியலூரில் விரிந்த மலர்ச்சோலை நடுவில் உள்ள வீரட்டானம் திருக்கோயிலில் எழுந்தருளி இருக்கும் இறைவர், இறந்தவரைப் புதைக்கும் இடுகாட்டில் நடனம் ஆடுகின்ற கபாலி (பிரம கபாலம் ஏந்தி இருப்பவன்). பிணங்களை எரிக்கும் சுடுகாட்டிலும் நடனம் ஆடுபவன்.

1831. **அரவுஉற்ற நாணா அனல்அம்பு அதுஆகச்**
செருஉற் றவர்புரம் தீஎழச் செற்றான்
தெருவில் கொடிசூழ் திருப்பறி யலூரில்
வெருவுஉற் றவர்தொழும் வீரட்டத் தானே (6)

அருஞ்சொற்பொருள்:

செரு - போர். வெருவு - அச்சம்.

பொழிப்புரை:

தெருவில் பலவிதமான கொடிகள் பறக்கும் திருப்பறியலூர் என்னும் தலத்தில், பிறவிநோய்க்கு அச்சம் கொள்பவர் வந்து வழிபடும் வீரட்டம் திருக்கோயிலில் எழுந்தருளி இருக்கும் இறைவர், வாசுகி என்னும் பாம்பினை நாணாகவும் (மேருமலையை வில்லாகவும்) நெருப்பினை அம்பாகவும் கொண்டு, தன்னுடன் போர் தொடுத்த அசுரர் மூவரது முப்புரத்தைச் சுட்டுளரித்து அழித்தவர்.

1832. **நரைஆர் விடையான் நலம்கொள் பெருமான்**
அரைஆர் அரவம் அழகா அசைத்தான்
திரைஆர் புனல்சூழ் திருப்பறி யலூரில்
விரைஆர் மலர்ச்சோலை வீரட்டத் தானே (7)

அருஞ்சொற்பொருள்:

நரை - வெண்மை. அரை - இடை. அசைத்தல் - கட்டுதல். விரை - மணம்.

பொழிப்புரை:

அலைவீசும் நீரால் சூழப்பட்ட திருப்பறியலூரில் மணம் பொருந்திய மலர்கள் நிரம்பிய சோலையால் சூழப்பட்ட வீரட்டம் திருக்கோயிலில் எழுந்தருளி இருக்கும் இறைவர், வெண்மைநிற இடபஊர்தி உடையவர்; நன்மைகளைப் பெருகச் செய்யும் பெருமான்; இடையில் அழகுபடப் பாம்பினைக் கச்சாகக் கட்டி இருப்பவர்.

1833. **வளைக்கும்(ம்) எயிற்றின் அரக்கன் வரைக்கீழ்**
இளைக்கும் படிதான் இருந்துஏழை அன்னம்
திளைக்கும் படுகர்த் திருப்பறி யலூரில்
விளைக்கும் வயல்சூழ்ந்த வீரட்டத் தானே (8)

அருஞ்சொற்பொருள்:

எயிறு - பல். ஏழை அன்னம் - பெண் அன்னம். திளைக்கும் - ஆண் அன்னத்தைப் புணரும். படுகர் - ஆற்றுப்படுகை.

பொழிப்புரை:

ஆற்றுப்படுகையில் பெண்அன்னம் ஆண் அன்னத்தோடு கூடிமகிழும் திருப்பறியலூரில் வயல்வளம் சூழ்ந்த வீரட்டானம் திருக்கோயிலில் எழுந்தருளி இருக்கும் இறைவர், வளைந்த கோரைப்பற்கள் உடைய இராவணன் என்னும் அரக்கனை மலையின் கீழ்இட்டு நசுக்கியவர்.

1834. விளங்குஒள் மலர்மேல் அயன்ஓத வண்ணன்
   துளங்கும் மனத்தார் தொழத்தழ லாய்நின்றான்
   இளம்கொம்பு அனாளொடு இணைந்தும் பிணைந்தும்
   விளங்கும் திருப்பறியல் வீரட்டத் தானே   (9)

அருஞ்சொற்பொருள்:

ஒள்மலர் - ஒளிஉடைய தாமரைமலர். ஓதம் - கடல். துளங்கும் - நடுங்கும். இணைந்தும் - கூடியும். பிணைந்து - உடம்பின் ஒருபகுதியாக பின்னிப் பிணைந்து. அனாள் - (அன்னாள்) போன்றவள்.

பொழிப்புரை:

இளம் பூங்கொடி போன்ற உமாதேவியோடு அருகிலும், ஒன்றாகப் பிணைந்தும், விளங்குகின்ற திருப்பறியலூர் வீரட்டத்து இறைவர், ஒளிவிளங்கும் தாமரை மலர்மேல் வீற்றிருக்கும் பிரமனும், கடல் நிறமுடைய திருமாலும் தேடிக் காண முடியாது நடுக்கம்உற, அவர் காணுமாறு அக்கினித் தம்பமாய் நின்றவர்.

1835. சடையன் பிறையன் சமண்சாக் கியரோடு
   உடைஅன்பு இலாதான் அடியார் பெருமான்
   உடையன் புலியின் உரிதோல் அரைமேல்
   விடையன் திருப்பறியல் வீரட்டத் தானே   (10)

அருஞ்சொற்பொருள்:

இலாதான் - இல்லாதான். உரிதோல் - உரித்த தோல்.

பொழிப்புரை:

திருப்பறியல் என்னும் தலத்தில் வீரட்டம் என்னும் திருக்கோயிலில் எழுந்தருளி இருக்கும் இறைவன், சடாமுடி உடையவன்; அதில் பிறைச்சந்திரனைச் சூடி இருப்பவன்; சமணர்களிடத்தும் பௌத்தர் களிடத்தும் அன்பு இல்லாதவன்; அடியார்களுக்குப் பெருமான்; இடைமீது புலியின் தோலை உடையாக உடுத்தி இருப்பவன்; இடபத்தை ஊர்தியாகக் கொண்டவன்.

1836. நறுநீர் உகும்காழி ஞான சம்பந்தன்
   வெறிநீர்த் திருப்பறியல் வீரட்டத் தானைப்
   பொறிநீடு அரவன் புனைபாடல் வல்லார்க்கு
   அறும்நீடு அவலம் அறும்பிறப் புத்தானே   (11)

அருஞ்சொற்பொருள்:

நறுநீர் - மணமுள்ள நீர். வெறிநீர் - மணமுள்ள நீர் (நீருக்குத் தனியே மணம் இல்லை எனினும், பூக்கள் முதலிய மணமுள்ள பொருள்களை அடித்து வரும், ஆறு முதலியன, மணமுள்ள நீரை உடையதாகக் கூறுவது மரபு). பொறி - புள்ளி. 'நீடுஅவலம் அறும் - என்று மாற்றி உரைக்க.

பொழிப்புரை:

நல்ல மணமுள்ள நீர்பாயும் வாய்க்கால்கள் உடைய சீர்காழியைச் சேர்ந்த ஞானசம்பந்தன், மணமுள்ள நீர்பாயும் வளமுடைய திருப்பறியல் வீரட்டானத்து இறைவனை, படப்புள்ளிகள் உடைய பாம்பினை அணிந்திருப்பவனை, புகழ்ந்து பாடிய பாடல்களைப் பாடி வழிபட வல்லவர், நெடுங்காலமாகப் பட்டுவரும் துன்பத்திலிருந்து விடுபடுவர்; அவர்களது பிறப்புகளும் அறுபடும்.

திருச்சிற்றம்பலம்

170

திருவேட்டக்குடி

பதிக வரலாறு:

பறியலூர் வீரட்டம் வழிபட்ட சிரபுரத்தவர், அடியார்கள் மகிழும்படி, வழியில் உள்ள திருவிடைக்கழி, திருஅளப்பூர் முதலிய தலங்களை வணங்கி, திருவேட்டக்குடி வந்து, இப்பதிகம் பாடி வழிபடுகின்றார்.

தல வரலாறு:

இது காரைக்காலுக்கு வடமேற்கில் 12கி.மீ தொலைவில் உள்ளது. அருச்சுனன் தவம் செய்தபோது, இறைவர் வேடன் வடிவில் வெளிப்பட்ட தலம் ஆதலின், வேட்டக்குடி ஆயிற்று.

சுவாமி : திருமேனி அழகர்

அம்மை : சாந்தநாயகி

தல மரம் : புன்னை

தீர்த்தம் : சந்திரபுட்கரணி

திருமுறை 3 - 324 **திருஞான - 443**

பண்: பஞ்சமம்

1837. **வண்டுஇரைக்கும் மலர்க்கொன்றை**
விரிசடைமேல் வரிஅரவம்
கண்டுஇரைக்கும் பிறைசென்னிக்
காபாலி கனைகழல்கள்
தொண்டுஇரைத்துத் தொழுதுஇறைஞ்சத்
துளங்குஒளிநீர்ச் சுடர்ப்பவளம்
தெண்திரைக்கள் கொணர்ந்துஎறியும்
திருவேட்டக் குடியாரே (1)

அருஞ்சொற்பொருள்:

இரைக்கும் - ஆரவாரம் செய்யும். வரிஅரவம் - கொடிய பாம்பு. கனைகழல் - ஒலிக்கின்ற வீரக்கழல். தொண்டு - தொண்டர். துளங்கு - விளங்குகின்ற. தெண்திரை - தெளிந்த அலை.

பொழிப்புரை:

வண்டுகள் ஆரவாரம் செய்யும் கொன்றை மலர் மாலை அணிந்த விரிந்த சடையின்மீது இருக்கும் கொடிய பாம்பினைக் கண்டு, பிறைச் சந்திரன் ஆரவாரம் செய்கின்றது. இதுஒருபுறம் இருக்க, பிரமகபாலம் ஏந்திய அப்பெருமானது ஒலிக்கும் வீரக்கழல் அணிந்த திருவடியைக் கண்டு வணங்கும் தொண்டர்கள் ஆரவாரம் செய்கின்றனர். இவை நிகழ்வது, சுடர்விடும் பவளம், தெளிந்த அலைகளால் கரைஒதுக்கப் படும் நீர்வளம் உடைய திருவேட்டக்குடி என்னும் தலத்திலே ஆகும்.

1838. **பாய்திமிலர் வலையோடு**
மீன்வாரிப் பயின்றுஎங்கும்
காசினியில் கொணர்ந்துஅட்டும்
கைதல்சூழ் கழிக்கானல்
போய்இரவில் பேயோடும்
புறங்காட்டில் புரிந்துஅழகார்
தீஎரிகை மகிழ்ந்தாரும்
திருவேட்டக் குடியாரே (2)

அருஞ்சொற்பொருள்:

பாய் திமிலர் - நீரில் பாயும் வலைஞர். காசினி - உலகம் (கடலின் கரையிலுள்ள நிலப்பகுதி). அட்டும் - குவிக்கும். கைதல் - தாழை. கழிக்கானல் - கடற்கரையிலுள்ள உப்பங்கழிச் சோலை. புரிந்து - நடனம் புரிந்து.

பொழிப்புரை:

வலைஞர்கள் கடலில் பாய்ந்து வலைவீசி, மீனினைக் கரையில் கொண்டு வந்து குவிப்பதும், தாழை மரங்கள் நிரம்ப உடைய கடற்கரைச் சோலை உடையதும், ஆகிய திருவேட்டக்குடி இறைவர், இரவில் பேய்களோடு சேர்ந்துகொண்டு, சுடுகாட்டில் நடனம் ஆடுபவர்; தீயை அழகிய கையில் ஏந்தி, மகிழ்ந்து இருப்பவரும் ஆவர்.

1839. தோத்திரமா மணல்இலிங்கம்
 தொடங்கிஆ னிரையின்பால்
 பாத்திரமா ஆட்டுதலும்
 பரஞ்சோதி பரிந்துஅருளி
 ஆத்தம்என மறைநால்வர்க்கு
 அறம்புரிநூல் அன்றுஉரைத்த
 தீர்த்தமல்கு சடையாருந்
 திருவேட்டக் குடியாரே (3)

அருஞ்சொற்பொருள்:

ஆனிரை - பசுக்கூட்டம். ஆட்டுதல் - திருமஞ்சனம் ஆட்டுதல். ஆத்தம் - நட்பு. தீர்த்தம் - இங்கு கங்கையைக் குறித்தது.

பொழிப்புரை:

வழிபாடு செய்யும் பொருட்டு மணலில் இலிங்கம் அமைத்து, தாம் மேய்க்கும் பசுக்கூட்டத்தின் பாலைப் பாத்திரத்தில் நிரப்பிக்கொண்டு, திருமஞ்சனம் ஆட்டி வழிபட்ட விசாரசன்மருக்கு (சண்டிகேசுவரருக்கு) மேலான ஒளிமயமானவனாய் இருந்து அருள்புரிந்தவன்; தம்மீது அன்பு வைத்த முனிவர் நால்வர்க்கு அறம் முதலிய மறை நான்கினையும் ஓதியவன்; கங்கையைச்சடையில் சூடி இருப்பவன்; அவன் திருவேட்டக்குடி தலத்து இறைவனே ஆவான்.

1840. கலவம்சேர் கழிக்கானல்
 கதிர்முத்தம் கலந்துஎங்கும்
 அலவன்சேர் அணைவாரிக்
 கொணர்ந்துஎறியும் அகன்துறைவாய்
 நிலவம்சேர் நுண்இடைய
 நேரிழையாள் அவளோடும்
 திலகம்சேர் நெற்றியினார்
 திருவேட்டக் குடியாரே (4)

அருஞ்சொற்பொருள்:

கலவம் - மயில். அலவன் - நண்டு. நிலவம் - ஒளி. திலகம் - பொட்டு.

பொழிப்புரை:

மயில்கள் உலவும் கடற்கரைச் சோலை உடையதும், ஒளிவிளங்கும் முத்துக்கள் கரையில் குவிக்கப்படுவதும், கடல் நண்டுகள் கரைஒதுங்குவதும்,

ஆகிய அகன்ற நீர்த்துறையினை உடைய வேட்டக்குடி என்னும் தலத்தில் எழுந்தருளி இருக்கும் இறைவர், ஒளிஉடைய நுண்ணிய இடையுடன் கூடிய உமாதேவியைப் பாகமாகக் கொண்டவர்; பொட்டு (திலகம்) பொருந்திய நெற்றி உடையவர்.

1841. பங்கம்ஆர் கடல்அலறப்
பருவரையோடு அரவுஉழலச்
செங்கண்மால் கடையஎழு
நஞ்சுஅருந்தும் சிவமூர்த்தி
அங்கம்நான் மறைநால்வர்க்கு
அறம்பொருளின் பயன்அளித்த
திங்கள்சேர் சடையாரும்
திருவேட்டக் குடியாரே (5)

அருஞ்சொற்பொருள்:

பங்கம் - சேறு. பருவரை - பெரிய மந்தரமலை. அரவு - வாசுகி என்னும் பாம்பு. உழல - துன்பம்உற. அங்கம் - ஆறு அங்கம்.

பொழிப்புரை:

மந்தர மலையை மத்தாக நிறுத்தி, வாசுகி என்ற பாம்பினை நாணாக்கி, அது துன்புறுமாறு, சிவந்த கண்உடைய திருமால், கடல் சேறாகுமாறு கடைய, வெளிப்பட்ட ஆலகால நஞ்சினை உண்டவர் சிவபெருமான்; அவர் நான்கு வேதம், ஆறுஅங்கம், அறம் முதலிய உறுதிப்பொருள் நான்கு, ஆகியவற்றை சனகன் முதலிய நால்வர்க்கு எடுத்து உரைத்தவர்; சந்திரனைச் சூடிய சடைஉடையவர்; அவரே திருவேட்டக்குடி என்னும் தலத்தில் எழுந்தருளி இருப்பவரும் ஆவர்.

1842. நாவாய பிறைச்சென்னி
நலம்திகழும் இலங்குஇப்பி
கோவாத நித்திலங்கள்
கொணர்ந்துஎறியும் குளிர்கானல்
ஏவாரும் வெஞ்சிலையால்
எயில்மூன்றும் எரிசெய்த
தேவாதி தேவனார்
திருவேட்டக் குடியாரே (6)

அருஞ்சொற்பொருள்:

நாவாய் - இங்குத் தோணி என்னும் பொருளில் நின்றது. இப்பி - சங்கு. கோவாத - கோத்தலுக்குரிய துளைஇல்லாத. நித்திலம் - முத்து. ஏ - அம்பு.

பொழிப்புரை:

சங்குப் பூச்சிகளையும், கோத்தலுக்குரிய துளை இல்லாத முத்துக் களையும் கரைஒதுக்கும் குளிர்ந்த கடற்கரைச் சோலைகள் உடைய திருவேட்டக்குடி என்னும் தலத்து இறைவர், படகு போன்ற உருவம் உடைய பிறைச்சந்திரனைச் சடையில் சூடி இருப்பவர்; அவர் வளைக்கப்பட்ட வில்லில் அம்பினைப் பொருத்தி, முப்புரத்தை எரித்து அழித்த தேவதேவர் ஆவர்.

1843. **பால்நிலவும் பங்கயத்துப்**
பைங்கானல் வெண்குருகு
கான்நிலவும் மலர்ப்பொய்கை
கைதல்சூழ் கழிக்கானல்
மானின்விழி மலைமகளோடு
ஒருபாகம் பிரிவுஅறியார்
தேன்நிலவு மலர்ச்சோலைத்
திருவேட்டக் குடியாரே (7)

அருஞ்சொற்பொருள்:

பால் நிலவும் பங்கயம் - பால்போன்ற நிறம் உடைய வெண்தாமரை மலர். வெண்குருகு - வெள்ளை நிற அன்னப்பறவை. கான் - மணம். கைதல் - தாழை.

பொழிப்புரை:

பால்போன்ற வெண்மை நிறம்உடைய தாமரை மலர்மேல், வெண்மை நிற அன்னப் பறவை அமர்ந்திருக்கும் பொய்கை வளமும், தாழை மரங்கள் நிறைந்த கடற்கரைச் சோலை வளமும், தேன்நிரம்பிய மலர்கள் நிறைந்த ஏனைய மருதநிலச் சோலை வளமும், உடைய திருவேட்டக்குடி என்னும் தலத்தில் எழுந்தருளி இருக்கும் இறைவர், மான் போன்ற மருண்ட பார்வை உடைய உமாதேவியை, உடம்பில் ஒருபாகமாகக் கொண்டதும் அன்றி, அவரை ஒருபோதும் பிரிந்து இருத்தலை விரும்பாதவரும் ஆவர்.

1844. துறைஉலவு கடல்ஓதம்
சுரிசங்கம் இடறிப்போய்
நறைஉலவும் பொழில்புன்னை
நல்நீழல் கீழ்அமரும்
இறைபயிலும் இராவணன்தன்
தலைபத்தும் இருபதுதோள்
திறல்அழிய அடர்த்தாரும்
திருவேட்டக் குடியாரே (8)

அருஞ்சொற்பொருள்:

கடல்ஓதம் - கடல்அலைகள். நீழல் - நிழல். இறை பயிலும் இராவணன் - இலங்கைக்கு அரசனாக விளங்கும் இராவணன். திறல் - வலிமை.

பொழிப்புரை:

அலையானது வந்து செல்லும் கடலின் கரையில் உள்ளதும், சுரிந்த சங்கானது அலையால் உந்தப்பட்டு, தேன்ஒழுகும் பூக்கள் உடைய புன்னைமரச் சோலை நிழலில் சென்று விழுவதும், ஆகிய சிறப்புக்கள் உடைய திருவேட்டக்குடி என்னும் தலத்தில் எழுந்தருளி இருக்கும் இறைவர், இலங்கையை ஆளும் இராவணனது பத்துத்தலைகளும் இருபது தோள்களும் நசுங்குமாறு, மலையின்கீழ் இட்டு, வலிமை அழியச் செய்தவர்.

1845. அருமறைநான் முகத்தானும்
அகல்இடம்நீர் ஏற்றானும்
இருவருமாய் அளப்புஅரிய
எரிஉருவாய் நீண்டபிரான்
வருபுனலின் மணிஉந்தி
மறிதிரையார் சுடர்பவளத்
திருஉருவில் வெண்நீற்றார்
திருவேட்டக் குடியாரே (9)

அருஞ்சொற்பொருள்:

அருமறை - அரியவேதம். அகலிடம் நீர் - நீரால் (கடலால்) சூழப்பட்ட இடமகன்ற உலகம். மறிதிரை - மடங்கி விழும் அலை.

பொழிப்புரை:

மணிவகைகளைத் தள்ளிக்கொண்டு வரும் அலைகள் மடிந்துவிழும் காவிரியின் கரையில்உள்ள திருவேட்டக்குடி என்னும் தலத்தில் எழுந்தருளி இருக்கும் இறைவர், அரிய வேதம் நான்கினையும், கற்றுணர்ந்த பிரமனும், ஓரடியால் உலகை அளந்த திருமாலும், ஆக இருவரும், தேடியும் காணக் காட்டாத, திருமுடியும் திருவடியும் உடைய, நெருப்பு உருவாய் உயர்ந்து நின்ற பெருமான்; அவர் பவளம் போல் சிவந்த திருமேனிமீது, வெண்மை நிறத் திருநீற்றைப் பூசி இருப்பவர்.

1846. **இகழ்ந்துஉரைக்கும் சமணர்களும்**
இடும்போர்வைச் சாக்கியரும்
புகழ்ந்துஉரையாப் பாவிகள்சொல்
கொள்ளேன்மின் பொருள்என்ன
நிகழ்ந்துஇலங்கு வெண்மணலில்
நிறைத்துண்டப் பிறைக்கற்றை
திகழ்ந்துஇலங்கு செஞ்சடையார்
திருவேட்டக் குடியாரே (10)

அருஞ்சொற்பொருள்:

இடும் போர்வை - துவராடையை மேலே போர்த்திக் கொள்ளும். கற்றை - ஒளிக்கற்றை.

பொழிப்புரை:

வேதம், வேள்வி, ஆகியவற்றை இகழ்ந்துபேசும் சமணர்களும், துவராடை போர்த்திருக்கும் பௌத்தர்களும், ஆகிய பாவிகள் கூறும் சொற்களைக் கேட்க வேண்டா; மேலும் அவற்றை ஒருபொருட்டாக மதிக்கவேண்டா; வெள்ளிய மணல்போல் ஒளிக்கற்றையைப் பரவவிடும் சந்திரனைச் சூடிய சடை உடைய சிவபெருமான், திருவேட்டக்குடி என்னும் தலத்தில் எழுந்தருளி இருக்கின்றார்; அவரை வழிபட்டு உய்வீராக!

1847. **தெண்திரைசேர் வயல்உடுத்த**
திருவேட்டக் குடியாரைத்
தண்டலைசூழ் கலிக்காழித்
தமிழ்ஞான சம்பந்தன்

ஒண்தமிழ்நூல் இவைபத்தும்
 உணர்ந்துஏத்த வல்லோர்போய்
உண்டுஉடுப்பில் வானவரோடு
 உயர்வானத்து இருப்பாரே   (11)

அருஞ்சொற்பொருள்:

தண்டலை - சோலை. கலி - ஆரவாரம். உண்டு உடுப்பில் - உண்ணும் உணவிலும் உடுக்கும் உடையிலும்.

பொழிப்புரை:

தெளிந்த நீர்அலை வீசும் வயல்வளம் உடைய திருவேட்டக்குடியில் எழுந்தருளி இருக்கும் இறைவரை, சோலை சூழ்ந்த ஆரவாரம் மிகுந்த சீர்காழி ஞானசம்பந்தன், பாடிய ஒண்தமிழ்ப் பாடல் இவை பத்தின் பொருளை உணர்ந்து, போற்றிப் பாட வல்லவர், இம்மண்ணுலகை விட்டு மறுமையில் வானவர் உலகம் சென்று, உணவு உடை முதலியவற்றால் மேம்பட்டு வாழும் வாழ்வைப் பெறுவர்.

திருச்சிற்றம்பலம்

171

திருத்தருமபுரம்

பதிக வரலாறு:

திருவேட்டக்குடி வணங்கிய ஆளுடைய பிள்ளையார், திருத் தருமபுரத்தை அடைந்தனர். இது திருநீலகண்ட யாழ்ப்பாணரது தாயார் பிறந்த தலம். ஆதலின் அவர்கள் எதிர்வணங்கி வரவேற்றனர். அப்பொழுது பாணர், 'பிள்ளையாரது பாடல்களை யாழில்இட்டு வாசிக்கும் பேறு பெற்றேன்' என்று கூறினார். அதுகேட்ட அவரது உறவினர், 'நீவிர் யாழிலிட்டு வாசிப்பதால் அப்பாடல்களின் சிறப்பு உலகில் பரவுவதாயிற்று' என்றனர். இதுகேட்ட பாணர் மனம்நடுங்கி, தமது உறவினர்களே அன்றி, உலகவரும் இது உண்மை அல்ல என அறியும் வகையில், 'யாழில் அடங்காத பதிகம் ஒன்று அருள வேண்டும்' என்று வேண்ட, "மாதர்ப்பிடி" எனத்தொடங்கி பிள்ளையார் இப்பதிகத்தைப் பாடி அருளினார்கள்.

தல வரலாறு:

காரைக்காலுக்குக் கிழக்கில் 2.5கி.மீ தொலைவில் உள்ளது. தருமராசன் பூசித்துப் பேறுபெற்ற தலம். ஆதலின் தருமபுரம் ஆயிற்று. பிரமனும் இத்தலத்தைப் பூசித்துப் பேறு பெற்றுள்ளான். யாழில் அடங்காத பண்ணில் ஞானசம்பந்தர் பதிகம் பாட, பாணர் யாழினை உடைக்கத் தலைப்பட்டனர்; அப்பொழுது சம்பந்தப் பெருமான், இயன்றஅளவு வாசிக்குமாறு அருள்செய்தனர்.

சுவாமி	:	யாழ்மூரிநாதர்
அம்மை	:	மதுரமின்னம்மை
தல மரம்	:	வாழை
தீர்த்தம்	:	விண்டு தீர்த்தம்

பண்: யாழ்மூரி

1848. மாதர்ம டப்பிடியும் மட அன்னமும் அன்னதுஓர்
நடை உடைம் மலை மகள் துணைஎன மகிழ்வர்
பூதஇ னப்படைநின்று இசை பாடவும் ஆடுவர்
அவர் படர் சடைந் நெடு முடியதுஓர் புனலர்
வேதமொ டுஏழிசைபா டுவர் ஆழ்கடல் வெண்திரை
இரைந் நுரை கரை பொரு துவிம்மிநின்று வண்டுஅறை
தாதுஅவிழ் புன்னை தயங் குமலர்ச்சிறை வண்டுஅறை
எழில் பொழில் குயில் பயில் தருமபு ரம்பதியே (1)

அருஞ்சொற்பொருள்:

மடப்பிடி - இளம் பெண்யானை. புனலர் - கங்கையை உடையவர். தாது - மகரந்தம். சிறை - இறகு. அறை - ஒலிக்கின்ற.

பொழிப்புரை:

பெண் யானையும், பெண் அன்னமும், நடப்பது போன்ற அழகிய நடைஉடைய மலைஅரசனது மகளாகிய பார்வதியைத் துணையாகக் கொண்டு மகிழ்பவர்; பூதகணங்கள் சூழநின்று இசையுடன் கூடிய பாடல்களைப் பாட, அதற்கேற்ப நடனம்ஆடும் இயல்பு உடையவர்; அவர் தனது படர்ந்த சடையில் கங்கை என்னும் நீர்ப்பெருக்கினைச் சுமப்பவர்; வேதத்தையும் ஏழு இசை பொருந்திய பாடல்களையும் பாடுபவர்; அவர் எழுந்தருளி இருக்கும் தலம் எதுஎனில்; ஆழமான கடலின் வெண்மையான அலை ஆரவாரம் செய்வதும், நுரையானது கரையில் வந்து மோதுவதும், கரை அருகே புன்னை மரங்கள் நிறைந்திருப்பதும், அம்மரங்கள் மகரந்தப் பொடியைச் சிந்தவிடுவதும், இறகுகளுடன் கூடிய வண்டுகள் ஆரவாரம் செய்வதும், அழகிய சோலை சூழ்ந்ததும், அச்சோலையில் குயில்கள் கூவுவதும், ஆகிய தருமபுரம் என்னும் சிறப்புடைய பதியே ஆகும்.

1849. பொங்குந டைப்புகலில் விடை யாம்அவர் ஊர்திவெண்
பொடி அணி தடம் கொள்மார் புபூணநூல் புரள
மங்குல்இ டைத்தவழும் மதி சூடுவர் ஆடுவர்
வளம் கிளர் புனல் அரவம் வைகிய சடையர்

சங்குக டல்திரையால் உதை உண்டுச ரிந்துஇரிந்து
ஒசிந்து அசைந்து இசைந்து சேரும் வெண்மணல் குவைமேல்
தங்குக திர்மணிநித் திலம் எல்இருள் ஒல்கநின்று
இலங்கு ஒளிந் நலம் கெழில் தருமபு ரம்பதியே (2)

அருஞ்சொற்பொருள்:

புகலில் - (புகல் + இல்) ஒப்புமை கூறமுடியாத. பொடி - திருநீறு. மங்குல் - ஆகாயம். அரவம் - பாம்பு. 'சரிந்து இரிந்து ஒசிந்து அசைந்து இசைந்து சங்கு வெண்மணல் குவைமேல் சேரும்' - எனக்கூட்டி உரைக்க. குவை - குவியல். நித்திலம் - முத்து. ஒல்க - விலக.

பொழிப்புரை:

சினம் பொங்கும், ஒப்புமை கூறமுடியாத, மிடுக்கான நடைஉடைய, இடபத்தை ஊர்தியாகக் கொண்டவன்; வெண்திருநீறு பூசிய இடம்அகன்ற திருமார்பில், பூணூல் புரள விளங்குபவன்; ஆகாயத்தில் தவழும் சந்திரனைச் சடையில் சூடியவன்; நடனம் ஆடுபவன்; நீரால் நிரம்பிய கங்கை, பாம்பு, ஆகியவற்றைச் சூடிய சடை உடையவன்; அவன் எழுந்தருளி இருக்கும் தலம் எது எனில்; சங்குகள் கடல் அலையால் உந்தப்பட்டு, சரிந்து இரிந்து ஒசிந்து அசைந்து இசைந்து வெண்மணல் குவியல்மீது வந்து சேரும் கரை உடையதும், கரைஒதுங்கிய முத்து இருளை விலக்கி ஒளியைப் பரப்புவதும், ஆகிய பல சிறப்புகள் உடைய தருமபுரமே ஆகும்.

1850. விண்உறு மால்வரைபோல் விடை ஏறுவர் ஆறுசூ
டுவர் விரி சுரி ஒளிகொள் தோடுநின்று இலங்கக்
கண்உற நின்றுஒளிரும் கதிர் வெண்மதிக் கண்ணியர்
கழிந் தவர் இழிந் திடும்(ம்) உடைதலை கலனாப்
பெண்உற நின்றவர்தம் உரு வம்(ம்)அயன் மால்தொழஅவ்
அரி வையைப் பிணைந்து இணைந்து அணைந்ததும் பிரியார்
தண்இதழ் முல்லையொடுஎண் இதழ் மௌவல்ம ருங்குஅலர்
கருங் கழிந் நெருங் குநல் தருமபு ரம்பதியே (3)

அருஞ்சொற்பொருள்:

விண்உறு - வானளாவிய. வரை - மலை. கண்ணி - தலைமாலை. கழிந்தவர் - இறந்தவர். கலன் - உண்கலன். மௌவல் - காட்டுமுல்லை. கருங்கழி - கரிய உப்பங்கழி.

பொழிப்புரை:

வானளாவிய மலைபோல் விளங்கும் இடபஊர்தியில் ஏறிவருபவர், கங்கை ஆற்றினைச் சூடி இருப்பவர், விரிந்த சுரிந்த ஒளிவிடும் தோடு ஒருகாதில் அணிந்திருப்பவர், கண்ணைக் கவரும் ஒளி உடைய சந்திரனைச் சூடிஇருப்பவர், இறந்தவரது மண்டை ஓட்டை உண்கலனாகப் பெற்று இருப்பவர், தம்உருவில் பெண்உருவம் கொண்டு நின்றவர், பிரமனும் திருமாலும் வணங்க, அப்பெண்ணைப் பிணைந்து இணைந்து அணைந்து அவளை விட்டுப் பிரியாது இருப்பவர்; அவர் எழுந்தருளி இருக்கும் தலம் எது எனில், குளிர்ந்த எட்டு இதழ்களுடன் கூடிய முல்லை மலர்கள் அருகில் மலர்ந்திருப்பதும், கரிய கடலின் கழிமுகத்துக்கு அருகில் இருப்பதும், ஆகிய தருமபுரமே ஆகும்.

1851. வார்உறு மென்முலைநன் நுதல் ஏழையொடு ஆடுவர்
வளம் கிளர் விளங் குதிங் கள்வைகிய சடையர்
கார்உற நின்றுஅலரும் மலர்க் கொன்றைஅம் கண்ணியர்
கடுவ் விடை கொடி வெடி கொள்காடுஉறை பதியர்
பார்உற விண்உலகம் பர வப்படு வோர்அவர்
படும் தலைப் பலி கொளல் பரிபவம் நினையார்
தார்உறு நல்அரவம் மலர் துன்னிய தாதுஉதிர்
தழை பொழில் மழைந் நுழை தருமபு ரம்பதியே (4)

அருஞ்சொற்பொருள்:

வார் - கச்சு. நுதல் - நெற்றி. ஏழை - பெண் (உமை). வைகிய - தங்கிய. கார் - கார்காலம். கடு - விரைவு. வெடிகொள் - அச்சம் மிகுந்த. பரிபவம் - அவமானம். தார் - மாலை.

பொழிப்புரை:

கச்சு அணிந்த மெல்லிய முலைஉடைய உமாதேவியோடு கூடி இருப்பவர், வளப்பம் மிக்க சந்திரனைச் சூடிய சடை உடையவர், கார்காலத்தில் அரிதாய்ப் பூக்கும் கொன்றைமலர் மாலையைத் தலை மாலையாக அணிந்திருப்பவர், விரைந்து செல்லும் இடபம் எழுதிய கொடி உடையவர், அச்சம்தரும் சுடுகாட்டைத் தமது வசிப்பிடமாகக் கொண்டவர், நிலவுலகில் இருந்தாலும் விண்உலகத் தேவர்களும் வந்து போற்றுமாறு விளங்குபவர், மண்டைஓட்டில் பிச்சை ஏற்பதை அவமானமாகக் கருதாதவர், பாம்பை மாலையாக அணிந்திருப்பவர், அவர் எழுந்தருளி இருக்கும் தலம் எதுஎனில், நெருங்கிய மலர்கள்

உடையதும், அம்மலர்கள் மகரந்தப் பொடியை உதிர்ப்பதும், தழைகள் மண்டி இருப்பதும், மேகங்கள் தங்குவதும், ஆகிய சோலையால் சூழப்பட்ட திருத்தருமபுரம் என்னும் தலமே ஆகும்.

1852. **நேரும்அ வர்க்குஉணரப் புகில் இல்லைநெ டுஞ்சடைக்**
கடும் புனல் படர்ந்து இடம் படுவ்வதுஓர் நிலையர்
பேரும்அ வர்க்குஎனைஆ யிரம் முன்னைப் பிறப்புஇறப்பு
இலா தவர் உடற்று அடர்த் தபெற்றி யார்அறிவார்
ஆரம்அ வர்க்குஅழல்வா யது ஓர்நாகம் அழஃகுறவ்
வெழுஃ கொழும் மலர் கொள்பொன் இதழிநல் அலங்கல்
தாரம்அ வர்க்குஇமவான் மகள் ஊர்வது போர்விடை
கடி படு செடி பொழில் தருமபு ரம்பதியே (5)

அருஞ்சொற்பொருள்:

கடும்புனல் - விரைந்து பாயும் நீர். எனை - என்னை. இலாதவர் - இல்லாதவர். உடற்று அடர்த்த - பகைத்தவர்களை அழித்த. பெற்றி - தன்மை. ஆரம் - மாலை. இதழி - கொன்றைமலர். அலங்கல் - மாலை. தாரம் - மனைவி. கடி - மணம். செடி - அடர்த்தி.

பொழிப்புரை:

ஆராய்ந்து பார்க்கும்போது, அவர்க்கு நிகராவார் யாரும் இலர் என்பது தெரியவரும், நீண்ட சடையில் ஆகாயத்தில் இருந்து விரைந்து இழிந்த கங்கையைப் பரவ வைத்த ஒரு தன்மை உடையவர், அவருக்கென்று தனியே ஒருபெயர் இல்லை ஆனாலும் ஆயிரம் திருப்பெயர்கள் உடையவர், முன்பிருந்தே பிறப்பு இறப்புகளில் செல்லாதவர், பகைத்தவர்களைச் சினந்து அழித்த அவரது தன்மையை அறிவார் எவர் உளர்? அவரது கழுத்தில் ஒருமாலையாக விளங்குவது கோபத்தைக் கக்கும் ஒரு பாம்பு, அழகு பொருந்தப் பூத்துள்ள கொழுவிய கொன்றை மலர்மாலையே அவர் அணிவது, அவரது மனைவி இமயமலை அரசனது மகளாகிய பார்வதி, போர்ப்பயிற்சி உடைய இடபமே அவர் ஊர்ந்து செல்லும் ஊர்தி, அவர் எழுந்தருளி இருக்கும் தலம் எதுஎனில்; மணமுள்ளதும், நெருங்கிய செடி கொடிகளால் ஆனதும், ஆகிய சோலை சூழ்ந்த தருமபுரமே ஆகும்.

1853. **கூழைஅம் கோதைகுலா யவள் தம்பிணை புல்கமல்**
குமென் முலைப் பொறி கொள்பொற் கொடிஇடைத் துவர்வாய்
மாழைஒண் கண்மடவா ளைஓர் பாகம் மகிழ்ந்தவர்
வலம் மலி படை விடை கொடிகொடும் மழுவ்வாள்

யாழையும்(ம்) எள்கிடஏ ழிசை வண்டுமுரன் றிஇனம்
துவன் றிமென் சிறஃகு அறை உறந்நறவ்வி ரியுந்நல்
தாழையும் ஞாழலும்நீ டிய கானலில் அள்ளல்இ
சைபுள் ளினம் துயில் பயில் தருமபு ரம்பதியே (6)

அருஞ்சொற்பொருள்:

கூழை - கூந்தல். கோதை - மாலை. பொறி - புள்ளி (தேமல்). துவர்வாய் - பவளம் போன்ற சிவந்த வாய். மாழை - மாவடு. வலம் - வெற்றி. எள்கிட - இகழ்ந்திட. முரன்றி - ஒலித்து. துவன்றி - கூடி. சிறகு - இறகு. நறவு - தேன். நற - மணக்க. ஞாழல் - புலிநகக் கொன்றை என்னும் மரம். அள்ளல் - சேறு.

பொழிப்புரை:

மாலை அணிந்த அழகிய கூந்தல் உடைய உமாதேவியானவள் தம் கணவனால் தழுவப்படுபவள்; மென்மையான முலைகள் உடையவள்; தேமல் உடைய திருமேனி உடையவள்; பொன்னால் ஆன கொடி போன்ற மெல்லிய இடை உடையவள்; பவளம் போன்ற சிவந்த வாயினை உடையவள்; மாவடுவினைப் பிளந்தது போன்ற உருவ அழகு உடைய கண் உடையவள்; இளம்பெண்; அவளைத் தம்உடம்பில் பாகமாகக் கொண்டவுரும், வெற்றி பொருந்திய மழுப்படையும் இடபக் கொடியும் உடையவரும், ஆகிய இறைவர் எழுந்தருளி இருக்கும் தலம் எதுஎனில்; யாழ் என்னும் இசைக் கருவியையும், பழிக்கும்அளவு இனிய ஏழுஇசை கொண்டு வண்டுகள் பாடி, தம் இனத்தோடு கூடி இருந்து, சிறகால் அடித்துத் தேன் பொருந்திய புன்னை, ஞாழல், ஆகிய மரங்களின் பூவினை மலரவைக்கும், நீண்ட கடற்கரைச் சோலை உடையதும், சேற்றில் அமர்ந்து பறவைகள் உறங்குவதும், ஆகிய தருமபுரமே ஆகும்.

1854. தேமரு வார்குழல்அன் னந டைப்பெடை மான்விழித்
திருந்து இழை பொருந்து மேனி செங்கதிர் விரியத்
தூமரு செஞ்சடையில் துதை வெண்மதி துன்றுகொன்
றைதொல் புனல் சிரம் கரந்து உரித்ததோல் உடையர்
காமரு தண்கழிநீ டிய கானல் கண்டகம்
கடல்(ல்) அடை கழி இழி யமுண்டகத்து அயலே
தாமரை சேர்குவளைப் படு கில்கழு நீர்மலர்
வெறி கமழ் செறிவ் வயல் தருமபு ரம்மதியே (7)

அருஞ்சொற்பொருள்:

தேமரு - மணம் பொருந்திய. திருந்து இழை - திருத்தமான அணிகலன். துதை - செறிந்த. துன்று - நெருங்கிய. புனல் சிரம் கரந்து - கங்கையைச் சடையில் ஒளித்து. காமரு - விரும்பத் தகுந்த. கழி - உப்பங்கழி. கானல் - கடற்கரைச் சோலை. கண்டகம் - தாழை. முண்டகம் - முள்ளி. படுகு - மடு.

பொழிப்புரை:

மணமுள்ள நீண்ட கூந்தலும், பெண்அன்னம் போன்ற நடையும், மான்போன்ற மருண்ட பார்வையும், செப்பமான அணிகலன்களும், உடைய உமாதேவியைப் பாகமாகக் கொண்ட ஒளிவிடும் அழகிய திருமேனியும்; பிறைச்சந்திரனும், கொன்றை மலர் மாலையும், மறைத்து வைத்திருக்கும் கங்கை நதியும், ஆகிய இவற்றைச் சூடிய தூய சிவந்த சடையும்; யானை, புலி ஆகிய இவற்றின் தோலால் ஆன உடையும்; உடைய இறைவர் எழுந்தருளி இருக்கும் தலம் எதுஎனில்; விரும்பத்தக்க உப்பங்கழியும், நீண்ட கடற்கரைச் சோலையும், தாழை மரங்களும், கடலின் கரை அருகே வளரும் முள்ளியும், அவற்றின் அருகில் தாமரை குவளை செங்கழுநீர் முதலிய பூத்திருக்கும் நீர்மடுவும், இவற்றால் மணம் பரவும் வயல்வளமும், என முறையே நெய்தல் நிலவளமும் மருத நிலவளமும் உடைய தருமபுரமே ஆகும்.

1855. **தூவண நீறுஅகலம் பொலி யவ்விரை புல்கமல்**
குமென் மலர் வரை புரை திரள்புயம்(ம்) அணிவர்
கோவண மும்(ம்)உழையின் அத ளும்(ம்)உடை ஆடையர்
கொலைம் மலி படை ஒர்சூ லம்ஏந்திய குழகர்
பாவண மாஅலறத் தலை பத்துஉடை அவ்வரக்கன்
அவ் வலி ஒர்கவ் வைசெய்து அருள்புரி தலைவர்
தாவண ஏறுஉடைஎம்(ம்) அடி கட்குஇடம் வன்தடம்
கடல்(ல்) இடும் தடம் கரைத் தருமபு ரம்பதியே (8)

அருஞ்சொற்பொருள்:

தூவணம் - (தூயவண்ணம்) வெண்மை நிறம். அகலம் - மார்பு. விரை - மணம். வரை புரை - மலை போன்ற. புயம் - தோள். உழையின் அதள் - மான்தோல். குழகர் - இளமையானவர். பாவணம் - சாமகானம். கவ்வை - துன்பம். தாவணம் - (தாவண்ணம்) தாவும் தன்மை உடைய. தடம் - இடம்அகன்ற.

பொழிப்புரை:

தூய வெண்மை நிறத் திருநீறு பூசிய மார்பும், மணம் மிகுந்த மலர்களால் தொடுக்கப்பட்ட மாலை அணிந்த மலை போன்ற தோளும், கோவணமும் மான்தோலும் உடையாக உடுத்திய இடையும், கொல்லும் தன்மை உடைய முத்தலைச் சூலம் என்னும் ஆயுதம் ஏந்திய கையும், உடைய இளைஞர்; கயிலை மலையைப் பெயர்த்த அரக்கனாகிய இராவணன் துன்பம் உறுமாறு நசுக்கிப்பின் அவன் பாடிய சாமகானம் கேட்டு அவனுக்கு அருள்புரிந்த தலைவர்; தாவிச் செல்லுகின்ற இடபஊர்தி உடைய கடவுள்; அவர் எழுந்தருளி இருக்கும் இடம்; வலிமை உடையதும், இடம் அகன்றதும், ஆகிய கடலின் இடமகன்ற கரையில் இருப்பதும் ஆகிய தருமபுரமே ஆகும்.

1856. **வார்மலி மெல்முலைமாது ஒரு பாகம்அது ஆகுவர்**
வளம் கிளர் மதி அர வம்வைகிய சடையர்
கூர்மலி சூலமும்வெண் மழு வும்(ம்)அவர் வெல்படை
குனி சிலை தனிம் மலை அதுஏந்திய குழகர்
ஆர்மலி ஆழிகொள்செல் வனும் அல்லிகொள் தாமரைம்
மிசை அவன்(ன்) அடிம் முடி அளவுதாம் அறியார்
தார்மலி கொன்றைஅலங் கல்உ கந்தவர் தங்குஇடம்
தடம் கடல் விடும் திரைத் தருமபு ரம்பதியே (9)

அருஞ்சொற்பொருள்:

வார் - கச்சு. வைகிய - தங்கிய. குனி சிலை - வளைந்த வில். தனிம்மலை - மேருமலை. ஆழி - கடல். அல்லி - அகஇதழ். மிசை - மீது. அலங்கல் - மாலை. தடம்கடல் - இடமகன்ற கடல்.

பொழிப்புரை:

கச்சு அணிந்த மென்மையான முலைஉடைய உமாதேவியாகிய பெண்ணை உடம்பில் ஒருபாகமாகக் கொண்டவர்; வளப்பம் உடைய சந்திரன், பாம்பு ஆகியவை தங்கிய சடை உடையவர்; அவருக்கு வெற்றி பொருந்திய ஆயுதமாக விளங்குவது கூர்மை பொருந்திய முத்தலைச் சூலமும் வெண்மழுவுமே ஆகும்; மேருமலையை வில்லாக வளைத்து அதனைக் கையில் ஏந்திய இளைஞர்; ஆரவாரம் மிகுந்த கடலை இடமாகக் கொண்ட திருமாலும், அகஇதழ்களுடன் கூடிய தாமரை மலர்மீது அமரும் பிரமனும், அப்பெருமானது அடியையும் முடியையும் தேடியும் காண முடியாதவர் ஆயினர்; கொன்றை மலரை மாலையாகத் தொடுத்து அணிவதில் விருப்பம் உடையவர்; அவர் எழுந்தருளி இருக்கும் இடம், அலைவீசும் பெரிய கடலின் கரையில் உள்ள தருமபுரமே ஆகும்.

1857. புத்தர்கள் தத்துவர்மொய்த்து உறி புல்கிய கையர்பொய்ம்
மொழிந்து அழி வில்பெற் றிஉற் றநற்றவர் புலவோர்
பத்தர்கள் அத்தவமெய்ப் பய னாக உகந்தவர்
நிகழ்ந் தவர் சிவந் தவர் சுடலைப்பொடி அணிவர்
முத்துஅன வெண்நகைஒண் மலை மாதுஉமை பொன்அணி
புணர் முலை இணை துணை அணைவதும் பிரியார்
தத்துஅரு வித்திரள்உந் திய மால்கடல் ஓதம்வந்து
அடர்ந் திடும் தடம் பொழில் தருமபு ரம்பதியே (10)

அருஞ்சொற்பொருள்:

புல்கிய - தூக்கிய. பொய்ம்மொழிந்து - பொய்யினைச் சொல்ல. அழிவில் வெற்றி - அழிவற்ற தன்மை. நற்றவர் - நல்ல தவம் உடையவர். சுடலை - சுடுகாடு. அன - (அன்ன) போன்ற. தத்துதல் - தாவுதல். மால்கடல் - பெரியகடல். ஓதம் - அலை.

பொழிப்புரை:

புத்தர்களாகிய தத்துவம் பேசுபவரும், சமணர்களாகிய உறி தூக்கிய கை உடையவரும், பேசும் பொய் மொழிகளைக் கேளாது விட்ட, அழிவற்ற தன்மை பெற்ற, நல்லதவம் உடையவர்களும், புலவர்களும், ஆகியவர்கள், காட்டும் அன்பினையும், தவத்தினையும், கண்டு மகிழ்பவர்; சிவந்த நிறத் திருமேனி உடையவர்; சுடுகாட்டுச் சாம்பலைப் பூசி இருப்பவர்; முத்து போன்ற வெண்மை நிறம் உடைய பல்லொடு கூடிய ஒளிபொருந்திய இமயமலை அரசனது மகளாகிய உமாதேவியின் பொன்போல் அழகுசெய்யும் முலையினைத் தழுவுபவர்; அவரோடு கூடிஇருந்து, பின் ஒருபோதும் பிரிந்து அறியாதவர்; அவர் எழுந்தருளி இருக்கும் தலம்; அலையானது மேல்எழுந்து அருவிபோல் தாவிப் பாயும் பெரிய கடலின் கரையில் உள்ள சோலை சூழ்ந்த திருத்தருமபுரமே ஆகும்.

1858. பொன்நெடு நன்மணிமா ளிகை சூழ்விழ வம்மலீ
பொரூம் புனல்திரூஉ அமர் புகல்லிஎன்று உலகில்
தன்னொடு நேர்பிறஇல் பதி ஞானசம் பந்தன்அஃ
துசெந் தமிழ்த் தடம் கடல் தருமபுரம் பதியைப்
பின்நெடு வார்சடையில் பிறை யும்(ம்)அர வும்(ம்)உடை
யவன் பிணை துணை கழல் கள்பேணுதல் உரியார்
இன்நெடு நல்உலகுஎய் துவர் எய்திய போகமும்(ம்)
உறு வர்கள் இடர் பிணி துயர்அணைவ்(வ்) இலரே (11)

அருஞ்சொற்பொருள்:

விழவம் - விழா. மலீ - மலிந்துள்ள. பொரூம் புனல் - மோதுகின்ற நீர். திரூஉ - திரு. புகல்லி - புகலி. நேர் பிற இல் - ஒப்பாக வேறு இல்லாத. கழல்கள் - திருவடிகள். போகம் - நுகர்வு. பிணி - நோய். துயர் - துன்பம்.

பொழிப்புரை:

பொன்னும் நல்ல மணிவகைகளும் கொண்டு கட்டப்பட்ட மாளிகைகள் நிறைந்திருப்பதும், திருவிழாக்கள் இடைவிடாது நடப்பதும், அலை வந்து மோதுவதும், திருமகள் தங்கி இருப்பதும், தனக்கு ஒப்பாக வேறு தலம் இல்லை என்னும்படி விளங்குவதும், ஆகிய புகலி(சீர்காழி)யைச் சேர்ந்த ஞானசம்பந்தன்; இடமகன்ற கடலின் கரையில் உள்ள தருமபுரம் தலத்தைப் பாடிய செந்தமிழ்ப் பாடல்கள் கொண்டு பாடி வழிபடுவதும், நீண்ட சடையில் பிறைச் சந்திரனும் பாம்பும் அணிந்துள்ள சிவபெருமானின் இணையான திருவடிகளைப் போற்றுவதும் செய்பவர், நெடிய வான உலகம் சென்று சேர்வர்; அங்குள்ள இன்ப நுகர்வுகளையும் அனுபவிப்பர்; அவர்களுக்கு உடல்நோயும் மனத்துயரமும் வந்து பொருந்தாது (இன்பமுற்று இருப்பர் என்பது கருத்து).

திருச்சிற்றம்பலம்

172

திருநள்ளாறு

பதிக வரலாறு:

தருமபுரத்தில் சிலநாள் தங்கி வழிபட்ட பாலறாவாயர், பிற தலங்களையும் வழிபடும் விருப்பமுடன் புறப்பட்டு வழியில் சில தலங்களைக் கும்பிட்டு, திருநள்ளாறு வந்து சேர்ந்து "போகமார்த்த" என்னும் இப்பதிகம் பாடி வழிபடுகின்றார். பின்னாளில் மதுரையில் அனல் வாதத்தின்போது தீயிலிட்ட பதிகம் இது. அப்பொழுது அந்த ஓலைகள் பசுமை மாறாதிருந்தது. ஆதலின் பச்சைப் பதிகம் என்னும் சிறப்பு பெற்றது.

தல வரலாறு:

பேரளம் - காரைக்கால் இரயில் பாதையில் இத்தலம் உள்ளது. காரைக்கால், நாகப்பட்டினம், மயிலாடுதுறை, திருவாரூர் ஆகிய ஊர்களிலிருந்து நகரப்பேருந்துகளில் செல்லலாம்.

நளன் பூசித்த காரணத்தால் இது நள்ளாறு ஆயிற்று. மேலும் திருமால், பிரமன், திக்குப்பாலகர், வசுக்கள், அகத்தியர், அர்ச்சுனன், போசன் முதலியோரும் இத்தலத்தை வழிபட்டுள்ளனர். ஏழு விடங்கத் தலங்களுள் இதுவும் ஒன்று. சனிபகவான் சந்நிதி மிகவும் பிரசித்தி பெற்றது. சனிப்பெயர்ச்சி நாளில் பல ஆயிரக்கணக்கில் மக்கள் இத்தலத்துக்கு வந்து நளதீர்த்தத்தில் நீராடி, சனிபகவானை வழிபடுவர்.

சுவாமி	:	தர்ப்பாரண்யேசுவரர்
அம்மை	:	போகமார்த்த பூண்முலையாள்
தல மரம்	:	தருப்பை
தீர்த்தம்	:	நளதீர்த்தம், சிவகங்கை தீர்த்தம்

பண்: பழந்தக்கராகம்

1859. போகம்ஆர்த்த பூண்முலையாள்
தன்னோடும் பொன்அகலம்
பாகம்ஆர்த்த பைங்கண்வெள்
ஏற்றுஅண்ணல் பரமேட்டி
ஆகம்ஆர்த்த தோல்உடையன்
கோவண ஆடையின்மேல்
நாகம்ஆர்த்த நம்பெருமான்
மேயது நள்ளாறே (1)

அருஞ்சொற்பொருள்:

போகம் - இன்பநுகர்வு. அகலம் - மார்பு. வெள்ஏறு - வெள்ளை நிற இடபம். பரமேட்டி - மேலானவன். ஆகம் - திருமேனி. நாகம் - பாம்பு.

பொழிப்புரை:

இன்பம் நுகரும் இடமாய் விளங்குவதும், அணிகலன்களால் அழகு செய்யப்பட்டதும், ஆகிய முலைகளை உடைய உமாதேவியோடு பொருந்தி, அவளைத் தன் மார்பில் பாதியாக ஏற்றுக்கொண்ட பெருமான்; பசிய கண்ணும் வெள்ளை நிறமும் உடைய காளையை ஊர்தியாகக் கொண்ட தலைவன்; எல்லாவற்றுக்கும் மேலாய் விளங்குபவன்; உடம்பின் மீது யானை, புலி, மான் முதலியவற்றின் தோலை உடையாக உடுத்தி இருப்பவன்; கோவண ஆடையின்மீது பாம்பைக் கச்சாகக் கட்டி இருக்கும் நமது பெருமான்; அவன் எழுந்தருளி இருப்பது நள்ளாறு என்னும் தலத்திலே ஆகும்.

1860. தோடுஉடைய காதுஉடையன்
தோல்உடை யன்தொலையாப்
பீடுஉடைய போர்விடையன்
பெண்ணும்ஓர் பால்உடையன்
ஏடுஉடைய மேல்உலகோடு
ஏழ்கடலும் சூழ்ந்த
நாடுஉடைய நம்பெருமான்
மேயது நள்ளாறே (2)

அருஞ்சொற்பொருள்:

தோடு - வலக்காதுக்கு உரியது (உமாதேவி பாகம்). தொலையா - சென்றடையாத. பீடு - பெருமை. ஓர்பால் - ஒருபக்கம். ஏடுடைய - ஒன்றன்மேல் ஒன்றாக அடுக்கிய.

பொழிப்புரை:

தோடு அணிந்த காது உடையவன், புலித்தோல் உடை உடையவன், குறைவில்லாத பெருமை உடைய போர்செய்யும் இடப ஊர்தி உடையவன், உமாதேவியை உடம்பில் பாகமாகக் கொண்டவன், ஒன்றன்மீது ஒன்று அடுக்கி வைக்கப்பட்டது போன்றதும் ஏழு கடல்களால் சூழப்பட்டதும் ஆகிய மேல்உள்ள ஏழுஉலகங்களை ஆளுகின்ற பெருமான், அவன் எழுந்தருளி இருக்கும் தலம் திருநள்ளாறே ஆகும்.

1861. **ஆன்முறையால் ஆற்றவெண்ணீறு**
ஆடிஅணி இழையோர்
பான்முறையால் வைத்தபாதம்
பத்தர்பணிந்து ஏத்த
மான்மறியும் வெண்மழுவும்
சூலமும் பற்றியகை
நான்மறையான் நம்பெருமான்
மேயது நள்ளாறே (3)

அருஞ்சொற்பொருள்:

ஆன் - பசு. முறையால் - முறைப்படி. அணிஇழை - அழகிய ஆபரணம். மான்மறி - மான்கன்று.

பொழிப்புரை:

பசுவிடமிருந்து முறையாக எடுக்கப்பட்ட சாணம் கொண்டு உருவாக்கப்பட்ட வெண் திருநீற்றைப் பூசி இருப்பவன், அழகிய அணிகலன்கள் அணிந்துள்ள உமாதேவியை உடம்பின் ஒருபாகத்தில் வைத்திருப்பவன், திருவடியை அன்பர்கள் பணிந்து ஏத்த விளங்குபவன், மான்கன்றும், வெண்மழுப்படையும், சூலமும், ஏந்திய கை உடையவன், நான்கு மறைகளை உலகுக்குச் சொன்னவன், நமது பெருமான், அவன் எழுந்தருளி இருப்பது திருநள்ளாறு என்னும் தலத்திலே ஆகும்.

1862. புல்கவல்ல வார்சடைமேல்
பூம்புனல் பெய்துஅயலே
மல்கவல்ல கொன்றைமாலை
மதியோடு உடன்சூடிப்
பல்கவல்ல தொண்டர்தம்பொற்
பாதநி ழல்சேர
நல்கவல்ல நம்பெருமான்
மேயது நள்ளாறே (4)

அருஞ்சொற்பொருள்:

புல்க - தழுவ. மல்க - நிறைய. பல்க - இறுக. நல்க - தர.

பொழிப்புரை:

பொருந்திய நீண்ட சடைமீது கங்கையைத் தங்கவைத்து, அதன் அருகில் நிறைந்து காணப்படும் கொன்றை மலர்மாலையும் பிறைச் சந்திரனும் ஆகிய இவற்றை உடன்சூடி, இறுகப் பற்றிக் கொள்ளும் தன்மை உடைய தொண்டர்களுக்குத் தமது பொன் போன்ற அழகிய திருவடி நிழலைத் தந்து, அவரும் அந்நிழலில் வந்து தங்குமாறு பெருமை செய்யும் பெருமான் எழுந்தருளி இருப்பது, திருநள்ளாறு என்னும் தலத்திலே ஆகும்.

1863. ஏறுதாங்கி ஊர்திபேணி
ஏர்கொள் இளமதியம்
ஆறுதாங்கும் சென்னிமேல்ஓர்
ஆடுஅர வம்சூடி
நீறுதாங்கி நூல்கிடந்த
மார்பினில் நிரைகொன்றை
நாறுதாங்கு நம்பெருமான்
மேயது நள்ளாறே (5)

அருஞ்சொற்பொருள்:

ஏறு - காளை. ஏர் - அழகு. நூல் - பூணூல். நிரைகொன்றை - வரிசைபட அணிந்துள்ள கொன்றைமலர். நாறு - ம்ணம்.

பொழிப்புரை:

இடபக்கொடி உடையவனும், இடபத்தை ஊர்தியாகக் கொண்டு அதன்மீது ஏறிவருபவனும், கங்கை தங்கி உள்ள சடையில் படம்

எடுத்து ஆடுகின்ற பாம்பு ஒன்றைச் சூடிஇருப்பவனும், திருநீறு பூசிய திருமேனியில் பூணூல் கிடந்து புரளும் திருமார்பு உடையவனும், வரிசைபட விளங்கும் கொன்றை மலர்மாலை அணிந்து, அதன் மணம் பரவ இருந்தவனும், நமது பெருமானும், ஆகியவன் எழுந்தருளி இருப்பது திருநள்ளாறு என்னும் தலத்திலே ஆகும்.

1864. திங்கள்உச்சி மேல்விளங்கும்
  தேவன் இமையோர்கள்
 எங்கள்உச்சி எம்இறைவன்
  என்றுஅடி யேஇறைஞ்சத்
 தங்கள்உச்சி யால்வணங்கும்
  தன்அடி யார்கட்குஎல்லாம்
 தங்கள்உச்சி நம்பெருமான்
  மேயது நள்ளாறே (6)

அருஞ்சொற்பொருள்:

இமையோர் - தேவர். நங்கள் - நம்முடைய.

பொழிப்புரை:

திங்களைத் தமது முடிமீது அணிந்திருக்கும் தேவன்; தேவர்கள் 'தங்கள் தலைமேல் வைத்துக் கொண்டாட வேண்டிய எங்களது இறைவன்' என்று உரிமை பாராட்டி, திருவடியில் விழுந்து வணங்க விளங்குபவன்; தங்களது தலைமேல் வைத்துப் போற்றும் தன்னுடைய அடியார்களுக்கு அவர்தம், உச்சிமேல் விளங்கும் நமது பெருமான்; அவன் எழுந்தருளி இருப்பது திருநள்ளாறு என்னும் தலத்திலே ஆகும்.

1865. வெஞ்சுடர்த்தீ அங்கைஏந்தி
  விண்கொள் முழவுஅதிர
 அஞ்சிடத்தோர் ஆடல்பாடல்
  பேணுவது அன்றியும்போய்ச்
 செஞ்சடைக்கோர் திங்கள்சூடித்
  திகழ்தரு கண்டத்துள்ளே
 நஞ்சடைத்த நம்பெருமான்
  மேயது நள்ளாறே (7)

அருஞ்சொற்பொருள்:

விண் கொள் முழவு - மேகம் போல் முழங்கும் முழவம். அஞ்சிடம் - அச்சம் தரும் சுடுகாடு.

பொழிப்புரை:

வெப்பம் மிகுந்த சுடர்விட்டு எரியும் நெருப்பினை உள்ளங்கையில் ஏந்தி இருப்பவன், மேகம் போல் முழங்கும் முழவம் அதிர, அச்சம் தரும் சுடுகாட்டில் நின்று பாடலும் ஆடலும் நிகழ்த்துபவன், இவற்றைச் செய்வதைத் தவிர, மேலும் சிவந்த தம் சடைமீது சந்திரனைச் சூடிஇருப்பவன், விளங்குகின்ற கண்டத்தின் உள்ளே விடத்தைத் தேக்கி வைத்திருப்பவன், அவன் எழுந்தருளி இருப்பது திருநள்ளாறு என்னும் தலத்திலே ஆகும்.

1866. **சிட்டம்ஆர்ந்த மும்மதிலும்**
சிலைவரைத் தீஅம்பினால்
சுட்டும்ஆட்டிச் சுண்ணவெண்நீறு
ஆடுவது அன்றியும்போய்ப்
பட்டம்ஆர்ந்த சென்னிமேல்ஓர்
பால்மதி யம்சூடி
நட்டம்ஆடும் நம்பெருமான்
மேயது நள்ளாறே (8)

அருஞ்சொற்பொருள்:

சிட்டம் - பெருமை. சிலை - வில். வரை - மலை. பட்டம் - நெற்றிப்பட்டம். பால்மதி - பால் போன்ற வெண்மதி. நட்டம் - நடனம்.

பொழிப்புரை:

பெருமை பொருந்திய மும்மதிலை, மேரு மலையை வில்லாக வளைத்து தீ அம்பு கொண்டு சுட்டுப் பொசுக்கியவன், பொடியாக வெண்ணீற்றை உடலில் பூசிஇருப்பவன், அதுஅன்றியும் நெற்றிப் பட்டம் அணிந்திருப்பவன், சடைமீது பால்போன்ற வெண்மை நிறம் உடைய பிறைச்சந்திரனைச் சூடி இருப்பவன், நடனம் ஆடுபவன், நமது பெருமான், அவன் எழுந்தருளி இருப்பது திருநள்ளாறு என்னும் தலத்திலே ஆகும்.

1867. **உண்ணல்ஆகா நஞ்சுகண்டத்து**
உண்டுஉடனே ஒடுக்கி
அண்ணல்ஆகா அண்ணல்நீழல்
ஆர்அழல் போல்உருவம்
எண்ணல்ஆகா உள்வினைஎன்று
எள்க வலித்துஇருவர்
நண்ணல்ஆகா நம்பெருமான்
மேயது நள்ளாறே (9)

அருஞ்சொற்பொருள்:

'உள்வினை எண்ணல்ஆகா என்று எள்க வலித்து இருவர் நண்ணல்ஆகா நம்பெருமான்' - என்று கூட்டி உரைக்க.

பொழிப்புரை:

ஏனையோர் உண்ணுவதற்கு ஆகாத விடத்தினை உண்டு, கண்டத்தில் தேக்கியவன், பற்றி எரியும் நெருப்புத் திருமேனி கொண்டு நெருங்க முடியாத தன்மையில் நின்றவன், முன்னமே பற்றி இருந்த வினையின் காரணத்தால், 'எண்ணி அறிய முடியவில்லையே' எனத் தங்களுக்கு தாங்களே இகழ்ந்து கொண்டு, திருமாலும் பிரமனும் நெருங்க முடியாத தன்மையில் விளங்கும் நமது பெருமான் எழுந்தருளி இருப்பது, திருநள்ளாறு என்னும் தலத்திலே ஆகும்.

1868. **மாசுமெய்யர் மண்டைத்தேரர்**
குண்டர்கு ணம்இலிகள்
பேசும்பேச்சை மெய்என்றுஎண்ணி
அந்நெறி செல்லன்மின்
மூசுவண்டுஆர் கொன்றைசூடி
மும்மதி ளும்உடனே
நாசம்செய்த நம்பெருமான்
மேயது நள்ளாறே (10)

அருஞ்சொற்பொருள்:

மாசு - அழுக்கு. மண்டை - உணவு உண்ணும் பாத்திரம் (பனைஓலை கொண்டு செய்யப்பட்டது). தேரர் - பௌத்தர். மூசு - மொய்க்கின்ற.

பொழிப்புரை:

குளிக்காமையால் உடல் அழுக்குடன் கூடிய சமணர், மண்டை என்னும் உணவு உண்ணும் கலனை ஏந்தித் திரியும் பௌத்தர், ஆகிய இவர் இருவரும் உடல் பருத்த குண்டர்கள்; நற்குணம் சிறிதும் இல்லாதவர்; அவர்கள் பேசும் பேச்சைக் கேட்க வேண்டா; அவர்காட்டும் நெறியை மெய்ந்நெறி என்று எண்ணி, அந்நெறியில் செல்ல வேண்டா; வண்டுகள் மொய்க்கும் கொன்றை மலர்மாலை சூடிஇருக்கும் நமது பெருமான், அசுரர் மூவரது முப்புரத்தை எரித்து அழித்தவன்; அவன் எழுந்தருளி இருப்பது திருநள்ளாறு என்னும் தலத்திலே ஆகும்.

1869. தண்புனலும் வெண்பிறையும்
 தாங்கிய தாழ்சடையன்
 நண்புநல்லார் மல்குகாழி
 ஞானசம் பந்தன்நல்ல
 பண்புநள்ளாறு ஏத்துபாடல்
 பத்தும் இவைவல்லார்
 உண்புநீங்கி வானவரோடு
 உலகில் உறைவாரே (11)

அருஞ்சொற்பொருள்:

நண்பு - நட்பு. மல்குதல் - பெருகுதல். உண்பு - அனுபவித்துக் கழிக்க வேண்டிய நுகர்வினை (பிராரத்த கன்மம்).

பொழிப்புரை:

நட்பு மிகுந்த நல்லவர்கள் நிறைந்து வாழும் சீர்காழி நகரத்து ஞானசம்பந்தன், குளிர்ந்த நீர்ப்பெருக்காய் விளங்கும் கங்கை, வெண்பிறைச் சந்திரன், ஆகியவற்றைச் சூடிய நீண்ட சடை உடைய பண்பு மிக்க திருநள்ளாற்று இறைவனைப் புகழ்ந்து பாடிய பாடல் பத்தினையும் பாடி வழிபட வல்லவர், நுகர்வினைகளை அனுபவித்துக் கழித்து, மறுமையில் தேவர்களோடு கூடி, வானஉலகில் வாழும் வாழ்வினைப் பெறுவர்.

திருச்சிற்றம்பலம்

173

திருநள்ளாறு

திருமுறை 2 - 169 திருஞான - 458

திருவிராகம்

பண்: இந்தளம்

1870. ஏடுமலி கொன்றைஅரவு இந்துஇள வன்னி
மாடுஅவல செஞ்சடைஎம் மைந்தன்இடம் என்பர்
கோடுமலி ஞாழல்குரவு ஏறுசுரை புன்னை
நாடுமலி வாசம்அது வீசியநள் ளாறே (1)

அருஞ்சொற்பொருள்:

ஏடு - இதழ். அரவு - பாம்பு. இந்து - பிறை. இளவன்னி - வன்னியின் இளம்தளிர். மாடு - பொன். அவல - (ஒவ்வாது என்று) அவலம் உறும். கோடு - கொம்பு (கிளை). ஞாழல் - புலிநகக் கொன்றை மரம். குரவு - குராமரம். வாசம் - மணம்.

பொழிப்புரை:

இதழ்கள் மிகுதியும் உடைய கொன்றைமலர், பாம்பு, பிறைச் சந்திரன், வன்னியின் இளம்தளிர், பொன்னைப் பழிக்கும் சிவந்த சடை, ஆகிய இவற்றுடன் கூடிய வலிமைஉடைய எமது இறைவன் எழுந்தருளும் இடம்என்று கூறுவர்; அது, கிளைகளுடன் கூடிய ஞாழல், குரா, சுரபுன்னை முதலிய மரங்களில் மலர்கள் மலர்ந்து மணம்வீசும் திருநள்ளாறே ஆகும்.

1871. விண்இயல் பிறைப்பிளவு அறைப்புனல் முடித்த
புண்ணியன் இருக்கும்இடம் என்பர்புவி தன்மேல்
பண்ணிய நடத்தொடுஇசை பாடும்அடி யார்கள்
நண்ணிய மனத்தின்வழி பாடுசெய்நள் ளாறே (2)

அருஞ்சொற்பொருள்:

பிறைப்பிளவு - துண்டப்பிறை. அறைப்புனல் - ஆரவாரம் செய்யும் நீர். நண்ணிய - விரும்பிய.

பொழிப்புரை:

ஆகாயத்தில் உலவும் பிறைத்துண்டையும் ஒலிக்கின்ற நீர்ப்பெருக்கு உடைய கங்கையையும் சடையில் முடித்து வைத்துள்ள புண்ணியப் பொருளாய் விளங்கும் எம்இறைவன் எழுந்தருளி இருக்கும் இடம் என்று சொல்லுவர்; அது, இந்நிலவுலகில் அடியார்கள் இசையோடு பாடியும், நடனம் ஆடியும், விருப்பம் மிகுந்த மனம் உடையவராய், வழிபாடு செய்யும் நள்ளாறு என்னும் தலமே ஆகும்.

1872. **விளங்குஇழை மடந்தைமலை மங்கைஒரு பாகத்து**
உளம்கொள இருத்திய ஒருத்தன்இடம் என்பர்
வளம்கெழுவு தீபமொடு தூபமலர் தூவி
நளன்கெழுவி நாளும்வழி பாடுசெய்நள் ளாறே (3)

அருஞ்சொற்பொருள்:

இழை - அணிகலன். உளம் - உள்ளம். வளம்கெழுவு - வளம் பொருந்திய.

பொழிப்புரை:

நல்ல அணிகலன்கள் அணிந்திருக்கும் மலைஅரசனது மகளாகிய பார்வதியை உடம்பில் ஒரு பாகத்தில் உள்ளன்போடு இருக்குமாறு செய்த ஒப்பற்ற எம்இறைவன் எழுந்தருளி இருக்கும் இடம் என்று சொல்லுவர்; அது, வளமான தூபம், தீபம், மலர் முதலியன கொண்டு நளன் என்னும் அரசன், நாளும் வழிபாடு செய்த திருநள்ளாறே ஆகும்.

1873. **கொக்குஅரவர் கூன்மதியர் கோபர்திரு மேனிச்**
செக்கர்அவர் சேரும்இடம் என்பர்தடம் மூழ்கிப்
புக்குஅரவர் விஞ்ஞையரும் விண்ணவரும் நண்ணி
நக்கர்அவர் நாமம்நினைவு எய்தியநள் ளாறே (4)

அருஞ்சொற்பொருள்:

கோபர் - இந்திரகோபப் பூச்சியின் செம்பட்டு போன்ற நிறம் உடையவர். செக்கர் - செவ்வானம். விஞ்ஞையர் - வித்தியாதரர். நக்கர் - திகம்பரர். நாமம் - திருப்பெயர்.

பொழிப்புரை:

கொக்கின் இறகு, பாம்பு, வளைந்த பிறை, ஆகியவற்றைச் சூடி, செவ்வானமும் இந்திரகோபமும் போல சிவந்த பட்டுப் போன்ற திருமேனி உடையவராய் விளங்கும் இறைவர், எழுந்தருளி இருக்கும் இடம் என்று சொல்லுவர்; அது, நளதீர்த்தத்தில் நீராடி, நாகலோகத்தவரும், வித்தியாதரர்களும், வானஉலகத்தவரும், நெருங்கி வழிபடும்; திகம்பரரும், திருஐந்தெழுத்துத் திருப்பெயருக்கு உரியவரும், ஆகிய இறைவரது திருநள்ளாறு என்னும் தலமே ஆகும்.

1874. **நெஞ்சம்இது கண்டுகொள் உனக்குஎன நினைந்தார்**
வஞ்சம்அது அறுத்துஅருளும் மற்றுஅவனை வானோர்
அஞ்சமுதுகு ஆகியவர் கைதொழ எழுந்த
நஞ்சுஅமுது செய்தவன் இருப்பிடம் நள்ளாறே (5)

அருஞ்சொற்பொருள்:

வஞ்சம் - வஞ்சனை (பொய்). முதுகுஆக்கியவர் - புறமுதுகு காட்டச் செய்தவர்.

பொழிப்புரை:

'மனமே! நீ இதனைக் கண்டுகொள்வாயாக!' என்று சிவநெறியைக் காட்டி, பொய்யை அறுத்து அருளியவனும்; தேவர்கள் அஞ்சி புறமுதுகு காட்டி (தோற்று) ஓடுமாறும், பின்னர் வந்து கைகூப்பி வணங்குமாறும் செய்தவனும்; திருப்பாற்கடலில் இருந்து விடம் வெளிப்படவும், பின்னர் அதனை அமுதம் போல் எடுத்து உண்டவனும்; ஆகிய பெருமான் எழுந்தருளி இருக்கும் இடம் திருநள்ளாறே ஆகும்.

1875. **பாலன்அடி பேணஅவன் ஆருயிர் குறைக்கும்**
காலன்உடல் மாளமுன் உதைத்தஅரன் ஊராம்
கோலமலர் நீர்க்குடம் எடுத்துமறை யாளர்
நாலின்வழி நின்றுதொழில் பேணியநள் ளாறே (6)

அருஞ்சொற்பொருள்:

பாலன் - மார்க்கண்டேய முனிவர். காலன் உடல் - இயமனது உடல். அரன் - பிறப்பை அறுக்கவல்ல சிவபெருமான். நாலின்வழி - நான்கு வேதங்களின் வழி. தொழில் - பூசனைத் தொழில்.

பொழிப்புரை:

இளம் பருவமுடைய மார்க்கண்டேய முனிவர் போற்றி வழிபாடு செய்து கொண்டிருந்தபோது, அவரது உயிரைப் பறிக்கும் பொருட்டு, இயமன் அங்கு வர, அவனது உடல் அழியுமாறு உதைத்த சிவபெருமான் எழுந்தருளி இருக்கும் ஊர்; அழகிய மலர்கள், திருமஞ்சனத்துக்கு ஆகிய நீர் நிரம்பிய குடம், ஆகிய இவற்றைச் சுமந்து வந்து, அந்தணர்கள் நான்கு வேதங்களில் சொல்லப்பட்ட முறையில் பூசனைத் தொழில் செய்யும் திருநள்ளாறே ஆகும்.

1876. **நீதியர் நெடுந்தகையர் நீள்மலையர் பாவை**
பாதியர் பராபரர் பரம்பரர் இருக்கை
வேதியர்கள் வேள்விஒழி யாதுமறை நாளும்
ஓதிஅரன் நாமமும் உணர்த்திடுநள் ள்ளாறே (7)

அருஞ்சொற்பொருள்:

நெடுந்தகையர் - பெருங்குணங்களுக்கு உறைவிடம் ஆனவர். பாவை - பாவை போன்ற அழகுடைய உமாதேவி. பராபரர் - மேலானவர்க்கும் மேலானவர். பரம்பரர் - முதல் தந்தை எனலாம். இருக்கை - இருக்கும் இடம்.

பொழிப்புரை:

நீதிவடிவாய் விளங்குபவர், பெருங்குணங்களுக்கு உறைவிடமானவர், நீண்ட கயிலை மலைக்கு உரிமை உடையவர், உமாதேவி என்னும் பாவை போன்ற அழகுடைய பெண்ணை உடம்பின் பாதியாகக் கொண்டவர், மேலானவர்க்கும் மேலானவர், உயிர்களுக்கு முதல் உடம்பு கூட்டிவைத்த தந்தை, அவர் எழுந்தருளி இருக்கும் இடம், வேதம் ஓதுவதும், வேள்வி வேட்பதும், ஆகியவற்றை இடைவிடாது செய்து, இறைவனது திருப்பெயரை மறவாது இருக்க, வகைசெய்யும் திருநள்ளாறு என்னும் தலமே ஆகும்.

1877. **கடுத்துவல் அரக்கன்முன் நெருக்கிவரை தன்னை**
எடுத்தவன் முடித்தலைகள் பத்தும்மிகு தோளும்
அடர்த்தவர் தமக்குஇடம் அதுஎன்பர்அளி பாட
நடத்தகல வைத்திரள்கள் வைகியநள் ளாறே (8)

அருஞ்சொற்பொருள்:

கடுத்து - சினந்து. வல்அரக்கன் - முரட்டுக்குணம் உடைய அரக்கன். வரை - மலை. நடத்த - நடைமுறையில் உள்ள. கலவைத் திரள் - நறுமணக் கலப்பு உடைய பொருள்கள். வைகிய - பொருந்திய.

பொழிப்புரை:

வலிய அரக்கனாகிய இராவணன் மலை குறுக்கிடுவது கண்டு, சினம் கொண்டு, அம்மலையைப் பெயர்க்க, அவனது முடிபுனைந்த தலைகள் பத்தும், வலிமைஉடைய தோள்கள் இருபதும், நசுங்குமாறு அம்மலை கொண்டு நெரித்தவர் எழுந்தருளி இருக்கும் இடம் என்று சொல்லுவர்; அது, வண்டுகள் இசைபாட, மணப்பொருள் பலவும் நடைமுறையில் இருக்கும் நள்ளாறு என்னும் தலமே ஆகும்.

1878. உயர்ந்தவன் உருக்கொடு திரிந்துஉலகம் எல்லாம்
பயந்தவன் நினைப்புஅரிய பண்பன்இடம் என்பர்
வியந்துஅமரர் மெச்சமலர் மல்குபொழில் எங்கும்
நயம்தரும் வேதஒலி ஆர்திருநள் ளாறே (9)

அருஞ்சொற்பொருள்:

உயர்ந்தவன் - திரிவிக்கிரமனாகிய திருமால். பயந்தவன் - பெற்றவன். 'அமரர் வியந்து மெச்ச' - எனக்கூட்டி உரைக்க. மெச்ச - போற்ற.

பொழிப்புரை:

திரிவிக்கிரமனாகி உயர்ந்து நின்ற உருவம் உடைய திருமாலும், உலகங்களைப் பெற்றெடுத்த பிரமனும், நினைத்தும் அறியமுடியாத எண்குணங்கள் உடைய சிவபெருமான் எழுந்தருளி இருக்கும் இடம் என்று சொல்லுவர்; அது, தேவர்கள் வியந்து போற்றுவதும், மலர் நிறைந்த சோலை சூழ்ந்ததும், எங்கும் நயமுடைய வேதத்தின் ஒலி முழக்கம் கேட்பதும், ஆகிய திருநள்ளாறு என்னும் தலமே ஆகும்.

1879. சிந்தைதிரு கல்சமணர் தேரர்தவம் என்னும்
பந்தனை அறுத்துஅருள நின்றபர மன்ஊர்
மந்தமுழ வம்தரு விழாஒலியும் வேதச்
சந்தம்விர விப்பொழில் முழங்கியநள் ளாறே (10)

அருஞ்சொற்பொருள்:

திருகல் - மாறுபாடு. தேரர் - பௌத்தர். பந்தனை - தளை. மந்தமுழவம் - மந்தமாக முழங்கும் முழவு. வேதச் சந்தம் - வேதத்தை ஓதும் சந்தஒலி.

பொழிப்புரை:

சிந்தை மாறுபட்ட சமணர்களும், பௌத்தர்களும், செய்யும் தவம் என்று சொல்லிக் கொள்ளும் தளையில் இருந்து விடுபட்டு, உய்ய உதவி செய்த மேலான இறைவன் (சிவபெருமான்) எழுந்தருளி இருக்கும் ஊர், மந்தமாக ஒலிக்கும் முழவின் ஒலியும், திருவிழாவின் இரைச்சலும், வேதம் ஓதும் ஒலியும் கலந்து கேட்கும் சோலை சூழ்ந்த திருநள்ளாறு என்னும் தலமே ஆகும்.

1880. **ஆடல்அரவு ஆர்சடையன் ஆயிழைத னோடும்**
நாடுமலிவு எய்திட இருந்தவன்நள் ளாற்றை
மாடமலி காழிவளர் பந்தனது செஞ்சொல்
பாடல்உடை யாரைஅடை யாபழிகள் நோயே (11)

அருஞ்சொற்பொருள்:

ஆடல்அரவு - படம் எடுத்து ஆடுகின்ற பாம்பு. ஆயிழை - ஆராய்ந்து தேர்ந்த அணிகலன் அணியும் உமாதேவி. மலிவு - நிறைவு. காழி - சீர்காழி. பந்தன் - ஞானசம்பந்தன்.

பொழிப்புரை:

படமெடுத்து ஆடுகின்ற பாம்பு தங்கும் சடை உடைய இறைவன், உமாதேவியோடும் உலகம் மகிழுமாறு எழுந்தருளி இருக்கும் திருநள்ளாறு என்னும் தலத்தை, மாளிகைகள் நிறைந்த சீர்காழி நகரத்து ஞானசம்பந்தன்; பாடிய செந்தமிழ்ப் பாடல் பத்தும் கொண்டு பாடி வழிபடும் வல்லமை உடையாரை; பழியும் நோயும் (துன்பமும்) அணுகாது.

திருச்சிற்றம்பலம்

174

திருச்சாத்தமங்கை

பதிக வரலாறு:

நள்ளாறு வழிபட்ட சண்பை வள்ளலார், தொண்டர்கள் உடன்வர பிறபதிகளையும் வணங்கும் விருப்பம் உடையவராய்த் திருச்சாத்தமங்கை வர, அதுகேட்ட நீலநக்கர், ஊரை அலங்கரித்து, எதிர்வழிபாடு செய்து, ஊரினுள் அழைத்துச் செல்ல, அங்கணர் எழுந்தருளும் திருக்கோயிலுக்குச் சென்று வணங்கி, இப்பதிகத்தை அருளுகின்றார்.

தல வரலாறு:

இது திருநள்ளாற்றுக்குத் தென்மேற்கில் 7.5கி.மீ தொலைவில் உள்ளது. திருநீலநக்க நாயனார் அவதரித்த தலம். பிரமனால் பூசிக்கப்பட்ட தலமாதலின் கோயிலின் பெயர் அயவந்தி ஆயிற்று. இப்பொழுது ஊரின் பெயர் மருவி சீயாத்தமங்கை என்று அழைக்கப்படுகிறது.

சுவாமி	:	அயவந்தி ஈசுவரர்
அம்மை	:	மலர்க்கண் அம்மை
தல மரம்	:	கொன்றை
தீர்த்தம்	:	பிரம தீர்த்தம்

திருமுறை 3 - 319 **திருஞான - 464**

பண்: பஞ்சமம்

1881. **திருமலர்க் கொன்றைமலை திளைக் கும்மதி**
சென்னிவைத்தீர்
இருமலர்க் கன்னிதன்னோ டு(உ)ட னாவதும்
ஏற்பதுஒன்றே

பெருமலர்ச் சோலைமேகம் உரிஞ் சும்பெரும்
    சாத்தமங்கை
அருமலர் ஆதிமூர்த்தீ அய வந்தி
    அமர்ந்தவனே   (1)

அருஞ்சொற்பொருள்:

இருமலர் - இரண்டு தாமரைமலர். (இங்கு தாமரை மலர்போன்ற இரண்டு கண்கள் என்னும் பொருளில் வந்தது). உரிஞ்சும் - உராயும். அரு - ஒப்பற்ற. மலர் - மலர்கின்ற (பரவுகின்ற). ஆதிமூர்த்தி - முதற்கடவுள். அயவந்தி - சாத்தமங்கையில் உள்ள கோயிலின் பெயர்.

பொழிப்புரை:

மலர் மிகுந்துள்ள சோலையை மேகம் உரசிச் செல்லும் சாத்தமங்கை என்னும் தலத்தில் உள்ள அயவந்தி என்னும் திருக்கோயிலில் எழுந்தருளி இருக்கும் ஒப்பற்றவனும், உலகம் முழுவதும் பரவிநிற்கும் ஆற்றல் உடையவனும், ஆக விளங்குபவளே! நீ, பிரணவ புட்பம் என்னும் சிறப்புடைய கொன்றை மலரால் ஆன மாலை விளங்கும் சடையில் சந்திரனையும் சூடியுள்ளாய்! தாமரை மலர்போன்ற இரண்டு கண்கள் உடைய கன்னியாகிய உமாதேவியோடு யோகியாய் உடன்இருப்பதும் ஏற்கக்கூடிய ஒன்றுதான்.

1882. பொடிதனைப் பூசுமார்பில் புரி நூல்ஒரு
    பால்பொருந்தக்
கொடிஅன சாயலாளோடு உடன் ஆவதும்
    கூடுவதே
கடிமணம் மல்கிநாளும் கம ழும்பொழில்
    சாத்தமங்கை
அடிகள்நக் கன்பரவ அய வந்தி
    அமர்ந்தவனே   (2)

அருஞ்சொற்பொருள்:

கொடி அன சாயல் - கொடி போன்ற மெல்லிய உடல்வாகு. (அன - அன்ன). நக்கன் - நீலநக்கன் என்னும் நாயனார்.

பொழிப்புரை:

நாள்தோறும் நறுமணம் பெருகும் சோலையால் சூழப்பட்ட சாத்தமங்கை என்னும் தலத்தில் அயவந்தித் திருக்கோயிலில் நீலநக்கன்

என்னும் பெயருடைய நாயனாரால் வணங்கப்படும்படி எழுந்தருளி இருப்பவனே! திருநீற்றுப் பொடியைப் பூசிஇருக்கும் திருமார்பில், பூணூல் ஒருபக்கம் பொருந்தி இருக்க, கொடி போன்ற சாயல் உடைய உமாதேவியோடு கூடி இருப்பதும் மிகவும் நன்மை உடைய செயலே!

1883. **நூல்நலம் தங்குமார்பில் நுகர் நீறுஅணிந்து**
ஏறுஅதுஏறி
மான்அன நோக்கிதன்னோ டு(உ)ட னாவது
மாண்பதுவே
தான்நலம் கொண்டுமேகம் தவ ழும்பொழில்
சாத்தமங்கை
ஆன்நலம் தோய்ந்தஎம்மான் அய வந்தி
அமர்ந்தவனே (3)

அருஞ்சொற்பொருள்:

நூல் - பூணூல். ஏறு - காளை. அன - (அன்ன) போல. நோக்கி - பார்வை உடையவள். ஆன்நலம் - பசுவிடமிருந்து கிடைக்கும் பொருள்களால் பெறும் நன்மை.

பொழிப்புரை:

மேகமானது, தான் நன்மை பெறும் பொருட்டு, வந்து தங்கும் உயரிய மரங்கள் அடர்ந்த சோலை சூழ்ந்த சாத்தமங்கை என்னும் தலத்தில், அயவந்தி என்னும் திருக்கோயிலில் எழுந்தருளி இருக்கும் எமது பெருமான், பசுவிடமிருந்து கிடைக்கும் ஆன்ஐந்து (பஞ்சகவ்வியம்) கொண்டு திருமஞ்சனம் ஆடுபவன். பூணூல் அணிந்துள்ள மார்பில், திருநீற்றையும் பூசிக்கொண்டு, இடபத்தில் ஏறி, மான்போன்ற மருண்ட பார்வை உடைய உமாதேவியோடு, உடன்உறைவது மாட்சிமை பொருந்திய செயலே ஆகும்.

1884. **மற்றவில் மால்வரையா மதில் எய்துவெண்**
நீறுபூசிப்
புற்றுஅரவு அல்குலாளோடு உடன் ஆவதும்
பொற்புஅதுவே
கற்றவர் சாத்தமங்கை நகர் கைதொழச்
செய்தபாவம்
அற்றவர் நாளும்ஏத்த அய வந்தி
அமர்ந்தவனே (4)

அருஞ்சொற்பொருள்:

மற்ற வில் - மற்றும் ஒரு வில். மால்வரை - பெரியமலை (மேரு). மதில் - மும்மதில். பொற்பு - அழகு. அற்றவர் - பற்றற்றவர்.

பொழிப்புரை:

சாத்தமங்கை என்னும் நகரில் அயவந்தி என்னும் திருக்கோயிலில் எழுந்தருளி, கற்றவர் கைகூப்பி வணங்க, உலகப்பற்றை விட்டவர், செய்த பாவத்தைப் போக்கிக் கொள்ள அமர்ந்திருப்பவனே! பெரிய மேருமலை என்னும் மற்றுமொரு பெரிய வில்லை வளைத்து, முப்புரத்தை அழித்து, வெண்திருநீற்றை உடல்முழுவதும் பூசி, புற்றில் தங்கும் பாம்பின் படம் போன்ற அல்குல் உடைய உமாதேவியோடு உடனாய் (யோகியாய்) இருப்பது அழகிய செயலை ஆகும்.

1885. **வெந்தவெண் நீறுபூசி விடை ஏறிய**
வேதகீதன்
பந்துஅண வும்விரலாள் உடன் ஆவதும்
பாங்குஅதுவே
சந்தம்ஆறு அங்கம்வேதம் தரித் தார்தொழும்
சாத்தமங்கை
அந்தமாய் ஆதியாகி அய வந்தி
அமர்ந்தவனே (5)

அருஞ்சொற்பொருள்:

வேதகீதன் - வேதத்தை இசையோடு பாடுபவன். பந்து அணவும் - பந்து பொருந்திய. பாங்கு - அழகு. தரித்தார் - ஓதியவர். அந்தம் - முடிவு. ஆதி - தொடக்கம்.

பொழிப்புரை:

நான்கு வேதங்களை அதன் ஆறு அங்கங்களுடன், ஓதும் அந்தணர்கள் வணங்கும், சாத்தமங்கையில் அயவந்தித் திருக்கோயிலில், எல்லாவற்றுக்கும் முடிவாகவும், தொடக்கமாகவும், எழுந்தருளி இருப்பவனே! நீ வெந்த சாணத்திலிருந்து கிடைக்கும் திருநீற்றை உடம்பில் பூசிக்கொண்டும், இடபத்தில் ஏறிக்கொண்டும், வேதத்தை இசையோடு பாடிக்கொண்டும், பந்து பொருந்திய விரல்உடைய உமாதேவியோடு கூடி இருப்பது, ஓர் அழகுடைய செயலே ஆகும்.

1886. வேதமாய் வேள்வியாகி விளங் கும்பொருள்
வீடுஅதுஆகிச்
சோதியாய் மங்கைபாகம் நிலை தான்சொல்லல்
ஆவதுஒன்றே
சாதியால் மிக்கசீரால் தகு வார்தொழும்
சாத்தமங்கை
ஆதியாய் நின்றபெம்மான் அய வந்தி
அமர்ந்தவனே (6)

அருஞ்சொற்பொருள்:

வீடு - வீடுபேறு (முத்தி). சாதி - உயர்ஒழுக்கம் உடையவர். தகுவார் - தகுதி உடையவர். ஆதி - முதல்வன்.

பொழிப்புரை:

உயர்ஒழுக்கச் சிறப்பு உடையவர் தொழுகின்ற சாத்தமங்கையில், அயவந்தித் திருக்கோயிலில், முதல்வனாக எழுந்தருளி இருப்பவனே! வேதமாகவும் வேள்வியாகவும் விளங்குகின்றவனும், வீடுபேறு என்ற ஒன்றை உயிர்களுக்கு அருளுபவனும், ஒளிமயமாய் விளங்கும் மெய்ப்பொருள் ஆனவனும், ஆகிய உன்னை, ஒருபெண்ணைப் பாகமாகக் கொண்டு விளங்குகிறான் என்று சொல்ல முடியுமோ? சொல்ல முடியாது. (உமா தேவியை உடன்கொண்டு, போகியாய் இராது, அவன் யோகியாய் இருக்கிறான்).

1887. இமயம்எல் லாம்இரிய மதில் எய்துவெண்
நீறுபூசி
உமையைஓர் பாகம்வைத்த நிலை தான்உன்னல்
ஆவதுஒன்றே
சமயம்ஆறு அங்கம்வேதம் தரித் தார்தொழும்
சாத்தமங்கை
அமையவேறு ஓங்குசீரான் அய வந்தி
அமர்ந்தவனே (7)

அருஞ்சொற்பொருள்:

இரிய - நிலை பெயர. மதில்எய்து - மும்மதிலை அம்பு எய்து. உன்னல் - நினைத்தல். வேறு ஓங்கு சீரான் - வேறு ஒன்றுக்கு இல்லாத உயர்ந்த சிறப்பு உடையவன்.

பொழிப்புரை:

நான்கு வேதங்களை அதன் ஆறுஅங்கம் பொருந்த ஓதும் சமயத்தவர், தொழுதுபோற்றும் சாத்தமங்கையில், அயவந்தித் திருக்கோயிலில், எழுந்தருளி இருக்கும், வேறு ஒரு பொருளை ஒப்புமை கூற முடியாத சிறப்பு உடையவனே! இமயம் முதலிய மலைகள் எல்லாம் நிலைபெயருமாறு, மும்மதிலை அம்பு எய்து அழித்துத் திருநீற்றை உடல்முழுதும் பூசி, உமாதேவியை ஒரு பாகமாக வைத்த தன்மை, நினைத்துப் பார்க்க வேண்டிய ஒன்றாகும்.

1888. **பண்உலாம் பாடல்வீணை பயில் வான்ஓர்**
பரமயோகி
விண்உலா மால்வரையான் மகள் பாகமும்
வேண்டினையே
தண்நிலா வெண்மதியம் தவ ழும்பொழில்
சாத்தமங்கை
அண்ணலாய் நின்றஎம்மான் அய வந்தி
அமர்ந்தவனே (8)

அருஞ்சொற்பொருள்:

பரமயோகி - மேலான யோகி. மால்வரை - பெரியமலை (இமயம்). அண்ணலாய் - தலைவனாய்.

பொழிப்புரை:

குளிர்ந்த ஒளியைப் பரவவிடும் வெண்மை நிறச் சந்திரன் தவழும் சோலையால் சூழப்பட்ட சாத்தமங்கை என்னும் தலத்தில், அவயவந்தி என்னும் திருக்கோயிலில், எழுந்தருளித் தலைவனாயும் பெருமானாயும் விளங்குபவனே! நீ, பண்ணொடு கூடிய பாடல்கள் பாடவும், வீணை வாசிக்கவும், தெரிந்த ஒரு மேலான யோகி; வானளாவிய இமயமலை அரசனது மகள் பார்வதியைப் பாகமாக வைத்திருப்பவன்.

1889. **பேரெழில் தோள்அரக்கன் வலி செற்றதும்**
பெண்ஓர்பாகம்
ஈரெழில் கோலமாகி உடன் ஆவதும்
ஏற்பதுஒன்றே

கார்எழில் வண்ணனோடு கன கம்(ம்)அனை
யானும்காணா
ஆர்அழல் வண்ணமங்கை அய வந்தி
அமர்ந்தவனே (9)

அருஞ்சொற்பொருள்:

வலி செற்றது - வலிமையை அழித்தது. ஈர்எழில் கோலம் - இரண்டு அழகுடைய தோற்றம் (ஆணும் பெண்ணுமாய்). கார் - மேகம். கனகம் - பொன். மங்கை - சாத்தமங்கை.

பொழிப்புரை:

மேகம் போன்ற கரிய நிறம் உடைய திருமாலும், பொன்போன்ற நிறம் உடைய பிரமனும், காணமுடியாதபடி பற்றிஎரியும் நெருப்பு உருவம் கொண்டு, சாத்தமங்கை என்னும் தலத்தில், அயவந்தி என்னும் திருக்கோயிலில் எழுந்தருளி இருப்பவனே! பெரிய அழகிய தோள்கள் உடைய அரக்கனாகிய இராவணன் வலிமையை அழித்ததும், உமாதேவியைப் பாகமாகக் கொண்டதும், ஆணும்பெண்ணுமாய், இரண்டு அழகிய தோற்றமுடன் (உமையொரு பாகனாய்) காட்டுவதும், ஏற்புடையதே.

1890. **கங்கைஒர் வார்சடைமேல் அடை யப்புடை**
யேகமமும்
மங்கையோடு ஒன்றிநின்றஅம் மதி தான்சொல்லல்
ஆவதுஒன்றே
சங்கைஇல் லாமறையோர் அவர் தாம்தொழு
சாத்தமங்கை
அங்கையில் சென்னிவைத்தாய் அய வந்தி
அமர்ந்தவனே (10)

அருஞ்சொற்பொருள்:

வார்சடை - நீண்டசடை. மதி - அறிவு. சங்கை - ஐயம் (சந்தேகம்). அங்கை - உள்ளங்கை. சென்னி - பிரமகபாலம்.

பொழிப்புரை:

ஐயம்இன்றி வேதம் கற்ற அந்தணர்கள் தொழுது வணங்கும், சாத்தமங்கை என்னும் தலத்தில், அயவந்தி என்னும் திருக்கோயிலில், எழுந்தருளி, உள்ளங்கையில் பிரமகபாலத்தை ஏந்தி இருப்பவனே! கங்கை

என்னும் பெண்ணை, நீண்ட சடை மேல்வைத்து, உடம்பின் ஒருபக்கத்தில் உமாதேவியாகிய பெண்ணை வைத்து, நின்ற தன்மையில் உள்ள அறிவுடைமை, பாராட்டுக்கு உரிய ஒன்றே ஆகும்.

1891. மறையினார் மல்குகாழித் தமிழ் ஞானசம்
        பந்தன்மன்னும்
    நிறையினார் நீலநக்கன் நெடு மாநகர்
        என்றுதொண்டர்
    அறையும்ஊர் சாத்தமங்கை அய வந்திமேல்
        ஆய்ந்தபத்தும்
    முறைமையால் ஏத்தவல்லார் இமை யோரிலும்
        முந்துவரே   (11)

அருஞ்சொற்பொருள்:

நிறை - மனத்தைத் தன் போக்கில் செல்லஒட்டாது நிறுத்துவது.
முந்துவர் - மேம்பட்டவராவர்.

பொழிப்புரை:

நான்கு மறைகளில் வல்லவர்கள் நிறைந்து வாழும் சீர்காழி நகர் தமிழ்ஞானசம்பந்தன், மனதை ஒருநிலையில் பிடித்து நிறுத்தும் வலிமை உடைய நீலநக்கன் அவதரித்த நெடிய மாநகரம் என்று தொண்டர் போற்றும், சாத்தமங்கை என்னும் தலத்தில் உள்ள அயவந்தித் திருக்கோயில் மீது, ஆராய்ந்து பாடிய பாடல் பத்தினையும், முறையாகப் பாடிப் போற்ற வல்லவர், தேவர்களைவிட மேலான நிலையை அடைவர்.

திருச்சிற்றம்பலம்

வீ.சிவஞானம்

175

திருநாகைக்காரோணம்

பதிக வரலாறு:

சாத்தமங்கையில் திருநீலநக்க நாயனாரது திருமனையில் தங்கி, திருவமுது செய்து, பாணருடன் தாமும் இரவு அவர் மனையில் துயின்று, மறுநாள் பிறபதிகளையும் வணங்கும் ஆர்வமுடன் புறப்பட்டு, நாகை நகர் வந்து, காரோணம் திருக்கோயிலுக்குச் சென்று வழிபட்டு இப்பதிகத்தைப் பாடினர்.

தல வரலாறு:

நாகப்பட்டினம் இரயில்நிலையத்துக்கு வடமேற்கில் 2கி.மீ. தொலைவில் உள்ளது. நாகராசனாகிய ஆதிசேடன் பூசித்தமையால் நாகை என்னும் பெயரும், புண்டரீக முனிவரை காயத்தோடு ஆரோகணம் செய்து (உடம்போடு தழுவிக்) கொண்டமைய்யால் காயாரோகணம் என்னும் பெயரும், பெற்று, அது மருவி காரோணம் என்றாயிற்று.

அதிபத்த நாயனார் அவதரித்த தலம். சுந்தரமூர்த்தி நாயனார் 4000 பொன், விலை உயர்ந்த பட்டாடை, முத்துமாலை, குதிரை முதலியன கேட்டுப் பெற்ற தலம். இத்தலத்தில் அம்மை மிகுந்த சிறப்புடையவர். 'காஞ்சி காமாட்சி, மதுரை மீனாட்சி, காசி விசாலாட்சி, நாகை நீலாயதாட்சி' என்று ஒரு பழமொழி வழங்குகின்றது.

மகாவித்துவான் மீனாட்சி சுந்தரம் பிள்ளையவர்கள் எழுதிய தலபுராணம் இருக்கின்றது. சக்தி பீடங்கள் 64-ல் ஒன்று. ஏழு விடங்கத் தலங்களுள் இதுவும் ஒன்று.

சுவாமி : காயாரோகணேசுவரர்

அம்மை : நீலாயதாட்சி (கருந்தடங்கண்ணி)

தல மரம் : மா மரம்

தீர்த்தம் : தேவ தீர்த்தம், புண்டரீக தீர்த்தம்

பண்: குறிஞ்சி

1892. **புனையும் விரிகொன்றைக் கடவுள் புனல்பாய**
நனையும் சடைமேல்ஓர் நகுவெண் தலைசூடி
வினையில் அடியார்கள் விதியால் வழிபட்டுக்
கனையும் கடல்நாகைக் காரோ ணத்தானே (1)

அருஞ்சொற்பொருள்:

கடவுள்புனல் - தேவகங்கை. நகுவெண்தலை - சிரிப்பதுபோல் பல்வெளியில் தெரியும் தோற்றம் உடைய வெள்ளைநிற மண்டைஓடு. வினைஇல் - வினைகழிந்த. கனையும் கடல் - ஒலிக்கும் கடல்.

பொழிப்புரை:

வினைகழிந்த அடியார்கள் முறைப்படி வழிபடும் ஒலிக்கின்ற கடலின் கரையில் உள்ள நாகப்பட்டின நகரத்துக் காரோணம் திருக்கோயிலில் எழுந்தருளி இருக்கும் இறைவன், மலர்ந்த கொன்றை மலர்மாலை அணியும் இயல்புஉடையவன்; தேவகங்கையானது பாய்தலினால் நனையும் சடை உடையவன்; அந்தச் சடையில் சிரிப்பது போன்ற தோற்றம் உடைய வெள்ளைநிற மண்டை ஓட்டு மாலை அணிந்திருப்பவன்.

1893. **பெண்ஆண் எனநின்ற பெம்மான் பிறைச்சென்னி**
அண்ணா மலைநாடன் ஆரூர் உறைஅம்மான்
மண்ணார் முழவுஓவா மாடந் நெடுவீதிக்
கண்ணார் கடல்நாகைக் காரோ ணத்தானே (2)

அருஞ்சொற்பொருள்:

மண் - மார்ச்சனை. ஓவா - இடைவிடாத. கண் - இடம்.

பொழிப்புரை:

மார்ச்சனையுடன் கூடிய முழவம் இடைவிடாது ஒலிப்பதும், மாளிகைகள் உடைய மாடவீதிகள் இருப்பதும், இடம்அகன்றதும், கடலின் கரையில் உள்ளதும், ஆகிய நாகப்பட்டின நகரில் காரோணம் திருக்கோயிலில் எழுந்தருளி இருக்கும் இறைவன், பெண்ணும் ஆணுமாய் நின்ற பெருமான்; பிறை சூடிய சடை உடையவன்; திருவண்ணாமலையிலும் திருவாரூரிலும் உறைபவன்.

1894. பாரோர் தொழவிண்ணோர் பணிய(ம்) மதில்மூன்றும்
ஆரார் அழல்ஊட்டி அடியார்க்கு அருள்செய்தான்
தேரார் விழவுஓவாச் செல்வன் திரைசூழ்ந்த
காரார் கடல்நாகைக் காரோ ணத்தானே (3)

அருஞ்சொற்பொருள்:

ஆரார் - பகைவர். காரார் - கருமை நிறம் உடைய.

பொழிப்புரை:

நிலஉலகில் உள்ளவர் வணங்கவும், வானஉலகில் உள்ளவர் பணியவும், ஆகப் பகைவரது முப்புரத்தைத் தீயிட்டு அழித்தவன்; அடியார்களுக்கு அருளுபவன்; தேரோடும் திருவிழாக்கள் இடையறாது நிகழ, அதனை ஏற்கும் செல்வன்; அவன் அலையால் சூழப்பட்ட கரிய நிறம் உடைய கடலின் கரையில் உள்ள நாகப்பட்டின நகரில் காரோணம் திருக்கோயிலில் எழுந்தருளி இருப்பவன்.

1895. மொழிசூழ் மறைபாடி முதிரும் சடைதன்மேல்
அழிசூழ் புனல்ஏற்ற அண்ணல்(ல்) அணியாய்
பழிசூழ்வு இலராய பத்தர் பணிந்துஏத்தக்
கழிசூழ்க் கடல்நாகைக் காரோ ணத்தானே (4)

அருஞ்சொற்பொருள்:

மொழி - மந்திரமொழி. அழிசூழ் - அழிவைத் தரும். பழிசூழ்வு - பழிசூழ்தல். கழி - உங்பங்கழி.

பொழிப்புரை:

பழியால் சூழப்படாத பத்தர்கள் பணிந்து போற்றும் உப்பங் கழிகளுடன் கூடிய கடலின் கரையில் உள்ள நாகப்பட்டினம் நகரத்துக் காரோணம் திருக்கோயிலில் எழுந்தருளி இருக்கும் இறைவர், மந்திர மொழிகளால் விளங்கும் வேதத்தைப் பாடுபவர்; முதிர்ந்த தன்சடைமீது அழிவைத் தரும் ஆகாய கங்கையை ஏற்றவர்; அவர் தலைவர்.

1896. ஆணும் பெண்ணுமாய் அடியார்க்கு அருள்நல்கிச்
சேண்நின் றவர்க்குஇன்னம் சிந்தை செயவல்லான்
பேணி வழிபாடு பிரியாது எழுந்தொண்டர்
காணும் கடல்நாகைக் காரோ ணத்தானே (5)

அருஞ்சொற்பொருள்:

சேண் - ஆகாயம். பேணி - போற்றி.

பொழிப்புரை:

ஆணும் பெண்ணுமாய் ஓர்உருவில் நின்றவன்; அடியார்களுக்கு அருள்செய்பவன்; ஆகாயத்தில் உள்ள தேவர்களுக்கும் அருளும் எண்ணம் உள்ளவன்; பிரியாது உடன்இருந்து, போற்றி வழிபட்டு வரும் தொண்டர்களுக்குக் காட்சி நல்குவன்; அவன் கடலின் கரையில் உள்ள நாகப்பட்டின நகரில் காரோணம் திருக்கோயிலில் எழுந்தருளி இருக்கிறான்.

1897. ஏனத்து எயிறோடும்(ம்) அரவம் மெய்பூண்டு
வானத்து இளம்திங்கள் வளரும் சடைஅண்ணல்
ஞானத்து உரைவல்லார் நாளும் பணிந்துஏத்தக்
கானல் கடல்நாகைக் காரோ ணத்தானே (6)

அருஞ்சொற்பொருள்:

ஏனத்து எயிறு - பன்றியின் கொம்பு. ஞானத்து உரை - சிவஞானம் குறித்துப் பேசும் பேச்சு.

பொழிப்புரை:

(வராக அவதாரத் திருமாலின்) பன்றிக் கொம்பும் பாம்பும் உடம்பில் அணிந்து, வானில் உலவும் சந்திரனைச் சடையில் அணிந்து, விளங்கும் தலைவன்; சிவஞானம் குறித்துப் பேசும் வல்லமை உடையவர், நாளும் போற்றி வணங்க நின்றவன்; அவன் கடற்கரைச் சோலைகள் உடைய நாகப்பட்டின நகரத்துக் காரோணம் திருக்கோயிலில் எழுந்தருளி இருப்பவனே ஆவன்.

1898. அரைஆர் அழல்நாகம் அக்கோடு அசைத்திட்டு
விரைஆர் வரைமார்பின் வெண்நீறு அணிஅண்ணல்
வரைஆர் வனபோல வளரும் வங்கங்கள்
கரைஆர் கடல்நாகைக் காரோ ணத்தானே (7)

அருஞ்சொற்பொருள்:

அழல் நாகம் - கோபத்தால் வெப்பத்தைக் கக்கும் பாம்பு. அக்கு - சங்குமணி. அசைத்தல் - கட்டுதல். விரை - மணம். வரை - மலை. வங்கம் - கப்பல்.

பொழிப்புரை:

மலைபோல் உயர்ந்து நிற்கும் கப்பல்கள் காணப்படும் கடலின் கரையில் உள்ள நாகப்பட்டினம் நகரில் காரோணம் திருக்கோயிலில் எழுந்தருளி இருக்கும் இறைவர், இடையில் கோபம் உடைய பாம்பும் சங்குமணியும் கட்டி இருப்பவர்; மணமுள்ள மலை போன்ற மார்பில் வெண்திருநீறு பூசிஇருக்கும் தலைவர்.

1899. உலங்கொள் புகழ்பேணி வரையால் உயர்திண்தோள்
    இலங்கைக்கு இறைவாட அடர்த்துஅங்கு அருள்செய்தான்
    பலங்கொள் புகழ்மண்ணில் பத்தர் பணிந்துஏத்தக்
    கலங்கொள் கடல்நாகைக் காரோ ணத்தானே   (8)

அருஞ்சொற்பொருள்:

வலம் - வெற்றி. வரை - மலை. வாட அடர்த்து - வாடுமாறு நசுக்கி. பலம் - பயன். கலம் - கப்பல்.

பொழிப்புரை:

வாழ்வின் பயனாக விளங்கும் புகழை அடையத்தக்க அடியார்கள் இந்நிலவுலகில் பணிந்து போற்றுமாறு, கப்பல்கள் நிறைந்துள்ள கடலின் கரையில் நாகப்பட்டினம் நகரில் காரோணம் திருக்கோயிலில் எழுந்தருளி இருக்கும் இறைவர்; வெற்றியால் உண்டான புகழ் உடையவனும், மலை போல உயர்ந்த வலிமையான தோள்கள் உடையவனும், இலங்கை நாட்டுக்கு அரசனாக இருப்பவனும், ஆகிய இராவணன் வருந்துமாறு, மலையின்கீழ் இட்டு நசுக்கிப் பின் அருள்செய்தவர்.

1900. திருமால் அடிவீழத் திசைநான் முகன்ஏத்தப்
    பெருமான் எனநின்ற பெம்மான் பிறைச்சென்னிச்
    செருமால் விடைஊரும் செல்வன் திரைசூழ்ந்த
    கருமால் கடல்நாகைக் காரோ ணத்தானே   (9)

அருஞ்சொற்பொருள்:

செரு - போர். மால்விடை - திருமால் ஆகிய இடபம். கருமால்கடல் - கரிய பெரிய கடல்.

பொழிப்புரை:

திருமால் திருவடியில் வீழ்ந்து வணங்கவும், திசைக்கு ஒரு முகமாக நான்குமுகம் உடைய நான்முகன் போற்றவும், ஆக விளங்கிய பெருமான்; பிறைச் சந்திரனைச் சடையில் சூடி இருப்பவன்; போர் செய்யும் தன்மை

உடையதும், திருமாலும், ஆகிய இடபத்தை ஊர்ந்து வரும் செல்வன்; அவன் அலைகளால் சூழப்பட்ட கரிய பெரிய கடலின் கரையில் உள்ள நாகப்பட்டின நகரில் காரோணம் திருக்கோயிலில் எழுந்தருளி இருப்பவனே ஆவன்.

1901. **நல்லார் அறம்சொல்லப் பொல்லார் புறம்கூற**
அல்லார் அலர்தூற்ற அடியார்க்கு அருள்செய்வான்
பல்லார் தலைமாலை அணிவான் பணிந்துஏத்தக்
கல்லார் கடல்நாகைக் காரோ ணத்தானே (10)

அருஞ்சொற்பொருள்:

அல்லார் - தீயவர். அலர் - பழி. பல்லார் - (பல் + ஆர்) பல்லொடு கூடிய. தலை - மண்டை ஓடு. கல் - கல் என்னும் ஒலி.

பொழிப்புரை:

பொல்லாதவர்களாகிய சமணர்கள் அறத்துக்குப் புறம்பானவற்றை எடுத்துக் கூறவும், தீயவர்களாகிய பௌத்தர்கள் பழிதூற்றவும், அதனைப் புறக்கணிப்பவன்; நல்லவர்கள் அறத்தை எடுத்துக் கூற, அடியார்களுக்கு அருள்செய்பவன்; பல்லொடு கூடிய மண்டை ஓடுகளை மாலையாகக் கோத்து அணிந்திருப்பவன்; அவன், 'கல்' என்னும் ஒலி உண்டாக்கும் கடலின் கரையில் உள்ள நாகப்பட்டின நகரில் காரோணம் திருக்கோயிலில் எழுந்தருளி இருப்பவன்.

1902. **கரைஆர் கடல்நாகைக் காரோணம் மேய**
நரைஆர் விடையானை நவிலும் சம்பந்தன்
உரையார் தமிழ்மாலை பாடும்(ம்) அவர்எல்லாம்
கரையா உருஆகி கலிவான் அடைவாரே
(11)

அருஞ்சொற்பொருள்:

ஆர் - பொருந்திய. நரை - வெண்மை. கரையா உரு - அழியாத உருவம் (உடையவராய்). கலிவான் - ஆரவாரம் மிகுந்த வானஉலகம்.

பொழிப்புரை:

கடலின் கரையில் உள்ள நாகப்பட்டினத்துக் காரோணம் திருக்கோயிலில் எழுந்தருளி இருக்கும் வெள்ளை நிற இடபம் உடைய இறைவனைப் பற்றிச் சம்பந்தன் எடுத்துச் சொன்ன கருத்துகளைத் தன்னகத்தே கொண்ட தமிழ்ப் பாமாலையில் உள்ள பாடல்களைப் பாடி வழிபடுபவர் அழியா உருவம் பெற்று, ஆரவாரம் மிக்க தேவர் உலகம் சென்று சேர்வர்.

திருச்சிற்றம்பலம்

176

திருநாகைக்காரோணம்

திருமுறை 2 - 252 திருஞான - 466

பண்: செவ்வழி

1903. **கூனல்திங்கள் குறுங்கண்ணி கான்றநெடு வெண்ணிலா**
ஏனல்பூத்தம் மராங்கோதை யோடும் விராவும்சடை
வானநாடன் அமரர்பெரு மாற்குஇடம் ஆவது
கானல்வேலி கழிசூழ் கடல்நாகைக் காரோணமே (1)

அருஞ்சொற்பொருள்:

கூனல் திங்கள் - வளைந்த பிறைச்சந்திரன். குறுங்கண்ணி - தலைக்கு அணியும் குட்டையான மாலை. கான்ற - ஒளி உமிழும். ஏனல் - தினை விளையும் மலைநிலம். மராங்கோதை - கடம்ப மலர். கானல் - கடற்கரைச் சோலை.

பொழிப்புரை:

வளைந்த ஒளிஉமிழும் பிறைச்சந்திரனும் தினை விளையும் மலை நிலத்தில் பூத்திருக்கும் கடம்பமலர் மாலையும், பொருந்திய சடாமுடி உடையவனும், வானநாட்டுக்குத் தலைவனும், அமரனும், ஆகிய பெருமான் எழுந்தருளி விளங்கும் இடமாக இருப்பது; கடற்கரைச் சோலையும், உப்பங்கழியும், சூழ்ந்த கடலின் கரையில் உள்ள, நாகப்பட்டின நகரத்துக் காரோணம் திருக்கோயிலே ஆகும்.

1904. **விலங்கல்ஒன்று சிலையாமதில் மூன்றுடன் வீட்டினான்**
இலங்குகண்டத்து எழில்ஆமை பூண்டாற்கு இடமாவது
மலங்கிஓங்கி வருவெண்திரை மல்கிய மால்கடல்
கலங்கல்ஓதம் கழிசூழ் கடல்நாகைக் காரோணமே (2)

அருஞ்சொற்பொருள்:

விலங்கல் - மலை (மேரு). சிலையா - வில்லாக. வீட்டினான் - அழித்தான். ஆமை - கூர்மாவதாரத் திருமாலின் ஆமைஓடு. மலங்கி - அலைந்து. திரை - அலை. மால்கடல் - பெருங்கடல்.

பொழிப்புரை:

மேரு என்னும் ஒருமலையை வில்லாக வளைத்து முப்புரத்தை அழித்தவன்; விளங்குகின்ற கழுத்தில் ஆமை ஓட்டை அணிந்திருப்பவன்; அவன் எழுந்தருளி இருக்கும் இடமாக விளங்குவது; அலைந்து உயர்ந்து வருகின்ற வெண்மைநிற அலை உடையதும், கலங்கிய நீர்ப்பெருக்கோடு கூடிய உப்பங்கழிகள் உடையதும், ஆகிய பெரிய கடலின் கரையில் உள்ள நாகப்பட்டின நகரில் இருக்கும் காரோணம் என்னும் திருக்கோயிலே ஆகும்.

1905. **வெறிகொள்ஆரும் கடல்கைதை நெய்தல் விரிபூம்பொழில்**
முறிகொள்ஞாழல் முடப்புன்னை முல்லை முகைவெண்மலர்
நறைகொள்கொன் றைநயந்து ஓங்குநாதற்கு இடமாவது
கறைகொள்ஓ தம்கழிசூழ் கடல்நாகைக் காரோணமே (3)

அருஞ்சொற்பொருள்:

வெறி - மணம். கைதை - தாழை. முறி - தளிர். முடப்புன்னை - வளைந்த புன்னைமரம். நறை - தேன். கறை - கறுப்பு. நெய்தல் - குவளை.

பொழிப்புரை:

மணம் பொருந்தியதும், கடற்கரைக்கு உரியதும், ஆகிய தாழை மரம்; குவளை மலர்ந்திருக்கும் நீர்நிலை உடைய சோலை; தளிர்விடும் ஞாழல் மரம்; வளைந்த புன்னைமரம், முல்லையின் வெண்மை நிறமலர்; தேன் பொருந்திய மலர் உடைய கொன்றை மரம்; ஆகியவை நிறைந்துள்ள கரியநிறக் கடலின் உப்பங்கழிகள் உடைய கரையில் உள்ள நாகப்பட்டின நகரத்துக் காரோணம் என்னும் திருக்கோயில், எம்முடைய தலைவனாகிய சிவபெருமான் எழுந்தருளும் இடமாகும்.

1906. **வண்டுபாட வளர்கொன்றை மாலைமதி யோடுஉடன்**
கொண்டகோலம் குளிர்கங்கை தங்கும்குருள் குஞ்சியுள்
உண்டுபோலும் எனவைத்து உகந்தஒரு வற்குஇடம்
கண்டல்வேலி கழிசூழ் கடல்நாகைக் காரோணமே (4)

அருஞ்சொற்பொருள்:

குருள் - முன்கொண்டை. குஞ்சி - ஆணின் தலைமயிர். கண்டல் - தாழை.

பொழிப்புரை:

வண்டுகள் அமர்ந்து இசைபாடும் கொன்றை மலர் மாலையும் சந்திரனும் கங்கையும் தங்கிய அழகிய தோற்றம் உடைய முன்பக்கக் கொண்டை உடையவர் எழுந்தருளி இருக்கும் இடம்; தாழைமரமும் உப்பங்கழியும் சூழ்ந்துள்ள கடலின் கரையில் உள்ள நாகப்பட்டின நகரத்துக் காரோணம் திருக்கோயில் ஆகும்.

1907. **வார்கொள்கோலம் முலைமங்கை நல்லார்மகிழ்ந்து ஏத்தவே**
நீர்கொள்கோலச் சடைநெடு வெண்திங்கள் நிகழ்வுஎய்தவே
கோர்கொள்சூலப் படைபுல்கு கையர்க்கு இடமாவது
கார்கொள்ஓ தம்கழிசூழ் கடல்நாகைக் காரோணமே (5)

அருஞ்சொற்பொருள்:

வார் - கச்சு. கோலம் - அழகு. புல்குகை - தழுவி இருக்கும் கை. கார் - கருமை. நிகழ்வு - விளக்கம்.

பொழிப்புரை:

கச்சு அணிந்த அழகிய முலை உடைய உமாதேவியோடு கூடி இருந்து, நல்லவர் புகழ்ந்து போற்ற, நீரால் நிரம்பிய அழகிய சடையில் நீண்ட வெள்ளை நிறத் திங்கள் விளங்க, போர் செய்யும் சூலப்படை ஏந்திய கை உடையவராய் இருக்கும் இறைவர் எழுந்தருளும் இடமாவது எது எனில்; அது, கருமை நிற அலையும் உப்பங்கழியும் சார்ந்த கடலின் கரையில் உள்ள நாகப்பட்டின நகரின் காரோணம் திருக்கோயிலே ஆகும்.

1908. **விடைஅதுஏறிவ் விடஅரவு அசைத்த விகிர்தர்அவர்**
படைகொள்பூதம் பலபாட ஆடும் பரமர்அவர்
உடைகொள்வேங் கைஉரிதோல் உடையார்க்கு இடமாவது
கடைகொள்செல் வம்கழிசூழ் கடல்நாகைக் காரோணமே (6)

அருஞ்சொற்பொருள்:

விடை - இடபம். அரவு - பாம்பு. அசைத்த - கட்டிய. விகிர்தர் - பல மாறுபாடுகள் உடையவர். பரமர் - மேலானவர். உரிதோல் - உரித்த தோல். கடை கொள் செல்வம் - கடைப்பட்ட தன்மைஉடைய மீன்கள் ஆகிய செல்வம்.

பொழிப்புரை:

ஓர் இடபத்தின்மீது ஏறிக்கொண்டு, விடம் உடைய பாம்பை இடையில் கச்சாக அணிந்துகொண்டு, பூதப்படைகள் பலவும் சூழ்ந்து நின்று பாட, அதற்கேற்ப ஆடுகின்றவரும், உடையாகப் புலியின் தோலை உடுத்தி இருப்பவரும், ஆகிய மேலானவரும், பலமாறுபாடுகள் உடையவரும், ஆகியவர் எழுந்தருளி இருக்கும் இடமாக விளங்குவது, கடைப்பட்ட மீன்களாகிய செல்வம் உடையதும், உப்பங்கழிகள் உடையதும், ஆகிய கடலால் சூழப்பட்ட நாகப்பட்டின நகரில் உள்ள காரோணம் திருக்கோயில் ஆகும்.

1909. **பொய்துவாழ்வார் மனம்பாழ் படுக்கும் மலர்ப்பூசனை**
செய்துவாழ்வார் சிவன்சேடிக் கேசெலும் சிந்தையார்
எய்தவாழ்வார் எழில்நக்கர் எம்மாற்கு இடமாவது
கைதல்வேலி கழிசூழ் கடல்நாகைக் காரோணமே (7)

அருஞ்சொற்பொருள்:

பொய்து வாழ்வார் - பொய்யான வாழ்க்கை உடையவர். செலும் - செல்லும். எழில்நக்கர் - அழகிய திகம்பரர். கைதல் - தாழை.

பொழிப்புரை:

உலகத்துப் பொய்யான வாழ்வை மெய் என்று நினைப்பவரது மனத்தை, அது பாழாக்கும். மலர் முதலியன கொண்டு சிவபூசை செய்து வாழ்வாரை, அது கொண்டுபோய் அப்பெருமானது திருவடிகளிலே சேர்க்கும். அப்படிப்பட்ட சிந்தை உடையவர்க்குக் கடவுளாக விளங்கும் அழகிய திகம்பரர்க்கு, அவர் எழுந்தருளும் இடமாக விளங்குவது; தாழை மரங்கள் வேலிபோல் சூழ்ந்துள்ளதும், உப்பங்கழிகள் உள்ளதும், ஆகிய கடலின் கரையில் உள்ள நாகப்பட்டினத்துக் காரோணம் திருக்கோயிலே ஆகும்.

1910. **பத்துஇரட்டி திரள்தோள் உடையான் முடிபத்துஇற**
அத்துஇரட்டி விரலால் அடர்த்தார்க்கு இடமாவது
மைத்திரட்டிவ் வருவெண்திரை மல்கிய மால்கடல்
கத்திரட்டும் கழிசூழ் கடல்நாகைக் காரோணமே (8)

அருஞ்சொற்பொருள்:

பத்து இரட்டி (10×2=20) - இருபது. இற - நெரிபட. அத்து - சிவபபு. இரட்டி - இரட்டிப்புச் சிவப்பு. மை - கருமை. மால்கடல் - பெரிய கடல். கத்து இரட்டும் - இரண்டு மடங்கு ஒலிஎழுப்பும்.

பொழிப்புரை:

இராவணனது இருபது திரண்ட தோள்களும் பத்து முடிகளும் இற்றுவிழுமாறு, வில்கொண்டு நெரித்த இரண்டுமடங்கு சிவப்பு நிறமுடையவன் எழுந்தருளி இருக்கும் இடம், கருமை நிறத்தைத் திரட்டிக் கொண்டு, அலையாக எழும்போது வெண்மை நிறம் காட்டுவதும் இரண்டு மடங்கு ஆரவாரம் செய்வதும் ஆகிய பெரிய கடலின் கரையில் உப்பங்கழிகள் சூழஇருக்கும் நாகப்பட்டின நகரில் உள்ள காரோணம் திருக்கோயிலே ஆகும்.

1911. **நல்லபோதில்(ல்) உறைவானும் மாலும் நடுக்கத்தினால்**
அல்லர்ஆவர் எனநின்ற பெம்மாற்கு இடமாவது
மல்லல்ஓங்கிவ் வருவெண்திரை மல்கிய மால்கடல்
கல்லல்ஓதம் கழிசூழ் கடல்நாகைக் காரோணமே (9)

அருஞ்சொற்பொருள்:

நல்லபோது - நல்ல தாமரை மலர். நடுக்கம் - அச்சத்தால் வருவது. அல்லர் - (சிவபரஞ்சுடர் ஆவார் என்றும்) அல்லர் என்றும். மல்லல் - செல்வம். கல்லல் - சகரர்கள் தோண்டிய (கடல்).

பொழிப்புரை:

நல்ல தாமரை மலர்மேல் உறையும் பிரமனும், திருமாலும் அஞ்சி நடுங்கி, 'இவர்அல்லர் அவர்' என்று சொல்லும்படி நெருப்புத் தம்பமாய் நின்ற பெருமான் எழுந்தருளும் இடமாக விளங்குவது; முத்து சங்கு முதலிய செல்வத்தை உயர எழும்பும் வெள்ளிய அலைகளால் கரை ஒதுக்கும் சகரர்களால் தோண்டப்பட்ட பெரிய கடலின் கரையில் உப்பங்கழிகள் சூழ இருக்கும் நாகப்பட்டின நகரத்துக் காரோணம் திருக்கோயிலே ஆகும்.

1912. **உயர்ந்தபோதின் உருவத்து உடைவிட்டு உழல்வார்களும்**
பெயர்த்தமண்டை இடுபிண்ட மாஉண்டு உழல்வார்களும்
நயந்துகாணா வகைநின்ற நாதர்க்கு இடமாவது
கயங்கொள்ஓதம் கழிசூழ்க் கடல்நாகைக் காரோணமே (10)

அருஞ்சொற்பொருள்:

போது - போத்து என்பது இடை குறைந்து நின்றது. போத்து - மரக்கன்று. மண்டை - உணவு உண்ணும் பாத்திரம். பிண்டமா - உணவுப் பிண்டமா. கயம் - ஆழம்.

பொழிப்புரை:

உயர்ந்த மரக்கன்று போன்ற உருவம்உடைய உடைஉடுத்தாது திரியும் சமணர்களும், மண்டையில் உண்ணும்உணவினைப் பிச்சை ஏற்றுத் திரியும் பௌத்தர்களும், விரும்பிக் காண முடியாவகை, ஒளிந்து நின்ற எமது தலைவர்க்கு எழுந்தருளும் இடமாக விளங்குவது; ஆழம் மிக உடைய அலைவீசும் கடலின் கரையில் உப்பங்கழிகள் சூழ இருக்கும் நாகப்பட்டின நகரில் உள்ள காரோணம் திருக்கோயிலே ஆகும்.

1913. மல்குதண்பூம் புனல்வாய்ந்து ஒழுகும்வயல் காழியான்
 நல்லகேள்வித் தமிழ்ஞான சம்பந்தன் நல்லார்கள்முன்
 வல்லவாறே புனைந்துஏத்தும் காரோணத்து வண்தமிழ்
 சொல்லுவார்க்கும் இவைகேட் பவர்க்கும் துயர்இல்லையே   (11)

அருஞ்சொற்பொருள்:

தண் - குளிர்ச்சி. பூம்புனல் - மென்நீர் (தூய நீர்). வண்தமிழ் - வளமான தமிழ்ப்பாடல். துயர் - மனத்துயரம்.

பொழிப்புரை:

குளிர்ச்சியும் மென்மையும் உடைய நீரானது மிகுதியும் உடைய வயல்வளத்தால் சிறந்து விளங்கும் சீர்காழியைச் சேர்ந்த நல்ல கேள்வி ஞானம் உடைய ஞானசம்பந்தன்; நல்லவர்கள் முன்னிலையில் வல்லமையுடன் புகழ்ந்து போற்றிக் காரோணம் மீது பாடப்பட்ட வளமான தமிழ்ப்பாடல்களைச் சொல்லுபவர்களும் கேட்பவர்களும் மனத்துயரம் நீங்கி நல்வாழ்வு வாழ்வர்.

திருச்சிற்றம்பலம்

177

திருச்சிக்கல்

பதிக வரலாறு:

நாகை வழிபட்ட தோணிபுரத் தோன்றலார், கீழ்வேளூர் செல்லும் வழியில், இத்தலத்து இறைவரை வழிபட்டுப் பாடிய பதிகம் இது.

தல வரலாறு:

நாகப்பட்டினத்துக்கு மேற்கில் 5கி.மீ தொலைவில் உள்ளது. வசிட்டர், காமதேனுவின் வெண்ணெய் கொண்டு சிவலிங்கம் செய்து வழிபட்டுப் பூசை முடித்துப்பின் அதை எடுக்க முயன்றபோது, எடுக்க முடியாமல் சிக்கிய காரணத்தால் சிக்கல் என்பது தலத்தின் பெயராயிற்று.

கோயில் கட்டுமலைமேல் உள்ளது. இங்குள்ள முருகனுக்குச் சிங்காரவேலர் என்பது பெயர். இத்தலத்தில் சூரசம்கார விழா சிறப்பாக நடைபெற்று வருகிறது.

சுவாமி : வெண்ணெய்ப் பிரான்

அம்மை : வேல்நெடுங்கண்ணி

தல மரம் : மல்லிகை

தீர்த்தம் : பாற்குளம்

திருமுறை 2 - 144 திருஞான - 467

பண்: இந்தளம்

1914. வான்உ லாவுமதி வந்துஉல வும்மதில் மாளிகை
தேன்உ லாவுமலர்ச் சோலைமல் கும்திகழ் சிக்கலுள்
வேனல் வேளைவிழித் திட்டவெண் ணெய்ப்பெரு மான்அடி
ஞான மாகநினை வார்வினை ஆயின நையுமே (1)

அருஞ்சொற்பொருள்:

வேள் - மன்மதன். வேனல் - சினம். ஞானம் - பதிஞானம். நையும் - தேய்ந்து ஒழியும்.

பொழிப்புரை:

வானில் உலவுகின்ற சந்திரன் வந்து தங்கும் உயரமான மதில்களுடன் கூடிய மாளிகைகள் இருப்பதும், தேன் நிரம்பிய மலர்களோடு கூடிய சோலைகள் இருப்பதும், ஆகிய சிக்கல் என்னும் தலத்தில், மன்மதன் மீது சினம் கொண்டு, அவனை நெற்றிக்கண் நெருப்பு கொண்டு, எரித்த வெண்ணெய்ப் பெருமான் எழுந்தருளி இருக்கிறான். அப்பெருமானது திருவடியைப் பதிஞானம் கொண்டு பார்ப்பவரது, வினைகள் ஆனவை தேயும்.

1915. **மடம்கொள் வாளைகுதி கொள்ளும் மணமலர்ப் பொய்கைசூழ்**
திடம்கொள் மாமறை யோர்அவர் மல்கிய சிக்கலுள்
விடம்கொள் கண்டத்துவெண் ணெய்ப்பெரு மான்அடி மேவிய
அடைந்து வாழும்(ம்)அடி யார்அவர் அல்லல் அறுப்பரே (2)

அருஞ்சொற்பொருள்:

மடம் - மடப்பம். குதி - குதித்தல். திடம்கொள் - சிவபெருமானே கடவுள் என நம்பும் வலிமை கொள்கின்ற. மல்கிய - நிறைந்த. மேவி - விரும்பி. அல்லல் - பிறவித்துன்பம்.

பொழிப்புரை:

மடப்பம் (அறியாமை) பொருந்திய வாளை மீன்கள் குதிப்பதும், மணமுள்ள மலர்கள் மலர்ந்திருப்பதும், ஆகிய நீர்நிலைகள் நிறைந்ததும்; ''சிவபெருமானே கடவுள்' என்று திடமாக நம்பும் அந்தணர்கள் நிரம்ப வாழ்வதும்; ஆகிய சிக்கல் என்னும் தலத்தில் எழுந்தருளி இருக்கும் விடம் தங்கிய கண்டம் உடைய வெண்ணெய்ப்பெருமானது திருவடியை அடைந்து வாழும் அடியார்கள், தங்களது பிறவித் துன்பத்திலிருந்து விடுபடுவர்.

1916. **நீலம் நெய்தல்நில விம்மல ரும்சுனை நீடிய**
சேலும் ஆலும்கழி னிவ்வளம் மல்கிய சிக்கலுள்
வேல்ஒண் கண்ணியி னாளைஒர் பாகன்வெண் ணெய்ப்பிரான்
பாலவண் ணன்கழல் ஏத்தநம் பாவம் பறையுமே (3)

அருஞ்சொற்பொருள்:

நீல நெய்தல் - நீலநிற நெய்தல் மலர். சேல் - ஒருவகை மீன். ஆலும் - துள்ளும். கழனி - வயல். வேல் ஒண் கண் - வேல் போன்ற வடிவ அழகு உடைய ஒள்ளிய கண். பாலவண்ணன் - பால் போன்ற வெண்மை நிறம் உடையவன்.

பொழிப்புரை:

நீலநிறமுடைய நெய்தல் மலர் நிரம்பப் பூத்திருக்கும் சுனைகள் உடையதும், சேல்மீன்கள் துள்ளும் வயல்கள் உடையதும், ஆகிய வளமான சிக்கல் என்னும் தலத்தில் வேல் போன்ற வடிவ அழகும், ஒளியும் பொருந்திய கண்உடைய உமாதேவியைப் பாகமாகக் கொண்டு விளங்கும் வெண்ணெய்ப்பெருமான் எழுந்தருளி இருக்கிறான்; அவன் பால்போன்ற வெண்மை நிறத் திருமேனி உடையவன்; அவனது திருவடியைப் போற்றி வணங்க, நம் பாவமானது அழியும்.

1917. **கந்தம் முந்தக் கைதைபூத்துக் கமழ்ந்துசே ரும்பொழில்**
செந்து வண்டின் இன்னிசை பாடல்மல் கும்திகழ் சிக்கலுள்
வெந்தவெண் நீற்றுஅண்ணல் வெண்ணெய்ப் பிரான்விரை யார்கழல்
சிந்தைசெய் வார்வினை ஆயின தேய்வது திண்ணமே (4)

அருஞ்சொற்பொருள்:

கந்தம் - மணம். முந்த - முந்திக் கொண்டு பரவ. கைதை - தாழை. செந்து - ஒரு பண்வகை. விரை - மணம்.

பொழிப்புரை:

தாழை பூத்து மணத்தினைப் பரவவிடும் சோலையில், வண்டுகள் ‘செந்து’ என்னும் பண்ணில் இன்னிசைப் பாடல் பாடுவது சிக்கல் என்னும் தலத்தில் ஆகும். அங்கு எழுந்தருளி இருக்கும் வெண்ணெய்ப்பிரான் என்னும் இறைவன், வெந்த சாம்பல் பொடியை வெண்திருநீறாகப் பூசிஇருக்கும் தலைவன்; அவனது மணமுள்ள திருவடியைச் சிந்தையில் வைத்துத் தியானிப்பவரது, வினையாயின தேய்வது உறுதி ஆகும்.

1918. **மங்குல்தங் கும்மறை யோர்கள்மா டத்துஅய லேமிகு**
தெங்குதுங் கப்பொழில் செல்வம்மல் கும்திகழ் சிக்கலுள்
வெங்கண்வெள் ஏறுஉடை வெண்ணெய்ப்பி ரான்அடி மேவவே
தங்கு மேல்சர தம்திரு நாளும் தகையுமே (5)

அருஞ்சொற்பொருள்:

மங்குல் - மேகம். தெங்கு - தென்னை. துங்கம் - உயர்ச்சி. ஏறு - இடபம். மேல் - மேலான கதி. சரதம் - உண்மை. திரு - செல்வம். தகையும் - பொருந்தும்.

பொழிப்புரை:

மறையோர்கள் வாழும் மேகம் தங்கும் உயரிய மாளிகைகளும் அதன் அருகில் உயர்ந்து வளர்ந்துள்ள சோலைகளும் கொண்டு, செல்வ வளமுள்ளதாய் விளங்குவது சிக்கல் என்னும் தலம். அங்குச் சினத்தை வெளிப்படுத்தும் கண்ணும், வெள்ளை நிறமும், உடைய காளையை ஊர்தியாகக் கொண்ட வெண்ணெய்ப்பெருமான் எழுந்தருளி இருக்கிறான்; அவனது திருவடியைச் சென்று சேர, மேலான கதி கிடைப்பது உறுதி ஆகும்; செல்வமும் நாள்தோறும் பெருகிக் கொண்டே இருக்கும்.

1919. **வண்டு இரைத்துமது விம்மிய மாமலர்ப் பொய்கைசூழ்**
தெண்தி ரைக்கொள்புனல் வந்துஒழு கும்வயல் சிக்கலுள்
விண்டுஇ ரைத்தமல ரால்திகழ் வெண்ணெய்ப் பிரான்அடி
கண்டுஇ ரைத்துமன மேமதி யாய்கதி யாகவே (6)

அருஞ்சொற்பொருள்:

இரைத்து - ஒலித்து. மது - தேன். விம்மிய - மிகுதியும் சொரிந்த. மாமலர் - தாமரை மலர். தெண்திரை - தெளிந்த அலை. விண்டு - விஷ்ணு (திருமால்). இரைத்து - துதிசெய்து. மதியாய் - தியானிப்பாய். கதி - சிவகதி.

பொழிப்புரை:

வண்டுகள் ஆரவாரம் செய்யத் தேனினை மிகுதியும் சொரியும் தாமரை மலர்கள் பூத்திருக்கும் பொய்கைகளால் சூழப்பட்டதும், தெளிந்த அலைவீசும் நீர் வந்து நிறையும் வயல்களை உடையதும், ஆகிய சிக்கல் என்னும் தலத்தில், திருமால் தூவி வழிபட்ட மலரால் சூழப்பட்டுள்ள வெண்ணெய்ப்பிரானது, திருவடியைக் கண்டு வணங்கி, மனமே தியானிப்பாயாக! அது உனக்கு சிவகதியைத் தரும்.

1920. **முன்னுமா டம்மதில் மூன்றுஉட னேஎரி யாய்விழத்**
துன்னுவார் வெங்கணை ஒன்று செலுத்திய சோதியான்
செந்நெல்ஆ ரும்வயல் சிக்கல்வெண் ணெய்ப்பெரு மான்அடி
உன்னிநீட அம்மன மேநினை வாய்வினை ஓயவே (7)

அருஞ்சொற்பொருள்:

துன்னு - நெருங்கு. வார் - நீண்ட. வெங்கணை - நெருப்பு அம்பு. உன்னி - நினைத்து. நீட - நீடித்து வாழ. ஓய்தல் - தேய்ந்து ஒழிதல்.

பொழிப்புரை:

மனமே! வானில் முற்பட்டுச் செல்லும் மதில்களோடு கூடிய மூன்று கோட்டைகளை, நெருப்பு அம்புகொண்டு எரிந்து சாம்பலாகுமாறு செய்தவன்; ஒளிவடிவினன்; அவன் செந்நெல் விளையும் வளமான வயல்கள் சூழ இருக்கும் சிக்கல் என்னும் தலத்தில் எழுந்தருளி இருக்கும் வெண்ணெய்ப் பெருமான்; அவனது திருவடியைத் தியானித்து, நீண்டநாள் வாழ நினைப்பாயாக! அதனால் வினைகள் தேய்ந்து ஒழியும்.

1921. தெற்றல் ஆகிய தென்இலங் கைக்குஇறை வன்மலை
பற்றி னான்முடி பத்தொடு தோள்கள் நெரியவே
செற்ற தேவன்அம் சிக்கல்வெண் ணெய்ப்பெரு மான்அடி
உற்று நீநினை யாய்வினை ஆயின ஓயவே (8)

அருஞ்சொற்பொருள்:

தெற்றல் - அறிவில் தெளிவு. இறைவன் - அரசன். செற்ற - அழித்த.

பொழிப்புரை:

தெளிந்த அறிவுடைய தெற்கில் உள்ள இலங்கை நாட்டு அரசன் இராவணன், கயிலை மலையைப் பற்றிப் பெயர்க்க, முடி பத்தும், தோள் இருபதும், நெறிபடுமாறு, ஊன்றி, அவனது வலிமையை அழித்த கடவுள் அழகிய சிக்கல் என்னும் தலத்தில் எழுந்தருளி இருக்கும் வெண்ணெய்ப்பெருமான் ஆவன். அவனது திருவடியை அடைந்து, தியானிப்பவரது வினைகள் ஆனவை, தேய்ந்து அழியும்.

1922. மாலி னோடுஅரு மாமறை வல்ல முனிவனும்
கோலி னார்குறு கச்சிவன் சேவடி கோலியும்
சீலம் தாம்அறி யார்திகழ் சிக்கல்வெண் ணெய்ப்பிரான்
பாலும் பன்மலர் தூவப் பறையும்நம் பாவமே (9)

அருஞ்சொற்பொருள்:

கோலுதல் - (வழிகோலுதல்) வழிவகுத்தல். சீலம் - சிவனது மெய்த்தன்மை. பால் - திருமஞ்சனத்துக்கு உரியது. பன்மலர் - பலமலர் (அர்ச்சனைக்கு உரியது).

பொழிப்புரை:

திருமாலும், அரிய மறை ஓதுவதில் சிறந்து விளங்கும் பிரமனும், சிவனது திருவடியை அடைய முயற்சி செய்தார்கள்; அவ்வாறு முயன்றும் அப்பெருமானது உண்மைத் தன்மையை அறிய முடியவில்லை; ஆனால் சிக்கல் என்னும் தலத்தில் வெண்ணெய்ப்பிரான் என்ற பெயரில் எழுந்தருளி இருக்கும் பெருமானைப் பால்கொண்டு திருமஞ்சனம் ஆட்டியும், பலமலர்கள் கொண்டு தூவி அர்ச்சனை செய்தும், வழிபட, நம்முடைய பாவங்கள் தேய்ந்து ஒழியும்.

1923. **பட்டை நல்துவர் ஆடையி னாரொடும் பாங்கிலாக்**
கட்டு அமணக்கழுக் கள்சொல் லினைக்கரு தாதுநீர்
சிட்டன் சிக்கல்வெண் ணெய்ப்பெரு மான்செழு மாமறைப்
பட்டன் சேவடி யேபணி மின்பிணி போகவே (10)

அருஞ்சொற்பொருள்:

பட்டை - மருதமரத்தின் பட்டை. கட்டு - உடற்கட்டு. கழுக்கள் - கழுமரம் ஏறியோர். சிட்டன் - மேலானவன். பட்டன் - புலவன்.

பொழிப்புரை:

மருதப்பட்டையை ஊறப்போட்டு துவர்ஏற்றிய ஆடை போர்த்த பௌத்தரும், சிறப்பு இல்லாத உடல்கட்டு உடைய கழுமரத்தில் ஏறி இறக்கப்போகும் சமணரும், கூறும் அறிவுரைகளை ஏற்க வேண்டா; நீவிர் சிக்கல் என்னும் தலத்தில் எழுந்தருளி இருக்கும் வெண்ணெய்ப் பிரான் என்னும் பெயருடையவனும், மேலானவனும், புலவனும், ஆகிய சிவபெருமானது, சிவந்த திருவடிகளையே பணிந்து போற்றுங்கள்; அதனால் பிறவிப்பிணி நீங்கும்.

1924. **கந்தம் ஆர்பொழில் காழியுள் ஞானசம் பந்தன்நல்**
செந்தண் பூம்பொழில் சிக்கல்வெண் ணெய்பெரு மான்அடிச்
சந்த மாச்சொன்ன செந்தமிழ் வல்லவர் வான்இடை
வெந்த நீறுஅணி யும்பெரு மான்அடி மேவரே (11)

அருஞ்சொற்பொருள்:

கந்தம் - மணம். சந்தம் - இசை. வான் - வானஉலகம். மேவர் - (மேவுவர்) பொருந்துவர்.

பொழிப்புரை:

மணம் பொருந்திஉள்ள சோலை சூழ்ந்த சீர்காழி நகரத்து ஞானசம்பந்தன், நல்ல குளிர்ச்சியும் அழகும் உடைய சோலையால் சூழப்பட்ட சிக்கல் என்னும் தலத்தில் எழுந்தருளி இருக்கும் வெண்ணெய்ப் பெருமானது திருவடி மீது பாடிய, இசையோடு கூடிய பாடல் பத்தும் பாடி, வழிபட வல்லவர், வீட்டுலகில் உள்ள திருநீறு பூசிஇருக்கும் சிவபெருமானது திருவடியில் சேர்ந்திருக்கும் பேற்றினைப் பெறுவர்.

திருச்சிற்றம்பலம்

178

திருக்கீழ்வேளூர்

பதிக வரலாறு:

நாகைக் காரோணம் வழிபட்ட (வழியில் சிக்கலில் பதிகம் பாடிய) காழிவேந்தர், கீழ்வேளூர் வந்து, அத்தலத்து இறைவரைக் கண்டு, இப்பதிகத்தைப் பாடி வழிபட்டார்.

தல வரலாறு:

திருவாரூருக்குக் கிழக்கில் 11கி.மீ. தொலைவில் உள்ளது. முருகப்பெருமான் (வேள்) வழிபட்ட தலம். அவரது பூசைக்குத் தீங்கு நேராதவாறு இறைவி துர்க்கை அம்சமாய் இருந்து காவல் காத்த தலம். அவர்க்கு அஞ்சு வட்டத்து அம்மை என்பது பெயர். அவரது திருக்கோயில் முதல் சுற்றில் (பிரகாரத்தில்) வடபக்கம் உள்ளது. குபேரனுக்கு இங்கு தனிக்கோயில் இருக்கிறது. எனவே அவனும் இத்தலத்து இறைவரைப் பூசித்துப் பேறு பெற்றிருக்க வேண்டும். அகத்தியர் பூசித்த இலிங்கம் இத்தலத்தில் உள்ளது. இங்குள்ள நடராசர் அகத்தியருக்கு தனது வலப்பாக தரிசனம் தந்துள்ளார்.

சுவாமி : கேடிலியப்பர்

அம்மை : வனமுலை நாயகி

தல மரம் : இலந்தை

தீர்த்தம் : சரவணப் பொய்கை

திருமுறை 2 - 241 **திருஞான - 467**

பண்: நட்டராகம்

1925. **மின்உலாவிய சடையினர் விடையினர்**
மிளிர்தரும் அரவோடும்
பன்உலாவிய மறைஒலி நாவினர்
கறைஅணி கண்டத்தர்

பொன்உலாவிய கொன்றைஅம் தாரினர்
புகழ்மிகு கீழ்வேளூர்
உன்உலாவிய சிந்தையர் மேல்வினை
ஓடிட வீடுஆமே (1)

அருஞ்சொற்பொருள்:

மின் - மின்னல். பன் - பண் என்பது எதுகை கருதி இவ்வாறு நின்றது. பண் - இசைப்பாட்டு. உன் - உன்னுதல் (தியானித்தல்). ஓடிட - ஓடிவிட. வீடு - வீட்டுலகம்.

பொழிப்புரை:

புகழ் மிகுந்த கீழ்வேளூர் என்னும் தலத்து இறைவர், மின்னல் போல் ஒளிரும் சடை உடையவர்; இடப ஊர்தி உடையவர்; பளபளக்கும் பாம்பை அணிந்திருப்பவர்; இசையோடு கூடிய வேதம் ஓதும் நாவினை உடையவர்; விடக்கறை பொருந்திய கண்டம் உடையவர்; பொன்போன்ற நிறம்உடைய கொன்றை மலர்மாலை அணிந்திருப்பவர்; அவரைத் தியானிக்கும் சிந்தை உடையவரது மேல்வினை (ஏறுவினை - ஆகாமிய கன்மம்) தொலைய, வீடுபேறு எளிதாகும்.

1926. நீர்உலாவிய சடைஇடை அரவொடு
மதிசிரம் நிரைமாலை
வார்உலாவிய வனமுலை அவளொடும்
அணிசிலம்பு அவைஆர்க்க
ஏர்உலாவிய இறைவனது உறைவிடம்
எழில்திகழ் கீழ்வேளூர்
சீர்உலாவிய சிந்தைசெய்து அணைபவர்
பிணியொடு வினைபோமே (2)

அருஞ்சொற்பொருள்:

சிரம் நிரை மாலை - வரிசையாகக் கோக்கப்பட்ட மண்டை ஓட்டு மாலை. வார் - கச்சு. அணி - அழகு. ஏர் - அழகு. எழில் - அழகு. சீர் - சிறப்பு. பிணி - பிறவிப்பிணி. 'வினையோடு பிணிபோமே' எனக் கூட்டி உரைக்க.

பொழிப்புரை:

அழகு விளங்கும் கீழ்வேளூர் என்னும் தலத்தில் எழுந்தருளி இருக்கும் இறைவர், கங்கை தங்கிய சடையில் இடையே பாம்பு,

பிறைச்சந்திரன் மண்டை ஓட்டு மாலை, ஆகியவற்றை அணிந்து கொண்டு, அழகிய முலை உடைய உமாதேவியோடு கூடி, காலில் அழகிய சிலம்பு ஒலிக்க விளங்குபவர். அத்தலத்து இறைவரைச் சிறப்புடைய சிந்தையால் நெருங்குபவர் (தியானிப்பவர்), தாம்செய்த வினைகள் நீங்கப்பெற்று, பிறவிப்பிணியிலிருந்தும் விடுபடுவர்.

1927. **வெண்நிலாமிகு விரிசடை அரவொடு**
வெள்எருக்கு அலர்மத்தம்
பண்நிலாவிய பாடலோடு ஆடலர்
பயில்வுறு கீழ்வேளூர்ப்
பெண்நிலாவிய பாகனைப் பெருந்திருக்
கோயில்எம் பெருமானை
உண்நிலாவிநின்று உள்கிய சிந்தையார்
உலகினில் உள்ளாரே (3)

அருஞ்சொற்பொருள்:

மத்தம் - ஊமத்தமலர். உள்கிய சிந்தையார் - நினைக்கும் (தியானிக்கும்) சிந்தை உடையவர்.

பொழிப்புரை:

பிறைச்சந்திரனுடைய வெள்ஒளி பரவிய விரிந்த சடைமீது பாம்பு, வெள்ளெருக்க மலர், ஊமத்தமலர் ஆகியவற்றை அணிந்து, இசையோடு கூடிய பாடல் பாடுபவரும், அதற்கேற்ப நடனம் ஆடுபவரும், ஆகிய கீழ்வேளூரில் எழுந்தருளி இருக்கும் இறைவர், உமாதேவியைப் பாகமாகக் கொண்டவர்; பெருந்திருக் கோயிலில் உறைபவர்; அப்பெருமானை உள்ளன்போடு தியானிப்பவர், எவ்வுலகில் இருந்தாலும், சிவலோகத்தில் இருப்பவராகவே கருதப்படுவர்.

1928. **சேடுஉலாவிய கங்கையைச் சடைஇடைத்**
தொங்கவைத்து அழகாக
நாடுஉலாவிய பலிகொளும் நாத்னார்
நலம்மிகு கீழ்வேளூர்ப்
பீடுஉலாவிய பெருமையர் பெருந்திருக்
கோயிலுள் பிரியாது
நீடுஉலாவிய நிமலனைப் பணிபவர்
நிலைமிகப் பெறுவாரே (4)

அருஞ்சொற்பொருள்:

சேடு - பெருமை. பீடு - பெருமை. நீடு - அழியாமை. நிமலன் - மலமற்றவன். நிலை - பேரின்ப நிலை.

பொழிப்புரை:

பெருமை பொருந்திய கங்கையைச் சடையின் நடுவில் வைத்து, அழகாக நாடு முழுவதும் சுற்றித் திரிந்து, பிச்சை ஏற்கும் தலைவர்; அவர் நன்மை மிகஉடைய கீழ்வேளூர் என்னும் தலத்தில் எழுந்தருளி இருக்கும் பெருமை மிக உடையவர்; அவரது பெருந்திருக் கோயிலைச் சென்றடைந்து, விட்டுப் பிரியாது இருந்து, அந்நிமலனைப் பணிந்து வணங்குபவர், நிலைத்த பேரின்ப வாழ்வினைப் பெறுவர்.

1929. **துன்றுவார்சடைச் சுடர்மதி நகுதலை**
வடம்அணி சிரமாலை
மன்றுஉலாவிய மாதவர் இனிதுஇயல்
மணம்மிகு கீழ்வேளூர்
நின்றுநீடிய பெருந்திருக் கோயிலின்
நிமலனை நினைவோடும்
சென்றுஉலாவிநின்று ஏத்தவல் லார்வினை
தேய்வது திணம்ஆமே (5)

அருஞ்சொற்பொருள்:

வார் சடை - நீண்ட சடை. நகுதலை - மண்டை ஓடு (பிரம கபாலம்). சிரமாலை - மண்டை ஓடுகளைக் கோத்துக் கட்டிய மாலை. அணி - அழகு. வடம் - ஆரம். மன்று - மன்றம். மாதவர் - அரிய தவம் உடையவர். திணம் - (திண்ணம்) உறுதி.

பொழிப்புரை:

நெருக்கமான நீண்ட சடையில் ஒளிவிடும் சந்திரன், ஆரமாக மண்டைஓட்டு மாலை, கையில் பிரமகபாலம் ஆகியவற்றை ஏந்தி இருப்பவர் எழுந்தருளி இருப்பதும், ஊர்மன்றங்களில் அரிய தவம் உடையவர் கூடி இருப்பதும், புகழால் மணம் பரப்புவதும், ஆகிய கீழ்வேளூரில் நிலைத்துத் தங்கி இருக்கும் பெருந்திருக் கோயிலின் இறைவனாகிய மலமற்றவனை, தப்பாது நினைந்து போற்ற வல்லாரது, வினைகள் தேய்வது உறுதி.

1930. கொத்துஉலாவிய குழல்திகழ் சடையனைக்
    கூத்தனை மகிழ்ந்துஉள்கித்
  தொத்துஉலாவிய நூல்அணி மார்பினர்
    தொழுதுஎழு கீழ்வேளூர்ப்
  பித்துஉலாவிய பத்தர்கள் பேணிய
    பெருந்திருக் கோயில்மன்னு
  முத்துஉலாவிய வித்தினை ஏத்துமின்
    முடுகிய இடர்போமே   (6)

அருஞ்சொற்பொருள்:

கொத்து - பூங்கொத்து. குழல் - கூந்தல் (உமாதேவிக்கு உரியது). தொத்து - கூடுதல். பித்து - திருவடிப்பற்று. வித்து - விதை (மூலம்). முடுகிய இடர் - வலிமையுடன் நெருங்கும் துன்பம்.

பொழிப்புரை:

பூங்கொத்து விளங்கும் கூந்தலும் சடையும் உடையவனும், கூத்து நிகழ்த்துபவனும், மனமகிழ்ச்சியோடு, உள்ளம் உருகி, கூடுதலாகப் பூணூல் அணிந்த மார்புடையவர் (அந்தணர்) வணங்கி எழுகின்ற கீழ்வேளூரில் எழுந்தருளி இருப்பவனும், திருவடிப்பற்று வைத்துள்ள அன்பர்கள் போற்றும் பெருந்திருக்கோயிலில் நிலைத்துத் தங்கி இருப்பவனும், முத்து போன்றவனும், வித்தாய் விளங்குபவனும், ஆகிய இறைவனைப் போற்றுங்கள்; அவ்வாறு போற்றி வழிபட, விரைந்து வரும் துன்பங்கள் விலகும்.

1931. பிறைநிலாவிய சடைஇடைப் பின்னலும்
    வன்னியும் துன்ஆரும்
  கறைநிலாவிய கண்டர்எண் தோளினர்
    காதல்செய் கீழ்வேளூர்
  மறைநிலாவிய அந்தணர் மலிதரு
    பெருந்திருக் கோயில்மன்னும்
  நிறைநிலாவிய ஈசனை நேசத்தால்
    நினைபவர் வினைபோமே   (7)

அருஞ்சொற்பொருள்:

வன்னி - வன்னியின் தளிர். துன்ஆர் - நெருங்கிய கொன்றை மலர்மாலை. சடைஇடைப் பின்னல் - பின்னிக் கிடக்கும் சடை. கறை - விடக்கறை. நேசம் - அன்பு.

பொழிப்புரை:

பிறைச்சந்திரன் விளங்குகின்ற பின்னிக் கிடக்கும் சடையில், வன்னியின் தளிரும், கொன்றை மலர் மாலையும், சூடி இருப்பவர்; விடக்கறை பொருந்திய கண்டம் உடையவர்; எட்டு தோள்கள் கொண்டவர்; அவர் கீழ்வேளூரில் வேதம் ஓதும் அந்தணர் நிரம்பிய பெருந்திருக்கோயிலில் நிலைத்து எழுந்தருளி இருக்கும் ஈசர்;அவரை அன்பால் நினைப்பவரது வினைகள் கழியும்.

1932. மலைநிலாவிய மைந்தன்அம் மலையினை
எடுத்தலும் அரக்கன்தன்
தலைஎலாம்நெரித்து அலறிட ஊன்றினான்
உறைதரு கீழ்வேளூர்க்
கலைநிலாவிய நாவினர்கா தல்செய்
பெருந்திருக் கோயிலுள்
நிலைநிலாவிய ஈசனை நேசத்தால்
நினையவல் வினைபோமே (8)

அருஞ்சொற்பொருள்:

மைந்தன் - வீரன். நிலைநிலாவிய - நிலைத்துத் தங்கியுள்ள. ஈசன் - ஆள்பவன். நேசம் - அன்பு.

பொழிப்புரை:

கயிலை மலையில் எழுந்தருளி இருக்கும் ஞான வீரனும், அம்மலையைப் பெயர்த்த இராவணனது தலை முழுவதையும் நெரித்து அலறுமாறு கால்விரல் கொண்டு ஊன்றியவனும், கலைகள் தங்கிய நாவினை உடையவர் அன்பு செய்ய விளங்குபவனும், கீழ்வேளூர் என்னும் தலத்தில் உள்ள பெருந்திருக்கோயிலில் நிலையாக உறைபவனும், ஆகிய ஈசனை, அன்பால் நினைய வல்லாரது, வினைகளானவை கழியும்.

1933. மஞ்சுஉலாவிய கடல்கிடந் தவனொடு
மலரவன் காண்புஒண்ணாப்
பஞ்சுஉலாவிய மெல்அடிப் பார்ப்பதி
பாகனைப் பரிவொடும்
செஞ்சொலார்பலர் பரவிய தொல்புகழ்
மல்கிய கீழ்வேளூர்
நஞ்சுஉலாவிய கண்டனை நணுகுமின்
நடலைகள் நணுகாவே (9)

அருஞ்சொற்பொருள்:

மஞ்சு - மேகம். மலரவன் - பிரமன். பஞ்சு உலாவிய - பஞ்சு போன்ற. பார்ப்பதி - பார்வதி பாகன். பரிவு - பத்தி. நடலைகள் - துன்பங்கள்.

பொழிப்புரை:

மேகம் தவழும் பாற்கடலில் பள்ளி கொண்டிருக்கும் திருமாலும், மலர்மீது வீற்றிருக்கும் பிரமனும், தேடியும் காண முடியாதவன்; பஞ்சு போன்ற மெல்லிய திருவடி உடைய பார்வதியின் பாகன்; விடம் தங்கிய கண்டம் உடையவன்; பக்தியோடு செஞ்சொல் கொண்டு பாடிப் பரவியவர் பலராக இருக்கும் பழஞ்சிறப்புடைய கீழ்வேளூர் என்னும் தலம் அவன் எழுந்தருளி இருக்கும் இடம்; அவனைச் சென்று சேருங்கள்; அதனால் உங்களுக்கு வரஉள்ள துன்பங்கள் இல்லையாகும்.

1934. **சீறுஉலாவிய தலையினர் நிலைஇலா**
அமணர்கள் சீவரார்
வீறுஇலாத வெஞ்சொல்பல விரும்பன்மின்
சுரும்புஅமர் கீழ்வேளூர்
ஏறுஉலாவிய கொடியனை ஏதம்இல்
பெருந்திருக் கோயில்மன்னும்
பேறுஉலாவிய பெருமையன் திருவடி
பேணுமின் தவமாமே (10)

அருஞ்சொற்பொருள்:

சீறு - இங்கு மழித்தல் என்னும் பொருளில் வந்தது. சீவரார் - துவராடை போர்த்து இருப்பவர். வீறு - பெருமை. சுரும்பு - வண்டு. ஏறு - இடபம். ஏதம் - குற்றம். பேறு - இன்பப்பேறு.

பொழிப்புரை:

மழித்த தலையும், நிலையான கொள்கை இல்லாத தன்மையும், உடைய சமணர்களும்; துவராடை போர்த்தி இருப்பவரும், பெருமை இல்லாத கொடுஞ்சொல் பலவும் பேசுபவரும், ஆகிய பௌத்தர்களும்; கூறும் அறிவுரைகளை விரும்பிக் கேட்காதீர்கள்; வண்டுகள் மொய்க்கும் (மலர்கள் நிரம்பிய சோலை வளம் உடைய) கீழ்வேளூர் என்னும் தலத்தில் எழுந்தருளி இருக்கும் இடபம் எழுதிய கொடி உடையவனை; குற்றமற்ற பெருந்திருக்கோயிலில் எழுந்தருளி இருப்பவனை; பேரின்பப்

பேற்றினை உயிர்களுக்கு வழங்கும் பெருமை உடையவனை; அப்பெருமானது திருவடியைப் போற்றுங்கள்; அதுவே நீங்கள் செய்யும் தவமாகும்.

1935. குருண்டவார்குழல் சடைஉடைக் குழகனை
 அழகுஅமர் கீழ்வேளூர்த்
 திரண்ட மாமறை யவர்தொழும் பெருந்திருக்
 கோயில்எம் பெருமானை
 இருண்டமேதியின் இனம்மிகு வயல்மல்கு
 புகலிமன் சம்பந்தன்
 தெருண்டபாடல்வல் லார்அவர் சிவகதி
 பெறுவது திடம்ஆமே (11)

அருஞ்சொற்பொருள்:

குருண்ட வார் குழல் - சுருண்ட நீளமான கூந்தலும். சடை - சடாமுடியும். குழகன் - இளையவன். மேதி - எருமை. திடம் - உறுதி.

பொழிப்புரை:

சுருண்ட நீளமான கூந்தலும் (அம்மை பாகத்தது) சடாமுடியும் (ஐயன் பாகத்தது) உடைய இளமை மாறாத தன்மையில் விளங்குபவனும், அழகிய கீழ்வேளூரில் கூடிவாழும் மறை ஓதவல்ல அந்தணர் தொழுது வணங்கும் பெருந்திருக்கோயிலில் எழுந்தருளி இருப்பவனும், ஆகிய எமது பெருமானை; கரிய நிறம்உடைய எருமை இனம் நிறைந்திருப்பதும், வயல்வளம் உடையதும், ஆகிய சீர்காழி ஞானசம்பந்தன் பாடிய, இப்பாடல் பத்தும் பாடி, வழிபட வல்லவர், சிவகதி அடைவது திண்ணம்.

திருச்சிற்றம்பலம்

179

திருச்செங்காட்டங்குடி

பதிக வரலாறு:

கீழ்வேளூர் கும்பிட்டுச் செங்காட்டங்குடி வணங்க, ஞானம் பெற்ற பிள்ளையார் சென்று கொண்டிருக்க, அச்செய்தி அறிந்து, சிறுத்தொண்டர் ஓடிவந்து, எதிர்வணங்கித் தம்பதியினுள் அழைத்துச் செல்ல, உலகத்து இன்பங்களைத் துறந்து, பிச்சை உணவினை உணவாக ஏற்கும் பக்குவமுள்ள தொண்டர் கூட்டத்துடன் திருக்கோயிலை வலமாக வந்து, உள்ளே சென்று, இறைஞ்சி, சிறுத்தொண்டர் தொழ, அத்தலத்து இறைவர் இருந்த பெருமையைக் குறிப்பிட்டு இப்பதிகத்தை அருளிச் செய்கின்றார். (தலைவி கூற்றாக அமைந்த பதிகம் இது).

தல வரலாறு:

நன்னிலம் இரயில் நிலையத்திலிருந்து கிழக்கே 6கி.மீ. தொலைவில் உள்ளது. கயமுகாசுரனை விநாயகர் கொன்றபோது, சிந்திய இரத்தத்தால் அப்பகுதி செங்காடு ஆனது. அவ்வசுரனைக் கொன்ற பாவம் நீங்க விநாயகர் சிவலிங்கப் பிரதிட்டை செய்து வழிபட்டது ஆதலின், அத்திருக்கோயில் கணபதீச்சரம் எனப் பெயர் பெற்றது. சிறுத்தொண்ட நாயனாரது ஊர். தெற்கு வீதியின் மேற்கு மூலையில் இருக்கும் நாயனாரது திருமடமே முற்காலத்தில் அவர் வாழ்ந்த வீடு என்று பலரும் கருதுகின்றனர். சிறுத்தொண்டர், அவர் மனைவி திருவெண்காட்டு நங்கை, மகன் சீராளன், பணிப்பெண் சந்தன நங்கை ஆகியோரது திருவுருவுகள் உற்சவ மூர்த்தி சந்நிதிக்கு எதிரில் இருக்கின்றன.

சுவாமி : கணபதீச்சுரர்

அம்மை : திருக்குழல் நன்மாது

தல மரம் : ஆத்தி

தீர்த்தம் : சூரிய தீர்த்தம்

பண்: பஞ்சமம்

1936. பைங்கோட்டு மலர்ப்புன்னைப் பறவைகாள் பயப்புஊரச்
சங்குஆட்டம் தவிர்த்துஎன்னைத் தவிராநோய் தந்தானே
செங்காட்டங் குடிமேய சிறுத்தொண்டன் பணிசெய்ய
வெங்காட்டுள் அனல்ஏந்தி விளையாடும் பெருமானே (1)

அருஞ்சொற்பொருள்:

பைங்கோடு - பசிய கிளை. பயப்பு - பசலை. ஊர - உடம்பில் பரவ. சங்கு ஆட்டம் - கடலில் விருப்பம் போல் தவழும் சங்கு. தவிரா நோய் - தீராத நோய்.

பொழிப்புரை:

பசிய கிளைகளுடன் கூடியதும், மலர்கள் நிறையப் பூத்திருப்பதும், ஆகிய புன்னை மரத்தில் அமரும் பறவைகளே! தலைவனாகிய சிவபெருமான் என்னை விட்டுப் பிரிந்து சென்றதால், உடம்பில் பசலை படர்ந்தது; கடலில் விருப்பம் போல் திரியும் சங்குகள் போல் திரிந்து கொண்டிருந்த என்னைப் பிடித்து நிறுத்தி, நீங்காத துன்பத்தைத் தந்து விட்டான்; அவ்வாறான துன்பம் தந்தவன், செங்காட்டங்குடி என்னும் தலத்தில் சிறுத்தொண்டன் பணிசெய்ய எழுந்தருளி இருப்பவனும், வெப்பம் மிகுந்த சுடுகாட்டில் அனலைக் கையில் ஏந்தி நடனம் ஆடுபவனும், ஆகிய பெருமானே ஆவன்.

1937. பொன்னம்பூங் கழிக்கானல் புணர்துணையோடு உடன்வாழும்
அன்னங்காள் அன்றில்காள் அகன்றும்போய் வருவீர்காள்
கல்நவில்தோள் சிறுத்தொண்டன் கணபதீச் சரம்மேய
இன்அமுதன் இணைஅடிக்கீழ் எனதுஅல்லல் உரையீரே (2)

அருஞ்சொற்பொருள்:

பொன் அம் பூ - பொன் போன்ற அழகிய மகரந்தங்களை உதிர்க்கும் புன்னை மலர். கானல் - கடற்கரைச் சோலை. புணர்துணை - கூடி இருக்கும் துணை. அன்றில் - ஒருவகைப் பறவை. கல் நவில் தோள் - மலை போன்ற தோள். கணபதீச்சரம் - கோயிலின் பெயர். அல்லல் - துன்பம்.

பொழிப்புரை:

பொன்துகள் போன்ற மகரந்தப் பொடியை உதிர்க்கும் புன்னை மரங்கள் நிறைந்த கடற்கரைச் சோலையில், ஆண்துணையோடு வாழும் அன்னப்பறவைகளே! அன்றில் பறவைகளே! நீங்கள் இச்சோலையை விட்டு வெளியில் செல்வதும், பின்னர் உள்ளே வருவதும், ஆகிய வழக்கம் உடையவராய், இருக்கின்றீர்! எனவே, மலை போன்ற தோள் உடைய சிறுத்தொண்டன் வழிபடும் கணபதீச்சரத்தில் எழுந்தருளி இருக்கும் இனிய அமுதம் போன்ற இறைவனது, இணையான திருவடியில், எனது துன்பம் குறித்து எடுத்து உரைப்பீராக!

1938. **குட்டத்தும் குழிக்கரையும் குளிர்பொய்கைத் தடத்துஅகத்தும்**
இட்டத்தால் இரைதேரும் இருஞ்சிறகின் மடநாராய்
சிட்டன்சீர்ச் சிறுத்தொண்டன் செங்காட்டங் குடிமேய
வட்டவார் சடையார்க்குஎன் வருத்தம்சென்று உரையாயே (3)

அருஞ்சொற்பொருள்:

குட்டம் - குட்டை. குழி - நீர் தேங்கி நிற்கும் பள்ளம். பொய்கைத் தடம் - நீர்நிலை. இட்டம் - விருப்பம். இரைதேரும் - உணவைத் தேர்ந்தெடுக்கும். இருஞ்சிறகு - பெரிய இறகுகள். மடநாரை - இளம் நாரை. சிட்டன் - நியமம் தவறாதவன். வட்ட வார்சடை - வட்டமாக வளைத்துக் கட்டப்பட்ட நீண்ட சடை.

பொழிப்புரை:

குட்டைகள், குழிகள், குளிர்ந்த பொய்கைகள், ஆகிய இவற்றின் கரைகளில் அமர்ந்து, விருப்பத்தால் உணவு தேடுகின்ற பெரிய சிறகுகள் உடைய இளம்நாரைகளே! நியமம் தவறாத சிறுத்தொண்டன் வழிபட, செங்காட்டங்குடி என்னும் தலத்தில் எழுந்தருளி இருக்கும், வட்டமாக வளைத்துக் கட்டப்பட்ட நீண்டசடை உடைய பெருமானுக்கு, எனது வருத்தம் குறித்து எடுத்துக் கூறுவீராக!

1939. **கான்அருகும் வயல்அருகும் கழிஅருகும் கடல்அருகும்**
மீன்இரிய வருபுனலில் இரைதேர்வெண் மடநாராய்
தேன்அமர்தார்ச் சிறுத்தொண்டன் செங்காட்டங் குடிமேய
வான்அமரும் சடையார்க்குஎன் வருத்தம்சென்று உரையாயே (4)

அருஞ்சொற்பொருள்:

கான் - காடு. கழி - உப்பங்கழி. மீன் இரிய - மீன் ஓட. இரை - உணவு. வான்அமரும் சடை - செவ்வானம் போன்ற சிவந்த சடை.

பொழிப்புரை:

காடுகளுக்கு அருகிலும், வயல்களுக்கு அருகிலும், உப்பங்கழிகளுக்கு அருகிலும், கடலுக்கு அருகிலும், உள்ள நீர்நிலைகளில் மீன்கள் ஓட, அதனை உணவாகப் பிடித்து உண்ணும் வெண்மைநிற நாரைகளே! தேன் பொருந்திய மலர்களால் ஆன மாலை அணிந்துள்ள சிறுத்தொண்டன் வழிபடும், செங்காட்டங்குடி என்னும் தலத்தில் எழுந்தருளி இருக்கும் செவ்வானம் போன்ற சடை உடைய எம் இறைவர்க்கு, எனது வருத்தம் குறித்து எடுத்துக் கூறுவீராக!

1940. **ஆரலாம் சுறவம்ஏய்ந்து அகன்கழனிச் சிறகுஉலர்த்தும்**
பாரல்வாய்ச் சிறுகுருகே பயில்தூவி மடநாராய்
சீர்உலாம் சிறுத்தொண்டன் செங்காட்டங் குடிமேய
நீர்உலாம் சடையார்க்குஎன் நிலைமைசென்று உரையீரே! (5)

அருஞ்சொற்பொருள்:

ஆரல், சுறவம் - மீன்வகைகள். பார்அல் வாய் - நீண்ட மூக்கு உடைய. சிறுகுருகு - உள்ளான் (பறவை).

பொழிப்புரை:

ஆரல், சுறவம் முதலிய மீன்கள் பாய்கின்ற வயல்களில் தனது சிறகுகளை உலரவிடும் நீண்ட அலகுகள் உடைய உள்ளான் பறவைகளே! அடர்ந்த சிறகுகள் உடைய இளம் நாரைகளே! புகழ்மிக்க சிறுத்தொண்டன் பணிசெய்யும் செங்காட்டங்குடி என்னும் தலத்தில் எழுந்தருளி இருக்கும் கங்கை தங்கிய சடைஉடைய பெருமானுக்கு, எனது நிலைமை குறித்து எடுத்துக் கூறுவீராக!

1941. **குறைக்கொண்டார் இடர்தீர்த்தல் கடன்அன்றே குளிர்பொய்கைத்**
துறைக்கெண்டை கவர்குருகே துணைபிரியா மடநாராய்
கறைக்கண்டன் பிறைச்சென்னி கணபதீச் சரம்மேய
சிறுத்தொண்டன் பெருமான்சீர் அருள்ஒருநாள் பெறலாமே (6)

அருஞ்சொற்பொருள்:

கெண்டை - ஒருவகை மீன். கவர் - உணவாகக் கவர்கின்ற. கறை - விடக்கறை.

பொழிப்புரை:

குளிர்ந்த பொய்கையின் கரையில் அமர்ந்து கெண்டை மீனை உணவாகக் கவரும் குருகே (பறவையே)! துணையை விட்டுப் பிரியாத இளம் நாரையே! விடக்கறை பொருந்திய கண்டமும், பிறை அணிந்த சடையும், உடைய பெருமான், சிறுத்தொண்டன் பணிசெய்ய கணப தீச்சரத்தில் எழுந்தருளி இருக்கிறான்; அவனது திருவருளை என்றேனும் ஒருநாளில் பெறமுடியும்; ஏனெனில் சிறியவர் படும் துயரத்தைப் பெரியவர் போக்குவது, அவரது கடமை ஆயிற்றே!

1942. கருஅடிய பசுங்கால்வெண் குருகேஒண் கழிநாராய்
 ஒருஅடியாள் இரந்தாள்என்று ஒருநாள்சென்று உரையீரே
 செருவடிதோள் சிறுத்தொண்டன் செங்காட்டங் குடிமேய
 திருவடிதன் திருவருளே பெறலாமோ திறத்தவர்க்கே   (7)

அருஞ்சொற்பொருள்:

கரு அடிய - கரிய சேற்றில் அளைந்த கால்களை உடைய. பசுங்கால் - பசியகால். கழி - உப்பங்கழி. செரு - போர். வடிதோள் - போருக்கென வடிவமைக்கப்பட்ட தோள்.

பொழிப்புரை:

கரிய சேற்றில் அளைந்த பசிய கால்கள் உடைய வெண்குருகே! உப்பங்கழிகளில் வாழும் ஒள்ளிய (வெள்ளை நிறமுடைய) நாரையே! போர்ப் பயிற்சி உடைமையால் வடிக்கப்பட்ட தோள் உடைய சிறுத்தொண்டன் வழிபடும் செங்காட்டங்குடி என்னும் தலத்தில் எழுந்தருளி இருக்கும் இறைவரது திருவடி என்னும் திருவருளைப் பெறுதல் ஆகுமோ? என்று ஏங்கும் அடியவர்களிடம், 'உங்களைப் போலவே ஒரு அடியாள், அத்திருவருளைப் பெறக் கெஞ்சி நிற்கிறாள்' என்ற செய்தியை, ஏதேனும் ஒருநாளிலேனும் சென்று உரைப்பீராக!

1943. கூர்ஆரல் இரைதேர்ந்து குளம்உலவி வயல்வாழும்
 தாராவே மடநாராய் தமியேற்குஒன்று உரையீரே
 சீராளன் சிறுத்தொண்டன் செங்காட்டங் குடிமேய
 பேராளன் பெருமான்தன் அருள்ஒருநாள் பெறலாமே   (8)

அருஞ்சொற்பொருள்:

கூர் - கூர்மை (அலகு). ஆரல் - மீன் வகை. தாரா - ஒரு பறவை. சீர்ஆளன் - புகழுக்கு உரியவன். பேராளன் - பெரும்புகழ் உடையவன்.

பொழிப்புரை:

குளக்கரையிலும் வயல்வரப்புகளிலும் வாழும் கூரிய அலகால் ஆரல் மீனை உணவாகக் கொத்தி உண்ணும் தாராவே! இளம் நாரையே! தனியனாகிய எனக்கு ஒரு செய்தியை உரைப்பீராக! சிறந்த புகழ் உடைய சிறுத்தொண்டன் வழிபாடு செய்யும் செங்காட்டங்குடி என்னும் தலத்தில் எழுந்தருளி இருக்கும் பெருமைஉடைய பெருமானது திருவருளை ஏதேனும் ஒரு நாளில் பெறுதலும் ஆகுமோ?

1944. **நறப்பொலிபூங் கழிக்கானல் நவில்குருகே உலகுஎல்லாம்**
அறப்பலிதேர்ந்து உழல்வார்க்குஎன் அலர்கோடல் அழகியதே
சிறப்புலவான் சிறுத்தொண்டன் செங்காட்டங் குடிமேய
பிறப்பிலிபேர் பிதற்றிநின்று இழக்கோஎம் பெருநலமே (9)

அருஞ்சொற்பொருள்:

நறவு - தேன். நவில் - வாழ்கின்ற. அறப்பலி - அறம் கருதித் தரும் பிச்சை. என் அலர் கோடல் - என்னைப் பற்றி எழுந்த பழியை ஏற்றுக் கொள்வது. அழகியதே - அழகு உடைய செயல் ஆகுமோ? சிறப்புலவான் - சிறப்பு உடைய. இழக்கோ - இழத்தல் முறையாகுமோ?

பொழிப்புரை:

தேன்ஒழுகும் பூக்கள் நிறைந்த கடற்கரைச் சோலைகளில் வாழ்கின்ற குருகுவே! உலகுமுழுவதும் சுற்றித் திரிந்து பிச்சை ஏற்பவர்க்கு, என்மீது அலர்எழ, அதனை ஏற்பது அழகைத் தருமோ? சிறப்புடைய சிறுத்தொண்டன் வழிபாடு செய்யும் செங்காட்டங்குடியில் எழுந்தருளி இருக்கும் பிறப்பு இல்லாத இறைவனின் பெயரைச் சொல்லிப் பிதற்றி, என்அழகை இழத்தல் நன்மைச் செயல் ஆகுமோ?

★ **(இப்பதிகத்தின் 10-ஆம் பாடல் கிடைக்கவில்லை).**

1945. **செந்தண்பூம் புனல்பரந்த செங்காட்டங் குடிமேய**
வெந்தநீறு அணிமார்பன் சிறுத்தொண்டன் அவன்வேண்ட
அந்தண்பூங் கலிக்காழி அடிகளையே அடிபரவும்
சந்தங்கொள் சம்பந்தன் தமிழ்உரைப்போர் தக்கோரே (11)

அருஞ்சொற்பொருள்:

செந்தண் பூம் புனல் - சிறந்த குளிர்ந்த அழகிய நீர். கலி - ஆரவாரம். காழி - சீர்காழி. அடிகள் - இறைவர். தக்கோர் - தகுதி உடையவர்.

பொழிப்புரை:

சிறந்த குளிர்ந்த அழகிய நீர் பாயும் செங்காட்டங்குடி என்னும் தலத்தில் எழுந்தருளி இருக்கும் திருநீறு பூசிய அழகிய திருமார்பு உடைய சிறுதொண்டன் வழிபட்ட சிவபெருமானை, அழகும் குளிர்ச்சியும் ஆரவாரமும் உடைய சீர்காழி நகரத்துச் சம்பந்தன், சீர்காழி இறைவனை வழிபட்டது போலவே வழிபட்டு, திருவடியைப் போற்றி, இசையோடு கூடிய பாடல்களைப் பாட, அப்பாடல்களைப் பாடி வழிபடுவோரும், சிவனடியார் என்னும் தகுதி உடையவர் ஆவர்.

திருச்சிற்றம்பலம்

180

திருச்செங்காட்டங்குடி

திருமுறை 1 - 61 திருஞான - 470

பண்: பழந்தக்கராகம்

1946. நறைகொண்ட மலர்தூவி விரைஅளிப்ப நாள்தோறும்
முறைகொண்டு நின்றுஅடியார் முட்டாமே பணிசெய்யச்
சிறைகொண்ட வண்டுஅறையும் செங்காட்டங் குடிஅதனுள்
கறைகொண்ட கண்டத்தான் கணபதீச் சரத்தானே (1)

அருஞ்சொற்பொருள்:

நறை - தேன். விரை - மணம். முட்டாமே - தவறாமல். சிறை - இறகு. அறையும் - ஒலிக்கும். கறை - விடக்கறை.

பொழிப்புரை:

தேனும் மணமும் உள்ள மலர்களைத் தூவி, நாள்தோறும் முறை தவறாது அடியார்கள் தொண்டு செய்வதும், சிறகுகளுடன் கூடிய வண்டுகள் ஒலிசெய்வதும், ஆகிய திருச்செங்காட்டங்குடி என்னும் தலத்தில், கணபதீச்சரம் என்னும் திருக்கோயிலில், விடக்கறை பொருந்திய கண்டம் உடைய இறைவன் எழுந்தருளி இருக்கிறான்.

1947. வார்ஏற்ற பறைஒலியும் சங்குஒலியும் வந்துஇயம்ப
ஊர்ஏற்ற செல்வத்தோடு ஓங்கியசீர் விழவுஒவாச்
சீர்ஏற்றம் உடைத்தாய செங்காட்டங் குடிஅதனுள்
கார்ஏற்ற கொன்றையான் கணபதீச் சரத்தானே (2)

அருஞ்சொற்பொருள்:

வார் ஏற்ற - வார் கொண்டு இழுத்துக் கட்டப்பட்ட. இயம்ப - ஒலிக்க. விழவு ஓவா - திருவிழாக்கள் இடைவிடாது நடைபெறும். ஏற்றம் - புகழ். கார் ஏற்ற - கார் காலத்தில் பூத்துள்ள.

பொழிப்புரை:

கார்காலத்தில் பூக்கும் கொன்றை மலர்மாலை அணிந்திருக்கும் சிவபெருமான், வாரால் இழுத்துக் கட்டப்பட்ட பறையின் ஒலியும் சங்கின் ஒலியும் வந்து காதுகளில் ஒலிப்பதும், செல்வ வளம் மிக்கதும், உயர்ந்த சிறப்புடைய திருவிழாக்கள் இடைவிடாது நிகழ்வதும், புகழாகிய சிறப்பு மிக்கதும், ஆகிய செங்காட்டங்குடி என்னும் தலத்தில், கணபதீச்சரம் என்னும் திருக்கோயிலில் எழுந்தருளி இருக்கிறான்.

1948. **வரந்தையான் சோபுரத்தான் மந்திரத்தான் தந்திரத்தான்**
கிரந்தையான் கோவணத்தான் கிண்கிணியான் கையதுஓர்
சிரந்தையான் செங்காட்டங் குடியான்செஞ் சடைச்சேரும்
கரந்தையான் வெண்ணீற்றான் கணபதீச் சரத்தானே (3)

அருஞ்சொற்பொருள்:

வரந்தை, கிரந்தை, சோபுரம் - தலப்பெயர்கள். மந்திரம் - வேதம். தந்திரம் - ஆகமம். சிரந்தை - (சிரத்தை) மண்டை ஓட்டை. கரந்தை - ஒருவகை மலர்.

பொழிப்புரை:

செங்காட்டங்குடி என்னும் தலத்தில் கணபதீச்சரம் என்னும் திருக்கோயிலில் எழுந்தருளி இருக்கும் இறைவன், வரந்தை, கிரந்தை, சோபுரம் ஆகிய தலங்களிலும் எழுந்தருளி இருப்பவன்; வேதமாகவும் ஆகமமாகவும் விளங்குபவன்; இடையில் கோவணமும், காலில் கிண்கிணியும், கையில் மண்டைஓடும் ஏந்தி இருப்பவன்; சிவந்த சடையில் கரந்தை மலர் மாலை சூடிஇருப்பவன்; உடம்பில் வெண்திருநீற்றைப் பூசி இருப்பவன்.

1949. **தொங்கலும் கமழ்சாந்தும் அகில்புகையும் தொண்டர்கொண்டு**
அங்கையால் தொழுதுஏத்த அருச்சனைக்குஅன்று அருள்செய்தான்
செங்கயல்பாய் வயல்உடுத்த செங்காட்டங் குடிஅதனுள்
கங்கைசேர் வார்சடையான் கணபதீச் சரத்தானே (4)

அருஞ்சொற்பொருள்:

தொங்கல் - மாலை. சாந்து - சந்தனச் சாந்து. அங்கை - (அம்+கை) அழகிய கை.

பொழிப்புரை:

மாலையும், மணம் கமழும் சந்தனச் சாந்தும், அகிலின் புகையும், ஆகிய இவை கொண்டு, தொண்டர்கள் தம் அழகிய கைகளால் கூப்பி வணங்கிப் போற்றி அருச்சனைகள் செய்ய, அதனை ஏற்று அவர்க்கு அருள் செய்தவன், கங்கை தங்கிய நீண்ட சடை உடைய சிவபெருமான்; அவன் எழுந்தருளி இருப்பது சிவந்த கயல் மீன்கள் துள்ளும் வயலால் சூழப்பட்ட செங்காட்டங்குடி என்னும் தலத்தில் உள்ள கணபதீச்சரம் என்னும் திருக்கோயிலிலே ஆகும்.

1950. பாலினால் நறுநெய்யால் பழத்தினால் பயின்றுஆட்டி
நூலினால் மணமாலை கொணர்ந்துஅடியார் புரிந்துஏத்தச்
சேலின்ஆர் வயல்புடைசூழ் செங்காட்டங் குடிஅதனுள்
காலினால் கூற்றுஉதைத்தான் கணபதீச் சரத்தானே   (5)

அருஞ்சொற்பொருள்:

பயின்று - பலமுறையும் பழகி. ஆட்டி - திருமஞ்சனம் ஆட்டி. நூலினால் - வேதவிதிப்படி. புரிந்து - விரும்பி. சேல் - ஒருவகை மீன்.

பொழிப்புரை:

பால், மணமுள்ள நெய், பழச்சாறு என இவை கொண்டு வேதவிதிப்படி அடியார்கள் பலமுறையும் திருமஞ்சனம் ஆட்டி, மணமுள்ள மாலைகள் சூடுவித்து, விரும்பிப் புகழ்ந்து போற்ற இருந்தவன், தனது திருவடி கொண்டு இயமனை உதைத்த பெருமான், அவன் எழுந்தருளி இருப்பது சேல்மீன்கள் துள்ளும் வயலால் சூழப்பட்ட செங்காட்டங்குடி என்னும் தலத்தில் உள்ள கணபதீச்சரம் என்னும் திருக்கோயிலிலே ஆகும்.

1951. நுண்ணியான் மிகப்பெரியான் நோவுளார் வாயுளான்
தண்ணியான் வெய்யான்நம் தலைமேலான் மனத்துஉளான்
திண்ணியான் செங்காட்டங் குடியான்செஞ் சடைமதியக்
கண்ணியான் கண்நுதலான் கணபதீச் சரத்தானே   (6)

அருஞ்சொற்பொருள்:

நோவு - நோய். உளான் - உள்ளான். கண்ணி - தலையில் சூடும் மாலை வகை.

பொழிப்புரை:

நுண்ணிய பொருள்களுக்கு அதைவிட நுண்ணிய பொருளாகவும், பெரிய பொருள்களுக்கு அதைவிடப் பெரிய பொருளாகவும் இருப்பவன்; துன்பமுறுவாரது வாயினால் புகழப்படுபவன்; தன்னைச் சார்ந்தவர்க்குக் குளிர்ந்த பொருளாகவும், சாராதவர்க்கு வெப்பமுள்ள பொருளாகவும் விளங்குபவன்; யோகிகளுக்கு தலைக்கு மேல்உள்ள சகசிரதளத்திலும் ஞானிகளுக்கு உள்ளத்திலும், ஆக எழுந்தருளுபவன்; வலிமை உடையவன்; சிவந்த சடைமீது பிறைமதியைக் கண்ணியாகச் சூடி இருப்பவன்; நெற்றியில் மூன்றாவதாக ஒரு கண் உடையவன்; அவன் செங்காட்டங்குடி என்னும் தலத்தில் கணபதீச்சரம் என்னும் திருக்கோயிலில் எழுந்தருளி இருக்கிறான்.

1952. **மையினார் மலர்நெடுங்கண் மலைமகள்ஓர் பாகமாம்**
மெய்யினான் பைஅரவம் அரைக்குஅசைத்தான் மீன்பிறழச்
செய்யினார் அகன்கழனிச் செங்காட்டங் குடிஅதனுள்
கையினார் கூர்எரியான் கணபதீச் சரத்தானே (7)

அருஞ்சொற்பொருள்:

மையின் ஆர் மலர் - கருங்குவளை மலர். பை - படம். செய் - வயல். கூர்எரி - மிகுந்த நெருப்பு.

பொழிப்புரை:

கருங்குவளை மலர்போன்ற நீண்ட கண்உடைய மலைமகளை ஒருபாகமாகக் கொண்ட உடம்பு உடையவன்; படமுள்ள பாம்பை இடையில் கட்டி இருப்பவன்; கையில் நெருப்பை ஏந்தி இருப்பவன்; அவன் மீன்கள் துள்ளும் வயலும் கழனியும் சூழ்ந்துள்ள செங்காட்டங்குடி என்னும் தலத்தில் கணபதீச்சரம் என்னும் திருக்கோயிலில் எழுந்தருளி இருக்கிறான்.

1953. **தோடுஉடையான் குழைஉடையான் அரக்கன்தன் தோள்அடர்த்த**
பீடுஉடையான் போர்விடையார்ன் பெண்பாகம் மிகப்பெரியான்
சேடுஉடையவன் செங்காட்ட்ங் குடிஉடையான் சேர்ந்துஆடும்
காடுஉடையான் நாடுஉடையான் கணபதீச் சரத்தானே (8)

அருஞ்சொற்பொருள்:

பீடு - பெருமை. சேடு - அழகு.

பொழிப்புரை:

இடப்பக்கக் காதில் தோடும் வலப்பக்கக் காதில் குழையும் அணிந்திருப்பவன்; அரக்கனாகிய இராவணனது தோளினை நெரித்த பெருமை உடையவன்; போர் செய்யும் காளையை ஊர்தியாக உடையவன்; பெண்ணாகிய உமாதேவியைப் பாகமாகக் கொண்டவன்; அழகு உடையவன்; பூதகணங்களோடு சேர்ந்து ஆடக்காட்டை இடமாகக் கொண்டவன்; நாட்டிலும் இருப்பவன்; அவன் திருச்செங்காட்டங்குடி என்னும் தலத்தில் கணபதீச்சரம் என்னும் திருக்கோயிலில் எழுந்தருளி இருக்கிறான்.

1954. **ஆன்ஊரா உழிதருவான் அன்றுஇருவர் தேர்ந்துஉணரார்**
வான்ஊரான் வையகத்தான் வாழ்த்துவார் மனத்துளான்
தேனூரான் செங்காட்டங் குடியான்சிற் றம்பலத்தான்
கானூரான் கழுமலத்தான் கணபதீச் சரத்தானே (9)

அருஞ்சொற்பொருள்:

ஆன் - இடபம். ஊரா - ஊர்ந்து. உழிதருதல் - சுற்றித் திருதல். இருவர் - திருமாலும் பிரமனும். வான்ஊரான் - அண்டமுகட்டையும் கடந்து நின்றவன். தேனூர், கானூர் - தலப்பெயர்கள்.

பொழிப்புரை:

இடபத்தில் ஏறி சுற்றித்திரிபவன்; திருமாலும் பிரமனும் தேடிக் காண முடியாத வானஉலகத்தவன்; இந்நிலவுலகிலும் இருப்பவன்; வாழ்த்துபவர் மனதில் எழுந்தருளுபவன்; தேனூர், கானூர் முதலிய தலங்களில் எழுந்தருளி இருப்பவன்; தில்லைச் சிற்றம்பலத்திலும் கழுமலம் என்னும் சீர்காழியிலும் இருப்பவன்; அவன் செங்காட்டங்குடி என்னும் தலத்தில் கணபதீச்சரம் என்னும் திருக்கோயிலில் உறைபவன் ஆவான்.

1955. **செடிநுகரும் சமணர்களும் சீவரத்த சாக்கியரும்**
படிநுகராது அயர்உழப்பார்க்கு அருளாத பண்பினன்
பொடிநுகரும் சிறுத்தொண்டர்க்கு அருள்செய்யும் பொருட்டாகக்
கடிநகராய் வீற்றிருந்தான் கணபதீச் சரத்தானே (10)

அருஞ்சொற்பொருள்:

செடி - நாற்றம். சீவரம் - காவி ஆடை. படி நுகராது - உலகில் நுகர வேண்டியவற்றை நுகராது. அயர் உழப்பார் - துன்பத்தைத் தாமே தேடிக்கொண்டு வருந்துபவர்கள். பொடி - திருநீறு. கடிநகர் - காவல் அமைந்த நகரம்.

பொழிப்புரை:

துர்நாற்றத்தை நுகரும் சமணர்களும், காவி ஆடை உடுத்தி இருக்கும் பௌத்தர்களும், இவ்வுலகில் நுகர வேண்டியதை நுகராது, தாமே துன்பத்தைத் தேடிக்கொள்பவர்கள்; அவர்களுக்கு எப்பொழுதும் அருள் செய்யாத பண்பு உடையவன்; திருநீற்றைப் பூசிஇருக்கும் சிறுத்தொண்ட நாயனாருக்கு அருள்செய்யும் பொருட்டு, காவல் அமைந்த செங்காட்டங்குடி என்னும் தலத்தில், கணபதீச்சரம் என்னும் திருக்கோயிலில் எழுந்தருளி இருப்பவன்.

1956. **கறைஇலங்கு மலர்க்குவளை கண்காட்டக் கடிபொழிலின்**
நறைஇலங்கு வயல்காழித் தமிழ்ஞான சம்பந்தன்
சிறைஇலங்கு புனல்படைப்பைச் செங்காட்டங் குடிசேர்த்தும்
மறைஇலங்கு தமிழ்வல்லார் வானுலகத்து இருப்பாரே (11)

அருஞ்சொற்பொருள்:

கறை இலங்கு மலர் - நீலமலர். கடிபொழில் - மணமுள்ள சோலை. நறை - தேன். சிறை - கரை. படைப்பை - வயல். மறை இலங்கு தமிழ் - வேதக் கருத்துக்களைக் கொண்ட தமிழ்ப்பாடல்கள். வான்உலகம் - சிவலோகம்.

பொழிப்புரை:

நீலமலர் பூத்திருக்கும் நீர்வளமும், தேன்மணம் கமழும் சோலை வளமும், வயல் வளமும், உடைய சீர்காழியைச் சேர்ந்த ஞானசம்பந்தன்; கரைஉடைய நீர்வளம் பெற்றுத் திகழும் வயல்வளம் உடைய செங்காட்டங்குடி மீது பாடிய, வேதக்கருத்துக்களை உள்ளடக்கிய பாடல் கொண்டு, பாடிவழிபட வல்லவர், சிவலோகம் சேர்வர்.

திருச்சிற்றம்பலம்

181

திருமருகல்

பதிக வரலாறு:

செங்காட்டங்குடி வழிபட்ட சண்பை நகரார், திருமருகல் வந்து பதிகம் பாடி வழிபட்டு அத்தலத்தில் தங்கி இருந்தனர். (அப்பதிகம் கிடைத்திலது). அப்பொழுது வணிகன் ஒருவன் பாம்பு தீண்டி இறந்துபோக, அவனை உயிர்ப்பிக்கப் பாடிய பதிகம் இது.

தல வரலாறு:

மயிலாடுதுறை - பேரளம் இரயில் பாதையில் நன்னிலத்துக்குக் கிழக்கில் 10கி.மீ. தொலைவில் உள்ளது. திருவாரூரிலிருந்து நகரப் பேருந்தில் செல்லலாம்.

மருகல் என்னும் ஒருவகை வாழை தலமரமாக விளங்குதலின் இப்பெயர் பெற்றது. இவ்வூருக்கு அருகிலுள்ள வைப்பூரில் தாமன் என்னும் பெயருடைய வணிகன் ஒருவன் இருந்தான். அவனுக்கு ஏழு பெண்பிள்ளைகள். மூத்த பெண்ணைத் தனக்கு மருமகனாம் முறை உடையவனுக்குத் திருமணம் செய்து கொடுக்க வாக்களித்தவன், அவ்வாறு செய்யாது, அப்பெண்ணை பணம் பெற்றுக் கொண்டு, வேறொருவனுக்குத் திருமணம் செய்து கொடுத்துவிட்டான். இவ்வாறு ஆறு பெண்களுக்கு மணம் முடித்தான். இதுகண்ட ஏழாவது பெண், தன் தாய் தந்தையரிடம் கூறாது, அந்த மாப்பிள்ளையோடு வீட்டை விட்டு வெளியேறினாள். அவர்கள் இருவரும் திருமருகல் வந்து கோயிலுக்கு அருகிலுள்ள ஒரு மடத்தில் தங்கினர்.

அன்று இரவு அந்த இளைஞனைப் பாம்பு தீண்ட, அவன் உயிர் பிரிந்தது; இதுகண்ட அப்பெண் அழுது புலம்பினாள். முன்னமே அவ்வூரில் வந்து தங்கி இருந்த சம்பந்தர் இதுகேட்டு, "சடையான் எனுமால்" எனத் தொடங்கிப் பதிகம் பாடி, அவனை உயிர்ப்பித்து, மணம் முடித்து வைத்தார். இது அத்தலத்தில் நிகழ்ந்த ஒரு சிறப்பு வரலாறு.

சுவாமி	:	மாணிக்க வண்ணர்
அம்மை	:	வண்டுவார்குழலி
தல மரம்	:	வாழை

திருமுறை 2 - 154   திருஞான - 482

பண்: இந்தளம்

1957. சடையான் எனுமால் சரண்நீ எனுமால்
 விடையான் எனுமால் வெருவா விழுமால்
 மடைஆர் குவளை மலரும் மருகல்
 உடையாய் தகுமோ இவள்உள் மெலிவே   (1)

அருஞ்சொற்பொருள்:

வெருவா - வெருவி (அஞ்சி). உள்மெலிவு - மனத்துயரம்.

பொழிப்புரை:

நீர் மடுவில் குவளை மலர்ந்திருக்கும் மருகல் என்னும் தலத்துப் பெருமானே! இவள் சடை உடையவனே என்கிறாள்; இடபத்தில் ஏறி வருபவனே என்கிறாள்; நீயே அடைக்கலம் என்கிறாள்; இவ்வாறு கூறி மயங்கி விழுகிறாள்; இவ்வளவும் இருந்தும், இவளது மனத்துயரைப் போக்காமல் இருப்பது, உனக்குத் தகுதிஉடைய செயல் ஆகுமோ?

1958. சிந்தாய் எனுமால் சிவனே எனுமால்
 முந்தாய் எனுமால் முதல்வா எனுமால்
 கொந்துஆர் குவளை குலவும் மருகல்
 எந்தாய் தகுமோ இவள்ஏ சறவே   (2)

அருஞ்சொற்பொருள்:

சிந்தாய் - சிந்தையில் இருப்பவனே. முந்தாய் - எல்லோர்க்கும் முற்பட்டவனே. கொந்து - கொத்து. ஏசறவு - துன்பம்.

பொழிப்புரை:

பூங்கொத்துக்களும் குவளை மலரும் மலர்ந்து மணம் பரப்பும் மருகல் என்னும் தலத்தில் எழுந்தருளி இருக்கும் எமது தந்தையே! இவள், என் சிந்தையில் இருப்பவனே என்கிறாள்; சிவபெருமானே என்கிறாள்; எல்லோர்க்கும் முந்தித் தோன்றியவனே என்கிறாள்; முதல்வனே என்கிறாள்; இவளது நிலை இவ்வாறு இருக்க, இன்னும் அருளாமல் இருப்பது, உனக்குத் தகுதி உடைய செயல் ஆகுமோ?

1959. அறைஆர் கழலும் அழல்வாய் அரவும்
பிறைஆர் சடையும் உடையாய் பெரிய
மறைஆர் மருகல் மகிழ்வாய் இவளை
இறைஆர் வளைகொண்டு எழில்வவ் வினையே (3)

அருஞ்சொற்பொருள்:

அறை - ஒலி. அழல் வாய் அரவு - வெப்பத்தை(விடத்தை)க் கக்கும் வாயுடைய பாம்பு. இறை - முன்கை. எழில் - அழகு. வவ்வினை - கவர்ந்தனை.

பொழிப்புரை:

ஒலிக்கின்ற வீரக்கழலும், வெப்பத்தைக் கக்குகின்ற பாம்பும், பிறை சூடிய சடையும், உடையவரே! வேதம் வல்ல அந்தணர்கள் நிறைந்து வாழும் திருமருகல் என்னும் தலத்தில் மகிழ்ந்து எழுந்தருளி இருப்பவரே! இப்பெண்ணின் முன்னங்கையில் உள்ள வளையல்களைக் கவர்ந்து கொண்டு, அழகைப் பறித்துக் கொள்வது, என்ன நியாயமோ?

1960. ஒலிநீர் சடையில் கரந்தாய் உலகம்
பலிநீ திரிவாய் பழியில் புகழாய்
மலிநீர் மருகல் மகிழ்வாய் இவளை
மெலிநீர் மையள் ஆக்கவும் வேண்டினையே (4)

அருஞ்சொற்பொருள்:

ஒலிநீர் - ஒலிக்கின்ற நீர் (கங்கை). கரந்தாய் - மறைத்தாய். பலி - பிச்சை. பழிஇல் புகழ் - குற்றமற்ற புகழ். 'நீர்மலி மருகல்' - என மாற்றி உரைக்க.

பொழிப்புரை:

ஒலிசெய்யும் கங்கையைச் சடையில் மறைத்து வைத்தாய்; உலகம் முழுவதும் பிச்சை ஏற்றுத் திரிந்தாய்; நீரால் நிரம்பிய மருகல் நகரில் குற்றமற்ற புகழுடன் மகிழ்ந்து எழுந்தருளி இருக்கிறாய்; இவளை மெலியும் தன்மை உடையவள் ஆக்கி வைத்துள்ளாயே! இது எதனால்?

1961. துணிநீல வண்ணம் முகில்தோன்றி அன்ன
மணிநீல கண்டம்(ம்) உடையாய் மருகல்
கணிநீல வண்டுஆர் குழலாள் இவள்தன்
அணிநீல ஒண்கண் அயர்வு ஆக்கினையே (5)

அருஞ்சொற்பொருள்:

துணி - தெளிவு. கணி - கருதுகின்ற. அணி நீலம் - அழகிய நீலமலர். அயர்வு - சோர்வு.

பொழிப்புரை:

தெளிந்த நீல நிறம் உடையதும், மேகம் போன்றதும், நீலமணி போன்றதும், ஆகிய கண்டம் உடையவனே! மருகல் என்னும் தலத்தில் கருதுகின்ற நீலநிற வண்டுகள் மொய்க்கும் கூந்தல் உடைய இவளது அழகிய நீலமலர் போன்ற கண்களில் சோர்வை உண்டாக்கி விட்டாயே! இது தகுமோ?

1962. **பலரும் பரவப் படுவாய் சடைமேல்**
மலரும் பிறைஒன்று உடையாய் மருகல்
புலரும் தனையும் துயிலாள் புடைபோந்து
அலரும் படுமோ அடியாள் இவளே (6)

அருஞ்சொற்பொருள்:

புலரும்தனை - விடியும்வரை. புடை - பக்கம். அலரும் - பழியும்.

பொழிப்புரை:

பலரும் போற்ற விளங்குபவனே! சடைமேல் ஒளிரும் பிறையைச் சூடி இருப்பவனே! மருகல் என்னும் தலத்தில், பொழுது விடியும் வரை அருகில் இருந்து, உனது அடியவளாகிய இவள், பழிச்சொல்லுக்கு ஆளாகலாமோ?

1963. **வழுவாள் பெருமான் கழல்வாழ் கஎனா**
எழுவாள் நினைவாள் இரவும் பகலும்
மழுவாள் உடையாய் மருகல் பெருமான்
தொழுவாள் இவளைத் துயர்ஆக் கினையே (7)

அருஞ்சொற்பொருள்:

'பெருமான் கழல் வாழ்க எனா வழுவாள் நினைவாள் எழுவாள்' - எனக்கூட்டி உரைக்க.

பொழிப்புரை:

மழுப்படை ஏந்தி இருப்பவனே! திருமருகல் என்னும் தலத்தில் எழுந்தருளி இருக்கும் பெருமானே! 'பெருமான் திருவடி வாழ்க!' என்று

தவறாது இரவும் பகலும் என எந்நேரமும் நினைத்துத் தொழுது கொண்டு இருக்கும் இவளைத் துன்பத்திற்கு உள்ளாக்கி விட்டாயே! இது தகுமோ?

1964. **இலங்கைக்கு இறைவன் விலங்கல் எடுப்பத்**
துலங்கவ் விரல்ஊன் றலும்தோன் றலனாய்
வலங்கொள் மதில்சூழ் மருகல் பெருமான்
அலங்கல் இவளை அலர்ஆக் கினையே (8)

அருஞ்சொற்பொருள்:

விலங்கல் - மலை. துலங்க - விளங்க. தோன்றலனாய் - என்ன செய்வது என்று அறிய முடியாதவனாய். வலம்கொள் - வலமாக வந்து வணங்கி வரம்பெற்ற. அலங்கல் - மாலை. அலர் - பழி.

பொழிப்புரை:

மதிலால் சூழப்பட்ட மருகல் என்னும் தலத்தில் எழுந்தருளி இருக்கும் பெருமானே! இலங்கை நாட்டுக்கு அரசனாக விளங்கிய இராவணன் கயிலை மலையைப் பெயர்க்க, நீவிர் கால் பெருவிரல் கொண்டு ஊன்ற, அவன் செய்வது அறியாது திகைத்துச் சாமகானம் பாடித் தப்பித்து, வலமாக வந்து வணங்கி வரம்பெற்றான்; ஆனால் மலர்மாலை போன்ற இப்பெண்ணை பழிக்கு ஆளாக்கி விட்டாயே! இது தகுமோ?

1965. **எரிஆர் சடையும் அடியும் இருவர்**
தெரியா ததுஓர் தீத்திரள் ஆயவனே
மரியார் பிரியா மருகல் பெருமான்
அரியாள் இவளை அயர்வுஆக் கினையே (9)

அருஞ்சொற்பொருள்:

எரி ஆர் - நெருப்பு போன்ற. இருவர் - திருமாலும் பிரமனும். தீத்திரள் - நெருப்புத் தம்பம். மரியார் - இறவாதவர் (சீவன்முத்தர்). அரியாள் - ஏனைய தன் உடன்பிறந்த பெண்கள் போல் இல்லாது அரியகுணம் உடையவள்.

பொழிப்புரை:

நெருப்பு போல் சிவந்த திருச்சடையையும் திருஅடியையும் முறையே பிரமனும் திருமாலும் தேடிக் காணக் கிடைக்காத நெருப்புத் தம்பமாய் நின்ற பெருமானே! சீவன் முக்தி அடைந்தவரை எப்பொழுதும் விட்டுப் பிரியாத திருமருகல் இறைவரே! அரிய உயர்குணம் உடைய இப்பெண்ணைச் சோர்ந்து போகுமாறு செய்துவிட்டாயே! இது தகுதி ஆகுமோ?

1966. **அறிவில் சமணும்(ம்) அலர்சாக் கியரும்**
நெறிஅல் லனசெய் தனர்நின்று உழல்வார்
மறிஏந்து கையாய் மருகல் பெருமான்
நெறிஆர் குழலி நிறைநீக் கினையே (10)

அருஞ்சொற்பொருள்:

அறிவில் - (அறிவு + இல்) அறிவு இல்லாத. அலர் - பழி. சாக்கியர் - பௌத்தர். நெறி அல்லன - செம்மை நெறி அல்லாதன. உழல்வார் - மனக்குழப்பம் அடைவார். மறி - மான்கன்று. நெறி ஆர் குழல் - அடர்ந்த கூந்தல். நிறை - கற்பு.

பொழிப்புரை:

அறிவில்லாத சமணரும், பழிக்கு ஆளாகும் பௌத்தரும், செம்மை நெறியாகிய சிவநெறிக்குப் புறம்பானவற்றைக் கடைபிடித்து, மனக்குழப்பம் அடைந்தனர். மான்கன்று ஏந்திய கை உடையவனே! திருமருகல் என்னும் தலத்தில் எழுந்தருளி இருக்கும் பெருமானே! அடர்ந்த கூந்தல் உடைய இப்பெண்ணின் கற்பொழுக்க வாழ்வை இல்லாமல் செய்து விட்டாயே! இது தகுமோ?

1967. **வயஞானம் வல்லார் மருகல் பெருமான்**
உயர்ஞானம் உணர்ந்து அடிஉள் குதலால்
இயல்ஞான சம்பந்தன பாடல் வல்லார்
வியன்ஞாலம் எல்லாம் விளங்கும் புகழே (11)

அருஞ்சொற்பொருள்:

வயஞானம் - தன்வயப் படுத்தும் ஞானம். உள்குதல் - நினைதல். வியன் ஞாலம் - இடமகன்ற உலகம்.

பொழிப்புரை:

தன்வயமாக்கும் திருவருள் ஞானம் பெற்றவர் கூடி வாழும் திருமருகல் என்னும் தலத்தில் எழுந்தருளி இருக்கும் பெருமானை, உயர்ஞானத்தால் உணர்ந்து, திருவடியை நினைந்து, ஞானசம்பந்தன் பாடிய பாடல்களைப் பாடி, வழிபடும் இயல்பு உடையவரது புகழ், இடமகன்ற இந்நிலவுலகம் முழுவதும் பரவும்.

திருச்சிற்றம்பலம்

182

திருமருகலும் திருச்செங்காட்டங்குடியும்

பதிக வரலாறு:

வணிகனுக்கு உயிர்கொடுத்துத் திருமணம் செய்வித்து, அத்தலத்தில் சம்பந்தர் தங்கிஇருந்தார். அப்பொழுது சிறுத்தொண்டர் அங்கு வந்தார். அதனால் மீண்டும் செங்காட்டங்குடிக்கு எழுந்தருளும் ஆர்வம் மிக உடையவராய், திருமருகல் இறைவரைச் சென்று கும்பிட்டார். அப்பொழுது செங்காட்டங்குடியில் கணபதீச்சரத்தில் இறைவர் தாம் எழுந்தருளி இருக்கும் காட்சியைத் திருமருகலில் காட்டி அருளினார். அந்த அற்புதம் கண்டவர், கண்களில் நீர் அருவிபோல் பெருக, மனம் குழைந்து, இந்த அதிசயம் குறித்து வினவி, வினாவுரைப் பதிகமாக இதனை அருளுகின்றார்.

திருமுறை 1 - 6 திருஞான - 486

வினாவுரை

பண்: நட்டபாடை

1968. அங்கமும் வேதமும் ஓதும்நாவர்
அந்தணர் நாளும் அடிபரவ
மங்குல் மதிதவழ் மாடவீதி
மருகல் நிலாவிய மைந்தசொல்லாய்
செங்கயல் ஆர்புனல் செல்வமல்கு
சீர்கொள் செங்காட்டங் குடிஅதனுள்
கங்குல் விளங்குஎரி ஏந்திஆடும்
கணபதி ஈச்சரம் காமுறவே (1)

அருஞ்சொற்பொருள்:

அங்கம் - நிருத்தம், சிட்சை, கற்பம், சந்தஸ், வியாகரணம், சோதிடம் என்னும் வேதத்தின் ஆறு அங்கங்கள். மங்குல் - வானம். கங்குல் - நள்ளிரவு. காமுறுதல் - விரும்புதல்.

பொழிப்புரை:

வேதங்களையும், அதன் ஆறு அங்கங்களையும், ஓதும் நாவினை உடைய அந்தணர்கள், நாள்தோறும் சூழ்ந்துநின்று, போற்றி வழிபட, வானில் உலவும் சந்திரன் தவழும், உயரமான மாடி வீடுகள் உடைய, நீண்ட வீதிகளுடன் கூடிய திருமருகல் நகரில், எழுந்தருளி இருக்கும் வலிமை உடைய இறைவனே! சிவந்த கயல் மீன்கள் பொருந்திய நீர்வளமும், செல்வச் சிறப்பும், உடைய செங்காட்டங்குடியில் நள்ளிரவில் கையில் அனலை ஏந்தி நடனம் ஆடுபவனாய் கணபதீச்சரம் திருக்கோயிலை விரும்புவது ஏன்? என்று கூறுவாயாக!

1969. நெய்தவழ் மூஎரி காவல்ஓம்பும்
நேர்புரி நூல்மறை யாளர்ஏத்த
மைதவழ் மாடம் மலிந்தவீதி
மருகல் நிலாவிய மைந்தசொல்லாய்
செய்தவ நான்மறை யோர்கள்ஏத்தும்
சீர்கொள் செங்காட்டங் குடிஅதனுள்
கைதவழ் கூர்எரி ஏந்திஆடும்
கணபதி ஈச்சரம் காமுறவே (2)

அருஞ்சொற்பொருள்:

மூ எரி - ஆகவனீயம், காருகபத்தியம், தட்சணாக்கினி என்னும் முத்தீ. நேர் - நேர்மை. புரிநூல் - முப்புரிநூல் (பூணூல்). மை - மேகம். கை தவழ் - கையில் விளங்குகின்ற. கூர்எரி - மிகுந்த நெருப்பு.

பொழிப்புரை:

நெய்கொண்டு வேட்கும் மூன்று வகை வேள்வியைப் பாதுகாத்துப் போற்றும் முப்புரிநூல் அணிந்த மார்புடைய அந்தணர்கள் போற்ற, மேகம் தவழும் உயரிய மாடிவீடுகள் நிறைந்த வீதிகள் உடைய திருமருகல் நகரில் எழுந்தருளி இருக்கும் எல்லாம்வல்ல இறைவரே! தவம் செய்பவரும், நான்கு வேதங்களை ஓதுபவர்களும், ஆகிய அந்தணர்கள் போற்றும் சிறப்பு மிகுந்த செங்காட்டங்குடி என்னும் தலத்தில் மிகுந்த நெருப்பினைக் கையில் ஏந்தி நடனம் ஆடி, கணபதீச்சரம் கோயிலை விரும்புவது எதனால்? கூறுவாயாக!

1970. தோலொடு நூல்இழை சேர்ந்தமார்பர்
தொகுமறை யோர்கள் வளர்த்தசெந்தீ
மால்புகை போய்விம்மு மாடவீதி
மருகல் நிலாவிய மைந்தசொல்லாய்
சேல்புல்கு தண்வயல் சோலைசூழ்ந்த
சீர்கொள் செங்காட்டங் குடிஅதனுள்
கால்புல்கு பைங்கழல் ஆர்க்கஆடும்
கணபதி ஈச்சரம் காமுறவே (3)

அருஞ்சொற்பொருள்:

மால்புகை - கரும்புகை. விம்முதல் - பெருகுதல். சேல்புல்கு - சேல்மீன்கள் தங்கிஉள்ள. கால்புல்கு - திருவடியில் பொருந்திய. பைங்கழல் - பசிய வீரக்கழல். ஆர்க்க - ஆரவாரம் செய்ய (ஒலிக்க).

பொழிப்புரை:

யானையின் தோலும், முப்புரி நூலும், பொருந்திய திருமார்பு உடையவரும்; அந்தணர் கூட்டம் செந்தீ (வேள்வி) வேட்க, அதனில் எழும் கரும்புகையால் நிரம்பிய மாடி வீடுகள் நிறைந்த வீதிகள் உடைய மருகல் நகரில் எழுந்தருளி இருப்பவரும்; ஆகிய வலிமை உடைய இறைவரே! சேல்மீன்கள் நிரம்ப உடைய குளிர்ந்த வயலும் சோலையும் சூழ்ந்த சிறப்புடைய செங்காட்டங்குடியில் காலில் அணிந்துள்ள பசிய வீரக்கழல் ஒலிக்க, நடனம் ஆடி, கணபதீச்சரம் திருக்கோயிலில் விரும்பி எழுந்தருளி இருப்பது எதற்காக? கூறுவாயாக!

1971. நாமரு கேள்வியர் வேள்விஓவா
நான்மறை யோர்வழி பாடுசெய்ய
மாமரு வும்மணிக் கோயில்மேய
மருகல் நிலாவிய மைந்தசொல்லாய்
தேமரு பூம்பொழில் சோலைசூழ்ந்த
சீர்கொள் செங்காட்டங் குடிஅதனுள்
காமரு சீர்மகிழ்ந்து எல்லிஆடும்
கணபதி ஈச்சரம் காமுறவே (4)

அருஞ்சொற்பொருள்:

நா மரு - நாவில் பொருந்திய. கேள்வியர் - வேதங்களைக் கேட்டவர். கேள்வி - வேதம். மா மருவும் - பெருமை பொருந்திய. தே - தேன். காமரு - அழகிய. எல்லி - இரவு.

பொழிப்புரை:

நாவில் பொருந்திய வேதங்களைக் காதால் கேட்பவரும், இடைவிடாது வேள்வி வேட்பவரும், ஆகிய அந்தணர்கள் வழிபாடு செய்ய, பெருமையும் அழகும் பொருந்திய மருகல் நகர்க் கோயிலில் எழுந்தருளி இருக்கும் வல்லமை உடைய இறைவரே! தேன்பொருந்திய மலர்கள் நிரம்பிய சோலை சூழ்ந்த சிறப்புமிகு செங்காட்டங்குடியில் உள்ள அழகும் சிறப்பும் பொருந்திய கணபதீச்சரம் திருக்கோயிலை விரும்பி, அங்கு எழுந்தருளி, இரவில் நடனம் ஆடுவது எதற்காக? கூறுவாயாக!

1972. பாடல் முழவும் விழவும்ஓவாப்
பன்மறை யோர்அவர் தாம்பரவ
மாட நெடுங்கொடி விண்தடவும்
மருகல் நிலாவிய மைந்தசொல்லாய்
சேடக மாமலர்ச் சோலைசூழ்ந்த
சீர்கொள் செங்காட்டங் குடிஅதனுள்
காடக மேஇட மாகஆடும்
கணபதி ஈச்சரம் காமுறவே (5)

அருஞ்சொற்பொருள்:

விழவு - விழா. ஓவா - இடையறாத. விண் தடவும் - ஆகாயத்தை உரசும். சேடகம் - உயரமான.

பொழிப்புரை:

பாடல் ஒலியும், அதற்கேற்ப வாசிக்கப்படும் முழவின் ஒலியும், திருவிழாக்களின் ஒலியும், ஆகிய இவை இடையறாது கேட்பதும்; வேதங்கற்ற அந்தணர் பலரும் கூடிநின்று போற்றுவதும்; மாடிவீடுகளில் பறக்கும் கொடிகள் ஆகாய முகட்டைத் தடவுவதும்; ஆகிய சிறப்புகள் உடைய மருகல் நகரில் எழுந்தருளி இருக்கும் வலிமை உடைய இறைவனே! உயரமானதும், மலர்மணம் மிக்கதும், ஆகிய சோலை சூழ்ந்த சிறப்பு பொருந்திய செங்காட்டங்குடி என்னும் தலத்தில் எழுந்தருளி கணபதீச்சரம் கோயிலை விரும்பி, சுடுகாட்டை ஆடும் இடமாகக் கொண்டு, கூத்து நிகழ்த்துவது எதற்காக? கூறுவாயாக!

1973. புனைஅழல் ஓம்புகை அந்தணாளர்
பொன்அடி நாள்தொறும் போற்றிஇசைப்ப
மனைகெழு மாடம் மலிந்தவீதி
மருகல் நிலாவிய மைந்தசொல்லாய்

சினைகெழு தண்வயல் சோலைசூழ்ந்த
சீர்கொள் செங்காட்டங் குடிஅதனுள்
கனைவளர் கூர்எரி ஏந்திஆடும்
கணபதி ஈச்சரம் காமுறவே (6)

அருஞ்சொற்பொருள்:

மைந்தன் - வலிமை (ஆணவ மலத்தை வலிகுன்றச் செய்யும் வலிமை) உடையவன். சினை - முளை. கனை - ஒலி. கூர்எரி - மிகுந்த நெருப்பு.

பொழிப்புரை:

வேள்வித் தீயை வேட்கும் கை உடைய அந்தணர்கள் கூடி, (இறைவனது) பொன்போன்ற திருவடியை நாள்தோறும் போற்றிப் பாடவும், மாடி வீடுகள் நிரம்பிய வீதிகளை உடையதும், ஆகிய மருகல் நகரில் எழுந்தருளி இருக்கும் உயிர்களின் ஆணவமல இருளைப் போக்கும் வலிமை உடையவரே! முளை நிரம்பிய குளிர்ந்த வயலும், சோலையும், சூழ்ந்த சிறப்பு மிக்க செங்காட்டங்குடியில் கணபதீச்சரம் கோயிலில் எழுந்தருளி, ஒலிசெய்து உயர்ந்து எரிகின்ற மிகுந்த நெருப்பின் நடுவே நின்றும், கையில் நெருப்பை ஏந்தியும் நடனம் ஆடுவது எதற்காக? கூறுவாயாக!

★ (இப்பதிகத்தின் 7-ஆம் பாடல் கிடைக்கவில்லை).

1974 **பூண்தங்கு மார்பின் இலங்கைவேந்தன்**
பொன்நெடும் தோள்வரை யால்அடர்த்து
மாண்தங்கு நூல்மறை யோர்பரவ
மருகல் நிலாவிய மைந்தசொல்லாய்
சேண்தங்கு மாமலர்ச் சோலைசூழ்ந்த
சீர்கொள் செங்காட்டங் குடிஅதனுள்
காண்தங்கு தோள்பெயர்த்து எல்லிஆடும்
கணபதி ஈச்சரம் காமுறவே (8)

அருஞ்சொற்பொருள்:

பூண் - அணிகலன். பொன் - அழகு. வரை - மலை. அடர்த்து - நசுக்கி. மாண் - மாட்சிமை. சேண் - வான். காண்தங்கு - அழகு தங்கிய.

பொழிப்புரை:

அணிகலன்கள் அணிந்த மார்புஉடைய இலங்கை அரசன் இராவணன் கயிலை மலையைப் பெயர்க்க, அவனது அழகிய நெடிய தோள்களை அம்மலை கொண்டு நசுக்கியதும், மாட்சிமை பொருந்திய வேதம் ஓதும் அந்தணர்கள் கூடி நின்று போற்றுவதும், ஆகிய மருகல் நகரில் எழுந்தருளி இருக்கும் வல்லமை உடைய இறைவனே! வானளாவிய மலர்ச் சோலைகளால் சூழப்பட்ட சிறப்பு மிக்க செங்காட்டங்குடி என்னும் தலத்தில் அழகிய தோளினை எட்டு திசைகளிலும் வீசி, இரவில் நடனம் ஆடி, கணபதீச்சரம் திருக்கோயிலில் விரும்பி எழுந்தருளி இருப்பது எதற்காக? கூறுவாயாக!

1975. அந்தமும் ஆதியும் நான்முகனும்
அரவுஅணை யானும் அறிவரிய
மந்திர வேதங்கள் ஓதுநாவர்
மருகல் நிலாவிய மைந்தசொல்லாய்
செந்தமி ழோர்கள் பரவிஏத்தும்
சீர்கொள் செங்காட்டங் குடிஅதனுள்
கந்தம் அகில்புகை யேகமழும்
கணபதி ஈச்சரம் காமுறவே (9)

அருஞ்சொற்பொருள்:

அந்தம் - முடிவு. ஆதி - தொடக்கம். அரவுஅணையான் - பாம்புப் படுக்கை உடையவன் (திருமால்). மந்திர வேதங்கள் - மந்திரங்களாக விளங்கும் வேதங்கள். கந்தம் - மணம்.

பொழிப்புரை:

முடிவாகிய திருமுடியை நான்முகனும், தொடக்கமாகிய திருவடியைத் திருமாலும் தேடிக் காணமுடியாத தன்மையில் விளங்குபவரும்; வேத மந்திரங்களை ஓதும் நாவினை உடைய அந்தணர்கள் போற்ற விளங்குபவரும்; ஆகிய மருகல் நகரில் எழுந்தருளி இருக்கும் வலிமை உடைய இறைவரே! செந்தமிழில் புலமை உடையோர் புகழ்ந்து போற்றும் சிறப்பு பொருந்திய செங்காட்டங்குடியில் அகிலின் புகையானது மணக்கும் கணபதீச்சரம் திருக்கோயிலில் எழுந்தருளி இருப்பது எதற்காக? கூறுவாயாக!

1976. இலைமரு தேஅழ காகநாளும்
    இடுதுவர்க் காயொடு சுக்குத்தின்னும்
    நிலைஅமண் தேரரை நீங்கிநின்று
    நீதர்அல் லார்தொழு மாமருகல்
    மலைமகள் தோள்புணர் வாய்அருளாய்
    மாசில் செங்காட்டங் குடிஅதனுள்
    கலைமல்கு தோல்உடுத்து எல்லிஆடும்
    கணபதி ஈச்சரம் காமுறவே   (10)

அருஞ்சொற்பொருள்:

இலை மருது - மருதமரத்தின் இலை. துவர்க்காய் - துவர்ப்புச் சுவை உடைய கடுக்காய். தேரர் - பௌத்தர். நீதர் - கீழானவர். அல்லார் - அல்லாத (சைவர்). கலை - ஆடை. எல்லி - இரவு.

பொழிப்புரை:

மருத மரத்து இலையின் சாறு கொண்டு துவர்நிறம் ஏற்றிய மேலாடை உடைய பௌத்தரும், கடுக்காயும் சுக்கும் மெல்லும் சமணரும், ஆகிய கீழ்மக்களை அன்றி, சைவர்கள் தொழுது போற்றும் திருமருகல் நகரில் மலைமகளாகிய உமாதேவியின் தோளைத் தழுவி எழுந்தருளி இருப்பவரே! குற்றமற்றவர் வாழும் செங்காட்டங்குடியில் ஆடையாகத் தோலை உடுத்து, இரவில் நடனம் ஆடி, கணபதீச்சரம் கோயிலில் எழுந்தருளி இருப்பது எதற்காக? கூறுவாயாக!

1977. நாலும் குலைக்கமுகு ஓங்குகாழி
    ஞானசம் பந்தன் நலம்திகழும்
    மாலின் மதிதவழ் மாடம்ஓங்கும்
    மருகலின் மற்றுஅதன் மேல்மொழிந்த
    சேலும் கயலும் திளைத்தகண்ணார்
    சீர்கொள் செங்காட்டங் குடிஅதனுள்
    சூலம்வல் லான்கழல் ஏத்துபாடல்
    சொல்லவல் லார்வினை இல்லையாமே   (11)

அருஞ்சொற்பொருள்:

நாலும் - தொங்கும். கமுகு - பாக்குமரம். மால் - மேகம். மதி - சந்திரன். சேல், கயல் - மீன்வகைகள்.

பொழிப்புரை:

தொங்கும் குலைகளோடு கூடிய பாக்கு மரங்கள் அடர்ந்த சோலை சூழ்ந்த சீர்காழி ஞானசம்பந்தன்; மேகமும் சந்திரனும் தங்கும் உயர்ந்த மாடிவீடுகள் நிறைந்த திருமருகல்; சேல்மீனும் கயல்மீனும் போன்ற கண்கள் உடைய மகளிர் நிறைந்து வாழும் சிறப்பு மிக்க திருச்செங்காட்டங்குடி; என இரண்டு தலங்களிலும் உள்ள, சூலம் ஏந்திய கை உடைய சிவபெருமானது, திருவடிகளைப் புகழ்ந்து பாடிய, இப்பாடல்களைப் பாடி, வழிபடும் வல்லமை உடையவரது, வினைகள் இல்லையாகும்.

திருச்சிற்றம்பலம்

183

திருப்புகலூர்

பதிக வரலாறு:

திருமருகல் வணங்கி, சிலநாள் அங்குத் தங்கிப்பின் சிறுத்தொண்டரிடம் விடைபெற்றுப் புகலூர் நோக்கிப் புறப்பட்டார். பிள்ளையார் வரவு குறித்துக் கேட்டு அறிந்த முருகனார் தொண்டர்களுடன் எதிர்வந்து வணங்கி, அழைத்துச் செல்ல திருக்கோயிலை அடைந்து, வலமாக வந்து வணங்கி, இப்பதிகத்தை அருளிச்செய்தார்.

தல வரலாறு:

நாகை மாவட்டம், நன்னிலம் வட்டம், மயிலாடுதுறை - திருவாரூர் இரயில் தடத்தில், நன்னிலம் இரயில் நிலையத்திற்குக் கிழக்கே 5கி.மீ. தொலைவில் உள்ளது. இத்தலத்திலுள்ள திருக்கோயில் நான்கு புறமும் அகழி சூழ நடுவில் இருக்கிறது. முருகநாயனார் அவதரித்த தலம். அக்கினி பகவான் பூசித்துப் பேறு பெற்ற தலம். சுந்தரமூர்த்தி நாயனாருக்குச் செங்கல்லைப் பொன் ஆக்கிய தலம். திருநாவுக்கரசர் முத்தி அடைந்த தலம்.

சுவாமி	:	அக்னிபுரீசுவரர்
அம்மை	:	கருந்தாழ் குழலியம்மை
தல மரம்	:	புன்னை
தீர்த்தம்	:	அக்னி தீர்த்தம்

திருமுறை 2 - 251　　　　　　　　　　திருஞான - 490

பண்: செவ்வழி

1978.வெங்கள்விம்மு குழல்இளையர் ஆடல்வெறி விரவுநீர்ப்
பொங்குசெங்கண் கருங்கயல்கள் பாயும் புகலூர்தனுள்
திங்கள்சூடித் திரிபுரம் ஓர்அம்பால் எரிஊட்டிய
எங்கள்பெம்மான் அடிபரவ நாளும் இடர்கழியுமே　　(1)

அருஞ்சொற்பொருள்:

கள் - தேன். விம்மு - பெருகும். குழல் - கூந்தல். இளையர் - இளமகளிர். வெறி - மணம். தனுள் - தன்னுள். திரிபுரம் - முப்புரம். இடர் - துன்பம்.

பொழிப்புரை:

விரும்பப்படும் தேன்நிறைந்த மலர்கள் சூடிய கூந்தல் உடைய இளமகளிர் நீராட, அதனால் மணம் கூடிய நீரில், சிவந்த கண்ணும் கரிய நிறமும் உடைய கயல்மீன்கள் துள்ளும் புகலூர் என்னும் தலத்தில் எழுந்தருளி இருக்கும் திங்களைச் சடையில் சூடி, ஓர் அம்பால் முப்புரத்தை எரித்த, எங்கள் பெருமானது திருவடியை நாள்தோறும் வழிபட்டுவர, துன்பமானது விலகும்.

1979. **வாழ்ந்தநாளும் இனிவாழும் நாளும்(ம்)இவை அறிதிரேல்**
வீழ்ந்தநாள்எம் பெருமானை ஏத்தாவிதி இல்லிர்காள்
போழ்ந்ததிங்கள் புரிசடையி னான்தன் புகலூரையே
சூழ்ந்தஉள்ளம் உடையீர்காள் உங்கள்துயர் தீருமே (2)

அருஞ்சொற்பொருள்:

அறிதிரேல் - அறிவீரேயாயின். வீழ்ந்த நாள் - வீணே கழிந்த நாள். ஏத்தாவிதி - ஏத்தும்விதி. இல்லிர்காள் - இல்லாதவர்களே. போழ்ந்த திங்கள் - (பிளந்த சந்திரன்) பிறை. துயர் - துன்பம்.

பொழிப்புரை:

எம்பெருமானைப் போற்றி வழிபடும் விதி இல்லாதவர்களே! நீவிர் இதுவரை வாழ்ந்த நாளும், இனி வாழஉள்ள நாளும் குறித்து அறிவீராயின், இதுவரை வாழ்ந்த நாள் வீண்நாளாகக் கழிந்ததை உங்களால் அறிய முடியும். பிறைச்சந்திரனை முறுக்கேறிய சடையில் சூடி, திருப்புகலூர் என்னும் தலத்தில் எழுந்தருளி இருக்கும் இறைவனைச் சூழ்ந்துநின்று, வணங்கும் உள்ளம் பெறுவீராயின், உங்களது துன்பமானவை விலகும்.

1980. **மடையின்நெய்தல் கருங்குவளை செய்ய(ம்) மலர்த்தாமரை**
புடைகொள்செந்நெல் விளைகழனி மல்கும் புகலூர்தனுள்
தொடைகொள்கொன்றை புனைந்தான்ஓர் பாகம் மதிசூடியை
அடையவல்லவர் அமருலகம் ஆளப் பெறுவார்களே (3)

அருஞ்சொற்பொருள்:

மடை - நீர்நிலை. செய்ய - சிவந்த. மல்கும் - பெருகும். தொடை - மாலை. அமருலகம் - அமரர் உலகம்.

பொழிப்புரை:

நீர்நிலைகளில் நெய்தல், கருங்குவளை, செந்தாமரை, ஆகிய மலர்கள் மலர்ந்திருக்க, அருகில்உள்ள வளமான வயல்களில் செந்நெல் மிகுதியும் விளைந்திருக்கும் புகலூர் என்னும் தலத்தில் எழுந்தருளி இருக்கும் சடையின் ஒருபகுதியில் கொன்றை மலர்மாலை அணிந்திருப்பவனும், மறுபகுதியில் பிறைச்சந்திரனைச் சூடி இருப்பவனும், ஆகிய இறைவனைச் சென்று சேரவல்லவர், அமரர் உலகை ஆளும் பேறு பெறுவர்.

1981. **பூவும்நீரும் பலியும் சுமந்து புகலூரரையே**
நாவினாலே நவின்றுஏத்தல் ஓவார்செவித் துளைகளால்
யாவும்கேளார் அவன்பெருமை அல்லால் அடியார்கள்தாம்
ஓவும்நாளும் உணர்வுஒழிந்த நாள்என்றுஉளம் கொள்ளவே (4)

அருஞ்சொற்பொருள்:

பலி - நிவேதனம். ஓவார் - நீங்கார். ஓவும்நாள் - நீங்கிய நாள். உளம் - உள்ளம்.

பொழிப்புரை:

மலர், நீர், நிவேதனம் முதலிய பொருள்களைச் சுமந்து சென்று, புகலூரில் எழுந்தருளி இருக்கும் பெருமானது, புகழினை நாவினால் புகழ்ந்து போற்றி வழிபடுவதைக் கைவிடாதவரும், அவைதவிர தம் காதுத் துளையின்வழி வேறு எதுகுறித்தும் கேளாதவரும், ஆகிய அடியார்கள், அவை நிகழாத நாட்களை உணர்வுஒழிந்த நாள்கள் என்று கருதுவர்.

1982. **அன்னம்கன்னிப் பெடைபுல்கி ஒல்கிஅணி நடையவாய்ப்**
பொன்அம்காஞ்சி மலர்ச்சின்னம் ஆலும் புகலூர்தனுள்
முன்னம்மூன்று மதில்எரித்த மூர்த்திதிறம் கருதுங்கால்
இன்னர்என்னப் பெரிதுஅரியர் ஏத்தச் சிறிதுஎளியரே (5)

அருஞ்சொற்பொருள்:

புல்கி - தழுவி. ஒல்கி - ஒதுங்கி. சின்னம் - நிழல் என்னும் பொருள் தந்து நின்றது. ஆலும் - மகிழும். இன்னர் - இன்ன தன்மை உடையவர். என்ன - என்று.

பொழிப்புரை:

ஆண் அன்னப்பறவை கன்னிப்பெண் அன்னத்தைத் தழுவி, ஒதுங்கி நடக்கும் அழகிய நடைஉடையதாய், பொன் போல் பூக்கும் மலர்கள் உடைய காஞ்சிமர நிழலில் மகிழ்ந்து தங்கும் புகலூர் என்னும் தலத்தில்

எழுந்தருளி இருக்கும், மும்மதில்களை எரித்த இறைவனது இயல்புகள் குறித்து எண்ணப்பார்க்க, ‘இப்படிப்பட்டவர்’ என்று அறுதியிட்டுச் சொல்ல முடியாதவர்; ஆனால் அவர், புகழ்ந்து போற்றி வழிபடச் சிறிதே எளிமை உடையவர் ஆவர்.

1983. **குலவராகக் குலம்இலரும் ஆகக்குணம் புகழுங்கால்**
உலகின்நல்ல கதிபெறுவ ரேனும்மலர் ஊறுதேன்
புலவம்எல்லாம் வெறிகமழும் அந்தண் புகலூர்தனுள்
நிலவமல்கு சடைஅடிகள் பாதம் நினைவார்களே (6)

அருஞ்சொற்பொருள்:

குலவர் - உயர் குலத்தில் பிறந்தவர். குணம் - எண்குணம். புலவம் - புலால். வெறி - மணம். நிலவம் - பிறை.

பொழிப்புரை:

உயர்குலத்தில் பிறந்தவராயினும், உயர்குலத்தில் பிறவாதவராயினும், ஆக நீங்கள் எவரேஆயினும், இறைவனது எண்குணங்கள் குறித்துப் புகழ்ந்து பேசுவீராயின், உலகில் நல்ல நிலையைப் பெறுவீர்கள்; ஆதலின், மலர்களில் தேன் ஊறுவதும், புலால் நாறும் இடங்கள் எல்லாம் மணம் வீசுவதும், ஆகிய அழகிய குளிர்ந்த புகலூரில், எழுந்தருளி இருக்கும் பிறையைச் சடையில் சூடிய இறைவனது, திருவடியையே அடியார்கள் நினைப்பார்கள்.

1984. **ஆணும்பெண்ணும் எனநிற்ப ரேனும்(ம்)அரவு ஆரமாப்**
பூணுமேனும் புகலூர்தனக்கு ஒருபொருள் ஆயினான்
ஊணும்ஊரார் இடுபிச்சை ஏற்றுஉண்டுஉடை கோவணம்
பேணுமேனும் பிரான்என்ப ரால்எம் பெருமானையே (7)

அருஞ்சொற்பொருள்:

அரவு ஆரமா - பாம்பை மாலையாக. பேணும் - விரும்பும்.

பொழிப்புரை:

ஓர்உடம்பில் ஆணும்பெண்ணுமாய் நிற்பராயினும், பாம்பை மாலையாக அணிபவராயினும், புகலூர் என்னும் தலத்துக்கு உரிய ஒருபொருள் ஆனவர்; அவருக்கு உணவோ ஊரார் இடும் பிச்சை, உடையோ கோவணம்; இருப்பினும், இப்படிப்பட்ட எமது பெருமானையே அனைவரும் பிரான் என்று கொண்டாடுவர்.

1985. **உய்யவேண்டில்(ல்) எழுபோத நெஞ்சேஉயர் இலங்கைக்கோன்**
கைகள்ஒல்கக் கருவரை எடுத்தானை ஓர்விரலினால்
செய்கைதோன்றச் சிதைத்துஅருள வல்லசிவன் மேயபூம்
பொய்கைசூழ்ந்த புகலூர் புகழப் பொருளாகுமே (8)

அருஞ்சொற்பொருள்:

எழு - எழுவாயாக. போத - புகுத. ஒல்க - தளர. கருவரை - கரிய கயிலை மலை. பொருள் - மெய்ப்பொருள். ஆகும் - கிடைக்கும்.

பொழிப்புரை:

மனமே! நீ உய்யவிரும்பினால், உயர்ந்த இலங்கை நாட்டுக்கு அரசனாக விளங்கிய இராவணன் கயிலை மலையைப் பெயர்க்க, ஒரு கால் பெருவிரல் கொண்டு ஊன்றி, அவன் கைகள் தளர, அவனைச் சிதைத்து, அருள்செய்த வல்லமை உடைய சிவபெருமான் எழுந்தருளி இருக்கும், பூக்கள் நிறைந்த பொய்கைகள் சூழஇருக்கும், புகலூரை நோக்கிப் புறப்படு! அத்தலத்து இறைவனைப் போற்றிப் புகழ, மெய்ப்பொருள் விளங்கித் தோன்றும்.

1986. **நேமியானும் முகம்நான்கு உடையநெறி அண்ணலும்**
ஆம்இதுஎன்று தகைந்துஏத்தப் போய்ஆர்அழல் ஆயினான்
சாமிதாதை சரண்ஆகும் என்றுதலை சாய்மினோ
பூமிஎல்லாம் புகழ்செல்வம் மல்கும் புகலூரையே (9)

அருஞ்சொற்பொருள்:

நேமி - சக்கரம். நான்குமுகம் உடைய நெறி அண்ணல் - நான்முகன். ஆம்இதுஎன்று தகைந்து - மேலிடம் ஆகும் கீழிடம் ஆகும் இறைவன் நிலை இதுஎன்று கூறுபடுத்தி. அழல் - நெருப்பு. சாமி - முருகன். தாதை - தந்தை.

பொழிப்புரை:

சக்கரப்படை உடைய திருமாலும், நான்முகனும், அடி இது என்றும், முடி இது என்றும் வகைப்படுத்திக் கொண்டு தேட முற்பட, அவன் உயர்ந்த நெருப்பு உருவாய் நின்றவன்; முருகப்பெருமானுக்குத் தந்தை; அவனைச் சரண் அடைந்து தலைதாழ்த்தி வழிபாடு செய்யுங்கள்! அப்பெருமான் எழுந்தருளி இருப்பது செல்வமும் புகழும் உடைய திருப்புகலூர் என்னும் தலத்திலே ஆகும்.

1987. வேர்த்தமெய்யர் உருவத்து உடைவிட்டு உழல்வார்களும்
போர்த்தகூறைப் போதிநீழல் ஆரும் புகலூர்தனுள்
தீர்த்தம்எல்லாம் சடைக்கரந்த தேவன்திறம் கருதுங்கால்
ஓர்த்துமெய்என்று உணராது பாதம் தொழுதுஉய்ம்மினே (10)

அருஞ்சொற்பொருள்:

வேர்த்த - வியர்த்த. கூறை - ஆடை. போதிநீழல் - அரசமர நிழல். தீர்த்தம் - கங்கை. கரந்த - மறைந்த. ஓர்த்து - ஆராய்ந்து.

பொழிப்புரை:

வியர்க்கும் உடம்பு உடையவரும், உடையின்றித் திரிபவரும் ஆகிய சமணர்களும், மேலாடை போர்த்துக் கொண்டு அரசமர நிழலில் தங்கும் பௌத்தர்களும், கூறும் நெறிகளை விட்டு விலகுங்கள்; புகலூரில் எழுந்தருளி இருக்கும் கங்கையைச் சடையில் மறைத்து வைத்திருக்கும் தேவதேவனின் பெருமை குறித்து ஆராய்வதை விடுத்து, அப்பெருமானது திருவடியை வணங்கி, உய்வுபெறும் வழியைத் தேடுவீராக!

1988. புந்திஆர்ந்த பெரியோர்கள் ஏத்தும் புகலூர்தனுள்
வெந்தசாம்பல் பொடிபூச வல்லவிடை ஊர்தியை
அந்தம்இல்லா அனல்ஆட லானைஅணி ஞானசம்
பந்தன்சொன்ன தமிழ்பாடி ஆடக்கெடும் பாவமே (11)

அருஞ்சொற்பொருள்:

புந்தி - புத்தி (அறிவு). அந்தம்இல்லா - எல்லை இல்லா.

பொழிப்புரை:

அறிவார்ந்த பெரியோர்கள் போற்றிப்புகழும் புகலூரில் எழுந்தருளி இருக்கும், வெந்த சாம்பலாகிய திருநீற்றுப் பொடியைப் பூசவல்லவனும், இடபத்தை ஊர்ந்து வருபவனும், எல்லையற்று நெருப்பில் நின்று ஆடவல்லவனும், ஆகிய பெருமானை, ஞானசம்பந்தன் பாடிய அழகிய தமிழ்ப்பாடல்களைப் பாடி ஆடி, வழிபட வல்லவரது பாவமானது அழியும்.

திருச்சிற்றம்பலம்

184

திருப்புகலூர் வர்த்தமானீச்சரம்

பதிக வரலாறு:

திருப்புகலூரிலுள்ள திருக்கோயிலின் உள்ளே உள்ள ஒரு சந்நிதி. சுவாமி பெயர்: வர்த்தமானேச்சுரர்; அம்மை பெயர்: கருந்தாழ் குழலியம்மை என்பது. இப்பதிகம் இந்த வர்த்தமானேச்சரரை வழிபட்டுப் பாடியது.

திருமுறை 2 - 228   திருஞான - 491

பண்: பியந்தைக் காந்தாரம்

1989. பட்டம் பால்நிறம் மதியம்
  படர்சடைச் சுடர்விடு பாணி
  நட்டம் நள்இருள் ஆடும்
  நாதன் நவின்றுஉறை கோயில்
  புள்தன் பேடையொடு ஆடும்
  பூம்புகலூர்த் தொண்டர் போற்றி
  வட்டம் சூழ்ந்துஅடி பரவும்
  வர்த்தமா னீச்சரத் தாரே   (1)

அருஞ்சொற்பொருள்:

பட்டம் - உத்தரியம் (மேலாடை). பாணி - கங்கை. புள் - பறவை. பேடை - பெண்பறவை. வட்டம் - வட்டமாக.

பொழிப்புரை:

ஆண்பறவை தன் பெண்பறவையோடு கூடி மகிழும் பூம்புகலூரில் அடியார்கள் வட்டமாகச் சூழ்ந்து நின்று போற்றித் திருவடி வணங்க விளங்கும் இறைவர் அணிந்திருக்கும் மேலாடை பால்போன்ற நிறம் உடைய வெண்பட்டு; படர்ந்து கிடக்கும் சடையில் சூடி இருப்பது

பிறைச்சந்திரனும் ஒளிவிடும் கங்கையும்; நள்இருளில் நடனம் ஆடும் தலைவனாகிய அவன் எழுந்தருளி இருக்கும் கோயில்தான் வர்த்தமானீச்சரம்.

1990. முயல்வ ளாவிய திங்கள்
வாள்முகத்து அரிவையில் தெரிவை
இயல்வ ளாவியது உடைய
இன்அமு எந்தைஎம் பெருமான்
கயல்வ ளாவிய கழனிக்
கருநிறக் குவளைக் கண்மலரும்
வயல்வ ளாவிய புகலூர்
வர்த்தமா னீச்சரத் தாரே (2)

அருஞ்சொற்பொருள்:

முயல் - களங்கம். அரிவை, தெரிவை - பெண்டிரின் பருவ வேறுபாட்டைக் குறிக்கும் சொற்கள்.

பொழிப்புரை:

கயல்மீன்கள் துள்ளும் கழனியும் கரியநிறம் உடைய குவளை மலர் மலரும் வயல்களும் உடைய புகலூர் என்னும் தலத்தில் வர்த்தமானீச்சரம் என்னும் திருக்கோயிலில் எழுந்தருளி இருக்கும் இறைவர், முயல்கறை உடைய சந்திரன் போன்ற ஒளிபொருந்திய முகம் உடைய பெண்ணாகிய உமாதேவியை உடன்கொண்டு விளங்கும் எம்தந்தை; எம்பெருமானும் அவரே ஆவர்.

1991. தொண்டர் தண்கயம் மூழ்கித்
துணையலும் சாந்தமும் புகையும்
கொண்டு கொண்டுஅடி பரவிக்
குறிப்புஅறி முருகன்செய் கோலம்
கண்டு கண்டுகண் குளிரக்
களிபரந்து ஒளிமல்கு கள்ளார்
வண்டு பண்செயும் புகலூர்
வர்த்தமா னீச்சரத் தாரே (3)

அருஞ்சொற்பொருள்:

கயம் - நீர்நிலை. துணையல் - மாலை. குறிப்பு அறி முருகன் - குறிப்பு அறிந்து பணிசெய்யும் முருகநாயனார். கள் ஆர் வண்டு - தேன் பருகும் வண்டு. பண்செயும் - இசை எழுப்பும்.

பொழிப்புரை:

தொண்டர்கள் குளிர்ந்த நீரில் மூழ்கி மாலை, சந்தனம், புகை, ஆகியவை கொண்டு, வழிபாடு செய்ய, முயல்பவராய் விளங்க, அவ்வடியார்களின் உள்ளக்குறிப்பு இன்னதென அறிந்து, அவர்களுக்குப் பணிவிடை செய்யும் முருகநாயனாரது அழகினைக் கண்டு கண்குளிரவும், மகிழ்ச்சி மிக உடையதாய் தேனினை உண்டு வண்டு இசைஎழுப்பும் புகலூர் என்னும் தலத்தில் வர்த்தமானீச்சரம் என்னும் திருக்கோயிலில் இறைவர் எழுந்தருளி இருக்கிறார்.

1992. **பண்ண வண்ணத்த ராகிப்**
பாடலொடு ஆடல் அறாத
விண்ண வண்ணத்த ராய
விரிபுக லூரர்ஒர் பாகம்
பெண்ண வண்ணத்த ராகும்
பெற்றியொடு ஆண்இணை பிணைந்த
வண்ண வண்ணத்துஎம் பெருமான்
வர்த்தமா னீச்சரத் தாரே (4)

அருஞ்சொற்பொருள்:

பண்ணவண்ணர் - இசையாய் விளங்குபவர். விண்ண வண்ணத்தர் - ஆகாயமாய் விளங்குபவர். பெண்ண வண்ணத்தர் - பெண்ணோடு கூடி இருப்பவர். ஆண் இணை பிணைந்த வண்ண வண்ணத்து எம்பெருமான் - ஆணும் பெண்ணுமாய் பிணைந்து நிற்கும் அழகிய தன்மை உடைய எமது பெருமான்.

பொழிப்புரை:

புகலூர் என்னும் தலத்தில் வர்த்தமானீச்சரம் என்னும் திருக்கோயிலில் எழுந்தருளி இருக்கும் இறைவர், இசையே வடிவாக விளங்கி, பாடலும் ஆடலும் இடையறாது நடைபெறுமாறு பார்த்துக் கொள்பவர்; ஆகாயமாக விளங்குபவர்; உடம்பின் ஒரு பாகத்தில் பெண்ணை வைத்திருப்பவர்; ஆணாகவும், தனக்கு இணையான பெண்ணோடு பிணைந்தும் விளங்கும் அழகுடையவர்; அவரே எமது பெருமானும் ஆவார்.

1993. ஈசன் ஏறுஅமர் கடவுள்
இன்அமுது எந்தைஎம் பெருமான்
பூசு மாசுஇல் வெண்ணீற்றர்
பொலிவுடைப் பூம்புக லூரில்
மூசு வண்டுஅறை கொன்றை
முருகன்முப் போதும்செய் முடிமேல்
வாச மாமலர் உடையார்
வர்த்தமா னீச்சரத் தாரே (5)

அருஞ்சொற்பொருள்:

ஈசன் - ஆள்பவன். ஏறு - காளை. மாசுஇல் - குற்றம் இல்லாத. மூசு - மொய்க்கின்ற. முருகன் - முருகநாயனார். முப்போது - மூன்று பொழுது (காலை, நண்பகல், மாலை).

பொழிப்புரை:

அழகால் பொலிவு பெறும் பூம்புகலூரில் வர்த்தமானீச்சரம் திருக்கோயிலில் எழுந்தருளி இருக்கும் இறைவன், எல்லா உலகங்களையும் ஆள்பவன்; இடபத்தின்மீது ஏறிவரும் கடவுள்; இனிய அமுதம்; எமது தந்தை; எமது பெருமான்; குற்றமற்ற வெண்திருநீற்றைப் பூசி இருப்பவன்; முருகநாயனார் மூன்று பொழுதுகளிலும் பூசிப்பதால், தனது முடிமீது வண்டு மொய்க்கும் கொன்றையின் வாசமலரை, எப்பொழுதும் சூடிஇருப்பவன்.

1994. தளிர்இ ளங்கொடி வளரத்
தண்கயம் இரியவண்டு ஏறிக்
கிளர்இளம்(ம்)உழை நுழையக்
கிழிதரு பொழில்புக லூரில்
உளர்இ ளஞ்சுனை மலரும்
ஒருளிதரு சடைமுடி அதன்மேல்
வளர்இ ளம்பிறை உடையார்
வர்த்தமா னீச்சரத் தாரே (6)

அருஞ்சொற்பொருள்:

தண் கயம் - குளிர்ந்த நீர்நிலை. வண்டு இரிய - வண்டு பறந்து ஓட. உழை - மான். சுனை - நீர்நிலை (கங்கை).

பொழிப்புரை:

குளிர்ந்த நீர்நிலையில் தாமரை முதலிய கொடி, இளம் தளிர்விட்டு வளரவும், அங்குத் தேன் உண்ண வந்த வண்டு, 'சுரேல்' எனப் பாய்ந்து பறக்கும்போது, இளந்தளிர் கிழிவதும், அதுபோல சோலைகளில் இளம்மான் நுழைய, அங்குள்ள செடிகளில் உள்ள தழை கிழிவதும், ஆகிய சோலையால் சூழப்பட்ட புகலூரில், சடைமுடியில் இளம்சுனை போல கங்கையும், வளர்கின்ற இளம்பிறையும், சூடி இருப்பவர், வர்த்தமானீச்சரம் திருக்கோயிலில் எழுந்தருளி இருக்கும் இறைவர்.

1995. **தென்சொல் விஞ்சமர் வடசொல்**
திசைமொழி எழில்நரம்பு எடுத்துத்
துஞ்சு நெஞ்சுஇருள் நீங்கத்
தொழுதுஎழு தொல்புக லூரில்
அஞ்ச னம்பிதிர்ந் தனைய
அலைகடல் கடையஅன்று எழுந்த
வஞ்ச நஞ்சுஅணி கண்டர்
வர்த்தமா னீச்சரத் தாரே (7)

அருஞ்சொற்பொருள்:

தென்சொல் - தமிழ். வடசொல் - சமஸ்கிருதம். திசைமொழி - ஏனைய மொழிகளில் இருந்து தமிழில் வந்து வழங்கும் சொற்கள். எழில் நரம்பு எடுத்து - அழகுபட நரம்புக் கருவியில் வைத்து வாசிக்க. துஞ்சு நெஞ்சு - வாட்டமுள்ள மனம். அஞ்சனம் - மை. வஞ்ச நஞ்சு - வஞ்சித்துக் கொல்லும் விடம்.

பொழிப்புரை:

தமிழ்மொழி, வடமொழி, பிறமொழிகள் எனப் பலமொழிகளிலும், உள்ள பாடல்களை நரம்புக் கருவியில் மீட்டிப் பாடவும், வாடிய மனத்தின் இருளானது நீங்கவும், ஆக அடியவர்கள் வந்து வணங்கி எழுகின்ற பழைமை உடைய புகலூரில், வர்த்தமானீச்சரம் திருக்கோயிலில், எழுந்தருளி இருக்கும் இறைவர், மை பிதுங்கியது போல் கருமையுடன் கடலிலிருந்து வெளிப்பட்ட ஆலகால விடத்தினை, உண்டு தேக்கிய கண்டம் உடையவர்.

1996. **சாம வேதம்ஓர் கீதம்**
ஓதிஅத் தசமுகன் பரவும்
நாம தேயம்அது உடையார்
நன்குஉணர்ந்து அடிகள்என்று ஏத்தக்

காம தேவனை வேவக்
    கனல்எரி கொளுவிய கண்ணார்
வாம தேவர்தண் புகலூர்
    வர்த்தமா னீச்சரத் தாரே (8)

அருஞ்சொற்பொருள்:

தசமுகன் - பத்து முகம் உடையவன் (இராவணன்). நாமம் - பெயர். தேயம் - நாடு. காமதேவன் - மன்மதன். கொளுவிய - எரித்த. கண் - நெற்றிக்கண். வாமதேவர் - வாமதேவம் என்னும் முகம் உடையவர்.

பொழிப்புரை:

குளிர்ந்த புகலூர் என்னும் தலத்தில், வர்த்தமானீச்சரம் என்னும் திருக்கோயிலில், எழுந்தருளி இருக்கும் இறைவர், சாம வேதம் என்னும் இசைபாடிய பத்து முகம் உடைய இராவணனை, தண்டிக்காது விட்டவர்; மேலும் அவனால் புகழப்பட்ட திருப்பெயர்களும், திருத்தலங்களும், உடையவர்; உலகர் நன்கு உணர்ந்து, 'கடவுள்' என்று புகழ விளங்குபவர்; மன்மதன் வெந்து சாம்பலாகுமாறு, நெற்றிக் கண்ணிலிருந்து நெருப்பை உமிழ்ந்தவர்; வாமதேவம் என்னும் முகம் உடையவர்.

1997. சீர்அ ணங்குஉற நின்ற
    செருஉறு திசைமுக னோடு
நார ணன்கருத்து அழிய
    நகைசெய்த சடைமுடி நம்பர்
ஆர ணங்குஉறும் உமையை
    அஞ்சுவித்து அருளுதல் பொருட்டால்
வார ணத்துஉரி போர்த்தார்
    வர்த்தமா னீச்சரத் தாரே (9)

அருஞ்சொற்பொருள்:

செருஉறு - பகைகொள். கருத்துஅழிய - எண்ணம் சிதைய. நம்பர் - விரும்பப்படுபவர். அணங்கு - பெண்தெய்வம். வாரணத்து உரி - யானையின் தோல்.

பொழிப்புரை:

சிறந்த தெய்வத்தன்மையுடன் விளங்கிய நான்முகனும் திருமாலும் பகைகொள்ளவும், தங்களின் செருக்கு அழியவும், ஆக நகைத்த சடைமுடி உடைய கண்டாரால் விரும்பப்படும் இறைவர்,

தெய்வத்தன்மை உடைய உமாதேவி அஞ்சுமாறும், பின்னர் அருளுமாறும், ஒரு யானையை உரித்து, அதன் தோலைப் போர்த்துக் கொண்டவர். அவர் வர்த்தமானீச்சரம் திருக்கோயிலில் எழுந்தருளி இருக்கிறார்.

1998. **கையில் உண்டு உழல்வாரும்**
கமழ்துவர் ஆடையி னால்தம்
மெய்யைப் போர்த்து உழல்வாரும்
உரைப்பன மெய்யென விரும்பேல்
செய்யில் வாளைக ளோடு
செங்கயல் குதிகொளும் புகலூர்
மைகொள் கண்டத்துஎம் பெருமான்
வர்த்தமா னீச்சரத் தாரே (10)

அருஞ்சொற்பொருள்:

மெய் என - உண்மை என்று. விரும்பேல் - விரும்பி ஏற்க வேண்டா. செய் - வயல். வாளை, கயல் - மீன்வகைகள். கொளும் - கொள்ளும்.

பொழிப்புரை:

கையில் உணவினை வாங்கி, உண்டு திரிகின்ற சமணர்களும், துவராடையைத் துவைக்காமல், துர்நாற்றம் வீசவும், அதனைப் போர்த்துத் திரியும் பௌத்தர்களும், கூறுவனவற்றை உண்மைஎன நம்பி ஏற்க வேண்டா; மாறாக, வயல்களில் வாளை, கயல் ஆகிய மீன்கள் துள்ளும் புகலூரில், வர்த்தமானீச்சரத்தில் எழுந்தருளி இருக்கும் கருமை நிறக் கண்டம் உடைய எம்பெருமானை, வழிபட்டு உய்வீராக!

1999. **பொங்கு தண்புனல் சூழ்ந்து**
போதுஅணி பொழில் புகலூரில்
மங்குல் மாமதி தவழும்
வர்த்தமா னீச்சரத் தாரைத்
தங்கு சீர்திகழ் ஞான
சம்பந்தன் தண்டமிழ் பத்தும்
எங்கும் ஏத்தவல் லார்கள்
எய்துவர் இமையவர் உலகே (11)

அருஞ்சொற்பொருள்:

போது - மலர். அணி - அழகு. மங்குல் - மேகம். மதி - சந்திரன். இமையவர் - தேவர்.

பொழிப்புரை:

பெருகுகின்ற குளிர்ந்த நீரால் சூழப்பட்டதும், மலர்களால் அழகு செய்யப்பட்டதும், ஆகிய சோலை வளம் உடைய புகலூரில் மேகமும் சந்திரனும் தவழ்ந்து செல்லும் உயரிய கோபுரமும் மதில்களும் உடைய வர்த்தமானீச்சரம் கோயிலில், எழுந்தருளி இருக்கும் இறைவரை; புகழ் மிகுந்த பெருமை உடைய ஞானசம்பந்தன், புகழ்ந்து பாடிய தண்தமிழ்ப் பாடல்கள் பத்தினையும், எவ்விடத்தும் பாடித் துதிக்க வல்லவர்கள், தேவர் உலகை அடைவர்.

திருச்சிற்றம்பலம்

185

திருவிற்குடி வீரட்டம்

பதிக வரலாறு:

ஞானசம்பந்தர் புகலூரில் தங்கி இருக்கும்போது, நாவரசர் திருவாரூர் கும்பிட்டுப் புகலூர் நோக்கி வர, அது கேட்ட பிள்ளையார் அடியார்களுடன் எதிர்வந்து ஊரினுள் அழைத்துச் செல்ல, அப்பொழுது திருவாரூர்த் திருவாதிரைத் திருவிழாவின் சிறப்பு குறித்து நாவரசர் எடுத்துரைக்க, அது கேட்ட சம்பந்தர் திருவாரூர் வழிபட, விடைபெற்றுப் போகின்றார். வழியில் விற்குடி வணங்கி இப்பதிகத்தைப் பாடுகின்றார்.

தல வரலாறு:

திருவாரூர் - நன்னிலம் பேருந்து வழித்தடத்தில் திருவாரூரிலிருந்து 5கி.மீ சென்று, அங்கிருந்து கிளைத்து, ஒரு கி.மீ செல்லவேண்டும். மயிலாடுதுறை - பேரளம் இரயில் தடத்தில் விற்குடி இரயில் நிலையத்தில் இருந்து 1.5கி.மீ செல்லக் கோயிலை அடையலாம். சிவபெருமான் வீரம் காட்டிய எட்டு தலங்களுள் (அட்டவீரட்டத் தலங்களுள்) இதுவும் ஒன்று. சலந்தரனைச் சங்கரித்த தலம். கோயில் கட்டுமலையின் மேல் உள்ளது. உற்சவ மூர்த்தியின் கையில் (சலந்தரனைப் பிளந்த) சக்கரம் உள்ளது.

சுவாமி : வீரட்டநாதர்

அம்மை : ஏலவார் குழலி

தல மரம் : துளசி

தீர்த்தம் : சங்கு தீர்த்தம், சக்கர தீரத்தம்

பண்: நட்டராகம்

2000. வடிகொள் மேனியர் வானமா
மதியினர் நதியினர் மதுஆர்ந்த
கடிகொள் கொன்றைஅம் சடையினர்
கொடியினர் உடைபுலிஅதள் ஆர்ப்பர்
விடைஅது ஏறும்எம் மான்அமர்ந்து
இனிதுஉறை விற்குடி வீரட்டம்
அடியர் ஆகிநின்று ஏத்தவல்
லார்தமை அருவினை அடையாவே (1)

அருஞ்சொற்பொருள்:

வடி - வடிக்கப்பட்ட. மது - தேன். கடி - மணம். அதள் - தோல். ஆர்ப்பர் - கட்டுவர். விடை - இடபம். தமை - தம்மை.

பொழிப்புரை:

வடிக்கப்பட்டது போன்ற அழகிய திருமேனி உடையவர், வானில் உலவும் சந்திரனையும், கங்கை நதியினையும், மணமுள்ள கொன்றையின் அழகிய மலர்மாலையினையும், சடையில் சூடி இருப்பவர், இடபக்கொடி உடையவர், புலித்தோலை இடையில் உடையாகக் கட்டிஇருப்பவர், இடபத்தில் ஏறிவருபவர், எமது பெருமான், அவர் இனிதே எழுந்தருளி இருக்கும் விற்குடியில் உள்ள வீரட்டத்துக்கு அடியவர் ஆகி நின்று, போற்றி வழிபட வல்லவர்க்கு, அரியவினைகள் இல்லையாகும்.

2001. களங்கொள் கொன்றையும் கதிர்விரி
மதியமும் கடிகமழ் சடைக்குஏற்றி
உளங்கொள் பத்தர்பால் அருளிய
பெருமையர் பொருகரி உரிபோர்த்து
விளங்கு மேனியர் எம்பெரு
மான்உறை விற்குடி வீரட்டம்
வளங்கொள் மாமலரால் நினைந்து
ஏத்துவார் வருத்தம்அது அறியாரே (2)

அருஞ்சொற்பொருள்:

களம் - களர்நிலம். கடி - மணம். பத்தர்பால் - அன்பரிடத்து. பொருகரி - போர்செய்யும் யானை. உரி - தோல். வளங்கொள் - வளமான.

பொழிப்புரை:

களர்நிலத்தில் விளையும் கொன்றைமலர் மாலையும், ஒளிஉமிழும் சந்திரப் பிறையும், ஆகிய இவற்றை, மணம்கமழும் சடைமீது சூடியவர்; உள்ளத்தில் வைத்துப் போற்றும் அன்பர்க்கு அருளும் பெருமை உடையவர்; போர்க்குணம் உடைய யானையின் தோலை உரித்துப் போர்த்திய திருமேனி உடையவர்; எமது பெருமான்; அவர் விரும்பி எழுந்தருளி இருக்கும் விற்குடியிலுள்ள வீரட்டம் திருக்கோயிலுக்குச் சென்று, வளமான தாமரை மலர்களைத் தூவி, நினைந்து போற்றி வழிபடுவார்க்குத் துன்பம் என்பதே இல்லையாகும்.

2002. கரிய கண்டத்தர் வெளியவெண்
பொடிஅணி மார்பினர் வலங்கையில்
எரியர் புன்சடை இடம்பெறக்
காட்டகத்து ஆடிய வேடத்தர்
விரியும் மாமலர்ப் பொய்கைசூழ்
மதுமலி விற்குடி வீரட்டம்
பிரிவிலா தவர்பெருந் தவத்தோர்
எனப்பேணு வர்உல கத்தே   (3)

அருஞ்சொற்பொருள்:

வலங்கை - வலக்கை. பிரிவிலாதவர் - மனம் மொழி மெய்களால் பிரியாது இருந்து வழிபடும் அடியவர். பேணுவர் - போற்றுவர். புன் - மெல்லிய. மாமலர் - தாமரைமலர்.

பொழிப்புரை:

கரியநிறக் கண்டம் உடையவர், வெள்ளை வெளேர் என திருநீறு பூசிய மார்பு உடையவர், வலக்கையில் அனலை ஏந்தி இருப்பவர், மெல்லிய சடை உடையவர், சுடுகாட்டில் நின்று நடனம் ஆடும் வேடம் உடையவர், அவர் எழுந்தருளி இருக்கும் தேன் நிரம்பிய தாமரை மலர் பூத்திருக்கும் பொய்கை சூழ்ந்த விற்குடியில் உள்ள வீரட்டம் திருக்கோயிலை மனம் மொழி மெய்களால் பிரியாதவர், பெருந்தவம் உடையோரே ஆவர்; இதனை உலகம் ஏற்றுக்கொள்வதோடு, அவர்களைப் போற்றிப் பாதுகாக்கவும் செய்யும்.

2003. பூதம் சேர்ந்துஇசை பாடலர்
    ஆடலர் பொலிதர நலம்ஆர்ந்த
    பாதம் சேர்இணைச் சிலம்பினர்
    கலம்பெறு கடல்எழு விடம்உண்டார்
    வேதம் ஓதிய நாஉடை
    யான்இடம் விற்குடி வீரட்டம்
    சேரும் நெஞ்சினர்க்கு அல்லதுஉண்டோ
    பிணிதீ வினைகெடு மாறே   (4)

அருஞ்சொற்பொருள்:

பாடலர் - பாடல் உடையவர். ஆடலர் - ஆடல் உடையவர். பாதம் - திருவடி. கலம் - கப்பல். பிணி - நோய். தீவினை - தீவினையால் வரும் பாவம்.

பொழிப்புரை:

பூதகணங்களோடு சேர்ந்து இசைப்பாடல்களைப் பாடுபவர்; நடனம் ஆடுபவர்; நன்மை செய்யும் அழகு விளங்கும் திருவடியில் சிலம்பு அணிபவர்; கப்பல்கள் உலாவும் கடலில்இருந்து வெளிப்பட்ட விடத்தை உண்டவர்; வேதம் ஓதிய நாவினை உடையவர்; அவர் எழுந்தருளி இருக்கும் இடம் விற்குடியிலுள்ள வீரட்டம் திருக்கோயில் ஆகும். அத்திருக்கோயிலுக்குச் சென்று வழிபடும் மனம் உடையவர்க்குஅன்றி, ஏனையோர்க்கு நோயும் தீவினையால் வரும் பாவமும் விலகுவது உண்டோ?

2004. கடிய ஏற்றினர் கனல்அனல்
    மேனியர் அனல்எழுஊர் மூன்றும்
    இடிய மால்வரை கால்வளைத்
    தான்தனது அடியவர் மேல்உள்ள
    வெடிய வல்வினை வீட்டுவிப்
    பான்உறை விற்குடி வீரட்டம்
    படிஅது ஆகவே பரவுமின்
    பரவினால் பற்றுஅறும் அருநோயே   (5)

அருஞ்சொற்பொருள்:

கடி - விரைவு. இடிய - அழிய. மால் வரை - பெரிய மேருமலை. கால் வளைத்தான் - காலில்இட்டு மிதித்து வில்லாக வளைத்தவன். வெடிய - பகையாகிய. வீட்டுவிப்பான் - அழிப்பான். படி - பண்பு.

பொழிப்புரை:

விரைந்து செல்லும் இடபஊர்தி உடையவர்; கனலுகின்ற நெருப்பு போன்ற சிவந்த திருமேனி உடையவர்; முப்புரத்தைத் தீப்பற்றி எரியுமாறு செய்து அழித்தவர்; பெரிய மேருமலையின்மீது காலை ஊன்றி வில்லாக வளைத்தவர்; தனது அடியார்கள் மேல் வந்து பொருந்தும் தீயவினைகளை அழிப்பவர்; அவர் எழுந்தருளி இருக்கும் விற்குடி என்னும் தலத்து வீரட்டம் திருக்கோயிலைப் பண்புடன் சென்று போற்றுங்கள்; போற்றினால் அரிய நோய்களால் வரும் துன்பம் அறுபடும்.

2005. **பெண்ஓர் கூறினர் பெருமையர்**
சிறுமறிக் கையினர் மெய்ஆர்ந்த
அண்ணல் அன்புசெய் வார்அவர்க்கு
எளியவர் அரியவர் அல்லார்க்கு
விண்ணில் ஆர்பொழில் மல்கிய
மலர்விரி விற்குடி வீரட்டம்
எண்நி லாவிய சிந்தையினார்
தமக்கு இடர்கள்வந்து அடையாவே (6)

அருஞ்சொற்பொருள்:

மறி - மான்கன்று. மெய்ஆர்ந்த - உண்மை உடைய. அண்ணல் - தலைவர். விண்ணில்ஆர் - வான்அளாவிய. எண்நிலாவிய - எண்ணிய (நினைத்த).

பொழிப்புரை:

பெண்ணாகிய உமாதேவியை ஒரு பாகமாகக் கொண்டவர்; பெருமை உடையவர்; சிறிய மான்கன்று ஒன்றை ஏந்திய கை உடையவர்; உண்மையான தலைவர்; அன்பினால் வழிபடுபவர்க்கு எளிதில் அருளுபவர்; அல்லாதவர்க்கு அரியர்; அவர் வானளாவிய சோலையில் மலர்கள் நிறைந்திருக்கும் விற்குடியில் வீரட்டம் திருக்கோயிலில் எழுந்தருளி இருக்கும் இறைவர்; அவரை நினைக்கும் மனம் உடைய அடியார்களுக்கு, ஒருதுன்பமும் வந்து பொருந்துவது இல்லை.

★ **(இப்பதிகத்தின் 7-ஆம் பாடல் கிடைக்கவில்லை).**

2006. **இடங்கொள் மாகடல் இலங்கையர்**
கோன்தனை இகல்அழி தரஊன்று
திடங்கொள் மால்வரை யான்உரை
ஆர்தரு பொருளினன் இருள்ஆர்ந்த

விடங்கொள் மாமிடறு உடையவன்
உறைபதி விற்குடி வீரட்டம்
தொடங்கு மாறுஇசை பாடிநின்
றார்தமைத் துன்பநோய் அடையாவே (8)

அருஞ்சொற்பொருள்:

இகல் - வலி. மால்வரை - பெரிய கயிலை மலை. உரை - சொல். ஆர்தரு - பொருந்துகின்ற. மிடறு - கண்டம். தொடங்குமாறு - நினைக்கத் தொடங்குமாறு. தமை - தம்மை.

பொழிப்புரை:

இடம்அகன்ற பெரிய கடலால் சூழப்பட்ட இலங்கை நாட்டு அரசன் இராவணனது வலிமை அழியுமாறு, ஊன்றிய பெரிய கயிலை மலையைத் தமது இருப்பிடமாகக் கொண்டவன்; சொல்லுக்கேற்ற பொருளாய் விளங்குபவன்; விடம்தங்கிய கரியநிறக் கண்டம் உடையவன்; அவன் எழுந்தருளி இருப்பது விற்குடி என்னும் தலத்தில் வீரட்டம் என்னும் திருக்கோயிலில் ஆகும். அவனை மனதால் நினைக்கத் தொடங்கி, இசையால் பாடி நின்றவரது, துன்பமானது விலகும்.

2007. செங்கண் மாலொடு நான்முகன்
தேடியும் திருவடி அறியாமை
எங்கு மாய்எரி ஆகிய
இறைவனை அறைபுனல் முடிஆர்ந்த
வெங்கண் மால்வரைக் கரிஉரித்து
உகந்தவன் விற்குடி வீரட்டம்
தங்கை யால்தொழுது ஏத்தவல்
லார்அவர் தவமல்கு குணத்தாரே (9)

அருஞ்சொற்பொருள்:

அறைபுனல் - ஒலிக்கின்ற நீர் (கங்கை). வெங்கண் - சினத்தால் வெப்பத்தைக் கக்கும் கண். மால்வரை - கரியமலை. கரி - யானை. தவமல்கு - தவம் நிரம்பிய.

பொழிப்புரை:

சிவந்த கண்உடைய திருமாலும் நான்முகனும் தேடியும் முறையே அடியையும் முடியையும் காண முடியாதபடி, எங்குமாய் உயர்ந்துநின்ற

நெருப்பு உருவம் கொண்ட இறைவனை, ஒலிக்கின்ற கங்கை தங்கிய சடை உடையவனை, கொடிய கண் உடைய கரியமலை போன்ற பெரிய யானையின் தோலை உரித்து மகிழ்ந்தவனை, விற்குடி என்னும் தலத்தில் வீரட்டம் என்னும் திருக்கோயிலில் எழுந்தருளி இருக்கும் இறைவனைத் தம்கையால் கும்பிட்டு, வணங்கிப் புகழ்ந்து வழிபட வல்லவர், தவம்பெருகும் குணம் உடையவரே ஆவர்.

2008. **பிண்டம் உண்டுஉழல் வார்களும்**
பிரிதுவர் ஆடையர் அவர்வார்த்தை
பண்டும் இன்றும்ஓர் பொருள்ளனக்
கருதன்மின் பரிவுறுவீர் கேண்மின்
விண்ட மாமலர்ச் சடையவன்
இடம்எனில் விற்குடி வீரட்டம்
கண்டு கொண்டுஅடி காதல்செய்
தார்அவர் கருத்துஉறும் குணத்தாரே (10)

அருஞ்சொற்பொருள்:

பிண்டம் - சோற்று உருண்டை. பரிவு - அன்பு. உறுவீர் - உடையீர். கேண்மின் - கேளுங்கள். விண்ட - விரிந்த (மலர்ந்த). கருத்து உறும் - கருதத்தக்க.

பொழிப்புரை:

உணவுக் கவளத்தைக் கையில் வாங்கி, உண்டு திரியும் சமணர்களும், துவராடை போர்த்துத் திரியும் பௌத்தர்களும், ஆகிய இவர்கள் இருவரும், கூறும் சொற்களை, முன்னும் பின்னும் இப்பொழுதும், ஒரு பொருளாகக் கருதவேண்டா; அன்புடையோரே! கேளுங்கள்! விரிந்த மேலான கொன்றை முதலிய மலர்களைச் சூடிய சடை உடைய இறைவன் எழுந்தருளி இருக்கும் இடம் எதுஎனில், விற்குடி என்னும் தலத்தில் உள்ள வீரட்டம் என்னும் திருக்கோயிலே ஆகும். அத்திருக்கோயிலுக்குச் சென்று, அத்தலத்து இறைவரைக் கண்டு, அன்பு செய்பவர், கருதத்தக்க குணம் உடையவரே ஆவர்.

2009. **விலங்க லேசிலை இடம்என**
உடையவன் விற்குடி வீரட்டத்து
இலங்கு சோதியை எம்பெருமான்
தனைஎழில் திகழ்கழல் பேணி

நலங்கொள் வார்பொழில் காழியுள்
ஞானசம் பந்தன்நல் தமிழ்மாலை
வலங்கொள் தேஇசை மொழியுமின்
மொழிந்தக்கால் மற்றுஅது வரம்ஆமே   (11)

அருஞ்சொற்பொருள்:

விலங்கலே - மலையே. சிலை - வில். இலங்கு சோதி - விளங்கும் சுடர். எழில் - அழகு. வார்பொழில் - நீண்ட சோலை. வலம் - வெற்றி. தேஇசை - இனிய இசை.

பொழிப்புரை:

மேரு மலையே வில், கயிலை மலையே தங்கும் இடம், என இருப்பவனை; விற்குடி என்னும் தலத்தில் வீரட்டம் என்னும் திருக்கோயிலில் விளங்குகின்ற சுடரை; எமது பெருமானை; அவனது அழகிய திருவடியைப் போற்றி நன்மை மிகுகின்ற நீண்ட சோலை சூழ்ந்த சீர்காழி ஞானசம்பந்தன், பாடிய நல்ல தமிழ்ப் பாமாலையை, இனிய இசையோடு, வெற்றி உண்டாகுமாறு, பாடி வழிபடுங்கள்; அவ்வாறு வழிபட, அது உங்களுக்கு வரமாக அமையும்.

திருச்சிற்றம்பலம்

186

திருஆரூர்

பதிக வரலாறு:

விற்குடி வழிபட்டு, ஆரூர் நோக்கி அடியார் புடைசூழச் செல்லும் வழியில் பாடிய பதிகம் இது.

தல வரலாறு:

இது இப்பொழுது மாவட்டத் தலைநகராக விளங்குகிறது. இவ்வூரில் பூங்கோயில், அரநெறி, பரவையுண்மண்டளி என மூன்று பாடல் பெற்ற கோயில்கள் இருக்கின்றன. இதில் புற்றிடம்கொண்டார் (வன்மீகநாதர்) எழுந்தருளி இருக்கும் திருக்கோயிலே பூங்கோயில் என வழங்கப் படுகின்றது. திருமூலட்டானம் எனவும் வழங்குவர். நமிநந்தி அடிகள் நாயனார் தண்ணீரால் விளக்கேற்றி வழிபட்ட திருக்கோயில் இது.

பஞ்சபூதத் தலங்களுள் இது பிருத்திவி (நிலம்) தலம். திருமகள் பூசித்த தலம். இங்குள்ள தேவாசிரிய மண்டபத்தில் சுந்தரர் திருத்தொண்டத் தொகை பாடி அருளினார். சுந்தரருக்கு விருத்தாசலத்தில் இறைவர் தந்த 12000 பொன்னை மணிமுத்தாற்றில் இட்டு, இக்கோயிலில் உள்ள கமலாலயக் குளத்தில் பெற்றார். சுந்தரருக்காக இறைவன் தூது நடத்த திருவீதி உடையது. இது பிறக்க முத்தி தரும் தலம். சுந்தரருக்கு இரண்டாவது கண்ணில் பார்வை இத்தலத்தில் வந்தது. நமி நந்தி, செருத்துணை, தண்டியடிகள், கழற்சிங்கர், விறன்மிண்டர் ஆகிய நாயன்மார்கள் முத்தி அடைந்த தலம்.

சோழ மன்னர்கள் முடிசூட்டிக் கொள்ளும் நகரங்களுள் ஒன்று. மனுநீதிச்சோழன் ஆண்ட பெருமை உடையது. பூங்கோயிலும், திருக்குளமும், செங்கழுநீர் ஓடையும் தனித்தனியே ஐந்து ஐந்து வேலி நிலப்பரப்பு கொண்டவை. இத்திருக்கோயிலுக்கு மட்டும் 37 பதிகங்கள் உண்டு. இத்தலத்தில் நடைபெறும் திருவிழாக்களும் தேரும் தனிச்சிறப்பு கொண்டவை.

இங்கு எழுந்தருளி இருக்கும் தியாகராசர் முதலில் பாற்கடலில் வைத்து திருமாலால் வழிபடப்பட்டவர். திருமால் அந்தத் தியாகராசரை இந்திரனுக்குத் தர, இந்திரன் முசுகுந்தச் சக்கரவர்த்திக்குத் தர, முசுகுந்தச் சக்கரவர்த்தியால் இந்நகரில் பிரதிட்டை செய்யப் பெற்றவர்.

சுவாமி : வன்மீக நாதர், புற்றிடம் கொண்டார், திருமூலட்டான நாதர்

அம்மை : அல்லியம் பூங்கோதை, கமலாம்பிகை

தல மரம் : பாதிரி

தீர்த்தம் : கமலாலயம்

திருமுறை 1 - 105 **திருஞான - 497**

பண்: வியாழக்குறிஞ்சி

2010. **பாடலன் நான்மறையன் படிபட்ட கோலத்தன் திங்கள்**
சூடலன் மூஇலைய சூலம் வலன்ஏந்திக்
கூடலர் மூஎயிலும் எரிஉண்ணக் கூர்எரிகொண்டு எல்லி
ஆடலன் ஆதிரையன் ஆரூர் அமர்ந்தானே (1)

அருஞ்சொற்பொருள்:

படிபட்ட கோலம் - அழகிய தோற்றம். வலன் - வலப்பக்கம். கூடலர் - பகைவர். கூர்எரி - மிக்க நெருப்பு. எல்லி - இரவு.

பொழிப்புரை:

திருவாரூரில் எழுந்தருளி இருக்கும் இறைவன், நான்கு வேதங்களைப் பாடியவன்; அழகிய தோற்றம் கொண்டவன்; சந்திரனைச் சூடி இருப்பவன்; முத்தலைச் சூலத்தை வலப்பக்கத்தில் ஏந்தி இருப்பவன்; பகைவரது முப்புரத்தைத் தீயிட்டு அழித்தவன்; இரவில் நெருப்பை ஏந்தி நடனம் ஆடுபவன்; திருவாதிரை நாளின்மீது விருப்பம் உடையவன்.

2011. **சோலையில் வண்டுஇனங்கள் சுரும்போடு இசைமுரலச் சூழ்ந்த**
ஆலையின் வெம்புகைபோய் முகில்தோயும் ஆரூரில்
பாலொடு நெய்தயிரும் பயின்றாடும் பரமேட்டி பாதம்
காலையும் மாலையும்போய்ப் பணிதல் கருமமே (2)

அருஞ்சொற்பொருள்:

சுரும்பு - ஒருவகை வண்டு. ஆலை - கரும்பு ஆலை. முகில் - மேகம். பரமேட்டி - மேலான இறைவன். பாதம் - திருவடி. கருமம் - செயல் (கடமை).

பொழிப்புரை:

சோலைகளில் வண்டினமும், சுரும்பும், இசை எழுப்ப, கரும்புச் சாற்றினைக் காய்ச்சும் ஆலைகளில் எழும்புகை போய், மேகத்தோடு சேரும் திருவாரூரில் பால், தயிர், நெய் ஆகிய மூன்றும் கொண்டு திருமஞ்சனம் ஆடும் மேலான இறைவனது திருவடியைக் காலை, மாலை என இரண்டு பொழுதுகளிலும், சென்று தொழுவது கடமை ஆகும்.

2012. உள்ளம்ஓர் இச்சையினால் உகந்துஏத்தித் தொழுமின்தொண்டீர்மெய்யே
கள்ளம் ஒழிந்திடுமின் கரவாது இருபொழுதும்
வெள்ளம்ஓர் வார்சடைமேல் கரந்திட்ட வெள்ஏற்றான் மேய
அள்ளல் அகன்கழனி ஆரூர் அடைவோமே (3)

அருஞ்சொற்பொருள்:

இச்சை - விருப்பம். கள்ளம் - வஞ்சனை. கரவாது - மறவாது. இருபொழுது - காலை மாலை. கரந்திட்ட - மறைத்து வைத்துள்ள. அள்ளல் - சேறு. அகன்கழனி - இடம் அகன்ற வயல்.

பொழிப்புரை:

தொண்டர்களே! உள்ளத்தில் ஒரு விருப்பம் உண்டாக, மகிழ்ந்து போற்றி வழிபடுங்கள்! வஞ்சனையை உண்மையாகவே ஒழித்து விடுங்கள்! மறவாது காலை, மாலை, என்று இரு பொழுதுகளிலும் வழிபாடு செய்யுங்கள்! அதற்காக கங்கையைத் தமது நீண்ட சடையில் மறைத்து வைத்துள்ளவனும், வெள்ளைநிற இடப ஊர்தி உடையவனும், ஆகிய இறைவன் எழுந்தருளி இருக்கும் சேறு நிறைந்த இடமகன்ற வயல்களால் சூழப்பட்ட ஆரூரைச் சென்று சேர்வோமாக!

2013. வெந்துஉறு வெண்மழுவாள் படையான் மணிமிடற்றான் அரையின்
ஐந்தலை ஆடுஅரவு அசைத்தான் அணிஆரூர்ப்
பைந்தளிர்க் கொன்றைஅம் தார்ப்பரமன் அடிபரவப் பாவம்
நைந்துஅறும் வந்துஅணையும் நாள்தொறும் நல்லனவே (4)

அருஞ்சொற்பொருள்:

வெந்து உறு வெண் மழு - அடியார்களது வினை வெந்து அழிய ஏதுவாக விளங்கும் வெண்மைநிற மழுப்படை. நைந்து - தேய்ந்து.

பொழிப்புரை:

அடியார்களது தீவினைகள் வெந்து அறுமாறு செய்யும் வெண்மை நிற மழுப்படை உடையவன்; நீலமணி போன்ற கண்டம் உடையவன்; இடையில் படம்எடுத்து ஆடுகின்ற ஐந்துதலை நாகத்தைக் கச்சாகக் கட்டி இருப்பவன்; அழகிய ஆரூரில் எழுந்தருளி இருப்பவன்; பசிய தளிர்களோடு கூடிய கொன்றையின் அழகிய மலரால் ஆன மாலை அணிந்திருக்கும் பரமன் (மேலானவன்); அவனது திருவடியைத் தொழுதுவணங்கப் பாவமானது தேய்ந்து அறுபடும்; நாள்தோறும் புண்ணியமானது வந்துசேரும்.

2014. **வீடு பிறப்புளளிதாம் அதனை வினவுதிரேல் வெய்ய**
காடுஇட மாகநின்று கனல்ஏந்திக் கைவீசி
ஆடும் அவிர்சடையான் அவன்மேய ஆரூரைச் சென்று
பாடுதல் கைதொழுதல் பணிதல் கருமமே (5)

அருஞ்சொற்பொருள்:

வீடுபிறப்பு - (வீட்டுலகில் சென்று பிறத்தல்) வீடுபேறு அடைதல் என்றே கொள்ள வேண்டும். வெய்ய காடு - சுடுகாடு. அவிர்சடை - ஒளி உடைய சடை.

பொழிப்புரை:

வீடுபேறு அடைதல் மிகவும் எளிதாகும்! அதுகுறித்து வினவுவீராயின், சுடுகாட்டை இடமாகக் கொண்டு, கையில் அனலை ஏந்தி, கைகளை வீசி, நடனம் ஆடும், ஒளிவீசும் சடையை உடையவன் எழுந்தருளி இருக்கும் ஆரூருக்குச் சென்று, கைதொழுது, பாடிப் பணிந்து வழிபடுதல் கடமை ஆகும்.

2015. **கங்கைஓர் வார்சடைமேல் கரந்தான் கிளிமழலைக் கேடில்**
மங்கைஓர் கூறுஉடையான் மறையான் மழுஏந்தும்
அங்கையி னான்அடியே பரவி அவன்மேய ஆரூர்
தங்கையி னால்தொழுவார் தடுமாற்று அறுப்பாரே (6)

அருஞ்சொற்பொருள்:

வார்சடை - நீண்ட சடை. கேடில் - (கேடு + இல்) கெடுதல் இல்லாத. தங்கையினால் - தனது கைகளால். தடுமாற்று - துணிவின்மையால் வரும் துன்பம்.

பொழிப்புரை:

நீண்ட சடையில் கங்கையை ஒளித்து வைத்திருப்பவன்; கிளி போல மழலை மொழி பேசும் கெடுதல் இல்லாத உமாதேவியை பாகமாக வைத்திருப்பவன்; வேதமாகவே விளங்குபவன்; மழுப்படையை ஏந்தும் அழகிய கை உடையவன்; அவனது திருவடியை மட்டுமே வணங்கி, அவன் எழுந்தருளி இருக்கும் ஆரூரைத் தன் கைகள் கொண்டு கூப்பித் தொழுபவர் துணிவின்மையால் வரும் துன்பத்தை அறுப்பர்.

2016. **நீறுஅணி மேனியனாய் நிரம்பா மதிசூடி நீண்ட**
ஆறுஅணி வார்சடையான் ஆரூர் இனிதுஅமர்ந்தான்
சேறுஅணி மாமலர்மேல் பிரமன் சிரம்அரிந்த செங்கண்
ஏறுஅணி வெல்கொடியான் அவன்எம் பெருமானே (7)

அருஞ்சொற்பொருள்:

நிரம்பா மதி - பிறை. ஆறு - கங்கை. சேறு அணி மாமலர் - சேற்றில் பிறந்து அழகுசெய்யும் தாமரை மலர். சிரம் - தலை.

பொழிப்புரை:

திருநீறு பூசிய திருமேனி உடையவன்; பிறைச் சந்திரனையும் கங்கையையும் சூடிய நீண்ட சடை உடையவன்; சேற்றில் பிறக்கும் இயல்புடைய அழகிய தாமரையின் மலர் மேல் வீற்றிருக்கும் பிரமனது ஒரு தலையைக் கிள்ளியவன்; சிவந்த கண்உடைய இடபம் எழுதிய, வெற்றி பொருந்திய கொடி உடையவன்; எமது பெருமான்; அவன் இனிதே எழுந்தருளி இருப்பது, ஆரூர் என்னும் தலத்திலே ஆகும்.

★ **(இப்பதிகத்தின் 8-ஆம் பாடல் கிடைக்கவில்லை).**

2017. **வல்லியம் தோல்உடையான் வளர்திங்கள் கண்ணியினான் வாய்த்த**
நல்இயல் நான்முகத்தோன் தலையில் நறவுஏற்றான்
அல்லியம் கோதைதன்னை ஆகத்து அமர்ந்தருளி ஆரூர்ப்
புல்லிய புண்ணியனைத் தொழுவாரும் புண்ணியரே (9)

அருஞ்சொற்பொருள்:

வல்லியம் - புலி. வளர்திங்கள் - பிறை. கண்ணி - தலையில் அணியும் மாலை. நறவு - அமுதம். அல்லியங்கோதை - தலத்து இறைவி பெயர். ஆகம் - உடம்பு. புல்லிய - பொருந்திய.

பொழிப்புரை:

புலியின் தோலை உடையாக இடையில் உடுத்தி இருப்பவன்; வளர்கின்ற தன்மைஉடைய பிறைச்சந்திரனைக் கண்ணியாகச் சடையில் சூடி இருப்பவன்; நல்ல இயல்புகள் உடைய நான்முகனது மண்டை ஓட்டில் அமுதம் ஏற்றவன்; அல்லியம்கோதை என்னும் பெயருடைய உமாதேவியை உடம்பில் பாகமாகக் கொண்டவன்; அவன் ஆரூர் என்னும் தலத்தில் எழுந்தருளி இருக்கும் புண்ணியன்; அவனை வழிபடுபவரும் புண்ணியம் உடையவரே ஆவர்.

2018. **செந்துவர் ஆடையினார் உடைவிட்டு நின்றுஉழல்வார் சொன்ன**
இந்திர ஞாலம்ஒழிந்து இன்புற வேண்டுதிரேல்
அந்தர மூஎயிலும்(ம்) அரணம் எரிஊட்டி ஆரூர்த்
தந்திர மாஉடையான் அவன்எம் தலைமையனே (10)

அருஞ்சொற்பொருள்:

செந்துவர் - காவி. உடைவிட்டு - உடை இன்றி. இந்திரஞாலம் - மாயம். அந்தரம் - ஆகாயம். மூஎயில் - மூன்று மதில். அரணம் - கோட்டை. தந்திரமா - (தம் + திரமா) திரம் - ஸ்திரம் (வலிமை).

பொழிப்புரை:

காவி உடை உடுத்தி இருக்கும் பௌத்தரும், உடை உடுக்காத சமணரும், சொல்லும் பொய்யான கருத்துகளைக் கைவிட்டு, இன்பம் பெற விரும்புவீராயின், ஆகாயத்தில் திரிந்த மதில்களுடன் கூடிய மூன்று கோட்டைகளையும் நெருப்பு மூட்டி அழித்தவனும், திருவாரூரைத் தம் இருப்பிடமாகக் கொண்டவனும், ஆகிய எம்தலைவனை வழிபடுவீராக!

2019. **நல்ல புனல்புகலித் தமிழ்ஞான சம்பந்தன் நல்ல**
அல்லி மலர்க்கழனி ஆரூர் அமர்ந்தானை
வல்லது ஓர்இச்சையினால் வழிபாடுஇவை பத்தும் வாய்க்கச்
சொல்லுதல் கேட்டல்வல்லார் துன்பம் துடைப்பாரே (11)

அருஞ்சொற்பொருள்:

நல்ல புனல் - தூயநீர். அல்லி மலர் - அகஇதழ்கள் உடைய தாமரை மலர். கழனி - வயல். இச்சை - விருப்பம். துடைப்பார் - அறவே இல்லையாகும்படி அழிப்பர்.

பொழிப்புரை:

தூய நீர்வளம் உடைய புகலியில் அவதரித்த ஞானசம்பந்தன், தூய அகஇதழ்களை உடைய தாமரை மலர்கள் மலர்ந்திருக்கும் வளமான வயல்கள் உடைய ஆரூர் என்னும் தலத்தில் எழுந்தருளி இருக்கும் இறைவன்மீது, தன்வல்லமை கொண்டு விருப்பத்தால் பாடிய பாடல்கள் பத்தினையும், வாய்ப்பு உள்ளமட்டும் சொல்லவும் கேட்கவும் வல்லவர், தமது துன்பத்தை அறவே இல்லையாம்படி துடைப்பர்.

திருச்சிற்றம்பலம்

187

திருஆரூர்

பதிக வரலாறு:

சண்பை வேந்தர், திருவாரூர் அருகுவர, அது பொன்நகர் போல் காட்சி தர, அதன் ஒளிகண்டு, பாடிய பதிகம் இது.

திருமுறை 2 - 237 **திருஞான - 499**

திருவிராகம்

பண்: நட்டராகம்

2020. பருக்கை யானை மத்தகத்து
அரிக்கு லத்து உகிர்ப்புக
நெருக்கி வாய நித்திலம்
நிரக்கு நீள்பொருப் பன்ஊர்
தருக்கொள் சோலை சூழநீடு
மாட மாளி கைக்கொடி
அருக்கன் மண்டலத்து அணாவும்
அந்தண் ஆரூர் என்பதே (1)

அருஞ்சொற்பொருள்:

பருக்கை - பெரிய கை. அரிக்குலம் - சிங்கக் கூட்டம். உகிர் - நகம். நித்திலம் - முத்து. பொருப்பன் - குறிஞ்சி நிலத் தலைவன். அருக்கன் - சூரியன். அணாவும் - தடவும். அம் - அழகு. தண் - குளிர்ச்சி.

பொழிப்புரை:

பெரிய கைஉடைய யானையின் மத்தகத்தைச் சிங்கம் தன் கை நகங்களால் கீறுவதும், (மலையில் உள்ள மூங்கில் முதலியவற்றில் விளைந்த) முத்துக்கள் குவியலாக வரிசைபடக் கிடப்பதும், ஆகிய

கயிலை மலைக்கு உரியவன், எழுந்தருளி இருக்கும் ஊர், பசுமையான சோலை சூழ்ந்ததும், மாடமாளிகைகளில் பறக்கும் கொடி சூரியனைத் தீண்டுவதும், அழகியதும், குளிர்ந்ததும், ஆகிய ஆரூரே ஆகும்.

2021. **விண்ட வெள்எருக்கு அலர்ந்த**
வன்னி கொன்றை மத்தமும்
இண்டை கொண்ட செஞ்சடை
முடிச்சி வன்இருந் தஊர்
கெண்டை கொண்டு அலர்ந்த
கண்ணினார்கள் கீத ஓசைபோய்
அண்டர் அண்டம் ஊடுஅறுக்கும்
அம்தண் ஆரூர் என்பதே (2)

அருஞ்சொற்பொருள்:

இண்டை - தலைக்கு அணிவிக்கும் ஒரு மாலை வகை. கெண்டை - மீன்வகை. கீதம் - இசை. அண்டர் - தேவர். அண்டம் - உலகம்.

பொழிப்புரை:

விரிந்த வெள்எருக்க மலர், அலர்ந்த கொன்றை மலர், ஊமத்தமலர், வன்னியின் தளிர், ஆகிய இவைகொண்டு தொடுக்கப்பட்ட தலைமாலை அணிந்துள்ள சிவந்த சடாமுடி உடைய சிவன் எழுந்தருளி இருக்கும் ஊர்; கெண்டை மீன் போன்ற (வடிவ ஒப்புமை உடைய) கண்உடைய மகளிர் பாடும் இசைப்பாடல்களின் ஒலியானது, தேவர்கள் உலகங்களையும் ஊடுருவிச் செல்ல வகை செய்யும், அழகிய குளிர்ந்த திருவாரூரே ஆகும்.

2022. **கறுத்த நஞ்சம் உண்டுஇருண்ட**
கண்டர் காலன் இன்உயிர்
மறுத்து மாணிதன் தன்ஆகம்
வண்மை செய்த மைந்தன்ஊர்
வெறித்து மேதி ஓடிமூசு
வள்ளை வெள்ளை நீள்கொடி
அறுத்து மண்டி வாவிபாயும்
அம்தண் ஆரூர் என்பதே (3)

அருஞ்சொற்பொருள்:

மாணி - பிரமச்சாரி (மார்க்கண்டேயன்). ஆகம் - உடம்பு. மேதி - எருமை. வள்ளை - ஒருவகைக் கொடி. வெறுத்து - மதம் மிகுந்து. வாவி - குளம். மூசு - மொய்த்து.

பொழிப்புரை:

கருமைநிறம் உடைய விடத்தை விழுங்கிக் கண்டத்தில் நிறுத்தியதால், கருமை நிறக் கண்டம் கொண்டவர்; மார்க்கண்டேய முனிவரது இனிய உயிரை இயமன் எடுக்க முற்பட்டபோது, அவனைத் தடுத்து நன்மை செய்த வலிமை உடைய இறைவர்; அவர் எழுந்தருளி இருக்கும் ஊர்; எருமையானது மதம் மிகுந்து, ஓடிப்போய் குளத்தில் இறங்க, அங்கு மொய்த்து வளர்ந்திருந்த வள்ளையின் வெள்ளைநிறக் கொடியானது, அறுந்துபடும் குளங்கள் உடைய, அழகிய குளிர்ந்த ஆரூர் என்னும் தலமே ஆகும்.

2023. அஞ்சும் ஒன்றி ஆறுவீசி
     நீறு பூசி மேனியில்
     குஞ்சி ஆர வந்திசெய்ய
         அஞ்சல் என்னி மன்னும்ஊர்
     பஞ்சி ஆரும் மெல்லடிப்
     பணைத்த கொங்கை நுண்இடை
     அஞ்சொலார் அரங்கு எடுக்கும்
         அம்தண் ஆரூர் என்பதே   (4)

அருஞ்சொற்பொருள்:

அஞ்சு - ஐந்து (ஐந்து பொறிகள்). ஒன்றி - ஒடுங்கி. ஆறு - காமம் குரோதம் உலோபம் மோகம் மதம் மாற்சரியம் என்னும் ஆறுவகைக் குற்றங்கள். வீசி - தூரப்போக்கி. குஞ்சி - ஆண்களின் தலைமயிர். ஆர - தலை ஆர. வந்தி - வந்தனை (வழிபாடு). அஞ்சல் என்னி - அஞ்சாதே என்னும் சிவபெருமான். பணைத்த - பருத்த. அம்சொல் - அழகிய சொல். அரங்கு எடுக்கும் - அரங்கில் ஏறி நடனம் ஆடும்.

பொழிப்புரை:

ஐம்பொறிகளின் வழி செல்லாது, புலன்களை அடக்கி, அறுவகைக் குற்றங்களையும் களைந்து, உடம்பில் திருநீறு பூசி, தலையாரக் கும்பிட்டு, வணக்கம் செய்பவரை நோக்கி, 'அஞ்சவேண்டா!' என்று சொல்லும் இறைவன் எழுந்தருளி இருக்கும் ஊர்; பஞ்சு போன்ற மெல்லிய அடியும், பருத்த முலையும், நுண்ணிய இடையும், அழகிய சொல்லும், உடைய மகளிர், அரங்கில் ஏறி, நடனம் ஆடும், அழகிய குளிர்ந்த ஆரூரே ஆகும்.

2024. சங்குஉலாவு திங்கள் சூடி
தன்னை உன்னுவார் மனத்து
அங்குஉலாவி நின்ற எங்கள்
ஆதி தேவன் மன்னும்ஊர்
தெங்குஉலாவு சோலை நீடு
தேன்உ லாவு செண்பகம்
அங்குஉலாவி அண்டம் நாறும்
அந்தண் ஆரூர் என்பதே (5)

அருஞ்சொற்பொருள்:

சங்கு உலாவு திங்கள் - சங்கு போன்ற வெண்மை நிறப் பிறைச்சந்திரன். உன்னுவார் - தியானிப்பார். ஆதி தேவன் - முதற்கடவுள். தெங்கு - தென்னைமரம். அண்டம் - வானஉலகம். நாறும் - மணக்கும்.

பொழிப்புரை:

சங்கு போன்ற வெண்மைநிறம் உடைய பிறைச்சந்திரனைச் சூடித் தன்னைத் தியானிப்பவரது மனத்தில் எழுந்தருளும், எங்களது முழுமுதற்கடவுள் தங்கிஇருக்கும் ஊர்; தென்னை மரங்கள் நிறைந்த சோலையால் சூழப்பட்டதும், தேன் நிரம்பிய செண்பக மலர் மலர்ந்திருப்பதும், அதன் நறுமணம் தேவர் உலகையும் எட்டுவதும், அழகியதும், குளிர்ச்சி உடையதும், ஆகிய ஆரூரே ஆகும்.

2025. கள்ள நெஞ்சம் வஞ்சகக்
கருத்தை விட்டு அருத்தியோடு
உள்ளம் ஒன்றி உள்குவார்
உளத்து ளான்உகந் தஊர்
துள்ளி வாளை பாய்வயல்
சுரும்பு உலாவு நெய்தல்வாய்
அள்ளல் நாரைஆ ரல்வாரும்
அம்தண் ஆரூர் என்பதே (6)

அருஞ்சொற்பொருள்:

அருத்தி - அன்பு. உள்குவார் - தியானிப்பவர். வாளை - மீன்வகை. சுரும்பு - வண்டுவகை. அள்ளல் - சேறு. ஆரல் - மீன்வகை.

பொழிப்புரை:

கள்ளத்தனம் உடைய நெஞ்சில் வஞ்சகம் உடைய கருத்தைத் தேக்கி வைக்காது கைவிட்டு, அன்பு மீதூர மனம்ஒன்றி தியானிப்பவரது உள்ளத்தில் எழுந்தருளும் சிவபெருமான் உறையும் ஊர்; வாளைமீன் துள்ளிக் குதிக்கும் வயல்வளமும், வண்டு மொய்க்கும் சேற்றில் நாரை, ஆரல்மீனை விழுங்கும் நெய்தல் நில வளமும், உடைய அழகிய குளிர்ந்த ஆரூர் என்னும் தலமே ஆகும்.

2026. கங்கை பொங்கு செஞ்சடைக்
    கரந்த அகண்டர் காமனை
    மங்க வெங்கணால் விழித்த
    மங்கை பங்கன் மன்னும்ஊர்
    தெங்கின்ஊடு போகி வாழை
    கொத்து இறுத்து மாவின்மேல்
    அங்கண் மந்தி முந்திஏறும்
    அம்தண் ஆரூர் என்பதே   (7)

அருஞ்சொற்பொருள்:

கரந்த - மறைத்து வைத்துள்ள. அகண்டர் - எங்கும் வியாபித்திருப்பவர்; காமன் - மன்மதன். மங்க - அழிய. வெங்கண் - நெருப்பை உமிழும் வெப்பமான கண். தெங்கு - தென்னை. வாழைக் கொத்து - வாழைத்தார். இறுத்து - அற்று விழுமாறு செய்து. மா - மாமரம். மந்தி - பெண்குரங்கு. அம்கண் - அழகிய கண்.

பொழிப்புரை:

பொங்கி வரும் கங்கையைச் சிவந்த சடையில் மறைத்து வைத்திருப்பவர்; எங்கும் நீக்கமற நிறைந்திருப்பவர்; மன்மதன் உடல் அழியுமாறு நெற்றிக்கண் கொண்டு விழித்து நோக்கியவர்; உமாதேவியைப் பாகமாகக் கொண்டவர்; அவர் எழுந்தருளி இருக்கும் ஊர்; அழகிய கண்உடைய பெண்குரங்கு தென்னை மரத்தில் ஏறி, அங்கிருந்து வாழையில் குதித்து, அதன் பழங்களை உதிரவிட்டுப் பின், மாமரத்தில் ஏறும், வளம் உடைய, அழகிய, குளிர்ந்த ஆரூரே ஆகும்.

2027. வரைத்த லம்எடுத் தவன்முடித்
    தலம்(ம்)உ ரத்தொடும்
    நெரித்த வன்புரத் தைமுன்
    எரித்த வன்இருந் தஊர்

நிரைத்த மாளிகைத் திருவின்
நேர்அ னார்கள் வெண்நகை
அரத்த வாய்மடந்தை மார்கள்
ஆடும் ஆரூர் என்பதே (8)

அருஞ்சொற்பொருள்:

உரம் - வலிமை. திருவினோர் அனார்கள் - திருமகள் போன்ற செல்வச் செழிப்பு மிக்க மகளிர். அரத்த வாய் - சிவந்த வாய்.

பொழிப்புரை:

கயிலை மலையைப் பெயர்த்த அரக்கனது முடி புனைந்த தலைகளை, வலிமை கொண்டு நெரித்தவன்; முப்புரத்தை முன்பு தீயிட்டு எரித்தவன்; அவன் எழுந்தருளி இருக்கும் ஊர்; மாளிகைகள் நிறைந்து விளங்குவதும், திருமகள் போன்ற வெண்பல்லும் சிவந்த வாயும் உடைய செல்வச் செழிப்பு மிக்க மகளிர் நிறைந்து வாழ்வதும், ஆகிய திருவாரூரே ஆகும்.

2028. இருந்த வன்கிடந் தவன்இடந்து
விண்பறந் துமெய்
வருந்தி யும்அளப்பு ஒணாத
வானவன் கிடந்தஊர்
செருந்தி ஞாழல் புன்னை
வன்னி செண்பகம் செழுங்குரா
அரும்பு சோலை வாசம்நாறும்
அம்தண் ஆரூர் என்பதே (9)

அருஞ்சொற்பொருள்:

இருந்தவன் - பிரமன். கிடந்தவன் - திருமால். இடந்து - தோண்டி. அளப்புஒணாத - அளந்தறிய முடியாத. வானவன் - தேவதேவன். கிடந்த - நிலைத்துத் தங்கிய.

பொழிப்புரை:

தாமரை மலரில் இருந்தவனாகிய பிரமனும், பாற்கடலில் பாம்பணையில் கிடந்தவனாகிய திருமாலும், முறையே மேலே அன்னமாகப் பறந்தும், கீழே பன்றியாக அகழ்ந்தும், தேடிக் காண முடியாத தேவதேவன்

நிலைத்து வாழும் ஊர்; செருந்தி, ஞாழல், புன்னை, வன்னி, செண்பகம், குரா முதலிய மரங்கள் நிறைந்ததும், மலர்கள் மலர்ந்து மணம்வீசும் சோலைகளை உடையதும், ஆகிய அழகிய குளிர்ந்த திருவாரூரே ஆகும்.

2029. **பறித்த வெண்தலைக் கடுப்பு**
அடுத்த மேனி யார்தவம்
வெறித்த வேடன் வேலைநஞ்சம்
உண்ட கண்டன் மேவும்ஊர்
மறித்து மண்டுவண் டல்வாரி
மிண்டு நீர்வயல் செந்நெல்
அறுத்தவாய் அசும்பு பாயும்
அம்தண் ஆரூர் என்பதே (10)

அருஞ்சொற்பொருள்:

கடுப்பு - கடுக்காய் பொடி. அடுத்த மேனி - பூசிய உடம்பு. வெறித்த - வெறுத்த. வேடன் - வேடர் வேடம் ஏற்றவன். வேலை - கடல். மறித்து - மீண்டும்மீண்டும். அசும்பு - நீர்க்கசிவு.

பொழிப்புரை:

முடிபறித்த வெண்தலை உடைய சமணரும், கடுக்காய்ப் பொடி பூசிய உடம்பு உடைய பௌத்தரும், ஆகியோர் செய்யும் தவத்தினை வெறுத்தவனும், வேடர் வேடம் ஏற்றவனும், கடல்விடத்தை உண்டு தேக்கிய கண்டம் உடையவனும், ஆகிய இறைவன் எழுந்தருளி இருக்கும் ஊர்; மீண்டும் மீண்டும் சேரும் வண்டலை வாரிஎடுக்க, நீர் கசியும் நிலவளம் உடையதும், அழகியதும், குளிர்ந்ததும், ஆகிய ஆரூரே ஆகும்.

2030. **வல்லி சோலை சூதநீடு**
மன்னு வீதி பொன்னுலா
அல்லி மாது அமர்ந்திருந்த
அம்தண் ஆரூர் ஆதியை
நல்ல சொல்லும் ஞானசம்
பந்தன் நாவின் இன்உரை
வல்ல தொண்டர் வானம்ஆள
வல்லர் வாய்மை ஆகவே (11)

அருஞ்சொற்பொருள்:

வல்லி - கொடி. சூதம் - மா. பொன் - அழகு. உலா - விளங்குகின்ற. அல்லி மாது - அல்லியங்கோதை (தலத்து இறைவி பெயர்). ஆதி - முதல்வன்.

பொழிப்புரை:

கொடிகள் நிறைந்த சோலையும் மாமரங்கள் நிறைந்த வீதியும் நிறைந்திருப்பதும், அழகிய அல்லியம்கோதை என்னும் பெயருடைய உமாதேவி எழுந்தருளி இருப்பதும், ஆகிய அழகிய குளிர்ந்த ஆரூரில் உறையும் முதல்வனை; நல்லனவே சொல்லும் ஞானசம்பந்தன், நாவில் இருந்து வெளிப்பட்ட இனிய தமிழ்ப்பாடல்களைப் பாடி, வழிபடும் வல்லமை உடைய தொண்டர்கள், வானஉலகை ஆளும் தகுதியைப் பெறுவர்; இது உண்மை.

திருச்சிற்றம்பலம்

188

திருஆரூர்

பதிக வரலாறு:

திருவாரூரை நெருங்கிய தமிழ்விரகர், பல்லக்கை விட்டு இறங்கி, ஊரை மலர்தூவி வழிபட்டுப் பாடிய பதிகம் இது.

திருமுறை 1 - 91   திருஞான - 500

திருவிருக்குக்குறள்
பண்: குறிஞ்சி

2031. சித்தம் தெளிவீர்காள்
    அத்தன் ஆரூரைப்
    பத்தி மலர்தூவ
    முத்தி ஆகுமே   (1)

அருஞ்சொற்பொருள்:

சித்தம் - அகக்கருவிகளில் ஒன்று. அத்தன் - தலைவன். முத்தி - வீடுபேறு.

பொழிப்புரை:

மல மறைப்பிலிருந்து விடுபட்டு சித்தத்தில் தெளிவுபெற விரும்புகின்றவர்களே! தலைவனாகிய இறைவன் எழுந்தருளி இருக்கும் திருவாரூரை அன்பினால் மலர்தூவி வழிபடுங்கள்! அதனால் உங்களுக்கு வீடுபேறு கிடைக்கும்.

2032. பிறவி அறுப்பீர்காள்
    அறவன் ஆரூரை
    மறவாது ஏத்துமின்
    துறவி ஆகுமே   (2)

அருஞ்சொற்பொருள்:

அறவன் - அறவடிவினன். துறவி - துறவு (உலகப் பற்றுக்களைத் துறப்பது).

பொழிப்புரை:

பிறவியை அறுத்துக்கொள்ள விரும்புகின்றவர்களே! அறவடிவினனாகிய சிவபெருமான் எழுந்தருளி இருக்கும் ஆரூரை மறவாது போற்றி வழிபடுங்கள்! அதனால் துறவு கைகூடும்.

2033. துன்பம் துடைப்பீர்காள்
    அன்பன் அணிஆரூர்
    நன்பொன் மலர்தூவ
    இன்பம் ஆகுமே   (3)

அருஞ்சொற்பொருள்:

அன்பன் - அன்புடையவன் (சிவன்). அணி - அழகு. நன்பொன் - நல்ல அழகிய. இன்பம் - மறுமை இன்பமாகிய பேரின்பம்.

பொழிப்புரை:

துன்பத்தை அழிக்க விரும்புகின்றவர்களே! உயிர்களிடத்தில் அன்பு உடையவன் எழுந்தருளி இருக்கும் அழகிய ஆரூர்மீது நல்ல அழகிய மலர்கொண்டு தூவி வழிபடுங்கள்! அதனால் உங்களுக்குப் பேரின்ப வீடு கிடைக்கும்.

2034. உய்யல் உறுவீர்காள்
    ஐயன் ஆரூரைக்
    கையி னால்தொழ
    நையும் வினைதானே   (4)

அருஞ்சொற்பொருள்:

ஐயன் - தலைவன். நையும் - மெலியும்.

பொழிப்புரை:

உய்வுபெற விரும்புகின்றவர்களே! தலைவனாகிய சிவபெருமான் எழுந்தருளி இருக்கும் ஆரூரைக் கைகூப்பி வணங்குங்கள்! அப்பொழுது வினைகளானவை மெலியும் (தேயும்).

2035. பிண்டம் அறுப்பீர்காள்
 அண்டன் ஆரூரைக்
 கண்டு மலர்தூவ
 விண்டு வினைபோமே (5)

அருஞ்சொற்பொருள்:

பிண்டம் - உடம்பு (எடுத்துப் பிறக்கும் பிறப்பு). அண்டன் - தேவன். விண்டு வினை போமே - வினை விண்டு (முளைக்காது) போமே எனக் கூட்டி உரைக்க.

பொழிப்புரை:

உடம்பு கொண்டு பிறக்கும் பிறப்பினை அறுக்க விரும்புகின்றவர்களே! தேவதேவனாகிய சிவபெருமான் எழுந்தருளி இருக்கும் ஆரூரை நேரில் கண்டு மலர்தூவி வழிபடுங்கள்! உங்களது வினைகளானவை புதிதாக முளைக்காது போகும்.

2036. பாசம் அறுப்பீர்காள்
 ஈசன் அணிஆரூர்
 வாச மலர்தூவ
 நேசம் ஆகுமே (6)

அருஞ்சொற்பொருள்:

பாசம் - மலக்குற்றம். ஈசன் - எல்லா உலகங்களையும் ஆள்பவன். நேசம் - அன்பு.

பொழிப்புரை:

மும்மலங்களை அறுக்க விரும்புகின்றவர்களே! சிவபெருமான் எழுந்தருளி இருக்கும் அழகிய ஆரூர்மீது மணமுள்ள மலர்களைத் தூவி வழிபடுங்கள்! அதனால் உங்களுக்கு அப்பெருமான்மீது அன்பு மிகுதியாகும்.

2037. வெய்ய வினைதீர
 ஐயன் அணிஆரூர்
 செய்ய மலர்தூவ
 வையம் உமதுஆமே (7)

அருஞ்சொற்பொருள்:

வெய்யவினை - கொடிய வினை. செய்ய மலர் - செம்மையான மலர். வையம் - உலகம்.

பொழிப்புரை:

கொடிய வினையானது தீரவேண்டுமாயின், தலைவனாகிய சிவபெருமான் எழுந்தருளி இருக்கும் அழகிய ஆரூர்மீது, செம்மையான மலர்களைத் தூவி, வழிபடுங்கள்! அப்பொழுது இந்த உலகம் உங்களுடையது ஆகும்.

2038. அரக்கன் ஆண்மையை
    நெருக்கி னான்ஆரூர்
    கரத்தி னால்தொழத்
    திருத்தம் ஆகுமே (8)

அருஞ்சொற்பொருள்:

அரக்கன் - இராவணன். ஆண்மை - ஆளுமை. திருத்தம் - தூய்மை.

பொழிப்புரை:

இராவணனது ஆளுமையை நெரித்து அழித்த சிவபெருமான் எழுந்தருளி இருக்கும் ஆரூரைக் கைகூப்பி வணங்க, தூய்மை அடையலாம் (மனக்கோணல் நீங்கும் என்பதும் கருத்து).

2039. துள்ளும் இருவர்க்கும்
    வள்ளல் ஆரூரை
    உள்ளும் அவர்தம்மேல்
    விள்ளும் வினைதானே (9)

அருஞ்சொற்பொருள்:

துள்ளும் இருவர் - தானே பெரியவன் என்று தனித்தனியே சொல்லிக் கொண்ட திருமாலும் பிரமனும். வள்ளல் - அருளை வாரி வழங்குபவர். உள்ளும் - தியானிக்கும். விள்ளும் - நீங்கும்.

பொழிப்புரை:

தனக்குத்தானே, 'பெரியவன்' என்று சொல்லிக் கொண்ட திருமாலுக்கும், பிரமனுக்கும், அருள்செய்த வள்ளலாகிய சிவபெருமான், எழுந்தருளி இருக்கும் ஆரூரை, தியானிப்பவர் மீது பற்றியுள்ள, வினைகள் விடுபடும்.

2040. கடுக்கொள் சீவரை
   அடக்கி னான்ஆரூர்
   எடுத்து வாழ்த்துவார்
   விடுப்பர் வேட்கையே   (10)

அருஞ்சொற்பொருள்:

கடுக்கொள் - கடுக்காய்ப் பொடியை மெல்லும் சமணர். சீவர் - துவராடை போர்த்தும் பௌத்தர். வேட்கை - விருப்பம் (ஆசை).

பொழிப்புரை:

கடுக்காய்ப் பொடியை வாயிலிட்டு மெல்லும் சமணரும், துவராடை போர்த்தும் பௌத்தரும், ஆகியவர்களை அடக்கிய சிவபெருமான், எழுந்தருளி இருக்கும் ஆரூரை, உயர்த்திப் பிடித்து வாழ்த்துபவர், ஆசையைத் துறப்பர்.

2041. சீரூர் சம்பந்தன்
   ஆரூரைச் சொன்ன
   பாரூர் பாடலார்
   பேரார் இன்பமே   (11)

அருஞ்சொற்பொருள்:

சீரூர் - சிறப்பு பொருந்திய. பாரூர் - உலகம் புகழும். பேரார் - விடுபடார்.

பொழிப்புரை:

சிறப்பு பொருந்திய ஞானசம்பந்தன், திருவாரூர்மீது பாடிய, உலகம் புகழும் பாடலைப் பாடுபவர், இன்பம் பெறுவதிலிருந்து விடுபட மாட்டார்.

திருச்சிற்றம்பலம்

189

திருஆரூர்

பதிக வரலாறு:

அடியார்கள் ஊரை அலங்கரித்து, எதிர் வணங்கி அழைத்துச் செல்ல, அவ்வடியார்களை வினவிப் பாடிய பதிகம் இது.

திருமுறை 3 - 303 திருஞான - 507

பண்: கௌசிகம்

2042. **அந்த மாய்உலகு ஆதியும் ஆயினான்**
வெந்த வெண்பொடிப் பூசிய வேதியன்
சிந்தை யேபுகுந் தான்திரு வாரூர்எம்
எந்தை தான்எனை ஏன்றுகொ ளும்கொலோ (1)

அருஞ்சொற்பொருள்:

அந்தம் - முடிவு. ஆதி - முதல். ஏன்று - ஏற்று. கொளும்கொலோ - கொள்ளும் கொலோ?

பொழிப்புரை:

உலக தோற்றத்திற்கும், அழிவிற்கும், நிமித்த காரணனாய் விளங்குபவன்; வெந்த வெண் திருநீற்றுப் பொடியை உடல்முழுதும் பூசிஇருப்பவன்; வேதம் சொன்னவன்; திருவாரூரில் எழுந்தருளி இருக்கும் எம் தந்தையாகிய பெருமான், என் சிந்தையில் புகுந்து விட்டான்; அவன் என்னையும் ஏற்று அருளுவானோ? (கேட்டுச் சொல்லுங்கள் என்பது குறிப்பு).

2043. **கருத்த னேகரு தார்புரம் மூன்றுஎய்த**
ஒருத்த னேஉமை யாள்ஒரு கூறனே
திருத்த னேதிரு வாரூர்எம் தீவண்ண
அருத்த என்எனை அஞ்சல்என் னாததே (2)

அருஞ்சொற்பொருள்:

கருத்தன் - கருத்தில் இருப்பவன். ஒருத்தன் - ஒப்பற்றவன். திருத்தன் - தூயன். அருத்தன் - சொல்லின் பொருள் ஆனவன். அஞ்சல் - அஞ்சாதே. எனாதது - என்று சொல்லாதது. என் - எதனால்?

பொழிப்புரை:

கருத்தில் இருப்பவனே! பகைவர் மூவரது முப்புரத்தை அழித்தவனே! ஒப்பற்றவனே! உமாதேவியை உடம்பின் ஒருபாகமாகக் கொண்டவனே! தூய்மையனே! திருவாரூரில் எழுந்தருளி இருக்கும் தீ நிறம் உடையவனே! சொல்லின் பொருளாய் விளங்குபவனே! என்னை அஞ்சவேண்டா!' என்று கூறித் தேற்றாது இருப்பது என்ன காரணத்தினாலோ?

2044. **மறையன் மாமுனி வன்மரு வார்புரம்**
இறையின் மாத்திரை யில்எரி ஊட்டினான்
சிறைவண்டு ஆர்பொழில் சூழ்திரு வாரூர்எம்
இறைவன் தான்எனை ஏன்றுகொ ளும்கொலோ (3)

அருஞ்சொற்பொருள்:

மருவார் - பகைவர். இறைமாத்திரை - நொடிப் பொழுதிலும் குறைந்த நேரம். சிறை - இறகு.

பொழிப்புரை:

வேதம் சொன்னவன்; பெரிய தவம் உடையவன்; பகைவர் மூவரது முப்புரத்தை ஒருமாத்திரைக்கும் குறைவான நேரத்தில் எரியூட்டி அழித்தவன்; இறகுகளுடன் கூடிய வண்டுகள் வாழும் சோலை சூழ்ந்த திருவாரூரில் எழுந்தருளி இருக்கும் இறைவன், என்னை ஏற்றுக் கொள்வானோ?

2045. **பல்இில் ஓடுகை ஏந்திப் பலிதிரிந்து**
எல்லி வந்துஇடு காட்டுஎரி ஆடுவான்
செல்வம் மல்கிய தென்திரு வாரூரான்
அல்லல் தீர்த்துஎனை அஞ்சல் எனும்கொலோ (4)

அருஞ்சொற்பொருள்:

பல் இல் ஓடு - பல் இல்லாத மண்டை ஓடு. பலி - பிச்சை. எல்லி - இரவு. தென் - அழகு. அல்லல் - துன்பம்.

பொழிப்புரை:

பல் இல்லாத மண்டை ஓட்டைக் கையில் ஏந்தி, பிச்சை ஏற்று, இரவு நேரத்தில் இடுகாட்டுக்கு வந்து நெருப்பைக் கையில் ஏந்தி நடனம் ஆடுவான்; செல்வ வளத்தால் சிறந்து விளங்கும் அழகிய திருவாரூரில் எழுந்தருளி இருக்கும் இறைவன்; அவன் எனது துன்பத்தைப் போக்கி, என்னை, 'அஞ்சவேண்டா!' என்று கூறுவானோ?

2046. **குருந்தம் ஏறிக் கொடிவிடு மாதவி**
விரிந்து அலர்ந்த விரைகமழ் தேன்கொன்றை
திருந்து மாடங்கள் சூழ்திரு ஆரூரான்
வருந்தும் போதுஎனை வாடல் எனும்கொலோ (5)

அருஞ்சொற்பொருள்:

விரை - மணம். வாடல் - வருந்தாதே. எனும்கொலோ - என்று சொல்லுவானோ.

பொழிப்புரை:

மாதவிக் கொடி ஏறிப் படர்ந்துள்ள குருந்த மரம், விரிந்த இதழ்களுடன் கூடிய மணம் கமழும் தேன் பொருந்திய மலர்கள் மலர்ந்திருக்கும் கொன்றைமரம், ஆகியன நிறைந்திருக்கும் சோலைவளம் உடையதும்; அழகிய மாடிவீடுகள் சூழஇருப்பதும்; ஆகிய திருவாரூரில் எழுந்தருளி இருக்கும் இறைவன், நான் வருந்தும்போது வந்து என்னைத் 'துன்புறவேண்டா!' என்று கூறுவானோ?

2047. **வார்கொள் மென்முலை யாள்ஒரு பாகமா**
ஊர்க ளார்இடு பிச்சைகொள் உத்தமன்
சீர்கொள் மாடங்கள் சூழ்திரு ஆரூரான்
ஆர்க ணாஎனை அஞ்சல் ஏனாததே (6)

அருஞ்சொற்பொருள்:

வார் - கச்சு. ஆர்கண் - பற்றுக்கோடு. அஞ்சல் - அஞ்ச வேண்டா. எனாதது - என்று சொல்லாதது.

பொழிப்புரை:

கச்சு அணிந்த மென்மையான முலைஉடைய உமாதேவியை உடம்பின் ஒருபாகமாகக் கொண்டு, ஊரில் உள்ளவர் இடும் பிச்சை உணவை ஏற்கும் உத்தமனாகிய பெருமான், அழகிய மாடிவீடுகள்

நிறைந்த திருவாரூரில் எழுந்தருளி இருப்பவன்; அவன் என்னை அஞ்சவேண்டா என்று ஆறுதல் கூறினான் இல்லை; அவனைத் தவிர, வேறு பற்றுக்கோடும், எனக்கு இல்லை.

2048. **வளைக்கை மங்கைநல் லாளைஓர் பாகமாத்**
துளைக்கை யானை துயர்படப் போர்த்தவன்
திளைக்கும் தண்புனல் சூழ்திரு வாரூரான்
இளைக்கும் போதுஎனை ஏன்றுகொ ளும்கொலோ (7)

அருஞ்சொற்பொருள்:

வளைக்கை - வளையல் அணிந்த கை. துளைக்கை - துளை உடைய கை. துயர்பட - துன்பமுறுமாறு. திளைக்கும் - நீராடுதற்குரிய. இளைக்கும்போது - வருந்தும் காலத்து.

பொழிப்புரை:

வளையல் அணிந்த கைஉடைய உமாதேவி என்னும் மங்கை நல்லாளை, உடம்பின் ஒரு பாகமாகக் கொண்டு, துளையுடன் கூடிய கைஉடைய யானை துன்பம் உறுமாறு, அதன் தோலை உரித்துப் போர்த்துக் கொண்டவன்; நீராடுவதற்குரிய குளிர்ந்த நீரால் சூழப்பட்ட திருவாரூரில் எழுந்தருளி இருக்கும் இறைவன், வருந்தும் காலத்து வந்து, என்னை ஏற்றுக் கொள்வானோ?

2049. **இலங்கை மன்னன் இருபது தோள்இறக்**
கலங்கக் கால்விர லால்கடைக் கண்டவன்
வலங்கொள் மாமதில் சூழ்திரு வாரூரான்
அலங்கல் தந்துஎனை அஞ்சல்எ னும்கொலோ (8)

அருஞ்சொற்பொருள்:

தோள் இற - தோள் நெரிய. கடை - முடிவு. வலங்கொள் - வலிமை உடைய. அலங்கல் - மாலை.

பொழிப்புரை:

இலங்கை மன்னன் இராவணனது இருபது தோள்களும் நெரிபட, கால்விரலை ஊன்றி, அவனது இறுதியைக் கண்டவன்; வலிமை பொருந்திய பெரிய மதிலால் சூழப்பட்ட திருவாரூரில் எழுந்தருளி இருக்கும் இறைவன்; அவன் மாலை தந்து, என்னை 'அஞ்சாதே!' என்று கூறி அருள்செய்வானோ? கூறுவீராக!

2050. நெடிய மாலும் பிரமனும் நேர்கிலாப்
   படிய வன்பனி மாமதிச் சென்னியான்
   செடிகள் நீக்கிய தென்திரு வாரூர்எம்
   அடிகள் தான்எனை அஞ்சல்எ னுங்கொலோ   (9)

அருஞ்சொற்பொருள்:

நேர்கிலா - காணமுடியாத. படியவன் - தன்மை உடையவன். செடிகள் - பாவங்கள்.

பொழிப்புரை:

உயரிய உருவம் உடைய திருமாலும், பிரமனும், காண முடியாத தன்மை உடையவன்; குளிர்ந்த உயரிய பிறைச் சந்திரனைச் சூடிய சடை உடையவன்; குற்றங்களைக் களையும் அழகிய திருவாரூரில் எழுந்தருளி இருக்கும் எமது இறைவன்; அவன் என்னை 'அஞ்சாதே!' என்று கூறி அருளுவானோ? கூறுவீராக!

2051. மாசு மெய்யினர் வண்துவர் ஆடைகொள்
   காசை போர்க்கும் கலதிகள் சொல்கேளேல்
   தேசம் மல்கிய தென்திரு வாரூர்எம்
   ஈசன் தான்எனை ஏன்றுகொ ளும்கொலோ   (10)

அருஞ்சொற்பொருள்:

மாசு - அழுக்கு. காசை - காஷாய உடை. கலதிகள் - கீழோர். தேசம் - ஒளி.

பொழிப்புரை:

குளிக்காமையால் அழுக்குடன் கூடிய உடல் உடைய சமணர்களும்; துவராடை அணிந்துள்ள பௌத்தர்களும், ஆகிய கீழோர் சொல்லும் சொற்களைக் கேட்க வேண்டா; ஒளி பொருந்திய அழகிய திருவாரூரில் எழுந்தருளி இருக்கும் எம் ஈசன், என்னை ஏற்றுக் கொள்வானோ? இதுகுறித்துக் கூறுவீராக!

2052. வன்னி கொன்றை மதியொடு கூவிளம்
   சென்னி வைத்த பிரான்திரு ஆரூரை
   மன்னு காழியுள் ஞானசம் பந்தன்வாய்ப்
   பன்னு பாடல்வல் லார்க்குஇல்லை பாவமே   (11)

அருஞ்சொற்பொருள்:

கூவிளம் - வில்வம். வாய்ப்பன்னு பாடல் - வாய்மலர்ந்த பாடல்.

பொழிப்புரை:

வன்னியின் தளிர், வில்வந்தளிர், கொன்றை மலர் மாலை, பிறைச் சந்திரன், ஆகிய இவற்றைச் சூடி இருக்கும் சடைஉடைய பெருமான் எழுந்தருளி இருக்கும் திருவாரூரை; நிலைத்து விளங்கும் சீர்காழி நகரத்து ஞானசம்பந்தன்; வாய்மலர்ந்து பாடிய, பாடல்களைப் பாடி, வழிபட வல்லவர்க்குப் பாவங்கள் இல்லை ஆகும்.

திருச்சிற்றம்பலம்

190

திருவலிவலம்

பதிக வரலாறு:

அடியார்களிடம் வினவிப் பாடிய ஆளுடைய பிள்ளையார், ஆரூர்க் கோயிலை வலமாக வந்து, இறைவர் முன் சென்று, நின்று, பதிகம் பாடிக் கும்பிட்டு (பதிகம் கிடைக்கவில்லை) திருமடத்தில் தங்கி வழிபட்டு வரும்நாளில், அருகிலிருந்த திருவலிவலம் வந்து, பதிகம் பாடிப் பணிந்தனர்.

தல வரலாறு:

திருவாரூருக்குத் தென்கிழக்கில் 10கி.மீ. தொலைவில் உள்ளது. திருவாரூரிலிருந்து நகரப் பேருந்தில் செல்லலாம். வலியன் என்னும் கரிக்குருவி வழிபட்டதால் வலிவலம் எனப் பெயர் பெற்றது. சூரியனும் காரணமுனிவரும் பூசித்துப் பேறு பெற்ற தலம். சுவாமி சந்நிதி இருக்கும் இடம் கட்டுமலை போல் இருக்கிறது. கிழக்குப் பக்கம் தவிர ஏனைய மூன்று பக்கங்களும் அகழியால் சூழப்பட்டுள்ளது. மூவர் தேவாரமும் பெற்ற தலம்.

சுவாமி	:	மனத்துணை நாதர்
அம்மை	:	மாழையங்கண்ணி
தல மரம்	:	புன்னை
தீர்த்தம்	:	காரணர் கங்கை

திருமுறை 1 - 50 திருஞான - 515

பண்: பழந்தக்கராகம்

2053. ஒல்லைஆறி உள்ளம்ஒன்றிக் கள்ளம்ஒழிந்து வெய்ய
சொல்லைஆறித் தூய்மைசெய்து காமவினை அகற்றி
நல்லவாறே உன்தன்நாமம் நாவில்நவின்று ஏத்த
வல்லவாறே வந்துநல்காய் வலிவலம்மே யவனே (1)

அருஞ்சொற்பொருள்:

ஒல்லை - விரைவு (வேகம்). ஆறி - தணிந்து. வெய்யசொல் - கொடுஞ்சொல். ஆறி - மாற்றி. காம வினை - காமம் வெகுளி மயக்கம் முதலிய வினை. நாமம் - திருப்பெயர். வல்லவாறு - அடியேனுடைய வல்லமைக்கு ஏற்ப.

பொழிப்புரை:

திருவலிவலம் என்னும் தலத்தில் எழுந்தருளி இருப்பவரே! எனது வேகத்தைத் தணித்து, உள்ளத்தை ஒரு நிலையில் நிறுத்தி, வஞ்சனையை ஒழித்து, கொடுங்சொல் பேசுவதைக் கைவிடச்செய்து, காமம் வெகுளி மயக்கம் ஆகிய வினைகளை நீக்கி, மனதைத் தூய்மைப்படுத்தி, நல்ல முறையில் உனது திருப்பெயரை உச்சரிக்கச் செய்து, புகழ்ந்து போற்றும் வழியினைக் காட்டி, எனது வல்லமை அறிந்து, ஏற்கும்அளவு, அருளுவாயாக!

2054. **இயங்குகின்ற இரவிதிங்கள் மற்றுநல் தேவர்எல்லாம்**
பயங்களாலே பற்றிநின்பால் சித்தம்தெளி கின்றிலர்
தயங்குசோதீ சாமவேதா காமனைக்காய்ந் தவனே
மயங்குகின்றேன் வந்துநல்காய் வலிவலம்மே யவனே (2)

அருஞ்சொற்பொருள்:

இரவி - சூரியன். திங்கள் - சந்திரன். பயம் - அச்சம். சோதீ - ஒளி வடிவினனே. காமன் - மன்மதன்.

பொழிப்புரை:

விளங்குகின்ற ஒளிவடிவினனே! சாம வேதம் பாடியவனே! மன்மதனைத் தண்டித்தவனே! வானில் திரிகின்ற சூரியன், சந்திரன், மற்றும் உள்ள நல்ல தேவசாதியைச் சார்ந்தவர், என எல்லோரும் அச்சம் உடையவராய் உன்னை நெருங்க முடியாமல், சிந்தையில் தெளிவு பெறாதவராய் இருக்கின்றனர்; நானும் அறியாமையால் திகைக்கின்றேன்; வலிவலம் என்னும் தலத்தில் எழுந்தருளி இருப்பவனே! எனக்கு அருளுவாயாக!

2055. **பெண்டிர்மக்கள் சுற்றம்என்னும் பேதைப்பெருங் கடலை**
விண்டுபண்டே வாழமாட்டேன் வேதனைநோய் நலியக்
கண்டுகண்டே உன்தன்நாமம் காதலிக்கின்றது உள்ளம்
வண்டுகிண்டிப் பாடும்சோலை வலிவலம்மே யவனே (3)

அருஞ்சொற்பொருள்:

பேதைப் பெருங்கடல் - அறியாமையாகிய பெரியகடல். விண்டு - விடுபட்டு. பண்டே - முன்பிறவியில். வண்டு கிண்டி - வண்டு கிளறி.

பொழிப்புரை:

வண்டு மலரின்மீது அமர்ந்து கிளறுகின்றதும், இன்னிசை பாடுகின்றதும், ஆகிய சோலை வளம்உடைய வலிவலம் என்னும் தலத்தில் எழுந்தருளி இருப்பவனே! மனைவி, பிள்ளைகள், உறவினர், என்னும் பற்று என்னை விட்டு நீங்காமையால், முன்பிறவியில் இந்த அறியாமைக் கடலில் மூழ்கி இருந்தேன்; அதனால் வாழமுடியாதவன் ஆனேன்; இத்துன்ப நோயிலிருந்து விடுபடவேண்டும் என்னும் உண்மையை இப்பிறவியில் கண்டுகொண்டேன்; அதனால் உனது திருப்பெயரை உச்சரிக்க என் உள்ளம் விரும்புகின்றது; இனியாவது அருளுவாயாக!

2056. **மெய்யராகிப் பொய்யைநீக்கி வேதனையைத் துறந்து**
செய்யரானார் சிந்தையானே தேவர்குலக் கொழுந்தே
நைவன்நாயேன் உன்தன்நாமம் நாளும்நவிற் றுகின்றேன்
வையம்முன்னே வந்துநல்காய் வலிவலம்மே யவனே (4)

அருஞ்சொற்பொருள்:

வேதனை - துன்பம். நைவன் - வருந்துவேன். நாயேன் - நாய் போன்ற கடையன். நவிற்றுகின்றேன் - சொல்லுகின்றேன். வையம் - உலகம்.

பொழிப்புரை:

உடலும் உலகமும் பொய்என்று அறிந்து, சீவனும் சிவனும் மெய் என்று கண்டு, துன்பத்தை விடுத்த, செம்மை நலம் வாய்ந்தவரது சிந்தையில் எழுந்தருளுபவனே! தேவர்களின் குலத்துக்குக் கொழுந்தாக விளங்குபவனே! நாயேன் துன்பம் உறுகிறேன்; உனது திருப்பெயரை நாள்தோறும் உச்சரித்து வருகிறேன்; எனவே, வலிவலத்தில் உறையும் பெருமானே! இந்த உலகில் எனக்கும் அருளுவாயாக!

2057. **துஞ்சும்போதும் துற்றும்போதும் சொல்லுவன்உன் திறமே**
தஞ்சம்இல்லாத் தேவர்வந்துஉன் தாளிணைக்கீழ்ப் பணிய
நஞ்சைஉண்டாய்க்கு என்செய்கேனோ நாளும்நினைந்து அடியேன்
வஞ்சம்உண்டுஎன்று அஞ்சுகின்றேன் வலிவலம்மே யவனே (5)

அருஞ்சொற்பொருள்:

துஞ்சும்போது - உறங்கும்போது. துற்றும்போது - உண்ணும்போது. திறமே - புகழே. தஞ்சம் - அடைக்கலம். தாளிணை - இணையான திருவடி. வஞ்சம் - வஞ்சனை.

பொழிப்புரை:

வலிவலம் என்னும் தலத்தில் எழுந்தருளி இருப்பவனே! உறங்கும் போதும், உண்ணும்போதும் உன் புகழையே பேசுகின்றேன்; அடைக்கலம் அடைய வேறு புகலிடம் இல்லாத தேவர்கள் வந்து, உனது இணையான திருவடிக்கீழ் பணிந்து நிற்க, விடத்தை உண்டமைக்கு, அடியேனால் என்ன செய்ய முடியும்? அடியேன் நாளும் உன்னையே நினைத்துக் கொண்டு இருக்கிறேன்; வஞ்சனை உடைய என்னை ஏற்பாயோ, மாட்டாயோ, என அஞ்சுகின்றேன்.

2058. **புரிசடையாய் புண்ணியனே நண்ணலார்மூ எயிலும்**
எரியஎய்தாய் எம்பெருமான் என்றுஇமையோர் பரவும்
கரிஉரியாய் காலகாலா நீலமணி மிடற்று
வரிஅரவா வந்துநல்காய் வலிவலம்மே யவனே (6)

அருஞ்சொற்பொருள்:

நண்ணலார் - பகைவர். கரிஉரி - யானையின் தோல். வரிஅரவு - கோடுகள் உடைய பாம்பு.

பொழிப்புரை:

திருவலிவலம் என்னும் தலத்தில் எழுந்தருளி இருக்கும் பெருமான், முறுக்குண்ட சடை உடையவன்; புண்ணியப் பொருளாய் விளங்குபவன்; பகைவரது முப்புரத்தைத் தீமூட்டி அழித்தவன்; ‘எமது பெருமானே!’ என்று தேவர்கள் வணங்க நின்றவன்; யானையின் தோலை மேலாடை யாகப் போர்த்து இருப்பவன்; காலத்தைக் கணிக்கும் காலனுக்கும் காலனாக விளங்கியவன்; நீலமணி போன்ற கரியநிறக் கண்டம் உடையவன்; இப்படிப்பட்ட நீவிர், எமக்கும் அருளுவீராக!

2059. **தாயும்நீயே தந்தைநீயே சங்கரனே அடியேன்**
ஆயும்நின்பால் அன்புசெய்வான் ஆதரிக்கின்றது உள்ளம்
ஆயம்ஆய காயம்தன்னுள் ஐவர்நின்று ஒன்றல்ஒட்டார்
மாயமேஎன்று அஞ்சுகின்றேன் வலிவலம்மே யவனே (7)

அருஞ்சொற்பொருள்:

ஆயும் - ஆராயும். ஆயம்ஆய - படைக்கப்பட்ட. ஐவர் - ஐந்து அறிவுக் கருவிகள் (ஞானேந்திரியங்கள்). ஒன்றல் ஒட்டார் - பொருந்த விடமாட்டார்.

பொழிப்புரை:

வலிவலம் என்னும் தலத்தில் எழுந்தருளி இருக்கும் பெருமானே! இன்பம் செய்பவனே! எனக்கு தாயும் நீதான்; தந்தையும் நீயேதான்; ஆராய்ந்து பார்த்து உன்னிடம் அன்பு செய்யவே, என் உள்ளம் விரும்புகின்றது; ஆனால் உடம்பில் படைக்கப்பட்ட ஐம்பொறிகளானவர், உன்னோடு பொருந்தி இருக்க விடாமல் தடுக்கின்றனர்; இதுவும் ஒரு மாயமே போலும்; இதுகண்டு நான் அஞ்சுகின்றேன்.

2060. **நீர்ஒடுங்கும் செஞ்சடையாய் நின்னுடையபொன் மலையை**
வேரொடும்பீழ்ந்து ஏந்தலுற்ற வேந்தன்இரா வணனைத்
தேரொடும்போய் வீழ்ந்துஅலறத் திருவிரலால் அடர்த்த
வார்ஒடுங்கும் கொங்கைபங்கா வலிவலம்மே யவனே (8)

அருஞ்சொற்பொருள்:

பீழ்ந்து - பிடுங்கி. வார் - கச்சு.

பொழிப்புரை:

நீர் (கங்கை) வந்து ஒளிந்துகொண்ட சடை உடையவனே! உனது பொன்மலையை (கயிலை மலையை) வேரோடு பிடுங்கிய இலங்கை அரசன் இராவணனை, ஊர்ந்து வந்ததேரோடும் வீழ்ந்து அலறுமாறு, திருவிரல் ஒன்று கொண்டு ஊன்றி நசுக்கியவனே! கச்சு அணிந்த முலை உடைய உமாதேவியைப் பாகமாகக் கொண்டவனே! வலிவலம் என்னும் தலத்தில் எழுந்தருளி இருப்பவனே! எனக்கும் அருளுவாயாக!

2061. **ஆதிஆய நான்முகனும் மாலும்அறிவு அரிய**
சோதியானே நீதிஇல்லேன் சொல்லுவன் நின்திறமே
ஓதிநாளும் உன்னைஏத்தும் என்னைவினை அவலம்
வாதியாமே வந்துநல்காய் வலிவலம்மே யவனே (9)

அருஞ்சொற்பொருள்:

ஆதி - முதல். வினை அவலம் - வினையும் அதனால் வரும் துன்பமும். வாதியாமே - துன்புறுத்தாமல்.

பொழிப்புரை:

வலிவலம் என்னும் தலத்தில் எழுந்தருளி இருப்பவனே! படைப்புக் கடவுளாகிய நான்முகனும், திருமாலும் தேடிக் காண முடியாத சோதி வடிவினனே! நான் எந்த நீதியையும் கடைபிடியாதவன்; ஆனாலும் உன் புகழ் குறித்தே பேசி வருகிறேன்; உனது திருப்பெயரையே உச்சரித்து, நாள்தோறும் உனது பெருமைகள் குறித்தே பேசிவரும், என்னிடம் வினையும், அதனால் வந்து சேரும் துன்பமும், அணுகாது காப்பாயாக!

2062. **பொதியிலானே பூவணத்தாய் பொன்திகழும் கயிலைப்**
பதியிலானே பத்தர்சித்தம் பற்றுவிடா தவனே
விதிஇலாதார் வெஞ்சமணர் சாக்கியர்என்று இவர்கள்
மதிஇலாதார் என்செய்வாரோ வலிவலம்மே யவனே (10)

அருஞ்சொற்பொருள்:

பொதியில் - பொதியமலை. பூவணம் - ஒருதலம். பத்தர் - அன்பர். சித்தம் - அகக்கருவிகள் நான்கனுள் ஒன்று. விதிஇலார் - உன்னைச் சரணம் அடையும் விதி இல்லாதவர். மதி - அறிவு.

பொழிப்புரை:

வலிவலம் என்னும் தலத்தில் எழுந்தருளி இருப்பவனே! நீ பொதியமலையிலும், பூவணம் என்னும் தலத்திலும், பொன்போல் விளங்கும் கயிலை மலையிலும், அன்பர்கள் சித்தத்திலும், எழுந்தருளி, அவ்விடம் விட்டு நீங்காதவனாய் இருக்கிறாய்! உன்னைக் குறித்துத் தெரிந்துகொள்ளும் விதிஇல்லாத கொடிய சமணர்களும், பௌத்தர்களும், ஆகிய அறிவில்லாத இவர்கள், என்ன செய்யப் போகிறார்களோ?

2063. **வன்னிகொன்றை மத்தம்சூடும் வலிவலம்மே யவனைப்**
பொன்னிநாடன் புகலிவேந்தன் ஞானசம்பந்தன் சொன்ன
பன்னுபாடல் பத்தும்இல்லார் மெய்த்தவத்தோர் விரும்பும்
மன்னுசோதி ஈசனோடே மன்னிஇருப் பாரே (11)

அருஞ்சொற்பொருள்:

பொன்னி நாடன் - காவிரி பாயும் நாட்டை உடையவன். மன்னு சோதி - நிலைத்த ஒளிவடிவினன். மன்னி - நிலைத்து.

பொழிப்புரை:

வன்னியின் தளிர், கொன்றையின் மலர், ஊமத்தம்பூ ஆகிய இவற்றைச் சூடிக்கொள்ளும் வழக்கமுள்ள வலிவலம் என்னும் தலத்தில்

எழுந்தருளி இருக்கும் பெருமானை; காவிரி பாயும் நாட்டில் உள்ள புகலி என்னும் ஊருக்கு அரசனாக (தவராசனாக) விளங்கும் ஞான சம்பந்தன்; பாடிய பாடல் பத்தினையும் பாடி வழிபடும் வல்லமை உடையவர்; மெய்யான தவம்உடையவர் விரும்பும் நிலைத்த ஒளிமய இறைவனுடன் கூடிஇருக்கும் பேறு பெறுவர்.

திருச்சிற்றம்பலம்

191

திருவலிவலம்

திருமுறை 1 - 123   திருஞான - 515

திருவிராகம்
பண்: வியாழக்குறிஞ்சி

2064. பூஇயல் புரிகுழல் வரிசிலை நிகர்நுதல்
    ஏஇயல் கணைபிணை எதிர்விழி உமையவள்
    மேவிய திருஉரு உடையவன் விரைமலர்
    மாஇயல் பொழில்வலி வலம்உறை இறையே   (1)

அருஞ்சொற்பொருள்:

பூஇயல் - பூ அணிந்த. புரிகுழல் - பின்னப்பட்ட கூந்தல். வரிசிலை - வரிந்து கட்டப்பட்ட வில். நுதல் - நெற்றி. ஏ - அம்பு. விழி - கண். மா - மாமரம்.

பொழிப்புரை:

மணமுள்ள மலர்கள் மலர்ந்திருக்கும் மா மரங்கள் நிறைந்த சோலையால் சூழப்பட்ட வலிவலம் என்னும் தலத்தில் எழுந்தருளி இருக்கும் இறைவனே! நீயோ, பூ அணிந்த பின்னிய சடையும், வரிந்து கட்டப்பட்ட வில்போன்ற உருவஒற்றுமை உடைய நெற்றியும், அம்பு போல சென்று தைக்கும் பார்வை உடைய கண்ணும், ஆகிய இவை கொண்டு விளங்கும் உமாதேவியைத் தழுவிய திருமேனி உடையவன்.

2065. இட்டம்அது அமர்பொடி இசைதலின் நசைபெறு
    பட்டுஅவிர் பவளநன் மணிஎன அணிபெறு
    விட்டுஒளிர் திருஉரு உடையவன் விரைமலர்
    மட்டுஅமர் பொழில்வலி வலம்உறை இறையே   (2)

அருஞ்சொற்பொருள்:

இட்டம் - விருப்பம். நசை - விருப்பம். பட்டு அவிர் பவள நன்மணி - வெண்பட்டு போர்த்திய சிவந்த பவளமணி. விரை - மணம். மட்டு - தேன்.

பொழிப்புரை:

மணமுள்ளதும், தேன்நிரம்பியதும், ஆகிய மலர்கள் மலர்ந்திருக்கும் சோலை வளமுள்ள திருவலிவலம் என்னும் தலத்தில் எழுந்தருளி இருக்கும் இறைவன்; சிவந்த தன் திருமேனிமீது திருநீற்றுப் பொடி பூசி, வெண்பட்டு கொண்டு போர்த்தப்பட்ட நல்ல செம்மை நிறப் பவளம் போல், ஒளிவிடும் உருவ அழகை அவன் பெற்றவன் ஆயினன்.

2066. **உருமலி கடல்கடை வுழிஉலகு அமர்உயிர்**
வெருவுரு வகைஎழு விடம்வெளி மலைஅணி
கருமணி நிகர்களம் உடையவன் மிடைதரு
மருமலி பொழில்வலி வலம்உறை இறையே (3)

அருஞ்சொற்பொருள்:

உரும் - அச்சம். வெரு - அச்சம். வெளிமலை - வெள்ளிமலை. களம் - கழுத்து. மரு - மணம்.

பொழிப்புரை:

பக்கங்களில் மணமுள்ள சோலைகள் சூழ விளங்கும் வலிவலம் என்னும் நகரில் எழுந்தருளி இருக்கும் இறைவன், தேவர்கள் அஞ்சுமாறு பாற்கடலைக் கடைந்தபோது, உலகில் உள்ள உயிரினங்கள் அஞ்சுமாறு, வெளிப்பட்ட ஆலகால விடத்தை, விழுங்கிக் கண்டத்தில் தேக்கியதால், வெள்ளிமலை நீலமணியைக் கண்டத்தில் கொண்டது போன்ற தோற்றம் உடையவன் ஆயினன்.

2067. **அனல்நிகர் சடைஅழல் அவிஉற எனவரு**
புனல்நிகழ் வதுமதி நனைபொறி அரவமும்
எனநினை வொடுவரும் இதுமெல முடிமிசை
மனம்உடை யவர்வலி வலம்உறை இறையே (4)

அருஞ்சொற்பொருள்:

அழல் - நெருப்பு. அவிஉற - அவிக்க. பொறி - படப்புள்ளி. மெல - மெல்ல.

பொழிப்புரை:

நெருப்பு போன்ற சிவந்த நிறமுடைய சடையில் அந்நெருப்பை அவிக்க வருவதுபோல் கங்கை வந்து தங்கியது, மேலும் பிறைச்சந்திரன், படப்புள்ளிகள் உடைய பாம்பு, என இவையும் அச்சடையில் வந்து தங்கின. அச்சடையை நினைவில் கொண்டு, வழிபடுபவர் வாழும் சிறப்பினை உடையது, திருவலிவலம் என்னும் தலமாகும்.

2068. பிடிஅதன் உருஉமை கொளமிகு கரியது
வடிகொடு தனதுஅடி வழிபடும் அவர்இடர்
கடிகண பதிவர அருளினன் மிகுகொடை
வடிவினர் பயில்வலி வலம்உறை இறையே (5)

அருஞ்சொற்பொருள்:

பிடி - பெண்யானை. கரி - ஆண்யானை. கொடு - கொண்டு. இடர்கடி - துன்பம் களையும். கொடை வடிவினர் - தானம் கொடுக்கும் அடியவர்.

பொழிப்புரை:

மிகுந்த கொடைப்பண்பு உடைய அடியார்கள் நிறைந்து வாழும் திருவலிவலம் என்னும் தலத்தில் எழுந்தருளி இருக்கும் இறைவன், பெண்யானையாக உமாதேவி உருவம் கொள்ள, ஆண்யானையாகத் தான் உருவம்கொண்டு, தன்னை வழிபடும் அடியவரது துன்பங்களைப் போக்கி அருள, கணபதி அவதாரம் நிகழ அருள்செய்தவன்.

2069. தரைமுதல் உலகினில் உயிர்புணர் தகைமிக
விரைமலி குழல்உமை யொடுவிரவு அதுசெய்து
நரைதிரை கெடுதகை அதுஅரு ளினன்எழில்
வரைதிகழ் மதில்வலி வலம்உறை இறையே (6)

அருஞ்சொற்பொருள்:

புணர்தகை - புணர்ச்சியை அடைவதற்கு. விரை மலி குழல் - மணம் மிகுந்த கூந்தல். விரவுஅது - கலத்தலாகிய அதனை. வரை திகழ் மதில் - மலை போன்ற மதில்.

பொழிப்புரை:

நிலம் முதலிய பல உலகங்களிலும் உயிரினம் தழைக்க வேண்டும் என்பதற்காக, மணம் மிக்க கூந்தலுடைய உமாதேவியைத்தான், போகியாக இருந்து கலந்து, நரைதிரை அணுகாத சிறப்புடைய

அடியார்கள் தோன்ற அருள் செய்தவன்; அவன் அழகியதும் மலைபோல் உயர்ந்ததும் ஆகிய மதிலால் சூழப்பட்ட வலிவலம் என்னும் தலத்தில் உறையும் இறைவனே ஆவன்.

2070. நலிதரு தரைவர நடைவரும் இடையவர்
 பொலிதரு மடவர லியர்மனை அதுபுகு
 பலிகொள வருபவன் எழில்மிகு தொழில்வளர்
 வலிவரு மதில்வலி வலம்உறை இறையே (7)

அருஞ்சொற்பொருள்:

தரை - நிலம். மடவரலியர் - பெண்கள். பலி - பிச்சை. வலிவருமதில் - வலிமை உள்ள மதில்.

பொழிப்புரை:

அழகு மிகுந்ததும், கலைத்தொழில் வளர்வதும், வலிமையோடு கூடிய மதில் சூழ்ந்ததும், ஆகிய வலிவலம் என்னும் தலத்தில் எழுந்தருளி இருக்கும் இறைவன், தரையை மிதித்து நடக்க அஞ்சும் மென்மையான நடையும் மென்மையான இடையும் உடைய மகளிர் வாழும் வீடுதோறும் சென்று, பிச்சை ஏற்று வருபவன்.

2071. இரவணன் இருபது கரம்எழில் மலைதனில்
 இரவணம் நினைதர அவன்முடி பொடிசெய்து
 இரவணம் அமர்பெயர் அருளினன் அகநெதி
 இரவண நிகர்வலி வலம்உறை இறையே (8)

அருஞ்சொற்பொருள்:

இரவணன் - இராவணன். கரம் - கை. எழில்மலை - அழகிய கயிலை மலை. இரவணம் - (இராவண்ணம்) இல்லையாகும்படி. பொடி செய்து - நெரித்து. இரவணம் - அழுதல். அமர்பெயர் - பொருந்தும் பெயர். அகநெதி - மனத்தில் தோன்றும் இரக்கமாகிய செல்வம். இரவண - (இரவு அண்ண) - யாசித்தல் பொருந்த.

பொழிப்புரை:

அடியார்கள் இரந்து வேண்டத் தன் உள்ளத்தில் சுரக்கும் கருணையை வழங்கும் திருவலிவலம் என்னும் தலத்து இறைவர், இராவணன் என்னும் அசுரனது இருபது கைகளும் பத்து தலைகளும் இல்லாமல் செய்யும் வண்ணம், கால் பெருவிரலை ஊன்றிப் பொடி செய்ய, அவன் செருக்கு ஒழிந்து வேண்ட, அவனுக்கு அழுபவன் (இராவணன்) என்று பெயர் சூட்டி அருள் செய்தவர்.

2072. தேன்அமர் தருமலர் அணைபவன் வலிமிகும்
ஏனம்அ தாய்நிலம் அகழ்அரி அடிமுடி
தான்அணை யாஉரு உடையவன் மிடைகொடி
வான்அணை மதில்வலி வலம்உறை இறையே (9)

அருஞ்சொற்பொருள்:

மலர் அணைபவன் - பிரமன். ஏனம் - பன்றி. அரி - திருமால். மிடை - நெருங்கிய.

பொழிப்புரை:

நெருக்கமாகக் கட்டப்பட்ட கொடிகள் வானை மறைக்கும் மதில் சூழ்ந்த வலிவலம் நகரில் எழுந்தருளி இருக்கும் இறைவர், தேன் பொருந்திய தாமரை மலரில் அமரும் பிரமனும், வலிமை மிகுந்த பன்றி உருக்கொண்டு நிலத்தை அகழ்ந்து சென்ற திருமாலும், முறையே முடியையும் அடியையும் தேடவும், தன்னைக் காட்டிக் கொள்ளாத, நெருப்பு உருவம் கொண்டு நின்றவர்.

2073. இலைமலி தரமிகு துவர்உடை யவர்களும்
நிலைமையில் உணல்உடை யவர்களும் நினைவது
தொலைவலி நெடுமறை தொடர்வகை உருவினன்
மலைமலி மதில்வலி வலம்உறை இறையே (10)

அருஞ்சொற்பொருள்:

இலை - மருதமரத்தின் இலை. நிலைமை இல் உணல் - அமர்ந்து உண்ணுதல் இல்லாத (நின்று உண்ணும்). நினைவது தொலை - நினைப்பது மறந்த. வலிநெடு மறை - வலிமை நீடும் வேதம். மலை மலி - மலை போன்ற.

பொழிப்புரை:

மலை போன்ற மதிலால் சூழப்பட்ட வலிவலம் என்னும் தலத்தில் உள்ள திருக்கோயிலில் எழுந்தருளி இருக்கும் இறைவர், பொருட் தன்மையால் வலிமை உடைய வேதம் பின்தொடரும் உருவம் உடையவர்; மருத மரத்தின் இலையின் சாறு கொண்டு காவி ஏற்றப்பட்ட உடை உடுத்தி இருக்கும் பௌத்தரும், நின்று கொண்டே உணவினை வாங்கி உண்ணும் சமணரும் ஆகியவர்களது நினைவிலே செல்லாதவர்.

2074. மன்னிய வலிவலம் நகர்உறை இறைவனை
இன்இயல் கழுமல நகர்இறை எழில்மறை
தன்இயல் கலைவல தமிழ்விர கனதுஉரை
உன்னிய ஒருபதும் உயர்பொருள் தருமே
(11)

அருஞ்சொற்பொருள்:

இன்இயல் - இனிய இயல்புடைய. எழில்மறை - அழகிய வேதம். தன்இயல் கலை வல - ஓதாது உணர்ந்த கலை வல்லமை உடைய. ஒருபது - பத்து. உயர்பொருள் - வீடுபேறு.

பொழிப்புரை:

வலிவலம் நகரில் நிலைத்துத் தங்கிஇருக்கும் இறைவனை; இனிய இயல்பு உடைய கழுமல வளநகரின் தலைவனும், அழகுவிளங்கும் வேதத்தை ஓதாமலே உணர்ந்தவனும், கலைகளில் தேர்ந்தவனும், ஆகிய தமிழ்விரகன் ஞானசம்பந்தன்; பாடிய பாடல் பத்தினையும், பாடி வழிபட, உயர்ந்த பொருளாகிய வீடுபேறு எளிதாகக் கிடைக்கும்.

திருச்சிற்றம்பலம்

192

திருக்கோளிலி

பதிக வரலாறு:

வலிவலம் கும்பிட்ட புகலிவேந்தர், அருகிலிருந்த கோளிலி கும்பிட்டுப் பாடிய பதிகம் இது.

தல வரலாறு:

திருவாரூரிலிருந்து பேருந்தில் செல்லலாம். இப்பொழுது திருக்குவளை என்று வழங்கப்படுகின்றது. ஒன்பது கோள்களும் பூசித்துப் பேறு பெற்ற தலம். எனவே இங்கு கோள்கள் (நவக்கிரகங்கள்) இல்லை. (கோள் + இலி). ஏழு விடங்கத் தலங்களுள் இதுவும் ஒன்று. முதலில் பிரமன் படைப்புத் தொழில் வேண்டிப் பூசித்த தலம். அதனால் இது பிரம தபோவனம் எனப்பட்டது. திருமால், இந்திரன், அகத்தியன், முசுகுந்தன், பஞ்சபாண்டவர்கள், ஓமகாந்தன் ஆகியோரும் வழிபட்ட தலம்.

சுந்தரமூர்த்தி நாயனாருக்குக் குண்டையூர்க்கிழார் தந்த நெல்மலையைப் பூதங்களைக் கொண்டு திருவாரூரில் சேர்ப்பிக்குமாறு செய்தவர், இத்தலத்து இறைவர் ஆவார்.

சுவாமி	:	பிரமபுரீசுவரர்
அம்மை	:	வண்டார் பூங்குழலாள்
தல மரம்	:	தேற்றா மரம்
தீர்த்தம்	:	பிரம தீர்த்தம்

திருமுறை 1 -62   திருஞான - 515

பண்: பழந்தக்கராகம்

2075. நாள்ஆய போகாமே நஞ்சுஅணியும் கண்டனுக்கே
     ஆள்ஆய அன்புசெய்வோம் அடல்நெஞ்சே அரன்நாமம்
     கேளாய்நம் கிளைகிளைக்கும் கேடுபடாத் திறம்அருளிக்
     கோள்ஆய நீக்கும்அவன் கோளிலிஎம் பெருமானே   (1)

அருஞ்சொற்பொருள்:

அடல்நெஞ்சம் - வலிமை உடைய மனம். அரன் - பிறப்பை அறுப்பவன். நாமம் - திருப்பெயர். கிளை கிளைக்கும் - சுற்றத்தார்க்கும் சுற்றத்தாரின் சுற்றத்தார்க்கும். கேடுபடா - துன்பம் இல்லா. கோள் - மாறுபாடு.

பொழிப்புரை:

வலிமை உடைய மனமே! நாட்கள் ஆனவை வீணே கழிந்துபோகா வண்ணம், விடம் அணிந்த கண்டம் உடைய பெருமானுக்கு அடிமைப் பட்டு, அன்பு செய்து வருவோம்; பிறப்பை அறுக்கவல்ல அப்பெருமானது திருப்பெயர் நமக்கு உறவாய் இருந்து, நமக்கும், நமது உறவினர் களுக்கும், உறவினர்களது உறவினர்களுக்கும், துன்பம் நிகழா வகை செய்யும்; மேலும் மாறுபாடுகளைப் போக்கி அருளும்; இதனைச் செய்ய வல்லவன், கோளிலி என்னும் தலத்தில் எழுந்தருளி இருக்கும் எம்பெருமானே ஆவன்.

2076. ஆடுஅரவத்து அழகுஆமை அணிகேழல் கொம்புஆர்த்த
 தோடுஅரவத்து ஒருகாதன் துணைமலர்நல் சேவடிக்கே
 பாடுஅரவத்து இசைபயின்று பணிந்துஎழுவார் தம்மனத்தில்
 கோடுஅரவம் தீர்க்கும்அவன் கோளிலிஎம் பெருமானே (2)

அருஞ்சொற்பொருள்:

ஆமை - ஆமை ஓடு. கேழல்கொம்பு - பன்றிக் கொம்பு. ஆர்த்த - கட்டிய. தோடுஅரவம் - பாம்பே தோடாக. கோடுஅரவம் - கோணல்.

பொழிப்புரை:

படம் எடுத்து ஆடுகின்ற பாம்பாகிய கயிற்றில் அழகிய (கூர்மாவதாரத் திருமாலின்) ஆமை ஓடும், (வராக அவதாரத் திருமாலின்) பன்றிக் கொம்பும், ஆகிய இவற்றைக் கோத்து மாலையாக அணிந்தும்; ஒரு காதில் பாம்பையே தோடாக அணிந்தும்; விளங்குகின்ற கோளிலி என்னும் தலத்தில் எழுந்தருளி இருக்கும் பெருமான்; தாமரை மலர் போன்ற மெல்லிய சிவந்த தன் இணைஅடியில் அன்புவைத்து, இசைப் பாடல்கள் பாடி ஒலிஎழுப்பிப் பணிந்து வணங்கி, எழுவாரது மனத்தில் உள்ள கோணலைப் போக்கி அருளுபவர்.

2077. நன்றுநகு நாள்மலரால் நல்இருக்கு மந்திரம்கொண்டு
 ஒன்றிவழி பாடுசெயல் உற்றவன்தன் ஓங்குஉயிர்மேல்
 கன்றிவரு காலன்உயிர் கண்டுஅவனுக்கு அன்றுஅளித்தான்
 கொன்றைமலர் பொன்திகழும் கோளிலிஎம் பெருமானே (3)

அருஞ்சொற்பொருள்:

நகு நாள்மலர் - அன்று அலர்ந்த புதுப்பூ. ஒன்றி - மனம் ஒன்றி. கன்றி - கோபம் கொண்டு. உயிர் கண்டு - உயிர்போகக் கண்டு. 'பொன் திகழும் கொன்றை மலர்' - எனக் கூட்டி உரைக்க.

பொழிப்புரை:

பொன்போன்ற நிறம்உடைய கொன்றைமலர் மாலை அணிந்திருக்கும் கோளிலி என்னும் தலத்து இறைவன், அன்றுஅலர்ந்த புதுப்பூவினைக் கொண்டு, இருக்கு வேதத்திலுள்ள நல்ல மந்திரங்களைச் சொல்லி, மனம் ஒன்றி, வழிபாடு செய்துவந்த மார்க்கண்டேய முனிவர்மீது கோபம் கொண்டு, அவரது உயிரினைப் பறிக்க வந்த இயமனது உயிரைப் பறித்து, அம்முனிவருக்கு அருள்செய்தவன்.

2078. வந்தமண லால்இலிங்கம் மண்ணியின்கண் பால்ஆட்டும்
சிந்தைசெய்வோன் தன்கருமம் தேர்ந்துசிதைப் பான்வரும்அத்
தந்தைதனைச் சாடுதலும் சண்டீசன் என்றுஅருளிக்
கொந்துஅணவு மலர்கொடுத்தான் கோளிலிஎம் பெருமானே (4)

அருஞ்சொற்பொருள்:

மண்ணி - மண்ணிஆறு. பால் ஆட்டும் - பால்கொண்டு திருமஞ்சனம் ஆட்டும். சிதைப்பான் - அழிக்கும் பொருட்டு. தனை - தன்னை. சாடுதல் - அழித்தல். கொந்து - கொத்து.

பொழிப்புரை:

திருக்கோளிலி என்னும் தலத்தில் எழுந்தருளி இருக்கும் எமது பெருமான், மண்ணிஆற்றின் கரையில், ஆற்றில் அடித்து வரப்பட்ட மணல்கொண்டு, இலிங்கம் செய்து, பால்கொண்டு திருமஞ்சனம் ஆட்டி, வழிபாடு செய்துவந்த விசாரசருமன், தன் வழிபாட்டுக்கு இடையூறு செய்த தன் தந்தையைத் தண்டிக்க, அதுகண்டு, அவனுக்குச் சண்டீசப் பதவியும், மலர்க்கொத்தும், தந்து அருள் செய்தவன்.

2079. வஞ்சமனத்து அஞ்சுஒடுக்கி வைகலும்நல் பூசனையால்
நஞ்சுஅமுது செய்துஅருளும் நம்பிஎன வேநினையும்
பஞ்சவரில் பார்த்தனுக்குப் பாசுபதம் ஈந்துஉகந்தான்
கொஞ்சுகிளி மஞ்சுஅணவும் கோளிலிஎம் பெருமானே (5)

அருஞ்சொற்பொருள்:

அஞ்சு - ஐந்து (ஐந்து பொறிகள்). வைகலும் - நாள்தோறும். நம்பி - ஆண்களில் சிறந்தவன். பஞ்சவர் - பஞ்சபாண்டவர். பார்த்தன் - அர்ச்சுனன். பாசுபதம் - ஒரு அத்திரம். மஞ்சு - மேகம்.

பொழிப்புரை:

கொஞ்சிப்பேசும் கிளியானது மேகத்தின் ஊடே பறந்து செல்லும் கோளிலி என்னும் தலத்தில் எழுந்தருளி இருக்கும் சிவபெருமான், வஞ்சனை உடைய மனத்தைத் திருத்தி, ஐம்பொறிகளை அடக்கி, நாளும் அடியார்கள் செய்யும் வழிபாட்டை ஏற்பவன்; பஞ்சபாண்டவரில் ஒருவனாகிய அர்ச்சுனன் 'தேவர்களைக் காக்கும் பொருட்டு, பாற்கடலிலிருந்து வெளிப்பட்ட விடத்தை, அமுதமாக்கி எடுத்து உண்டவன்' என்று போற்ற, அவனுக்குப் பாசுபதம் என்னும் அத்திரத்தை வழங்கி மகிழ்ந்தவன்.

2080. **தாவிஅவன் உடன்இருந்தும் காணாத தற்பரனை**
ஆவிதனில் அஞ்சுஒடுக்கி அங்கணன்என்று ஆதரிக்கும்
நாவியல்சீர் நமிநந்தி அடிகளுக்கு நல்கும்அவன்
கோஇயலும் பூஎழுகோல் கோளிலிஎம் பெருமானே (6)

அருஞ்சொற்பொருள்:

தாவி - உலகத்தைத் தாவி அளந்த. ஆவி - உயிர். அஞ்சு - ஐந்து (ஐம்பொறிகள்). அங்கணன் - (அம் + கண்ணன்) அழகிய நெற்றிக்கண் உடையவன். நா இயல் சீர் - புகழ்ச்சிறப்பு. நமிநந்தி - நாயன்மார் 63வருள் ஒருவர். கோ - தலைமை. பூஎழு கோல் - மலர்க்கொம்பு.

பொழிப்புரை:

பூக்கள் நிறைந்திருக்கும் கொம்புகள் உடைய கோளிலி என்னும் தலத்தில் எழுந்தருளி இருக்கும் சிவபெருமான், உலகை ஓரடியால் தாவி அளந்த திருமால் உடன்இருந்தும் காணமுடியாத தற்பரன்; (உயிரில்) ஐம்பொறிகளை அடக்கி 'அங்கண்ணன்' என்று போற்றி வழிபட்ட புகழுக்குரிய நமிநந்தி அடிகளுக்கு அருள் செய்தவன்; அவன் தலைமைப்பண்பு உடையவன்.

2081. **கல்நவிலும் மால்வரையான் கார்திகழும் மாமிடற்றான்**
சொல்நவிலும் மாமறையான் தோத்திரம்செய் வாயில்உளான்
மின்நவிலும் செஞ்சடையான் வெண்பொடியான் அங்கையினில்
கொன்நவிலும் சூலத்தான் கோளிலிஎம் பெருமானே (7)

அருஞ்சொற்பொருள்:

கல் நவிலும் மால்வரை - கல்லால் ஆன பெரிய கயிலைமலை. கார் - மேகம் (கருமை). மின் - மின்னல். கொன் - பெருமை.

பொழிப்புரை:

கோளிலி என்னும் தலத்தில் எழுந்தருளி இருக்கும் எமது பெருமான், கல்லால் ஆன பெரிய கயிலை மலையில் இருப்பவன்; மேகம் போன்ற கரிய நிறக் கண்டம் கொண்டவன்; வேதமாக விளங்குபவன்; புகழ்ந்து பாடுவாரது வாயில் இருப்பவன்; மின்னல் போல் ஒளிரும் சடை உடையவன்; வெண்திருநீறு பூசி இருப்பவன்; அழகிய கையில் பெருமை பொருந்திய சூலப்படையை ஏந்தி இருப்பவன்.

2082. அந்தரத்தில் தேர்ஊரும் அரக்கன்மலை அன்றுஎடுப்பச்
சுந்தரத்தன் திருவிரலால் ஊன்றஅவன் உடல்நெரிந்து
மந்திரத்த மறைபாட வாள்அவனுக்கு ஈந்தானும்
கொந்தரத்த மதிச்சென்னிக் கோளிலிஎம் பெருமானே   (8)

அருஞ்சொற்பொருள்:

அந்தரம் - ஆகாயம். சுந்தரம் - அழகு. மந்திரத்த மறை - சாமகானம். வாள் - சந்திரகாசம் என்னும் வாள். கொந்து - கொத்து. அரத்த - சிவந்த.

பொழிப்புரை:

திருக்கோளிலி என்னும் தலத்தில் எழுந்தருளி இருக்கும் எம்பெருமான் பூவும் சந்திரனும் சூடிய சிவந்த சடை உடையவன், ஆகாய வழியில் தேர்ஊர்ந்து வந்த அரக்கன் அன்று கயிலை மலையைப் பெயர்த்து, எடுக்க, அழகிய திருமேனி உடையவனாய், கால் திருவிரல் ஒன்று கொண்டு ஊன்ற, அந்த அரக்கனது உடல் நெரிபட, அவன் சாமகானம் பாட, அதுகேட்டு மகிழ்ந்து அவனுக்குச் சந்திரகாசம் என்னும் வாளினைப் பரிசாக ஈந்தவன்.

2083. நாணம்உடை வேதியனும் நாரணனும் நண்ணஒணாத்
தாணுஎனை ஆள்உடையான் தன்அடியார்க்கு அன்புடைமை
பாணன்இசை பத்திமையால் பாடுதலும் பரிந்துஅளித்தான்
கோணல்இளம் பிறைச்சென்னி கோளிலிஎம் பெருமானே   (9)

அருஞ்சொற்பொருள்:

நாணம் உடை வேதியன் - பிரமன். நண்ணஒண்ணா - நெருங்க முடியாத. தாணு - நிலைத்த பொருள். பாணன் - பாணபத்திரன். கோணல் - வளைந்த.

பொழிப்புரை:

வளைந்த இளம்பிறைச் சந்திரனை அணிந்த சடைஉடையவனும், கோளிலி என்னும் தலத்தில் எழுந்தருளி இருப்பவனும், ஆகிய எமது பெருமான், தேடிக்காண முடியாமையால் வெட்கம் அடைந்த பிரமனும் திருமாலும், 'நிலைத்த பொருள் இவன்' என்று நினைக்க, என்னை அடிமையாக ஏற்றுக்கொண்டவன்; தன் அடியார்களிடத்து அன்பு உடையவன்; பாணபத்திரன் பாட்டுக்கு இசைந்து பரிசுஅளித்தவன்.

2084. **தடுக்குஅமரும் சமணரோடு தர்க்கசாத் திரத்தவர்சொல்**
இடுக்கண்வரு மொழிகேளாது ஈசனையே ஏத்துமின்கள்
நடுக்கம்இலா அமர்உலகம் நண்ணலுமாம் அண்ணல்கழல்
கொடுக்கிலா வரம்கொடுக்கும் கோளிலிஎம் பெருமானே (10)

அருஞ்சொற்பொருள்:

தடுக்கு - பாய். இடுக்கண் - துன்பம். நடுக்கம் - துளங்குதல். கொடுக்கிலா - கொடுக்க முடியாத.

பொழிப்புரை:

பாயினை உடையாக உடுத்தும் சமணரும், தர்க்க சாத்திரம் பேசுவதில் வல்லவராகிய பௌத்தரும், கூறும் துன்பம்தரும் சொற்களைக் கேட்க வேண்டா; மாறாக, கோளிலியில் எழுந்தருளி இருக்கும் எமது பெருமானை, எல்லா உலகங்களையும் ஆளுபவனைப் போற்றி வழிபடுங்கள்! அவ்வாறு செய்துவர தேவர் உலகம் கிடைக்கும்; மேலும் அந்தத் தலைவனின் திருவடி, கொடுக்க முடியாத வரம் அனைத்தும் கொடுக்கும்.

2085. **நம்பனைநல் அடியார்கள் நாம்உடைமாடு என்றுஇருக்கும்**
கொம்புஅனையாள் பாகன்எழில் கோளிலிஎம் பெருமானை
வம்புஅமரும் தண்காழிச் சம்பந்தன் வண்தமிழ்கொண்டு
இன்புஅமர வல்லார்கள் எய்துவர்கள் ஈசனையே (11)

அருஞ்சொற்பொருள்:

மாடு - செல்வம். கொம்பு அனையாள் - பூங்கொடி போன்ற உடல்வாகு உடைய உமாதேவி. வம்பு - மணம். இன்புஅமர - இன்பத்து இருக்க.

பொழிப்புரை:

கண்டாரால் விரும்பப்படும் அழகு உடையவனை, அடியார்களால் 'தாம்பெற்ற செல்வம்' என்று கொண்டாடப் படுபவனை, பூங்கொடி

போன்ற உடல்வாகு உடைய உமாதேவி பாகனை, அழகிய கோளிலி இறைவனை; மணம் நிரம்பிய சோலை சூழ்ந்த குளிர்ந்த சீர்காழி ஞானசம்பந்தன்; வண்தமிழ்ப் பாக்களைப் பாடி வழிபட; அப்பாக்களைப் பாடி வழிபடும் அடியார்கள், இன்பமுற்று இருக்க வல்லவராய், ஈசனைச் சென்று அடைவர்.

திருச்சிற்றம்பலம்

193

திருஆரூர்

பதிக வரலாறு:

திருவாரூரில் தங்கி இருந்தபோது கோளிலி, காறாயில் கும்பிட்டுப் பதிகம் பாடி, ஏமப்பேரூர், சாட்டியக்குடி, கன்றாப்பூர் முதலிய தலங்களையும் வணங்கிப் பதிகம் பாடி (பதிகங்கள் கிடைத்தில) பிற தலங்களை வழிபடும் விருப்பம் உடையவராய் ஆரூரை விட்டுப் புறப்பட்டுச் செல்லும்போது பாடிய பதிகம் இது.

திருமுறை 2 - 215 **திருஞான - 518**

பண்: காந்தாரம்

2086. **பவனமாய்ச் சோடையாய் நாஎழாப்**
பஞ்சுதோய்ச்சு அட்டஉண்டு
சிவனதாள் சிந்தியாப் பேதைமார்
போலநீ வெள்கினாயே
கவனமாய்ப் பாய்வதுஓர் ஏறுஉகந்து
ஏறிய காளகண்டன்
அவனதுஆ ரூர்தொழுது உய்யலாம்
மையல்கொண்டு அஞ்சல்நெஞ்சே (1)

அருஞ்சொற்பொருள்:

பவனம் - காற்று. சோடை - வறட்சி. நா எழா - நாக்கு எழாதபோது. தோய்ச்சு - தோய்த்து. அட்ட - பிழிந்து ஒழுகுமாறு செய்ய. சிவன தாள் - சிவனது திருவடி. சிந்தியா - நினைக்காத. பேதைமார் - அறிவிலிகள். வெள்கினாயே - அஞ்சினாயே. கவனம் - விரைவு. ஏறு - காளை. மையல் - மயக்கம்.

பொழிப்புரை:

பெருமூச்சு வாங்கும் நிலையில், வறட்சியால் நா எழாதபோது, பஞ்சினில் பாலைத் தோய்த்துப் பிழிய, அதனை பழைய பழக்கத்தால் விழுங்கி, சிவபெருமானது திருவடியை நினையாது உயிரை விடும் அஞ்ஞானிகள் போல மனமே! நீ அஞ்ச வேண்டா! விரைந்து செல்லும் காளை ஒன்றின்மீது ஏறிவரும் நீலகண்டன் எழுந்தருளி இருக்கும் ஆரூரைத் தொழுது உய்யலாம்; மயக்கம் கொண்டு நீ அஞ்சுவதை விட்டு ஒழிப்பாயாக!

2087. **தந்தையார் போயினார் தாயரும்**
போயினார் தாமும்போவார்
கொந்தவேல் கொண்டுஒரு கூற்றத்தார்
பார்க்கின்றார் கொண்டுபோவார்
எந்தநாள் வாழ்வதற் கேமனம்
வைத்தியால் ஏழைநெஞ்சே
அந்தண்ஆ ரூர்தொழுது உய்யலாம்
மையல்கொண்டு அஞ்சல்நெஞ்சே (2)

அருஞ்சொற்பொருள்:

கொந்த வேல் - குத்தும் வேல். கூற்றத்தார் - உயிரையும் உடம்பையும் பிரிப்பவர் (இயமன்). ஏழைமை - அறியாமை.

பொழிப்புரை:

தந்தையார் இறந்துவிட்டார்; தாயார் இறந்துவிட்டார்; தாமும் இறக்கப்போகிறார்; குத்திக் கொல்லும் வேல் ஒன்றைக் கையில் ஏந்தி உரியகாலம் வரட்டும் என்று இயமதூதர் எதிர்நோக்கி இருக்கின்றார்; அந்த நேரம் வந்தஉடன் உயிரைக் கொண்டுபோவார்; எனவே, மனமே! நீ எப்பொழுது, இவ்வுயிர் பிரியாது இருக்கும் வழிவகை குறித்து நினைத்துப் பார்க்க இருக்கின்றாய்? அழகும் குளிர்ச்சியும் உடைய திருவாரூரைத் தொழுது உய்யலாம்; எனவே மயங்கி, அஞ்சத் தேவையில்லை.

2088. **நிணம்குடர் தோல்நரம்பு என்புசேர்**
ஆக்கைதான் நிலாயதுஅன்றால்
குணங்களார்க்கு அல்லது குற்றம்நீங்
காதுஎனக் குலுங்கினாயே

வணங்குவார் வானவர் தானவர்
வைகலும் மனம்கொடுஏத்தும்
அணங்கன்ஆ ரூர்தொழுது உய்யலாம்
மையல்கொண்டு அஞ்சல்நெஞ்சே (3)

அருஞ்சொற்பொருள்:

நிணம் - கொழுப்பு. குடர் - குடல். என்பு - எலும்பு. ஆக்கை - உடம்பு. நிலாயதுஅன்று - நிலையானது அன்று. குலுங்கினாய் - நடுங்கினாய். தானவர் - அசுரர். வைகலும் - நாள்தோறும். அணங்கன் - தெய்வத் தன்மை உடையவன் (சிவபெருமான்).

பொழிப்புரை:

'கொழுப்பு, குடல், தோல், நரம்பு, எலும்பு, ஆகிய இவைகொண்டு கட்டப்பட்ட உடம்பு, நிலையான பொருள் அன்று. நல்லகுணம் உடையவர்க்கு அன்றி, ஏனையோர்க்குக் குற்றம் நீங்காது' என்று, மனமே! நடுங்கினாயே! தேவர்களும் அசுரர்களும் நாள்தோறும் வந்து வணங்கிச் செல்லும் சிவபெருமான் எழுந்தருளி இருக்கும் ஆரூரைத் தொழுது உய்யலாம்! எனவே, மயக்கம் கொண்டு அஞ்ச வேண்டா!

2089. **நீதியால் வாழ்கிலை நாள்செலா**
நின்றன நித்தம்நோய்கள்
வாதியா ஆதலால் நாளும்நாளும்
இன்பமே மருவினாயே
சாதியார் கின்னரர் தருமனும்
வருணனும் ஏத்தும்முக்கண்
ஆதிஆ ரூர்தொழுது உய்யலாம்
மையல்கொண்டு அஞ்சல்நெஞ்சே (4)

அருஞ்சொற்பொருள்:

செலாநின்றன - சென்றன. நித்தம் - நாள்தோறும். வாதியா - (வாதிக்கும்) துன்பம் செய்யும். மருவினாய் - பொருந்தினாய். சாதிஆர் - உயரிய. ஆதி - இங்கு தொன்மையைக் குறித்தது.

பொழிப்புரை:

நீதி முறைப்படி வாழவில்லை; நாட்களோ வீணே கழிகின்றன; நோய்களானவை நாளும் நலிவு செய்கின்றன; என்று புலம்புவோர் பலரும் இருக்க, மனமே! நீ அவ்வாறு இன்றி, நாள்தோறும்

இன்பத்தையே பொருந்தி இருக்கிறாய்; உயரிய கின்னரர், தருமன், வருணன் முதலியோர் வந்து வழிபடும் பழம்பெருமை உடைய ஆரூரில் எழுந்தருளி இருக்கும் முக்கண்ணனைத் தொழுது உய்யலாம்; எனவே, நீ மயங்கி அஞ்ச வேண்டா!

2090. **பிறவியால் வருவன கேடுஉள**
ஆதலால் பெரியஇன்பத்
துறவியார்க்கு அல்லது துன்பம்நீங்
காதுஎனத் தூங்கினாயே
மறவநீ மார்க்கமே நண்ணினாய்
தீர்த்தநீர் மல்குசென்னி
அறவன்ஆ ரூர்தொழுது உய்யலாம்
மையல்கொண்டு அஞ்சல்நெஞ்சே (5)

அருஞ்சொற்பொருள்:

கேடு - துன்பம். உள - உள்ளன. தூங்குதல் - சோர்தல். மறவ - வீர. தீர்த்தநீர் - புனிதநீர். அறவன் - அறவடிவினன்.

பொழிப்புரை:

பிறப்பால் வருவது துன்பம், ஆகையால் துறவிகளைத் தவிர ஏனையோரை விட்டு துன்பம் விலகாது என, மனமே! நீ சோர்வு அடைகிறாய்! வீரமுள்ள மனமே! நீ சன்மார்க்கத்தையே கடைபிடித்து வருகிறாய்! எனவே புனிதமான கங்கையைச் சடையில் சூடிஉள்ள ஆரூரில் எழுந்தருளி இருக்கும் அறவடிவினனை வணங்கி உய்யலாம்; மயக்கம் கொண்டு அஞ்சுவதைக் கைவிடு!

2091. **செடிகொள்நோய் யாக்கைஐம் பாம்பின்வாய்த்**
தேரைவாய்ச் சிறுபறவை
கடிகொள்பூந் தேன்சுவைத்து இன்புற
லாம்என்று கருதினாயே
முடிகளால் வானவர் முன்பணிந்து
அன்பராய் ஏத்துமுக்கண்
அடிகள்ஆ ரூர்தொழுது உய்யலாம்
மையல்கொண்டு அஞ்சல்நெஞ்சே (6)

அருஞ்சொற்பொருள்:

செடி - பாவம். யாக்கை - உடம்பு. ஐ - அழகு. கடி - மணம்.

பொழிப்புரை:

பாவத்தால் விளையும் நோயோடு கூடிய உடம்பு, பார்க்க அழகுடன் விளங்கும் பாம்பின் வாயில் தேரையும், தேரையின் வாயில் வண்டும், வண்டின் வாயில் மணமுள்ள பூவின் தேனும் போன்றது; இந்த வண்டு தேனின் சுவையை நுகரலாம் என நினைப்பது போலவே, மனமே நீயும் இந்த உடம்பு கொண்டு இன்பம் நுகரலாம் என நினைக்கின்றாய்; இது நடவாது; எனவே, தேவர்கள் தங்கள் முடிகளைத் தாழ்த்தி வணங்கும் முக்கண் இறைவன் எழுந்தருளி இருக்கும் ஆரூரைத் தொழுது உய்யலாம்; எனவே, மயங்கி அஞ்ச வேண்டா.

2092. **ஏறுமால் யானையே சிவிகைஅந்**
தளகம்ஈச் சோப்பிவட்டின்
மாறிவாழ் உடம்பினார் படுவதுஓர்
நடலைக்கு மயங்கினாயே
மாறிலா வனமுலை மங்கைஓர்
பங்கினர் மதியம்வைத்த
ஆறன்ஆ ரூர்தொழுது உய்யலாம்
மையல்கொண்டு அஞ்சல்நெஞ்சே (7)

அருஞ்சொற்பொருள்:

சிவிகை - பல்லக்கு. அந்தளகம் - மேல்சட்டை. ஈச்சோப்பி - ஈயோட்டி. வட்டு - உடை. நடலை - துன்பம். வனமுலை - அழகியமுலை. ஆறன் - கங்கை ஆற்றை உடையவன்.

பொழிப்புரை:

ஏறிச்செல்ல பெரிய யானை அல்லது பல்லக்கு, மேல்சட்டை, ஈயோட்டி என்று இவற்றையே பெரிதாக மதித்து வாழ்நாளைக் கழித்துவிட்டு, உடை மாற்றிக் கொள்வதுபோல உடம்பினை மீண்டும் பெறுகின்ற(இறந்து பிறக்கின்ற)வர் படுகின்ற துன்பங்கண்டு மயங்கும் மனமே! அழகு குன்றாத முலைஉடைய உமாதேவியை உடம்பின் பாகமாகக் கொண்டு, சடையில் கங்கையும் பிறையும் வைத்துள்ள இறைவர் எழுந்தருளி இருக்கும் ஆரூரைத் தொழுது உய்யலாம்; எனவே மயங்கி அச்சம் கொள்ள வேண்டா!

2093. **என்பினால் கழிநிரைத்து இறைச்சிமண்**
சுவர்எறிந்து இதுநம்இல்லம்
புன்புலால் நாறுதோல் போர்த்துப்பொல்
லாமையால் முகடுகொண்டு

முன்பெலாம் ஒன்பது வாய்தலார்
குரம்பையின் மூழ்கிடாதே
அன்பன்ஆ ரூர்தொழுது உய்யலாம்
மையல்கொண்டு அஞ்சல்நெஞ்சே (8)

அருஞ்சொற்பொருள்:

என்பு - எலும்பு. கழி - குச்சி. நிரைத்து - வரிசைபட நிறுத்தி. இல்லம் - வீடு. புன்புலால் நாறும் - இழிந்த புலால்நாற்றம் வீசும். பொல்லாமை - தீமை. முகடு - மேல்மூடு. குரம்பை - உடம்பாகிய குடிசை.

பொழிப்புரை:

எலும்பால் ஆகிய கழியை வரிசைபடக் கட்டி, இறைச்சி ஆகிய மண்சுவர் எழுப்பி, இழிந்த புலால் நாற்றம் வீசும் தோல் கொண்டு போர்த்தி, பொல்லாமை என்னும் முகடு வைத்து, ஒன்பது துளைகளாகிய ஒன்பது வாசல்கள் வைத்துக் கட்டப்பட்ட உடம்பாகிய குடிசையைக் கண்டு மயங்கி, அதுவே பெரிதுஎன நினைத்து அந்த எண்ணத்தில் மூழ்கி விடாது, மனமே! அன்பு செய்யும் இறைவன் எழுந்தருளி இருக்கும் ஆரூரைத் தொழுது உய்யலாம் என்ற எண்ணம் கொண்டு, அஞ்சாது இருப்பாயாக!

2094. தந்தைதாய் தன்உடன் தோன்றினார்
புத்திரர் தாரம்என்னும்
பந்தம்நீங் காதவர்க்கு உய்ந்துபோக்கு
இல்எனப் பற்றினாயே
வெந்தநீறு ஆடியார் ஆதியார்
சோதியார் வேதகீதர்
எந்தைஆ ரூர்தொழுது உய்யலாம்
மையல்கொண்டு அஞ்சல்நெஞ்சே (9)

அருஞ்சொற்பொருள்:

புத்திரர் - பிள்ளைகள். தாரம் - மனைவி. பந்தம் - பற்று.

பொழிப்புரை:

தந்தை, தாய், உடன்பிறந்தார், பிள்ளைகள், மனைவி என்னும் உறவுகளாகிய பற்றிலிருந்து விடுபடாதவர்க்கு உய்யும்வழி இல்லை என்பதை பற்றிக் கொண்டாயோ, மனமே! திருநீறு பூசிய திருமேனி உடையவரும், அனைத்துக்கும் மூலமாய் விளங்குபவரும், ஒளி

வடிவினரும், வேதத்தை இசையோடு பாடுபவரும், எமது தந்தையும், ஆகிய இறைவர் எழுந்தருளி இருக்கும் திருவாரூரை வணங்கி உய்யலாம்; மயங்கிக் கவலை அடையாதே!

2095. நெடியமால் பிரமனும் நீண்டுமண்
இடந்துஇன்னம் நேடிக்காணாப்
படியனார் பவளம்போல் உருவனார்
பனிவளர் மலையாள்பாக
வடிவினார் மதிபொதி சடையனார்
மணிஅணி கண்டத்து எண்தோள்
அடிகள்ஆ ரூர்தொழுது உய்யலாம்
மையல்கொண்டு அஞ்சல்நெஞ்சே (10)

அருஞ்சொற்பொருள்:

இடந்து - தோண்டி. நேடி - தேடி. படி - பண்பு. பனி - குளிர்ச்சி. மதிபொதி - சந்திரன் தங்கிஉள்ள.

பொழிப்புரை:

நெடிய உருவம் உடைய திருமாலும் பிரமனும் முறையே பூமியைத் தோண்டியும், ஆகாயத்தில் பறந்தும், தேடிக் காணமுடியாத பண்பு உடையவர்; பவளம் போல் சிவந்த திருமேனி உடையவர்; குளிர்ந்த இமயமலை அரசனது மகளை உடம்பில் பாகமாகக் கொண்ட உருவம் உடையவர்; சந்திரனைச் சூடிய சடை உடையவர்; நீலமணி போன்ற கரிய கண்டம் உடையவர்; எட்டுத்தோள்கள் உடைய இறைவர்; அவர் எழுந்தருளி இருக்கும் திருவாரூரைத் தொழுது, மனமே! உய்யலாம்; எனவே, மயங்கி அஞ்ச வேண்டா!

2096. பல்இதழ் மாதவி அல்லிவண்டு
யாழ்செயும் காழிஊரன்
நல்லவே நல்லவே சொல்லிய
ஞானசம் பந்தன்ஆரூர்
எல்லியம் போதுஎரி ஆடும்எம்
ஈசனை ஏத்துபாடல்
சொல்லவே வல்லவர் தீதிலார்
ஓதநீர் வையகத்தே (11)

அருஞ்சொற்பொருள்:

பல்இதழ் - பல இதழ்கள். அல்லி - அகஇதழ். யாழ்செயும் - இசைக்கும். எல்லி - இரவு. போது - பொழுது. ஓதம் - கடல்.

பொழிப்புரை:

பல புற இதழ்களும் அகஇதழ்களும் உடைய மாதவி மலரில், வண்டு அமர்ந்து, இசையுடன் பாடும் சீர்காழிக்கு உரியவனாகிய ஞான சம்பந்தன், இரவில் நெருப்பின் நடுவில் நின்று நடனம் ஆடும் ஆரூர் ஈசன்மீது, நல்லவற்றை மட்டுமே எடுத்துச் சொல்லிப் புகழ்ந்து பாடிய பாடல்களைச் சொல்ல வல்லவர், கடலால் சூழப்பட்ட இந்நிலவுலகில் நல்லவரே ஆவர்.

திருச்சிற்றம்பலம்

194

திருப்பனையூர்

பதிக வரலாறு:

திருவாரூரின்றும் திருப்பனையூர் வந்த சண்பை வேந்தர், இப்பதிகம் பாடி வழிபடுகின்றார்.

தல வரலாறு:

நன்னிலத்துக்குக் கிழக்கில் 6கி.மீ தொலைவில் உள்ளது. தலமரம் பனை ஆதலின், பனையூர் ஆயிற்று. பராசர முனிவர் பூசித்துப் பேறு பெற்ற தலம். சுந்தரமூர்த்தி நாயனாருக்கு எதிர்காட்சியாக இறைவர் நடன தரிசனம் காட்டிய தலம். கரிகால் சோழனுக்குத் துணைசெய்த விநாயகர், 'துணைஇருந்த பிள்ளையார்' என்ற பெயரில் எழுந்தருளி இருக்கிறார்.

சுவாமி : சௌந்தர நாதர்

அம்மை : பெரிய நாயகி

தல மரம் : பனை

தீர்த்தம் : அமுதவாவி

திருமுறை 1 - 37 திருஞான - 519

பண்: தக்கராகம்

2097. **அரவச் சடைமேல் மதிமத்தம்**
விரவிப் பொலிகின் றவன்ஊராம்
நிரவிப் பலதொண் டர்கள்நாளும்
பரவிப் பொலியும் பனையூரே (1)

அருஞ்சொற்பொருள்:

மத்தம் - ஊமத்தம்பூ. நிரவி - கலந்து. பரவி - வணங்கி.

பொழிப்புரை:

சடைமீது பாம்பு, சந்திரன், ஊமத்தம்பூ ஆகியவற்றை ஒருசேர அணிந்திருக்கும் இறைவன் எழுந்தருளி இருக்கும் ஊர்; தொண்டர்கள் பலரும் ஒன்றுகூடி, நாள்தோறும் வழிபட்டுப் பொலிவு பெறும், பனையூர் என்னும் தலமே ஆகும்.

2098. **எண்ஒன் றிநினைந் தவர்தம்பால்**
உள்நின் றுமகிழ்ந் தவன்ஊராம்
கள்நின் றுஎழுசோ லையில்வண்டு
பண்நின் றுஒலிசெய் பனையூரே (2)

அருஞ்சொற்பொருள்:

எண் - எண்ணம். கள் - தேன். பண் - இசை.

பொழிப்புரை:

எண்ணத்தால் ஒன்றிஇருந்து, நினைத்தவர் மனத்தில் எழுந்தருளி, உயிர்களை மகிழ்வித்துத் தாமும் மகிழும் இறைவனது ஊர்; சோலையில் வண்டு தேன்உண்டு, இசையோடு பாடும், பனையூரே ஆகும்.

2099. **அலரும்(ம்) எறிசெஞ் சடைதன்மேல்**
மலரும் பிறைஒன்று உடையான்ஊர்
சிலர்என் றும்இருந்து அடிபேணப்
பலரும் பரவும் பனையூரே (3)

அருஞ்சொற்பொருள்:

அலர் - மலர். எறிதல் - தூவுதல். மலரும் பிறை - வளரும் பிறை. சிலர் - அணுக்கத் தொண்டர். பலர் - பலவாகிய அடியார்கள்.

பொழிப்புரை:

சிவந்த சடைமீது, மலர்தூவி வழிபட, வளரும் பிறை ஒன்றைச் சூடி இருக்கும் இறைவனது ஊர்; அணுக்கத் தொண்டராய்ச் சில அடியார்கள், எப்பொழுதும் அங்குத் தங்கி இருந்து, திருவடியைப் போற்றி வழிபட, ஏனையோரும் பலராக வந்து வழிபட்டுச் செல்லும், பனையூர் என்னும் தலமே ஆகும்.

2100. **இடிஆர் கடல்நஞ்சு அமுதுஉண்டு**
பொடிஆ டியமேனி யினான்ஊர்
அடியார் தொழமன் னவர்ஏத்தப்
படியார் பணியும் பனையூரே (4)

அருஞ்சொற்பொருள்:

இடி ஆர் கடல் - இடி போல் ஆரவாரம் செய்யும் கடல். பொடி - திருநீறு. படியார் - உலகர்.

பொழிப்புரை:

இடிபோல் முழங்கும் கடலிலிருந்து வெளிப்பட்ட விடத்தினை, அமுதமாக்கி உண்டு, திருநீற்றுப்பொடியை உடல் முழுவதும் பூசி இருக்கும் இறைவனது ஊர்; அடியவர்கள் வணங்க, மன்னர்கள் போற்ற, உலகவர் பணியும், பனையூர் என்னும் தலமே ஆகும்.

2101. **அறைஆர் கழல்மேல் அரவுஆட**
இறைஆர் பலிதேர்ந் தவன்ஊராம்
பொறைஆர் மிகுசீர் விழமல்கப்
பறைஆர் ஒலிசெய் பனையூரே (5)

அருஞ்சொற்பொருள்:

அறை - ஒலி. இறை - முன்கை. பொறை ஆர் மிகுசீர் விழ - பூமியில் சிறந்த புகழ் உடைய திருவிழா.

பொழிப்புரை:

காலில் ஒலிக்கின்ற வீரக்கழலும், இடையில் படமெடுத்து ஆடுகின்ற பாம்பும், முன்கையில் பிச்சைஉணவும், கொண்டிருப்பவன் எழுந்தருளி இருக்கும் ஊர்; பூமியில் மிகுந்த சிறப்புடைய திருவிழாக்கள் நடப்பதும், அதனால் பறைஒலி இடைவிடாது கேட்பதும், ஆகிய பனையூரே ஆகும்.

2102. **அணியார் தொழவல் லவர்ஏத்த**
மணியார் மிடறுஒனறு உடையான்ஊர்
தணியார் மலர்கொண்டு இருபோதும்
பணிவார் பயிலும் பனையூரே (6)

அருஞ்சொற்பொருள்:

அணியார - அருகில் இருப்பவர். மணி - நீலமணி. தணி ஆர் மலர் - குளிர்ச்சி பொருந்திய மலர். இருபோது - காலை மாலை.

பொழிப்புரை:

அருகிலிருப்பவர் போற்றி வழிபட, வல்லவர் தொழுது வணங்க விளங்கும், நீலமணி போன்ற கரிய கண்டம் ஒன்று கொண்ட

இறைவனது ஊர்; காலை மாலை என இரண்டு பொழுதுகளிலும், குளிர்ந்த மலர்கொண்டு வழிபடுபவர், பழகுகின்ற பனையூரே ஆகும்.

2103. **அடையா தவர்மூ எயில்சீறும்**
விடையான் விறலார் கரியின்தோல்
உடையான் அவன்எண் பலபூதப்
படையான் அவன்ஊர் பனையூரே (7)

அருஞ்சொற்பொருள்:

அடையாதவர் - பகைவர். சீறும் - கோபிக்கும். விறலார் - (விறல் + ஆர்). விறல் - வலிமை. கரி - யானை. எண் - எண்ணிச் சொல்ல முடியாத (பலபூதப்படை).

பொழிப்புரை:

பகைவரது முப்புரத்தைச் சினந்து அழித்தவனும், இடபஊர்தி உடையவனும், வலிமை மிக்க யானையின் தோலை உரித்து ஆடையாகப் போர்த்துக் கொண்டவனும், எண்ணிச் சொல்ல முடியாத பெரும் அளவிலான பூதப்படை உடையவனும், ஆகிய இறைவரது ஊர், பனையூரே ஆகும்.

2104. **இலகும் முடிபத்து உடையானை**
அல்லகண்டு அருள்செய் தஎம்(ம்)அண்ணல்
உலகில் உயிர்நீர் நிலம்மற்றும்
பலகண் டவன்ஊர் பனையூரே (8)

அருஞ்சொற்பொருள்:

இலகும் - விளங்கும். அலல் - அல்லல். அண்ணல் - தலைவன்.

பொழிப்புரை:

விளங்குகின்ற பத்து தலைகள் கொண்ட இராவணன் படும் துன்பம் கண்டு, அவனுக்கு அருள்செய்த எமது தலைவன்; உலகில் உயிர்களுக்கு நிலம், நீர், (நெருப்பு காற்று ஆகாயம்) எனப் பலவும் தந்து காப்பவன்; அவன் இருப்பது பனையூரே ஆகும்.

2105. **வரம்முன் னிமகிழ்ந்து எழுவீர்காள்**
சிரம்முன் அடிதாழ வணங்கும்
பிரமன் நெடுமால் அறியாத
பரமன் உறையும் பனையூரே (9)

அருஞ்சொற்பொருள்:

சிரம் - தலை. பரமன் - மேலானவன்.

பொழிப்புரை:

வரம் வேண்டி மகிழ்வோடு புறப்படும் அடியார்களே! திருவடியில் தலைதாழ்த்தி வழிபடுவீராக! பிரமனும் திருமாலும் தேடியும் காண முடியாத மேலான இறைவன் எழுந்தருளி இருப்பது பனையூரே ஆகும்.

2106. **அழிவல் அமண ரொடுதேரர்**
மொழிவல் லனசொல் லியபோதும்
இழிவில் லதுஓர்செம் மையினான்ஊர்
பழிஇல் லவர்சேர் பனையூரே (10)

அருஞ்சொற்பொருள்:

அழி வல் அமணர் - அழிவதில் வலிய சமணர். தேரர் - பௌத்தர்.

பொழிப்புரை:

அழியவல்ல சமணர்களும், பௌத்தர்களும், வாக்கு வன்மையால் பொருந்தாதவற்றைச் சொன்னபோதும், இழிவுபடாத செம்மை உடைய இறைவன் எழுந்தருளி இருக்கும் ஊர், பழிஇல்லாதவர் ஒன்றுகூடும் பனையூரே ஆகும்.

2107. **பாரார் விடையான் பனையூர்மேல்**
சீரார் தமிழ்ஞா னசம்பந்தன்
ஆரா தசொல்மா லைகள்பத்தும்
ஊர்ஊர் நினைவார் உயர்வாரே (11)

அருஞ்சொற்பொருள்:

பார் - உலகம். ஆராத - புகழ்மிக்க

பொழிப்புரை:

உலகில் பொருந்தும் இடபஊர்தி உடைய இறைவனது பனையூர்மீது, சிறப்புமிக்க தமிழ்வல்ல ஞானசம்பந்தன் பாடிய புகழ்மிக்க சொல்மாலைகள் பத்தும் கொண்டு, ஊர்தோறும் பாடுபவர், உயர்வுபெறுவர்.

திருச்சிற்றம்பலம்

195

திருஇராமனதீச்சரம்

பதிக வரலாறு:

புகலூர் செல்லும் வழியில் புகலியர்கோன், இத்தலத்தை வழிபட்டு இப்பதிகத்தை அருளியிருத்தல் வேண்டும்.

தல வரலாறு:

திருப்புகலூருக்குத் தெற்கில் முடிகொண்டான் ஆற்றைக் கடந்து 1.5கி.மீ செல்ல இத்தலத்தை அடையலாம். இராமன் பூசித்த தலம் ஆதலின், இப்பெயர் பெற்றது. திருக்கண்ணபுரம் என்னும் வைணவத் தலத்துக்கு அருகில் உள்ளது.

சுவாமி : இராமநாதர்
அம்மை : கருவார்குழலி
தல மரம் : சண்பகம்
தீர்த்தம் : இராமதீர்த்தம்

திருமுறை 1 - 115   திருஞான - 520

பண்: வியாழக்குறிஞ்சி

2108. சங்குஒளிர் முன்கையர் தம்மிடையே
    அங்குஇடு பலிகொளும் அவன்கோபப்
    பொங்குஅரவு ஆடலோன் புவனிஓங்க
    எங்கும்மன் இராமனது ஈச்சரமே   (1)

அருஞ்சொற்பொருள்:

சங்கு - சங்குவளையல். பலி - பிச்சை. கொளும் - கொள்ளும். கோபப் பொங்கு அரவு - சினம் மிக உடைய பாம்பு. புவனி - உலகம். மன் - மன்னுதல் (நிலைபெற்று இருத்தல்).

பொழிப்புரை:

சங்கு வளையல் அணிந்த முன்னங்கைகள் உடைய (தாருகாவனத்து முனிவர்களது) பத்தினிமார்களிடம் பிச்சை ஏற்பவனும், சினம் மிக உடைய பாம்பைப் பிடித்து ஆட்டுபவனும், உலகம் தழைக்க எங்கும் நிலைத் திருப்பவனும், ஆகிய இறைவன் எழுந்தருளி இருப்பது, இராமனதீச்சரம் என்னும் தலமே ஆகும்.

2109. **சந்தநன் மலர்அணி தாழ்சடையன்**
தந்தம தத்தவன் தாதையோதான்
அந்தம்இல் பாடலோன் அழகன்நல்ல
எம்தவன் இராமனது ஈச்சரமே (2)

அருஞ்சொற்பொருள்:

சந்தம் - அழகு. தந்த மதத்தவன் - தந்தமும் மதமும் உடைய விநாயகப் பெருமான். தாதை - தந்தை. அந்தம்இல் - எல்லை இல்லாத. எம் தவன் - எமது தவமுடையவன்.

பொழிப்புரை:

அழகிய நல்ல மலர் சூடிய நீண்ட சடாமுடி உடையவன்; தந்தமும் மதமும் உடைய யானைமுகக் கடவுளின் தந்தை; அளவில்லாத இசைப் பாடல்களைப் பாடுபவன்; அழகுடையவன்; நல்ல தவம் உடையவன்; அவன் எழுந்தருளி இருப்பது, இரானதீச்சரம் என்னும் திருக்கோயிலிலே ஆகும்.

2110. **தழைமயில் ஏறவன் தாதையோதான்**
மழைபொழி சடையவன் மன்னுகாதில்
குழையது இலங்கிய கோலமார்பின்
இளையவன் இராமனது ஈச்சரமே (3)

அருஞ்சொற்பொருள்:

தழை மயில் - பீலியுடன் கூடிய மயில். தாதை - தந்தை. மழை - இங்கு கங்கையைக் குறித்தது. குழை - காதணி. இலங்கிய - விளங்கிய. கோலமார்பு - அழகிய மார்பு. இழை - பூணூல்.

பொழிப்புரை:

பீலியுடன் கூடிய மயில்மீது ஏறிவரும் முருகப்பெருமானுக்குத் தந்தை; நீரால் நிரம்பிய கங்கை தங்கிய சடை உடையவன்; காதில் குழை

அணிந்திருப்பவன்; அழகிய மார்பில் பூணூல் தரித்து இருப்பவன்; அவன் எழுந்தருளி இருப்பது, இராமனதீச்சரம் என்னும் தலத்தில் ஆகும்.

2111. **சத்தியுள் ஆதிஓர் தையல்பங்கன்**
முத்திஅது ஆகிய மூர்த்தியோதான்
அத்திய கையினில் அழகுசூலம்
வைத்தவன் இராமனது ஈச்சரமே (4)

அருஞ்சொற்பொருள்:

சத்தியுள் ஆதி - ஆதிசத்தி. தையல் - பெண் (உமாதேவி). முத்தி - வீடுபேறு. அத்திய கை - அழித்தலைச் செய்யும் கை.

பொழிப்புரை:

ஆதிசத்தியாக விளங்கும் ஒருபெண்ணை உடம்பின் பாகமாகக் கொண்டவன்; உயிர்களுக்கு வீடுபேறு வழங்கும் கடவுள்; சங்காரம் செய்யும் கையில் அழகிய சூலம் ஏந்திஇருப்பவன்; அவன் எழுந்தருளி இருப்பது, இராமனதீச்சரம் என்னும் தலத்தில் ஆகும்.

2112. **தாழ்ந்தகு ழல்சடை முடிஅதன்மேல்**
தோய்ந்த இளம்பிறை துலங்குசென்னிப்
பாய்ந்த கங்கையொடு படஅரவம்
ஏய்ந்தவன் இராமனது ஈச்சரமே (5)

அருஞ்சொற்பொருள்:

படஅரவம் - படமுடைய பாம்பு. ஏய்ந்தவன் - பொருந்த அணிபவன்.

பொழிப்புரை:

நீண்டு தொங்கும் சடாமுடிமீது இளம்பிறைச் சந்திரன், பாய்ந்து வந்து தங்கிய கங்கை, படம்எடுத்து ஆடுகின்ற பாம்பு, ஆகிய இவற்றைப் பொருந்துமாறு, ஒருசேர அணிந்திருப்பவன்; அவன் எழுந்தருளி இருப்பது, இராமனதீச்சரம் என்னும் தலத்திலே ஆகும்.

2113. **சரிகுழல் இலங்கிய தையல்காணும்**
பெரியவன் காளிதன் பெரியகூத்தை
அரியவன் ஆடலோன் அங்கைஏந்தும்
எரியவன் இராமனது ஈச்சரமே (6)

அருஞ்சொற்பொருள்:

சரிகுழல் - தோள்மீது சரிந்து கிடக்கும் கூந்தல். தையல் - பெண். அங்கை - உள்ளங்கை.

பொழிப்புரை:

தோள்மீது சரிந்த கூந்தல் உடைய பெண்ணாகிய உமாதேவி காணுமாறு விளங்கும் பெரியவன்; காளியால் ஈடுகொடுத்து ஆட முடியாத அரிய கூத்து உடையவன்; ஆனந்த நடனம் ஆடுபவன்; உள்ளங்கையில் நெருப்பை ஏந்தி இருப்பவன்; அவன் எழுந்தருளி இருப்பது, இராமனதீச்சரம் என்னும் தலம் ஆகும்.

2114. மாறுஇலா மாதுஒரு பங்கன்மேனி
    நீறுஅது ஆடலோன் நீள்சடைமேல்
    ஆறுஅது சூடுவான் அழகன்விடை
    ஏறவன் இராமனது ஈச்சரமே   (7)

அருஞ்சொற்பொருள்:

மாறுஇலா - பிரிப்பு இல்லாத. மாது - சத்தி. நீறு - திருநீறு. ஆறு - கங்கை. ஏறவன் - ஏறிவருபவன்.

பொழிப்புரை:

பிரிப்பில்லாத சத்தி(அபின்னா சத்தி)யாக விளங்கும் உமாதேவியை உடம்பில் ஒரு பாகமாக உடையவன்; திருமேனி முழுவதும் திருநீறு பூசிஇருப்பவன்; ஐந்தொழில் நடனம் ஆடுபவன்; நீண்ட சடைமீது கங்கை நதியைச் சூடிஇருப்பவன்; அழகன்; இடபத்தில் ஏறி வருபவன்; அவன் எழுந்தருளி இருப்பது, இராமனதீச்சரம் என்னும் தலத்தில் ஆகும்.

2115. தடவரை அரக்கனைத் தலைநெரித்தோன்
    படஅரவு ஆட்டிய படர்சடையன்
    நடம்அது ஆடலான் நான்மறைக்கும்
    இடம்அவன் இராமனது ஈச்சரமே   (8)

அருஞ்சொற்பொருள்:

அரக்கன் - இராவணன். தடவரை - பெரியமலை. படஅரவு - படம் உடைய பாம்பு. நடம் - நடனம். நான்மறை - நால்வேதம்.

பொழிப்புரை:

அரக்கனாகிய இராவணனை பெரிய கயிலை மலை கொண்டு நெரித்தவன்; படமுடைய பாம்பைப் பிடித்து ஆட்டுபவன்; படர்ந்த சடை உடையவன்; நடனம் ஆடுவதில் வல்லவன்; நான்கு வேதங்களுக்கும் உறைவிடம்; அவன் எழுந்தருளி இருப்பது, இராமனதீச்சரம் என்னும் தலமே ஆகும்.

2116. **தனம்அணி தையல்தன் பாகன்தன்னை**
அனம்அணி அயன்அணி முடியும்காணான்
பனம்அணி அரவுஅரி பாதம்காணான்
இனமணி இராமனது ஈச்சரமே (9)

அருஞ்சொற்பொருள்:

தனம் - முலை. தையல் - பெண் (உமாதேவி). அனம் - அன்னம். அயன் - பிரமன். அணிமுடி - அழகிய முடி. பனம் - பணம் (படம்). அரவு - ஆதிசேடன் என்னும் பாம்பு. பாதம் - திருவடி. இனமணி - பலவகை மணிக் குவியல்கள்.

பொழிப்புரை:

அழகிய முலை உடைய உமாதேவியின் பாகன்; அன்னமாகப் பறந்து சென்ற பிரமனும் காணாத முடி உடையவன்; படமுடைய ஆதிசேடன் மீது பள்ளிகொண்டிருக்கும் திருமாலும் காணாத திருவடி உடையவன்; பலவகை மணிகளால் அழகு செய்யப்பட்ட இராமனதீச்சரமே, அவன் எழுந்தருளி இருக்கும் தலம் ஆகும்.

2117. **தறிபோலாம் சமணர்சாக் கியர்சொல்கேளேல்**
அறிவுஓரான் நாமம் அறிந்துஉரைமின்
மறிகையோன் தன்முடி மணியார்கங்கை
எறிபவன் இராமனது ஈச்சரமே (10)

அருஞ்சொற்பொருள்:

தறி - தடி. அறிவு ஓரான் - பசு, பாசஞானங்களால் அறியமுடியாதவன். நாமம் - திருப்பெயர். மறி - மான்கன்று. மணிஆர் கங்கை - மணிகளை உந்திவரும் கங்கை.

பொழிப்புரை:

தடிபோன்ற உடல்உடைய சமணர்கள் (தடியர்கள்) சாக்கியர்கள் (பௌத்தர்கள்) ஆகிய இவர்கள் கூறும் சொற்களை ஏற்றுக்கொள்ள

வேண்டா; உயிரறிவு கொண்டு அறியமுடியாத, இறைவனது திருப்பெயரை உச்சரித்து வாருங்கள்! அவன் மான்கன்று ஏந்திய கை உடையவன்; மணிகளை உந்திவரும் கங்கை அலைமோத அதனைச் சடையில் வைத்திருப்பவன்; அவன் எழுந்தருளி இருப்பது, இராமனதீச்சரம் என்னும் தலத்திலே ஆகும்.

   தேன்மலர்க் கொன்றையோன்........................ (11)

குறிப்பு:

  இப்பாடலில் இரண்டு சீர்கள் மட்டுமே கிடைத்துள்ளன. எனவே இதனை ஒருபாடலாகக் கணக்கில் கொள்ள இயலவில்லை என்பதை அறிவீராக!

திருச்சிற்றம்பலம்

196

திருப்புகலூர்

பதிக வரலாறு:

புகலியர்கோன், புகலூர் வருவது குறித்துக் கேட்டறிந்த நாவரசரும் முருகநாயனாரும் எதிர்சென்று வணங்கி அழைத்துவர, அனைவரும் திருக்கோயிலுக்குச் சென்று வழிபடப் பிள்ளையாரும் பதிகம் பாடி வழிபாடு செய்தனர் (அந்தப் பதிகம் கிடைத்திலது). பின்னர் முருகனார் திருமடத்தில் சென்று தங்கி இருந்தனர். அப்பொழுது நீலநக்கரும் சிறுத்தொண்டரும் அங்கு வந்துசேர, அவர்களோடு அளவளாவி இருந்து, மேலும் பல தலங்களுக்கும் சென்று வழிபடும் விருப்பம் உடையவராய், இப்பதிகம் அருளிப் பின் புறப்படுவார் ஆயினர்.

தல வரலாறு:

முன்னமே தரப்பட்டுள்ளது.

திருமுறை 1 - 2 திருஞான - 524

பண்: நட்டபாடை

2118. குறிக லந்தஇசை பாடலினான்
நசையால் இவ்வுலகு எல்லாம்
நெறிக லந்ததுஒரு நீர்மையனாய்
எருது ஏறிப்பலி பேணி
முறிக லந்ததுஒரு தோல்அரை
மேல்உடையான் இடம்மொய்ம் மலரின்
பொறிக லந்தபொழில் சூழ்ந்து
அயலே புயலாரும் புகலூரே (1)

அருஞ்சொற்பொருள்:

குறி கலந்த இசை - சுரத்தானங்களைக் குறிக்கும் இசை. நசை - விருப்பம். நெறி - உயிர்கள் தம்மை உணரும் வழி. எருது - காளை. பலி - பிச்சை. முறி கலந்த - கொன்ற. மொய்ம்மலர் - வண்டுகள் மொய்க்கும் மலர். பொறி - புள்ளி. புயல் - மேகம். ஆரும் - பொருந்தும் (தங்கும்).

பொழிப்புரை:

சுரத்தானங்களைக் குறிக்கும் இசைப்பாடல்களைப் பாடுபவன்; விருப்பத்தால் இவ்வுலக உயிர்கள் கடைத்தேற ஒரு நெறியினை வகுத்து வைத்திருக்கும் தன்மை உடையவன்; இடபத்தின் மீது ஏறி வருபவன்; பிச்சை ஏற்பவன்; கொன்ற புலியின் தோலை உடையாக இடையில் உடுத்தி வருபவன்; அதனை மேலாடையாகவும் போர்த்திருப்பவன்; புள்ளிகள் உடைய வண்டுகள் மொய்க்கும் மலர்கள் நிறைந்ததும், மேகங்கள் வந்து தங்குவதும், ஆகிய சோலை சூழ்ந்த புகலூரே அவன் எழுந்தருளி இருக்கும் தலம் ஆகும்.

2119. **காது இலங்குகுழை யன்இழை**
சேர்திரு மார்பன் ஒருபாகம்
மாது இலங்குதிரு மேனியினான்
கருமா னின்உரி ஆடை
மீது இலங்கஅணிந் தான்இமையோர்
தொழமே வும்(ம்)இடம் சோலைப்
போது இலங்குநசை யால்வரி
வண்டுஇசை பாடும் புகலூரே (2)

அருஞ்சொற்பொருள்:

இழை - பூணூல். கருமான் - யானை. போது - மலர். நசையால் - விருப்பத்தால்.

பொழிப்புரை:

ஒருகாதில் குழை அணிந்திருப்பவன்; பூணூல் அணிந்த திருமார்பு உடையவன்; உடம்பின் ஒருபாதியில் பார்வதியை வைத்திருப்பவன்; யானையின் உரித்த தோலை ஆடையாக உடையவன்; தேவர்கள் வணங்க விளங்குபவன்; அவன் எழுந்தருளி இருக்கும் இடம்; சோலைகளில் மலர்கள் மலர்ந்திருக்க, அம்மலர்மேல் வரிவண்டு அமர்ந்து இசைபாடி, தேன்உண்ணும் சிறப்புடைய திருப்புகலூரே ஆகும்.

2120. பண்நி லாவும்மறை பாடலினான்
இறைசே ரும்வளை அங்கைப்
பெண்நி லாவஉடை யான்பெரியார்
கழல்என் றும்தொழுது ஏத்த
உண்நி லாவியவர் சிந்தையுள்
நீங்கா ஒருவன் இடம்என்பர்
மண்நி லாவும்அடி யார்குடிமைத்
தொழில் மல்கும் புகலூரே (3)

அருஞ்சொற்பொருள்:

பண் - இசை. இறை - முன்கை. அங்கை - (அம்+கை) அழகிய கை. பெண் - கங்கை.

பொழிப்புரை:

இசையோடு கூடிய வேதத்தைப் பாடுபவன்; முன்னங்கைகளில் வளையல் அணிந்துள்ள பெண்ணை(உமாதேவியை)ப் பாகமாகக் கொண்டவன்; பெரியவர்கள் எப்பொழுதும் திருவடியைத் தொழுது போற்ற, அவரது உள்ளத்தில் எழுந்தருளி, அவ்இடத்தை விட்டு நீங்காது இருப்பவன்; அவன் எழுந்தருளி இருக்கும் இடம் என்று சொல்லுவர்; அது இந்நிலவுலகில் அடியார்கள் தங்கள் குடும்பத்துடன் வந்து, பணி செய்யும் புகலூர் என்னும் தலமே ஆகும்.

2121. நீரின்மல்கு சடையன் விடையன்
அடையார் தம்அரண் மூன்றும்
சீரின்மல்கு மலையே சிலையாக
முனிந்தான் உலகு உய்யக்
காரின்மல்கு கடல்நஞ் சம்அது
உண்டகட வுள்(ள்)இடம் என்பர்
ஊரின்மல்கி வளர்செம் மையினால்
உயர்வு எய்தும் புகலூரே (4)

அருஞ்சொற்பொருள்:

அடையார் - பகைவர். சிலை - வில். கார் - கருமை. செம்மை - ஒழுக்கம்.

பொழிப்புரை:

நீரால் நிரம்பிய கங்கை தங்கிய சடை உடையவன்; இடப ஊர்தி உடையவன்; பகைவரது முப்புரத்தைச் சிறப்பு மிகுந்த மேருமலையை

வில்லாக வளைத்து, உலகம் உய்யும்பொருட்டு, எரித்து அழித்தவன்; கரியநிறம் உடைய கடலிலிருந்து வெளிப்பட்ட விடத்தை உண்ட கடவுள்; அவன் எழுந்தருளி இருக்கும் இடம் என்று சொல்லுவர்; அது, ஒழுக்கத்தால் உயர்ந்த மக்கள் கூடிவாழும் புகலூர் என்பதே ஆகும்.

2122. **செய்ய மேனி வெளியபொடிப்**
பூசுவர் சேரும் அடியார்மேல்
பைய நின்றவினை பாற்றுவர்
போற்றிஇசைத்து என்றும் பணிவாரை
மெய்ய நின்றபெரு மான்உறையும்
இடம்என் பர்அருள் பேணிப்
பொய்இ லாதமனத் தார்பிரி
யாது பொருந்தும் புகலூரே (5)

அருஞ்சொற்பொருள்:

வெளிய - வெள்ளை நிற. பொடி - திருநீற்றுப்பொடி. பைய - மெல்ல. பாற்றுவர் - அழிப்பர். மெய்ய நின்ற - உண்மையாக விளங்கும்.

பொழிப்புரை:

சிவந்த திருமேனி உடையவர்; வெள்ளை நிறத் திருநீற்றுப் பொடியைப் பூசி இருப்பவர்; தன்னை வந்து சேர்ந்த அடியார்மேல் உள்ள வினைகளை மெல்லப் போக்குபவர்; போற்றிப் பாடி எப்பொழுதும் வணங்கும் அடியார்களுக்கு உண்மையானவராக நடந்துகொள்ளும் பெருமான்; அவர் எழுந்தருளி இருக்கும் இடம் என்று சொல்லுவர்; அது, அருளைப் பாதுகாத்து, பொய்இல்லாத மனம் உடையவர், பிரியாது பொருந்தி வாழும், புகலூரே ஆகும்.

2123. **கழலின் ஓசைசிலம் பின்ஒலி**
ஓசை கலிக்கப் பயில்கானில்
குழலின் ஓசைகுறள் பாரிடம்
போற்றக் குனித்தார் இடம்என்பர்
விழவின் ஓசைஅடி யார்மிடை
உற்றுவிரும் பிப்பொலிந்து எங்கும்
முழவின் ஓசைமுந் நீர்அயர்வு
எய்த முழங்கும் புகலூரே (6)

அருஞ்சொற்பொருள்:

குறள் பாரிடம் - குட்டையான பூதகணங்கள். குனித்தார் - ஆடினார். முந்நீர் - கடல். அயர்வுஎய்த - சோர்ந்து போகும்படி.

பொழிப்புரை:

ஒரு காலில் அணிந்திருக்கும் வீரக்கழலின் ஒலியும், மறுகாலில் அணிந்திருக்கும் சிலம்பின் ஒலியும், குழலின் ஓசையும், குறளை பூதங்கள் போற்றிப் பாடுவதால் எழுகின்ற ஓசையும், ஆகிய இந்த ஆரவாரத்துக்கு இடையே, சுடுகாட்டில் நடனம் ஆடும் இறைவர் எழுந்தருளி இருக்கும் இடம்என்று சொல்லுவர்; அது, திருவிழாவின் ஓசையும், அடியார்கள் கூடிச் செய்யும் ஓசையும், முழவின் ஓசையும், என இவை, கடலின் ஓசையைத் தளர்வுறச் செய்யும் புகலூரே ஆகும்.

2124. **வெள்ளம் ஆர்ந்துமிளிர் செஞ்சடை**
தன்மேல் விளங்கும்(ம்) மதிசூடி
உள்ளம் ஆர்ந்தஅடி யார்தொழுது
ஏத்தஉகக் கும்அருள் தந்துஎம்
கள்ளம் ஆர்ந்துகழி யப்பழி
தீர்த்தகட வுள்(ள்)இடம் என்பர்
புள்ளை ஆர்ந்தவய லின்விளை
வால்வளம் மல்கும் புகலூரே (7)

அருஞ்சொற்பொருள்:

வெள்ளம் - கங்கை. உகக்கும் - மகிழும். கள்ளம் - ஆணவ மலமாகிய வஞ்சனை. புள் - பறவை (நாரை).

பொழிப்புரை:

மிளிர்கின்ற சிவந்த சடைமீது கங்கையையும், விளங்குகின்ற பிறைச் சந்திரனையும், சூடி இருப்பவர்; உள்ளன்போடு கூடிய அடியார்கள் வணங்கிப் போற்ற அவர்கள் மகிழும்படியான திருவருளைச் செய்து எமது ஆணவ மலமாகிய வஞ்சனையைக் கழித்து, என்மீது இருந்த பழியையும் துடைத்த கடவுள் எழுந்தருளி இருக்கும் இடம் என்று சொல்லுவர்; அது, நாரை முதலிய பறவைகள் மீனைக் கொத்தி உண்ணக் காத்திருக்கும் வயல்வளம் உடைய புகலூரே ஆகும்.

2125. **தென்இலங் கைஅரை யன்வரை**
பற்றிஎடுத் தான்முடி திண்தோள்
தன்இலங்கு விரலால் நெரிவித்து
இசைகேட்டு அன்றுஅருள் செய்த

மின்இலங்கு சடையான் மடமா
தொடுமே வும்(ம்)இடம் என்பர்
பொன்இலங்கு மணிமா ளிகைமேல்
மதிதோ யும்புக லூரே (8)

அருஞ்சொற்பொருள்:

அரையன் - அரசன். வரை - மலை. திண்தோள் - வலியதோள். மின் - மின்னல். மடமாது - இளம்பெண். மதி - சந்திரன்.

பொழிப்புரை:

தெற்கில் உள்ள இலங்கை நாட்டுக்கு அரசனாகிய இராவணன் கயிலை மலையைக் கைகளால் பற்றிப் பெயர்க்க, அப்பொழுது அவனது பத்துத்தலைகள், வலிமை பொருந்திய இருபது தோள்கள், ஆகியவற்றைக் கால் விரல் கொண்டு நெரித்தவன்; பின்னர் அவன் பாடிய சாமகானம் கேட்டு, அவனுக்கு அருள்செய்தவன்; விளங்குகின்ற சடாமுடி உடையவன்; அவன், இளம்பெண்ணாகிய உமாதேவியோடு எழுந்தருளி இருக்கும் இடம் என்று சொல்லுவர்; அது, பொன்னால் ஆகிய அழகிய மாளிகைகள் மீது, சந்திரன் வந்து தங்கும், புகலூரே ஆகும்.

2126. நாகம் வைத்தமுடி யான்அடிகை
தொழுது ஏத்தும் அடியார்கள்
ஆகம் வைத்தபெரு மான்பிரமன்
னொடுமாலும் தொழுது ஏத்த
ஏகம் வைத்தளரி யாய்மிக
ஓங்கிய எம்மான் இடம்போலும்
போகம் வைத்தபொழி லின்நிழ
லால்மது ஆரும் புகலூரே (9)

அருஞ்சொற்பொருள்:

நாகம் - பாம்பு. ஆகம் - மார்பு. ஏகம் வைத்த எரி - ஒன்றாகி நின்ற நெருப்பு. போகம் - நுகர்வு.

பொழிப்புரை:

பாம்பை அணிந்த சடாமுடி உடையவன்; கைகூப்பி வணங்கும் அடியார்களைத் தன்நெஞ்சிலே வைத்து போற்றுகின்ற பெருமான்; பிரமனும் திருமாலும் தொழுது நிற்க, ஒரே நெருப்பாய் உயர்ந்து நின்ற

எம் தலைவன்; அவன் எழுந்தருளி இருக்கும் இடம்; நுகரும் பொருள் பலவற்றையும் தன்னகத்தே கொண்டதும், நிழல் தருவதும், தேன் பெருகுவதும், ஆகிய சோலையால் சூழப்பட்ட திருப்புகலூரே ஆகும்.

2127. **செய்தவத் தர்மிகு தேரர்கள்**
சாக்கியர் செப்பில் பொருள்அல்லாக்
கைதவத் தர்மொழியைத் தவிர்வார்
கள்கட வுள்(ள்)இடம் போலும்
கொய்துபத் தர்மலரும் புனலும்
கொடுதூ வித்துதி செய்து
மெய்தவத் தின்முயல் வார்உயர்
வானகம் எய்தும் புகலூரே (10)

அருஞ்சொற்பொருள்:

தேரர் - பௌத்தர். சாக்கியர் - சமணர். கைதவம் - வஞ்சனை. உயர்வானகம் - உயர்ந்த வீட்டுலகம்.

பொழிப்புரை:

தவம் செய்பவர்போல் காட்டிக் கொள்ளும் பௌத்தர்களும் சமணர்களும் சொல்லுகின்ற பொருளற்ற வஞ்சனை உடைய சொற்களைத் தவிர்ப்பவர்க்குக் கடவுளாய் விளங்கும் சிவபெருமான் எழுந்தருளி இருக்கும் இடம்; அன்பர்கள் நீர் கொண்டு திருமஞ்சனம் ஆட்டியும், மலர்களைப் பறித்துவந்து சூட்டியும், வழிபட்டு, மெய்யான தவத்தை மேற்கொள்ளும் முயற்சி உடையவர்க்கு உயர்ந்த வீடுபேற்றைத் தந்தருளும் புகலூரே ஆகும்.

2128. **புற்றில் வாழும் அரவம்அரை**
ஆர்த்தவன் மேவும் புகலூரைக்
கற்று நல்லவர் காழியுள்ஞான
சம்பந்தன் தமிழ்மாலை
பற்றி என்றும்(ம்) இசைபாடிய
மாந்தர் பரமன்(ன்) அடிசேர்ந்து
குற்றம் இன்றிக் குறைபாடு
ஒழியாப் புகழ்ஓங்கிப் பொலிவாரே (11)

அருஞ்சொற்பொருள்:

கற்று நல்லவர் - கற்றவரும் நல்லவரும். மாந்தர் - மனிதர். பரமன் - மேலானவன் (கடவுள்). ஒழியாப் புகழ் - அழியாத புகழ்.

பொழிப்புரை:

புற்றில் வாழும் பாம்பினைப் பிடித்து, இடையில் கச்சாகக் கட்டி இருப்பவன், எழுந்தருளி இருக்கும் புகலூரை; கல்விஅறிவும், ஒழுக்கமும், உள்ளவர் நிறைந்து வாழும் சீர்காழி நகரைச் சேர்ந்த ஞானசம்பந்தன் பாடிய தமிழ்மாலையைக் கைக்கொண்டு, எப்பொழுதும் இசையோடு பாடிச் சாத்த வல்லவர்; இறைவனது திருவடியைச் சென்று சேர்வதுடன், குற்றம் இன்றியும் குறைஇன்றியும் அழியாப் புகழுடனும், வாழும் வாழ்வைப் பெற்றுப் பொலிவு எய்துவர்.

திருச்சிற்றம்பலம்

197

திருஅம்பர்மாகாளம்

பதிக வரலாறு:

முருகநாயனார் புகலூரில் தங்கவும், நீலநக்கரும் சிறுத்தொண்டரும் அவரவர் பதிகளுக்குச் செல்லவும், ஞானசம்பந்தர் பல்லக்கில் ஏறி பின்னே வரவும், அப்பர் முன்னே நடந்து செல்லவும், ஆக உடன்பட்டு, அம்பர்நகர் மாகாளம் வழிபட்டுச் சில பதிகங்கள் பாடுகின்றார். அதனில் இது ஒன்று.

தல வரலாறு:

பேரளம் - திருவாரூர் இரயில் தடத்தில் பூந்தோட்டம் இரயில் நிலையத்திலிருந்து கிழக்கில் 2.5கி.மீ தொலைவில் உள்ளது. அம்பன், அம்பாசுரன் என்ற இரண்டு அரக்கர்களைக் கொன்ற பாவம் நீங்கக் காளி பூசித்த தலம் ஆதலின், இப்பெயர் பெற்றது. அம்பர் என்பது தலத்தின் பெயர்; மாகாளம் என்பது கோயிலின் பெயர். கோயில் ஊர்நடுவில் இருக்கின்றது. வைகாசி மாதம் ஆயில்ய நாளில் சோமாசிமாற நாயனார் யாகவிழா சிறப்பாக நடைபெறும் தலம்.

சுவாமி : காளகண்டேசுவரர்

அம்மை : பட்சநாயகி

தல மரம் : கருங்காலி

தீர்த்தம் : மாகாள தீர்த்தம்

திருமுறை 1 - 83 திருஞான - 530

பண்: குறிஞ்சி

2129. அடையார் புரம்மூன்று அனல்வாய் விழஎய்து
மடையார் புனல்அம்பர் மாகா ளம்மேய
விடையார் கொடிஎந்தை வெள்ளைப் பிறைசூடும்
சடையான் கழல்ஏத்தச் சாரா வினைதானே (1)

அருஞ்சொற்பொருள்:

அடையார் - பகைவர். எய்து - அம்பு எய்து. மடை - நீர்மடை. கழல் - திருவடி.

பொழிப்புரை:

பகைவரது முப்புரம் தீப்பட்டு, வெந்து விழ, அம்பு எய்தவரும், இடபக்கொடி ஏந்தி இருப்பவரும், எம்தந்தையும், வெள்ளை நிறப்பிறைச் சந்திரனைச் சூடிஇருக்கும் சடைஉடையவரும், நீர்மடைகள் உள்ள அம்பரில் மாகாளம் கோயிலில் எழுந்தருளி இருப்பவரும், ஆகிய இறைவரது திருவடியைப் போற்றி வணங்க, வினைகள் வந்து சேராது.

2130. **தேன்ஆர் மதமத்தம் திங்கள் புனல்சூடி**
வான்ஆர் பொழில்அம்பர் மாகா ளம்மேய
ஊன்ஆர் தலைதன்னில் பலிகொண்டு உழல்வாழ்க்கை
ஆனான் கழல்ஏத்த அல்லல் அடையாவே (2)

அருஞ்சொற்பொருள்:

மதமத்தம் - செழிப்புடைய ஊமத்தம்பூ. பொழில் - சோலை வான்ஆர் - வானளாவிய. ஊன்ஆர் தலை - பிரம கபாலம். பலி - பிச்சை. ஆனான் - இடபஊர்தி உடையான். அல்லல் - துன்பம்.

பொழிப்புரை:

தேன்பொருந்திய செழிப்புடைய ஊமத்தம்பூவும், சந்திரனும், கங்கையும் சூடிக்கொண்டு, பிரம கபாலத்தில் பிச்சை ஏற்று, இடபத்தில் ஏறிவரும் வானளாவிய சோலை சூழ்ந்த அம்பரில், மாகாளம் திருக்கோயிலில், எழுந்தருளி இருக்கும் இறைவரின், திருவடியைத் தொழுவாரைத் துன்பம் நெருங்காது.

2131. **திரைஆர் புனலோடு செல்வ மதிசூடி**
விரைஆர் பொழில்அம்பர் மாகா ளம்மேய
நரைஆர் விடைஊரும் நம்பான் கழல்நாளும்
உரையா தவர்கள்மேல் ஒழியா ஊனம்மே (3)

அருஞ்சொற்பொருள்:

திரை - அலை. செல்வ மதி - வளரும் பிறை. விரை - மணம். நரை - வெள்ளை. நம்பான் - விரும்பப்படுபவன். ஊனம் - குறை (பழி).

பொழிப்புரை:

அலைவீசும் கங்கை, வளர்கின்ற பிறை ஆகியவற்றைச் சூடி, வெள்ளை நிற இடப ஊர்தியில் ஏறி வரும், மணமுள்ள சோலை சூழ்ந்த அம்பரில், மாகாளம் திருக்கோயிலில், எழுந்தருளி இருக்கும் இறைவரது திருவடியை, நாளும் போற்றி வழிபடாதவரது பழி, ஒருபோதும் ஒழியாது.

2132. **கொந்தண் பொழில்சோலைக் கோல வரிவண்டு**
மந்தம் மலிஅம்பர் மாகா ளம்மேய
கந்தம் கமழ்கொன்றை கமழ்புன்சடை வைத்த
எந்தை கழல்ஏத்த இடர்வந்து அடையாவே (4)

அருஞ்சொற்பொருள்:

கொந்து - கொத்து. அண்பொழில் - நிறைந்த சோலை. மந்தம் - தென்றல். கந்தம் - மணம். இடர் - துன்பம்.

பொழிப்புரை:

பூங்கொத்துக்கள் நிறைந்த சோலைகளில் அழகிய வண்டுகள் மொய்ப்பதும், தென்றல் காற்று வீசுவதுமாகிய அம்பரில் மாகாளம் திருக்கோயிலில் எழுந்தருளி இருக்கும் மணம் கமழும் கொன்றை மலர்மாலை சூடிய மெல்லிய சடை உடைய எம்தந்தையின் திருவடியைப் போற்றி வழிபட, துன்பம் வந்துசேராது.

2133. **அணிஆர் மலைமங்கை ஆகம் பாகமாய்**
மணிஆர் புனல்அம்பர் மாகா ளம்மேய
துணிஆர் உடையினான் துதைபொற் கழல்நாளும்
பணியாதவர் தம்மேல் பறையா பாவம்மே (5)

அருஞ்சொற்பொருள்:

அணி - அழகு. ஆகம் - உடம்பு. மணி - அழகு. துணி - துணிக்கப்பட்ட. உடை - கோவணம். பறையா - அழியா.

பொழிப்புரை:

அழகிய மலைமகளை உடம்பில் பாகமாகக் கொண்டவரும், கிழிக்கப்பட்ட கோவண உடை உடையவரும், அழகிய நீர்வளம் உடைய அம்பரில் மாகாளம் திருக்கோயிலில் எழுந்தருளி இருப்பவரும், ஆகிய இறைவரது பொன் போன்ற அழகிய திருவடிகளை நாளும் பணிந்து வழிபடாதவரது, மேல்உள்ள பாவம் அழியாது.

2134. **பண்டுஆழ் கடல்நஞ்சை உண்டு களிமாந்தி**
வண்டுஆர் பொழில்அம்பர் மாகா ளம்மேய
விண்டார் புரம்வேவ மேருச் சிலையாகக்
கொண்டான் கழல்ஏத்தக் குறுகா குற்றம்மே (6)

அருஞ்சொற்பொருள்:

களிமாந்தி - களிப்பு எய்தி. விண்டார் - பகைவர். குறுகா - நெருங்காது.

பொழிப்புரை:

முன்பு, ஆழமான கடலிலிருந்து வெளிப்பட்ட, ஆலகால விடத்தினை உண்டு, மகிழ்வு எய்தியவரும், பவைரது முப்புரம் வெந்து சாம்பலாக, மேருமலையை வில்லாக வளைத்தவரும், வண்டுகள் மொய்க்கும் சோலை சூழ்ந்த அம்பரில், மாகாளம் திருக்கோயிலில், எழுந்தருளி இருப்பவரும், ஆகிய இறைவரது திருவடியைப் போற்றி வழிபடக் குற்றமானது நெருங்காது.

2135. **மிளிரும்(ம்) அரவோடு வெள்ளைப் பிறைசூடி**
வளரும் பொழில்அம்பர் மாகா ளம்மேய
கிளரும் சடைஅண்ணல் கேடில் கழல்ஏத்தத்
தளரும்(ம்) உறுநோய்கள் சாரும் தவம்தானே (7)

அருஞ்சொற்பொருள்:

கேடில் - (கேடு+இல்) கெடுதல் இல்லாத.

பொழிப்புரை:

பளபளக்கும் பாம்புடன் வெண்மை நிறப்பிறையும் சூடி, விளங்கும் சடை உடைய தலைவரும், வளர்கின்ற சோலை சூழ்ந்த அம்பரில் மாகாளம் திருக்கோயிலில் எழுந்தருளி இருப்பவரும், ஆகிய இறைவரது கெடுதல் இல்லாத திருவடியைப் போற்றி வணங்க, பொருந்திய நோய்கள் நீங்கும்; தவமும் எளிதில் கைகூடும்.

2136. **கொலைஆர் மழுவோடு கோலச் சிலைஏந்தி**
மலைஆர் புனல்அம்பர் மாகா ளம்மேய
இலைஆர் திரிசூலப் படையான் கழல்நாளும்
நிலையா நினைவார்மேல் நில்லா வினைதானே (8)

அருஞ்சொற்பொருள்:

கோலம் - அழகு. சிலை - வில். இலை ஆர் திரிசூலம் - இலை வடிவம் உடைய முத்தலைச் சூலப்படை. நிலையா - நிலையாக.

பொழிப்புரை:

கொல்லும் தன்மை உடைய மழுப்படையையும், அழகிய வில் படையையும், கையில் ஏந்தி, மலையிலிருந்து இறங்கிவரும் நீரால் சூழப்பட்ட அம்பரில், மாகாளம் திருக்கோயிலில், எழுந்தருளி இருக்கும் இறைவரது, திருவடியை நாள்தோறும் நிலையாக நினைப்பவர்மீது, வினைகள் நில்லாது (விலகிஓடும் என்பது கருத்து).

2137. **சிறைஆர் வரிவண்டு தேன்உண்டு இசைபாட**
மறையார் நிறைஅம்பர் மாகா ளம்மேய
நறைஆர் மலரானும் மாலும் காண்புஒண்ணா
இறையான் கழல்ஏத்த எய்தும் இன்பம்மே (9)

அருஞ்சொற்பொருள்:

சிறை - இறகு. மறையார் - அந்தணர். நறை - தேன். காண்பு ஒண்ணா - காண முடியாத.

பொழிப்புரை:

இறகுகளுடன் கூடிய வரிவண்டு தேனினை உண்டு, இசைபாடுவதும், அந்தணர்கள் நிரம்பி வாழ்வதும், ஆகிய அம்பரில், மாகாளம் திருக்கோயிலில் எழுந்தருளி, தேன்நிரம்பிய தாமரை மலர்மேல் அமரும் பிரமனும், திருமாலும், தேடிக்காண முடியாத, இறைவனது திருவடியைப் போற்றி வழிபட, இன்பமானது வந்துபொருந்தும்.

2138. **மாசுஊர் வடிவுஇன்னார் மண்டை உணல்கொள்வார்**
கூசாது உரைக்கும்சொல் கொள்கை குணம்அல்ல
வாசுஆர் பொழில்அம்பர் மாகா ளம்மேய
ஈசா என்பார்கட்கு இல்லை இடர்தானே
(10)

அருஞ்சொற்பொருள்:

மாசு -அழுக்கு. இன்னார் - துன்பம் உடையவர். மண்டை - வாய்அகன்ற பனைஓலை கொண்டு செய்யப்பட்ட உண்கலம். கூசாமல் - பொய் என்று அறிந்தும் கூச்சப்படாது. வாசு - வாசம்.

பொழிப்புரை:

அழுக்கு உடல் உடையவரும், துன்பத்தை அனுபவிப்பவரும், ஆகிய சமணரும்; மண்டையில் உணவு உண்ணும் பௌத்தரும்; கூசாமல் பேசும்

சொல்லைக் குணமுடைய சொல் என்று ஏற்கவேண்டா; அவை கொள்கை உடைய சொற்கள் அல்ல; மாறாக, வாசம் பொருந்திய சோலை சூழ்ந்த அம்பரில் மாகாளம் திருக்கோயிலில் எழுந்தருளி இருக்கும் ஈசனே! என்று கூவி அழைப்பவர்க்குத் துன்பம் இல்லையாகும்.

2139. **வெரிநீர் கொளஓங்கும் வேணுபுரம் தன்னுள்**
திருமா மறைஞான சம்பந்தன சேணார்
பெருமான் மலிஅம்பர் மாகா ளம்பேணி
உருகா உரைசெய்வார் உயர்வான் அடைவாரே (11)

அருஞ்சொற்பொருள்:

வெரி - (வேரி) தேன். சேணார் பெருமான் - தேவர் தலைவனாக விளங்கும் சிவபெருமான். உயர்வான் - உயர்ந்த வானஉலகம்.

பொழிப்புரை:

தேன்போல் இனிக்கும் நீர்வளம் உடைய வேணுபுரத்தில் தோன்றிய உயரிய மறையினை ஓதும் ஞானசம்பந்தன்; தேவர்கள் தலைவனும், அம்பரில் மாகாளம் திருக்கோயிலில் எழுந்தருளி இருப்பவனும், ஆகிய பெருமான் மீது பாடிய பாடல்களை; மனம் உருகிப் பாடி வழிபடுபவர், வான்உலகைச் சென்று சேர்வர்.

திருச்சிற்றம்பலம்

198

திருஅம்பர்மாகாளம்

பதிக வரலாறு:

அம்பர்மாகாளத்தில் சம்பந்தர் பாடிய மற்றும் ஒரு பதிகம் இது.

திருமுறை 2 - 239　　　　　　　　　திருஞான - 532

பண்: நட்டராகம்

2140. புல்கு பொன்நிறம் புரிசடை
　　　நெடுமுடிப் போழ்இள மதிசூடிப்
　　　பில்கு தேன்உடை நறுமலர்க்
　　　கொன்றையும் பிணையல்செய் தவர்மேய
　　　மல்கு தண்துறை அரிசிலின்
　　　வடகரை வருபுனல் மாகாளம்
　　　அல்லும் நண்பக லும்தொழும்
　　　அடியவர்க்கு அருவினை அடையாவே　　(1)

அருஞ்சொற்பொருள்:

போழ் இளமதி - பிளந்தது போன்ற பிறைச்சந்திரன். பில்கு தேன் - சொரிகின்ற தேன். பிணையல் - மாலை. அரிசில் - அரிசில் ஆறு. அல்லும் - இரவிலும். அருவினை - நீக்க அரிய வினை.

பொழிப்புரை:

பொன்னின் நிறமுடைய முறுக்கேறிய நீண்ட முடிகள் உடைய சடையில் இளம்பிறைச் சந்திரனும், தேன் ஒழுகும் மணமுள்ள மலர்களால் ஆன கொன்றை மாலையும், சூடிய இறைவர் எழுந்தருளி இருப்பது, குளிர்ந்த நீரின் துறைகள் உடைய அரிசிலாற்றின் வடகரையில் இருக்கும் மாகாளம் திருக்கோயிலே ஆகும்; அத்தலத்து இறைவரை இரவுபகல் என, எந்நேரமும் வழிபடுபவரை, அரிய வினைகள் அணுகாது.

2141. அரவம் ஆட்டுவர் அம்துகில்
புலிஅதள் அங்கையில் அனல்ஏந்தி
இரவும் ஆடுவர் இவைஇவர்
சரிதைகள் இசைவன பலபூதம்
மரவம் தோய்பொழில் அரிசிலின்
வடகரை வருபுனல் மாகாளம்
பரவி யும்பணிந்து ஏத்தவல்
லார்அவர் பயன்தலைப் படுவாரே (2)

அருஞ்சொற்பொருள்:

அரவம் - பாம்பு. அம்துகில் - அழகிய உடை. புலிஅதள் - புலித்தோல். அங்கை - உள்ளங்கை. சரிதை - வரலாறு. மரவம் - கடம்பமரம். பயன் - சிறந்த பயன்.

பொழிப்புரை:

சிவபெருமான் பாம்பைப் பிடித்து ஆட்டுபவர்; அழகிய உடை புலியின் தோல்; உள்ளங்கையில் நெருப்பை ஏந்தி இரவிலும் நடனம் ஆடுபவர்; இவ்வாறான இவரது வரலாற்றை பூதங்கள் பலவும் இசைப் பாடல்கள் பாடி வெளிப்படுத்தும்; இவர் எழுந்தருளி இருப்பது கடம்ப மரங்கள் நிறைந்த சோலை சூழ்ந்த அரிசிலாற்றின் வடகரையில் உள்ள மாகாளம் திருக்கோயிலில் ஆகும். அத்தலத்து இறைவரைப் போற்றியும் வணங்கியும் வழிபட வல்லவர், சிறந்த பயனை அடைவார்கள்.

2142. குணங்கள் கூறியும் குற்றங்கள்
பரவியும் குரைகழல் அடிசேரக்
கணங்கள் பாடவும் கண்டவர்
பரவவும் கருத்துஅறிந் தவர்மேய
மணங்கொள் பூம்பொழில் அரிசிலின்
வடகரை வருபுனல் மாகாளம்
வணங்கும் உள்ளமோடு அணையவல்
லார்களை வல்வினை அடையாவே (3)

அருஞ்சொற்பொருள்:

குணங்கள் கூறியும் - இறைவனது எண்குணங்கள் குறித்து எடுத்துரைத்தும். குற்றங்கள் பரவியும் - தம்மீது உள்ள குற்றங்களை முன்வைத்துப் போற்றி வழிபட்டும். குரைகழல் - ஒலிக்கின்ற வீரக்கழல். கணங்கள் - பூதகணங்கள். அணைதல் - சென்றுசேர்தல்.

பொழிப்புரை:

சிவபெருமானது எண்குணங்கள் குறித்து எடுத்துக் கூறியும், தம்மிடம் உள்ள குற்றங்களை முன்வைத்துப் போற்றியும், ஒலிக்கின்ற வீரக்கழல் அணிந்துள்ள திருவடி அடைந்து; பூதகணங்கள் பாடவும், நேரில் கண்டவர் போற்றவும், ஆக அவர்களது உள்ளக்குறிப்பினை அறியும், அப்பெருமான் எழுந்தருளி இருப்பது; மணமுள்ள பூக்கள் நிறைந்த சோலையால் சூழப்பட்ட அரிசிலாற்றின் வடகரையில் உள்ள மாகாளம் திருக்கோயிலில் ஆகும். அத்தலத்து இறைவரை, 'வணங்கவேண்டும்' என்று எண்ணம் கொண்டு, வந்து சேர்ந்தவரிடம் வினைகள் சேராது.

2143. எங்கும் ஏதும்ஓர் பிணிஇலர்
    கேடுஇலர் இழைவளர் நறுங்கொன்றை
தங்கு தொங்கலும் தாமமும்
    கண்ணியும் தாம்மகிழ்ந் தவர்மேய
மங்குல் தோய்பொழில் அரிசிலின்
    வடகரை வருபுனல் மாகாளம்
கங்கு லும்பக லும்தொழும்
    அடியவர் காதன்மை உடையாரே   (4)

அருஞ்சொற்பொருள்:

தொங்கல், தாமம், கண்ணி - மாலை வகைகள். மங்குல் - மேகம். கங்குல் - இரவு. காதன்மை - அன்பு.

பொழிப்புரை:

மேகங்கள் தங்கும் உயர்ந்த சோலையால் சூழப்பட்டதும், நீர்வரத்து உடைய அரிசிலாற்றின் வடகரையில் இருப்பதும், ஆகிய மாகாளம் திருக்கோயிலில் எழுந்தருளி இருக்கும் இறைவர், இழை கொண்டு தொடுக்கப்பட்ட நறுமணமுள்ள கொன்றை மலரால் ஆன தொங்கல், தாமம், கண்ணி என பலவகை மாலைகளை விரும்பி அணிபவர்; அவரை இரவு பகல் என எந்நேரமும் தொழும் அன்புடைய அடியவர், எந்தஇடத்தும் எந்தஒரு துன்பமும் எந்த ஒரு கேடும் அடைவது இல்லை.

2144. நெதியம் என்உள போகம்மற்று
    என்உள நிலமிசை நலமாய
கதியம் என்உள வானவர்
    என்உளர் கருதிய பொருள்கூடில்

மதியம் தோய்பொழில் அரிசிலின்
வடகரை வருபுனல் மாகாளம்
புதியபூ வொடுசாந் தமும்புகையும்
கொண்டு ஏத்துதல் புரிந்தோர்க்கே (5)

அருஞ்சொற்பொருள்:

நெதியம் - நிதியம் (செல்வம்). கதியம் - வழி. மதியம் - சந்திரன். சாந்தம் - சந்தனம்.

பொழிப்புரை:

சந்திரன் வந்து தங்கும் உயர்ந்த சோலை சூழ்ந்த நீர்வரத்து உடைய அரிசில் ஆற்றின் வடகரையில் உள்ள மாகாளம் திருக்கோயிலில் எழுந்தருளி இருக்கும் இறைவரைப் புதிய பூவும், சந்தனமும், தூபமும் கொண்டு போற்றி வழிபடுதல் செய்வார்க்கு, அவர் நினைத்த பொருள் கைகூடும்; அவ்வாறிருக்க, அவர்க்கு வேறு பெற வேண்டிய செல்வம் என்ன உள்ளது ? நுகர்ச்சி என்ன உள்ளது ? இந்நிலவுலகில் பின்பற்ற வேண்டிய நெறி என்ன உள்ளது ? தேவர்களைக் கண்டு வியப்படைய என்ன உள்ளது ?

2145. **கண்உ லாவிய கதிர்ஒளி**
முடிமிசைக் கனல்விடு சுடர்நாகம்
தெண்நி லாவொடு திலதமும்
நகுதலை திகழவைத் தவர்மேய
மண்உ லாம்பொழில் அரிசிலின்
வடகரை வருபுனல் மாகாளம்
உண்நி லாநினைப்பு உடையவர்
யாவர்இவ் வுலகினில் உயர்வாரே (6)

அருஞ்சொற்பொருள்:

திலதம் - திலகம். நகுதலை - சிரிப்பது போன்ற தோற்றம் உடைய பல்லொடு கூடிய மண்டை ஓடு. தெண் நிலா - தெளிந்த சந்திரஒளி. மண்உலாம் - நிலவுலகில்.

பொழிப்புரை:

கண்ணால் காணும்படி ஒளிஉடையதாய் விளங்கும் சடாமுடிமீது கோபத்தைக் கக்குகின்ற பளபளக்கும் பாம்பு, தெளிந்த ஒளிஉமிழும் பிறைச்சந்திரன், திலகம், சிரிப்பதுபோல் தோற்றம் உடைய மண்டைஓடு, ஆகியவற்றைச் சூடி இருக்கும் இறைவர் எழுந்தருளி இருக்கும், நீர்வரத்து உடைய அரிசிலாற்றின் வடகரையில் சோலை சூழ்ந்த உலகம்

புகழும் மாகாளம் திருக்கோயிலை, மனதில் வைத்துத் தியானிப்பவர், யாவராயினும் அவர், உலகவாழ்வில் உயர் நிலையைப் பெறுவர்.

2146. தூசு தான்அரைத் தோல்உடைக்
 கண்ணிஅம் சுடர்விடு நறுங்கொன்றை
பூசு வெண்பொடிப் பூசுவது
 அன்றியும் புகழ்புரிந் தவர்மேய
மாசு உலாம்பொழில் அரிசிலின்
 வடகரை வருபுனல் மாகாளம்
பேசு நீர்மையர் யாவர்இவ்
 வுலகினில் பெருமையைப் பெறுவாரே (7)

அருஞ்சொற்பொருள்:

தூசு - உடை. கண்ணி - தலையில் அணியும் மாலைவகை. மாசு - மேகம்.

பொழிப்புரை:

தனது இடையில் உடுத்தும் உடை புலித்தோலால் ஆனது; தலையில் சூடும் மாலை ஒளியும் மணமும் உள்ள கொன்றை மலரால் ஆனது; உடம்பில் பூசிக்கொள்வது வெண்மை நிறமுடைய திருநீறு; இவை இவ்வாறு இருந்த போதிலும், சற்றும் குறையாத புகழ் உடையவர்; அவர் எழுந்தருளி இருப்பது, நீர்வரத்து உடைய அரிசிலாற்றின் வடகரையில் உள்ள, மேகம் தங்கும் சோலையால் சூழப்பட்ட, மாகாளம் திருக்கோயிலே ஆகும்; அத்தலத்து இறைவரது பெருமை பேசும் இயல்புடையவர், இந்நிலவுலகில் பெருமையுடன் வாழ்வர்.

2147. பவ்வம் ஆர்கடல் இலங்கையர்
 கோன்தனைப் பருவரைக் கீழ்ஊன்றி
எவ்வம் தீரஅன்று இமையவர்க்கு
 அருள்செய்த இறையவன் உறைகோயில்
மவ்வம் தோய்பொழில் அரிசிலின்
 வடகரை வருபுனல் மாகாளம்
கவ்வை யால்தொழும் அடியவர்
 மேல்வினைக் கனல்இடைச் செதிள்அன்றே (8)

அருஞ்சொற்பொருள்:

பவ்வம் - நீர்க்குமிழிகளுடன் கூடிய நுரை. பருவரை - பெரியமலை. எவ்வம் - துன்பம். மவ்வம் - மேகம். கவ்வை - ஆரவாரம். செதிள் - மரப்பட்டை.

வீ.சிவஞானம்

பொழிப்புரை:

நுரையுடன் கூடிய கடலால் சூழப்பட்ட இலங்கை நாட்டு அரசன் இராவணனை, பெரிய கயிலை மலையின்கீழ் இட்டு நசுக்கி, தேவர்களது துன்பத்தைப் போக்கி அருளிய இறைவன் எழுந்தருளி இருக்கும் கோயில், நீர்வரத்து மிக்க அரிசிலாற்றின் வடகரையில் மேகம் தங்கும் சோலை சூழந்த மாகாளம் ஆகும். அத்தலத்தைத் தோத்திர முழக்கம் செய்து, வழிபடும் அடியார்கள் மேல், வரஉள்ள வினையானது, தீயில் பட்ட மரப்பட்டை போல எரிந்து சாம்பலாகும்.

2148. **உய்யும் காரணம் உண்டுஎன்று**
கருதுமின் ஒளிர்கிளர் மலரோனும்
பைகொள் பாம்புஅணைப் பள்ளிகொள்
அண்ணலும் பரவநின் றவர்மேய
மைஉ லாம்பொழில் அரிசிலின்
வடகரை வருபுனல் மாகாளம்
கையி னால்தொழுது அவலமும்
பிணியும்தம் கவலையும் களைவாரே (9)

அருஞ்சொற்பொருள்:

ஒளிர்கிளர் - ஒளிவிளங்கும். பை - படம். அணை - படுக்கை. மை - கருமை (நிழல்). அவலம் - துன்பம். பிணி - நோய். களைவர் - நீங்குவர்.

பொழிப்புரை:

ஒளிவிளங்கும் தாமரை மலர்மேல் அமரும் பிரமனும், படமுடைய பாம்புப் படுக்கையில் படுத்திருக்கும் திருமாலும், வணங்கநின்ற இறைவர் எழுந்தருளி இருக்கும் கோயில், அடர்ந்த நிழல்நிறைந்த சோலையால் சூழப்பட்டதும், நீர்வரத்து உடைய அரிசிலாற்றின் வடகரையில் இருப்பதும், ஆகிய மாகாளம் ஆகும்; அதனைக் கைகூப்பி வணங்குவாரது துன்பமும் நோயும் கவலையும் நீங்கும்; எனவே உய்யும்வழி ஒன்று உலகில் இருக்கிறது என்பதை மறந்துவிட வேண்டா.

2149. **பிண்டி பாலரும் மண்டைகொள்**
தேரரும் பீலிகொண்டு உழல்வாரும்
கண்ட நூல்அரும் கடுந்தொழி
லாளரும் கழறநின் றவர்மேய

வண்டுஉ லாம்பொழில் அரிசிலின்
 வடகரை வருபுனல் மாகாளம்
பண்டு நாம்செய்த பாவங்கள்
 பற்றுஅறப் பரவுதல் செய்வோமே   (10)

அருஞ்சொற்பொருள்:

பிண்டி - அசோகமரம். மண்டை - பௌத்தரது உண்கலம். கழற - சொல்ல. பண்டு - முன்பு.

பொழிப்புரை:

அசோக மரத்தின்கீழ் அமர்ந்து தவம் செய்பவர் போல் காட்டிக் கொண்டு, மண்டையில் பிச்சை ஏற்கும் பௌத்தரும், மயிற்பீலியைக் கையில் ஏந்தித் திரியும் சமணரும், ஆகிய இவர்கள் தங்களுக்கென ஒவ்வொரு நூலை உயர்த்திப் பிடிப்பவராயும் கடுந்தொழில் உடையவராயும் விளங்குகின்றனர்; அவர்கள் கூறும் சொற்களில் சாரம் ஒன்றும் இல்லை. ஆதலால், அதனைக் கேட்க வேண்டா; மாறாக, வண்டுகள் மொய்க்கும் சோலை சூழ்ந்ததும், நீர்வரத்து உடைய அரிசில் ஆற்றின் வடகரையில் உள்ளதும், ஆகிய மாகாளம் திருக்கோயிலில் எழுந்தருளி இருக்கும் இறைவரை, முற்பிறவியில் நாம்செய்த பாவங்கள் தீருமாறு, வழிபட்டு உய்வோமாக!

2150. மாறு தன்னொடு மண்மிசை
 இல்லது வருபுனல் மாகாளத்து
ஈறும் ஆதியும் ஆகிய
 சோதியை ஏறுஅமர் பெருமானை
நாறு பூம்பொழில் காழியுள்
 ஞான சம்பந்தன தமிழ்மாலை
கூறு வாரையும் கேட்கவல்
 லாரையும் குற்றங்கள் குறுகாவே   (11)

அருஞ்சொற்பொருள்:

மாறு - மாற்று. ஆதி - முதல். சோதி - சுடர்வடிவினன். ஏறு - இடபம். நாறு - மணம் நாறும்.

பொழிப்புரை:

தனக்கு மாற்றாக ஒரு தலம் இல்லை எனும்படி நீர்வரத்து உடைய அரிசில் ஆற்றின் கரையில் உள்ள, மாகாளம் என்னும் தலத்தில் எழுந்தருளி இருக்கும், தொடக்கமும் முடிவும் இல்லாத, ஒளிப்பிழம்பாய் விளங்கும், இடபத்தின்மீது ஏறிவருகின்ற பெருமானை; மணம்வீசும் பூக்கள் நிறைந்த சோலையால் சூழப்பட்ட சீர்காழி நகரத்து ஞானசம்பந்தன் பாடிய தமிழ்ப் பாமாலையைப் பாடி, வழிபடுவாரையும் கேட்க வல்லவரையும், குற்றங்கள் குறுகாது.

திருச்சிற்றம்பலம்

199

திருஅம்பர்மாகாளம்

திருமுறை 3 - 351 திருஞான - 532

பண்: சாதாரி

2151. படியுள்ஆர் விடையினர் பாய்புலித்
    தோலினர் பாவநாசர்
பொடிகொள் மாமேனியர் பூதம்ஆர்
    படையினர் பூணநூலர்
கடிகொள் மாமலர்இடும் அடியினர்
    பிடிநடை மங்கையோடும்
அடிகளார் அருள்புரிந்த இருப்பிடம்
    அம்பர்மா காளம்தானே   (1)

அருஞ்சொற்பொருள்:

படி - உலகம். விடை - இடபம். பாவநாசர் - பாவங்களை அழிப்பவர். கடி - மணம். மாமலர் - உயரிய மலர்கள். பிடி - பெண்யானை. அடிகளார் - கடவுள். அம்பர் - தலத்தின் பெயர். மாகாளம் - கோயிலின் பெயர்.

பொழிப்புரை:

இந்நிலவுலகில் இடபத்தின்மீது எழுந்தருளி வருபவர்; பாயும் தொழில் உடைய புலியின் தோலை உடையாக உடுத்தி இருப்பவர்; பாவங்களை நீக்க வல்லவர்; திருநீற்றுப்பொடி பூசிய திருமேனி உடையவர்; பூதப்படை உடையவர்; பூணூல் அணிந்திருப்பவர்; மணமுள்ள மலர்கள் தூவி வழிபடப்படும் திருவடி உடையவர்; பெண்யானை போன்ற நடை உடைய உமாதேவியோடும் கூடி இருக்கும் கடவுள்; அவர் அருள் புரியும் இருப்பிடம், அம்பரிலுள்ள மாகாளம் திருக்கோயிலே ஆகும்.

2152. கையின்மா மழுவினர் கடுவிடம்
உண்டஎம் காளகண்டர்
செய்யமா மேனியர் ஊன்அமர்
உடைதலைப் பலிதிரிவார்
வையம்ஆர் பொதுவினில் மறையவர்
தொழுதுஎழ நடம்அதுஆடும்
ஐயன்மா தேவியோடு இருப்பிடம்
அம்பர்மா காளம்தானே (2)

அருஞ்சொற்பொருள்:

ஊன் அமர் உடைதலை - ஊன் பொருந்திய மண்டைஓடு. பலி - பிச்சை. வையம் ஆர் பொது - உலகுக்குப் பொதுவாய் விளங்கும் சிற்றம்பலம்.

பொழிப்புரை:

கையில் உயரிய மழுப்படையை ஏந்தி இருப்பவர்; கொடிய விடத்தை உண்டு தேக்கிய கரியநிறக் கண்டம் உடையவர்; சிவந்த சிறந்த திருமேனி உடையவர்; ஊனொடு பொருந்திய மண்டைஓட்டில் பிச்சை ஏற்றுத் திரிபவர்; உலகுக்குப் பொதுவாய் விளங்கும் சிற்றம்பலத்தில் வேதியர் தொழுது வணங்க நடனம் ஆடும் தலைவர்; அவர் தன் தேவியோடு எழுந்தருளி இருக்கும் இடம், அம்பர் என்னும் தலத்தில் உள்ள மாகாளம் என்னும் திருக்கோயிலே ஆகும்.

2153. பரவின அடியவர் படுதுயர்
கெடுப்பவர் பரிவுஇலார்பால்
கரவினர் கனல்அன உருவினர்
படுதலைப் பலிகொடுஏகும்
இரவினர் பகல்எரி கான்இடை
ஆடிய வேடர்பூணும்
அரவினர் அரிவையோடு இருப்பிடம்
அம்பர்மா காளம்தானே (3)

அருஞ்சொற்பொருள்:

கரவினர் - மறைந்து ஒழுகுபவர்.

பொழிப்புரை:

தன்னை வழிபடும் அடியவர் படுகின்ற துன்பத்தைப் போக்கி அருளுபவர்; இரக்கம் இல்லாதவரிடத்து மறைந்து ஒழுகுபவர்; நெருப்பு போன்ற

உருவம் உடையவர்; மண்டை ஓட்டில் பிச்சை ஏற்கும் யாசித்தல் உடையவர்; பகல் நேரத்தில் சூரியன் சுட்டெரிப்பது போல் நெருப்பு எரிகின்ற சுடுகாட்டில் நடனம் ஆடுவதற்கு வேடம் பூண்டவர்; பாம்பை அணிகலனாக அணிந்திருப்பவர்; அவர் எழுந்தருளி இருக்கும் இடம் அம்பர் நகரிலுள்ள மாகாளம் திருக்கோயிலே ஆகும்.

2154. **நீற்றினர் நீண்டவார் சடையினர்**
படையினர் நிமலர்வெள்ளை
ஏற்றினர் எரிபுரி கரத்தினர்
புரத்துளார் உயிரைவவ்வும்
கூற்றினர் கொடிஇடை முனிவுற
நனிவரும் குலவுகங்கை
ஆற்றினர் அரிவையோடு இருப்பிடம்
அம்பர்மா காளம்தானே (4)

அருஞ்சொற்பொருள்:

நீண்டவார் - மிக நீண்ட. வவ்வும் - கவரும்.

பொழிப்புரை:

திருநீற்றை அணிந்திருப்பவர்; நீண்ட சடை உடையவர்; பலவித படைக்கலங்களை ஏந்தி இருப்பவர்; இயல்பாகவே மலமற்றவர்; வெள்ளை நிற எருதை ஊர்தியாக உடையவர்; நெருப்பு ஏந்திய கை உடையவர்; முப்புரத்தை தீயிட்டுப் பொசுக்கியவர்; (முப்புரத்து அசுரர்களது உயிரைப் பறிக்கும் இயமனாக விளங்கியவர் என்றது உபசாரமாக சொன்னது; உண்மையில் அவ்வசுரர் மூவரும் சிவகணங்களில் சேர்த்துக்கொள்ளப்பட்டனர்). கொடி போன்ற இடை உடைய உமாதேவி கோபம் கொள்ளுமாறு, கங்கை என்னும் பெண்ணை சடையில் மறைத்து வைத்திருப்பவர்; அவர் உமாதேவியோடு எழுந்தருளி இருப்பது அம்பரில் உள்ள, மாகாளம் திருக்கோயிலிலே ஆகும்.

2155. **புறத்தினர் அகத்துஉளர் போற்றிநின்று**
அழுதுஎழும் அன்பர்சிந்தைத்
திறத்தினர் அறிவிலாச் செதுமதித்
தக்கன்தன் வேள்விசெற்ற
மறத்தினர் மாதவர் நால்வருக்கு
ஆலின்கீழ் அருள்புரிந்த
அறத்தினர் அரிவையோடு இருப்பிடம்
அம்பர்மா காளம்தானே (5)

அருஞ்சொற்பொருள்:

புறத்தினர் அகத்துஉளர் - இறைவர் உள்ளும் புறமும் நிறைந்தவர். செதுமதி - அழிதற்கு ஏதுவாகிய அறிவு. செற்ற - அழித்த.

பொழிப்புரை:

இறைவர் உள்ளும் புறமுமாய் விளங்குபவர்; உள்ளம் உருகி வாயினால் போற்றி நிற்கும் அடியார்களது சிந்தையில் எழுந்தருளும் தன்மை உடையவர்; அழிவுக்கு ஏதுவாகிய தீயஅறிவு உடைய தக்கன், தன்னை மதியாது செய்த வேள்வியை அழித்தவர்; அரியதவம் உடைய முனிவர் நால்வர்க்கு (சனகர், சனந்தனர், சனாதனர், சனற்குமாரர்) கல்லால மரத்தின்கீழ் இருந்து அறம், பொருள், இன்பம், வீடு என்னும் உறுதிப்பொருள் நான்கினையும் எடுத்துரைத்தவர்; அவர் எழுந்தருளி இருக்கும் இடம், அம்பர் நகரில் உள்ள, மாகாளம் திருக்கோயிலே ஆகும்.

2156. **பழகமா மலர்பறித்து இண்டைகொண்டு**
இறைஞ்சுவார் பாற்செறிந்த
குழகனார் குணம்புகழ்ந்து ஏத்துவார்
அவர்பலர் கூடநின்ற
கழகனார் கரிஉரித்து ஆடுகங்
காளர்நம் காளிஏத்தும்
அழகனார் அரிவையோடு இருப்பிடம்
அம்பர்மா காளம்தானே (6)

அருஞ்சொற்பொருள்:

பழகு - நாள்தொறும். இண்டை - மாலை வகை. பாற்செறிந்த - (பால்செறிந்த) இடத்துப் பொருந்திய. குழகனார் - இளைஞர். கழகம் - கூட்டம். கரி - யானை. கங்காளம் - முழு எலும்புக் கூடு. காளி ஏத்தும் - காளி வழிபடும் (தலவரலாறு பார்க்க).

பொழிப்புரை:

(இறைவர்), நாள்தோறும் இடைவிடாது மலர் பறித்து, மாலை தொடுத்துச் சாத்தி வணங்குவாரை விட்டு அகலாதவர்; இளமை மாறாது இருப்பவர்; அவரது எண்குணங்கள் குறித்துப் புகழ்ந்து பேசும் பலரும் கூடுகின்ற கழகத்தில் தானும் ஒருவராய் இருப்பவர்; யானையின் தோலை உரித்தவர்; முழு எலும்புக் கூட்டைத் தோளில் சுமப்பவர்; நமது

காளியானவள் போற்றி வழிபடும் அழகியர்; அவர் உமாதேவியோடு எழுந்தருளி இருக்கும் இடம், அம்பர் நகரில் உள்ள, மாகாளம் என்னும் திருக்கோயிலே ஆகும்.

2157. சங்கவார் குழையினர் தழல்அன
உருவினர் தமதுஅருளே
எங்குமாய் இருந்தவர் அருந்தவ
முனிவருக்கு அளித்துஉகந்தார்
பொங்குமா புனல்பரந்து அரிசிலின்
வடகரை திருத்தம்பேணி
அங்கம்ஆறு ஓதுவார் இருப்பிடம்
அம்பர்மா காளம்தானே (7)

அருஞ்சொற்பொருள்:

வார்குழை - நீண்ட குழை (காதணி). திருத்தம் - தீர்த்தம். அங்கம் ஆறு - வேதத்தின் ஆறு அங்கங்கள். தழல் - நெருப்பு.

பொழிப்புரை:

சங்கால் ஆன நீண்ட குழை என்னும் காதணி உடையவர்; நெருப்பு போன்ற சிவந்த திருமேனி உடையவர்; எங்குமாய் நீக்கமற நிறைந்திருப்பவர்; அரியதவம் உடைய முனிவர்களுக்குத் தம்மையே தந்து மகிழ்பவர்; பெருகி வருகின்ற நீர்ப்பெருக்கு உடைய அரசிலாற்றின் வடகரையில் உள்ள அம்பரில், மாகாளம் திருக்கோயிலில் எழுந்தருளி இருப்பவர்; வேதத்தின் ஆறு அங்கங்களையும் ஓதியவர்; அரிசிலாற்று நீரையே தீர்த்தமாக ஏற்றவர்.

2158. பொருசிலை மதனனைப் பொடிபட
விழித்தவர் பொழில்இலங்கைக்
குரிசிலைக் குலவரைக் கீழ்உற
அடர்த்தவர் கோயில்கூறில்
பெருசிலை நலம்அணி பீலியோடு
ஏலமும் பெருகநுந்தும்
அரிசிலின் வடகரை அழகுஅமர்
அம்பர்மா காளம்தானே (8)

அருஞ்சொற்பொருள்:

பொருசிலை - போர் புரியும் வில். மதனன் - மன்மதன். குரிசில் - இங்கு அரசன் என்னும் பொருள் தந்தது. குலவரை - சிறந்த (கயிலை)

மலை. பெருசிலை - பெரிய மலை. நலமணி - நன்மை மிகஉடைய மணிவகைகள். பீலி - மயிலின்பீலி. நுந்தும் - தள்ளிக்கொண்டு வரும். அழகு அமர் - அழகு பொருந்திய. பொழில் - நாடு.

பொழிப்புரை:

போர்செய்யும் கரும்புவில்லைக் கையில் ஏந்திய மன்மதனைச் சாம்பலாகுமாறு, நெற்றிக்கண் கொண்டு விழித்து நோக்கியவர்; இலங்கை நாட்டுக்கு அரசனாக இருந்த இராவணனை, உயரிய கயிலை மலையின் கீழ் இட்டு நசுக்கியவர்; அவர் எழுந்தருளி இருக்கும் கோயில், இது என்று கூறவேண்டுமாயின், அது பெரிய மலையில் இருந்து மணிவகைகள், மயிற்பீலி, ஏலம், முதலியவற்றைத் தள்ளிக் கொண்டு, ஓடிவரும் நீர்ப் பெருக்கு உடைய, அரிசில் ஆற்றின் வடகரையில் உள்ள, அழகு பொருந்திய அம்பர்நகர் மாகாளம் திருக்கோயிலே ஆகும்.

2159. வரிஅரா அதன்மிசைத் துயின்றவன்
தானும்மா மலர்உளானும்
எரியரா அணிகழல் ஏத்தஒண்
ணாவகை உயர்ந்துபின்னும்
பிரியராம் அடியவர்க்கு அணியராய்ப்
பணிவிலா தவருக்குஎன்றும்
அரியரா அரிவையோடு இருப்பிடம்
அம்பர்மா காளம்தானே (9)

அருஞ்சொற்பொருள்:

வரிஅரா - கோடுகள் உடைய பாம்பு. மிசை - மீது. துயின்றவன் - தூங்கியவன் (திருமால்). மலர்உளான் - தாமரை மலர்மேல் இருக்கும் பிரமன். எரியரா - எரிஉருவராய். அணிகழல் - அழகிய திருவடி. ஒண்ணாவகை - முடியாதபடி. பிரியராம் அடியவர் - அன்பு மிக உடைய அடியவர். அணியர் - அருகில் இருப்பவர். அரியரா - அருமை உடையவராய்.

பொழிப்புரை:

வரிகளுடன் கூடிய ஆதிசேடன் என்னும் பாம்பின்மீது பள்ளி கொள்ளும் திருமாலும், தாமரை மலர் மீது இருக்கை கொண்ட பிரமனும், தேடியும் காணமுடியா வகையில், எரிஉருவம் கொண்டு அடிமுடி காட்டாது நின்றவர்; அன்புமிக உடைய அடியார்க்கு அருகிலும், பணிவு

இல்லாதவர்க்கு அறிய அருமை உடையவராய் சேய்மையிலும் இருப்பவர்; அவர் உமாதேவியோடு எழுந்தருளி இருக்கும் இடம், அம்பர் நகரில் உள்ள, மாகாளம் திருக்கோயிலே ஆகும்.

2160. சாக்கியக் கயவர்வன் தலைபறிக்
கையரும் பொய்யினால்நூல்
ஆக்கிய மொழிஅவை பிழைஅவை
ஆதலின் வழிபடுவீர்
வீக்கிய அரவுஉடைக் கச்சையான்
இச்சையான் அவர்கட்கெல்லாம்
ஆக்கிய அரன்உறை அம்பர்மா
காளமே அடைமின்நீரே (10)

அருஞ்சொற்பொருள்:

கயவர் - கீழ்மக்கள். தலைபறிக் கையர் - தலை மயிரைப் பறித்துக் கொள்ளும் வஞ்சகர். பொய்யினால் நூல் ஆக்கி - பொய் கொண்டு எழுதப்பட்ட நூல். மொழி - உபதேசம். பிழை - தவறு. வீக்கிய - கட்டிய. இச்சை - விருப்பம். அரன் - பிறப்பை அறுப்பவன் (சிவபெருமான்). அடைமின் - சென்று அடைவீராக!

பொழிப்புரை:

பௌத்தர்களாகிய கீழ்மக்களும், தலைமுடியை வலிய பறித்துக்கொள்ளும் வஞ்சகர்களாகிய சமணர்களும், பொய்கொண்டு புனைந்த நூலில் உபதேசமாகக் கூறப்பட்டுள்ளவை, குற்றம் உடையவை ஆதலின், அவற்றைக் கேட்க வேண்டா; மாறாக, இடையில் பாம்பைக் கச்சாக அணிந்திருப்பவரும், தன்னிடம் அன்பு வைக்கும் அடியார்களுக்கு அருளுபவரும், ஆகிய பிறப்பை அறுக்கவல்ல சிவபெருமான், எழுந்தருளி இருக்கும் அம்பர்மாகாளம் சென்று சேர்வீராக! மேலும் நீவிர், அத்தலத்து இறைவரை வழிபட்டு உய்வீராக!

2161. செம்பொன்மா மணிகொழித்து எழுதிரை
வருபுனல் அரிசில்சூழ்ந்த
அம்பர்மா காளமே கோயிலா
அணங்கினோடு இருந்தகோனைக்
கம்பினார் நெடுமதில் காழியுள்
ஞானசம் பந்தன்சொன்ன
நம்பிநாள் மொழிபவர்க்கு இல்லையாம்
வினைநலம் பெறுவர்தாமே (11)

அருஞ்சொற்பொருள்:

கோன் - தலைவன். கம்பின்ஆர் நெடுமதில் - சுண்ணாம்பு கொண்டு கட்டப்பட்ட நீளமான மதில் (கம்பு - சங்கு (கிளிஞ்சல்); அதனைச் சுட்டதால் கிடைத்த சுண்ணாம்பைக் குறித்தது). நம்பி - விரும்பி. நாள் - நாளும்.

பொழிப்புரை:

செம்பொன்னின் துகள்களையும், மணிவகைகளையும், அலைகளால் தள்ளிக்கொண்டு வரும், நீர்ப்பெருக்கு உடைய அரிசிலாறு சூழ்ந்த அம்பரில், மாகாளம் கோயிலில், தனது தேவியோடு எழுந்தருளி இருக்கும் தலைவனாகிய சிவபெருமானை; சுண்ணாம்பு (சுதை) கொண்டு கட்டப்பட்ட நீண்ட மதில் உடைய சீர்காழி நகரத்து ஞானசம்பந்தன்; பாடிய பாடல்களை விரும்பி நாள்தோறும் பாடி வழிபட்டு வருபவர்க்கு, வினை இல்லை; நன்மையே பெறுவர்; இது உறுதி.

திருச்சிற்றம்பலம்

200

திருஅம்பர் பெருந்திருக்கோயில்

பதிக வரலாறு:

திருஅம்பரில் உள்ள பெருந்திருக்கோயிலை வழிபட்டுப் பாடிய பதிகம் இது.

தல வரலாறு:

பெருந்திருக்கோயில் என்பது மாடக்கோயில் என்பதைக் குறித்தது. அம்பர் திருக்கோயிலில் இருந்து கிழக்கே ஒரு கி.மீ தொலைவில் உள்ளது. கோச்செங்கட்சோழனால் கட்டப்பட்டது. யானை ஏறமுடியாதபடி படிக்கட்டுகள் அமைய செய்குன்று போல் அமைக்கப்பட்டிருக்கும். சோமாசிமாற நாயனார் அவதரித்த தலம்.

சுவாமி	:	பிரமபுரிநாதர்
அம்மை	:	பூங்குழல் நாயகி
தல மரம்	:	புன்னை
தீர்த்தம்	:	பிரம தீர்த்தம்

திருமுறை 3 - 277   திருஞான - 532

பண்: காந்தார பஞ்சமம்

2162. எரிதர அனல்கையில் ஏந்தி எல்லியில்
நரிதிரி கான்இடை நட்டம் ஆடுவர்
அரிசில்அம் பொருபுனல் அம்பர் மாநகர்க்
குரிசில் செங்கண்அவன் கோயில் சேர்வரே   (1)

அருஞ்சொற்பொருள்:

எல்லி - இரவு. நட்டம் - நடனம். குரிசில் - அரசன்.

பொழிப்புரை:

சிவபெருமான் எரிகின்ற நெருப்பைக் கையில் ஏந்தி, இரவு நேரத்தில், நரிகள் திரிகின்ற சுடுகாட்டில், நடனம் ஆடுபவர்; அவர் அரிசிலின் நீர் அழகிய கரையில் வந்து மோதுகின்ற அம்பர் மாநகரில், அரசனாகிய கோச்செங்கட்சோழன் கட்டிய கோயிலில், எழுந்தருளி இருக்கின்றார்.

2163. **மையகண் மலைமகள் பாக மாய்இருள்**
கையதுஓர் கனல்எரி கனல ஆடுவர்
ஐயநன் பொருபுனல் அம்பர்ச் செம்பியர்
செய்யகண் இறைசெய்த கோயில் சேர்வரே (2)

அருஞ்சொற்பொருள்:

மைய கண் - மை பூசிய கண். கனல - சுவாலை விட. செம்பியர் - சோழர். செய்யகண்இறை - செங்கண் சோழ அரசன்.

பொழிப்புரை:

சிவபெருமான் மைபூசிய கண்உடைய உமாதேவியை உடம்பில் ஒரு பாகமாகக் கொண்டு, இருளில் கையில் கொழுந்துவிட்டு எரிகின்ற நெருப்பை ஏந்தி நடனம் ஆடுவார்; அவர் நல்ல அரிசிலாற்றின் நீரானது, கரையை மோதும், அம்பரில், கோச்செங்கட்சோழன் கட்டிய, பெருந்திருக்கோயிலில் எழுந்தருளி இருக்கின்றார்.

2164. **மறைபுனை பாடலர் சுடர்கை மல்கஓர்**
பிறைபுனை சடாமுடி பெயர ஆடுவர்
அறைபுனல் நிறைவயல் அம்பர் மாநகர்
இறைபுனை எழில்வளர் இடம்அது என்பரே (3)

அருஞ்சொற்பொருள்:

மறை - வேதம். கை மல்க - கையில் தங்க. அறைபுனல் - ஒலிக்கின்ற நீர். இறை - அரசன். புனை - கட்டிய. எழில் - அழகு.

பொழிப்புரை:

சிவபெருமான் வேதப்பாடல்களை இசையுடன் பாடுபவர்; நெருப்பைக் கையில் ஏந்தி, பிறைசூடிய சடையானது அசைய, நடனம் ஆடுபவர்; அவர் அலைவீசி ஆரவாரம் செய்யும், அரிசில்ஆற்றின் நீரானது பாயும், வயல்வளம் உடைய அம்பர்மாநகரில், அரசனாகிய கோச்செங்கட் சோழனால் கட்டப்பட்ட, அழகு வளரும் மாடக் கோயிலே, தமது இருப்பிடம் என்று சொல்லுவர்.

2165. **இரவுமல்கு இளமதி சூடி ஈடுஉயர்**
பரவமல்கு அருமறை பாடி ஆடுவர்
அரவமோடு உயர்செம்மல் அம்பர்க் கொம்புஅலர்
மரவம்மல்கு எழில்நகர் மருவி வாழ்வரே (4)

அருஞ்சொற்பொருள்:

ஈடு - பெருமை. மரவம் - கடம்ப மரம்.

பொழிப்புரை:

சிவபெருமான் இளம் பிறைச் சந்திரனைச் சூடி, இரவு நேரத்தில், அரிய வேதத்தைப் பாடிக்கொண்டு, பெருமையில் சிறந்து விளங்கி, பாடி ஆடுவர்; பாம்பை அணிந்திருக்கும் செம்மல்; அவர், கடம்ப மரக் கிளைகளில் மலர்கள் மலர்ந்திருக்கும் அழகிய அம்பர் நகரில் பொருந்தி வாழ்பவர்.

2166. **சங்குஅணி குழையினர் சாமம் பாடுவர்**
வெங்கனல் கனல்தர வீசி ஆடுவர்
அங்குஅணி விழவுஅமர் அம்பர் மாநகர்ச்
செங்கண்நல் இறைசெய்த கோயில் சேர்வரே (5)

அருஞ்சொற்பொருள்:

கனல்தர - சுவாலை எழ. வீசி - எட்டு தோள்களை வீசி. அணி விழவு - அழகிய திருவிழாக்கள். செங்கண் நல் இறை - கோச்செங்கட் சோழன் என்னும் நல்ல அரசன்.

பொழிப்புரை:

சிவபெருமான் சங்கால் ஆன குழை (காதணி) அணிந்திருப்பவர்; சாமவேதம் பாடுபவர்; வெம்மை செய்யும் நெருப்பு, சுடர் விட்டு எரிய, அதனைக் கையில் ஏந்தி, எட்டுதோள்களையும் வீசி, நடனம் ஆடுபவர்; அவர் அழகிய முறையில் திருவிழாக்கள் நடைபெறும் அம்பர் மாநகரில் கோச்செங்கட்சோழனால் கட்டப்பட்ட கோயிலில் எழுந்தருளி இருப்பவர்.

2167. **கழல்வளர் காலினர் சுடர்கை மல்கஓர்**
சுழல்வளர் குளிர்புனல் சூடி ஆடுவர்
அழல்வளர் மறையவர் அம்பர்ப் பைம்பொழில்
நிழல்வளர் நெடுநகர் இடம்அது என்பரே (6)

அருஞ்சொற்பொருள்:

கழல்வளர் - வீரக்கழலின் ஒலிமிகும். சுழல்வளர் குளிர்புனல் - சுழிகளுடன் கூடிய குளிர்ந்த நீர்ப்பெருக்கு உடைய கங்கை. அழல்வளர் - வேள்வித் தீ பெருகுகின்ற. பைம்பொழில் - பசியசோலை. நெடுநகர் - பெருந்திருக்கோயில் (நகர் - கோயில்).

பொழிப்புரை:

சிவபெருமான் வீரக்கழலின் ஒலி மிகுகின்ற காலினை உடையவர்; கையில் சுடர்விடும் நெருப்பை ஏந்தியவர்; நீர்ச்சுழிகளை உடையதும், மேலும் பெருகுகின்றதும், குளிர்ச்சி உடையதும், நீரால் நிரம்பியதும், ஆகிய கங்கையைச் சடையில் சூடி, நடனம் ஆடுபவர்; அவரது இடம்; நாளும் வேள்வி வேட்கின்ற அந்தணர்கள் கூடி வாழ்வதும், பசிய சோலை நிழல் செய்வதும், ஆகிய அம்பர் நகரில் இருக்கும் பெருந்திருக் கோயிலே ஆகும்.

2168. **இகல்உறு சுடர்எரி இலங்க வீசியே**
பகலிடம் பலிகொளப் பாடி ஆடுவர்
அகலிடம் மலிபுகழ் அம்பர் வம்புஅவிழ்
புகலிடம் நெடுநகர் புகுவர் போலுமே (7)

அருஞ்சொற்பொருள்:

இகல்உறு - வலிமை மிகுந்த. இலங்க - விளங்க. பகல் - பகலில். அகலிடம் - இடமகன்ற நில உலகம். வம்பு - தெய்வமணம்.

பொழிப்புரை:

சிவபெருமான், வலிமை மிகுந்த சுடர்விட்டு எரியும் நெருப்பைக் கையில் ஏந்தி, எட்டுத் தோள்களை வீசிப் பாடி, நடனம் ஆடுபவர்; பகல் நேரத்தில் பலிஏற்கச் செல்பவர்; அவர் இடமகன்ற இந்நிலவுலகில் மிகுந்த புகழுடன் விளங்கும் அம்பர் நகரில், தெய்வமணம் கமழும் பெருங்கோயிலை, இடமாகக் கொண்டு, அங்கு எழுந்தருளி இருக்கின்றனர்.

2169. **எரிஅன மணிமுடி இலங்கைக் கோன்தன**
கரியன தடக்கைகள் அடர்த்த காலினர்
அரியவர் வளநகர் அம்பர் இன்பொடு
புரியவர் பிரிவுஇலாப் பூதம் சூழவே (8)

அருஞ்சொற்பொருள்:

எரி அன மணி - நெருப்பு போன்ற ஒளிஉடைய சிவந்த மாணிக்கமணி. தன - தனது. கரிஅன தடக்கை - கரிய பெரிய கை. அடர்த்த - நசுக்கிய. அரியவர் - அரிய தவம் உடையவர். பிரிவிலா பூதம் - அவரை விட்டுப் பிரிந்து செல்லாத பூதம்.

பொழிப்புரை:

சிவபெருமான், நெருப்பு போல் ஒளிவிடும் சிவந்த மாணிக்க மணி பதிக்கப்பட்ட கிரீடம் அணிந்த இலங்கை அரசன் இராவணனது கரியபெரிய கைகள் நெரிபடுமாறு, ஊன்றி நசுக்கிய திருவடி உடையவர்; அவர் அரிய தவம் உடையவர், நிறைந்து வாழும் அம்பர் நகரில், தன்னைவிட்டு எப்பொழுதும் பிரிந்து செல்லாத பூதகணங்கள் புடைசூழ, இன்பமுடன் எழுந்தருளி இருப்பவர்.

2170. **வெறிகிளர் மலர்மிசை அவனும் வெந்தொழில்**
பொறிகிளர் அரவுஅணைப் புல்கு செல்வனும்
அறிகில அரியவர் அம்பர்ச் செம்பியர்
செறிகழல் இறைசெய்த கோயில் சேர்வரே (9)

அருஞ்சொற்பொருள்:

வெறி - மணம். பொறி - புள்ளி. அரவுஅணை - பாம்புப் படுக்கை. அறிகில அரியவர் - அறிய அருமை உடையவர்.

பொழிப்புரை:

சிவபெருமான், மணம் பொருந்திய தாமரை மலர்மேல் அமரும் பிரமனும், கொல்லும் தொழில்உடைய புள்ளிகள் பொருந்திய பாம்பணையில் பள்ளி கொண்டிருக்கும் திருமாலும், காண அருமை உடையவர்; அவர் அம்பர் நகரில் கழல் அணிந்த காலினை உடைய கோச்செங்கட்சோழன் கட்டிய கோயிலில் எழுந்தருளி இருப்பவர்.

2171. **வழிதலை பறிதலை அவர்கள் கட்டிய**
மொழிதலைப் பயன்என மொழியல் வம்மினோ
அழிதலை பொருபுனல் அம்பர் மாநகர்
உழிதலை ஒழிந்துஉள்ர் உமையும் தாமுமே (10)

அருஞ்சொற்பொருள்:

வழிதலை - முடி மழித்த தலை. பறிதலை - முடி பறித்துக் கொண்ட தலை. மொழியல் - மொழிய வேண்டா. அழிதல் - அங்கும் இங்கும் என சுற்றித் திரிதல். உழிதலை ஒழிந்து - திரிவதை விடுத்து. உளர் - இருப்பர்.

பொழிப்புரை:

முடியை மழித்துக் கொண்ட தலைஉடைய பௌத்தர்களும், முடியைப் பறித்துக் கொண்ட தலைஉடைய சமணர்களும், இட்டும்கட்டியும் கூறும் உபதேச வார்த்தைகள் பயன்உடையவை என்று கருதவேண்டாம்; மாறாக, அலைவீசும் அரிசிலாற்றின் கரையில், அம்பர் நகரில், உமாதேவியும் தானுமாய் எழுந்தருளி இருக்கும் சிவபெருமானை, வழிபட வாருங்கள்! அழிவைத் தரும் வேறு நெறிகளைப் பின்பற்றிச் சுற்றித் திரிவதை நிறுத்திக் கொள்ளுங்கள்!

2172. அழகரை அடிகளை அம்பர் மேவிய
     நிழல்திகழ் சடைமுடி நீல கண்டரை
     உமிழ்திரை உலகினில் ஓதுவீர் கொள்மின்
     தமிழ்கெழு விரகினன் தமிழ்செய் மாலையே   (11)

அருஞ்சொற்பொருள்:

நிழல் - ஒளி. உமிழ்திரை - அலை வீசுகின்ற கடல். ஓதுவீர் - (சிவபெருமானைப்) புகழ்ந்து பாடுவீர்.

பொழிப்புரை:

அழகு உடையவரை, இறைவரை, அம்பர் என்னும் தலத்தில் எழுந்தருளி இருக்கும் ஒளிபொருந்திய சடாமுடி உடையவரை, நீலநிறக் கண்டம் கொண்டவரை; தமிழ்மீது தீராத காதல் உடைய ஞானசம்பந்தன், சொன்ன தமிழ்மாலையாக விளங்கும், இப்பத்துப் பாடல்களைப் பாடி, வழிபட்டுச் சிவகதி அடையுங்கள்!

திருச்சிற்றம்பலம்

201

திருக்கோட்டாறு

பதிக வரலாறு:

திருக்கடவூர் வணங்கப் புறப்பட்ட திருஞானசம்பந்தர், வழியில் சிலதலங்களை வழிபட்டுச் சென்றதாகச் சேக்கிழார் கூறுகின்றார். அதனில் கோட்டாறும் ஒன்றாக இருக்கலாம் எனக் கருத இடமுண்டு.

தல வரலாறு:

அம்பர் மாகாளத்தில் இருந்து வடகிழக்கில் 2கி.மீ தொலைவில் உள்ளது. இப்பொழுது 'கொட்டாரம்' என்று வழங்கப்படுகின்றது. இது வெள்ளையானை பூசித்துப் பேறுபெற்ற தலம்.

சுவாமி : ஐராவதேசுவரர்

அம்மை : வண்டமர் பூங்குழலி

தீர்த்தம் : சூரிய தீர்த்தம்

திருமுறை 2 - 188 **திருஞான - 533**

பண்: சீகாமரம்

2173. **கருந்தடங் கண்ணின் மாதரார் இசைசெய்யக்**
கார்அதிர் கின்ற பூம்பொழில்
குருந்த மாதவியின் விரைமல்கு கோட்டாற்றில்
இருந்தஎம் பெருமானை உள்கி இணைஅடி
தொழுது ஏத்தும் மாந்தர்கள்
வருந்தும்ஆறு அறியார் நெறிசேர் வான்ஊடே (1)

அருஞ்சொற்பொருள்:

கருந்தடங்கண் - கரிய பெரிய கண். கார் - மேகம். அதிர்கின்ற - இடிமுழக்கம் செய்கின்ற. குருந்தம் - குருந்த மரம். மாதவி - குருகத்திக் கொடி. விரை -மணம். உள்கி - நினைந்து. வருந்தும் ஆறு - துன்பம் அடையும் வழி. (ஆறு - வழி) வான்ஊடு - வீட்டுநெறியில்.

பொழிப்புரை:

கரிய பெரிய கண்உடைய மகளிர் இசைப் பாடல்களைப் பாடுவதும், அதற்கேற்ப முழவுஒலிபோல் மேகம் முழங்குவதும், அழகிய சோலைகளில் குருந்தம், மாதவி ஆகியவற்றின் மலர்மணம் கமழ்வதும், ஆகிய கோட்டாறு என்னும் தலத்தில் எழுந்தருளி இருக்கும் எமது பெருமானை, மனதால் நினைந்து, இணையடியைத் தொழுது வணங்கும் மக்கள், துன்பம் அறியார்; மேலும், வானஉலகமும் சேர்வர்.

2174. **நின்று மேய்ந்து நினைந்து மாகரி**
நீரொடும் மலர்வேண்டி வான்மழை
குன்றின் நேர்ந்துஉகுத்திப் பணிசெய்யும் கோட்டாற்றுள்
என்றும்மன்னிய எம்பிரான் கழல்ஏத்தி
வான்அரசு ஆள வல்லவர்
பொன்றுமாறு அறியார் புகழ்ஆர்ந்த புண்ணியரே (2)

அருஞ்சொற்பொருள்:

மாகரி - பெரிய யானை. வான் மழை - மேகத்தில் உள்ள மழைநீரை. குன்றின் நேர்ந்து - குன்று போல இருந்து. உகுத்தி - உகச்செய்து (திருமஞ்சனம் ஆட்டி). என்றும் - எப்பொழுதும். மன்னிய - நிலைத்து வாழும். கழல் - திருவடி. ஏத்தி - போற்றி. வான்அரசு - வானஉலக அரசு. பொன்றுதல் - அழிதல். புகழ்ஆர்ந்த - புகழ் பொருந்திய.

பொழிப்புரை:

பெரிய யானையானது நின்று, மேய்ந்து, இறைவனை நினைந்து, நீரும் மலரும் கொண்டு வழிபட முனைந்து, மேகத்திலிருந்து மழையை, ஒருகுன்று போல் இருந்து வாங்கி, உகுத்து (திருமஞ்சனம் ஆட்டி) வழிபாடு செய்யும் கோட்டாறு என்னும் தலத்தில் எப்பொழுதும் நிலைத்துத் தங்கிஇருக்கும் எமதுபெருமானது திருவடியை வணங்குபவர், வானஉலகை ஆளும் தகுதியைப் பெறுவர்; புகழ்பொருந்திய புண்ணியர் ஆவர்; அவருக்கு அழிவு என்பது இல்லையாகும்.

2175. விரவி நாளும் விழாவிடைப் பொலிதொண்டர்
 வந்து வியந்து பண்செயக்
 குரவம்ஆரும் நீழல்பொழில் மல்கு கோட்டாற்றில்
 அரவ நீள்சடை யானை உள்கிநின்று
 ஆதரித்து முன்அன்பு செய்துஅடி
 பரவு மாறுவல் லார்பழிபற்று அறுப்பாரே (3)

அருஞ்சொற்பொருள்:

குரவம் - குராமரம். நீழல் - நிழல். பொழில் - சோலை. உள்கி - நினைந்து.

பொழிப்புரை:

நாள்தோறும் நடைபெறும் திருவிழாக்களில் கலந்துகொண்டு, பொலிவு பெறும் அடியார்கள் புகழ்ந்து பாட, குராமரம் நிழல்செய்யும் சோலை சூழ்ந்த கோட்டாற்றில் எழுந்தருளி இருக்கும், பாம்பு அணிந்த சடைஉடைய பெருமானை நினைந்து, அன்பு செய்து, திருவடியைப் போற்றி வழிபடும் வல்லமை உடையவர், பழி, பற்று, ஆகிய குற்றங்களை அறுப்பர்.

2176. அம்பின் நேர்விழி மங்கைமார் பலர்ஆடு
 அகம்பெறு மாட மாளிகைக்
 கொம்பின் நேர்துகிலின் கொடிஆடு கோட்டாற்றில்
 நம்பனே நடனே நலம்திகழ் நாதனே
 என்று காதல் செய்தவர்
 தம்பின்நேர்ந்து அறியார் தடுமாற்ற வல்வினையே (4)

அருஞ்சொற்பொருள்:

அம்பின் நேர் விழி - அம்பு போன்ற கண். ஆடு அகம் - நடனம் ஆடும் இடமாக விளங்கும். கொம்பின் நேர் துகில் கொடி - கொம்பில் கட்டப்பட்ட துணிக்கொடி. தம் பின் - தம் பின்னே. தடுமாற்ற வல்வினை - தடுமாற்றம் உண்டுபண்ணும் வலியவினை.

பொழிப்புரை:

அம்பு போன்ற கூரிய பார்வை கொண்ட கண்உடைய மகளிர் பலரும் நடனம் பயில்கின்ற கூடங்களுடன் கூடிய மாடமாளிகைகளில் கொம்பின் நுனியில் துணிக்கொடிகள் பறக்கின்ற கோட்டாறு என்னும் தலத்தில் எழுந்தருளி இருக்கும் இறைவனை; நம்பனே என்றும், நடனம்

ஆடுபவனே என்றும், நன்மை செய்யும் தலைவனே என்றும், அன்பு செய்து வழிபடுவாரைத் தடுமாற்றம் செய்யும் வலியவினை பற்றாது.

2177. **பழைய தம்அடி யார்துதி செயப்பார்**
உளோர்களும் விண்உ ளோர்தொழக்
குழலும் மொந்தைவிழா ஒலிசெய்யும் கோட்டாற்றில்
கழலும் வண்சிலம் பும்ஒலி செயக்கான்
இடைக்கணம் ஏத்த ஆடிய
அழகன் என்றுஎழுவார் அணியாவர் வானவர்க்கே (5)

அருஞ்சொற்பொருள்:

பார்உளோர் - நிலவுலகில் உள்ளோர். குழல், மொந்தை - வாத்திய வகைகள். கழல், சிலம்பு - அணிகல வகைகள். கான் - காடு (சுடுகாடு). 'வானவர்க்கு அணியாவர்' - என்று கூட்டி உரைக்க.

பொழிப்புரை:

தமது பழைய அடியார்களும், நிலஉலகில் உள்ளவர்களும், வானஉலகில் உள்ளவர்களும், தொழுது வணங்க; குழல், மொந்தை, முதலிய வாத்தியங்கள் ஒலிக்க, திருவிழாவின் ஆரவாரம் நீங்காத கோட்டாறு என்னும் தலத்தில் எழுந்தருளி இருக்கும் இறைவரை, 'வீரக்கழலும், விலைமதிப்புள்ள சிலம்பும், ஒலிக்கச் சுடுகாட்டில் பூதகணங்கள் சூழநின்று போற்ற நடனம் ஆடிய அழகன்' என்று போற்றி வழிபடுபவர், தேவர்களுக்கு அண்மையில் இருக்கும் பேற்றினைப் பெறுவர்.

2178. **பஞ்சின் மெல்லடிமா தர்ஆட வர்பத்தர்**
சித்தர்கள் பண்பு வைகலும்
கொஞ்சி இன்மொழியால் எழில்மல்கு கோட்டாற்றில்
மஞ்சனே மணியே மணிமி டற்று
அண்ணலே எனஉள் நெகிழ்ந்தவர்
துஞ்சுமாறு அறியார் பிறவார்இத் தொன்நிலத்தே (6)

அருஞ்சொற்பொருள்:

பஞ்சின் மெல்லடி - பஞ்சு போன்ற மென்மையான அடி. வைகலும் - நாள்தோறும். எழில்மல்கு - அழகு பெருகும். மஞ்சன் - மைந்தன் (வலிமை உடையவன்). மணிமிடறு - நீலமணி போன்ற கரியநிறக் கண்டம். துஞ்சல் - இறத்தல். தொன்நிலம் - பழைமையான நில உலகம்.

பொழிப்புரை:

பஞ்சு போன்ற மெல்லிய அடி உடைய பெண்கள், ஆண்கள், பத்தர்கள், சித்தர்கள், ஆகியோர் நாள்தோறும் இறைவனது பண்புநலன்களை இனியமொழி கொண்டு எடுத்துரைக்கும் அழகுமிகும் கோட்டாறு என்னும் தலத்தில் எழுந்தருளி இருக்கும் இறைவனை, மைந்தனே என்றும், மணியே என்றும், நீலமணி போன்ற கண்டம் உடையவனே என்றும், தலைவனே என்றும், உள்ளம் நெகிழ்ந்து வாழ்த்துவாரை, இறப்பு நெருங்காது ; அவர் மீண்டும் இந்நிலவுலகில் வந்து பிறக்கவும் மாட்டார்.

2179. **கலவ மாமயிலாள் ஒருபங்க னைக்கண்டு**
கண்மிசை நீர்நெ கிழ்த்துஇசை
குலவு மாறுவல்லார் குடிகொண்ட கோட்டாற்றில்
நிலவு மாமதி சேர்சடை உடைநின்
மலாஎன உன்னு வார்அவர்
உலவு வானவரின் உயர்வாகுவது உண்மைஅதே (7)

அருஞ்சொற்பொருள்:

கலவம் - தோகை. கண்மிசை - கண்ணில். நீர் நெகிழ்த்து - நீரினை உகுத்து. இசை குலாவுமாறு -இசைப்பாடல்களினால் தோத்திரம் செய்து. நிலவு - சந்திர ஒளி. உன்னுவார் - நினைப்பவர்.

பொழிப்புரை:

தோகையுடன் கூடிய மயில் போன்ற அழகிய சாயல்உடைய உமாதேவியை ஒருபாகமாகக் கொண்ட சிவபெருமானைக் கண்டு, கண்ணில் நீரினை உகுத்துத் தோத்திரம் செய்ய வல்லவர்கள், கூடிவாழும் கோட்டாறு என்னும் தலத்தில் எழுந்தருளி இருக்கும், சந்திரனின் ஒளி பரவியுள்ள சடை உடையவனும், இயல்பிலே மலமற்றவனும், ஆகிய இறைவனைத் தியானிப்பவர், வானஉலகில் உள்ள தேவர்களை விடவும், மேலான வாழ்வினைப் பெறுவர்.

2180. **வண்டல் ஆர்வயல் சாலி ஆலை .**
வளம்பொலிந் திடவார் புனல்திரை
கொண்டலார் கொணர்ந்துஅங்கு உலவும்திகழ் கோட்டாற்றில்
தொண்டு எலாம்துதி செய்ய நின்ற
தொழிலனே கழலால் அரக்கனை
மிண்டுஎலாம் தவிர்த்துஎன் உகந்திட்ட வெற்றிமையே (8)

அருஞ்சொற்பொருள்:

வண்டல் - வண்டல் மண். சாலி - நெல். ஆலை - கரும்பு ஆலை. கொண்டலார் - தென்றல். தொண்டு - தொண்டர். மிண்டு - வலிமை. எலாம் - எல்லாம். வெற்றிமை - வென்ற தன்மை.

பொழிப்புரை:

வண்டல்மண் படிந்துள்ள வயல்களில் சாலி என்னும் நெல்விளைந் திருப்பதும், ஆங்காங்கே கரும்பு காய்ச்சும் ஆலைகளை உடையதும், ஆகிய வளமானது நிறைந்து, தென்றல் காற்று உலவுகின்ற கோட்டாறு என்னும் தலத்தில் எழுந்தருளி இருக்கும் இறைவரை, 'தொண்டர்கள் எல்லாம் கூடிநின்று வணங்குமாறு செய்தவரே! இராவணனைக் காலால் நெரித்து வலிமை இழக்கச் செய்த வெற்றி உடையவரே!' என்று சொல்லிப் போற்றி வழிபடுவோமாக!

2181. **கருதிவந்து அடியார் தொழுதுஎழக் கண்ண**
ணோடுஅயன் தேட ஆனையின்
குருதிமெய் கலப்ப உரிகொண்டு கோட்டாற்றில்
விருதி னான்மட மாதும் நீயும்
வியப்போடும் உயர்கோயில் மேவிவெள்
எருதுஉகந் தவனேஇரங் காய்உனது இன்னருளே (9)

அருஞ்சொற்பொருள்:

'அடியார் கருதிவந்து தொழுதுஎழ' - எனக்கூட்டி உரைக்க. கண்ணன் - இங்கு திருமாலைக் குறித்தது. அயன் - பிரமன். ஆனை - யானை. குருதி - இரத்தம். விருதினான் - விருதுகளால். மடமாது - இளம்பெண். வெள்எருது - வெண்மை நிற இடப ஊர்தி.

பொழிப்புரை:

அடியார்கள் நினைந்து வந்து வணங்கி எழ, திருமாலும் பிரமனும் தேட, யானையின் தோலை உரித்து, அதன் இரத்தம் உடம்பில் படுமாறு மேலாடையாகப் போர்த்தி, கோட்டாறு என்னும் தலத்தில் உயர்ந்த கோபுரங்களுடன் கூடிய திருக்கோயிலில் எழுந்தருளி இருக்கும் பெருமானே! பல வெற்றியின் அடையாளங்கள் உடையவனாய், இளம் பெண்ணாகிய உமாதேவியோடு கூடி, காண்பார் வியப்புற எருதின்மீது விரும்பி ஏறி வருபவனே! உனது இனிய திருவருளை வழங்க, இரக்கம் காட்டுவாயாக!

2182. உடைஇ லாது உழல்கின்ற குண்டரும்
ஊணரும் தவத்தாய சாக்கியர்
கொடைஇலார் மனத்தார் குறையாரும் கோட்டாற்றில்
படையில் ஆர்மழு ஏந்தி ஆடிய
பண்பனே இவர்என் கொலோநுனை
அடைகிலாத வண்ணம் அருளாய்உன் அடியவர்க்கே (10)

அருஞ்சொற்பொருள்:

உழல்கின்ற - சுற்றித் திரிகின்ற. ஊண் அரும் தவம் - உணவு உண்ணாத தவம். கொடை இலார் - உலோபி. நுனை - உன்னை.

பொழிப்புரை:

உடை உடுத்தாது சுற்றித் திரியும் சமணக் குண்டர்களும், உணவு உண்ணாது நோன்பு மேற்கொள்ளும் பௌத்தரும், உலோப மனம் (கஞ்சத்தனம்) உடையவர்; அக்குறை நீங்கக் கோட்டாற்றில் எழுந்தருளி, ஆயுதமாக மழுவினைக் கையில் ஏந்தி, நடனம் ஆடுபவனே! சமணரும் பௌத்தரும் உன்னை வந்து அடையாதது, என்ன காரணத்தினாலோ? இதுகுறித்து நமது அடியார்களுக்கு எடுத்துக் கூறுவாயாக!

2183. கால னைக்கழ லால்உதைத் துஒரு
காமனை கனலாகச் சீறிமெய்
கோல வார்குழலாள் குடிகொண்ட கோட்டாற்றில்
மூல னைமுடிவு ஒன்றுஇலாத எம்முத்த
னைப்பயில் பந்தன் சொல்லிய
மாலை பத்தும்வல் லார்க்குஎளிதாகும் வானகமே (11)

அருஞ்சொற்பொருள்:

கழல் - திருவடி. கனலாகச் சீறி - நெருப்புபட்டு அழியுமாறு சினந்து. கோலம் - அழகு. வார் - நீண்ட. மூலன் - அநாதிகாரணன். முத்தன் - இயல்பாகவே பாசங்களில் இருந்து நீங்கி இருப்பவன். வானகம் - வீடு.

பொழிப்புரை:

இயமனைக் காலால் உதைத்து, மன்மதனை நெருப்புபட்டு அழியுமாறு சினந்து, திருமேனியில் அழகிய நீண்ட கூந்தல் உடைய உமாதேவியைப் பாகம் கொண்ட கோட்டாற்றில் எழுந்தருளி இருக்கும் பெருமானை, அநாதிகாரணனை, முடிவு என்ற ஒன்று இல்லாத முத்தனை, ஞான சம்பந்தன் புகழ்ந்து சொன்ன பாமாலை பத்தினையும், பாடி வழிபட வல்லவர்க்கு, வீடுபேறு எளிதில் கிடைக்கும்.

202

திருக்கோட்டாறு

திருமுறை 3 - 270   திருஞான - 533

பண்: காந்தார பஞ்சமம்

2184. வேதியன் விண்ணவர் ஏத்தநின்
    றான்விளங் கும்மறை
ஓதிய ஒண்பொருள் ஆகிநின்
    றான்ஒளி ஆர்கிளி
கோதிய தண்பொழில் சூழ்ந்துஅழகு
    ஆர்திரு கோட்டாற்றுள்
ஆதியை யேநினைந்து ஏத்தவல்
    லார்க்குஅல்லல் இல்லையே   (1)

அருஞ்சொற்பொருள்:

ஒளிஆர் கிளி - அழகிய கிளி. கோதிய - கொஞ்சுகின்ற. பொழில் - சோலை. ஆதி - முதற்கடவுள். அல்லல் - துன்பம்.

பொழிப்புரை:

வேதத்தை உலகுக்குச் சொன்னவன்; தேவர்கள் வணங்க நின்றவன்; விளங்குகின்ற அறம் பொருள் இன்பம் வீடு என்னும் மறை நான்கினையும் சொன்ன ஒள்ளிய பொருளாய் விளங்குபவன்; முதற்கடவுள்; அவன் அழகிய கிளிகள் பயில்கின்ற குளிர்ந்த சோலையால் சூழப்பட்டு அழகுற விளங்கும் திருக்கோட்டாறு என்னும் தலத்தில் எழுந்தருளி இருக்கிறான்; அப்பெருமானை நினைந்து போற்றி வழிபடும் வல்லமை உடையவர்க்குத் துன்பம் என்பது இல்லையாகும்.

2185. ஏலம லர்க்குழல் மங்கைநல்
லாள்இம வான்மகள்
பால்அம ரும்திரு மேனிஎங்
கள்பர மேட்டியும்
கோலம லர்ப்பொழில் சூழ்ந்துஎழில்
ஆர்திருக் கோட்டாற்றுள்
ஆலநீ ழல்கீழ் இருந்துஅறம்
சொன்ன அழகனே (2)

அருஞ்சொற்பொருள்:

ஏலம் - மயிர்ச்சாந்து. குழல் - கூந்தல். பரமேட்டி - மேலான இறைவன். கோலம் - அழகு. ஆலநீழல் - கல்லால மரநிழல்.

பொழிப்புரை:

மயிர்ச்சாந்தும் மலரும் அணிந்துள்ள நல்ல பெண்மணியும், இமயமலை அரசனது மகளும், ஆகிய பார்வதியை உடம்பில் ஒருபாக மாகக் கொண்ட எங்களது மேலான இறைவன், அழகு விளங்கும் மலர்கள் நிறைந்துள்ள சோலை சூழ்ந்த கோட்டாறு என்னும் தலத்தில் எழுந்தருளி இருப்பவன்; அவன் கல்லால மரநிழலில் இருந்து அறம் உரைத்த அழகனும் ஆவன்.

2186. இலைமல்கு சூலம்ஒன்று ஏந்தினா
னும்இமை யோர்தொழ
மலைமல்கு மங்கைஓர் பங்கனாய்
அம்மணி கண்டனும்
குலைமல்கு தண்பொழில் சூழ்ந்தஅழகு
ஆர்திருக் கோட்டாற்றுள்
அலைமல்கு வார்சடை ஏற்றுஉகந்த
அழகன் அன்றே (3)

அருஞ்சொற்பொருள்:

இலை மல்கு - இலை போன்ற. இமையோர் - தேவர். அம்மணி - அழகிய நீலமணி. அழகுஆர் - அழகு விளங்கும். உகந்த - மகிழ்ந்த.

பொழிப்புரை:

இலை போன்ற வடிவ ஒற்றுமை உடைய சூலப்படை ஒன்றினை ஏந்தி இருப்பவன்; தேவர்கள் தொழுமாறு மலைமகளாகிய பார்வதி

பாகனாய் விளங்குபவன்; அழகிய நீலமணி போன்ற விடம் தங்கிய கண்டம் உடையவன்; பலவித காய்களும் கனிகளும் குலைகளாகக் காய்த்துத் தொங்கும் சோலையால் சூழப்பட்ட திருக்கோட்டாறு என்னும் தலத்தில் எழுந்தருளி இருப்பவன்; அவன் கங்கையைச் சடையில் தாங்கிய அழகனும் ஆவன்.

2187. **ஊன்அம ரும்உட லுள்இருந்த**
அவ்உமை பங்கனும்
வான்அம ரும்மதி சென்னிவைத்
தமறை ஓதியும்
தேன்அம ரும்மலர்ச் சோலைசூழ்ந்
ததிருக் கோட்டாற்றுள்
தான்அம ரும்விடை யானும்எங்
கள்தலை வன்அன்றே (4)

அருஞ்சொற்பொருள்:

ஊன் அமரும் உடல் - ஊனால் ஆகிய உடம்பு. விடையான் - இடப ஊர்தி உடையவன்.

பொழிப்புரை:

ஊனால் ஆன உடம்பின் உள் இருக்கும் உயிரில் கலந்திருக்கும் உமாதேவி பாகனும், வானில் உலவும் சந்திரனைச் சடையில் சூடிய வேதம் ஓதியவனும், தேன்பொருந்திய மலர்கள் உடைய சோலை சூழ்ந்த கோட்டாறு என்னும் தலத்தில் எழுந்தருளி இருப்பவனும், தான் ஏறி அமர்ந்து ஊர்ந்து வர இடப ஊர்தி உடையவனும், ஆகிய சிவபெருமான் எங்களது தலைவன் ஆவன்.

2188. **வம்புஅல ரும்மலர்க் கோதைபா**
கம்திகழ மைந்தனும்
செம்பவ ளத்திரு மேனிவெண்
நீறுஅணி செல்வனும்
கொம்புஅம ரும்மலர் வண்டுகெண்
டும்திருக் கோட்டாற்றுள்
நம்பன் எனப்பணி வார்க்குஅருள்
செய்எங்கள் நாதனே (5)

அருஞ்சொற்பொருள்:

வம்பு - மணம். மலர்க்கோதை - பூச்சூடிய கூந்தல் உடைய உமாதேவி. கொம்பு - கிளை. கெண்டுதல் - கிளறுதல். நம்பன் - விரும்பப்படுபவன்.

பொழிப்புரை:

மணமுள்ள மலர்கள் சூடிய கூந்தல் உடைய உமாதேவியைப் பாகமாகக் கொண்டு விளங்கும் வலிமை உள்ளவனும், சிவந்த பவளம் போன்ற திருமேனியில் வெண்மை நிறத் திருநீறு பூசிய செல்வனும், கிளைகளில் மலரும் மலர்களில் வண்டுகள் அமர்ந்து கிளரும் திருக்கோட்டாறு என்னும் தலத்தில் எழுந்தருளி இருக்கும் நம்பனும், ஆகிய எங்களது தலைவனே! என்று வணங்குபவர்க்கு அருளுவாயாக!

2189. பந்துஅம ரும்விரல் மங்கைநல்
    லாள்ஒரு பாகமா
வெந்துஅம ரும்பொடிப் பூசவல்
    லவிகிர் தன்மிகும்
கொந்துஅம ரும்மலர்ச் சோலைசூழ்ந்
    ததிருக் கோட்டாற்றுள்
அந்தண னைநினைந்து ஏத்தவல்
    லார்க்குஇல்லை அல்லலே (6)

அருஞ்சொற்பொருள்:

அமரும் - போன்ற என்னும் பொருளில் வந்தது. விகிர்தன் - பல மாறுபாடுகள் உடையவன். கொந்து - கொத்து.

பொழிப்புரை:

பந்துபோல் திரண்ட விரல்கள் உடைய உமாதேவி என்னும் நல்ல பெண்மணியை உடம்பின் ஒரு பாகமாக வைத்து இருப்பவனும், வெந்த திருநீற்றுப் பொடியைப் பூசவல்ல பல மாறுபாடுகள் உடையவனும், மலர்க்கொத்துக்கள் நிறைந்த சோலையால் சூழப்பட்ட திருக்கோட்டாறு என்னும் தலத்தில் எழுந்தருளி இருக்கும் அந்தணனும், ஆகிய இறைவனைப் போற்றி வழிபட வல்லார்க்குத் துன்பமானது இல்லையாகும்.

2190. துண்டுஅம ரும்பிறை சூடிநீ
    டுசுடர் வண்ணனும்
வண்டுஅ மரும்குழல் மங்கைநல்
    லாள்ஒரு பங்கனும்

தெண்திரை நீர்வயல் சூழ்ந்தஅழ
கார்திருக் கோட்டாற்றுள்
அண்டமும் எண்திசை ஆகிநின்
றஅழ கன்அன்றே (7)

அருஞ்சொற்பொருள்:

துண்டு அமரும் பிறை - துண்டிக்கப்பட்ட சந்திரப்பிறை. குழல் - கூந்தல். தெண்திரை - தெளிந்த அலை.

பொழிப்புரை:

சந்திரனைப் பிளந்தது போல் விளங்கும் பிறையைச் சூடி, உயர்ந்து நிற்கும் தீச்சுடர் போல் சிவந்த நிறம் உடையவன்; வண்டு மொய்க்கும் மலர் அணிந்த கூந்தல் உடைய உமாதேவியை ஒரு பாகமாகக் கொண்டவன்; தெளிந்த அலைவீசும் நீரால் நிரம்பிய வயல்வளம் உடைய அழகிய கோட்டாறு என்னும் தலத்தில் எழுந்தருளி இருக்கும் சிவபெருமான்; அவன் அண்டங்களாகவும் பத்து திசைகளாகவும் விளங்கும் அழகன் ஆவன்.

2191. இரவுஅம ரும்நிறம் பெற்றுஉடை
யஇலங் கைக்குஇறை
கரவுஅம ரக்கயி லைஎடுத்
தான்வலி செற்றவன்
குரவுஅம ரும்மலர்ச் சோலைசூழ்ந்
ததிருக் கோட்டாற்றுள்
அரவுஅம ரும்சடை யான்அடி
யார்க்குஅருள் செய்யுமே (8)

அருஞ்சொற்பொருள்:

இரவு அமரும் நிறம் - இரவு போன்ற நிறம் (கருமை நிறம்). கரவு அமர - வஞ்சனை பொருந்த. குரவு - குராமரம். அரவு - பாம்பு.

பொழிப்புரை:

கருமை நிறம்உடைய இலங்கை நாட்டுக்கு அரசனாகிய இராவணன் வஞ்சனையால் கயிலை மலையைப் பெயர்க்க, அவனது வலிமையை அழித்தவன்; குராமரங்களும் மணமலர்களும் நிறைந்த சோலையால் சூழப்பட்ட கோட்டாறு என்னும் தலத்தில் எழுந்தருளி இருக்கும் பாம்பை அணிகலனாகப் பூண்ட சடை உடைய சிவபெருமான்; அவன் தனது அடியார்களுக்கு அருள்செய்யும் இயல்பு உடையவன்.

2192. ஓங்கிய நாரணன் நான்முக
னும்உண ராவகை
நீங்கிய தீஉரு வாகிநின்
றநிம லன்நிழல்
கோங்குஅம ரும்பொழில் சூழ்ந்துஎழில்
ஆர்திருக் கோட்டாற்றுள்
ஆங்குஅம ரும்பெரு மான்அம
ரர்க்குஅம ரன்அன்றே (9)

அருஞ்சொற்பொருள்:

ஓங்கிய - செருக்கால் உயர்ந்த. நிமலன் - மலமற்றவன். எழில் - அழகு. அமரர்க்கு அமரன் - தேவ தேவன்.

பொழிப்புரை:

செருக்கினால் உயர்ந்த திருமாலும் பிரமனும் உணரமுடியாதபடி, உயர்ந்து நின்ற நெருப்பு உருவம் கொண்ட மலமற்றவன்; நிழல்தரும் கோங்க மரங்கள் நிறைந்த சோலை சூழ்ந்த அழகிய திருக்கோட்டாறு என்னும் தலத்தில் எழுந்தருளி இருக்கும் சிவபெருமான், அவன் தேவர்களுக்கும் தேவனாய் விளங்குகின்றான்.

2193. கடுக்கொடுத் ததுவர் ஆடையர்
காட்சிஇல் லாததுஓர்
தடுக்குஇடுக் கிச்சம ணேதிரி
வார்கட்குத் தன்அருள்
கொடுக்ககில் லாக்குழ கன்அம
ரும்திருக் கோட்டாற்றுள்
இடுக்கண்இன் றித்தொழுது வார்அம
ரர்க்குஇறை யாவரே (10)

அருஞ்சொற்பொருள்:

கடு - கடுக்காய். தடுக்கு - பாய். குழகன் - எப்பொழுதும் இளமையாய் இருப்பவன். இடுக்கண் - துன்பம் (சிரமம்). அமரர்க்கு இறை - தேவர் தலைவன்.

பொழிப்புரை:

கடுக்காய் ஊறிய நீரினால் சாயம் ஏற்றப்பட்ட காவி உடை உடுத்தும் பௌத்தரும், சிறிய பாய் ஒன்றைக் கக்கத்தில் இடுக்கியபடி சுற்றித்

திரியும் சமணரும், ஆகியவர்க்குத் தன்அருளை ஒருபோதும் வழங்காதவர்; எப்பொழுதும் இளமை மாறாது இருப்பவர்; அவர் எழுந்தருளி இருக்கும் திருக்கோட்டாறு என்னும் தலத்தை எந்தவித சிரமமும் இன்றி இயல்பாக வணங்குபவர், தேவர்களுக்குத் தலைவராகும் பேறு பெறுவர்.

2194. **கொடிஉயர் மால்விடை ஊர்தியி**
னான்திருக் கோட்டாற்றுள்
அடிகழல் ஆர்க்கநின்று ஆடவல்
லஅரு ளாளனைக்
கடிகம ழும்பொழில் காழியுள்
ஞானசம் பந்தன்சொல்
படிஇவை பாடிநின்று ஆடவல்
லார்க்குஇல்லை பாவமே (11)

அருஞ்சொற்பொருள்:

மால்விடை - பெரிய இடபம். ஆர்க்க - ஒலிக்க. கடி - மணம்.

பொழிப்புரை:

தனது கொடியில் எழுதும் பெரிய இடபத்தை ஊர்தியாக உடையவன்; கோட்டாறு என்னும் தலத்தில் எழுந்தருளி இருப்பவன்; காலில் அணிந்திருக்கும் வீரக்கழல் ஒலிக்க நின்று நடனம் ஆடுபவன்; அருளாளன்; அப்பெருமானை மணம் கமழும் சோலையால் சூழப்பட்ட சீர்காழி ஞானசம்பந்தன் பாடிய, இப்பாடல்களைப் பாடி, ஆட வல்லவர்க்குப் பாவம் இல்லையாகும்.

திருச்சிற்றம்பலம்

203

திருக்கடவூர் வீரட்டம்

பதிக வரலாறு:

பிள்ளையாரும் அப்பரும், திருக்கடவூர் நோக்கி வருவது அறிந்த கலயநாயனார், எதிர்சென்று வழிபட, அப்பொழுது வீரட்டம் திருக்கோயிலை அடைந்து, வலமாக வந்து, இயமனை உதைத்த திருவடியை வணங்கிப் பிள்ளையார் பாடிய பதிகம் இது.

தல வரலாறு:

மயிலாடுதுறை - தரங்கம்பாடி இரயில் வழித்தடத்தில் திருக்கடவூர் உள்ளது. மயிலாடுதுறையிலிருந்து பேருந்தில் செல்லலாம்.

திருமால் முதலிய தேவர்கள், அமுத குடத்தை வைத்த இடம் ஆதலின் இத்தலம் கடவூர் ஆயிற்று (கடம் - குடம்). இயமனை உதைத்த தலம் ஆதலின், வீரட்டம் ஆயிற்று. ஏழு கன்னிகள், துர்க்கை முதலியோர் வழிபட்டுப் பேறு பெற்ற தலம். குங்குலியக் கலய நாயனாரும் காரி நாயனாரும் அவதரித்த தலம்.

திருமால் கொண்டு வந்து வைத்த அமுதகுடம் அமுதலிங்கமாக மாறிற்று. இயமனைக் கொன்ற தலம் ஆதலின் காலசங்கார மூர்த்திக்கு தனிச்சந்நிதி உண்டு. அவர் எதிரே இயமனது உருவமும் இருக்கின்றது. இயம வாதனையைக் கடக்க விரும்புவோர் இன்றளவும் இத்தலத்துக்கு வந்து வழிபட்டுச் செல்கின்றனர்.

சுவாமி	:	அமிர்தகடேசர்
அம்மை	:	அபிராமி அம்மை
தல மரம்	:	வில்வம், சாதி முல்லை
தீர்த்தம்	:	அமிர்த புட்கரணி, கால தீர்த்தம்

பண்: காந்தார பஞ்சமம்

2195. சடைஉடை யானும்நெய் ஆடலா
னும்சரி கோவண
உடைஉடை யானும்மை ஆர்ந்த
ஒண்கண் உமைகேள்வனும்
கடைஉடை நன்நெடு மாடம்ஓங்
கும்கட வூர்தனுள்
விடைஉடை அண்ணலும் வீரட்டா
னத்துஅரன் அல்லனே (1)

அருஞ்சொற்பொருள்:

ஆடல் - திருமஞ்சனம் ஆடுதல். மை ஆர்ந்த ஒண் கண் - மை பூசிய ஒளிஉடைய கண். கடை - வீட்டுவாயிலின் கடை (முற்றம்). விடை - இடபம். அரன் - பிறப்பை அறுப்பவன் (சிவபெருமான்).

பொழிப்புரை:

சடாமுடி உடையவன், நெய்கொண்டு திருமஞ்சனம் ஆடுபவன், சரிந்த கோவண உடை உடையவன், மைபூசிய ஒளிபொருந்திய கண்உடைய உமாதேவியின் கணவன், முற்றங்களுடன் கூடிய நல்ல நெடிய மாடி வீடுகள் நிறைந்திருக்கும் கடவூரில் இடப ஊர்தி உடைய தலைவனாய் விளங்குபவன், அவன் வீரட்டம் திருக்கோயிலில் எழுந்தருளி இருக்கும், பிறப்பை அறுக்கவல்ல பெருமான் அல்லனோ?

2196. எரிதரு வார்சடை யானும்வெள்
ளைஎருது ஏறியும்
புரிதரு மாமலர்க் கொன்றைமா
லைபுனைந்து ஏத்தவே
கரிதரு காலனைச் சாடினா
னும்கட வூர்தனுள்
விரிதரு தொல்புகழ் வீரட்டா
னத்துஅரன் அல்லனே (2)

அருஞ்சொற்பொருள்:

எரிதரு வார்சடை - நெருப்பு போன்ற சிவந்த நீண்ட சடை. கரிதரு காலன் - கரிய நிறம் உடைய இயமன்.

பொழிப்புரை:

நெருப்பு போன்ற சிவந்த நீண்ட சடை உடையவனும், வெள்ளை எருதின்மீது ஏறி வருபவனும், கொன்றை மலரால் தொடுக்கப்பட்ட மாலை அணிந்திருப்பவனும், கரிய நிறம் உடைய இயமனைக் கொன்றவனும், ஆகிய இறைவன் (அரன்) எழுந்தருளி இருப்பது கடவூர் என்னும் தலத்தில் உள்ள, மேலும் பெருகுகின்ற புகழுடைய வீரட்டானம் என்னும் திருக்கோயிலில் அல்லவா?

2197. **நாதனும் நள்இருள் ஆடினா**
னும்நளிர் போதின்கண்
பாதனும் பாய்புலித் தோலினா
னும்பசு ஏறியும்
காதலர் தண்கட வூரினா
னும்கலந்து ஏத்தவே
வேதம்அது ஓதியும் வீரட்டா
னத்துஅரன் அல்லனே (3)

அருஞ்சொற்பொருள்:

நள்இருள் - சங்கார காலத்து இருள். நளிர்போது - குளிர்ந்த தாமரை மலர்போன்ற அடியார்களின் இருதயம். பாதன் - திருவடி பதிப்பவன். காதலர் - அன்பர். தண் - குளிர்ச்சி.

பொழிப்புரை:

தலைவனும், சங்கார காலத்து இருளில் நடனம் ஆடுபவனும், அடியார்களின் தாமரை மலர் போன்ற உள்ளத்தில் கால் பதிப்பவனும், பாய்கின்ற தொழில் உடைய புலியின்தோலை உடையாக உடுத்தி இருப்பவனும், எருதின்மீது ஏறி வருபவனும், அன்பர்கள் நிறைந்து வாழும் திருக்கடவூருக்கு உரிமை உடையவனும், வேதம் ஓதியவனும், ஆகிய அரன், வீரட்டானம் திருக்கோயிலில் எழுந்தருளி இருப்பவன் அல்லனோ?

2198. **மழுஅமர் செல்வனும் மாசிலா**
தபல பூதமுன்
முழஒலி யாழ்குழல் மொந்தைகொட்
டமுது காட்டிடைக்

கழல்வளர் கால்குஞ்சித்து ஆடினா
னும்கட வூர்தனுள்
விழவுஒலி மல்கிய வீரட்டா
னத்துஅரன் அல்லனே (4)

அருஞ்சொற்பொருள்:

மாசிலாத - குற்றம் இல்லாத. முழவு, யாழ், குழல், மொந்தை - வாத்தியக் கருவி வகைகள். முதுகாடு - பழைமையான சுடுகாடு. குஞ்சித்து - தூக்கி. விழவு - திருவிழா.

பொழிப்புரை:

மழுப்படை ஏந்தி இருக்கும் செல்வனும், குற்றமற்ற பல பூதங்கள் முழவு, யாழ், குழல், மொந்தை முதலிய இசைக்கருவிகளை வாசிக்க, பழமை உடைய சுடுகாட்டில் வீரக்கழல் அணிந்துள்ள திருவடியைத் தூக்கி நடனம் ஆடுபவனும், ஆகியவன் யார்எனின், அவன் திருவிழாவின் ஆரவாரம் மிகுந்த கடவூர் என்னும் தலத்தில் வீரட்டானம் என்னும் திருக்கோயிலில் எழுந்தருளி இருக்கும் அரன் அல்லனோ?

2199. **சுடர்மணிச் சுண்ணவெண் நீற்றினா**
னும்சுழல்வு ஆயதுஓர்
படம்அணி நாகம் அரைக்குஅசைத்
தபர மேட்டியும்
கடம்அணி மாஉரித் தோலினா
னும்கட வூர்தனுள்
விடம்அணி கண்டனும் வீரட்டா
னத்துஅரன் அல்லனே (5)

அருஞ்சொற்பொருள்:

சுடர்மணி - ஒளிவிடும் மாணிக்கமணி. சுண்ணம் - பொடி. சுழல்வு ஆயது - சுருண்டு கிடப்பது. படம் அணி நாகம் - படமுடைய பாம்பு. அரை - இடை. அசைத்த - கட்டிய. பரமேட்டி - மேலான கடவுள். கடம் - மதம். மா - விலங்கு (யானை).

பொழிப்புரை:

சுடர்விடும் மாணிக்கமணி போல் சிவந்த திருமேனி மீது, பொடியாக வெண் திருநீற்றைப் பூசி இருப்பவனும், சுருண்டு கிடக்கும் இயல்புடன் கூடிய படமுடைய பாம்பை இடையில் கச்சாகக் கட்டிஇருப்பவனும்,

மேலான கடவுளும், மதம் ஒழுகும் விலங்காகிய யானையின் தோலை உரித்துப் போர்த்தவனும், விடம் தங்கிய கண்டம் உடையவனும், ஆகியவன் யார்எனில், அவன் கடவூரில் வீரட்டானம் திருக்கோயிலில் எழுந்தருளி இருக்கும் அரன் அல்லனோ?

2200. பண்பொலி நான்மறை பாடிஆ
டிப்பல ஊர்கள்போய்
உண்பலி கொண்டுஉழல் வானும்வா
னின்ஒளி மல்கிய
கண்பொலி நெற்றிவெண் திங்களா
னும்கட வூர்தனுள்
வெண்பொடிப் பூசியும் வீரட்டா
னத்துஅரன் அல்லனே (6)

அருஞ்சொற்பொருள்:

பண் பொலி - பண்ணொடு கூடிய. பலி - பிச்சை. உழல்வான் - திரிபவன். 'வானின் ஒளி மல்கிய திங்கள்' - எனக்கூட்டி உரைக்க.

பொழிப்புரை:

பண்ணொடு கூடிய நான்கு மறைகளைப் பாடி ஆடி, பல ஊர் களுக்கும் சென்று பிச்சை ஏற்று, சுற்றித் திரிபவனும், நெற்றியில் கண் உடையவனும், வானில் உலவ வேண்டிய சந்திரனைச் சடையில் சூடி இருப்பவனும், வெண்மை நிறத் திருநீற்றுப் பொடியை உடல்முழுதும் பூசி இருப்பவனும், ஆகியவன் யார் எனில், அவன் கடவூரில் வீரட்டானம் திருக்கோயிலில் எழுந்தருளி இருக்கும் அரன் அல்லனோ?

2201. செவ்வழ லாய்நிலன் ஆகிநின்
றசிவ மூர்த்தியும்
முவ்வழல் நான்மறை ஐந்தும்ஆ
யமுனி கேள்வனும்
கவ்வழல் வாய்க்கத நாகம்ஆர்த்
தான்கட வூர்தனுள்
வெவ்வழல் ஏந்துகை வீரட்டா
னத்துஅரன் அல்லனே (7)

அருஞ்சொற்பொருள்:

செவ்வழல் - சிவந்த நெருப்பு. முவ்வழல் - ஆகவனீயம், காருகபத்தியம், தட்சிணாக்கினி என்னும் முத்தீ. நான்மறை - இருக்கு,

யசூர், சாமம், அதர்வணம் என்னும் நான்கு மறை. ஐந்து - ஞான நூல்களை ஓதல், ஓதுவித்தல், கேட்டல், கேட்பித்தல், சிந்தித்தல் என்ற ஐந்து ஞானவேள்வி. கேள்வன் - துணைவன். கதநாகம் - சினம் உடைய பாம்பு. வெவ்வழல் - வெய்ய நெருப்பு.

பொழிப்புரை:

சிவந்த நெருப்பாகவும் நிலனாகவும் மற்றுமுள்ள பூதங்களாகவும் நின்ற சிவமூர்த்தி; மூன்று தீ, நான்கு வேதம், ஐவகை வேள்வி, என இவற்றைக் கடைபிடிக்கும் முனிவர்களது துணைவன்; சினமுடைய பாம்பை இடையில் கச்சாகக் கட்டியவன்; வெய்ய நெருப்பைக் கையில் ஏந்தி இருப்பவன்; அவன் யார்எனில், திருக்கடவூரில் வீரட்டானம் திருக்கோயிலில் எழுந்தருளி இருக்கும் அரன் அல்லனோ?

2202. **அடிஇரண்டு ஓர்உடம்பு ஐஞ்ஞான்கு**
இருபது தோள்தச
முடிஉடை வேந்தனை மூர்க்குஅழித்
தமுதல் மூர்த்தியும்
கடிகம ழும்பொழில் சூழும்அம்
தண்கட வூர்தனுள்
வெடிதலை ஏந்தியும் வீரட்டா
னத்துஅரன் அல்லனே (8)

அருஞ்சொற்பொருள்:

ஐஞ்ஞான்கு இருபது - (5×4=20). தச முடி - பத்துத்தலை. மூர்க்கு - மூர்க்கத்தனம். வெடி - முடைநாற்றம். தலை - மண்டைஓடு.

பொழிப்புரை:

இரண்டு கால்கள், ஓர்உடம்பு, இருபது தோள்கள், பத்துத்தலைகள் உடைய இலங்கை அரசன் இராவணனது முரட்டுத்தனத்தை அழித்த மூர்த்தி; புலால் நாற்றம் வீசும் மண்டை ஓட்டைக் கையில் ஏந்தி இருப்பவன்; அவன் யார்எனில், மணம் கமழும் சோலை சூழ்ந்த அழகிய குளிர்ந்த கடவூரில் வீரட்டானம் திருக்கோயிலில் எழுந்தருளி இருக்கும் அரன் அல்லனோ?

2203. **வரைகுடை யாமழை தாங்கினா**
னும்வளர் போதின்கண்
புரைகடிந்து ஓங்கிய நான்முகத்
தான்புரிந்து ஏத்தவே

கரைகடல் சூழ்வையம் காக்கின்றா
னும்கட வூர்தனுள்
விரைகமழ் பூம்பொழில் வீரட்டா
னத்துஅரன் அல்லனே (9)

அருஞ்சொற்பொருள்:

வரை - கோவர்த்தன மலை (குடையாகப் பிடித்த கண்ணனாகிய திருமால்). போது - மலர். புரை கடிந்து - குற்றம் நீங்கி. புரிந்து - விரும்பி. கரை - எல்லை. வையகம் - உலகம். விரை - மணம்.

பொழிப்புரை:

கோவர்த்தன மலையைக் குடையாகப் பிடித்து மழையைத் தாங்கிய திருமாலும், தாமரை மலர் மீது அமரும் குற்றம் நீங்கிய பிரமனும், விரும்பிப் போற்ற நின்றவன்; கரைஉடைய கடலால் சூழப்பட்ட இவ்வுலகைக் காக்கின்றவன்; அவன் யார்எனில், கடவூரில் உள்ள மணம் கமழும் பூக்கள் நிறைந்த சோலை சூழ்ந்த வீரட்டானம் திருக்கோயிலில் எழுந்தருளி இருக்கும் அரன் அல்லனோ? (இங்கு காத்தல் செய்பவன் சிவபெருமான் என்றது, ஐந்தொழிலுக்கும் உரிமை உடையவன் என்பது பற்றி என்க).

2204. **தேரரும் மாசுகொள் மேனியா**
ரும்தெளி யாததுஓர்
ஆரரும் சொற்பொருள் ஆகிநின்
றஎமது ஆதியான்
கார்இளங் கொன்றைவெண் திங்களா
னும்கட வூர்தனுள்
வீரமும் சேர்கழல் வீரட்டா
னத்துஅரன் அல்லனே (10)

அருஞ்சொற்பொருள்:

தேரர் - பௌத்தர். மாசு - அழுக்கு. ஆர் அரும் சொல் பொருள் ஆகி நின்ற - அரிய சொல்லும் அதனோடு பொருந்தும் அரிய பொருளும் ஆகி நின்ற. ஆதியான் - முதன்மையானவன். கார் - கார்காலம்.

பொழிப்புரை:

பௌத்தர்களும், குளிக்காமையால் அழுக்கு சேர்ந்த உடல்உடைய சமணர்களும், ஆகிய இவர்களால் தேறித் தெளிய முடியாதவன்; அரிய சொல்லும் அதன் அரிய பொருளுமாய் விளங்கும் எமது முதன்மை

உடைய கடவுள்; கார்காலத்தில் அரிதாய்ப் பூக்கும் கொன்றை மலரும் வெண்பிறைச் சந்திரனும் ஆகியவற்றைத் தலைமாலையாகச் சூடி இருப்பவன்; வீரக்கழல் அணிந்திருப்பவன்; அவன் எழுந்தருளி இருப்பது, கடவூரில் உள்ள வீரட்டானம் திருக்கோயிலில் அல்லவோ?

2205. **வெந்தவெண் நீறுஅணி வீரட்டா**
னத்துஉறை வேந்தனை
அந்தணர் தம்கட வூர்உளா
னனஅணி காழியான்
சந்தம்எல் லாம்அடிச் சாத்தவல்
லமறை ஞானசம்
பந்தன செந்தமிழ் பாடிஆ
டக்கெடும் பாவமே (11)

அருஞ்சொற்பொருள்:

அணி - அழகு. சந்தம் - சந்தப்பாடல்.

பொழிப்புரை:

வெந்த வெண் திருநீற்றைப் பூசிஇருப்பவனும், அந்தணர்கள் நிறைந்து வாழும் கடவூர் வீரட்டானம் திருக்கோயிலில் எழுந்தருளி இருப்பவனும், ஆகிய இறைவனை; அழகிய சீர்காழி நகரத்து, வேதம் உணர்ந்த ஞானசம்பந்தன்; பாடிய சந்தப்பாடல்கள் அனைத்தும் கொண்டு, பாடி ஆடி வழிபட வல்லவரது, பாவங்கள் கெடும்.

திருச்சிற்றம்பலம்

204

திருக்கடவூர் மயானம்

பதிக வரலாறு:

திருக்கடவூர் வீரட்டானம் வழிபட்டுப் பதிகம் பாடிய கவுணியர்கோன், குங்குலியக் கலய நாயனாரது திருமனைக்கு எழுந்தருளி, விருந்து அருந்தி, நாவரசருடன் சென்று, மயானம் கும்பிட்டுப் பாடிய பதிகம் இது.

தல வரலாறு:

ஒரு கல்பத்தில் சிவபெருமான், பிரமனை எரித்துச் சாம்பலாக்கி, அவனை மீளவும் உயிர்ப்பித்துப் படைப்புத் தொழிலை அவனுக்கு அருளிய தலம் ஆதலின், இது மயானம் எனப்பெயர் பெற்றது. இதனை இப்பொழுது மெய்ஞ்ஞானம் என்று வழங்குகின்றனர். இத்திருக்கோயில் திருக்கடவூருக்குக் கிழக்கில் 2கி.மீ. தொலைவில் இருக்கின்றது. கடவூர் என்பது தலத்தின் பெயர். மயானம் என்பது கோயிலின் பெயர்.

இந்தத் திருக்கோயிலில் உள்ள காசி தீர்த்தத்து நீரைக் கொண்டு வந்துதான் நாள்தோறும் வீரட்டானேசுவரருக்குத் திருமஞ்சனம் செய்விக்கின்றனர். பங்குனி மாதம் சுக்கில பட்சம் அசுவினி நட்சத்திரத்தில் இந்தக் காசித் தீர்த்தத்தில் மக்கள் மிகுதியாக வந்து நீராடுகின்றனர்.

சுவாமி : பெரியபெருமான் அடிகள், பிரமபுரீசர்

அம்மை : மலர்க்குழல் மின்அம்மை

தீர்த்தம் : காசி தீர்த்தம்

திருமுறை 2 - 216 **திருஞான - 535**

பண்: காந்தாரம்

2206. **வரிய மறையார் பிறையார்**
மலைஓர் சிலையா வணக்கி
எரிய மதில்கள் எய்தார்
எறியும் முசலம் உடையார்

கரிய மிடறும் உடையார்
கடவூர் மயானம் அமர்ந்தார்
பெரிய விடைமேல் வருவார்
அவர்எம் பெருமான் அடிகளே (1)

அருஞ்சொற்பொருள்:

வரி - இசைப்பாட்டு. வணக்கி - வளைத்து. முசலம் - தண்டு. அடிகள் - இறைவர்.

பொழிப்புரை:

இசையுடைய வேதம் சொன்னவர், பிறைச் சந்திரனைச் சூடிஇருப்பவர், மேரு மலையை வில்லாக வளைத்து முப்புரத்தை எரித்தவர், வீசும் தண்டு உடையவர், கரிய நிறக் கண்டம் உடையவர், பெரிய இடபத்தில் ஏறி வருபவர், திருக்கடவூரில் மயானம் என்னும் திருக்கோயிலில் எழுந்தருளி இருப்பவர், அவர் எமது பெருமானாகிய கடவுள் ஆவர்.

2207. மங்கை மணந்த மார்பர்
மழுவாள் வலன்ஒன்று ஏந்திக்
கங்கை சடையில் கரந்தார்
கடவூர் மயானம் அமர்ந்தார்
செங்கண் வெள்ஏறு ஏறிச்
செல்வம் செய்யா வருவார்
அங்கை ஏறிய மறியார்
அவர்எம் பெருமான் அடிகளே (2)

அருஞ்சொற்பொருள்:

வலன் - வலப்பக்கம். கரந்தார் - மறைத்து வைத்துள்ளார். செல்வம் - திருவருட்செல்வம். செய்யா - செய்து. மறி - மான்கன்று.

பொழிப்புரை:

உமாதேவியோடு பொருந்திய திருமார்பு உடையவர், மழுப்படையை வலக்கையில் ஏந்தி இருப்பவர், கங்கையைச் சடையில் மறைத்து வைத்திருப்பவர், சிவந்த கண்ணும் வெள்ளை நிற உடம்பும் உடைய எருதின்மீது ஏறி வருபவர், திருவடி (திருவருள்) ஆகிய செல்வத்தை வழங்க வருபவர், அழகிய கையில் மான்கன்றை ஏந்தி இருப்பவர், கடவூரில் மயானம் திருக்கோயிலில் எழுந்தருளி இருப்பவர்; அவர் எமது பெருமானாகிய கடவுள் ஆவர்.

2208. ஈடல் இடபம் இசைய
    ஏறி மழுஒன்று ஏந்திக்
    காடு அதுஇடமா உடையார்
    கடவூர் மயானம் அமர்ந்தார்
    பாடல் இசைகொள் கருவி
    படுதம் பலவும் பயில்வார்
    ஆடல் அரவம் உடையார்
    அவர்எம் பெருமான் அடிகளே   (3)

அருஞ்சொற்பொருள்:

ஈடல் - (ஈடு + அல்) ஒப்புமை இல்லாத. படுதம் - கூத்து.

பொழிப்புரை:

ஒப்புமை கூறமுடியாத உயரிய இடபம் ஒன்றின்மீது ஏறிவருபவர், மழு ஒன்றைக் கையில் ஏந்தி இருப்பவர், சுடுகாட்டைத் தமது வசிப்பிடமாகக் கொண்டவர், பாடலும் பக்க வாத்தியங்களும் முழங்க, அதற்கேற்ப பலவித நடனம் ஆடுபவர்; படம் எடுத்து ஆடுகின்ற பாம்பைப் பலவிதத்திலும் அணிந்திருப்பவர்; கடவூரில் மயானம் திருக்கோயிலில் எழுந்தருளி இருப்பவர், அவர் எமது பெருமானாகிய கடவுளே ஆவர்.

2209. இறைநின்று இலங்கு வளையாள்
    இளையாள் ஒருபால் உடையார்
    மறைநின்று இலங்கு மொழியார்
    மலையார் மனத்தின் மிசையார்
    கறைநின்று இலங்கு பொழில்சூழ்
    கடவூர் மயானம் அமர்ந்தார்
    பிறைநின்று இலங்கு சடையார்
    அவர்எம் பெருமான் அடிகளே   (4)

அருஞ்சொற்பொருள்:

இறை - முன்கை. மலையார் - மயக்கம் இல்லாத உறுதிப்பாடு உடையவர். கறை - நிழல்.

பொழிப்புரை:

முன்கையில் வளையல் அணிந்துள்ள உமாதேவியை உடம்பின் ஒருபாதியில் உடையவர், வேதமாக விளங்குபவர், வேதம் சொன்னவர், மயக்கம் இல்லாத உறுதிப்பாடு கொண்ட மனம் உடையவர் மனத்தில்

உறைபவர், பிறைச் சந்திரனைச் சுமக்கும் சடை உடையவர், நிழல் நிரம்பிய சோலையால் சூழப்பட்ட கடவூரில் மயானம் என்னும் திருக்கோயிலில் எழுந்தருளி இருப்பவர், அவர் எமது பெருமானாகிய கடவுளே ஆவர்.

2210. **வெள்ளை எருத்தின் மிசையார்**
விரிதோடு ஒருகாது இலங்கத்
துள்ளும் இளமான் மறியார்
சுடர்பொன் சடைகள் துளங்கக்
கள்ள நகுவெண் தலையார்
கடவூர் மயானம் அமர்ந்தார்
பிள்ளை மதியம் உடையார்
அவர்எம் பெருமான் அடிகளே (5)

அருஞ்சொற்பொருள்:

இலங்க - விளங்க. துளங்க - ஒளிசெய்ய. கள்ள நகுவெண் தலை - பொய்யாகச் சிரிப்பது போன்ற தோற்றம் உடைய மண்டைஓடு. பிள்ளைமதியம் - பிறைச்சந்திரன்.

பொழிப்புரை:

வெள்ளைநிற எருதின்மீது ஏறிவருபவர், ஒளிவிரியும் தோடு ஒருகாதில் விளங்க இருப்பவர், துள்ளுகின்ற மான் கன்றினை ஒருகையில் ஏந்தி இருப்பவர், பொன்போல் மிளிரும் சடை உடையவர், பொய்யாகச் சிரிப்பது போல் தோற்றம் உடைய (பற்களுடன் கூடிய) மண்டைஓட்டை ஏந்தி இருப்பவர், பிறைச் சந்திரனைச் சூடி இருப்பவர், கடவூரில் மயானம் என்னும் தலத்தில் எழுந்தருளி இருப்பவர், அவர் எமது பெருமானாகிய கடவுளே ஆவர்.

2211. **பொன்தாது உதிரும் மணம்கொள்**
புனைபூங் கொன்றை புனைந்தார்
ஒன்றா வெள்ஏறு உயர்த்தது
உடையார் அதுவே ஊர்வார்
கன்றுஆ இனம்சூழ் புறவில்
கடவூர் மயானம் அமர்ந்தார்
பின்தாழ் சடையர் ஒருவர்
அவர்எம் பெருமான் அடிகளே (6)

அருஞ்சொற்பொருள்:

தாது - மகரந்தம். ஒன்றா - ஒன்றாக. உயர்த்தது - கொடியாக உயர்த்திப் பிடித்தது. புறவு - கொல்லை நிலம் (காடு).

பொழிப்புரை:

மகரந்தப் பொடிகளை உதிர்ப்பதும், மணமுடையதும், பொன்போன்ற நிறம் உடையதும், அழகு விளங்குவதும், ஆகிய கொன்றை மலர்மாலை அணிபவர்; வெள்ளை நிற இடபம் எழுதிய கொடியும், வெள்ளை நிற இடப ஊர்தியும் உடையவர்; பின்பக்கம் நீண்டு தொங்கும் சடைஉடையவர்; கன்றுகளுடன் கூடிய பசுக்கூட்டம் நிரம்ப உடைய முல்லைநில வளத்தால் சிறந்து விளங்கும் கடவூரில் மயானம் திருக்கோயிலில் எழுந்தருளி இருப்பவர்; அவர் எமது பெருமானாகிய கடவுளே ஆவர்.

2212. **பாசம் ஆன களைவார்**
பரிவார்க்கு அமுதம் அனையார்
ஆசை தீரக் கொடுப்பார்
அலங்கல் விடைமேல் வருவார்
காசை மலர்போல் மிடற்றார்
கடவூர் மயானம் அமர்ந்தார்
பேச வருவார் ஒருவர்
அவர்எம் பெருமான் அடிகளே (7)

அருஞ்சொற்பொருள்:

பாசம் - மலம் (ஆணவம், கன்மம், மாயை). பரிவார்க்கு - அன்பு செய்வார்க்கு. அலங்கல் - மாலை. காசை - காயாம் பூவை.

பொழிப்புரை:

மும்மலக் குற்றங்களைப் போக்குபவர், அன்பு செய்வார்க்கு அமுதம்போல் இனிப்பவர், ஆசை தீரும் அளவும் வாரி வழங்குபவர், மாலை அணிந்த இடபத்தின்மீது ஏறி வருபவர், காயாம்பூப் போன்ற நீலநிறக் கண்டம் உடையவர்; பலரும் புகழ்ந்து பேச, அதற்கான தகுதி உடையவர், கடவூரில் மயானம் திருக்கோயிலில் எழுந்தருளி இருப்பவர், அவர் எமது பெருமானாகிய கடவுளே ஆவர்.

2213. **செற்ற அரக்கன் அலறத்**
திகழ்சே வடிமெல் விரலால்
கற்குன்று அடர்த்த பெருமான்
கடவூர் மயானம் அமர்ந்தார்

மற்றுஒன்று இணையில் வலிய
மாசில் வெள்ளி மலைபோல்
பெற்றுஒன்று ஏறி வருவார்
அவர்எம் பெருமான் அடிகளே (8)

அருஞ்சொற்பொருள்:

செற்ற - சினந்த. கற்குன்று - கல் மலை (கயிலை). பெற்று - (பெற்றம்) இடபம்.

பொழிப்புரை:

சினம் கொண்ட இராவணன் அலறித் துடிக்குமாறு, விளங்குகின்ற தமது சிவந்த திருவடியில் உள்ள மெல்லிய விரல் கொண்டு, கயிலை மலையை ஊன்றியவர்; மற்றுஒன்று ஒப்புமை இல்லாததும், வலிமை உடையதும், குற்றமற்ற வெள்ளி மலைபோல் நிறம் உடையதும், ஆகிய ஓர் எருதின்மீது ஏறி வருபவர்; கடவூரில் மயானம் திருக்கோயிலில் எழுந்தருளி இருப்பவர்; அவர் எமது பெருமானாகிய கடவுளே ஆவர்.

2214. **வருமா கரியின் உரியார்**
வளர்புன் சடையார் விடையார்
கருமான் உரிதோல் உடையார்
கடவூர் மயானம் அமர்ந்தார்
திருமா லொடுநான் முகனும்
தேர்ந்தும் காணமுன் ஒண்ணாப்
பெருமான் எனவும் வருவார்
அவர்எம் பெருமான் அடிகளே (9)

அருஞ்சொற்பொருள்:

கரி - யானை. புன்சடை - மெல்லிய சடை. கருமான் - யானை. காண முன் ஒண்ணா - முன் காண முடியாத.

பொழிப்புரை:

எதிர்த்து வந்த பெரிய யானையின் தோலை உரித்தவர், வளர்கின்ற மென்மையான சடை உடையவர், இடபத்தில் ஏறிவருபவர், யானையின் தோலை மேலாடையாகப் போர்த்து இருப்பவர், திருமாலும் நான்முகனும் ஆராய்ந்து தேடியும் காணமுடியாத தன்மையில் முன்பு விளங்கியவர், கடவூரில் மயானம் என்னும் திருக்கோயிலில் எழுந்தருளி இருப்பவர், அவர்எமது பெருமானாகிய கடவுளே ஆவர்.

2215. தூய விடைமேல் வருவார்
 துன்னார் உடைய மதில்கள்
 காய வேவச் செற்றார்
 கடவூர் மயானம் அமர்ந்தார்
 தீய கருமம் சொல்லும்
 சிறுபுன் தேரர் அமணர்
 பேய்பேய் என்ன வருவார்
 அவர்எம் பெருமான் அடிகளே (10)

அருஞ்சொற்பொருள்:

துன்னார் - பகைவர். செற்றார் - சினந்தார். தீய கருமம் - தீய செயல்கள். சிறுபுன் தேரர் - சிறுமையும் புன்மையும் உடைய பௌத்தர்.

பொழிப்புரை:

தூய இடபத்தில் ஏறி வருபவர், பகைவரது முப்புரம் வெந்து சாம்பலாகுமாறு சினம் கொண்டவர், தீய செயல்களைச் செய்யுமாறு சொல்லும் சிறுமையும் கீழ்மையும் உடைய பௌத்தரும் சமணரும் 'பேய்பேய்' என்று கூறி அச்சம் கொள்ள வருபவர், கடவூரில் மயானம் திருக்கோயிலில் எழுந்தருளி இருப்பவர், அவர் எமது பெருமானாகிய கடவுளே ஆவர்.

2216. மரவம் பொழில்சூழ் கடவூர்
 மன்னும் மயானம் அமர்ந்த
 அரவம் அசைத்த பெருமான்
 அகலம் அறிய லாகப்
 பரவும் முறையே பயிலும்
 பந்தன் செஞ்சொல் மாலை
 இரவும் பகலும் பரவி
 நினைவார் வினைகள் இலரே (11)

அருஞ்சொற்பொருள்:

மரவம் - குங்கும மரம். அகலம் - வியாபகம். அறியலாக - அறிய முடியும்படி.

பொழிப்புரை:

குங்கும மரங்கள் நிறைந்த சோலை சூழ்ந்த கடவூரில் மயானம் திருக்கோயிலில் நிலைத்துத் தங்கி இருக்கும் பாம்பைப் பிடித்து ஆட்டும் பெருமானது வியாபகத்தை அறியும் பொருட்டு, வழிபட வேண்டிய முறையால் வழிபட்டு, ஞானசம்பந்தன் தோத்திரம் செய்த இச்சொல் மாலையை, இரவுபகல் என எல்லா நேரங்களிலும் பாடி வழிபட்டு, நினைவில் கொள்பவர், வினைகள் இலராவர்.

205

திருஆக்கூர் தான்தோன்றிமாடம்

பதிக வரலாறு:

மயானம் கும்பிட்ட மறைவேந்தர், அரசுகளோடும் குங்குலியக் கலய நாயனாரோடும் ஆக்கூர் சென்று, தான்தோன்றி மாடத்து அண்ணலைத் தொழுது இப்பதிகத்தைப் பாடி அருளுகின்றார்.

தல வரலாறு:

மயிலாடுதுறை - பொறையாறு பேருந்து வழியில் இத்தலம் உள்ளது. மயிலாடுதுறை, சீர்காழி ஆகிய ஊர்களில் இருந்து நகரப் பேருந்தில் செல்லலாம். ஊரின் பெயர் ஆக்கூர். கோயிலின் பெயர் தான்தோன்றி மாடம். இது கோச்செங்கட் சோழனால் கட்டப்பட்ட மாடக்கோயில். யானை ஏற முடியாதபடி படிகள் வைத்துக் கட்டப்பட்டது.

சுவாமி	:	தான்தோன்றியப்பர்
அம்மை	:	வாள்நெடும் கண்ணிஅம்மை
தீர்த்தம்	:	குமுத தீர்த்தம்

திருமுறை 2 - 178 திருஞான - 537

பண்: சீகாமரம்

2217. அக்குஇருந்த ஆரமும் ஆடுஅரவும் ஆமையும்
தொக்குஇருந்த மார்பினான் தோல்உடையான் வெண்நீற்றான்
புக்குஇருந்த தொல்கோயில் பொய்இலா மெய்நெறிக்கே
தக்குஇருந்தார் ஆக்கூரில் தான்தோன்றி மாடமே   (1)

அருஞ்சொற்பொருள்:

அக்கு - எலும்பு. ஆரம் - மாலை. தொக்கு - தொகுதி. தொல்கோயில் - பழங்கோயில். தக்கு இருந்தார் - தகுதி உடையவராய் இருந்தார்.

பொழிப்புரை:

எலும்பு மாலையும் படமெடுத்து ஆடுகின்ற பாம்பும், கூர்மாவதாரத் திருமாலின் ஆமைஓடும், ஆகிய இவற்றைத் தொகுப்பாக அணிந்திருக்கும் மார்பு உடையவன்; யானை, புலி, மான் ஆகியவற்றின் தோலால் ஆன உடை உடையவன்; வெண்மை நிறத் திருநீற்றைப் பூசி இருப்பவன்; அவன் எழுந்தருளி இருப்பது, பொய்மை கலவாத மெய்நெறிக்குத் தகுதிஉடையவர் கூடி வாழும் ஆக்கூர் என்னும் தலத்தில் உள்ள, பழம்கோயிலாக விளங்கும் தான்தோன்றி மாடத்திலே ஆகும்.

2218. **நீர்ஆர வார்சடையான் நீறுஉடையான் ஏறுஉடையான்**
கார்ஆர்பூங் கொன்றையினான் காதலித்த தொல்கோயில்
கூர்ஆரல் வாய்நிறையக் கொண்டுஅயலே கோட்டகத்தில்
தாராமல்கு ஆக்கூரில் தான்தோன்றி மாடமே (2)

அருஞ்சொற்பொருள்:

நீர் - கங்கைநீர். ஆர - பொருந்த. ஆரல் - மீன்வகை. தாரா - நாரை வகை. கோட்டகம் - நீர்நிலை.

பொழிப்புரை:

கங்கை தங்கிய நீண்ட சடை உடையவன், திருநீறு பூசி இருப்பவன், இடபஊர்தி உடையவன், கார்காலத்துக் கொன்றை மலர்மாலை சூடிஇருப்பவன், அவன் தாரா என்னும் நாரை, வாய்நிறைய ஆரல் மீன்களைக் கவ்வி உண்ணும், நீர்வளம் உடைய ஆக்கூரில், தான்தோன்றிமாடம் திருக்கோயிலில், எழுந்தருளி இருக்கிறான்.

2219. **வாள்ஆர்கண் செந்துவர்வாய் மாமலையான் தன்மடந்தை**
தோள்ஆகம் பாகமாப் புல்கினான் தொல்கோயில்
வேளாளர் என்றவர்கள் வள்ளன்மையான் மிக்குஇருக்கும்
தாளாளர் ஆக்கூரில் தான்தோன்றி மாடமே (3)

அருஞ்சொற்பொருள்:

வாள் ஆர் கண் - வாள் போன்ற கூரிய கண். துவர் - பவளம். புல்கினான் - புணர்ந்தான். வேளாளர் - (வேள் + ஆளர்) மண்ணை ஆள்பவர் (நிலக்கிழார்). தாளாளர் - முயற்சி உடையவர்.

பொழிப்புரை:

வாள் போன்ற கூரிய பார்வை உடைய கண்ணும், பவளம் போன்ற சிவந்த வாயும் உடையவளும், மலையரசனது மகளும், ஆகிய பார்வதி

என்னும் பெண்ணைத் தோளோடு கூடிய மார்பில் ஒருபகுதியாக வைத்து இருப்பவன்; அவன் எழுந்தருளி இருப்பது, நிலக்கிழார்கள், மிகுந்த வள்ளல்தன்மையும் முயற்சியும் உடையவராய் வாழும் ஆக்கூர் என்னும் தலத்தில் உள்ள பழமை வாய்ந்த தான்தோன்றி மாடக் கோயிலிலே ஆகும்.

2220. **கொங்குசேர் தண்கொன்றை மாலையினான் கூற்றுஅடரப்**
பொங்கினான் பொங்குஒளிசேர் வெண்நீற்றான் பூங்கோயில்
அங்கம் ஆறொடு அருமறைகள் ஐவேள்வி
தங்கினார் ஆக்கூரில் தான்தோன்றி மாடமே (4)

அருஞ்சொற்பொருள்:

கொங்கு - தேன். கூற்று - இயமன். அடர - துன்பம்உற. பொங்கினான் - சினந்தவன். பூங்கோயில் - அழகிய கோயில். ஐவேள்வி - பிரம யாகம், தேவ யாகம், பூத யாகம், பிதிர் யாகம், மானுட யாகம் என ஐந்து யாகம்.

பொழிப்புரை:

தேன் பொருந்திய குளிர்ந்த கொன்றை மலரால் ஆன மாலை அணிந்திருப்பவன், இயமன் துன்பம் உறுமாறு சினம் ரொண்டவன், ஒளிவிளங்கும் வெண்திருநீறு பூசிஇருப்பவன், அவன் எழுந்தருளி இருக்கும் அழகிய கோயில்; நான்கு வேதங்களும் ஆறு அங்கங்களும் கற்று உணர்ந்து, ஐவகை யாகம் செய்யும் அந்தணர்கள் நிறைந்து வாழும் ஆக்கூரில் உள்ள தான்தோன்றி மாடமே ஆகும்.

2221. **வீக்கினான் ஆடுஅரவம் வீழ்ந்துஅழிந்தார் வெண்தலைஎன்பு**
ஆக்கினான் பலகலன்கள் ஆதரித்துப் பாகம்பெண்
ஆக்கினான் தொல்கோயில் ஆம்பல்அம்பூம் பொய்கைபுடை
தாக்கினார் ஆக்கூரில் தான்தோன்றி மாடமே (5)

அருஞ்சொற்பொருள்:

வீக்கினான் - கட்டினான். வீந்து - மாண்டு (இறந்து). என்பு - எலும்பு. கலன்கள் - அணிகலன்கள். ஆதரித்து - விரும்பி. அம் - அழகு. புடை - பக்கம். தாக்கினார் - தோண்டினார் (வெட்டினார்).

பொழிப்புரை:

படம்எடுத்து ஆடுகின்ற பாம்பை இடையில் கச்சாகக் கட்டியவன், இறந்து அழிந்தவரது மண்டைஓடு, எலும்பு ஆகியவற்றைப் பலவித அணிகலன்களாக உடம்பின் பல பாகங்களிலும் அணிந்து கொண்டவன்,

உமாதேவியை விரும்பி உடம்பில் பாகமாகக் கொண்டவன், அவன் எழுந்தருளி இருக்கும் கோயில்; ஆம்பலின் அழகிய மலர்கள் மலர்ந் திருக்கும் அழகிய பொய்கை உடைய ஆக்கூரில் உள்ள பழம்பெருமை உடைய தான்தோன்றிமாடம் ஆகும்.

2222. **பண்ஒளிசேர் நான்மறையான் பாடலினொடு ஆடலினான்**
கண்ஒளிசேர் நெற்றியினான் காதலித்த தொல்கோயில்
விண்ஒளிசேர் மாமதியம் தீண்டியக்கால் வெண்மாடம்
தண்ஒளிசேர் ஆக்கூரில் தான்தோன்றி மாடமே (6)

அருஞ்சொற்பொருள்:

காதலித்த - விரும்பிய. வெண்மாடம் - வெள்ளை நிற மாடிவீடுகள்.

பொழிப்புரை:

பண்ணொடு கூடிய நான்கு வேதங்களை உலகுக்குச் சொன்னவன், பாட்டுப் பாடுபவன், நடனம் ஆடுபவன், நெற்றியில் ஒளிபொருந்திய ஒருகண் உடையவன், அவன் விரும்பி எழுந்தருளி இருக்கும் பழமையான கோயில்; விண்ணில் உலாவும் சந்திரஒளி பட்டு வெண்நிறமாய்க் காட்சிதரும் மாடிவீடுகளில் அந்தச் சந்திரனின் குளிர்ந்த ஒளிபரவும் ஆக்கூரில் உள்ள தான்தோன்றி மாடமே ஆகும்.

2223. **வீங்கினார் மும்மதிலும் வில்வரையால் வெந்துஅவிய**
வாங்கினார் வானவர்கள் வந்துஇறைஞ்சும் தொல்கோயில்
பாங்கினார் நான்மறையோடு ஆறுஅங்கம் பலகலைகள்
தாங்கினார் ஆக்கூரில் தான்தோன்றி மாடமே (7)

அருஞ்சொற்பொருள்:

வீங்கினார் - வலிமையால் மிகுந்தவர். வில்வரை - மேரு மலையாகிய வில். வாங்கினார் - வளைத்தார். பாங்கினார் - (பாங்கின் + ஆர்) தகுதி உடைய. தாங்கினார் - கற்று உணர்ந்துகொண்ட அந்தணர்.

பொழிப்புரை:

வலிமையால் மிக்கு விளங்கிய அசுரர் மூவரது மூன்று கோட்டைகளை, மலையை வில்லாக வளைத்து வெந்து அழியுமாறு செய்தவர், அவர் எழுந்தருளி இருக்கும் தேவர்கள் வணங்கும் பழம்பெருமை உடைய கோயில்; தகுதி உடைய நான்கு வேதம், ஆறு அங்கம், பலகலைகள், ஆகிய இவற்றைக் கற்றுஉணர்ந்த அந்தணர்கள் கூடிவாழும் ஆக்கூரில் உள்ள தான்தோன்றிமாடமே ஆகும்.

2224. **கல்நெடிய குன்றுஎடுத்தான் தோள்அடரக் கால்ஊன்றி**
இன்அருளால் ஆட்கொண்ட எம்பெருமான் தொல்கோயில்
பொன்அடிக்கே நாள்தோறும் பூவோடு நீர்சுமக்கும்
தன்அடியார் ஆக்கூரில் தான்தோன்றி மாடமே (8)

அருஞ்சொற்பொருள்:

கல்நெடிய குன்று - கயிலை மலை.

பொழிப்புரை:

கயிலை மலையைப் பெயர்த்த இராவணனது தோள் நெரியக் கால் ஊன்றிப் பின், இன்அருள் செய்து ஆட்கொண்ட பெருமான் எழுந்தருளி இருக்கும் பழம்கோயில்; பொன்போன்ற அழகிய திருவடிக்கு நாள்தோறும் பூவும் நீரும் சுமக்கும் அடியார்கள் நிறைந்து வாழும் ஆக்கூரில் உள்ள தான்தோன்றி மாடமே ஆகும்.

2225. **நன்மையான் நாரணனும் நான்முகனும் காண்புஅரிய**
தொன்மையான் தோற்றம்கேடு இல்லாதன் தொல்கோயில்
இன்மையால் சென்றுஇரந்தார்க்கு இல்லைஎன்னாது ஈந்துஉவக்கும்
தன்மையார் ஆக்கூரில் தான்தோன்றி மாடமே (9)

அருஞ்சொற்பொருள்:

தோற்றம் - பிறப்பு. கேடு - இறப்பு. இரந்தார் - யாசித்தார். ஈந்துஉவக்கும் - தந்து மகிழும்.

பொழிப்புரை:

நன்மை உடைய திருமாலும் பிரமனும் காண அருமை உடையவன், தொன்மை உடையவன், பிறப்பு இறப்பு இல்லாதவன், அவன் எழுந்தருளி இருக்கும் பழம்கோயில்; வறுமையால் சென்று யாசித்தவர்க்கு இல்லை என்னாது தந்து மகிழும் தன்மை உடையவர் நிறைந்து வாழும் ஆக்கூரில் உள்ள தான்தோன்றிமாடமே ஆகும்.

2226. **நாமருவு புன்மை நவிற்றச் சமண்தேரர்**
பூமருவு கொன்றையினான் புக்குஅமரும் தொல்கோயில்
சேல்மருவு பங்கயத்துச் செங்கழுநீர் பைங்குவளை
தாய்மருவும் ஆக்கூரில் தான்தோன்றி மாடமே (10)

அருஞ்சொற்பொருள்:

நா - நாக்கு. மருவு - பொருந்து. புன்மை - கீழ்மை. நவிற்ற - பிதற்ற. தேரர் - பெளத்தர். புக்கு - புகுந்து. சேல் - மீன் வகை. பங்கயம் - தாமரை.

பொழிப்புரை:

இழிதகைமை உடைய சொற்களை நாவினால் பிதற்றும் சமணர்களும் பெளத்தர்களும் கூறும் உபதேசங்களைக் கேட்க வேண்டா; மாறாக, கொன்றை மலரால்ஆன மாலை அணிந்த சிவபெருமான் எழுந்தருளி இருக்கும் பழைமையான கோயில்; சேல் மீன்களும், தாமரை, செங்கழுநீர், பசியகுவளை, ஆகியவற்றின் மலர்களும் நிறைந்து காணப்படும் பொய்கை உடைய ஆக்கூரில் உள்ள தான்தோன்றி மாடக்கோயிலே என்பதறிந்து, சென்று தொழுவீராக!

2227. **ஆடல் அமர்ந்தானை ஆக்கூரில் தான்தோன்றி**
மாடம் அமர்ந்தானை மாடம்சேர் தண்காழி
நாடற்கு அரியசீர் ஞானசம் பந்தன்சொல்
பாடல் இவைவல்லார்க்கு இல்லையாம் பாவமே (11)

அருஞ்சொற்பொருள்:

அமர்ந்தான் - விரும்பியவன். அமர்ந்தான் - எழுந்தருளி இருப்பவன். மாடம் - மாளிகை. தண் - குளிர்ச்சி. நாடற்கு அரிய சீர் - தேட அருமை உடைய புகழ்.

பொழிப்புரை:

நடனம் ஆடுவதில் விருப்பம் உடையவனும், ஆக்கூரில் தான் தோன்றிமாடம் திருக்கோயிலில் எழுந்தருளி இருப்பவனும், ஆகிய இறைவனை; மாடிவீடுகள் நிறைந்த குளிர்ந்த சீர்காழி நகரில் அவதரித்த, தேடஅரிய புகழுடன் விளங்கும் ஞானசம்பந்தன்; சொல்லிய பாடல்கள் ஆகிய இவற்றைப் பாடி வழிபடும் வல்லமை உடையவர்க்கு, வரஇருக்கும் பாவங்கள் இல்லையாகும்.

திருச்சிற்றம்பலம்

206

திருமீயச்சூர்

பதிக வரலாறு:

ஆக்கூர் வழிபட்ட ஆளுடைய பிள்ளையார், வழியில் சில தலங்களை வழிபட்டுப் பின் மீயச்சூர் வந்து இப்பதிகம் பாடி வழிபடுகின்றார்.

தல வரலாறு:

மயிலாடுதுறை - பேரளம் இரயில் பாதையில் பேரளம் இரயில் நிலையத்திற்கு மேற்கில் 2.5கி.மீ தொலைவில் உள்ளது. சூரியன் வழிபட்டுப் பேறுபெற்ற தலம். விமானம் ஆனைமாடம் எனப்படும். அம்மை அமர்ந்த திருக்கோலம்.

சுவாமி : முயற்சிநாதர்

அம்மை : சுந்தர நாயகி

தல மரம் : வில்வம்

தீர்த்தம் : சூரியபுட்கரணி

திருமுறை 2 - 198 திருஞான - 537

பண்: காந்தாரம்

2228. காயச் செவ்வி காமன் காய்ந்து கங்கையைப்
பாயப் படர்புன் சடையில் பதித்த பரமேட்டி
மாயச் சூரஅன்று அறுத்த மைந்தன் தாதைதன்
மீயச் சூரைத் தொழுது வினையை வீட்டுமே (1)

அருஞ்சொற்பொருள்:

காயம் - உடம்பு. செவ்வி - அழகு. காமன் - மன்மதன். மாயச்சூர் - வஞ்சனை உடைய சூரபதுமன். மைந்தன் - முருகப்பெருமான். தாதை - தந்தை. வீட்டும் - அழியும்.

பொழிப்புரை:

உடல்அழகுஉடைய மன்மதனை அழித்து, கங்கையைப் படர்ந்த மெல்லிய சடையில் தாங்கிக் கொண்ட, மேலான இறைவன்; வஞ்சனை உடைய சூரமன்மனை முன்பு அழித்த முருகப்பெருமானின் தந்தை; அவன் எழுந்தருளி இருக்கும் மீயச்சூர் என்னும் தலத்தை தொழுது வினையை அழியுங்கள்.

2229. **பூஆர் சடையின் முடிமேல் புனலர் அனல்கொள்வர்**
நாஆர் மறையர் பிறையர் நறவெண் தலைஏந்தி
ஏஆர் மலையே சிலையாக் கழிஅம்பு எரிவாங்கி
மேவார் புரம்மூன்று எரித்தார் மீயச் சூராரே (2)

அருஞ்சொற்பொருள்:

பூ - கொன்றைப்பூ. புனலர் - நீரை உடையவர் (கங்கை). நா - நாக்கு. பிறை - பிறைச்சந்திரன். நற - துர்நாற்றம் உடைய. ஏ - அம்பு. சிலை - வில். கழி - கோல். மேவார் - பகைவர்.

பொழிப்புரை:

கொன்றை மலர் சூடிய சடைமீது கங்கையை வைத்திருப்பவர், நெருப்பைக் கையில் ஏந்தி இருப்பவர், வேதம் சொன்ன நாவினை உடையவர், பிறைச்சந்திரனைச் சூடி இருப்பவர், துர்நாற்றம் வீசும் மண்டைஓட்டை ஏந்தி இருப்பவர், மேருமலை வில்லாக, திருமால் அம்பாக, எரியை அம்பின் முனையாகக் கொண்டு பகைவரது முப்புரத்தை எரித்தவர், அவர் மீயச்சூர் இறைவரே ஆவர்.

2230. **பொன்நேர் கொன்றை மாலை புரளும் அகலத்தான்**
மின்நேர் சடைகள் உடையான் மீயச் சூரானைத்
தன்நேர் பிறர்இல் லானைத் தலையால் வணங்குவார்
அந்நேர் இமையோர் உலகம் எய்தற்கு அரிதன்றே (3)

அருஞ்சொற்பொருள்:

பொன் நேர் கொன்றை - பொன் போன்ற நிறமும் அழகும் உடைய கொன்றை மலர்மாலை. ஏர் - அழகு. அகலம் - மார்பு. மின் நேர் சடை - மின்னல் போல் ஒளிரும் சடை. அந்நேர் இமையோர் - (அ+நேர்+ இமையோர்) அந்த நேர்மை உடைய தேவர்.

பொழிப்புரை:

பொன் போன்ற நிறமும் அழகும் உடைய கொன்றை மலர்மாலை புரளுகின்ற மார்பு உடையவன், மின்னல் போல் ஒளிரும் சடைகள் உடையவன், தனக்கு நிகராக வேறொருவன் இல்லாதவன், அவன் மீயச்சூர் என்னும் தலத்தில் எழுந்தருளி இருக்கும் கடவுள்; அவனை வணங்குபவர் நேர்மை உள்ள தேவர் உலகை அடைதல், அருமை உடைய செயல்அன்று (எளிமையே என்பது கருத்து).

2231. **வேக மதநல் லியானை வெருவ உரிபோர்த்துப்**
பாகம் உமையோடு ஆகப் படிதம் பலபாட
நாகம் அரைமேல் அசைத்து நடம்ஆ டியநம்பன்
மேகம் உரிஞ்சும் பொழில்சூழ் மீயச் சூரானே (4)

அருஞ்சொற்பொருள்:

வேகம் - விரைவு. நல்லி யானை - நல்ல யானை. வெருவ - அஞ்ச. உரி - தோல். படிதம் - துதி. நாகம் - பாம்பு. அரை - இடை. அசைத்து - கட்டி. நடம் - நடனம். நம்பன் - விரும்பத்தக்கவன். உரிஞ்சும் - தங்கும். பொழில் - சோலை.

பொழிப்புரை:

விரைந்து செல்லும் நடையும் மதமும் உடைய நல்ல யானை அஞ்சுமாறு, அதன் தோலை உரித்து மேலாடையாகப் போர்த்துக் கொண்டவனும், உமாதேவியை உடம்பின் பாகமாகக் கொண்டவனும், பாம்பை இடையில் கச்சாகக் கட்டி இருப்பவனும், பூதகணங்கள் சூழ்ந்து நின்று போற்றிப் பாட நடனம் ஆடுபவனும், கண்டாரால் விரும்பப்படுபவனும், ஆகிய இறைவன் எழுந்தருளி இருப்பது, மேகம் தங்கும் சோலை சூழ்ந்த மீயச்சூரிலே ஆகும்.

2232. **விடையார் கொடியார் சடைமேல் விளங்கும் பிறைவேடம்**
படையார் பூதம் சூழப் பாடல் ஆடலார்
பெடையார் வரிவண்டு அணையும் பிணைசேர் கொன்றையார்
விடையார் நடைஒன்று உடையார் மீயச் சூராரே (5)

அருஞ்சொற்பொருள்:

விடை - இடபம். பிறை வேடம் - பிறையை அணிந்த வேடம். படையார் பூதம் - பூதப்படை. பெடை - பெண் வண்டு. பிணை - மாலை. விடை ஆர் நடை - ஏறுபோல் பீடுநடை.

பொழிப்புரை:

இடபம் எழுதிய கொடி உடையவர், சடைமீது பிறைச்சந்திரன் இருக்கும் வேடம் உடையவர், பூதகணங்களைப் படையாக உடையவர், பாடுதலும் ஆடுதலும் உடையவர், பெண் வண்டு மொய்க்கும் கொன்றைமலர் மாலை சூடியவர், ஏறு போன்ற பீடு நடை உடையவர், அவர் மீயச்சூரில் எழுந்தருளி இருக்கும் இறைவரே ஆவர்.

2233. **குளிரும் சடைகொள் முடிமேல் கோலம் ஆர்கொன்றை**
ஒளிரும் பிறைஒன்று உடையான் ஒருவன் கைகோடி
நளிரும் மணிசூழ் மாலை நட்டம் நவில்நம்பன்
மிளிரும் அரவம் உடையான் மீயச் சூரானே (6)

அருஞ்சொற்பொருள்:

கோலம் - அழகு. கைகோடி - கையை வளைத்து. நளிரும் - குளிரும். நட்டம் - நடனம். நவில் நம்பன் - ஆடும் நம்பன்.

பொழிப்புரை:

குளிர்ந்த சடாமுடி மீது அழகு விளங்கும் கொன்றை மலர்மாலையும் ஒளிவிடும் பிறைச் சந்திரனும் அணிந்திருப்பவன், குளிர்ந்த படிகமணி மாலை அணிந்து, கையை வளைத்து, நடனம் ஆடுபவன், கண்டாரால் விரும்பப்படுபவன், பளபளக்கும் பாம்பினைப் பலவித அணிகலன்களாக உடம்பின் பல பாகங்களிலும் அணிந்திருப்பவன், அவன் மீயச்சூர் என்னும் தலத்தில் எழுந்தருளி இருக்கும் இறைவனே ஆவன்.

2234. **நீல வடிவர் மிடறு நெடியர் நிகர்இல்லார்**
கோல வடிவு தமதாம் கொள்கை அறிஒண்ணார்
காலர் கழலர் கரியின் உரியர் மழுவாளர்
மேலர் மதியர் விதியர் மீயச் சூராரே (7)

அருஞ்சொற்பொருள்:

'மிடறு நீல வடிவர்' - என்று கூட்டி உரைக்க. நெடியவர் - உயர்ந்து நிற்பவர். நிகர்இல்லார் - ஒப்புமை இல்லாதவர். கோல வடிவு - அழகிய பலப்பல வடிவம். விதியர் - படைப்பவர்.

பொழிப்புரை:

கண்டம் நீலநிறம் உடையதாய் இருப்பவர், உயர்ந்து நிற்பவர், ஒப்புமை இல்லாதவர், அழகிய பலப்பல வேடம் ஏற்கும் கொள்கை

உடையவர், அதனால் பிறரால் அறிய முடியாத தன்மையில் விளங்குபவர், காலில் வீரக்கழல் அணிபவர், யானைத்தோலை உடையவர், மழுப்படை ஏந்தியவர், சடைமேல் பிறை சூடியவர், படைப்பு நிகழ்த்துபவர், அவர் மீயச்சூர் என்னும் தலத்தில் எழுந்தருளி இருக்கும் இறைவரே ஆவர்.

2235. புலியின் உரிதோல் ஆடை பூசும் பொடிநீற்றர்
    ஒலிகொள் புனல்ஓர் சடைமேல் கரந்தார் உமைஅஞ்ச
    வலிய திரள்தோள் வன்கண் அரக்கர் கோன்தன்னை
    மெலிய வரைக்கீழ் அடர்த்தார் மீயச் சூராரே   (8)

அருஞ்சொற்பொருள்:

ஒலிகொள் புனல் - ஆர்ப்பரிக்கும் நீர். ஓர் சடை - ஒப்பற்ற சடை. கரந்தார் - மறைத்தார். மெலிய - தளர. வரை - மலை.

பொழிப்புரை:

புலித்தோல் ஆடை உடையவர், வெண்திருநீற்றைப் பூசி இருப்பவர், ஆரவாரம் செய்யும் கங்கையை ஒப்பற்ற சடைமீது மறைத்து வைத்திருப்பவர், உமாதேவி அஞ்சுமாறு வலிய திரண்ட தோள் உடைய அரக்கர் தலைவனாகிய இராவணனைத் தளருமாறு மலைக்கீழ் இட்டு நெரித்தவர், அவர் மீயச்சூர் என்னும் தலத்தில் எழுந்தருளி இருக்கும் இறைவரே ஆவர்.

2236. காதில் மிளிரும் குழையர் கரிய கண்டத்தார்
    போதி லவனும் மாலும் தொழப்பொங்கு எரிஆனார்
    கோதி வரிவண்டு அறைபூம் பொய்கைப் புனல்மூழ்கி
    மேதி படியும் வயல்சூழ் மீயச் சூராரே   (9)

அருஞ்சொற்பொருள்:

போதில் - தாமரை மலரில். மால் - திருமால். பொங்கு எரி - நீண்டு எரியும் நெருப்பு. கோதி - கிளறி. மேதி - எருமை.

பொழிப்புரை:

காதில் குழை அணிந்திருப்பவர், கரிய கண்டம் உடையவர், தாமரை மலர்மேல் அமரும் பிரமனும் திருமாலும் தொழுமாறு எரியாக உயர்ந்து நின்றவர், அவர் வண்டு கிண்டும் மலர்கள் உடைய வயலால் சூழப்பட்டதும், எருமை இறங்கிக் குளிக்கும் நீர்நிலைகள் உடையதும், ஆகிய சிறப்புடைய மீயச்சூரில் எழுந்தருளி இருக்கும் இறைவரே ஆவர்.

2237. கண்டார் நாணும் படியார் கலிங்கம் உடைபட்டைக்
 கொண்டார் சொல்லைக் குறுகார் உயர்ந்த கொள்கையார்
 பெண்தான் பாகம் உடையார் பெரிய வரைவில்லா
 விண்டார் புரம்மூன்று எரித்தார் மீயச் சூராரே   (10)

அருஞ்சொற்பொருள்:

கலிங்கம் - போர்வை (மேலாடை). உடை - இடையில் உடுத்தும் உடை. பட்டை - மருதமரப் பட்டையில் இருந்து எடுக்கப்பட்ட துவர்நிறம். பெரிய வரை - மேரு மலை. விண்டார் - பகைவர்.

பொழிப்புரை:

கண்டவர் வெட்கப்படும்படி உடையின்றித் திரியும் சமணர்களும், மருதமரப் பட்டையை நீரில் ஊறவைத்து இறக்கப்பட்ட காவிநிறச் சாயம் ஏற்றிய உடையும் மேலாடையும் உடைய பௌத்தர்களும், கூறும் சொற்களைக் கேளாதவர், உயர்ந்த கொள்கை உடையவர், பெண்ணைப் பாகமாக உடையவர், பெரிய மேருமலையை வில்லாக வளைத்துப் பகைவரது முப்புரத்தை எரித்தவர், அவர் எழுந்தருளி இருப்பது மீயச்சூர் என்னும் தலத்திலே ஆகும்.

2238. வேடம் உடைய பெருமான் உறையும் மீயச்சூர்
 நாடும் புகழ்ஆர் புகலி ஞானசம் பந்தன்
 பாடல் ஆய தமிழ்ஈர் ஐந்து மொழிந்துஉள்கி
 ஆடும் அடியார் அகல்வான் உலகம் அடைவாரே   (11)

அருஞ்சொற்பொருள்:

புகழ் ஆர் - புகழ் பொருந்திய. ஈர்ஐந்து (2×5=10) பத்து. உள்கி - நினைந்து. அகல் வானுலகம் - இடமகன்ற தேவர் உலகம்.

பொழிப்புரை:

பலப்பல வேடம் ஏற்கும் பெருமான் எழுந்தருளி இருக்கும் மீயச்சூரை, நாடு முழுவதும் புகழ் பரவ உள்ள ஞானசம்பந்தன், பாடிய பாடலாகிய பத்தும் பாடி, மனதால் நினைந்து, ஆடவும் வல்ல அடியார், இடமகன்ற தேவர் உலகம் சென்று சேர்வர்.

திருச்சிற்றம்பலம்

207

திருப்பாம்புரம்

பதிக வரலாறு:

மீயச்சூர் கும்பிட்டு பாம்புரம் வந்த ஞானபோனகர், பாம்புரத்து உறையும் பரமர்மீது இப்பதிகம் பாடி வழிபடுகின்றார்.

தல வரலாறு:

பேரளத்திலிருந்து மேற்கில் 5கி.மீ. தொலைவில் உள்ளது. பாம்பரசன் ஆதிசேடன் பூசித்த தலம். ஆதிசேடனுக்கு மூலவிக்கிரகமும் உற்சவ விக்கிரகமும் இருக்கின்றது.

சுவாமி : பாம்புரேசர்

அம்மை : வண்டார் குழலி

தல மரம் : வன்னி

தீர்த்தம் : ஆதிசேட தீர்த்தம்

திருமுறை 1 - 41 **திருஞான - 538**

பண்: தக்கராகம்

2239. சீர்அணி திகழ்திரு மார்பில் வெண்ணூலர்
திரிபுரம் எரிசெய்த செல்வர்
வார்அணி வனமுலை மங்கைஓர் பங்கர்
மான்மறி ஏந்திய மைந்தர்
கார்அணி மணிதிகழ் மிடறுஉடை அண்ணல்
கண்ணுதல் விண்ணவர் ஏத்தும்
பார்அணி திகழ்தரு நான்மறை யாளர்
பாம்புர நன்னக ராரே (1)

அருஞ்சொற்பொருள்:

சீர் - சிறப்பு. அணி - அழகு. வார் - கச்சு. வனமுலை - அழகிய முலை. மான்மறி - மான்கன்று. கார் - கருமை. மணி - நீலமணி. நுதல் - நெற்றி. பார் - உலகம். அணிதிகழ் - அழகு விளங்கும்.

பொழிப்புரை:

சிறப்பும் அழகும் பொருந்திய திருமார்பில் வெண்மை நிறப் பூணூல் அணிந்திருப்பவர், முப்புரத்தை எரித்து அழித்த செல்வர், கச்சு அணிந்த அழகிய முலையுடைய உமாதேவியைப் பாகமாகக் கொண்டவர், மான்கன்று ஏந்திய கை உடையவர், கரிய நிற நீலமணி போன்ற விடம் தங்கி இருக்கும் கழுத்து உடைய தலைவர், நெற்றியில் ஒருகண் உடையவர், அவர் தேவர்கள் போற்றும் உலகப்புகழ் உடைய நான்கு மறைகளை ஓதும் அந்தணர்கள் நிறைந்து வாழும் திருப்பாம்புரம் என்னும் நல்ல நகரில் எழுந்தருளி இருக்கும் இறைவர்.

2240. கொக்குஇற கோடு கூவிளம் மத்தம்
  கொன்றையொடு எருக்குஅணி சடையர்
  அக்கினொடு ஆமை பூண்டு அழகாக
  அனல்அது ஆடும் எம்அடிகள்
  மிக்கநல் வேத வேள்வியுள் எங்கும்
  விண்ணவர் விரைமலர் தூவப்
  பக்கம்பல் பூதம் பாடிட வருவார்
  பாம்புர நன்னக ராரே (2)

அருஞ்சொற்பொருள்:

கூவிளம் - வில்வம். மத்தம் - ஊமத்தம்பூ. அக்கு - எலும்பு. ஆமை - ஆமைஓடு. வேதவேள்வி - வைதிக யாகம். விரை - மணம்.

பொழிப்புரை:

கொக்கு இறகு, வில்வம், ஊமத்தம்பூ, கொன்றை மலர், எருக்க மலர் ஆகியவற்றைச் சடையில் அணிந்திருப்பவர்; எலும்பு, ஆமைஓடு, ஆகியவற்றை மார்பில் அணிந்திருப்பவர்; நெருப்பைக் கையில் ஏந்தி அழகாக நடனம் ஆடுபவர்; மிகுந்த சிறப்புடைய தேவவேள்வியில் தேவர்கள் மணமுள்ள மலர்களைச் சொரிய, பக்கங்களில் பல பூதகணங்கள் பாட வருபவர்; எமது இறைவர்; அவர் எழுந்தருளி இருப்பது பாம்புரம் என்னும் நல்ல நகரிலே ஆகும்.

2241. **துன்னலின் ஆடை உடுத்ததன் மேல்ஓர்**
சூறைநல் அரவுஅது சுற்றிப்
பின்னுவார் சடைகள் தாழ விட்டுஆடிப்
பித்தராய்த் திரியும் எம்பெருமான்
மன்னுமா மலர்கள் தூவிட நாளும்
மாமலை யாட்டியும் தாமும்
பன்னுநான் மறைகள் பாடிட வருவார்
பாம்புர நன்னக ராரே (3)

அருஞ்சொற்பொருள்:

துன்னலின் ஆடை - கீளோடு சேர்த்துத் தைக்கப்பட்ட கோவண ஆடை. சூறை நல் அரவு - காற்றை உட்கொள்ளும் நல்ல பாம்பு. வார் - நீண்ட.

பொழிப்புரை:

கீளோடு சேர்த்து தைக்கப்பட்ட கோவண உடை உடுத்தி, அதன்மேல் காற்றை உட்கொள்ளும் நல்ல பாம்பு ஒன்றைக் கச்சாக இடுப்பைச் சுற்றிக் கட்டி இருப்பவர்; பின்னப்பட்ட சடைகள் நீண்டு தொங்க, நடனம் ஆடிப் பித்தராய்த் திரியும் எமது பெருமான்; நிலைத்த அழகிய மலர்களைத் தூவி அடியார்கள் வழிபட, மலைமகளோடு எழுந்தருளி இருப்பவர்; இசையுடன் நான்கு வேதங்களை அந்தணர்கள் பாடிட வருபவர்; அவர் பாம்புரம் நகரத்து இறைவரே ஆவர்.

2242. **துஞ்சுநாள் துறந்து தோற்றமும் இல்லாச்**
சுடர்விடு சோதிஎம் பெருமான்
நஞ்சுசேர் கண்டம் உடையஎன் நாதர்
நள்இருள் நடம் செயும்நம்பர்
மஞ்சுதோய் சோலை மாமயில் ஆட
மாட மாளிகைதன் மேல்ஏறிப்
பஞ்சுசேர் மெல்லடிப் பாவையர் பயிலும்
பாம்புர நன்னக ராரே (4)

அருஞ்சொற்பொருள்:

துஞ்சுநாள் - இறக்கும் நாள். தோற்றம் - பிறப்பு. நள்இருள் - நடுஇரவு. நடம் - நடனம். மஞ்சு - மேகம். பஞ்சு - செம்பஞ்சிக் குழம்பு.

பொழிப்புரை:

மேகம் தங்கும் உயரமான சோலையில் அழகிய மயில்கள் தோகை விரித்து ஆடவும், மாடமாளிகைகளின் மேல் செம்பஞ்சுக் குழம்பு பூசிய மெல்லிய அடிகள் உடைய பெண்கள் பாடவும், ஆகிய சிறப்புகள் உடைய பாம்புரம் என்னும் நல்ல நகரில் எழுந்தருளி இருக்கும் இறைவர், இறக்கும் நாளும் பிறக்கும் நாளும் இல்லாதவராய், ஒளிவிடும் சுடர்வடிவம் உடையவர்; எமது பெருமான், விடம் தங்கிய கண்டம் உடைய எமது தலைவர்; அவர் நள்ளிருளில் நடனம் செய்யும், கண்டாரால் விரும்பப்படும் கடவுளும் ஆவர்.

2243. **நதிஅதன் அயலே நகுதலை மாலை**
நாள்மதி சடைமிசை அணிந்து
கதிஅது வாகக் காளிமுன் காணக்
கான்இடை நடம்செய்த கருத்தர்
விதிஅது வழுவா வேதியர் வேள்வி
செய்தவர் ஓத்துஒலி ஓவாப்
பதிஅது வாகப் பாவையும் தாமும்
பாம்புர நன்னக ராரே (5)

அருஞ்சொற்பொருள்:

நகுதலை - சிரிப்பது போன்ற தோற்றம் உடைய மண்டைஓடு. நாள்மதி - பிறை. கதி - நடனகதி. கான் - காடு (சுடுகாடு). கருத்தர் - முதல்வர். ஓத்துஒலி - வேதஒலி. ஓவா - இடையறாத. பதி - தலம்.

பொழிப்புரை:

விதிமுறையில் இருந்து சற்றும் வழுவாத அந்தணர்கள் செய்யும் வேள்வியும், ஓதும் வேதமும், என்னும் இவற்றின் ஒலி, இடைவிடாது கேட்கும் தலமாகிய பாம்புரம் என்னும் நல்ல நகரில், உமாதேவியும் தானுமாய் எழுந்தருளி இருக்கும் இறைவர், கங்கையின் அருகில் சிரிப்பது போன்ற தோற்றம் உடைய மண்டைஓடு, பிறைச்சந்திரன், ஆகியவற்றைச் சடைமீது அணிந்திருப்பவர்; அவர், காளி காணுமாறு சுடுகாட்டில் நடனம் ஆடிய முதல்வர் ஆவர்.

2244. **ஓதிநன்கு உணர்வார்க்கு உணர்வுஉடை ஒருவர்**
ஒளிதிகழ் உருவம்சேர் ஒருவர்
மாதினை இடமா வைத்தஎம் வள்ளல்
மான்மறி ஏந்திய மைந்தர்

ஆதிநீ அருள்என்று அமரர்கள் பணிய
அலைகடல் கடைய அன்றுஎழுந்த
பாதிவெண் பிறைசடை வைத்தளம் பரமர்
பாம்புர நன்னக ராரே (6)

அருஞ்சொற்பொருள்:

மான்மறி - மான்கன்று. ஆதி - முதற்கடவுள். அமரர் - தேவர். அலைகடல் - அலைவீசும் கடல் (பாற்கடல்).

பொழிப்புரை:

ஞான நூல்களை ஓதி, உணர முற்படுபவர்க்கு உணர்வாகக் காட்டிக் கொள்ளும் ஒருவர், ஒளிவிளங்கும் சோதியே திருமேனியாகக் கொண்டவர், உமாதேவியை உடம்பின் பாதியில் வைத்திருக்கும் எமது வள்ளல், மான்கன்று ஏந்திய கை உடையவர், மைந்தர் (வலிமை உடையவர்), ‘முதல்வனே! அருளுவாயாக!’ என்று தேவர்கள் பணிந்து வேண்ட, அன்று பாற்கடலைக் கடைந்தபோது, வெளிப்பட்ட வெண்பிறைச் சந்திரனைச் சடையில் சூடியவர், எமது மேலான இறைவர், அவர் எழுந்தருளி இருப்பது பாம்புரம் என்னும் நல்ல நகரிலே ஆகும்.

2245. **மாலினுக்கு அன்று சக்கரம் ஈந்து**
மலரவற்கு ஒருமுகம் ஒழித்து
ஆலின்கீழ் அறம்ஓர் நால்வர்க்கு அருளி
அனல்அது ஆடும்எம் அடிகள்
காலனைக் காய்ந்து தம்கழல் அடியால்
காமனைப் பொடிபட நோக்கிப்
பாலனுக்கு அருள்கள் செய்தஎம் அடிகள்
பாம்புர நன்னக ராரே (7)

அருஞ்சொற்பொருள்:

மலரவன் - பிரமன். பாலன் - மார்க்கண்டேயன்.

பொழிப்புரை:

திருமாலுக்கு அன்று சக்கரம் ஈந்தவர், பிரமனது ஒருதலையைக் கொய்தவர், கல்லால மரநிழலில் அன்று சனகன் முதலிய முனிவர் நால்வர்க்கும் அறம் முதலிய நான்கினையும் உபதேசம் செய்தவர்,

நெருப்பின் நடுவில் நின்று நடனம் ஆடுபவர், எமது கடவுள், தமது வீரக்கழல் அணிந்த திருவடி கொண்டு இயமனை உதைத்தவர், மன்மதன் சாம்பலாகுமாறு நெற்றிக் கண்ணால் நோக்கியவர், மார்க்கண்டேயனுக்கு அருளியவர், அவர் பாம்புரம் என்னும் நல்ல நகரில் எழுந்தருளி இருக்கும் இறைவரே ஆவர்.

2246. **விடைத்தவல் அரக்கன் வெற்பினை எடுக்க**
மெல்லிய திருவிரல் ஊன்றி
அடர்த்தவன் தனக்குஅன்று அருள்செய்த அடிகள்
அனல்அது ஆடும்எம் அண்ணல்
மடக்கொடி அவர்கள் வருபுனல் ஆட
வந்துஇழி அரிசிலின் கரைமேல்
படப்பையில் கொணர்ந்து பருமணி சிதறும்
பாம்புர நன்னக ராரே (8)

அருஞ்சொற்பொருள்:

விடைத்த - செருக்குற்ற. வெற்பு - மலை. மடக்கொடி - இளம் பூங்கொடி போன்ற பெண்கள். படப்பை - தோட்டம்.

பொழிப்புரை:

இளம்பூங்கொடி போன்ற உருவ அழகுஉடைய மகளிர் நீராடுவதும், தோட்டங்களில் பெரிய மணிவகைகளை கரைஒதுக்கிப் பாய்ந்து வருவதும், ஆகிய அரிசிலாற்றின் கரையில் பாம்புரம் என்னும் நல்ல நகரில் எழுந்தருளி இருக்கும் இறைவர், செருக்கு மிகுதியால் கயிலை மலையை இராவணன் பெயர்க்க, தனது மெல்லிய திருவிரலால் ஊன்றி நசுக்கிப் பின் அவனுக்கு அருளும் செய்தவர், இறைவர், நெருப்பைக் கையில் ஏந்தி நடனம் ஆடுபவர், அவர் எமது தலைவரும் ஆவர்.

2247. **கடிபடு கமலத்து அயனொடு மாலும்**
காதலோடு அடிமுடி தேடச்
செடிபடு வினைகள் தீர்த்துஅருள் செய்யும்
தீவணர் எம்முடைச் செல்வர்
முடிஉடை அமரர் முனிகணத் தவர்கள்
முறைமுறை அடிபணிந்து ஏத்தப்
படிஅது வாகப் பாவையும் தாமும்
பாம்புர நன்னக ராரே (9)

அருஞ்சொற்பொருள்:

கடி - மணம். கமலம் - தாமரை. காதல் - அன்பு. செடிபடு வினைகள் - புதர்போல் மண்டிக் கிடக்கும் வினைகள். தீவணர் - தீவண்ணர் (தீயின் நிறம் உடையவர்). படி - தகுதி.

பொழிப்புரை:

முடிபுனைந்துள்ள தேவர்களும், முனிவர் கூட்டத்தினரும், முறையாகத் திருவடியைப் பணிந்து வணங்குமாறு, தகுதியுடன் உமாதேவியும் தானுமாய் இறைவர் எழுந்தருளி இருப்பது பாம்புர நன்நகரிலே ஆகும்; ஆனால் அவர், மணமுள்ள தாமரை மலர்மேல் அமரும் பிரமனும், திருமாலும், அன்புடன் முடியையும் அடியையும் தேடவும், காணக் கிடைக்காதவர்; புதர்போல் மண்டிக் கிடக்கும் தீயவினைகளைப் போக்கி, அருள்செய்பவர்; தீ போன்ற சிவந்த நிறம் உடையவர்; அவர் எமது செல்வரும் ஆவர்.

2248. **குண்டர் சாக்கியரும் குணிமிலா தாரும்**
குற்றுவிட்டு உடுக்கையர் தாமும்
கண்டவாறு உரைத்துக் கால்நிமிர்த்து உண்ணும்
கையர்தாம் உள்ளவாறு அறியார்
வண்டுசேர் குழலி மலைமகள் நடுங்க
வாரணம் உரிசெய்து போர்த்தார்
பண்டுநாம் செய்த பாவங்கள் தீர்ப்பார்
பாம்புர நன்னக ராரே (10)

அருஞ்சொற்பொருள்:

குற்று விட்டுஉடுக்கையர் - குறைந்த வகையில் ஆன கோவணம் முதலிய உடையினையும் துறந்தவர். கால்நிமிர்த்து - நின்று. வாரணம் - யானை. பண்டு - முன்பு.

பொழிப்புரை:

உடல் பருத்த குண்டரும், குறைந்த அளவிலான கோவணம் முதலிய உடையினையும் துறந்தவரும், நின்றுகொண்டே உணவு உண்பவரும், ஆகிய சமணர்களும், நற்குணம் இல்லாத பௌத்தர்களும், கண்டபடி பேசித்திரியும் கீழ்மக்கள்; அவர்களால் இறைவனை, ‘உள்ளது உள்ளபடி’ அறிய முடியவில்லை; மாறாக, வண்டுமொய்க்கும் பூச்சூடிய கூந்தல்

உடைய மலையரசனது மகள் பார்வதி அஞ்சுமாறு, யானையின் தோலை உரித்துப் போர்த்தவர்; முற்பிறவியில் நாம் செய்த பாவங்களைத் தீர்த்து வைப்பவர்; அவர் பாம்புரம் நகரில் எழுந்தருளி இருக்கும் இறைவரே ஆவர்.

2249. பார்மலிந்து ஓங்கிப் பருமதில் சூழ்ந்த
    பாம்புர நன்னக ராரைத்
கார்மலிந்து அழகுஆர் கழனிசூழ் மாடக்
    கழுமல முதுபதிக் கவுணி
நார்மலிந்து ஓங்கு நான்மறை ஞான
    சம்பந்தன் செந்தமிழ் வல்லார்
சீர்மலிந்து அழகுஆர் செல்வம்அது ஓங்கிச்
    சிவனடி நண்ணுவர் தாமே (11)

அருஞ்சொற்பொருள்:

பார் - உலகம். கார் - மேகம் (மழை). கவுணி - கவுணியர் குலத்தில் அவதரித்தவன். நார் - அன்பு. நண்ணுவர் - அடைவர்.

பொழிப்புரை:

உலகில் புகழ் விளங்குவதும், பெரிய மதில்களால் சூழப்பட்டதும், ஆகிய பாம்புரம் என்னும் நல்ல நகரில் எழுந்தருளி இருக்கும் இறைவரை; மழைவளம் உடையதும், அழகு விளங்குவதும், வயலால் சூழப்பட்டதும், மாடி வீடுகள் நிறைந்து காணப்படுவதும், ஆகிய கழுமலம் என்னும் பழமையான நகரில் கவுணியர் குடியில் அவதரித்த அன்பு மிக உடையவனும், நான்கு வேதங்களை ஓதாமல் அறிந்தவனும், ஆகிய ஞானசம்பந்தன்; பாடிய செந்தமிழ்ப் பாமாலையைப் பாடிவழிபட வல்லவர்; சிறப்பும் அழகும் செல்வமும் மிக உடையவராய்ச் சிவனது திருவடியைச் சென்று சேர்வர்.

திருச்சிற்றம்பலம்

208

திருவீழிமிழலை

பதிக வரலாறு:

பாம்புரத்திலிருந்து நாவரசர் திருவீழிமிழலை நோக்கி முன்னேவர, அதுகண்டு அடியார்கள் எதிர்வணங்க, ஞானசம்பந்தரும் பின்னே வருகிறார் என்பது கேட்டறிந்து, நிறைகுடம், தீபம், தூபம், சுண்ணநறும்பொடி தூவி, முரசு ஒலிப்ப சிவபெருமானது திருமகனாரை வரவேற்று, திருக்கோயிலுக்கு அழைத்துச் செல்ல, சிவிகை விட்டு இறங்கி, உள்புகுந்து, இப்பதிகத்தை முதலில் பாடி வழிபடுகின்றனர்.

தல வரலாறு:

நன்னிலம் வட்டம் பூந்தோட்டம் இரயில் நிலையத்திலிருந்து மேற்கில் 10கி.மீ. தொலைவில் உள்ளது. திருவாரூர், மயிலாடுதுறை, கும்பகோணம் ஆகிய ஊர்களிலிருந்து பேருந்தில் செல்லலாம்.

காத்தியாயன முனிவரின் மகள் காந்தியாயினியை இறைவர் திருமணம் செய்து கொண்டு, மணக்கோலத்தில் இருக்கும் தலம் இது. திருமால் சக்கரம் பெறும் பொருட்டு, தன் கண்ணையே ஒரு தாமரை மலராக்கி வழிபட்ட தலம். பஞ்சம் ஏற்பட்டபோது, படிக்காசு பெற்று, அரசும் பிள்ளையாரும் அடியார்களுக்கு உணவளித்த தலம். இருவரும் தங்கி இருந்த திருமடங்கள் இன்றளவும் இருக்கின்றன. இங்குள்ள விண்இழி விமானம் திருமாலால் கொண்டு வரப்பட்டது. சம்பந்தர் சீர்காழிக் காட்சியை இங்கு கண்டார். மூலத்தானத்துக்குப் பின்னே சுவாமியும் அம்பாளும் மணக்கோலத்தில் இருக்கின்றனர். அதனால் மாப்பிள்ளை சுவாமி என்ற பெயரும் உண்டு. திருமணத்தடை நீங்க, மக்கள் இத்தலத்து இறைவரை வழிபடுகின்றனர். தில்லை மூவாயிரவர் போல 'வீழி ஐந்நூற்றுவர்' என அந்தணர்களைக் கொண்டது இத்தலம். வீழி என்பது ஒரு செடி. அச்செடியே இத்தலத்துக்குத் தலவிருட்சமாக இருக்கின்றது.

சுவாமி	:	வீழிநாதர்
அம்மை	:	சுந்தராம்பிகை
தல மரம்	:	வீழிச்செடி
தீர்த்தம்	:	விட்ணு தீர்த்தம்

திருமுறை 1 - 135　　　　　　　　　　திருஞான - 542

பண்: தக்கராகம்

2250. அரைஆர் விரிகோ வணஆடை
　　　நரைஆர் விடைஊர் திநயந்தான்
　　　விரைஆர் பொழில்வீ ழிம்மிழலை
　　　உரையால் உணர்வார் உயர்வாரே　　　(1)

அருஞ்சொற்பொருள்:

அரை - இடை. ஆர் - பொருந்திய. நரை - வெண்மை. நயந்தான் - விரும்பினான். உரை - நூல்.

பொழிப்புரை:

இடையில் பொருந்திய உடையாகக் கோவணத்தையும், ஊர்தியாக வெள்ளைநிற இடபத்தையும் விரும்பி ஏற்ற இறைவன் எழுந்தருளி இருக்கும். மணமுள்ள மலர்கள் நிறைந்த சோலையரல் சூழப்பட்ட திருவீழிமிழலை என்னும் தலத்தின் புகழை, நூலின் வழி உணர்ந்தவர், வாழ்வில் உயர்வினைப் பெறுவர்.

2251. புனைதல் புரிபுன் சடைதன்மேல்
　　　கனைதல்(ல்) ஒருகங் கைகரந்தான்
　　　வினைஇல் லவர்வீ ழிம்மிழலை
　　　நினைவில் லவர்நெஞ் சமும்நெஞ்சே　　　(2)

அருஞ்சொற்பொருள்:

புனைதல் - முடித்துக் கட்டுதல். புரி புன் சடை - முறுக்குண்ட மெல்லிய சடை. கனைதல் - ஒலித்தல். கரந்தான் - மறைத்து வைத்துள்ளான். வினை இல்லவர் - இயல்பாகவே வினை இல்லாதவர்.

பொழிப்புரை:

முடித்துக் கட்டிய முறுக்குண்ட மெல்லிய சடையில் ஒலிசெய்யும் கங்கையை மறைத்து வைத்திருப்பவன், இயல்பாகவே வினைகள் இல்லாதவன், அவன் எழுந்தருளி இருக்கும் திருவீழிமிழலையை நினையாதவர் நெஞ்சமும் ஒரு நெஞ்சம் ஆமோ?

2252. **அழவல் லவர்ஆ டியும்பாடி**
எழவல் லவர்எந் தைஅடிமேல்
விழவல் லவர்வீ ழிம்மிழலை
தொழவல் லவர்நல் லவர்தொண்டே (3)

அருஞ்சொற்பொருள்:

எந்தை - எம் தந்தை. தொண்டு - பணிவிடை.

பொழிப்புரை:

அழுதும் ஆடியும் பாடியும் தொழுதும் விழுந்தும் எழுந்தும் திருவீழிமிழலையில் எழுந்தருளி இருக்கும் இறைவரை வழிபட வல்லவர், மிகவும் நல்லவர். அவர் செய்யும் தொண்டும், மிக நல்ல தொண்டே ஆகும்.

2253. **உரவம் புரிபுன் சடைதன்மேல்**
அரவம் அரைஆர்த் தஅழகன்
விரவும் பொழில்வீ ழிம்மிழலை
பரவும் அடியார் அடியாரே (4)

அருஞ்சொற்பொருள்:

உரவம் - வலிமை. அரவம் - பாம்பு. ஆர்த்த - கட்டிய. விரவும் - பொருந்தும்.

பொழிப்புரை:

வலிமை உடைய முறுக்குண்ட மெல்லிய சடை மீது பாம்பைச் சூடி, மற்றொரு பாம்பை இடையில் கச்சாகக் கட்டிய அழகன் எழுந்தருளி இருக்கும் சோலை சூழ்ந்த திருவீழிமிழலையை வணங்கும் அடியாரே, உண்மை அடியார் ஆவர்.

2254. **கரிதா கியநஞ்சு அணிகண்டன்**
வரிதா கியவண்டு அறைகொன்றை
விரிதார் பொழில்வீ ழிம்மிழலை
உரிதா நினைவார் உயர்வாரே (5)

அருஞ்சொற்பொருள்:

வரி - கோடு. பொழில் - சோலை. உரிதா - உரியதா.

பொழிப்புரை:

கரிய நிற விடம் தங்கிய கண்டம் உடையவன், வரிகள் உடைய வண்டுகள் மொய்க்கும் கொன்றை மலர் மாலைபோல் பூத்துத் தொங்கும், சோலை உடைய திருவீழிமிழலை இறைவன், அவனை வணங்குதற்கு உரியவனாய், நினைந்து வணங்குவார், உயர்வினைப் பெறுவர்.

2255. **சடைஆர் பிறையான் சரிபூதப்**
படையான் கொடிமேல் அதுஒர்பைங்கண்
விடையான் உறைவீ ழிம்மிழலை
அடைவார் அடியார் அவர்தாமே (6)

அருஞ்சொற்பொருள்:

சரி - இயங்குகின்ற. பைங்கண் - பசிய கண். (பசுமை இங்கு இளமையைக் குறித்தது).

பொழிப்புரை:

சடையில் பொருந்திய பிறைச்சந்திரனை உடையவன், இயங்குகின்ற பூதப்படை உடையவன், ஒரு பசிய கண்ணுடன் கூடிய இடபம் எழுதிய கொடி உடையவன், அவன் எழுந்தருளி இருக்கும் திருவீழிமிழலையைச் சென்றடைந்து, வழிபடுபவரே உண்மை அடியார் ஆவர்.

2256. **செறிஆர் கழலும் சிலம்புஆர்க்க**
நெறிஆர் குழலா ளொடுநின்றான்
வெறிஆர் பொழில்வீ ழிம்மிழலை
அறிவார் அவலம்(ம்) அறியாரே (7)

அருஞ்சொற்பொருள்:

செறி - செறிந்த. ஆர்க்க - ஒலிக்க. நெறி - நெளி. வெறி - மணம். அவலம் - துன்பம்.

பொழிப்புரை:

காலில் பொருந்திய வீரக்கழலும் சிலம்பும் ஒலிக்க, நெளி உடைய கூந்தலுடன் கூடிய உமாதேவியோடு கூடி இருப்பவன், மணமுள்ள சோலையால் சூழப்பட்ட திருவீழிமிழலையில் எழுந்தருளி இருப்பவன், அவனை அறிந்து வழிபடுவார்க்குத் துன்பம் இல்லை.

2257. **உளையா வலிஒல் கஅரக்கன்**
வளையா விரல்ஊன் றியமைந்தன்
விளைஆர் வயல்வீ ழிம்மிழலை
அளையா வருவார் அடியாரே (8)

அருஞ்சொற்பொருள்:

உளையா - உளைந்து (வருந்தி). வளையா - வளைந்து. அளையா - அளைந்து (பொருந்தி).

பொழிப்புரை:

இராவணனது மனம் வருந்துமாறும், வலிமை அழியுமாறும், விரலை வளைத்து ஊன்றிய வலிமை உடையவன், எழுந்தருளி இருக்கும் நல்ல விளைச்சல் உடைய வயல்சூழ்ந்த திருவீழிமிழலையை, வந்தடைந்து வழிபடுபவரே, உண்மை அடியார் ஆவர்.

2258. **மருள்செய்து இருவர் மயலாக**
அருள்செய் தவன்ஆர் அழலாகி
வெருள்செய் தவன்வீ ழிம்மிழலை
தெருள்செய் தவர்தீ வினைதேய்வே (9)

அருஞ்சொற்பொருள்:

மயல் - மயக்கம். மருள் - அஞ்ஞானம். வெருள் செய்தவன் - வெருட்டியவன். தெருள் செய்தவர் - தெளிந்தவர்.

பொழிப்புரை:

அறியாமையால் மயங்கிய திருமாலும் பிரமனும் தேட, அவர்க்கு அருளும்பொருட்டு, எரிஉருவாய் உயர்ந்து நின்றவன், ஆனாலும் அடிமுடி அறியமுடியாது பிரமிக்க வைத்தவன், அவன் எழுந்தருளி இருக்கும் வீழிமிழலையை தெளிந்த சிந்தையுடன் வந்து வழிபட்டவரது, வினைகள் தேய்ந்து அழியும்.

2259. **துளங்கும் நெறியார் அவர்தொன்மை**
வளம்கொள் ளன்மின்புல் அமண்தேரை
விளங்கும் பொழில்வீ ழிம்மிழலை
உளம்கொள் பவர்தம் வினைஓய்வே (10)

அருஞ்சொற்பொருள்:

துளங்கும் நெறி - அசையும் நெறி. புல் அமண் தேரை - இழிந்த அமணரும் தேரரும் ஆகியவரை.

பொழிப்புரை:

சொல்லுக்கும் செயலுக்கும் பொருத்தமின்றி, அசையும் (பிறழும்) நெறி உடைய சமணர், பௌத்தர் ஆகியோர் கூறும் சமயத் தொன்மை குறித்து ஒன்றும் ஏற்றுக் கொள்ள வேண்டா; மாறாகச் சோலை சூழ்ந்த திருவீழிமிழலை இறைவரை உள்ளத்தில் ஏற்பவரது, வினைகள் ஓய்ந்து போகும் என்பதை அறிவீராக!

2260. **நளிர்கா ழியுள்ஞா னசம்பந்தன்**
குளிர்ஆர் சடையான் அடிகூற
மிளிரார் பொழில்வீ ழிம்மிழலை
கிளர்பா டல்வல்லார்க்கு இலைகேடே (11)

அருஞ்சொற்பொருள்:

நளிர் - குளிர். இலை - இல்லை. கேடு - துன்பம்.

பொழிப்புரை:

குளிர்ச்சி மிகுந்த சீர்காழியில் தோன்றிய ஞானசம்பந்தன், சோலை சூழ்ந்த திருவீழிமிழலையில் எழுந்தருளி இருக்கும் குளிர்ந்த சடை உடையவனது, திருவடிப் பெருமை குறித்துப் புகழ்ந்து பாடிய பாடல்களைப் பாடி, வழிபட வல்லவர்க்குத் துன்பம் இல்லையாகும்.

திருச்சிற்றம்பலம்

209

திருவீழிமிழலை

பதிக வரலாறு:

விண்ணிழி விமானத்தை ஆளுடைய அரசுகளுடன் ஆளுடை பிள்ளையார் வலமாக வந்து, பின் இறைவர் முன் நின்று, இப்பதிகத்தை அருளுகின்றார்.

திருமுறை 1 - 11   திருஞான - 545

பண்: நட்டபாடை

2261. சடையார்புனல் உடையான்ஒரு சரிகோவணம் உடையான்
படையார்மழு உடையான்பல பூதப்படை உடையான்
மடமான்விழி உமைமாதுஇடம் உடையான் எனைஉடையான்
விடைஆர்கொடி உடையான்இடம் வீழிம்மிழ லையே   (1)

அருஞ்சொற்பொருள்:

மடமான் - இளம் மான். விடை - இடபம்.

பொழிப்புரை:

சடையில் கங்கையை உடையவன், சரிந்த கோவண உடை உடையவன், மழுப்படையை ஏந்தி இருப்பவன், பலபூதங்களைப் படையாக உடையவன், இளமான் போன்ற மருண்ட பார்வை உடைய உமாதேவி என்னும் பெண்ணை இடப்பாகத்தில் வைத்திருப்பவன், இடபம் எழுதிய கொடி உடையவன், என்னை அடிமையாக உடையவன், அவன் எழுந்தருளி இருப்பது திருவீழிமிழலை என்னும் தலம் ஆகும்.

2262. ஈறாய்முதல் ஒன்றாய்இரு பெண்ஆண் குணமூன்றாய்
மாறாமறை நான்காவரு பூதம்(ம்)அவை ஐந்தாய்
ஆறுஆர்சுவை ஏழோசையொடு எட்டுதிசை தானாய்
வேறாய்உடன் ஆனான்இடம் வீழிம்மிழ லையே   (2)

அருஞ்சொற்பொருள்:

ஈறாய் - உலகமெல்லாம் தன்னிடத்தில் ஒடுங்குதலின் ஈறாய். முதல் ஒன்றாய் - ஒடுங்கிய உலகம் அனைத்தும் மீண்டும் அவனிடம் இருந்து பிறத்தலின் அவற்றுக்கு முதல் ஒன்றாய். இரு - இரண்டு (பெண், ஆண்). குணம் மூன்றாய் - இராட்சதம், தாமசம், சாத்துவிகம் எனக் குணம் மூன்றாய். மாறா மறை நான்கா - மாறுபாடில்லாத ரிக், யசூர், சாமம், அதர்வணம் என்னும் வேதம் நான்காக. பூதம் ஐந்தாய் - நிலம், நீர், நெருப்பு, காற்று, ஆகாயம் எனப் பூதம் ஐந்தாய். ஆறு ஆர் சுவை - இனிப்பு, கசப்பு, புளிப்பு, கார்ப்பு, துவர்ப்பு, உவர்ப்பு எனச் சுவை ஆறு. ஏழு இசை - குரல், துத்தம், கைக்கிளை, உழை, இளி, விளரி, தாரம் என இசை எழு. எட்டு திசை - கிழக்கு, மேற்கு, வடக்கு, தெற்கு, வடகிழக்கு, வடமேற்கு, தென்கிழக்கு, தென்மேற்கு எனத் திசை எட்டு. தானாய் - உயிராய். வேறாய் - உயிரின் வேறாய். உடன் - உயிரின் உடனாய்.

பொழிப்புரை:

உலகம் ஒடுங்கவும், உலகம் தோன்றவும், காரணமாய் ஒன்றாகவும்; ஆண், பெண் என இரண்டாகவும்; குணம் மூன்றாகவும்; மாற்றமில்லாத வேதங்கள் நான்காகவும்; பூதங்கள் ஐந்தாகவும்; சுவைக்கின்ற சுவைகள் ஆறாகவும்; இசை ஏழாகவும்; திசை எட்டாகவும்; உயிருடன் ஒன்றாகவும், உடனாகவும், வேறாகவும் இருக்கும் இறைவன் எழுந்தருளும் இடம் திருவிழீமிழலையே ஆகும்.

2263. **வம்மின்(ன்)அடி யீர்நாள்மலர் இட்டுத்தொழுது உய்ய**
உம்(ம்)அன்பினொடு எம்(ம்)அன்பு செய்துஈசன் உறைகோயில்
மும்(ம்)என்றுஇசை முரல்வண்டுகள் கெண்டித்திசை எங்கும்
விம்மும்பொழில் சூழ்தண்வயல் வீழிம்மிழ லையே (3)

அருஞ்சொற்பொருள்:

நாள்மலர் - அன்றலர்ந்த மலர் (புதுப்பூ). மும் - ஒலிக்குறிப்பு. கெண்டி - கிளரி. விம்மும் - மணம் பரப்பும். பொழில் - சோலை.

பொழிப்புரை:

அடியார்களே! அன்றுஅலர்ந்த புதிய பூவினைத் தூவி வழபட்டு, உய்வுபெற வாருங்கள்! உம்அன்பு, எம்அன்பு, என அடியார் அனைவரது அன்பையும், ஏற்கும் ஈசன் எழுந்தருளி இருக்கும் கோயில் இருப்பது; 'மும்' என்று வண்டுகள் இசைஎழுப்பி, மலர்களைக் கிளறி, மலரின் மணம் திசை எங்கும் பரவும் சோலைவளமும், குளிர்ந்த வயல்வளமும், உடைய திருவீழிமிழலை என்னும் தலத்திலே ஆகும்.

2264. **பண்ணும்பதம் ஏழும்பல ஓசைத்தமிழ் அவையும்**
உள்நின்றதுஓர் சுவையும்(ம்)உறு தாளத்துஒலி பலவும்
மண்ணும்புனல் உயிரும்வரு காற்றும்சுடர் மூன்றும்
விண்ணும்முழுது ஆனான்இடம் வீழிம்மிழ லையே (4)

அருஞ்சொற்பொருள்:

பண்ணும் - இசையும். பதம் ஏழும் - சட்ஜம், ரிஷபம், காந்தாரம், மத்திமம், பஞ்சமம், தைவதம், நிஷாதம் ஆகிய பதம் ஏழும். பலஓசை - வல்லோசை, மெல்லோசை, இடையோசை எனப்பல ஓசை. தாளத்து ஒலி பலவும் - சட்சபுடம், காசபுடம், சட்பிதா புத்திரிகம், சம்பத்துவேட்டம், உற்கடிதம் என ஒலி ஐந்து. மண் - நிலம். புனல் - நீர். சுடர் மூன்று - சூரியன், சந்திரன், நெருப்பு. விண் - ஆகாயம். (காற்று, உயிர் ஆக அட்டமூர்த்தம்).

பொழிப்புரை:

இசையாகவும், இசைக்கு அடிப்படையான ஏழு சுரங்களாகவும், அதனால் உள்ளத்தில் ஏற்படுகின்ற சுவையாகவும், தாள வேறுபட்டு ஒலியாகவும், நிலம் நீர் நெருப்பு காற்று ஆகாயம் சூரியன் சந்திரன் உயிர் என அட்டமூர்த்தங்களாகவும், விளங்கும் இறைவன், எழுந்தருளி இருக்கும் இடம், திருவீழிமிழலை என்னும் தலமே ஆகும்.

2265. **ஆயாதன சமயம்பல அறியாதவன் நெறியின்**
தாயானவன் உயிர்கட்குமுன் தலையானவன் மறைமுத்
தீயானவன் சிவன்எம்(ம்)இறை செல்வத்திரு வாரூர்
மேலானவன் உறையும்(ம்)இடம் வீழிம்மிழ லையே (5)

அருஞ்சொற்பொருள்:

ஆயாதன - ஆராயாதன. முத்தீ - ஆகவனீயம், காருகபத்தியம், தக்கணாக்கியம் என மூன்று தீ.

பொழிப்புரை:

'இறைவன் உளன்' என்பதை சுருதி, உத்தி, அனுபவங்களால் ஆராய்ந்து அறியாத பல சமயத்தவராலும் அறிய முடியாதவன்; சித்தாந்த சைவ நெறியின் தாயாக விளங்குபவன்; எல்லா உயிர்களுக்கும் அனாதியே தலைவனாய் விளங்குபவன்; வேதங்களாகவும் மூவகை வேள்வி களாகவும் விளங்குபவன்; சிவபெருமான்; எமது இறைவன்; செல்வ வளம் மிக்க திருவாரூரில் உறைபவன்; அப்பெருமான் எழுந்தருளி இருக்கும் இடம், திருவீழிமிழலை என்னும் தலமே ஆகும்.

2266. கல்ஆல்நிழல் கீழாய்இடர் காவாய்என வானோர்
எல்ஆம்ஒரு தேராய்அயன் மறைபூட்டிநின்று உய்ப்ப
வல்வாய்எரி காற்றுஈர்க்குஅரி கோல்வாசுகி நாண்கல்
வில்லாஎயில் எய்தான்இடம் வீழிம்மிழ லையே   (6)

அருஞ்சொற்பொருள்:

இடர் - துன்பம். எல் ஆம் ஒரு தேர் - ஒளிப்பொருளாகிய சூரியனையும் சந்திரனையும் சக்கரங்களாகக் கொண்ட ஒரு தேர். அயன் - பிரமன். மறை பூட்டி - வேதங்களை குதிரைகளாகப் பூட்டி. வல்வாய் எரி - விரைந்து பற்றும் நெருப்பு. காற்று ஈர்க்கு - காற்று இறகு. அரி கோல் - திருமால் அம்பு. வாசுகி நாண் - வாசுகி என்னும் பாம்புநாண். கல் - மேருமலை. எயில் - மும்மதில்.

பொழிப்புரை:

சிவபெருமான் போகியாக கல்லால மரநிழலில் இருந்தபோது, 'துன்பத்திலிருந்து காப்பாயாக!' என்று தேவர்கள் வேண்ட, சூரிய சந்திரர்களைச் சக்கரங்களாகவும், பூமியைத் தேராகவும், பிரமனைத் தேரோட்டியாகவும், வேதங்களைக் குதிரைகளாகவும் பூட்டி, திருமாலை அம்பாகவும், வாயுதேவனை இறகாகவும், அக்கினிபகவானை விரைந்து பற்றும் நெருப்பாகவும், வாசுகி என்ற பாம்பை நாணாகவும், மேரு மலையை வில்லாகவும், வளைத்து மும்மதிலை அழித்தவன்; அவன் எழுந்தருளி இருக்கும் இடம், திருவீழிமிழலையே ஆகும்.

2267. கரத்தான்மலி சிரத்தான்கரி உரித்தாயதுஓர் பட்த்தான்
புரத்தார்பொடி படத்தன்அடி பணிமூவர்கட்கு ஓவா
வரத்தான்மிக அளித்தான்இடம் வளர்புன்னை முத்துஅரும்பி
விரைத்தாதுபொன் மணிஈன்றுஅணி வீழிம்மிழ லையே   (7)

அருஞ்சொற்பொருள்:

'சிரத்தான் மலி கரத்தான்' - என மாற்றிப் பொருள் உரைக்க. படம் - மேலாடை. பொடிபட - சாம்பலாக. ஓவா வரம் - நீங்காத வரம். விரைத் தாது - மணமுள்ள மகரந்தம். மணி - மரகத மணி.

பொழிப்புரை:

கையில் பிரமகபாலத்தை ஏந்தி இருப்பவன், யானையின் தோலை உரித்து மேலாடையாகப் போர்த்திக் கொண்டவன், முப்புரம் சாம்பலாகுமாறு எரித்து, அவ்வசுரர் மூவரும் தம் அடிபணிய, அவர்க்கு வாயிற்காவலர்களாக

இருக்கும் வரம் அருளியவன், அவன் எழுந்தருளி இருக்கும் இடம்; புன்னை மரங்கள் முத்துப் போலப் பூப்பதும், பொன்துகள் போல மகரந்தப் பொடியைச் சிதற விடுவதும், மரகத மணி போல காய்கள் காய்ப்பதும், ஆக அழகுவிளங்கும் திருவீழிமிழலை என்னும் தலமே ஆகும்.

2268. **முன்நிற்பவர் இல்லாமுரண் அரக்கன்வட கயிலை**
தன்னைப்பிடித்து எடுத்தான்முடி தடம்தோள்இற ஊன்றிப்
பின்னைப்பணிந்து ஏத்தப்பெரு வாள்பேரொடும் கொடுத்த
மின்னில்பொலி சடையான்இடம் வீழிம்மிழ லையே (8)

அருஞ்சொற்பொருள்:

முரண் - மாறுபட்ட. தடம்தோள் - இடமகன்ற தோள். இற - இற்றுவிழ. வாள் - சந்திரகாசம் என்னும் வாள். பேர் - இராவணன் (அழுபவன்) என்னும் பெயர். மின் - மின்னல்.

பொழிப்புரை:

தன்னை எதிர்த்து நிற்க யாரும் இல்லாத அளவு வலிமை உடைய அரக்கன், வடகயிலை மலையைப் பிடித்துப் பெயர்க்க, அவனது முடிகளும் இடமகன்ற தோள்களும் நசுங்குமாறு கால்பெருவிரல் கொண்டு ஊன்றிப் பின்னர் அவன் பணிந்து போற்ற, அவனுக்குச் சந்திரகாசம் என்னும் வாளும், இராவணன் (அழுபவன்) என்னும் பெயரும், தந்து அருள் செய்த, மின்னல் போன்ற சடைஉடையவன் எழுந்தருளி இருக்கும் இடம், திருவீழிமிழலையே ஆகும்.

2269. **பண்டுஏழுஉலகு உண்டான்அவை கண்டானும்முன் அறியா**
ஒண்தீஉரு ஆனான்உறை கோயில்(ல்)நிறை பொய்கை
வண்தாமரை மலர்மேல்மட அன்னம்நடை பயில
வெண்தாமரை செந்தாதுஉதிர் வீழிம்மிழ லையே (9)

அருஞ்சொற்பொருள்:

பண்டு - முன்பு. ஏழு உலகு உண்டான் - திருமால். அவை கண்டான் - அந்த ஏழு உலகங்களைப் படைத்த பிரமன்.

பொழிப்புரை:

முன்ஒரு காலத்தில் மேல்ஏழு, கீழ்ஏழு, உலகங்களை எடுத்து உண்ட திருமாலும், அந்த உலகங்களைப் படைத்த பிரமனும், தேடியும் காணமுடியாத நெருப்பு உருவாய் நின்ற சிவபெருமான், எழுந்தருளிய கோயில் இருக்கும் இடம்; நீர் நிறைந்த பொய்கைகளும், அதில் பூத்திருக்கும்

வளமான தாமரை மலர்களும், அம்மலர்மேல் நடைபயிலும் இளம் அன்னப் பறவைகளும், வெண்தாமரை மலர்களும், அம்மலர்கள் சிவந்த மகரந்தப் பொடியை உதிர்ப்பதும், ஆகிய வளமுடைய வீழிமிழலையே ஆகும்.

2270. **மசங்கல்சமண் மண்டைக்கையர் குண்டக்குணம் இலிகள்**
இசங்கும்பிறப்பு அறுத்தான்இடம் இரும்தேன்களித்து இரைத்துப்
பசும்பொன்கிளி களிமஞ்ஞைகள் ஒளிகொண்டுஎழு பகலோன்
விசும்பைப்பொலி விக்கும்பொழில் வீழிம்மிழ லையே (10)

அருஞ்சொற்பொருள்:

மசங்கல் - மயக்கம். மண்டை - பிச்சை ஏற்க உதவும் பனை ஓலை கொண்டு செய்யப்பட்ட கலம். குண்டர் - அறிவற்றவர் (முரடர்). குணம் இலிகள் - நற்குணம் இல்லாதவர்கள். இசங்கும் - வினைவசத்தால் வந்து பொருந்திய. இருந்தேன் - பெரிய வண்டு. பசும்பொன்கிளி - பசுமை நிறமும் அழகும் உடைய கிளி (பொன் - அழகு). களி மஞ்ஞைகள் - மகிழும் மயில்கள். பகலோன் - சூரியன். விசும்பு - ஆகாயம்.

பொழிப்புரை:

மயக்க அறிவும், மண்டை என்னும் பனைஓலை உண்கலமும், அறிவற்ற முரட்டுத்தனமும், நற்குணம் சிறிதும் இல்லாமையும், ஆக இவ்வாறு திகழும் சமணர்களும், பௌத்தர்களும், ஒருபுறம் இருக்க அவரைப் புறம்தள்ளிவிட்டு; தன்னை வந்து வழிபடும் அன்பர்களுக்கு, வரஇருக்கும் பிறப்பை அறுத்து, அருள்செய்யும் பெருமான் எழுந்தருளி இருக்கும் இடம்; தேன்வண்டு தேனினை மிகுதியும் உண்டு, மகிழ்ந்து இசைபாடுவதும், பசுமை நிறமும் அழகும் உடைய கிளிகள் பழகுவதும், மகிழ்ச்சி மிகஉடைய மயில்கள் ஆடுவதும், ஒளியைப் பரவவிடும் சூரியன் ஆகாயத்தைப் பொலிவுறச் செய்வதும், ஆகிய சிறப்புகள் உடைய சோலை சூழ்ந்த திருவீழிமிழலை ஆகும்.

2271. **வீழிம்மிழ லைம்மேவிய விகிர்தன்தனை விரைசேர்**
காழிந்நகர் கலைஞானசம் பந்தன்தமிழ் பத்தும்
யாழின்(ன்)இசை வல்லார்சொலக் கேட்டார்அவர் எல்லாம்
ஊழின்மலி வினைபோயிட உயர்வான்அடை வாரே (11)

அருஞ்சொற்பொருள்:

விகிர்தன் - உலக இயல்புக்கு மாறுபட்டு நிற்பவன். விரை - மணம். சொல - சொல்ல. ஊழின்மலி வினை - விதிப்படி அனுபவித்துக் கழிக்கின்ற வினை. உயர்வான் - உயர்ந்த வானஉலகம் (வீடு).

பொழிப்புரை:

திருவீழிமிழலை என்னும் தலத்தில் எழுந்தருளி இருக்கும் பலமாறுபாடுகள் உடைய இறைவனை; பலவகையால் மணம்பரவ இருக்கும் சீர்காழி நகரத்து, கலைகளில் சிறந்து விளங்கும் ஞானசம்பந்தன் பாடிய தமிழ்ப்பாடல்கள் பத்தினையும்; யாழில் வைத்து மீட்டுபவர், இசையுடன் பாடுபவர், அவற்றைக் கேட்டவர், என அனைவரும்; விதிவழி நுகரவேண்டிய வினைகளை நுகர்ந்து கழித்துவிட்டுச் சிவலோகம் சென்று சேர்வர்.

திருச்சிற்றம்பலம்

210

திருப்பேணுபெருந்துறை

பதிக வரலாறு:

திருவீழிமிழலை வழிபட்ட அரசுகளும் பிள்ளையாரும் தனித்தனி மடத்தில் தங்கி, காலம் தப்பாது வீழிநாதரை வழிபட்டு வருகின்ற நாளில், அருகில் இருந்த பேணு பெருந்துறை வந்து வழிபட்டு இப்பதிகத்தை பிள்ளையார் அருளுகின்றார்.

தல வரலாறு:

கும்பகோணத்துக்குத் தென்கிழக்கில் 11கி.மீ தொலைவில் உள்ளது. இப்பொழுது 'திருப்பந்துறை' என்று வழங்கப்படுகின்றது. உமாதேவி, பிரமன், முருகன் ஆகியோர் பூசித்த தலம்.

சுவாமி : சிவானந்தர்

அம்மை : மலைஅரசி

தல மரம் : வன்னி

தீர்த்தம் : மங்கள தீர்த்தம்

திருமுறை 1 - 42 திருஞான - 549

பண்: தக்கராகம்

2272. பைம்மா நாகம் பன்மலர் கொன்றை
பன்றிவெண் கொம்புஒன்று பூண்டு
செம்மாந்து ஐயம் பெய்கஎன்று சொல்லிச்
செய்தொழில் பேணிஓர் செல்வர்
அம்மான் நோக்கிய அம்தளிர் மேனி
அரிவைஓர் பாகம் அமர்ந்த
பெம்மான் நல்கிய தொல்புக ழாளர்
பேணுபெ ருந்துறை யாரே (1)

அருஞ்சொற்பொருள்:

பை - படம். பன் மலர் - பலவகை மலர். செம்மாந்து - இறுமாந்து. ஐயம் - பிச்சை. அம் - அழகு.

பொழிப்புரை:

பேணுபெருந்துறை என்னும் தலத்தில் எழுந்தருளி இருக்கும் இறைவர், படமுடைய பெரிய பாம்பு, பலவகை மலர்களோடு கொன்றை மலரும் சேர்த்துக் கட்டப்பட்ட மாலை, வராக அவதாரத் திருமாலாகிய பன்றியின் வெள்ளை நிறக்கொம்பு, ஆகியவற்றை அணிந்து, இறுமாப்புடன், ‘பிச்சை இடுங்கள்!’ எனக் கேட்டுப் பிச்சை பெறும் இயல்பினர்; அடியார்களுக்கு அருள்பாலிக்கும் தொழிலைப் பேணுகின்ற செல்வர்; அழகிய மான் போன்ற மருண்ட பார்வையும், அழகிய இளந்தளிர் போன்ற மேனி நிறமும் உடைய உமாதேவியை உடம்பின் ஒருபாகமாகக் கொண்டு விளங்கும் பெருமான்; நிலைத்த பழம்புகழ் உடையவர்.

2273. **மூவரும் ஆகி இருவரும் ஆகி**
முதல்வனு மாய்நின்ற மூர்த்தி
பாவங்கள் தீர்தர நல்வினை நல்கிப்
பல்கணம் நின்று பணிய
சாவம்அது ஆகிய மால்வரை கொண்டு
தண்மதில் மூன்றும் எரித்த
தேவர்கள் தேவர் எம்பெரு மானார்
தீதில்பெ ருந்துறை யாரே (2)

அருஞ்சொற்பொருள்:

மூவர் - அயன், அரி, அரன். இருவர் - சத்தி, சிவம். சாவம் - வில். வரை - மேருமலை.

பொழிப்புரை:

குற்றமற்ற பேணுபெருந்துறை என்னும் தலத்தில் எழுந்தருளி இருக்கும் இறைவர், பிரமன், திருமால், உருத்திரன் என மூவருமாய் நின்றவரை அதிட்டித்துப் படைத்தல் காத்தல் அழித்தல் என்னும் முத்தொழில் செய்பவர்; ஒடுங்கிய உலகை மீண்டும் தோற்றுவிக்கும்போது (புனர் உற்பவத்தின்போது) சிவம் சத்தி என இருவராய் விளங்குபவர்; ஆனால், அனைத்துக்கும் தலைவராய் விளங்கும் ஒருவர்; நமது பாவங்கள்

தீருமாறு நல்வினையை வழங்கி, பல கணத்தவர் நின்று பாடிப் பணிய இருப்பவர்; பெரிய மேருமலையை வில்லாக வளைத்து, முப்புரத்தை எரித்து அழித்த தேவதேவர்; அவர் எமது பெருமானும் ஆவர்.

2274. செய்பூங் கொன்றை கூவிள மாலை
சென்னியுள் சேர்புனல் சேர்த்திக்
கொய்பூங் கோதை மாதுஉமை பாகம்
கூடிஓர் பீடுஉடை வேடர்
கைபோல் நான்ற கனிகுலை வாழை
காய்குலை யில்கமுகு ஈனப்
பெய்பூம் பாளை பாய்ந்துஇழி தேறல்
பில்குபெ ருந்துறை யாரே (3)

அருஞ்சொற்பொருள்:

'செய் மாலை' - எனக் கூட்டி உரைக்க. கூவிளம் - வில்வம். பீடு - பெருமை. வேடர் - வேடம் உடையவர். கை போல் நான்ற - யானையின் துதிக்கை போல் தொங்குகின்ற. தேறல் - தேன். பில்குதல் - ஒழுகுதல்.

பொழிப்புரை:

யானையின் துதிக்கைபோல தொங்குகின்ற வாழையின் குலை அருகே, பாக்குமரமும் குலைதள்ள, அதன் பாளையில் இருந்து தேன் ஒழுகும் பேணுபெருந்துறை என்னும் தலத்தில் எழுந்தருளி இருக்கும் இறைவர், வில்வந்தளிர், கொன்றைமலர் ஆகிய கொண்டு தொடுக்கப்பட்ட மாலை அணிந்திருப்பவர்; சடையில் கங்கையை வைத்திருப்பவர்; பூச்சூடிய கூந்தல் உடைய உமாதேவியை உடம்பின் ஒரு பாகமாகக் கொண்டவர்; பெருமை பொருந்திய பலப்பல வேடம் ஏற்பவர்.

2275. நிலனொடு வானும் நீரொடு தீயும்
வாயுவும் ஆகிஓர் ஐந்து
புலனொடு வென்று பொய்ம்மைகள் தீர்ந்த
புண்ணியர் வெண்பொடிப் பூசி
நலனொடு தீங்கும் தான்அலது இன்றி
நன்குஎழு சிந்தையர் ஆகி
மலனொடு மாசும் இல்லவர் வாழும்
மல்குபெ ருந்துறை யாரே (4)

அருஞ்சொற்பொருள்:

நலன் - நன்மை. மலம் - ஆணவமலம். மாசு - கன்ம மலம், மாயாமலம்.

பொழிப்புரை:

நிலம், நீர், நெருப்பு, காற்று, ஆகாயம் என்னும் ஐம்பெரும் பூதங்களாக இருப்பவர்; ஐம்புலன்களை வென்றவர்; பொய்ம்மை சிறிதும் கலவாத புண்ணியம் உடையவர்; வெண் திருநீற்றை உடல் முழுதும் பூசி இருப்பவர், 'நன்மையும் தீமையும் தம்மால் தமக்கே வருவதுஅன்றிப் பிறரால் தமக்கு வருவதில்லை' என்னும் கொள்கை உடையவராய், ஆவணம் கன்மம் மாயை என்னும் மும்மலக் குற்றங்களிலிருந்து விடுபட முயலும் அடியார்கள், கூடிவாழும் பேணுபெருந்துறை என்னும் தலத்தில் எழுந்தருளி இருக்கும் இறைவர் அவர் ஆவர்.

2276. பணிவாய் உள்ள நன்கெழு நாவின்
பத்தர்கள் பத்திமை செய்யத்
துணியார் தங்கள் உள்ளம் இலாத
சுமடர்கள் சோதிப்பு அரியார்
அணிஆர் நீலம் ஆகிய கண்டர்
அரிசில் உரிஞ்சுக ரைமேல்
மணிவாய் நீலம் வாய்கமழ் தேறல்
மல்குபெ ருந்துறை யாரே (5)

அருஞ்சொற்பொருள்:

நன் கெழு - நன்மை பொருந்திய. பத்திமை - அன்புடைமை. சுமடர் - அறிவற்றவர். சோதிப்பு அரியார் - சோதித்து அறிய அருமை உடையவர். அணி - அழகு. நீலம் - நீலமலர். தேறல் - தேன்.

பொழிப்புரை:

அலைவீசிப் பாயும் அரிசிலாற்றின் கரையில், அழகிய நீலமலர் தேனைப் பெருகவிடும் பேணுபெருந்துறை என்னும் தலத்தில், எழுந்தருளி இருக்கும் இறைவர், பணிவு உடையவரும், துதிப்பாடல்கள் பாடி வழிபடும் நாவினை உடையவரும், ஆகிய அன்பர்கள் அன்பு செய்ய விளங்குபவர்; தெளிவற்ற மனம் உடைய அறிவிலிகளால், ஓதுபோதும் சோதித்து அறியமுடியாதவர்; அழகிய நீலநிறம் உடைய கண்டம் உடையவர்.

2277. எண்ணார் தங்கள் மும்மதிள் வேவ
ஏவலம் காட்டிய எந்தை
விண்ணோர் சாரத் தன்னருள் செய்த
வித்தகர் வேத முதல்வர்
பண்ஆர் பாடல் ஆடல் அறாத
பசுபதி ஈசன்ஓர் பாகம்
பெண்ஆண் ஆய வார்சடை அண்ணல்
பேணுபெ ருந்துறை யாரே (6)

அருஞ்சொற்பொருள்:

எண்ணார் - பகைவர். மும்மதிள் - மும்மதில். ஏ வலம் - அம்பின் வலிமை. பண் - இசை. அறாத - இடைஅறாத. பசுபதி - உயிர்களுக்குத் தலைவன்.

பொழிப்புரை:

பேணுபெருந்துறை என்னும் தலத்தில் எழுந்தருளி இருக்கும் இறைவர், பவைரது முப்புரம் தீப்பற்றி எரியுமாறு, அம்பின் வலிமையைக் காட்டியவர்; எமது தந்தை; தேவர்கள் வந்து வணங்க, அவர்களுக்குத் தன் அருளை வழங்கும் வித்தகர்; வேதங்களைச் சொன்னவர்; இசையோடு கூடிய பாடலும் ஆடலும் இடையறாது நிகழ்த்தும் உயிர்களின் தலைவர்; எல்லா உலகங்களையும் ஆள்பவர்; உடம்பின் ஒரு பாகத்தில் பெண்ணை வைத்திருப்பவர்; நீண்ட சடாமுடி உடையவர். அவரே அண்ணலும் (தலைவரும்) ஆவர்.

2278. விழையார் உள்ள நன்கெழு நாவில்
வினைகெட வேதம்ஆறு அங்கம்
பிழையா வண்ணம் பண்ணிய வாற்றால்
பெரியோர் ஏத்தும் பெருமான்
தழைஆர் மாவின் தாழ்கனி உந்தித்
தண்அரி சில்புடை சூழ்ந்து
குழைஆர் சோலை மென்நடை அன்னம்
கூடுபெ ருந்துறை யாரே (7)

அருஞ்சொற்பொருள்:

விழை - விருப்பம். மா - மாமரம். குழை - தளிர்.

பொழிப்புரை:

தழைகள் நிரம்பிய மாமரத்தில் விளைந்த மாம்பழங்களை தள்ளிக் கொண்டு வருவதும், குளிர்ச்சி பொருந்தியதும், ஆகிய அரிசில் ஆற்றின் கரையில், தளிர்கள் நிறைந்த சோலையில் மென்நடை பயிலும் அன்னப் பறவைகள் வாழும் பேணுபெருந்துறை என்னும் தலத்தில் எழுந்தருளி இருக்கும் இறைவர், விரும்பும் உள்ளம் உடையவராய்த் தம் நாவினால் நான்கு வேதங்களை, அதன் ஆறு அங்கங்களோடும், பிழையின்றி ஓதிவரும் பெரியவர்கள் சூழ இருப்பவர்; அவரே நாம் வணங்கும் பெருமானும் ஆவர்.

2279. **பொன்அம் கானல் வெண்திரை சூழ்ந்த**
பொருகடல் வேலி இலங்கை
மன்னன் ஒல்க மால்வரை ஊன்றி
மாமுரண் ஆகமும் தோளும்
முன்அவை வாட்டிப் பின்அருள் செய்த
மூஇலை வேல்உடை மூர்த்தி
அன்னம் கன்னிப் பேடையொ டுஆடி
அணவும்பெ ருந்துறை யாரே (4)

அருஞ்சொற்பொருள்:

பொன் - அழகு. கானல் - கடற்கரைச் சோலை. பொருகடல் - அலைவீசும் கடல். ஒல்க - தளர. மால்வரை - பெரிய கயிலை மலை. மாமுரண் - பெரிய வலிமை. ஆகம் - மார்பு. மூவிலை வேல் - முத்தலைச் சூலம். பேடை - பெண் அன்னம். அணவும் - பொருந்தும்.

பொழிப்புரை:

கன்னித் தன்மையுடைய பெண் அன்னத்தோடு, ஆண் அன்னம், ஆடி மகிழும், பேணுபெருந்துறை என்னும் தலத்தில் எழுந்தருளி இருக்கும் இறைவர், அழகிய கடற்கரைச் சோலை உடையதும், வெள்ளை நிற அலைகளுடன் கூடிய அலைவீசும் கடலால் சூழப்பட்டதும், ஆகிய இலங்கை நாட்டு அரசனது வலிமை உடைய மார்பும் தோள்களும் தளர்வு அடையுமாறு, முதலில் கயிலை மலையை ஊன்றி நசுக்கிப் பின், அவனுக்கு அருள்செய்த முத்தலைச்சூலம் உடைய மூர்த்தி ஆவர்.

2280. **புள்வாய் போழ்ந்து மாநிலம் கீண்ட**
பொருகடல் வண்ணனும் பூவின்
உள்வாய் அல்லி மேல்உறை வானும்
உணர்வுஅரி யான்உமை கேள்வன்

முள்வாய் தாளின் தாமரை மொட்டின்
முகம்மலரக் கயல் பாயக்
கள்வாய் நீலம் கண்மலர் ஏய்க்கும்
காமர்பெ ருந்துறை யாரே (9)

அருஞ்சொற்பொருள்:

புள் - பறவை (கொக்கு). போழ்ந்து - பிளந்து. மாநிலம் - பெருநிலம். கீண்ட - தோண்ட. அல்லி - அகஇதழ். முள்வாய் தாள் - முள்ளுடன் கூடிய தண்டு. கயல் - மீன்வகை. கள் - தேன். நீலம் - நீலமலர். கண்மலர் - கண் ஆகிய மலர். ஏய்க்கும் - ஒக்கும்.

பொழிப்புரை:

முள்ளுடன் கூடிய தண்டில் உள்ள தாமரை மொக்கின் முகம் மலர்வதும், கயல்மீன்கள் துள்ளுவதும், தேன் பொருந்திய நீலமலர் மகளிரின் கண்மலருக்கு உவமையாக விளங்குவதும், ஆகிய சிறப்புகள் உடைய பேணுபெருந்துறையில் எழுந்தருளி இருக்கும் இறைவர்; கொக்கு உருவில் எதிர்த்த பகாசுரனின் வாயைப் பிளந்தவனும், வராக அவதாரம் எடுத்து நிலத்தைத் தோண்டியவனும், அலைவீசும் கடலின் நிறம் போன்ற கருமை நிறம் உடையவனும், ஆகிய திருமாலும், அகஇதழ்களுடன் கூடிய தாமரை மலர்மேல் உறையும் பிரமனும், தேடியும் காணமுடியாதவர்; அவர் உமாதேவியின் கணவர் ஆவர்.

2281. குண்டும் தேரும் கூறைக ளைந்தும்
கூப்பிலர் செப்பிலர் ஆகி
மிண்டும் மிண்டர் மிண்டுஅவை கண்டு
மிண்டு செயாது விரும்பும்
தண்டும் பாம்பும் வெண்தலை சூலம்
தாங்கிய தேவர் தலைவர்
வண்டும் தேனும் வாழ்பொழில் சோலை
மல்குபெ ருந்துறை யாரே (10)

அருஞ்சொற்பொருள்:

குண்டு - குண்டர் (சமணர்). தேரும் - (தேரரும்) பௌத்தரும். கூறை - ஆடை. கூப்பிலர் - கைகூப்பி வழிபடாதவர். செப்பிலர் - இறைவனது புகழைப் பேசாதவர். மிண்டு - குறும்பு. மிண்டர் - வம்பர்.

பொழிப்புரை:

ஆடையைத் துறந்த சமணர்களும், பௌத்தர்களும், இறைவரைக் கைகூப்பி வணங்காமலும், புகழ்மொழிகளைப் பேசாமலும், குறும்பு செய்யும் வம்பர்களாய் இருப்பது கண்டு, அவரை விட்டு விலகி இருந்து, அவர்க்கும் தீங்கு செய்யாது இருக்கும் இறைவர்; யோகதண்டம், பாம்பு, மண்டைஓடு, சூலம், ஆகியவற்றை ஏந்தி இருக்கும் தன்மையும், தேவர்களுக்குத் தலைவராய் விளங்கும் தன்மையும் உடையவர்; அவர், தேனும் அதனை உண்ணவரும் வண்டுகளும், உடைய சோலை சூழ்ந்த பேணு பெருந்துறை என்னும் தலத்தில் எழுந்தருளி இருக்கும் இறைவர் ஆவர்.

2282. **கடைஆர் மாட நன்கெழு வீதிக்**
கழுமல ஊரன் கலந்து
நடைஆர் இன்சொல் ஞானசம் பந்தன்
நல்லபெ ருந்துறை மேய
படைஆர் சூலம் வல்லவன் பாதம்
பரவிய பத்துஇவை வல்லார்
உடையார் ஆகி உள்ளமும் ஒன்றி
உலகினில் மன்னுவர் தாமே (11)

அருஞ்சொற்பொருள்:

கடை - வாயில். பாதம் - திருவடி. உடையார் - எல்லாச் செல்வமும் உடையார். மன்னுவர் - நிலையான வாழ்வு பெறுவர்.

பொழிப்புரை:

முற்றங்களுடன் கூடிய மாடிவீடுகள் நிறைந்த வீதிகள் உடைய கழுமலம் (சீர்காழி) என்னும் ஊருக்கு உரிய ஞானசம்பந்தன்; நடைநயம் உடைய இன்சொற்கள் கொண்டு; பேணுபெருந்துறையில் எழுந்தருளி இருக்கும் முத்தலைச் சூலம் ஏந்தியவனும், அதனைக் கையாள்வதில் வல்லமை உடையவனும், ஆகிய பெருமானது திருவடி பணிந்து; பாடிய பாடல் பத்தும், ஆகிய இவற்றைப் பாடி வழிபடும் வல்லமை உடையவர்; எல்லாச் செல்வமும் உடையவராய்த் திகழ்வதுடன், உள்ளம் ஒருநிலைப்பட்டு, இவ்வுலகில் நிலைத்த வாழ்வினைப் பெறுவர்.

திருச்சிற்றம்பலம்

211

திருத்திலதைப்பதி

பதிக வரலாறு:

பிள்ளையார், திருவீழிமிழலையில் தங்கி இருந்த நாளில் வழிபட்டது பேணுபெருந்துறையும் திலதைப்பதியும் ஆகும்.

தல வரலாறு:

இராமனும் இலக்குமணனும் தமது தந்தையர்க்கு எள்ளும் நீரும் இறைத்த (திலதர்ப்பணம் செய்த) தலம் ஆதலின், இப்பெயர் பெற்றது. கோயிலின் பெயர் மதிமுத்தம். சந்திரன் பூசித்துப் பேறு பெற்றமையால் இப்பெயர் பெற்றது. சூரியனும் இத்தலத்தை வணங்கி உள்ளான். பூந்தோட்டம் என்னும் ஊருக்குத் தெற்கில் 1.5கி.மீ தொலைவில் உள்ளது. தற்பொழுது ‘சிதலைப்பதி’ என ஊரின் பெயர் மருவி வழங்குகிறது.

சுவாமி : முத்தேசர்

அம்மை : பொற்கொடி நாயகி

தல மரம் : மந்தாரம்

தீர்த்தம் : சந்திர தீர்த்தம்

திருமுறை 2 - 254 **திருஞான - 549**

பண்: செவ்வழி

2283. **பொடிகள் பூசிப்பல தொண்டர் கூடிப்புலர் காலையே**
அடிகள்ஆ ரத்தொழுது ஏத்த நின்றஅழ கன்(ன்)இடம்
கொடிகள்ஓங் கிக்குல வும்விழவு ஆர்தில தைப்பதி
வடிகொள்சோ லைம்மலர் மணம்கம ழும்மதி முத்தமே (1)

அருஞ்சொற்பொருள்:

புலர்காலை - விடியற்காலை. ஆரத்தொழுதல் - மிகுதியும் வணங்குதல். வடிகொள் சோலை - அழகிய சோலை.

பொழிப்புரை:

தொண்டர்கள் பலரும் நித்திய நியமங்களை பொழுது விடியும் முன்னரே நிறைவேற்றித் திருநீற்றுப் பொடியை உடல் முழுவதும் பூசிக்கொண்டு, திருவடியை மிகுதியும் தொழுது போற்ற நின்ற அழகனாகிய சிவபெருமான் எழுந்தருளி இருக்கும் இடம்; கொடிகளால் அலங்கரிக்கப்பட்டதும், திருவிழாக்கள் இடையறாது நடைபெறுவதும், ஆகிய திலதைப்பதியில் அழகிய சோலைகளால் சூழப்பட்ட மலர்மணம் கமழும் மதிமுத்தம் திருக்கோயிலே ஆகும்.

2284. **தொண்டர் மிண்டிப் புகைவிம்மு சாந்தும்கமழ் துணையலும்**
கொண்டு கண்டார் குறிப்புணர நின்ற குழகன்(ன்)இடம்
தெண்திரை பூம்புனல் அரிசில் சூழ்ந்த திலதைப்பதி
வண்டு கெண்டுற்று இசைபயிலும் சோலைம் மதிமுத்தமே (2)

அருஞ்சொற்பொருள்:

மிண்டி - நெருங்கி. துணையல் - மாலை. கெண்டுற்று - கிளறுதல் உற்று.

பொழிப்புரை:

அடியார்கள் நெருங்கி நின்று தூபம், சாந்து, மணம் கமழும் மாலை, ஆகிய இவை கொண்டு வழிபாடு செய்ய, அவர்களது குறிப்பறிந்து அருள்செய்யும் இளமை மாறாத இறைவன் எழுந்தருளி இருக்கும் இடம்; தெளிந்த அலைவீசும் அழகிய நீரால் நிரம்பிய அரிசிலாற்றின் கரையில் உள்ள திலதைப்பதியில் வண்டுகள் மலர்களைக் கிளறி இசைபாடும், சோலை சூழ்ந்த மதிமுத்தம் என்னும் கோயிலே ஆகும்.

2285. **அடல்உள் ஏறுஉய்த்து உகந்தான் அடியார் அமரர்தொழக்**
கடல்உள் நஞ்சம் அமுதாக உண்ட கடவுள்(ள்) இடம்
திடல்அடங் கச்செழுங் கழனி சூழ்ந்த திலதைப்பதி
மடலுள் வாழைக் கனிதேன் பிலிற்றும் மதிமுத்தமே (3)

அருஞ்சொற்பொருள்:

அடல் - வெற்றி. உள் - உள்ளுகின்ற. கழனி - வயல். பிலிற்றும் - கொப்பளிக்கும். வாழை மடல் - வாழையின் பூமுடி.

பொழிப்புரை:

வெற்றியை விரும்புகின்ற இடபத்தை ஊர்ந்து மகிழ்பவனும், அடியார்களும் தேவர்களும் வணங்கத் திருப்பாற்கடல் விடத்தை அமுதமாகக்கி உண்டவனும், ஆகிய கடவுள் எழுந்தருளி இருக்கும்

இடம்; திடல்களால் சூழப்பட்ட வளமான வயல்வளம் உடைய திலதைப் பதியில், வாழையின் பூமுடியிலிருந்து தேன் சிந்துவதும், பழம் பழுத்துச் சாற்றினை ஒழுகவிடுவதும், ஆகிய சிறப்பு உடைய மதிமுத்தம் திருக்கோயிலே ஆகும்.

2286. கங்கை திங்கள் வன்னிதுன் எருக்கினொடு கூவிளம்
வெங்கண் நாகம் விரிசடையில் வைத்த விகிர்தன்(ன்)இடம்
செங்கயல் பாய்புனல் அரிசில் சூழ்ந்த திலதைப்பதி
மங்குல் தோயும் பொழில்சூழ்ந்து அழகார் மதிமுத்தமே (4)

அருஞ்சொற்பொருள்:

கூவிளம் - வில்வம். விகிர்தன் - பல மாறுபாடுகள் உடையவன். மங்குல் - மேகம்.

பொழிப்புரை:

கங்கை, பிறைச்சந்திரன், வன்னியின் தளிர், நெருக்கிக் கட்டப்பட்ட எருக்க மலர் மாலை, வில்வம்தளிர், கொடுங்கண் உடைய பாம்பு, என இவற்றைத் தன் விரிந்த சடையில் வைத்திருக்கும் பலமாறுபாடுகள் உடைய இறைவன் எழுந்தருளி இடம்; கயல்மீன்கள் துள்ளுகின்ற அரிசிலாற்றின் கரையின் உள்ள திலதைப்பதியில் மேகம் தங்கும் சோலை சூழ்ந்த அழகிய மதிமுத்தம் திருக்கோயிலே ஆகும்.

2287. புரவி ஏழும் மணிபூண்டு இயங்கும்கொடித் தேரினான்
பரவி நின்று வழிபாடு செய்யும்பர மேட்டிஊர்
விரவி ஞாழல் விரிகோங்கு வேங்கைசுர புன்னைகள்
மரவம் மவ்வல் மலரும் திலதைம் மதிமுத்தமே (5)

அருஞ்சொற்பொருள்:

புரவி - குதிரை. பரமேட்டி - மேலானவன். ஞாழல், கோங்கு, வேங்கை, சுரபுன்னை, மரவம் - மரவகைகள். மவ்வல் - காட்டு முல்லை.

பொழிப்புரை:

கழுத்தில் மணிகளுடன் கூடிய ஏழு குதிரைகள் பூட்டப்பட்ட கொடிகட்டிய தேரினை உடைய சூரியன் வந்து வழிபாடு செய்யும் மேலானவன் எழுந்தருளி இருக்கும் ஊர்; ஞாழல், கோங்கு, வேங்கை, சுரபுன்னை, மரவம் முதலிய மரங்களும், காட்டு முல்லை மலரும் நிறைந்து விளங்கும் சோலை வளமுடைய திலதைப்பதியில் உள்ள மதிமுத்தம் என்னும் திருக்கோயிலே ஆகும்.

2288. **விண்ணர் வேதம் விரித்துஓத வல்லார் ஒருபாகமும்**
பெண்ணர் எண்ணார் எயில்செற்று உகந்த பெருமான்இடம்
தெண்ணி லாவின் ஒளிதீண்டு சோலைத் திலதைப்பதி
மண்உ ளார்வந்து அருள்பேண நின்றம் மதிமுத்தமே (6)

அருஞ்சொற்பொருள்:

எண்ணார் - பகைவர். எயில் - மதில். செற்று - அழித்து. தெண்ணிலா - (தெள் + நிலா) தெளிந்த சந்திரஒளி. அருள் பேண - அருள் பெறுவதும்.

பொழிப்புரை:

விண்ணில் இருப்பவரும், வேதத்தை விரித்து ஓதுவதில் வல்லவரும், உமாதேவியை ஒருபாகத்தில் வைத்திருப்பவரும், பகைவரது மும்மதிலைச் சினந்து அழித்தவரும், ஆகிய பெருமான் எழுந்தருளி இருக்கும் இடம்; தெளிந்த சந்திர ஒளி, வந்து பரவும் சோலை சூழ்ந்த திலதைப்பதியில் உள்ள, உலகர் வந்து வணங்கி, அருள்பெற நிற்கும் மதிமுத்தம் திருக்கோயிலே ஆகும்.

2289. **ஆறு சூடி அடையார்புரம் செற்றவர் பொன்தொடி**
கூறு சேரும் உருவர்க்கு இடமாவது கூறுங்கால்
தேறல் ஆரும் பொழில் சூழ்ந்துஅழகார் திலதைப்பதி
மாறிலா வண்புனல் அரிசில் சூழ்ந்த மதிமுத்தமே (7)

அருஞ்சொற்பொருள்:

அடையார் - பகைவர். செற்றவர் - அழித்தவர். தேறல் - தேன். வண்புனல் - வளமான நீர்.

பொழிப்புரை:

கங்கையைச் சடையில் சூடி, பகைவரது முப்புரத்தை அழித்து, பொன்னால் ஆன தோள்வளையல் அணிந்துள்ள உமாதேவியை உடம்பின் கூறாகக் கொண்டு, விளங்கும் உருவம் உடையவர்க்கு, உரிய இடமாக விளங்குவது; தேன் நிரம்பிய சோலை சூழ்ந்த அழகிய திலதைப்பதியில் உள்ளதும், எப்பொழுதும் வற்றாத வளமான நீர் சூழ்ந்த அரிசிலாற்றின் கரையில் உள்ளதும், ஆகிய மதிமுத்தம் என்னும் திருக்கோயிலே ஆகும்.

2290. **கடுத்து வந்த கனல்மேனி யினான்கரு வரைதனை**
எடுத்த வன்தன் முடிதோள் அடர்த்தார்க்கு இடமாவது
புடைக்கொள் பூகத்து இளம்பாளை புல்கும் மதுப்பாயவாய்
மடுத்த மந்தி உகளும் திலதைம் மதிமுத்தமே (8)

அருஞ்சொற்பொருள்:

கனல் - தீ. கருவரை - கரிய மலை (கயிலை மலை). பூதம் - பாக்குமரம். மது - தேன். மடுத்த - உண்ட. மந்தி - வண்டு. உகளும் - திரியும்.

பொழிப்புரை:

தீப்போன்ற சிவந்த நிறத் திருமேனி உடைய சிவபெருமான் எழுந்தருளி இருக்கும் கயிலை மலையைக் கோபம் கொண்டு பெயர்த்த அரக்கனது பத்துத் தலைகளும் இருபது தோள்களும் நசுங்குமாறு கால்விரல் கொண்டு ஊன்றியவர்க்கு, இடமாக விளங்குவது; பக்கங்களில் உள்ள பாக்கு மரங்களில், பாளை விரிந்து தேன்ஒழுக, அதனை உண்டு, வண்டுகள் திரியும், திலதை என்னும் தலத்தில் உள்ள, மதிமுத்தம் திருக்கோயிலே ஆகும்.

2291. **படங்கொள் நாகத்து அணையானும் பைந்தா மரையின்மிசை**
இடங்கொள் நால்வே தனும்ஏத்த நின்ற இறைவன்(ன்)இடம்
திடங்கொள் நாவின் இசைதொண்டர் பாடும் திலதைப்பதி
மடங்கல் வந்து வழிபாடு செய்யும் மதிமுத்தமே (9)

அருஞ்சொற்பொருள்:

நாகத்து அணை - பாம்புப்படுக்கை. மிசை - மீது. மடங்கல் - சிங்கம்.

பொழிப்புரை:

படமுடைய ஆதிசேடன் என்னும் பாம்பின் மீது பள்ளிகொண்டிருக்கும் திருமாலும், பசிய தாமரை மலர்மீது இருக்கை கொண்டிருக்கும் நான்கு வேதம் உணர்ந்த பிரமனும், வழிபட நின்ற இறைவன் எழுந்தருளி இருக்கும் இடம்; தொண்டர்கள் இசைப்பாடல்களை அழுத்தம் திருத்தமாகப் பாடி வழிபடும் திலதைப்பதியில் உள்ள, சிங்கம் வந்து வழிபாடு செய்த மதிமுத்தம் திருக்கோயிலே ஆகும்.

2292. **புத்தர் தேரர் பொறிஇல் சமணர்களும் வீறுஇலாப்**
பித்தர் சொன்னம் மொழிகேட்கி லாத பெருமான்இடம்
பத்தர் சித்தர் பணிவுற்று இறைஞ்சும் திலதைப்பதி
மத்த யானை வழிபாடு செய்யும் மதிமுத்தமே (10)

அருஞ்சொற்பொருள்:

பொறி - அறிவு. வீறு - பெருமை. பத்தர் - அன்பர். சித்தர் - அறிஞர். மத்தம் - மதம்.

பொழிப்புரை:

தேரர்களாகிய பௌத்தர்களும், அறிவில்லாத சமணர்களும், பெருமை இல்லாத பித்தர்கள்; அவர்கள் சொல்லும் சொல்லைக் கேட்காத பெருமான் எழுந்தருளி இருக்கும் இடம்; அன்பர்களும் அறிஞர்களும் பணிந்து போற்றும் திலைப்பதியில் உள்ள மதயானை வழிபாடு செய்த மதிமுத்தம் திருக்கோயிலே ஆகும். (சிங்கம், யானை முதலிய விலங்குகளும் இத்தலத்தை வழிபட்டதாக இந்த இரண்டு பாடல்கள் வழி அறிய முடிகின்றது).

2293. **மந்தம் ஆரும் பொழில்சூழ் திலதைம் மதிமுத்தமேல்**
கந்தம் ஆரும் கடல்காழி யுளான்தமிழ் ஞானசம்
பந்தன் மாலை பழிதீர நின்றுஏத்த வல்லார்கள்போய்ச்
சிந்தை செய்வார் சிவன்சேவடி சேர்வது திண்ணமே (11)

அருஞ்சொற்பொருள்:

மந்தம் - தென்றல். கந்தம் - மணம். சேவடி - சிவந்த திருவடி. திண்ணம் - உறுதி.

பொழிப்புரை:

தென்றல் வீசும் சோலை சூழ்ந்த திலதைப்பதியில் உள்ள மதிமுத்தத்து இறைவர்மீது; மணமுள்ளதும், கடற்கரையில் உள்ளதும், ஆகிய சீர்காழி நகரத்து ஞானசம்பந்தன்; பாடிய பாமாலையைப் பழிதீரப் பாடி, வழிபட வல்லவர்; சிவபெருமானது திருவடிகளை நினைவு செய்பவராய், அவரது சிவந்த திருவடிகளைச் சென்று சேர்வது உறுதி.

திருச்சிற்றம்பலம்

212

திருப்புகலியும் திருவீழிமிழலையும்

பதிக வரலாறு:

திலதை மதிமுத்தம் வணங்கிப் பாடிய புகலி வேந்தர், திருவீழி மிழலை வந்து, திருமடத்தில் தங்கி இருந்தார். அப்போது சீர்காழிவாழ் அந்தணர்கள் வந்து, 'புகலி நகருக்கு எழுந்தருள வேண்டும்' என்று பிள்ளையாரிடம் விண்ணப்பிக்க, 'இறைவரது குறிப்பறிந்து நாளை புறப்படலாம்' என்றார். அன்று இரவு பிள்ளையாரின் கனவில் வந்து இறைவர், 'திருப்புகலியில் நாம் எழுந்தருளி இருக்கும் காட்சியை, வீழிமிழலை விண்ணிழி விமானத்துக் காட்டுகின்றோம்' என்று அருளிச் செய்தார். அதன்படி மறுநாள் காட்சி கண்டு, இப்பதிகம் பாடி வழிபடுகின்றார்.

திருமுறை 1 - 4 திருஞான - 557

வினாவுரை

பண்: நட்டபாடை

2294. மைம்மரு பூங்குழல் கற்றைதுற்ற
வாள்நுதல் மான்விழி மங்கையோடும்
பொய்ம்மொழியா மறையோர்கள் ஏத்தப்
புகலி நிலாவிய புண்ணியனே
எம்இறை யேஇமை யாதமுக்கண்
ஈசஎன் நேசஇது என்கொல்சொல்லாய்
மெய்ம்மொழி நான்மறை யோர்மிழலை
விண்இழி கோயில் விரும்பியதே (1)

அருஞ்சொற்பொருள்:

மை - கருமை. மரு - பொருந்திய. வாள் நுதல் - பளபளப்பான நெற்றி. நேச - அன்புடையவனே.

பொழிப்புரை:

கற்றையாய் விளங்குவதும், கருமை நிறம் உடையதும், பூச்சூடி இருப்பதும், ஆகிய கூந்தலும்; ஒளியுடைய நெற்றியும், மான்போன்ற மருண்ட பார்வையும், உடைய உமாதேவியோடு; பொய் சொல்லி அறியாத அந்தணர்கள் போற்றுமாறு, புகலியில் (சீர்காழியில்) எழுந்தருளி இருக்கும் புண்ணியமே வடிவமாக விளங்குபவனே! எமது இறைவனே! இமைக்காத மூன்று கண்கள் கொண்ட ஈசனே! எனது அன்புக்கு உரியவனே! நீ, நிலைத்த தன்மை உடைய, நான்கு வேதங்களைக் கற்றுணர்ந்த, அந்தணர்கள் கூடிவாழும், மிழலை நகரில், திருமாலால் பூமிக்குக் கொண்டு வரப்பட்ட, விண்இழி விமானத்தின்கீழ் விரும்பி எழுந்தருளி இருப்பது, என்ன காரணத்தாலோ? கூறுவாயாக!

2295. **கழல்மல்கு பந்தொடுஅம் மானைமுற்றில்**
கற்றவர் சிற்றிடைக் கன்னிமார்கள்
பொழில்மல்கு கிள்ளையைச் சொல்பயிற்றும்
புகலி நிலாவிய புண்ணியனே
எழில்மல ரோன்சிரம் ஏந்திஉண்டு
ஓர்இன்புறு செல்வம்இது என்கொல்சொல்லாய்
மிழலையுள் வேதியர் ஏத்திவாழ்த்த
விண்இழி கோயில் விரும்பியதே (2)

அருஞ்சொற்பொருள்:

கழல் - கழற்சிக்காய். முற்றில் - முச்சி (சிறிய முறம்). கிள்ளை - கிளி. சிரம் - மண்டைஓடு.

பொழிப்புரை:

கழங்கு, பந்து, அம்மானை, முச்சி முதலிய விளையாட்டுகளைக் கற்று வைத்துள்ள சிறிய இடை உடைய கன்னிப்பெண்கள், சோலையில் வாழும் கிளிகளுக்குப் பேசக் கற்றுக் கொடுக்கும் சீர்காழியில் எழுந்தருளி இருக்கும் புண்ணியமே வடிவாய் விளங்குபவனே! அழகிய தாமரை மலரில் இருக்கை கொண்டுள்ள பிரமனது மண்டைஓட்டில், பிச்சை ஏற்று உண்பதை, ஒரு செல்வமாகக் கருதுபவனே! நீ, திருவீழிமிழலையில் வாழும் அந்தணர்கள் போற்றுமாறு, விண்ணிழி விமானத்தை விரும்பி, அங்கு எழுந்தருளி இருப்பது, என்ன காரணம் பற்றியோ? சொல்வாயாக!

2296. கன்னியர் ஆடல் கலந்துமிக்க
    கந்துக ஆடை கலந்துதுங்கப்
    பொன்இயல் மாட நெருங்குசெல்வப்
    புகலி நிலாவிய புண்ணியனே
    இன்இசை யால்மொழி யாள்ஓர்பாகத்து
    எம்இறை யேஇது என்கொல்சொல்லாய்
    மின்இயல் நுண்இடை யார்மிழலை
    விண்இழி கோயில் விரும்பியதே   (3)

அருஞ்சொற்பொருள்:

கந்துகம் - பந்து. துங்கம் - உயர்ச்சி. மின்இயல் - மின்னல் போன்ற இயல்பு உடைய.

பொழிப்புரை:

பந்து விளையாடுவதற்கு உரிய உடையினை அணிந்து கொண்டு, கன்னிப்பெண்கள் பந்து விளையாடுவதும், உயர்ந்த பொன் கொண்டு கட்டப்பட்ட, மாடங்கள் நிறைந்த செல்வச் செழிப்பு மிக்கதும், ஆகிய சீர்காழியில் எழுந்தருளி இருக்கும் புண்ணியமே வடிவாய் விளங்குபவனே! இனிய இசை எழுப்பும் யாழின் ஒலிபோல் இன்மொழி பேசும் உமாதேவியை, உடம்பில் பாகமாகக் கொண்ட எமது இறைவனே! நீ மின்னல் போன்ற மெல்லிய இடை உடைய மகளிர் நிறைந்து வாழும் திருவீழிமிழலையில், விண்இழி விமானத்தின்கீழ் எழுந்தருளி இருப்பது என்ன காரணம் பற்றியோ? கூறுவாயாக!

2297. நாகப ணம்திகழ் அல்குல்மல்கு
    நன்நுதல் மான்விழி மங்கையோடும்
    பூகவ னம்பொழில் சூழ்ந்தஅம்தண்
    புகலி நிலாவிய புண்ணியனே
    ஏகபெ ருந்தகை ஆயபெம்மான்
    எம்இறை யேஇது என்கொல்சொல்லாய்
    மேகம்உ ரிஞ்சுஎயில் சூழ்மிழலை
    விண்இழி கோயில் விரும்பியதே   (4)

அருஞ்சொற்பொருள்:

நாக பணம் - பாம்பின் படம். நன்நுதல் - அழகிய நெற்றி. பூக வனம் - பாக்குத் தோப்பு. அம் - அழகு. தண் - குளிர்ச்சி. ஏக - ஒப்பற்ற. பெம்மான் - பெருமான். உரிஞ்சு - தங்கு. எயில் - மதில்.

பொழிப்புரை:

பாம்பின் படம் போன்ற அல்குலும், அழகிய நெற்றியும், மான்போன்ற மருண்ட பார்வையும், உடைய உமாதேவியோடு பாக்குமரச் சோலையால் சூழப்பட்ட அழகிய குளிர்ந்த சீர்காழியில் எழுந்தருளி இருக்கும் புண்ணியப் பொருளாய் விளங்குபவனே! தனக்கு ஒப்பார் யாரும் இல்லாத பெருந்தகைமை உடைய பெருமானே! எமது இறைவனே! நீ மேகம் வந்து தங்கும், உயரிய மதிலால் சூழப்பட்ட, திருவீழிமிழலையில் விண்இழி விமானத்தின்கீழ், விரும்பி எழுந்தருளி இருப்பது, என்ன காரணம் பற்றியோ? கூறுவாயாக!

2298. **சந்துஅளறு ஏறுத டங்கொள்கொங்கைத்**
தையலொ டும்தள ராதவாய்மைப்
புந்தியின் நான்மறை யோர்கள்ஏத்தும்
புகலி நிலாவிய புண்ணியனே
எம்தமை ஆளுடை ஈசஎம்மான்
எம்இறை யேஇது என்கொல்சொல்லாய்
வெந்தவெண் நீறு அணிவார்மிழலை
விண்இழி கோயில் விரும்பியதே (5)

அருஞ்சொற்பொருள்:

சந்து அளறு - சந்தனக்குழம்பு. தடம் - இடமகன்ற (பெரிய). தையல் - பெண். தளராத - தவறாத. புந்தி - புத்தி.

பொழிப்புரை:

சந்தனக் குழம்பு பூசியுள்ள பருத்த முலை உடைய உமாதேவியை, உடம்பின் ஒருபாகமாகக் கொண்டு, வாய்மையில் சிறிதும் வழுவாத அந்தணர்கள் போற்ற, சீர்காழியில் எழுந்தருளி இருக்கும் புண்ணியப் பொருளாய் விளங்குபவனே! எம்மை அடிமை கொண்ட ஈசனே! எம்பெருமானே! எமது இறைவனே! நீ, வெந்த வெண் திருநீறு பூசும் அடியார்களும், அந்தணர்களும், கூடிவாழும் திருவீழிமிழலையில், விண்இழிவிமானத்தின்கீழ் விரும்பி எழுந்தருளி இருப்பது, என்ன காரணம் பற்றியோ? கூறுவாயாக!

2299. **சங்குஒளி இப்பி சுறாமகரம்**
தாங்கி நிரந்து தரங்கம்மேன்மேல்
பொங்குஒலி நீர்சுமந்து ஓங்குசெம்மைப்
புகலி நிலாவிய புண்ணியனே

எங்கள்பி ரான்இமை யோர்கள் பெம்மான்
எம்இறை யேஇது என்கொல்சொல்லாய்
வெங்கதிர் தோய்பொழில் சூழ்மிழலை
விண்இழி கோயில் விரும்பியதே (6)

அருஞ்சொற்பொருள்:

நிரந்து - வரிசைபட. தரங்கம் - கடல்அலை. வெங்கதிர் - சூரியன். சுறா, மகரம் - மீன்வகைகள்.

பொழிப்புரை:

ஒளிஉடைய சங்கு, இப்பி, சுறா, மகரம், ஆகியவற்றைச் சுமந்து, வரிசைபட கடலின் அலையானது வந்து மோதும், சிறப்புடைய சீர்காழி நகரில் எழுந்தருளி இருக்கும், புண்ணியப் பொருளாய் விளங்குபவனே! எங்களது பெருமானே! தேவர்களது தலைவனே! எமது இறைவனே! நீ, சூரியன் வந்து தங்கும், உயரிய சோலை சூழ்ந்த திருவீழிமிழலையில் விண்இழி விமானத்தின் கீழ் எழுந்தருளி இருப்பது, என்ன காரணம் பற்றியோ? கூறுவாயாக!

2300. **காமன்எ ரிப்பிழம் பாகநோக்கிக்**
காம்புஅன தோளியோ டும்கலந்து
பூமரு நான்முகன் போல்வர்ஏத்தப்
புகலி நிலாவிய புண்ணியனே
ஈமவ னத்துஎரி ஆட்டுஉகந்த
எம்பெரு மான்இது என்கொல்சொல்லாய்
வீமரு தண்பொழில் சூழ்மிழலை
விண்இழி கோயில் விரும்பியதே (7)

அருஞ்சொற்பொருள்:

காமன் - மன்மதன். காம்பு - மூங்கில். பூமரு - பூவில் பொருந்திய. ஈமவனம் - சுடுகாடு. வீ - மலர்.

பொழிப்புரை:

மன்மதன் தீப்பற்றி எரியுமாறு, நெற்றிக்கண் கொண்டு நோக்கி, மூங்கில் போன்ற தோள் உடைய உமாதேவியோடும் கூடிஇருந்து, தாமரை மலரில் அமரும் பிரமன் போன்றவர்களால் போற்றி வழிபடப்படும், சீர்காழியில் எழுந்தருளி இருக்கும் புண்ணியப் பொருளாய் விளங்குபவனே! சுடுகாட்டில் நெருப்பின் நடுவில் நின்று ஆடுவதை விரும்புகின்ற பெருமானே! நீ,

பூக்களால் நிரம்பிய சோலையால் சூழப்பட்ட திருவீழிமிழலையில், விண்இழி விமானத்தின்கீழ் விரும்பி எழுந்தருளி இருப்பது, என்ன காரணம் பற்றியோ? கூறுவாயாக!

2301. **இலங்கையர் வேந்துஎழில் வாய்த்ததிண்தோள்**
இற்றுஅல றவ்விரல் ஒற்றிஐந்து
புலங்களைக் கட்டவர் போற்றஅம்தண்
புகலி நிலாவிய புண்ணியனே
இலங்குஎரி ஏந்திநின்று எல்லிஆடும்
எம்இறை யேஇது என்கொல்சொல்லாய்
விலங்கல்ஒண் மாளிகை சூழ்மிழலை
விண்இழி கோயில் விரும்பியதே (8)

அருஞ்சொற்பொருள்:

புலன் களை கட்டவர் - புலன்களாகிய களைகளைக் களைந்தவர். எல்லி - இரவு. விலங்கல் - மலை.

பொழிப்புரை:

இலங்கை நாட்டுக்கு அரசனாகிய இராவணனது, அழகிய வலிமை பொருந்திய தோள்கள் இற்று விழுமாறு, கால் பெருவிரல் ஒன்று கொண்டு ஊன்றியவரும், ஐந்து புலன்களாகிய களைகளைக் களைந்தவரும், போற்ற அழகிய குளிர்ந்த சீர்காழியில் எழுந்தருளி இருக்கும் புண்ணியப் பொருளாய் விளங்குபவரும், விளங்குகின்ற நெருப்பினைக் கையில் ஏந்தி, இரவில் நடனம் ஆடுபவரும், ஆகிய எமது இறைவரே! நீவிர், மலை போன்ற பெரிய ஒளிவிளங்கும் மாளிகைகள் சூழஉள்ள திருவீழி மிழலையில், விண்இழி விமானத்தின் கீழ் விரும்பி எழுந்தருளி இருப்பது, என்ன காரணத்தினாலோ? சொல்லுவாயாக!

2302. **செறிமுள ரித்தவிசு ஏறிஆறும்**
செற்றுஅதில் வீற்றிருந் தானும்மற்றைப்
பொறிஅர வத்துஅணை யானும்காணாப்
புகலி நிலாவிய புண்ணியனே
எறிமழு வோடுஇள மான்கைஇன்றி
இருந்த பிரான்இது என்கொல்சொல்லாய்
வெறிகமழ் பூம்பொழில் சூழ்மிழலை
விண்இழி கோயில் விரும்பியதே (9)

அருஞ்சொற்பொருள்:

முளரி - தாமரை. தவிசு - இருக்கை. ஆறும் - காமம், குரோதம், லோபம், மோகம், மதம், மாற்சரியம் என்னும் ஆறும். செற்று - அழித்து. பொறி அரவம் - புள்ளிகளுடன் கூடிய படம் உடைய பாம்பு. மான் மழு இன்றி இருந்த பிரான் - இது தோணியப்பரைக் குறித்தது. வெறி - மணம்.

பொழிப்புரை:

காமம் முதலிய ஆறு குற்றங்களைக் களைந்து, தாமரைமலர் இருக்கை கொண்ட பிரமனும், படப்புள்ளிகள் உடைய ஆதிசேடன்மீது பள்ளி கொண்ட திருமாலும், காண முடியாத, சீர்காழியில் எழுந்தருளி இருக்கும் புண்ணியப் பொருளாய் விளங்குபவனே! மழுப்டையும் மான்கன்றும் ஏந்தாத கை உடைய தோணிபுரத்தானே! நீ, மணம் கமழும் பூக்கள் நிரம்பிய சோலை சூழ்ந்த திருவீழிமிழலையில் விண்இழி விமானத்தின் கீழ் எழுந்தருளி இருப்பது, என்ன காரணம் பற்றியோ? கூறுவாயாக!

2303. பத்தர்க ணம்பணிந்து ஏத்தவாய்த்த
பான்மைஅது அன்றியும் பல்சமணும்
புத்தரும் நின்றுஅலர் தூற்றஅம்தண்
புகலி நிலாவிய புண்ணியனே
எத்தவத் தோர்க்கும்இ லக்காய்நின்ற
எம்பெரு மான்இது என்கொல்சொல்லாய்
வித்தகர் வாழ்பொழில் சூழ்மிழலை
விண்இழி கோயில் விரும்பியதே (10)

அருஞ்சொற்பொருள்:

பத்தர்கணம் - அன்பர் கூட்டம். அலர் - பழி. வித்தகர் - ஞானிகள்.

பொழிப்புரை:

அன்பர் கூட்டம் பணிந்து போற்றவும், அதேசமயம், சமணர்களும் பௌத்தர்களும் பழிதூற்றவும், ஆக அழகிய குளிர்ந்த சீர்காழியில் எழுந்தருளி இருக்கும் புண்ணியப் பொருளாய் விளங்குபவனே! எந்த வகைத் தவம் உடையவர்க்கும், அடைய உள்ள இலக்காய் விளங்கும் எமது பெருமானே! நீ, ஞானிகள் கூடிவாழும் சோலை சூழ்ந்த திருவீழிமிழலையில், விண்இழி விமானத்தின் கீழ், விரும்பி எழுந்தருளி இருப்பது, என்ன காரணம் பற்றியோ? கூறுவாயாக!

2304. விண்இழி கோயில் விரும்பிமேவும்
    வித்தகம் என்கொல் இதுஎன்றுசொல்லிப்
  புண்ணிய னைப்புக லிந்நிலாவு
    பூங்கொடி யோடுஇருந் தானைப்போற்றி
  நண்ணிய கீர்த்தி நலம்கொள்வேள்வி
    நான்மறை ஞானசம் பந்தன்சொன்ன
  பண்ணியல் பாடவல் லார்கள்இந்தப்
    பாரொடு விண்பரி பாலகரே   (11)

அருஞ்சொற்பொருள்:

பண்ணியல் - பண்ணொடு கூடிய பாடல்கள். பார் - நிலவுலகம். விண் - வான உலகம். பரிபாலகர் - ஆளுபவர்.

பொழிப்புரை:

'விண்ணிழி கோயிலை விரும்பி எழுந்தருளி இருந்த பெருமை (வித்தகம்) என்ன இது?' என்று சொல்லி; புண்ணியப் பொருளாய் விளங்குபவனும், சீர்காழி நகரில் பூங்கொடி போன்ற உடல்வாகு உடைய உமாதேவியோடு எழுந்தருளி இருப்பவனும், ஆகிய இறைவனைப் போற்றி; புகழ்மிக உடையவனும், நன்மை தரும் கேள்விஞானம் உடையவனும், நான்கு மறை வல்லவனும், ஆகிய ஞானசம்பந்தன் பாடிய; இசைப் பாடல்களைப் பாடி வழிபட வல்லவர்கள்; இந்த நிலஉலகம், தேவர் உலகம், என இவற்றை எல்லாம் ஆளும் உயர்நிலையைப் பெறுவர்.

திருச்சிற்றம்பலம்

213

திருவீழிமிழலை

பதிக வரலாறு:

சீர்காழி அந்தணர்கள், பிள்ளையாரிடம் விடைபெற்று, வழியில் பலதலங்களையும் வழிப்பட்டுத் தம்பதி அடைந்தனர். இங்கு ஆளுடைய பிள்ளையார், ஆளுடைய அரசுகளுடன், தங்கிப் பல பதிகங்கள் பாடி வழிபடுகின்றார்.

திருமுறை 1 - 20 திருஞான - 561

திருவிராகம்

பண்: நட்டபாடை

2305. தடநில வியமலை நிறுவிஓர்
தழல்உமிழ் தருபட அரவுகொடு
அடல்அசு ரரொடுஅம ரர்கள்அலை
கடல்கடை வுழிஎழும் மிகுசின
விடம்அடை தருமிடறு உடையவன்
விடைமிசை வரும்அவன் உறைபதி ,
திடம்மலி தருமறை முறைஉணர்
மறையவர் நிறைதரு மிழலையே (1)

அருஞ்சொற்பொருள்:

தடம் நிலவிய மலை - இடமகன்ற (பெரிய) மேருமலை. அரவுகொடு - பாம்பு கொண்டு. அடல் - வலிமை. கடைவுழி - கடையும்போது. மிடறு - கண்டம். திடம் - மனஉறுதி.

பொழிப்புரை:

இடமகன்ற பெரிய மேருமலையை மத்தாக நிறுத்தி, சினமாகிய தீயை உமிழும் படமுடைய வாசுகி என்னும் பாம்பை நாணாகக் கொண்டு,

வலிமை உடைய தேவர்களும் அசுரர்களும் பாற்கடலைக் கடைந்தபோது, வெளிப்பட்ட ஆலகால விடத்தை எடுத்து விழுங்கிக் கண்டத்தில் அடக்கிக் கொண்டவன்; இடப ஊர்தியில் ஏறி வருபவன்; அவன் எழுந்தருளி இருக்கும் தலம், முறையாக வேதம் கற்ற அந்தணர்கள், அதனை உறுதிபட ஓதும் திருவீழிமிழலை நகரே ஆகும்.

2306. **தரையொடு திவிதலம் நலிதரு**
தகுதிறல் உறுசல தரனது
வரைஅன தலைவிசை யொடுவரு
திகிரியை அரிபெற அருளினன்
உரைமலி தருசுர நதிமதி
பொதிசடை யவன்உறை பதிமிகு
திரைமலி கடல்மணல் அணிதர
பெறுதிடர் வளர்தரு மிழலையே (2)

அருஞ்சொற்பொருள்:

திவிதலம் - விண்ணுலகம். சலதரன் - சலந்தராசுரன். வரை அன தலை - மலை போன்ற பெரிய தலை. திகிரி - சக்கரப்படை. உரை மலி தரு - புகழ் மிகுந்த. சுரநதி - தேவ கங்கை. திடர் - திட்டு.

பொழிப்புரை:

மண்ணுலகத்தையும் விண்ணுலகத்தையும் துன்புறுத்தி வந்த வலிமை உடைய சலந்தரன் என்னும் அசுரனது, மலைபோன்ற பெரிய தலையை வேகமாக அறுத்து வீழ்த்திய, சக்கரப்படையைத் திருமாலுக்குத் தந்து அருளியவன்; மிகுந்த புகழுடைய கங்கை, பிறைச்சந்திரன், ஆகிய இவற்றைச் சூடிய சடை உடையவன்; அவன் எழுந்தருளி இருக்கும் தலம், அலைகளுடன் கூடிய கடற்கரை மணலால், அழகிய திட்டுக்கள் அமையப் பெற்ற திருவீழிமிழலை நகரே ஆகும்.

2307. **மலைமகள் தனைஇகழ் வதுசெய்த**
மதிஅறு சிறுமன வனதுஉயர்
தலையினொடு அழல்உரு வனகரம்
அறமுனிவு செய்தவன் உறைபதி
கலைநில வியபுல வர்கள்இடர்
களைதரு கொடைபயில் பவர்மிகு
சிலைமலி மதிள்புடை தழுவிய
திகழ்பொழில் வளர்திரு மிழலையே (3)

அருஞ்சொற்பொருள்:

மதிஅறு சிறுமனவன் - அறிவு கெட்ட சிறுமனம் உடைய தக்கன். உயர்தலை - உச்சியில் இருந்த நடுத்தலை. அழல் உருவன கரம் - அக்கினியின் கை. சிலை மலி மதிள் - மலை போன்ற உயரிய மதில்.

பொழிப்புரை:

மலைமகளாகிய பார்வதியை இகழ்ந்தவனும், அறிவு சிறிதும் இல்லாதவனும், குறுகிய மனம் உடையவனும், ஆகிய தக்கனது தலையையும், அக்கினிதேவனின் கை ஒன்றையும் அரிந்து, தனது சினத்தை வெளிப் படுத்திய சிவபெருமான் எழுந்தருளி இருக்கும் தலம்; கலைஞானத்தில் சிறந்து விளங்கும் புலவர்களின் வறுமைத் துன்பம் நீங்குமாறு, கொடுக்கும் நிறைந்த செல்வம் உடைய கொடைவள்ளல்கள் நிறைந்து வாழ்வதும், மலை போன்ற பெரிய மதிலால் சூழப்பட்டதும், வளரும் சோலைகளுடன் கூடியதும், ஆகிய திருவீழிமிழலை நகரமே ஆகும்.

2308. **மருவலர் புரம்எரி யினில்மடி**
தரஒரு கணைசெல நிறுவிய
பெருவலி யினன்நலம் மலிதரு
கரன்உரம் மிகுபிணம் அமர்வன
இருள்இடை அடைஉற வொடுநட
விசைஉறு பரன்இனிது உறைபதி
தெருவினில் வருபெரு விழவுஒலி
மலிதர வளர்திரு மிழலையே (4)

அருஞ்சொற்பொருள்:

மருவலர் - பகைவர். மடிதர - அழிய. கணை - அம்பு. செல - செல்ல. நலம் மலிதரு கரன் - நன்மை மிகுந்த கை உடையவன். உரம் மிகு பிணம் - வலிமை மிக்க பிணம். விழவு - விழா.

பொழிப்புரை:

பகைவர்களது முப்புரம், தீயினால் எரிந்து சாம்பலாகுமாறு, ஓர்அம்பு எய்த, பெரிய வலிமை உடையதும், நன்மைகள் பல உடையதும், ஆகிய திருக்கை உடையவன்; நள்இரவில் சுமை உடைய பிணங்கள் எரியும் சுடுகாட்டில் பேய்களோடு கூடி, இசைக்கேற்ப நடனம் ஆடுபவன்; அப்படிப்பட்ட சிவபெருமான் எழுந்தருளி இருக்கும் தலம்; பெரிய திருவிழாக்களின் ஆரவாரம் மிகுந்த தெருக்களை உடைய திருவீழி மிழலையே ஆகும்.

2309. அணிபெறு வடமர நிழலினில்
அமர்வொடும் அடிஇணை இருவர்கள்
பணிதர அறநெறி மறையொடும்
அருளிய பரன்உறை விடம்ஒளி
மணிபொருவு அருமர கதநிலம்
மலிபுனல் அணைதரு வயல்அணி
திணிபொழில் தருமணம் மதுநுகர்
அறுபதம் முரல்தரு மிழலையே (5)

அருஞ்சொற்பொருள்:

வடமரநிழல் - கல்லால மரநிழல். அமர்வு - விருப்பம். இருவர்கள் - பக்கத்துக்கு இருவராக நால்வர் (சனகர், சனந்தனர், சனாதனர், சனற்குமாரர்).

பொழிப்புரை:

அழகிய கல்லால மரநிழலில் திருவடி இணையின்கீழ், பக்கத்துக்கு இருவராக அமர்ந்திருந்த நால்வர்க்கு, அறநெறியை வேதநெறியாகக் கூறி அருளிய சிவபெருமான், எழுந்தருளி இருக்கும் இடம்; ஒப்பில்லாத மாணிக்கம், மரகதம், முதலியவற்றை உந்திக் கொண்டு வந்து, கரையில் ஒதுக்கும், ஆற்றுநீர் வயல்களில் பாய்ந்து நிறைந்து, வளம் செய்வதும், அடர்ந்த சோலைகளில் காணப்படும் மணமலர்களில் உள்ள தேனை உண்டு, வண்டுகள் முரல்வதும், ஆகிய சிறப்புகள் உடைய திருவீழி மிழலையே ஆகும்.

2310. வசைஅறு வலிவன சரஉரு
அதுகொடு நினைவுஅறு தவம்முயல்
விசையன திறன்மலை மகள்அறி
உறுதிறல் அமர்மிடல் கொடுசெய்து
அசைவுஇல படைஅருள் புரிதரும்
அவன்உறை பதிஅது மிகுதரு
திசையினில் மலர்குல வியசெறி
பொழில்மலி தருதிரு மிழலையே (6)

அருஞ்சொற்பொருள்:

வசைஅறுவலி - குற்றமற்ற வலி. வன சர உரு - வேடர் உருவம். நினைவு அறு தவம் - முனிவர்கள்கூட நினைத்துப் பார்க்க முடியாத அரிய தவம். மிடல் - வலிமை. அசைவுஇல் படை - தோல்வி அறியாத பாசுபத அத்திரம்.

பொழிப்புரை:

குற்றமற்ற வலிமை உடைய வேடன் வடிவம் ஏற்று, நினைக்க அரிய தவம் செய்து கொண்டிருக்கும் அர்ச்சுனனது தவவலிமையைப் பார்வதிதேவி அறியவேண்டும் என்பதற்காக, அவனோடு போர் செய்து, தோல்வி என்பதையே அறியாத பாசுபதம் என்னும் படையை வழங்கி, அருள்புரிந்த சிவபெருமான் எழுந்தருளி இருக்கும் தலம்; மரங்கள் அடர்ந்து திசைகள்தோறும் மலர்களை உதிர்க்கும் சோலைகள் நிறைந்த திருவீழிமிழலை நகரமே ஆகும்.

2311. **நலம்மலி தருமறை மொழியொடு**
நதிஉறு புனல்புகை ஒளிமுதல்
மலர்அவை கொடுவழி படுதிறல்
மறையவன் உயிர்அது கொளவரு
சலம்மலி தருமறலி தன்(ன்)உயிர்
கெடஉதை செய்தஅரன் உறைபதி
திலகம்இது எனஉலகு கள்புகழ்
தருபொழில் அணிதிரு மிழலையே (7)

அருஞ்சொற்பொருள்:

மறைமொழி - வேத மந்திரம். நதி உறு புனல் - ஆற்றுநீர். புகை ஒளி முதல் - தூபம் தீபம் முதலிய. மறையவன் - மார்க்கண்டேயன். சலம் மலிதரு மறலி - வஞ்சனை மிகஉடைய இயமன். திலகம் - நெற்றிப் பொட்டு.

பொழிப்புரை:

நன்மைகள் பலவும் செய்யும் வேதமந்திரங்களை ஓதி, ஆற்றுநீர், மணப்புகை, தீபம், மலர்கள், முதலியன கொண்டு, வழிபாடு செய்யும் திறமை மிக்க அந்தணனாகிய மார்க்கண்டேயனது, உயிரைக் கொல்ல வந்த வஞ்சனை மிக்க இயமனை உதைத்து, அவன் உயிர் பிரியுமாறு செய்த சிவபெருமான் எழுந்தருளி இருக்கும் தலம்; உலக மக்களால் திலகம் என புகழப்படுவதும், அழகிய சோலைகளால் சூழப்பட்டதும், ஆகிய திருவீழிமிழலையே ஆகும்.

2312. **அரன்உறை தருகயிலை யைநிலை**
குலைவுஅது செய்தச முகனது
கரம்இரு பதும்நெரி தரவிரல்
நிறுவிய கழலடி உடையவன்

வரன்முறை உலகுஅவை தருமலர்
வளர்மறை யவன்வழி வழுவிய
சிரம்அது கொடுபலி திருதரு
சிவன்உறை பதிதிரு மிழலையே (8)

அருஞ்சொற்பொருள்:

தசமுகன் - இராவணன். வரன்முறை - வேத விதிப்படி. உலகு அவை தரு - உடல் கருவி உலகம் நுகர்ச்சிப் பொருள்களைப் படைக்கும். மறையவன் - பிரமன். வழுவிய சிரம் - கொய்த தலை. பலி திரிதரு சிவன் - பிச்சை ஏற்றுத் திரியும் சிவபெருமான்.

பொழிப்புரை:

தான் எழுந்தருளி இருக்கும் கயிலை மலையை, நிலை குலையச் செய்த, பத்து முகங்கள் உடைய இராவணனது இருபது கைகளும், நெரிபடுமாறு ஊன்றிய, வீரக்கழல் அணிந்த திருவடி உடையவனும், வேத விதிப்படி உலகைப் படைக்கும் தாமரை மலரில் வீற்றிருக்கும் பிரம தேவன், உமையவளை இகழ்ந்த குற்றத்திற்காக, அவனது தலைகள் ஐந்தில் ஒன்றைக் கொய்து, அதனில் பிச்சை உணவைப் பெற்றுத் திரிபவனும், ஆகிய சிவபெருமான் எழுந்தருளி இருக்கும் தலம் திருவீழிமிழலை ஆகும்.

2313. அயனொடும் எழில்அமர் மலைமகள்
மகிழ்கணன் அளவிடல் ஒழியஓர்
பயம்உறு வகைதழல் நிகழ்வதுஓர்
படிஅரு அதுவர வரன்முறை
சயசய எனமிகு துதிசெய
வெளிஉரு வியஅவன் உறைபதி
செயம்நில வியமதில் மதிஅது
தவழ்தர உயர்தரு மிழலையே (9)

அருஞ்சொற்பொருள்:

மலர்மகள் - திருமகள். கணன் - கண்ணன். தழல் நிகழ்வது ஓர் படி உரு - தீப்பிழம்பாக ஒளிரும் திருமேனி. வெளி உருவிய அவன் - ஆகாயத்தைக் கடந்த அவன். செயம் - வெற்றி.

பொழிப்புரை:

பிரமனும், அழகிய தாமரை மலரில் அமரும் திருமகளை மகிழ்விக்கும் திருமாலும், அளந்து அறிய முடியாது, அச்சம் கொள்ளுமாறு, நெருப்பு உருவாய் நிற்க, இருவரும் 'சயசய' என்று போற்றி வணங்கப் பரவெளியிலும் ஊடுருவி நிற்கும் சிவபெருமான் எழுந்தருளி இருக்கும் தலம்; வெற்றி பொருந்தியதும், மதி தவழும் மதில்களைக் கொண்டதும், ஆகிய திருவீழிமிழலையே ஆகும்.

2314. **இகழ்உரு வொடுபறி தலைகொடும்**
இழிதொழில் மலிசமண் விரகினர்
திகழ்துவர் உடைஉடல் பொதிபவர்
கெடஅடி யவர்மிக அருளிய
புகழுடை இறைஉறை பதிபுனல்
அணிகடல் புடைதழு வியபுவி
திகழ்சுரர் தருநிகர் கொடையினர்
செறிவொடு திகழ்திரு மிழலையே (10)

அருஞ்சொற்பொருள்:

இகழ் உரு - பிறர் இகழும்படியான தோற்றம். துவர் உடை உடல் - துவராடை போர்த்திய உடம்பு. சுரர் தருநிகர் கொடை - தேவர்களின் கற்பகமரம் போன்ற கொடுக்கும் தன்மை.

பொழிப்புரை:

தலைமயிரைப் பறித்துக்கொள்வது, பிறர் இகழ்ந்துரைக்கும்படி உடை உடுத்தாது திரிவது, போன்ற இழிதொழில்களில் மிகுதியும் ஈடுபடும் வஞ்சகர்களாகிய சமணர்களும், துவராடை போர்த்தி இருக்கும் பௌத்தர்களும், அழிந்து ஒழியத் தன் அடியவர்களுக்கு மிகுதியும் அருள்புரிந்த புகழ்உடைய இறைவன் சிவபெருமான் எழுந்தருளி இருக்கும் தலம்; நீர்வளம் மிக்கதும், அழகிய கடலால் சூழப்பட்டதும், கற்பக மரம் போன்ற கொடைத் தன்மை உடையவர் நிறைந்து வாழ்வதும், ஆகிய திருவீழிமிழலையே ஆகும்.

2315. **சினம்மலி கரிஉரி செய்தசிவன்**
உறைதரு திருமிழலை யைமிகு
தனமனர் சிரபுர நகர்இறை
தமிழ்விர கனதுஉரை ஒருபதும்

மனமகிழ் வொடுபயில் பவர்எழில்
மலர்மகள் கலைமகள் சயமகள்
இனமலி புகழ்மகள் இசைதர
இருநிலன் இடைஇனிது அமர்வரே (11)

அருஞ்சொற்பொருள்:

தனம் மிகு மனர் - செல்வமும் உயர் மனமும் உடையவர். சிரபுரம் - சீர்காழி.

பொழிப்புரை:

மிகுந்த சினத்துடன் வந்த யானையின் தோலை உரித்துப் போர்த்த சிவபெருமான், எழுந்தருளி இருக்கும் திருவீழிமிழலை நகரை; மிகுந்த செல்வமும் நிறைந்த மனமும் உடையவர் கூடிவாழும் சீர்காழி நகரத்து அருள்அரசனும், தமிழ் மீது விருப்பம் உடையவனும், ஆகிய ஞானசம்பந்தன் சொன்ன இப்பத்துப் பாடல்களை மகிழ்ந்து பாடுபவர்; திருமகள், கலைமகள், சயமகள் ஆகியவர்களோடு, அவர்க்கு இனமாய் விளங்கும் புகழ்மகளும் தம்மிடத்தில் பொருந்தி இருக்குமாறு, இப்பெரிய நிலவுலகில் இனிதே வாழ்வர்.

திருச்சிற்றம்பலம்

214

திருவீழிமிழலை

திருமுறை 1 - 82   திருஞான - 561

பண்: குறிஞ்சி

2316. இரும்பொன் மலைவில்லா எரிஅம் பாநாணில்
    திரிந்த புரம்மூன்றும் செற்றான் உறைகோயில்
    தெரிந்த அடியார்கள் சென்ற திசைதோறும்
    விரும்பி எதிர்கொள்வார் வீழி மிழலையே   (1)

அருஞ்சொற்பொருள்:

இரும் பொன்மலை - பெரிய பொன் மலை (மேரு மலை). அம்பா - அம்பாக. நாணில் - நாணமின்றி. செற்றான் - அழித்தவன். தெரிந்த - ஞானநூல்களைக் கற்றுத் தெரிந்த.

பொழிப்புரை:

பெரிய பொன்மலை என்று போற்றப்படும் மாமேரு மலையை வில்லாகவும், நெருப்பை அம்பாகவும் கொண்டு, நாணம் சிறிதும் இன்றித் திரிந்த முப்புரத்தைச் சினந்து அழித்த சிவபெருமான், எழுந்தருளி இருக்கும் கோயில் இருப்பது; ஞான நூல்களைக் கற்றுத் தெரிந்து வைத்துள்ள அடியார்கள், வருகின்ற திசைதோறும் சென்று, எதிர்கொண்டு அழைத்துவரும் அன்பர்கள் நிறைந்து வாழும் திருவீழிமிழலையில் ஆகும்.

2317. வாதைப் படுகின்ற வானோர் துயர்தீர
    ஓதக் கடல்நஞ்சை உண்டான் உறைகோயில்
    கீதத்து இசையோடும் கேள்விக் கிடையோடும்
    வேதத்து ஒலிஓவா வீழி மிழலையே   (2)

அருஞ்சொற்பொருள்:

வாதை - துன்பம். ஓதக் கடல் - நீரால் நிரம்பிய கடல். கேள்விக் கிடை - ஒருவர் ஓத மற்றவர் கேட்பது. ஓவா - இடையறாத

பொழிப்புரை:

வேதனைப்படுகின்ற தேவர்களின் துன்பம் தீருமாறு, நீரால் நிரம்பிய கடலில் வெளிப்பட்ட ஆலகால விடத்தை உண்டவன் எழுந்தருளி இருக்கும் கோயில் இருப்பது; இசையோடு கூடியதும், ஒருவர் சொல்ல மற்றவர் கேட்பதும், ஆகிய வேதமுழக்கம் இடையறாது கேட்கும் திருவீழிமிழலை என்னும் நகரிலே ஆகும்.

2318. **பயிலும் மறையாளன் தலையில் பலிகொண்டு**
துயிலும் பொழுதுஆடும் சோதி உறைகோயில்
மயிலும் மடமானும் மதியும்(ம்) இளவேயும்
வெயிலும் பொலிமாதர் வீழி மிழலையே (3)

அருஞ்சொற்பொருள்:

தலை - மண்டை ஓடு. பலி - பிச்சை. துயிலும் பொழுது - அனைவரும் உறங்கும் இரவு நேரம். இளவேய் - இளம் மூங்கில்.

பொழிப்புரை:

வேதம் ஓதும் பிரமனின் மண்டைஓட்டில் பிச்சை ஏற்று, அனைவரும் உறங்கும் நள்ளிரவில் சுடுகாட்டில் நடனம் ஆடும், ஒளி உருவினனான சிவபெருமான், எழுந்தருளி இருக்கும் கோயில் இருப்பது; மயில் போன்ற சாயலும், இளமான் போன்ற மருண்ட பார்வையும், பிறை மதி போன்ற நெற்றியும், முழுமதி போன்ற வட்ட முகமும், இளம் மூங்கில் போன்ற தோளும், சூரியஒளி போன்ற பொலிவு உடைய உடம்பும், உடைய மகளிர் நிறைந்து வாழும் திருவீழிமிழலை நகரமே ஆகும்.

2319. **இரவன் பகலோனும் எச்சத்து இமையோரை**
நிரவிட்டு அருள்செய்த நிமலன் உறைகோயில்
குரவம் சுரபுன்னை குளிர்கோங்கு இளவேங்கை
விரவும் பொழில்அந்தண் வீழி மிழலையே (4)

அருஞ்சொற்பொருள்:

இரவன் - சந்திரன். பகலோன் - சூரியன். எச்சம் - ஏனைய. இமையோர் - தேவர். நிரவிட்டு - ஒருசேர அழித்து. நிமலன் - மலமற்றவன். விரவும் - கலந்துஇருக்கும். அந்தண் - (அம்+தண்). அம் - அழகு. தண் - குளிர்ச்சி.

பொழிப்புரை:

சந்திரனும், சூரியனும், ஏனைய தேவர்களும், எனத் தக்கன் யாகத்தில் கலந்துகொண்ட அனைவரையும், ஒருசேர அழித்து, அருள் செய்த, மலமற்ற இறைவனாகிய சிவபெருமான் எழுந்தருளி இருக்கும் கோயில் இருப்பது; குரா, சுரபுன்னை, குளிர்ந்த கோங்கு, இளைய வேங்கை, ஆகிய மரங்கள் நிறைந்து குளிர்விக்கும் அழகிய சோலை சூழ்ந்த திருவீழிமிழலை நகரமே ஆகும்.

2320. கண்ணின் கனலாலே காமன் பொடியாகப்
  பெண்ணுக்கு அருள்செய்த பெருமான் உறைகோயில்
  மண்ணில் பெருவேள்வி வளர்தீப் புகைநாளும்
  விண்ணில் புயல்காட்டும் வீழி மிழலையே (5)

அருஞ்சொற்பொருள்:

கனல் - நெருப்பு. காமன் - மன்மதன். பொடி - சாம்பல். புயல் - மேகம்.

பொழிப்புரை:

நெற்றிக்கண் நெருப்பு கொண்டு மன்மதனைச் சுட்டுச் சாம்பலாக்கி, அவன் மனைவி இரதிதேவிக்கு மட்டும் தெரியுமாறு, அருள்செய்த சிவபெருமான் எழுந்தருளி இருக்கும் கோயில் இருப்பது; பெரிய வேள்விகள் பலவும் வேட்பதால், மேல்எழும் புகையானது, ஆகாயத்தில் உலவும் மேகம்போல் திரண்டு நிற்கும் திருவீழிமிழலை என்னும் நகரிலே ஆகும்.

2321. மால்ஆ யிரம்கொண்டு மலர்க்கண் இடஆழி
  ஏலா வலயத்தோடு ஈந்தான் உறைகோயில்
  சேலா கியபொய்கைச் செழுநீர்க் கமலங்கள்
  மேலால் எரிகாட்டும் வீழி மிழலையே (6)

அருஞ்சொற்பொருள்:

மால் - திருமால். ஆழி - சக்கரம். ஏலா வலயம் - பிறரால் சுமக்க முடியாத சக்கரம். சேல் - மீன்வகை. கமலம் - தாமரை.

பொழிப்புரை:

திருமால் ஆயிரம் தாமரை மலர்கொண்டு அர்ச்சிக்க, ஒருமலர் குறைந்தபோது, கண்மலர் கொண்டு ஈடுசெய்ய, அப்பொழுது பிறரால் சுமக்க முடியாத, அரிய சக்கரப்படையைத் தந்துஅருளிய சிவபெருமான்

எழுந்தருளி இருக்கும் கோயில் இருப்பது; சேல்மீன்கள் நிரம்பிய குளங்களில் தாமரை மலர்கள் பூத்துத் தீக்கொழுந்துவிட்டு எரிவது போலக் காட்டும் திருவீழிமிழலை என்னும் நகரிலே ஆகும்.

2322. **மதியால் வழிபட்டான் வாழ்நாள் கொடுபோவான்**
கொதியா வருகூற்றைக் குமைத்தான் உறைகோயில்
நெதியால் மிகுசெல்வர் நித்த நியமங்கள்
விதியால் நிற்கின்றார் வீழி மிழலையே (7)

அருஞ்சொற்பொருள்:

கொதியா வருகூற்று - சினந்து வரும் இயமன். குமைத்தான் - அழித்தான். நெதி - நியதி (முறையாக). நித்த நியமங்கள் - அன்றாட ஒழுக்கங்கள்.

பொழிப்புரை:

மெய்யறிவு கொண்டு தன்னை வழிபட்ட மார்க்கண்டேயனது உயிரைக் கொண்டுபோக, சினத்துடன் வந்த இயமனை அழித்த சிவபெருமான், எழுந்தருளி இருக்கும் கோயில் இருப்பது; முறையாக ஈட்டிய செல்வம் மிகஉடையவரும், அன்றாட வ்ாழ்க்கையில் கடை பிடிக்க வேண்டிய ஒழுக்க நெறிகளை முறையே கடைபிடித்து வாழ்கின்ற வரும், நிறைந்து விளங்கும் திருவீழிமிழலை என்னும் நகரமே ஆகும்.

2323. **எடுத்தான் தருக்கினை இழித்தான் விரல்ஊன்றிக்**
கொடுத்தான் வாள்ஆளாக் கொண்டான் உறைகோயில்
படித்தார் மறைவேள்வி பயின்றார் பாவத்தை
விடுத்தார் மிகவாழும் வீழி மிழலையே (8)

அருஞ்சொற்பொருள்:

தருக்கு - செருக்கு. பாவத்தை விடுத்தார் - பாவத்தை விட்டவர்.

பொழிப்புரை:

கயிலை மலையைப் பெயர்த்த இராவணனின் செருக்கு அழியுமாறு, கால்பெருவிரலை ஊன்றி நசுக்கிப் பின் அவனுக்கு வாள்முதலியன தந்து, அடிமை கொண்டு, அருள்செய்த சிவபெருமான் எழுந்தருளி இருக்கும் கோயில்; வேதம் கற்றவரும், வேள்வி செய்தவரும், பாவத்தை விட்டவரும், ஆகியவர் நிறைந்து வாழும் திருவீழிமிழலை என்னும் நகரில்தான் இருக்கின்றது.

2324. கிடந்தான் இருந்தானும் கீழ்மேல் காணாது
தொடர்ந்து ஆங்குஅவர்ஏத்தச் சுடரா யவன்கோயில்
படம்தாங்கு அரவுஅல்குல் பவளத் துவர்வாய்மேல்
விடம்தாங்கிய கண்ணார் வீழி மிழலையே (9)

அருஞ்சொற்பொருள்:

கிடந்தான் - திருமால். இருந்தான் - பிரமன். படம் தாங்கு அரவு அல்குல் - பாம்பின் படம் போன்ற அல்குல். துவர்வாய் - சிவந்த வாய். விடம் தாங்கிய கண் - விடம் போல் கொல்லும் தன்மை உடைய கண்.

பொழிப்புரை:

பாம்பின்மீது படுத்துக் கிடக்கும் திருமாலும், தாமரைமலர் மீது அமர்ந்து இருக்கும் பிரமனும், கீழும் மேலுமாய்ச் சென்று தேடியும், காண முடியாத நெருப்பு உருவாய் நின்று, பின் அவர்கள் இருவரும் தொடர்ந்து வழிபட, வெளிப்பட்ட இறைவன் எழுந்தருளி இருக்கும் கோயில் இருப்பது; பாம்பின் படம் போன்ற அல்குலும், பவளம் போன்ற சிவந்த உதடும், காணும் ஆடவரை விடம்போலத் தாக்கிக் கொல்லும் கண்ணும், உடைய மகளிர் நிறைந்து வாழும் திருவீழிமிழலை நகரிலே ஆகும்.

2325. சிக்குஆர் துவராடை சிறுதட்டு உடையாரும்
நக்குஆங்கு அலர்தூற்றும் நம்பான்(ன்) உறைகோயில்
தக்கார் மறைவேள்வித் தலையாய் உலகுக்கு
மிக்கார் அவர்வாழும் வீழி மிழலையே (10)

அருஞ்சொற்பொருள்:

சிக்கு ஆர் - கசங்கிய. துவராடை - காவி நிற ஆடை. சிறுதட்டு - சிறிய தடுக்கு. நக்கு - எள்ளி நகைத்து. அலர் - பழி. நம்பான் - (நம்பன்) விரும்பப்படுபவன்.

பொழிப்புரை:

கசங்கிய காவி மேலாடை போர்த்திருக்கும் பௌத்தர்களும், சிறிய தடுக்கை (பாயை) உடையாகக் கொண்ட சமணர்களும், ஆகிய இவர்கள் அறியாமையால் எள்ளி நகைத்தும், பழிதூற்றியும், சிறுமைப்படுத்தும், சிவபெருமான் எழுந்தருளி இருக்கும் கோயில் இருப்பது; தகுதி உடையவரும், வேதவேள்வி செய்வதில் தலைசிறந்து விளங்குபவரும், உலகில் மேம்பட்ட வாழ்க்கை உடையவரும், ஆகிய அந்தணர்கள் நிறைந்து வாழும் திருவீழிமிழலை நகரிலே ஆகும்.

2326. மேல்நின்று இழிகோயில் வீழி மிழலையுள்
 ஏனத்து எயிற்றானை எழிலார் பொழில்காழி
 ஞானத்து உயர்கின்ற நலம்கொள் சம்பந்தன்
 வாய்மைத்து இவைசொல்ல வல்லோர் நல்லோரே (11)

அருஞ்சொற்பொருள்:

மேல்நின்று - விண்ணில் இருந்து. ஏனத்து எயிறு - வராக அவதாரத் திருமாலின் பன்றிக்கொம்பு. எழில் - அழகு. வாய்மைத்து - வாய்மை உடையது.

பொழிப்புரை:

விண்ணில் இருந்து இழிந்த விமானம் உள்ள கோயில் இருக்கும் திருவீழிமிழலை என்னும் தலத்தில் எழுந்தருளி இருக்கும் பன்றிக் கொம்பினை அணிந்துள்ள சிவபெருமானை; அழகிய சோலை சூழ்ந்த சீர்காழியில் அவதரித்த ஞானத்தால் சிறந்து விளங்கும் நலம்மிக உடைய ஞானசம்பந்தன்; பாடிய வாய்மை உடைய இப்பாடல்களைப் பாடி வழிபடுபவர்; நல்லவரே ஆவர்.

திருச்சிற்றம்பலம்

215

திருவீழிமிழலை

திருமுறை 1 - 124 திருஞான - 561

திருவிராகம்

பண்: வியாழக்குறிஞ்சி

2327. அலர்மகள் மலிதர அவனியில் நிகழ்பவர்
மலர்மலி குழல்உமை தனைஇடம் மகிழ்பவர்
நலமலி உருஉடை யவர்நகர் மிகுபுகழ்
நிலமலி மிழலையை நினையவ லவரே (1)

அருஞ்சொற்பொருள்:

அலர்மகள் - திருமகள். குழல் - கூந்தல். நலம் மலி உரு - அழகு நிரம்பிய உருவம். வலவர் - வல்லவர்.

பொழிப்புரை:

மலர்சூடிய கூந்தல் உடைய உமாதேவியை, உடம்பின் இடப்பாகத்தில் கொண்டு மகிழ்பவரும்; அழகிய உருவம் உடையவரும்; இந்த உலகில் மிகுந்த புகழுடன் விளங்கும் திருவீழிமிழலையில் எழுந்தருளி இருப்பவரும்; ஆகிய சிவபெருமானை நினைந்து, வணங்கும் வல்லமை உடையவர், திருமகளின் அருளைப் பெற்றுச் செல்வம் மிக உடையவராய் வாழ்வர்.

2328. இருநிலம் இதன்மிசை எழில்பெறும் உருவினர்
கருமலி தருமிகு புவிமுதல் உலகினில்
இருள்அறு மதியினர் இமையவர் தொழுதுஎழு
நிருபமன் மிழலையை நினையவ லவரே (2)

அருஞ்சொற்பொருள்:

இருநிலம் - பெரிய இந்நில உலகம். எழில் - அழகு. கரு மலிதரு மிகுபுவி - பிறவி மிகுதியும் உள்ள உலகம். இருள் - ஆணவ மலம். நிருபமன் - உவமை இல்லாதவன்.

பொழிப்புரை:

எண்ணற்ற உயிரினங்கள் நிறைந்து வாழும் இந்நிலவுலகம் முதலாகச் சொல்லப்பட்ட உலகங்கள் பலவற்றிலும் வாழுகின்ற ஆணவ இருள் நீங்கிய நல்லறிவு உடைய ஞானிகளும், தேவர்களும், வந்து வணங்கிச் செல்கின்ற ஒப்பற்ற இறைவன் எழுந்தருளி இருக்கும் திருவீழிமிழலையை நினைத்து வணங்கும் ஆற்றல் உடையவர், அழகிய உருவம் (சாரூபம்) பெற்று வாழ்வர்.

2329. **கலைமகள் தலைமகன் இவன்என வருபவர்**
அலைமலி தருபுனல் அரவொடு நகுதலை
இலைமலி இதழியும் இசைதரு சடையினர்
நிலைமலி மிழலையை நினையவ லவரே (3)

அருஞ்சொற்பொருள்:

கலைமகள் தலைமகன் - பிரமன். நகுதலை - மண்டை ஓடு. இலை மலி இதழி - இலைகளோடு கூடிய கொன்றை. நிலை மலி - நிலைத்து விளங்கும்.

பொழிப்புரை:

அலைவீசும் நீரால் நிரம்பிய கங்கை, பாம்பு, சிரிப்பது போன்ற தோற்றம் உடைய மண்டைஓடு, இலைகளோடு கூடிய கொன்றை மலர் மாலை, ஆகிய இவற்றைச் சூடிஇருக்கும் சடை உடைய சிவபெருமான் எழுந்தருளி, நிலைத்துத் தங்கிஇருக்கும் திருவீழிமிழலையை நினைத்து, வழிபடும் ஆற்றல் உடையவர், கலைமகளின் கணவனாகிய பிரமன் போன்ற கல்விநலம் வாய்ந்தவராகத் திகழ்வர்.

2330. **மாடுஅமர் சனம்மகிழ் தருமனம் உடையவர்**
காடுஅமர் கழுதுகள் அவைமுழ வொடுமிசை
பாடலின் நவில்பவர் மிகுதரும் உலகினில்
நீடுஅமர் மிழலையை நினையவ லவரே (4)

அருஞ்சொற்பொருள்:

மாடு அமர் சனம் - சுற்றம். காடு - சுடுகாடு. கழுது - பேய்.

பொழிப்புரை:

சுடுகாட்டில் வாழும் பேய்கள் ஒலிக்க, முழவு முதலிய இசைக் கருவிகள் முழங்க, இசைப்பாடல்களைப் பாடி, நடனம் ஆடுபவராகிய சிவபெருமான், இனிதே எழுந்தருளி இருக்கும், இந்நிலவுலகில் நீண்டநெடும் காலமாக நிலைத்து விளங்குகின்ற திருவீழிமிழலையை நினைத்துத் தொழவல்லவர்; சூழஉள்ள மக்கள் (சுற்றத்தார்) மனம் மகிழுமாறு வாழும் வாழ்வைப் பெறுவர்.

2331. புகழ்மகள் துணையினர் புரிகுழல் உமைதனை
இகழ்வுசெய் தவனுடை எழில்மறை வழிவளர்
முகம்அது சிதைதர முனிவுசெய் தவன்மிகு
நிகழ்தரு மிழலையை நினையவ லவரே (5)

அருஞ்சொற்பொருள்

இகழ்வு செய்தவன் - இகழ்ந்த தக்கன். முகம் - இங்கு தலையைக் குறித்தது. சிதை தர - சிதையுமாறு. முனிவு - கோபம்.

பொழிப்புரை:

சுருண்ட கூந்தல் உடைய உமாதேவியை இகழ்ந்த தக்கன், அழகிய வேத விதியின்படி வேள்வி வேட்கவும், அதனை ஏற்காது, அவனது தலையைச் சினம் மிகுந்த வீரபத்திரனைக் கொண்டு வீழ்த்திய, புகழுடன் கூடிய திருவீழிமிழலை இறைவரை நினைந்து, வழிபடும் வல்லமை உடையவர், புகழ்மகளது துணையைப் பெறுவர் (புகழோடு வாழ்வர் என்பது கருத்து).

2332. அன்றினர் அரிஎன வருபவர் அரிதினில்
ஒன்றிய திரிபுரம் ஒருநொடி யினில்எரி
சென்றுகொள் வகைசிறு முறுவல்கொடு ஒளிபெற
நின்றவன் மிழலையை நினையவ லவரே (6)

அருஞ்சொற்பொருள்:

அன்றினர் - பகைவர். அரி - சிங்கம். சிறுமுறுவல் - புன்னகை.

பொழிப்புரை:

ஒருநொடிப் பொழுதில் முப்புரத்தை ஒரே நேர்கோட்டில் வரச்செய்து, தீப்பற்றி எரியுமாறு புன்முறுவல் பூத்து, அழித்துப் புகழ்பெற்ற சிவபெருமான், எழுந்தருளி இருக்கும் திருவீழிமிழலையை, நினைத்து வணங்கும் வல்லமை உடையவர், தமது பகைவர்க்குச் சிங்கம் போல் விளங்கும் சிறப்பினைப் பெறுவர்.

2333. **கரம்பயில் கொடையினர் கடிமலர் அயனதுஓர்**
சிரம்பயில்வு அறஎறி சிவன்உறை செழுநகர்
வரம்பயில் கலைபல மறைமுறை அறநெறி
நிரம்பினர் மிழலையை நினையவ லவரே (7)

அருஞ்சொற்பொருள்:

கரம்பயில் கொடை - கையினால் பலமுறையும் கொடுக்கும் கொடை. கடிமலர் - மணமலர். அயனது ஓர் சிரம் - பிரமனது ஒரு தலை. வரம் - மேன்மை.

பொழிப்புரை:

மணமுள்ள தாமரை மலர்மீது வீற்றிருக்கும் பிரமனது தலைகளில் ஒன்றினை, அவனது உடலிலிருந்து பிரித்து எடுத்த சிவபெருமான் எழுந்தருளி இருப்பதும், மேன்மை உடைய கலை பலவும் பயின்று வேத ஒழுங்கின்படி அறந்தவறாத வாழ்க்கை உடைய அந்தணர்கள் கூடி வாழ்வதும், ஆகிய செழுமை மிக்க திருவீழிமிழலை நகரை நினைத்து வணங்கும் வல்லமை உடையவர், தம்கைகளால் கொடுக்கும் வள்ளன்மை உடையவர் ஆவர்.

2334. **ஒருக்கிய உணர்வினொடு ஒளிநெறி செலும்அவர்**
அரக்கன்நன் மணிமுடி ஒருபதும் இருபது
கரக்கனம் நெரிதர மலரடி விரல்கொடு
நெருக்கினன் மிழலையை நினையவ லவரே (8)

அருஞ்சொற்பொருள்:

ஒருக்கிய - ஒன்றுபட்ட. ஒளிநெறி - ஞானநெறி. செலும் - செல்லும். கரக்கனம் - கைகளாகிய கூட்டம்.

பொழிப்புரை:

அரக்கனாகிய இராவணனது மணிமுடி தரித்த தலைகள் பத்தும், கைகள் இருபதும், நெரிபடுமாறு, தனது மலர் போன்ற திருவடி கொண்டு அழுத்திய சிவபெருமான், எழுந்தருளி இருக்கும் திருவீழிமிழலையை, நினைக்கும் வலிமை உடையவர்; ஒன்றுபட்ட உணர்வு உடையவராய், ஞானநெறியில் செல்லும் பேறு பெறுவர்.

2335. அடியவர் குழுமிட அவனியில் நிகழ்பவர்
    கடிமலர் அயன்அரி கருதஅரு வகைதழல்
    வடிவுரு இயல்பினொடு உலகுகள் நிறைதரு
    நெடியவன் மிழலையை நினையவ லவரே   (9)

அருஞ்சொற்பொருள்:

குழுமிட - கூடிட. அவனி - உலகம். கருத - நினைக்க. அருவகை - அரிய தன்மை.

பொழிப்புரை:

மணம்மிகுந்த தாமரை மலரில் அமரும் பிரமனும், திருமாலும், நினைத்துப் பார்க்க முடியாத வகையில், நெருப்பு உருவாய் எல்லா உலகங்களையும் கடந்து நின்ற நெடியவனாகிய சிவபெருமான், எழுந்தருளி இருக்கும் திருவீழிமிழலையை, நினைந்து வழிபடும் வல்லமை உடையவர், அடியார் திருக்கூட்டம் தன்னைச் சூழ்ந்திருக்க, வாழும் வாழ்வை இந்நிலவுலகில் பெறுவர்.

2336. மன்மதன் எனஒளி பெறும்அவர் மருதுஅமர்
    வன்மலர் துவர்உடை யவர்களும் மதியிலர்
    துன்மதி அமணர்கள் தொடர்வுரு மிகுபுகழ்
    நின்மலன் மிழலையை நினையவ லவரே   (10)

அருஞ்சொற்பொருள்:

ஒளி - அழகு. மருதுஅமர் வன்மலர் - மருத மரத்தின் மலர். மதியிலர் - அறிவில்லாதவர். துன்மதி - குறை அறிவு. நின்மலன் - மலமற்றவன்.

பொழிப்புரை:

மருதமரத்தின் மலர்கொண்டு வலிய காவிச்சாயம் ஏற்றிய ஆடையை அணியும் அறிவில்லாத பௌத்தர்களும், குறைஅறிவு உடைய

சமணர்களும், அறியமுடியாத மிகுந்த புகழ்உடைய மலமற்ற திருவீழிமிழலை இறைவரை நினைக்கும் வல்லமை உடையவர், மன்மதன் போன்ற அழகினைப் பெறுவர்.

2337. **நித்திலன் மிழலையை நிகர்இலி புகலியுள்**
வித்தக மறைமலி தமிழ்விர கனமொழி
பத்தியில் வருவன பத்துஇவை பயில்வொடு
கறறுவல் லவர்உல கினில்அடி யவரே (11)

அருஞ்சொற்பொருள்:

நித்திலன் - முத்து போன்றவன். நிகர்இலி - ஒப்புமை இல்லாதவன். பத்தி - அன்பு.

பொழிப்புரை:

முத்து போன்ற ஒளிதிகழும் திருமேனி உடைய திருவீழிமிழலை இறைவனை; ஒப்பற்ற சீர்காழியில் வாழும் வித்தகனும், வேதம் கற்றவனும், தமிழ் விரகனும், ஆகிய ஞானசம்பந்தன்; பத்தியொடு பாடிய இப்பாடல் பத்தினையும் கற்கும் வலிமை உடையவர்; இவ்வுலகில் அடியவராய்ப் போற்றப்படுபவர்.

திருச்சிற்றம்பலம்

216

திருவீழிமிழலை

திருமுறை 1 - 132 திருஞான - 561

பண்: மேகராகக்குறிஞ்சி

2338. ஏர்இசையும் வடஆலின் கீழ்இருந்துஅங்கு
ஈர்இருவர்க்கு இரங்கி நின்று
நேரியநான் மறைப்பொருளை உரைத்து
ஒளிசேர் நெறிஅளித்தோன் நின்றகோயில்
பார்இசையும் பண்டிதர்கள் பல்நாளும்
பயின்றுஓதும் ஓசை கேட்டு
வேரிமலி பொழில்கிள்ளை வேதங்கள்
பொருள்சொல்லும் மிழலை யாமே (1)

அருஞ்சொற்பொருள்:

ஏர் - அழகு. வடஆல் - கல்லால மரம். ஈர்இருவர் - (2×2=4) நால்வர். ஒளிசேர்நெறி - ஞான நெறி. வேரி - தேன். கிள்ளை - கிளி.

பொழிப்புரை:

அழகிய கல்லால மரத்தின்கீழ் இருந்து, அன்று சனகன் முதலிய முனிவர் நால்வர்க்கு, மனம் இரங்கி நேரிதாகிய நான்கு வேதங்களின் பொருளை எடுத்துரைத்து, ஞானநெறியை வழங்கிய சிவபெருமான் எழுந்தருளி இருக்கும் கோயில்; இந்நிலவுலகில் வாழும் வேதம் கற்ற பண்டிதர்கள் பலநாளும் முறையாக ஓதுகின்ற வேதத்தின் ஒலி கேட்டு, தேன் நிரம்பிய சோலைகளில் உள்ள கிளிகள், அவ்வேதங்களின் பொருளை எடுத்துரைக்கும் திருவீழிமிழலை நகரில் இருக்கின்றது.

2339. பொறிஅரவம் அதுசுற்றிப் பொருப்பே
மத்தாகப் புத்தேளிர் கூடி
மறிகடலைக் கடைந்திட்ட விடம்உண்ட
கண்டத்தோன் மன்னும் கோயில்
செறிஇதழ்த்தா மரைத்தவிசில் திகழ்ந்துஓங்கும்
இலைக்குடைக்கீழ்ச் செய்ஆர் செந்நெல்
வெறிகதிர்ச்சா மரைஇரட்ட இளஅன்னம்
வீற்றிருக்கும் மிழலை யாமே (2)

அருஞ்சொற்பொருள்:

பொறி அரவம் - படப்புள்ளிகளுடன் கூடிய வாசுகி என்னும் பாம்பு. பொருப்பு - மலை. புத்தேளிர் - தேவர். தவிசு - இருக்கை. வெறி - மணம். செய் - வயல்.

பொழிப்புரை:

மந்திர மலையை மத்தாக நட்டு, படப்புள்ளிகளுடன் கூடிய வாசுகி என்ற பாம்பைக் கயிறாகக் கொண்டு, தேவர்கள் கூடிநின்று, அலைவீசும் திருப்பாற்கடலைக் கடைந்தபோது, வெளிப்பட்ட ஆலகால விடத்தை உண்டு, தேக்கிய கண்டம் உடைய சிவபெருமான் எழுந்தருளி இருக்கும் கோயில்; வயல்களில் நெருங்கிய இதழ்களுடன் கூடிய தாமரை மலர்ந்திருக்க, அதன் மலரைத் தமது இருக்கையாகவும், அதன் இலையைக் குடையாகவும் கொண்டு, அன்னம், வீற்றிருக்க நெற்கதிர்கள் சாமரம்போல் வீசும், திருவீழிமிழலையில் இருக்கின்றது.

2340. எழுந்துஉலகை நலிந்துஉழலும் அவுணர்கள்தம்
புரம்மூன் றும்எழில் கணாடி
உழுந்துஉருளும் அளவையின்ஒள் எரிகொளவெம்
சிலைவளைத்தோன் உறையும் கோயில்
கொழுந்தரளம் நகைகாட்டக் கோகநதம்
முகம்காட்டக் குதித்து நீர்மேல்
விழுந்தகயல் விழிகாட்ட வில்பவளம்
வாய்காட்டும் மிழலை யாமே (3)

அருஞ்சொற்பொருள்:

கணாடி - கண்ணாடி. உழுந்து உருளும் அளவை - உழுந்து உருளும் கால அளவு. தரளம் - முத்து. கோகநதம் - தாமரைமலர். வில் - ஒளி.

பொழிப்புரை:

வானத்தில் உலவி, உலகமக்களைத் துன்புறுத்தித் திரிந்த அசுரர்களது, முப்புரத்தை அழகிய கண்ணாடியில் உழுந்து உருளும் கால அளவிற்குள், தீப்பற்றி எரியுமாறு, வில்லை வளைத்த சிவபெருமான் எழுந்தருளி இருக்கும் கோயில்; செழுமையான முத்துக்கள் மகளிரின் பற்களையும், தாமரைமலர்கள் முகங்களையும், நீரில் குதித்து விளையாடும் கயல்மீன்கள் கண்களையும், ஒளி பொருந்திய பவளங்கள் உதடுகளையும், உவமேயமாகக் காட்டும் திருவீழிமிழலையில் இருக்கின்றது.

2341. உரைசேரும் எண்பத்து நான்குநூறு
    ஆயிரமாம் யோனி பேதம்
நிரைசேரப் படைத்துஅவற்றின் உயிர்க்குஉயிராய்
    அங்கங்கே நின்றான் கோயில்
வரைசேரும் முகில்முழவ மயில்கள்பல
    நடம்ஆட வண்டு பாட
விரைசேர்பொன் இதழிதர மென்காந்தள்
    கைஏற்கும் மிழலை யாமே   (4)

அருஞ்சொற்பொருள்:

உரைசேரும் - நூல்களில் சொல்லப்படுகின்ற. வரை - மலை. முகில் - மேகம். இதழி - கொன்றைமாலை.

பொழிப்புரை:

நூல்களில் சொல்லப்படும் எண்பத்து நான்கு இலட்சம் பிறப்பு வேறுபாடுகள் உடைய உயிர்களை முறையாகப் படைத்து, அந்த உயிர்களுக்கு உயிராய் நின்று அருளும் சிவபெருமான் எழுந்தருளி இருக்கும் கோயில்; மலையிலிருந்து வந்த மேகம் முழங்கவும், மயில்கள் நடனம் ஆடவும், கொன்றை தன் இதழ்களைப் பொன்போல் உதிர்க்கவும், மெல்லிய காந்தள் மலராகிய கைகள் அதனை ஏற்கும் திருவீழிமிழலை நகரில் இருக்கின்றது.

2342. காணுமாறு அரியபெரு மானாகிக்
    காலமாய்க் குணங்கள் மூன்றாய்ப்
பேணும்மூன்று உருவாகிப் பேர்உலகம்
    படைத்துஅளிக்கும் பெருமான் கோயில்

தாணுவாய் நின்றபர தத்துவனை
உத்தமனை இறைஞ்சீர் என்று
வேணுவார் கொடிவிண்ணோர் தமைவிளிப்ப
போல்ஓங்கு மிழலை யாமே (5)

அருஞ்சொற்பொருள்:

காலம் - மூன்று காலம். குணங்கள் மூன்று - இராட்சதம், தாமசம், சாத்விகம். மூன்று உரு - பிரமன், திருமால், உருத்திரன். தாணு - நிலைத்த பொருள். வேணு - மூங்கில். வார் கொடி - கட்டப்பட்ட கொடி. விளிப்ப - அழைப்ப.

பொழிப்புரை:

காண அரிய கடவுளாய்; இறந்த காலம், நிகழ்காலம், எதிர்காலம் எனக் காலம் மூன்றாய்; பிரமன், திருமால், உருத்திரன் என உருவம் மூன்றாய்; பெரிய நிலஉலகைப் படைத்துக் காத்து அழிக்கும் சிவபெருமான் எழுந்தருளி இருக்கும் கோயில்; 'நிலைத்த தன்மையும், மேலான உண்மையும், உத்தம குணமும், உடைய இறைவனை வந்து வணங்குவீராக!' என்று மூங்கில் கம்பத்தில் கட்டியுள்ள கொடிஅசைந்து, தேவர்களை அழைப்பது போன்ற காட்சி நிகழும் திருவீழிமிழலையில் இருக்கின்றது.

2343. அகன்அமர்ந்த அன்பினராய் அறுபகைசெற்று
ஐம்புலனும் அடக்கி ஞானப்
புகல்உடையோர் தம்உள்ளப் புண்டரிகத்து
உள்இருக்கும் புராணர் கோயில்
தகவுஉடைநீர் மணித்தலத்துச் சங்குஉளவர்க்
கம்திகழச் சலசத் தீயுள்
மிகஉடைய புன்குமலர்ப் பொரிஅட்ட
மணம்செய்யும் மிழலை யாமே (6)

அருஞ்சொற்பொருள்:

அறுபகை - காமம், குரோதம், உலோபம், மோகம், மதம், மாற்சரியம் என்னும் ஆறு பகை. புண்டரிகம் - தாமரை. புராணர் - பழமையானவர். தகவு - தகுதி. சங்கு உள வர்க்கம் - சங்கின் இனம். சலசம் - தாமரை. புன்குமலர் - புன்னை மலர்.

பொழிப்புரை:

உள்ளத்தில் மிகுந்த அன்பு உடையவராய், காமம் முதலிய ஆறு குற்றங்களைக் களைந்து, ஐம்புலன்களையும் அடக்கி, சிவஞானத்தில் திளைத்திருப்போரின், உள்ளமாகிய தாமரை மலரில் எழுந்தருளி இருக்கும் பழையோனாகிய சிவபெருமானது கோயில்; மணிகளும், சங்கு இனங்களும், விளங்கும் நல்ல நீர்நிலைகளில் செந்தாமரை மலரானது மலர்ந்து, கொழுந்துவிட்டுத் தீ எரிவது போலக் காட்ட, கரையில் உள்ள புன்னை மரங்களின் மலர்கள், பொரி சொரிவது போலச் சொரிய, வேள்வி வேட்டுச் செய்யும் திருமணத்தை நினைவூட்டுவதாக அமைந்த திருவீழிமிழலை நகரில் இருக்கின்றது.

2344. ஆறுஆடு சடைமுடியன் அனல்ஆடு
    மலர்க்கையன் இமயப் பாவை
கூறுஆடு திருஉருவன் கூத்தாடும்
    குணம்உடையோன் குளிரும் கோயில்
சேறுஆடு செங்கழுநீர்த் தாதுஆடி
    மதுஉண்டு சிவந்த வண்டு
வேறுஆய உருஆகிச் செவ்வழிநல்
    பண்பாடும் மிழலை யாமே   (7)

அருஞ்சொற்பொருள்:

பாவை - பாவை போன்ற அழகு உடைய உமாதேவி. தாது - மகரந்தம். மது - தேன்.

பொழிப்புரை:

கங்கையைச் சூடிய சடை உடையவனும், அனல் ஏந்தி ஆடும் கை உடையவனும், இமயமலை அரசனது மகளாகிய பார்வதியைப் பாகமாகக் கொண்ட உருவம் உடையவனும், கூத்து நிகழ்த்தும் குணம் உடையவனும், ஆகிய சிவபெருமான் மகிழ்வுடன் எழுந்தருளி இருக்கும் கோயில்; சேற்றில் முளைத்த செங்கழுநீர் மலரில் உள்ள மகரந்தத்தில் புரண்டு, தேன் உண்ட வண்டு, தன் இயல்பான நிறம் மாறிச் சிவந்தநிறம் உடையதாய்ச் செவ்வழிப்பண் பாடும் திருவீழிமிழலையில் இருக்கின்றது.

2345. கருப்பம்மிகும் உடல்அடர்த்துக் கால்ஊன்றிக்
    கைமறித்துக் கயிலை என்னும்
பொருப்புஎடுக்கல் உறும்அரக்கன் பொன்முடிதோள்
    நெரித்தவிரல் புனிதர் கோயில்

தருப்பமிகு சலந்தரன்தன் உடல்தடிந்த
சக்கரத்தை வேண்டி ஈண்டு
விருப்பொடுமால் வழிபாடு செய்யஇழி
விமானம்சேர் மிழலை யாமே (8)

அருஞ்சொற்பொருள்:

கருப்பம் மிகும் உடல் - கருவில் தங்கிப் பிறந்த உடல். பொருப்பு - மலை. தருப்பம் - தருக்கு. தடிந்த - தண்டித்த.

பொழிப்புரை:

கருவில் தங்கிப் பிறந்த உடலை வருத்திக் காலை வலுவாக ஊன்றி, கையால் கயிலை மலையை எடுக்க முற்பட்ட இராவணனது, பொன்முடி புனைந்த தலைகள், தோள்கள், என இவற்றை நெரித்த சிவபெருமான் எழுந்தருளி இருக்கும் கோயில்; செருக்கு மிகுந்த சலந்தரனது உடலைப் பிளந்த சக்கரப்படையை வேண்டி, இங்கு விருப்பமுடன் திருமால் வழிபாடு செய்ய, விண்ணில் இருந்து கொண்டு வந்த விமானத்தைக் கொண்ட திருவீழிமிழலை நகரில் இருக்கின்றது.

2346. செந்தளிர்மா மலரோனும் திருமாலும்
ஏனமொடு அன்ன மாகி
அந்தம்அடி காணாதே அவர்ஏத்த
வெளிப்பட்டோன் அமரும் கோயில்
புந்தியினான் மறைவழியே புல்பரப்பி
நெய்சமிதை கையில் கொண்டு
வெந்தழலின் வேட்டுஉலகில் மிகஅளிப்போர்
சேரும்ஊர் மிழலை யாமே (9)

அருஞ்சொற்பொருள்:

ஏனம் - பன்றி. அந்தம் - முடி. புந்தி - புத்தி (அறிவு). புல் - தருப்பை.

பொழிப்புரை:

சிவந்த இதழ்களுடன் கூடிய தாமரை மலரில் எழுந்தருளி இருக்கும் பிரமனும், திருமாலும், அன்னமும் பன்றியுமாய் மாறி, முடியையும் அடியையும் தேடியும், காணமுடியாது போகப் பின்னர் அவர் இருவரும் துதிக்க, வெளிப்பட்ட சிவபெருமான் எழுந்தருளி இருக்கும் கோயில்;

தாங்கள் கற்ற வேதத்தில் சொன்னபடி தர்ப்பை, நெய், சமித்து ஆகியவை கொண்டு, வேள்வி வேட்டு, உலகில் வறுமை வராது காக்கும் அந்தணர்கள் கூடிவாழும் திருவீழிமிழலை நகரில் இருக்கின்றது.

2347. எண்இறந்த அமணர்களும் இழிதொழில்சேர்
சாக்கியரும் என்றும் தன்னை
நண்அரிய வகைமயக்கித் தன்அடியார்க்கு
அருள்புரியும் நாதன் கோயில்
பண்அமரும் மென்மொழியார் பாலகரைப்
பாராட்டும் ஓசை கேட்டு
விண்ணவர்கள் வியப்புஎய்தி விமானத்தோ
டும்இழியும் மிழலை யாமே (10)

அருஞ்சொற்பொருள்:

எண்இறந்த - எண்ணற்ற. சாக்கியர் - பௌத்தர். பண்அமரும் - பண் போற்ற.

பொழிப்புரை:

எண்ணற்ற சமணர்களும், இழிந்த செயல்களைச் செய்யும் பௌத்தர்களும், எப்பொழுதும் தன்னை நெருங்க முடியாதபடி, அவர்களின் அறிவை மயக்கி, தன் அடியார்களுக்கு அருள்செய்யும் சிவபெருமான் எழுந்தருளி இருக்கும் கோயில்; பண்போல இனிய மொழி பேசும் மகளிர் தங்கள் குழந்தைகளிடம் கொஞ்சிப் பேசும் ஓசை கேட்டு, தேவர்கள் தங்கள் விமானத்தொடும் விரும்பி இறங்கும் திருவீழிமிழலை நகரில் இருக்கின்றது.

2348. மின்இயலும் மணிமாடம் மிடைவீழி
மிழலையான் விரையார் பாதம்
சென்னிமிசைக் கொண்டுஒழுகும் சிரபுரக்கோன்
செழுமறைகள் பயிலும் நாவன்
பன்னியசீர் மிகுஞான சம்பந்தன்
பரிந்துஉரைத்த பத்தும் ஏத்தி
இன்இசையால் பாடவல்லார் இருநிலத்தில்
ஈசன்என்னும் இயல்பி னோரே (11)

அருஞ்சொற்பொருள்:

மின் - மின்னல். மிடை - நெருங்கு. விரை - மணம். பரிந்து - அன்புகொண்டு. இருநிலம் - பெரிய இந்நிலஉலகம். ஈசன் - ஆளுபவன்.

பொழிப்புரை:

மின்னல் போல் ஒளிரும் மணிகள் பதித்துக் கட்டப்பட்ட மாடிவீடுகள் நிறைந்த திருவீழிமிழலையில் எழுந்தருளி இருக்கும் இறைவனது மணம் மிகுந்த திருவடிகளைத் தலைமேல் கொண்டு ஒழுகும், சிரபுர நகருக்கு அரசனும், வேதம் ஓதும் நாவினை உடையவனும், ஆகிய ஞானசம்பந்தன், அன்புகொண்டு பாடிய பாடல்கள் பத்தினையும், போற்றி, இனிய இசையுடன் பாடவல்லவர், இந்நிலவுலகில் ஆளும் தன்மை பெற்று, பிறரால் போற்றப்படுவர்.

திருச்சிற்றம்பலம்

217

திருவீழிமிழலை

திருமுறை 3 - 267 திருஞான - 561

பண்: காந்தார பஞ்சமம்

2349. **கேள்வியர் நாள்தொறும் ஓதுநல்**
வேதத்தர் கேடுஇலா
வேள்விசெய் அந்தணர் வேதியர்
வீழி மிழலையார்
வாழியர் தோற்றமும் கேடும்வைப்
பார்உயிர் கட்குஎல்லாம்
ஆழியர் தம்அடி போற்றிஎன்
பார்கட்கு அணியரே (1)

அருஞ்சொற்பொருள்:

இலா - இல்லா. தோற்றம் - பிறப்பு. கேடு - இறப்பு. ஆழியர் - கடல் போல ஆழம் காண முடியாதவர். அணியர் - அருகில் இருப்பவர்.

பொழிப்புரை:

கேள்வி ஞானம் உடையவர்களும், வேதத்தை நல்ல முறையில் ஓதக் கூடியவர்களும், கெடுதல் இல்லாத வேள்வி செய்பவர்களும், ஆகிய அந்தணர்கள் போற்றி வணங்கும் வேதநாயகரே திருவீழிமிழலை இறைவர் ஆவர்; அவர் உயிர்களைப் பிறப்பு, இருப்பு, இறப்புகட்கு உட்படுத்துபவர். கடலின் ஆழத்தைக் கண்டறிய முடியாததுபோல அவரின் அருமையைப் பிறரால் அறிய முடியாது; ஆனாலும் தமது திருவடிகளைப் போற்றி வணங்கும் அடியார்களுக்கு அவர் மிகவும் நெருக்கமானவர்.

2350. கல்லின்நன் பாவைஓர் பாகத்தர்
காதலித்து ஏத்திய
மெல்இனத் தார்பக்கல் மேவினர்
வீழி மிழலையார்
நல்இனத் தார்செய்த வேள்வி
செகுத்துஎழு ஞாயிற்றின்
பல்அனைத் தும்தகர்த் தார்அடி
யார்பாவ நாசரே   (2)

அருஞ்சொற்பொருள்:

கல் - மலை. செகுத்து - அழித்து. பாவ நாசர் - பாவம் போக்குபவர்.

பொழிப்புரை:

மலைமகளாகிய உமாதேவியை ஒருபாகத்தில் கொண்டவர்; மென்மையான இயல்புடைய தன்மீது அன்பு செய்யும் அடியார்கள் பக்கத்தில் எழுந்தருளி இருப்பவர்; தன்னை மதியாது தக்கன் செய்த வேள்வியை அழித்தவர்; அதில் கலந்து கொண்ட சூரியனின் பல்லை உடைத்தவர்; ஆனாலும் தம் அடியார்களின் பாவங்களைப் போக்குபவர்; அவர் திருவீழிமிழலை நகரில் எழுந்தருளி இருக்கும் இறைவர் ஆவர்.

2351. நஞ்சினை உண்டுஇருள் கண்டர்பண்டு
அந்தகனைச் செற்ற
வெஞ்சின மூவிலைச் சூலத்தர்
வீழி மிழலையார்
அஞ்சனக் கண்உமை பங்கினர்
கங்கைஅங்கு ஆடிய
மஞ்சனச் செஞ்சடை யார்என
வல்வினை மாயுமே   (3)

அருஞ்சொற்பொருள்:

பண்டு - முன்பு. அந்தகன் - இயமன். அஞ்சனம் - மை. மஞ்சனச் செஞ்சடை - திருமஞ்சனம் ஆடும் சிவந்த சடை.

பொழிப்புரை:

ஆலகால விடத்தை உண்டதால் இருண்ட கண்டம் உடையவர்; முன்பு இயமனைக் கொன்ற கோபம் உடையவர்; முத்தலைச் சூலத்தை ஏந்தி

இருப்பவர்; மை பூசிய கண் உடைய உமாதேவியை பாகமாகக் கொண்டவர்; கங்கை தங்கிய சிவந்த திருமஞ்சனம் ஆடும் சடாமுடி உடையவர்; அவர் திருவீழிமிழலை நகரில் எழுந்தருளி இருக்கும் இறைவர்; அவரது திருப்பெயரை உச்சரித்து வழிபடும் அடியார்களது வினைகள் ஆனவை நீங்கும்.

2352. கலைஇலங் கும்மழு கட்டங்கம்
    கண்டிகை குண்டலம்
விலைஇலங் கும்மணி மாடத்தர்
    வீழி மிழலையார்
தலைஇலங் கும்பிறை தாழ்வடம்
    சூலம் தமருகம்
அலைஇலங் கும்புனல் ஏற்றவர்க்
    கும்அடி யார்க்குமே   (4)

அருஞ்சொற்பொருள்:

கலை - மான்கன்று. கட்டங்கம் - யோகதண்டம். கண்டிகை - உருத்திராக்கம். தமருகம் - உடுக்கை.

பொழிப்புரை:

விலை மதிப்புடைய மணிகள் பதித்துக் கட்டப்பட்ட மாடிவீடுகள் நிறைந்த திருவீழிமிழலையில் எழுந்தருளி இருக்கும் இறைவர், மான்கன்று, மழுப்படை, யோக தண்டம், உருத்திராக்கம், குண்டலம் முதலியவற்றை ஏற்றிருப்பவர்; அவர் தலையில் பிறைச்சந்திரன், கழுத்தில் நீண்டு தொங்கும் எலும்புமாலை, கையில் சூலம் உடுக்கை முதலியன கொண்டு, அலையுடைய கங்கையைச் சூடி, இடபத்தில் ஏறி வருபவர்; யோகநெறியில் நின்று வழிபடும் அடியார்கட்குச் சாரூபம் தந்து அருளுபவர்.

2353. பிறைஉறு செஞ்சடை யார்விடை
    யார்பிச்சை நச்சியே
வெறிஉறு நாள்பலி தேர்ந்துஉழல்
    வீழி மிழலையார்
முறைமுறை யால்இசை பாடுவார்
    ஆடிமுன் தொண்டர்கள்
இறைஉறை வாஞ்சியம் அல்லது
    எப்போதும் என்உள்ளமே   (5)

அருஞ்சொற்பொருள்:

நச்சியே - விரும்பியே. வாஞ்சியம் - அன்பு செய்வது.

பொழிப்புரை:

திருவீழிமிழலையில் எழுந்தருளி இருக்கும் இறைவர், பிறைச் சந்திரனைச் சூடிஇருக்கும் சிவந்த சடை உடையவர்; இடபத்தை ஊர்தியாகக் கொண்டவர்; பகல்பொழுதில் பிச்சை ஏற்பதில் விருப்பம் உடையவர்; தொண்டர்கள் பண் முறைப்படி இசைப்பாடல்களைப் பாட, அதற்கு ஏற்ப நடனம் ஆடுபவர்; இவற்றைத் தவிர என் உள்ளம் எப்பொழுதும் அவர்குறித்த வேறு எதனையும் நினையாது, அன்பு மட்டுமே செய்கிறது.

2354. **வசைஅறு மாதவம் கண்டு**
வரிசிலை வேடனாய்
விசையனுக்கு அன்றுஅருள் செய்தவர்
வீழி மிழலையார்
இசைவர விட்டுஇயல் கேட்பித்துக்
கல்ல வடம்இட்டுத்
திசைதொழுது ஆடியும் பாடுவார்
சிந்தையுள் சேர்வரே (6)

அருஞ்சொற்பொருள்:

இசை வரவிட்டு - இசை பொருந்தும்படியாகப் பாடி. இயல் கேட்பித்து - இயற்றமிழ் பொருள்களை விண்ணப்பித்து. கல்லவடம் - ஒருவகை வாத்தியம்.

பொழிப்புரை:

திருவீழிமிழலையில் எழுந்தருளி இருக்கும் இறைவர், அர்ச்சுனன் செய்த குற்றமற்ற பெரிய தவத்தினைக் கண்டு, வில்ஏந்திய வேடர் வடிவில் வந்து, அப்பொழுதும் அருள் செய்தவர்; அவர், தம்மை இசைத் தமிழால் பாடியும், இயல்தமிழால் புகழ்ந்து பேசியும் வழிபடுவதைக் கேட்பித்து, முரசு ஒலிக்கத் தாம் எழுந்தருளி இருக்கும் திசையை நோக்கி ஆடியும் பாடியும் பணியும் அன்பர் மனத்தில் சென்று சேர்பவர்.

2355. **சேடர்விண் ணோர்கட்குத் தேவர்நன்**
மூஇரு தொன்நூலர்
வீடர்முத் தீயர்நால் வேதத்தர்
வீழி மிழலையார்

காடுஅரங் காஉமை காணஅண்
  டத்துஇமை யோர்தொழ
நாடகம் ஆடியை ஏத்தவல்
  லார்வினை நாசமே (7)

அருஞ்சொற்பொருள்:

சேடர் - தூரத்தில் இருப்பவர். மூஇரு - (3×2=6) ஆறு. வீடர் - வீடுபேறாய் விளங்குபவர். காடு - சுடுகாடு. அரங்கா - அம்பலமாக.

பொழிப்புரை:

திருவீழிமிழலையில் எழுந்தருளி இருக்கும் இறைவர், தேவர்களுக்குத் தூரத்தில் இருப்பவர்; முத்தீ வளர்த்தும், நான்கு வேதம் ஆறு அங்கம் ஓதியும், வழிபடும் அந்தணர்களுக்கு வீடுபேறு வழங்க வல்லவர்; சுடுகாட்டை அரங்கமாகக் கொண்டு, உமாதேவி காணுமாறும், வான உலகத் தேவர்கள் வணங்குமாறும், நடனம் ஆடவல்ல பெருமான்; அவரைப் போற்ற வல்லவரது தீவினைகள் நாசமாகும்.

2356. எடுத்தவன் மாமலைக் கீழ்இ
  ராவணன் வீழ்தர
விடுத்துஅருள் செய்துஇசை கேட்டவர்
  வீழி மிழலையார்
படுத்துவெம் காலனைப் பால்வழி
  பாடுசெய் பாலற்குக்
கொடுத்தனர் இன்பம் கொடுப்பர்
  தொழக்குறைவு இல்லையே (8)

அருஞ்சொற்பொருள்:

காலன் - இயமன். பாலன் - மார்க்கண்டேயன். பால் - பக்கத்தில்.

பொழிப்புரை:

திருவீழிமிழலையில் எழுந்தருளி இருக்கும் இறைவர், பெரிய கயிலை மலையைப் பெயர்த்து எடுத்த இராவணன் அம்மலையின்கீழ் கிடந்து அலறுமாறு நெரித்துப் பின்னர் அவன் பாடிய சாமகானம் கேட்டு, அவனுக்கு அருள்செய்தவர்; கொடிய இயமனுக்குத் துன்பம் கொடுத்தவர்; அருகில் நின்று தம்மை வழிபாடு செய்த மார்க்கண்டேயனுக்கு இன்பம் கொடுத்தவர்; அவரைத் தொழும் அடியார்கட்கு எந்தக் குறையும் வருவதில்லை.

2357. திக்குஅமர் நான்முகன் மால்அண்ட
மண்தலம் தேடிட
மிக்குஅமர் தீத்திரள் ஆயவர்
வீழி மிழலையார்
சொக்கம்அது ஆடியும் பாடியும்
பாரிடம் சூழ்தரும்
நக்கர்தம் நாமம் நமச்சிவாய
என்பார் நல்லரே (9)

அருஞ்சொற்பொருள்:

திக்கு அமர் நான்முகன் - திசைக்கு ஒன்றாக நான்கு முகம் உடையவன். அண்டம் - மேலும் கீழுமாக உள்ள பல உலகங்கள். மண்தலம் - நிலத்தில். சொக்கம் - ஒருவகைக் கூத்து. பாரிடம் - பூதகணம். நக்கர் - உடையின்றி இருப்பவர்.

பொழிப்புரை:

திருவீழிமிழலையில் எழுந்தருளி இருக்கும் இறைவர், திசைக்கு ஒரு முகம் கொண்ட பிரமனும் திருமாலும் மேலும் கீழுமாய் உள்ள உலகங்களிலும் பூமியிலும் தேடியும் காணமுடியாதபடி தீப்பிழம்பாய் உயர்ந்து நின்றவர்; சொக்கு என்னும் ஒருவகைக் கூத்து நிகழ்த்துபவர்; பூதகணங்கள் சூழ்ந்து நின்று பாட, நடுவில் நின்று நடனம் ஆடுபவர்; உடையின்றி இருப்பவர்; அவரது திருப்பெயர்களுள் ஒன்றாய் விளங்கும் ‘நமச்சிவாய’ என்று சொல்பவர், புண்ணியம் செய்தவரே ஆவர்.

2358. தூற்றுஅரை யார்துவர் ஆடையர்
துப்புரவு ஒன்றுஇலா
வெற்றுஅரை யார்அறி யாநெறி
வீழி மிழலையார்
சொல்தெரி யாப்பொருள் சோதிக்குஅப்
பால்நின்ற சோதிதான்
மற்றுஅறி யாஅடியார் கள்தம்
சிந்தையுள் மன்னுமே (10)

அருஞ்சொற்பொருள்:

துற்று - பொருந்து. அரை - இடை. துப்புரவு - தூய்மை. வெற்று அரை - உடை அணியாத இடை. சொல் தெரியா - சொல்லில் அடங்காத.

பொழிப்புரை:

திருவீழிமிழலையில் எழுந்தருளி இருக்கும் இறைவர், காவி உடை அணிந்த இடை உடைய பௌத்தர்களும், தூய்மை இல்லாத (குளிக்காத) உடை உடுத்தாத இடை உடைய சமணர்களும், அறியாத நெறி உடையவர்; சொல்லையும் பொருளையும் கடந்து, சோதி வடிவாய் விளங்குபவர்; அவர் தம்மைத்தவிர வேறு ஒன்றையும் அறியாத சிந்தை உடைய தம் அடியார்கள் மனத்தில் நிலைத்துத் தங்குபவர்.

2359. வேதியர் கைதொழு வீழி
மிழலை விரும்பிய
ஆதியை வாழ்பொழில் காழியுள்
ஞானசம்பந் தன்ஆய்ந்து
ஓதிய ஒண்தமிழ் பத்துஇவை
உற்றுஉரை செய்பவர்
மாதுஇயல் பங்கன் மலரடி
சேரவும் வல்லரே (11)

அருஞ்சொற்பொருள்:

ஆய்ந்து - ஆராய்ந்து. மாது - உமாதேவி.

பொழிப்புரை:

அந்தணர்கள் கைகூப்பி வணங்கும் திருவீழிமிழலையில் விரும்பி எழுந்தருளி இருக்கும் இறைவரை, சோலைகள் விளங்கும் சீர்காழியுள் தோன்றிய ஞானசம்பந்தன், ஆராய்ந்து பாடிய ஒண்தமிழ்ப் பாடல்கள் பத்தினையும், பாடி வழிபடுபவர், உமாதேவியை ஒருபாகமாகக் கொண்ட சிவபெருமானின் தாமரைமலர் போன்ற திருவடியைச் சென்று சேரும் வல்லமையைப் பெறுவர்.

திருச்சிற்றம்பலம்

218

திருவீழிமிழலை

திருமுறை 3 - 338 திருஞான - 561

திருவிராகம்

பண்: சாதாரி

2360. சீர்மருவு தேசினொடு தேசம்மலி
செல்வ மறையோர்கள் பணியத்
தார்மருவு கொன்றைஅணி தாழ்சடை
யினான்அமர்ச் சயங்கொள் பதிதான்
பார்மருவு பங்கயம உயர்ந்தவயல்
சூழ்பழனம் நீட அருகே
கார்மருவு வெண்கனக மாளிகை
கவின்பெருகு வீழி நகரே (1)

அருஞ்சொற்பொருள்:

சீர்மருவு - சிறப்பு பொருந்திய. தேசு - ஒளி. தார் - மாலை. சயம் - வெற்றி. பங்கயம் - தாமரை. கார் - மேகம். வெண் - வெண்மை நிறம். கனகம் - பொன் (செல்வம்). கவின் - அழகு.

பொழிப்புரை:

சிறப்பு பொருந்திய ஞானஒளி உடையவர்களும், எல்லா நாடுகளிலும் தங்களின் புகழைப் பரவ விட்டவர்களும், செல்வம் உடையவர்களும், ஆகிய அந்தணர்கள் பணிந்து போற்ற, கொன்றை மலர் மாலை அணிந்த நீண்ட சடையுடன் விளங்கும் சிவபெருமான், வெற்றியுடன் எழுந்தருளி இருக்கும் தலம்தான்; இந்நிலவுலகில் இருப்பதும், தாமரை மலர்கின்ற வளவயல்களால் சூழப்பட்டதும், மேகம் தங்கும் வெண்மை நிறமுடைய செல்வ வளம் மிக்க மாளிகைகள் அழகு செய்வதும், ஆகிய திருவீழிமிழலை என்னும் நகரம் ஆகும்.

2361. பட்டமுழவு இட்டபணி லத்தினொடு
பல்மறைகள் ஓது பணிநல்
சிட்டர்கள் சயத்துதிகள் செய்யஅருள்
செய்தழல்கொள் மேனி யவன்ஊர்
மட்டுஉலவு செங்கமல வேலிவயல்
செந்நெல் வளர்மன்னு பொழில்வாய்
விட்டுஉலவு தென்றல்விரை நாறுபதி
வேதியர்கள் வீழி நகரே (2)

அருஞ்சொற்பொருள்:

பணிலம் - சங்கு. சிட்டர் - நல்ஒழுக்கம் உடையவர்கள். சயம் - வெற்றி. மட்டு - தேன். கமலம் - தாமரை. விரை - மணம்.

பொழிப்புரை:

கொட்டும் முழவின் ஒலியும், ஊதும் சங்கின் ஒலியும், வேதங்களை ஓதும் ஒலியும், நல்ஒழுக்கம் உடையவர்கள் துதிக்கின்ற ஒலியும், முதலிய வெற்றி பொருந்திய ஒலிகள் பலவும் கேட்பதும், தழல்போல் சிவந்த திருமேனி உடைய இறைவன் எழுந்தருளி இருப்பதும், ஆகிய ஊர்; தேன்ஒழுகும் செந்தாமரை மலர் மலர்ந்து வேலிபோல் விளங்குவதும், செந்நெல் விளைகின்ற வயல் வளம் உடையதும், சோலை வளம் உடையதும், தென்றல் காற்று வீசுவதும், அது நறுமணத்தைக் கொண்டுவந்து சேர்ப்பதும், அந்தணர்கள் நிரம்பி வாழ்வதும், ஆகிய சிறப்புக்கள் உடைய திருவீழிமிழலையே ஆகும்.

2362. மண்இழி சுரர்க்குவளம் மிக்கபதி
மற்றும்உள மன்னுயிர் களுக்கு
எண்இழிவு இல்இன்பம் நிகழ்வுஎய்த
எழிலார் பொழில்இலங்கு அறுபதம்
பண்இழிவு இலாதவகை பாடமட
மஞ்சைஞநடம் ஆட அழகார்
விண்இழி விமானம்உடை விண்ணவர்
பிரான்மருவு வீழி நகரே (3)

அருஞ்சொற்பொருள்:

சுரர் - தேவர். எண் இழிவு இல் - எண்ணற்ற. அறுபதம் - வண்டு. மஞ்ஞை - மயில்.

பொழிப்புரை:

வானஉலகில் இருந்து பூஉலகுக்கு வந்த தேவர்களுக்கு வளம் மிக்க ஊர்; மற்றும் உள்ள மன்னுயிர்களுக்கு எண்ணற்ற இன்பங்களைத் தரும் ஊர்; அழகிய சோலைகளால் சூழப்பட்ட ஊர்; வண்டுகள் குறைவுஅற இசைபாடும் ஊர்; இளம்மயில்கள் நடனம் ஆடும் ஊர்; அழகிய விண் இழி விமானம் உடைய ஊர்; அது, தேவர் தலைவனாகிய சிவபெருமான் எழுந்தருளி இருக்கும் திருவீழிமிழலையே ஆகும்.

2363. **செந்தமிழர் தெய்வமறை நாவர்செழு**
நற்கலை தெரிந்த அவரோடு
அந்தம்இல் குணத்தவர்கள் அர்ச்சனைகள்
செய்யஅமர் கின்ற அரன்ஊர்
கொந்துஅலர் பொழில்பழன வேலிகுளிர்
தண்புனல் வளம்பெ ருகவே
வெந்திறல் விளங்கிவளர் வேதியர்
விரும்புபதி வீழி நகரே (4)

அருஞ்சொற்பொருள்:

கொந்து - கொத்து. பொழில் - சோலை. பழனம் - வயல்.

பொழிப்புரை:

செந்தமிழ்ப் புலவர்களும், தெய்வமறை ஓதும் நாவினை உடைய அந்தணர்களும், நல்ல கலைஞானம் பெற்றவர்களும், முடிவில்லாத பல நல்ல குணங்கள் உடையவர்களும், வந்து வழிபாடு செய்யுமாறு சிவபெருமான் எழுந்தருளி இருக்கும் ஊர்; கொத்தாக மலர்கள் மலரும் சோலைகளுடன் கூடியதும், குளிர்ந்த நீரானது வேலிபோல் சூழ்ந்து ஓட, நடுவில் வயல்கள் வளம் பெருக விளங்குவதும், வேதம் ஓதும் வேதியர்கள் விரும்பித் தங்கி வாழ்வதும், ஆகிய சிறப்புகள் உடைய திருவீழிமிழலையே ஆகும்.

2364. **பூதபதி ஆகிய புராணமுனி**
புண்ணியநல் மாதை மருவிப்
பேதம்அது இலாதவகை பாகம்மிக
வைத்தபெரு மானது இடமாம்
மாதவர்கள் அன்னமறை யாளர்கள்
வளர்த்தமலி வேள்வி அதனால்
ஏதம்அது இலாதவகை இன்பம்அமர்
கின்றஎழில் வீழி நகரே (5)

அருஞ்சொற்பொருள்:

பூத பதி - ஐம்பூதங்களின் தலைவன். புராணமுனி - பழமையும் தவமும் உடையவன். மாதை - உமாதேவியை. பேதம் - வேறுபாடு. ஏதம் - குற்றம்.

பொழிப்புரை:

ஐம்பெரும் பூதங்களுக்கும் தலைவனாக விளங்கும் பழமையும் தவமும் உடையவனும், புண்ணியம் மிகஉடைய நல்ல பெண்ணாகிய உமாதேவியைத் தழுவித் தம்முள் வேறுபாடு இல்லாதபடி உடம்பில் பாதியாக வைத்துள்ளவனும், ஆகிய பெருமான் எழுந்தருளி இருக்கும் இடம்; பெரிய தவமுடையவர்கள் போன்ற அந்தணர்கள் வளர்க்கின்ற வேள்வியால், உலகில் வறுமை முதலிய துன்பங்கள் வராத வகையில், இன்பம் மட்டுமே விளைவிக்கின்றதாய் விளங்கும் திருவீழிமிழலையே ஆகும்.

2365. **மண்ணில்ம றையோர்மருவு வைதிகமும்**
மாதவமும் மற்றும் உலகத்து
எண்ணில்பொ ருள்ஆயவை படைத்த
இமையோர்கள் பெருமானது இடமாம்
நண்ணிவரு நாவலர்கள் நாள்தொறும்
வளர்க்க நிகழ்கின்ற புகழ்சேர்
விண்உலவு மாளிகை நெருங்கிவளர்
நீள்புரிசை வீழி நகரே (6)

அருஞ்சொற்பொருள்:

நீள்புரிசை - நீண்ட மதில்.

பொழிப்புரை:

இந்நிலவுலகில் மறையவர் கடைபிடிக்கும் வைதிக நெறியையும், மாமுனிவர்கள் கடைபிடிக்கும் தவநெறியையும், ஏனைய பல நெறிகளின் அறங்களையும், படைத்த, தேவர் தலைவனாகிய சிவபெருமான் எழுந்தருளி இருக்கும் இடம்; நாடி வருகின்ற நாவன்மை உடையவர்கள் நாளும் வளர்க்க வளர்கின்ற புகழ் உடையதும்; வான்அளாவ உயர்ந்து விளங்கும் மாளிகைகள் நிறைந்து காணப்படுவதும், நீண்ட மதில்களால் சூழப்பட்டதும், ஆகிய திருவீழிமிழலை நகரே ஆகும்.

2366. மந்திரநன் மாமறையி னோடுவளர்
வேள்விமிசை மிக்க புகைபோய்
அந்தர விசும்புஅணவி அற்புதம்
எனப்படரும் ஆழி இருள்வாய்
மந்தரநன் மாளிகை நிலாவுமணி
நீடுகதிர் விட்ட ஒளிபோய்
வெந்தழல் விளக்குஎன விரும்பினர்
திருந்துபதி வீழி நகரே (7)

அருஞ்சொற்பொருள்:

அந்தர விசும்பு - ஆகாயம். அணவி - பொருந்தி. ஆழி - கடல்.

பொழிப்புரை:

வேத மந்திரங்கள் ஓதி, வளர்க்கப்படும் வேள்வியில் எழும் புகையானது, ஆகாயத்தில் சென்று பொருந்தி, பகலில் இருள் சூழ்ந்தது போல் அற்புதமான புகையினால் இருள்சூழ, பாற்கடலைக் கடைந்த மந்திரமலை போல் உயர்ந்து விளங்கும் மாளிகைகளில், பதித்துள்ள மணிகள் வெளிப் படுத்தும் ஒளியானது, சுடர்விட்டு எரியும் விளக்குப் போல ஒளி செய்ய, மனநிறைவோடு மக்கள் கூடி வாழும் தலம்; சிவபெருமான் எழுந்தருளி இருக்கும் திருவீழிமிழலையே ஆகும்.

2367. ஆனவலி யின்தச முகன்தலை
அரங்கஅணி ஆழி விரலால்
ஊன்அமர் உயர்ந்த குருதிப்புனலில்
வீழ்தர உணர்ந்த பரன்ஊர்
தேன்அமர் திருந்துபொழில் செங்கனக
மாளிகை திகழ்ந்த மதிளோடு
ஆனதிரு உற்றுவளர் அந்தணர்
நிறைந்தஅணி வீழி நகரே (8)

அருஞ்சொற்பொருள்:

ஆன - தனக்கு ஆன. தசமுகன் - இராவணன். அரங்க - நசுங்க. ஆழி - மோதிரம். குருதிப்புனல் - இரத்த வெள்ளம். மதிள் - மதில்.

பொழிப்புரை:

தனக்கு உரிய உடல் வலிமையை மட்டுமே பெரிதாக நினைத்து, இராவணன் கயிலை மலையைப் பெயர்க்க, அவனது தலைகள்

நசுங்குமாறு அழகிய மோதிரம் அணிந்த கால்பெருவிரலை ஊன்றி, அவனை இரத்த வெள்ளத்தில் மூழ்குமாறு செய்த, மேலான இறைவன் எழுந்தருளி இருக்கும் ஊர்; தேன் பொருந்திய அழகிய சோலைகளும், சிவந்த பொன்மயமான மாளிகைகளும், மதில்களும், செல்வச் செழிப்புடன் வாழும் அந்தணர்களும், நிறைந்துள்ள அழகிய திருவீழிமிழலை நகரே ஆகும்.

2368. ஏனஉரு வாகிமண் இடந்தஇமை
 யோனும்எழில் அன்ன உருவம்
 ஆனவனும் ஆதியினொடு அந்தம்அறி
 யாதஅழல் மேனி யவன்ஊர்
 வான்அளவு மாமதிள் மருங்குஅலர்
 நெருங்கிய வளம்கொள் பொழில்வாய்
 வேனல்அமர்வு எய்திட விளங்குஒளியின்
 மிக்கபுகழ் வீழி நகரே (9)

அருஞ்சொற்பொருள்:

ஏனம் - பன்றி. இடந்த - தோண்டிய. இமையோன் - திருமால். எழில் - அழகு. ஆதி - அடி. அந்தம் - முடி. அணவு - தடவு. வேனல் - வெயில் காலம்.

பொழிப்புரை:

பன்றி உருக்கொண்டு மண்ணைத் தோண்டிய திருமாலும், அழகிய அன்னப்பறவை உருக்கொண்டு மேல்நோக்கிப் பறந்து சென்ற பிரமனும், ஆகிய இருவரும் முறையே அடியையும் முடியையும் தேடியும் காணக் கிடைக்காத, நெருப்பு உருவத் திருமேனி கொண்ட சிவபெருமான் எழுந்தருளி இருக்கும் ஊர்; வானளாவிய மதிலும், வெயில் காலத்தில் மக்கள் தங்கி இளைப்பாற உதவும் மலர்கள் நிறைந்த வளமான சோலையும், தெய்வத் தன்மையும், மிக்க புகழும், உடைய திருவீழிமிழலையே ஆகும்.

2369. குண்டுஅமணர் ஆகிஒரு கோலம்மிகு
 பீலியொடு குண்டிகை பிடித்து
 எண்திசையும் இல்லதுஒரு தெய்வம்உளது
 என்பர்அது என்ன பொருளாம்
 பண்டைஅயன் அன்னவர்கள் பாவனை
 விரும்புபரன் மேவு பதிசீர்
 வெண்தரள வாள்நகைநன் மாதர்கள்
 விளங்கும்எழில் வீழி நகரே (10)

அருஞ்சொற்பொருள்:

குண்டு அமணர் - உடல் பருத்த சமணர். பீலி - மயிற்பீலி. குண்டிகை - கமண்டலம். வெண்தரளம் - வெள்ளைநிற முத்து.

பொழிப்புரை:

உடல்பருத்த சமணர்கள் அழகிய மயிற்பீலியும் கமண்டலமும் ஏந்தி, 'எட்டு திசைகளிலும் இல்லாத ஒரு தெய்வம் இருக்கின்றது' என்று கூறுவர். அது என்ன பொருள் உடைய சொற்றொடரோ? தெரியவில்லை! வேதம் ஓதும் பிரமன் போன்ற பழைய தேவர்களும் விரும்பும் மேலானவன் (இறைவன்) எழுந்தருளி இருக்கும் ஊர்; அழகிய வெள்ளை நிற முத்துப் போன்ற பற்களும், நல்ல கற்பொழுக்கமும், உடைய மகளிர் நிறைந்து வாழும் அழகிய திருவீழிமிழலையே ஆகும்.

2370. மத்தம்மலி கொன்றைவளர் வார்சடையில்
 வைத்தபரன் வீழி நகர்சேர்
 வித்தகனை வெங்குருவில் வேதியன்
 விரும்புதமிழ் மாலை கள்வலார்
 சித்திர விமானம்அமர் செல்வம்மலி
 கின்றசிவ லோகம் மருவி
 அத்தகு குணத்தவர்கள் ஆகிஅனு
 போகமொடு யோகம் அவரதே (11)

அருஞ்சொற்பொருள்:

மத்தம் - ஊமத்தம். வார்சடை - நீண்ட சடை. வலார் - வல்லார். சித்திர விமானம் - அழகிய விமானம் (விண்இழி விமானம்).

பொழிப்புரை:

ஊமத்தம், கொன்றை, ஆகியவற்றின் மலர்களை, வளர்கின்ற நீண்ட சடையில் சூடிஇருக்கும் மேலானவனும், எல்லா வல்லமையும் உடையவனும், ஆகிய மேலான இறைவன் எழுந்தருளி இருக்கும் வீழி நகர் மீது; வெங்குரு நகரைச் சேர்ந்த வேதியன் ஞானசம்பந்தன் பாடிய, தமிழ்ப் பாமாலையைப் பாடி, வழிபட வல்லவர்; செல்வவளம் மிகுந்த அழகிய திருக்கோயில் கொண்டு சிவபெருமான் எழுந்தருளி இருக்கும், சிவலோகம் சென்று சேர உதவும் சத்துவகுணம் பெற்று, சிவபோகம் நுகர உதவும் சிவயோகத்தைப் பெறுவர்.

திருச்சிற்றம்பலம்

219

திருவீழிமிழலை

திருமுறை 3 - 343   திருஞான - 561

திருவிராகம்
பண்: சாதாரி

2371. மட்டுஒளி விரிதரு மலர்நிறை
   சுரிகுழல் மடவரல்
   பட்டுஒளி மணிஅல்குல் உமைஅமை
   உருஒரு பாகமாக்
   கட்டுஒளிர் புனலொடு கடிஅரவு
   உடன்உறை முடிமிசை
   விட்டுஒளிர் உதிர்பிதிர் மதியவர்
   பதிவிழி மிழலையே   (1)

அருஞ்சொற்பொருள்:

மட்டு - தேன். சுரிகுழல் - நெளி உடைய கூந்தல். மடவரல் - பெண். கட்டு - கட்டி முடிக்கப்பட்ட சடை. கடிஅரவு - கடிக்கும் பாம்பு. உதிர் பிதிர் - விட்டு விட்டுப் பிரகாசிக்கும்.

பொழிப்புரை:

தேன் நிரம்பியதும், ஒளி உடையதும், ஆகிய மலர்களை நிரம்ப அணிந்துள்ள சுருண்ட கூந்தல் உடையவளும், அழகிய ஒளிவிடும் பட்டாடை அணிந்த அல்குல் உடையவளும், ஆகிய உமாதேவியை உடம்பில் ஒருபாகமாகக் கொண்டவரும்; முடித்துக் கட்டப்பட்ட சடைமீது கங்கை, அச்சம் தரும் பாம்பு, விட்டு விட்டுப் பிரகாசிக்கும் கலை குறைந்த இளம்பிறைச் சந்திரன், ஆகியவற்றை ஒருசேரச் சூடி இருப்பவரும்; ஆகிய பெருமான் எழுந்தருளி இருக்கும் ஊர், திருவீழிமிழலையே ஆகும்.

2372. எண்இற வரிவளை நெறிகுழல்
எழில்மொழி இளமுலைப்
பெண்உறும் உடலினர் பெருகிய
கடல்விட மிடற்றினர்
கண்உறு நுதலினர் கடியதுஓர்
விடையினர் கனலினர்
விண்உறு பிறைஅணி சடையினர்
பதிவிழி மிழலையே (2)

அருஞ்சொற்பொருள்:

எண்இற - எண்ணற்ற. வரிவளை - கோடுகள் உடைய வளையல். நெறி குழல் - நெளி உடைய கூந்தல். கடியது - விரைந்து செல்வது. விழி - வீழி என்பது குறுகி நின்றது.

பொழிப்புரை:

எண்ணற்ற வரிகளுடன் கூடிய வளையல்களும், சுருண்ட கூந்தலும், அழகிய மொழியும், இளமுலையும், உடைய உமாதேவியைப் பாகமாகக் கொண்டவரும்; பாற்கடலில் இருந்து வெளிப்பட்ட ஆலகால விடத்தை உண்டு தேக்கிய கண்டம் உடையவரும்; நெற்றியில் கண் உடையவரும்; விரைந்து செல்லும் இடபஊர்தி உடையவரும்; கையில் நெருப்பினை ஏந்தி இருப்பவரும; ஆகாயத்தில் திரியும் சந்திரப் பிறையைச் சடையில் சூடிஇருப்பவரும்; ஆகிய சிவபெருமான் எழுந்தருளி இருக்கும் ஊர், திருவீழிமிழலையே ஆகும்.

2373. மைத்தகு மதர்விழி மலைமகள்
உருஒரு பாகமா
வைத்தவர் மதகரி உரிவைசெய்
தவர்தமை மருவினர்
தெத்தென இசைமுரல் சரிதையர்
திகழ்தரும் அரவினர்
வித்தக நகுதலை உடையவர்
இடம்விழி மிழலையே (3)

அருஞ்சொற்பொருள்:

மைத்தகு - மை பூசிய. மதகரி - மதயானை. உரிவை - தோல்.

பொழிப்புரை:

மைபூசிய மதர்த்த கண்களுடன் கூடிய மலைஅரசனது மகள் பார்வதியை, உடம்பின் ஒரு பாகமாகக் கொண்டவர்; மதயானையின் தோலை உரித்துப் போர்த்தவர்; தம்மை வந்து அடைந்தோர் பாடும், பண்ணுடன் கூடிய பாடலைக் கேட்டு மகிழும் பழக்கம் உடையவர்; பாம்பினை அணிகலனாகப் பூண்பவர்; கண்டார் வியக்கும் வண்ணம், மண்டை ஓட்டைப் பிச்சைப் பாத்திரமாக ஏற்றவர்; அவர் எழுந்தருளி இருக்கும் ஊர், திருவீழிமிழலையே ஆகும்.

2374. **செவ்வழல் எனநனி பெருகிய**
உருவினர் செறிதரு
கவ்வழல் அரவினர் கதிர்முதிர்
மழுவினர் தொழுஇலா
முவ்வழல் நிசிசரர் விறல்அவை
அழிதர முதுமதில்
செவ்வழல் கொளநனி முனிபவர்
பதிவிழி மிழலையே (4)

அருஞ்சொற்பொருள்:

செவ்வழல் - சிவந்த நெருப்பு. கவ்வழல் - நெருப்பு போல் சீறி கவ்விக் கடிக்கும். அரவினர் - பாம்பினை உடையவர். தொழுஇலா - வணங்காத. நிசிசரர் - இரவில் நடமாடும் அசுரர். விறல் - ஆற்றல். முதுமதில் - பழமை வாய்ந்த மதில்.

பொழிப்புரை:

சிவந்த தீயின் நிறம் மிகுதியும் வெளிப்படும் திருமேனி உடையவர்; நெருப்பு போல் சீறும் பாம்பினை இடையில் கச்சாகக் கட்டி இருப்பவர்; ஒளிவீசும் மழுப்படை உடையவர்; தம்மை வணங்காதவரும், சினம் மிகுந்தவரும், ஆகிய அசுரர்களது ஆற்றல் அழியுமாறு, அவர்களது பழமை உடைய மூன்று மதில்களும், சிவந்த தீயில் பற்றி எரியுமாறு, மிகுந்த கோபத்தை வெளிப்படுத்தியவர்; அவர் எழுந்தருளி இருக்கும் ஊர், திருவீழிமிழலையே ஆகும்.

2375. **பைங்கணது ஒருபெரு மழலைவெள்**
ஏற்றினர் பலிஎனா
எங்கணும் உழிதர்வர் இமையவர்
தொழுதுஎழும் இயல்பினர்

அங்கணர் அமரர்கள் அடிஇணை
தொழுதுஎழ வாரமா
வெங்கண அரவினர் உறைதரு
பதிவிழி மிழலையே (5)

அருஞ்சொற்பொருள்:

கணது - கண்ணது (கண்ணை உடையது). மழலை - இளமை. வெள் - வெண்மை. பலி - பிச்சை. உழிதர்வர் - திரிவர். அங்கணர் - (அம்+ கண்ணர்) அழகிய கண் உடையவர். வாரம் - அன்பு. கண - (கண்ண) கண்ணை உடைய.

பொழிப்புரை:

பசிய கண்ணும், இளமையும், உடைய வெள்ளை நிற இடபம் ஒன்றை ஊர்தியாகக் கொண்டவர்; எல்லா இடங்களிலும் பிச்சை ஏற்றுத் திரிபவர்; தேவர்கள் தொழுது வணங்கும் இயல்பு உடையவர்; அழகிய மூன்று கண்கள் கொண்டவர்; தேவர்கள் தமது திருவடி இணையைப் போற்றி வணங்குமாறு வீற்றிருப்பவர்; கொடிய கண்உடைய பாம்பை அணிபவர்; அவர் எழுந்தருளி இருக்கும் ஊர், திருவீழிமிழலையே ஆகும்.

2376. **பொன்அன புரிதரு சடையினர்**
பொடிஅணி வடிவினர்
உன்னினர் வினைஅவை களைதலை
மருவிய ஒருவனார்
தென்என இசைமுரல் சரிதையர்
நிகழ்தரு மார்பினில்
மின்என மிளிர்வதுஒர் அரவினர்
பதிவிழி மிழலையே (6)

அருஞ்சொற்பொருள்:

அன - (அன்ன) போன்ற. புரிதரும் - முறுக்கு ஏறிய. பொடி - திருநீறு. உன்னினர் - நினைப்பவர். தென் - அழகு (இனிமை). மின் - மின்னல்.

பொழிப்புரை:

பொன் போன்றதும், முறுக்கு ஏறியதும், ஆகிய சடை உடையவர்; திருநீறு பூசிய திருமேனி உடையவர்; தன்னை நினைப்பவரது வினைகளை வேரோடு களைபவர்; அருள்புரிவதில் ஒப்பற்றவர்; இனிய

இசைப் பாடல்களைக் கேட்டு, மகிழும் வழக்கம் உடையவர்; அழகு விளங்கும் மார்பில் மின்னல் கொடிபோல் ஒளிவிடும் ஒரு பாம்பினை அணிந்திருப்பவர்; அவர் எழுந்தருளி இருப்பது திருவீழிமிழலையே ஆகும்.

2377. அக்கினொடு அரவுஅரை அணிதிகழ்
ஒளிஅதுஒர் ஆமைபூண்டு
இக்குஉகு மலிதலை கலன்என
இடுபலி ஏகுவர்
கொக்கரை குழல்முழ விழவொடும்
இசைவதுஒர் சரிதையர்
மிக்கவர் உறைவது விரைகமழ்
பொழில்விழி மிழலையே (7)

அருஞ்சொற்பொருள்:

அக்கு - சங்குமணி. ஆமை - ஆமை ஓடு. இக்கு - கரும்பு. கொக்கரை, குழல், முழவு - இசைக்கருவிகள். விழவு - விழா. விரை - மணம்.

பொழிப்புரை:

இடையில் சங்குமணியும், பாம்பும், அணிந்திருப்பவர்; அழகிய ஒளிவிளங்கும் ஆமைஓட்டை மார்பில் அணிந்திருப்பவர்; கரும்புபோல் இனிக்கப் பேசி, மண்டை ஓட்டை உண்கலனாக ஏந்தி, பிச்சை ஏற்பவர்; கொக்கரை, குழல், முழவு முதலிய இசைக்கருவிகள் ஒலிசெய்யும் திருவிழாக்களை விரும்பும் வழக்கம் உடையவர்; எல்லாரினும் மேம்பட்ட அவ்விறைவர் எழுந்தருளி இருப்பது, மணம் கமழும் சோலை சூழ்ந்த திருவீழிமிழலையே ஆகும்.

2378. பாதம்ஒர் விரல்உற மலைஅடர்
பலதலை நெரிதரப்
பூதமொடு அடியவர் புனைகழல்
தொழுதுஎழு புகழினர்
ஓதமொடு ஒலிதிரை படுகடல்
விடம்உடை மிடறினர்
வேதமொடு உறுதொழில் மதியவர்
பதிவிழி மிழலையே (8)

அருஞ்சொற்பொருள்:

பாதம் - திருவடி. ஓதம் - கடல்அலை. உறுதொழில் - உறுவதாகிய ஆறுதொழில். (வேதம் ஓதுதல், ஓதுவித்தல், வேள்வி வேட்டல், வேட்பித்தல், ஈதல், ஏற்றல்)

பொழிப்புரை:

தமது திருவடியில் உள்ள ஒருவிரல் கொண்டு, கயிலை மலையின்கீழ் இராவணனது பத்து தலைகளும் சிக்கி நெரிபடுமாறு ஊன்றியவர்; பூதகணங்களும் அடியார்களும் வீரக்கழல் அணிந்த தமது திருவடிகளைத் தொழுது எழுகின்ற புகழ் உடையவர்; ஆரவாரம் மிக்க அலைவீசும் பாற்கடலில் வெளிப்பட்ட விடத்தை, உண்டு தேக்கிய கண்டம் உடையவர்; வேதம் ஓதுதல் முதலிய ஆறு தொழில்கள் உடைய அந்தணர்கள் வாழும் திருவீழிமிழலையே, அவர் எழுந்தருளி இருக்கும் ஊராகும்.

2379. **நீர்அணி மலர்மிசை உறைபவன்**
நிறைகடல் உறுதுயில்
நாரணன் எனஇவர் இருவரும்
நறுமலர் அடிமுடி
ஓர்உணர் வினர்செலல் உறல்அரும்
உருவினொடு ஒளிதிகழ்
வீரணர் உறைவது வெறிகமழ்
பொழில்விழி மிழலையே (9)

அருஞ்சொற்பொருள்:

ஓர் - ஆராயும். வீரணர் - (வீர+அணர்) வீரம் பொருந்தியவர். வெறி - மணம்.

பொழிப்புரை:

நீரில் மலரும் தன்மை உடைய தாமரை மலரில் அமரும் பிரமனும், நீர்நிரம்பிய கடலில் அறிதுயில் கொள்ளும் திருமாலும், என இருவரும் கூடி மணமுள்ள தாமரை போன்ற திருவடியையும் திருமுடியையும், ஒருமை உணர்வோடு தேடியும், காணமுடியாது போயினர்; அவரோ, அறிதற்கு அரிய ஒளிஉருவம் உடைய வீரம் மிகுந்த இறைவர்; அவர் எழுந்தருளி இருப்பது, மணம் கமழும் சோலை சூழ்ந்த திருவீழிமிழலை என்னும் தலத்திலே ஆகும்.

2380. இச்சையர் இனிதுஎன இடுபலி
படுதலை மகிழ்வதுஓர்
பிச்சையர் பெருமையை இறைபொழுது
அறிவுஎன உணர்விலர்
மொச்சைய அமணரும் முடைபடு
துகிலரும் அழிவதுஒர்
விச்சையர் உறைவது விரைகமழ்
பொழில்விழி மிழலையே (10)

அருஞ்சொற்பொருள்:

இச்சையர் - விருப்பம் உடையவர். படுதலை - மண்டை ஓடு. இறை பொழுது - சிறிய கால அளவு. மொச்சை - துர்நாற்றம். முடை - துர்நாற்றம். துகிலர் - ஆடை உடையவர்.

பொழிப்புரை:

மண்டை ஓட்டில் பிச்சை ஏற்பதை மகிழ்வுடன் செய்பவர்; அவரது பெருமையைச் சிறிதளவும் அறியாத துர்நாற்றம் வீசும் குளிக்காத உடல் உடைய சமணரும், துர்நாற்றம் வீசும் துவைக்காத உடை உடுத்தும் பௌத்தரும், ஆகிய இவர்கள் நெறி அழிய வேண்டும் என்னும் எண்ணம் கொள்பவர்; அதனை நிறைவேற்றும் திறமையும் உடையவர்; அவர் எழுந்தருளி இருப்பது, மணம் கமழும் சோலை சூழ்ந்த திருவீழி மிழலையே ஆகும்.

2381. உன்னிய அருமறை ஒலியினை
முறைமிகு பாடல்செய்
இன்இசை யவர்உறை எழில்திகழ்
பொழில்விழி மிழலையை
மன்னிய புகலியுள் ஞான
சம்பந்தன் வண்தமிழ்
சொன்னவர் துயர்இலர் வியன்உலகு
உறுகதி பெறுவரே (11)

அருஞ்சொற்பொருள்:

உன்னிய - நினைத்த. எழில் - அழகு. பொழில் - சோலை. உறுகதி - அடைகின்ற வீடுபேறு.

பொழிப்புரை:

இறைவன் நினைந்து அருளிய அரிய வேதத்தை முறையாகவும், இசையோடும், பாடிப் போற்றும் அந்தணர்கள் நிறைந்து வாழும், அழகு விளங்கும் சோலை சூழ்ந்த திருவீழிமிழலையை; நிலைத்து விளங்கும் சீர்காழியில் தோன்றிய ஞானசம்பந்தன் பாடிய, வண்தமிழ்ப் பாமாலையைப் பாடி வழிபடுபவர்; இப்பிறப்பில் துன்பம் அடைய மாட்டார்; மறுமையில் வீடுபேறும் அடைவர்.

திருச்சிற்றம்பலம்

220

திருவீழிமிழலை

திருமுறை 3 - 356 திருஞான - 561

திருமுக்கால்

பண்: சாதாரி

2382. வெண்மதி தவழ்மதில் மிழலைஉ ளீர்சடை
ஒண்மதி அணிஉ டையீரே
ஒண்மதி அணிஉடை யிர்உமை உணர்பவர்
கண்மதி மிகுவது கடனே (1)

அருஞ்சொற்பொருள்:

உளீர் - உள்ளீர். மதி - சிவஞானம்.

பொழிப்புரை:

வெண்மை நிறச் சந்திரன் தவழும் மதிலால் சூழப்பட்ட திருவீழி மிழலை நகரில் எழுந்தருளி இருப்பவரே! நீவிர் உமது சடையில் ஒளி பொருந்திய சந்திரனைச் சூடி இருக்கின்றீர்! ஒளி பொருந்திய சந்திரனைச் சூடி இருக்கும் உம்மை உள்ளவாறு உணர்பவர், சிவஞானம் பெறுவது இயல்பே.

2383. விதிவழி மறையவர் மிழலைஉ ளீர்நடம்
சதிவழி வருவதுஓர் சதிரே
சதிவழி வருவதுஓர் சதிருடை யீர்உமை
அதிகுணர் புகழ்வதும் அழகே (2)

அருஞ்சொற்பொருள்:

சதி - தாளம். சதிர் - அழகு. அதிகுணம் - சத்துவ குணம்.

பொழிப்புரை:

வேத விதிப்படி அந்தணர்கள் நிறைந்து வாழும் திருவீழிமிழலையில் எழுந்தருளி இருப்பவரே! நீவிர் தாளத்துக்கு ஏற்ப நடனம் ஆடுவதும் ஓர் அழகே ஆகும். அவ்வாறு தாளத்துக்கு ஏற்ப நடனம் ஆடும் அழகு உடையவரே! உம்மைச் சத்துவ குணம் உடைய ஞானிகள் புகழ்வதும் அழகுடைய செயலே ஆகும்.

2384. **விரைமலி பொழில்அணி மிழலைஉ ளீர்ஒரு**
வரைமிசை உறைவதும் வலதே
வரைமிசை உறைவதுஓர் வலதுஉடை யீர்உமை
உரைசெயும் அவைமறை ஒலியே (3)

அருஞ்சொற்பொருள்:

விரை - மணம். வரை - மலை. வலது - திறப்பாடு உடையது. உரை செய்யும் - புகழ்ந்து பேசும்.

பொழிப்புரை:

நறுமணம் மிகுந்த சோலைகளால் சூழப்பட்ட அழகிய திருவீழி மிழலையில் எழுந்தருளி இருப்பவரே! நீவிர் கயிலை மலைமீது வாழ்வதும் ஒரு திறமைஉடைய செயலே! அவ்வாறு கயிலை மலைமீது வாழும் திறமை உடையவரே! உம்மைப் புகழ்ந்து பேச வேதங்கள் இருக்கின்றனவே!

2385. **விட்டுஎழில் பெறுபுகழ் மிழலைஉ ளீர்கையில்**
இட்டுஎழில் பெறுகிறது எரியே
இட்டுஎழில் பெறுகிறது எரிஉடை யீர்புரம்
அட்டது வரைசிலை யாலே (4)

அருஞ்சொற்பொருள்:

எழில் - அழகு. எரி - நெருப்பு. அட்டது - அழித்தது. வரைசிலை - மலைவில்.

பொழிப்புரை:

அழகும் புகழும் உடைய திருவீழிமிழலையில் எழுந்தருளி இருப்பவரே! உமது கையில் அழகுபெற விளங்குவது நெருப்பே ஆகும். கையில் அழகுபெற விளங்கும் நெருப்பை ஏந்தி இருப்பவரே! நீவிர் முப்புரத்தை அழித்தது, மேரு மலையை வில்லாக வளைத்துதானே!

2386. **வேல்நிகர் கண்ணியர் மிழலைஉ ளீர்நல**
பால்நிகர் உருஉடை யீரே
பால்நிகர் உருஉடை யீர்உமது உடன்உமை
தான்மிக உறைவது தவமே (5)

அருஞ்சொற்பொருள்:

வேல் நிகர் கண் - வேல் போன்ற கூரிய கண். பால் நிகர் உரு - பால் போன்ற வெண்மை நிற உருவம்.

பொழிப்புரை:

வேல் போல் கொல்லும் தன்மை உடைய கண்ணொடு கூடிய மகளிர் வாழும் திருவீழிமிழலையில் எழுந்தருளி இருப்பவரே! நீவிர் நல்ல பால் போன்ற வெண்மை நிறத் திருநீற்றுப் பூச்சு உடைய திருமேனி உடையவரே ஆவீர்! பால் போன்ற வெண்மை நிறத் திருநீற்றுப் பூச்சு உடைய திருமேனி உடையவரே! உம்முடன் கூடி உமாதேவி எழுந்தருளி இருப்பது, அவரது தவத்தின் பயனே ஆகும்.

2387. **விரைமலி பொழில்அணி மிழலைஉ ளீர்செனி**
நிரைஉற அணிவது நெறியே
நிரைஉற அணிவதுஒர் நெறிஉடை யீர்உமது
அரைஉற அணிவன அரவே (6)

அருஞ்சொற்பொருள்:

விரை - மணம். செனி - சென்னி. நிரை - வரிசை.

பொழிப்புரை:

மணம் மிகுந்த சோலை சூழ்ந்த அழகிய திருவீழிமிழலையில் எழுந்தருளி இருப்பவரே! நீவிர் இறந்த பிரம்ம விட்ணுக்களின் மண்டை ஓடுகளை, வரிசைபடக் கோத்து, மாலையாக அணிவது, நீதியே ஆகும். அவ்வாறு மண்டைஓடுகளைக் கோத்து மாலையாக அணியும் நீவிர், இடையில் பொருந்துமாறு கச்சாகக் கட்டி இருப்பது, பாம்பே ஆகும்.

2388. **விசைஉறு புனல்வயல் மிழலைஉ ளீர்அரவு**
அசைஉற அணிஉடை யீரே
அசைஉற அணிஉடை யீர்உமை அறிபவர்
நசைஉறும் நாவினர் தாமே (7)

அருஞ்சொற்பொருள்:

விசை - விரைவு. அரவு - பாம்பு. நசை உறும் நா - விரும்பிக் கேட்கும் பேச்சு.

பொழிப்புரை:

விரைந்து பாயும் நீர்வளம் உடைய வயல்களால் சூழப்பட்ட திருவீழி மிழலையில் எழுந்தருளி இருப்பவரே! நீவிர் அசையும் பாம்பை அணிகலனாக அணிந்திருப்பவர் ஆவீர். அசையும் பாம்பை அணிகலனாக அணிந்திருப்பவரே! உம்மை அறியும் அறிவு உடையவர், பிறரால் விரும்பப்படும் நாவன்மை உடையவரே ஆவர்.

2389. **விலங்கல்ஒண் மதில்அணி மிழலைஉ ளீர்அன்று**
இலங்கைமன் இடர்கெடுத் தீரே
இலங்கைமன் இடர்கெடுத் தீர்உமை ஏத்துவார்
புலன்களை முனிவது பொருளே (8)

அருஞ்சொற்பொருள்:

விலங்கல் - மலை. ஒள்மதில் - அழகிய மதில். மன் - மன்னன் (இராவணன்).

பொழிப்புரை:

மலைபோல் வலிமை உடைய மதிலால் சூழப்பட்ட திருவீழி மிழலையில் எழுந்தருளி இருப்பவரே! அன்று இலங்கை மன்னன் இராவணன் பட்ட துன்பத்தைப் போக்கி அருளினீர்! இலங்கை மன்னன் இராவணன் பட்ட துன்பத்தைப் போக்கி அருளியவரே! உம்மைப் போற்றி வழிபடுபவர், புலன்களை அடக்கி ஆளும் வலிமை உடையவரே ஆவர்.

2390. **வெற்புஅமர் பொழில்அணி மிழலைஉ ளீர்உமை**
அற்புதன் அயன்அறி யானே
அற்புதன் அயன்அறி யாவகை நின்றவன்
நற்பதம் அறிவது நயமே (9)

அருஞ்சொற்பொருள்:

வெற்பு - மலை (மலை போன்ற மாளிகைகள்). அற்புதன் - திருமால். அயன் - பிரமன். நற்பதம் - நன்மை செய்யும் திருவடி.

பொழிப்புரை:

மலை போன்ற மாளிகைகளும், சோலைகளும், சூழ்ந்த திருவீழி மிழலையில் எழுந்தருளி இருப்பவரே! உம்மைத் திருமாலும் பிரமனும் தேடி அறிய முடியவில்லை. திருமாலும் பிரமனும் தேடிய அறிய முடியாதபடி நின்ற, உமது நன்மை செய்யும் திருவடிகளை, அறிவது பிறவிப்பயனே ஆகும்.

2391. வித்தக மறையவர் மிழலைஉ ளீர்அன்று
    புத்தரொடு அமண்அழித் தீரே
    புத்தரொடு அமண்அழித் தீர்உமைப் போற்றுவார்
    பத்திசெய் மனம்உடை யவரே   (10)

அருஞ்சொற்பொருள்:

பத்தி - அன்பு.

பொழிப்புரை:

நான்கு வேதங்களையும் கற்றுவல்ல அந்தணர்கள் வாழும் திருவீழி மிழலையில் எழுந்தருளி இருப்பவரே! அன்று பௌத்தர்களையும் சமணர்களையும் அழித்து அருள்செய்தீர்! பௌத்தர்களையும் சமணர் களையும் அழித்தவரே! உம்மைப் போற்றி வழிபடுபவர், அன்பு செய்யும் மனம் உடையவரே ஆவர்.

2392. விண்பயில் பொழில்அணி மிழலையுள் ஈசனைச்
    சண்பையுள் ஞான சம்பந்தன்
    சண்பையுள் ஞான சம்பந்தன் தமிழ்இவை
    ஒண்பொருள் உணர்வதும் உணர்வே   (11)

அருஞ்சொற்பொருள்:

இவை - இப்பாடல்கள். ஒண்பொருள் - உயர்ந்த பொருள்.

பொழிப்புரை:

வானளாவ உயர்ந்து நிற்கும் சோலையால் சூழப்பட்ட திருவீழிமிழலையில் எழுந்தருளி இருக்கும் ஈசனைச் சண்பை நகரில் தோன்றிய ஞானசம்பந்தன் போற்றிப் புகழ்ந்தான். சண்பை நகரில் தோன்றிய ஞானசம்பந்தன் போற்றிப் புகழ்ந்த தமிழ்ப்பாடல்களின் சீரிய கருத்தை உணர்ந்து ஓதுவதும் நல்உணர்வைத் தருவதே ஆகும்.

திருச்சிற்றம்பலம்

221

திருவீழிமிழலை

திருமுறை 3 - 369   திருஞான - 561

ஈரடி

பண்: பழம்பஞ்சுரம்

2393. வேலின்நேர்தரு கண்ணினாள்உமை
    பங்கன்அங்கணன் மிழலைமாநகர்
    ஆலநீழலில் மேவினான்அடிக்கு
    அன்பர்துன்பு இலரே   (1)

அருஞ்சொற்பொருள்:

வேலின் நேர்தரு - வேலைப் போன்ற. துன்பு - துன்பம்.

பொழிப்புரை:

திருவீழிமிழலை நகரில் எழுந்தருளி இருக்கும் இறைவர் வேல் போன்ற கூர்மையும், கொல்லும் தன்மையும், கொண்ட கண் உடைய உமாதேவி பாகர்; அழகிய கண் உடையவர்; கல்லால மரநிழலில் எழுந்தருளி இருப்பவர்; அவரது திருவடி மீது, அன்பு வைத்தோர்க்குத் துன்பம் இல்லை.

2394. விளங்குநான்மறை வல்லவேதியர்
    மல்குசீர்வளர் மிழலையான்அடி
    உளம்கொள்வார்தமை உளம்கொள்வார்வினை
    ஒல்லைஆசு அறுமே   (2)

அருஞ்சொற்பொருள்:

ஒல்லை - விரைந்து. ஆசு - குற்றம்.

பொழிப்புரை:

விளங்குகின்ற நான்கு மறைகளையும் கற்றுவல்ல வேதியர் நிறைந்து, சிறந்து வாழும் திருவீழிமிழலையில் எழுந்தருளி இருக்கும் இறைவனது, திருவடியை உள்ளத்தில் பதித்து வழிபடுவார்களது, வலிய வினைகள் ஆகிய குற்றங்கள் ஒழிந்து போகும்.

2395. **விசையினொடுஎழு பசையும்நஞ்சினை**
அசைவுசெய்தவன் மிழலைமாநகர்
இசையும்ஈசனை நசையின்மேவினால்
மிசைசெயா வினையே (3)

அருஞ்சொற்பொருள்:

விசை - வேகம். பசையும் - பற்றிக் கொள்ளும். அசைவு - இங்கு எடுத்து விழுங்கியதைக் குறித்தது. இசையும் - பொருந்தும். நசை - விருப்பம். மிசை - மிகுதி (தீங்கு).

பொழிப்புரை:

வேகமாக வெளிப்பட்டதும், கொல்லும் தன்மை உடையதும், ஆகிய விடத்தை உண்டு வாழ்பவனாகிய திருவீழிமிழலையில் எழுந்தருளி இருக்கும் ஈசனை, விருப்பமுடன் சென்று வணங்கினால், அவர்களுக்கு வினைகளால் வரும் துன்பம் இல்லையாகும்.

2396. **வென்றிசேர்கொடி மூடுமாமதில்**
மிழலைமாநகர் மேவிநாள்தொறும்
நின்றஆதிதன் அடிநினைப்பவர்
துன்பம்ஒன்று இலரே (4)

அருஞ்சொற்பொருள்:

வென்றி - வெற்றி. ஆதி - முதற்பொருள். அடி - திருவடி.

பொழிப்புரை:

வெற்றி பொருந்திய கொடிகள் வானத்தை மறைப்பதும், பெரிய மதில்களுடன் கூடியதும், ஆகிய திருவீழிமிழலை நகருக்குச் சென்று, அங்கு எழுந்தருளி இருக்கும் முதல்வனாகிய இறைவனின் திருவடியை நினைத்து வழிபடுபவரைத் துன்பம் நெருங்குவது இல்லை.

2397. **போதகம்தனை உரிசெய்தோன்புயல்**
நேர்வரும்பொழில் மிழலைமாநகர்
ஆதரம்செய்தம் அடிகள்பாதம்
அலால்ஒர்பற்று இலமே (5)

அருஞ்சொற்பொருள்:

போதகம் - யானை. புயல் - மேகம். ஆதரம் - பற்றி (எழுந்தருளி). அலால் - அல்லால்.

பொழிப்புரை:

யானையின் தோலை உரித்துப் போர்த்துக் கொண்டவனும், மேகம் தங்கும் சோலை சூழ்ந்த திருவீழிமிழலையில் எழுந்தருளி இருப்பவனும் ஆகிய இறைவனது திருவடிப்பற்று தவிர, பற்றுவதற்கு இவ்வுலகில் வேறுஒரு பற்றும் இல்லை.

2398. **தக்கன்வேள்வியைச் சாடினார்மணி**
தொக்கமாளிகை மிழலைமேவிய
நக்கனார்அடி தொழுவர்மேல்வினை
நாள்தொறும் கெடுமே (6)

அருஞ்சொற்பொருள்:

சாடினார் - அழித்தார். நக்கனார் - உடையின்றி இருப்பவர்.

பொழிப்புரை:

தக்கனது வேள்வியை அழித்தவரும், மணிகள் பதித்துக் கட்டப்பட்ட மாளிகைகள் விளங்கும் திருவீழிமிழலையில் எழுந்தருளி இருப்பவரும், உடை அணியாதவரும், ஆகிய இறைவரது திருவடியை நாளும் வணங்கி வருவாரது, வினைகள் கெட்டு அழியும்.

2399. **போர்அணாவுமுப் புரம்எரித்தவன்**
பொழில்கள்சூழ்தரு மிழலைமாநகர்ச்
சேரும்ஈசனைச் சிந்தைசெய்பவர்
தீவினை கெடுமே (7)

அருஞ்சொற்பொருள்:

அணாவு - பொருந்திய.

பொழிப்புரை:

போர்க்குணம் பொருந்திய அசுரர்களது முப்புரத்தை எரித்து அழித்தவனும், சோலையால் சூழப்பட்ட திருவீழிமிழலையில் எழுந்தருளி இருப்பவனும், எல்லா உலகங்களையும் ஆளுபவனும், ஆகிய இறைவனை நினைத்து வழிபடுபவரது, தீவினைகள் அழிந்து போகும்.

2400. **இரக்கம்இல்தொழில் அரக்கனார்உடல்**
நெருக்கினான்மிகு மிழலையான்அடி
சிரக்கொள்பூஎன ஒருக்கினார்புகழ்
பரக்கும்நீள் புவியே (8)

அருஞ்சொற்பொருள்:

சிரக்கொள் - சிரம்கொள். ஒருக்கினார் - ஒருமுகப்பட்ட சிந்தனை உடையவர். பரக்கும் - பரவும்.

பொழிப்புரை:

இரக்கம் சிறிதும் இல்லாத அரக்கனாகிய இராவணனது உடலை நெரித்தவனும், திருவீழிமிழலையில் எழுந்தருளி இருப்பவனும், ஆகிய பெருமானின் திருவடியைத் தலைமீது சூடிக்கொள்ளும் மலர் என நினைத்து, மனதை ஒருமுகப்படுத்தி வழிபட்டவரது புகழ், உலகம் முழுதும் பரவும்.

2401. **துன்றுபூமகன் பன்றிஆனவன்**
ஒன்றும்ஓர்கிலர் மிழலையான்அடி
சென்றுபூம்புனல் நின்றுதூவினார்
நன்றுசேர் பவரே (9)

அருஞ்சொற்பொருள்:

துன்று பூ மகன் - பூ துன்று மகன் (பூவில் பொருந்தி இருக்கும் பிரமன்). பன்றி ஆனவன் - திருமால். ஓர்கிலா - அறிந்திலா.

பொழிப்புரை:

தாமரைமலரில் வீற்றிருக்கும் பிரமனும், பன்றி உருவம் கொண்ட திருமாலும், தேடியும் காணமுடியாதவரும், திருவீழிமிழலையில் எழுந்தருளி இருப்பவரும், ஆகிய இறைவரது திருவடியில் பூவும் நீரும் கொண்டு பூசிப்பவர் முத்தி அடைவர்.

2402. புத்தர்கைச்சமண் பித்தர்பொய்க்குவை
வைத்தவித்தகன் மிழலைமாநகர்
சித்தம்வைத்தவர் இத்தலத்தினுள்
மெய்த்தவத் தவரே (10)

அருஞ்சொற்பொருள்:

குவை - குவியல். சித்தம் - அகக்கருவிகளுள் ஒன்று.

பொழிப்புரை:

பௌத்தர்களும் சமணர்களும் ஆகிய பித்தர்கள் கூறும் பொய்க் குவியலாகிய உபதேச மூட்டையைத் தோற்கச்செய்த வித்தகராகிய இறைவர் எழுந்தருளி இருக்கும் திருவீழிமிழலைமீது சித்தம் வைத்து வழிபடுபவர், மெய்யான தவம் செய்தவராகக் கருதப்படுபவர்.

2403. சந்தம்ஆர்பொழில் மிழலைஈசனைச்
சண்பைஞானசம் பந்தன்வாய்நவில்
பந்தம்ஆர்தமிழ் பத்தும்வல்லவர்
பத்தர்ஆ குவரே (11)

அருஞ்சொற்பொருள்:

சந்தம் - சந்தனம். பந்தம் ஆர் தமிழ் - கேட்டாரைப் பிணிக்கும் தமிழ்.

பொழிப்புரை:

சந்தனம் மணக்கும் சோலை சூழ்ந்த திருவீழிமிழலையில் எழுந்தருளி இருக்கும் இறைவனை, சண்பைநகர் ஞானசம்பந்தன் பாடிய, திருவருள் தொடர்புஉடைய தமிழ்ப்பாடல் பத்தினையும், பாடி வழிபடும் வல்லமை உடையவர், இறைவனது மெய்அடியார் ஆகும் தகுதியைப் பெறுவர்.

திருச்சிற்றம்பலம்

222

திருவீழிமிழலை

திருமுறை 3 - 374 திருஞான - 561

திருயமகம்
பண்: பழம்பஞ்சுரம்

2404. துன்று கொன்றைநம் சடையதே
தூய கண்டம்நஞ்சு அடையதே
கன்றின் மான்இடக் கையதே
கல்லின் மான்இடக் கையதே
என்றும் ஏறுவது இடவமே
என்இ டைப்பலி இடவமே
நின்றதும் மிழலை உள்ளுமே
நீர்எனைச் சிறிதும் உள்ளுமே (1)

அருஞ்சொற்பொருள்:

துன்று - நெருங்கிய. கன்றின்மான் - மான்கன்று. கல் - மலை. இடவம் - இடபம். வமே - வம்மே.

பொழிப்புரை:

சிவபெருமான் நெருங்கிய கொன்றைமலரைச் சூடி இருப்பது தம் சடையில்; தூய விடம் தங்கி இருப்பது அவரது கழுத்தில்; மான்கன்று ஒன்று இருப்பது இடக்கையில்; மலையரசன் மகளாகிய மான் போன்ற உமாதேவி இருப்பது இடப்பாகத்தில்; எப்பொழுதும் ஏறி வருவது இடபஊர்தியில்; எழுந்தருளி இருப்பது திருவீழிமிழலையில்; அப்படிப்பட்டவரே நான் இடும் பிச்சையை ஏற்க வருவீராக! மேலும் சிறுபொழுதேனும் என்னையும் ஒருபொருளாக நினைவீராக!

2405. ஓதி வாயதும் மறைகளே
உரைப்ப தும்பல மறைகளே
பாதி கொண்டதும் மாதையே
பணிகின் றேன்மிகும் மாதையே
காது சேர்கனம் குழையரே
காத லார்கனம் குழையரே
வீதி வாய்மிகும் வேதியா
மிழலை மேவிய வேதியா (2)

அருஞ்சொற்பொருள்:

மறை - வேதம். மறை - மறைபொருள் (இரகசியம்). மாது - பெண். மாது - அழகு. குழை - குண்டலம். குழையர் - குழைபவர்.

பொழிப்புரை:

சிவபெருமான் தம் வாயால் ஓதுவது வேதங்களை; உபதேசம் செய்வது பிறர்அறியா மறைபொருளை; உடம்பில் பாதியாகக் கொண்டது பெண்ணை; நான் பணிவது அவரது அழகிய கோலத்தை; அவர் காதில் அணிந்திருப்பது கனமான குழையை; அவர் தம்மீது அன்பு செய்பவரிடம் குழைந்து நிற்பவர்; வீதியில் மிகுதியாகக் கேட்பது வேதஒலி; அவர் திருவீழிமிழலையில் எழுந்தருளி இருக்கும் வேதியர் (வேதத்தை உலகுக்குச் சொன்னவர் என்பது கருத்து).

2406. பாடு கின்ற பண்டாரமே
பத்தர் அன்ன பண்டாரமே
சூடு கின்றது மத்தமே
தொழுத என்னைஉன் மத்தமே
நீடு செய்வதும் தக்கதே
நின்அரைத் திகழ்ந்த அக்குஅதே
நாடு சேர்மிழலை ஊருமே
நாகம் நஞ்சுஅழலை ஊருமே (3)

அருஞ்சொற்பொருள்:

பண்டாரம் - (பண்+தாரம்) தாரம் ஈறாக ஏழுஇசை. பண்டாரம் - கருவூலம். மத்தம் - ஊமத்தம்பூ. உன்மத்தம் - பித்தம். அக்கு - சங்குமணி.

பொழிப்புரை:

சிவபெருமான் ஊழிமுடிவில் பாடுகின்ற பண் தாரம் ஈறாக உள்ள ஏழுமே; தன்னை வழிபடும் பக்தர்களுக்கு அவர் ஞானக்கருவூலமே;

அவர் சூடுவது ஊமத்தம் பூவையே; அவரை வழிபட்ட என்னை ஆக்கியது உன்மத்த நிலையே; அவரைத் தியானிக்கச் செய்வது தகுதி உடைய செயலே; அவரது இடையில் திகழ்வது சங்குமணியே; அவர் எழுந்தருளி இருப்பது திருவீழிமிழலை என்னும் நகரிலே; அவர் பாம்பு, விடம், நெருப்பு, ஆகிய இவற்றை உடையவரே ஆவர்.

2407. **கட்டு கின்றகழல் நாகமே**
காய்ந்ததும் மதனன் ஆகமே
இட்ட மாவதுஇசை பாடலே
இசைந்த நூலின்அமர்பு ஆடலே
கொட்டுவான் முழவம் வாணனே
குலாயசீர் மிழலை வாணனே
நட்டம் ஆடுவது சந்தியே
நான்உய் தற்குஇரவு சந்தியே (4)

அருஞ்சொற்பொருள்:

நாகமே - பாம்பே. மதனன் - மன்மதன். ஆகம் - உடம்பு. இட்டம் - விருப்பம். வாணன் - ஒரு பெயர். வாணன் - வாழ்பவன். சந்தி - நாடக உறுப்பு. இரவுசந்தி - இரவுப்பொழுது.

பொழிப்புரை:

சிவபெருமான் திருவடியில் வீரக்கழலாகக் கட்டி இருப்பது பாம்பினை; அவர் சுட்டு எரித்தது மன்மதனது உடம்பை; அவருக்கு விருப்பமாய் இருப்பது இசைப் பாடலே; நூலின்வழி அவர் எடுத்துக் கொண்டது ஆடல் கலையை; மத்தளம் வாசிப்பவன் வாணன் என்னும் பெயருடைய ஒருவனே; நடனம் ஆடுவது சந்தி என்னும் நாடக உறுப்பின் படியே; இப்படிப்பட்ட பெருமை உடையவன் வாழ்வது மிழலை நகரிலே; நான் குற்றங்களில் இருந்து உய்ய உதவுவது இரவுப் பொழுதே.

2408. **ஓவி லாதுஇடும் கரணமே**
உன்னும் என்னுடைக் கரணமே
ஏவு சேர்வும்நின் ஆணையே
அருளின் நின்னபொன் தாளையே
பாவி யாதுஉரை மெய்யிலே
பயின்ற நின்அடி மெய்யிலே
மேவி னான்விறல் கண்ணனே
மிழலை மேயமுக் கண்ணனே (5)

அருஞ்சொற்பொருள்:

ஓவிலாது - இடைவிடாது. கரணமே - காரணமே. கரணமே - அந்தக் கரணமே. ஏவு - மன்மதபாணம். நின்ன - நின்னுடைய. விறல் - வலிமை.

பொழிப்புரை:

படைப்பு தொடங்கி முற்றழிப்புக் காலம் வரை இடைவிடாது தொழில் செய்யும் நீவிரே அனைத்துக்கும் மூலகாரணம்; என்னுடைய அகக்கருவியாகிய மனம் நினைப்பது உன்னையே; மன்மதனது மலர்அம்பு படுவதும் நின் ஆணையால்; நீ முன்வந்து அருள் செய்தால் எனக்குத் துன்பம் நேருமோ? உன்னை நினையாது உரைப்பன மெய்மை ஆகாது; நின் திருவடி அடைதலே மெய்மை ஆகும்; வலியவனாகிய திருமால் வந்து அடைந்தது உன்னிடம்; திருவீழிமிழலையில் எழுந்தருளி இருக்கும் உமக்கு மூன்று கண்கள் உண்டு.

2409. வாய்ந்த மேனிஎரி வண்ணமே
    மகிழ்ந்து பாடுவது வண்ணமே
    காய்ந்து வீழ்ந்தவன் காலனே
    கடுநடம் செய்யும் காலனே
    போந்தது எம்இடை இரவிலே
    உம்இடைக் கள்வம் இரவிலே
    ஏய்ந்ததும் மிழலை என்பதே
    விரும்பியே அணிவது என்புஅதே   (6)

அருஞ்சொற்பொருள்:

வண்ணம் - நிறம். வண்ணம் - பாவகை. காலன் - இயமன். காலன் - காலை உடையவன். என்பு - எலும்பு.

பொழிப்புரை:

சிவபெருமானுக்கு வாய்த்த உடம்பின் நிறம் நெருப்பின் சிவந்த நிறம்; அவர் மகிழ்ந்து பாடுவது பல வண்ணப் பாக்களை; அவரால் தண்டிக்கப்பட்டு வீழ்ந்தவன் இயமன்; அவர் அரிய நடனம் செய்யும் கால்களை உடையவர்; அவர் பிச்சை ஏற்க எம்வீட்டுக்கு வந்தது இரவுநேரத்தில்; அவர் எம் உள்ளத்தில் புகுந்து, அவ்வுள்ளத்தைத் திருடியதும் இரவு நேரத்தில்; அவர் விரும்பி எழுந்தருளி இருப்பது திருவீழிமிழலையில்; விரும்பி அணிவது எலும்பு மாலையை.

2410. அப்பு இயன்றகண் ணயனுமே
அமரர் கோமகனும் அயனுமே
ஒப்புஇல் இன்றுஅமரர் தருஅதே
ஒண்கையால் அமரர் தருவதே
மெய்ப்ப யின்றவர் இருக்கையே
மிழலை ஊர்உமது இருக்கையே
செப்புமின் எருது மேயுமே
சேர்வுஉமக் குஎருதும் ஏயுமே (7)

அருஞ்சொற்பொருள்:

அப்பு - நீர் (கடல்). கண்ணயன் - திருமால். அமரர் கோமகன் - இந்திரன். அயன் - பிரமன். தரு - மரம் (கற்பக மரம்). மேயுமே - மேயலாமா? ஏயும் - பொருந்தும்.

பொழிப்புரை:

திருப்பாற்கடலில் உறையும் கண்ணனாகிய திருமாலும், தேவர் தலைவனாகிய இந்திரனும், பிரமனும், ஆகிய இவர்கள் கேட்டவற்றை எல்லாம், உமது திருக்கை வழங்கி வருவதால், அது தேவர் உலகத்துக் கற்பகமரம்'போன்ற தன்மை பெற்றது; மெய்யான தவம் செய்பவரின் மனமே உமது தங்குமிடம்; திருவீழிமிழலையே நீவிர் எழுந்தருளி இருக்கும் தலம்; உமது இருப்பிடமாகிய என் மனமாகிய விளைநிலத்தில் எருது மேயலாமா? அந்த எருதை ஓட்டும் பொருட்டு, அவ்விடம் வந்து சேர்வதற்கு, உன்னிடம் காளை ஊர்தி இருக்கின்றதே.

2411. தான வக்குலம் விளக்கியே
தாரகைச் செலவு இளக்கியே
வான்அ டர்ந்த கயிலாயமே
வந்து மேவு கயிலாயமே
தான்எ டுத்தவல் அரக்கனே
தடமுடித் திரள்அ ரக்கனே
மேல்ந டைச்செல இருப்பனே
மிழலை நன்பதி விருப்பனே (8)

அருஞ்சொற்பொருள்:

தானவக்குலம் - அசுரர்குலம். தாரகை - விண்மீன். இளக்குதல் - திண்மை குலைத்தல். கயிலாயம் - கயிலாய மலை. கயில் - கையில். ஆயம் - கூட்டம். அரக்கன் - அசுரன். அரக்கன் - அரக்கியவன் (நசுக்கியவன்). மேல்நடைச் செல - இடபத்தின் மேல் செல்ல.

பொழிப்புரை:

சிவபெருமான் அசுரர்குலம் அழியும் என்பதை அவ்வப்போது தேவர்களுக்கு அறிவிப்பவர்; தமது பேரொளிக்கு முன் விண்மீன்களை ஒளிஇழக்கச் செய்பவர்; வானை முட்டுவது அவரது கயிலை மலை; அதனை வந்து பொருந்திய இராவணனாகிய அரக்கன் தன் இருபது கைகள் கொண்டு எடுக்க முற்பட, அவனது பெரிய பத்துத் தலைகளை நெரித்தவர்; அவர் இடபத்தின் மேல் ஏறிச் செல்பவர்; திருவீழிமிழலை நகரில் எழுந்தருளி இருப்பதில் விருப்பம் உடையவர்.

2412. **காயம் மிக்கது ஒருபன்றியே**
கலந்த நின்உரு அன்றியே
ஏய இப்புவி மயங்கவே
இருவர் தாம்மனம் அயங்கவே
தூய மெய்த்திரள் அகண்டனே
தோன்றி நின்றமணி கண்டனே
மேய இத்துயில் விலக்கணா
மிழலை மேவிய இலக்கணா (௯)

அருஞ்சொற்பொருள்:

காயம் - உடம்பு. புவி - உலகம். அயங்க - மயங்க. அகண்டன் - பரந்துவிரிந்த தன்மை உடையவன். மணிகண்டன் - நீலமணி போன்ற கண்டம் உடையவன். விலக்கணா - (விலக்கு + அணா). அணா - அண்ணா (தலைவா). இலக்கணம் - அழகு.

பொழிப்புரை:

நீலமணி போன்ற கண்டம் உடையவரே! திருவீழிமிழலையில் எழுந்தருளி இருக்கும் அழகரே! பன்றி உருவம் கொண்ட திருமால், பிரமன் ஆகிய இருவரும் சேர்ந்து தேடியும் காண இயலாதவராய்,

இவ்வுலகில் மயங்கி நின்று, மனம் கலங்கிய நிலையில், சோதித் திரளாய், அகண்ட திருமேனி உடையவராய்த் தோன்றினீர்! எனவே நீவிர் எமது உறக்கமின்மையைப் போக்கி அருளுவீராக!

2413. **கஞ்சி யைக்குலவு கையரே**
கலக்கமார் அமணர் கையரே
அஞ்ச வாதில்அருள் செய்யநீ
அணைந்திடும் பரிசு செய்யநீ
வஞ்ச னேவரவும் வல்லையே
மதித்துஎனைச் சிறிதும் வல்லையே
எஞ்சல் இன்றிவரு வித்தகா
மிழலை சேரும்விறல் வித்தகா (10)

அருஞ்சொற்பொருள்:

குலவு கையர் - ஏந்திய கை உடையவர். கையர் - வஞ்சகர். எனை - என்னை. எஞ்சல் - குறைதல். வரு வித்தகா - (வரு+இத்+தகா) வருகின்ற இத்துன்பங்கள் தகாத துன்பங்களே. வித்தகன் - சதுரப்பாடு உடையவன்.

பொழிப்புரை:

திருவீழிமிழலை என்னும் தலத்தில் எழுந்தருளி இருக்கும் வித்தகரே! கஞ்சி ஏந்திய கை உடைய பௌத்தர்களும், வஞ்சனையும் குழப்பமும் உடைய சமணர்களும், அஞ்சுமாறு வாதில் வெற்றிபெற நீவிர் எனக்கு அருள்செய்தீர்! ஆயினும் அடியேன் படும் துன்பத்தினைப் போக்கும் வலிமை உடைய நீவிர், என் பேச்சை சிறிதளவேனும் மதித்து விரைந்து வருவதில்லை; குறைவற மேலும் மேலும் எனக்கு வரும் துன்பங்கள், தகாத துன்பங்களே ஆகும்.

2414. **மேய செஞ்சடையின் அப்பனே**
மிழலை மேவியஎன் அப்பனே
ஏயு மாசெய இருப்பனே
இசைந்த பாசெய விருப்பனே
காய வர்க்கசம் பந்தனே
காழி ஞான சம்பந்தனே
வாய்உ ரைத்ததமிழ் பத்தும்
வல்லவர்க் கும்இவை பத்துமே (11)

அருஞ்சொற்பொருள்:

அப்பன் - (அப்பு+அன்) நீரை உடையவன் (நீர் - கங்கை). அப்பன் - தந்தை. காய வர்க்கம் - ஆகாயம், காற்று, நெருப்பு, நீர், நிலம் என்பன.

பொழிப்புரை:

திருவீழிமிழலை நகரில் எழுந்தருளி இருக்கும் எமது தந்தை, தமது சிவந்த சடையில் கங்கையை வைத்திருப்பவர்; பிரமன், திருமால், உருத்திரன் ஆகிய மூவரும் தத்தம் செயல்களைச் செய்யட்டும் என வாளா பார்த்துக் கொண்டிருப்பவர்; தம்மைப் போற்றி வழிபடும் அன்பர்கள்மீது விருப்பம் கொள்பவர்; ஐம்பெரும் பூதங்களோடும் சேர்ந்தும் சேராமலும் இருப்பவர்; அப்படிப்பட்ட பெருமான்மீது, சீர்காழி ஞானசம்பந்தன் போற்றிப் பாடிய பாடல்கள் பத்தினையும், ஓத வல்லவர்க்கு, ஞானம் பெற இவையே போதுமானவை.

திருச்சிற்றம்பலம்

223

திருவீழிமிழலை

திருமுறை 3 - 377							திருஞான - 561

பண்: புறநீர்மை

2415. புள்ளித்தோல் ஆடை பூண்பது நாகம்
    பூசுசாந் தம்பொடி நீறு
கொள்ளித்தீ விளக்குக் கூளிகள் கூட்டம்
    காளியைக் குணம்செய் கூத்து உடையோன்
அள்ளல்கார் ஆமை அகடுவான் மதியம்
    ஏய்க்கமுள் தாழைகள் ஆனை
வெள்ளைக் கொம்புஈனும் விரிபொழில் வீழி
    மிழலையான் எனவினை கெடுமே	(1)

அருஞ்சொற்பொருள்:

புள்ளித்தோல் - புள்ளி பொருந்திய புலியின் தோல். அள்ளல் - சேறு. கார்ஆமை - கரிய நிற ஆமை. அகடு - வயிறு. ஏய்க்க - ஒக்க. முள்தாழை - முள்ளுடன் கூடிய தாழை மரம்.

பொழிப்புரை:

சேற்றில் வாழும் கரியநிற ஆமையின் வயிறுபோல் வட்ட வடிவம் உள்ள சந்திரன் வந்து உலாவுவதும், யானையின் வெண்மை நிறத் தந்தம் போல் தாழைமரம் மடல் ஈனுவதும், ஆகிய சிறப்புகள் உடைய சோலையால் சூழப்பட்ட திருவீழிமிழலையில் எழுந்தருளி இருக்கும் இறைவர், புள்ளி பொருந்திய புலியின் தோலை உடையாக உடுத்தி இருப்பவர்; பாம்பை ஆபரணமாக அணிந்திருப்பவர்; திருநீற்றுப் பொடியைச் சந்தனம் போல் பூசி இருப்பவர்; எரியும் கொள்ளி விளக்காகவும், கூளிகள் கூடி நிற்கவும், காளியுடன் கூத்து நிகழ்த்துபவர்; அவரது திருப்பெயரை உச்சரிக்க, வினைகள் ஆனவை கெட்டு ஒழியும்.

2416. இசைந்தவாறு அடியார் இடுதுவல் வானோர்
 இழுகுசந் தனத்துஇளம் கமலப்
 பசும்பொன்வா சிகைமேல் பரப்புவாய் கரப்பாய்
 பத்திசெய் யாதவர் பக்கல்
 அசும்புபாய் கழனி அலர்கயல் முதலோடு
 அடுத்துஅரிந்து எடுத்துவான் சும்மை
 விசும்புதூர்ப் பனபோல் விம்மிய வீழி
 மிழலையான் எனவினை கெடுமே (2)

அருஞ்சொற்பொருள்:

வாசிகை - கோத்த மாலை. கரப்பாய் - ஒளிந்திருப்பாய். அசும்பு - சேறு. கயல் - மீன்வகை. தூர்ப்பன - மறைப்பன.

பொழிப்புரை:

வழுக்குதல் உடைய சேற்று நிலத்தில் தாமரை களையாய் முளைத்துப் பூத்திருக்க, கயல்மீன்கள் துள்ள, அங்கு விளைந்த நெற்கதிரை அரிந்து, கட்டாகக் கட்டி, அடித்துத் தூற்ற, அது வானத்தை மறைப்பது போன்ற சிறப்புடைய திருவீழிமிழலையில் எழுந்தருளி இருக்கும் இறைவர், பக்திப் பெருக்குடன் மலர்தூவி வழிபடும் அடியார்களுக்கும், சந்தனம் போல் மணக்கும் இளம் தாமரை மலர்மாலை சாத்தி வழிபடும் தேவர்களுக்கும் அருளுபவன்; தன்மீது அன்பு செய்யாதவர் பக்கம் செல்லாதவன்; அப்பெருமானது திருப்பெயரை உச்சரிக்க, வினைகள் ஆனவை கெட்டு ஒழியும்.

2417. நிருத்தன்ஆ றுஅங்கன் நீற்றன்நான் மறையன்
 நீலம்ஆர் மிடற்றன்நெற் றிக்கண்
 ஒருத்தன்மற் றுஎல்லா உயிர்கட்கும் உயிராய்
 உளன்இலன் கேடுஇலி உமைகோன்
 திருத்தமாய் நாளும் ஆடுநீர்ப் பொய்கை
 சிறியவர் அறிவினின் மிக்க
 விருத்தரை அடிவீழ்ந்து இடம்புகும் வீழி
 மிழலையான் எனவினை கெடுமே (3)

அருஞ்சொற்பொருள்:

நிருத்தன் - நடனம் செய்பவன். உமைகோன் - உமாதேவியின் கணவன். திருத்தம் - தீர்த்தம். விருத்தர் - முதியவர்.

பொழிப்புரை:

அறிவில் சிறியவராயினும்,. வயதால் மூத்த பெரியோர்களை, வணங்கும் வழக்கம் உடையவர், வாழும் திருவீழிமிழலையில் எழுந்தருளி இருக்கும் இறைவர், திருநடனம் செய்பவர்; நான்கு வேதமும் ஆறுஅங்கமுமாய் விளங்குபவர்; திருநீறு பூசிய திருமேனி உடையவர்; நீலநிறக் கண்டம் உடையவர்; நெற்றியில் கண் உடையவர்; ஒப்பற்றவர்; எல்லா உயிர்களிலும், உயிருக்கு உயிராய் விளங்குபவர்; பதிஞானம் கொண்டு உணர்பவர்க்கு, உள்ள பொருளாய் இருப்பவர்; பசுஞானம், பாசஞானம் கொண்டு பார்ப்பவர்க்கு, இல்லாதவர்; தானும் கெடாது, தன்னை வந்து அடைந்தோரையும் கெடாமல் பார்த்துக் கொள்பவர்; உமாதேவியின் கணவர்; நாள்தோறும் புனிதநீரில் திருமஞ்சனம் ஆடுவதில் விருப்பம் உடையவர்; அவரது திருப்பெயரை உச்சரிக்க, வினைகள் ஆனவை கெட்டு ஒழியும்.

2418. **தாங்கஅரும் காலம் தவிரவந்து இருவர்**
தம்மொடும் கூடினார் அங்கம்
பாங்கினால் தரித்துப் பண்டுபோல் எல்லாம்
பண்ணிய கண்நுதல் பரமர்
தேம்கொள்பூங் கமுகு தெங்குஇளம் கொடிமாச்
செண்பகம் வண்பலா இலுப்பை
வேங்கைபூ மகிழால் வெயில்புகா வீழி
மிழலையான் எனவினை கெடுமே (4)

அருஞ்சொற்பொருள்:

தாங்க அரும் காலம் - முற்றழிப்புக் காலம். இருவர் - பிரமனும் திருமாலும். அங்கம் - எலும்பு.

பொழிப்புரை:

தேன்நிரம்பிய பூக்களுடன் கூடிய பாக்குமரம், தென்னை, இளம்கொடியாய் விளங்கும் செண்பகம், வளமை மிக்க பலா மரம், இலுப்பை, வேங்கை, பூவுடன் கூடிய மகிழ மரம், ஆலமரம், என இவை நிறைந்து, வெயில் உள்ளே புகாதஅளவு நிழல் செய்யும் சோலை சூழ்ந்த திருவீழிமிழலையில் எழுந்தருளி இருக்கும் இறைவர், தாங்க அரிய மகா சங்கார காலத்தில் பிரமனும் திருமாலும் இறக்கவும், அவர்களது

முழு எலும்புக் கூட்டைத் தோளில் சுமப்பவர்; பிறகு முன்புபோல அனைத்தையும் படைத்துத் தொழில் ஆற்றுபவர்; நெற்றியில் கண்உடைய மேன்மையாளர்; அவரது திருப்பெயரை உச்சரிக்க, வினைகள் கெட்டு ஒழியும்.

2419. **கூசுமா மயானம் கோயில் வாயில்கண்**
குடவயிற் றனசில பூதம்
பூசுமா சாந்தம் பூதிமெல் ஓதி
பாதிநல் பொங்குஅரவு அரையோன்
வாசமாம் புன்னை மௌவல்செங் கழுநீர்
மலர்அணைந்து எழுந்தவான் தென்றல்
வீசுமாம் பொழில்தேன் துவலைசேர் வீழி
மிழலையான் எனவினை கெடுமே (5)

அருஞ்சொற்பொருள்:

கூசும் - கூச்சப்படும். குடவயிறு - குடம் போன்ற வயிறு. பூதி - விபூதி. ஓதி - கூந்தல் உடைய உமாதேவி. துவலை - துளி.

பொழிப்புரை:

புன்னை, முல்லை, செங்கழுநீர் ஆகியவற்றின் பூக்களில் பட்டுத் தென்றலானது வீசுவதால் மணமும் தேன் துளிகளும் பரவும் சோலை சூழ்ந்த திருவீழிமிழலை நகரில் எழுந்தருளி இருக்கும் இறைவர், ஏனையோர் சொல்லக் கூசும் சுடுகாட்டைக் கோயிலாகக் கொண்டு, அங்குத் தங்குபவர்; குடம் போன்ற வயிறுகளுடன் கூடிய பூதங்கள் சூழ இருப்பவர்; விபூதியைச் சந்தனம்போல் உடல்முழுவதும் பூசி இருப்பவர்; அழகிய கூந்தலுடைய உமாதேவி பாகர்; சினமுள்ள பாம்பை, இடையில் கச்சாகக் கட்டி இருப்பவர்; அவரது திருப்பெயரை உச்சரிக்க, வினைகள் ஆனவை கெடும்.

2420. பாதிஓர் மாதர் மாலும்ஓர் பாகர்
பங்கயத்து அயனும்ஓர் பாலர்
ஆதியாய் நடுவாய் அந்தமாய் நின்ற
அடிகளார் அமரர்களுக்கு அமரர்
போதுசேர் சென்னிப் புரூரவாப் பணிசெய்
பூசுரர் பூமகன் அனைய
வேதியர் வேதத்து ஒலிஅறா வீழி
மிழலையான் எனவினை கெடுமே (6)

அருஞ்சொற்பொருள்:

புரூருவா - சந்திரகுலத்து அரசன்; பாண்டவர்களது முன்னோன்; இத்தலத்தில் அவன் திருப்பணி செய்துள்ளான் என்பது வரலாறு. பூசுரர் - தேவர். பூமகன் - பிரமன். அறா - இடையறாத.

பொழிப்புரை:

மலர்அணிந்த சடைஉடைய புரூருவச் சக்கரவர்த்தியால் திருப்பணி செய்யப்பட்டதும், பூவின்மீது அமர்ந்திருக்கும் பிரமனைப் போன்ற அந்தணர்கள் ஓதும் வேதமுழக்கம் இடையறாது கேட்பதும், ஆகிய திருவீழிமிழலையில் எழுந்தருளி இருக்கும் இறைவர், உமாதேவியை ஒரு பாகத்தில் கொண்டவர்; திருமாலையும் இடப்பாகத்தில் கொண்டவர்; பிரமன், திருமால் ஆகிய இருவரும் தன்னுள் அடங்க ஏகமூர்த்தியாய் இருப்பவர்; தொடக்கமும் நடுவும் முடிவுமாய் விளங்கும் கடவுள்; தேவர்களுக்கு மேலாய தேவதேவர்; அவரது திருப்பெயரை உச்சரிக்க, வினைகள் கெட்டு ஒழியும்.

2421. தன்தவம் பெரிய சலந்தரன் உடலம்
    தடிந்தசக் கரம்எனக்கு அருள்என்று
    அன்றுஅரி வழிபட்டு இழிச்சிய விமானத்து
    இறையவன் பிறைஅணி சடையன்
    நின்றநாள் காலை இருந்தநாள் மாலை
    கிடந்தமண் மேல்வரு கலியை
    வென்றவே தியர்கள் விழவுஅறா வீழி
    மிழலையான் எனவினை கெடுமே   (7)

அருஞ்சொற்பொருள்:

உடலம் - உடல். அரி - திருமால். இழிச்சிய விமானம் - விண்ணிலிருந்து இறக்கிய விமானம். (விமானம் - கருவறையின் மேல்கூரை). கலி - வறுமை.

பொழிப்புரை:

நின்ற நாள், இருந்தநாள், காலை, மாலை என எல்லாக் காலங்களிலும், இந்நிலவுலகில் நீண்ட வாழ்வு பெற்றுள்ள எல்லா உயிர்களுக்கும், வறுமை வராது இருக்க, வேள்வி வேட்கும் வேதியர்கள் நிறைந்து வாழ்வதும்; திருவிழாக்கள் இடையறாது நடைபெறுவதும்; ஆகிய

திருவீழிமிழலையில் எழுந்தருளி இருக்கும் இறைவர்; தம் திருவருளால் தோற்றுவிக்கப்பட்ட சக்கரப்படை சலந்தரன் என்னும் அசுரனது உடலைப் பிளந்தது கண்டு, அச்சக்கரப்படையைத் தான் பெறும் பொருட்டு, திருமால் வழிபாடு செய்ய, அவனால் கொண்டு வரப்பட்ட விண்ணிழி விமானத்தின்கீழ் எழுந்தருளி இருப்பவர்; பிறை அணிந்த சடை உடையவர்; அவரது திருப்பெயரை உச்சரிக்க, வினைகள் அழியும்.

2422. கடுத்தவாள் அரக்கன் கயிலைஅன்று எடுத்த
கரம்உரம் சிரம்நெரிந்து அலற
அடர்த்ததுஓர் விரலால் அஞ்செழுத்து உரைக்க
அருளினன் தடம்மிகு நெடுவாள்
படித்தநான் மறைகேட்டு இருந்தபைங் கிளிகள்
பதங்களை ஓதபாடு இருந்த
விடைக்குலம் பயிற்றும் விரிபொழில் வீழி
மிழலையான் எனவினை கெடுமே (8)

அருஞ்சொற்பொருள்:

கடுத்த - சினந்த. கரம் - கை. சிரம் - தலை. உரம் - வலிமை. பதங்கள் - சொற்கள். பாடு இருந்த - பக்கத்தில் இருந்த. விடைக்குலம் - எருதுக்கூட்டம்.

பொழிப்புரை:

வேதியர் வேதம் ஓதக் கேட்ட பசியகிளிகள் அத்திருவார்த்தைகளை உச்சரிக்க, அருகில் இருந்த காளைகள் அவற்றைக் கேட்கத் தன் காதுகளைப் பழக்கிக் கொள்ளும், சோலை சூழ்ந்த திருவீழிமிழலை நகரில் எழுந்தருளி இருக்கும் இறைவர், சினம் கொண்ட வாள்ஏந்திய அரக்கனாகிய இராவணன், கயிலை மலையைப் பெயர்க்க, கைகளும் தலைகளும் வலிஇழந்து, நெரிபட்டு, அலறுமாறு, ஊன்றிய விரல் உடையவர்; பின்னர் அவன் ஐந்தெழுத்தை உச்சரிக்க, அவனுக்குச் சந்திரகாசம் என்னும் அகன்ற பெரிய நீண்ட வாளினைத் தந்து அருள் செய்தவர்; அவரது திருப்பெயரை உச்சரிக்க, வினைகள் கெட்டு ஒழியும்.

2423. அளவிடல் உற்ற அயனொடு மாலும்
அண்டம்மண் கெண்டியும் காணா
முளைஎரி ஆய மூர்த்தியைத் தீர்த்த
முக்கண்எம் முதல்வனை முத்தைத்

தளைஅவிழ் கமலத் தவிசின்மேல் அன்னம்
   தன்இளம் பெடையொடும் புல்கி
விளைகதிர்க் கவரி வீசவீற் றிருக்கும்
   மிழலையான் எனவினை கெடுமே   (9)

அருஞ்சொற்பொருள்:

கெண்டி - அகழ்ந்து. தளைஅவிழ் கமலம் - கட்டுவிட்டு மலர்ந்த தாமரை.

பொழிப்புரை:

இதழ்விரிந்த தாமரை மலராகிய இருக்கையின்மீது, ஆண் அன்னம் தன் பெண் அன்னத்தோடு சேர்ந்திருக்க, கதிர்முற்றி விளைந்த நெற்பயிர் சாமரம்போல் வீசும் வளவயல்களை உடைய திருவீழிமிழலை நகரில் எழுந்தருளி இருக்கும் இறைவர், பிரமனும் திருமாலும் முறையே ஆகாயத்திலும் பூமியிலும் சென்று தேடியும், முடியையும் அடியையும் காணாது தவிக்கும்படி, முளைத்து எழுந்த சோதி உருவாய் நின்ற மூர்த்தி; அவர் மூன்று கண்கள் உடையவர்; புனிதமானவர்; உலகங்களுக்கெல்லாம் முதல்வர்; முத்துப்போல் பிரகாசிக்கும் திருநீறு பூசிய திருமேனி உடையவர்; அவரது திருப்பெயரை உச்சரிக்க, வினைகள் கெட்டு ஒழியும்.

2424. கஞ்சிப்போது உடையார் கையில்கோ சாரக்
   கலதிகள் கட்டுரை விட்டு
அஞ்சித் தேவுஇரிய எழுந்தநஞ்சு அதனை
   உண்டுஅம ரர்க்குஅமுது அருளி
இஞ்சிக்கே கதலிக் கனிவிழக் கமுகின்
   குலையொடும் பழம்விழத் தெங்கின்
மிஞ்சுக்கே மஞ்சு சேர்பொழில் வீழி
   மிழலையான் எனவினை கெடுமே   (10)

அருஞ்சொற்பொருள்:

போது - பொழுது. கோ - இரக்கக் குறிப்பு. கலதி - மூதேவி. தேவு - தேவர். இரிய - பயந்து ஓட. இஞ்சி - மதில். கதலி - வாழை. கமுகு - பாக்கு. தெங்கின் மிஞ்சு - தென்னையின் மேல். மஞ்சு - மேகம்.

பொழிப்புரை:

மதில்மீது வாழையின் பழங்கள் விழுமாறு பாக்குக் குலை வாழையில் விழுவதும், தென்னை மரங்களின்மேல் மேகம் தங்குவதும், ஆகிய சோலை வளமுடைய திருவீழிமிழலையில் எழுந்தருளி இருக்கும் இறைவர், உச்சிவேளையில் கஞ்சியைக் கையில் வாங்கி உண்ணும் பௌத்தர்களும், இரங்கத்தக்க மூதேவிகளாகிய சமணர்களும், கூறும் உபதேசங்களைக் கேட்க வேண்டாம் என்று அருளிச்செய்தவர்; தேவர்கள் பயந்து ஓடும்படி வெளிப்பட்ட விடத்தைத் தாம் உண்டு, தேவர்களுக்கு அமுதம் அருளியவர்; அவரது திருப்பெயரை உச்சரிக்க, வினைகள் கெட்டு ஒழியும்.

2425. வேந்தர்வந்து இறைஞ்ச வேதியர் வீதி
மிழலையுள் விண்இழி விமானத்து
ஏய்ந்ததன் தேவி யோடுஉறை கின்ற
ஈசனை எம்பெரு மானைத்
தோய்ந்தநீர்த் தோணி புரத்துஉறை மறையோன்
தூமொழி ஞான சம்பந்தன்
வாய்ந்தபா மாலை வாய்நவில் வாரை
வானவர் வழிபடு வாரே (11)

அருஞ்சொற்பொருள்:

வேந்தர் - இந்திரன். வானவர் - தேவர்.

பொழிப்புரை:

இந்திரன் முதலியோர் வந்து வணங்கவும், வேதியர்கள் கூடி வாழவும், ஆக விளங்கும் திருவீழிமிழலையில், விண்இழி விமானத்தின் கீழ், தன் தேவியோடு எழுந்தருளி இருக்கும் எல்லா உலகங்களையும் ஆளுகின்ற எமது பெருமானை; நீர்வளம் மிக்க தோணிபுரம் எனப்படும் சீர்காழிப் பதியில் தோன்றிய ஞானசம்பந்தன் தூய மொழி கொண்டு பாடிய பாமாலையைத் தமது வாயால் பாடி மகிழ்வாரைத் தேவர்களும் வந்து வழிபடுவார்கள்.

திருச்சிற்றம்பலம்

224

திருவீழிமிழலை

பதிக வரலாறு:

திருநாவுக்கரசரும் ஞானசம்பந்தப் பிள்ளையாரும் திருவீழி மிழலையில் தங்கி இருந்த நாட்களில் (முன்னமே மழையின்றி நீர்வற்றி) பஞ்சம் வந்து, பசி மக்களை வாட்டியது; இருவரும் 'சிவனடியார் களுக்குக் கவலை வருமோ?' என்று எண்ணி இறைவரைப் பணிந்து துயில்கொள்ளும்போது, இறைவர் கனவில் வந்து, 'உலக இயல்பு நிகழ்ச்சியினால் வந்த பசிநோய் உம்மை அடையாது; எனினும் உம்மை அடைந்து சிவநெறி நின்றோரின் வாட்டம் போக்குதற்கு, நாளும் ஒவ்வொரு பொற்காசு இக்காலநிலை மாறும்வரை, கிழக்கு மேற்குப் பலிபீடங்களில் அளிப்போம்' என்று அருளினார். இறைவரது திருவருளை வியந்துபோற்றி, அவ்வாறு காசுபெற்று, அடியார்கள் இருபொழுதும் வந்து உண்ணுமாறு, பறையறைந்து சொல்லி, அமுது அளித்து வந்தனர்.

நாவரசர் மடத்தில் உரிய காலத்தில் திருவமுது படைக்கவும், பிள்ளையார் தம் மடத்தில் அமுதுஊட்டக் காலம் தாழ்ப்பது கண்டு, அமுது அமைப்பாரை அழைத்து, 'இது எதனால்?' என வினவினார். அப்பொழுது அவர்கள், 'நமது காசு வாசி படுதலால் காலம் தாழ்த்துகின்றது; ஆனால் அரசுகள் பெறும் காசு வாசிபடாக் காசு' என்றனர்; அப்பர் கைத்தொண்டும் செய்வதினால் காசுவாசியின்றிப் பெற்றார் போலும் என்று, 'வாசிதீரப் பாடுவேன்' என்று கூறி இப்பதிகத்தைப் பாடி அருளுகின்றார். (வாசி - மாற்றுக் குறைவாக இருப்பதால் உரசிப் பார்த்து மாற்றுக்குரிய அளவு பணம் கொடுத்தல்).

திருவிருக்குக்குறள்

பண்: குறிஞ்சி

2426. வாசி தீரவே
காசு நல்குவீர்
மாசின் மிழலையீர்
ஏசல் இல்லையே (1)

அருஞ்சொற்பொருள்:

மாசில் - குற்றமற்ற. ஏசல் - பழிப்பு.

பொழிப்புரை:

குற்றமற்ற திருவீழிமிழலையில் எழுந்தருளி இருக்கும் இறைவரே! அடியேனுக்கு வழங்கி வரும் படிக்காசில் உள்ள குறையினை நீக்கி, இதைவிட சிறந்த காசினை நல்குவீராக! இதனால் உமக்கு பழிஒன்றும் உண்டாகாது.

2427. இறைவர் ஆயினீர்
மறைகொள் மிழலையீர்
குறைகொள் காசினை
முறைமை நல்குமே (2)

அருஞ்சொற்பொருள்:

முறைமை - (குறை நீக்கி) முறையாக.

பொழிப்புரை:

வேதங்கள் முழங்கும் திருவீழிமிழலையில் எழுந்தருளி இருப்பவரே! நீவிர் எல்லோர்க்கும் பொதுவான இறைவராக இருக்கின்றீர்! இதுவரை தந்துவந்த காசில் இருப்பது போன்ற குற்றம் இல்லாதவாறு, இனித் தந்து அருளுவீராக!

2428. செய்ய மேனியீர்
மெய்கொள் மிழலையீர்
பைகொள் அரவினீர்
உய்ய நல்குமே (3)

அருஞ்சொற்பொருள்:

செய்ய மேனி - சிவந்த திருமேனி. பை - படம்.

பொழிப்புரை:

மெய்யடியார்கள் வாழும் திருவீழிமிழலையில் எழுந்தருளி இருப்பவரே! சிவந்த திருமேனி உடையவரே! படமுடைய பாம்பை அணிகலனாக அணிந்திருப்பவரே! நாங்கள் உய்யுமாறு வாசி இல்லாக் காசு நல்குவீராக!

2429. **நீறு பூசினீர்**
ஏறுஅது ஏறினீர்
கூறு மிழலையீர்
பேறும் அருளுமே (4)

அருஞ்சொற்பொருள்:

ஏறு - காளை. பேறு - வீடுபேறு.

பொழிப்புரை:

பலராலும் புகழ்ந்து பேசப்படும் திருவீழிமிழலை என்னும் தலத்தில் எழுந்தருளி இருப்பவரே! திருநீற்றைப் பூசி இருப்பவரே! இடபத்தின்மீது ஏறி வருபவரே! குற்றமற்ற காசு அருளுவதுடன் வீடுபேறும் அருளுவீராக!

2430. **காமன் வேவஓர்**
தூமக் கண்ணினீர்
நாம மிழலையீர்
சேமம் நல்குமே (5)

அருஞ்சொற்பொருள்:

தூமம் - புகை. சேமம் - பாதுகாப்பு.

பொழிப்புரை:

புகழ்மிக்க திருவீழிமிழலை நகரில் எழுந்தருளி இருப்பவரே! மன்மதன் எரிந்து சாம்பலாகுமாறு, புகை எழும் நெற்றிக்கண் கொண்டு நோக்கியவரே! அடியேனுக்குப் பாதுகாப்பு தந்து அருளுவீராக!

2431. பிணிகொள் சடையினீர்
மணிகொள் மிடறினீர்
அணிகொள் மிழலையீர்
பணிகொண்டு அருளுமே (6)

அருஞ்சொற்பொருள்:

மணி - நீலமணி. அணி - அழகு. பணி - ஏவல்.

பொழிப்புரை:

அழகிய திருவீழிமிழலை நகரில் எழுந்தருளி இருப்பவரே! முடித்துக் கட்டப்பட்ட சடை உடையவரே! நீலமணி போன்ற கண்டம் கொண்டவரே! எம்மைப் பணிகொண்டு அருளுவீராக!

2432. மங்கை பங்கினீர்
துங்க மிழலையீர்
கங்கை முடியினீர்
சங்கை தவிர்மினே (7)

அருஞ்சொற்பொருள்:

துங்கம் - உயர்வு. சங்கை - சந்தேகம்.

பொழிப்புரை:

பல சிறப்புகள் உடைய திருவீழிமிழலை நகரில் எழுந்தருளி இருப்பவரே! மங்கையாகிய உமாதேவியை இடப்பாகத்தில் கொண்டிருப்பவரே! கங்கை என்னும் பெண்ணைச் சடையில் சூடி இருப்பவரே! எனது ஐயத்தைப் போக்கி அருளுவீராக!

2433. அரக்கன் நெரிதர
இரக்கம் எய்தினீர்
பரக்கும் மிழலையீர்
கரக்கை தவிர்மினே (8)

அருஞ்சொற்பொருள்:

அரக்கன் - இராவணன். பரக்கும் - புகழ் பரப்பும். கரக்கை - மறைக்கும் தன்மை.

பொழிப்புரை:

எங்கும் பரவிய புகழுடன் விளங்கும் திருவீழிமிழலையில் எழுந்தருளி இருப்பவரே! அரக்கனாகிய இராவணனை நெரித்துப்பின் அவனுக்கு இரக்கம் காட்டியவரே! இப்பொழுது எமக்கு அளித்துவரும் காசில் உள்ள குறையைப் போக்கி அருளுவீராக!

2434. அயனும் மாலுமாய்
 முயலும் முடியினீர்
 இயலும் மழலையீர்
 பயனும் அருளுமே (9)

அருஞ்சொற்பொருள்:

பயன் - வீட்டின்பம்.

பொழிப்புரை:

எல்லோரும் எளிதில் வழிபட இயலும் வகையில் திருவீழிமிழலையில் எழுந்தருளி இருப்பவரே! பிரமனும் திருமாலும் தேடநின்ற திருமுடியும் திருவடியும் கொண்டவரே! எமக்கு வீட்டின்பப் பயனையும் தந்து அருளுவீராக!

2435. பறிகொள் தலையினார்
 அறிவது அறிகிலார்
 வெறிகொள் மிழலையீர்
 பிறிவுஅது அறியதே (10)

அருஞ்சொற்பொருள்:

பறிகொள் - முடி பறித்துக் கொண்ட. பிறிவு - பிரிவு. வெறி - மணம்.

பொழிப்புரை:

நறுமணம் பரவும் திருவீழிமிழலையில் எழுந்தருளி இருப்பவரே! முடிகளைப் பறித்துக் கொண்ட தலை உடைய சமணர், அறிய வேண்டிய உம்மை, அறியாது இருக்கின்றனர்; ஆனால் என்னால் உம்மைவிட்டுப் பிரிந்து இருக்க முடியாது.

2436. காழி மாநகர்
வாழி சம்பந்தன்
வீழி மிழலைமேல்
தாழும் மொழிகளே (11)

அருஞ்சொற்பொருள்:

காழி - சீர்காழி. தாழும் மொழி - பணிந்து போற்றிய மொழி.

பொழிப்புரை:

சீர்காழி என்னும் பெரியநகரில் பிறந்து வாழ்ந்துவரும் ஞானசம்பந்தன்; திருவீழிமிழலை இறைவன் மீது, பணிந்து போற்றிய இப்பாடல்களைப் பணிந்து போற்றுபவர், எல்லா நலமும் பெறுவர்.

திருச்சிற்றம்பலம்

225

திருவாஞ்சியம்

பதிக வரலாறு:

திருவீழிமிழலை இறைவரிடம் வாசி தீரக் காசு வேண்டிப் பாடிய காழிவேந்தர், வாசிஇல்லாக் காசு பெற்று, அடியார்களுக்குக் காலம் தப்பாமல் உணவளித்துச் சிலநாள் அத்தலத்தில் தங்கிப் பின் மழைபெய்து பஞ்சம் நீங்க, நாவரசருடன் சேர்ந்து பிற தலங்களையும் வணங்கும் விருப்பம் உடையவராய், திருவாஞ்சியம் வந்து இப்பதிகம் பாடி வழிபடுகின்றனர்.

தல வரலாறு:

நன்னிலத்திலிருந்து மேற்கில் 9கி.மீ. தொலைவில் உள்ளது. திருமால் இலக்குமியை வாஞ்சித்து (விரும்பி) பூசித்த தலமாதலின் திருவாஞ்சியம் என்பது பெயராயிற்று. இயமன் பூசித்துப் பேறு பெற்ற தலம். இத்தலத்தில் இறப்பவர்களுக்கு இயமவாதனை இல்லை. இயமனுக்குத் தனிக்கோயில் இருக்கின்றது. இது முத்தித் தலங்களுள் ஒன்று.

சுவாமி	:	வாஞ்சிநாதர்
அம்மை	:	வாழவந்த நாயகி
தல மரம்	:	சந்தனம்
தீர்த்தம்	:	குப்த கங்கை

திருமுறை 2 - 143   திருஞான - 573

பண்: இந்தளம்

2437. வன்னி கொன்றைமத மத்தம்
    எருக்கொடு கூவிளம்
    பொன்இ யன்றசடை யில்பொலி
    வித்தபு ராணனார்

தென்ன என்றுவரி வண்டுஇசை
செய்திரு வாஞ்சியம்
என்னை ஆளுடை யான்இட
மாக உகந்ததே (1)

அருஞ்சொற்பொருள்:

வன்னி - வன்னியின் தளிர். கூவிளம் - வில்வம் தளிர். புராணனார் - பழமைக்கும் பழைமையானவர். தென்ன - ஒலிக்குறிப்பு. உகந்தது - விரும்பியது.

பொழிப்புரை:

வன்னியின் தளிர், கொன்றை மலர், ஊமத்தம்பூ, எருக்க மலர், வில்வம் தளிர் ஆகிய இவற்றை பொன்போல் ஒளிரும் சடையில் சூடிய முன்னைப் பழம் பொருட்கெல்லாம் பழம்பொருளாக விளங்கும் பெருமான்; என்னை அடிமை கொண்ட இறைவனும் ஆவன்; அவன் விரும்பி எழுந்தருளி இருக்கும் தலம், வரிகளுடன் கூடிய வண்டுகள் 'தென்' என்று இசை எழுப்பும் சோலை வளம்உடைய திருவாஞ்சியமே ஆகும்.

2438. **கால காலர்கரி கானிடை**
மாநடம் ஆடுவர்
மேலர் வேலைவிடம் உண்டுஇருள்
கின்ற மிடற்றினர்
மாலை கோலமதி மாடம்மன்
னும்திரு வாஞ்சியம்
ஞாலம் வந்து பணியப்பொலி
கோயில் நயந்ததே (2)

அருஞ்சொற்பொருள்:

கால காலர் - காலனுக்கும் கால நிர்ணயம் செய்பவர். கரிகான் - கரிந்த காடு (சுடுகாடு). மாநடம் - மேலான நடனம். மேலர் - எப்பொருட்டும் எவ்வுயிர்க்கும் மேலாய் விளங்குபவர். வேலைவிடம் - கடல் நஞ்சு. கோலமதி - அழகிய சந்திரன். ஞாலம் - உலகம். நயந்தது - விரும்பியது.

பொழிப்புரை:

காலனாகிய இயமனுக்கும், காலத்தைத் தீர்மானிப்பவர்; சுடுகாட்டில் மேலான சங்கார நடனம் இயற்றுபவர்; எல்லாப் பொருள்களுக்கும்,

எல்லா உயிர்களுக்கும், மேலானவராய் விளங்குபவர்; கடலிலிருந்து வெளிப்பட்ட விடத்தை உண்டு, தேக்கிய இருண்ட கண்டம் உடையவர்; அவர் விரும்பி எழுந்தருளி இருப்பது; அழகிய மாலை நேரத்துச் சந்திரன் வந்து தங்கும் உயரிய மாடங்கள் நிறைந்ததும், உலகமக்கள் வந்து வழிபடப் பொலிவு எய்துவதும், ஆகிய திருவாஞ்சியம் திருக்கோயிலே ஆகும்.

2439. மேவில் ஒன்றர் விரிவுற்ற
    இரண்டினர் மூன்றுமாய்
    நாவின் நாலர்உடல் அஞ்சினர்
    ஆறர் ஏழ்ஓசையர்
    தேவில் எட்டர்திரு வாஞ்சியம்
    மேவிய செல்வனார்
    பாவம் தீர்ப்பர்பழி போக்குவர்
    தம்அடி யார்கட்கே   (3)

அருஞ்சொற்பொருள்:

மேவில் - விரும்பி வழிபட்டால். ஒன்றர் - ஒரு பொருளாய் இருப்பவர். இரண்டினர் - சிவம், சக்தி என இரண்டாய் விளங்குபவர். மூன்று - இச்சை ஞானம் கிரியை. நாவின் நாலர் - நாவினால் சொல்லும் நால்வேதம் உடையவர். உடல் அஞ்சினர் - பரை, ஆதி, இச்சை, ஞானம், கிரியை என ஐந்து உடல் உடையவர். ஆறர் - ஆறு சிறப்புகள் உடைய பகவன்; அவை: ஐசுவரியம், வீரியம், புகழ், திரு, ஞானம், வைராக்கியம். ஏழ் ஓசையர் - ஏழு இசையாய் இருப்பவர். தேவில் - தெய்வத்தன்மையில். எட்டர் - அட்டமூர்த்தங்களாய் விளங்குபவர்.

பொழிப்புரை:

திருவாஞ்சியத்தில் எழுந்தருளி இருக்கும் இறைவர், விரும்பி வழிபடுபவர்க்கு ஒருபொருளாய் விளங்குபவர்; சிவம், சக்தி என இரண்டாய்த் திகழ்பவர்; இச்சை, ஞானம், கிரியை என மூன்று சத்தியாய் இருப்பவர்; நாவினால் ஓதும் நான்கு வேதமாய் விளங்குபவர்; பரை, ஆதி, இச்சை, ஞானம், கிரியை என ஐந்து சத்தியுமாய் இருப்பவர்; ஆறு குணங்கள் உடையவர்; ஏழு இசையாய் விளங்குபவர்; அட்டமூர்த்தமாய்த் திகழ்பவர்; அவர் தம் அடியார்களது பாவங்களைப் போக்குவர்; பழிகளைத் தீர்ப்பவர்.

2440. சூலம் ஏந்திவளர் கையினர்
 மெய்சுவண்டு ஆகவே
 சால நல்லபொடிப் பூசுவர்
 பேசுவர் மாமறை
 சீலம் மேவுபுக ழால்பெரு
 கும்திரு வாஞ்சியம்
 ஆலம் உண்டஅடி கள்இட
 மாக அமர்ந்ததே (4)

அருஞ்சொற்பொருள்:

சுவண்டு - பொருத்தம். சீலம் - ஒழுக்கம்.

பொழிப்புரை:

ஒழுக்கமுடையார் புகழ் பெருக மிகுதியும் வாழும் திருவாஞ்சியம் என்னும் தலத்தில் எழுந்தருளி அதனைத் தமது வசிப்பிடமாகக் கொண்ட இறைவர், சூலம் ஏந்திய கை உடையவர்; உடம்பில் மிகவும் பொருத்தமாகத் திருநீற்றுப்பொடி பூசி இருப்பவர்; மேன்மையுடைய மறைகளைப் பேசுபவர்; ஆலகால விடத்தை உண்டு, கண்டத்தில் தேக்கியவர்.

2441. கைஇ லங்குமறி ஏந்துவர்
 காந்தள்அம் மெல்விரல்
 தையல் பாகம்உடை யார்அடை
 யார்புரம் செற்றவர்
 செய்ய மேனி கரியமிடற்
 றார்திரு வாஞ்சியத்து
 ஐயர் பாதம்அடை வார்க்குஅடை
 யாஅரு நோய்களே (5)

அருஞ்சொற்பொருள்:

மறி - மான்கன்று. அம் - அழகு. அடையார் - பகைவர். ஐயர் - தலைவர். அருநோய் - அரிய பிறவிநோய்.

பொழிப்புரை:

திருவாஞ்சியம் என்னும் தலத்தில் எழுந்தருளி இருக்கும் தலைவராகிய இறைவர், கையில் மான்கன்றினை ஏந்தி இருப்பவர்; காந்தள் மலரின் இதழ் போன்ற சிவந்த மெல்லிய விரல் உடையவர்; பெண்ணாகிய

உமாதேவியை உடம்பில் பாகமாகக் கொண்டவர்; பகைவரது முப்புரத்தைச் சினந்து அழித்தவர்; சிவந்த திருமேனி உடையவர்; கரிய கண்டம் உடையவர்; அவரது திருவடியை வந்து சேர்பவர்க்கு, வரஇருக்கும் பிறவியாகிய அரிய நோய்கள் இல்லையாகும்.

2442. அரவம் பூண்பர்அணி யும்சிலம்பு
ஆர்க்க அகம்தொறும்
இரவில் நல்லபலி பேணுவர்
நாணிலர் நாமமே
பரவு வார்வினை தீர்க்கநின்
றார்திரு வாஞ்சியம்
மருவி ஏத்தமட மாதொடு
நின்றஎம் மைந்தரே (6)

அருஞ்சொற்பொருள்:

அரவம் - பாம்பு. பூண்பர் - அணிவர். ஆர்க்க - ஒலிக்க. அகம் - வீடு. பேணுவர் - விரும்பி ஏற்பர். நாணிலர் - நாணம் இல்லாதவர். நாமம் - திருப்பெயர். மடமாது - இளம்பெண். மைந்தர் - வலிமை உடையவர்.

பொழிப்புரை:

திருவாஞ்சியம் என்னும் தலத்தில் உமாதேவி என்னும் இளம்பெண்ணோடு கூடி எழுந்தருளி இருக்கும் வலிமை உ-டையவராகிய இறைவர், பாம்பைப் பலவித அணிகலன்களாகப் பூண்டிருப்பவர்; காலில் சிலம்பு ஒலிக்க, இரவு நேரத்தில் பிச்சைக்குச் செல்வதில் விருப்பம் உடையவர்; தாருகாவனத்துக்கு உடையின்றிச் (வெட்கமின்றிச்) சென்றவர்; அவர் தமது திருப்பெயரை உச்சரிக்கும் வலிமை உடையாரது, வினைகளைப் போக்கி அருளுவார்.

2443. விண்ணில் ஆனபிறை சூடுவர்
தாழ்ந்து விளங்கவே
கண்ணி னால்அநங் கன்உட
லம்பொடி ஆக்கினார்
பண்ணில் ஆனஇசை பாடல்மல்
கும்திரு வாஞ்சியத்து
அண்ணலார் தம்அடி போற்றவல்
லார்க்குஇல்லை அல்லலே (7)

அருஞ்சொற்பொருள்:

அநங்கன் - உடம்பு இல்லாதவன் (மன்மதன்). பொடி - சாம்பல் பொடி. அண்ணலார் - தலைவர்.

பொழிப்புரை:

பண்ணொடு கூடிய இசைப்பாடல்களைப் பாடும் ஒலிபெருகும் திருவாஞ்சியம் நகரில் எழுந்தருளி இருக்கும் இறைவர், ஆகாயத்தில் உலவும் சந்திரப்பிறையை, நீண்டு தொங்கும் தம் சடைமீது அணிந்திருப்பவர்; நெற்றிக்கண் நெருப்பு கொண்டு, மன்மதனது உடலைச் சுட்டுப் பொசுக்கிச் சாம்பல்பொடி ஆக்கியவர்; அவர் தம் திருவடியை வழிபடும் அடியார்க்கு, வரஇருக்கும் துன்பங்களைப் போக்கி அருளுபவர்.

2444. மாட நீடுகொடி மன்னிய
தென்இலங் கைக்குமன்
வாடி ஊடவரை யால்அடர்த்து
அன்றுஅருள் செய்தவர்
வேட வேடர்திரு வாஞ்சியம்
மேவிய வேந்தரைப்
பாட நீடுமனத் தார்வினை
பற்றுஅறுப் பார்களே (8)

அருஞ்சொற்பொருள்:

மன் - மன்னன். வாடி - மனம் வாடி. வரை - கயிலை மலை. அடர்த்து - நசுக்கி. வேட வேடர் - வேடர் வேடம் ஏற்றவர். வேந்தர் - அரசர். வினை - கன்மம். பற்று - மூலகன்மம்.

பொழிப்புரை:

திருவாஞ்சியம் என்னும் தலத்தில் எழுந்தருளி இருக்கும் அரசனாகிய இறைவர், மாடங்களும் அவற்றில் கொடிகளும் நிறைந்து விளங்கிய அழகிய இலங்கை நாட்டு மன்னன் இராவணன் மனம் வருந்துமாறு, கயிலை மலையின்கீழ் இட்டு நசுக்கிப் பின் அருள் செய்தவர்; அருச்சுனனுக்கு அருள்செய்ய வேடர் வேடம் ஏற்றவர்; அவர் தம்மைப் புகழ்ந்து பாடும் மனம் உடையவரது, வினையாகிய பற்றினை அறுப்பர்.

2445. செடிகொள் நோயினஅடை யார்திறம்
பார்செறு தீவினை
கடிய கூற்றமும் கண்டுஅக
லும்புகல் தான்வரும்
நெடிய மாலொடுஅயன் ஏத்தநின்
றார்திரு வாஞ்சியத்து
அடிகள் பாதம்அடைந் தார்அடி
யார்அடி யார்கட்கே   (9)

அருஞ்சொற்பொருள்:

செடி - துன்பம். கடிய கூற்றம் - கொடிய இயமன். புகல் - சிவகதி. திறம்பார் - மாறுபடார்.

பொழிப்புரை:

நெடிய திருமாலும் பிரமனும் போற்ற நின்ற வாஞ்சியத்து இறைவனது திருவடி அடைந்த அடியார்களது அடியார்கள், துன்பம் தரும் நோயினால் அவதிப்பட மாட்டார்கள்; துன்புறுத்தும் தீவினைக்கு ஆட்பட மாட்டார்கள்; அவர்களைக் கண்டு இயமன் விலகிச் செல்வான்; அவர்களுக்குச் சிவகதி (வீடுபேறு) எளிதில் கிடைக்கும்.

2446. பிண்டம் உண்டுதிரி வார்பிரி
யும்துவர் ஆடையார்
மிண்டர் மிண்டுமொழி மெய்அல
பொய்இலை எம்இறை
வண்டு கெண்டிமரு வும்பொழில்
சூழ்திரு வாஞ்சியத்து
அண்ட வாணன்அடி கைதொழு
வார்க்குஇல்லை அல்லலே   (10)

அருஞ்சொற்பொருள்:

பிண்டம் - உருண்டிய சோறு. மிண்டர் - முரடர். அல - அல்ல. இலை - இல்லை. கெண்டி - கிளறி. அண்ட வாணன் - அண்டம் முழுவதிலும் வாழ்பவன்.

பொழிப்புரை:

உணவுக் கவளத்தைக் கையில் வாங்கி உண்டு திரியும் சமணர்களும், துவராடை உடுத்தும் பௌத்தரும் ஆகிய முரடர்கள் பேசும் முரட்டுச் சொற்கள் பொருள் அற்றவை; வண்டுகள் கிண்டும் மலர்கள் நிறைந்த சோலைவளம் உடைய திருவாஞ்சியத்தில் எழுந்தருளி இருக்கும் அண்டம் முழுவதும் வியாபித்த வாழ்க்கை உடையவனும், பொய்இல்லாதவனும், ஆகிய இறைவனைக் கைகூப்பி வணங்குவார்க்கு, வரஉள்ள துன்பங்கள் இல்லையாகும்.

2447. **தென்றல் துன்றுபொழில் சென்றுஅணை**
யும்திரு வாஞ்சியத்து
என்று நின்றஇறை யானை
உணர்ந்துஅடி ஏத்தலால்
நன்று காழிமறை ஞானசம்
பந்தன் செந்தமிழ்
ஒன்றும் உள்ளம்உடை யார்அடை
வார்உயர் வானமே (11)

அருஞ்சொற்பொருள்:

ஒன்றும் உள்ளம் - ஒன்றிப் பாடும் மனம். உயர் வானம் - உயர்ந்த வீடுபேறு.

பொழிப்புரை:

தென்றல் வீசும் சோலை சூழந்த திருவாஞ்சியம் என்னும் தலத்தில் எழுந்தருளி இருக்கும் இறைவனை; நல்ல சீர்காழி நகரில் அவதரித்த ஞானசம்பந்தன்; நன்கு உணர்ந்து திருவடிப் பெருமைகளைப் புகழ்ந்து பாடியமையால், அச்செந்தமிழ்ப் பாக்களை, மனம் ஒன்றிப் பாடி வழிபடும் எண்ணம் கொண்டவர் யாவராயினும், அவர் உயர்ந்த வீடுபேறு அடையும் தகுதி உடையவராவார்.

திருச்சிற்றம்பலம்

226

திருப்பெருவேளூர்

பதிக வரலாறு:

திருவாஞ்சியம் வழிபட்ட திருஞானசம்பந்தர், பெருவேளூர் வந்து இப்பதிகத்தைப் பாடி வழிபடுகின்றார்.

தல வரலாறு:

இப்பொழுது 'காட்டூர் ஐயம்பேட்டை' என வழங்கப்படுகின்றது. திருவாரூருக்கு மேற்கில் 11கி.மீ. தொலைவில் உள்ளது. கௌதமர் வழிபட்டுப் பேறு பெற்ற தலம்.

சுவாமி : பிரியநாதர்

அம்மை : ஏலவார் குழலி

தல மரம் : வன்னி

தீர்த்தம் : மூடக தீர்த்தம்

திருமுறை 3 - 322 திருஞான - 573

பண்: பஞ்சமம்

2448. **அண்ணாவும் கழுக்குன்றும் ஆயமலை அவைவாழ்வார்**
விண்ணோரும் மண்ணோரும் வியந்துஏத்த அருள்செய்வார்
கண்ஆவார் உலகுக்குக் கருத்துஆனார் புரம்எரித்த
பெண்ஆணாம் பெருமானார் பெருவேளூர் பிரியாரே (1)

அருஞ்சொற்பொருள்:

அண்ணா - அண்ணாமலை. கருத்து - எண்ணம்.

பொழிப்புரை:

திருஅண்ணாமலையிலும் திருக்கழுக்குன்றத்திலும் தம்மை வழிபடுவார்க்கு வாழ்வுதரும் பொருட்டு எழுந்தருளி இருப்பவர்; மண்உலக மாந்தரும், விண்உலகத் தேவரும், வியந்து போற்ற, அவர்க்கு அருள் செய்பவர்; உலகுக்குக் கண்ணாகவும், உலகர்க்கு எண்ணத்திலும் ஆக இருப்பவர்; திரிபுரத்தை எரித்தவர்; பெண்ணும் ஆணுமாகிய பெருமான்; அவர் பெருவேளூரை விட்டுப் பிரியாதவராக இருக்கிறார்.

2449. **கருமானின் உரிஉடையர் கரிகாடர் இமவானார்**
மருமானார் இவர்என்றும் மடவாளோடு உடன்ஆவர்
பொருமான விடைஊர்வது உடையார்வெண் பொடிப்பூசும்
பெருமானார் பிஞ்ஞகனார் பெருவேளூர் பிரியாரே (2)

அருஞ்சொற்பொருள்:

கருமான் - கருநிற விலங்கு (யானை). உரி - தோல். கரிகாடு - சுடுகாடு. பிஞ்ஞகன் - தலைக்கோலம் அணிபவன். பொருதல் - போர்செய்தல்.

பொழிப்புரை:

பெருவேளூர் என்னும் தலத்தில் எழுந்தருளி இருக்கும் பிரியநாதர் என்னும் பெருமான், யானையின் தோலை உடுத்தி இருப்பவர்; சுடுகாட்டில் வாழ்பவர்; இமயமலை அரசனது மருமகன்; இவர் எப்பொழுதும் உமாதேவியோடு கூடியே இருப்பவர்; போர்க்குணம் உடைய காளையை ஊர்ந்து வருபவர்; வெள்ளை நிறத் திருநீற்றைப் பூசி இருப்பவர்; கொக்கிறகு கொண்டு செய்யப்பட்ட தலைக்கோலம் அணிந்திருப்பவர்.

2450. **குணக்கும்தென் திசைக்கண்ணும் குடபாலும் வடபாலும்**
கணக்குஎன்ன அருள்செய்தார் கழிந்தோர்க்கும் மொழிந்தோர்க்கும்
வணக்கம்செய் மனத்தராய் வணங்காதார் தமக்குஎன்றும்
பிணக்கம்செய் பெருமானார் பெருவேளூர் பிரியாரே (3)

அருஞ்சொற்பொருள்:

குணக்கு - கிழக்கு. குடபால் - மேற்குப் பக்கம். வடபால் - வடக்குப் பக்கம். கணக்கு என்ன - ஒரு நிகராக (ஒரே தன்மையில்). பிணக்கு - வேறுபாடு.

பொழிப்புரை:

பெருவேளூரில் எழுந்தருளி இருக்கும் பிரியநாதர் என்னும் இறைவர், கிழக்கு, தெற்கு, மேற்கு, வடக்கு என எல்லா திசைகளில் இருப்பவர்க்கும் ஒரே தன்மையில் அருள்புரிபவர்; மெய்ஞ்ஞானத்தால் தம்மை அறிந்து போற்றுவோர்க்கும், வணங்கும் மனம் உடையோர்க்கும் அருள்புரிபவர்; தம்மை அறியாதும் வணங்காதும் வறிதே காலத்தைக் கழித்தவற்கு, அருள்செய்யாது பிணங்கி நிற்கும் பெருமான் ஆவர்.

2451. **இறைக்கொண்ட வளையாளொடு இருகூறாய் ஒருகூறு**
மறைக்கண்டத்து இறைநாவர் மதில்எய்த சிலைவலவர்
கறைக்கொண்ட மிடறுஉடையர் கனல்கிளரும் சடைமுடிமேல்
பிறைக்கொண்ட பெருமானார் பெருவேளூர் பிரியாரே (4)

அருஞ்சொற்பொருள்:

இறை - முன்கை. வலவர் - வல்லவர். கனல்கிளறும் - நெருப்பு போல் மிளிரும்.

பொழிப்புரை:

பெருவேளூர் என்னும் தலத்தில் எழுந்தருளி இருக்கும் பிரியநாதர் என்னும் இறைவர், முன்கையில் வளையல் அணிந்த உமாதேவி ஒருகூறும், தான் ஒருகூறும், ஆக இருகூறாய் விளங்குபவர்; வேதம் சொன்ன நாவினை உடையவர்; முப்புரத்தை எரித்து அழித்த வில்வலிமை உடையவர்; விடக்கறை தங்கிய கண்டம் உடையவர்; நெருப்புபோல் ஒளிரும் சடையில் பிறையைச் சூடிஇருக்கும் பெருமானார் ஆவர்.

2452. **விழையாதார் விழைவார்போல் விகிர்தங்கள் பலபேசிக்**
குழையாதார் குழைவார்போல் குணம்நல்ல பலகூறி
அழையாவும் அரற்றாவும் அடிவீழ்வார் தமக்குஎன்றும்
பிழையாத பெருமானார் பெருவேளூர் பிரியாரே (5)

அருஞ்சொற்பொருள்:

விகிர்தம் - வேறுபாடு. அழையாவும் - அழைத்தும். அரற்றாவும் - அரற்றியும். பிழையாத - தவறாத.

பொழிப்புரை:

பெருவேளூர் என்னும் தலத்தில் எழுந்தருளி இருக்கும் பிரியநாதர் என்னும் இறைவர், உலகப் பொருள்களின்மீது பற்று வையாது, தம்மீது பற்றுவைத்து, பல மாறுபாடுகள் பேசி (உலகநடைக்கு ஒவ்வாதவற்றைப் பேசி), அழைத்தும், அரற்றியும் திருவடியில் வீழ்ந்து வணங்குவார் தமக்கு, எப்பொழுதும் தப்பாது அருள்செய்யும் பெருமானார் ஆவர்.

2453. **விரித்தார்நான் மறைப்பொருளை உமைஅஞ்ச விறல்வேழம்**
உரித்தாராம் உரிபோர்த்து மதில்மூன்றும் ஒருகணையால்
எரித்தாராம் இமைப்புஅளவில் இமையோர்கள் தொழுதுஇறைஞ்சப்
பெருத்தார்எம் பெருமானார் பெருவேளூர் பிரியாரே (6)

அருஞ்சொற்பொருள்:

விறல் வேழம் - வலிமை உடைய யானை. கணை - அம்பு. இமைப்பு அளவு - கண் இமைக்கும் காலஅளவு. பெருத்தார் - உயர்ந்து நின்றார் (விசுவரூபம் எடுத்தார்).

பொழிப்புரை:

பெருவேளூர் என்னும் தலத்தில் எழுந்தருளி இருக்கும் பிரியநாதர் என்னும் இறைவர், நான்கு மறைகளின் பொருளை விரித்துஉரைத்தார்; உமாதேவி அஞ்சுமாறு வலிமை உடைய யானையின் தோலை உரித்தார்; உரித்த தோலை மேலாடையாகப் போர்த்துக் கொண்டார்; மும்மதில் களையும் கண்இமைக்கும் காலஅளவில் ஓர்அம்பு கொண்டு எரித்தார்; அவர் தேவர்கள் தொழுது போற்றுமாறு உயர்ந்து நின்ற பெருமான் ஆவர்.

2454. **மறைப்பிலா அடிமைக்கண் மனம்வைப்பார் தமக்குஎல்லாம்**
சிறப்பிலார் மதில்எய்த சிலைவல்லார் ஒருகணையால்
இறப்பிலார் பிணிஇல்லார் தமக்குஎன்றும் கேடுஇலார்
பிறப்பிலாப் பெருமானார் பெருவேளூர் பிரியாரே (7)

அருஞ்சொற்பொருள்:

சிறப்பிலார் - பகைவர்.

பொழிப்புரை:

பெருவேளூர் என்னும் தலத்தில் எழுந்தருளி இருக்கும் பிரியநாதர், தமது அடியார்களது மனத்தில் தவறாது எழுந்தருளுபவர்; பகைவரது மும்மதிலை, மலைஆகிய வில்லில், ஒருகணை வைத்து, எய்து அழித்தவர்; இறப்பு, பிறப்பு இல்லாதவர்; நோய் இல்லாதவர்; ஒருகாலத்தும் கெடுதல் இல்லாத பெருமானார் ஆவர்.

2455. **எரிஆர்வேல் கடல்தானை இலங்கைக்கோன் தனைவீழ**
முரிஆர்ந்த தடம்தோள்கள் அடர்த்துஉகந்த முதலாளர்
வரிஆர்வெம் சிலைபிடித்து மடவாளை ஒருபாகம்
பிரியாத பெருமானார் பெருவேளூர் பிரியாரே (8)

அருஞ்சொற்பொருள்:

எரிஆர் வேல் - நெருப்பு போல் ஒளிரும் வேல்படை. கடல்தானை - கடல்போல் பெருகிய சேனை. முதலாளர் - முதன்மையை ஆள்பவர். வரிஆர் - கட்டுகள் உடைய. வெஞ்சிலை - கொடிய வில். முரி - மூரி (வலிமை).

பொழிப்புரை:

பெருவேளூர் என்னும் தலத்தில் எழுந்தருளி இருக்கும் பிரியநாதர் என்னும் இறைவர், நெருப்பு போல் ஒளிரும் வேல்படை உடையவர், கடல் போன்ற பெரும்சேனை உடைய இலங்கை அரசன் இராவணன் வீழுமாறு, வலிமை மிக்க அவனது தோள்களை, நெரித்து மகிழ்ந்த முதன்மை உடையவர்; வரிந்து கட்டப்பட்ட கொடிய வில் ஏந்தியவர்; உமாதேவியை உடம்பின் ஒருபாகத்தில் கொண்டு, எப்பொழுதும் அவளை விட்டுப் பிரியாத தன்மையில் விளங்குபவர்.

2456. **சேண்இயலும் நெடுமாலும் திசைமுகனும் செருஎய்திக்**
காண்இயல்பை அறிவிலராய்க் கனல்வண்ணர் அடிஇணைக்கீழ்
நாணிஅவர் தொழுதுஏத்த நாணாமே அருள்செய்து
பேணியஎம் பெருமானார் பெருவேளூர் பிரியாரே (9)

அருஞ்சொற்பொருள்:

சேண்இயலும் - வானை அளக்கும். நெடுமால் - நெடிய உருவம் உடைய திருமால். திசைமுகன் - நான்முகன். செருஎய்தி - மாறுபட்டு. காண் இயல்பு - காணும் தன்மை.

பொழிப்புரை:

பெருவேளூர் என்னும் தலத்தில் எழுந்தருளி இருக்கும் பிரியநாதர் என்னும் இறைவர், வானை அளந்த திருமாலும், நான்முகனும், தங்களுக்குள் பகைகொண்டு, காணும் தன்மையை இழந்தபோது, அறிவிழந்து, நாணமுற்று, தீவண்ணராகிய தமது திருவடி இணையின்கீழ் வீழ்ந்து வணங்க, அவரது நாணத்தைப் போக்கி அருள்செய்து போற்றிய பெருமான் ஆவர்.

2457. புற்றுஏறி உணங்குவார் புகைஆர்ந்த துகில்போர்ப்பர்
சொல்தேற வேண்டாநீர் தொழுமின்கள் சுடர்வண்ணம்
மல்தேரும் பரிமாவும் மதகளிறும் இவைஒழியப்
பெற்றுஏறும் பெருமானார் பெருவேளூர் பிரியாரே   (10)

அருஞ்சொற்பொருள்:

உணங்குவார் - வாட்டுவார். புகைஆர்ந்த துகில் - காவி நிறம் உடைய போர்வை. மல் - மல்லல் (வளம்). பரிமா - குதிரை. மதகளிறு - மதயானை. பெற்று - பெற்றம் (எருது).

பொழிப்புரை:

பெருவேளூர் என்னும் தலத்தில் எழுந்தருளி இருக்கும் பிரியநாதர் என்னும் இறைவர், வளமான தேர், குதிரை, மதயானை ஆகிய இவற்றை ஒழித்துக் காளையின்மீது ஏறி வருபவர்; அன்பர்களே! நீவிர், அவரது சுடர்வண்ணத் திருமேனியை வணங்குங்கள்! புற்று மூடும் அளவு உடலை வருத்தி தவம் இருக்கும் சமணர்களும், மஞ்சள் காவி உடை உடுத்துள்ள பௌத்தர்களும், ஆகிய இவர்கள் கூறும் உபதேச வார்த்தைகளைக் கேட்க வேண்டா!

2458. பைம்பொன்சீர் மணிவாரிப் பலவும்சேர் கனிஉந்தி
அம்பொன்செய் மடவரலார் அணிமல்கு பெருவேளூர்
நம்பன்தன் கழல்பரவி நவில்கின்ற மறைஞான
சம்பந்தன் தமிழ்வல்லார்க்கு அருவினைநோய் சாராவே   (11)

அருஞ்சொற்பொருள்:

பைம்பொன் - பசியபொன். சீர் - சிறப்பு. மணி - பலவகை மணிகள். கனிஉந்தி - பழங்களை தள்ளிக் கொண்டு. மடவரலார் - மகளிர். அணி -

அழகு. நம்பன் - விரும்பப்படுபவன். கழல் - திருவடி. பரவி - போற்றி. அருவினை நோய் - அரிய வினைகளும் அவற்றால் வரும் பிறவி நோயும். சாரா - சேரா.

பொழிப்புரை:

பசியபொன், சிறந்த மணி வகைகள், பழங்கள் என இவற்றை தள்ளிக் கொண்டு ஓடிவரும் காவிரியில், அழகிய பொன் ஆபரணங்கள் அணிந்த மகளிர் நீராடும் சிறப்புடைய அழகு விளங்கும் பெருவேளூர் நகரில் எழுந்தருளி இருக்கும், கண்டாரால் விரும்பப்படும் தன்மை உடைய இறைவனது, திருவடிப் பெருமைகளைப் போற்றிப் பாடிய, வேதம் கற்ற ஞானசம்பந்தனது தமிழ்ப்பாக்களைப் பாடி, வழிபடும் வல்லமை உடையவரை, வினைகள் அண்டாது; அதனால் வரும் பிறவிநோயும் இல்லையாகும்.

திருச்சிற்றம்பலம்

227

திருக்கரவீரம்

பதிக வரலாறு:

பெருவேளூர் வழிபட்ட பிள்ளையார், கரவீரம் வந்து இப்பதிகத்தைப் பாடி வழிபடுகின்றார்.

தல வரலாறு:

(கரம் - கழுதை) கழுதை வழிபட்ட தலம் ஆதலின் இப்பெயர் பெற்றது. இப்பொழுது 'கரையபுரம்' என்று வழங்கப்படுகின்றது. திருவாரூருக்கு மேற்கில் 11கி.மீ தொலைவில் உள்ளது. கௌதம் முனிவர் பூசித்துப் பேறு பெற்ற தலம்.

சுவாமி : கரவீரநாதர்

அம்மை : பிரத்தியட்ச மின்னம்மை

தல மரம் : அலரி

தீர்த்தம் : அனவரத தீர்த்தம்

திருமுறை 1 - 58 **திருஞான - 573**

பண்: பழந்தக்க ராகம்

2459. **அரியும் நம்வினை உள்ளன ஆசுஅற**
வரிகொள் மாமணி போல்கண்டம்
கரிய வன்திக ழும்கர வீரத்துஎம்
பெரிய வன்கழல் பேணவே (1)

அருஞ்சொற்பொருள்:

அரியும் - நீங்கும். ஆசு - குற்றம். கண்டம் கரியவன் - கரியநிறக் கண்டம் உடையவன். பெரியவன் - பெரிய பெருமான். கழல் - திருவடி. பேணவே - போற்றவே.

பொழிப்புரை:

குற்றமற்ற கோடுகள் உடைய நீலமணி போன்ற கரியநிறக் கண்டம் உடையவனும், கரவீரம் என்னும் தலத்தில் எழுந்தருளி இருப்பவனும், பெரிய பெருமானும் ஆகிய சிவபெருமானது திருவடிகளைப் போற்றி வணங்க, வினைகள் ஆனவை நீங்கும்.

2460. தங்கு மோவினை தாழ்சடை மேலவன்
திங்க ளோடுஉடன் சூடிய
கங்கை யான்திக ழும்கர வீரத்துஎம்
சங்க ரன்கழல் சாரவே (2)

அருஞ்சொற்பொருள்:

சங்கரன் - இன்பம் செய்பவன்.

பொழிப்புரை:

கரவீரம் என்னும் தலத்தில் எழுந்தருளி இருப்பவனும், உயிர்களுக்கு இன்பம் செய்பவனும், திங்களோடுகூட கங்கையையும் நீண்ட சடையில் சூடி இருப்பவனும், ஆகிய சிவபெருமானின் திருவடியைச் சார்ந்து வழிபடின், வினைகள் ஆனவை, நம்மிடம் தங்குமோ? (தங்காது).

2461. ஏதம் வந்துஅடை யாஇனி நல்லன
பூதம் பல்படை ஆக்கிய
காத லான்திக ழும்கர வீரத்துஎம்
நாதன் பாதம் நணுகவே (3)

அருஞ்சொற்பொருள்:

ஏதம் - துன்பம். நணுகுதல் - நெருங்குதல்.

பொழிப்புரை:

திருக்கரவீரம் என்னும் தலத்தில் எழுந்தருளி இருக்கும் எமது தலைவனும், பூதப்படையை உடன்வைத்திருக்கும் அன்புடையவனும், ஆகிய சிவபெருமானின் திருவடியை நெருங்கி வழிபடுபவர்க்குத் துன்பம் வராது; இனி நன்மையே நடக்கும்.

2462. பறையும் நம்வினை உள்ளன பாழ்பட
மறையும் மாமணி போல்கண்டம்
கறைய வன்திக ழும்கர வீரத்துஎம்
இறைய வன்கழல் ஏத்தவே (4)

அருஞ்சொற்பொருள்:

'பாழ்படப் பறையும்' - எனக் கூட்டி உரைக்க.

பொழிப்புரை:

கரவீரம் என்னும் தலத்தில் எழுந்தருளி இருப்பவனும், நீலமணி போன்ற விடக்கறையைக் கண்டத்தில் கொண்டவனும், ஆகிய சிவபெருமானது திருவடிகளைப் போற்றி வழிபட, நமது வினைகள் ஆனவை, பாழ்பட்டு அழிந்து மறையும்.

2463. பண்ணி னார்மறை பாடலன் ஆடலன்
விண்ணி னார்மதில் எய்தமுக்
கண்ணி னான்உறை யும்கர வீரத்தை
நண்ணு வார்வினை நாசமே (5)

அருஞ்சொற்பொருள்:

பண்ணின் ஆர் மறை - பண்ணொடு பொருந்திய மறை. பாடலன் - பாடுபவன். ஆடலன் - ஆடுபவன். நாசம் - அழியும்.

பொழிப்புரை:

திருக்கரவீரம் என்னும் தலத்தில் எழுந்தருளி இருப்பவனும், பண்ணோடு மறைகளைப் பாடுபவனும், நடனம் ஆடுபவனும், விண்ணில் திரிந்த மும்மதிலை அழித்தவனும், மூன்று கண்கள் கொண்டவனும், ஆகிய சிவபெருமானை, நெருங்கி வழிபடுபவரது வினைகள், அழிந்து நாசமாகும்.

2464. நிழலின் ஆர்மதி சூடிய நீள்சடை
அழலி னார்அழல் ஏந்திய
கழலி னார்உறை யும்கர வீரத்தை
தொழவல் லார்க்குஇல்லை துக்கமே (6)

அருஞ்சொற்பொருள்:

நிழல் - ஒளி. துக்கம் - துயரம்.

பொழிப்புரை:

ஒளிபொருந்திய சந்திரனைச் சூடிய நீண்ட சடை உடையவனும், நெருப்பு போன்ற சிவந்த திருமேனி உடையவனும், நெருப்பைக்

கையில் ஏந்தி இருப்பவனும், வீரக்கழல் அணிந்த திருவடி உடையவனும், கரவீரம் என்னும் தலத்தில் எழுந்தருளி இருப்பவனும், ஆகிய சிவபெருமானைத் தொழுது வணங்க வல்லவர்க்குத் துயரம் இல்லையாகும்.

2465. **வண்டர் மும்மதில் மாய்தர எய்தவன்**
அண்ட னார்அழல் போல்ஒளிர்
கண்ட னார்உறை யும்கரவீ ரத்துத்
தொண்டர் மேல்துயர் தூரமே (7)

அருஞ்சொற்பொருள்:

வண்டர் - தீயோர். துயர் தூரமே - துன்பம் தூர விலகும்.

பொழிப்புரை:

தீயோர்களது மும்மதிலை அழித்தவனும், எல்லா உலகங்களாக விளங்குபவனும், நெருப்பு போல் ஒளிவிடும் நீலகண்டம் உடையவனும், கரவீரத்தில் எழுந்தருளி இருப்பவனும், ஆகிய இறைவனது தொண்டர்கள்மேல் துன்பம் தங்காது, தூர விலகும்.

2466. **புனல்இ லங்கையர் கோன்முடி பத்துஇறச்**
சினவல் ஆண்மை செகுத்தவன்
கனல வன்உறை கின்ற கரவீரம்
எனவல் லார்க்குஇடர் இல்லையே (8)

அருஞ்சொற்பொருள்:

புனல் இலங்கை - கடலால் சூழப்பட்ட இலங்கை. சினவல் ஆண்மை - கோபத்தொடு கூடிய வலிய ஆண்மை. செகுத்தவன் - அழித்தவன். கனலவன் - நெருப்பு போன்றவன்.

பொழிப்புரை:

கடலால் சூழப்பட்ட இலங்கை அரசன் இராவணனது தலைபத்தும் நசுங்குமாறு செய்து, கோபத்தொடு கூடிய அவனது ஆண்மையை அழித்தவனும், நெருப்பு போன்ற சிவந்த திருமேனி உடையவனும், ஆகிய சிவபெருமான் எழுந்தருளி இருக்கும் கரவீரம் என்னும் பெயரைச் சொல்ல வல்லவர்க்குத் துன்பம் இல்லையாகும்.

2467. **வெள்ளத் தாமரை யானொடு மாலுமாய்த்**
தெள்ளத் தீத்திரள் ஆகிய
கள்ளத் தான்உறை யும்கர வீரத்தை
உள்ளத் தான்வினை ஓயுமே (9)

அருஞ்சொற்பொருள்:

வெள்ளம் - நீர். தெள்ள - தெளிந்த. தீத்திரள் - தீப்பிழம்பு. கள்ளத்தான் - ஓராதார் உள்ளத்து ஒளிக்கும் கள்ளத்தனம் உடையவன். உள்ள - நினைக்க.

பொழிப்புரை:

நீரில் வளரும் தாமரை மலரில் இருக்கை கொண்டுள்ள பிரமனும், திருமாலும் தேட, தெளிந்த தீப்பிழம்பாய் நின்ற கள்ளத்தனம் உடையவனும், கரவீரத்தில் எழுந்தருளி இருப்பவனும், ஆகிய சிவபெருமானை நினைக்க, வினைகள் கழியும்.

2468. **செடிஅ மணொடு சீவரத் தார்அவர்**
கொடிய வெவ்வுரை கொள்ளேன்மின்
கடிய வன்உறை கின்ற கரவீரத்து
அடிய வர்க்குஇல்லை அல்லலே (10)

அருஞ்சொற்பொருள்:

செடி - துர்நாற்றம். சீவரத்தார் - காவி உடை உடையவர். கடியவன் - காவலன்.

பொழிப்புரை:

முடைநாற்றம் வீசும் உடல்உடைய சமணர்களும், காவி உடை உடுத்தும் பௌத்தர்களும், ஆகிய இவர்கள் கூறும் கொடிய உபதேசங்களை ஏற்க வேண்டா; உயிர்களைக் காக்கின்ற இறைவன் எழுந்தருளி இருக்கும் கரவீரம் என்னும் தலத்தை வழிபடும் அடியவர்க்குத் துன்பம் இல்லையாகும்.

2469. **வீடி னான்விளங் கும்கர வீரத்துஎம்**
சேடன் மேல்கசி வால்தமிழ்
நாடு ஞான சம்பந்தன் சொல்இவை
பாடு வார்க்குஇல்லை பாவமே (11)

அருஞ்சொற்பொருள்:

வீடுஇலான் - விடுதலை என்ற ஒன்று தனியே இல்லாதவன் (கட்டு இல்லை எனவே வீடும் இல்லை). சேடன் - பெருமை உடையவன்.

பொழிப்புரை:

(கட்டு இல்லாமையின்) வீடு இல்லாதவனும், பெருமை மிக உடையவனும், கரவீரம் என்னும் தலத்தில் எழுந்தருளி இருப்பவனும், ஆகிய சிவபெருமான்மீது; ஞான சம்பந்தன் மனம்கசிந்து பாடிய தமிழப் பாடல்களைப் பாடி, வழிபட வல்லவர்க்குப் பாவம் இல்லையாகும்.

திருச்சிற்றம்பலம்

228

திருவிளமர்

பதிக வரலாறு:

கரவீரம் வழிபட்ட காழிப்பிள்ளையார், விளமர் வந்து வழிபட்டுப் பாடிய பதிகம் இது.

தல வரலாறு:

திருவாரூருக்குத் தென்மேற்கில் 3.5கி.மீ தொலைவில் உள்ளது. பதஞ்சலி முனிவர் வழிபட்டுப் பேறு பெற்ற தலம். ஓடம்போக்கி என்னும் பெயருடைய ஆற்றின் தென்கரையில் இத்தலம் அமைந்துள்ளது.

சுவாமி : பதஞ்சலி மனோகரர்
அம்மை : யாழினும் மென்மொழி அம்மை
தீர்த்தம் : அக்கினி தீர்த்தம்

திருமுறை 3 - 346   திருஞான - 573

திருவிராகம்
பண்: சாதாரி

2470. மத்தகம் அணிபெற மலர்வதுஓர் மதிபுரை நுதல்கரம்
ஒத்தக நகமணி மிளிர்வதுஓர் அரவினர் ஒளிகிளர்
அத்தக அடிதொழ அருள்பெறு கண்ணொடும் உமையவள்
வித்தகர் உறைவது விரிபொழில் வளநகர் விளமரே   (1)

அருஞ்சொற்பொருள்:

மத்தகம் - தலையின்கண். மதிபுரை - சந்திரன் போன்ற. நுதல் - நெற்றி. கரம் - கை. மணி - மாணிக்கமணி. வித்தகர் - சதுரர்.

பொழிப்புரை:

தலையில் சூடியுள்ள சந்திரப்பிறை போன்ற வடிவ அழகு உடைய நெற்றி உடையவர்; கையில் உள்ள நகத்தை ஒத்த மாணிக்க மணி உடைய பாம்பினை அணிபவர்; அருளோடு கூடிய கண்கள் உடைய உமாதேவி உடன்உறையும் சதுரப்பாடு உடையவர்; அவரது திருவடியை அடியேன் தொழுது வழிபட ஏதுவாக அவர் எழுந்தருளி இருப்பது, பரந்து விரிந்த சோலை சூழந்த வளமான நகரமாகிய விளமரே ஆகும்.

2471. **பட்டுஇல கியமுலை அரிவையர் உலகினில் இடுபலி**
ஒட்டுஇலகு இணைமர அடியினர் உமைஉறு வடிவினர்
சிட்டுஇலகு அழகிய பொடியினர் விடைமிசை சேர்வதுஓர்
விட்டுஇலகு அழகுஒளி பெயர்அவர் உறைவது விளமரே (2)

அருஞ்சொற்பொருள்:

பட்டு இலகிய - பட்டாடை விளங்கும். மர அடி - மரப் பாதுகை. சிட்டு - சிறப்பு. விட்டு இலகுஒளி - விட்டு விட்டுப் பிரகாசிக்கும் ஒளி.

பொழிப்புரை:

பட்டாடை கொண்டு முலையினை மறைக்கும் மகளிரிடம் பிச்சை ஏற்கச் செல்பவர்; விளங்குகின்ற இரண்டு மரப்பாதுகை உடையவர்; உமாதேவியை உடம்பின் பாதியாகக் கொண்டவர்; சிறப்பும் அழகும் விளங்கும் திருநீற்றுப் பொடியினைப் பூசிஇருப்பவர்; இடபத்தின் மீது ஏறி வருபவர்; விட்டுவிட்டு ஒளிரும் விளக்கு ஒளிபோல் அழகு விளங்கும் திருமேனி உடையவர்; அவர் எழுந்தருளி இருப்பது விளமர் என்னும் தலத்திலே ஆகும்.

2472. **அங்கதிர் ஒளியினர் அரைஇடை மிளிர்வதுஓர் அரவொடு**
செங்கதிர் எனநிறம் அனையதுஓர் செழுமணி மார்பினர்
சங்குஅதிர் பறைகுழல் முழவினொடு இசைதரு சரிதையர்
வெங்கதிர் உறுமழு உடையவர் இடம்எனில் விளமரே (3)

அருஞ்சொற்பொருள்:

அங்கதிர் - (அம்+கதிர்) அழகிய ஒளிக்கதிர். அரைஇடை - அரையில் (இடையில்). அரவு - பாம்பு. அதிர் பறை - அதிர்ந்து ஒலிசெய்கின்ற பறை. சரிதையர் - திருக்கூத்து நிகழ்த்தும் சரிதம் உடையவர்.

பொழிப்புரை:

அழகிய ஒளிவீசும் தோற்றப் பொலிவு உடையவர்; இடையில் பாம்பைக் கட்டி இருப்பவர்; சிவந்த ஒளிக்கதிர்போல் மேனிநிறமும், செழுமணி போன்ற நிறமுடைய மார்பும் உடையவர்; சங்கு, பறை, குழல், முழவு ஆகிய இசைக்கருவிகள் ஒலிக்க, நடனம் ஆடும் இயல்பு உடையவர்; வெப்பம் மிகுந்த கதிர்போல் மிளிரும் மழுப்படை ஏந்தி இருப்பவர்; அவர் எழுந்தருளி இருக்கும் இடம் எது எனில், அது விளமர் என்னும் தலமே ஆகும்.

2473. **மாடம்அது எனவளர் மதில்அவை எரிசெய்வர் விரவுசீர்ப்**
பீடுஎன வரும்மறை உரைசெய்வர் பெரியபல் சரிதைகள்
பாடலர் ஆடிய சுடலையில் இடம்உற நடம்நவில்
வேடம்அது உடையவர் வியன்நகர் அதுசொலில் விளமரே (4)

அருஞ்சொற்பொருள்:

பீடு - பெருமை. சரிதைகள் - வரலாறுகள். பாடலர் - அடியார்களால் பாடப்பெறுபவர். சுடலை - சுடுகாடு. நடம்நவில் - நடனம் ஆடுகின்ற. சொலில் - சொல்லில்.

பொழிப்புரை:

மாடம் போல் உயர்ந்து விளங்கிய மும்மதில்களை எரித்தவர்; பொருந்திய சிறப்புடைய வேதங்களை உலகுக்குச் சொன்னவர்; அடியார்கள் தமது பல பெருமைச் சரிதங்களைப் பேசக் கேட்பவர்; சுடுகாட்டை ஆடுகின்ற அரங்கமாகக் கொண்டு நடனம் ஆடுபவர்; பலப்பல வேடம் ஏற்பவர்; அவர் எழுந்தருளி இருக்கும் இடம்அகன்ற நகரம் எது எனில், அது விளமரே ஆகும்.

2474. **பண்தலை மழலைசெய் யாழ்என மொழிஉமை பாகமாக்**
கொண்டுஅலை குரைகழல் அடிதொழும் அவர்வினை குறுகிலர்
விண்தலை அமரர்கள் துதிசெய அருள்புரி விறலினர்
வெண்தலை பலிகொளும் விமலர்தம் வளநகர் விளமரே (5)

அருஞ்சொற்பொருள்:

பண்தலை - பண்ணொடு கூடிய. குரைகழல் - ஒலிக்கின்ற வீரக்கழல். குறுகிலர் - சாரா. விண்தலை - ஆகாயத்தில். விறல் - வலிமை. வெண்தலை - மண்டை ஓடு. விமலர் - மலமற்றவர்.

பொழிப்புரை:

பண்போல் இனிய மழலைமொழி பேசும் உமாதேவியைப் பாகமாகக் கொண்டவர்; அவரது ஒலிக்கின்ற வீரக்கழல் அணிந்த திருவடியைத் தொழுது வணங்குவாரை வினைகள் நெருங்காது; விண்ணில் உள்ள தேவர்கள் துதித்து வணங்க, அவருக்கு அருள் செய்யும் வலிமை உடையவர்; வெள்ளை நிற மண்டை ஓட்டில் பிச்சை ஏற்பவர்; இயல்பாகவே மலமற்றவர்; அவர் எழுந்தருளி இருக்கும் வளநகரம் விளமரே ஆகும்.

2475. மனைகள் தொறும்இடுபலி அதுகொள்வர் மதிபொதி சடையினர்
 கனைகடல் அடுவிடம் அமுதுசெய் கறைஅணி மிடறினர்
 முனைகெட வருமதிள் எரிசெய்த அவர்கழல் பரவுவார்
 வினைகெட அருள்புரி தொழிலினர் செழுநகர் விளமரே (6)

அருஞ்சொற்பொருள்:

அடுவிடம் - உயிர்களைக் கொல்ல வந்த விடம். கறை - விடக்கறை. முனை - போர்முனை. மதிள் - மும்மதில்.

பொழிப்புரை:

வீடுகள்தோறும் இடுகின்ற பிச்சை உணவை ஏற்பவர்; சந்திரன் தங்கிய சடை உடையவர்; ஒலிக்கின்ற கடலிலிருந்து உயிர்களைக் கொல்ல வெளிவந்த விடத்தினை, அமுதம் போல் உண்டு கண்டத்தில் தேக்கி, அதனால் ஆய கறைதோய்ந்த கண்டம் உடையவர்; போர்முனைப்பு உடைய அசுரர் மூவரது மும்மதில்களை எரித்து அழித்தவர்; அவரது திருவடியை வணங்குபவர், வினை கெடுதற்கான தொழிலை மேற்கொள்பவர்; அவர் எழுந்தருளி இருக்கும் செழிப்புடைய நகரம் விளமரே ஆகும்.

2476. நெறிகமழ் தரும்உரை உணர்வினர் புணர்வுஉறு மடவரல்
 செறிகமழ் தரும்உரு உடையவர் படைபல பயில்பவர்
 பொறிகமழ் தருபட அரவினர் விரவிய சடைமிசை
 வெறிகமழ் தருமலர் அடைபவர் இடம்எனில் விளமரே (7)

அருஞ்சொற்பொருள்:

நெறி - சரியை முதலிய நெறி. உரை - ஆகம உரை. உணர்வினர் - உலகம் உணருமாறு செய்தவர். மடவரல் - பெண் (அம்பிகை). படை - ஆயுதம். பொறி - புள்ளி. வெறி - மணம்.

பொழிப்புரை:

சரியை முதல் நெறி நான்கு என்பதை ஆகமங்களின் வழி உலகுக்குச் சொன்னவர்; உடம்பில் ஒருபாகமாக அம்பிகையை உடன்கொண்டு விளங்கும் உருவம் உடையவர்; பலவகை ஆயுதப் பயிற்சி உடையவர்; புள்ளி பொருந்திய படத்துடன் கூடிய பாம்பினை அணிபவர்; சடைமீது மணமுள்ள கொன்றை மலர் முதலியவற்றைச் சூடுபவர்; அவர் எழுந்தருளி இருக்கும் இடம் எதுஎனில், விளமர் என்னும் தலமே ஆகும்.

2477. **தெண்கடல் புடைஅணி நெடுமதில் இலங்கையர் தலைவனைப்**
பண்பட வரைதனில் அடர்செய்த பைங்கழல் வடிவினர்
திண்கடல் அடைபுனல் திகழ்சடை புகுவதுஓர் சேர்வினார்
விண்கடல் விடம்மலி அடிகள்தம் வளநகர் விளமரே (8)

அருஞ்சொற்பொருள்:

தெண்கடல் - தெளிந்த நீர்உடைய கடல். புடைஅணி - சுற்றிய. பண்பட - நன்றாக. திண்கடல் - வலிமையுடன் விளங்கும் கடல். அடைபுனல் - சென்று சேரும் நீர் (கங்கை). விண் - விசை.

பொழிப்புரை:

தெளிந்த நீரால் நிரம்பிய கடலால் சூழப்பட்ட நீண்ட மதில்கள் உடைய இலங்கை நாட்டு அரசன் இராவணனை, நன்கு மலையின்கீழ் இட்டுநசுக்கிய, பசிய வீரக்கழல் அணிந்த திருவடி உடையவர்; வலிமை மிக்க கடலில் சென்று சேரவேண்டிய கங்கையின் நீர்பெருக்கைச் சடையில் ஏற்றவர்; கடலிலிருந்து விசையுடன் வெளிப்பட்ட ஆலகால விடம் தங்கிய கண்டம் உடையவர்; அவர் எழுந்தருளி இருப்பது விளமர் என்னும் வளநகரிலே ஆகும்.

2478. **தொண்டுஅசை உறவரு துயர்உறு காலனை மாள்வுற**
அண்டல்செய்து இருவரை வெருவுற வார்அழல் ஆயினர்
கொண்டல்செய் தருதிரு மிடறினர் இடம்எனில் அளிஇனம்
விண்டுஇசை உறுமலர் நறுமது விரிபொழில் விளமரே (9)

அருஞ்சொற்பொருள்:

தொண்டு - சிவத்தொண்டு. அசைஉற- அழிவுற. வருதுயர் - துன்பம் செய்த. காலனை - இயமனை. மாள்வுற - மாண்டுபோகுமாறு. அண்டல் செய்து - பின் தன்னை அண்டித் தொழில் செய்யப் பணித்து. இருவர் -

பிரமனும் திருமாலும். வார்அழல் - உயர்ந்து நின்ற நெருப்பு. கொண்டல் - மேகம். அளிஇனம் - வண்டுக்கூட்டம். இசை விண்டு - இசை எழுப்பி. நறுமது - மணமுள்ள தேன்.

பொழிப்புரை:

சிவத்தொண்டு செய்து வந்த மார்க்கண்டேயனுக்குத் தீங்கு செய்ய வந்த இயமனைக் கொன்று, பின் உயிர்ப்பித்துத் தன்னைச் சார்ந்திருந்து தொழில் செய்யப் பணித்தவர்; திருமாலும் பிரமனும் அஞ்சுமாறு நீண்ட நெருப்புத் தூணாய் நின்றவர்; மேகம் போன்ற கரிய நிறக் கண்டம் கொண்டவர்; அவர் எழுந்தருளி இருக்கும் தலம் எது எனில், வண்டுக் கூட்டம் இசைஎழுப்பி மலர்களை மலர்த்த நறுமணமுள்ள தேன்ஒழுகும் சோலை சூழ்ந்த விளமர் நகரே ஆகும்.

2479. **ஒள்ளியர் தொழுதுஎழ உலகினில் உரைசெயும் மொழிபல**
கொள்ளிய களவினர் குண்டிகை அவர்தவம் அறிகிலார்
பள்ளியை மெய்எனக் கருதன்மின் பரிவொடு பேணுவீர்
வெள்ளிய பிறைஅணி சடையினர் வளநகர் விளமரே (10)

அருஞ்சொற்பொருள்:

ஒள்ளியர் - அறிவுடையவர். கொள்ளி - நீறு பூத்த நெருப்பு உடைய கொள்ளிக்கட்டை. பள்ளி - சமணர் வாழும்இடம். பரிவு - அன்பு.

பொழிப்புரை:

அறிவுடையவர் (ஞானியர்) பலரும் பின்பற்றும் நல்ல நெறிகளில் உள்ள தத்துவங்களைத் தம்முடையது போலக் காட்டும் திருட்டுத்தனம் உடைய நீறுபூத்த நெருப்பு போன்றவரும், கமண்டலம் ஏந்தி இருப்பவரும், பள்ளியை இருப்பிடமாகக் கொண்டவரும், ஆகிய சமண பௌத்தர்கள் கூறும் உபதேசங்களை மெய்யானவை என்று நினைக்க வேண்டா; வெள்ளை நிறப் பிறைச் சந்திரனைச் சூடிஉள்ள சடைஉடைய சிவபெருமான் எழுந்தருளி இருக்கும் திருவிளமர் என்னும் வளநகரை அன்புடன் போற்றி வழிபடுவீராக!

2480. **வெந்தவெண் பொடிஅணி அடிகளை விளமருள் விகிர்தரைச்**
சிந்தையுள் இடைபெற உரைசெய்த தமிழ்இவை செழுவிய
அந்தணர் புகலியுள் அழகமர் அருமறை ஞானசம்
பந்தன் மொழிஇவை உரைசெயும் அவர்வினை பறையுமே (11)

அருஞ்சொற்பொருள்:

விகிர்தர் - பலமாறுபாடுகள் உடையவர். இடைபெற - இடம்பெற. செழுவிய - செழுமை உடைய. அழகமர் - அழகுடைய. பறையும் - அழியும்.

பொழிப்புரை:

வெந்த வெண்மைநிறத் திருநீற்றைப் பூசி இருக்கும் அடிகளும், விளமர் நகரில் எழுந்தருளி இருப்பவரும், பல மாறுபாடுகள் உடையவரும், ஆகிய இறைவர் மீது; சிந்தையில் வைத்து உரைத்த செழித்த தமிழ்ப் பாடல்களாகிய இவற்றைப் பாடியவன் அந்தணர்கள் கூடிவாழும் புகலிநகரைச் சேர்ந்த அரியமறைகளை அறிந்த ஞானசம்பந்தன்; அவனது இப்பாடல்களைப் பாடி வழிபடும் வல்லமை உடையவரது வினைகள் கெட்டு ஒழியும்.

திருச்சிற்றம்பலம்

229

திருக்காறாயில்

பதிக வரலாறு:

திருவாரூரில் தங்கி இருந்தபோது, அருகிலிருந்த திருவலிவலம், திருக்கோளிலி ஆகிய தலங்களைக் கும்பிட்டபோது, இத்தலத்தையும் கும்பிட்டு, இப்பதிகத்தை அருளி இருக்க வேண்டும் என்று அறிய முடிகின்றது.

தல வரலாறு:

திருவாரூருக்குத் தெற்கில் 13கி.மீ தொலைவில் உள்ளது. இப்பொழுது 'திருக்காறவாசல்' என்று இத்தலம் அழைக்கப்படுகின்றது. தேவேந்திரனும் முசுகுந்தச் சக்கரவர்த்தியும் பூசித்த தலம். புரட்டாசி மாதம் பௌர்ணமி நாள் தேவேந்திரன் பூசித்த நாள். அந்தப் பூசை இன்றளவும் நடைபெற்று வருகிறது. முசுகுந்தன் தேவேந்திரனிடம் பெற்று வந்த தியாகேசர் திருமேனிகள் ஏழனுள் ஒன்று இத்தல மூர்த்தி. கோயிலின் அருகில் வெள்ளை ஆறு ஓடுகின்றது.

தீர்த்தக்கரையில் கடுக்காய்ப்பிள்ளையார் கோயில் இருக்கிறது. வணிகன் ஒருவன் சாதிக்காய் மூட்டைகளை கடுக்காய் மூட்டைகள் எனக்கூற, இப்பிள்ளையாரது திருவிளையாடலால், அவை கடுக்காய் மூட்டைகளாய் மாறின. பின்னர் அவ்வணிகன் வேண்ட, மீண்டும் சாதிக்காய் மூட்டைகள் ஆயின. ஆதலால் பிள்ளையாருக்கு அப்பெயர் உண்டாயிற்று.

சுவாமி	:	கண்ணாயிரநாதர்
அம்மை	:	கயிலாசநாயகி
தல மரம்	:	பலா
தீர்த்தம்	:	இந்திர தீர்த்தம்

பண்: இந்தளம்

2481. **நீரானே நீள்சடை மேல்ஓர் நிரைகொன்றைத்**
தாரானே தாமரை மேல்அயன் தான்தொழும்
சீரானே சீர்திக ழும்திருக் காறாயில்
ஊரானே என்பவர் ஊனம்இ லாதாரே (1)

அருஞ்சொற்பொருள்:

தார் - மாலை. அயன் - பிரமன். ஊனம் - குறை.

பொழிப்புரை:

கங்கையை வைத்திருப்பவனே! நீண்ட சடைமீது ஒரு கொன்றைமலர் மாலை அணிந்திருப்பவனே! தாமரை மலர்மேல் வீற்றிருக்கும் பிரமன் தொழ நின்ற பெருமை உடையவனே! சிறப்பு விளங்கும் திருக்காறாயில் என்னும் ஊரில் இருப்பவனே! என்று கூறுபவர், ஒரு குறையும் இலர்ஆவர்.

2482. **மதியானே வரிஅர வோடுஉடன் மத்தம்சேர்**
விதியானே விதிஉடை வேதியர் தாம்தொழும்
நெதியானே நீர்வயல் சூழ்திருக் காறாயில்
பதியானே என்பவர் பாவம்இ லாதாரே (2)

அருஞ்சொற்பொருள்:

மதி - பிறை. அரவு - பாம்பு. மத்தம் - ஊமத்தம்பூ. விதி - ஊழ். விதிஉடை வேதியர் - வேத விதியின்படி வாழும் அந்தணர். நெதி - செல்வம்.

பொழிப்புரை:

பிறைச்சந்திரனைச் சூடிஇருப்பவனே! கோடுகள் உடைய பாம்பு, ஊமத்தம்பூ ஆகியவற்றைச் சூடி இருப்பவனே! விதியைத் தீர்மானிப்பவனே! வேதவிதியின்படி வாழும் வேதியர் தொழ விளங்கும் செல்வமே! நீர் வளமுடைய வயல்களால் சூழப்பட்ட காறாயில் என்னும் தலத்துக்கு உரியவனே! என்று போற்றி வழிபடுபவர், பாவம் இல்லாதவரே ஆவர்.

2483. **விண்ணானே விண்ணவர் ஏத்தி விரும்பும்சீர்**
மண்ணானே மண்இடை வாழும் உயிர்க்குஎல்லாம்
கண்ணானே கடிபொழில் சூழ்திருக் காறாயில்
எண்ணானே என்பவர் ஏதம்இ லாதாரே (3)

அருஞ்சொற்பொருள்:

விண் - வீட்டுஉலகம். விண்ணவர் - தேவர். மண்ணான் - நிலஉலகில் இருப்பவன். கடி - மணம். எண் - எண்ணம். ஏதம் - குற்றம்.

பொழிப்புரை:

வீட்டுலகில் இருப்பவனே! தேவர்களும் விரும்பி வந்து வழிபடுமாறு மண்ணுலகில் எழுந்தருளி இருப்பவனே! இம்மண்ணுலகில் வாழ்கின்ற உயிர்களுக்கு எல்லாம் கண்போல் விளங்குபவனே! மணமுள்ள சோலை சூழ்ந்த காறாயில் என்னும் தலத்தில் தங்கி இருப்பவனே! அடியார்களது எண்ணத்தில் இருப்பவனே! என்று சொல்லிப் போற்றுபவர், குற்றம் அற்றவரே ஆவர்.

2484. **தாயானே தந்தையும் ஆகிய தன்மைகள்**
ஆயானே ஆயநல் அன்பர்க்கு அணியானே
சேயானே சீர்திக ழும்திருக் காறாயில்
மேயானே என்பவர் மேல்வினை மேவாவே (4)

அருஞ்சொற்பொருள்:

அணியான் - அருகில் இருப்பவன். சேயான் - தொலைவில் இருப்பவன். மேயான் - எழுந்தருளி இருப்பவன். மேவா - பொருந்தா.

பொழிப்புரை:

தாயாய் விளங்குபவனே! தந்தையாய் விளங்குபவனே! ஆக இந்த இரண்டு தன்மைகளும் கொண்டு விளங்குபவனே! அன்பர்களுக்கு அருகில் இருப்பவனே! அல்லார்க்குத் தொலைவில் இருப்பவனே! சிறப்பு விளங்கும் திருக்காறாயில் என்னும் தலத்தில் எழுந்தருளி இருப்பவனே! என்று சொல்லி வணங்குவார்க்கு ஏறுவினை (ஆகாமிய கன்மம்) இல்லை ஆகும்.

2485. **கலையானே கலைமலி செம்பொன் கயிலாய**
மலையானே மலைபவர் மும்மதில் மாய்வித்த
சிலையானே சீர்திக ழும்திருக் காறாயில்
நிலையானே என்பவர் மேல்வினை நில்லாவே (5)

அருஞ்சொற்பொருள்:

மலைபவர் - போர்செய்பவர். சிலை - மலைவில். மேல்வினை - ஏறுவினை.

பொழிப்புரை:

கலைகளாக விளங்குபவனே! கலைநயம் மிக்க செம்பொன் மலைபோல் காட்சி நல்கும் கயிலை மலையில் இருப்பவனே! போர்செய்த அசுரர் மூவரது முப்புரத்தை அழித்தவனே! அதற்கு மேரு மலையை வில்லாக வளைத்தவனே! சிறப்பு விளங்கும் திருக்காறாயில் என்னும் தலத்தில் நிலைத்து இருப்பவனே! என்று போற்றி வணங்குபவர்க்கு ஏறுவினை இல்லை ஆகும்.

2486. **ஆற்றானே ஆறுஅணி செஞ்சடை ஆடுஅரவு**
ஏற்றானே ஏழுல கும்இமை யோர்களும்
போற்றானே பொழில்திக ழும்திருக் காறாயில்
நீற்றானே என்பவர் மேல்வினை நில்லாவே (6)

அருஞ்சொற்பொருள்:

ஆற்றான் - ஆறு உடையவன். ஆடு அரவு - படம் எடுத்து ஆடுகின்ற பாம்பு. ஏற்றான் - ஏற்றுக்கொண்டவன். போற்றானே - போற்றி இருந்தவன். நீற்றான் - நீறு பூசியவன்.

பொழிப்புரை:

கங்கை ஆற்றைச் சுமப்பவனே! அந்த ஆறு அழகு செய்கின்ற சிவந்த சடையில் படம்எடுத்து ஆடுகின்ற பாம்பை ஏற்றிருப்பவனே! மேல் ஏழு உலகங்களில் உள்ள தேவர்களும் போற்ற நின்றவனே! சோலை சூழ்ந்த திருக்காறாயில் என்னும் தலத்தில் இருப்பவனே! திருநீறு பூசிய திருமேனி உடையவனே! என்று போற்றுவார்க்கு, ஏறுவினை இல்லையாகும்.

2487. **சேர்த்தானே தீவினை தேய்ந்துஅறத் தேவர்கள்**
ஏத்தானே ஏத்துநன் மாமுனி வர்க்குஇடர்
காத்தானே கார்வயல் சூழ்திருக் காறாயில்
ஆர்த்தானே என்பவர் மேல்வினை ஆடாவே (7)

அருஞ்சொற்பொருள்:

சேர்த்தான் - தன்னோடு சேர்த்துக் கொண்டவன். ஏத்தான் - போற்ற நின்றவன். இடர் - துன்பம். ஆர்த்தான் - நிறைந்தவன். ஆடா - வெல்லா.

பொழிப்புரை:

தீவினைகளை அழித்து அடியார்களைத் தன்னுடன் சேர்த்து வைத்துக் கொள்பவனே! தேவர்கள் புகழ நின்றவனே! போற்றி வழிபடும்

முனிவர்களுக்குத் துன்பம் வராது காப்பவனே! மழையால் வளம்பெறும் வயல்கள் சூழ்ந்த திருக்காறாயில் என்னும் தலத்தில் நிறைந்து இருப்பவனே! என்று போற்றி வழிபடுவாரிடம் வினைகள் வெற்றி பெறாது.

2488. **கடுத்தானே காலனைக் காலால் கயிலாயம்**
எடுத்தானை ஏதமா க(ம்)முனி வர்க்குஇடர்
கெடுத்தானே கேழ்கிள ரும்திருக் காறாயில்
அடுத்தானே என்பவர் மேல்வினை ஆடாவே (8)

அருஞ்சொற்பொருள்:

கடுத்தான் - கோபித்தவன். ஏதம் - குற்றம். இடர் - துன்பம். கேழ் - ஒளி.

பொழிப்புரை:

இயமனைச் சினந்து, கால்கொண்டு உதைத்தவனே! கயிலை மலையைப் பெயர்த்தவன்மீது குற்றம் சுமத்தியவனே! முனிவர்களுக்கு துன்பம் வராமல் காப்பவனே! ஒளிவிளங்கும் திருக்காறாயில் என்னும் தலத்தில் தங்கி இருப்பவனே! என்று சொல்லிப் போற்றுவார்க்கு, மேல்விலை இல்லையாகும்.

2489. **பிறையானே பேணிய பாடலொடு இன்இசை**
மறையானே மாலொடு நான்முகன் காணாத
இறையானே எழில்திக ழும்திருக் காறாயில்
உறைவானே என்பவர் மேல்வினை ஓடுமே (9)

அருஞ்சொற்பொருள்:

இசைமறை - சாமவேதம். எழில் - அழகு.

பொழிப்புரை:

பிறைசூடி இருப்பவனே! தன்னைப் புகழ்ந்து பாடும், பாடல்வடிவ சாமவேதமாய் விளங்குபவனே! திருமாலும் நான்முகனும் தேடியும் காணமுடியாத இறைவனே! அழகு விளங்கும் திருக்காறாயில் என்னும் தலத்தில் உறைபவனே! என்று போற்றி வழிபடுவார்க்கு மேல்வினை நில்லாது ஓடும் என்க.

2490. **செடிஆரும் புன்சமண் சீவரத் தார்களும்**
படிஆரும் பாவிகள் பேச்சுப் பயன்இல்லை
கடிஆரும் பூம்பொழில் சூழ்திருக் காறாயில்
குடிஆரும் கொள்கையி னார்க்குஇல்லை குற்றமே (10)

அருஞ்சொற்பொருள்:

செடி - முடைநாற்றம். சீவரத்தர் - காவிநிற அழுக்கு உடை. படி - நிலம். கடி - மணம். குடி ஆரும் கொள்கை - அத்தலத்தில் வாழும் கொள்கை.

பொழிப்புரை:

முடைநாற்றம் வீசும் குளிக்காத உடம்பு உடைய சமணர்களும், துவராடை அணிந்துள்ள பௌத்தர்களும், இவ்வுலகில் வாழும் பாவிகள்; அவர் பேசும் பேச்சால் ஒருபயனும் விளையாது; மணம் பொருந்திய பூக்கள் நிறைந்த சோலை சூழ்ந்த திருக்காறாயில் என்னும் தலத்தில் குடியிருப்பதைக் கொள்கையாக உடையவர்க்குக் குற்றம் இல்லையாகும்.

2491. **ஏய்ந்தசீர் எழில்திக ழும்திருக் காறாயில்**
ஆய்ந்தசீ ரான்அடி ஏத்தி அருள்பெற்ற
பாய்ந்தநீர்க் காழியுள் ஞானசம் பந்தன்சொல்
வாய்ந்தவாறு ஏத்துவார் வான்உலகு ஆள்வரே (11)

அருஞ்சொற்பொருள்:

ஏய்ந்த - பொருந்திய. எழில் - அழகு. ஆய்ந்த சீர் - ஆராய்ந்த புகழ். வாய்ந்தவாறு - இயன்ற அளவு. வான்உலகு - தேவர்உலகு.

பொழிப்புரை:

பொருந்திய சிறப்பும் அழகும் உடைய திருக்காறாயில் என்னும் தலத்தில் எழுந்தருளி இருக்கும் வேதங்களால் ஆராயப்பட்ட சிறப்பு உடையவனது திருவடியைப் புகழ்ந்து, அருள்பெற்ற நீர் பாயும் வளம்உடைய சீர்காழி நகரத்து ஞானசம்பந்தன், சொல்லிய இப்பாடல் பகுதியை இயன்றஅளவு சொல்லி வழிபடுபவர், தேவர்உலகை ஆளும் வாழ்வினைப் பெறுவர்.

திருச்சிற்றம்பலம்

230

திருத்தேவூர்

பதிக வரலாறு:

காறாயில் வழிபட்ட காழியார், தேவூர் வந்து இப்பதிகம் பாடி வழிபடுகின்றார்.

தல வரலாறு:

கீழ்வேளூருக்குத் தெற்கில் 3கி.மீ தொலைவில் உள்ளது. தேவர்கள் பூசித்துப் பேறுபெற்ற தலமாதலின், இப்பெயர் பெற்றது. இந்திரன், குபேரன், வியாழன் முதலியோர் பூசித்த தலம். கௌதம முனிவரும் வழிபட்டுள்ளார். மாடக் கோயில் அமைப்பு உடையது.

சுவாமி : தேவகுரு

அம்மை : மதுரபாடணி அம்மை

தல மரம் : வாழை

தீர்த்தம் : தேவதீர்த்தம்

திருமுறை 2 - 218 **திருஞான - 574**

பண்: காந்தாரம்

2492. **பண்நி லாவிய மொழிஉமை பங்கன்எம் பெருமான்**
விண்ணில் வானவர் கோன்விம லன்விடை ஊர்தி
தெண்ணி லாமதி திகழ்தரு மாளிகைத் தேவூர்
அண்ணல் சேவடி அடைந்தனம் அல்லல்ஒன்று இலமே (1)

அருஞ்சொற்பொருள்:

வானவர் கோன் - தேவர் தலைவன். தெள் நிலா மதி - தெளிந்த ஒளிவீசும் சந்திரன். அண்ணல் - தலைவன்.

பொழிப்புரை:

பண் போன்ற இனிய மொழிபேசும் உமாதேவி பங்கனும், எமது பெருமானும், விண்ணில் உள்ள தேவர்களுக்குத் தலைவனும், மலமற்றவனும், இடப ஊர்தி உடையவனும், தெளிந்த நிலவின் ஒளி திகழும் மாடங்கள் உடைய தேவூரில் எழுந்தருளி இருக்கும் தலைவனும், ஆகிய இறைவனது சிவந்த திருவடியைச் சென்று சேர்ந்தோம்; அதனால் இனி நமக்கு வரஉள்ள துன்பம் ஒன்றும் இல்லை ஆகும்.

2493. **ஓதி மண்தலத் தோர்முழுது உய்ய வெற்பு ஏறு**
சோதி வானவன் துதிசெய மகிழ்ந்தவன் தூநீர்த்
தீதில் பங்கயம் தெரிவையர் முகமலர் தேவூர்
ஆதி சேவடி அடைந்தனம் அல்லல்ஒன்று இலமே (2)

அருஞ்சொற்பொருள்:

மண்தலம் - நிலவுலகம். வெற்பு ஏறு சோதி வானவன் - உதயகிரியில் ஏறி ஒளிர்கின்ற சூரியதேவன். தீதில் - குற்றமற்ற. பங்கயம் - தாமரை. தெரிவையர் - மகளிர். ஆதி - முதல்வன். சேவடி - சிவந்த திருவடி.

பொழிப்புரை:

மண்உலகில் உள்ள மக்கள் புகழ்மொழிகளை ஓதி உய்யவும், உதயகிரியில் ஏறி வரும் சூரியன் வழிபடவும், மகிழ்ந்த சிவபெருமானும்; குற்றமற்ற தூயநீரில் பூத்திருக்கும் தாமரை மலர்போன்ற அழகிய முகமுடைய மகளிர் நிறைந்து வாழும் தேவூரில் எழுந்தருளி இருக்கும் முதல்வனும்; ஆகிய இறைவனது சிவந்த திருவடியை வந்து சேர்ந்தோம்; இனி வரஉள்ள துன்பம் என்பது ஒன்றும் இல்லையாகும்.

2494. **மறைக ளால்மிக வழிபடு மாணியைக் கொல்வான்**
கறுவு கொண்டஅக் காலனைக் காய்ந்தஎம் கடவுள்
செறுவில் வாளைகள் சேல்அவை பெருவயல் தேவூர்
அறவன் சேவடி அடைந்தனம் அல்லல்ஒன்று இலமே (3)

அருஞ்சொற்பொருள்:

மாணி - பிரமச்சாரி (மார்க்கண்டேயன்). கறுவு - கோபம். செறுவில் - சேற்றில். வாளை, சேல் - மீன் வகைகள். அறவன் - அறவடிவினன்.

பொழிப்புரை:

மறை ஓதி வழிபாடு செய்யும் மார்க்கண்டேயனைக் கொல்லும் பொருட்டு, கோபம் கொண்டு, வந்து தோன்றிய இயமனைத் தண்டித்த,

எமது கடவுளும்; சேற்றுவயலில் வாளை மீன்களும், சேல்மீன்களும், பாயும் தேவூரில் எழுந்தருளி இருக்கும் அறவடிவினனும்; ஆகிய இறைவனது சிவந்த திருவடியை வந்து சேர்ந்தோம்; இனி நமக்கு வரஉள்ள துன்பம் ஒன்றும் இல்லையாகும்.

2495. **முத்தன் சில்பலிக்கு ஊர்தொறும் முறைமுறை திரியும்**
பித்தன் செஞ்சடைப் பிஞ்ஞகன் தன்அடி யார்கள்
சித்தன் மாளிகை செழுமதி தவழ்பொழில் தேவூர்
அத்தன் சேவடி அடைந்தனம் அல்லல்ஒன்று இலமே (4)

அருஞ்சொற்பொருள்:

முத்தன் - அநாதி முத்தன் (இயல்பாகவே பாசங்கள் இல்லாதவன்). பலி - பிச்சை. பிஞ்ஞகன் - பிஞ்ஞகம் என்னும் தலைக்கோலம் அணிந்திருப்பவன். சித்தன் - அறிவுக்கு அறிவாய் விளங்குவன். அத்தன் - தந்தை.

பொழிப்புரை:

அநாதி முத்தனும், சிறிய அளவிலான பிச்சை உணவைப் பெற ஊர்கள்தொறும் சுற்றித் திரிபவனும், பெரும் பித்தனும் (அன்பு மிக உடையவனும்), சிவந்த சடையில் தலைக்கோலம் அணிந்திருப்பவனும், தன் அடியார்களின் அறிவுக்கு அறிவாய் விளங்குபவனும், மாளிகைகளில் சந்திரன் தவழும் தேவூரில் எழுந்தருளி இருக்கும் தந்தையும், ஆகிய இறைவனது சிவந்த திருவடியை அடைந்துவிட்டோம்; இனி வரஉள்ள துன்பங்கள் இல்லையாகும்.

2496. **பாடு வார்இசை பல்பொருள் பயன்உகந்து அன்பால்**
கூடு வார்துணைக் கொண்டதம் பற்றுஅறப் பற்றித்
தேடு வார்பொருள் ஆனவன் செறிபொழில் தேவூர்
ஆடு வான்அடி அடைந்தனம் அல்லல்ஒன்று இலமே (5)

அருஞ்சொற்பொருள்:

உகந்து - மகிழ்ந்து. செறிபொழில் - அடர்ந்த சோலை. ஆடுவான் - நடனம் ஆடுபவன்.

பொழிப்புரை:

இசையோடு கூடிய பாடல்களைப் பாடியும், பல்வகைப் பொருளின் துணைகொண்டு, அவனது இருப்பை உணர்ந்து, அன்பினால் கூடி

மகிழ்ந்தும், இவ்வுலகப் பொருள்களின் மீது வைத்த பற்று அற, பற்ற வேண்டிய மெய்ப்பொருளாய் விளங்குபவன் யாரெனில், அவன் அடர்ந்த சோலை சூழ்ந்த தேவூர் என்னும் தலத்தில் நடனம் ஆடுகின்ற பெருமானே ஆவன்; அவனது திருவடியை அடைந்தமையால், இனி வரஉள்ள துன்பங்கள் இல்லை ஆகும்.

2497. **பொங்கு பூண்முலைப் புரிகுழல் வரிவளைப் பொருப்பின்**
மங்கை பங்கினன் கங்கையை வளர்சடை வைத்தான்
திங்கள் சூடிய தீநிறக் கடவுள்தென் தேவூர்
அங்க ணன்தனை அடைந்தனம் அல்லல்ஒன்று இலமே (6)

அருஞ்சொற்பொருள்:

பூண் - ஆபரணம் பூண்ட. பொருப்பு - மலை. தென் - அழகு. அங்கணன் - அழகிய கண்ணை உடையவன்.

பொழிப்புரை:

பருத்ததும், ஆபரணம் அணிந்ததும், ஆகிய முலையும், சுருண்ட கூந்தலும், வரிகளுடன் கூடிய வளையலும், உடைய மலைஅரசன் மகளாகிய பார்வதியைப் பாகமாக உடையவன்; வளர்கின்ற சடையில், கங்கையைத் தங்க வைத்தவன்; சந்திரனைச் சூடிய நெருப்பு போன்ற சிவந்த திருமேனி உடைய கடவுள்; அழகிய கண் உடையவன்; அழகிய தேவூர் என்னும் தலத்தில் எழுந்தருளி இருப்பவன்; அவனை நாம் சென்று அடைந்து விட்டோம்; அதனால் இனி நமக்கு வரஉள்ள துன்பங்கள் இல்லை ஆகும்.

2498. **வன்பு யத்தஅத் தானவர் புரங்களை எரியத்**
தன்பு யத்துஉறத் தடவரை வளைத்தவன் தக்க
தென்த மிழ்க்கலை தெரிந்தவர் பொருந்திய தேவூர்
அன்பன் சேவடி அடைந்தனம் அல்லல்ஒன்று இலமே (7)

அருஞ்சொற்பொருள்:

வன் புயத்த - வலிய தோள்கள் உடைய. அத்தானவர் - அந்த அசுரர்கள். தன் புயத்து - தன் தோளினால். தடவரை - பெரிய மேருமலை. தென்தமிழ் - அழகிய தமிழ்மொழி.

பொழிப்புரை:

வலிய தோள்களுடன் கூடிய அசுரர் மூவரது முப்புரங்களைத் தீப்பற்றி எரியுமாறு செய்யத் தன் தோள்வலிமை கொண்டு, பெரிய மேருமலையை வில்லாக வளைத்தவன்; அவன் எழுந்தருளி இருப்பது

தகுதி உடையதும், அழகியதும், ஆகிய தமிழ்ப்புலமை உடையவர் நிறைந்து வாழும் தேவூர் என்னும் தலம் ஆகும்; அந்த அன்புடையவனிடம் நாம் சரண் அடைந்துள்ளோம்; ஆதலின் இனி நமக்கு வரஉள்ள துன்பங்கள் இல்லை ஆகும்.

2499. **தருஉ யர்ந்தவெற்பு எடுத்தஅதி தசமுகன் நெரிந்து**
வெருவ ஊன்றிய திருவிரல் நெகிழ்த்துவாள் பணித்தான்
தெருவு தோறும்நல் தென்றல் வந்துஉலவிய தேவூர்
அரவு சூடியை அடைந்தனம் அல்லல்ஒன்று இலமே (8)

அருஞ்சொற்பொருள்:

தரு - மரம். வெற்பு - கயிலை மலை. தசமுகன் - இராவணன். நெகிழ்ந்து - சாமகானம் கேட்டு நெகிழ்ந்து. வாள் பணித்தான் - சந்திரகாசம் என்னும் வாளினைத் தந்து அருளினான். அரவு - பாம்பு.

பொழிப்புரை:

உயர்ந்த மரவகைகளால் அடர்ந்து காணப்படும் கயிலை மலையைப் பெயர்த்த இராவணனைக் கால்விரல் கொண்டு ஊன்றி நசுக்கிப் பின் அவன் பாடிய சாமகானம் கேட்டு, மனம் நெகிழ்ந்து, வாளினைப் பரிசாக அளித்தவன்; பாம்பை அணிந்திருப்பவன்; அவன் எழுந்தருளி இருக்கும் தென்றல் உலவும் தெருக்களுடன் கூடிய தேவூரை வந்து சேர்ந்தோம்; அதனால் இனி நமக்கு வரஉள்ள துன்பங்கள் இல்லை ஆகும்.

2500. **முந்திக் கண்ணும் நான்முக னும்அவர் காணா**
எந்தை திண்திறல் இருங்களிறு உரித்தஎம் பெருமான்
செந்து இனத்துஇசை அறுபதம் மூரல்திருத் தேவூர்
அந்தி வண்ணனை அடைந்தனம் அல்லல்ஒன்று இலமே (9)

அருஞ்சொற்பொருள்:

முந்தி - முன்பு. செந்து - பண்வகை. அறுபதம் - வண்டு. மூரல் - ஒலிக்கும். அந்தி வண்ணன் - மாலை நேரத்துச் செவ்வானம் போன்ற நிறம் உடையவன்.

பொழிப்புரை:

முன்பு திருமாலும் பிரமனும் தேடியும் காண முடியாத எமது தந்தையும், வலிமை உடைய பெரிய ஆண் யானையை உரித்த எமது பெருமானும், மாலை நேரத்துச் செவ்வானம் போன்ற மேனிநிறம் உடையவனும், ஆகிய இறைவன் எழுந்தருளி இருக்கும் தலம், வண்டுகள்

செந்து என்னும் பண்ணில் பாடும் திருத்தேவூரே ஆகும்; நாம் இப்பொழுது அத்தலத்தை வந்து அடைந்து விட்டோம்; அதனால் நமக்கு வரஉள்ள துன்பங்கள் இனி இல்லையாகும்.

2501. பாறு புத்தரும் தவம்அணி சமணரும் பலநாள்
கூறி வைத்ததுஓர் குறியினைப் பிழைஎனக் கொண்டு
தேறி மிக்கநம் செஞ்சடைக் கடவுள்தென் தேவூர்
ஆறு சூடியை அடைந்தனம் அல்லல்ஒன்று இலமே (10)

அருஞ்சொற்பொருள்:

பாறு - ஓடித்திரியும். குறி - அடையாளம்.

பொழிப்புரை:

சுற்றித் திரியும் பௌத்தரும், தவம்செய்யும் சமணரும், பலநாட்களாக சொல்லி வைத்துள்ள உபதேசக்குறிப்புகளை பிழை உடையவை என்று மனதில் கொண்டு, தெளிந்த கொள்கை இது எனத் தேறி, அக்கொள்கையின் வழி, பிடிபடும் சிவந்த சடை உடைய கடவுளை, அழகிய கங்கையைச் சூடி இருப்பவனை, அவன் எழுந்தருளி இருக்கும் தேவூரை, வந்து அடைந்து விட்டோம்; அதனால் இனி, நமக்கு வரஉள்ள துன்பங்கள் இல்லையாகும்.

2502. அல்லல் இன்றிவிண் ஆள்வர்கள் காழியர்க்கு அதிபன்
நல்ல செந்தமிழ் வல்லவன் ஞான சம்பந்தன்
எல்லை யில்புகழ் மல்கிய எழில்வளர் தேவூர்த்
தொல்லை நம்பனைச் சொல்லிய பத்தும்வல் லாரே (11)

அருஞ்சொற்பொருள்:

காழியர்க்கு அதிபன் - சீர்காழிக்கு அதிபதி. தொல்லை - பழஞ்சிறப்பு. நம்பன் - கண்டாரால் விரும்பப்படுபவன்.

பொழிப்புரை:

சீர்காழிக்கு அதிபதியும், நல்ல செந்தமிழ் மொழிப் புலமை உடையவனும், ஆகிய ஞானசம்பந்தன்; எல்லையற்ற புகழ் உடையதும், அழகு வளர்வதும், ஆகிய தேவூரில் எழுந்தருளி இருக்கும் பழம்பெருமை உடைய நம்பனாகிய இறைவன்மீது; பாடிய பாடல் பத்தினையும், பாடி வழிபட வல்லவர், துன்பம் சிறிதும் இன்றி, விண்உலகை ஆளும் பேறு பெறுவர்.

திருச்சிற்றம்பலம்

231

திருத்தேவூர்

திருமுறை 3 - 332 திருஞான - 574

திருவிராகம்

பண்: சாதாரி

2503. காடுபயில் வீடுமுடை ஓடுகலன்
மூடும்உடை ஆடைபுலித்தோல்
தேடுபலி ஊன்அதுஉடை வேடம்மிகு
வேதியர் திருந்துபதிதான்
நாடகம்அது ஆடமஞ்ஞை பாடஅரி
கோடல்கைம் மறிப்பநலம்ஆர்
சேடுமிகு பேடைஅனம் ஊடிமகிழ்
மாடம்மிடை தேவூர்அதுவே (1)

அருஞ்சொற்பொருள்:

காடு - சுடுகாடு. பயில்வீடு - தங்கும் வீடு. முடை ஓடு - புலால் நாறும் மண்டைஓடு. கலன் - உண்கலம். மூடும் உடை - உடலை மூடும் உடை. பலி - பிச்சை. வேதியவர் - வேதப்பொருளாக விளங்கும் இறைவர். திருந்துபதி - அழகிய தலம். மஞ்ஞை - மயில். அரி - வண்டு. கோடல் - காந்தள் மலர். கைமறிப்ப - கையினால் தாளமிடுவது போல அசைய. நலம் ஆர் - அழகு பொருந்திய. சேடு - இளமை. பேடை அனம் - பெண் அன்னம். மாடம் மிடை - மாடிவீடுகள் நெருங்கிய.

பொழிப்புரை:

சிவபெருமான் வசிக்கும் இடம் சுடுகாடு; உணவு உண்ணும் பாத்திரம், முடை நாற்றம் வீசும் மண்டைஓடு; உடலை மூடும் ஆடையும் இடுப்பில் உடுத்தும் உடையும், புலியினது தோல்; உணவு, தேடித் திரட்டும்

பிச்சைஉணவு; இப்படிப்பட்ட வேடம் உடையவன் வேதப்பொருளாய் விளங்குபவன்; அவன் எழுந்தருளி இருக்கும் திருத்தமான தலம் எது எனில், அது, மயில்கள் நடனம் ஆடுவதும், வண்டுகள் இசைபாடுவதும், காந்தள் மலர் கைத்தாளம் இடுவதும், அழகிய இளம் பெண்அன்னப் பறவை போன்ற அழகுடைய பெண்கள் தன் கணவன்மார்களுடன் ஊடிப் பின், ஊடல் நீங்கி, மகழும் மாடிவீடுகள் நிறைந்த தேவூர் என்னும் தலமே ஆகும்.

2504. **கோள்அரவு கொன்றைநகு வெண்தலைஎ**
ருக்குவனி கொக்குஇறகொடும்
வாள்அரவு தண்சலம கள்குலவு
செஞ்சடைவ ரத்துஇறைவன்ஊர்
வேள்அரவு கொங்கைஇள மங்கையர்கள்
குங்குமம் விரைக்கும்மணம்ஆர்
தேள்அரவு தென்றல்தெரு எங்கும்நிறைவு
ஒன்றிவரு தேவூர்அதுவே (2)

அருஞ்சொற்பொருள்:

கோள் அரவு - கொல்லும் தன்மை உடைய பாம்பு. நகுவெண்தலை - சிரிப்பது போன்ற தோற்றம் உடைய மண்டை ஓடு. வனி - வன்னியின் தளிர். வாள்அரவு - பளபளக்கும் பாம்பு. தண் சலமகள் - குளிர்ந்த கங்காதேவி. வேள்அரவு - மன்மதனும் விரும்புகின்ற. விரைக்கு மணம் ஆர் - மணத்துக்கும் மணம் கூட்டும். தேள்அரவு (தெள் அராவு) தெளிதல் பொருந்திய.

பொழிப்புரை:

கொல்லும் தன்மை உடைய பாம்பு, கொன்றை மலர், சிரிப்பது போல் (பல் வெளியில் தெரியும்) தோற்றம் உடைய மண்டைஓடு, எருக்க மலர், வன்னியின் தளிர், கொக்குஇறகு, பளபளக்கும் பாம்பு, குளிர்ந்த கங்காதேவி, என இவற்றைச் சூடி இருக்கும் சிவந்த சடாமுடி உடைய இறைவன் எழுந்தருளி இருக்கும் ஊர்; மன்மதனும் விரும்பும் அழகிய முலை உடைய மகளிர் பூசியிருக்கும் குங்குமக் குழம்பின் மணம் மிகுமாறு செய்வதும், தெளிவுபொருந்த வீசுவதும், ஆகிய தென்றல் காற்று தெருவெங்கும் நிறையும், தேவூர் என்னும் தலமே ஆகும்.

2505. பண்தடவு சொல்லின்மலை வல்லிஉமை
பங்கன்எமை ஆளும்இறைவன்
எண்தடவு வானவர்இ றைஞ்சுகழ
லோன்இனிது இருந்தஇடமாம்
விண்தடவு வார்பொழில் உகுத்தநறவு
ஆடிமலர் சூடிவிரைஆர்
செண்தடவும் மாளிகை செறிந்துதிரு
ஒன்றிவளர் தேவூர்அதுவே (3)

அருஞ்சொற்பொருள்:

பண் தடவு - பண்ணின் இனிமை பொருந்திய. மலைவல்லி - மலையரசனது மகளாகிய வல்லிக் கொடி போன்றவள். எண்தடவு - எண்ணத்தக்க. விண்தடவு - வானளாவும். வார்பொழில் - நீண்ட சோலை. உகுத்த - சொரிந்த. நறவு ஆடி - தேனில் மூழ்கி. விரை ஆர் - மணம் பொருந்திய. செண் (சேண்) தடவு - வானளாவும். திரு - செல்வம்.

பொழிப்புரை:

பண் போல் இனிய மொழி பேசும் மலையரசனது மகளாகிய உமா தேவியைப் பாகமாகக் கொண்டவனும், என்னை ஆளுகின்ற இறைவனும், எண்ணத்தக்க தேவர்கள் வந்து வணங்கும் திருவடி உடையவனும், ஆகிய சிவபெருமான் விரும்பி எழுந்தருளி இருக்கும் இடம்; வானளாவிய நீண்ட சோலையில் பூத்திருக்கும் மலர்கள் தேனினைச் சொரிவதும், அம்மலர்களைச் சூடுவதால் மணம் பரவுவதும், ஆகிய வானுற உயர்ந்த மாளிகைகள் நிறைந்து, செல்வ வளம் பொருந்த விளங்கும் தேவூர் என்னும் தலமே ஆகும்.

2506. மாசில்மன நேசர்தமது ஆசைவளர்
சூலதரன் மேலைஇமையோர்
ஈசன்மறை ஓதிஎரி ஆடிமிகு
பாசுபதன் மேவுபதிதான்
வாசமலர் கோதுகுயில் வாசகமும்
மாதர்அவர் பூவைமொழியும்
தேசஒலி வீணையொடு கீதம்அது
வீதிநிறை தேவூர்அதுவே (4)

அருஞ்சொற்பொருள்:

மாசில் மன நேசர் - குற்றமற்ற மனம் உடைய அன்பர்கள். ஆசைவளர் - ஆசை வளர்வதற்குரிய. சூலதரன் - சூலம் தரித்தவன். கோதுகுயில் - அலகால் கோதுகின்ற குயில். வாசகம் - கூவுதல். பூவை - நாகண வாய்ப்பறவை. தேச ஒலி - தேசு (ஒளி) உடையவனைப் புகழும் ஒலி. கீதம் - இசைப்பாட்டு.

பொழிப்புரை:

குற்றமற்ற மனமுடைய அன்பர்களிடம் ஆசையை வளர்ப்பவனும், சூலாயுதம் ஏந்தி இருப்பவனும், மேல்உள்ள உலகங்களில் வாழும் தேவர்களால் வணங்கப்படுபவனும், வேதம் சொன்னவனும், அனலை ஏந்தி நடனம் ஆடுபவனும், மேலான பாசுபத அத்திரம் உடையவனும், ஆகிய ஈசன் எழுந்தருளி இருக்கும் தலம்; மணமுள்ள மலர்களை அலகால் கோதும் குயில்கள் கூவுவதால் எழும் ஒலியும், நாகணவாய்ப் பறவை போல் மகளிர் இனிமையாகப் பேசுவதால் எழும் ஒலியும், இறைவனை அடியார்கள் புகழ்ந்து பேசுவதால் எழுகின்ற ஒலியும், வீணையின் இனிய இசை ஒலியும், இசைப்பாடலின் ஒலியும், என இவை நிறையும் வீதிகளை உடைய தேவூரே ஆகும்.

2507. கானம்உறும் மான்மறியன் ஆனைஉரி
போர்வைகனல் ஆடல்புரிவோன்
ஏனஎயிறு ஆமைஇள நாகம்வளர்
மார்பின்இமை யோர்தலைவன்ஊர்
வான்அணவு சூதம்இள வாழைமகிழ்
மாதவி பலாநிலவிவார்
தேன்அமுது உண்டுவரி வண்டுமருள்
பாடிவரு தேவூர்அதுவே (5)

அருஞ்சொற்பொருள்:

கானம் - காடு. மான்மறி - மான்கன்று. கனல் - நெருப்பு. ஏனம் - பன்றி. எயிறு - கொம்பு. சூதம் - மாமரம். மகிழ் - மகிழமரம். மருள்பாடி - மயங்கிப் பாடி.

பொழிப்புரை:

காட்டில் வாழும் மான்கன்றினைக் கையில் ஏந்தியிருப்பவனும், யானையின் தோலை மேலாடையாகப் போர்த்தி இருப்பவனும், நெருப்பைக்

கையில் ஏந்தி நடனம் ஆடுபவனும், பன்றியின் கொம்பு, ஆமைஓடு, இளமை உடைய பாம்பு ஆகியவற்றை மார்பில் அணிந்திருப்பவனும், தேவர்களுக்குத் தலைவனும், ஆகிய சிவபெருமான் எழுந்தருளி இருக்கும் ஊர்; வானளாவிய மாமரம், வாழை மரம், மகிழமரம், மாதவிக் கொடி, பலா மரம் முதலியன கலந்து வளர்ந்திருப்பதும், தேனாகிய அமுதினை உண்டு, வண்டு மயங்கி, இசை எழுப்புவதும், ஆகிய சோலை வளமுடைய தேவூரே ஆகும்.

2508. **ஆறினொடு கீறுமதி ஏறுசடை**
ஏறன்நடை யார்நகர்கள்தான்
சீறும்அவை வேறுபட நீறுசெய்த
நீறன்நமை ஆளும்அரன்ஊர்
வீறுமலர் ஊறும்மது ஏறிவளர்
வாயவிளை கின்றகழனிச்
சேறுபடு செங்கயல் விளிப்பஇள
வாளைவரு தேவூர்அதுவே (6)

அருஞ்சொற்பொருள்:

ஆறு - கங்கை. கீறுமதி - பிறை. ஏறன் - இடப ஊர்தி உடையவன். அடையார் - பகைவர். நகர்கள் - முப்புரம். சீறும் - சினக்கும். நீறு - சாம்பல். நீறன் - திருநீற்றைப் பூசி இருப்பவன். அரன் - பிறப்பை அறுப்பவன். வீறுமலர் - செழிப்பான மலர். மது - தேன். கழனி - வயல். விளிப்ப - அழைப்ப.

பொழிப்புரை:

கங்கை, பிறை ஆகியவற்றைச் சடையில் சூடி இருப்பவனும், இடப ஊர்தி உடையவனும், பகைவர்களாகிய அசுரர் மூவர்மேல் சினம் கொண்டு அவர்களது முப்புரத்தை எரித்துச் சாம்பல் ஆக்கியவனும், திருநீறு பூசி இருப்பவனும், நம்மை ஆள்பவனும், பிறப்பறுக்கும் பெருமானும், ஆகியவன் எழுந்தருளி இருக்கும் ஊர்; செழித்த மலரில் தேன் ஒழுகுவதும், நல்ல விளைச்சல் உடைய வயல்கள் உடையதும், சேற்றில் வாழும் கயல்மீன்கள், வாளைமீன்களை விளையாட அழைப்பதும், ஆகிய வளம்உடைய தேவூரே ஆகும்.

2509. **கன்றிஎழ வென்றிநிகழ் துன்றுபுரம்**
அன்றுஅவிய நின்றுநகைசெய்
என்தனது சென்றுநிலை எந்தைதன
தந்தைஅமர் இன்பநகர்தான்

முன்றில்மிசை நின்றபல வின்கனிகள்
தின்றுகற வைக்குருளைகள்
சென்றுஇசைய நின்றுதுளி ஒன்றவிளை
யாடிவளர் தேவூர்அதுவே (7)

அருஞ்சொற்பொருள்:

கன்றி - சினந்து. துன்று புரம் - நெருங்கிய முப்புரம். அவிய - அழிய. எந்தை - எம் தந்தை. தனதந்தை - தனது தந்தை. கறவைக் குருளை - கறவைப் பசுக்களின் கன்றுக்குட்டி. பலவின் - பலாவின். துளி - துள்ளி.

பொழிப்புரை:

நெருங்கி நின்ற முப்புரத்தைச் சினம்கொண்டு அன்று அழித்து வெற்றி பெற்றவனும், நான் சென்று பற்ற உள்ளவனும், எனது தந்தைக்கும் தந்தையாய் விளங்குபவனும், ஆகிய சிவபெருமான் இன்பமுடன் எழுந்தருளி இருக்கும் நகர்; வீட்டு முற்றங்களில் நிற்கும் பலா மரங்களின் பழத்தைத் தின்னும் கறவைப் பசுக்களின் கன்றுக்குட்டிகள் துள்ளி விளையாடும், சிறப்பு வளர்தலுடைய தேவூரே ஆகும்.

2510. ஓதம்மலி கின்றதென் இலங்கைஅரை
யன்மலி புயங்கள்நெரியப்
பாதம்மலி கின்றவிரல் ஒன்றினில்
அடர்த்தபர மன்தனதுஇடம்
போதம்மலி கின்றமட வார்கள்நடம்
ஆடலொடு பொங்கும்முரவம்
சேதம்மலி கின்றகரம் வென்றிதொழி
லாளர்புரி தேவூர்அதுவே (8)

அருஞ்சொற்பொருள்:

ஓதம் - கடல்அலை. அரையன் - அரசன். அடர்த்த - நசுக்கிய. பரமன் - மேலானவன் (இறைவன்). போதம் - மகிழ்ச்சி. பொங்கு முரவம் - ஒலிக்கும் முரசம். சேதம் - சேறு. கரம் - கை. வென்றி - வெற்றி.

பொழிப்புரை:

அலைவீசும் கடலால் சூழப்பட்டதும் தென்திசையில் உள்ளதும் ஆகிய இலங்கை நாட்டு அரசன் இராவணனது தோள்கள் நெரிபடுமாறு, தனது கால்பெருவிரல் ஒன்று கொண்டு, நசுக்கிய மேலான சிவபெருமான்

எழுந்தருளி இருக்கும் இடம்; அழகில் சிறந்து விளங்கும் இளம் பெண்கள் நடனம் ஆடுவதும், அதற்கேற்ப முரசம் ஒலிப்பதும், சேற்று வயலில் இறங்கி வேலை செய்யும் கைகள் உடைய தொழிலாளிகள் நிறைந்து வாழ்வதும், ஆகிய சிறப்புகள் உடைய திருத்தேவூரே ஆகும்.

2511. **வண்ணமுகில் அன்னஎழில் அண்ணலொடு**
சுண்ணம்மலி வண்ணமலர்மேல்
நண்ணவனும் எண்ணஅரிய விண்ணவர்கள்
கண்ணவன் நலம்கொள்பதிதான்
வண்ணவன நுண்இடையின் எண்ணரிய
அன்னநடை இன்மொழியினார்
திண்ணவண மாளிகை செறிந்தஇசை
யாழ்மருவு தேவூர்அதுவே (9)

அருஞ்சொற்பொருள்:

அன்ன - போன்ற. அண்ணல் - தலைவன். சுண்ணம் - மகரந்தம். நண்ணவன் - எழுந்தருளி இருப்பவன். கண்ண - யோசிக்க. அனலம் - நெருப்பு. திண்ண வணம் - (திண்ண வண்ணம்) உறுதி உடைய நிலை.

பொழிப்புரை:

கருமை நிறம் உடைய மேகம் போன்ற அழகிய திருமாலும், மகரந்தப் .பொடி நிறைந்துள்ள அழகியதாமரை மலர்மேல் எழுந்தருளி இருக்கும் பிரமனும், மற்றும் உள்ள எண்ணிச் சொல்ல அருமை உடைய (பெரும் எண்ணிக்கையில் ஆன) தேவர்களும், 'எவ்வாறு தேடிக் காணப்போகிறோம்?' என்று யோசிக்க, அனல் உருவாய் உயர்ந்து நின்ற சிவபெருமான் எழுந்தருளி இருக்கும் தலம்; அழகிய நிறமும், நுண்ணிய இடையும், அன்ன நடையும், எண்ணற்ற இன்சொல்லும் பேசும் மகளிர் பலரும் கூடி வாழ்வதும், வலிமை பொருந்திய மாளிகைகள் நிறைந்து காணப்படுவதும், யாழ் முதலிய இசைக் கருவிகள் ஒலிப்பதும், ஆகிய சிறப்புகள் உடைய தேவூரே ஆகும்.

2512. **பொச்சம்அமர் பிச்சைபயில் அச்சமணும்**
எச்சம்அறு போதியரும்ஆம்
மொச்சைபயில் இச்சைகடி பிச்சன்மிகு
நச்சுஅரவன் மொச்சநகர்தான்
மைச்சில்முகில் வைச்சபொழில்
.... (10)

அருஞ்சொற்பொருள்:

பொச்சம் - பொய். எச்சம்அறு - புகழில்லாத. போதியர் - பௌத்தர். மொச்சை - இழிதொழில். இச்சை - விருப்பம் (அவர் விரும்பிச் சொன்ன உபதேச மொழிகள்). கடி - விலக்கும். பிச்சன் - பித்தன். மிகு நஞ்சு அரவன் - மிகுந்த விடம்உடைய பாம்பை அணிந்திருப்பவன். மொச்ச - மொய்த்த. மைச்சில் - (மை+சில்) மை போன்ற சில். முகில் - மேகம். வைச்ச - வைத்த (தங்கிய).

பொழிப்புரை:

பொய் பேசிப் பிச்சை ஏற்று உண்ணும் சமணர்களும், புகழ் சிறிதும் இல்லாத பௌத்தர்களும், ஆகிய இவர்கள் விரும்பிக் கூறும் உபதேச மொழிகளை விலக்கி வைத்திருக்கும் பெரும் பித்தனும் (மிகுந்த அன்புடையவனும்), விடப்பாம்பை அணிந்திருப்பவனும், ஆகிய சிவபெருமான் எழுந்தருளி இருக்கும் அடியார்கள் மொய்க்கும் நகரம்; மை போன்ற கரியநிற மேகம் தங்கும் சோலை வளம்உடைய .... (இப்பாடல் முழுமையாக இல்லை).

2513. **துங்கமிகு பொங்குஅரவு தங்குசடை**
நங்கள்இறை துன்றுகுழலார்
செங்கயல்கள் மங்கைஉமை நங்கைஒரு
பங்கன்அமர் தேவூர்அதன்மேல்
பைங்கமலம் அங்குஅணிகொள் திண்புகலி
ஞானசம் பந்தன்உரைசெய்
சங்கம்மலி செந்தமிழ்கள் பத்தும்இவை
வல்லவர்கள் சங்கைஇலரே (11)

அருஞ்சொற்பொருள்:

துங்கம் - உயர்ச்சி. துன்றுகுழல் - அடர்ந்த கூந்தல். பைங்கமலம் - பசிய தாமரை. சங்கம் - அடியார்கூட்டம். சங்கை - குற்றம்.

பொழிப்புரை:

சினம்உடைய பாம்பைத் தமது உயரிய சடையில் அணிந்திருப்பவரும், நமது இறைவரும், அடர்ந்த கூந்தலும் கயல்மீன் போன்ற கண்களும் கொண்ட உமாதேவியைப் பாகமாகக் கொண்டவரும், ஆன சிவபெருமானார் எழுந்தருளி இருக்கும் தேவூர் என்னும் தலத்தின்மீது; பசிய தாமரை மலர்ந்து, அழகு செய்யும், வலிய புகலி நகரத்து ஞானசம்பந்தன், பாடிய தமிழ்ப்பாடல்கள் பத்தினையும், அடியார்களோடு சேர்ந்து பாடும் வல்லமை உடையவர்கள், குற்றம் அற்றவர் ஆவர்.

232

திருநெல்லிக்கா

பதிக வரலாறு:

தேவூர் வழிபட்ட தோணிபுரச் செல்வனார், நெல்லிக்கா வந்து இப்பதிகம் பாடி வழிபடுகின்றார்.

தல வரலாறு:

திருநெல்லிக்கா இரயில் நிலையத்திற்கு மேற்கில் 0.4கி.மீ தொலைவில் உள்ளது. நெல்லி தலமரம் ஆதலின், அப்பெயர் பெற்றது. ஞாயிறும் பிரமனும் வழிபட்ட தலம். ஐப்பசி மாதக் கிருஷ்ணபட்சச் சதுர்த்தசி திதி முதல் ஏழு நாட்களும், மாசி மாதம் 18-ஆம் தேதி முதல் ஏழு நாட்களும், ஆக வருடத்தில் 14 நாட்கள் சூரியன் மறையும் மாலை நேரத்தில், சூரியஒளி இறைவரது திருமேனியில் படுகின்றன.

சுவாமி	:	நெல்லிவனநாதர்
அம்மை	:	மங்கள நாயகி
தல மரம்	:	நெல்லி
தீர்த்தம்	:	பிரம தீர்த்தம், சூரிய தீர்த்தம்

திருமுறை 2 - 155   திருஞான - 574

பண்: இந்தளம்

2514. அறத்தால் உயிர்கா வல்அமர்ந் தருளி
மறத்தால் மதில்மூன் றுடன்மாண்பு அழித்த
திறத்தால் தெரிவுஎய் தியதீவெண் திங்கள்
நிறத்தால் நெல்லிக்கா வுள்நிலா யவனே   (1)

அருஞ்சொற்பொருள்:

அறத்தல் - அறத்தின்வழி. உயிர்காவல் அமர்ந்து - உயிர்களைக் காக்கும் தொழிலைச் செய்து. மறத்தால் - மறக்கருணையால். மாண்பு அழித்த - சிறப்பினை அழித்த. தெரிவு எய்திய - விளக்கம் பெற்ற. தீ நிறத்தான் - சிவந்த திருமேனி உடையவன். திங்கள் நிறத்தான் - திருநீறு பூசி இருப்பதால் வெண்மை நிறம் உடையவன். நிலாயவன் - எழுந்தருளி இருப்பவன்.

பொழிப்புரை:

நெல்லிக்கா என்னும் தலத்தில் எழுந்தருளி இருக்கும் இறைவன், அறக்கருணையால் உயிர்களை அறவழியில் நிற்கச் செய்து காக்கும் தொழில் உடையவன்; தீயவழியில் சென்ற முப்புரத்து அசுரர் மூவரது மும்மதிலை மறக்கருணையால் அழித்து அம்மூவரின் பெருமையை அழித்தவன்; இப்படியாகத் தன்னை உலகுக்குக் காட்டிக் கொண்ட பெருமான், தீயினைப் போல சிவந்த திருமேனி உடையவன் என்றாலும், திருநீறு பூசிஇருப்பதால் சந்திரஒளி போல வெண்மை நிறத்தில் காட்சி தருபவன்.

2515. பதிதான் இடுகாடு பைங்கொன்றைத் தொங்கல்
மதிதான் அதுசூடிய மைந்த னுந்தான்
விதிதான் வினைதான் விழுப்பம் பயக்கும்
நெதிதான் நெல்லிக்கா வுள்நிலா யவனே (2)

அருஞ்சொற்பொருள்:

தொங்கல் - மாலை. மைந்தன் - வலிமை உடையவன். விழுப்பம் - மேன்மை. நெதி - நிதி.

பொழிப்புரை:

நெல்லிக்கா என்னும் தலத்தில் எழுந்தருளி இருக்கும் இறைவன், இருக்கும்இடம் இடுகாடு; அணியும் மாலை பசிய கொன்றை மலரால் ஆனது; அவன் சந்திரனைச் சூடிய சடை உடைய வீரன்; அவன்தான் விதியாகவும், வினையாகவும், மேன்மை தரும் செல்வமாகவும் இருக்கிறான்.

2516. நலந்தான் அவன்நான் முகன்தன் தலையைக்
கலந்தான் அதுகொண்ட கபாலி யும்தான்
புலந்தான் புகழால் எரிவிண் புகழும்
நிலந்தான் நெல்லிக்கா வுள்நிலா யவனே (3)

அருஞ்சொற்பொருள்:

நலம் - நன்மை. கலம் - உண்கலம். கபாலி - கபாலம் (மண்டை ஓடு) ஏந்தியவன். புலம் - ஞானம். விண் - விண்ணுலகம். நிலம் - வீட்டு உலகம்.

பொழிப்புரை:

நெல்லிக்கா என்னும் தலத்தில் எழுந்தருளி இருக்கும் இறைவன், நான்முகனுக்கு (முன்பு) இருந்த ஐந்து தலைகளில் ஒன்றைக் கிள்ளி, அந்த மண்டை ஓட்டை, பிச்சை ஏற்கும் பாத்திரமாகக் கொண்டவன்; அவன் நன்மைகள் அனைத்துமாகவும், ஞானமாகவும், விண்ணுலகத் தேவர்களும் போற்றும் வீடுபேறாகவும், விளங்குபவன்.

2517. தலைதான் அதுஏந் தியதம்(ம்) அடிகள்
    கலைதான் திரிகாடு இடம்நாடு இடமாம்
    மலைதான் எடுத்தான் மதில்மூன் றுடைய
    நிலைதான் நெல்லிக்கா வுள்நிலா யவனே   (4)

அருஞ்சொற்பொருள்:

தலை - பிரமனது மண்டைஓடு. அடிகள் - இறைவன். கலை - மான். காடு இடம் நாடு இடமாம் - காடே நாடாக உறைபவன். மலை - மேருமலை. எடுத்தான் - வில்லாக ஏந்தினான்.

பொழிப்புரை:

நிலைத்த நெல்லிக்கா என்னும் தலத்தில் எழுந்தருளி இருக்கும் இறைவன், பிரமனது மண்டை ஓட்டை, பிச்சை ஏற்று உணவு உண்ணும் பாத்திரமாக ஏந்தியவன்; கலைமான் திரியும் காட்டைத் தாம் வாழும் நாடாகக் கருதியவன்; மூன்று மதில்களை அழிப்பதற்கு, மேருமலையை வில்லாக வளைத்தவன்.

2518. தவம்தான் கதிதான் மதிவார் சடைமேல்
    உவந்தான் சுறவேந் தன்உரு அழியச்
    சிவந்தான் செயச்செய்து செறுத்து உலகில்
    நிவந்தான் நெல்லிக்கா வுள்நிலா யவனே   (5)

அருஞ்சொற்பொருள்:

சுறவேந்தன் - மீன் கொடி உடைய மன்மதன். சிவந்தான் - சினந்தான். செறுத்து - அழித்து. நிவந்தான் - ஓங்கினான்.

பொழிப்புரை:

நெல்லிக்கா என்னும் தலத்தில் எழுந்தருளி இருக்கும் இறைவன், நீண்ட சடை மீது சந்திரனை மகிழ்ச்சியுடன் சூடிஇருப்பவன்; அவன் தவமாகவும், தவத்தின் பயனாகிய வீடுபேறாகவும் விளங்குபவன்; அதற்காக மீன் கொடி உடைய மன்மதனைச் சினந்து, அவன் உருவினை அழித்து, உலகில் உயர்ந்தும் நின்றவன்.

2519. **வெறிஆர் மலர்க்கொன்றை அம்தார் விரும்பி**
மறிஆர் மலைமங்கை மகிழ்ந்த வன்தான்
குறியால் குறிகொண் டவர்போய்க் குறுகும்
நெறியால் நெல்லிக்கா வுள்நிலா யவனே (6)

அருஞ்சொற்பொருள்:

வெறி - மணம். தார் - மாலை. மறி - மான். குறி - குரு கூறிய குறி (அடையாளம்). நெறி - வீட்டுநெறி.

பொழிப்புரை:

நெல்லிக்கா என்னும் தலத்தில் எழுந்தருளி இருக்கும் இறைவன், மணமுள்ள கொன்றை மலர்மாலையை விரும்பி அணிபவன்; மான்கள் வாழும் இமயமலை அரசனது மகள் பார்வதியை மகிழ்ந்து ஏற்றுக் கொண்டவன்; அவன் ஒருகுறிக்கோளுடன், குருகாட்டும் குறியில் செல்பவர்க்கு, வீடுபேறாய் விளங்குபவன்.

2520. **பிறைதான் சடைசேர்த்திய எந்தை பெம்மான்**
இறைதான் இறவாக் கயிலை மலையான்
மறைதான் புனல்ஒண் மதிமல்கு சென்னி
நிறைதான் நெல்லிக்கா வுள்நிலா யவனே (7)

அருஞ்சொற்பொருள்:

இறை - கடவுள். புனல் - கங்கை. ஒண்மதி - ஒள்ளிய சந்திரன்.

பொழிப்புரை:

நெல்லிக்கா என்னும் தலத்தில் எழுந்தருளி இருக்கும் இறைவன், பிறைச்சந்திரனைச் சடையில் சூடிய எம் தந்தையாகிய பெருமான்; கயிலை மலையை இருப்பிடமாகக் கொண்டவன்; கங்கை, பிறைச் சந்திரன் ஆகியவற்றைச் சடையில் சூடி இருப்பவன்; அவன் (பிறப்பு) இறப்பு இல்லாதவன்; நீக்கமற எங்கும் நிறைந்திருப்பவனும் ஆவன்.

2521. மறைத்தான் பிணிமாது ஒருபாகம் தன்னை
 மிறைத்தான் வரையால் அரக்கன் மிகையைக்
 குறைத்தான் சடைமேல் குளிர்கோல் வளையை
 நிறைத்தான் நெல்லிக்கா வுள்நிலா யவனே (8)

அருஞ்சொற்பொருள்:

பிணி - பிணித்தல். மிறைத்தான் - வருத்தினான். மிகை - மிகுதி (செருக்கு). கோல்வளை - திரண்ட வளையல் அணிந்த கங்கை.

பொழிப்புரை:

நெல்லிக்கா என்னும் தலத்தில் எழுந்தருளி இருக்கும் இறைவன், உமாதேவி என்னும் ஒருபெண்ணை, தன் உடம்பின் ஒருபாகமாகப் பிணித்துக் கொண்டான்; அரக்கனாகிய இராவணனை, அவன் எடுத்த கயிலைமலையைக் கொண்டே வருத்தி, அவன் செருக்கினை அடக்கினான்; திரண்ட வளையல் அணிந்த கங்கை என்னும் பெண்ணை சடைக்குள் நிறைத்து, மறைத்து வைத்துக் கொண்டான்.

2522. தழல்தா மரையான் வையம் தாயவனும்
 கழல்தான் முடிகா ணியநாள் ஒளிரும்
 அழல்தான் அடியார்க்கு அருளாய்ப் பயக்கும்
 நிழல்தான் நெல்லிக்கா வுள்நிலா யவனே (9)

அருஞ்சொற்பொருள்:

தழல் தாமரை - கொழுந்து விட்டு எரியும் நெருப்பு போல இதழ் விரிந்து காணப்படும் தாமரை மலர். வையம் தாயவன் - உலகைத் தாவி அளந்தவன். கழல்முடி - அடிமுடி. காணிய நாள் - காண முற்பட்ட நாளில். ஒளிரும் அழல் - ஒளிரும் நெருப்பு.

பொழிப்புரை:

நெல்லிக்கா என்னும் தலத்தில் எழுந்தருளி இருக்கும் இறைவன், நெருப்பு கொழுந்து விட்டு எரிவது போன்ற தோற்றமுடைய தாமரை மலரில் அமரும் பிரமனும், உலகத்தை ஓரடியால் அளந்த திருமாலும், அடியையும் முடியையும் தேடிக் காண முயன்ற நாளில், நெருப்பு உருவாய் உயர்ந்து நின்றவன்; தன் அடியார்களுக்கு அருளை நல்கும் நிழலாக விளங்குபவன்.

வீ.சிவஞானம்

2523. கனத்துஆர் திரைமாண்டு அழல்கான்ற நஞ்சை
    எனத்தா எனவாங்கி அதுஉண்ட கண்டன்
    மனத்தால் சமண்சாக் கியர்மாண்பு அழிய
    நினைத்தான் நெல்லிக்கா வுள்நிலா யவனே   (10)

அருஞ்சொற்பொருள்:

கனம் - மேகம். ஆர் திரை - உண்ணப்படும் கடல். மாண்டு - பெருகி. கான்ற நஞ்சு - கக்கிய விடம். எனத்தா - (என்+அத்தா) என் தந்தையே. மாண்பு - பெருமை.

பொழிப்புரை:

நெல்லிக்கா என்னும் தலத்தில் எழுந்தருளி இருக்கும் இறைவன், 'என் தந்தையே, காப்பாற்று!' எனத்தேவர்கள் வேண்ட, மேகத்தால் உண்ணப்படும் கடலிலிருந்து நெருப்புபோல் வெளிப்பட்ட பெரிய விடத்தினை, எடுத்து உண்டு தேக்கிய கண்டம் உடையவன்; அவன் சமண பௌத்த நெறிகளின் பெருமை அழிய வேண்டும் என்று எண்ணம் கொண்டவன்.

2524. புகர்ஏதும் இலாத புத்தேள் உலகில்
    நிகரா நெல்லிக்கா வுள்நிலா யவனை
    நகரா நலஞான சம்பந்தன் சொன்ன
    பகர்வார் அவர்பா வம்இலா தவரே   (11)

அருஞ்சொற்பொருள்:

புகர் - குற்றம். புத்தேள் உலகு - தேவர் உலகு. நிகரா - ஒப்பாகாத. நகரா நலம் - அழியாத நன்மை. பகர்வார் - பாடி வழிபடுபவர்.

பொழிப்புரை:

குற்றம் எதுவும் இல்லாதவனும், தேவர் உலகில் வாழ்கின்ற யாரும் தனக்கு நிகராக முடியாது என்னும் தன்மையில் விளங்குபவனும், நெல்லிக்கா என்னும் தலத்தில் எழுந்தருளி இருப்பவனும், ஆகிய இறைவனை; அழியாப் புகழுடைய ஞானசம்பந்தன் புகழ்ந்து பாடிய பாடல்களாகிய இவற்றைப் பாடி வழிபடுபவர்; பாவம் இல்லாதவர் ஆவர்.

திருச்சிற்றம்பலம்

233

திருகைச்சினம்

பதிக வரலாறு:

நெல்லிக்கா வழிபட்ட ஞானசம்பந்தர், கைச்சினம் வந்து இப்பதிகத்தைப் பாடி வழிபடுகின்றார்.

தல வரலாறு:

நெல்லிக்கா ரயில்நிலையத்தில் இருந்து கிழக்கில் 3கி.மீ தொலைவில் உள்ளது. இந்திரன் இங்கு மணலால் இலிங்கம் செய்து வழிபட்டான். முடிவில் அதனைக் கையினால் எடுக்க முயன்றபோது, அது எடுக்க வரவில்லை. அப்பொழுது அவன் கை அடையாளம் திருமேனியில் பதிந்தது. அதனால் இப்பெயர் பெற்றது. கைச்சின்னம் என்பது கைச்சினம் என வழங்குகின்றது (சின்னம் - அடையாளம்).

சுவாமி : கைச்சினநாதர்

அம்மை : வெள்ளை நாயகி

தல மரம் : கோங்கிலவு

தீர்த்தம் : இந்திர தீர்த்தம், வச்சிர தீர்த்தம்

திருமுறை 2 - 181 **திருஞான - 574**

பண்: சீகாமரம்

2525. **தையல்ஓர் கூறுஉடையான் தண்மதிசேர் செஞ்சடையான்**
மைஉலாம் மணிமிடற்றான் மறைவிளங்கு பாடலான்
நெய்உலாம் மூஇலைவேல் ஏந்தி நிவந்துஒளிசேர்
கைஉடையான் மேவிஉறை கோயில் கைச்சினமே (1)

அருஞ்சொற்பொருள்:

மை - மேகம் (கருமை). நிவந்து - மேலோங்கி. ஒளி - தீ.

பொழிப்புரை:

உமாதேவியை உடம்பில் பாகமாகக் கொண்டவனும், குளிர்ந்த சந்திரனைச் சூடிய சடை உடையவனும், கருமை நிறம் பொருந்திய நீலமணி போன்ற கண்டம் உடையவனும், மறை ஓதும் வாயினை உடையவனும், நெய் பூசப்பட்ட முத்தலைச் சூலலத்தைக் கையில் ஏந்தியவனும், மேலான ஒளி பொருந்திய (அனலை ஏந்திய) கை உடையவனும், ஆகிய சிவபெருமான் விரும்பி எழுந்தருளி இருக்கும் கோயில் இருப்பது, கைச்சினம் என்னும் தலத்தில் ஆகும்.

2526. **விடல்மல்கு கண்டத்தான் வெள்வளைஓர் கூறுஉடையான்**
படல்மல்கு பாம்புஅரையான் பற்றாதார் புரம்எரித்தான்
நடம்மல்கும் ஆடலினான் நான்மறையோர் பாடலினான்
கடம்மல்கும் மாஉரியான் உறைகோயில் கைச்சினமே (2)

அருஞ்சொற்பொருள்:

மல்கு - நிறைந்த. பற்றாதார் - பகைவர். கடம் - மதம். மா - விலங்கு (யானை).

பொழிப்புரை:

விடம் தங்கிய கண்டம் உடையவனும், வெள்ளை நிற வளையல் அணிந்துள்ள உமாதேவியைப் பாகமாக உடையவனும், படத்தொடு கூடிய பாம்பு அணிந்த இடை உடையவனும், பகைவரது முப்புரத்தை எரித்தவனும், நடனம் ஆடும் இயல்பு உடையவனும், நான்கு மறைகளையும் பாடியவனும், மதம் ஒழுகும் யானையின் தோலைப் போர்த்தி இருப்பவனும், ஆகிய சிவபெருமான் எழுந்தருளும் கோயில் இருப்பது, கைச்சினம் என்னும் தலத்திலே ஆகும்.

2527. **பாடல்ஆர் நான்மறையான் பைங்கொன்றை பாம்பினொடும்**
சூடலான் வெண்மதியம் துன்று கரந்தையொடும்
ஆடலான் அங்கை அனல்ஏந்தி ஆடுஅரவக்
காடலான் மேவிஉறை கோயில் கைச்சினமே (3)

அருஞ்சொற்பொருள்:

கூடல் - கூடுதல். துன்று - நெருங்கு. ஆடுஅரவம் - படம்எடுத்து ஆடுகின்ற பாம்பு. காடலான் - காட்டை இடமாகக் கொண்டவன்.

பொழிப்புரை:

பாடல் பொருந்திய நான்கு மறைகளை ஓதுபவனும்; பசிய கொன்றை மலர்மாலையும், பாம்பும், வெண்பிறைச் சந்திரனும், கரந்தைத் தளிரும், சூடி இருப்பவனும்; உள்ளங்கையில் நெருப்பை ஏந்தி, பாம்பை இடையில் கட்டி, சுடுகாட்டை இடமாகக் கொண்டு நடனம் ஆடுபவனும்; ஆகிய சிவபெருமான் எழுந்தருளி இருக்கும் கோயில் இருப்பது, கைச்சினம் என்னும் தலத்தில் ஆகும்.

2528. **பண்டுஅமரர் கூடிக் கடைந்த படுகடல்நஞ்சு**
உண்டபிரான் என்றுஇறைஞ்சி உம்பர் தொழுதுஏத்த
விண்டவர்கள் தொன்நகரம் மூன்றுடனே வெந்துஅவியக்
கண்டபிரான் மேவிஉறை கோயில் கைச்சினமே (4)

அருஞ்சொற்பொருள்:

பண்டு - முன்பு. அமரர் - தேவர். படுகடல் - ஆழ்கடல். உம்பர் - தேவர். விண்டவர்கள் - பகைவர்கள். தொன்நகரம் - பழைய நகரம் (முப்புரம்).

பொழிப்புரை:

முன்பு தேவர்கள் கூடிநின்று, 'ஆழ்கடலைக் கடைந்தபோது வெளிப்பட்ட விடத்தினை எடுத்து உண்ட பெருமான்' என்று தேவர்கள் தொழுது போற்ற இருந்தவனும், பகைவர்களது முப்புரம் வெந்து சாம்பலாகுமாறு எரியூட்டிய பெருமானும், ஆகிய இறைவன் எழுந்தருனி இருக்கும் கோயில் இருப்பது, கைச்சினம் என்னும் தலத்திலே ஆகும்.

2529. **தேய்ந்துமலி வெண்பிறையான் செய்யதிரு மேனியினான்**
வாய்ந்துஇலங்கு வெண்நீற்றான் மாதினைஓர் கூறுஉடையான்
சாய்ந்துஅமரர் வேண்டத் தடம்கடல்நஞ்சு உண்டுஅநங்கைக்
காய்ந்தபிரான் மேவிஉறை கோயில் கைச்சினமே (5)

அருஞ்சொற்பொருள்:

செய்ய - சிவந்த. சாய்ந்து - மெலிந்து. தடம்கடல் - இடமகன்ற கடல். அநங்கன் - மன்மதன்.

பொழிப்புரை:

தேய்ந்து கொண்டிருந்த வெண்பிறைச் சந்திரனைச் சடையில் சூடியவனும், சிவந்த திருமேனி உடையவனும், விளக்கமாக வெண் திருநீற்றைப் பூசி இருப்பவனும், உமாதேவியைப் பாகமாகக் கொண்டவனும், தேவர்கள் மனம் சோர்ந்து வேண்ட, பெரிய கடலிலிருந்து வெளிப்பட்ட நஞ்சை உண்டவனும், மன்மதனைத் தண்டித்தவனும், ஆகிய சிவபெருமான் விரும்பி எழுந்தருளி இருக்கும் கோயில் இருப்பது, கைச்சினம் என்னும் தலத்தில் ஆகும்.

2530. **மங்கைஓர் கூறுஉடையான் மன்னுமறை பயின்றான்**
அங்கைஓர் வெண்தலையான் ஆடுஅரவம் பூண்டுஉகந்தான்
திங்களொடு பாம்பணிந்த சீரார் திருமுடிமேல்
கங்கையினான் மேவிஉறை கோயில் கைச்சினமே (6)

அருஞ்சொற்பொருள்:

மன்னு - நிலைத்த. அங்கை - உள்ளங்கை.

பொழிப்புரை:

உமாதேவியைப் பாகமாக உடையவனும், நிலைத்த வேதத்தை ஓதியவனும், உள்ளங்கையில் வெண்மை நிற மண்டைஓட்டை ஏந்தி இருப்பவனும், படம் எடுத்து ஆடுகின்ற பாம்பை அணிந்து மகிழ்பவனும், பிறைச்சந்திரன், பாம்பு, கங்கை, ஆகியவற்றைச் சூடிய அழகிய சடை உடையவனும், ஆகிய சிவபெருமான் விரும்பி எழுந்தருளி இருக்கும் கோயில் இருப்பது, கைச்சினம் என்னும் தலத்திலே ஆகும்.

2531. **வரிஅரவே நாணாக மால்வரையே வில்லாக**
எரிகணையால் முப்புரங்கள் எய்துஉகந்த எம்பெருமான்
பொருசுடலை ஈமப் புறங்காட்டான் போர்த்ததுஓர்
கரிஉரியான் மேவிஉறை கோயில் கைச்சினமே (7)

அருஞ்சொற்பொருள்:

வரிஅரவு - வரிஉடைய பாம்பு (வாசுகி). மால்வரை - பெரியமலை (மேருமலை). எரிகணை - நெருப்பு அம்பு. ஈமப் புறங்காடு - பிணம் எரியும் சுடுகாடு. கரிஉரி - யானைத்தோல்.

பொழிப்புரை:

வாசுகி என்ற பாம்பை நாணாகவும், மேரு மலையை வில்லாகவும், நெருப்பை நுனியில் கொண்ட திருமாலை அம்பாகவும், கொண்டு முப்புரத்தை வெற்றி கொண்டு மகிழ்ந்த பெருமானும், பிணம் எரியும் சுடுகாட்டை வசிப்பிடமாகக் கொண்டவனும், யானையின் தோலைப் போர்த்தி இருப்பவனும், ஆகிய சிவபெருமான் விரும்பி எழுந்தருளி இருக்கும் கோயில் இருப்பது, கைச்சினம் என்னும் தலத்திலே ஆகும்.

2532. **போதுஉலவு கொன்றை புனைந்தான் திருமுடிமேல்**
மாதுஉமையாள் அஞ்ச மலைஎடுத்த வாள்அரக்கன்
நீதியினால் ஏத்த நிகழ்வித்து நின்றாடும்
காதலினான் மேவிஉறை கோயில் கைச்சினமே (8)

அருஞ்சொற்பொருள்:

போது - மலரும் பருவத்து முகை. நீதியினால் - முறைப்படி. நிகழ்வித்து - முன்பு போலவே இருக்குமாறு செய்து. ஆடும் காதலினான் - நடனம் ஆடுவதில் விருப்பம் உடையவன்.

பொழிப்புரை:

திருமுடியில் மலரும்பருவத்துக் கொன்றைமலரை அணிந்திருப்பவனும், உமாதேவி அஞ்சுமாறு கயிலை மலையைப் பெயர்த்த வாள்ஏந்திய அரக்கனாகிய இராவணன் முறைப்படி வணங்க, அவனுக்கு முந்தைய நிலையைத் தந்தவனும், நடனம் ஆடுவதில் விருப்பம் உடையவனும், ஆகிய சிவபெருமான் எழுந்தருளி இருப்பது, கைச்சினம் என்னும் தலத்திலே ஆகும்.

2533. **மண்ணினைமுன் சென்றுஇரந்த மாலும் மலரவனும்**
எண்அறியா வண்ணம் எரிஉருவம் ஆயபிரான்
பண்இசையால் ஏத்தப் படுவான்தன் நெற்றியின்மேல்
கண்உடையான் மேவிஉறை கோயில் கைச்சினமே (9)

அருஞ்சொற்பொருள்:

இரந்த - யாசித்த. எரிஉருவம் - நெருப்பு உருவம். ஏத்த - போற்ற.

பொழிப்புரை:

மூன்றுஅடி மண்வேண்டும் என்று மாவலியிடம் சென்று யாசித்த திருமாலும், தாமரை மலரில் உறையும் பிரமனும், எண்ணி அறியமுடியாத

வகையில், நெருப்பு உருவம் கொண்டு, உயர்ந்து நின்றவனும்; பண்ணோடு கூடிய இசைப்பாடல்களால் போற்றப்படுபவனும், நெற்றியின்மீது மூன்றாவதாக ஒருகண் உடையவனும், ஆகிய சிவபெருமான் விரும்பி எழுந்தருளி இருக்கும் கோயில் இருப்பது, கைச்சினம் என்னும் தலத்திலே ஆகும்.

* (இப்பதிகத்தின் 10-ஆம் பாடல் கிடைக்கவில்லை).

2534. தண்வயல்சூழ் காழித் தமிழ்ஞான சம்பந்தன்
கண்நுதலான் மேவிஉறை கோயில் கைச்சினத்தைப்
பண்இசையால் ஏத்திப் பயின்ற இவைவல்லார்
விண்ணவராய் ஓங்கி வியன்உலகம் ஆள்வாரே (11)

அருஞ்சொற்பொருள்:

கண்நுதல் - நெற்றிக்கண். விண்ணவராய் - தேவராய். வியன்உலகம் - இடமகன்ற தேவர் உலகம்.

பொழிப்புரை:

குளிர்ந்த வயலால் சூழப்பட்ட சீர்காழியில் அவதரித்தவனும், தமிழின்மீது விருப்பம் உடையவனும், ஆகிய ஞானசம்பந்தன்; நெற்றியில் கண்உடைய சிவபெருமான் கோயில்கொண்டு எழுந்தருளி இருக்கும் கைச்சினத்தை; பண்ணொடு கூடிய இசையால் பாடிப் போற்றிய இப்பாடல்கள் பத்தினையும்; இசையோடு பாடி வழிபட வல்லவர்; தேவராய், தேவர்உலகை ஆளும் பேற்றினைப் பெறுவர்.

திருச்சிற்றம்பலம்

234

திருத்தெங்கூர்

பதிக வரலாறு:

கைச்சினம் வழிபட்ட காழிநகரார், தெங்கூர் வந்து வழிபட்டுப் பாடிய பதிகம் இது.

தல வரலாறு:

திருநெல்லிக்காவுக்குத் தென்மேற்கில் 3கி.மீ தொலைவில் உள்ளது. நவகோள்களும் திருமகளும் பூசித்த தலம். திருமகள் வழிபட்ட இலிங்கம், அத்திருமகள் சந்நிதிக்கு எதிரில் இருக்கிறது. நவகோள்கள் வழிபட்ட இலிங்கங்களும் இருக்கின்றன. அம்மன் கோயில் தெற்கு நோக்கித் தனியே இருக்கின்றது. அம்மன் உருவம் மிகவும் சிறியது. கோயிலின் பெயர் வெள்ளியம்குன்று என்பது.

சுவாமி	:	வெள்ளிமலை நாதர்
அம்மை	:	பெரியநாயகி
தல மரம்	:	தென்னை
தீர்த்தம்	:	சிவகங்கை

திருமுறை 2 - 229   திருஞான - 574

பண்: பியந்தைக்காந்தாரம்

2535. புரைசெய் வல்வினை தீர்க்கும்
    புண்ணியர் விண்ணவர் போற்றக்
கரைசெய் மால்கடல் நஞ்சை
    உண்டவர் கருதலர் புரங்கள்
இரைசெய் தார்அழல் ஊட்டி
    உழல்பவர் இடுபலிக்கு எழில்சேர்
விரைசெய் பூம்பொழில் தெங்கூர்
    வெள்ளியம் குன்றுஅமர்ந் தாரே (1)

அருஞ்சொற்பொருள்:

புரை - குற்றம். மால்கடல் - பெரிய கடல். கருதலர் - பகைவர். இரை - உணவு. ஆர்அழல் - பற்றி எரியும் நெருப்பு. பலி - பிச்சை. விரை - மணம்.

பொழிப்புரை:

அழகும் மணமும் உடைய பூக்கள் நிறைந்த சோலை சூழ்ந்த தெங்கூரில் வெள்ளியம்குன்றில் எழுந்தருளி இருக்கும் வெள்ளிமலைநாதர், துன்பம் தரும் தீவினையைப் போக்கும் புண்ணியப் பொருளாய் விளங்குபவர்; தேவர்கள் போற்றுமாறு கரைஉடைய திருப்பாற்கடலின் நஞ்சை உண்டவர்; பகைவரது முப்புரங்களை நெருப்புக்கு உணவாக்கியவர்; ஊரார் இடும் பிச்சை உணவை ஏற்கச் சுற்றித் திரிபவர்.

2536. சித்தம் தன்அடி நினைவார்
    செடிபடு கொடுவினை தீர்க்கும்
கொத்தின் தாழ்சடை முடிமேல்
    கோள்எயிற்று அரவொடு பிறையன்
பத்தர் தாம்பணிந்து ஏத்தும்
    பரம்பரன் பைம்புனல் பதித்த
வித்தன் தாழ்பொழில் தெங்கூர்
    வெள்ளியம் குன்றுஅமர்ந் தாரே   (2)

அருஞ்சொற்பொருள்:

சித்தம் - சிந்தை (அகக் கருவிகளில் ஒன்று). செடிபடு - துன்பம் தரும். கொடுவினை - தீவினை. கோள் - கொல்லும் தன்மை. எயிறு - பல். பத்தர் - அன்பர். பரம்பரன் - மேலான பொருளுக்கெல்லாம் மேலானவன். வித்தன் - விதை ஆனவன்.

பொழிப்புரை:

நீர்வளம் உடைய சோலை சூழ்ந்த தெங்கூரில் வெள்ளியம்குன்றில் எழுந்தருளி இருக்கும் வெள்ளிமலை நாதர், தனது திருவடியைச் சிந்தையில் வைத்து நினைப்பவரது, துன்பம் தரும் தீவினைகளைப் போக்குபவர்; கொத்தாக விளங்கும் நீண்ட சடையில் கொல்லும் தன்மை உடைய பாம்பு, பிறை ஆகியவற்றைச் சூடி இருப்பவர்; அன்பர்களால் பணிந்து போற்றப்படும் மிக மேலானவர்; விதைக்கப்பட்ட விதையாய் விளங்குபவர்.

2537. அடையும் வல்வினை அகல
அருள்பவன் அனல்உடை மழுவாள்
படையர் பாய்புலித் தோலர்
பைம்புனல் கொன்றையர் படர்புன்
சடையில் வெண்பிறை சூடித்
தார்மணி அணிதரு தறுகண்
விடையர் வீங்குஎழில் தெங்கூர்
வெள்ளியம் குன்றுஅமர்ந் தாரே (3)

அருஞ்சொற்பொருள்:

புன்சடை - மெல்லிய சடை. தார்மணி அணி - மாலையாகிய மணி கட்டிய. தறுகண் - விரைந்து செல்லும். விடை - இடபம். வீங்கு எழில் - அழகு மிகுந்த.

பொழிப்புரை:

அழகு மிகஉடைய தெங்கூரில் வெள்ளியம்குன்றில் எழுந்தருளி இருக்கும் வெள்ளிமலைநாதர், அடியார்கள் மேல் வரஉள்ள வினைகளை வராமல் தடுப்பவர்; நெருப்பு போல் பிரகாசிக்கும் மழுப்படை உடையவர்; பாயும் தொழில் உடைய புலியின் தோலை உடுத்தி இருப்பவர்; படர்ந்த மெல்லிய சடையில் கங்கை, கொன்றை மலர், வெண்பிறை ஆகியவற்றைச் சூடி இருப்பவர்; மணிகள் கோத்து கட்டப்பட்ட மாலை அணிந்து, விரைந்து செல்லும் இடபத்தை ஊர்தியாக உடையவர்.

2538. பண்டு நான்செய்த வினைகள்
பறையஓர் நெறிஅருள் பயப்பார்
கொண்டல் வான்மதி சூடிக்
குரைகடல் விடம்அணி கண்டர்
வண்டு மாமலர் ஊதி
மதுஉண இதழ்மறி வெய்தி
விண்ட வார்பொழில் தெங்கூர்
வெள்ளியம் குன்றுஅமர்ந் தாரே (4)

அருஞ்சொற்பொருள்:

பறைய - அழிய. கொண்டல் வான் - மேகம் தவழும் வானம். குரைகடல் - ஒலிக்கின்ற கடல். மதுஉண - (மதுஉண்ண) தேன்உண்ண. இதழ் மறிவெய்தி - இதழ் விரிந்து மடிந்து. வார்பொழில் - நீண்ட சோலை.

பொழிப்புரை:

தேன் உண்ண வந்த வண்டுகளால் மலர்ந்து, இதழ் விரிந்த பூக்கள் நிறைந்த சோலையால் சூழப்பட்ட தெங்கூரில் வெள்ளியம்குன்றில் எழுந்தருளி இருக்கும் வெள்ளிமலைநாதர், முன்பு நான் செய்த வினைகள் அகல ஒருவழியைக் காட்டுபவர்; அவர் மேகம் தவழும் வானில் உலாவும் சந்திரனைச் சடையில் சூடி இருப்பவர்; ஒலிக்கும் கடலிலிருந்து வெளிப்பட்ட ஆலகால நஞ்சை உண்டு தேக்கிய கண்டம் உடையவர்.

2539. **சுழித்த வார்புனல் கங்கை**
சூடிஓர் காலனைக் காலால்
தெழித்து வானவர் நடுங்கச்
செற்றவர் சிறைஅணி பறவை
கழித்த வெண்தலை ஏந்திக்
காமனது உடல்பொடி ஆக
விழித்த வர்திருத் தெங்கூர்
வெள்ளியம் குன்றுஅமர்ந் தாரே (5)

அருஞ்சொற்பொருள்:

தெழித்து - கோபித்து. சிறை அணி பறவை கழித்த - இறகுகளுடன் கூடிய பறவை உண்டு கழித்த. வெண்தலை - மண்டைஓடு.

பொழிப்புரை:

திருத்தெங்கூர் என்னும் தலத்தில் வெள்ளியம்குன்று என்னும் கோயிலில் எழுந்தருளி இருக்கும் வெள்ளிமலை நாதர், சுழித்து ஓடும் கங்கை நீரைச் சூடி இருப்பவர்; தேவர்களும் நடுங்குமாறு, இயமனைக் காலால் உதைத்தவர்; கழுகு முதலிய பறவைகள் உண்டுகழித்த, மண்டை ஓட்டைக் கையில் ஏந்தி இருப்பவர்; மன்மதனது உடல் சாம்பலாகுமாறு, நெற்றிக்கண் கொண்டு நோக்கியவர்.

2540. **தொல்லை வல்வினை தீர்ப்பார்**
சுடலைவெண் பொடிஅணி சுவண்டர்
எல்லி சூடிநின்று ஆடும்
இறையவர் இமையவர் ஏத்தச்
சில்லை மால்விடை ஏறித்
திரிபுரம் தீஎழச் செற்ற
வில்லி னார்திருத் தெங்கூர்
வெள்ளியம் குன்றுஅமர்ந் தாரே (6)

அருஞ்சொற்பொருள்:

தொல்லை வல்வினை - தொல்வினையும் நுகர்வினையும். சுடலை - சுடுகாடு. சுவண்டர் - அடையானம் உடையவர். எல்லி - சந்திரன். சில்லை - இழிவு. மால்விடை - பெரிய இடபம்.

பொழிப்புரை:

தெங்கூர் என்னும் தலத்தில் வெள்ளியம்குன்றில் எழுந்தருளி இருக்கும் வெள்ளிமலை நாதர், பழைய தீவினைகளைத் தீர்ப்பவர்; சுடுகாட்டு வெண்சாம்பலைப் பூசிய அடையாளம் உடையவர்; சந்திரனைச் சூடி நின்று நடனம் ஆடுபவர்; தேவர்கள் போற்றும்படி இடபஊர்தியில் ஏறி வருபவர்; இழிந்த முப்புரத்தைத் தீப்பற்றி எரியுமாறு செய்து அழித்த, மேருமலையாகிய வில்லை ஏந்தியவர்.

2541. **நெறிகொள் சிந்தையர் ஆகி**
நினைபவர் வினைகெட நின்றார்
முறிகொள் மேனிமுக் கண்ணர்
முளைமதி நடுநடுத்து இலங்கப்
பொறிகொள் வாள்அரவு அணிந்த
புண்ணியர் வெண்பொடிப் பூசி
வெறிகொள் பூம்பொழில் தெங்கூர்
வெள்ளியம் குன்றுஅமர்ந் தாரே (7)

அருஞ்சொற்பொருள்:

முறி - தளிர். வெறி - மணம்.

பொழிப்புரை:

மணமுள்ள பூக்கள் நிரம்பிய சோலையால் சூழப்பட்ட தெங்கூரில் வெள்ளியம்குன்றில் எழுந்தருளி இருக்கும் வெள்ளிமலை நாதர், முறைப்படுத்தப்பட்ட சிந்தை உடையவராய் இருந்து, தன்னை நினைப்பவரது வினைகளைப் போக்குபவர்; தளிர் நிறம் உடைய திருமேனி உடையவர் (இது அம்பிகையின் பாகம் என அறிக); மூன்று கண்கள் கொண்டவர்; பிறைச்சந்திரன் அஞ்சி நடுங்குமாறு, படப்புள்ளிகள் உடைய பாம்பை அணிந்தவர்; புண்ணியப் பொருளாய் விளங்குபவர்; வெண்மை நிறத் திருநீற்றுப் பொடியைப் பூசி இருப்பவர்.

2542. எண்ணி லாவிறல் அரக்கன்
எழில்திகழ் மால்வரை எடுக்கக்
கண்ஏ லாம்பொடிந்து அலறக்
கால்விரல் ஊன்றிய கருத்தர்
தண்உ லாம்புனல் கண்ணி
தயங்கிய சடைமுடிச் சதுரர்
விண்உ லாம்பொழில் தெங்கூர்
வெள்ளியம் குன்றுஅமர்ந் தாரே (8)

அருஞ்சொற்பொருள்:

விறல் - வலிமை. மால்வரை - பெரிய (கயிலை) மலை. கருத்தர் - வினை முதல்வர். தண் - குளிர்ச்சி. புனல் - கங்கை. கண்ணி - தலைமாலை. சதுரர் - சாமர்த்தியம் உடையவர்.

பொழிப்புரை:

வானளாவிய சோலை சூழ்ந்த தெங்கூரில் வெள்ளியம்குன்றில் எழுந்தருளி இருக்கும் வெள்ளிமலை நாதர், எண்ணற்ற வலிமைகள் உடைய அரக்கனாகிய இராவணன், அழகிய பெரிய கயிலை மலையைப் பெயர்க்க, அவனது கண்கள் பொடிந்து விழுமாறு, கால்பெருவிரலை ஊன்றி நசுக்கிய, வினைமுதல்வர்; குளிர்ந்த கங்கை தங்கிய சடைமுடி உடைய சதுரப்பாடு உடையவர்.

2543. தேடித் தான்அயன் மாலும்
திருமுடி அடிஇணை காணார்
பாடத் தான்பல பூதப்
படையினர் சுடலையில் பலகால்
ஆடத் தான்மிக வல்லர்
அருச்சுனற்கு அருள்செயக் கருதும்
வேடத் தார்திருத் தெங்கூர்
வெள்ளியம் குன்றுஅமர்ந் தாரே (9)

அருஞ்சொற்பொருள்:

சுடலை - சுடுகாடு. வேடத்தார் - வேடர் வேடம் ஏற்றவர்.

பொழிப்புரை:

திருத்தெங்கூர் என்னும் தலத்தில் வெள்ளியம்குன்று என்னும் கோயிலில் எழுந்தருளி இருக்கும் வெள்ளிமலை நாதர், பிரமனும் திருமாலும்

முடியையும் அடியையும் தேடியும் காட்டாதவர்; சூழ்ந்து நின்று பாடப் பல பூதப்படை உடையவர்; சுடுகாட்டில் நின்று பலமுறையும் நடனம் ஆடுவதில் வல்லவர்; அருச்சுனனுக்கு அருள்செய்யும் பொருட்டு, வேடராக வேடம் ஏற்றவர்.

2544. சடம்கொள் சீவரப் போர்வைச்
சாக்கியர் சமணர்சொல் தவிர
இடம்கொள் வல்வினை தீர்க்கும்
ஏத்துமின் இருமருப்பு ஒருகைக்
கடம்கொள் மால்களிற்று உரியர்
கடல்கடைந் திடக்கனன்று எழுந்த
விடம்கொள் கண்டத்தர் தெங்கூர்
வெள்ளியம் குன்றுஅமர்ந் தாரே (10)

அருஞ்சொற்பொருள்:

சடம் - உடம்பு. சீவரம் - காவிநிற உடை. இருமருப்பு - இரண்டு கொம்பு. கடம் - மதம். மால்களிறு - பெரிய ஆண் யானை. கனன்று - வெப்பத்தைக் கக்கி.

பொழிப்புரை:

காவி உடையால் உடம்பை மூடும் பௌத்தர், சமணர் ஆகியோர் கூறும் சொற்களைக் கேட்க வேண்டா; மாறாக, இரண்டு தந்தமும், ஒருகையும், மதநீரும், உள்ள பெரிய ஆண்யானையின் தோலை உரித்துப் போர்த்தவரும், கடலைக் கடைந்தபோது வெளிப்பட்ட விடத்தை உண்டு தேக்கிய கண்டம் உடையவரும், தெங்கூர் என்னும் தலத்தில் வெள்ளியம் குன்று என்னும் கோயிலில் எழுந்தருளி இருப்பவரும், ஆகிய வெள்ளிமலை நாதரை வழிபடுங்கள்; அவர் உங்களது வலிய வினைகளைத் தீர்ப்பார்.

2545. வெந்த நீற்றினர் தெங்கூர்
வெள்ளியம் குன்றுஅமர்ந் தாரைக்
கந்தம் ஆர்பொழில் சூழ்ந்த
காழியுள் ஞான சம்பந்தன்
சந்தம் ஆயின பாடல்
தண்தமிழ் பத்தும்வல் லார்மேல்
பந்தம் ஆயின பாவம்
பாறுதல் தேறுதல் பயனே (11)

அருஞ்சொற்பொருள்:

கந்தம் - மணம். சந்தம் - இசை. பந்தம் - வினைப்பற்று. பாறுதல் - ஓடுதல். தேறுதல் - தெளிதல்.

பொழிப்புரை:

வெந்த திருநீற்றைப் பூசி இருப்பவரும், தெங்கூரில் வெள்ளியம் குன்றில் எழுந்தருளி இருப்பவரும், ஆகிய வெள்ளிமலை நாதரை; மணமுள்ள சோலையால் சூழப்பட்ட சீர்காழி ஞானசம்பந்தன்; பாடி வழிபட்ட சந்த இசையோடு கூடிய தண்தமிழ்ப் பாடல்களை, அவ்வாறே பாடி வழிபடும் வல்லமை உடையவர், பற்றுக்கள் நீங்கவும், பாவங்கள் விலகவும், ஆகிய தெளிவினைப் பெறுவர்.

திருச்சிற்றம்பலம்

235

திருக்கொள்ளிக்காடு

பதிக வரலாறு:

தெங்கூர் வழிபட்ட தமிழ்விரகன், திருக்கொள்ளிக்காடு வந்து வழிபட்டுப் பாடிய பதிகம் இது.

தல வரலாறு:

திருநெல்லிக்காவுக்குத் தென்மேற்கில் 3கி.மீ தொலைவில் உள்ளது. அக்கினி வழிபட்ட தலமாதலின் இப்பெயர் பெற்றது. (கொள்ளி - அக்கினி).

சுவாமி : அக்கினியீச்சுரர்
அம்மை : பஞ்சின் மெல்லடியாள்
தல மரம் : வன்னி

திருமுறை 3 - 274   திருஞான - 574

பண்: காந்தார பஞ்சமம்

2546. நிணம்படு சுடலையின் நீறு பூசிநின்று
     இணங்குவர் பேய்களோடு இடுவர் மாநடம்
     உணங்கல்வெண் தலைதனில் உண்பர் ஆயினும்
     குணம்பெரிது உடையர்நம் கொள்ளிக் காடரே   (1)

அருஞ்சொற்பொருள்:

நிணம்படு சுடலை - பிணங்களின் கொழுப்பு எரியும் சுடுகாடு. உணங்கல் - வற்றல்.

பொழிப்புரை:

சுடுகாட்டில் எரிந்த பிணத்தின் சாம்பலை உடலில் பூசி, பேய்களோடு கூடி நின்று, பெருநடனம் ஆடுபவர்; தசை வற்றிய வெள்ளை நிற

மண்டை ஓட்டில் ஏற்ற உணவை உண்பவர்; ஆயினும் உயரிய குணங்கள் அனைத்தும் உடையவர்; அவர் கொள்ளிக்காடு என்னும் தலத்தில் எழுந்தருளி இருப்பவர்.

2547. ஆற்றநல் அடிஇணை அலர்கொண்டு ஏத்துவான்
சாற்றிய அந்தணன் தகுதி கண்டநாள்
மாற்றலன் ஆகிமுன் அடர்த்து வந்துஅணை
கூற்றினை உதைத்தனர் கொள்ளிக் காடரே (2)

அருஞ்சொற்பொருள்:

அலர் - மலர். அந்தணன் - மார்க்கண்டேயன். கூற்று - இயமன்.

பொழிப்புரை:

நன்மை செய்யும் ஆற்றல் உடைய திருவடி இணையை, மலர்கொண்டு போற்றி, வழிபட்டு வந்த மார்க்கண்டேயனுக்கு, (உயிர் உய்வதற்கு) உரியநாள் வந்தபோது, அதனை மாற்றிக்கொள்ள முடியாத நிலையில், அவனிடம் வந்து சேர்ந்த இயமனை, உதைத்துத் தண்டித்து அருள்செய்தவன், கொள்ளிக்காடு என்னும் தலத்து இறைவனே ஆவன்.

2548. அத்தகு வானவர்க்கு ஆக மால்விடம்
வைத்தவர் மணிபுரை கண்டத் தின்உளே
மத்தமும் வன்னியும் மலிந்த சென்னிமேல்
கொத்துஅலர் கொன்றையர் கொள்ளிக் காடரே (3)

அருஞ்சொற்பொருள்:

மால்விடம் - கொடிய விடம். மணிபுரை - நீலமணி போன்ற. உளே - உள்ளே. மத்தம் - ஊமத்தம்பூ. வன்னி - வன்னியின் தளிர். கொத்துஅலர் - கொத்தாக மலரும்.

பொழிப்புரை:

தேவர்களைக் காக்கும் பொருட்டு, கொடிய ஆலகால விடத்தினை நீலமணி போலக் கண்டத்தில் தேக்கியவர்; ஊமத்தம்பூவும் வன்னியின் தளிரும் கொத்தாக மலர்ந்துள்ள கொன்றையின் மலரும், ஆகிய இவற்றைச் சடையில் சூடியவர்; அவர் கொள்ளிக்காடு என்னும் தலத்தில் எழுந்தருளி இருப்பவரே ஆவர்.

2549. **பாவணம் மேவுசொல் மாலை யில்பல**
நாவணம் கொள்கையின் நவின்ற செய்கையர்
ஆவணம் கொண்டுஎமை ஆள்வர் ஆயினும்
கோவணம் கொள்கையர் கொள்ளிக் காடரே (4)

அருஞ்சொற்பொருள்:

பாவணம் - (பாவண்ணம்) பாட்டின் இலக்கணம். மேவு - பொருந்து. சொல் மாலை - சொல் கொண்டு தொடுக்கப்பட்ட மாலை. நாவணம் - நாவிற்குப் பொருந்தும் வண்ணம். கொள்கை - விதி. நவின்ற - பாடிய. ஆவணம் - அடிமைஓலை. எமை - எம்மை.

பொழிப்புரை:

இலக்கணத்தோடு கூடிய பாமாலை பல புனையச் செய்து, விதிப்படி அதனை ஏற்றுக்கொண்ட இயல்பு உடையவர்; அடிமை ஓலை காட்டி ஆட்கொண்டவர்; கோவணம் அணியும் கொள்கை உடையவர்; அவர் கொள்ளிக்காடு என்னும் தலத்தில் எழுந்தருளி இருப்பவர்.

2550. **வார்அணி வனமுலை மங்கை யாளொடும்**
சீர்அணி திருஉருத் திகழ்ந்த சென்னியர்
நார்அணி சிலைதனால் நணுக லார்எயில்
கூர்எரி கொளுவினர் கொள்ளிக் காடரே (5)

அருஞ்சொற்பொருள்:

வார் - கச்சு. சீர் அணி - சிறப்பும் அழகும். நார் - நாண். சிலை - வில். நணுகலார் - பகைவர். எயில் - மதில். கூர் எரி - மிகுந்த நெருப்பு.

பொழிப்புரை:

கச்சு அணிந்த அழகிய முலைஉடைய உமாதேவியோடும் கூடிய சிறப்பும் அழகும் பொருந்திய திருஉருவம் உடையவர்; பகைவர்களது மும்மதிலை மேரு மலையை வில்லாகவும், வாசுகி என்னும் பாம்பை நாணாகவும், அக்கினியை அம்பின் நுனியாகவும், கொண்டு தீயிட்டுக் கொளுத்தியவர்; அவர் திருக்கொள்ளிக்காடு என்னும் தலத்தில் எழுந்தருளி இருக்கும் இறைவரே ஆவர்.

2551. **பஞ்சுதோய் மெல்லடிப் பாவை யாளொடும்**
மஞ்சுதோய் கயிலையுள் மகிழ்வர் நாள்தொறும்
வெஞ்சின மருப்பொடு விரைய வந்துஅடை
குஞ்சரம் உரித்தனர் கொள்ளிக் காடரே (6)

அருஞ்சொற்பொருள்:

பஞ்சு - செம்பஞ்சுக் குழம்பு. பாவை - பதுமை. மஞ்சு - மேகம். மருப்பு - தந்தம். குஞ்சரம் - யானை.

பொழிப்புரை:

செம்பஞ்சுக் குழம்பு பூசிய மென்மையான திருவடி உடைய பதுமை போன்ற உருவ அழகுடைய உமாதேவியோடும், மேகம் தங்கும் உயரிய கயிலை மலையில் நாளும் மகிழ்ச்சியுடன் எழுந்தருளி இருப்பவர்; கொடிய சினமும், தந்தமும், விரைந்த நடையும், உடைய யானையின் தோலை உரித்து மேலாடையாகப் போர்த்தவர்; அவர் கொள்ளிக்காடு என்னும் தலத்தில் எழுந்தருளி இருக்கும் இறைவரே ஆவர்.

2552. இறைஉறு வரிவளை இசைகள் பாடிட
    அறைஉறு கழலடி ஆர்க்க ஆடுவர்
    சிறைஉறு விரிபுனல் சென்னியின் மிசைக்
    குறைஉறு மதியினர் கொள்ளிக் காடரே   (7)

அருஞ்சொற்பொருள்:

இறை - முன்கை. வரிவளை - கோடுகள் உடைய வளையல். அறைஉறு - ஒலிக்கும். சிறைஉறு - தடுக்கப்படுதல் உடைய. குறை உறு மதி - கலை குறைந்த சந்திரன்.

பொழிப்புரை:

முன்னங்கையில் அழகிய வளையல் அணிந்துள்ள உமாதேவி பாடவும், தனது திருவடியில் அணிந்துள்ள வீரக்கழல் ஒலிக்கவும், ஆக நடனம் ஆடுபவர்; பெரிய கங்கை வெள்ளத்தைச் சிறைப்படுத்தி வைத்திருக்கும் சடையில் கலை குறைந்த சந்திரப் பிறையைச் சூடி இருப்பவர்; அவர் எழுந்தருளி இருப்பது கொள்ளிக்காடு என்னும் தலத்திலே ஆகும்.

2553. எடுத்தனன் கயிலையை இயல்வ லியினால்
    அடர்த்தனர் திருவிர லால்அ லறிடப்
    படுத்தனர் என்றுஅவன் பாடல் பாடலும்
    கொடுத்தனர் கொற்றவாள் கொள்ளிக் காடரே   (8)

அருஞ்சொற்பொருள்:

இயல் வலி - இயன்ற வலிமை. 'அலறிடத் திருவிரலால் அடர்த்தனர்' - எனக்கூட்டி உரைக்க. படுத்தினர் - துன்பப்படுத்தினர். பாடல் - சாமகானப் பாடல். கொற்றவாள் - வெற்றி பொருந்திய வாள்.

பொழிப்புரை:

தனக்குரிய உடல்வலிமையப் பயன்படுத்தி இராவணன் கயிலை மலையைப் பெயர்க்க, அவன் அலறித் துடிக்குமாறு, கால்பெருவிரல் கொண்டு, ஊன்றி நசுக்கியவர்; தவறுஉணர்ந்த இராவணன் மனம் திருந்தி, சாமகானம் பாட, அதுகேட்டு அவனுக்கு வெற்றி பொருந்திய வாளைப் பரிசாக ஈந்தவர்; அவர் எழுந்தருளி இருக்கும் இடம், கொள்ளிக்காடு என்னும் தலமே ஆகும்.

2554. **தேடினார் அயன்முடி மாலும் சேவடி**
நாடினார் அவர்என்றும் நணுக கிற்றிலர்
பாடினார் பரிவொடு பத்தர் சித்தமும்
கூடினார்க்கு அருள்செய்வர் கொள்ளிக் காடரே (9)

அருஞ்சொற்பொருள்:

சேவடி - சிவந்த திருவடி. நணுக கிற்றிலர் - நெருங்க முடியாதவர் ஆயினர். பரிவு - அன்பு. பத்தர் - அன்பர். சித்தம் - அகக்கருவிகளுள் ஒன்று.

பொழிப்புரை:

பிரமன் திருமுடியையும், திருமால் சிவந்த திருவடியையும், தேடவும், அவர்களால் நெருங்கிக் காணமுடியாதவராய் விளங்கியவர்; சிந்தை மகிழ அன்புடன் பாடும் அடியார்களுக்கு, எப்பொழுதும், உடன்இருந்து அருள்செய்பவர்; அவர் எழுந்தருளி இருப்பது, கொள்ளிக்காடு என்னும் தலத்திலே ஆகும்.

2555. **நாடிநின்று அறிவில் நாணிலிகள் சாக்கியர்**
ஓடிமுன் ஓதிய உரைகள் மெய்யல
பாடுவர் நான்மறை பயின்ற மாதொடும்
கூடுவர் திருஉருக் கொள்ளிக் காடரே (10)

அருஞ்சொற்பொருள்:

அறிவுஇல் நாண்இலிகள் - அறிவும் வெட்கமும் இல்லாதவர்கள். மெய்யல - உண்மை அல்ல.

பொழிப்புரை:

இறை உண்மையை உணரும் அறிவு சிறிதும் இல்லாதவரும், உடையின்றி (நாணமின்றி) இருப்பவரும், ஆகிய சமணர்களும், பௌத்தர்களும், கூறும் உபதேச மொழிகள், உண்மைக்குப் புறம்பானவை; மாறாக, நான்மறைகளைப் பாடுபவரும், உமாதேவியோடு கூடி இருப்பவரும், ஆகிய கொள்ளிக்காட்டு இறைவரை வழிபட்டு உய்வீராக!

2556. **நற்றவர் காழியுள் ஞான சம்பந்தன்**
குற்றமில் பெரும்புகழ்க் கொள்ளிக் காடரைச்
சொற்றமிழ் இன்னிசை மாலை சோர்வின்றிக்
கற்றவர் கழலடி காண வல்லரே (11)

அருஞ்சொற்பொருள்:

சொற்றமிழ் - சொல் + தமிழ். கழலடி - வீரக்கழல் அணிந்த திருவடி.

பொழிப்புரை:

நல்ல தவம் உடையவர் நிறைந்து வாழும் சீர்காழியில் அவதரித்த ஞானசம்பந்தன்; குற்றமற்ற பெரும்புகழுடைய கொள்ளிக்காட்டில் எழுந்தருளி இருக்கும் இறைவர் மீது; பாடிய இன் தமிழ் இசைப் பாமாலையைச் சோர்வுஇன்றிக் கற்றுத் தேர்ந்தவர்; அப்பெருமானது வீரக்கழல் அணிந்த திருவடியைக் காணும் பேறு பெற்றவர் ஆவர்.

திருச்சிற்றம்பலம்

236

திருக்கோட்டூர்

பதிக வரலாறு:

கொள்ளிக்காடு வழிபட்ட கௌணியர், கோட்டூர் வந்து, அத்தலத்து இறைவரைப் போற்றிப் பாடிய பதிகம் இது.

தல வரலாறு:

திருத்துறைப்பூண்டி இரயில் நிலையத்திற்கு வடமேற்கில் 15கி.மீ தொலைவில் உள்ளது. தேவர்களும், குச்சர இருடிகளும் பூசித்துப் பேறு பெற்ற தலம். கோட்டூரில் மேற்குப் பக்கம் இருக்கும் கோயில் இது. (கிழக்குப் பக்கம் இருப்பது கீழ்க் கோட்டூர் என்றும் அங்குள்ள கோயில் மணிஅம்பலம் என்றும் வழங்கப்படும்).

சுவாமி : கொழுந்து நாதர்

அம்மை : தேன்மொழிப்பாவை

தல மரம் : வன்னி

தீர்த்தம் : அமிர்த தீர்த்தம்

திருமுறை 2 - 245 திருஞான - 574

பண்: நட்டராகம்

2557. **நீலம் ஆர்தரு கண்டனே நெற்றிஓர்**
கண்ணனே ஒற்றைவிடைச்
சூலம் ஆர்தரு கையனே துன்றுபைம்
பொழில்கள் சூழ்ந்துஅழகாய
கோல மாமலர் மணம்கமழ் கோட்டூர்நல்
கொழுந்தேஎன்று எழுவார்கள்
சால நீள்தலம் அதனிடைப் புகழ்மிகத்
தாங்குவர் பாங்காவே (1)

அருஞ்சொற்பொருள்:

துன்று - நெருங்கிய. கோலம் - அழகு. சால நீள் தலம் - மிகவும் மேலான தலம் (சிவலோகம்).

பொழிப்புரை:

'நீலநிற விடம் பொருந்திய கண்டம் உடையவனே! நெற்றியில் மூன்றாவதாக ஒரு கண் உடையவனே! ஓர் இடபத்தில் ஏறி வருபவனே! சூலம் ஏந்திய கை உடையவனே! அடர்ந்த பசிய சோலை சூழ்ந்து அழகுபட விளங்கும் மணமலர்களால் நிரம்பும் கோட்டூர் என்னும் தலத்தில் எழுந்தருளி இருக்கும் நல்ல கொழுந்தே!' என்று வணங்கி எழுபவர், புகழ்மிக உடையவராய்ச் சிவலோகம் சென்று தங்கும் பேற்றினைப் பெறுவர்.

2558. **பங்க யம்மலர் சீறடிப் பஞ்சுஉறு**
மெல்விரல் அரவுஅல்குல்
மங்கை மார்பலர் பயில்குயில் கிளிஎன
மிழற்றிய மொழியார்மென்
கொங்கை யார்குழாம் குணலைசெய் கோட்டூர்நல்
கொழுந்தேஎன்று எழுவார்கள்
சங்கை ஒன்றுஇல ராகிச்சங் கரன்திரு
அருள்பெறல் எளிதாமே (2)

அருஞ்சொற்பொருள்:

பங்கயம் - தாமரை. சீறடி - சிறிய அடி. பஞ்சு உறு மெல்விரல் - பஞ்சு போன்ற மெல்லிய விரல். அரவு அல்குல் - பாம்பின் படம் போன்ற அல்குல். சங்கை - சந்தேகம்.

பொழிப்புரை:

'தாமரை மலர் போன்ற சிவந்த சிறிய பாதமும், பஞ்சு போன்ற மென்மையான விரல்களும், பாம்பின் படம் போன்ற அல்குலும், மயில் போன்ற சாயலும், குயில் போன்ற குரலும், கிளி மொழி போன்ற இன்மொழியும், மெல்லிய முலையும், உடைய மகளிர் பலரும், கூடிக் கூட்டமாக இருந்து, குணலைக் கூத்து, நிகழ்த்தும் கோட்டூரில் எழுந்தருளி இருக்கும் கொழுந்தே!' என்று கூறி, வணங்கி எழுபவர்கள், ஐயம் சிறிதும் இன்றிச் சங்கரன் திருவருள் பெறுதல் என்பது உறுதியே ஆகும்.

2559. நம்ப னார்நல மலர்கொடு தொழுதுஎழும்
    அடியவர் தமக்கெல்லாம்
செம்பொ னார்தரும் எழில்திகழ் முலையவர்
    செல்வம்மல் கியநல்ல
கொம்ப னார்தொழுது ஆடிய கோட்டூர்நல்
    கொழுந்தேஎன்று எழுவார்கள்
அம்பொ னார்தரும் உலகினில் அமரரோடு
    அமர்ந்துஇனிது இருப்பாரே   (3)

அருஞ்சொற்பொருள்:

நம்பனார் - விருப்பத்திற்கு உரியவர். கொம்பனார் - பூங்கொம்பு போன்ற மகளிர். அம்பொனார் தரும் உலகம் - (பொன் உலகம்) தேவர் உலகம்.

பொழிப்புரை:

'நல்ல மலர்கொண்டு வணங்கி எழுகின்ற அடியார்கட்கு எல்லாம் நம்பனாரே! செம்பொன் போன்ற அழகிய முலை உடையவரும், பூங்கொம்பு போன்ற மெல்லிய உடல்வாகு கொண்டவரும், செல்வ வளம் மிக்கவரும், ஆகிய மகளிர் நிரம்ப வாழும் கோட்டூரில் எழுந்தருளி இருக்கும் நல்கொழுந்தே!' என்று வணங்கி எழுபவர்கள், பொன்உலகம் எனப்படும் தேவர்உலகில் உள்ள தேவர்களோடு தேவராய்க் கூடிவாழும் வாழ்வினைப் பெறுவர்.

2560. பலவு நீள்பொழில் தீங்கனி தேன்பலா
    மாங்கனி பயில்வாய
கலவ மஞ்ஞைகள் நிலவுசொல் கிள்ளைகள்
    அன்னம்சேர்ந்து அழகாய
குலவு நீள்வயல் கயல்உகள் கோட்டூர்நல்
    கொழுந்தேஎன்று எழுவார்கள்
நிலவு செல்வத்தர் ஆகிநீள் நிலத்திடை
    நீடிய புகழாரே   (4)

அருஞ்சொற்பொருள்:

பலவு - பல மரம்செடிகொடிகளும். தீங்கனி - இனிப்புச் சுவை உடைய பழங்கள். கலவமஞ்ஞை - தோகைமயில். கிள்ளை - கிளி. உகள் - புரள்.

பொழிப்புரை:

'இனிப்பு மிக்க பலாப்பழம், மாம்பழம் முதலிய இன்சுவை தரும் பழமரங்கள் பலவும் நிறைந்திருக்கும் நீண்ட சோலையில் தோகை உடைய மயில்களும், இன்சொல் பேசும் கிளிகளும், அன்னப் பறவைகளும், கூடிவாழ்வதும், நீண்ட வயல்களில் கயல்மீன்கள் புரளுவதும், ஆகிய அழகுடைய கோட்டூரில் எழுந்தருளி இருக்கும் நல்கொழுந்தே!' என்று வணங்கி எழுபவர்கள், இந்த நீண்ட நிலவுலகில் செல்வமும் நீடிய புகழும் உடையவராய் வாழ்வர்.

2561. **உருகு வார்உள்ளத்து ஒண்சுடர் தனக்குஎன்றும்**
அன்பராம் அடியார்கள்
பருகும் ஆர்அமுது எனநின்று பரிவொடு
பத்திசெய்து எத்திசையும்
குருகு வாழ்வயல் சூழ்தரு கோட்டூர்நல்
கொழுந்தேஎன்று எழுவார்கள்
அருகு சேர்தரு வினைகளும் அகலும்போய்
அவன்அருள் பெறலாமே (5)

அருஞ்சொற்பொருள்:

பரிவொடு - அன்போடு. குருகு - ஒருவகைப் பறவை. அருகுசேர்தரு - அருகில் வந்து சேரும்.

பொழிப்புரை:

உருகி வழிபடுபவரது உள்ளத்தில் ஒளி பொருந்திய சுடராய் விளங்குபவன் என்றும், தன்னிடம் அன்பு செய்யும் அடியார்களுக்கு எப்பொழுதும் தெவிட்டாத அமுதமாய் விளங்குபவன் என்றும், அன்பு செய்து அடியார்கள் வணங்கி எழுமாறு குருகுகள் வாழும் வயல்களால் சூழப்பட்ட கோட்டூரில் எழுந்தருளி இருக்கும் நல்லகொழுந்தே! என்றும் வணங்கி எழுபவர்க்கு, அருகில் வரஇருந்த வினைகள், தூரப்போய் விலகும்; மேலும் அந்த இறைவனின் திருவருளையும் பெறலாம்.

2562. **துன்று வார்சடை தூமதி மத்தமும்**
துன்எருக்கு ஆர்வன்னி
பொன்றி னார்தலைக் கலனொடு பரிகலம்
புலிஉரி உடைஆடை

கொன்றை பொன்என மலர்தரு கோட்டூர்நல்
கொழுந்தேஎன்று எழுவாரை
என்றும் ஏத்துவார்க்கு இடரிலை கேடிலை
ஏதம்வந்து அடையாவே (6)

அருஞ்சொற்பொருள்:

துன்று வார் சடை - அடர்ந்த நீண்ட சடை. மத்தம் - ஊமத்தம்பூ. எருக்கு - எருக்க மலர். வன்னி - வன்னியின் தளிர். பொன்றினார் தலை - இறந்தவரது மண்டைஓடு. பரிகலம் - உண்கலம். இடரிலை - இடர்இல்லை. கேடிலை - கேடுஇல்லை. ஏதம் - குற்றம்.

பொழிப்புரை:

அடர்ந்த நீண்ட சடையில் தூய பிறைச்சந்திரன், ஊமத்தம்பூ, எருக்க மலர், வன்னியின் தளிர், ஆகியவற்றைச் சூடியும்; இறந்தவரது மண்டை ஓட்டை உண்கலனாகக் கையில் ஏந்தியும்; புலியின் தோலை இடையில் உடையாகவும், மேனியில் மேலாடையாகவும், போர்த்தியும்; இருப்பவரை; கொன்றை மலர், பொன் போல் மலர்ந்திருக்கும் கோட்டூரில் எழுந்தருளி இருக்கும் நல்ல கொழுந்தே! என்று வணங்கி எழுபவர்க்குத் துன்பம், கேடு, குற்றம், ஆகியவை இல்லையாகும்.

2563. மாட மாளிகை கோபுரம் கூடங்கள்
மணிஅரங்கு அணிசாலை
பாடு சூழ்மதில் பைம்பொன் செய்மண்டபம்
பரிசொடு பயில்வாய
கூடு பூம்பொழில் சூழ்தரு கோட்டூர்நல்
கொழுந்தேஎன்று எழுவார்கள்
கேடு அதுஒன்று இலராகி நல்உலகினில்
கெழுவுவர் புகழாலே (7)

அருஞ்சொற்பொருள்:

மணி - அழகு. அணி - அழகு. பாடு - பக்கம். பரிசு - தன்மை. கெழுவுவர் - தழுவுவர்.

பொழிப்புரை:

மாடங்கள், மாளிகைகள், கோபுரங்கள், கூடங்கள், அழகிய அரங்கங்கள், அழகிய சாலைகள், சுற்றி வளைக்கப்பட்ட மதில்கள், பசிய

பொன்னால் ஆன மண்டபங்கள், என இவை அனைத்தும் பொருந்தி இருப்பதோடு, பூக்கள் நிறைந்த அழகிய சோலையால் சூழப்பட்ட கோட்டூர் என்னும் தலத்தில் எழுந்தருளி இருக்கும் நல்லகொழுந்தே! என்று வணங்கி எழுபவர்கள், கெடுதல் ஒன்றும் இல்லாதவராக, இந்த நல்ல நிலவுலகில், புகழ் பொருந்திய வாழ்வும் பெறுவர்.

2564. **ஒளிகொள் வாள்எயிற்று அரக்கன்அவ் வுயர்வரை**
எடுத்தலும் உமைஅஞ்சிச்
சுளிய ஊன்றலும் சோர்ந்திட வாளொடு
நாள்அவர்க்கு அருள்செய்த
குளிர்கொள் பூம்பொழில் சூழ்தரு கோட்டூர்நல்
கொழுந்தினைத் தொழுவார்கள்
தளிர்கொள் தாமரைப் பாதங்கள் அருள்பெறும்
தவம்உடை யவர்தாமே (4)

அருஞ்சொற்பொருள்:

ஒளிகொள் வாள் எயிறு - ஒளியும் வாள்போன்ற கூர்மையும் உடைய பல். உயர்வரை - உயர்ந்த (கயிலை) மலை. சுளிய - சுளிக்க. வாளொடு நாள் - வாள்படையும் வாழ்நாளும் (ஆயுளும்).

பொழிப்புரை:

பளபளப்பும் கூர்மையும் உடைய பற்களுடன்கூடிய அரக்கனாகிய இராவணன், உயர்ந்த கயிலை மலையைப் பெயர்க்க, உமாதேவி அஞ்சி முகம் சுளிக்க, அதுகண்டு (சிவபெருமான்) கால்விரலை ஊன்றவும், அதனால் அவன் சோர்வடையவும், பின்னர் அவனுக்கு வாளும் வாழ்நாளும் தந்து அருள்செய்தவரே! குளிர்ச்சியும், பூக்கள் நிறைந்ததும், ஆகிய சோலை சூழ்ந்த கோட்டூரில் எழுந்தருளி இருக்கும் நல்லகொழுந்தே! என்று வணங்கி எழுபவர்கள், தாமரை மலர்போன்ற திருவடியின் திருவருளைப் பெறும் தவம் உடையவரே ஆவர்.

2565. **பாடி ஆடும்மெய்ப் பத்தர்கட்கு அருள்செயும்**
முத்தினைப் பவளத்தைத்
தேடி மால்அயன் காணஒண் ணாதஅத்
திருவினைத் தெரிவைமார்
கூடி ஆடவர் கைதொழு கோட்டூர்நல்
கொழுந்தேஎன்று எழுவார்கள்
நீடு செல்வத்த ராகிஇவ் வுலகினில்
நிகழ்தரு புகழாரே (9)

அருஞ்சொற்பொருள்:

தெரிவைமார் - பெண்கள். நிகழ்தரு புகழ் - விளங்கும் புகழ்.

பொழிப்புரை:

பாடியும் ஆடியும் வழிபடும் உண்மை அடியார்களுக்கு அருள்செய்யும் முத்தும் பவளமும் போன்றவரை; திருமாலும் பிரமனும் தேடியும் காண முடியாத அந்தத் திரு ஆனவரை; பெண்களும் ஆண்களும் கூடிக் கைகூப்பி வணங்கும் கோட்டூரில் எழுந்தருளி இருக்கும் நல்லகொழுந்தே! என்று தொழுது எழுபவர்கள், நிறைந்த செல்வமும், புகழும், உடையவராய் இவ்வுலகில் வாழ்வர்.

2566. **கோணல் வெண்பிறைச் சடையனைக் கோட்டூர்நல்**
கொழுந்தினைச் செழுந்திரளைப்
பூணல் செய்துஅடி போற்றுமின் பொய்இலா
மெய்யன்நல் அருள்என்றும்
காணல் ஒன்றுஇலாக் கார்அமண் தேரர்குண்
டாக்கர்சொல் கருதாதே
பேணல் செய்துஅர னைத்தொழும் அடியவர்
பெருமையைப் பெறுவாரே (10)

அருஞ்சொற்பொருள்:

கோணல் பிறை - வளைந்த பிறை. பூணல் - அலங்கரித்தல். காணல் ஒன்றுஇலா - காணாத. கார்அமண் - கரியநிறச்சமணர். தேரர் - பௌத்தர். குண்டாக்கர் - உண்டு கொழுத்தவர். பேணல்செய்து - பேணி.

பொழிப்புரை:

பொய் இல்லாத மெய்யனாகிய சிவபெருமானின் திருவருளைச் சிறிதளவும் பெறாத கரியநிறச் சமணர், பௌத்தர், ஆகிய குண்டர்களின், சொல்லை மதிக்க வேண்டா; மாறாக, வளைந்த வெண்பிறையைச் சூடிய சடை உடையவரும், கோட்டூரில் எழுந்தருளி இருக்கும் கொழுந்தீசரும், செழுமையும் திரட்சியும் உடைய திருமேனி உடையவரும், ஆகிய இறைவரைப் போற்றி, அவரது திருவடியில் விழுந்து வணங்குவீராக! அவ்வாறு வழிபடும் அடியவர், பெருமை பெறுவர்.

2567. **பந்து உலாம்விரல் பவளவாய்த் தேன்மொழிப்**
பாவையோடு உருவாரும்
கொந்து உலாம்மலர் விரிபொழில் கோட்டூர்நல்
கொழுந்தினைச் செழும்பவளம்

வந்து உலாவிய காழியுள் ஞானசம்
  பந்தன்ஆய்ந்து உரைசெய்த
சந்து உலாம்தமிழ் மாலைகள் வல்லவர்
  தாங்குவர் புகழாலே (11)

அருஞ்சொற்பொருள்:

கொந்து - கொத்து. சந்து - சந்தநயம். உலாம் தமிழ் - பொருந்திய தமிழ்ப்பாடல்கள்.

பொழிப்புரை:

பந்து பொருந்திய விரல்களும், பவளம் போன்ற சிவந்த உதடுகளும், தேன் போன்ற இனிய மொழியும், பாவை போன்ற உருவ அழகும், உடைய உமாதேவியோடு கூடி இருப்பவரும், சோலை சூழ்ந்த கோட்டூரில் எழுந்தருளி இருப்பவரும், ஆகிய கொழுந்தீசரை; செழும் பவளம் வந்து கரைஒதுங்கும், சீர்காழியில் அவதரித்த ஞானசம்பந்தன்; ஆராய்ந்து பாடிய, சந்தநயம் உடைய தமிழ்ப் பாமாலைகள் பத்தினையும், பாடி வழிபட வல்லவர், இவ்வுலகில் புகழால் தாங்கப்படுவர்.

திருச்சிற்றம்பலம்

237

திருவெண்டுறை

பதிக வரலாறு:

கோட்டூர் வழிபட்ட காழிப்பிள்ளையார், வெண்துறை வந்து, அத்தலத்து இறைவரை வழிபட்டுப் பாடிய பதிகம் இது.

தல வரலாறு:

மன்னார்குடி இரயில் நிலையத்திலிருந்து கிழக்கில் 10கி.மீ தொலைவில் உள்ளது. மன்னார்குடியிலிருந்து பேருந்தில் செல்லலாம். பிருங்கி முனிவர் வண்டு உருவில் இலிங்கத் திருமேனியில் இறைவர் பாகத்தை மட்டும் வழிபட்ட தலம். இன்றளவும் கோயிலின் கருவறையில் வண்டின்ஒலி கேட்கின்றது. வித்யாதரர் பூசித்த தலம்.

சுவாமி	:	வெண்டுறைநாதர்
அம்மை	:	வேல்நெடுங்கண்ணி
தல மரம்	:	வில்வம்
தீர்த்தம்	:	பிரம தீர்த்தம்

திருமுறை 3 - 319   திருஞான - 575

பண்: பஞ்சமம்

2568. ஆதியன் ஆதிரையன் அனல் ஆடிய ஆர்அழகன்
பாதிஒர் மாதினொடும் பயி லும்பர மாபரமன்
போதுஇய லும்முடிமேல் புன லோடுஅர வம்புனைந்த
வேதியன் மாதிமையால் விரும் பும்(ம்)இடம் வெண்டுறையே   (1)

அருஞ்சொற்பொருள்:

ஆதிரையன் - திருவாதிரை நட்சத்திரத்துக்கு உரியவன். ஆர் அழகன் - அரிய அழகு உடையவன். பர மாபரமன் - மேலானவற்றுக்கும்

மேலானவன். போது இயலும் - மலர்களைச் சூடிய. புனல் - கங்கை. மாதிமை - அன்பு.

பொழிப்புரை:

சிவபெருமான் முதன்மை உடையவன்; ஆதிரை நட்சத்திரத்துக்கு உரியவன்; நெருப்பைக் கையில் ஏந்தி ஆடும் அழகன்; உடம்பின் பாதியில் உமாதேவியை வைத்திருப்பவன்; மேன்மை உடைய பொருள்களுக்கெல்லாம் மேன்மை உடையவனாய் இருப்பவன்; மலர்கள் சூடிய சடையில் கங்கை, படம்எடுத்து ஆடும் பாம்பு, ஆகியவற்றை அணிந்திருப்பவன்; வேதம் சொன்னவன்; அவன், அன்புமிகுதியால், விரும்பி எழுந்தருளி இருக்கும் தலம், வெண்டுறையே ஆகும்.

2569. காலனை ஓர்உதையில் உயிர் வீடுசெய் வார்கழலான்
பாலொடு நெய்தயிரும் பயின் றுஆடிய பண்டரங்கன்
மாலை மதியொடுநீர் அர வம்புனை வார்சடையான்
வேல்அன கண்ணியொடும் விரும் பும்(ம்)இடம்
வெண்டுறையே (2)

அருஞ்சொற்பொருள்:

வீடு - விடுதல். பண்டரங்கன் - பண்டரங்கம் என்னும் கூத்து நிகழ்த்துபவன். வார் சடை - நீண்ட சடை. வேல் அன கண் - வேல் போன்ற கூரிய பார்வை உடைய கண்.

பொழிப்புரை:

சிவபெருமான், ஓர் உதையினால் இயமனது உயிரை விடுபடும்படி செய்த திருவடி உடையவன்; பால், தயிர், நெய் முதலியன கொண்டு பலமுறையும் திருமஞ்சனம் ஆடுபவன்; பண்டரங்கம் என்னும் கூத்து நிகழ்த்துபவன்; மாலை நேரத்துச் சந்திரன், கங்கை, பாம்பு ஆகியவற்றைச் சூடியுள்ள நீண்ட சடை உடையவன்; அவன் வேல் போன்ற கண் உடைய உமாதேவியோடு விரும்பி எழுந்தருளி இருக்கும் தலம், வெண்டுறையே ஆகும்.

2570. படைநவில் வெண்மழுவான் பல பூதப்படை உடையான்
கடைநவில் மும்மதிலும் எரி ஊட்டிய கண்ணுதலான்
உடைநவி லும்புலித்தோல் உடை ஆடையி னான்கடிய
விடைநவி லும்கொடியான் விரும் பும்(ம்)இடம்
வெண்டுறையே (3)

அருஞ்சொற்பொருள்:

கடைநவில் - பாவம் உடைய. உடை - இடையில் உடுத்துவன. ஆடை - மேலே போர்த்துவது (மேலாடை). கடிய விடை - விரைந்து செல்லும் இடபம்.

பொழிப்புரை:

சிவபெருமான், வெண்மழுவை ஆயுதமாக ஏந்தி இருப்பவன்; பலவகை பூதப்படைகள் உடையவன்; பாவம் உடையவரது மும்மதிலைத் தீயிட்டு எரித்தவன்; நெற்றியில் கண் உடையவன்; புலித்தோலை உடையாகவும் ஆடையாகவும் கொண்டு விளங்குபவன்; விரைந்து செல்லும் இடபம் எழுதிய கொடி உடையவன்; அவன் விரும்பி எழுந்தருளி இருக்கும் தலம், வெண்டுறையே ஆகும்.

2571. **பண்அமர் வீணையினான் பர விப்பணி தொண்டர்கள்தம்**
எண்அமர் சிந்தையினான் இமை யோர்க்கும் அறிவரியான்
பெண்அமர் கூறுஉடையான் பிர மன்தலை யில்பலியான்
விண்ணவர் தம்பெருமான் விரும் பும்(ம்)இடம்
வெண்டுறையே (4)

அருஞ்சொற்பொருள்:

எண்அமர் - எண்ணத்தில் அமர்கின்ற. பலியான் - பிச்சை ஏற்பவன்.

பொழிப்புரை:

சிவபெருமான், வீணையில் இசையாக இருப்பவன்; போற்றி வழிபடும் தொண்டர்களது சிந்தையில் எழுந்தருளும் எண்ணம் உடையவன்; தேவர்களுக்கும் காண அருமை உடையவன்; உமாதேவியைப் பாகமாகக் கொண்டவன்; பிரமனது தலையில் (மண்டை ஓட்டில்) பிச்சை ஏற்பவன்; தேவர்களுக்குத் தலைவன்; அவன் விரும்பி எழுந்தருளி இருக்கும் தலம், வெண்டுறையே ஆகும்.

2572. **பார்இய லும்பலியான் படி யார்க்கும் அறிவுஅரியான்**
சீர்இய லும்மலையாள் ஒரு பாகமும் சேரவைத்தான்
போர்இய லும்புரம்மூன் றுடன் பொன்மலை யேசிலையா
வீரியம் நின்றுசெய்தான் விரும் பும்(ம்)இடம் வெண்டுறையே(5)

அருஞ்சொற்பொருள்:

பார் - உலகம். படியார் - உலகர். சீர் - சிறப்பு. பொன்மலை - மேருமலை. சிலை - வில். வீரியம் - வலிமை.

பொழிப்புரை:

சிவபெருமான், உலகில் நிகழும் பூசைகளில் படைக்கும் நைவேத்தியங்களை ஏற்பவன்; உலகில் வாழும் மாந்தர்தம் சிற்றறிவு கொண்டு அறிய அருமை உடையவன்; சிறப்பு விளங்கும் இமயமலை அரசனது மகளை (பர்வதராசன் மகள் பார்வதியை) உடம்பின் ஒரு பாகத்தில் பொருந்த வைத்திருப்பவன்; மேருமலையை வில்லாக வளைந்துப் போர்செய்து முப்புரத்தை அழித்தவன்; அவன் விரும்பி எழுந்தருளி இருக்கும் தலம், திருவெண்டுறையே ஆகும்.

2573. **ஊழிக ளாய்உலகாய் ஒரு வர்க்கும் உணர்வுஅரியான்**
போழ்இள வெண்மதியும் புன லும்அணி புன்சடையான்
யாழின் மொழிஉமையாள் வெரு வவ்எழில் வெண்மருப்பின்
வேழம் உரித்தபிரான் விரும் பும்(ம்)இடம் வெண்டுறையே (6)

அருஞ்சொற்பொருள்:

போழ்தல் - பிளத்தல். புனல் - கங்கை. புன்சடை - மெல்லிய சடை. வெருவ - அஞ்ச. வெண்மருப்பு - வெண் தந்தம். வேழம் - யானை.

பொழிப்புரை:

சிவபெருமான், ஊழிகளாகவும் உலகங்களாகவும் இருந்தும், ஒருவராலும் அறிய முடியாதவன்; பிளந்ததும், இளமை உடையதும், வெண்மை நிறம் உடையதும், ஆகிய சந்திரன், கங்கை, ஆகிய இவற்றைச் சூடிய மெல்லிய சடை உடையவன்; யாழின் மெல்இசை போல் இன்மொழி பேசும் உமாதேவி அஞ்சுமாறு, வெள்ளை நிறத் தந்தம் உடைய யானையின் தோலை உரித்த பெருமான்; அவன் விரும்பி எழுந்தருளி இருக்கும் தலம், வெண்டுறையே ஆகும்.

2574. **கன்றிய காலனையும்(ம்) உரு ளக்கனல் வாய்அலறிப்**
பொன்றமுன் நின்றபிரான் பொடி ஆடிய மேனியினான்
சென்றுஇமை யோர்பரவும் திகழ் சேவடி யான்புலன்கள்
வென்றவன் எம்இறைவன் விரும் பும்(ம்)இடம் வெண்டுறையே (7)

அருஞ்சொற்பொருள்:

கன்றிய - சினந்த. கனல் வாய் - நெருப்பினைக் கக்கும் வாய். பொன்ற - அழிய. பொடி - திருநீறு. சேவடி - சிவந்த திருவடி.

பொழிப்புரை:

சிவபெருமான், கோபம் கொண்டு மார்க்கண்டேயனிடம் வந்த இயமனை, அவன் தன் நெருப்பை உமிழும் வாய்கொண்டு அலறி அழியுமாறு, உருள உதைத்த பெருமான்; திருநீறு பூசிய திருமேனி உடையவன்; தேவர்கள் சென்று வணங்கும் சிவந்த திருவடி உடையவன்; ஐம்புல இன்பங்களை வெல்லுமாறு அருளுபவன்; எமது இறைவன்; அவன் விரும்பி எழுந்தருளி இருக்கும் தலம், வெண்டுறையே ஆகும்.

2575. **சுரம்இரு பத்தினாலும் கடு வன்சின மாய்எடுத்த**
சிரம்ஒரு பத்தும்உடை அரக் கன்வலி செற்றுஉகந்தான்
பரவவல் லார்வினைகள் அறுப் பான்ஒரு பாகமும்பெண்
விரவிய வேடத்தினான் விரும் பும்(ம்)இடம் வெண்டுறையே (8)

அருஞ்சொற்பொருள்:

கரம் - கை. இருபத்து - (2×10=20) இருபது. கடு வன் சினம் - கடிய வலிய கோபம். சிரம் - தலை. வலி - வலிமை. செற்று - அழித்து. விரவிய - கலந்த.

பொழிப்புரை:

சிவபெருமான், இருபது கைகளும் பத்துத் தலைகளும் உடைய அரக்கனாகிய இராவணன், கடிய வலிய சினம் கொண்டு கயிலை மலையை எடுக்க, அவனது வலிமையைச் சினந்து அழித்து மகிழ்ந்தவன்; போற்றுவாரது வினைகளை அறுப்பவன்; ஒரு பாகத்தில் உமாதேவியை வைத்திருக்கும் தோற்றம் உடையவன்; அவன் விரும்பி எழுந்தருளி இருக்கும் தலம், வெண்டுறையே ஆகும்.

2576. **கோல மலர்அயனும் குளிர் கொண்டல் நிறத்தவனும்**
சீலம் அறிவுஅரிதாய்த் திகழ்ந் துஓங்கிய செந்தழலான்
மூலம்அது ஆகிநின்றான் முதிர் புன்சடை வெண்பிறையான்
வேலை விடமிடற்றான் விரும் பும்(ம்)இடம் வெண்டுறையே (9)

அருஞ்சொற்பொருள்:

கோல மலர் - அழகிய (தாமரை) மலர். கொண்டல் - மேகம். சீலம் - தன்மை. முதிர்புன் சடை - முதிர்ந்த மெல்லிய சடை. வேலை - கடல்.

பொழிப்புரை:

சிவபெருமான், அழகிய தாமரை மலரில் வீற்றிருக்கும் பிரமனும், குளிர்ந்த மேகம் போன்ற கரிய நிறம் உடைய திருமாலும், தேடியும் அறியமுடியாத தன்மையில், நெருப்பு உருவாய் நிமிர்ந்து நின்றவன்; எல்லாவற்றுக்கும் மூலமாய் விளங்குபவன்; முதிர்ந்த மெல்லிய சடையில் வெண்பிறையை அணிந்திருப்பவன்; கடலிலிருந்து வெளிப்பட்ட விடத்தை, உண்டுதேக்கிய கண்டம் உடையவன்; அவன் விரும்பி எழுந்தருளி இருக்கும் தலம், வெண்டுறையே ஆகும்.

2577. **நக்குஉரு ஆயவரும் துவர் ஆடை நயந்துஉடையாம்**
பொக்கர்கள் தம்உரைகள் அவை பொய்என எம்இறைவன்
திக்குநிறை புகழ்ஆர் தரு தேவர்பி ரான்கனகம்
மிக்குஉயர் சோதிஅவன் விரும் பும்(ம்)இடம் வெண்டுறையே (10)

அருஞ்சொற்பொருள்:

நக்கு உரு - எள்ளி நகையாடும்படி உடை உடுத்தாத உருவம். துவர்ஆடை - காவிமேலாடை. பொக்கர் - பொய்யர். திக்கு - திசை. கனகம் - பொன்.

பொழிப்புரை:

உடை உடுத்தாத ஏளனத்துக்குஉரிய சமணர்களும், காவி ஆடையை விரும்பிப் போர்த்துக் கொள்ளும் பௌத்தர்களும், ஆகிய பொய்யர்கள் கூறும் உபதேசச் சொற்களைப் பொய்ச்சொற்கள் என வெறுத்து ஒதுக்குபவன்; எம் இறைவன்; எல்லாத் திசைகளிலும் தன் புகழைப் பரவவிட்ட தேவர் தலைவன்; பொன் போல் ஒளிரும் சோதி வடிவானவன்; அவன் விரும்பி எழுந்தருளி இருக்கும் தலம், வெண்டுறை ஆகும்.

2578. **திண்அம ரும்புரிசைத் திரு வெண்டுறை மேயவனைத்**
தண்அம ரும்பொழில்சூழ் தரு சண்பையர் தம்தலைவன்
எண்அமர் பல்கலையான் இசை ஞானசம் பந்தன்சொன்ன
பண்அமர் பாடல்வல்லார் வினை ஆயின பற்றுஅறுமே (11)

அருஞ்சொற்பொருள்:

திண் அமரும் புரிசை - வலிமை உடைய மதில். மேயவன் - பொருந்தி இருப்பவன். சண்பை - சீர்காழி. எண்அமர் - பாராட்டுதல் அமைந்த.

பொழிப்புரை:

வலிமை மிக்க மதிலோடு கூடிய திருவெண்டுறை என்னும் தலத்தில் எழுந்தருளி இருக்கும் இறைவனை; குளிர்ச்சி பொருந்திய சோலை சூழ்ந்த சீர்காழி நகரத்துத் தலைவனும், பாராட்டும்படியான பல கலைஞானங்களும் உடையவனும், ஆகிய ஞானசம்பந்தன் பாடிய, இசையோடு கூடிய இப்பாடல்களைப் பாடி வழிபட வல்லவர்களது, வினைகள் ஆனவை, கெட்டுஒழியும்.

திருச்சிற்றம்பலம்

238

திருத்தண்டலை நீள்நெறி

பதிக வரலாறு:

வெண்துறை வணங்கி மீண்ட வெங்குருவேந்தர், கற்றவர் கூடிவாழும் தண்டலை நீள்நெறி வணங்கிப் பாடிய பதிகம் இது.

தல வரலாறு:

இத்தலம் தற்பொழுது, 'தண்டலைச்சேர்' என்று வழங்கப்படுகின்றது. திருத்துறைப்பூண்டி இரயில் நிலையத்தில் இருந்து 5கி.மீ தொலைவில் உள்ளது. ஊரின் பெயர் தண்டலை. கோயிலின் பெயர் நீள்நெறி. இது கோச்செங்கட்சோழனால் கட்டப்பட்ட மாடக்கோயில்களுள் ஒன்று. அரிவாட்டாய நாயனார் வீடுபேறு அடைந்த தலம். அவர் அவதரித்த கணமங்கலம் தண்டலைக்குக் கிழக்கில் 1கி.மீ தொலைவில் உள்ளது. அரிவாட்டாய நாயனாருக்கும் அவரது மனைவிக்கும் பிரதிமைகள் இருக்கின்றன.

கூர்ம (ஆமை) அவதாரம் கொண்ட திருமால், செருக்குற்று கடலைக் கலக்க, சிவபெருமான் ஆமையின் செருக்கை அடக்கி, அதன் ஓட்டை அணிகலனாக மார்பில் அணிந்து கொண்ட தலம்.

சுவாமி	:	நீள்நெறிநாதர்
அம்மை	:	ஞானாம்பிகை
தல மரம்	:	குருந்தம்

திருமுறை 3 - 308   திருஞான - 575

பண்: கௌசிகம்

2579. விரும்பும் திங்களும் கங்கையும் விம்மவே
      சுரும்பும் தும்பியும் சூழ்சடை யார்க்குஇடம்
      கரும்பும் செந்நெலும் காய்கமு கின்வளம்
      நெருங்கும் தண்டலை நீள்நெறி காண்மினே   (1)

அருஞ்சொற்பொருள்:

விம்ம - பொலிய. சுரும்பு, தும்பி - வண்டின் வகைகள்.

பொழிப்புரை:

சந்திரன், கங்கை, ஆகியவற்றை விருப்பமுடன், சுரும்பு, தும்பி ஆகியவை மொய்க்கும் சடையில் சூடி மகிழும் இறைவன், எழுந்தருளி இருக்கும் இடம்; கரும்பு, செந்நெல், கமுகு (பாக்குமரம்) ஆகியவை நெருங்கி விளையும் தண்டலை என்னும் தலத்திலே உள்ள நீள்நெறி என்னும் கோயிலே ஆகும்; எனவே அதனைச் சென்று கண்டு வணங்குவீராக!

2580. இகழும் காலன் இதயத்தும் என்உளும்
    திகழும் சேவடி யான்திருந் தும்(ம்)இடம்
    புகழும் பூமக ளும்புணர் பூசுரர்
    நிகழும் தண்டலை நீள்நெறி காண்மினே   (2)

அருஞ்சொற்பொருள்:

என்உளும் - என்உள்ளும். பூமகள் - பூவில் உறையும் திருமகள். பூசுரர் - பூ உலகத் தேவர் (அந்தணர்).

பொழிப்புரை:

தன்னை மதியாது, இகழ்ந்த இயமனது இதயத்துக்கு வெளியிலும், எனது உள்ளத்தின் உள்ளும், ஆகத் தனது சிவந்த திருவடியைப் பதித்த இறைவன் எழுந்தருளி இருக்கும் இடம்; புகழும் செல்வமும் உடைய அந்தணர்கள் நிறைந்து வாழும் தண்டலை என்னும் தலத்தில், நீள்நெறி என்னும் திருக்கோயிலில் ஆகும்; எனவே அங்குச் சென்று, அப்பெருமானைக் கண்டு வணங்குவீராக!

2581. பரந்த நீலப் படர்எரி வல்விடம்
    கரந்த கண்டத்தி னான்கரு தும்(ம்)இடம்
    சுரந்த மேதி துறைபடிந்து ஓடையில்
    நிரந்த தண்டலை நீள்நெறி காண்மினே   (3)

அருஞ்சொற்பொருள்:

பரந்த - பரவிய. படர்எரி - படர்ந்து எரியும் நெருப்பு. வல்விடம் - வலியவிடம். கரந்த - மறைத்து வைத்துள்ள. கருதும் இடம் - விரும்பும் இடம். சுரந்த - பால் சுரந்த. மேதி - எருமை. ஓடை - நீரோடை.

பொழிப்புரை:

படர்ந்து எரியும் நெருப்பு போல் வெப்பத்தைக் கக்கும், பரவிய நீலநிறம் உடைய, வலிய ஆலகால விடத்தைக் கண்டத்தில் மறைத்து வைத்துள்ள சிவபெருமான், விரும்பி எழுந்தருளி இருக்கும் இடம்; பால் கறக்கும் எருமைகள் குளிக்கும் நீரோடைகள் நிரம்பிய தண்டலை என்னும் தலத்தில் உள்ள நீள்நெறி என்னும் கோயிலிலே ஆகும்; எனவே அத்தலத்துக்குச் சென்று, கண்டு, அங்குள்ள பெருமானை வழிபடுவீராக!

2582. **தவந்த என்பும் தவளப் பொடியுமே**
உவந்த மேனியி னான்உறை யும்(ம்)இடம்
சிவந்த பொன்னும் செழுந்தர ளங்களும்
நிவந்த தண்டலை நீள்நெறி காண்மினே (4)

அருஞ்சொற்பொருள்:

தவந்த - வெந்த. பொடி - திருநீறு. தவளம் - வெண்மை. என்பு - எலும்பு. நிவந்த - மிக உடைய. தரளம் - முத்து.

பொழிப்புரை:

எலும்பும், வெந்த வெண்திருநீறும், அணியும் திருமேனி உடையவன் எழுந்தருளி இருக்கும் இடம்; செம்மையான பொன்னும், செழிப்பான முத்துக்களும், மிகுதியும் காணப்படும் தண்டலை என்னும் தலத்தில் உள்ள, நீள்நெறி என்னும் கோயிலே ஆகும்; எனவே அங்கு சென்று அப்பெருமானைக் காணுங்கள்!

★ **(இப்பதிகத்தின் 5, 6, 7-ஆம் பாடல்கள் கிடைக்கவில்லை).**

2583. **இலங்கை வேந்தன் இருபது தோள்இற**
விலங்க லில்அடர்த் தான்விரும் பும்(ம்)இடம்
சலங்கொள் இப்பி தரளமும் சங்கமும்
நிலங்கொள் தண்டலை நீள்நெறி காண்மினே (8)

அருஞ்சொற்பொருள்:

இற - முறிய. விலங்கலில் - கயிலை மலையில். சலம் - நீர். இப்பி - சிப்பி. தரளம் - முத்து.

பொழிப்புரை:

இலங்கை அரசன் இராவணனது இருபது தோள்களும் முறியுமாறு கயிலைமலையால் ஊன்றி நசுக்கிய சிவபெருமான் விரும்பி எழுந்தருளி

இருக்கும் இடம்; நீரில் வாழும் சிப்பி, அதனுள் இருக்கும் முத்து, சங்கு ஆகியவை கரைஒதுங்கி, நிலத்தில் கிடக்கும், தண்டலை என்னும் தலத்தில் உள்ள, நீள்நெறி என்னும் கோயிலே ஆகும்; எனவே அங்குச் சென்று அப்பெருமானைக் காண்பீராக!

2584. **கருவரு உந்தியின் நான்முகன் கண்ணன்என்று**
இருவ ரும்தெரி யாஒரு வன்(ன்)இடம்
செருவ ருந்திய செம்பியன் கோச்செங்கண்
நிருபர் தண்டலை நீள்நெறி காண்மினே (9)

அருஞ்சொற்பொருள்:

கருவரு உந்தி - கருவத்தால் உந்தப்பட்ட. செரு - போர். வருந்திய - வருத்திய. செம்பியன் - சோழன். நிருபர் - நடுநிலை தவறாதவர் (அரசர்).

பொழிப்புரை:

செருக்கினால் உந்தப்பட்ட பிரமனும், திருமாலும், ஆகிய இருவரும், தேடியும் காணமுடியாத ஒப்பற்றவனாகிய சிவபெருமான், எழுந்தருளி இருக்கும் இடம்; போரில் பிறமன்னர்களைத் துன்புறுத்தும் சோழன் கோச்செங்கணான் என்னும் அரசன் அமைத்த தண்டலையில் உள்ள, நீள்நெறிக் கோயிலே ஆகும்; எனவே அங்கு சென்று அப்பெருமானைக் கண்டு வழிபடுவீராக!

2585. **கலவு சீவரத் தார்கையில் உண்பவர்**
குலவ மாட்டாக் குழகன் உறைவிடம்
சுலவு மாமதி லும்சுதை மாடமும்
நிலவு தண்டலை நீள்நெறி காண்மினே (10)

அருஞ்சொற்பொருள்:

கலவு - சுற்றிய. சீவரத்தார் - சீவரம் என்னும் ஆடையை உடையவர். குலவமாட்டா - இவர்களால் கொண்டாட முடியாத. குழகன் - இளையோன். சுலவு - வளைந்த. நிலவு - விளங்குகின்ற.

பொழிப்புரை:

சீவரம் என்னும் மஞ்சள் கலந்த காவிநிற ஆடை போர்த்தியுள்ள பௌத்தர்களும், கையில் உணவினை வாங்கி உண்ணும் சமணர்களும், ஆகிய இவர்களால் கொண்டாட முடியாத, இளமையுடைய, இறைவன் எழுந்தருளி இருக்கும் இடம்; சுற்றி வளைக்கப்பட்ட மதிலும், சுதையால்

ஆன மாடங்களும், விளங்கும் தண்டலை என்னும் தலத்தில், நீள்நெறி என்னும் திருக்கோயிலிலே ஆகும்; எனவே அங்குச் சென்று, அப்பெருமானைக் காண்பீராக!

2586. நீற்றர் தண்டலை நீள்நெறி நாதனைத்
 தோற்று மேன்மையர் தோணி புரத்துஇறை
 சாற்று ஞானசம் பந்தன் தமிழ்வலார்
 மாற்றில் செல்வர் மறப்பர் பிறப்பையே (11)

அருஞ்சொற்பொருள்:

நீற்றர் - நீறு பூசிய அடியார். சாற்று - புகழ்கின்ற. வலார் - வல்லார். மாற்றில் - மாறுபாடு அடையாத.

பொழிப்புரை:

திருநீறு அணியப்பெற்ற அடியார்கள், நிரம்ப வாழும் தண்டலையில், எழுந்தருளி இருக்கும் நீள்நெறி நாதரை; அத்தகைய மேன்மை விளங்கும் தோணிபுரத்து இறைவனது, புகழைப் பாடும் ஞானசம்பந்தன்; புகழ்ந்து பாடிய, தமிழ்ப்பாடல்கள் கொண்டு பாடி வழிபடுபவர்; மாற்றமில்லாத செல்வம் உடையவர் ஆவர்; மேலும் பிறப்பிலிருந்தும் விடுபடுவர்.

திருச்சிற்றம்பலம்

239

திருக்களர்

பதிக வரலாறு:

தண்டலை நீள்நெறி கும்பிட்ட தண்டமிழ் விரகர், திருக்களர் வந்து இப்பதிகம் பாடி வழிபடுகின்றார்.

தல வரலாறு:

திருத்துறைப்பூண்டி இரயில் நிலையத்திலிருந்து மேற்கில் 6.5கி.மீ தொலைவில் உள்ளது. துர்வாச முனிவருக்கு நடனம் காட்டிய தலம். பராசர முனிவர் வழிபட்ட தலம். முருகப்பெருமான் சந்நிதி விசேடம். பெரிய மதில் உடையது. சிறந்த திருப்பணி செய்யப்பட்ட கோயில்.

சுவாமி	:	களர்முளைநாதர்
அம்மை	:	இளம் கொம்பன்னாள்
தல மரம்	:	பாரிசாதம்
தீர்த்தம்	:	துர்வாச தீர்த்தம்

திருமுறை 2 - 187   திருஞான - 575

பண்: சீகாமரம்

2587. நீர்உ ளார்கயல் வாவி சூழ்பொழில்
  நீண்ட மாவயல் ஈண்டு மாமதில்
  தேரினார் மறுகில் விழாமல்கு·திருக்களருள்
  ஊர்உ ளார்இடு பிச்சை பேணும்
  ஒருவ னேஒளிர் செஞ்ச டைம்மதி
  ஆரநின் றவனே அடைந்தார்க்கு அருளாயே   (1)

அருஞ்சொற்பொருள்:

வாவி - குளம். மறுகு - தெரு. மதி - சந்திரன். தேரின் ஆர் - தேர் ஓடுகின்ற.

பொழிப்புரை:

கயல் மீன்கள் வாழும் நீர் நிரம்பிய குளங்கள் சூழஉள்ள சோலையும், நீண்ட வயல்களும், நீண்ட பெரிய மதில்களும், தேரோடும் வீதியும், உடையதும், திருவிழாக்கள் இடையறாது நடைபெறுவதும், ஆகிய திருக்களர் என்னும் தலத்தில் எழுந்தருளி இருக்கும், ஊரார் இடும் பிச்சை உணவை விரும்பி ஏற்கும் ஒப்பற்றவனே! ஒளிவீசும் சிவந்த சடையில் சந்திரனைச் சூடி இருப்பவனே! உம்மை வந்து அடைந்தார்க்கு, அருளுவாயாக!

2588. தோளின் மேல்ஒளி நீறு தாங்கிய
தொண்டர் வந்துஅடி போற்ற மிண்டிய
தாளினார் வளரும் தவம்மல்கு திருக்களருள்
வேளின் நேர்விச யற்கு அருள்புரி
வித்த காவிரும் பும்அடி யாரை
ஆள்உகந் தவனே அடைந்தார்க்கு அருளாயே (2)

அருஞ்சொற்பொருள்:

ஒளி நீறு - ஒளி உடைய திருநீறு. மிண்டிய - நெருங்கிய. வேள் - முருகவேள். விசயன் - அர்ச்சுனன். வித்தகன் - ஞான வடிவினன். ஆள் உகந்தவன் - அடிமை கொண்டு மகிழ்பவன். தாள் - முயற்சி.

பொழிப்புரை:

தோள்மீது ஒளிஉடைய திருநீற்றைப் பூசி இருக்கும் தொண்டர்கள் வந்து, திருவடியைப் போற்றி வணங்கி, நெருங்கும் தவமுயற்சி உடையோர்க்கு, தவம் மேம்மேலும் பெருகும் திருக்களர் என்னும் தலத்தில் எழுந்தருளி, முருகனைப் போன்ற அர்ச்சுனனுக்கு அருள் புரியும் ஞான வடிவினனே! விரும்புகின்ற அடியாரை அடிமை கொண்டு மகிழ்பவனே! உன்னை வந்தடைந்தவர்க்கு, அருள் புரிவாயாக!

2589. பாட வல்லநல் மைந்த ரோடு
பனிம லர்பல கொண்டு போற்றிசெய்
சேடர் வாழ்பொழில் சூழ்செழுமாடத் திருக்களருள்

நீட வல்ல நிமல னேஅடி
    நிரைகழல் சிலம்பு ஆர்க்க மாநடம்
ஆட வல்லவனே அடைந்தார்க்கு அருளாயே (3)

அருஞ்சொற்பொருள்:

மைந்தர் - மக்கள். சேடர் - பெரியோர். நிமலன் - மலமில்லாதவன். கழல் சிலம்பு - கழல் வலக்காலிலும் சிலம்பு இடக்காலிலும் எனக் கொள்க.

பொழிப்புரை:

பாடுவதில் வல்லமை உடைய நன்மக்களோடு, குளிர்ந்த மலர்கள் பலவும் கொண்டு, போற்றுதல் செய்கின்ற பெரியோர் பலரும் வாழ்கின்ற சோலை சூழ்ந்த வளமான மாடங்கள் நிறைந்துள்ள திருக்களர் என்னும் தலத்தில் எழுந்தருளி இருக்கும் நிலைத்த தன்மை உடைய மலமற்றவனே! திருவடிகளில் ஒன்றில் வீரக்கழலும், மற்றொன்றில் சிலம்பும், ஒலிக்கவும், ஆக மேலான நடனம் ஆட வல்லவனே! உன்னை வந்தடைந்தார்க்கு அருள்செய்வாயாக!

2590. அம்பின் நேர்தடம் கண்ணி னாருடன்
    ஆடவர் பயில் மாட மாளிகை
செம்பொ னார்பொழில் சூழ்ந்துஅழகாய திருக்களருள்
என்பு பூண்ட தோர்மேனி எம்இறைவா
    இணைஅடி போற்றி நின்ற வர்க்கு
அன்பு செய்தவனே அடைந்தார்க்கு அருளாயே (4)

அருஞ்சொற்பொருள்:

அம்பின்நேர் - அம்பு போன்ற. தடம்கண் - பெரியகண். என்பு - எலும்பு.

பொழிப்புரை:

அம்பு போன்ற கூரிய பார்வை உடைய கண்ணொடு கூடிய மகளிரும், ஆண்களும் நிறைந்து வாழ்வதும், செம்பொன் நிரம்பிய மாட மாளிகைகளும், சோலையும் சூழ்ந்ததும், ஆகிய அழகுடன் விளங்கும் திருக்களர் என்னும் தலத்தில் எழுந்தருளி, எலும்புமாலை அணிந்த திருமேனியுடன் விளங்கும் எமது இறைவனே! உமது இணையான திருவடிகளைப் போற்றி நின்றவர்மீது அன்பு செய்பவனே! உம்மை வந்து அடைந்தார்க்கு அருளுவாயாக!

2591. கொங்கு உலாமலர்ச் சோலை வண்டுஇனங்
கள்கெண்டி மாமது உண்டு இசைசெய்த
தெங்கு பைங்கமுகம் புடைசூழ்ந்த திருக்களருள்
மங்கை தன்னொ டும்கூ டியமண
வாளனே பிணை கொண்டுஓர் கைத்தலத்து
அங்கை யில்படையாய் அடைந்தார்க்கு அருளாயே (5)

அருஞ்சொற்பொருள்:

கொங்கு - தேன். கெண்டி - கிண்டி (கிளறி). மது - தேன். செய - செய்ய. தெங்கு - தென்னை. கமுகு - பாக்கு. மணவாளன் - கணவன். பிணை - மான்கன்று.

பொழிப்புரை:

தேன் நிரம்பிய மலர்கள் பூத்திருக்கும் சோலையில் வண்டுக் கூட்டமானது, அம்மலர்களைக் கிளறி, அவற்றில் உள்ள உயரிய தேனினைப் பருகி இசை பாடுவதும், தென்னை மரங்களும் பாக்கு மரங்களும் சூழ விளங்குவதும், ஆகிய திருக்களர் என்னும் தலத்தில் உமாதேவியோடு எழுந்தருளி இருக்கும் அம்மங்கையின் கணவனே! ஒரு கையில் மான்கன்றும், மற்றொரு கையில் மழுப்படையும், ஏந்தி இருப்பவனே! உம்மை வந்தடைந்தவர்க்கு, அருளுவாயாக!

2592. கோல மாமயில் ஆலக் கொண்டல்
கள்சேர் பொழில்குல வும்வய லிடை
சேல்இளம் கயலார் புனல்சூழ்ந்த திருக்களருள்
நீலம் மேவிய கண்ட னேநிமிர்
புன்சடை பெருமான் எனப்பொலி
ஆல நீழல்உளாய் அடைந்தார்க்கு அருளாயே (6)

அருஞ்சொற்பொருள்:

கோலம் - அழகு. ஆல - ஆட. கொண்டல்கள் - மேகங்கள். சேல், கயல் - மீன் வகைகள். நீலம் - நீலநிறம். ஆல நீழல் - கல்லால மரநிழல்.

பொழிப்புரை:

அழகிய பெரிய மயில் ஆடுவதும், மேகங்கள் வந்து தங்குவதும், ஆகிய சோலைவளம் உடையதும்; வயிலில் சேல், கயல் முதலிய மீன்கள் துள்ளும்படி நீர்வளம் உடையதும்; ஆகிய திருக்களர் என்னும் தலத்தில்

எழுந்தருளி இருக்கும் நீலநிறம் பொருந்திய கண்டம் உடையவனே! நிமிர்ந்த மெல்லிய சடை உடைய பெருமானே! கல்லால மரநிழலில் வீற்றிருப்பவனே! உன்னை நாடி வந்தவர்க்கு, அருள் செய்வாயாக!

2593. தம்பலம் அறியா தவர்மதில் தாங்கு
மால்வரை யால்அழல் எழத்
திண்பலம் கெடுத்தாய் திகழ்கின்ற திருக்களருள்
வம்பு அலர்மலர் தூவி நின்அடி
வான வர்தொழக் கூத்து உகந்தபே
ரம்பலத்து உறைவாய் அடைந்தார்க்கு அருளாயே (7)

அருஞ்சொற்பொருள்:

தம் பலம் - தமது வலிமை. மதில் - மும்மதில். மால்வரை - பெரிய (மேரு) மலை. அழல் - தீ. திண் பலம் - திண்ணிதாகிய வலிமை. வம்பு - மணம். வானவர் - தேவர். பேரம்பலம் - ஞானவெளி.

பொழிப்புரை:

தமது வலிமை அறியாத அசுரர் மூவரது மும்மதிலை, மேருமலையை வில்லாக வளைத்து, தீப்பற்றி எரியச் செய்து அழித்து, வலிமை குன்றச் செய்தவனே! திருக்களரில் எழுந்தருளி இருப்பவனே! மணமுள்ள மலர்களைத் தூவித் தேவர்கள் நினது திருவடியை வணங்கப் பேரம்பலத்தில் கூத்து நிகழ்த்துபவனே! உன்னை வந்து அடைந்தவர்க்கு, அருள் செய்வாயாக!

2594. குன்று அடுத்த நன்மாளி கைக்கொடி
மாடம் நீடு உயர்கோபுரங் கள்மேல்
சென்று அடுத்துஉயர்வான் மதிதோயும் திருக்களருள்
நின்று அடுத்த உயர்மால் வரைத்திரள்
தோளி னான்எடுத் தான்தன் நீள்முடி
அன்று அடர்த்துஉகந்தாய் அடைந்தார்க்கு அருளாயே (8)

அருஞ்சொற்பொருள்:

மால்வரை - பெரிய மலை. அடர்த்து - நசுக்கி.

பொழிப்புரை:

குன்றுபோன்ற உயரிய பெரிய மாளிகைகளில் கொடிகள் பறக்கவும், பல அடுக்குகள் உடைய உயரிய கோபுரங்கள் மேல் சந்திரன் வந்து

தங்கவும், ஆன சிறப்புகள் உடைய திருக்களருள் எழுந்தருளி இருக்கும் பெருமானே! உயரிய கயிலை மலைக்கு அருகில் வந்து நின்று, அதனைப் பெயர்க்க முயன்ற மலைபோன்ற தோள் உடைய இராவணனை, அம்மலையின் கீழ் இட்டு, நசுக்கி, மகிழ்ந்தவனே! உன்னை வந்து அடைந்தவர்க்கு, அருள் செய்வாயாக!

2595. பண்ணி யாழ்பயில் கின்ற மங்கையர்
பாடல் ஆடலொடு ஆர வாழ்பதி
தெண்ணிலா மதியம் பொழில்சேரும் திருக்களருள்
உள்நி லாவிய ஒருவனே இருவர்க்கு
நின்கழல் காட்சி ஆர்அழல்
அண்ணல் ஆயஎம்மான் அடைந்தார்க்கு அருளாயே (9)

அருஞ்சொற்பொருள்:

பண்ணியாழ் - பண் + யாழ். ஆர - நிறைய. தெள்நிலா - தெளிந்த மதிஒளி. ஒருவன் - ஒப்பற்றவன். இருவர் - திருமாலும் பிரமனும். கழல்காட்சி - திருவடிக் காட்சி. ஆர்அழல் - பெருகும் நெருப்பு.

பொழிப்புரை:

இசையுடன் யாழ் வாசிக்கும் மகளிர் பாடலும் ஆடலும் நிரம்ப நிகழ்த்தும் தலமாக விளங்குவதும், நிலவின் தெளிந்த ஒளி பரவும் சோலை சூழ இருப்பதும், ஆகிய திருக்களர் என்னும் தலத்தில் உள்ள கோயிலின் உள்ளே எழுந்தருளி இருக்கும் ஒப்பற்றவனே! திருமால் பிரமன் ஆகிய இருவர்க்கும் முறையே நினது அடியையும் முடியையும் காட்டாது, பற்றி எரியும் நெருப்பு உருவில் காட்சி நல்கிய அண்ணலே! எம்பெருமானே! உன்னை வந்து அடைந்தவர்க்கு அருளுவாயாக!

2596. பாக்கி யம்பல செய்த பத்தர்
கள்பாட் டொடும்பல பணிகள் பேணிய
தீக்கியல் குணத்தார் சிறந்தாரும் திருக்களருள்
வாக்கின் நான்மறை ஓதினாய் அமண்தேரர்
சொல்லிய சொற்கள் ஆனபொய்
ஆக்கி நின்றவனே அடைந்தார்க்கு அருளாயே (10)

அருஞ்சொற்பொருள்:

பாக்கியம் - நல்வினைகள். பத்தர் - அன்பர். தீக்குஇயல் - எரி ஓம்புதல் (வேள்வி வேட்டல்). அமண் - அமணர். தேரர் - பௌத்தர்.

பொழிப்புரை:

நன்வினைகள் பலவும் செய்த அன்பர்கள், பாடுவதும், வேறுபல திருப்பணிகள் செய்வதும், ஆகிய இவை தவிர, வேள்வி வேட்கும் அந்தணர்களும் நிரம்பி வாழும் திருக்களரில் எழுந்தருளி இருப்பவனே! நான்கு மறைகளை உலகுக்குச் சொன்னவனே! சமணர்களும் பௌத்தர்களும் கூறும் உபதேசங்கள் பொய்ஆகுமாறு செய்து நிற்பவனே! உன்னை வந்து அடைந்தார்க்கு, அருளுவாயாக!

2597. **இந்து வந்து எழுமாட வீதி**
எழில்கொள் காழிந் நகர்க் கவுணியன்
செந்து நேர்மொழியார் அவர்சேரும் திருக்களருள்
அந்தி அன்னது ஓர்மேனி யானை
அமரர் தம்பெரு மானை ஞானசம்
பந்தன் சொல்இவை பத்தும்பாடத் தவம்ஆமே (11)

அருஞ்சொற்பொருள்:

இந்து - சந்திரன். செந்து - பண் வகை. அந்தி - அந்தி நேரத்துச் செவ்வானம்.

பொழிப்புரை:

சந்திரன் உலவி அழகு செய்கின்ற மாடிவீடுகள் நிறைந்த சீர்காழி நகரில், கவுணியர் கோத்திரத்தில், வந்து தோன்றிய ஞானசம்பந்தன்; செந்து என்னும் பண் போன்ற இன்மொழி பேசும் மகளிர் கூடி வாழும் திருக்களர் என்னும் நகரில் எழுந்தருளி இருக்கும் அந்தி வானம் போன்ற சிவந்த திருமேனி உடையவனும், தேவர் தலைவனும், ஆகிய பெருமான்மீது; பாடிய பாடல் பத்தும் கொண்டு, பாடவல்லவர்க்குத் தவம், எளிதில் கைகூடும்.

திருச்சிற்றம்பலம்

240

திருமறைக்காடு

பதிக வரலாறு:

திருக்களர் கும்பிட்டு நாவரசர் முன்னே செல்ல, பிள்ளையார் பின்னே வர, ஆக இருவரும் திருமறைக்காட்டை அடைந்தனர். ஊரை அலங்கரித்து அடியார்கள் அழைத்துச் செல்லத் திருக்கோயில் வாயிலை அடைந்தனர். அங்கே முன்னமே வேதங்கள் அடைத்த கதவம் கண்ட பிள்ளையார், கதவம் திறக்கப் பாடுமாறு அரசுகளிடம் வேண்ட, அவரும் பத்து பாடல்கள் பாடி, கதவு திறக்காமை கண்டு, திருக்கடைக் காப்பில் வற்புறுத்திப் பாட, கதவு திறக்க, இருபெருமக்களும் மறைக்காட்டு மணாளரைக் கண்டு கும்பிட்டு, வெளிப்போந்தனர். திறந்த கதவினை மூடப் பிள்ளையார் இப்பதிகத்தினைப் பாடி அருளினார் (அதன் பின்னர் அக்கதவம் திறக்கவும் மூடவுமாக இருந்து வருகின்றது).

தல வரலாறு:

வேதாரண்யம் இரயில் நிலையத்திலிருந்து ¾ கி.மீ. தொலைவில் உள்ளது. திருத்துறைப்பூண்டி, நாகப்பட்டினம் ஆகிய ஊர்களில் இருந்து பேருந்தில் செல்லலாம். பார்வதி தேவியின் திருமணத்தின்போது வடதிசை தாழத் தென்திசை உயர்ந்தது. அதனைச் சமன் செய்யச் சிவபெருமான் அகத்தியரை தென்திசைக்கு அனுப்பினார். பெருமானது மணக்கோலத்தைக் காண முடியாமைக்கு அகத்தியர் வருந்தினார். அப்பொழுது சிவபெருமான் மணக்கோலத்தைத் திருமறைக்காட்டில் காட்டுவதாகச் சொல்லி, அதன்படி காட்டி அருளினார் என்பது வரலாறு. மணவாளக் கோலம் சிவலிங்கத் திருமேனிக்குப் பின்பக்கம் இருக்கின்றது.

இராவணனைக் கொன்ற பழிதீர, இராமர் பூசித்த தலம். அதனால் இது கோடியக்கரை என்றும் வழங்கப்படுகின்றது. இங்குள்ள மணிகர்ணிகை என்னும் தீர்த்தத்தில் மூழ்கி கங்கை புனிதம் அடைந்தாள். அதுபோல தேவபூடணத் தீர்த்தத்தில் மூழ்கி காவிரி புனிதம் அடைந்தாள். பிரமன் பூசித்துப் பேறு பெற்ற தலம்.

முசுகுந்தச் சக்கரவர்த்தி தியாகேசப் பெருமானை எழுந்தருளுவித்த ஏழுவிடங்கத் தலங்களுள் ஒன்று. சுந்தரமூர்த்தி நாயனாரும் சேரமான் பெருமாள் நாயனாரும் வழிபட்ட தலம். இத்தலத்துக்கு சம்பந்தர் பதிகம் நான்கு, அரசுகள் பதிகம் ஐந்து, சுந்தரர் பதிகம் ஒன்று, ஆகப் பத்துப் பதிகங்கள் இருக்கின்றன.

இத்திருக்கோயிலில் எரியும் விளக்கில் இருந்த நெய்யை உண்ணவந்த எலி எதேச்சையாகத் திரியைத் தூண்டியமையால், அதன் பயனாய், மறுபிறவியில் மாவலிச் சக்கரவர்த்தியாகப் பிறந்தது. திருவிளையாடல் புராண ஆசிரியர் பரஞ்சோதி முனிவர் எழுதிய தலபுராணம் இருக்கிறது. சின்னத்தம்பி புலவர் எழுதிய மறைசை அந்தாதியும் பாராட்டுக்குரியதாக இருக்கிறது.

சுவாமி : மறைக்காட்டு மணாளர்

அம்மை : யாழைப் பழித்தமொழி அம்மை

தல மரம் : வன்னி

தீர்த்தம் : வேத தீர்த்தம், கடல்துறை,
மணிகர்ணிகை, வேதபூடணம்

திருமுறை 2 - 173 **திருஞான** - 587

பண்: இந்தளம்

2598. **சதுரம்மறை தான்துதி செய்து வணங்கும்**
மதுரம்பொழில் சூழ்மறைக் காட்டுஉறை மைந்தா
இதுநன்குஇறை வைத்துஅருள் செய்க எனக்குஉன்
கதவம்திருக் காப்புக்கொள் ளும்கருத் தாலே (1)

அருஞ்சொற்பொருள்:

சதுரம் மறை - நான்கு வேதம். மதுரம் - தேனின் இனிமை. இறை - விடை.

பொழிப்புரை:

தேனின் இனிமை பொருந்திய சோலை சூழ்ந்த திருமறைக்காடு என்னும் தலத்தில் எழுந்தருளி இருக்கும் வலிமை உடைய இறைவா! வேதங்கள் நான்கும், துதி செய்து வணங்க, அதனால் கதவம் திருக்காப்புக் கொள்ளும் கருத்து உடையை போலும்; எனவே முன்பு போலவே, மீண்டும் கதவு காப்புக் கொள்வது (மூடிக்கொள்வது) குறித்து, எனக்கு உன் விடை இன்னது என்று கூறுவாயாக!

2599. சங்கம்தர ளம்(ம்)அவை தான்கரைக்கு எற்றும்
வங்கக்கடல் சூழ்மறைக் காட்டுஉறை மைந்தா
மங்கைஉமை பாகமும் ஆகஇது என்கொல்
கங்கைசடை மேல்அடை வித்த கருத்தே (2)

அருஞ்சொற்பொருள்:

சங்கம் - சங்கு. தரளம் - முத்து. எற்றும் - எறியும். வங்கம் - கப்பல்.

பொழிப்புரை:

சங்கு, முத்து ஆகியவற்றை கரைஒதுக்கும் கப்பல்கள் நிறைந்த கடலின் கரையில் உள்ள மறைக்காட்டில் எழுந்தருளி இருக்கும் வலிமை உடைய இறைவ! பெண்ணாகிய உமாதேவியை உடம்பில் பாகமாகக் கொண்ட பின்னும், கங்கை என்னும் பெண்ணைச் சடைமேல் தங்க வைத்திருப்பது என்ன காரணம் பற்றியோ? விடை கூறுவாயாக!

2600. குரவம்குருக் கத்திகள் புன்னைகள் ஞாழல்
மருவும்பொழில் சூழ்மறைக் காட்டுஉறை மைந்தா
சிரமும்மல ரும்திகழ் செஞ்சடை தன்மேல்
அரவம்மதி யோடுஅடை வித்தல் அழகே (3)

அருஞ்சொற்பொருள்:

குரவம் - குராமரம். குருக்கத்தி - மாதவி. ஞாழல் - புலிநகக் கொன்றை (கோங்கு). சிரம் - தலைஓடு.

பொழிப்புரை:

குராமரம், மாதவி, புன்னை, கோங்கு முதலியன கலந்து வளரும் சோலை சூழ்ந்த திருமறைக்காடு என்னும் தலத்தில் எழுந்தருளி இருக்கும் வலிமை மிக்க இறைவ! தலைமாலையும், மலரும், விளங்குகின்ற சிவந்த சடைமீது, பாம்பு, சந்திரன், ஆகியவற்றைப் பொருந்த வைத்திருப்பதும், ஓர் அழகிய செயலே ஆகும்.

2601. படர்செம்பவ ளத்தொடு பன்மலர் முத்தம்
மடல்அம்பொழில் சூழ்மறைக் காட்டுஉறை மைந்தா
உடலம்(ம்)உமை பங்கம்அது ஆகியும் என்கொல்
கடல்நஞ்சு அமுதுஆவது உண்ட கருத்தே (4)

அருஞ்சொற்பொருள்:

மடல் - பூவிதழ். உடலம் - உடல். பங்கம் - பங்கு.

பொழிப்புரை:

பெரிய செம்பவளம், பலவகை மலர்கள், முத்து, பூவிதழ், என இவற்றை உடைய சோலையால் சூழப்பட்ட திருமறைக்காடு என்னும் தலத்தில் உறைகின்ற வலிமை உடைய இறைவ! உடலின் ஒருபகுதியில் உமாதேவியைக் கொண்ட பிறகும், கடலிலிருந்து வெளிப்பட்ட விடத்தை அமுதாக உண்டது, என்ன காரணம் பற்றியோ? கூறுவாயாக!

2602. **வானோர்மறை மாதவத் தோர்வழி பட்ட**
தேனார்பொழில் சூழ்மறைக் காட்டுஉறை செல்வா
ஏனோர்தொழுது ஏத்த இருந்தநீ என்கொல்
கானார்கடு வேடுவன் ஆன கருத்தே (5)

அருஞ்சொற்பொருள்:

கானார் - (கான் + ஆர்) காட்டில் உறையும். கடுவேடுவன் - கொடிய வேடன் (அர்ச்சுனன்).

பொழிப்புரை:

தேவர்கள், வேதங்கள், பெரிய தவம் உடையவர்கள், என இவர்களெல்லாம் வழிபடுமாறு, தேன் பொருந்திய சோலை சூழ்ந்த மறைக்காட்டில் எழுந்தருளி இருக்கும் எல்லாச் செல்வமும் உடையவனே! இப்படிப் பலரும் தொழுது போற்ற இருந்த நீ, கொடிய வேடன் பொருட்டு, அவன் உறையும் காட்டுக்குச் சென்றது எதற்காக? விடை கூறுவாயாக!

2603. **பலகாலங்கள் வேதங்கள் பாதங்கள் போற்றி**
மலரால்வழி பாடுசெய் மாமறைக் காடா
உலகுஏழும்உடை யாய்கடை தோறும்முன் என்கொல்
தலைசேர்பலி கொண்டுஅதில் உண்டது தானே (6)

அருஞ்சொற்பொருள்:

பாதங்கள் - திருவடிகள். கடை - வீட்டின் கடை. தலை - மண்டை ஓடு. பலி - பிச்சை.

பொழிப்புரை:

வேதங்கள் பலகாலமாக நினது திருவடிகளை மலர்கொண்டு வழிபாடு செய்ய எழுந்தருளி இருக்கும் மறைக்காட்டு இறைவரே! ஏழு உலகங்களையும் உமதாக உடையவரே! வீட்டின் முற்றம்தொறும் சென்று, மண்டை ஓட்டில் பிச்சை ஏற்று உண்டது, என்ன காரணம் பற்றியோ?

2604. **வேலாவல யத்துஅய லேமிளிர்வு எய்தும்**
சேலார்திரு மாமறைக் காட்டுஉறை செல்வா
மாலோடுஅயன் இந்திரன் அஞ்சமுன் என்கொல்
காலார்சிலைக் காமனைக் காய்ந்த கருத்தே (7)

அருஞ்சொற்பொருள்:

வேலாவலயம் - கடல். அயல் - அருகில். சேல் - மீன்வகை. கால் ஆர் சிலை - காலில் மிதித்து வளைக்கும் வில். காமன் - மன்மதன்.

பொழிப்புரை:

கடலின் அயலே உள்ள நீர்நிலைகளில் சேல்மீன் துள்ளும் மறைக்காடு என்னும் தலத்தில் எழுந்தருளி இருக்கும் செல்வனே! முன்பு திருமால், பிரமன், இந்திரன் முதலியோர் அஞ்சுமாறு, காலால் மிதித்து வில்லை வளைக்கும் மன்மதனை, அழித்தது என்ன காரணம் பற்றியோ?

2605. **கலங்கொள்கடல் ஓதம் உலாவும் கரைமேல்**
வலங்கொள்பவர் வாழ்த்து இசைக்கும் மறைக்காடா
இலங்கைஉடை யான்அடர்ப் பட்டுஇடர் எய்த
அலங்கல்விரல் ஊன்றி அருள்செய்த வாறே (8)

அருஞ்சொற்பொருள்:

கலம் - மரலக்கலம் (கப்பல்). ஓதம் - கடல்அலை. அடர்ப்பட்டு - நெரிக்கப்பட்டு. இடர் - துன்பம். அலங்கல் - அசைதல்.

பொழிப்புரை:

கப்பல்கள் உலாவும் கடலின் அலையானது வந்துமீளும் கரைமீது, வலம்வந்து அடியார்கள் வாழ்வு பெற எழுந்தருளி இருக்கும் மறைக்காட்டு இறைவா! இலங்கை மன்னன் இராவணன் மீது, முதலில் கால்பெருவிரலை ஊன்றித் துன்புறுத்திப் பின் அருள் செய்தது, என்ன காரணம் பற்றியோ?

2606. **கோன்என்றுபல் கோடி உருத்திரர் போற்றும்**
தேன்அம்பொழில் சூழ்மறைக் காட்டுஉறை செல்வா
ஏனம்கழுகு ஆனவர் உன்னைமுன் என்கொல்
வானம்தலம் மண்டியும் கண்டிலா வாறே (9)

அருஞ்சொற்பொருள்:

கோன் - தலைவன். அம் - அழகு. ஏனம் - பன்றி. கழுகு - இங்கு அன்னத்தைக் குறித்தது. மண்டியும் - மிகவும் நெருங்கித் தேடியும்.

பொழிப்புரை:

பலகோடி உருத்திரர்கள் 'தலைவர்' என்று போற்ற விளங்குபவனும், தேன்பொருந்திய அழகிய சோலை சூழ்ந்த மறைக்காடு என்னும் தலத்தில் எழுந்தருளி இருப்பவனும், ஆகிய செல்வனே! திருமால் பன்றியாகவும், பிரமன் அன்னமாகவும், உருக்கொண்டு, அடியையும் முடியையும் தேடியும், காண முடியாது போனது, என்ன காரணம் பற்றியோ?

2607. வேதம்பல ஓமம் வியந்துஅடி போற்ற
ஓதம்உல வும்மறைக் காட்டில் உறைவாய்
ஏதில்சமண் சாக்கியர் வாக்குஇவை என்கொல்
ஆதரொடு தாம்அலர் தூற்றிய வாறே (10)

அருஞ்சொற்பொருள்:

ஓமம் - யாகம். ஓதம் - கடல் அலை. ஏதில் - அயல். ஆதர் - அறியாமை உடையவர். அலர் - பழி.

பொழிப்புரை:

வேதங்கள் பலவும் கொண்டு வேள்விகள் பலவும் செய்து, வியந்து திருவடியைப் போற்றி வணங்க, அலை வந்து மீளும், கடலின் கரையில், மறைக்காட்டில் எழுந்தருளி இருப்பவனே! அயலவரவராகிய சமணர், பௌத்தர், ஆகியோர் அறிவிலராய், உம்மை பழித்துப் பேசுகின்றனர்; இது எதனால் நிகழ்கிறது?

2608. காழிந்நக ரான்கலை ஞானசம் பந்தன்
வாழிம்மறைக் காடனை வாய்ந்துஅறி வித்த
ஏழின்(ன்)இசை மாலைஈர் ஐந்துஇவை வல்லார்
வாழிஉல கோர்தொழ வான்அடை வாரே (11)

அருஞ்சொற்பொருள்:

வாய்ந்து - கதவு மூட வாய்ந்து. ஈர்ஐந்து - (2×5=10) பத்து. வான் - வானஉலகம்.

பொழிப்புரை:

சீர்காழி நகரத்துக் கலைஞானம் உடைய ஞானசம்பந்தன்; மறைக்காட்டில் வாழும் இறைவன்மீது; கதவு அடைக்குமாறு, ஏழுவகை இசை விளங்கப் பாடிய பாடல்கள் பத்தினையும்; உலகோர் வாழ்த்திப் பாட; அவர், வானஉலகைச் சென்றடைவர்.

241

திருவாய்மூர்

பதிக வரலாறு:

திருமறைக்காட்டுக் கதவு, தாம் அரிதில் பாடித் திறக்கவும், பிள்ளையார் எளிதில்பாடி (முதல் பாடலிலேயே) அடைக்கவும், கண்டு, அரசுகள் மனம் கவன்று, மடத்தில் ஒரு மூலையில் துயிலும்போது, இறைவர் கனவில் வந்து, 'திருவாய்மூரில் இருப்போம்; தொடர வா!' என்று கூறி மறைந்தார். அப்பரும் எழுந்து சென்றார். இவருக்கு முன்னே சென்ற இறைவர், இவர் முன்னே செல்லச் செல்ல, அவரும் வேகமாகச் சென்று, பொற்கோயில் ஒன்று காட்டி, அதனுள் சென்று மறைந்தார். 'அப்பர் எங்குற்றார்?' என்று வினவி அறிந்து, பிள்ளையாரும் திருவாய்மூர் நோக்கி வந்தார். அப்பொழுது திருவாய்மூர் இறைவர் பிள்ளையாருக்கு நடனக் காட்சி காட்டி அருள்செய்தார்; அக்காட்சி கண்டு, அதனை நாவரசருக்குக் காட்டிப் பாடிய பதிகம் இது.

தல வரலாறு:

திருக்கோளிலிக்குத் தென்கிழக்கே 3கி.மீ. தொலைவில் உள்ளது. திருவாரூரிலிருந்து பேருந்தில் செல்லாம். இது விடங்கத் தலங்கள் ஏழனுள் ஒன்று. சூரியன் பூசித்துப் பேறு பெற்ற தலம்.

சுவாமி	:	வாய்மூர்நாதர்
அம்மை	:	பாலினும் நன்மொழியாள்
தல மரம்	:	பலா
தீர்த்தம்	:	சூரிய தீர்த்தம்

பண்: நட்டராகம்

2609. தளர்இள வளர்என உமைபாடத்
தாளம் இடல்லோர் தழல்வீசிக்
கிளர்இள மணிஅரவு அரைஆர்த்து
ஆடும் வேடக் கிறிமையார்
விளர்இள முலையவர்க்கு அருள்நல்கி
வெண்ணீறு அணிந்துஓர் சென்னியின்மேல்
வளர்இள மதியமொடு இவராணீர்
வாய்மூர் அடிகள் வருவாரே (1)

அருஞ்சொற்பொருள்:

தளிர் இளவளர் - வளர் இளம் தளிர் என மாற்றி உரைக்க. தழல் - நெருப்பு. மணி அரவு - மணி உடைய பாம்பு. அரை ஆர்த்த - இடையில் கட்டிய. கிறிமையார் - பொய்யர். இவர்ஆணீர் - 'இவர் காணீர்' (என்று இருந்திருக்க வேண்டும் என்பது பலரது கருத்து).

பொழிப்புரை:

வளரும் இளம் தளிர் போன்ற மேனிநிறம் உடைய உமாதேவி பாட, ஏனையோர் தாளமிட, நெருப்பு ஏந்திய கையினை வீசி, ஒளிவிளங்கும் மாணிக்க மணிஉடைய பாம்பை இடையில் கச்சாகக் கட்டி, உடம்பில் வெண்நீறு பூசி, சடையின்மேல் வளரும் இளம் பிறைச்சந்திரனைச் சூடி, நடனம் ஆடும் பொய்யர் (நாவரசருக்குக் காட்டாது மறைந்தவர்); இவர் திருவாய்மூரில் எழுந்தருளி இருக்கும் இறைவர்; இப்பொழுது வருவார்; (நாவரசரே) அதனைக் காண்பீராக!

2610. வெந்தழல் வடிவினர் பொடிப்பூசி
விரிதருகோ வணஉடை மேல்ஓர்
பந்தம்செய்து அரவுஅசைத்து ஒலிபாடிப்
பலபலகடை தொறும்பலி தேர்வார்
சிந்தனை புகுந்துஎனக்கு அருள்நல்கிச்
செஞ்சுடர் வண்ணர்தம் அடிபரவ
வந்தனை பலசெய இவராணீர்
வாய்மூர் அடிகள் வருவாரே (2)

அருஞ்சொற்பொருள்:

பொடி - திருநீறு. பந்தம் - உதரபந்தம் (இடைக்கச்சு). கடை - வீட்டுமுற்றம். பலி - பிச்சை.

பொழிப்புரை:

சிவந்த நெருப்பு போன்ற திருமேனி உடையவர்; வெண்ணீறு பூசி இருப்பவர்; கோவண உடை அணிந்திருப்பவர்; அதன் மேல் கச்சாக பாம்பினைக் கட்டி இருப்பவர்; இசைப் பாடல்களைப் பாடி வீட்டு முற்றங்கள் பலவற்றுக்கும் சென்று பிச்சை ஏற்பவர்; என் சிந்தையில் புகுந்து அருள்செய்ய, வாய்மூர் இறைவர் வருவர்; இப்பொழுது அவரை அடிவணங்கி வழிபட்டு (அப்பரே!) காண்பீராக!

2611. பண்ணில் பொலிந்த வீணையர்
    பதினெண் கணமும் உணராநஞ்சு
    உண்ணப் பொலிந்த மிடற்றினார்
    உள்ளம் உருகில் உடனாவார்
    சுண்ணப் பொடிநீறு அணிமார்பர்
    சுடர்பொற் சடைமேல் திகழ்கின்ற
    வண்ணப் பிறையோடு இவராணீர்
    வாய்மூர் அடிகள் வருவாரே   (3)

அருஞ்சொற்பொருள்:

பண் - இசை. பதினெண்கணம் - 18 வகையான தேவர் கூட்டம். உண்ணப் பொலிந்த - உண்டும் உயிர்வாழ்கின்ற. பொற்சடை - பொன் போல் ஒளிரும் சடை. வண்ணப்பிறை - அழகிய பிறைச்சந்திரன்.

பொழிப்புரை:

இசையோடு கூடிய வீணை ஏந்தி இருப்பவர்; பதினெட்டு வகையான தேவர்கூட்டத்தினராலும் உணர முடியாதவர்; ஆலகால விடத்தை உண்டு தேக்கிப் பொலிய விளங்கும் கண்டம் உடையவர்; உருகுகின்ற உள்ளம் உடையவரோடு சேர்ந்து இருப்பவர்; திருநீற்றுப் பொடியைப் பூசி இருக்கும் அழகிய திருமார்பு உடையவர்; பொன்போல் ஒளிரும் சடைமீது, திகழும் அழகிய சந்திரப்பிறை உடையவர்; வாய்மூரில் எழுந்தருளி இருக்கும் இறைவர்; அவரது வருகையை இப்பொழுது காணலாம்.

2612. எரிகிளர் மதியமொடு எழில்நுதல்மேல்
எறிபொறி அரவினொடு ஆறுமூழ்க
விரிகிளர் சடையினர் விடைஏறி
வெருவவந்து இடர்செய்த விகிர்தனார்
புரிகிளர் பொடிஅணி திருஅகலம்
பொன்செய்த வாய்மையர் பொன்மிளிரும்
வரிஅரவு அரைக்குஅசைத்து இவராணீர்
வாய்மூர் அடிகள் வருவாரே (4)

அருஞ்சொற்பொருள்:

எழில்நுதல் - அழகிய நெற்றி. பொறி - படப்புள்ளி. அரவு - பாம்பு. ஆறு - கங்கை. விரிகிளர் - ஒளி விளங்கும். வெருவ - அஞ்ச. இடர் - துன்பம். புரி - முப்புரிநூல் (பூணூல்). பொடி - திருநீறு. திருஅகலம் - திருமார்பு. பொன்மிளிரும் - பொன்போல் ஒளிரும். வரி அரவு - கோடுகள் உடைய பாம்பு.

பொழிப்புரை:

ஒளிவிளங்கும் சந்திரப்பிறை, நெற்றிமேல் புள்ளி பொருந்திய படம் உடைய பாம்பு, கங்கை, ஆகிய இவற்றைச் சூடியுள்ள ஒளி பொருந்திய சடாமுடி உடையவர்; இடபத்தின் மீது ஏறிக்கொண்டு, காண்பவர் அஞ்சுமாறு வருகின்றவர்; நாவரசருக்குக் காட்டாது ஒளித்துத் துன்பம் கொடுத்தவர்; மாறுபாடுகள் உடையவர்; முப்புரிநூலும் திருநீறும் தாங்கிய மார்புஉடையவர்; பொன்போன்ற அழகிய திருமேனி உடையவர்; பொன்போல் ஒளிரும் கோடுகள் உடைய பாம்பினை இடையில் கட்டி இருப்பவர்; வாய்மூரில் எழுந்தருளி இருக்கும் இறைவர்; அவர் இப்பொழுது வர இருக்கிறார்; காண்பீராக!

2613. அஞ்சன மணிவணம் எழில்நிறமா
அகம்மிடறு அணிகொள உடல்திமில
நஞ்சினை அமரர்கள் அமுதம்என
நண்ணிய நறுநுதல் உமைநடுங்க
வெங்சின மால்களியா னையின்தோல்
வெருவுறப் போர்த்தநிற மும்அஃதே
வஞ்சனை வடிவினொடு இவராணீர்
வாய்மூர் அடிகள் வருவாரே (5)

அருஞ்சொற்பொருள்:

அஞ்சன மணி - நீலமணி. வணம் - (வண்ணம்) நிறம். அகமிடறு - கழுத்தினிடம். திமிலநஞ்சு - பெரும் இரைச்சலுடன் வெளிப்பட்ட ஆலகால விடம். மாளல் களி யானை - மதம் ஒழுகும் பெரிய யானை.

பொழிப்புரை:

நீலமணி போன்ற கரிய அழகிய நிறம் உடையதாகத் தம்கண்டம் விளங்குவதற்குக் காரணம், திருப்பாற்கடலிலிருந்து ஆர்ப்பரித்து வெளிப்பட்ட ஆலகால நஞ்சினைத் தேவர்கள் உய்யும்பொருட்டுத் தாம் உண்டு, கண்டத்தில் தேக்கியதே ஆகும். மேலும் உமாதேவி அஞ்சி நடுங்குமாறு கடும்சினமுடன் எதிர்த்து வந்த மதம்ஒழுகும் பெரிய ஆண்யானையின் தோலை உரித்து மேலாடையாகப் போர்த்துத் தன் மேனிநிறம் மறைய, யானைத் தோலின் நிறமே நிறமாகக் கொண்டதும், ஒரு நிகழ்வு ஆகும். அப்படிப்பட்ட இறைவர் திருவாய்மூர் அடிகளே ஆவர். அவர் அப்பருக்குக் காட்சி நல்காது வஞ்சித்தவர்; இருப்பினும் இப்பொழுது வெளிப்பட வருவர்; காண்பீராக!

2614. அல்லியம் மலர்புல்கு விரிகுழலார்
கழல்இணை அடிநிழல் அவைபர
எல்லியம் போதுகொண்டு எரிஏந்தி
எழிலொடு தொழில்அவை இசைவல்லார்
சொல்லிய அருமறை இசைபாடிச்
சூடுஇள மதியினர் தோடுபெய்து
வல்லியம் தோல்உடுத்து இவர்ஆணீர்
வாய்மூர் அடிகள் வருவாரே (6)

அருஞ்சொற்பொருள்:

அல்லியம் மலர் - அல்லியின் அழகிய மலர். புல்கு - பொருந்திய. எல்லி - இரவு. போது - பொழுது. வல்லியம் தோல் - புலியினது அழகிய தோல். (வல்லியம் - புலி).

பொழிப்புரை:

அல்லியின் அழகிய மலர்அணிந்த விரிந்த கூந்தல் உடைய மகளிர், வீரக்கழல் அணிந்த இறைவனது இணையான திருவடி நிழலை வணங்க, தாம் பாடிய வேதத்தை இசைப்புலமை உடையோர் இசையுடன் பாட, அவர் இளம்பிறைச் சந்திரனைச் சூடிக் காதில் தோடு அணிந்து, புலியின்

தோலை இடையில் உடுத்து, இரவு நேரத்தில் கையில் அனல் ஏந்தி, ஆடும் இயல்புடையவர்; அந்த வாய்மூர் இறைவர் இப்பொழுது வருவார்; அவரைக் காண்பீராக!

2615. **கடிபடு கொன்றைநன் மலர்திகழும்**
கண்ணியர் விண்ணவர் கனமணிசேர்
முடிபில்கும் இறையவர் மறுகின்நல்லார்
முறைமுறை பலிபெய முறுவல்செய்வார்
பொடிஅணி வடிவொடு திருஅகலம்
பொன்னென மிளிர்வதுஓர் அரவினொடும்
வடிநுனை மழுவினொடு இவராணீர்
வாய்மூர் அடிகள் வருவாரே (7)

அருஞ்சொற்பொருள்:

கடி - மணம். பில்கும் - சிந்தும். மறுகு - தெரு. நல்லார் - மகளிர். பலி - பிச்சை. முறுவல் - புன்னகை. பொடி - திருநீறு. அகலம் - மார்பு. வடிநுனை - கூரிய நுனி.

பொழிப்புரை:

மணமுள்ள கொன்றைமலர் விளங்கும் சடாமுடி உடையவர்; தேவர்கள் தங்கள் தலையில் அணிந்திருக்கும் கிரீடங்களில் பதிக்கப் பட்டுள்ள மணிவகைகளின் ஒளி சிந்தும் திருவடி உடையவர்; தெருவில் பிச்சை ஏற்கச் செல்வதும், மகளிர் பிச்சையிடும்போது புன்முறுவல் செய்வதும் உடையவர்; திருநீறு பூசிய திருமார்பு உடையவர்; பொன் போல் ஒளிரும் பாம்பினைப் பலவகை அணிகலன்களாக அணிந்திருப்பவர்; கூரிய நுனி உடைய மழுப்படையை ஏந்திஇருப்பவர்; வாய்மூரில் எழுந்தருளி இருக்கும் இறைவர்; அவர் நேரில் எழுந்தருளுவர்; அவரைக் காண்பீராக!

2616. **கட்டுஇணை புதுமலர்க் கமழ்கொன்றைக்**
கண்ணியர் வீணையர் தாமும்அஃதே
எட்டுணை சாந்தமொடு உமைதுணையா
இறைவனார் உறைவதுஓர் இடம்வினவில்
பட்டுஇணை அகல்அல்குல் விரிகுழலார்
பாவையர் பலிஎதிர் கொணர்ந்துபெய்ய
வட்டணை ஆடலொடு இவராணீர்
வாய்மூர் அடிகள் வருவாரே (8)

அருஞ்சொற்பொருள்:

கட்டு இணை - இணையாகக் கட்டும். எட்டுணை - (எள் + துணை) எள்அளவு. சாந்தம் - சந்தனம். பட்டுஇணை - பட்டாடை உடுத்தியுள்ள. வட்டணை - தாளம் போடுதல்.

பொழிப்புரை:

இணைத்துக் கட்டப்பட்ட புதிய மணமுள்ள கொன்றைமலர் மாலையைத் தலையில் அணிந்திருப்பவர்; வீணை வாசிப்பவர்; எள்அளவேனும் சந்தனம் பூசி இருப்பவர்; உமாதேவியின் பாகர்; பட்டாடை கொண்டு மறைக்கப்பட்ட அல்குலும், விரிந்த கூந்தலும் உடைய தாருகாவனத்து முனிபத்தினியர் பிச்சை உணவினைக் கொண்டு வந்து கொடுக்க, அதனை எதிர் ஏற்கும் இயல்பு உடையவர்; தாளத்திற்கு ஏற்ப நடனம் ஆடுபவர்; அவர் எழுந்தருளி இருக்கும் இடம் எது எனக் கேட்பீராயின், அது திருவாய்மூரே ஆகும். அவர் இப்பொழுது வருவார்; காண்பீராக!

2617. ஏன மருப்பினொடு எழில்ஆமை
 இசையப் பூண்டுஓர் ஏறுஏறிக்
 கானம் அதுஇடமா உறைகின்ற
 கள்வர் கனவில் துயர்செய்து
 தேன்உண மலர்கள் உந்திவிம்மித்
 திகழ்பொற் சடைமேல் திகழ்கின்ற
 வானநன் மதியினொடு இவராணீர்
 வாய்மூர் அடிகள் வருவாரே (9)

அருஞ்சொற்பொருள்:

ஏனம் - பன்றி (வராக அவதாரத் திருமால்). மருப்பு - கொம்பு. ஆமை - ஆமைஓடு (கூர்மாவதாரத் திருமால்). ஏறு - எருது. கானம் - காடு (சுடுகாடு). கள்வர் - கள்ளத்தனம் உடையவர். கனவில் துயர்செய்து - நாவரசரது கனவில் சென்று துன்பம் கொடுத்து.

பொழிப்புரை:

பன்றியின் கொம்பு, ஆமையின் ஓடு, ஆகிய இவற்றைப் பொருந்துமாறு அணிந்துகொண்டு, ஓர் இடபத்தின் மீது ஏறிச் சென்று, சுடுகாட்டை இடமாகக் கொண்டு வாழ்பவர்; கள்ளத்தனம் உடையவர்; நாவரசரது கனவில் சென்று துன்பம் செய்தவர்; தேன்பொருந்திய கொன்றை

முதலிய மலர்கள் விளங்குகின்ற சடையில், வானில் உலவும் சந்திரப்பிறை முதலியன பொலிய விளங்கும் இவர், திருவாய் இறைவர் ஆவர்; அவர் இப்பொழுது எழுந்தருளுவர்; காண்பீராக!

2618. **சூடல்வெண் பிறையினர் சுடர்முடியர்**
சுண்ணவெண் நீற்றினர் சுடர்மழுவர்
பாடல்வண்டு இசைமுரல் கொன்றைஅம்தார்
பாம்பொடு நூல்அவை பசைந்துஇலங்கக்
கோடல்நன் முகிழ்விரல் கூப்பிநல்லார்
குறைஉறு பலிஎதிர் கொணர்ந்துபெய்ய
வாடல்வெண் தலைபிடித்து இவராணீர்
வாய்மூர் அடிகள் வருவாரே (10)

அருஞ்சொற்பொருள்:

பசைந்து - பற்றி. கோடல் - காந்தள். வாடல் வெண்தலை - மண்டைஓடு.

பொழிப்புரை:

வெண்மை நிறப் பிறைச் சந்திரனைச் சூடி இருப்பவர்; ஒளிவிடும் சடாமுடி உடையவர்; வெள்ளைநிறத் திருநீற்றுப் பொடியினைப் பூசிஇருப்பவர்; ஒளிவிடும் மழுப்படையை ஏந்தி இருப்பவர்; வண்டுகள் இசை முரலும் கொன்றை மலர் மாலையும் பாம்பும் பூணூலும் பொருந்திய திருமார்பு உடையவர்; காந்தளின் அரும்பு போன்ற விரல்களைக் கூப்பி மகளிர் பிச்சை உணவினைக் கொண்டு வந்து கொடுக்க, அதனை ஏற்பவர்; அதற்காக மண்டை ஓட்டினைக் கையில் ஏந்தி இருப்பவர்; அவர் திருவாய்மூர் இறைவர் ஆவர்; அவரது வரவினை இப்பொழுது காண்பீராக!

2619. **திங்களொடு அருவரைப் பொழில்சோலைத்**
தேன்நலம் கானல்அம் திருவாய்மூர்
அங்கமொடு அருமறை ஒலிபாடல்
அழல்நிற வண்ணர்தம் அடிபரவி
நங்கள்தம் வினைகெட மொழியவல்ல
ஞானசம் பந்தன் தமிழ்மாலை
தங்கிய மனத்தினால் தொழுதுஎழுவார்
தமர்நெறி உலகுக்குஓர் தவநெறியே (11)

அருஞ்சொற்பொருள்:

அருவரை - அரியமலை போன்ற பெரிய மதில். அங்கமொடு அருமறை - ஆறு அங்கங்களுடன் கூடிய அரிய நான்கு வேதங்கள்.

பொழிப்புரை:

சந்திரன் தங்கும் அரிய மலை போன்ற மதிலும் சோலையும் தேன்நலம் உடைய அழகிய கானலும் திகழ்கின்ற திருவாய்மூரில் எழுந்தருளி இருப்பவரும், ஆறு அங்கங்களுடன் கூடிய நான்கு வேதங்களை இசையோடு பாடி அருளியவரும், நெருப்புபோல சிவந்தநிறத் திருமேனி உடையவரும், ஆகிய இறைவரது திருவடியை வணங்கி, நமது வினைகளானவை கெடுமாறு ஞானசம்பந்தன் பாடி அருளிய இந்தத் தமிழ்ப்பா மாலையைத் தங்கள் மனத்தில் பதித்து, வணங்கி எழுபவரது நெறி, இவ்வுலகுக்கு ஒரு தவநெறியே ஆகும்.

திருச்சிற்றம்பலம்

242

திருமறைக்காடு

பதிக வரலாறு:

திருவாய்மூர் இறைவரைக் கண்டு கும்பிட்ட அரசுகளும் பிள்ளையாரும் மீண்டும் திருமறைக்காடு வந்து சேர்ந்தனர். அவ்வாறு வந்து தங்கி இருக்கும் நாட்களில் பாடிய பதிகங்களில் இது ஒன்று.

திருமுறை 1 - 22 திருஞான - 598

திருவிராகம்

பண்: நட்டபாடை

2620. சிலைதனை நடுவிடை நிறுவிஓர்
சினமலி அரவுஅது கொடுதிவி
தலம்மலி சுரர்அசு ரர்கள்ஒலி
சலசல கடல்கடை உழிமிகு
கொலைமலி விடம்எழ அவர்உடல்
குலைதர அதுநுகர் பவன்எழில்
மலைமலி மதில்புடை தழுவிய
மறைவனம் அமர்தரு பரமனே (1)

அருஞ்சொற்பொருள்:

சிலை - மந்தர மலை. திவிதலம் - சொர்க்கம். சுரர் - தேவர். சலசல - ஒலிக்குறிப்பு. குலைதர - நடுநடுங்க. மலை மலி மதில் - மலை போன்ற உயரிய மதில்.

பொழிப்புரை:

மந்தர மலையை நடுவில் மத்தாக நிறுத்தி, சினம்உடைய வாசுகி என்னும் பாம்பை கயிறாகக் கொண்டு, மேல்உலகங்களில் வாழும்

தேவர்களும் அசுரர்களும் கூடி, சலசல என்று ஒலிஎழும்படி, பாற்கடலைக் கடைந்தபோது, கொல்லும் தன்மை உடைய விடமானது வெளிப்பட, அதுகண்டு தேவர்கள் அசுரர்களது உடல்கள் நடுநடுங்க, அதனை எடுத்து வாயிலிட்டுத் தொண்டையில் நிறுத்தியவன், மலை போன்ற பெரிய மதிலால் சூழப்பட்டுள்ள மறைக்காடு என்னும் தலத்தில் எழுந்தருளி இருக்கும் மேலானவனாகிய இறைவன் ஆவன்.

2621. கரம்முத லியஅவ யவம்அவை
    கடுவிட அரவுஅது கொடுவரு
வரன்முறை அணிதரும் அவன்அடல்
    வலிமிகு புலிஅதள் உடையினன்
இரவலர் துயர்கெடு வகைநினை
    இமையவர் புரம்எழில் பெறவளர்
மரம்நிகர் கொடைமனி தர்கள்பயில்
    மறைவனம் அமர்தரு பரமனே (2)

அருஞ்சொற்பொருள்:

கரம் - கை. அவயவம் - உறுப்புகள். கடுவிடம் - கொடியவிடம். அடல் - கொல்லுதல். அதள் - தோல். இரவலர் - யாசிப்பவர். மரம் - கற்பகமரம்.

பொழிப்புரை:

கை முதலிய உறுப்புகளில் முறையே, கொடிய விடம் உடைய பாம்பினைப் பலவிதமான அணிகலன்களாக அணிந்து மகிழ்பவனும்; கொல்லும் தன்மையும் வலிமையும் உடைய புலியின் தோலை, உடையாக இடையில் உடுத்தி இருப்பவனும்; ஆகிய இறைவன், யாசகர்களது துன்பம் போக்கும் வகையில் அழகுபெற விளங்கும் தேவர்உலகத்துக் கற்பகமரம் போன்ற கொடைத்தன்மை உடையவர்கள் நிறைந்து வாழும் மறைக்காடு என்னும் தலத்தில் எழுந்தருளி இருக்கும் மேலானவன் ஆவன்.

2622. இழைவளர் தருமுலை மலைமகள்
    இனிதுஉறை தருஎழில் உருவினன்
முழையினில் மிகுதுயில் உறும்அரி
    முசிவொடும் எழமுளரி யொடுஎழு
கழைநுகர் தருகரி இரிதரு
    கயிலையின் மலிபவன் இருள்உறும்
மழைதவழ் தருபொழில் நிலவிய
    மறைவனம் அமர்தரு பரமனே (3)

அருஞ்சொற்பொருள்:

இழை - அணிகலன். எழில் - அழகு. முழை - குகை. அரி - சிங்கம். முசிவு - மெலிவு. முளரி - தாமரை. கழை - கரும்பு. கரி - யானை. இரிதரு - அஞ்சி ஓடும். மழை - மேகம்.

பொழிப்புரை:

ஆபரணங்கள் அணிந்துள்ள முலைகளுடன் கூடிய மலையரசனது மகள் பார்வதி, இனிதே உறையும் அழகிய இடப்பாகம் உடையவனும்; மலைக்குகையில் உறங்கிப் பசியோடு எழுகின்ற சிங்கம் வெளியில் வர, தாமரை பூத்திருக்கும் வயல்களில் விளையும் கரும்பினை விரும்பி உண்ணும், இயல்புடைய யானைகள் அஞ்சி ஓடுகின்ற, கயிலை மலையில் எழுந்தருளி இருப்பவனும்; ஆகிய இறைவன் கரிய மழைமேகம் சூழவரும் சோலைவளம் உடைய மறைக்காடு என்னும் தலத்தில் உறையும் மேலானவன்.

2623. **நலம்மிகு திருஇத ழியின்மலர்**
நகுதலை யொடுகன கியின்முகை
பலசுர நதிபட அரவொடு
மதிபொதி சடைமுடி யினன்மிகு
தலம்நில வியமனி தர்களொடு
தவம்முயல் தருமுனி வர்கள்தம்
மலம்அறு வகைமனம் நினைதரு
மறைவனம் அமர்தரு பரமனே (4)

அருஞ்சொற்பொருள்:

இதழி - கொன்றை. நகுதலை - மண்டைஓடு. கனகி - ஊமத்தை. நதி - கங்கை. அரவு - பாம்பு. மதி - பிறைமதி. மலம் - மும்மலம் (ஆணவம், கன்மம், மாயை).

பொழிப்புரை:

நன்மை மிகுந்த கொன்றையின் மலர், முண்டைஓடு, ஊமத்தையின் மொக்கு, கங்கை நதி, பாம்பு, பிறைச்சந்திரன் ஆகியவற்றைச் சூடியுள்ள சடாமுடி உடையவன்; அகன்ற இந்நிலவுலகில் வாழும் மனிதர்கள், தவம் முயல்கின்ற தவசிகள், என அனைவரது மும்மலக் குற்றங்களைக் களைய நினைக்கும் மேலானவன்; அவன் மறைக்காடு என்னும் தலத்தில் எழுந்தருளி இருக்கும் இறைவன் ஆவன்.

2624. கதிமலி களிறுஅது பிளிறிட
உரிசெய்த அதிகுணன் உயர்பசு
பதிஅதன் மிசைவரு பசுபதி
பலகலை அவைமுறை முறைஉணர்
விதிஅறி தருநெறி யவர்முனி
கணனொடு மிகுதவம் முயல்தரும்
அதிநிபு ணர்கள்வழி படவளர்
மறைவனம் அமர்தரு பரமனே (5)

அருஞ்சொற்பொருள்:

கதி - நடை. அதிகுணன் - மேலான குணம் உடையவன். உயர் பசுபதி - உயர்ந்த பசுக்களின் தலைவனாகிய இடபம். பசுபதி - உயிர் களுக்குத் தலைவன். முனி கணன் - முனிவர் கூட்டத்தார்.

பொழிப்புரை:

நடை அழகுடன் தன்னை எதிர்த்து வந்த ஆண்யானை பிளிறுமாறு, அதன் தோலை உரித்த குணச்சிறப்பு உடையவன்; பசுக்களின் ஆண் இனத்துக்குத் தலைமை ஏற்கும் ஓர் இடபத்தின்மீது ஏறிவரும் உயிர்களின் தலைவன்; பலகலைகளையும் முறையாகக் கற்றுணர்ந்து உயர்நெறியில் ஒழுகுபவர், முனிவர் கூட்டத்தார், மிகுதியான தவம் இயற்றும் அதிகமான நிபுணத்துவம் உடையோர், எனப் பலரும் வந்து வழிபட, எழுந்தருளி இருப்பவன்; அவன் மறைக்காடு என்னும் தலத்தில் எழுந்தருளி இருக்கும் மேலானவன் ஆவன்.

2625. கறைமலி திரிசிகை படைஅடல்
கனல்மழு எழுதர வெறிமறி
முறைமுறை ஒலிதம ருகம்முடை
தலைமுகில் மலிகணி வடமுகம்
உறைதரு கரன்உல கினில்உயர்
ஒளிபெறு வகைநினை வொடுமலர்
மறையவன் மறைவழி வழிபடு
மறைவனம் அமர்தரு பரமனே (6)

அருஞ்சொற்பொருள்:

திரிசிகை - முத்தலை. படை - சூலம். அடல் - துன்பம் தருதல். வெறி மறி - வெறித்துப் பார்க்கும் மான்கன்று. முடைதலை - முடை நாற்றம் உடைய மண்டை ஓடு. மலி கணி - முகில் போலும் கூரிய

குந்தாலிப்படை. வடமுகம் - வடவைத்தீ. ஒளி - புகழ். மலர் மறையவன் - தாமரை மலர்மேல் அமரும் மறை கற்றவன் (பிரமன்). மறை வழி - வேத ஒழுங்கின்படி.

பொழிப்புரை:

இரத்தக்கறை படிந்த முத்தலைச் சூலம், பகையை அழிக்கும் வலிமை உடைய நெருப்பு போல் கனலும் மழு, திருக்கையை விட்டு மேல் எழும்புவது போல் விரல்நுனியில் இருந்து வெறித்துப் பார்க்கும் மான்கன்று, முறை தவறாது ஒலிசெய்யும் உடுக்கை, புலால் நாற்றம் வீசும் மண்டைஓடு, முகிழ் போல் கூரிய குந்தாலி, வடவைத்தீ, ஆகியவை தங்கும் கைகளை உடையவன்; உலகினில் உயர்ந்த புகழுடன் விளங்குபவன்; தாமரை மலர்மீது அமரும் வேதம் கற்ற பிரமனால் விதிப்படி வழிபடப் படுபவன்; அவன் மறைக்காடு என்னும் தலத்தில் எழுந்தருளி இருக்கும் மேலான இறைவன் ஆவன்.

2626. **இருநிலன் அதுபுனல் இடைமடி**
தரஎரி புகஎரி அதுமிகு
பெருவளி யினில்அவி தரவளி
கெடவியன் இடைமுழு வதும்கெட
இருவர்கள் உடல்பொறை யொடுதிரி
எழில்உரு உடையவன் இனமலர்
மருவிய அறுபதம் இசைமுரல்
மறைவனம் அமர்தரு பரமனே (7)

அருஞ்சொற்பொருள்:

இருநிலன் - பெரிய நிலவுலகம். புனல் - நீர். மடிதர - ஒடுங்க. எரி - நெருப்பு. வளி - காற்று. வியன் - ஆகாயம். இருவர் - பிரமனும் திருமாலும். உடல் - எலும்புக்கூடு. எழில்உரு - அழகிய உருவம். அறுபதம் - வண்டு. இசைமுரல் - இசை எழுப்புகின்ற.

பொழிப்புரை:

பேரூழிக் காலத்தில் நிலம் நீரில் ஒடுங்க, நீர் நெருப்பில் ஒடுங்க, நெருப்பு காற்றில் ஒடுங்க, காற்று ஆகாயத்தில் ஒடுங்கும். அப்பொழுது பிரமனும் திருமாலும் இறந்துபடுவர். அவர்களது முழு எலும்புக் கூட்டைத் தோளில் சுமந்து, அழகிய காட்சி நல்குபவன்; பல வண்ண மலர்களில் வண்டு இசை எழுப்பும் திருமறைக்காடு, அவன் எழுந்தருளி இருக்கும் தலமாகும்.

2627. சனம்வெரு உறவரு தசமுகன்
ஒருபது முடியொடும் இருபது
கனம்மரு வியபுயம் நெரிவகை
கழல்அடி யில்ஒர்விரல் நிறுவினன்
இனம்மலி கணநிசி சரன்மகிழ்
வுறஅருள் செய்தகரு ணையன்என
மனம்மகிழ் வொடுமறை முறைஉணர்
மறைவனம் அமர்தரு பரமனே (8)

அருஞ்சொற்பொருள்:

சனம் - மக்கள். வெருஉற - அஞ்ச. தசமுகன் - இராவணன். கனம் மருவிய புயம் - பருத்த தோள். நிறுவினன் - ஊன்றினன். நிசிசரன் - இராவணன்.

பொழிப்புரை:

மக்களை அச்சுறுத்துமாறு உலாவிய இராவணனது தலைகள் பத்தும், பருத்த தோள்கள் இருபதும் நெரிபடுமாறு, வீரக்கழல் அணிந்த திருவடியில் உள்ள ஒரு விரல்கொண்டு நெரித்தவன்; பின்னர் அவனது இசை கேட்டு, அசுரர் இனமும் இராவணனும் மகிழுமாறு வாள், வாழ்நாள், இராவணன் என்னும் பெயர், தேர் என அனைத்தும் அருளிய இரக்கம் உடையவன்; நான்கு மறைகளையும் கற்றுணர்ந்த மறையவர் போற்ற அப்பெருமான் மறைக்காடு என்னும் தலத்தில் எழுந்தருளி இருக்கிறான்.

2628. அணிமலர் மகள்தலை மகன்அயன்
அறிவரி யதுஒர்பரி சிலின்எரி
திணிதரு திரள்உரு வளர்தர
அவர்வெரு வுறலொடு துதிசெய்து
பணியுற வெளிஉரு வியபரன்
அவன்உரை மலிகடல் திரள்எழும்
மணிவளர் ஒளிவெயில் மிகுதரு
மறைவனம் அமர்தரு பரமனே (9)

அருஞ்சொற்பொருள்:

அணி - அழகு. மலர்மகள் தலைமகன் - திருமால். பரிசில் - தன்மை. வெருவுற - அஞ்ச. உருவிய - ஊடுருவிய. உரை - புகழ்.

பொழிப்புரை:

அழகிய தாமரை மலர்மேல் இருக்கை கொள்ளும் திருமகளின் கணவனாகிய திருமாலும், பிரமனும், அளந்து அறியாத ஒரு தன்மையில், வலிய திரண்ட நெருப்புத் தூண் வடிவில் உயர்ந்து நின்றவன். அதுகண்டு அவர் இருவரும் அஞ்சி வணங்கிப் பணியுமாறு ஆகாயத்தை ஊடுருவி நின்ற மேலோன்; அவன், புகழ் பொருந்தியதும், கடலிலிருந்து கரை ஒதுங்குவதும் ஆகிய மணியானது, ஒளியினை வெயில் போல பரவவிடும், மறைக்காடு என்னும் தலத்தில் எழுந்தருளி இருக்கும் இறைவனே ஆவன்.

2629. **இயல்வுஅழி தரவிது செலவுஉற**
இனமயில் இறகுஉறு தழையொடு
செயல்மரு வியசிறு கடம்முடி
அடைகையர் தலைபறி செய்துதவம்
முயல்பவர் துவர்படம் உடல்பொதி
பவர்அறிவு அருபரன் அவன்அணி
வயலினில் வளைவளம் மருவிய
மறைவனம் அமர்தரு பரமனே (10)

அருஞ்சொற்பொருள்:

இயல்வு அழிதர - உலக இயற்கை கெடுமாறு. விது செலவு உற - காற்று வீச. மயிலிறகு தழை - மயிற்பீலிக் கற்றை. செயல் மருவிய சிறு கடம் முடி - வேலைப்பாடு அமைந்த குண்டிகை வைக்கப்படாத உறி. துவர்படம் - காவி நிற ஆடை. வளை - சங்கு. வளம் - அதன் வளமாகிய முத்து.

பொழிப்புரை:

உலக நடைக்குப் பொருந்தாத வகையில் மயிலின் பீலியால் அமைந்த விளக்குமாறு கொண்டு தரையினைக் கூட்டியும், வேலைப்பாடு அமைந்த குண்டிகை வைக்கப்பட்ட உறியினைத் தாங்கியும், தலைமயிரைப் பறித்துக் கொண்டும், தவம் முயல்கிறேன் என்று சொல்லும் சமணர்களும்; துவராடை போர்த்த உடல்உடைய பௌத்தர்களும்; ஆகியோர் அறிந்து கொள்ள முடியாத, மேலான சிவபெருமான், வயலில் இப்பிகள் கரைஒதுக்கி முத்தினை ஈனும் மறைக்காடு என்னும் தலத்தில் எழுந்தருளி இருப்பவன் ஆவன்.

2630. வசைஅறு மலர்மகள் நிலவிய
 மறைவனம் அமர்பர மனைநினை
 பசையொடு மிகுகலை பலபயில்
 புலவர்கள் புகழ்வழி வளர்தரு
 இசைஅமர் கழுமல நகர்இறை
 தமிழ்விர கனதுஉரை இயல்வல
 இசைமலி தமிழ்ஒரு பதும்வல
 வவர்உல கினில்எழில் பெறுவரே (11)

அருஞ்சொற்பொருள்:

வசையறு மலர்மகள் - குற்றமற்ற திருமகள். பசை - அன்பு. வல - வல்ல. ஒருபதும் - ஒருபத்தும். வலவவர் - வல்லவர். எழில் - அழகு.

பொழிப்புரை:

குற்றமற்ற திருமகள் உறையும் திருமறைக்காடு என்னும் தலத்தில் எழுந்தருளி இருக்கும் மேலான இறைவன்மீது; அன்போடு நினைப்பவனும், பல கலைகள் கற்றறிந்த புலவர்களால் புகழ்பெற்ற கழுமல வளநகரைச் சேர்ந்தவனும், ஆகிய தமிழ்விரகன் ஞானசம்பந்தன், பாடிய பாடல் இவை பத்தினையும் பாடி, வழிபடும் வல்லமை உடையவர், உலகில் புகழுடன் வாழும், ஒரு வாழ்வினைப் பெறுவர்.

திருச்சிற்றம்பலம்

243

திருமறைக்காடு

திருமுறை 2 - 227   திருஞான - 598

பண்: பியந்தைக் காந்தாரம்

2631. பொங்கு வெண்மணல் கானல்
   பொருகடல் திரைதவழ் முத்தம்
   கங்கு லார்இருள் போழும்
   கலிமறைக் காடுஅமர்ந் தார்தாம்
   திங்கள் சூடின ரேனும்
   திரிபுரம் எரித்தன ரேனும்
   எங்கும் எங்கள் பிரானார்
   புகழ்அலது இகழ்பழி இலரே   (1)

அருஞ்சொற்பொருள்:

கானல் - கடற்கரைச் சோலை. பொருகடல் - அலைவீசும் கடல். முத்தம் - முத்து. கங்குல் - இரவு. இருள் போழும் - இருளைப் பிளக்கும். கலி - ஒலி. அலது - அல்லது.

பொழிப்புரை:

வெண்மணல் பெருக இருக்கும், சோலை உடைய கடலின் கரையில், அலையால் உந்தித் தள்ளப்பட்ட முத்து கரை ஒதுங்கி, இரவு நேரத்து இருளையும் பிளந்து கொண்டு ஒளியை உமிழும். ஆரவாரம் மிகுந்த மறைக்காடு என்னும் தலத்தில் எழுந்தருளி இருக்கும் இறைவர், திங்களைச் சடையில் சூடியவர் என்றாலும், திரிபுரத்தை எரித்தவர் என்றாலும், அவை எங்களது பெருமானுக்கு எல்லா இடங்களிலும் புகழாக அமையுமே தவிர, ஒருக்காலும் பழி ஆகாது.

வீ.சிவஞானம்

2632. கூன்இ ளம்பிறை சூடிக்
கொடுவரித் தோல்உடை ஆடை
ஆனில் அம்கிளர் ஐந்தும்
ஆடுவர் பூண்பதும் அரவம்
கானல் அம்கழி ஓதம்
கரையொடு கதிர்மணி ததும்பத்
தேன்ந லம்கமழ் சோலைத்
திருமறைக் காடுஅமர்ந் தாரே (2)

அருஞ்சொற்பொருள்:

கூன் - வளைந்த. கொடுவரி - கொடியதும் வரிகள் உடையதும் ஆகிய புலி. ஆன் ஐந்து - பால் தயிர் நெய் கோசலம் கோசாணம். ஓதம் - கடல் அலை. அம்கழி - அழகிய உப்பங்கழி.

பொழிப்புரை:

கடற்கரைச் சோலையும், உப்பங்கழியும், கடல் அலையானது முத்து முதலிய மணி வகைகளைக் கரை ஒதுக்குவதும், தேன் நிறைந்த சோலைவளம் உடையதும், ஆகிய பல்வேறு சிறப்புகள் உடைய திருமறைக்காடு என்னும் தலத்தில் எழுந்தருளி இருக்கும் இறைவர், வளைந்த இளம் பிறைச் சந்திரனைச் சூடி இருப்பவர்; கொடியதும் கோடுகள் உடையதும் ஆகிய புலியின் தோலை உடையாக உடுத்தி இருப்பவர்; பசுவிடமிருந்து கிடைக்கும் ஐந்து பொருள்கள் கொண்டு திருமஞ்சனம் ஆடுபவர்; ஆபரணமாக உடம்பில் பல பாகங்களிலும் பாம்பை அணிந்திருப்பவர்.

2633. நுண்ணி தாய்வெளிது ஆகி
நூல்கிடந்து இலங்கு பொன்மார்பில்
பண்ணி யாழ்என முரலும்
பணிமொழி உமைஒரு பாகன்
தண்ணி தாயவெள் அருவி
சலசல நுரைமணி ததும்பக்
கண்ணி தானும்ஓர் பிறையார்
கலிமறைக் காடுஅமர்ந் தாரே (3)

அருஞ்சொற்பொருள்:

வெளிது - வெண்மையது. நூல் - பூணூல். பண்ணி யாழ் - பண்ணொடு கூடிய யாழ். முரலும் - ஒலிக்கும். தண் - குளிர்ச்சி. சலசல - ஒலிக் குறிப்பு. நுரை மணி - நுரையும் மணியும். கண்ணி - தலைக்கு அணியும் மாலை. கலி - ஒலி.

பொழிப்புரை:

கடலானது ஆரவாரம் செய்ய, அதன் கரையில் உள்ள திருமறைக்காடு என்னும் தலத்தில் எழுந்தருளி இருக்கும் இறைவர், நுண்மையும் வெண்மையும் விளங்கும் பூணூல் புரளும் மார்பு உடையவர்; பண்போல் இனிமையும் பணிவும் உடைய மொழி பேசும் உமாதேவி பாகர்; குளிர்ந்த வெள்ளிய அருவி சலசல என்று ஒலிஎழுப்பி நுரையும் மணியும் ததும்பப் பாயும் கங்கையையும், பிறைச்சந்திரனையும் சடையில், தலைக்கு அணியும் மாலையாகக் கொண்டு விளங்குபவர்.

2634. **ஏழை வெண்குருகு அயலே**
இளம்பெடைத் தனதுஎனக் கருதித்
தாழை வெண்மடல் புல்கும்
தண்மறைக் காடுஅமர்ந் தார்தாம்
மாழை அம்கயல் ஒண்கண்
மலைமகள் கணவனது அடியின்
நீழ லேசரண் ஆக
நினைபவர் வினைநலிவு இலரே (4)

அருஞ்சொற்பொருள்:

ஏழை - அறிவில் குறை உடையது. புல்கும் - தழுவும். மாழை - அழகு. அம்கயல் ஒண் கண் - கயல்மீன் போன்ற ஒளிஉடைய கண். நீழல் - நிழல். சரண் - அடைக்கலம். வினைநலிவு - வினைத் துன்பம். இலர் - இலராவர்.

பொழிப்புரை:

அறிவில் குறைபாடு உடைய வெள்ளை நாரையானது, தனக்கு அருகில் இருந்த தாழையின் மடலை தனது பெண்நாரை என நினைத்துத் தழுவுகின்ற குளிர்ச்சி பொருந்திய திருமறைக்காடு என்னும் தலத்தில் எழுந்தருளி இருக்கும் இறைவர்; அழகும், கயல்மீன் போன்ற வடிவமும், ஒளியும் உடைய கண் கொண்ட மலைமகளுக்குக் கணவன்; அவனது திருவடியில் அடைக்கலம் புகுபவர், வினைகளால் துன்பம் உறுவது இல்லை.

2635. அரவம் வீக்கிய அரையும்
    அதிர்கழல் தழுவிய அடியும்
    பரவ நாம்செய்த பாவம்
    பறைதர அருளுவர் பதிதான்
    மரவம் நீடுஉயர் சோலை
    மழலைவண்டு யாழ்செயும் மறைக்காட்டு
    இரவும் எல்லியும் பகலும்
    ஏத்துதல் குணம்என லாமே (5)

அருஞ்சொற்பொருள்:

வீக்கிய - கட்டிய. அரை - இடுப்பு. அதிர்கழல் - ஒலிக்கும் வீரக்கழல். பறைதர - அழிய. மரவம் - குங்கும மரம். எல்லி - இரவும் பகலும் சந்திக்கும் காலைச் சந்தியும் மாலைச் சந்தியும் எனக் கொள்ளலாம்.

பொழிப்புரை:

குங்கும மரங்கள் நிறைந்த சோலையில் இளம் வண்டுகள் யாழ்போல் முரலும் திருமறைக்காடு என்னும் தலத்தில், பாம்பைக் கச்சாகக் கட்டிய இடுப்பும், ஒலிக்கின்ற வீரக்கழல் அணிந்த திருவடியும், உடையவரும், வணங்குவதால் நாம் செய்த பாவங்களைப் போக்கி அருளுபவரும், ஆகிய இறைவர் எழுந்தருளி இருக்கிறார்; அவரைப் பகல், இரவு, இரண்டு சந்திகள், என எல்லாக் காலங்களிலும் வணங்குதல் வேண்டும்; அதுவே நமது சிறந்த குணத்தின் வெளிப்பாடு ஆகும்.

2636. பல்இல் ஓடுகை ஏந்திப்
    பாடியும் ஆடியும் பலிதேர்
    அல்லல் வாழ்க்கையரேனும்
    அழகியது அறிவர் எம்அடிகள்
    புல்லம் ஏறுவர் பூதம்
    புடைசெல உழிதர்வர்க்கு இடமாம்
    மல்கு வெண்திரை ஓதம்
    மாமறைக் காடுஅது தானே (6)

அருஞ்சொற்பொருள்:

பல்இல் - பல்இல்லாத. ஓடு - மண்டை ஓடு. பலி - பிச்சை. அல்லல் - துன்பம். புல்லம் - (புல்லை மேயும்) எருது. புடை செல - பக்கங்களில் செல்ல. உழிதர்வர் - சுற்றித் திரிவர். திரைஓதம் - அலையுடைய கடல்.

பொழிப்புரை:

எம்இறைவர் பல்இல்லாத மண்டை ஓட்டைக் கையில் ஏந்தி, பாட்டுப் பாடியும், நடனம் ஆடியும், பிச்சை ஏற்கும் துன்ப வாழ்க்கை உடையவர் என்றாலும், அதுவே அழகிய செயல் என்பதை அவர் அறிவார்; அவர் எருதின்மீது ஏறிவருவார்; பூதங்கள் சூழ வருவார்; அவர் எழுந்தருளி இருக்கும் இடம், கடலின் வெண்மை நிற அலை வந்துபோகும் கரையினை உடைய திருமறைக்காடே ஆகும்.

2637. **நாகம் தான்கயி றாக**
நளிர்வரை அதற்குமத் தாகப்
பாகம் தேவரொடு அசுரர்
படுகடல் அளறுஎழக் கடைய
வேக நஞ்சுஎழ ஆங்கே
வெருவொடும் இரிந்துஎங்கும் ஓட
ஆகம் தன்னில்வைத்து அமிர்தம்
ஆக்குவித் தான்மறைக் காடே (7)

அருஞ்சொற்பொருள்:

நாகம் - வாசுகி என்னும் பாம்பு. நளிர்வரை - குளிர்ந்த (மந்தர) மலை. படுகடல் - ஆழமான கடல். அளறு - சேறு. வேக நஞ்சு - கொடிய விடம். வெருவு - அச்சம். இரிந்து - கலைந்து. ஆகம் - உடம்பு (இங்கு உடம்பின் ஒருபகுதியாக விளங்கும் கழுத்து).

பொழிப்புரை:

வாசுகி என்னும் பாம்பை நாணாகவும், மந்தர மலையை மத்தாகவும் கொண்டு, தேவர்களும் அசுரர்களும் கூடி, ஆழமான கடலில் சேறு எழும்பும்படிக் கடைய, விரைந்து வெளிப்பட்ட ஆலகால விடத்தினைக் கண்டு அஞ்சி, அவர் இருவகையினரும் கலைந்து ஓட, அதனை வாங்கி உண்டு, கண்டத்தில் அமுதமாக அடக்கிய பெருமான் எழுந்தருளி இருக்கும் இடம், திருமறைக்காடு என்னும் தலம் ஆகும்.

2638. **தக்கன் வேள்வியைத் தகர்த்தோன்**
தனதுஒரு பெருமையை ஓரான்
மிக்கு மேல்சென்று மலையை
எடுத்தலும் மலைமகள் நடுங்க

நக்குத் தன்திரு விரலால்
 ஊன்றலும் நடுநடுத்து அரக்கன்
பக்க வாயும்விட்டு அலறப்
 பரிந்தவன் பதிமறைக் காடே (8)

அருஞ்சொற்பொருள்:

ஓரான் - உணராதவன். நக்கு - நகைத்து. நடுநடுத்து - நடுநடுங்கி. பரிந்தவன் - இரக்கம் காட்டியவன்.

பொழிப்புரை:

தக்கன் தன்னை மதியாது செய்த வேள்வியை அழித்தவன்; தன்பெருமை தான்அறியாத் தன்மையன்; இராவணன் செருக்கு மிகுதியால் கயிலைமலையைப் பெயர்க்க, அதுகண்டு உமாதேவி அஞ்ச, ஏளனமாகச் சிரித்துத் தன்கால் பெருவிரல் கொண்டு ஊன்ற, அரக்கன் நடுநடுங்கி, வாய்விட்டு அலறப் பின் அவனுக்காக இரக்கப்பட்ட இறைவன்; அவன் எழுந்தருளி இருப்பது, மறைக்காடு என்னும் தலத்திலே ஆகும்.

2639. விண்ட மாமல ரோனும்
 விளங்குஒளி அரவுஅணை யானும்
பண்டும் காண்பு அரிதாய
 பரிசினன் அவன்உறை பதிதான்
கண்டல் அம்கழி ஓதம்
 கரையொடு கதிர்மணி ததும்ப
வண்டல் அம்கமழ் சோலை
 மாமறைக் காடுஅது தானே (9)

அருஞ்சொற்பொருள்:

விண்ட - (இதழ்) விரிந்த. மாமலர் - தாமரை மலர். அரவுஅணை - பாம்புப்படுக்கை. பண்டும் - முன்காலத்தில். பரிசினன் - தன்மை உடையவன். கண்டல் - தாழை. கழி - உப்பங்கழி. ஓதம் - அலை. வண்டல் - வண்டல் மண். அம் - அழகு. கமழ் - மணம் கமழ்கின்ற.

பொழிப்புரை:

இதழ்விரிந்த தாமரை மலர்மேல் அமரும் பிரமதேவனும், ஒளிவிளங்கும் பாம்பின்மீது படுத்திருக்கும் திருமாலும், முற்காலத்திலும் (இக்காலத்திலும்) காண அருமை உடைய தன்மையில் விளங்கும்

சிவபெருமான் எழுந்தருளி இருக்கும் தலம்; உப்பங்கழிகளில் தாழையும், ஒளிவிடும் மணிவகைகளும், மிகுதியும் காணப்படும் வண்டல் வளம் உடைய சோலை சூழ்ந்த மறைக்காடு ஆகும்.

2640. பெரிய வாகிய குடையும்
 பீலியும் அவைவெயில் கரவாக்
 கரிய மண்டைகை ஏந்திக்
 கல்என உழிதரும் கழுக்கள்
 அரிய வாகஉண்டு ஓதும்
 அவர்திறம் ஒழிந்துநம் அடிகள்
 பெரிய சீர்மறைக் காடே
 பேணுமின் மனம்உடை யீரே (10)

அருஞ்சொற்பொருள்:

கரவா - கரந்து (மறைக்க). மண்டை - உண்கலம். கல் - ஒலிக்குறிப்பு. உழிதரும் - திரியும். கழுக்கள் - சமண, பௌத்தர்கள். அரியவாக உண்டு ஓதும் - இல்லை என்றும் உண்டு என்றும் கூறும் (அத்திநாத்தி). சீர் - சிறப்பு. பேணுமின் - போற்றுங்கள்.

பொழிப்புரை:

நல்ல மனம் உடையவரே! பெரிய குடை வெயிலை மறைக்க, கையில் மயிற்பீலியும் மண்டை என்னும் உண்கலமும் ஏந்தி, 'கல்' என ஆரவாரம் எழ சுற்றித் திரியும் சமணர், பௌத்தர்கள் (கடவுள்) உண்டு என்றும் இல்லை என்றும் சொல்லிக் கொண்டு சுற்றித் திரிவர். அவரது வழியில் செல்வதைத் தவிர்த்து, நமது இறைவராகிய சிவபெருமான் எழுந்தருளி இருக்கும் திருமறைக்காடு என்னும் தலத்தைப் போற்றுங்கள்!

2641. மைஉ லாம்பொழில் சூழ்ந்த
 மாமறைக் காடுஅமர்ந் தாரைக்
 கையி னால்தொழுது எழுவான்
 காழியுள் ஞானசம் பந்தன்
 செய்த செந்தமிழ் பத்தும்
 சிந்தையுள் சேர்க்கவல் லார்போய்ப்
 பொய்யில் வானவ ரோடும்
 புகவலர் கொளவலர் புகழே (11)

அருஞ்சொற்பொருள்:

மை - மேகம். உலாம் - உலவுகின்ற. பொய்யில் வானவர் - அழியாத வீட்டுலகினர். வலர் - வல்லர். கொள - கொள்ள.

பொழிப்புரை:

மேகம் தங்கும் சோலையால் சூழப்பட்ட திருமறைக்காடு என்னும் தலத்தில் எழுந்தருளி இருக்கும் இறைவரைக் கைகூப்பி வணங்கித் தொழுது எழும் சீர்காழி ஞானசம்பந்தன், பாடிய செந்தமிழ்ப் பாமாலை பத்தும், சிந்தையுள் வைத்துப் போற்றும் வல்லமை உடையவர், அழிவில்லாத வீட்டுலகம் சேர்வர் ; அதனால் புகழ்பெற்ற வல்லவரும் ஆவர்.

திருச்சிற்றம்பலம்

244

திருமறைக்காடு

திருமுறை 3 - 334   திருஞான - 598

திருவிராகம்
பண்: சாதாரி

2642. கல்பொலி சுரத்தின்எரி கானின்இடை
மாநடம்அது ஆடிமடவார்
இல்பலி கொளப்புகுதும் எந்தைபெரு
மானதுஇடம் என்பர் புவிமேல்
மல்பொலி கலிக்கடல் மலைக்குவடு
எனத்திரை கொழித்தமணியை
வில்பொலி நுதல்கொடி இடைக்கணிகை
மார்கவரும் வேதவனமே   (1)

அருஞ்சொற்பொருள்:

கல் பொலி சுரம் - பருக்கைக் கற்கள் விளங்கும் பாலைநிலம். எரிகான் - பிணம் எரியும் சுடுகாடு. மடவார் - பெண்கள். இல் - வீடு. பலி - பிச்சை. கொள - கொள்ள. புகுதும் - புகும். மல் பொலி - வளம் மிகுந்த. கலிக்கடல் - ஒலிக்கின்ற கடல். மலைக்குவடு - மலையின் உச்சி. திரை - அலை. வில்பொலி நுதல் - வில்போல் வளைந்த புருவம் உடைய நெற்றி. கொடிஇடை - பூங்கொடி போன்ற மெல்லிய இடை. கணிகைமார் - உருத்திர கணிகையர். வேதவனம் - மறைக்காடு.

பொழிப்புரை:

பருக்கைக் கற்கள் நிறைந்த பாலைவனம் போல் வெப்பம் மிகுந்த பிணம் எரியும் சுடுகாட்டில் மேலான நடனம் ஆடுபவரும், மகளிர் வாழும் வீடுதோறும் சென்று பிச்சை உணவினை ஏற்கும் எமது தந்தையாகிய பெருமானும், ஆகிய இறைவர் எழுந்தருளி இருக்கும்

இடம் என்று சொல்லுவர்; அது, இந்நிலவுலகில் வளப்பமும் ஆரவாரமும் நிறைந்த கடலானது மலைபோல் உயரிய அலையினை எழுப்பி, கரை ஒதுக்கிய மணிவகைகளை, வில்போல் வளைந்த புருவம் உடைய உருத்திர கணிகையர் கவர்ந்து செல்லும் திருமறைக்காடு என்னும் தலமே ஆகும்.

2643. பண்டுஇரை பயப்புணரி யில்கனக
மால்வரையை நட்டுஅரவினைக்
கொண்டுகயி றில்கடைய வந்தவிடம்
உண்டகுழ கன்தன் இடமாம்
வண்டுஇரை நிழல்பொழிலின் மாதவியின்
மீதுஅணவு தென்றல்வெறிஆர்
வெண்திரைகள் செம்பவளம் உந்துகடல்
வந்தமொழி வேதவனமே (2)

அருஞ்சொற்பொருள்:

பண்டு - முன்பு. இரை - ஒலிக்கின்ற. புணரி - கடல். கனக மால்வரை - பொன் போன்ற பெரிய (மந்தர) மலை. குழகன் - எப்பொழுதும் இளமையுடன் இருப்பவன். மீதுஅணவு - மீது தடவி. வெறி - மணம். மொழி - புகழ்மொழி.

பொழிப்புரை:

முன்பு, ஒலிக்கின்ற பாற்கடலில் மந்தர மலையை மத்தாக நட்டு, வாசுகி என்னும் பாம்பினைக் கயிறாகக் கொண்டு, கடையும்போது வெளிப் பட்ட ஆலகால விடத்தினை எடுத்து உண்ட குழகனாகிய இறைவன் எழுந்தருளி இருக்கும் இடமாக விளங்குவது; வண்டுகள் ஒலிசெய்வதும், நிழல் நிரம்பியதும், மாதவியின் மலர்மீது தென்றல் காற்று பட்டு மணம் பரப்புவதும், ஆகிய சோலைவளம் உடையதும்; கடல் அலையானது செம்பவளத்தைக் கரைஒதுக்கும் புகழ் உடையதும்; ஆகிய திருமறைக்காடு என்னும் தலமாகும்.

2644. கார்இயல்மெல் ஓதிநதி மாதைமுடி
வார்சடையில் வைத்துமலையார்
நாரிஒருபால் மகிழும்நம் பர்உறைவு
என்பர்நெடு மாடமறுகில்
தேர்இயல் விழாவின்ஒலி திண்பணிலம்
ஒண்படகம் நாளும்இசையால்
வேரிமலி வார்குழல்நன் மாதர்இசை
பாடல்ஒலி வேதவனமே (3)

அருஞ்சொற்பொருள்:

கார்இயல் - மேகம் போன்ற. மெல்ஓதி - மெல்லிய கூந்தல். நதிமாது - கங்கை. மலையார் நாரி - மலையரசனது மகள். நம்பர் - விரும்பப்படுபவர். மறுகு - தெரு. தேர்இயல் - தேர் ஓடும். பணிலம் - சங்கு. படகம் - ஒரு வாத்தியம். வேரி - மணம்.

பொழிப்புரை:

கரிய மேகம் போன்ற மெல்லிய கூந்தல் உடைய கங்கை என்னும் பெண்ணை தலையில் உள்ள நீண்ட சடைமீது வைத்து, மலையரசனது மகளாகிய பார்வதியை உடம்பின் ஒருபாகத்தில் வைத்து, மகிழும் நம்பராகிய சிவபெருமான் உறையும் இடம் என்று சொல்லுவர்; அது, நீண்டு விளங்குவதும், மாளிகைகள் நிறைந்ததும், ஆகிய தேரோடும் தெருவில், திருவிழாவின் ஆரவாரமாக சங்கு, படகம் முதலிய வாத்தியங்கள் ஒலியும், மணமுள்ள நீண்ட கூந்தல்உடைய மகளிர் இசைப்பாடல்களைப் பாடும் ஒலியும், மலிந்துள்ள திருமறைக்காடு என்னும் தலமே ஆகும்.

2645. நீறுதிரு மேனியின் மிசைத்துஒளி
பெறத்தடவி வந்துஇடபமே
ஏறிஉல கங்கள்தொறும் பிச்சைநுகர்
இச்சையர் இருந்தபதியாம்
ஊறுபொருள் இன்தமிழ் இயல்கிளவி
தேரும்மட மாதர்உடன்ஆர்
வேறுதிசை ஆடவர்கள் கூறஇசை
தேரும்எழில் வேதவனமே   (4)

அருஞ்சொற்பொருள்:

மிசைத்து - மேலதாய். இச்சையர் - விருப்பம் உடையவர். ஊறுபொருள் - (உறுபொருள்) பல பொருள் பொதிந்த. இயல்கிளவி - இயல்பான சொற்கள். தேரும் - தேர்ந்து பேசும். மடமாதர் - இளம் பெண்கள். வேறுதிசை ஆடவர்கள் - வேற்று நாட்டு ஆண்கள். இசைதேரும் - அதன் பொருளை ஆராய்ந்து தெளியும். எழில் - அழகு.

பொழிப்புரை:

திருநீற்றை உடம்பின்மீது ஒளிபெறப் பூசி, இடபத்தில் ஏறி, உலகம் முழுதும் சுற்றித் திரிந்து பிச்சை ஏற்கும் விருப்பம் உடையவர், விரும்பி எழுந்தருளி இருக்கும் தலம்; இனிய தமிழ்மொழியில் உள்ள சொற்களின்

பொருள்களை, நன்கு ஆராய்ந்து, உரிய சொல் கொண்டு பேசும் இளம்பெண்கள், பிறமொழி பேசும் தேசங்களில் இருந்து வந்த ஆண்கள் பேசும் சொல்லின் பொருளையும் ஆராய்ந்து பார்க்கும் திறமை உடையவர், நிறைந்து வாழும் அழகில் சிறந்து விளங்கும், திருமறைக்காடே ஆகும்.

2646. கத்திரிகை துத்திரி கறங்குதுடி
    தக்கையொடு இடக்கைபடகம்
எத்தனை உலப்பில்கரு வித்திரள்
    அலம்பஇமை யோர்கள்பரச
ஒத்துஅற மிதித்துநடம் இட்டஒரு
    வர்க்கிடம்அது என்பர்உலகில்
மெய்த்தகைய பத்தரொடு சித்தர்கள்
    மிடைந்துஉகளும் வேதவனமே (5)

அருஞ்சொற்பொருள்:

கத்திரிகை, துத்திரி, துடி, தக்கை, படகம் - இசைக்கருவி வகைகள். அலம்ப - ஆரவாரம் செய்ய. பரச - துதிக்க. ஒத்து - தாளஒத்து. அற - நன்றாக. மிதித்து - ஊன்றி. நடம் - நடனம். இட்ட - ஆடிய. மிடைந்து - நெருங்கி. உகளும் - துள்ளிக் குதிக்கும்.

பொழிப்புரை:

கத்திரிகை, துத்திரி, துடி, தக்கை, படகம் என்று பலவிதமான இசைக் கருவிகள் ஒலிசெய்ய, தேவர்கள் துதிக்க, தாள ஒத்துக்கு இசைய, நன்கு திருவடியை ஊன்றி நடனம் ஆடும் ஒப்பற்ற சிவபெருமான் எழுந்தருளி இருக்கும் இடம் என்று சொல்லுவர்; உலகில் உண்மைத் தன்மையுடன் விளங்கும் அடியார்களும், சித்தர்களும், நெருங்கி நின்று, மகிழ்ச்சி மேலீட்டால் குதித்து, ஆடும் மறைக்காடு என்னும் தலமே ஆகும்.

2647. மாலைமதி வாள்அரவு கொன்றைமலர்
    துன்றுசடை நின்றுசுழலக்
காலையில் எழுந்தகதிர் தாரகை
    மடங்கஅனல் ஆடும்அரன்ஊர்
சோலையின் மரங்கள்தொறும் மிண்டிஇன
    வண்டுமது உண்டுஇசைசெய
வேலைஒலி சங்குதிரை வங்கசுற
    வம்கொணரும் வேதவனமே (6)

அருஞ்சொற்பொருள்:

வாள்அரவு - பளபளக்கும் பாம்பு. துன்று - நெருங்கு. தாரகை - விண்மீன். மடங்க - தோற்க. மிண்டி - நெருங்கி. வேலை - கடல். வங்கம் - கப்பல். சுறவம் - சுறாமீன்.

பொழிப்புரை:

மாலை நேரத்துப் பிறைச்சந்திரன், பளபளக்கும் பாம்பு, கொன்றை மலர் ஆகியவை சடையில் நெருக்கி இருந்து, அவை சுழலுமாறும்; காலையில் உதிக்கின்ற சூரியனும் இரவில் தோன்றும் விண்மீன்களும் ஒளிஇழக்கும் அளவு பிரகாசிக்கும் திருநீறு பூசிய திருமேனி பளபளக்குமாறும்; கையில் அனலை ஏந்தி நடனம் ஆடுகின்ற பிறப்பறுக்கும் பெருமான் எழுந்தருளி இருக்கும் ஊர்; சோலையில் பூத்துள்ள மலர்கள்தோறும் சென்று அமர்ந்து, வண்டானது தேனினை உண்டு, இசை எழுப்புவதும், ஒலிக்கும் சங்கும், சுறா மீனும், கப்பலும், கடலின் கரைஅருகே வந்து செல்வதும், ஆகிய சிறப்புகள் உடைய திருமறைக்காடு என்னும் தலமே ஆகும்.

2648. **வஞ்சக மனத்துஅவுணர் வல்அரணம்**
அன்றுஅவிய வார்சிலைவளைத்து
அஞ்சகம் அவித்தஅம ரர்க்குஅமரன்
ஆதிபெரு மானதுஇடமாம்
கிஞ்சுக இதழ்க்கனிகள் ஊறியசெவ்
வாய்அவர்கள் பாடல்பயில்
விஞ்சக இயக்கர்முனி வக்கணம்
நிறைந்துமிடை வேதவனமே (7)

அருஞ்சொற்பொருள்:

வல்அரணம் - வலிய மதில். அவிய - அழிய. அஞ்சகம் - (அம்+சகம்) அழகிய உலகம். கிஞ்சுகம் - முள்முருக்கு. இதழ் - மலரின் இதழ். கனிகள் ஊறிய செவ்வாய் - கனிபோல் இனிக்கும் சொல்பேசும் சிவந்த வாய். விஞ்சகர் - வித்தியாதரர்.

பொழிப்புரை:

வஞ்சனை பொருந்திய மனம்உடைய அசுரர் மூவரது வலிய மூன்று மதில்களை அழிக்கும்பொருட்டு, முன்பு வலிய மேருமலையை வில்லாக வளைத்தவரும், சங்கார காலத்தில் அழகிய உலகை அழிப்பவரும்,

தேவர்களுக்கும் தேவராய் விளங்குபவரும், முதற்கடவுளாய் இருப்பவரும், ஆகிய சிவபெருமான் எழுந்தருளி இருக்கும் இடமாம்; அது, முள்முருக்க மலரின் இதழ் போன்ற உதடுகளும் கனிகள் போன்று இனிக்கும் மொழிபேசும் வாயும் உடைய மகளிர் பாட்டுப் பாடுவதும், வித்தியாதரர் இயக்கர் முனிவர் முதலிய இனத்தார் கூடுவதும், ஆகிய சிறப்புகள் உடைய மறைக்காடு என்னும் தலமே ஆகும்.

2649. **முடித்தலைகள் பத்துஉடை முருட்டுஉரு**
அரக்கனை நெருக்கிவிரலால்
அடித்தலம்முன் வைத்துஅல மரக்கருணை
வைத்தவன் இடம்பலதுயர்
கெடுத்தலை நினைத்துஅறம் இயற்றுதல்
கிளர்ந்துபுல வாணர்வறுமை
விடுத்தலை மதித்துநிதி நல்கும்அவர்
மல்குபதி வேதவனமே (8)

அருஞ்சொற்பொருள்:

முடித்தலை - கிரீடம் அணிந்துள்ள தலை. முருட்டுஉரு - முரட்டு உருவம். அலமர - கலங்கும்படி. கருணை - இரக்கம். பலதுயர் - பல துன்பம். கெடுத்தலை நினைத்து - கெடுத்தல் வேண்டும் என நினைத்து. அறம் இயற்றுதல் - அறம்செய்தல். கிளர்ந்து - முயற்சி உடையவராய். வறுமை விடுத்தலை மதித்து - வறுமையிலிருந்து விடுவிக்க நினைத்து. நிதி - செல்வம். நல்குமவர் - தருபவர். மல்குபதி - நிறைந்து வாழும் ஊர்.

பொழிப்புரை:

கிரீடம் அணிந்த பத்துத் தலைகளும், முரட்டு உருவமும், உடைய அரக்கனாகிய இராவணனை, திருவடியின்கீழ் இட்டு, விரல்கொண்டு ஊன்றி நசுக்கி, அவனைத் துன்பமுறச் செய்து, பின்னர் இரக்கம் காட்டிய பெருமான் எழுந்தருளி இருக்கும் இடம்; பல துன்பங்களைப் போக்க வேண்டும் என்ற எண்ணம் கொண்டு, அறம் செய்வதற்கான முயற்சி மேற்கொண்டு, புலவர்களது வறுமையைத் தீர்க்க, நிதியினை நல்கும் கொடையாளர் பலரும் கூடி வாழும், மறைக்காடு என்னும் தலமே ஆகும்.

2650. **வாசமலர் மேவிஉறை வானும்நெடு**
மாலும்அறி யாதநெறியைக்
கூசுதல் செயாதஅமண் ஆதரொடு
தேரர்குறு காதஅரன்ஊர்

காசுமணி வார்கனகம் நீடுகடல்
ஓடுதிரை வார்துவலைமேல்
வீசுவலை வாணர்அவை வாரிவிலை
பேசும்எழில் வேதவனமே (9)

அருஞ்சொற்பொருள்:

கூசுதல் செயாத - பழித்துப் பேசக் கூச்சப்படாத. ஆதர் - பயனிலி. தேரர் - பௌத்தர். காசு - மணி வகைகள். காசுமணி - (இருபெயரொட்டு) ஒருபொருள் தரும் இரண்டு சொற்கள். கனகம் - பொன். நீடு கடல் - நீளமான கடல். ஓடுதிரை - ஓடிவருகின்ற அலை. துவலை - நீர்த்துளி. வலைவாணர் - வலைஞர். எழில் - அழகு.

பொழிப்புரை:

மணமுள்ள தாமரை மலர்மேல் உறையும் பிரமனும், நெடிய உருவம்உடைய திருமாலும் தேடி அறிய முடியாத நெறியைப் பழித்துப் பேசச் சிறிதும் கூச்சப்படாத பயனற்ற சமணர்களும் பௌத்தர்களும் சென்றடைய முடியாத பிறப்பறுக்கும் பெருமான் எழுந்தருளி இருக்கும் ஊர்; பலவகை மணிகளும் பொன்னும் கரைஒதுங்கும் கடலில் வலைவீசும் வலைஞர்கள், வலையில் சிக்கிய பொருள்களை, விலைபேசி விற்கும், அழகிய திருமறைக்காடு என்னும் தலமே ஆகும்.

★ **(இப்பதிகத்தின் 10-ஆம் பாடல் கிடைக்கவில்லை).**

2651. **மந்தம்முர வம்கடல் வளம்கெழுவு**
காழிபதி மன்னுகவுணி
வெந்தபொடி நீறுஅணியும் வேதவனம்
மேவுசிவன் இன்அருளினால்
சந்தம்இவை தண்தமிழின் இன்இசை
எனப்பரவு பாடல்உலகில்
பந்தன்உரை கொண்டுமொழி வார்கள்பயில்
வார்கள்உயர் வானுலகமே (11)

அருஞ்சொற்பொருள்:

மந்தம் முரவம் - மந்தமான ஓசை. கவுணி - கவுணியன். பந்தன் - ஞானசம்பந்தன். பயில்வார்கள் - வாழ்வார்கள்.

பொழிப்புரை:

மந்தமான ஒலியுடன் முழங்கும் கடலின் வளம்மிக உடைய சீர்காழி நகரில் கவுணியர் கோத்திரத்தில் தோன்றிய ஞானசம்பந்தன்; வெந்த வெண்திருநீற்றினைப் பூசிஇருக்கும் திருமறைக்காட்டு இறைவனை; அவனது இன்னருளின் துணையோடு, சந்தமும் இனிய இசையும் அமையப் பாடிப் பரவிய, இப்பாடல்கள் பத்தும் கொண்டு, பாடி வழிபட வல்லவர்; தேவர்கள் வாழும் வானஉலகில் வாழும் பேற்றினைப் பெறுவர்.

திருச்சிற்றம்பலம்

245

பொது [கோளறு பதிகம்]

பதிக வரலாறு:

சம்பந்தர் திருமறைக்காட்டில் தங்கி இருந்தபோது, பாண்டி நாட்டில் சைவம் அருகி, சமணம் தழைத்திருந்தது. அரசனும் தீயவினைப் பயனால் சமணம் சார்ந்து இருந்தனன். எங்கும் சமணப்பள்ளிகளும் பாழிகளும் மிகுதியாகச் சமணர் மிக்கிருந்தனர். அந்நாட்டு அரசியார் மங்கையர்க் கரசியாரும், அமைச்சர் குலச்சிறையாரும், அரசனுக்குத் தெரியாமல் சைவம் கடைபிடித்து, மன்னன் நிலைகண்டு வருந்தி இருந்தனர். அப்பொழுது பிள்ளையார் திருமறைக்காட்டில் எழுந்தருளி இருந்த செய்தி கேட்டு, இருவரும் தம்பரிசனங்களை அனுப்பி, பிள்ளையாருக்குப் பாண்டிநாட்டு நிலையை அறிவிக்குமாறு வேண்டினர். அவர்களும் திருமறைக்காடு வந்து, பிள்ளையாரை அவரது திருமடத்தில் கண்டு, விண்ணப்பம் செய்தனர். அவர்களுக்கு அருள்திருமுகம் செய்து, அரசுகளுடன் சென்று இறைவரைப் பணிந்து, பெரிய திருக்கோபுரத்தின் உள்ளிருந்து, அவ்வரலாறுகளை அரசுகளிடம் கூறி, பாண்டிநாடு செல்லத் துணிந்தமையை அறிவித்தனர்.

அதற்கு அப்பர், 'அந்த அமணர்கள் வஞ்சனை மிகஉடையவர்; கோள்களும் தீய; எழுந்தருள உடன்படேன்' என்று உரைக்க, பிள்ளையார், 'பரசுவது நம்பெருமான் கழல்கள் என்றால் பழுது அணையாது; கோள்களும் நன்மையே செய்யும்' என்று இப்பதிகத்தை அருளுகின்றார்.

திருமுறை 2 - 221   திருஞான - 616

பண்: பியந்தைக் காந்தாரம்

2652. வேய்உறு தோளி பங்கன் விடம்உண்ட
  கண்டன் மிகநல்ல வீணை தடவி
  மாசுஅறு திங்கள் கங்கை முடிமேல்
  அணிந்துஎன் உளமே புகுந்த அதனால்

வீ.சிவஞானம்

ஞாயிறு திங்கள் செவ்வாய் புதன்வியாழன்
    வெள்ளி சனிபாம்பு இரண்டும் உடனே
ஆசுஅறு நல்ல நல்ல அவைநல்ல
    நல்ல அடியார் அவர்க்கு மிகவே   (1)

அருஞ்சொற்பொருள்:

வேய் - மூங்கில். உளமே - உள்ளமே. பாம்பு இரண்டு - இராகு, கேது. ஆசு - குற்றம்.

பொழிப்புரை:

மூங்கில் போன்ற தோள்உடைய உமாதேவியைப் பாகமாகக் கொண்டவனும், விடத்தை உண்டு தேக்கிய கண்டம் உடையவனும், ஆகிய சிவபெருமான் குற்றமற்ற திங்கள் கங்கை ஆகியவற்றைச் சடைமீது சூடிக் கொண்டும், இனிய இசையுடன் கூடிய வீணையை வாசித்துக் கொண்டும், எனது உள்ளத்தில் புகுந்துவிட்டபடியால், ஞாயிறு திங்கள் செவ்வாய் புதன் வியாழன் வெள்ளி சனி இராகு கேது ஆகிய ஒன்பது கோள்களும் அடியார்களுக்கு நன்மைகளையே மிகுதியும் செய்யும்; அந்தவகையில் அவை குற்றமற்ற நல்லனவே ஆகும்.

2653. என்பொடு கொம்பொடு ஆமை இவைமார்பு
    இலங்க எருதுஏறி ஏழை உடனே
பொன்பொதி மத்த மாலை புனல்சூடி
    வந்துஎன் உளமே புகுந்த அதனால்
ஒன்பதொடு ஒன்றொடு ஏழு பதினெட்டொடு
    ஆறும் உடனாய நாள்கள் அவைதாம்
அன்பொடு நல்ல நல்ல அவைநல்ல
    நல்ல அடியார் அவர்க்கு மிகவே   (2)

அருஞ்சொற்பொருள்:

என்பு - எலும்பு. கொம்பு - பன்றிக் கொம்பு. ஆமை - ஆமைஓடு. ஏழை - ஏழைப்பெண் (உமாதேவி). மத்தம் - ஊமத்தம்பூ. புனல் - கங்கை. ஒன்பது - ஒன்பதாம் விண்மீன் ஆயில்யம். ஒன்பதொடு ஒன்றொடு - (9+1=10) பத்து (மகம்). ஒன்பதொடு ஏழு - (9+7=16) பதினாறு (விசாகம்). பதினெட்டு - கேட்டை. ஆறு - திருவாதிரை. உடன் ஆய நாள்கள் - பரணி, கார்த்திகை, பூரம், சித்திரை, சுவாதி, பூராடம், பூரட்டாதி.

பொழிப்புரை:

எலும்பு, பன்றியின் கொம்பு, ஆமைஓடு, ஆக இவை மார்பில் விளங்க, இடபத்தின் மீதுஏறி, உமாதேவியோடு, பொன்ஊமத்தம்பூவால் ஆன மாலை , கங்கை, ஆகியவற்றைச் சூடிக்கொண்டு வந்து சிவபெருமான் என் உள்ளத்தில் புகுந்த அதனால், பரணி, கார்த்திகை, திருவாதிரை, ஆயில்யம், மகம், பூரம், சித்திரை, சுவாதி, விசாகம், கேட்டை, பூராடம், பூரட்டாதி என்னும் ஆகாத விண்மீன் நாள்களும்கூட மிகவும் நல்லனவே ஆகும்; அவை அடியார்க்கு நல்லனவே செய்யும்.

விளக்கவுரை: 27 விண்மீன்கள் (நட்சத்திரங்கள்) வருமாறு

1. அசுவினி	10. மகம்	19. மூலம்
2. பரணி	11. பூரம்	20. பூராடம்
3. கார்த்திகை	12. உத்திரம்	21. உத்திராடம்
4. ரோகினி	13. அஸ்தம்	22. திருவோணம்
5. மிருகசீரிஷம்	14. சித்திரை	23. அவிட்டம்
6. திருவாதிரை	15. சுவாதி	24. சதயம்
7. புனர்பூசம்	16. விசாகம்	25. பூரட்டாதி
8. பூசம்	17. அனுஷம்	26. உத்திரட்டாதி
9. ஆயில்யம்	18. கேட்டை	27. ரேவதி

சோதிடநூல் பாடல் ஒன்றில், 'ஆகாத நட்சத்திரங்கள்' என்று ஒரு பட்டியலைக் காணமுடிகிறது. அந்தப் பாடல் வருமாறு:

''ஆதிரை பரணி ஆரல் ஆயில்யம் முப்பூரம் கேட்டை
தீதுஅறு விசாகம் சோதி சித்திரை மகம்ஈர் ஆறும்
மாதனம் கொண்டார் தாரார் வழிநடைப் பட்டார் மீளார்
பாய்தனில் படுத்தார் தேரார் பாம்பின்வாய்த் தேரை தானே''

இதன் பொருள் வருமாறு:

திருவாதிரை, பரணி, ஆரல் (கார்த்திகை), ஆயில்யம், முப்பூரம் (பூரம், பூராடம், பூரட்டாதி), கேட்டை, விசாகம், சோதி (சுவாதி), சித்திரை, மகம் ஆகிய பன்னிரெண்டு நட்சத்திரங்களில், பெரும் பொருளைப் பெற்றவர் திருப்பித் தரமாட்டார்; வழிப்பயணம் போனவர் மீண்டுவரமாட்டார்; நோய்வாய்ப்பட்டுப் பாயில் படுத்தவர் தேரமாட்டார்; இவர்களது நிலை பாம்பின் வாயில் அகப்பட்ட தேரையின் நிலை போன்றது.

முன்னர் உள்ள பாடலில் இந்த ஆகாத 12 நட்சத்திரங்கள்கூட சிவனடியார்களுக்கு ஆகும்; அவர்க்கு எல்லா நாளும் நல்ல நாளே என்று குறித்தமை அறிக. (இந்த விளக்கம் முத்து.சு.மாணிக்கவாச முதலியார் அவர்களுடைய உரையில் கண்டது).

2654. உருவளர் பவள மேனி ஒளிநீறு
அணிந்து உமையோடும் வெள்ளை விடைமேல்
முருகுஅலர் கொன்றை திங்கள் முடிமேல்
அணிந்துஎன் உளமே புகுந்த அதனால்
திருமகள் கலையது ஊர்தி செயமாது
பூமி திசைதெய்வ மான பலவும்
அருநெதி நல்ல நல்ல அவைநல்ல
நல்ல அடியார் அவர்க்கு மிகவே (3)

அருஞ்சொற்பொருள்:

உருவளர் - அழகு வளர்கின்ற. முருகு - மணம். கலையதுஊர்தி - துர்க்கை. நெதி - நிதி.

பொழிப்புரை:

அழகு வளர்கின்ற பவளம் போன்ற சிவந்த திருமேனியில் ஒளிவிளங்குமாறு திருநீற்றைப் பூசிக்கொண்டு, உமாதேவியோடும் வெள்ளை நிற இடபத்தில் ஏறிக்கொண்டு, மணமுள்ள கொன்றை மலர், பிறைச்சந்திரன் ஆகியவற்றைச் சூடிக்கொண்டு, சிவபெருமான், என் உள்ளத்தில் புகுந்த அதனால், திருமகள், துர்க்கை, செயமகள், பூமகள், திசைகளுக்குரிய தெய்வங்கள் என அனைவரும் அரிய செல்வமாய் விளங்குபவர்; அவர்கள் எப்பொழுதும் சிவனடியார்களுக்கு நல்லனவே செய்வர்.

2655. மதிநுதல் மங்கை யோடு வடபால்
இருந்து மறைஓதும் எங்கள் பரமன்
நதியொடு கொன்றை மாலை முடிமேல்
அணிந்துஎன் உளமே புகுந்த அதனால்
கொதிஉறு காலன் அங்கி நமனோடு
தூதர் கொடுநோய்கள் ஆன பலவும்
அதிகுண நல்ல நல்ல அவைநல்ல
நல்ல அடியார் அவர்க்கு மிகவே (4)

அருஞ்சொற்பொருள்:

வடம் - கல்லாலமரம். கொதி - கோபம். காலன் - இயமன். அங்கி - அக்கினி. நமன்தூதர் - இயமனது தூதர். அதிகுணம் - மிகுந்த நல்லகுணம்.

பொழிப்புரை:

பிறைச்சந்திரன் போன்ற நெற்றி உடைய உமாதேவியோடு கூடி கல்லால மரத்தின்கீழ் அமர்ந்து மறையினை ஓதுகின்ற எங்களது மேலான இறைவன், கங்கை கொன்றைமாலை ஆகியவற்றைச் சடையில் சூடி, எம் உள்ளத்தில் புகுந்த அதனால், கோபம் உடைய காலன், நெருப்பு, எமதூதர், கொடிய நோய்கள் எனப் பலவும் நல்லனவே ஆகும்; அவை எப்பொழுதும் சிவனடியார்களுக்கு நல்லனவே செய்யும்.

2656. நஞ்சுஅணி கண்டன் எந்தை மடவாள்
தனோடும் விடைஏறும் நங்கள் பரமன்
துஞ்சிருள் வன்னி கொன்றை முடிமேல்
அணிந்துஎன் உளமே புகுந்த அதனால்
வெஞ்சின அவுண ரோடும் உரும்இடியும்
மின்னும் மிகையான பூதம் அவையும்
அஞ்சிடு நல்ல நல்ல அவைநல்ல
நல்ல அடியார் அவர்க்கு மிகவே (5)

அருஞ்சொற்பொருள்:

தனோடும் - தன்னோடும். துஞ்சிருள் - தழை மண்டி இருண்ட. மின் - மின்னல். மிகை - செருக்கு.

பொழிப்புரை:

விடம் தங்கிய கண்டம் உடைய எம்தந்தையும், மேலான இறைவனும் ஆனவன், தன் இளம்மனைவியோடு இடபத்தில் ஏறி, வன்னியின் தளிர், கொன்றை மலர் மாலை, என இவற்றைச் சடைமீது அணிந்து கொண்டு, என் உள்ளத்தில் புகுந்துவிட்ட படியால், கொடும் சினம் உடைய அரக்கர், இடி, மின்னல், செருக்கு மிகஉடைய பூதங்கள் என அனைத்தும், ஏனையோர்க்கு அச்சம் விளைவிப்பன ஆயினும், சிவனடியார்களுக்கு, அவை நல்லனவே செய்யும்.

2657. வாள்வரி அதள்அது ஆடை வரிகோ
வணத்தர் மடவாள் தனோடும் உடனாய்
நாள்மலர் வன்னி கொன்றை நதிசூடி
வந்துஎன் உளமே புகுந்த அதனால்

கோள்அரி உழுவை யோடு கொலையானை
கேழல் கொடுநாக மோடு கரடி
ஆளரி நல்ல நல்ல அவைநல்ல
நல்ல அடியார் அவர்க்கு மிகவே (6)

அருஞ்சொற்பொருள்:

வாள் - ஒளி. வரி - கோடு. அதள் - தோல். கோள் அரி - வலிமை உடைய குரங்கு. உழுவை - புலி. கேழல் - பன்றி. ஆளரி - சிங்கம்.

பொழிப்புரை:

ஒளியும் வரியும் உடைய புலித்தோல், கோவணம் ஆகியவற்றை உடையாக உடுத்து, உமாதேவியோடும்கூட, வன்னியின் தளிர், அன்றலர்ந்த கொன்றை மலர், கங்கை ஆகியவற்றைச் சடையில் சூடி, என் உள்ளத்தில் வந்து சிவபெருமான் புகுந்த அதனால், குரங்கு, புலி, கொல்லும் தன்மை உடைய யானை, பன்றி, கொடிய பாம்பு, கரடி, சிங்கம் முதலியவைகளும் நமக்கு நல்லனவே செய்யும்.

2658. **செப்புஇள முலைநல் மங்கை ஒருபாகம்**
ஆக விடைஏறு செல்வன் அடைவுஆர்
ஒப்புஇள மதியும் அப்பும் முடிமேல்
அணிந்துஎன் உளமே புகுந்த அதனால்
வெப்பொடு குளிரும் வாதம் மிகையான
பித்தும் வினையான வந்து நலியா
அப்படி நல்ல நல்ல அவைநல்ல
நல்ல அடியார் அவர்க்கு மிகவே (7)

அருஞ்சொற்பொருள்:

செப்பு - செம்பு (கிண்ணம்). அடைவு ஆர் - அடைதலுற்ற. அப்பு - (நீர்) கங்கை. வெப்பு - வெப்பம். பித்து - பித்தம்.

பொழிப்புரை:

கிண்ணம் போன்ற முலைஉடைய உமாதேவியை உடம்பின் ஒரு பாகமாகக் கொண்டு, இடபத்தில் ஏறிவரும் செல்வனாரும், ஒப்பனை உடைய இளம்பிறைச் சந்திரன், கங்கை ஆகியவற்றைச் சடையில் அணிந்து கொள்பவரும், ஆகிய சிவபெருமான், எனது உள்ளத்தில் எழுந்தருளிய அதனால், சுரம், சன்னி, வாதம், பித்தம், வினை ஆகியன நம்மைத் துன்புறுத்தா; அவை அடியார்களுக்கு நன்மையே செய்யும்.

2659. வேள்பட விழிசெய்து அன்று விடைமேல்
	இருந்து மடவாள் தனோடும் உடனாய்
	வாள்மதி வன்னி கொன்றை மலர்சூடி
	வந்துஎன் உளமே புகுந்த அதனால்
	ஏழ்கடல் சூழ்இலங்கை அரையன் தனோடும்
	இடர் ஆன வந்து நலியா
	ஆழ்கடல் நல்ல நல்ல அவைநல்ல
	நல்ல அடியார் அவர்க்கு மிகவே (8)

அருஞ்சொற்பொருள்:

வேள் - மன்மதன். விழிசெய்து - நோக்கி. அரையன் - அரசன். இடர் - துன்பம். நலியா - நலிவு செய்யா.

பொழிப்புரை:

மன்மதனின் உடல்-அழியுமாறு நெற்றிக்கண் கொண்டு நோக்கியவரும், உமாதேவியோடும் இடபத்தில் எழுந்தருளி வருபவரும், வளரும் சந்திரன், கொன்றை மலர் ஆகியவற்றைச் சடையில் சூடி இருப்பவரும், ஆகிய சிவபெருமான், என்உள்ளத்தில் புகுந்த அதனால், ஏழு கடல்களால் சூழப்பட்ட இலங்கை அரசன் இராவணன் முதலியோரால் வரும் துன்பமும் நம்மிடம் வராது. கடலால் வரும் துன்பமும் அடியார்களுக்கு இல்லை. அவையும் நன்மையே செய்யும்.

2660. பலபல வேடம் ஆகும் பரன்நாரி
	பாகன் பசுஏறும் எங்கள் பரமன்
	சலமக ளோடு எருக்கு முடிமேல்
	அணிந்துஎன் உளமே புகுந்த அதனால்
	மலர்மிசை யோனும் மாலும் மறையோடு
	தேவர் வருகாலம் ஆன பலவும்
	அலைகடல் மேரு நல்ல அவைநல்ல
	நல்ல அடியார் அவர்க்கு மிகவே (9)

அருஞ்சொற்பொருள்:

பரன் - மேலானவன். நாரி - (பெண்) உமை. சலமகள் - கங்கை. வருகாலம் - தீங்குவரும் காலம். மேரு - மலை.

பொழிப்புரை:

பலப்பல வேடம் ஏற்பவனும், உமாதேவி பாகனும், எருதின்மீது ஏறி வருபவனும், கங்கை எருக்கமலர் முதலியவற்றைச் சூடி இருப்பவனும், மேலானவனும், ஆகிய எமது சிவபெருமான், என் உள்ளத்தில் எழுந்தருளி உள்ளபடியால், தாமரை மலர்மேல் அமரும் பிரமனும் திருமாலும் ஏனைய தேவர்களும் துன்பம் தரவரும் காலமும் அலைவீசும் கடலும் மேரு மலையும் ஏனைய பிறவும் அடியார்களுக்கு நல்லனவே செய்யும்.

2661. கொத்துஅலர் குழலி யோடு விசையற்கு
 நல்கு குணமாய வேட விகிர்தன்
 மத்தமும் மதியும் நாகம் முடிமேல்
 அணிந்துஎன் உளமே புகுந்த அதனால்
 புத்தரொடு அமணை வாதில் அழிவிக்கும்
 அண்ணல் திருநீறு செம்மை திடமே
 அத்தகு நல்ல நல்ல அவைநல்ல
 நல்ல அடியார் அவர்க்கு மிகவே (10)

அருஞ்சொற்பொருள்:

கொத்துஅலர் - கொத்தாய் மலர்ந்திருக்கும் மலர். குழலி - கூந்தல் உடைய உமை. விசையன் - அருச்சுனன். விகிர்தன் - பல மாறுபாடுகள் உடையவன். மத்தம் - ஊமத்தம்பூ. அமணை - சமணை. திடம் - வலிமை.

பொழிப்புரை:

கொத்தாக மலர்ந்திருக்கும் மலர்களைச் சூடிஇருக்கும் கூந்தல் உடைய உமாதேவியோடும் சென்று, விசயனுக்கு நன்மை செய்ய வேடம் ஏற்ற விகிர்தனும், ஊமத்தை சந்திரன் பாம்பு ஆகியவற்றைச் சடையில் அணிந்திருப்பவனும், ஆகிய சிவபெருமான் என் உள்ளத்தில் புகுந்த அதனால், அவன் அடியார்களுக்கு நன்மையே செய்வான். பௌத்தர்களையும் சமணர்களையும் வாதத்தால் வெல்லும் தலைவனுக்குரிய திருநீற்று வலிமையே வலிமை.

2662. தேன்அமர் பொழில்கொள் ஆலை விளைசெந்நெல்
 துன்னி வளர்செம்பொன் எங்கும் நிகழ
 நான்முகன் ஆதி ஆய பிரமா
 புரத்து மறைஞான ஞான முனிவன்

தான்உறு கோளும் நாளும் அடியாரை
வந்து நலியாத வண்ணம் உரைசெய்
ஆனசொல் மாலை ஓதும் அடியார்கள்
வானில் அரசுஆள்வர் ஆணை நமதே (11)

அருஞ்சொற்பொருள்:

துன்னி - நெருங்கி. மறைஞானம் - வேதஞானம். ஞானம் - அபரஞானம் பரஞானம் ஆகிய இரண்டும் உடைய ஞானம். கோள் - கிரகங்கள். நாள் - நட்சத்திரங்கள். வானில் - வானஉலகில்.

பொழிப்புரை:

தேன் பொருந்திய சோலை, கரும்பு ஆலை, செந்நெல் விளையும் வயல் என இவற்றால் சிறந்து விளங்குவதும், செல்வ வளம் உடையதும், பிரமனால் வணங்கப்பட்டதும், ஆகிய சீர்காழியில் அவதரித்த மறைஞானம், அபரஞானம், பரஞானம் என அனைத்தும் உடைய சம்பந்த முனிவன் அடியார்களை நாளும் கோளும் துன்புறுத்தக் கூடாது என்று வலியுறுத்திப் பாடிய சொல்மாலையை, ஓதுகின்ற அடியார்கள் வானஉலகை அடைந்து, அதனை ஆளும் பொறுப்பினையும் ஏற்பர்.

திருச்சிற்றம்பலம்

246

திருஅகத்தியான்பள்ளி

பதிக வரலாறு:

திருமறைக்காட்டில் அப்பர் பெருமானிடம் விடைபெற்று, சிவிகையில் ஏறிப் பிள்ளையார், அடியார்கள் அரஅர முழக்கம் செய்யவும், மங்கள வாத்தியங்கள் ஒலிக்கவும், வேதஒலி விண்ணைப் பிளக்கவும், மலர்மழை பொழியவும், பூரணகும்பம் பொலியவும், அடியார்கள் எதிரில் வந்து வணங்கவும், ஆக அகத்தியான்பள்ளி வந்து, இப்பதிகத்தைப் பாடி வழிபடுகின்றார்.

தல வரலாறு:

திருமறைக்காடு இரயில் நிலையத்திற்குத் தெற்கில் 3கி.மீ தொலைவில் உள்ளது. திருக்கயிலையில் நடைபெற்ற சிவபெருமானின் திருமணக்காட்சியைக் காணும்பொருட்டு, அகத்தியர் தவம் செய்த தலம் ஆதலின், இப்பெயர் பெற்றது. எமதருமராசன் சீவன்முத்தி பெற்ற தலம்.

சுவாமி : அகத்தீசுவரர்

அம்மை : பாகம்பிரியா நாயகி

தல மரம் : வன்னி

தீர்த்தம் : அக்னி தீர்த்தம்

திருமுறை 2 - 212 **திருஞான - 622**

பண்: காந்தாரம்

2663. **வாடிய வெண்தலை மாலை சூடி மயங்குஇருள்**
நீடுஉயர் கொள்ளி விளக்கும் ஆக நிவந்துஎரி
ஆடிய எம்பெரு மான்அ கத்தியான் பள்ளியைப்
பாடிய சிந்தை யினார்க்கு இல்லையாம் பாவமே (1)

அருஞ்சொற்பொருள்:

வாடிய - வற்றிய. மயங்கு இருள் - செறிந்த இருள். கொள்ளி விளக்கு - தீக்கொள்ளியே விளக்காக. நிவந்து - உயர்ந்து.

பொழிப்புரை:

தசைவற்றிய மண்டை ஓட்டைத் தலையில் அணியும் மாலையாகச் சூடி, செறிந்த இருளில், நீண்டு எரியும் கொள்ளியே விளக்காக, உயர்ந்து எரியும் நெருப்பினைக் கையில் ஏந்தி, நடனம் ஆடும் சிவபெருமான், எழுந்தருளி இருக்கும் அகத்தியான்பள்ளி என்னும் தலத்தைப் புகழ்ந்து பாடும் சிந்தை உடையவருக்குப் பாவமானது இல்லையாகும்.

2664. துன்னம் கொண்ட உடையான் துதைந்தவெண் நீற்றினான்
மன்னும் கொன்றை மதமத்தம் சூடினான் மாநகர்
அன்னம் தங்கம் பொழில்சூழ் அகத்தியான் பள்ளியை
உன்னம் செய்த மனத்தார்கள் தம்வினை ஓடுமே (2)

அருஞ்சொற்பொருள்:

துன்னம் - தைத்த. துதைந்த - நெருங்கிய (முற்றப் பூசிய). உன்னம் - நினைவு. ஓடும் - நீங்கும்.

பொழிப்புரை:

கீளோடு இணைத்துத் தைக்கப்பட்ட கோவண உடை உடையவன்; முழுவதுமாகப் பூசிய வெண்திருநீறு உடையவன்; ஊமத்தை மலர், கொன்றை மலர் ஆகியவற்றைச் சூடிஇருப்பவன்; அன்னப் பறவைகள் தங்கும் சோலை சூழ்ந்த அகத்தியான்பள்ளி என்னும் தலத்தில் எழுந்தருளி இருக்கும் இறைவன்; அவனை மனதால் நினைத்து தியானிப்பவரது வினைகள் கழியும்.

2665. உடுத்த துவும்புலித் தோல்பலி திரிந்து உண்பதும்
கடுத்து வந்த கழல்காலன் தன்னையும் காலினால்
அடுத்த துவும்பொழில் சூழ்அ கத்தியான் பள்ளியான்
தொடுத்த துவும்சரம் முப்புரம். துகள் ஆகவே (3)

அருஞ்சொற்பொருள்:

உடுத்தது - உடையாக உடுத்தது. பலி - பிச்சை. கடுத்து - கோபித்து. சரம் - அம்பு. துகள் - பொடி.

பொழிப்புரை:

சோலையால் சூழப்பட்ட அகத்தியான்பள்ளியில் எழுந்தருளி இருக்கும் இறைவன் உடுத்தது புலித்தோலை; உண்டது ஊரார் இடும் பிச்சை உணவை; சினம் கொண்டு மார்க்கண்டேயனிடம் வந்த இயமனை உதைத்தது வீரக்கழல் அணிந்த காலினால்; முப்புரம் தீப்பற்றி எரிந்து சாம்பல் ஆகும்படி தொடுத்தது தீ முகம் உடைய அம்பினை; இதனை அறிவீராக.

2666. காய்ந்ததுவும்அன்று காமனை நெற்றிக் கண்ணினால்
      பாய்ந்த துவும்கழல் காலனைப் பண்ணின் நான்மறை
      ஆய்ந்த துவும்பொழில் சூழ்அகத் தியான் பள்ளியான்
      ஏய்ந்த துவும்இம வான்மகள் ஒரு பாகமே   (4)

அருஞ்சொற்பொருள்:

ஆய்ந்தது - ஆராய்ந்தது. ஏய்ந்தது - பொருந்தியது.

பொழிப்புரை:

சோலைகளால் சூழப்பட்ட அகத்தியான்பள்ளி என்னும் தலத்தில் எழுந்தருளி இருக்கும் இறைவன், அன்று நெற்றிக் கண்ணால் நோக்கிக் கோபித்தது மன்மதனை; பாய்ந்தது வீரக்கழல் அணிந்த கால்உடைய இயமனை; ஆராய்ந்தது இசையோடு கூடிய நான்கு மறைகளை; உடம்பில் ஒருபாகமாகக் கொண்டு பொருந்தி இருப்பது இமயமலை அரசனது மகள் பார்வதியை, இதனை அறிவீராக!

2667. போர்த்த துவும் கரியின் உரிபுலித் தோல்உடை
      கூர்த்தது ஓர்வெண் மழுஏந்திக் கோள்அர வம்அரைக்கு
      ஆர்த்தது வும்பொழில் சூழ்அ கத்தியான் பள்ளியான்
      பார்த்தது வும்(ம்)அர ணம்படர் எரி மூழ்கவே   (5)

அருஞ்சொற்பொருள்:

கரியின் உரி - யானைத்தோல். கோள்அரவம் - கொல்லும் பாம்பு. அரணம் - மதில்.

பொழிப்புரை:

சோலை சூழ்ந்த அகத்தியான்பள்ளி என்னும் தலத்தில் எழுந்தருளி இருக்கும் இறைவன், மேலாடையாகப் போர்த்துக் கொண்டது யானையின் தோலை; உடையாக இடையில் உடுத்தது புலியின் தோலை; ஏந்தியது

கூரிய வெண் மழுவினை; அரையில் கச்சாகக் கட்டியது கொல்லும் தன்மை உடைய பாம்பினை; தீப்பற்றி எரியுமாறு பார்த்து நகைத்தது முப்புரத்தை; என்பதை அறிவீராக!

2668. **தெரித்த துவும்கணை ஒன்று முப்புரம் சென்றுஉடன்**
எரித்த துவும்முன் எழில்ஆர் மலர்உறை வான்தலை
அரிந்த துவும்பொழில் சூழ்அ கத்தியான் பள்ளியான்
புரிந்த துவும்முழு மையாள்ஓர் பாகம் புனைதலே (6)

அருஞ்சொற்பொருள்:

தெரித்தது - எறிந்தது. கணை - அம்பு. எழில் - அழகு. முழுமையாள் - உமை.

பொழிப்புரை:

சோலை சூழ்ந்த அகத்தியான்பள்ளி என்னும் தலத்தில் எழுந்தருளி இருக்கும் இறைவன், முப்புரத்தை ஒரு நேர்கோட்டில் வரவழைத்து, எரித்தது ஓர் அம்பு கொண்டு; அரிந்தது அழகிய தாமரை மலரில் எழுந்தருளி இருக்கும் பிரமனது தலையை; உடம்பில் ஒரு பாகமாக ஏற்றுக்கொண்டது முழுமை உடையவளாகிய பார்வதியை; என்பதை அறிவீராக!

2669. **ஓதி எல்லாம் உலகுக்குஓர் ஒண்பொருள் ஆகிமெய்**
சோதி என்று தொழுவார் அவர்துயர் தீர்த்திடும்
ஆதி எங்கள் பெருமான் அகத்தியான் பள்ளியை
நீதி யால்தொழு வார்அவர் வினை நீங்குமே (7)

அருஞ்சொற்பொருள்:

நீதி - நியதி (முறையாக).

பொழிப்புரை:

'வேதங்களை உலகுக்குச் சொன்னவனே! எல்லா உலகங்களுக்கும் ஒளியாய் விளங்குபவனே! நிலைத்த ஜோதி வடிவானவனே!' என்று போற்றி வணங்குவாரது, துன்பத்தைப் போக்கிடும் முதற்பொருளாக விளங்கும் எங்களது பெருமான் எழுந்தருளி இருக்கும் அகத்தியான் பள்ளியை முறைப்படி வணங்கி வருவாரது வினைகள் நீங்கும்.

2670. **செறுத்த துவும்தக் கன்வேள் வியைத்திருந் தார்புரம்**
ஒறுத்த துவும்ஒளி மாமலர் உறைவான் சிரம்
அறுத்த துவும்பொழில் சூழ்அ கத்தியான் பள்ளியான்
இறுத்த துவும்அரக் கன்தன் தோள்கள் இருபதே (8)

அருஞ்சொற்பொருள்:

செறுத்தது - சினந்து அழித்தது. திருந்தார் - பகைவர். புரம் - முப்புரம். ஒறுத்தது - தண்டித்தது. சிரம் - தலை. இறுத்தது - முறித்தது. அரக்கன் - இராவணன்.

பொழிப்புரை:

சோலை சூழ்ந்த அகத்தியான்பள்ளியில் எழுந்தருளி இருக்கும் இறைவன், தக்கன் தன்னை மதியாது செய்த வேள்வியைச் சினந்து அழித்தவன்; திருந்தாத பகை அசுரர்களது முப்புரத்தை எரித்தவன்; சிறந்த மலராகிய தாமரையில் உறையும் பிரமனது தலையைக் கொய்தவன்; அரக்கனாகிய இராவணனது இருபது தோள்களை முறித்தவன்; என்பதை அறிவீராக!

2671. **சிரமும் நல்ல மதிமுத் தமும்திகழ் கொன்றையும்**
அரவும் மல்கும் சடையான் அகத்தியான் பள்ளியைப்
பிரம னோடு திருமாலும் தேடிய பெற்றிமை
பரவ வல்லார் அவர்தங்கள் மேல்வினை பாறுமே (9)

அருஞ்சொற்பொருள்:

சிரமும் - தலைமாலையும். நல்லமதி - அழகிய பிறை. மத்தம் - ஊமத்தம். அரவு - பாம்பு. மல்கும் - பொருந்தும். பெற்றிமை - தன்மை. மேல்வினை - ஏறுவினை. பாறும் - அழியும்.

பொழிப்புரை:

தலைமாலை, அழகிய பிறை, ஊமத்தம்பூ, கொன்றைமலர், பாம்பு, ஆகிய இவற்றைச் சூடிஇருக்கும் சடைஉடைய அகத்தியான்பள்ளி இறைவனைப் பிரமனும் திருமாலும் தேடியும் காணக் கிடைக்காத தன்மை குறித்து அறிந்து, போற்றி வழிபடுவார்க்கு ஏறுவினை (ஆகாமிய கன்மம்) இல்லையாகும்.

2672. **செந்துவர் ஆடை யினாரும் வெற்றுஅரை யேதிரி**
புந்தி இலார்களும் பேசும் பேச்சுஅவை பொய்ம்மொழி
அந்தணன் எங்கள் பிரான்அ கத்தியான் பள்ளியைச்
சிந்திமின் நும்வினை ஆனவை சிதைந்து ஓடுமே (10)

அருஞ்சொற்பொருள்:

புந்தி - புத்தி. இலார் - இல்லார். சிந்திமின் - நினைமின்.

பொழிப்புரை:

துவராடை உடைய பௌத்தரும், உடைஅணியாத வெற்று இடையுடன் திரியும் புத்திஇல்லாத சமணரும், பேசும் பேச்சு பொய்யானவை; எனவே அவர் பேச்சினைப் புறந்தள்ளிவிட்டு, அந்தணனும், எங்களது பெருமானும், ஆகிய அகத்தியான்பள்ளி இறைவனைத் தியானம் செய்யுங்கள்! அவ்வாறு செய்துவர, உங்களது வினைகள் ஆனவை சிதறி ஓடிவிடும்.

2673. **ஞாலம் மல்கும் தமிழ்ஞான சம்பந்தன் மாமயில்**
ஆலும் சோலை புடைசூழ் அகத்தியான் பள்ளியுள்
சூலம் நல்ல படையான் அடிதொழுது ஏத்திய
மாலை வல்லார் அவர்தங்கள் மேல்வினை மாயுமே (11)

அருஞ்சொற்பொருள்:

ஞாலம் - உலகம். ஆலும் - ஆடும். மாலை - இப்பதிகம். மேல்வினை - ஏறுவினை.

பொழிப்புரை:

உலகம் முழுதும் பரவிய புகழ் உடைய ஞானசம்பந்தன்; அழகிய மயில்கள் நடனமாடும் சோலையால் சூழப்பட்ட அகத்தியான்பள்ளியுள் எழுந்தருளி இருக்கும் நல்ல சூலப்படை ஏந்திய இறைவனின் திருவடியைப் போற்றிப்பாடிய இப்பாமாலையைப் பாடி வழிபட வல்லவரது ஏறுவினை அழியும்.

திருச்சிற்றம்பலம்

247

திருக்கடிக்குளம்

பதிக வரலாறு:

அகத்தியான்பள்ளி கும்பிட்டு அடியார்கள் புடைசூழ கோடிக்குழகரைதத் தொழுது, தோணிபுரத் தோன்றலார் திருக்கடிக்குளம் கண்டு கும்பிட்டு இப்பதிகத்தை அருளுகின்றார்.

தல வரலாறு:

திருத்துறைப்பூண்டி இரயில் நிலையத்திற்குத் தென்மேற்கில் 17கி.மீ தொலைவில் உள்ளது. இது 'கற்பகனார்குளம்' என்றும் அழைக்கப்பெறுகின்றது. கற்பக விநாயகர், சிவபெருமானைப் பூசித்து, மாம்பழம் பெற்ற வரலாறு பற்றி, இப்பெயர் வந்தது என்பர்.

சுவாமி : கற்பக நாயகர்

அம்மை : சௌந்தர நாயகி

தல மரம் : பலா

தீர்த்தம் : விநாயக தீர்த்தம்

திருமுறை 2 - 240 திருஞான - 623

பண்: நட்டராகம்

2674. **பொடிகொள் மேனிவெண் நூலினர்**
தோலினர் புலிஉரி அதள்ஆடை
கொடிகொள் ஏற்றினர் மணிகிணின்
எனவரு குரைகழல் சிலம்புஆர்க்கக்
கடிகொள் பூம்பொழில் சூழ்தரு
கடிக்குளத்து உறையும்கற் பகத்தைத்தம்
முடிகள் சாய்த்துஅடி வீழ்தரும்
அடியாரை முன்வினை மூடாவே (1)

அருஞ்சொற்பொருள்:

அதள் - தோல். கடி - மணம். முன்வினை - தொல்வினை (சஞ்சித கன்மம்). மூடா - மூழ்கடிக்காது.

பொழிப்புரை:

மணமுள்ள சோலை சூழ்ந்த கடிக்குளம் என்னும் தலத்தில் உறையும் கற்பகம் என்னும் பெயருடைய இறைவர், திருநீறு பூசிய திருமேனி உடையவர்; வெண்மை நிறப் பூணூல் அணிந்திருப்பவர்; யானையின் தோலைப் போர்த்திருப்பவர்; புலியின் தோலை உடுத்தி இருப்பவர்; இடபக்கொடி ஏந்திஇருப்பவர்; இடுப்பில் கட்டியுள்ள சங்குமணி 'கிணின்' என்று ஒலிக்க, ஒருகாலில் சிலம்பு ஒலிக்க, மறுகாலில் வீரக்கழல் ஒலிக்க இருப்பவர்; அவரைத் தம் முடிசாய்த்து வழிபடும் அடியார்க்கு, முன்னை வினை இல்லையாய் முடியும்.

2675. விண்க ளார்தொழும் விளக்கினைத்
  துளக்கிலர் விகிர்தனை விழவாரும்
மண்க ளார்துதித்து அன்பராய்
  இன்புறும் வள்ளலை மருவித்தம்
கண்கள் ஆர்தரக் கண்டுநம்
  கடிக்குளத்து உறைதரு கற்பகத்தைப்
பண்கள் ஆர்தரப் பாடுவார்
  கேடிலர் பழியிலர் புகழாமே   (2)

அருஞ்சொற்பொருள்:

விண்களார் - விண்ணோர். துளக்கு - தளர்ச்சி. விகிர்தன் - முரண்பட்ட செயல்கள் உடையவன். விழவாரும் - திருவிழாக்கள் நிறைந்த. மண்களார் - மண்ணுலகில் வாழ்வோர். மருவி - பொருந்தி. கண்கள் ஆர்தரக் கண்டு - கண்ணாரக் கண்டு.

பொழிப்புரை:

விண்ணோர் வணங்குகின்ற விளக்காய் விளங்குபவனை, தளர்ச்சி இல்லாதவனை, பல மாறுபாடுகள் கொண்டவனை, திருவிழாக்கள் அதிகம் நடைபெறும் நிலவுலகில் வாழும் அடியார்கள் அன்பு செய்து வழிபட அவர்க்குப் பேரின்பம் தரும் வள்ளலை, பொருந்திக் கண்ணாரக் கண்டு, கடிக்குளத்து உறையும் கற்பகத்தை இசையோடு பாடி வழிபட, அவர்க்குக் கேடு இல்லை; பழி இல்லை; புகழ் உண்டு.

வீ.சிவஞானம்

2676. பொங்கு நற்கரி உரிஅது
போர்ப்பது புலிஅதள் அழல்நாகம்
தங்க மங்கையைப் பாகம்அது
உடையவர் தழல்புரை திருமேனிக்
கங்கை சேர்தரு சடையினர்
கடிக்குளத்து உறைதரு கற்பகத்தை
எங்கும் ஏத்திநின்று இன்புறும்
அடியரை இடும்பைவந்து அடையாவே (3)

அருஞ்சொற்பொருள்:

கரி - யானை. உரி - தோல். புலிஅதள் - புலித்தோல். அழல்நாகம் - கோபத்தால் வெப்பத்தைக் கக்கும் பாம்பு. தழல் புரை - நெருப்பு போன்ற. இடும்பை - துன்பம்.

பொழிப்புரை:

சினம் கொண்டு வந்த நல்ல யானையின் தோலை உரித்துப் போர்த்தவரும், புலியின் தோலை உடுத்தியவரும், வெப்பம் உமிழும் பாம்புகளைத் திருமேனியில் பல இடங்களில் தங்க வைத்திருப்பவரும், உமாதேவியைப் பாகமாகக் கொண்டவரும், நெருப்பு போன்ற சிவந்த மேனிநிறம் உடையவரும், கங்கை தங்கிய சடை உடையவரும், கடிக்குளத்தில் எழுந்தருளி இருக்கும் கற்பகம் என்னும் பெயர் உடையவரும், ஆக விளங்கும் இறைவரை, எங்கும் எப்பொழுதும் வழிபடும் அடியவர்க்குத் துன்பம் வந்து சேர்வதில்லை.

2677. நீர்கொள் நீள்சடை முடியனை
நித்திலத் தொத்தினை நிகர்இல்லாப்
பார்கொள் பாரிடத்தவர் தொழும்
பவளத்தைப் பசும்பொனை விசும்புஆரும்
கார்கொள் பூம்பொழில் சூழ்தரு
கடிக்குளத்து உறையும்கற் பகம்தன்னைச்
சீர்கொள் செல்வங்கள் ஏத்தவல்
லாவினை தேய்வது திணம்ஆமே (4)

அருஞ்சொற்பொருள்:

நீர் - கங்கை. நித்திலம் - முத்து. தொத்து - கொத்து. பொனை - பொன்னை. விசும்புஆரும் - வானளாவும். கார் - மேகம். திணம் - (திண்ணம்) உறுதி.

பொழிப்புரை:

வானளாவியதும், மேகம் தங்குவதும், ஆகிய சோலை சூழ்ந்த கடிக்குளத்தில் எழுந்தருளி இருக்கும் கற்பகநாதர், கங்கை தங்கிய நீண்ட சடாமுடி உடையவர்; முத்தின் கொத்து போல்பவர்; ஒப்புமை கூற முடியாதவர்; நிலவுலகத்தவர் வணங்குகின்ற பவளம் போன்றவர்; பைம்பொன் போன்றவர்; அவரைச் சிறப்பு மிகுந்த செல்வம் கொண்டு போற்ற வல்லவரது, வினைகள் தேய்வது உறுதி.

2678. சுரும்பு சேர்சடை முடியினன்
    மதியொடு துன்னிய தழல்நாகம்
அரும்பு தாதுஅவிழ்ந்து அலர்ந்தன
    மலர்பல கொண்டுஅடி யவர்போற்றக்
கரும்பு கார்மலி கொடிமிடை
    கடிக்குளத்து உறைதரு கற்பகத்தை
விரும்பு வேட்கையோடு உளம்மகிழ்ந்து
    உரைப்பவர் விதிஉடை யவர்தாமே   (5)

அருஞ்சொற்பொருள்:

சுரும்பு - வண்டு. துன்னிய - நெருங்கிய. தாது - மகரந்தம். விதி - செல்வம்.

பொழிப்புரை:

கரும்பு வயல்களும் கொடிகள் நிரம்பிய மேகம் தங்கும் சோலைகளும் சூழ்ந்துள்ள கடிக்குளத்தில் எழுந்தருளி இருக்கும் கற்பகநாதர், வண்டு மொய்க்கும் சடை உடையவர்; சந்திரனையும் பாம்பையும் அருகருகே வைத்திருப்பவர்; மொக்கு மலர்ந்து, மகரந்தம் சிந்தும், மலர்பல கொண்டு, அடியவர் போற்ற இருப்பவர்; அவரது புகழை விருப்பமொடு எடுத்துரைப்பவர், செல்வம் மிக உடையவராய் வாழ்வர்.

2679. மாது இலங்கிய பாகத்தன்
    மதியமொடு அலைபுனல் அழல்நாகம்
போது இலங்கிய கொன்றையும்
    மத்தமும் புரிசடைக்கு அழகாகக்
காது இலங்கிய குழையினன்
    கடிக்குளத்து உறைதரு கற்பகத்தின்
பாதம் கைதொழுது ஏத்தவல்
    லார்வினை பற்றுஅறக் கெடும்அன்றே   (6)

வீ.சிவஞானம்

அருஞ்சொற்பொருள்:

மாது - உமை. போது - மொக்கு. பாதம் - திருவடி.

பொழிப்புரை:

உமாதேவியை இடப்பாகத்தில் வைத்திருப்பவனும்; சந்திரன், கங்கை, கோபம் உடைய பாம்பு, கொன்றையின் மொக்கு, ஊமத்தமலர் ஆகியவற்றை முறுக்கேறிய சடையில் அழகுபடச் சூடிஇருப்பவனும்; காதில் குழை அணிந்திருப்பவனும்; கடிக்குளத்தில் எழுந்தருளி இருப்பவனும்; கற்பகநாதனும்; ஆகிய இறைவனது திருவடியைக் கைகூப்பி வணங்கிப் போற்ற வல்லவரது, வினைப்பற்று கெட்டுஒழியும்.

2680. குலவு கோலத்த கொடிநெடு
மாடங்கள் குழாம்பல குளிர்பொய்கை
புலவு புள்இனம் அன்னங்கள்
ஆலிடும் பூவைசே ரும்கூந்தல்
கலவை சேர்தரு கண்ணியன்
கடிக்குளத்து உறையும்கற் பகத்தைச்சீர்
நிலவி நின்றுநின்று ஏத்துவார்
மேல்வினை நிற்ககில் லாதானே (7)

அருஞ்சொற்பொருள்:

குழாம் - மகளிர் கூட்டம். புலவு புள் - புலால் உண்ணும் பறவைகள். ஆலிடும் - விளையாடும்.

பொழிப்புரை:

கொடிகள் கட்டிய உயரிய மாடங்கள் உடையதும், மகளிர் கூட்டமாக நீராடும் பொய்கைகள் உடையதும், புலால் உண்ணும் நாரை முதலிய பறவைகளும் அன்னங்களும் விளையாடுவதும், ஆகிய சிறப்புகள் உடைய கடிக்குளம் என்னும் தலத்தில், பூச்சூடிய கூந்தலும் கலவைச் சந்தனம் பூசிய மேனியும் உடைய உமாதேவியை உடன்கொண்டு விளங்கும் கற்பகநாதரை, சிறப்பு பொருந்த, நின்று, பலமுறையும் வழிபடுபவர்க்கு, மேல்வினை நில்லாது.

2681. மடுத்த வாள்அரக் கன்(ன்)அவன்
மலைதன்மேல் மதிஇலா மையில்ஓடி
எடுத்த லும்முடி தோள்கரம்
நெரிந்துஇற இறையவன் விரல்ஊன்றக்

கடுத்து வாயொடு கைஎடுத்து
அலறிடக் கடிக்குளம் தனில்மேவிக்
கொடுத்த பேரருள் கூத்தனை
ஏத்துவார் குணம்உடை யவர்தாமே (8)

அருஞ்சொற்பொருள்:

மடுத்த வாள் - பகைவரைக் கொல்லும் வாள். மதி - அறிவு. இலாமையில் - இல்லாமையில். கரம் - கை. இற - முரிய. கடுத்து - சினந்து. வாயொடு கைஎடுத்து அலற - கைகூப்பி வாயினால் அலற.

பொழிப்புரை:

பகைவரைக் கொல்ல உதவும் வாளினைக் கையில் ஏந்தும் அரக்கனாகிய இராவணன், அறிவில்லாமல் கயிலை மலையைப் பெயர்க்க, அவனது தலைகள் தோள்கள் கைகள் ஆகியன நெரிபடுமாறு இறைவர் கால் பெருவிரல் கொண்டு ஊன்ற, அவன் கையால் வணங்கி, வாய்விட்டுக் கதற, அவனுக்கு இரங்கி அருள் செய்தவர், கடிக்குளத்தில் எழுந்தருளி இருப்பவர்; கூத்து நிகழ்த்துவதில் வல்லவர்; அவரைப் போற்றி வழிபடுபவர், நல்லகுணம் உடையவராய் வாழ்வர்.

2682. **நீரின் ஆர்கடல் துயின்றவன்**
அயனொடு நிகழ்அடி முடிகாணார்
பாரின் ஆர்விசும்பு உறப்பறந்து
எழுந்ததோர் பவளத்தின் படியாகிக்
காரின் ஆர்பொழில் சூழ்தரு
கடிக்குளத்து உறையும்கற் பகத்தின்தன்
சீரின் ஆர்கழல் ஏத்தவல்
லார்களைத் தீவினை அடையாவே (9)

அருஞ்சொற்பொருள்:

பாரின் ஆர் - உலகில் பொருந்தி. விசும்புஉற - ஆகாயம் தொட்டு. பவளத்தின் படி - பவளம் போல் சிவந்த நெருப்பு உருக்கொண்டு. சீர் - சிறப்பு.

பொழிப்புரை:

நீரால் நிரம்பிய கடலில் அறிதுயில் கொள்ளும் திருமாலும் பிரமனும் தேடியும், அடியையும் முடியையும் காட்டாது, நிலம் முதல் ஆகாயம்

வரை உயர்ந்து, பவளத்தூண் போல, நெருப்பு உருவில், சிவந்து நின்றவர்; மேகம் தங்கும் சோலை சூழ்ந்த கடிக்குளத்தில் எழுந்தருளி இருக்கும் கற்பகநாதர்; அவரது சிறப்பு பொருந்திய திருவடிகளைப் போற்றி வழிபட வல்லவர்க்குத் தீவினைகள் இல்லையாகும்.

2683. **குண்டர் தம்மொடு சாக்கியர்**
சமணரும் குறியினில் நெறிநில்லா
மிண்டர் மிண்டுஉரை கேட்டுஅவை
மெய்எனக் கொள்ளன்மின் விடம்உண்ட
கண்டர் முண்டநன் மேனியவர்
கடிக்குளத்து உறைதரும் எம்ஈசர்
தொண்டர் தொண்டரைத் தொழுதுஅடி
பணிமின்கள் தூநெறி எளிதாமே (10)

அருஞ்சொற்பொருள்:

குறி - குறிக்கோள். மிண்டர் - அறிவில்லாதவர். மிண்டுஉரை - அறிவற்ற சொல். முண்ட நன்மேனி - திரிபுண்டரமாகத் திருநீறு அணிந்த திருமேனி. தூநெறி - தூயநெறி (சிவநெறி).

பொழிப்புரை:

உடல்பருத்த பௌத்தர்களும், சமணர்களும், கொள்கை இல்லாதவர்கள், அறிவற்றவர்கள்; அவர்கள் கூறும் அறிவற்ற சொற்களைக் கேட்க வேண்டா; அவற்றை மெய் என்று எண்ண வேண்டா; விடம் உண்ட கண்டமும் , மூன்று கீற்றாக திருநீற்றுப் பூச்சும், உடைய கடிக்குளத்தில் எழுந்தருளி இருக்கும் எமது ஈசரின், தொண்டர்க்குத் தொண்டரைத் தொழுது, அடிபணிந்து, நில்லுங்கள்; உங்களுக்குச் சிவநெறி எளிதாகும்.

2684. **தனமலிபுகழ் தயங்குபூந் தராயவர்**
மன்னன்நல் சம்பந்தன்
மனமலிபுகழ் வண்தமிழ் மாலைகள்
மாலதாய் மகிழ்வோடும்
கனமலிகடல் ஓதம்வந்து உலவிய
கடிக்குளத்து அமர்வானை
இனமலிந்து இசைபாடவல் லார்கள்போய்
இறைவனோடு உறைவாரே (11)

அருஞ்சொற்பொருள்:

தனமலிபுகழ் - செல்வமும் புகழும். மால் - அன்பு. கனம் - மேகம். ஓதம் - அலை. இனம் - அடியார் கூட்டம்.

பொழிப்புரை:

செல்வமும் புகழும் உடைய பூந்தராய் நகருக்கு (சீர்காழிக்கு) மன்னனாக விளங்கும் நல்ல சம்பந்தன்; மேகம் தவழ்வதும் கடல்அலை வந்து மீள்வதும் ஆகிய சிறப்புகள் உடைய கடிக்குளத்தில் எழுந்தருளி இருக்கும் இறைவன்மீது; மனநிறைவோடு பாடிய வண்தமிழ்ப் பாமாலைகளை அன்போடும் மகிழ்வோடும் பாடி வழிபடும் அடியார் திருக்கூட்டத்தார்; இறைவனோடு சேர்ந்துஇருக்கும் பேற்றினைப் பெறுவர்.

திருச்சிற்றம்பலம்

248

திருஇடும்பாவனம்

பதிக வரலாறு:

கடிக்குளம் வழிபட்ட கவுணியர் தலைவர், இடும்பாவனம் வந்து இப்பதிகத்தைப் பாடி வழிபடுகின்றார்.

தல வரலாறு:

திருத்துறைப்பூண்டிக்குத் தென்மேற்கில் 16கி.மீ தொலைவில் உள்ளது. இடும்பன் பூசித்துப் பேறுபெற்ற தலமாதலின், இப்பெயர் பெற்றது. இடும்பனது தலைநகரம் ஆகிய குன்றளூருக்கு அருகில் இருக்கிறது. இறைவரது மணவாளக்கோலம் மூலத்தானத்தில் பின்புறம் உள்ளது. அகத்தியர்க்குக் காட்சி கொடுத்த தலம். இத்தலத்து 'வெள்ளை விநாயகர்' விசேடம்.

சுவாமி	:	சற்குணநாதர்
அம்மை	:	மங்கள நாயகி
தல மரம்	:	வில்வம்
தீர்த்தம்	:	பிரம தீர்த்தம்

திருமுறை 1 - 17 திருஞான - 623

பண்: நட்டபாடை

2685. மனம்ஆர்தரு மடவாரொடு மகிழ்மைந்தர்கள் மலர்தூய்த்
 தனம்ஆர்தரு சங்கக்கடல் வங்கத்திரள் உந்திச்
 சினம்ஆர்தரு திறல்வாள்எயிற்று அரக்கன்மிகு குன்றில்
 இனமாதவர் இறைவர்க்குஇடம் இடும்பாவனம் இதுவே (1)

அருஞ்சொற்பொருள்:

மடவார் - பெண்கள். மைந்தர் - ஆண்கள். மலர்தூய் - மலர்தூவி. சங்கக் கடல் - சங்குகளை உடைய கடல். வங்கத்திரள் - கப்பல்கள் பல. திறல் - வலிமை. வாள் - ஒளி. எயிறு - பல். அரக்கன் - இடும்பன். குன்று - குன்றளூர். இனமாதவர் - தவத்தினர் கூட்டம்.

பொழிப்புரை:

பெரிய தவமுடையவர் பலரும் சூழ எழுந்தருளி இருக்கும் சிவபெருமானுக்கு உரியஇடம் எதுஎனில், அது மனஎழுச்சி உடைய இளம் மகளிரும், அவர்களது கணவன்மார்களும் மலர்தூவி வழிபாடு செய்வதும், கடலின் செல்வமாகிய சங்கும் கப்பல்களும் அலையால் உந்தப்படுவதும், ஆகிய இடும்பாவனம் ஆகும். அது கோபமும் வலியவெள்ளை நிறப்பற்களும் உடைய இடும்பனது தலைநகரமாகிய குன்றளூருக்கு அருகில் இருக்கிறது.

2686. **மலையார்தரு மடவாள்ஒரு பாகம்மகிழ்வு எய்தி**
நிலையார்தரு நிமலன்வலி நிலவும்புகழ் ஒளிசேர்
கலையார்தரு புலவோர்அவர் காவல்மிகு குன்றில்
இலையார்தரு பொழில்சூழ்தரும் இடும்பாவனம் இதுவே (2)

அருஞ்சொற்பொருள்:

நிமலன் - மலமற்றவன். கலையார்தரு புலவோர் - கலைஞானம் உடைய புலவர்கள். குன்று - குன்றளூர்.

பொழிப்புரை:

மலைமகளை உடம்பின் ஒருபாகமாகக் கொண்டு மகிழும், நிலைத்த தன்மையும், மலமற்ற தன்மையும், கொண்டு விளங்கும் சிவபெருமானுக்கு உரிய இடம் எதுஎனில், அது புகழ்மிக்க பல்கலை வித்தர்கள் கூடிவாழும் காவல் அமைந்த குன்றளூர் நகருக்கு அருகில் அமைந்துள்ள, தழை மண்டிய சோலையால் சூழப்பட்ட இடும்பாவனம் என்னும் தலமே ஆகும்.

2687. **சீலம்மிகு சித்தத்தவர் சிந்தித்துஎழும் எந்தை**
ஞாலம்மிகு கடல்சூழ்தரும் உலகத்தவர் நலமார்
கோலம்மிகு மலர்மென்முலை மடவார்மிகு குன்றில்
ஏலம்கமழ் பொழில்சூழ்தரும் இடும்பாவனம் இதுவே (3)

அருஞ்சொற்பொருள்:

சீலம் - ஒழுக்கம். ஞாலம் - உலகம். கோலம் - அழகு. ஏலம் - ஏலக்காய்.

பொழிப்புரை:

ஒழுக்கம் மிக்க நல்ல சிந்தை உடையவர் எண்ணத்தில் எப்பொழுதும் உறைகின்ற எமது தந்தையாகிய சிவபெருமானுக்கு உரியஇடம் எது எனில், அது நிலப்பரப்பை விடவும் அதிகப் பரப்பளவு கொண்ட கடலால் சூழப்பட்டதும், சான்றோர்கள் நிறைந்து வாழ்வதும், அழகிய மலர் போன்ற மெல்லிய முலை உடைய மகளிர் கூடி வாழ்வதும், ஆகிய குன்றளூருக்கு அருகில் ஏலக்காய் மணம்கமழும் சோலை சூழ்ந்த இடும்பாவனம் என்னும் தலமே ஆகும்.

2688. **பொழில்ஆர்தரு குலைவாழைகள் எழிலால்திகழ் போழ்தில்**
தொழிலால்மிகு தொண்டர்அவர் தொழுதுஆடிய முன்றில்
குழலார்தரு மலர்மென்முலை மடவார்மிகு குன்றில்
எழிலார்தரும் இறைவர்க்குஇடம் இடும்பாவனம் இதுவே (4)

அருஞ்சொற்பொருள்:

எழில் - அழகு. முன்றில் - வீட்டுமுற்றம். குழல் - கூந்தல்.

பொழிப்புரை:

அழகுவிளங்கும் இறைவராகிய சிவபெருமானுக்கு உரிய இடம் எது எனில், அது குலையுடன் கூடிய வாழை மரங்கள் நிரம்ப இருக்கும் சோலைவளம் உடையதும், தொழிலாலும் தொண்டாலும் சிறந்து விளங்கும் அடியார்கள் பலரும் பழகும் வீட்டுமுற்றங்கள் உடையதும், மலர் சூடிய கூந்தலும் மெல்லிய முலையும் உடைய மகளிர் கூடி வாழ்வதும், ஆகிய சிறப்புகள் உடைய குன்றளூருக்கு அருகில் இருக்கும் இடும்பாவனம் என்னும் தலமே ஆகும்.

2689. **பந்தார்விரல் உமையாள்ஒரு பங்காகங்கை முடிமேல்**
செந்தாமரை மலர்மல்கிய செழுநீர்வயல் கரைமேல்
கொந்தார்மலர் புன்னைமகிழ் குரவம்கமழ் குன்றில்
எந்தாய்என இருந்தான்இடம் இடும்பாவனம் இதுவே (5)

அருஞ்சொற்பொருள்:

கொந்து - கொத்து. குரவம் - குராமரம். எந்தாய் - எமது தாய் (எம் தந்தையே - என்றும் கூறலாம்).

பொழிப்புரை:

பந்து பொருந்திய விரல்கள் உடைய உமாதேவியைப் பாகமாகக் கொண்டவனும், கங்கையைச் சடைமேல் கொண்டவனும், (அனைத்து உயிர்களுக்கும்) எனக்கும் தாயாக விளங்குகின்றவனும், ஆகிய சிவபெருமான் விரும்பி எழுந்தருளி இருக்கும் இடம்; செந்தாமரை மலர்கள் நிரம்பப் பூத்துள்ள நீர்வளம் உடைய வயலின் கரையில் கொத்தாக மலர்ந்திருக்கும் புன்னை, குரா முதலிய மரங்கள் நிறைந்த இடும்பாவனம் என்னும் தலமே ஆகும்.

2690. **நெறிநீர்மையர் நீள்வானவர் நினையும்நினை வாகி**
அறிநீர்மையில் எய்தும்அவர்க்கு அறியும்(ம்)அறிவு அருளிக்
குறிநீர்மையர் குணமார்தரு மணமார்தரு குன்றில்
எறிநீர்வயல் புடைசூழ்தரும் இடும்பாவனம் இதுவே (6)

அருஞ்சொற்பொருள்:

நெறி - தவவநெறி. வானவர் - தேவர். அறிநீர்மை - அறியும் தன்மை. குறி - சிவலிங்கம் முதலிய குறி. எறிநீர் - அலை மோதுகின்ற நீர்.

பொழிப்புரை:

தவநெறியில் நிற்கும் தன்மை உடையவர்களும், நீண்ட வான உலகத்துத் தேவர்களும், நினைக்க அவரது நினைவில் எழுந்தருளுபவரும்; தன்னை அறிய விரும்பும் ஞானியர்க்கு அவர் அறிய உதவும் அறிவாக விளங்குபவரும்; நல்லகுணம் உடையவர் வழிபட சிவலிங்கம் முதலிய அடையாளங்களாக இருப்பவரும்; ஆகிய சிவபெருமானது இடம்; மணம் பொருந்திய குன்றளூருக்கு அருகில்உள்ளதும், நீர்வந்து கரையை மோதுவதும், வயல்களால் சூழப்பட்டதும், ஆகிய இடும்பாவனம் என்னும் தலமே ஆகும்.

2691. **நீறுஏறிய திருமேனியர் நிலவும்உலகு எல்லாம்**
பாறுஏறிய படுவெண்தலை கையில்பலி வாங்காக்
கூறுஏறிய மடவாள்ஒரு பாகம்மகிழ்வு எய்தி
ஏறுஏறிய இறைவர்க்குஇடம் இடும்பாவனம் இதுவே (7)

அருஞ்சொற்பொருள்:

நீறு - திருநீறு. பாறு - பருந்து. படுவெண்தலை - இறந்தவரது மண்டைஓடு. பலி - பிச்சை. வாங்கா - வாங்கி. கூறு - பாகம். ஏறு - இடபம்.

பொழிப்புரை:

திருநீறு பூசிய திருமேனி உடையவரும்; பருந்து உண்டு கழித்த, தசைவற்றிய, வெள்ளைநிற மண்டைஓட்டில் உலகம் முழுவதும் சுற்றித் திரிந்து, பிச்சை ஏற்பவரும்; உடம்பின் ஒருபகுதியாக உமாதேவியைக் கொண்டு விளங்குபவரும்; மகிழ்வுடன் எருதின்மீது ஏறிவருபவரும்; இறைவரும்; ஆகிய சிவபெருமானுக்கு உரியஇடம், இடும்பாவனமே ஆகும்.

2692. தேர்ஆர்தரு திகழ்வாள்எயிற்று அரக்கன்சிவன் மலையை
ஓராதுஎடுத்து ஆர்த்தான்முடி ஒருபஃதுஅவை நெரித்துக்
கூரார்தரு கொலைவாளொடு குணநாமமும் கொடுத்த
ஏரார்தரும் இறைவர்க்குஇடம் இடும்பாவனம் இதுவே (8)

அருஞ்சொற்பொருள்:

தேர் ஆர்தரு - தேரில் ஏறி வருகின்ற. ஓராது - ஆராயாது. ஆர்த்தான் - ஆரவாரம் செய்தான். ஒரு பஃது - ஒருபத்து. குணநாமம் - குணப்பெயர் (இராவணன்). ஏர்ஆர்தரும் - அழகுவிளங்கும்.

பொழிப்புரை:

புட்பக விமானம் என்னும் தேரை ஊர்ந்து வந்த அரக்கனாகிய, விளங்கும் வெண்பற்கள் உடைய இராவணன், கயிலை மலையை, 'இது சிவபெருமானது மலை' என்றுகூட ஆராய்ந்து பார்க்காது, பெயர்த்து, ஆரவாரம் செய்ய, அவனது தலைகள் பத்தினையும் நெரித்துப் பின் அவன் துன்பம் கண்டு இரங்கி, கூர்மையும் கொலைத்தொழிலும் உடைய வாளும், அழுததால் இராவணன் என்னும் பெயரும், தந்து அருள் செய்த, அழகுவிளங்கும் இறைவர்க்கு, உரியஇடம், இடும்பாவனம் என்னும் இந்தத் தலமே ஆகும்.

2693. பொருளார்தரு மறையோர்புகழ் விருத்தர்பொலி மலிசீர்த்
தெருளார்தரு சிந்தையொடு சந்தம்மலர் பலதூய்
மருளார்தரு மாயன்(ன்)அயன் காணார்மயல் எய்த
இருளார்தரு கண்டர்க்குஇடம் இடும்பாவனம் இதுவே (9)

அருஞ்சொற்பொருள்:

பொருள் ஆர்தரு மறை - பொருள் ஆழம் உள்ள மறை. விருத்தர் - தொன்மை உடையவர். தெருள் ஆர்தரு - தெளிந்த. சந்தம் - நிறம். தூய் - தூவி. மருள் - மயக்கம். மாயன் - திருமால். அயன் - பிரமன். மயல் - மயக்கம். இருள் - கருமை.

பொழிப்புரை:

பொருள் பொதிந்த வேதம்ஓதும் அந்தணர்களால் புகழப்படும் தொன்மை உடையவரும், சிறப்பும் தெளிவும் பொலிவும் உடைய சிந்தையுடன் விளங்கும் அடியார்கள் பலவண்ண மலர்களைத் தூவி வழிபட இருந்தவரும், செருக்கு மிகுதியால் அறிவு மயங்கி முயன்று தேடிய திருமாலுக்கும் பிரமனுக்கும் அடிமுடி காட்டாதவரும், கருமை நிறக் கண்டம் உடையவரும், ஆகிய சிவபெருமான் எழுந்தருளி இருக்கும் தலம், இடும்பாவனம் ஆகும்.

2694. **தடுக்கைஉடன் இடுக்கித்தலை பறித்துச்சமண் நடப்பார்**
உடுக்கைபல துவர்க்கூறைகள் உடம்புஇட்டுஉழல் வாரும்
மடுக்கள்மலர் வயல்சேர்செந்நெல் மலிநீர்மலர்க் கரைமேல்
இடுக்கண்பால் களைவான்இடம் இடும்பாவனம் இதுவே (10)

அருஞ்சொற்பொருள்:

தடுக்கு - பனைஓலையால் ஆன தடுக்கு. உடுக்கை - உடுத்துவது. துவர்க்கூறை - காவிநிற உடை. மடு - நீர்மடு. இடுக்கண் - துன்பம்.

பொழிப்புரை:

பனைஓலை கொண்டு பின்னப்பட்ட தடுக்கினைக் (சிறிய பாயினைக்) கக்கத்தில் இடுக்கிக் கொண்டும், தலைமயிரைப் பறித்துக் கொண்டும், திரியும் சமணர்களும்; பல துவர்நிற ஆடைகளை உடுத்தி, உடம்பை மூடித் திரிபவராகிய பௌத்தர்களும்; ஆகிய இவர்களால், அறிய இயலாதவனும்; நீர்மடுவில் தாமரை முதலிய மலர்களும், வயல்களில் பயிராகச் செந்நெல்லும், களையாக நீர்ப்பூக்களும், விளையும் அவற்றின் கரைமீது, அடியார்கள் படும் பலவிதமான துன்பங்களையும், போக்கும் இறைவன் எழுந்தருளி இருக்கும், இடும்பாவனம் உள்ளது; அதுவே அப்பெருமானது இருப்பிடம் ஆகும்.

2695. **கொடிஆர்நெடு மாடக்குன்ற ளூரில்கரைக் கோல**
இடியார்கடல் அடிவீழ்தரும் இடும்பாவனத்து இறையை
அடிஆயும்அந் தணர்காழியுள் அணிஞானசம் பந்தன்
படியால்சொன்ன பாடல்சொலப் பறையும்வினை தானே (11)

அருஞ்சொற்பொருள்:

கோல இடிஆர் கடல் - அழகும் இடிபோன்ற முழக்கமும் செய்யும் கடல். ஆயும் - ஆராயும். படியால் - முறையால். பறையும் - அழியும்.

பொழிப்புரை:

கொடிகள் கட்டப்பட்ட மாடிவீடுகள் நிறைந்த குன்றளூரில், அழகும், இடிபோல் முழக்கமும் உடைய கடலின் அலையானது வந்து, விழுந்து, வணங்கும், இடும்பாவனத்து இறைவன்மீது; திருவடிப்பேறு குறித்து ஆராயும் அந்தணர்கள் கூடி வாழும் அழகிய சீர்காழியில் அவதரித்த ஞானசம்பந்தன்; முறையாகப் பாடிய பாடல்களைப் பாடி வழிபட; வழிபடுபவரது, பாவங்கள் தொலைந்து போகும்.

திருச்சிற்றம்பலம்

249

திருவுசாத்தானம்

பதிக வரலாறு:

இடும்பாவனத்து இறைவரைப் பாடிப் பணிந்த பைந்தமிழ் விரகர், திருவுசாத்தானம் கண்டு கும்பிட்டுப் பாடிய பதிகம் இது.

தல வரலாறு:

முத்துப்பேட்டையிலிருந்து 2கி.மீ தொலைவில் உள்ளது. தற்பொழுது கோயிலூர் என்று வழங்கப்படுகின்றது. இராமன், இலக்குமணன், சாம்பவான், சுக்கிரீவன், அனுமான், முதலியோர் பூசித்த தலம். இராமன் மந்திரஉபதேசம் பெற்ற தலம். அதனால் சுவாமியின் பெயர் மந்திரபுரீசுவரர் என்பது. (உசாவுதல் - கேட்டல்). இது மாமரங்கள் நிறைந்த காடாக இருந்தமையின், இதற்குச் சூதவனம் என்ற பெயரும் உண்டு. அதனால் இறைவர் சூதவனேசுவரர் என்ற பெயரும் பெற்றுள்ளார். இலிங்கத் திருமேனி வெண்மை நிறத்தில் சுயம்புவாய் இருக்கிறது.

சுவாமி : மந்திரபுரீசுவரர்

அம்மை : பெரியநாயகி

தல மரம் : மாமரம்

தீர்த்தம் : அநுமன் தீர்த்தம்

திருமுறை 3 - 291 **திருஞான - 624**

பண்: நட்டபாடை

2696. நீர்இடைத் துயின்றவன் தம்பிநீள் சாம்புவான்
போர்இடைச் சுக்கிரீ வன்அநு மான்தொழக்
கார்உடை நஞ்சுஉண்டு காத்துஅருள் செய்தஎம்
சீர்உடைச் சேடர்வாழ் திருவுசாத் தானமே (1)

அருஞ்சொற்பொருள்:

நீர் இடைத்துயின்றவன் - திருமால் (இராமன்). தம்பி - இலக்குமணன். சீர் - சிறப்பு. சேடர் - அடியார்.

பொழிப்புரை:

இராமனும், அவனது தம்பி இலக்குமணனும், சாம்பவானும், போர்க்குணம் உடைய சுக்கிரீவனும், அநுமானும், வணங்க நின்றவரும்; கருமை நிற விடத்தினை உண்டு, தேவர்களைக் காத்து, அருள்செய்தவரும்; ஆகிய பெருமான் எழுந்தருளி இருப்பது, சிறப்புடைய எம்போன்ற அடியார்கள் வாழும், திருவுசாத்தானம் என்னும் தலத்திலே ஆகும்.

2697. **கொல்லைஏறு உடையவன் கோவண ஆடையன்**
பல்லைஆர் படுதலைப் பலிகொளும் பரமனார்
முல்லைஆர் புறவுஅணி முதுபதி நறைகமழ்
தில்லையான் உறைவிடம் திருவுசாத் தானமே (2)

அருஞ்சொற்பொருள்:

கொல்லை - முல்லைநிலம். பல்லைஆர் தலை - பல்லொடு கூடிய மண்டைஓடு. பலி - பிச்சை. கொளும் - கொள்ளும். முல்லை - முல்லைக் கொடி. புறவு - முல்லை நிலம். முதுபதி - பழம்பதி. நறை - தேன்.

பொழிப்புரை:

முல்லை நிலத்துக் காளையை ஊர்தியாகக் கொண்டவனும், கோவண உடை உடையவனும், பல்லொடு கூடிய மண்டை ஓட்டில் பிச்சை ஏற்கும் மேலானவனும், முல்லைக்கொடிகள் உடைய முல்லை நிலத்தில் தேன்துளிக்கும் பழம்பதியாகிய தில்லையில் உறைபவனும், ஆகிய இறைவன் எழுந்தருளி இருக்கும் தலம் திருவுசாத்தானம் ஆகும்.

2698. **தாம்அலார் போலவே தக்கனார் வேள்வியை**
ஊமனார் தம்கனா ஆக்கினான் ஒருநொடிக்
காமனார் உடல்கெடக் காய்ந்தஎம் கண்நுதல்
சேமமா உறைவிடம் திருவுசாத் தானமே (3)

அருஞ்சொற்பொருள்:

அலார் - அயலார். ஊமனார் தம்கனா - ஊமை கண்ட கனவு. காமனார் - மன்மதன். சேமம் - நன்மை.

பொழிப்புரை:

தன்னை மதியாது, தக்கன் செய்த வேள்வியைத் தாம் அயலவர் போல நின்று, 'ஊமை கண்ட கனவு போல' வெளியில் சொல்ல முடியாத அளவு அழிவினைச் செய்தவன்; ஒருநொடிப் பொழுதில் மன்மதனது உடல் அழியுமாறு சினந்து நோக்கிய நெற்றிக்கண் உடையவன்; உலகில் நன்மைச் செயல்கள் நிகழும்பொருட்டு, அவன் எழுந்தருளி இருக்கும் தலம், திருவுசாத்தானம் ஆகும்.

2699. **மறிதரு கரத்தினான் மால்விடை ஏறினான்**
குறிதரு கோலநல் குணத்தினார் அடிதொழ
நெறிதரு வேதியர் நித்தலும் நியமம்செய
செறிதரு பொழில்அணி திருவுசாத் தானமே (4)

அருஞ்சொற்பொருள்:

மறி - மான்கன்று. கரம் - கை. மால் விடை - திருமாலாகிய இடபம். குறி - சிவக்குறி. நெறிதரு - நெறியில் ஒழுகுகின்ற. நித்தலும் - நாள்தோறும். செறிதரு - அடர்ந்த.

பொழிப்புரை:

மான்கன்று ஒன்று ஏந்திய கை உடையவன்; பெரிய இடபஊர்தியில் ஏறி வருபவன்; சிவசின்னங்கள் தரித்த அழகிய புறத்தோற்றமும் குணவழகும் உடைய அடியார்கள் தொழ விளங்குபவன்; வேதநெறி வழுவாத வேதியர் நாளும் நியமப்படி பூசை செய்ய, அதன்ன ஏற்பவன்; அவன் எழுந்தருளி இருப்பது, அடர்ந்த சோலையால் சூழப்பட்ட திருவுசாத்தானம் என்னும் தலத்தில் ஆகும்.

★ **(இப்பதிகத்தின் 5, 6-ஆம் பாடல்கள் கிடைக்கவில்லை).**

2700. **பண்டுஇரைத்து அயனும்மா லும்பல பத்தர்கள்**
தொண்டுஇரைத் தும்மலர் தூவித்தோத் திரம்சொலக்
கொண்டுஇரைக் கொடியொடும் குருகினில் நல்இனம்
தெண்திரைக் கழனிசூழ் திருவுசாத் தானமே (7)

அருஞ்சொற்பொருள்:

பண்டு - முன்பு. இரைத்து - ஆரவாரம் செய்து. சொல - சொல்ல. கொடி - காக்கை. குருகு - பறவை. திரை - அலை.

பொழிப்புரை:

தொன்றுதொட்டு, பிரமனும் திருமாலும் ஏனைய அடியார் கூட்டமும், எனப் பலரும், பலவிதமான தொண்டுகள் செய்து, மலர்தூவி, தோத்திரம் சொல்லி, வழிபாடு செய்துவரும் தலம் எதுஎனில், அது மீன் முதலிய உணவைக் கவர்ந்து உண்ணும் காக்கையும் ஏனைய பலபறவையின் இனங்களும் கூடிவாழும் தெளிந்த நீர்அலைகளை உடைய வயலால் சூழப்பட்ட திருவுசாத்தானம் என்னும் தலமே ஆகும்.

2701. **மடவரல் பங்கினன் மலைதனை மதியாது**
சடசட எடுத்தவன் தலைபத்து நெரிதர
அடர்தர ஊன்றிஅங் கேஅவற்கு அருள்செய்தான்
திடம்என உறைவிடம் திருவுசாத் தானமே (8)

அருஞ்சொற்பொருள்:

மடவரல் - (இளம்பெண்) உமாதேவி. சடசட - ஒலிக்குறிப்பு. திடம் - உறுதி.

பொழிப்புரை:

உமாதேவியை பாகமாகக் கொண்டவன்; மதிக்காது விரைந்து சென்று கயிலை மலையினை எடுத்தவனது பத்துத் தலைகளும் நெரிபடுமாறு கால்பெருவிரலை ஊன்றியவன்; பின்னர் அவனுக்கு அருளும் செய்தவன்; அப்பெருமான் மிகவும் உறுதிபட எழுந்தருளி இருப்பது திருவுசாத்தானம் என்னும் தலத்திலே ஆகும்.

2702. **ஆண்அலார் பெண்அலார் அயனொடு மாலுக்கும்**
காண்ஒணா வண்ணத்தான் கருதுவார் மனத்துஉளான்
பேணுவார் பிணியொடும் பிறப்புஅறுப் பான்இடம்
சேண்உலாம் மாளிகை திருவுசாத் தானமே (9)

அருஞ்சொற்பொருள்:

அலார் - அல்லார். காண்ஒணா - காண முடியாத (ஒணா - ஒண்ணாத). வண்ணம் - தன்மை. சேண் உலாம் - ஆகாயத்தைத் தொடும்.

பொழிப்புரை:

சிவபெருமான் ஆணும் அல்லன்; பெண்ணும் அல்லன்; பிரமனும் திருமாலும் தேடியும் காணமுடியாத தன்மையில் நின்றவன்; தியானிப்பவரது மனதில் எழுந்தருளுபவன்; போற்றி வழிபடுவாரது

பிறவியாகிய பிணியை அறுப்பவன்; அவன் உறையும் இடம் எதுஎனில், அது வானளாவிய மாளிகைகள் நிறைந்து விளங்கும் திருவுசாத்தானம் என்னும் தலமே ஆகும்.

2703. கானம்ஆர் வாழ்க்கையான் கார்அமண் தேரர்சொல்
    ஊனமாக் கொண்டுநீர் உரைமின்உய் யவெனில்
    வானம்ஆர் மதில்அணி மாளிகை வளர்பொழில்
    தேன்அம்மா மதியம்தோய் திருவுசாத் தானமே   (10)

அருஞ்சொற்பொருள்:

கான் - (சுடு) காடு. கார் - கரிய நிறம். தேரர் - பௌத்தர். ஊனம் - குறை. உய்யவெனில் - உய்ய வேண்டுமாயின். தேன் - தேன் போன்ற. அம் - அழகிய. மா - மேன்மை உடைய. மதியம் - சந்திரன்.

பொழிப்புரை:

நீவிர் உய்ய வேண்டுமாயின், கரிய நிறச் சமணர், பௌத்தர், ஆகியோர் கூறும் குறையுடைய கொள்கைகளைக் கேட்க வேண்டா; வானளாவிய மதிலால் சூழப்பட்டதும், அழகிய மாளிகைகளுடன் விளங்குவதும், சோலையில் தேன்போல் நன்மை செய்யும் மேலான சந்திரன் வந்து தங்குவதும், ஆகிய திருவுசாத்தானம் என்னும் தலத்தில் எழுந்தருளி இருப்பவரும், சுடுகாட்டை இடமாகக் கொண்டு வாழ்பவரும், ஆகிய சிவபெருமானை வழிபடுங்கள்.

2704. வரைதிரிந்து இழியும்நீர் வளவயல் புகலிமன்
    திரைதிரிந்து எறிகடல் திருவுசாத் தானரை
    உரைதெரிந்து உணரும்சம் பந்தன்ஒண் தமிழ்வல்லார்
    நரைதிரை இன்றியே நன்நெறி சேர்வரே   (11)

அருஞ்சொற்பொருள்:

வரை - மலை. புகலி - சீர்காழி. மன் - நிலைத்த. திரை - அலை. உரை - புகழ்மொழி. நன்நெறி - ஞானநெறி.

பொழிப்புரை:

மலையிலிருந்து கீழ்நோக்கி இறங்கிப் பாயும் காவிரியின் நீரானது, வயல்களில் பாய்ந்து, வளமை சேர்க்கும் சீர்காழியில் அவதரித்த ஞானசம்பந்தன்; கடலின் அலையானது வந்துமோதும், திருவுசாத்தானம் என்னும் தலத்தில் எழுந்தருளி இருக்கும் இறைவரை; புகழ்ந்து பாடிய ஒண்தமிழ்ப் பாடல்கொண்டு, பாடிவழிபட வல்லவர்; நரைதிரை (மூப்பு) இல்லாதவராய், ஞானநெறியில் செல்வர்.

250

திருக்கொடுங்குன்றம்

பதிக வரலாறு:

பாண்டிநாடு செல்லத் திருவுளம் பற்றிய பிள்ளையார், நதிகள் பலவற்றையும் கடந்து, காட்டு வழியில் திருக்கொடுங்குன்றம் வந்து, இப்பதிகம் அருளி வழிபடுகின்றார்.

தல வரலாறு:

திருப்பத்தூரிலிருந்து வடமேற்கில் 24கி.மீ தொலைவில் உள்ளது. இப்பொழுது, 'பிரான்மலை' என்று வழங்கப்படுகின்றது. கோயில் அடிவாரத்தில் உள்ளது. மகோதர மகரிஷியும் நாகராஜனும் வழிபட்ட தலம். அருணகிரிநாதர் திருப்புகழ் பெற்ற சுப்பிரமணியத் தலமும் ஆகும். மலைமேல் உள்ள வைரவர் சந்நிதி விசேடம். சுவாமி சந்தியில் கல்யாணக் கோலம் சிறப்பு. தேவசபா மண்டபம் என ஒரு மண்டபம் உண்டு.

சுவாமி : கொடுங்குன்றீசர்

அம்மை : குயிலமுத நாயகி

தல மரம் : உறங்காப் புளியமரம்

தீர்த்தம் : சுந்தர தீர்த்தம்

திருமுறை 1 - 14 திருஞான - 636

பண்: நட்டபாடை

2705. வானில்பொலிவு எய்தும்மழை மேகம்கிழித்து ஓடிக்
கூனல்பிறை சேரும்குளிர் சாரல்கொடுங் குன்றம்
ஆனில்பொலி ஐந்தும்அமர்ந்து ஆடிஉலகு ஏத்தத்
தேனில்பொலி மொழியாளொடு மேயான்திரு நகரே (1)

அருஞ்சொற்பொருள்:

கூனல்பிறை - வளைந்த பிறை. ஆனில் பொலி ஐந்து - பசுவிடம் கிடைக்கும் ஐந்து பொருள்கள். தேனில்பொலிமொழியாள் - தேன் போன்ற இனிய சொல்பேசும் உமாதேவி. மேயான் - எழுந்தருளி இருப்பவன்.

பொழிப்புரை:

பசுவிடம் இருந்து கிடைக்கும் பால், தயிர், நெய், கோசலம், கோசாணம், ஆகிய ஐந்தும் கொண்டு, திருமஞ்சனம் ஆடுபவனும்; உலகத்தாரால் புகழ்ந்து போற்றப்படுபவனும்; தேன்போல இன்சொல் பேசும் உமாதேவியோடு எழுந்தருளி இருப்பவனும்; ஆகிய சிவபெருமானுக்கு உரிய நகரம் எதுஎனில்; அது, வானில் உலவும் மழைமேகம் (மலையில் பட்டுக்) கிழிந்து ஓடுவதும், வளைந்த பிறைச்சந்திரன் வந்து தங்குவதும், குளிர்ந்த சாரலை உடையதும், ஆகிய கொடுங்குன்றமே ஆகும்.

2706. **மயில்புல்குதண் பெடையோடு உடன்ஆடும்வளர் சாரல்**
குயிலின்(ன்)இசை பாடும்குளிர் சோலைக்கொடுங் குன்றம்
அயில்வேல்மலி நெடுவெஞ்சுடர் அனல்ஏந்திநின்று ஆடி
எயில்முன்பட எய்தான்அவன் மேயஎழில் நகரே (2)

அருஞ்சொற்பொருள்:

அயில்வேல் - கூரிய வேல். எயில் - மதில். எழில் நகர் - அழகிய நகரம்.

பொழிப்புரை:

கூரிய வேல்போல் கொழுந்துவிட்டு எரியும் நெடிய வெப்பமான சுடர் விட்டு எரியும் நெருப்பைக் கையில் ஏந்தி நின்று நடனம் ஆடும் தன்மை உடையவனும், முன்பு முப்புரத்தை எரித்து அழித்தவனும், ஆகிய சிவபெருமான் எழுந்தருளி இருக்கும் அழகிய நகரம் எது எனில்; அது, ஆண்மயில் தன்பெண் மயிலோடு கூடி நடனம் ஆடும் சாரலை உடையதும், குயிலானது இசையோடு பாடும் குளிர்ந்த சோலை உடையதும், ஆகிய கொடுங்குன்றம் என்னும் தலமே ஆகும்.

2707. **மிளிரும்மணி பைம்பொன்னொடு விரைமாமலர் உந்திக்**
குளிரும்புனல் பாயும்குளிர் சாரல்கொடுங் குன்றம்
கிளர்கங்கையொடு இளவெண்மதி கெழுவும்சடை தன்மேல்
வளர்கொன்றையும் மதமத்தமும் வைத்தான்வள நகரே (3)

அருஞ்சொற்பொருள்:

விரை - மணம். கெழுவும் - பொருந்தும். மதமத்தம் - ஊமத்தமலர்.

பொழிப்புரை:

கிளர்ந்து இழியும் கங்கை, இளம் வெண்பிறைச்சந்திரன், மேலும் வளர்தலுடைய கொன்றையின் மலர், ஊமத்தம்பூ, ஆகிய இவற்றைத் தன்சடையில் பொருந்துமாறு வைத்திருக்கும் சிவபெருமான் எழுந்தருளி இருக்கும் வளமான நகரம் எதுஎனில்; அது ஒளிவிடும் மணிவகைகள், பசிய பொன்னின் துகள், மணமுள்ள மலர்கள், ஆகியவற்றைத் தள்ளிக் கொண்டு இழியும், குளிர்நீர் அருவிகள் பாயும், சாரலை உடைய கொடுங்குன்றமே ஆகும்.

2708. **பருமாமத கரியோடுஅரி இழியும்விரி சாரல்**
குருமாமணி பொன்னோடுஇழி அருவிக்கொடுங் குன்றம்
பொருமாஎயில் வரைவில்தரு கணையில்பொடி செய்த
பெருமான்அவன் உமையாளொடு மேவும்பெரு நகரே (4)

அருஞ்சொற்பொருள்:

மதகரி - மதயானை. அரி - சிங்கம். எயில் - மும்மதில். வரைவில் - மேரு மலையாகிய வில். கணை - அம்பு. பொடி - சாம்பல். மேவும் - பொருந்தி இருக்கும்.

பொழிப்புரை:

பகைவர்களோடு போர்செய்யும் தன்மை உடைய அசுரர்கள் மூவரது மும்மதிலை, மேருமலையை வில்லாக வளைத்து, ஓர்அம்பு கொண்டு, எரித்து வெந்து சாம்பல் பொடி ஆகுமாறு செய்த பெருமான், தனது தேவியோடு எழுந்தருளி இருக்கும் பெரிய நகரம் எதுஎனில்; அது பருத்த உருவம் உடையதாகிய பெரிய யானை, சிங்கம், முதலியன இரை தேடவும், நீர் அருந்தவும், இறங்கி வருவதும்; நல்ல நிறமுள்ள மணிகளை அடித்துக்கொண்டு இழிந்து வரும் அருவிகளுடன் கூடிய சாரலை உடையதும்; ஆகிய கொடுங்குன்றம் என்னும் தலமே ஆகும்.

2709. **மேகத்துஇடி குரல்வந்துஎழ வெருவிவ்வரை இழியும்**
கூகைக்குலம் ஓடித்திரி சாரல்கொடுங் குன்றம்
நாகத்தொடும் இளவெண்பிறை சூடிந்நல மங்கை
பாகத்தவன் இமையோர்தொழ மேவும்பழ நகரே (5)

அருஞ்சொற்பொருள்:

வெருவி - அஞ்சி. வரை - மலை. கூகைக்குலம் - கோட்டான்இனம். நாகம் - பாம்பு. இமையோர் - தேவர். நலமங்கை - (நல்ல பெண்) உமை.

பொழிப்புரை:

பாம்பு, இளம்வெண் பிறைச்சந்திரன், ஆகியவற்றைச் சடையில் சூடியவனும், உமாதேவியை இடப்பாகத்தில் கொண்டு விளங்குபவனும், தேவர்களால் வணங்கப்படுபவனும், ஆகிய சிவபெருமான் எழுந்தருளி இருக்கும் பழைய நகரம் எதுஎனில்; அது மேகமானது இடிமுழக்கம் செய்ய, அதுகேட்டுக் கோட்டான்கள், மலையை விட்டு இறங்கிச் சுற்றித் திரிகின்ற சாரலை உடைய கொடுங்குன்றம் என்னும் தலமே ஆகும்.

2710. கைம்மாமத கரியின்(ன்)இனம் இடியின்குரல் அதிரக்
கொய்ம்மாமலர்ச் சோலைபுக மண்டும்கொடுங் குன்றம்
அம்மான்என உள்கித்தொழு வார்கட்குஅருள் செய்யும்
பெம்மான்அவன் இமையோர்தொழ மேவும்பெரு நகரே (6)

அருஞ்சொற்பொருள்:

கைம்மா - கை உடைய விலங்கு. மதகரி - மதயானை. கொய்ம்மாமலர் - பறிக்கத் தகுதி உடைய மேலான மலர்கள். மண்டும் - நிறையும். அம்மான் - தலைவன். உள்கி - நினைந்து. பெம்மான் - பெருமான். இமையோர் - தேவர்.

பொழிப்புரை:

'எம்தலைவன் இவன்' என நினைந்து வழிபடுபவர்க்கு அருளுபவனும், தேவர்களால் வணங்கப்படுபவனும், ஆகிய பெருமான் எழுந்தருளி இருக்கும் பெருநகரம் எதுஎனில்; அது, கைஉடைய விலங்காகிய மதயானை இடிபோல் முழங்கவும், பறிக்கத் தகுதிஉடைய மேலான மலர்கள் நிறைந்து விளங்குவதும், ஆகிய சிறப்புகள் உடைய கொடுங்குன்றம் என்னும் தலமே ஆகும்.

2711. மரவத்தொடு மணமாதவி மௌவல்(ல்)அது விண்ட
குரவத்தொடு விரவும்பொழில் சூழ்தண்கொடும் குன்றம்
அரவத்தொடு இளவெண்பிறை விரவும்மலர்க் கொன்றை
நிரவச்சடை முடிமேல்உடன் வைத்தான்நெடு நகரே (7)

அருஞ்சொற்பொருள்:

மரவம் - கடம்பு. மாதவி - குருக்கத்தி. மௌவல் - முல்லை. நிரவ - நிரம்ப.

பொழிப்புரை:

பாம்பு, இளம்வெண் பிறைச்சந்திரன், கொன்றை மலர், ஆகியவற்றைச் சடையில், ஒருசேர வைத்திருக்கும் சிவபெருமான் எழுந்தருளி இருக்கும் நெடுநகரம் எதுஎனில்; அது, கடம்பு, மணமுள்ள குருக்கத்தி, முல்லை, குரவம் ஆகியன மலர்ந்து மணம்பரப்பும் சோலை சூழ்ந்த குளிர்ந்த கொடுங்குன்றம் என்னும் தலமே ஆகும்.

2712. **முட்டாமுது கரியின்(ன்)இனம் முதுவேய்களை முனிந்து**
குட்டாச்சுனை அவைமண்டிநின்று ஆடும்கொடும் குன்றம்
ஒட்டாஅரக் கன்தன்முடி ஒருபஃதுஅவை உடனே
பிட்டானவன் உமையளொடு மேவும்பெரு நகரே (8)

அருஞ்சொற்பொருள்:

முட்டா - தடையில்லாத. முதுகரி - முதிய யானை. வேய் - மூங்கில். குட்டா - தோண்டப்படாத. ஒட்டா - பகை. ஒருபஃது - ஒருபத்து. பிட்டான் - முறித்தான்.

பொழிப்புரை:

பகைஉடைய அரக்கனாகிய இராவணனது பத்துத்தலைகளைப் பிளந்த சிவபெருமான், தன்தேவியோடு விரும்பி எழுந்தருளி இருக்கும் பெருநகரம் எதுஎனில்; அது, முதுமை உடைய யானைக்கூட்டம் தட்டுப்பாடின்றி முதிய மூங்கிலின் கொழுந்தளிரை உண்டு, தோண்டப்படாத (தானே அழகுடன் அமைந்த) சுனைகளில் இறங்கி நீராடிக் களிக்கும் கொடுங்குன்றம் என்னும் தலமே ஆகும்.

2713. **அறையும்(ம்)அரி குரல்ஓசையை அஞ்சிஅடும் ஆனை**
குறையும்மனம் ஆகிம்முழை வைகும்கொடுங் குன்றம்
மறையும்(ம்)அவை உடையான்என நெடியான்என இவர்கள்
இறையும்(ம்)அறி ஒண்ணாதவன் மேயஎழில் நகரே (9)

அருஞ்சொற்பொருள்:

அறையும் அரி - முன்னங்கால்கள் கொண்டு தாக்கும் சிங்கம். அடும் ஆனை - வெல்ல நினைக்கும் யானை. அஞ்சி குறையும் மனம் ஆகி -

பயந்து மனம்குன்றி. முழை - குகை. வைகும் - தங்கும். மறை உடையான் - வேதம் கற்றவன் (பிரமன்). இறை - சிறிதளவு. அறி - அறிய. ஒண்ணாதவன் - முடியாதவன்.

பொழிப்புரை:

மறைமுழுவதும் கற்ற அறிவு உடைய பிரமனும், நெடிய உருவம் உடைய திருமாலும், தேடியும், சிறிதளவும், தன் அடிமுடியைக் காட்டிக் கொள்ளாத, சிவபெருமான் எழுந்தருளி இருக்கும் அழகிய நகரம் எதுஎனில்; அது, முன்னங்கால்களால் அறைந்து தாக்குதல் தொடுக்கும் சிங்கம் கர்ச்சிப்பதைக் கேட்டு, அச்சம்கொண்டு, முயற்சி குன்றிய, யானை குகையில் சென்று தங்கும், கொடுங்குன்றம் என்னும் தலமே ஆகும்.

2714. மத்தக்களிறு ஆளிவ்வர அஞ்சிம்மலை தன்னை
 குத்திப்பெரு முழைதன்இடை வைகும்கொடும் குன்றம்
 புத்தரொடு பொல்லாமனச் சமணர்புறம் கூறப்
 பந்தர்க்குஅருள் செய்தான்அவன் மேயபழ நகரே (10)

அருஞ்சொற்பொருள்:

மத்தம் - மதம். ஆளி - சிங்கம். முழை - குகை. வைகும் - தங்கும். புறம்கூற - புறம்பானவற்றைப் பேச. பத்தர் - அன்பர்.

பொழிப்புரை:

பௌத்தர்களும், பொல்லாத மனம்உடைய சமணர்களும், சிவ நெறிக்குப் புறம்பானவற்றைப் போதிக்கவும், (அவற்றைப் புறந்தள்ளி விட்டு) தம் அடியார்களுக்கு அருள்செய்யும் சிவபெருமான் எழுந்தருளி இருக்கும் பழையநகரம் எது எனில்; அது, சிங்கம் வருவது கண்டு, மதமுடைய யானை குகையில் சென்று தங்கி, தன் கொம்பால் பாறைகளில் குத்திச் சினம் தவிர்க்கும், கொடும்குன்றம் என்னும் தலமே ஆகும்.

2715. கூனல்பிறை சடைமேல்மிக உடையான்கொடும் குன்றைக்
 கானல்கழு மலமாநகர் தலைவன்(ன்)நல கவுணி
 ஞானத்துஉயர் சம்பந்தன் நலம்கொள்தமிழ் வல்லார்
 ஊனத்தொடு துயர்தீர்ந்துஉலகு ஏத்தும்எழி லோரே (11)

அருஞ்சொற்பொருள்:

கூனல்பிறை - வளைந்த பிறை. கானல் - கடற்கரைச் சோலை. கவுணி - கவுணியர் கோத்திரத்தில் பிறந்தவன். ஊனம் - குறை. துயர் - துன்பம். எழில் - எழுச்சி.

பொழிப்புரை:

வளைந்த பிறைச்சந்திரனைச் சடையில் சூடிஇருக்கும் பெருமை உடைய சிவபெருமான் எழுந்தருளி இருக்கும் கொடுங்குன்று என்னும் தலத்தை; கடற்கரைச் சோலையால் சூழப்பட்ட கழுமல நகரின் தலைவனும், நல்ல கவுணியர் குடியில் அவதரித்தவனும், ஞானத்தில் உயர்ந்து விளங்குபவனும், ஆகிய ஞானசம்பந்தன்; பாடிய நன்மை மிகுந்த தமிழ்ப்பாடல்களைப் பாடி வழிபட வல்லவர்; குறையும் துன்பமும் தீர்ந்து, உலகம் புகழும் எழுச்சி உடையவர் ஆவர்.

திருச்சிற்றம்பலம்

251

திருஆலவாய்

பதிக வரலாறு:

கொடுங்குன்றம் விட்டுநீங்கிய கொச்சைவயத்தார், திருஆலவாய் நோக்கிச் செல்கின்றனர். அங்கே சமணர்களுக்குத் தீய நிமித்தங்களும், அரசியாருக்கும் அமைச்சருக்கும் நன்நிமித்தங்களும் தோன்றின. பிள்ளையார் வரும் செய்தி அறிந்த அரசி மங்கையர்க்கரசியார், அமைச்சர் குலச்சிறையாரைப் பணித்து, பிள்ளையாரை அழைத்துவர அருளினார். அமைச்சர் எதிர்சென்று பல்லக்கின்முன் விழுந்து வணங்கிடப் பிள்ளையாரும் பல்லக்கை விட்டு இறங்கி, அமைச்சரிடம் நலம் விசாரித்தார். மேலும், 'மதுரை எவ்வளவு தொலைவில் உள்ளது?' என்பது குறித்துக் கேட்க, உடன்இருந்தோர் கோபுரம் காட்டி, 'அதுவே மதுரைநகர்' என விடைகூற, அங்கே ''ஆலவாய் ஆவதும் இதுவே'' என்னும் இப்பதிகத்தை அருளுகின்றார்.

தல வரலாறு:

இத்தலம் நான்மாடக்கூடல், கடம்பவனம், பூலோக கயிலாயம், சிவராசதானி, துவாத சாந்தத்தலம் என பல பெயர்கள் பெற்றுள்ளது. இப்பொழுது மதுரை என்ற பெயரால் அழைக்கப்படுகிறது. இது பாண்டிய மன்னர்களின் தலைநகரமாக விளங்கிய பெருமை உடையது. இத்தலத்தில்தான் தமிழ்ச்சங்கம் இருந்தது. இங்கு சிவபெருமான் 64 திருவிளையாடல்கள் நிகழ்த்தி உள்ளார். ஐந்து அம்பலங்களுள் இது வெள்ளி அம்பலம். முத்தித் தலங்கள் ஏழனுள் ஒன்று. மூர்த்தி நாயனார் அவதரித்த தலம். மாணிக்கவாசகர் அமைச்சராய் இருந்த தலம்.

சுவாமி : சொக்கலிங்கர்

அம்மை : அங்கயற்கண்ணி (மீனாட்சி)

தல மரம் : கடம்பு

தீர்த்தம் : பொற்றாமரை, வைகை ஆறு, எழுகடல்

பண்: புறநீர்மை

2716. மங்கையர்க்கு அரசி வளவர்கோன் பாவை
வரிவளைக் கைம்மட மானி
மங்கயச் செல்வி பாண்டிமா தேவி
பணிசெய்து நாள்தொறும் பரவப்
பொங்குஅழல் உருவன் பூதநா யகன்நால்
வேதமும் பொருள்களும் அருளி
அங்கயல் கண்ணி தன்னொடும் அமர்ந்த
ஆலவாய் ஆவதும் இதுவே (1)

அருஞ்சொற்பொருள்:

வளவர் - சோழர். மானி - மானம் உடையவர் என்னும் பொருளில் சோழர்களைக் குறித்தது. அம்கயல் - அழகிய கயல்மீன்.

பொழிப்புரை:

மங்கையர்க்கரசியார் சோழமன்னனது அழகிய பாவை போன்ற மகள்; வரிகளுடன் கூடிய வளையல் அணிந்த முன்னங்கைகள் உடையவள்; மானமுள்ள மரபில் வந்து பிறந்தவள்; தாமரை மலரில் உறையும் திருமகள் போன்றவள்; பாண்டிய மன்னனின் பட்டத்தரசி; அவளது தொண்டினை ஏற்று, பற்றிஎரியும் நெருப்புப்போன்ற சிவந்த மேனிநிறம் உடையவனும், பூதகணங்களுக்குத் தலைவனும், நான்கு வேதங்களையும் அதன் பொருளையும் உபதேசம் செய்தவனும், அழகிய கயல்மீன் போன்ற கண்உடைய உமாதேவியின் கணவனும், ஆகிய சிவபெருமான், எழுந்தருளி இருக்கும் ஆலவாய் என்னும் பெயருடைய தலம், இதுவே ஆகும்.

2717. வெற்றவே அடியார் அடிமிசை வீழும்
விருப்பினன் வெள்ளைநீறு அணியும்
கொற்றவன் தனக்கு மந்திரி ஆய
குலச்சிறை குலாவிநின்று ஏத்தும்
ஒற்றைவெள் விடையன் உம்பரார் தலைவன்
உலகினில் இயற்கையை ஒழித்திட்டு
அற்றவர்க்கு அற்ற சிவன்உறை கின்ற
ஆலவாய் ஆவதும் இதுவே (2)

அருஞ்சொற்பொருள்:

வெற்றவே - வேறொரு பயனும் வேண்டாமலே. மந்திரி - அமைச்சன். கொற்றவன் - அரசன். குலாவி - மகிழ்ந்து. உம்பரார் - தேவர். அற்றவர்க்கு - பற்று விட்டவர்க்கு.

பொழிப்புரை:

வேறு ஒருபயனும் வேண்டாமலே, அடியார்களைக் கண்டால், அவர் அடியில் விழுந்து வணங்கும் விருப்பம் உடையவரும், வெண்மை நிறத் திருநீறு அணிந்திருப்பவரும், அரசனிடம் அமைச்சனாய்ப் பணிபுரிபவரும், ஆகிய குலச்சிறையார் என்னும் பெயருடையவர், மகிழ்ந்து வழிபட, அவ்வழிபாட்டினை ஏற்பவனும்; ஒரு வெள்ளைநிற இடபஊர்தி உடையவனும்; தேவர்கள் தலைவனும்; உலக இயல்பிலிருந்து மாறுபட்டு, அகப்புறப் பற்றுக்களை விட்டவர்க்கு, அன்பு செய்பவனும்; ஆகிய சிவபெருமான் எழுந்தருளி இருக்கும் ஆலவாய் என்னும் தலம், இதுவே ஆகும்.

2718. செந்துவர் வாயாள் சேல்அன கண்ணாள்
 சிவன்திரு நீற்றினை வளர்க்கும்
 பந்துஅணை விரலாள் பாண்டிமா தேவி
 பணிசெயப் பாரிடம் நிலவும்
 சந்தம்ஆர் தரளம் பாம்புநீர் மத்தம்
 தண்எருக் கம்மலர் வன்னி
 அந்திவான் மதிசேர் சடைமுடி அண்ணல்
 ஆலவாய் ஆவதும் இதுவே   (3)

அருஞ்சொற்பொருள்:

துவர் - பவளம். சேல் - ஒருவகை மீன். பந்து அணை விரலாள் - பந்து போல் திரண்ட விரல் உடையவள். பார் இடம் - உலகில் விளங்கும் இடம். சந்தம் - அழகு. தரளம் - முத்து.

பொழிப்புரை:

பவளம் போன்ற சிவந்த வாயும், சேல்மீன் போன்ற வடிவ அழகு உடைய கண்ணும், பந்துபோல் திரண்ட விரல்களும், உடையவள்; சிவபெருமானுக்குரிய திருநீற்று நெறியை வளர்ப்பவள்; பாண்டிய மன்னனது தேவி; மங்கையர்க்கரசி என்னும் பெயர் உடையவள்; அவள் தொண்டு செய்ய, இந்நிலவுலகில் விளங்கும் இடம்; அழகிய பவளம்,

பாம்பு, கங்கை, ஊமத்தம்பூ, குளிர்ந்த எருக்கமலர், வன்னியின் தளிர், ஆகியவற்றை, மாலை நேரத்துச் செவ்வானம் போன்ற சிவந்த சடையில் சூடிஇருக்கும் தலைவனாகிய சிவபெருமான் எழுந்தருளி இருக்கும் ஆலவாய் என்னும் பெயருடைய தலமாகிய இதுவே ஆகும்.

2719. **கணங்களால் வரினும் தமியராய் வரினும்**
அடியவர் தங்களைக் கண்டால்
குணம்கொடு பணியும் குலச்சிறை குலாவும்
கோபுரம் சூழ்மணிக் கோயில்
மணம்கமழ் கொன்றை வாள்அரா மதியம்
வன்னிவன் கூவிள மாலை
அணங்குவீற் றிருந்த சடைமுடி அண்ணல்
ஆலவாய் ஆவதும் இதுவே (4)

அருஞ்சொற்பொருள்:

கணம் - கூட்டம். தமியர் - தனியர். வாள் அரா - பளபளக்கும் பாம்பு. வன் கூவிளம் - வலிமை தரும் வில்வம். அணங்கு - (தெய்வப்பெண்) கங்கை.

பொழிப்புரை:

அடியார்கள் கூட்டமாக வந்தாலும், தனியே வந்தாலும், அவர்களிடம் காணப்படும் நல்ல குணங்களால் கவரப்பட்டு, அவர்க்குப் பணிவிடை செய்யும் குலச்சிறையார் வழிபடுவதும்; கோபுரங்களுடன் கூடிய அழகிய கோயில் அமையப்பெற்றதும்; மணம் கமழும் கொன்றை மலர், ஒளிஉடைய பாம்பு, சந்திரன், வன்னியின் தளிர், மேன்மை நல்கும் வலிமை உடைய வில்வம் தளிர், கங்கை, ஆகியவற்றைத் தலைக்கு அணியும் மாலைபோல் அணிந்திருக்கும் சிவபெருமான் எழுந்தருளி இருப்பதும், ஆகிய ஆலவாய் இதுவே ஆகும்.

2720. **செய்யதா மரைமேல் அன்னமே அனைய**
சேயிழை திருநுதல் செல்வி
னபஅரா அல்குல் பாண்டிமா தேவி
நாள்தொறும் பணிந்துஇனிது ஏத்த
வெய்யவேல் சூலம் பாசம்அங் குசம்மான்
விரிகதிர் மழுவுடன் திரித்த
ஐயனார் உமையோடு இன்புறு கின்ற
ஆலவாய் ஆவதும் இதுவே (5)

அருஞ்சொற்பொருள்:

சேயிழை - செம்மையான அணிகலன்கள். திருநுதல் - அழகிய நெற்றி. பைஅரா - படமுடைய பாம்பு. ஐயனார் - தலைவர்.

பொழிப்புரை:

சிவந்த தாமரை மலர்மேல் உறையும் அன்னமாம் திருமகள் போன்ற அழகும், செப்பமான அணிகலன்களும், அழகிய நெற்றியும், பாம்பின் படம் போன்ற அல்குலும், உடைய செல்வச் செழிப்புடைய பாண்டி மாதேவி நாளும் பணிந்து இனிதே வழிபட இருப்பவரும்; கொடிய முத்தலைச் சூலம், பாசம், அங்குசம், மான், பளபளக்கும் மழுப்படை ஆகியவற்றை ஏந்தியுள்ள தலைவரும்; ஆகிய சிவபெருமான் உமையோடு இனிதே எழுந்தருளி இருக்கும் தலம் ஆலவாய் என்பது; அது இதுவேயாகும்.

2721. **நலம்இலர் ஆக நலம்அதுஉண் டாக**
நாடவர் நாடுஅறி கின்ற
குலம்இலர் ஆகக் குலம்அதுஉண் டாகத்
தவம்பணி குலச்சிறை பரவும்
கலைமலி கரத்தன் மூவிலை வேலன்
கரிஉரி மூடிய கண்டன்
அலைமலி புனல்சேர் சடைமுடி அண்ணல்
ஆலவாய் ஆவதும் இதுவே (6)

அருஞ்சொற்பொருள்:

தவம் பணி - தவமாக நினைத்து பணிவிடை செய்கின்ற. கலை - கலைமான்கன்று. கரிஉரி - யானைத்தோல்.

பொழிப்புரை:

நல்ல குணங்கள் உடையவராக இருந்தாலும், நல்ல குணங்கள் இல்லாதவராக இருந்தாலும், தனது நாட்டுக்கு உரியவராயினும், அயலவராயினும், நல்ல குலத்தில் பிறந்தவராயினும், அல்லவராயினும், சிவனடியாரைக் கண்டால், அவர்க்குப் பணிவிடை செய்யும் குலச்சிறையார் வழிபடுகின்ற மான்கன்று ஒன்று ஏந்திய கைஉடையவனும், முத்தலைச்சூலம் ஏந்தி இருப்பவனும், யானைத் தோல் கொண்டு உடலை மூடி இருப்பவனும், நீலகண்டம் உடையவனும், அலைவீசும்

கங்கையைச் சூடிய சடை உடையவனும், ஆகிய சிவபெருமான் எழுந்தருளி இருப்பது, ஆலவாயில் என்னும் தலத்திலே ஆகும். அத்தலம் இதுவே ஆகும் என்றும் அறிவீராக!

2722. முத்தின்தாழ் வடமும் சந்தனக் குழம்பும்
   நீறும்தன் மார்பினில் முயங்கப்
   பத்திஆர் கின்ற பாண்டிமா தேவி
   பாங்கொடு பணிசெய நின்ற
   சுத்தம்ஆர் பளிங்கின் பெருமலை உடனே
   சுடர்மர கதம்அடுத் தாற்போல்
   அத்தனார் உமையோடு இன்புறு கின்ற
   ஆலவாய் ஆவதும் இதுவே   (7)

அருஞ்சொற்பொருள்:

முயங்க - கலந்து விளங்க. பத்தி ஆர்கின்ற - அன்பு செய்கின்ற. பாங்கு - பக்குவம். பணி - பணிவிடை. அத்தனார் - தந்தையார்.

பொழிப்புரை:

முத்துவடமும், சந்தனக்குழம்பு திருநீறு ஆகிய பூச்சும், மார்பில் பொருந்தி விளங்க, அன்புமிக பாண்டிமாதேவி பக்குவமாகப் பணிவிடை செய்யுமாறு, தூய பளிங்குமலையும் ஒளிவிடும் மரகதமும் அருகருகே இருப்பது போன்ற (உமையொருபாகன்) தோற்றம் உடைய எமது தந்தையார் உமாதேவியோடு இருந்து இன்பமுறும் தலம், ஆலவாய் எனப்படும்; அத்தலம் இதுவே ஆகும்.

2723. நாஅணங்கு இயல்பாம் அஞ்செழுத்து ஓதி
   நல்லராய் நல்இயல்பு ஆகும்
   கோவணம் பூதி சாதனம் கண்டால்
   தொழுதுஎழு குலச்சிறை போற்ற
   ஏவணங்கு இயல்பாம் இராவணன் திண்தோள்
   இருபது நெரிதர ஊன்றி
   ஆவணம் கொண்ட சடைமுடி அண்ணல்
   ஆலவாய் ஆவதும் இதுவே   (8)

அருஞ்சொற்பொருள்:

பூதி - விபூதி. சாதனம் - சிவசின்னம். ஏ - அம்பு. ஆவணம் - அடிமை.

பொழிப்புரை:

நாவுக்கு இயல்பாகிய ஐந்தெழுத்தை ஓதி, நல்இயல்புகள் உடையவராய், கோவணம், திருநீறு, உருத்திராக்கம், முதலிய சிவசின்னங்கள் தரித்து, வந்த அடியார்களைக் கண்டால், தொழுது எழுகின்ற குலச்சிறையார் போற்றநின்றது ; பகைவரது அம்புகள் தன்னிடம் வரின், அவை பணியும் இயல்புடைய இராவணனனது வலிமை பொருந்திய இருபது தோள்களும் நெரிபடுமாறு ஊன்றிப் பின் அவனை அடிமை கொண்ட சடாமுடி உடைய தலைவனாகிய சிவபெருமான் எழுந்தருளி இருக்கும் ஆலவாய் என்னும் தலம் அது இதுவே ஆகும்.

2724. **மண்எலாம் நிகழ மன்னனாய் மன்னு**
மணிமுடிச் சோழன்தன் மகளாம்
பண்ணின்நேர் மொழியாள் பாண்டிமா தேவி
பாங்கினால் பணிசெய்து பரவ
விண்உளார் இருவர் கீழொடு மேலும்
அளப்பரி தாம்வகை நின்ற
அண்ணலார் உமையோடு இன்புறு கின்ற
ஆலவாய் ஆவதும் இதுவே (9)

அருஞ்சொற்பொருள்:

மண்எலாம் - உலகம் முழுவதும். பண்ணின் நேர் மொழி - பண் போல் இனிய சொல். இருவர் - திருமாலும் பிரமனும்.

பொழிப்புரை:

உலகம் முழுவதையும் ஒருகுடையின் கீழ் ஆண்ட மன்னனாய் மணிமுடி சூடிக்கொண்ட சோழ மன்னனது மகளும், பண் போன்ற இன்சொல் பேசும் பாண்டிமா தேவியும், ஆகிய மங்கையர்க்கரசியார் பக்குவமாய்ப் பணிவிடை செய்து வழிபட, விண்உலகில் உள்ள திருமாலும் பிரமனும் கீழும் மேலுமாய் தேடியும் அளந்தறிய முடியாத வகையில் உயர்ந்து நின்ற தலைவராகிய சிவபெருமான் உமாதேவியோடு இன்பமுடன் எழுந்தருளி இருக்கும் தலமாகிய ஆலவாய் இதுவே ஆகும்.

2725. **தொண்டராய் உள்ளார் திசைதிசை தோறும்**
தொழுதுதன் குணத்தினைக் குலாவக்
கண்டுநாள் தோறும் இன்புறு கின்ற
குலச்சிறை கருதிநின்று ஏத்தக்

குண்டராய் உள்ளார் சாக்கியர் தங்கள்
குறியின்கண் நெறியிடை வாரா
அண்டநா யகன்தான் அமர்ந்துவீற் றிருந்த
ஆலவாய் ஆவதும் இதுவே (10)

அருஞ்சொற்பொருள்:

தன்குணம் - இறைவன் தன் குணம். குண்டர் - உடல் பருத்தவர். குறி - அடையாளம். நெறி - வழி. வாரா - வராத. அண்டநாயகன் - எல்லா உலகங்களுக்கும் தலைவன்.

பொழிப்புரை:

உலகின் எல்லா திசைகளிலும் உள்ள சிவனடியார்கள், அப்பெருமானது குணப்பெருமைகளை எடுத்துரைத்து மகிழும்போதெல்லாம் அதுகண்டு, தானும் இன்புறுகின்ற குலச்சிறையார் மனதால் நினைத்து,. வாயால் வாழ்த்தி, உடம்பால் பணிவிடை செய்ய அவற்றை ஏற்று நின்றவரும், சமணக்குண்டர்களும் பௌத்தர்களும் ஆகியவரது நெறிக்குத் தம்மை அடையாளப்படுத்திக் கொள்ளாதவரும், எல்லா உலகங்களுக்கும் தலைமை ஏற்பவரும், ஆகிய சிவபெருமான் எழுந்தருளி இருக்கும் ஆலவாய் என்னும் தலம் இதுவே ஆகும்.

2726. **பன்நலம் புணரும் பாண்டிமா தேவி**
குலச்சிறை எனும்இவர் பணியும்
அந்நலம் பெறுசீர் ஆலவாய் ஈசன்
திருவடி ஆங்குஅவை போற்றிக்
கன்னல்அம் பெரிய காழியுள் ஞான
சம்பந்தன் செந்தமிழ் இவைகொண்டு
இன்னலம் பாட வல்லவர் இமையோர்
ஏத்தவீற் றிருப்பர் இனிதே (11)

அருஞ்சொற்பொருள்:

பன்நலம் - பலநலம். புணரும் - கூடிஇருக்கும். கன்னல் - கரும்பு. அம் - அழகு. இன்னலம் - இனிய (இசை) நலம். இமையோர் - தேவர்.

பொழிப்புரை:

பல நல்ல குணங்கள் ஒருங்கே பொருந்திய பாண்டிமாதேவியும், குலச்சிறையாரும், என்கின்ற இவர் இருவரது, பணிவிடைகளை

ஏற்கின்ற ஆலவாயில் எழுந்தருளி இருக்கும் ஈசன்மீது; கரும்பு வயல்கள் சூழ்ந்த அழகிய காழி நகரத்து ஞானசம்பந்தன்; பாடிய செந்தமிழ்ப் பாடல்கள் ஆகிய இவற்றைக் கொண்டு, இசையோடும் பாடி வழிபட வல்லவர்; தேவர்களும் போற்றுமாறு இனிதே வீற்றிருப்பர்.

திருச்சிற்றம்பலம்

252

திருஆலவாய்

பதிக வரலாறு:

பிள்ளையார், அமைச்சர் குலச்சிறையாருடன் கோயிலை அடைந்து, திருமுன் சென்று, நிலமுற விழுந்து எழுந்து, பலமுறை வணங்கி, இப்பதிகத்தைப் பாடி அருளுகின்றார்.

திருமுறை 1 - 94   திருஞான - 667

திருவிருக்குக்குறள்
பண்: குறிஞ்சி

2727. நீல மாமிடற்று
ஆல வாயினான்
பாலது ஆயினார்
ஞாலம் ஆள்வரே   (1)

அருஞ்சொற்பொருள்:

பாலது - (பால் + அது) பக்கத்தில். ஞாலம் - உலகம்.

பொழிப்புரை:

நீலமணி போன்ற கண்டம் உடைய ஆலவாயிலில் எழுந்தருளி இருக்கும் இறைவரது அருகில் இருப்பவர், உலகை ஆளும் வாய்ப்பினைப் பெறுவர்.

2728. ஞாலம் ஏழுமாம்
ஆல வாயிலார்
சீல மேசொலீர்
காலன் வீடவே   (2)

அருஞ்சொற்பொருள்:

ஞாலம் - உலகம். சீலம் - குணம். வீட - அழிய.

பொழிப்புரை:

எமபயம் நீங்க வேண்டுமாயின், உலகம் ஏழுமாய் விளங்கும் ஆலவாய் இறைவனது குணச்சிறப்புகளைப் புகழ்ந்து பேசுவீராக!

2729. **ஆல நீழலார்**
ஆல வாயிலார்
கால காலனார்
பாலது ஆமினே (3)

அருஞ்சொற்பொருள்:

பாலது (பால் + அது) அருகில்.

பொழிப்புரை:

ஆலவாய் என்னும் தலத்தில் எழுந்தருளி இருப்பவர், கல்லால் மரநிழலில் இருப்பவரும் ஆவர்; அவர் இயமனது காலத்தையும் குறிப்பவர்; அவரை அணுகி இருப்பீராக!

2730. **அந்தம் இல்புகழ்**
எந்தை ஆலவாய்
பந்தி ஆர்கழல்
சிந்தை செய்மினே (4)

அருஞ்சொற்பொருள்:

அந்தம் - முடிவு. பந்தி - புகழ்.

பொழிப்புரை:

எல்லையற்ற புகழுடைய எம்தந்தையாகிய ஆலவாய் என்னும் தலத்தில் எழுந்தருளி இருக்கும் இறைவனது திருவடிப் பெருமையைச் சிந்தை செய்வீராக!

2731. **ஆடல் ஏற்றினான்**
கூடல் ஆலவாய்
பாடி யேமனம்
நாடி வாழ்மினே (5)

அருஞ்சொற்பொருள்:

ஆடல் (அடல்) ஏறு - வெற்றி உடைய இடபம். கூடல் - நான் மாடக்கூடல். நாடி - விரும்பி.

பொழிப்புரை:

கூடல் என்றும், ஆலவாய் என்றும், பெயர் பெற்றுள்ள மதுரை நகரில் எழுந்தருளி இருக்கும் இறைவன், வெற்றி பொருந்திய இடபஊர்தியில் ஏறி வருபவன்; மனம் விரும்பி, அவனது புகழையே பாடி, வாழ்வீராக!

2732. அண்ணல் ஆலவாய்
   நண்ணி னான்தன்னை
   எண்ணி யேதொழத்
   திண்ணம் இன்பமே   (6)

அருஞ்சொற்பொருள்:

எண்ணி - தியானித்து. திண்ணம் - உறுதி.

பொழிப்புரை:

ஆலவாய் என்னும் தலத்தில் எழுந்தருளி இருக்கும் தலைவனாகிய சிவபெருமானைத் தியானித்து, வணங்குவார்க்கு, இன்பம் உறுதியாகும்.

2733. அம்பொன் ஆலவாய்
   நம்பனார் கழல்
   நம்பி வாழ்பவர்
   துன்பம் வீடுமே   (7)

அருஞ்சொற்பொருள்:

நம்பனார் - விரும்பப்படுபவர். வீடும் - அழியும்.

பொழிப்புரை:

அழகிய பொன்மயமான ஆலவாய் என்னும் தலத்தில் எழுந்தருளி இருக்கும், கண்டாரால் விரும்பப்படும் இறைவரது, திருவடியை நம்பி வாழ்பவரது துன்பம் அழியும்.

2734. அரக்க னார்வலி
   நெருக்கன் ஆலவாய்
   உரைக்கும் உள்ளத்தார்க்கு
   இரக்கம் உண்மையே   (8)

அருஞ்சொற்பொருள்:

அரக்கனார் - இராவணன். நெருக்கன் - நசுக்கியவன். இரக்கம் - அருள்.

பொழிப்புரை:

அரக்கனாகிய இராவணனது வலிமையை நசுக்கிய பெருமான் எழுந்தருளி இருக்கும் ஆலவாயின் பெருமையை எடுத்துரைக்கும் மனம் உடையவர்க்கு, அப்பெருமானது திருவருள் கிடைக்கும்.

2735. அருவன் ஆலவாய்
மருவி னான்தனை
இருவர் ஏத்திநின்று
உருவம் ஓங்குமே (9)

அருஞ்சொற்பொருள்:

அருவன் - உருவமற்றவன். இருவர் - திருமாலும் பிரமனும்.

பொழிப்புரை:

ஆலவாய் என்னும் தலத்தில் எழுந்தருளி இருப்பவரும், இயல்பிலே உருவம் அற்றவரும், ஆகிய இறைவர், திருமாலும் பிரமனும் போற்றி நிற்க, உயர்ந்த நெருப்புருவாய் நின்றவர்.

2736. ஆரம் நாகமாம்
சீரன் ஆலவாய்த்
தேர மண்செற்ற
வீரன் என்பரே (10)

அருஞ்சொற்பொருள்:

ஆரம் - மாலை. சீரன் - புகழ் உடையவன். தேரமண் - (தேரர் அமணர்) பௌத்தம் சமணம். செற்ற - சினந்த.

பொழிப்புரை:

ஆலவாய் என்னும் தலத்தில் புகழுடன் எழுந்தருளி இருக்கும் இறைவன், பூண்பது பாம்பினை; அழித்தது பௌத்தம், சமணம் ஆகிய சமய நெறிகளை; அதனால் அவனை ஞானவீரன் என்று கூறுவர்.

2737. அடிகள் ஆலவாய்ப்
 படிகொள் சம்பந்தன்
 முடிவில் இன்தமிழ்
 செடிகள் நீக்குமே (11)

அருஞ்சொற்பொருள்:

செடிகள் - வினைகள்.

பொழிப்புரை:

ஆலவாய் என்னும் தலத்தில் எழுந்தருளி இருக்கும் இறைவனது, திருவருளில் தோய்ந்த ஞானசம்பந்தன், பாடிய எல்லையற்ற பெருமை உடைய இன்தமிழ்ப் பாடல்கள், வலிய வினைகளை நீக்க உதவுவன.

திருச்சிற்றம்பலம்

253

திருஆலவாய்

பதிக வரலாறு:

திருக்கடைக்காப்பு சாத்தி பதிகத்தை நிறைவு செய்து, திருமுன்றில் வந்தனர் பிள்ளையார். அங்கு ஒருபக்கமாக ஒதுங்கி நின்ற மங்கையர்க்கரசியார், முன்பு வந்து, கண்ணீர் மல்க, அடி தொழுதனர். அப்பொழுது அம்மையார் 'யானும் என்பதியும் செய்த தவம் என்கொல்!' என்று கூற, 'பரசமயச் சூழலுக்கு இடையிலும் சைவம் சார்ந்து வாழும் உம்மைக் காண வந்தனம்' என்று பிள்ளையார் அருளினார். பிறகு அம்மையாருக்கு விடைகொடுத்து அனுப்பிவிட்டு, குலச்சிறையார் காட்டிய திருமடத்தில் சென்று தங்கினார்.

பிள்ளையார் வரவுகேட்டு சமணர்கள் ஒன்றுகூடி மன்னனிடம் சென்று, சீர்காழி மறைச்சிறுவன் ஒருவன் எங்களை வாதில் வெல்ல வந்துள்ளான்; இது, 'கண்டுமுட்டு' என்றனர். அரசன், 'இதுகேட்டுமுட்டு' என்றான். 'அச்சிவனடியானை யாது செய்யலாம்?' என அரசன் வினவ, 'மந்திரத்தால் மடத்துக்குத் தீவைத்தால், அவன் இந்நகரை விட்டு வெளியேறி விடுவான்' என்றனர். அரசன் அவ்வாறே நிறைவேற்றுமாறு கூற, மந்திரங்கள் ஏவியும், மூலமந்திரம் ஓதும் பிள்ளையாரிடம் அது பலிக்கவில்லை. இதனை அரசனுக்குக் கூறினால், தமக்கு இழுக்குவரும் என்று அஞ்சி, நேரில் சென்று தீக்கொளுவினர். அதுகண்ட பிள்ளையாரது பரிசனங்கள், தீயை அணைத்துவிட்டு, பிள்ளையாரிடம் கூறினர். 'இது தமக்குச் செய்த தீங்கு ஆயினும், அடியார்களுக்கு இது பொருந்தாது' என்று திருவுள்ளம் கொண்டு, அரசன் நீதிமுறை வழுவியமையே இதற்குக் காரணம் என்று முடிவுசெய்து, 'மெல்லச் சென்று இத்தீப் பாண்டியர்க்கு ஆகட்டும்' என்னும் பொருளில் இப்பதிகத்தை அருளுகின்றார்.

திருமுறை 3 - 309 திருஞான - 704

பண்: கௌசிகம்

2738. செய்ய னேதிரு ஆலவாய் மேவிய
    ஐய னேஅஞ்சல் என்றுஅருள் செய்எனைப்
    பொய்ய ராம்அம ணர்கொளு வும்சுடர்
    பைய வேசென்று பாண்டியற்கு ஆகவே   (1)

அருஞ்சொற்பொருள்:

செய்யன் - நடுநிலை தவறாதவன். அஞ்சல் - அஞ்சாதே. எனை - என்மீது. கொளுவும் சுடர் - பற்றவைத்த தீ. பையவே - மெல்லவே.

பொழிப்புரை:

திருஆலவாய் என்னும் தலத்தில் எழுந்தருளி இருக்கும் எம் தலைவனே! நடுநிலை தவறாதவனே! 'அஞ்சவேண்டா' என்று கூறி எனக்கு அருள்செய்வாயாக! பொய்ந்நெறியாளர்களாகிய சமணர்கள் மூட்டிய தீ மெல்லச் சென்று பாண்டிய மன்னற்கு ஆவதாக!

2739. சித்த னேதிரு ஆலவாய் மேவிய
    அத்த னேஅஞ்சல் என்றுஅருள் செய்எனை
    எத்த ராம்அம ணர்கொளு வும்சுடர்
    பத்தி மன்தென்னன் பாண்டியற்கு ஆகவே   (2)

அருஞ்சொற்பொருள்:

அத்தன் - தந்தை. எத்தர் - ஏமாற்றுக்காரர். பத்திமன் - (பத்திமான்) ஆருக மதத்தில் பத்தி உடைய மன்னன். தென்னன் - தமிழகத்தில் தென்பகுதிக்கு உரியவன்.

பொழிப்புரை:

திருஆலவாய் என்னும் தலத்தில் எழுந்தருளி இருக்கும் எம்தந்தையே! சித்துகள் செய்வதில் வல்லவனே! 'அஞ்ச வேண்டா' என்று கூறி எனக்கு அருள்புரிவாயாக! ஏமாற்றுக்காரர்களாகிய சமணர்கள் பற்றவைத்த தீ, ஆருகத மதத்தில் பற்றுடைய, தென்னாட்டு மன்னன் பாண்டியனுக்கு ஆகட்டும்.

2740. தக்கன் வேள்வி தகர்த்துஅருள் ஆலவாய்ச்
சொக்க னேஅஞ்சல் என்றுஅருள் செய்எனை
எக்க ராம்அம ணர்கொளு வும்சுடர்
பக்க மேசென்று பாண்டியற்கு ஆகவே (3)

அருஞ்சொற்பொருள்:

சொக்கன் - சொக்க வைக்கும் பேரழகு உடையவன். எக்கர் - இறுமாப்பு உடையவர்.

பொழிப்புரை:

திருஆலவாய் என்னும் தலத்தில் எழுந்தருளி இருக்கும் பேரழகனே! தக்கன் செய்த வேள்வியை அழித்து, அருள்செய்தவனே! 'அஞ்ச வேண்டா' என்றுகூறி எனக்கு அருளுவாயாக! இறுமாப்பு உடைய சமணர்கள் மூட்டிய தீயானது, பாண்டிய மன்னன் பக்கம் சென்று சேர்வதாக!

2741. சிட்ட னேதிரு ஆலவாய் மேவிய
அட்ட மூர்த்திய னேஅஞ்சல் என்றுஅருள்
துட்ட ராம்அம ணர்கொளு வும்சுடர்
பட்டி மன்தென்னன் பாண்டியற்கு ஆகவே (4)

அருஞ்சொற்பொருள்:

சிட்டன் - நீதி வழுவாதவன். துட்டர் - கொடியவர். பட்டிமன் - கல்வி அறிவுடைய மன்னன்.

பொழிப்புரை:

திருஆலவாய் என்னும் தலத்தில் எழுந்தருளி இருக்கும் அட்ட மூர்த்தமாய் விளங்குபவனே! நீதி வழுவாதவனே! 'அஞ்ச வேண்டா' என்று கூறி அருளுவாயாக! கொடியவர்களாகிய சமணர்கள் பற்ற வைத்த நெருப்பு, அறிவுடைய தென்னாட்டு மன்னன் பாண்டியனிடம் சென்று சேரட்டும்.

2742. நண்ண லார்புரம் மூன்றுஎரி ஆலவாய்
அண்ண லேஅஞ்சல் என்றுஅருள் செய்எனை
எண்ணி லாஅம ணர்கொளு வும்சுடர்
பண்ணி யல்தமிழ் பாண்டியற்கு ஆகவே (5)

அருஞ்சொற்பொருள்:

நண்ணலார் - பகைவர். எண்ணிலா - நினைக்கத் தகுதியற்ற. பண் இயல் தமிழ் - பண்புடைய தமிழ்மொழி.

பொழிப்புரை:

ஆலவாய் என்னும் தலத்தில் எழுந்தருளி இருக்கும் தலைவனே! பகைவரது முப்புரத்தை எரித்து அழித்தவனே! 'அஞ்ச வேண்டா' என்று கூறி, எனக்கு அருள்செய்வாயாக! நினைக்கத் தகுதிஇல்லாத சமணர்கள் பற்ற வைத்த நெருப்பு, பண்பட்ட தமிழ்மொழியினை வளர்க்கும் பாண்டிய மன்னனிடம் சென்று சேரட்டும்.

2743. **தஞ்சம் என்றுஉன் சரண்புகுந் தேனையும்**
அஞ்சல் என்றுஅருள் ஆலவாய் அண்ணலே
வஞ்சம் செய்துஅம ணர்கொளு வும்சுடர்
பஞ்ச வன்தென்னன் பாண்டியற்கு ஆகவே (6)

அருஞ்சொற்பொருள்:

பஞ்சவன் - பாண்டியன்.

பொழிப்புரை:

ஆலவாய் என்னும் தலத்தில் எழுந்தருளி இருக்கும் தலைவனே! தஞ்சம் என்று உன்னிடம் அடைக்கலம் அடைந்த என்னை 'அஞ்ச வேண்டா' என்றுகூறி அருள்புரிவாயாக! சூழ்ச்சியால் சமணர் வைத்த நெருப்பு, பஞ்சவனும் தென்னவனும் ஆகிய பாண்டிய மன்னனுக்கு ஆகட்டும்.

2744. **செங்கண் வெள்விடை யாய்திரு ஆலவாய்**
அங்கணா அஞ்சல் என்றுஅருள் செய்எனைக்
கங்கு லார்அமண் கையர் இடும்கனல்
பங்கம் இல்தென்னன் பாண்டியற்கு ஆகவே (7)

அருஞ்சொற்பொருள்:

கங்குலார் - இருண்ட மனம்உடையவர். பங்கம் - குறை.

பொழிப்புரை:

திருஆலவாய் என்னும் தலத்தில் எழுந்தருளி இருக்கும் அழகிய கண் உடையவனே! சிவந்த கண்களுடன் கூடிய இடப ஊர்தி உடையவனே!

'அஞ்சவேண்டா' என்று கூறி எனக்கு அருளுவாயாக! இருண்ட மனம் உடைய சமணர் இட்ட தீ, குற்றமற்ற பாண்டியனைச் சென்று அடையட்டும்.

2745. தூர்த்தன் வீரம் தொலைத்துஅருள் ஆலவாய்
ஆத்த னேஅஞ்சல் என்றுஅருள் செய்எனை
ஏத்தி லாஅம ணர்கொளு வும்சுடர்
பார்த்தி வன்தென்னன் பாண்டியற்கு ஆகவே (8)

அருஞ்சொற்பொருள்:

தூர்த்தன் - காமுகன். ஆத்தன் - சிவன். ஏத்தலா - போற்றாத. பார்த்திவன் - அரசன்.

பொழிப்புரை:

ஆலவாய் என்னும் தலத்தில் எழுந்தருளி இருக்கும் சிவபெருமானே! பிறன்மனைவியை விரும்பிய காமுகனாகிய இராவணனது வீரத்தைத் தொலைத்துப் பின் அவனுக்கு அருள்செய்தவனே! 'அஞ்ச வேண்டா' என்றுகூறி எனக்கு அருளுவாயாக! உம்மைப் போற்றி வழிபடாத சமணர் பற்றவைத்த தீ, பூமியை ஆள்பவனாகிய தென்னவன் பாண்டியனைச் சென்று சேரட்டும்.

2746. தாவி னான்அயன் தான்அறி யாவகை
மேவி னாய்திரு ஆலவா யாய்அருள்
தூஇ லாஅம ணர்கொளு வும்சுடர்
பாவி னான்தென்னன் பாண்டியற்கு ஆகவே (9)

அருஞ்சொற்பொருள்:

தாவினான் - உலகை ஓரடியால் தாவிய திருமால். அயன் - பிரமன். தூ - தூய்மை. இலா - இல்லாத. பாவினான் - பற்றுவித்தவன்.

பொழிப்புரை:

திருஆலவாயில் எழுந்தருளி இருப்பவனே! உலகை ஓரடியால் அளந்த திருமாலும், பிரமனும், அறியா வகையில் நின்றவனே! எனக்கு அருளுவாயாக! குளிக்காமையால் தூய்மையை இழந்த சமணர்கள் கொளுத்திய நெருப்பு, அதற்குக் காரணமான தென்னவன் பாண்டியனைச் சென்று அடையட்டும்.

2747. எண்தி சைக்குளழில் ஆலவாய் மேவிய
அண்ட னேஅஞ்சல் என்றுஅருள் செய்எனைக்
குண்ட ராம்அம ணர்கொளு வும்சுடர்
பண்டி மன்தென்னன் பாண்டியற்கு ஆகவே (10)

அருஞ்சொற்பொருள்:

அண்டன் - தேவன். பண்டி - (பண்டு) தொன்றுதொட்டு. மன் - மன்னன்.

பொழிப்புரை:

எட்டு திசைகளில் உள்ளோர்க்கும் தனது அழகைப் பறைசாற்றும் ஆலவாய் என்னும் தலத்தில் எழுந்தருளி இருக்கும் தேவனே! 'அஞ்சவேண்டா' என்றுகூறி எனக்கு அருள்செய்வாயாக! உடல்பருத்த அறிவில்லாத (குண்டர்) சமணர் பற்றவைத்த நெருப்பு, தொன்று தொட்டு வரும் பாண்டிய மரபில் வந்த அம்மன்னனுக்கு ஆகட்டும்.

2748. அப்பன் ஆலவாய் ஆதி அருளினால்
வெப்பம் தென்னவன் மேல்உற மேதினிக்கு
ஒப்ப ஞானசம் பந்தன் உரைபத்தும்
செப்ப வல்லவர் தீதிலாச் செல்வரே (11)

அருஞ்சொற்பொருள்:

அப்பன் - தந்தை. ஆதி - முதற்பொருள். மேதினி - உலகம். ஒப்ப - உலக இயல்புக்கு ஒப்ப.

பொழிப்புரை:

எமது தந்தையாகிய ஆலவாயில் எழுந்தருளி இருக்கும் முதற்பொருளாய் விளங்கும் சிவபெருமானது திருவருளால், வெப்பம் பாண்டிய மன்னனை சென்று பற்றட்டும்! என்று உலக இயல்புக்கு ஏற்பச் சொன்ன, பாடல் பத்தினையும், பாடி வழிபட வல்லவர், குற்றமற்ற செல்வம் உடையவர் ஆவர்.

திருச்சிற்றம்பலம்

254

திருஆலவாய்

பதிக வரலாறு:

அரசியும் அமைச்சரும் சமணர் செய்த தீச்செயல் கேட்டு, 'இத்தீயவர் நாட்டில் பிள்ளையாரை வரவழைத்த நாம் இறந்துபடுவதே கடமை' என மயங்கினர். இருப்பினும் தீங்கு நேராமை கேள்விப்பட்டுத் தெளிவடைந்தனர். அப்பொழுது அங்குவந்த மெய்க்காவலன், 'அரசர்க்கு வெப்புநோய் வந்தது' என்று அறிவித்தான். இதுகேட்ட இருவரும் அரசரிடம் சென்றனர். இதற்குள் சமணர் வந்து, கூடிநின்று, 'மந்திரத்தால் தீர்ப்போம்' என்றனர். அரசியும் அமைச்சரும், 'இது சமணர் செய்த தகாத செயலால் விளைந்தது; ஞானசம்பந்தர் அருளால் இந்நோய் நீங்கும்' என்றனர். இந்த நாமமந்திரம் காதில் விழுந்தவுடனே, அரசன் சிறிதளவு அயர்வு நீங்கினான். அரசனும் 'இப்பிணி தீர்த்து வென்றவர் பக்கம் சேர்வேன்' என்றான்.

இதுகேட்ட அரசியாரும் அமைச்சரும் தடைநீங்கிப் பாயும் வெள்ளம்போல அன்பு பீறிட அம்மையார் பல்லக்கிலும், அமைச்சர் குதிரையிலும், ஆகப் புறப்பட்டுத் திருமடம் வந்து சேர்ந்தனர். பிள்ளையாரது திருவடிகளில் இருவரும் விழுந்து வணங்க, 'திருஉடையீர்! உங்கள்பால் தீங்குஉளதோ?' என வினவினார். அவர்கள் நிகழ்ந்தவற்றைஎல்லாம் எடுத்துச் சொல்லிச் சமணர்களை வென்று பிணிபோக்கி அருளுமாறு வேண்ட, 'இறைவரது திருவுள்ளம் அறிவேன்' என்று கூறிப் புறப்பட்ட பிள்ளையார், திருக்கோயிலை அடைந்து, இப்பதிகத்தைப் பாடி அருளுகின்றார்.

திருமுறை 3 - 305 **திருஞான - 739**

பண்: கௌசிகம்

2749. காட்டு மாஅது உரித்துஉரி போர்த்துஉடல்
நாட்டம் மூன்றுஉடை யாய்உரை செய்வன்நான்
வேட்டு வேள்விசெய் யாஅமண் கையரை
ஓட்டி வாதுசெ யத்திரு வுள்ளமே (1)

அருஞ்சொற்பொருள்:

காட்டுமா - காட்டிலுள்ள விலங்கு (யானை). உரி - தோல். நாட்டம் - கண். உரை - விண்ணப்பம். வாது - வாதம். செய - செய்ய. திருவுள்ளமே - உள்ளக் குறிப்பு யாது?

பொழிப்புரை:

காட்டில் வாழும் விலங்காகிய யானையின் தோலை உரித்து, அதனை மேலாடையாகப் போர்த்துக் கொண்ட திருமேனி உடையவரே! மூன்று கண்கள் கொண்டவரே! நான் ஒரு விண்ணப்பம் வைக்கிறேன். அது வேள்வி வேட்காத சமணர்களாகிய கீழ்களை நாட்டை விட்டு ஓட்டுவதற்கு, அவருடன் நான் வாதம் செய்ய, உமது உள்ளக்குறிப்பு யாது? உரைப்பாயாக!

2750. **மத்த யானையின் ஈர்உரி மூடிய**
அத்த னேஅணி ஆலவா யாய்பணி
பொய்த்த வன்தவ வேடத்த ராம்சமண்
சித்த ரைஅழிக் கத்திரு உள்ளமே (2)

அருஞ்சொற்பொருள்:

மத்தம் - மதம். ஈர்உரி - உரித்த ஈரம் உலராத தோல். அத்தன் - தந்தை. பொய்த்த - பொய்யான. வன்தவவேடம் - வலியப் பூண்ட தவவேடம். சித்தர் - சித்தம் உடையவர்.

பொழிப்புரை:

மதம் ஒழுகும் யானையின் தோலை உரித்து, உரித்த ஈரம் உலரும் முன்னே, அதனை மேலாடையாகப் போர்த்துக் கொண்ட தந்தையே! அழகிய ஆலவாய் என்னும் தலத்தில் எழுந்தருளி இருப்பவனே! பொய்யான தவவேடம் பூண்டுள்ள சித்தம் உடைய சமணரை அழிக்க, உமது உள்ளக் குறிப்பு யாது? பணிப்பாயாக!

2751. **மண்ண கத்திலும் வானிலும் எங்குமாம்**
திண்ண கத்திரு ஆலவா யாய்அருள்
பெண்ண கத்துஎழில் சாக்கியப் பேய்அமண்
தெண்ணர் கற்பழிக் கத்திரு உள்ளமே (3)

அருஞ்சொற்பொருள்:

திண்ணகம் - வலிமை. பெண்அகத்து எழில் - மகளிரிடம் விளங்கும் அழகு. தெண்ணர் - திண்ணர் (உடல் வலியர்).

பொழிப்புரை:

நிலஉலகம், வானஉலகம், என எல்லா உலகங்களிலும், உள்ளதில் மிகவும் வலிமை உடையதாய் இருக்கும், திருஆலவாய் என்னும் தலத்தில் எழுந்தருளி இருப்பவரே! பெண்ணிடம் உள்ள அழகைக் கற்பழிப்பது போல் பௌத்த சமணப் பேயர்களாகிய திண்ணர்களின் கொள்கையை அழிக்க, உமது உள்ளக் குறிப்பு யாது ? அருளுவாயாக!

2752. **ஓதி ஒத்துஅறி யாஅமண் ஆதரை**
வாதில் வென்றுஅழிக் கத்திரு உள்ளமே
ஆதி யேதிரு ஆலவாய் அண்ணலே
நீதி யாக நினைந்து அருள்செய்திடே (4)

அருஞ்சொற்பொருள்:

ஒத்து ஓதி அறியா - வேதம் ஓதி அறியாத. ஆதர் - அறிவிலி. நீதி - நடுநிலை.

பொழிப்புரை:

முதற்பொருளே! ஆலவாய் என்னும் தலத்தில் எழுந்தருளி இருக்கும் தலைவனே! வேதம் ஓதி அறியாத சமணராகிய அறிவிலிகளை வாதம் செய்து வென்று அழிக்க, உமது உள்ளக் குறிப்பு யாது ? நடுநிலையில் நின்று அருள்செய்வாயாக!

2753. **வையம் ஆர்புக ழாய்அடி யார்தொழும்**
செய்கை யார்திரு ஆலவா யாய்செப்பாய்
கையில் உண்டுஉழ லும்அமண் கையரைப்
பைய வாது செயத்திரு வுள்ளமே (5)

அருஞ்சொற்பொருள்:

வையம் - உலகம். செப்பாய் - சொல்லுவாயாக. கையர் - கீழ்கள். பைய - அவசரமின்றி.

பொழிப்புரை:

உலகம் தழுவிய புகழ் உடையதும், அடியார்கள் வந்து வணங்கிச் செல்வதும், ஆகிய திருஆலவாயில் எழுந்தருளி இருக்கும் இறைவரே! கையில் பிச்சை உணவை வாங்கி, உண்டு திரியும், அறிவிலிகளாகிய சமணக் கீழ்களை, நிதானமாக வாதம் செய்து வெல்ல, உமது உள்ளக்குறிப்பு யாது? சொல்லுவாயாக!

2754. **நாறு சேர்வயல் தண்டலை மிண்டிய**
தேற லார்திரு ஆலவா யாய்செப்பாய்
வீறி லாத்தவம் மோட்டுஅமண் வேடரைச்
சீறி வாதுசெ யத்திரு வுள்ளமே (6)

அருஞ்சொற்பொருள்:

நாறு - நாற்று. தண்டலை - சோலை. தேறல் - தேன். வீறு - பெருமை. மோட்டு - முரட்டு. வேடர் - பொய் வேடம் புனைபவர். சீறி - சினந்து.

பொழிப்புரை:

நாற்றுகள் நட்டுள்ள வயல்வளமும், சோலைகளில் பூக்களில் நிரம்பிஉள்ள தேன்வளமும், நிறைந்துள்ள திருஆலவாய் என்னும் தலத்தில் எழுந்தருளி இருக்கும் இறைவரே! பெருமை இல்லாத பொய்யான தவவேடம் பூண்டுள்ள முரட்டு அமணரை, வாதம் செய்து சினந்து அழிக்க, உமது உள்ளக்குறிப்பு யாது? கூறுவாயாக!

2755. **பண்டு அடித்தவத் தார்பயில் வால்தொழும்**
தொண்ட ருக்குஎளி யாய்திரு ஆலவாய்
அண்ட னேஅமண் கையரை வாதினில்
செண்ட டித்துஉள றத்திரு வுள்ளமே (7)

அருஞ்சொற்பொருள்:

பண்டு அடித் தவத்தார் - பழ அடியார். செண்டடித்து - இலகுவில் வெற்றி கொள்ள. உளற - கலங்கடிக்க.

பொழிப்புரை:

பழஅடியார்கள் பலரும், பலகாலும், வந்து செல்லும் அதனால், தொண்டருக்கு எளிமை உடையவனாய் விளங்குபவனே! திருஆலவாய் என்னும் தலத்தில் எழுந்தருளி இருப்பவனே! எல்லா உலகங்களையும் தனதாகக் கொண்டவனே! சமணர்களாகிய கீழ்களைக் கலக்கம் அடையுமாறு செய்து, எளிதில் வெற்றி கொள்ள, உமது உள்ளக்குறிப்பு யாது? கூறுவாயாக!

2756. அரக்கன் தான்கிரி ஏற்றவன் தன்முடிச்
செருக்கி னைத்தவிர்த் தாய்திரு ஆலவாய்ப்
பரக்கும் மாண்புஉடை யாய்அமண் பாவரைக்
கரக்க வாதுசெ யத்திரு வுள்ளமே (8)

அருஞ்சொற்பொருள்:

கிரி - (கயிலை) மலை. பரக்கும் மாண்பு - பரவிய புகழ். பாவர் - பாவம் உடையவர். கரக்க - மறைய.

பொழிப்புரை:

அரக்கனாகிய இராவணன், கயிலை மலையை எடுக்க, அவன் செருக்கினை அழித்தவரே! திருஆலவாய் என்னும் தலத்தில் எழுந்தருளி இருப்பவரே! பரவிய புகழ் உடையவரே! பாவம் மிகஉடைய சமணரை வாதில் வென்று, அவர் இல்லாது மறைய, உமது உள்ளக்குறிப்பு யாது? கூறுவீராக!

2757. மாலும் நான்முக னும்அறி யாநெறி
ஆல வாய்உறை யும்(ம்)அண்ண லேபணி
மேலை வீடுஉண ராவெற்று அரையரைச்
சால வாதுசெ யத்திரு வுள்ளமே (9)

அருஞ்சொற்பொருள்:

வெற்று அரை - உடையில்லா இடை. சால - மிகுதியும். மேலை - மறுமை.

பொழிப்புரை:

திருமாலும் பிரமனும் தேடியும் அறியமுடியாத நெறியில் நின்றவரே! ஆலவாய் என்னும் தலத்தில் எழுந்தருளி இருக்கும் தலைவரே! வீட்டுநெறி குறித்தும், மறுமை குறித்தும், சற்றும் உணராத, உடை இல்லா இடை உடைய சமணரோடு, மிகுதியும் வாதம் செய்ய, உமது உள்ளக்குறிப்பு யாது? பணிப்பீராக!

2758. கழிக்க ரைப்படு மீன்கவர் வார்அமண்
அழிப்ப ரைஅழிக் கத்திரு உள்ளமே
தெழிக்கும் பூம்புனல் சூழ்திரு ஆலவாய்
மழுப்ப டைஉடை மைந்தனே நல்கிடே (10)

அருஞ்சொற்பொருள்:

கரைப்படும் மீன்கவர்வார் - நீரிலிருந்து மீன்கள் வெளியேறின் தானே இறந்துபடும் ஆதலின் அதனை உண்பது பாவமில்லை என்று அவற்றைக் கவரும் பௌத்தர். அமண் அழிப்பர் - நல்ல நெறிகளை அழிப்பவராகிய சமணர். தெழிக்கும் - ஒலிக்கும்.

பொழிப்புரை:

கரைஒதுங்கும் மீன்களைப் பிடித்து உண்ணும் பௌத்தர், நல்ல நெறிகளை அழிக்கும் சமணர், ஆகியோரை அழிக்க, உமது உள்ளக்குறிப்பு யாது? ஒலிக்கின்ற மென்மையான நீரால் சூழப்பட்ட ஆலவாய் என்னும் தலத்தில் எழுந்தருளி, மழுப்படை ஏந்தி, வலிமையுடன் திகழும் பெருமானே! கூறுவாயாக!

2759. **செந்தெ னாமுர லும்திரு ஆலவாய்**
மைந்த னேஎன்று வல்அமண் ஆசுஅறச்
சந்தம் ஆர்தமிழ் கேட்டமெய்ஞ் ஞானசம்
பந்தன் சொல்பக ரும்பழி நீங்கவே (11)

அருஞ்சொற்பொருள்:

செந்தெனா - (செந்தேனா) வண்டானது. முரல - ஒலிசெய்ய. அமண் ஆசு - சமணம் என்னும் குற்ற நெறி. சந்தம் ஆர் தமிழ் - எதுகை மோனை முதலிய சந்த நயம் பொருந்திய தமிழ்ப்பாடல். பழிநீங்க - பழி போக. பகரும் - பாடுவீராக.

பொழிப்புரை:

'வண்டுகள் ஒலிக்கின்ற திருஆலவாய் என்னும் தலத்தில் எழுந்தருளி இருக்கும் வலிமை உடைய இறைவனே!' என்று அழைத்து, 'முரட்டுச் சமணக் குற்றநெறி அழியத் திருஉள்ளமோ?' எனக் கேட்டுப் பாடிய ஞானசம்பந்தனது சந்தநயம் உடைய பாடல்களைப் பாடி வழிபடப் பழி நீங்கும்.

திருச்சிற்றம்பலம்

255

திருஆலவாய்

பதிக வரலாறு:

முன்பதிகத்தில் சமணரோடு வாதுசெய்ய இறைவரது குறிப்பை அறிந்த பிள்ளையார், இப்பதிகத்தில், 'வாது செய்து வெல்ல, சமணர்க்கு அழிவுநேருமே! அதற்கும் உமது உள்ளக்குறிப்பை அறிய விரும்புகிறேன்' என்பதாக இப்பதிகத்தைப் பாடி அருளுகின்றார்.

திருமுறை 3 - 366 **திருஞான - 740**

நாலடி மேல்வைப்பு

பண்: பழம்பஞ்சுரம்

2760. **வேத வேள்வியை நிந்தனை செய்துஉழல்**
ஆதம் இல்லிஅ மணொடு தேரரை
வாதில் வென்றுஅழிக் கத்திரு உள்ளமே
பாதி மாதுஉடன் ஆய பரமனே
ஞாலம் நின்புக ழேமிக வேண்டும்தென்
ஆல வாயில் உறையும்எம் ஆதியே (1)

அருஞ்சொற்பொருள்:

நிந்தனை - பழித்தல். உழல் - திரிகின்ற. ஆதம் இல்லி - பயனற்றவர் (அறிவற்றவர்). தென் - அழகு (தெற்கு திசை என்றும் கொள்ளலாம்).

பொழிப்புரை:

அழகிய திருஆலவாய் என்னும் தலத்தில் எழுந்தருளி இருக்கும் எம் முதல்வனே! பாதி உடம்பில் உமாதேவியை வைத்துள்ள மேலானவனே! வேதம், வேள்வி, ஆகியவற்றைப் பழித்துப் பேசிக் கொண்டு, சுற்றித் திரிகின்ற அறிவற்ற சமணர்களையும், பௌத்தர்களையும், வாதம் செய்து

வென்று, அவர்களை அழிக்க, உமது உள்ளக்குறிப்பு யாது? 'இவ்வுலகம் முழுவதும் உமது புகழே பரவவேண்டும்' என்பது எனது விருப்பமாக இருக்கின்றது.

2761. **வைதி கத்தின் வழிஒழு காதஅக்**
கைத வம்உடைக் கார்அமண் தேரரை
எய்தி வாதுசெ யத்திரு உள்ளமே
மைதி கழ்தரு மாமணி கண்டனே
ஞாலம் நின்புக ழேமிக வேண்டும்தென்
ஆல வாயில் உறையும்எம் ஆதியே (2)

அருஞ்சொற்பொருள்:

வைதிகம் - வேதநெறி. கைதவம் - வஞ்சனை. கார்அமண் - குளிக்காமையால் அழுக்கு ஏறிய கரியநிறம் உடைய அமணர். மை - கருமை. மணி - நீலமணி.

பொழிப்புரை:

அழகிய ஆலவாய் என்னும் தலத்தில் எழுந்தருளி இருக்கும் எமது முதல்வனே! கருமை விளங்கும் நீலமணி போன்ற கண்டம் உடையவனே! வஞ்சனை மிக உடைய கரியநிறச் சமணர், பௌத்தர், ஆகியோரோடு வாதிட்டு வென்று, அவரை அழிக்க, உமது உள்ளக்குறிப்பு யாது? 'உலகம் முழுவதும் உமது புகழே பரவி இருக்க வேண்டும்' என்பது எனது விருப்பமாக இருக்கின்றது.

2762. **மறைவ ழக்கம்இ லாதமா பாவிகள்**
பறித லைக்கையர் பாய்உடுப் பார்களை
முறிய வாதுசெ யத்திரு உள்ளமே
மறிஉ லாம்கையின் மாமழு வாளனே
ஞாலம் நின்புக ழேமிக வேண்டும்தென்
ஆல வாயில் உறையும்எம் ஆதியே (3)

அருஞ்சொற்பொருள்:

இலாத - இல்லாத. முறிய - அழிய. மறி - மான்கன்று.

பொழிப்புரை:

அழகிய திருஆலவாய் என்னும் தலத்தில் எழுந்தருளி இருக்கும் எம்முதல்வனே! ஒருகையில் மான்கன்றும், மற்றொரு கையில்

மழுப்படையும், ஏந்தி இருப்பவனே! மறைவழி ஒழுகாத, பெரும் பாவிகளாகிய, தலைமுடியைப் பறித்துக் கொண்டு, பாயினை உடுத்திக் கொண்டு, திரியும் சமணர்களை வாதில் வென்று, அவர்களை அழிக்க, உமது உள்ளக்குறிப்பு யாது? உலகம் முழுவதும் உமது புகழே பரவவேண்டும் என்பது எனது விருப்பமாக இருக்கின்றது.

2763. **அறுத்த அங்கம்ஆறு ஆயின நீர்மையைக்**
கறுத்த வாழ்அமண் கையர்கள் தம்மொடும்
செறுத்து வாது செயத்திரு உள்ளமே
முறித்த வாள்மதிக் கண்ணி முதல்வனே
ஞாலம் நின்புக ழேமிக வேண்டும்தென்
ஆல வாயில் உறையும்எம் ஆதியே (4)

அருஞ்சொற்பொருள்:

அறுத்த - வரையறுத்த. ஆறு அயின நீர்மையை - வேதத்தின் அங்கங்கள் ஆறு ஆன தன்மையை. கறுத்த - கோபித்த. செறுத்து - பகைத்து. முறித்த - பிளந்த. ஞாலம் - உலகம்.

பொழிப்புரை:

அழகிய ஆலவாய் என்னும் தலத்தில் எழுந்தருளி இருக்கும் எமது முதல்வனே! ஒளிபொருந்திய பிறைச்சந்திரனைச் சடையில் சூடி இருக்கும் முதற்கடவுளே! வரையறுத்துச் சொன்ன வேதத்தின் அங்கம் ஆறினையும் வெறுத்து ஒதுக்கும் ஒரு வாழ்க்கை முறை உடைய சமணர்களைச் சினந்து வாதம் செய்து அழிக்க, உமது உள்ளக்குறிப்பு யாது? உலகம் முழுவதும் உமது புகழே பரவவேண்டும் என்பது எனது விருப்பமாக இருக்கின்றது.

2764. **அந்த ணாளர் புரியும் அருமறை**
சிந்தை செய்யா அருகர் திறங்களைச்
சிந்த வாதுசெ யத்திரு உள்ளமே
வெந்த நீறுஅது அணியும் விகிர்தனே
ஞாலம் நின்புக ழேமிக வேண்டும்தென்
ஆல வாயில் உறையும்எம் ஆதியே (5)

அருஞ்சொற்பொருள்:

அருகர் - சமணர். சிந்த - அழிய. விகிர்தன் - பலமாறுபாடுகள் உடையவன்.

பொழிப்புரை:

அழகிய ஆலவாய் என்னும் தலத்தில் எழுந்தருளி இருக்கும் எம் முதல்வனே! வெந்த திருநீற்றை அணியும் பலமாறுபாடுகள் உடையவனே! அந்தணர்கள் ஓதும் அரிய மறைகளை மனம்கொள்ளாத சமணர்களது வலிமை அழியுமாறு வாதம் செய்ய, உமது உள்ளக்குறிப்பு யாது? உலகம் முழுவதும் உமது புகழே பரவ வேண்டும் என்பது எனது விருப்பமாக இருக்கின்றது.

2765. வேட்டு வேள்விசெ யும்பொரு ளைவிளி
    மூட்டு சிந்தை முருட்டுஅமண் குண்டரை
    ஓட்டி வாதுசெ யத்திரு உள்ளமே
    காட்டில் ஆனை உரித்தஎம் கள்வனே
    ஞாலம் நின்புக ழேமிக வேண்டும்தென்
    ஆல வாயில் உறையும்எம் ஆதியே   (6)

அருஞ்சொற்பொருள்:

வேட்டு - விரும்பி. விளிமூட்டு - இகழ்ந்து. முருட்டு - முட்டு. குண்டர் - உடல் பருத்தவர் (அறிவில் இளைத்தவர்). ஓட்டி - துரத்தி. ஆனை - யானை. கள்வன் - உள்ளம் கவர்ந்தவன்.

பொழிப்புரை:

அழகிய திருஆலவாய் என்னும் தலத்தில் எழுந்தருளி இருக்கும் எம் முதல்வனே! காட்டில் வாழும் யானையின் தோலை உரித்தவனே! எமது உள்ளத்தைக் கவர்ந்தவனே! அந்தணர் விரும்பி வேட்கும் வேள்வியை இழித்துப் பேசும் சிந்தை உடைய உடல்பருத்த முரட்டுச் சமணர்களோடு வாதம் செய்து துரத்த, உமது உள்ளக் குறிப்பு யாது? உலகம் முழுவதும் உமது புகழே பரவ வேண்டும் என்பதே எனது விருப்பமாக இருக்கிறது.

2766. அழல்அது ஓம்பும் அருமறை யோர்திறம்
    விழல்அது என்னும் அருகர் திறத்திறம்
    கழல வாதுசெ யத்திரு உள்ளமே
    தழல்இ லங்கு திருஉருச் சைவனே
    ஞாலம் நின்புக ழேமிக வேண்டும்தென்
    ஆல வாயில் உறையும்எம் ஆதியே   (7)

அருஞ்சொற்பொருள்:

அழல் - நெருப்பு (வேள்வி). விழல் - பயனற்றது (ஒருபுல்). கழல - நீங்க. தழல் - நெருப்பு.

பொழிப்புரை:

அழகிய ஆலவாய் என்னும் நகரில் எழுந்தருளி இருக்கும் முதல்வனே! நெருப்பு போன்ற சிவந்த நிறத் திருமேனி உடைய சைவனே! வேள்வி வேட்கும் அந்தண நெறியை வீண் எனக் கருதும் சமணரது வலிமையை வாது செய்து அழிக்க, உமது உள்ளக்குறிப்பு யாது? உலகம் முழுவதும் உமது புகழே பரவவேண்டும் என்பது எனது விருப்பமாக இருக்கின்றது.

2767. நீற்று மேனியர் ஆயினர் மேல்உற்ற
    காற்றுக் கொள்ளவும் நில்லா அமணரைத்
    தேற்றி வாதுசெ யத்திரு உள்ளமே
    ஆற்ற வாள்அரக் கற்கும் அருளினாய்
    ஞாலம் நின்புக ழேமிக வேண்டும்தென்
    ஆல வாயில் உறையும்எம் ஆதியே   (8)

அருஞ்சொற்பொருள்:

ஆற்ற வாள் அரக்கன் - ஆற்றலுடைய வாள்படை ஏந்திய அரக்கனாகிய இராவணன்.

பொழிப்புரை:

அழகிய ஆலவாய் என்னும் நகரில் எழுந்தருளி இருக்கும் எமது முதல்வனே! வலிமை உடைய வாளாயுதம் ஏந்திய அரக்கனாகிய இராவணனுக்கும் அருள்செய்தவனே! திருநீறு பூசிய மேனி உடைய அடியார்மேல் பட்டு வீசும் காற்று, தன்மேல் படுவதையும் விரும்பாத சமணரை வாதில் வென்று, தெளியச் செய்து அழிக்க, உமது உள்ளக் குறிப்பு யாது? உலகம் முழுவதும் உமது புகழே பரவவேண்டும் என்பது எனது விருப்பமாக இருக்கின்றது.

2768. நீல மேனி அமணர் திறத்துநின்
    சீலம் வாதுசெ யத்திரு உள்ளமே
    மாலும் நான்முக னும்காண்பு அரியதுஓர்
    கோலம் மேனியது ஆகிய குன்றமே

ஞாலம் நின்புக ழேமிக வேண்டும்தென்
ஆல வாயில் உறையும்எம் ஆதியே (9)

அருஞ்சொற்பொருள்:

நீலமேனி - அழுக்கு ஏறிய உடல் (நீலம் பச்சை கருப்பு இவற்றை ஒன்றாகக் கருதுவது இலக்கிய வழக்கு). நின்சீலம் - உமது சமயஒழுக்கம். கோல மேனி - அழகிய திருமேனி.

பொழிப்புரை:

அழகிய ஆலவாயில் என்னும் தலத்தில் எழுந்தருளி இருக்கும் எமது முதல்வனே! திருமாலும் பிரமனும் தேடிக்காண முடியாத அழகிய குன்று போன்ற திருமேனி உடையவனே! அழுக்கேறிய உடம்புடன் கூடிய சமணரோடு நினது சமயஒழுக்கம் குறித்து எடுத்துக்கூறி வாதம் செய்து அழிக்க, உமது உள்ளக்குறிப்பு யாது? உலகம் முழுவதும் உமது புகழே பரவ வேண்டும் என்பது எனது விருப்பமாக இருக்கிறது.

2769. அன்று முப்புரம் செற்ற அழகநின்
துன்று பொற்கழல் பேணா அருகரைத்
தென்ற வாதுசெ யத்திரு உள்ளமே
கன்று சாக்கியர் காணாத் தலைவனே
ஞாலம் நின்புக ழேமிக வேண்டும்தென்
ஆல வாயில் உறையும்எம் ஆதியே (10)

அருஞ்சொற்பொருள்:

தென்ற, கன்று - கோபிக்கின்ற.

பொழிப்புரை:

அழகிய ஆலவாயில் என்னும் தலத்தில் எழுந்தருளி இருக்கும் எமது முதல்வனே! சினமுடைய பௌத்தர்களால் காணமுடியாத தலைவனே! அன்று முப்புரத்தைத் தீயிட்டு அழித்த அழகனே! நினது அழகிய திருவடியைப் போற்றி வழிபடாத சமணரைச் சினந்து வாதம் செய்து அழிக்க, உமது திருஉள்ளக் குறிப்பு யாது? உலகம் முழுவதும் உமது புகழே பரவவேண்டும் என்பது எனது விருப்பமாக இருக்கிறது.

2770. கூடல் ஆலவாய்க் கோனை விடைகொண்டு
வாடல் மேனி அமணரை வாட்டிட
மாடக் காழிச்சம் பந்தன் மதித்தஇப்
பாடல் வல்லவர் பாக்கிய வாளரே (11)

அருஞ்சொற்பொருள்:

கூடல் - நான்மாடக்கூடல். விடை கொண்டு - விடை பெற்றுக் கொண்டு. வாட்டிட - அழித்திட.

பொழிப்புரை:

நான்மாடக் கூடல் என்றும், ஆலவாய் என்றும், பெயர் பெற்ற மதுரையில் எழுந்தருளி இருக்கும் இறைவரிடம், விரதம் முதலியவற்றால் உடல் வாடிய சமணரை வருத்த, விருப்பத்தை விடையாகப் பெற்றுக்கொள்ள, மாடங்கள் நிறைந்த சீர்காழி நகரத்து ஞானசம்பந்தன், பாடிய இப்பாடல்களைப் பாடி வழிபட வல்லவர், பாக்கியம் பெற்றவரே ஆவர்.

திருச்சிற்றம்பலம்

256

திருப்பிரமபுரம்

பதிக வரலாறு:

சமண் அழிக்கும் குறிப்பு கிடைக்கப்பெற்ற சண்பையர், குலச் சிறையாரும் மங்கையர்க்கரசியாரும் உடன்வரச் சென்று மன்னனைக் கண்டார். மன்னன் தன் தலைப்பக்கத்தில் போடப்பட்டிருந்த பொற்பீடம் காட்டி அதனில் அமருமாறு செய்வித்தான். பிள்ளையாரது அருள் நோக்கம் பட்டஅளவில் அரசனது அயர்சி சிறிதளவு நீங்கியது. ஆனால் சூழஇருந்த சமணர்க்கு உள்ளூற அச்சம் மேலிட்டது. அப்பொழுது அரசன் பிள்ளையாரிடம் 'தங்கள் பதி யாது?' என வினவ, பிள்ளையார் தனது ஊருக்குரிய 12 பெயர்களையும் பதிகத்தில் அமைத்துப் பாடி அருளுகின்றார்.

திருமுறை 2 - 206 **திருஞான - 754**

திருச்சக்கரமாற்று

பண்: காந்தாரம்

2771. **பிரமனூர் வேணுபுரம் புகலி**
வெங்குருப் பெருநீர்த் தோணி
புரமன்னும் பூந்தராய் பொன்னம்
சிரபுரம் புறவம் சண்பை
அரன்மன்னும் தண்காழி கொச்சைவயம்
உள்ளிட்டுஅங்கு ஆதி ஆய
பரமன்ஊர் பன்னிரண்டாய் நின்றதிருக்
கழுமலம்நாம் பரவும் ஊரே (1)

அருஞ்சொற்பொருள்:

மன்னு - நிலைபெற்ற. பொன்அம் - பொன்னும் அழகும் உடைய. அரன் மன்னும் - பிறப்பறுக்கும் பெருமான் எழுந்தருளி இருக்கும். தண் - குளிர்ச்சி. ஆதி ஆய - முதலாய. பரவும் - வணங்கப்படும்.

பொழிப்புரை:

பிரமனூர், வேணுபுரம், புகலி, வெங்குரு, பெரிய நீர்ப்பெருக்கு உடைய தோணிபுரம், நிலைத்து நிற்கும் பூந்தராய், பொன்னும் அழகும் உடைய சிரபுரம், புறவம், சண்பை, பிறப்பு அறுக்கும் பெருமான் எழுந்தருளும் குளிர்ந்த காழி, கொச்சைவயம், உள்ளிட்ட திருக்கழுமலம் எனப் பரமன் எழுந்தருளிய நம்மால் வணங்கப்படுகின்ற அவ்வூர் பன்னிரண்டு பெயர்களைக் கொண்டது.

2772. வேணுபுரம் பிரமனூர் புகலிபெரு
வெங்குரு வெள்ளத்து ஓங்கும்
தோணிபுரம் பூந்தராய் தூநீர்ச்
சிரபுரம் புறவம் காழி
கோணிய கோட்டாற்றுக் கொச்சை
வயம்சண்பை கூரும் செல்வம்
காணிய வையகத்தார் ஏத்தும்
கழுமலம்நாம் கருதும் ஊரே (2)

அருஞ்சொற்பொருள்:

வெள்ளத்து ஓங்கும் - ஊழி வெள்ளத்தில் மிதக்கும். தூநீர் - தூயநீர். கோணிய கோட்டாறு - வளைந்து பாய்கின்ற கோட்டாறு. கூரும் - மிகும். காணிய - காணும்பொருட்டு. வையகத்தார் - உலகர்.

பொழிப்புரை:

வேணுபுரம், பிரமனூர், புகலி, பெரிய வெங்குரு, ஊழி வெள்ளத்தில் மிதந்த தோணிபுரம், பூந்தராய், தூய நீர்ப்பெருக்கு உடைய சிரபுரம், புறவம், காழி, வளைந்து பாயும் கோட்டாற்றின் கரையில் உள்ள கொச்சை வயம், சண்பை, மிகுந்த செல்வம் உடையவராய் வாழ நினைக்கும் உலகர் போற்றும் கழுமலம் என எமது ஊர் பன்னிரண்டு பெயர்களைக் கொண்டது.

2773. புகலி சிரபுரம் வேணுபுரம்
சண்பை புறவம் காழி
நிகர்இல் பிரமபுரம் கொச்சைவயம்
நீர்மேல் நின்ற மூதூர்
அகலிய வெங்குருவோடு அந்தண்
தராய்அமரர் பெருமாற்கு இன்பம்
பகரும் நகர்நல்ல கழுமலம்நாம்
கைதொழுது பாடும் ஊரே (3)

அருஞ்சொற்பொருள்:

நிகர்இல் - ஒப்புஇல்லாத. நீர்மேல் நின்ற மூதூர் - தோணிபுரம். அகலிய - இடமகன்ற. அம்தண் - அழகும் குளிர்ச்சியும். அமரர் பெருமான் - தேவர் தலைவன். பகரும் - கூறும்.

பொழிப்புரை:

புகலி, சிரபுரம், வேணுபுரம், சண்பை, புறவம், காழி, ஒப்புமை கூற முடியாத பிரமபுரம், கொச்சைவயம், ஊழிக்காலத்தில் நீர்மேல் மிதந்த பழமை உடைய தோணிபுரம், இடமகன்ற வெங்குரு, அழகியதும் குளிர்ச்சி பொருந்தியதும் ஆகிய பூந்தராய், தேவர் பிரானுக்கு இன்பம் தரும் நல்ல கழுமலம் எனப் பன்னிரண்டு பெயர்களைக் கொண்டது நம்மால் கைகூப்பி வணங்கப்படும் ஊர்.

2774. வெங்குருத் தண்புகலி வேணுபுரம்
சண்பை வெள்ளம் கொள்ளத்
தொங்கிய தோணிபுரம் பூந்தராய்
தொகுபிரம புரம்தொல் காழி
தங்கு பொழில்புறவம் கொச்சை
வயம்தலைபண்டு ஆண்ட மூதூர்
கங்கை சடைமுடிமேல் ஏற்றான்
கழுமலம்நாம் கருதும் ஊரே (4)

அருஞ்சொற்பொருள்:

தொகு - கூடிய. தொல் - பழைய. பொழில் - சோலை. தலை பண்டு ஆண்ட மூதூர் - சிரபுரம். ஏற்றான் - ஏற்றுக் கொண்டவன்.

பொழிப்புரை:

வெங்குரு, குளிர்ந்த புகலி, வேணுபுரம், சண்பை, ஊழி வெள்ளத்தில் மிதந்து கொண்டிருந்த தோணிபுரம், பூந்தராய், இத்துடன் கூடிய பிரமபுரம், பழைமை வாய்ந்த காழி, சோலை சூழ்ந்த புறவம், கொச்சைவயம், சிரபுரம், கங்கையைச் சடாமுடியில் ஏற்ற சிவபெருமான் எழுந்தருளி இருக்கும் கழுமலம் எனப் பன்னிரெண்டு பெயர்கள் உடையது நாம் நினைக்கும் (எமது) ஊர்.

2775. தொன்நீரில் தோணிபுரம் புகலி
வெங்குரு துயர்தீர் காழி
இன்நீர வேணுபுரம் பூந்தராய்
பிரமனூர் எழில்ஆர் சண்பை

நன்நீர பூம்புறவம் கொச்சை
வயம்சிலம்பன் நகராம் நல்ல
பொன்நீர புன்சடையான் பூந்தண்
கழுமலம்நாம் புகழும் ஊரே (5)

அருஞ்சொற்பொருள்:

தொன்நீர் - பழைய பிரளய வெள்ளம். துயர் தீர் - துன்பம் தீர்க்கின்ற. இன்நீர் - இனிமையான நீர். எழில் ஆர் - அழகு பொருந்திய. நன்நீர் - நல்லநீர். சிலம்பன் நகர் - சிரபுரம். பொன்நீர - பொன்போன்ற தன்மை உடைய. புன்சடை - மெல்லிய சடை.

பொழிப்புரை:

முற்காலத்தில் ஊழிவெள்ளத்தில் மிதந்த தோணிபுரம், புகலி, வெங்குரு, துன்பம் தீர்க்கும் காழி, இனிய நீர்வளம் உடைய வேணுபுரம், பூந்தராய், பிரமனூர், அழகுபொருந்திய சண்பை, நல்ல நீரால் நிரம்பிய புறவம், கொச்சைவயம், சிரபுரம், நல்ல பொன்போல் ஒளிரும் சடை உடைய சிவபெருமானது கழுமலம் எனப் பன்னிரண்டு பெயர்களைக் கொண்டது நாம் புகழும் ஊர்.

2776. தண்அம் தராய்புகலி தாமரையான்
ஊர்சண்பை தலைமுன் ஆண்ட
அண்ணல் நகர்கொச்சை வயம்தண்
புறவம்சீர் அணிஆர் காழி
விண்இ யல்சீர் வெங்குருநல்
வேணுபுரம் தோணிபுரம் மேலால்ஏந்து
கண்நு தலான்மே வியநல்
கழுமலம்நாம் கைதொழுது கருதும்ஊரே (6)

அருஞ்சொற்பொருள்:

தண்அம் - குளிர்ச்சியும் அழகும். தாமரையான் ஊர் - பிரமபுரம். தலைமுன் ஆண்ட அண்ணல் நகர் - சிரபுரம். சீர் - சிறப்பு. அணி - அழகு. விண்இயல் சீர் - விண்ணவரும் புகழும்.

பொழிப்புரை:

குளிர்ந்த அழகிய பூந்தராய், பிரமபுரம், சண்பை, சிரபுரம், கொச்சைவயம், குளிர்ந்த புறவம், சிறப்பும் அழகும் பொருந்திய காழி,

விண்ணில் உள்ளவரும் புகழும் வெங்குரு, நல்ல வேணுபுரம், தோணிபுரம், இரண்டு கண்களுக்கு மேலாய் உள்ள நெற்றியில் ஒருகண் கொண்ட சிவபெருமான் எழுந்தருளி இருக்கும் நல்ல கழுமலம் எனப் பன்னிரண்டு பெயர்கள் உடையது நாம் வணங்கும் அந்த ஊர்.

2777. **சீர்ஆர் சிரபுரமும் கொச்சைவயம்**
சண்பையொடு புறவம் நல்ல
ஆராத் தராய்பிரம னூர்புகலி
வெங்குருவொடு அம்தண் காழி
ஏர்ஆர் கழுமலமும் வேணுபுரம்
தோணிபுரம் என்றுஎன்று உள்கிப்
பேரான் நெடியவனும் நான்முகனும்
காண்புஅரிய பெருமான் ஊரே (7)

அருஞ்சொற்பொருள்:

சீர்ஆர் - சிறப்பு பொருந்திய. ஆரா - தெவிட்டாத. ஏர் - அழகு. பேரான் - பெயரை உடைய (இருவர்).

பொழிப்புரை:

சிறப்பு பொருந்திய சிரபுரம், கொச்சைவயம், சண்பை, புறவம், நல்ல கேட்கத் தெவிட்டாத பூந்தராய், பிரமனூர், புகலி, வெங்குரு, அழகிய குளிர்ந்த காழி, அழகு பொருந்திய கழுமலம், வேணுபுரம், தோணிபுரம், என்று (நெடியவன் என்று பெயர் பெற்ற) திருமாலும் நான்முகனும் காண அருமை உடைய பெருமானது ஊர் பன்னிரண்டு பெயர்கள் கொண்டது.

2778. **புறவம் சிரபுரமும் தோணிபுரம்**
சண்பைமிகு புகலி காழி
நறவமி குசோலைக் கொச்சை
வயம்தராய் நான்முகன் தன்ஊர்
விறல்ஆய வெங்குருவும் வேணுபுரம்
விசயன் மேல்அம்பு எய்த
திறலான் அரக்கனைச் செற்றான்தன்
கழுமலம்நாம் சேரும் ஊரே (8)

அருஞ்சொற்பொருள்:

நறவம் - தேன். நான்முகன்தன் ஊர் - பிரமபுரம். விறல் - பெருமை. விசயன் - அருச்சுனன். திறல் - வலிமை. அரக்கன் - இராவணன். செற்றான் - அழித்தான்.

பொழிப்புரை:

புறவம், சிரபுரம், தோணிபுரம், சண்பை, பெருமை மிகு புகலி, காழி, தேன் மிகுந்த சோலை சூழ்ந்த கொச்சைவயம், பூந்தராய், பிரமபுரம், பெருமை உடைய வெங்குரு, வேணுபுரம், அருச்சுனன் மீது அம்பு எய்தவனும், வலிமை உடைய அரக்கன் இராவணனை நசுக்கியவனும், ஆகிய சிவபெருமான் எழுந்தருளி இருக்கும் கழுமலம் என்று பன்னிரண்டு பெயர்கள் கொண்டது எமது ஊர்.

2779. சண்பை பிரமபுரம் தண்புகலி
வெங்குரு நல்காழி சாயாப்
பண்புஆர் சிரபுரமும் கொச்சை
வயம்தராய் புறவம் பார்மேல்
நண்புஆர் கழுமலம்சீர் வேணுபுரம்
தோணிபுரம் நாண்இ லாத
வெண்பல் சமணரொடு சாக்கியரை
வியப்புஅழித்த விமலன் ஊரே (9)

அருஞ்சொற்பொருள்:

சாயாப் பண்பு ஆர் - அழியாக் குணம் பொருந்திய. பார்மேல் - நிலவுலகின்மீது. பண்பு ஆர் - பண்புடன் கூடிய. நாண் இலாத - வெட்கம் சிறிதும் இலாத (உடை உடுத்தாத). வியப்பு - பெருமை.

பொழிப்புரை:

சண்பை, பிரமபுரம், குளிர்ந்த புகலி, வெங்குரு, நல்ல காழி, அழியாத நற்பண்பு உடையவர் வாழும் சிரபுரம், கொச்சைவயம், பூந்தராய், புறவம், உலகில் நல்ல பண்பு உடையவர் கூடிவாழும் கழுமலம், சிறந்த வேணுபுரம், தோணிபுரம், என (உடை உடுத்தாத) வெட்கம் சிறிதும் இல்லாத வெண்பல் உடைய சமணர் பௌத்தர் ஆகியோரது பெருமையை அழியச் செய்த மலமற்ற சிவபெருமான் எழுந்தருளி இருக்கும் ஊர் பன்னிரண்டு பெயர்கள் கொண்டது.

2780. செழுமலிய பூங்காழி புறவம்
சிரபுரம்சீர்ப் புகலி செய்ய
கொழுமலரான் நன்நகரம் தோணிபுரம்
கொச்சைவயம் சண்பை ஆய

விழுமியசீர் வெங்குருவொடு ஓங்குதராய்
வேணுபுரம் மிகுநன் மாடக்
கழுமலம் என்றுஇன்ன பெயர்பன்னி
ரண்டும்கண் நுதலான் கருதும்ஊரே (10)

அருஞ்சொற்பொருள்:

செழு மலிய - செழிப்பு மிகுந்த. செய்ய கொழுமலரான் நன்னகரம் - பிரமபுரம். விழுமிய சீர் - மிக்க புகழ்.

பொழிப்புரை:

செழிப்பு மிகுந்த அழகிய காழி, புறவம், சிரபுரம், சிறப்புஉடைய புகலி, சிவந்த தாமரை மலரில் இருக்கும் பிரமன் வழிபட்ட நல்ல நகரமாகிய பிரமபுரம், தோணிபுரம், கொச்சைவயம், சண்பை, சிறப்புடைய வெங்குரு, புகழால் சிறந்து விளங்கும் பூந்தராய், வேணுபுரம், நல்ல மாடங்கள் நிறைந்த கழுமலம் என்று பன்னிரண்டு பெயர்களைக் கொண்டது நெற்றியில் கண்உடைய சிவபெருமான் எழுந்தருளி இருக்கும் எமது ஊர்.

2781. கொச்சை வயம்பிரம னூர்புகலி
வெங்குரு புறவம் காழி
நிச்சல் விழவுஓவா நீடார்
சிரபுரம்நீள் சண்பை மூதூர்
நச்சுஇனிய பூந்தராய் வேணுபுரம்
தோணிபுரம் ஆகி நம்மேல்
அச்சங்கள் தீர்த்துஅருளும் அம்மான்
கழுமலம் நாம்அமரும் ஊரே (11)

அருஞ்சொற்பொருள்:

நிச்சல் - நாள்தோறும். விழவு ஓவா - திருவிழாக்கள் இடையறாத. நீடுஆர் - காலம் இடம் ஆகிய இரண்டாலும் நெடிய. நீள் - நீண்ட. மூதூர் - பழமையான ஊர். நச்ச இனிய - விரும்புதற்கு இனிய. அச்சங்கள் - பிறவி முதலிய அச்சங்கள். அம்மான் - அருமகன்.

பொழிப்புரை:

கொச்சைவயம், பிரமனூர், புகலி, வெங்குரு, புறவம், காழி, நாளும் திருவிழாக்கள் இடைவிடாது நடைபெறுவதும் காலத்தாலும் இடத்தாலும்

நீண்டு விளங்குவதும் ஆகிய சிரபுரம், நீண்டதும் பழமை உடையதும் ஆகிய சண்பை, விரும்ப இனிமை தரும் பூந்தராய், வேணுபுரம், தோணிபுரம், நமக்கு வரும் பிறவி முதலிய அச்சங்களைப் போக்குவதும், அரிய சிவபெருமான் எழுந்தருளி இருப்பதும்ஆகிய கழுமலம் எனப் பன்னிரண்டு பெயர்கள் உடையது நமது ஊர்.

2782. **காவி மலர்புரையும் கண்ணார்**
கழுமலத்தின் பெயரை நாளும்
பாவியசீர்ப் பன்னிரண்டு நன்நூலாப்
பத்திமையால் பனுவல் மாலை
நாவின் நலம்புகழ்சீர் நான்மறையான்
ஞானசம் பந்தன் சொன்ன
மேவிஇசை மொழிவார் விண்ணவரின்
எண்ணுதலை விரும்பு ளாரே (12)

அருஞ்சொற்பொருள்:

காவிமலர் - நீலமலர். புரையும் - ஒக்கும். பாவிய - பரவிய. பத்திமை - அன்பு. தலைவிருப்பு - தலையன்பு.

பொழிப்புரை:

நீலமலர் போன்ற கண்உடைய சிவபெருமான் எழுந்தருளி இருக்கும் கழுமலத்துக்கு உரிய பன்னிரண்டு பெயர்களையும், நாளும் பரவும் வகையில் நல்ல நூலாகப் பாடிய பாமாலையை நாநலம் உடையவனும், புகழும் சிறப்பும் பொருந்திய நான்கு வேதங்களையும் ஓதாமலே உணர்ந்தவனும், ஆகிய ஞானசம்பந்தன் பாடிய பாடல்களை இசை வழுவாது பாடி வழிபட வல்லவர். தேவர் உலகம் சென்று, அங்கு அவரோடு வைத்துஎண்ணும் மேலான பெருமை உடையவராவர்.

திருச்சிற்றம்பலம்

257

திருஆலவாய்

பதிக வரலாறு:

பதிகம் நிறைவுபெற, அதுகண்டு பொறுக்கமுடியாத சமணர்கள், பிள்ளையாரை வாதில் வெல்ல நினைத்து, தமது நூற்கருத்துகளை எல்லாம் எடுத்துஉரைத்தனர். அதுகண்ட அரசியார் அரசரிடம், 'பிள்ளையார் திருமேனி எளியர்; அமணர் எண்ணிலவர்கள்; உமது நோயினைப் பிள்ளையார் போக்கி அருளுவார்; அதன்பின் சமணர்கள் பேசலாமே!' என்றார். அப்பொழுது பிள்ளையார் அம்மையாரை நோக்கி, 'என்னைப் பாலகன் என்று நினைத்து அஞ்ச வேண்டா; திருஆலவாய் அரன் இருக்க, நான் இவ்வமணர்க்கு எளியேன் அல்லன்' என்னும் கருத்து அமைந்த இப்பதிகத்தைப் பாடி அருளுகின்றார்.

திருமுறை 3 - 297 **திருஞான - 760**

பண்: கொல்லி

2783. **மானின் நேர்விழி மாதராய் வழுதிக்கு**
மாபெரும் தேவிகேள்
பானல் வாய்ஒரு பாலன் ஈங்குஇவன்
என்றுநீபரிவு எய்திடேல்
ஆனை மாமலை ஆதி ஆய
இடங்களில்பல அல்லல்சேர்
ஈனர் கட்கு எளியேன் அலேன்திரு
ஆலவாய்அரன் நிற்கவே (1)

அருஞ்சொற்பொருள்:

மானின் நேர் விழி - மான் போன்ற மருண்ட பார்வை. பானல் - (பால் + நல்) பால் ஒழுகும் நல்ல. பரிவு - இரக்கம். ஆனைமாமலை - ஆனை மலை என்னும் பெயரில் விளங்கும் பெரியமலை (மதுரைக்கு

அருகில் இம்மலை இப்பொழுதும் இருக்கின்றது). அல்லல்சேர் - பிறர்க்குத் துன்பம் விளைவிக்கின்ற. ஈனர் - கீழ்மக்கள். எளியேன் அலேன் - எளியவன் அல்லேன்.

பொழிப்புரை:

மான்போன்ற மருண்ட பார்வை உடைய மங்கையர்க்கு அரசியே! பாண்டிய மன்னனின் மனைவியாகிய பெருந்தேவியே! கேட்பாயாக! பால்வடியும் வாய்உடைய பாலகன் என்று என்மீது இரக்கம் கொள்ள வேண்டா! திருஆலவாயில் எழுந்தருளி உளள அரன் துணை நிற்பதால், ஆனைமலை முதலிய பல பெரிய மலைகளில் வசிக்கும் பலதுன்பங்கள் செய்யும் கீழ்களாகிய இவர்களுக்கு முன்னிலையில் நான் எந்த வகையிலும் எளியவன் அல்லேன்.

2784. **ஆகமத் தொடுமந் திரங்கள் அமைந்த**
சங்கத பங்கமாப்
பாகதத் தொடுஇரைத்து உரைத்த சனங்கள்
வெட்குறு பக்கமா
மாகதக் கரிபோல் திரிந்து புரிந்து
நின்றுஉணும் மாசுசேர்
ஆகதர்க்கு எளியேன் அலேன்திரு ஆல
வாய்அரன் நிற்கவே (2)

அருஞ்சொற்பொருள்:

சங்கதம் - சமஸ்கிருதம். பங்கமா - பக்கமா. பாகதம் - பிராகிருதம். இரைத்துஉரைத்த - (பொருளற்ற) வெறும் ஓசைமாத்திரமாய்ச் சொன்ன. சனங்கள் - வைதிகர். வெட்குறு - வெட்கம் அடையத்தக்க. பக்கமா - (பங்கமா) பங்கப்படும்படி. மாகதக்கரி - மிகுந்த சினம் உடைய யானை. உணும் - உண்ணும். மாசு - குற்றம். ஆகதர் - ஆர்கதர் (சமணர்).

பொழிப்புரை:

வேத ஆகமங்களையும் மந்திரங்களையும் நன்கு பயின்ற வைதிக மாந்தர் வெட்கம் அடையும்படி சமஸ்கிருதத்தின் கூறாகிய பிராகிருத மொழியில் ஆரவாரம் செய்து பேசி, மிகுந்த கோபம் உடைய யானை போல் திரிந்து, நின்றுகொண்டே உணவினை உண்ணும், அழுக்கு உடம்பு உடைய சமணர்களுக்கு முன்னிலையில், ஆலவாய் அரன் துணை நிற்பதால் நான் சிறியேன் அல்லேன்.

2785. அத்தகு பொருள்உண்டும் இல்லையும் என்று
நின்றவர்க்கு அச்சமா
ஒத்து ஒவ்வாமை மொழிந்து வாதில்
அழிந்துஎழுந்த கவிப்பெயர்ச்
சத்திரத் தின்மடிந்து ஒடிந்து சனங்கள்
வெட்குற நக்கமே
சித்திரர்க்கு எளியேன் அலேன்திரு ஆல
வாய்அரன் நிற்கவே (3)

அருஞ்சொற்பொருள்:

கவிப்பெயர்ச் சத்திரம் - கவிதை என்று சொல்லப்படும் வாள். நக்கமே - வெட்கப்படும்படி (ஆடையின்றித் திரிபவர்). சித்திரர் - வார்த்தை அழகு உடையோர்.

பொழிப்புரை:

ஒப்பற்ற அப்பரம்பொருளை (கடவுளை) உண்டு என்றும், இல்லை என்றும் (அத்தி நாத்தி) கூறும் கொள்கை உடையவர், ஒத்தும் ஒவ்வாது பேசும் சமணர்கள், வாதில் அழிந்து தோற்று, எனது கவிதையாகிய வாளில் பட்டு மடிந்து போவர். காண்பவர் நாணுமாறு ஆடையின்றித் திரியும் சமணர்க்கு நான் எளியேன் அல்லேன்; ஏனெனில் ஆலவாய் அரன்துணை நமக்கு இருக்கிறது.

2786. சந்து சேனனும் இந்து சேனனும்
தரும சேனனும் கருமைசேர்
கந்த சேனனும் கனக சேனனும்
முதல்அது ஆகிய பெயர்கொளா
மந்தி போல்திரிந்து ஆரியத் தொடுசெந்
தமிழ்ப்பயன் அறிகிலா
அந்த கர்க்கு எளியேன் அலேன்ஆல
வாய்அரன் நிற்கவே (4)

அருஞ்சொற்பொருள்:

பெயர்கொளா - பெயர் கொண்டு. மந்தி - பெண்குரங்கு. ஆரியம் - வடமொழி. தமிழ் - தென்மொழி. அந்தகர் - குருடர்.

பொழிப்புரை:

சந்தசேனன், இந்துசேனன், தருமசேனன், கந்துசேனன், கனகசேனன் என்பது போன்ற பெயர்களை வைத்துக்கொண்டு, பெண்குரங்கு போல் திரிந்து, ஆரியமும் தமிழும் கற்றிருந்தும், அம்மொழி வழி இறைவனை அடைவதற்கான வழிமுறை அறியாது, கண்இருந்தும் குருடராய்த் திரியும் சமணர்க்கு முன்னிலையில் நான் எளியவன் அல்லேன்; ஏனெனில் திருஆலவாயில் எழுந்தருளி இருக்கும் அரன் நம்முடன் இருக்கிறான்.

2787. **கூட்டின் ஆர்கிளியின் விருத்தம் உரைத்தது**
ஓர்ஒலி யின்தொழில்
பாட்டு மெய்சொலிப் பக்கமே செலும்எக்
கர்தங்களைப் பல்அறம்
காட்டி யேவரு மாடு எலாம்கவர்
கையரைக்கசிவு ஒன்றுஇலாச்
சேட்டை கட்குளளி யேன்அலேன் திருஆல
வாய்அரன் நிற்கவே (5)

அருஞ்சொற்பொருள்:

கூட்டின் ஆர் கிளி - கூண்டில் இருக்கும் கிளி. கிளிவிருத்தம் - நூலின் பெயர். சொலி - சொல்லி. எக்கர் - ஏமாற்றுக்காரர். மாடு - செல்வம். கையர் - கீழோர். கசிவு - இரக்கம். சேட்டை - மூதேவி.

பொழிப்புரை:

கூட்டில் பொருந்தி வாழும் கிளியின் பெயரில் விருத்தம் பாடி, பொருளற்ற வெற்று ஒலிமட்டுமே உடைய அப்பாடல்களை மெய் என்று சொல்லி ஏமாற்றுபவரும், பலஅறங்களை எடுத்துக் காட்டி செல்வத்தைப் பறிப்பவரும், கீழானவரும், இரக்கம் சிறிதும் இல்லாதவரும், மூதேவிகளும் ஆகிய சமணர்களுக்கு முன்னிலையில் நான் எளியவன் அல்லேன்; ஏனெனில் திருஆலவாய் அரன் நமக்குத் துணையாக இருக்கிறான்.

2788. **கனக நந்தியும் புட்ப நந்தியும்**
பவண நந்தியும் குமணமா
சுனக நந்தியும் குனக நந்தியும்
திவண நந்தியும் மொழிகொளா

அனக நந்தியர் மதுஒழிந்து அவமே
தவம்புரி வோம்எனும்
சினக ருக்குஎளி யேன்அலேன் திருஆல
வாய்அரன் நிற்கவே (6)

அருஞ்சொற்பொருள்:

மதுஒழிந்து - மது அருந்தும் பழக்கம் இல்லாதவராய். அவம் - வீண். சினகர் - சமணர்.

பொழிப்புரை:

கனகநந்தி, புட்பநந்தி, பவணநந்தி, குமண மாசுனக நந்தி, குனக நந்தி, திவண நந்தி, என எண்ணற்ற பலவகை நந்தி என்னும் பெயர்களை வைத்துக்கொண்டு, மது அருந்தாதவராய், தவம் செய்வதுபோல காட்டிக் கொண்டு, அவமே செய்து, திரியும் சமணர்களுக்கு முன்னிலையில், நான் எளியேன் அல்லேன்; ஏனெனில் திருஆலவாய் அரன் துணை நமக்கு இருக்கிறது.

2789. பந்தணம்(ம்) அவைஒன்று இலம்பரிவு
ஒன்றுஇலம் எனவாசக
மந்தணம் பலபேசி மாசுஅறு
சீர்மை இன்றிய நாயமே
அந்தணம் அருகந் தணம்அது
புத்தணம்(ம்) அதுசித்துஅணச்
சிந்தணர்க்கு எளியேன் அலேன்திரு
ஆல வாய்அரன் நிற்கவே (7)

அருஞ்சொற்பொருள்:

பந்தணம் - கட்டு. பரிவு - ஆசை. மந்தணம் - இரகசியம். அந்தணம், அருகந்தணம், புத்தணம் - இவை சமணர்களது பரிபாஷை. சித்து அணச் சிந்தணர் - சித்து கைவரப் பெற்ற சமணர்.

பொழிப்புரை:

பற்றுஇல்லை, ஆசைஇல்லை என்றெல்லாம் சொல்லிக்கொண்டு, இரகசியமாக தங்களுக்குள் பேசிக்கொண்டு, குற்றமற்ற சிறப்பு எதுவும் இல்லாத நியாயமற்ற நெறியிலே நின்றுகொண்டு, அந்தணம் அருகந்தணம்

புத்தணம் என்னும் பரிபாஷையான உபசர்க்கங்கள் பேசித் திரியும், சித்து கைவரப் பெற்ற சமணார்க்கு, முன்னிலையில் நான் எளியவன் அல்லேன்; ஏனெனில் திருஆலவாய் அரன் துணை நமக்கு இருக்கிறது.

2790. மேல்எனக்கு எதிர்இல்லை என்ற
அரக்க னார்மிகை செற்றதீப்
போலியைப் பணியக் கிலாதுஒரு
பொய்த்தவம் கொடு குண்டிகை
பீலிகைக் கொடுபாய் இடுக்கி
நடுக்கி யேபிறர் பின்செலும்
சீலிகட்கு எளியேன் அலேன்திரு
ஆல வாய்அரன் நிற்கவே (8)

அருஞ்சொற்பொருள்:

மிகை - செருக்கு. தீப்போலி - தீப்போன்றவன். பணியக்கிலாது - பணியாது. கொடு - கொண்டு. இடுக்கி - கக்கத்தில் இடுக்கிக் கொண்டு. செலும் - செல்லும். சீலிகள் - சீலம் உடையவர்கள். (சீலம் - ஒழுக்கம்).

பொழிப்புரை:

எனக்கு மேல் ஆற்றலுள்ள எவரும் இல்லை என்று செருக்கித் திரிந்த இராவணனது செருக்கை அடக்கியவரும், தீப்போன்ற சிவந்த மேனிநிறம் உடையவரும், ஆகிய சிவபெருமானைப் பணிந்து வணங்காது, பொய்யான ஒருதவ வேடம்கொண்டு, குண்டிகை, மயிற்பீலி, ஆகிய இவற்றைக் கையில் ஏந்தியும், பாயினைக் கக்கத்தில் இடுக்கியும், (எறும்பு முதலியன இறந்துபடும் என்று) நடக்க அச்சம் கொண்டு, ஏனையோர் முன்செல்ல அவர்பின்னே செல்லும் ஒருவகையான ஒழுக்கம் உடையவரும், ஆகிய சமணர்களுக்கு, நான் எளியவன் அல்லேன்; ஏனெனில் திருஆலவாய் அரன் உடன்நிற்கிறான்.

2791. பூமகற்கும் அரிக்கும் ஓர்வுஅரு
புண்ணி யன்(ன்)அடி போற்றிலார்
சாம்அவத்தை யினார்கள் போல்தலை
யைப்பறித் துஒரு பொய்த்தவம்
வேம்அவத்தை செலுத்தி மெய்ப்பொடி
அட்டி வாய்சக திக்குநேர்
ஆம்அவர்க்கு எளியேன் அலேன்திரு
ஆல வாய்அரன் நிற்கவே (9)

அருஞ்சொற்பொருள்:

ஓர்வுஅரு - ஓர்ந்து அறிய அருமை உடைய. சாம்அவத்தை - இறந்தவர்க்கு நீர்க்கடன் ஆற்றும் செயல். வேம் - வருந்துகின்ற. பொடி அட்டி - குளிக்காமையால் புழுதி படிந்து. வாய் சகதிக்கு நேர் - பல்துலக் காமையால் வாய் சேற்றுக்குச் சமமாய் இருக்க.

பொழிப்புரை:

தாமரைப் பூவில் உறையும் பிரமனும் திருமாலும் ஆராய்ந்து அறியமுடியாத நிலையில் நின்ற புண்ணியனாகிய சிவபெருமானது திருவடியைப் போற்றி வழிபடாது, இறந்தவர்க்கு ஈமக்கடன் செய்பவர் போல் தலைமுடியை பறித்துக் கொண்டு, ஒரு பொய்யான தவத்தை மேற்கொண்டு, உடலை தேவையில்லாமல் வருத்திக்கொண்டு, குளிக்காமையால் உடம்பில் புழுதியும், பல் துலக்காமையால் வாய் சகதியும், ஆக விளங்கும் சமணர்க்கு நான் எளியேன் அல்லேன்; ஏனெனில் திருஆலவாய் அரன் நம்முடன் இருக்கிறான்.

2792. தங்களுக்கும் அச்சாக் கியர்க்கும்
தரிப்பு ஒணாதநல் சேவடி
எங்கள் நாயகன் ஏத்துஒழிந்து
இடுக்கே மடுத்துஒரு பொய்த்தவம்
பொங்கு நூல்வழி அன்றியே
புலவோர் களைப்பழிக் கும்பொலா
அங்கதர்க்கு எளியேன் அலேன்திரு
ஆல வாய்அரன் நிற்கவே (10)

அருஞ்சொற்பொருள்:

தரிப்பு ஒணாத - தரித்துக் கொள்ள முடியாத. இடுக்கு - வஞ்சகம். மடுத்து - ஒழுகி. பொலா - பொல்லாத. அங்கதர் - சமணர்.

பொழிப்புரை:

சமணர்களுக்கும் பௌத்தர்களுக்கும் அரியவராய் விளங்கும் எங்கள் சிவபெருமானின் சிவந்த திருவடியை வழிபடுவதை விடுத்து, வஞ்சகம் பொருந்திய பொய்யான தவவேடம் பூண்டு, ஞானநூல்களில் கூறப்பட்டுள்ள கருத்துகளையும், அவற்றைச் சொன்ன புலவர்களையும், பழிக்கும் பொல்லாதவர்களுக்கு முன்னிலையில், நான் எளியேன் அல்லேன்; ஏனெனில் திருஆலவாய் அரன் நம்முடன் இருக்கின்றான்.

2793. எக்கராம் அமண்கை யருக்கு
 எளியேன் அலேன்திரு ஆலவாய்ச்
 சொக்கன் என்உள் இருக்கவே
 துளங்கும்முடித் தென்னன் முன்இவை
 தக்கசீர்ப் புகலிக்கு மன்தமிழ்
 நாதன் ஞானசம் பந்தன்வாய்
 ஒக்கவே உரைசெய்த பத்தும்
 உரைப்பவர்க்கு இடர் இல்லையே (11)

அருஞ்சொற்பொருள்:

எக்கர் - வஞ்சகர். கையர் - கீழ்கள். சொக்கன் - அழகன். துளங்கும் முடி - அசை தலை உடைய முடி (நோய்வாய்ப் பட்டிருத்தலைக் குறிக்கும்). மன் - மன்னன்.

பொழிப்புரை:

'திருஆலவாய் அழகன் உடன் இருக்கின்ற காரணத்தால், வஞ்சகர் களாகிய சமணர்களுக்கு நான் எளியேன் அல்லேன்' என்று நடுக்கம் கொண்ட பாண்டிய மன்னனுக்கு முன்னிலையில், தகுந்த சிறப்புடைய புகலி நகரத்து மன்னன் ஞானசம்பந்தன் வாயினால் உரைத்த பாடல் பத்தும் உரைப்பவர்க்குத் துன்பம் இல்லையாகும்.

திருச்சிற்றம்பலம்

258

திருஆலவாய்

பதிக வரலாறு:

'எனது வெப்பு நோயைத் தீர்ப்பவரே வாதில் வென்றவராகக் கருதப்படுவர்!' என்று பாண்டியன் கூறச் சமணர் இடப்பக்க வெப்பைப் போக்குவதாக ஒப்புக் கொண்டு, மந்திரம் செபித்து, பீலிகொண்டு தடவினர். ஆனால் அப்பகுதியில் நோய் மேலும் கூடியது. அப்பொழுது அரசன் பிள்ளையாரைப் பார்க்க, அவர் இப்பதிகத்தைப் பாடி திருநீற்றை வலப்பக்க உடம்பில் பூசினர். எனவே இது திருநீற்றுப்பதிகம் என்னும் சிறப்புப் பெயர் பெற்றது.

திருமுறை 2 - 202   திருஞான - 764

திருநீற்றுப்பதிகம்
பண்: காந்தாரம்

2794. மந்திரம் ஆவது நீறு வானவர் மேலது நீறு
    சுந்தரம் ஆவது நீறு துதிக்கப் படுவது நீறு
    தந்திரம் ஆவது நீறு சமயத்தில் உள்ளது நீறு
    செந்துவர் வாய்உமை பங்கன் திருஆல வாயன் திருநீறே(1)

அருஞ்சொற்பொருள்:

மேலது - உடம்பின் மேல் பூசுவது. சுந்தரம் - அழகு. தந்திரம் - ஆகமம். சமயம் - சைவம். செந்துவர் - பவளம்.

பொழிப்புரை:

சிவந்த பவளம் போன்ற வாய் உடைய உமாதேவியைப் பாகமாகக் கொண்ட திருஆலவாய் என்னும் தலத்தில் எழுந்தருளி இருக்கும் சிவபெருமானது திருநீறு, மந்திரம் போல் நினைத்ததைக் கொடுப்பது;

தேவர்கள் உடம்பில் பூசி இருப்பது; பூசியவர் உடம்புக்கு அழகினைக் கூட்டுவது; சைவசமயிகளால் வணங்கப்படுவது; ஆகமத்தில் பேசப்படுவது; சைவ சமயத்தின் சின்னமாய்த் திகழ்வது.

2795. வேதத்தில் உள்ளது நீறு வெந்துயர் தீர்ப்பது நீறு
 போதம் தருவது நீறு புன்மை தவிர்ப்பது நீறு
 ஓதத் தகுவது நீறு உண்மையில் உள்ளது நீறு
 சீதப் புனல்வயல் சூழ்ந்த திருஆல வாயான் திருநீறே   (2)

அருஞ்சொற்பொருள்:

வெந்துயர் - கொடிய துன்பம். போதம் - அறிவு (சிவஞானம்). புன்மை - இழிவு. ஓத - பெருமை கூற. உண்மை - மெய்ப்பொருள். சீதம் - குளிர்ச்சி.

பொழிப்புரை:

குளிர்ந்த நீர்வளம் உள்ள வயல்கள் சூழ்ந்த திருஆலவாயில் எழுந்தருளி இருக்கும் சிவபெருமானது திருநீறு, வேதத்தில் பேசப் படுவது; கொடிய பிறவித் துயர் முதலியவற்றைத் தீர்த்து வைப்பது; சிவஞானம் கைவர உதவுவது; அறியாமையாகிய இழிவினை நீக்குவது; குருவால் ஓதப்படும் பெருமை உடையது; மெய்ப்பொருளாய் விளங்குவது.

2796. முத்தி தருவது நீறு முனிவர் அணிவது நீறு
 சத்திய மாவது நீறு தக்கோர் புகழ்வது நீறு
 பத்தி தருவது நீறு பரவ இனியது நீறு
 சித்தி தருவது நீறு திருஆல வாயான் திருநீறே   (3)

அருஞ்சொற்பொருள்:

முத்தி - வீடுபேறு. முனிவர் - எல்லாச் செல்வங்களையும் வெறுத்தவர். சத்தியம் - எப்பொழுதும் உள்ளது. தக்கோர் - சிவனடியார். பத்தி - திருவடிக்கு அன்பு. பரவ - வாழ்த்த. சித்தி - அணிமா முதலிய எண்வகை சித்திகள்.

பொழிப்புரை:

திருஆலவாயில் எழுந்தருளி இருக்கும் சிவபெருமானது திருநீறு, வீடுபேறு அளிப்பது; முனிவர்கள் அணிந்து கொள்வது; என்றும்

இருப்பது; சிவனடியார்கள் பூசிக் கொள்வது; திருவடிக்கு அன்பு செய்யச் செய்வது; போற்றி அணிய இனிமை உடையது; எட்டு வகையான சித்திகளைத் தருவது.

2797. காண இனியது நீறு கவினைத் தருவது நீறு
பேணி அணிபவர்க்கு எல்லாம் பெருமை கொடுப்பது நீறு
மாணம் தகைவது நீறு மதியைத் தருவது நீறு
சேணம் தருவது நீறு திருஆல வாயான் திருநீறே (4)

அருஞ்சொற்பொருள்:

கவின் - அழகு. பேணி - போற்றி. மாணம் தகைவது - இறப்பைத் தடுப்பது. மதி - அறிவு. சேணம் - உயர்வு.

பொழிப்புரை:

திருஆலவாய் என்னும் தலத்தில் எழுந்தருளி இருக்கும் சிவபெருமானது திருநீறு, காண்பதற்கு இனிமை உடையது; அழகினைக் கூட்டுவது; போற்றி அணிபவர்க்குப் பெருமை தருவது; இறப்பைத் தடுப்பது; அறிவைத் தருவது; உயர்வைத் தருவது.

2798. பூச இனியது நீறு புண்ணிய மாவது நீறு
பேச இனியது நீறு பெருந்தவத் தேவர்களுக்கு எல்லாம்
ஆசை கெடுப்பது நீறு அந்தம்அது ஆவது நீறு
தேசம் புகழ்வது நீறு திருஆல வாயான் திருநீறே (5)

அருஞ்சொற்பொருள்:

ஆசை - பற்று. அந்தம் - இறுதி. தேசம் - உலகம்.

பொழிப்புரை:

திருஆலவாய் என்னும் தலத்தில் எழுந்தருளி இருக்கும் சிவபெருமானது திருநீறு, பூசிக் கொள்ள இனிமை உடையது; புண்ணியம் சேர்ப்பது; பெருமை பேச இனியது; பெரிய தவம் உடையோரது பற்றுக்களை அறுக்க உதவுவது; முடிந்த பொருளாய் விளங்குவது; உலகத்தாரால் புகழப்படுவது.

2799. அருத்தம்அது ஆவது நீறு அவலம் அறுப்பது நீறு
வருத்தம் தணிப்பது நீறு வானம் அளிப்பது நீறு
பொருத்தம்அது ஆவது நீறு புண்ணியர் பூசும்வெண் நீறு
திருத்தகு மாளிகை சூழ்ந்த திருஆல வாயான் திருநீறே (6)

அருஞ்சொற்பொருள்:

அருத்தம் - செல்வம். அவலம் - துன்பம். வானம் - வீடுபேறு.

பொழிப்புரை:

திருத்தமுற அமைந்த மாளிகைகள் நிறைந்து விளங்கும் திருஆலவாய் என்னும் தலத்தில் எழுந்தருளி இருக்கும் சிவபெருமானது திருநீறு, செல்வமாய் விளங்குவது; அவலத்தைப் போக்குவது; வருத்தத்தைத் தணிப்பது; வீடுபேறு அருளுவது; எல்லோரும் உடலில் பொருந்துமாறு அணிவது; புண்ணியம் உடையவர் பூசிக்கொள்வது.

2800. எயில்அது அட்டது நீறு இருமைக்கும் உள்ளது நீறு
    பயிலப் படுவது நீறு பாக்கிய மாவது நீறு
    துயிலைத் தடுப்பது நீறு சுத்தம்அது ஆவது நீறு
    அயிலைப் பொலிதரு சூலத்து ஆல வாயான் திருநீறே   (7)

அருஞ்சொற்பொருள்:

எயில் - மதில். அட்டது - அழித்தது. இருமை - இம்மை மறுமை. பயிலுதல் - பலகாலும் பழகுதல். பாக்கியம் - பேறு. துயில் - இருள் நிலையும் மருள் நிலையும். சுத்தம் - அருள்நிலை. அயில் - கூர்மை. பொலிதரு - விளக்கம் தருகின்ற.

பொழிப்புரை:

கூர்மை உடையதாய் விளங்கும் முத்தலைச் சூலம் ஏந்திய திருஆலவாய்ச் சிவபெருமானது திருநீறு; மும்மதிலை சுட்டுப் பொசுக்கியது; இம்மை, மறுமை என இருமையிலும் உதவுவது; பலமுறையும் பலராலும் பயன்படுத்தப்படுவது; பேறாய் விளங்குவது; கேவல சகலங்களை நீக்கி சுத்தம் அருளுவது. (இருள்நிலையிலும் மருள் நிலையிலும் இருந்து உயிர்களை மீட்டு அருள்நிலைக்கு அனுப்பி வைப்பது என்க).

2801. இராவணன் மேலது நீறு எண்ணத் தகுவது நீறு
    பராவணம் ஆவது நீறு பாவம் அறுப்பது நீறு
    தராவணம் ஆவது நீறு தத்துவம் ஆவது நீறு
    அராஅணங் கும்திரு மேனி ஆல வாயான் திருநீறே   (8)

அருஞ்சொற்பொருள்:

பராவணம் - பராசக்தி சொரூபமாய் விளங்குவது. தராவணம் - தத்துவம் (மெய்ப்பொருள்). அராஅணங்கும் - பாம்பு தவழ்கின்ற.

பொழிப்புரை:

ஆலவாயில் எழுந்தருளி இருக்கும் பாம்புகள் தவழ்கின்ற திருமேனி உடைய சிவபெருமானது திருநீறு, இராவணன் என்னும் அரக்கன் தன் உடம்பில் பூசி இருப்பது; எண்ணிப் பார்க்கும் தகுதி உடையது; பராசக்தியாக விளங்குவது; பாவம் போக்குவது; மெய்ப்பொருளாய் விளங்குவது; தத்துவமாய் விளங்குவது.

2802. **மாலொடு அயன்அறி யாத வண்ணமும் உள்ளது நீறு**
மேல்உறை தேவர்கள் தங்கள் மெய்யது வெண்பொடி நீறு
ஏல உடம்புஇடர் தீர்க்கும் இன்பம் தருவது நீறு
ஆலம்அது உண்ட மிடற்றுஎம் ஆல வாயான் திருநீறே (9)

அருஞ்சொற்பொருள்:

ஏல - பொருந்த. உடம்புஇடர் - உடலில் உள்ள துன்பம்; உடம்பு எடுத்துப் பிறக்கும் துன்பம். ஆலம் - விடம்.

பொழிப்புரை:

ஆலகால விடத்தை உண்டு தேக்கிய கண்டம் உடைய ஆலவாயில் எழுந்தருளி இருக்கும் சிவபெருமானது திருநீறு, திருமாலும் பிரமனும் தேடியும் காண முடியாத வகையில் அப்பெருமான் பூசி இருந்தது; மேலே உள்ள உலகங்களில் வாழும் தேவர்கள், தங்களது உடம்பில் பூசி இருப்பது; உடம்பு கொண்டு பிற க்கும் பிறப்பினை அறுத்து, உயிருக்கு இன்பம் செய்வது.

2803. **குண்டிகைக் கையர்க ளோடு சாக்கியர் கூட்டமும் கூடக்**
கண்திகைப் பிப்பது நீறு கருத இனியது நீறு
எண்திசைப் பட்ட பொருளார் ஏத்தும் தகையது நீறு
அண்டத்து அவர்பணிந்து ஏத்தும் ஆல வாயான் திருநீறே (10)

அருஞ்சொற்பொருள்:

குண்டிகை - கமண்டலம். சாக்கியர் - பௌத்தர். கண் திகைப்பிப்பது - திகைப்பை உண்டு பண்ணுவது. எண்திசைப்பட்ட பொருளார் - எட்டு திசைகளிலும் வாழும் சிவத்தை அடையும் தகுதி உடையவர். அண்டம் - மேல்உலகம்.

பொழிப்புரை:

ஆலவாய் என்னும் தலத்தில் எழுந்தருளி இருக்கும் சிவபெருமானது திருநீறு, கமண்டலம் ஏந்தித் திரியும் சமணர், பௌத்தர் ஆகியோர் கண்ட மாத்திரத்தில் திகைப்படையச் செய்வது; நினைத்துப் பார்க்க இன்பம் பயப்பது; சிவமாம் பரம்பொருளை அடைய விரும்பும் எட்டு திசைகளில் வாழ்வோராலும் போற்றப்படுவது; வானஉலகில் உள்ள தேவர்களும் பணிந்து போற்றுவது.

2804. **ஆற்றல் அடல்விடை ஏறும் ஆல வாயான் திருநீற்றைப்**
போற்றிப் புகலி நிலாவும் பூசுரன் ஞானசம் பந்தன்
தேற்றித் தென்னன் உடல்உற்ற தீப்பிணி ஆயின தீரச்
சாற்றிய பாடல்கள் பத்தும் வல்லவர் நல்லவர் தாமே (11)

அருஞ்சொற்பொருள்:

ஆற்றல் - வலிமை. அடல் - வெல்லுதல். பூசுரன் - பூலோகத் தேவன் (அந்தணன்). தென்னன் - பாண்டியன். தேற்றி - சைவ மாண்பினைத் தெரிவித்து. உடல்உற்ற தீப்பிணி - உடல் பொருந்திய வெப்பு (சுர) நோய்.

பொழிப்புரை:

வலிமையும் வெற்றியும் உடைய காளை ஊர்தியில் ஏறிவரும் ஆலவாய் தலத்துச் சிவபெருமானது திருநீறு பற்றி, புகலியில் அவதரித்தவனும், அந்தணனும், ஆகிய ஞானசம்பந்தன்; பாண்டியன் உடலில் பொருந்தி இருந்த வெப்புநோய் தீரவும், சைவசமயத்தின் மாண்பினைத் தெரியப்படுத்தவும், ஆகப் பாடிய பாடல்கள் பத்தினையும், பாடி வழிபட வல்லவர், நல்லவரே ஆவர்.

திருச்சிற்றம்பலம்

259

திருநள்ளாறு

பதிக வரலாறு:

திருநீற்றுப் பெருமையினைப் பதிகத்தில் வைத்துப் பாடி அரசனது உடம்பின் வலப்பக்கத்தில் திருநீற்றைப் பிள்ளையார் பூச, வலப்பக்க வெப்பு இடப்பக்கம் சேர்ந்தது. அப்பொழுது அரசன் சமணர்களை நோக்கி, 'நீவிர் தோற்றீர்! என்னை விட்டு நீங்கிப் போய்விடுங்கள்!' என்று கூறிவிட்டுப் பிள்ளையாரைப் பார்த்து, 'இடப்பக்க வெப்பும் நீங்க அருளுவீராக!' என வேண்டினான். இடப்பக்கமும் திருநீறு பூச, நோய் அகன்றது. மன்னன் கைகளை உச்சிமேல் குவித்து, ஞானசம்பந்தரது திருவடிகளை வணங்கி, 'உய்ந்தேன்!' என்றான்.

அப்பொழுது பிள்ளையார் சமணர்களைப் பார்த்து, 'இப்பொழுது உங்கள் நூல் உண்மையினைப் பேசுங்கள்!' என்று கூற, 'தர்க்க வாதம் வேண்டா; கண் காண வாதம் செய்யலாம்' என்றனர். அதுகேட்ட அரசன் சினந்து, 'எனது நோய் நீக்க அறிந்திலீர்! இப்பொழுது உமக்கு என்ன வாது உளது?' என்று இகழ்ச்சி தோன்றக் கூறியதை, 'என்ன வாது?' என வினாப் பொருளாகக் கொண்டு, 'அவ்வவர் நூலின் வாய்மையினை ஏட்டில் எழுதித் தீயில் இட்டால் வேகாது இருப்பதே வெற்றி' என்றனர்.

அதற்கு அரசன் விடைகூறும் முன்னரே பிள்ளையார், 'அப்படியாயின் அதனை அரசன் முன்னே செய்வோம்' என்றார். அதன்படி அரசன் தீ அமைப்பிக்க, பிள்ளையார் திருநீற்றுக் கையுடன், திருமுறை ஏட்டினில் கைவைத்து எடுத்தபோது, 'போகம் ஆர்த்த பூண் முலையாள்' என்ற நள்ளாற்றுப் பதிகம் கையில் வர, அதனைக் கட்டிலிருந்து கழற்றி 'இது இறைவரது திருப்பெயரே; தீயில்இடப் பழுது இல்லை' என்னும் கருத்தமைந்த இப்பதிகத்தைப் பாடித் தீயில்இட்டு அருளுகின்றார்.

திருவிராகம்

பண்: சாதாரி

2805. தளிர்இள வளர்ஒளி தனதுஎழில்
தருதிகழ் மலைமகள்
குளிர்இள வளர்ஒளி வனமுலை
இணைஅவை குலவலின்
நளிர்இள வளர்ஒளி மருவுநள்
ளாறர்தம் நாமமே
மிளிர்இள வளர்எரி இடில்இவை
பழுதுஇலை மெய்ம்மையே (1)

அருஞ்சொற்பொருள்:

எழில் - அழகு. குலவலின் - தழுவப் பெறுதலின். நளிர் - குளிர். நாமம் - பெயர். எரிஇடில் - நெருப்பில் இட. பழுதுஇலை - பழுது இல்லை.

பொழிப்புரை:

இளம் தளிரானது வளர்ந்து ஒளிரும் அழகுபோல் மேனிநிறம் உடைய மலைமகளது குளிர்ச்சியும் இளமையும் உடையதும், ஒளி வளர்வதும், அழகு உடையதும், ஆகிய இணை முலைகளை, நமது பெருமான் தழுவுகின்றார் ஆதலின், ''போகம் ஆர்த்த பூண்முலையாள்'' என்று தொடங்கும் நள்ளாற்றுப் பதிஏடு, குளிர்ச்சியும் இளமையும் வளர்ச்சியும் ஒளியும் பொருந்திய நள்ளாறர் திருப்பெயர் எழுதியதாகக் கொண்டு, அவரது திருமேனிபோல் ஒளிவிடுகின்ற தீயில் இட்டால், பழுது வராது ; இது சத்தியம்.

2806. போதுஅமர் தருபுரி குழல்எழில்
மலைமகள் பூண்அணி
சீதம்அது அணிதரும் முகிழ்இள
வனமுலை செறிதலின்
நாதம்அது எழில்உரு அனையநள்
ளாறர்தம் நாமமே
மீதமது எரியினில் இடில்இவை
பழுதுஇலை மெய்ம்மையே (2)

அருஞ்சொற்பொருள்:

போது - அமர். புரிகுழல் - பின்னிய கூந்தல் (சடை). பூண் - ஆபரணம். சீதம் - குளிர்ச்சி. செறிதல் - அழுந்த தழுவப்படுதல். நாதம் - நாத தத்துவம். மீ - மேலான. தமது எரி - தமக்காக உருவாக்கப்பட்ட நெருப்பு.

பொழிப்புரை:

மலர் சூடிய பின்னிய கூந்தலுடைய உமாதேவியின், ஆபரணம் அணிந்த குளிர்ச்சி உடைய அரும்பு போன்ற அழகிய முலையினைத் தழுவுகின்றவரும்; நாத தத்துவமாய் விளங்குபவரும்; அழகிய உருவம் உடையவரும், ஆகிய திருநள்ளாற்று இறைவரின் திருப்பெயர் பொறிக்கப்பட்ட ஏடு, மேன்மை உடைய, தமக்காக உருவாக்கப்பட்ட, நெருப்பில் இடப்படின், கெடாது; இது சத்தியம்.

2807. **இட்டுஉறும் மணிஅணி இணர்புணர்**
வளர்ஒளி எழில்வடம்
கட்டுஉறு கதிர்இள வனமுலை
இணையொடு கலவலின்
நட்டுஉறு செறிவயல் மருவுநள்
ளாறர்தம் நாமமே
இட்டுஉறும் எரியினில் இடில்இவை
பழுதுஇலை மெய்ம்மையே (3)

அருஞ்சொற்பொருள்:

இட்டுஉறும் - பதிக்கப்பட்ட. இணர் - பூங்கொத்து. எழில் வடம் - அழகிய ஆரம். கட்டுஉறு - அணியப்பெற்ற. கலவலின் - கலத்தலால். நட்டு - நடப்பட்டு. இட்டு உறும் எரி - சிறிய அளவிலான நெருப்பு.

பொழிப்புரை:

மணிகள் பதித்து செய்யப்பட்டதும், பூச்சரம் போல் தொடுக்கப் பட்டதும் அழகிய ஆரம் அணியப்பட்டதும் அழகும் பொலிவும் உடையதும் ஆகிய இணையான முலைகளைத் தழுவுபவரும், நாற்றுகள் நெருக்கமாக நடப்பட்டுள்ள வயல்வளம் உடைய திருநள்ளாறு என்னும் தலத்தில் எழுந்தருளி இருப்பவரும், ஆகிய இறைவரது திருப்பெயர் எழுதப்பட்ட ஏடு ஆதலின், இதனை இந்தச் சிறிய அளவிலான தீயில்இட, ஒருதீங்கும் நிகழப் போவதில்லை; இது சத்தியம்.

2808. மைச்சுஅணி வரிஅரி நயனிதொல்
மலைமகள் பயன்உறு
கச்சுஅணி கதிர்இள வனமுலை
அவையொடு கலவலின்
நச்சுஅணி மிடறுஉடை அடிகள்நள்
ளாறர்தம் நாமமே
மெச்சுஅணி எரியினில் இடில்இவை
பழுதுஇலை மெய்ம்மையே (4)

அருஞ்சொற்பொருள்:

மைச்சு அணி - மை பூசப்பட்ட. அணி - அழகு. வரிஅரி - செவ்வரி கருவரி. நயனி - கண் உடையவள். தொல் - பழமை. கலவலின் - கலத்தலின். நச்சு - நஞ்சு. மெச்சு - புகழப்படும். அணி - அழகு.

பொழிப்புரை:

மை பூசிய, செவ்வரி கருவரி படர்ந்த கண்கள் உடைய பழமைச் சிறப்புடைய மலைமகளின் அபரஞானம் பரஞானங்களாகிய பயன்களைத் தரும் கச்சு அணிந்த இளமையும் பொலிவும் அழகும் உடைய முலையைத் தழுவியவரும்; விடத்தினை உண்டு தேக்கிய கண்டம் உடையவரும்; ஆகிய திருநள்ளாற்று இறைவரது திருப்பெயர் எழுதிய ஏட்டினை, மெச்சத் தகுந்த அழகிய நெருப்பில் இட அவை பழுதுபடாது; இது சத்தியம்.

2809. பண்இயல் மலைமகள் கதிர்விடு
பருமணி அணிநிறக்
கண்இயல் கலசம்அது அனமுலை
இணையொடு கலவலின்
நண்ணிய குளிர்புனல் புகுதுநள்
ளாறர்தம் நாமமே
விண்இயல் எரியினில் இடில்இவை
பழுதுஇலை மெய்ம்மையே (5)

அருஞ்சொற்பொருள்:

பண் இயல் மலைமகள் - பண் போன்ற இன்மொழி பேசும் மலைமகள். கண்இயல் - அழகு பொருந்திய. கலசம் - செப்பு (கிண்ணம்). அன - அன்ன (போன்ற). விண்இயல் - வானளாவ.

பொழிப்புரை:

பண்போல் இனிய மொழி பேசும் உமாதேவியின் ஒளிவிடும் பெரிய மாணிக்கமணி பதித்துச் செய்யப்பட்ட அணிகலன் அணிந்துள்ள கிண்ணம் போன்ற இணைமுலைகளைத் தழுவியவரும்; குளிர்ந்த நீரானது பாயும் வளம் உடைய திருநள்ளாற்றில் எழுந்தருளி இருப்பவரும், ஆகிய இறைவரது திருப்பெயர் எழுதிய ஏடு ஆதலின், வானளாவ எரியும் நெருப்பில் இட்டாலும், அது பழுதுபடாது; இது சத்தியம்.

2810. **போதுஉறு புரிகுழல் மலைமகள்**
இளவளர் பொன்அணி
சூதுஉறு தளிர்நிற வனமுலை
அவையொடு துதைதலின்
தாதுஉறு நிறம்உடை அடிகள்நள்
ளாறர்தம் நாமமே
மீதுஉறும் எரியினில் இடில்இவை
பழுதுஇலை மெய்ம்மையே (6)

அருஞ்சொற்பொருள்:

போது - மலர். புரிகுழல் - பின்னிய சடை. சூது - (சூதம்) மாங்கனி. துதைதல் - நெருங்கி இருத்தல். தாது - பொன். மீதுஉறும் எரி - மேல் நோக்கி எரியும் நெருப்பு.

பொழிப்புரை:

மலர்அணிந்த பின்னிய சடை உடைய மலைமகளின் அழகிய பொன்அணிகள் அணியப்பெற்ற மாம்பழம் போன்ற வடிவம் உடைய இளமையும் வளர்தலும் உடைய தளிரின் நிறம் பொருந்திய அழகிய முலையொடு நெருங்கி (தழுவி) இருப்பவரும்; பொன்போன்ற மேனிநிறம் உடையவரும்; ஆகிய நள்ளாற்று இறைவரது திருப்பெயர் எழுதிய ஏடு ஆதலின், இதனை மேலெழுந்து எரியும் நெருப்பில் இட்டாலும், இதற்குப் பழுது நேராது; இது சத்தியம்.

2811. **கார்மலி நெறிபுரி சுரிகுழல்**
மலைமகள் கவின்உறு
சீர்மலி தருமணி அணிமுலை
திகழ்வொடு செறிதலின்

தார்மலி நகுதலை உடையநள்
ளாறர்தம் நாமமே
ஏர்மலி எரியினில் இடில்இவை
பழுதுஇலை மெய்ம்மையே (7)

அருஞ்சொற்பொருள்:

கார்மலி - மேகம் போன்ற. நெறிபுரி - கட்டப்பட்ட. சுரிகுழல் - சுரிந்த கூந்தல். கவின் - அழகு. நகுதலை - மண்டைஓடு. தார் - மாலை. ஏர்மலி - எழுச்சி உடைய.

பொழிப்புரை:

மேகம் போன்ற கரிய நிறமும், முடித்துக் கட்டப்பட்டிருப்பதும், சுரிந்து விளங்குவதும், ஆகிய அழகிய கூந்தல் உடைய உமாதேவியின் அழகும் சிறப்பும் உடைய மணிகள் கொண்டு செய்யப்பட்ட அழகிய ஆபரணம் அணிந்து விளங்குகின்ற அழகிய முலையினைத் தழுவுபவரும்; மண்டைஓட்டு மாலை அணிந்திருப்பவரும்; ஆகிய திருநள்ளாற்று இறைவரது திருப்பெயர் எழுதிய ஏடு ஆதலின், எழுச்சி உடைய இந்நெருப்பில் இட்டால், அதற்குப் பழுது வராது; இது சத்தியம்.

2812. **மன்னிய வளர்ஒளி மலைமகள்**
தளிர்நிறம் மதம்மிகு
பொன்இயல் மணிஅணி கலசம்அது
அனமுலை புணர்தலின்
தன்இயல் தசமுகன் நெரியநள்
ளாறர்தம் நாமமே
மின்இயல் எரியினில் இடில்இவை
பழுதுஇலை மெய்ம்மையே (8)

அருஞ்சொற்பொருள்:

மதம் - பெருமை. கலசம் - கிண்ணம். அன - அன்ன (போன்ற). தசமுகன் - இராவணன். மின் இயல் - மின்னல் போன்ற.

பொழிப்புரை:

நிலைத்து வளர்கின்ற ஞானமாகிய ஒளி பிரகாசிக்கும் மலைமகளின் தளிர்நிறம் போன்ற பெருமை மிகுந்த மணிகள் பதித்துச் செய்யப்பட்ட பொன்னால் ஆகிய ஆபரணம் அணிந்துள்ள கிண்ணம் போன்ற முலையினைத் தழுவுபவரும்; பத்து தலைகள் உடைய இராவணனை

நெரித்தவரும்; ஆகிய நள்ளாற்று இறைவரது திருப்பெயர் எழுதிய ஏடு ஆதலின், மின்னல் போன்ற தீயில் இட்டாலும், அதற்குப் பழுது நேராது; இது சத்தியம்.

2813. கான்முக மயில்இயல் மலைமகள்
    கதிர்விடு கனம்மிகு
பான்முகம் இயல்புஅணை இணைமுலை
    துணையொடு பயிறலின்
நான்முகன் அரிஅறிவு அரியநள்
    ளாறர்தம் நாமமே
மேன்முக எரியினில் இடில்இவை
    பழுதுஇலை மெய்ம்மையே   (9)

அருஞ்சொற்பொருள்:

கான்முகம் - காட்டில்உள்ள. மயில்இயல் - மயில் போன்ற சாயல் உடைய. கனம் - பெருமை. பான்முகம் - பால் சுரக்கும் முனை உடைய. பயிறல் - பழகுதல். அரி - திருமால். மேன்முக எரி - மேல்நோக்கி எரியும் நெருப்பு.

பொழிப்புரை:

காட்டில் வாழும் மயிலின் சாயல் உடைய மலைமகளின் ஒளிவிடும் பெருமை பொருந்திய பால் சுரக்கும் முகம் உடைய இணையான முலைகளை இயல்பாகத் தழுவுபவரும்; திருமாலும் பிரமனும் தேடியும் காண முடியாத அருமை உடையவரும்; ஆகிய நள்ளாற்று இறைவரது திருப்பெயர் எழுதிய ஏடு ஆதலின், மேல்நோக்கி எரியும் இந்நெருப்பினில் இட, பழுது வராது; இது சத்தியம்.

2814. அத்திர நயனிதொன் மலைமகள்
    பயனுறும் அதிசயச்
சித்திர மணிஅணி திகழ்முலை
    இணையொடு செறிதலின்
புத்தரொடு அமணர்பொய் பெயரும்நள்
    ளாறர்தம் நாமமே
மெய்த்திரள் எரியினில் இடில்இவை
    பழுதுஇலை மெய்ம்மையே   (10)

அருஞ்சொற்பொருள்:

அத்திரம் - அம்பு. நயனி - கண் உடையவள். சித்திர மணி - பலவகையான மணி. திரள் எரி - திரண்டு எரியும் நெருப்பு.

பொழிப்புரை:

அம்பு போன்ற கூரிய பார்வையுடன் விளங்கும் கண்ணும் தொன்மைச் சிறப்பும் உடைய மலைமகளின் பயன் தருவதும் அதிசயம் உடையதும் பலவகை மணிகள் கொண்டு செய்யப்பட்ட அணிகலன்கள் உடையதும் ஆக விளங்கும் இணைமுலைகளைத் தழுவுகின்றவரும்; பௌத்தர் சமணர் ஆகியோரது மெய்நெறிக்குக் கட்டுப்படாதவரும்; ஆகிய திருநள்ளாற்று இறைவரது திருப்பெயர் எழுதிய ஏடு ஆதலின், திரண்டு எரியும் இந்நெருப்பில் பட்டாலும், தீது உண்டாகாது; இது சத்தியம்.

2815. **சிற்றிடை அரிவைதன் வனமுலை**
இணையொடு செறிதரும்
நற்றிறம் உறும்கழு மலநகர்
ஞானசம் பந்தன்
கொற்றவன் எதிரிடை எரியினில்
இடஇவை கூறிய
சொற்றெரி ஒருபதும் அறிபவர்
துயரிலர் தூயரே (11)

அருஞ்சொற்பொருள்:

சிற்றிடை - சிறிய இடை. அரிவை - (பெண்) உமாதேவி. நற்றிறம் - (நல்+திறம்) நல்ல திறமை. கொற்றவன் - பாண்டிய மன்னன். எதிரிடை - எதிரில். சொற்றெரி - (சொல்+தெரி) தெரிந்து சொன்ன.

பொழிப்புரை:

சிறிய இடை உடைய உமாதேவியின் அழகிய இரண்டு முலைகளைத் தழுவும் நள்ளாற்று இறைவர்மீது; நல்ல வல்லமை உடைய கழுமல நகரத்து ஞானசம்பந்தன்; பாண்டிய மன்னனுக்கு முன்னிலையில் ''போகமார்த்த'' எனத்தொடங்கும் நள்ளாற்றுப் பதிகப் பாடல் எழுதிய ஏட்டினைத் தீயில் இடும்முன் பாடிய, இந்த பத்துப் பாடல்களையும், அறியும் ஆற்றல் உடையவர், துன்பம் அடையார்; மேலும் மலக் குற்றங்கள் அற்ற தூயரும் ஆவர்.

திருச்சிற்றம்பலம்

260

பொது

பதிக வரலாறு:

பிள்ளையார் தீயில் இட்ட ஏடு, பசுமை மாறாது அப்படியே இருந்தது. சமணர் இட்ட ஏடு, வெந்து சாம்பலானது. அரசன் சமணர்களை நோக்கி, 'முன்பு நோய் நீக்காது தோற்றீர்! இப்பொழுதும் தோற்றீர் போலும்!' என்றான். இதுகேட்ட சமணர், 'இருமுறை தோற்றோம்; மூன்றாவது முறை வாய்ப்பு அளித்தால், மூன்றில் ஒன்றாவது வென்றவர் ஆவோம்' என்றனர். அதுகேட்ட பிள்ளையார் 'அது என்ன?' என வினவ, 'மெய்ப்பொருளை ஏட்டில் எழுதி நீரில் இடுவோம்; நீரில் அடித்துச் செல்லாது, தங்கும் ஏடு, வென்றது எனக் கொள்வோம்' என்றனர். பிள்ளையார், 'அவ்வாறே செய்வோம்' என்றார்.

அமைச்சர் வந்து, 'இதில் தோற்றவரை என்ன செய்வது? என முடிவுசெய்த பின்னரே இவ்வாதம் நிகழவேண்டும்' என்று கூற, அமணர் சினந்து, 'இவ்வாதிலும் நாங்கள் தோற்றால், அரசன் எங்களைக் கழுவேற்றுவான்' என்று வாய்தறிக் கூறினர். அரசனும், 'நீரில் ஏடுஇட வருக!' என்று அழைத்தான்.

அனைவரும் வைகை ஆற்றின் கரையை அடைந்தனர். அங்குச் சமணர், 'அத்திநாத்தி' என்ற தங்களது தத்துவம் எழுதிய ஏட்டை ஆற்றில் இட, ஏடு நீரில் அடித்துச் செல்லப்பட்டது. அப்பொழுது அரசன் பிள்ளையாரது திருமுகத்தினை நோக்கப் பிள்ளையார், "வாழ்க அந்தணர்" எனத்தொடங்கும் இப்பதிகத்தைப் பாடி, அதனை ஏட்டில் எழுதி, ஆற்றில் இட்டனர்.

திருப்பாசுரம்

பண்: கௌசிகம்

2816. வாழ்க அந்தணர் வானவர் ஆன்இனம்
வீழ்க தண்புனல் வேந்தனும் ஓங்குக
ஆழ்க தீயதுஎல் லாம்அரன் நாமமே
சூழ்க வையக மும்துயர் தீர்க்கவே (1)

அருஞ்சொற்பொருள்:

ஆன் - பசு. இனம் - கூட்டம். தண்புனல் - (குளிர்ந்த நீர்) மழை. வீழ்க - பொழிக. அரன் - பிறப்பை அறுக்கவல்ல சிவபெருமான். வையகம் - உலகம்.

பொழிப்புரை:

அந்தணர், தேவர், பசுக்கூட்டம் வாழ்க! மழை பொழிக! அரசனது செங்கோல் ஆட்சி ஓங்குக! தீயவை எல்லாம் மூழ்கி மறைக! பிறப்பறுக்க வல்ல சிவபெருமானின் திருப்பெயர் உலகம் முழுவதும் விளங்குக! உலகம் துன்பத்திலிருந்து விடுபடுக!

2817. அரிய காட்சிய ராய்த்தமது அங்கைசேர்
எரியர் ஏறுஉகந்து ஏறுவர் கண்டமும்
கரியர் காடுஉறை வாழ்க்கையர் ஆயினும்
பெரியார் ஆர்அறி வார்அவர் பெற்றியே (2)

அருஞ்சொற்பொருள்:

அங்கை - அழகிய கை. எரியர் - நெருப்பை ஏந்தியவர். ஏறு - இடபம். கரியர் - கரியநிறம் உடையவர். பெற்றி - தன்மை.

பொழிப்புரை:

காண அருமை உடையவர், தமது அழகிய கையில் நெருப்பினை ஏந்துபவர், இடபத்தின்மீது விரும்பி ஏறி வருபவர், கண்டம் கரியவர், சுடுகாட்டில் வாழும் வாழ்க்கை உடையவர். இருப்பினும் அவர்தான் பெரியர், அவரது உண்மைத்தன்மை குறித்து அறிபவர் யாவர் உளர்?

2818. **வெந்த சாம்பல் விரைஎனப் பூசியே**
தந்தை யாரொடு தாயிலர் தம்மையே
சிந்தியா எழுவார் வினைதீர்ப் பரால்
எந்தை யார்அவர் எவ்வகை யார்கொலோ (3)

அருஞ்சொற்பொருள்:

விரை - மணம். சிந்தியா - சிந்தித்து.

பொழிப்புரை:

வெந்த சாம்பலை மணமுள்ள திருநீறு எனப் பூசிக் கொள்பவர், தந்தையும் தாயும் இல்லாதவர், தம்மைச் சிந்தையில் வைத்து தியானிப்பவரது வினைகளைத் தீர்ப்பவர்; அவர் எமக்குத் தந்தையார்; இருப்பினும் அவர் எவ்வகை இயல்பினரோ? (யான் அறியேன்).

2819. **ஆட்பா லவர்க்கு அருளும் வண்ணமும் ஆதி மாண்பும்**
கேட்பான் புகில்அளவு இல்லை கிளக்க வேண்டா
கோட்பா லனவும் வினையும் குறுகாமை எந்தை
தாட்பால் வணங்கித் தலைநின்று இவைகேட்க தக்கார் (4)

அருஞ்சொற்பொருள்:

ஆட்பாலவர் - அடிமை கொள்ளப்பட்டவர் (அடியார்கள்). அருளும்வண்ணம் - அருளும் தன்மை. ஆதிமாண்பு - பழம்பெருமை. கிளக்க - ஆராய. கோட்பாலன - (கோள்பாலன) கோள்களால் வருவன. தாட்பால் - (தாள்பால்) திருவடியில்.

பொழிப்புரை:

தன்னால் அடிமையாகக் கொள்ளப்பட்ட அடியார்களுக்கு அருளுகின்ற தன்மையும், அவரது பழம்பெருமை குறித்தும், கேட்க முற்படின், அவை அளவில் அடங்காது, விரிந்துகொண்டே செல்லும்; அதனால் அவை குறித்து, ஒன்றும் ஆராய வேண்டா; எம்தந்தையாகிய பெருமானின் திருவடியை வணங்க, அவர்களிடம் கோள்களும் வினைகளும் நெருங்குவது இல்லை; எனவே அவனது புகழ் மொழிகளைக் கேட்போரே, தகுதி உடையவர் எனக் கருதப்படுபவர்.

2820. **ஏதுக்க ளாலும் எடுத்த மொழியாலும் மிக்குச்**
சோதிக்க வேண்டா சுடர்விட்டு உளன்எங்கள் சோதி
மாதுக்கம் நீங்கள் உறுவீர் மனம்பற்றி வாழ்வின்
சாதுக்கள் மிக்கீர் இறையே வந்துசார் மின்களே (5)

அருஞ்சொற்பொருள்:

ஏது - காரணம். மொழி - வார்த்தை. மாதுக்கம் - பெருந்துயரம். சாதுக்கள் மிக்கு - சத்துவ குணம் மிக உடையவராய்.

பொழிப்புரை:

காரணங்களாலும், விரிக்கும் வார்த்தைகளாலும், சோதித்து அறிய முற்பட வேண்டா; சோதி மயமான இறைவன், அனைவருள்ளும் உயிருக்கு ஒளி தருபவனாக இருக்கின்றான். அவனை மனத்தால் பற்றி வாழுங்கள். அப்பொழுது உங்களது பெருந்துன்பம் நீங்கும். எனவே சத்துவகுணம் உடையவராய், எம் இறைவரிடம் வந்து சேருங்கள்.

2821. **ஆடும்(ம்) எனவும் அருங்கூற்றம்(ம்) உதைத்து வேதம்**
பாடும்(ம்) எனவும் புகழ்அல் லதுபாவம் நீங்கக்
கேடும் பிறப்பும் மறுக்கும்(ம்) எனக்கேட் டீர்ஆகில்
நாடும் திறத்தார்க்கு அருள்அல்லது நாட்ட லாமே (6)

அருஞ்சொற்பொருள்:

ஆடும் - நடனம் ஆடும். கேடு - தீவினை. நாட்டலாம் - உறுதிபடக் கூறலாம்.

பொழிப்புரை:

நடனம் ஆடுபவன் என்றும், மார்க்கண்டேயனுக்காக இயமனை உதைத்தவன் என்றும், வேதம் ஓதியவன் என்றும், உயிர்களுக்குத் தீவினையால் வரும் பாவத்தைப் போக்குபவன் என்றும், பிறப்பை அறுக்க வல்லவன் என்றும், கூறக் கேட்கும்போது, இவற்றை புகழுக்காக செய்கிறானோ? என எண்ணத் தோன்றும். ஆனால் உண்மையிலே அவன் உயிர்களின் மீதுள்ள இரக்கத்தின் காரணமாகவே இவற்றைச் செய்கிறான். இதனை உறுதிபடக் கூறமுடியும்.

2822. **கடிசேர்ந்த போது மலரான கைக்கொண்டு நல்ல**
படிசேர்ந்த பால்கொண்டு அங்குஆட்டிடத் தாதை பண்டு
முடிசேர்ந்த காலைஅற வெட்டிட முக்கண் மூர்த்தி
அடிசேர்ந்த வண்ணம்(ம்) அறிவார் சொலக்கேட்டும் அன்றே (7)

அருஞ்சொற்பொருள்:

கடி - மணம். போது - மலரும் பருவத்து அரும்பு. தாதை - தந்தை. பண்டு - முன்பு. சொல - சொல்ல.

பொழிப்புரை:

மணமுள்ள மலர், மலரும் பருவத்து அரும்பு, முதலியவற்றைத் திரட்டி வைத்துக் கொண்டு, மணலால் ஆன சிவலிங்கத்துக்குப் பால் கொண்டு திருமஞ்சனம் ஆட்ட, அதுகண்ட அவனது தந்தை, காலால் பால்குடத்தை இடற, இடறிய காலை கோல்கொண்டு விசாரசருமன் வெட்டி வீழ்த்தினான்; அவ்வாறு தண்டிக்கப்பட்ட தந்தையாரும் மூன்று கண்கள் கொண்ட சிவபெருமானது திருவடியில் சேரும் பெருமை பெற்றார் என்பதைக் கேட்டுத் தெரிந்து கொண்டோம் அல்லவா?

2823. **வேத முதல்வன் முதலாக விளங்கி வையம்**
ஏதப் படாமை உலகத்தவர் ஏத்தல் செய்யப்
பூத முதல்வன் முதலே முதலாப் பொலிந்த
சூதன் ஒலிமாலை என்றே கலிக்கோவை சொல்லே (8)

அருஞ்சொற்பொருள்:

ஏதப்படாமை - குற்றம்படாமை. ஏத்தல் - துதித்துப் போற்றுதல். சூதன் - சூதமுனி. கலிக்கோவை - 18 புராணங்கள்.

பொழிப்புரை:

வேதத்துக்கு முதல்வனும், வேதம் சொன்னவனும், ஆகிய சிவபெருமானைத் தமக்குக் குற்றம் நேராதிருக்க உலகர் போற்றி வணங்குகின்றனர். எனவே பூதங்களுக்கு முதல்வனாகிய முதல்வனையே முதற்பொருளாகக் கொண்டு, சூதமுனிவன் பாடிய, பதினெட்டு புராணங்களைப் படித்து, அதன் பொருளை உணருங்கள்.

2824. **பாராழி வட்டம் பகையால் நலிந்து ஆட்ட ஆடிப்**
பேராழி ஆனதுஇடர் கண்டுஅருள் செய்தல் பேணி
நீராழி விட்டுஏறி நெஞ்சுஇடம் கொண்ட வர்க்குப்
போராழி ஈந்த புகழும் புகழ்உற்றது அன்றே (9)

அருஞ்சொற்பொருள்:

பார்ஆழி வட்டம் - கடலால் சூழப்பட்ட நிலவுலகம். நலிந்து ஆட்ட ஆடி - நலிவுறுத்தித் துன்பம் செய்ய அதனால் துன்பமெய்தி. பேராழி ஆனது இடர் - துன்பமானது பெரிய கடல்போல் அலைக்கழிக்க. நீராழி விட்டுஏறி - பாற்கடலை விட்டு திருமால் வெளியேறி. நெஞ்சிடம் கொண்டவர் - தியாகேசப் பெருமானை நெஞ்சில் வைத்துப் பூசித்து வந்தவர் (திருமால்). போராழி - போர் செய்யும் சக்கரப்படை.

பொழிப்புரை:

கடலால் சூழப்பட்ட இந்நிலவுலகில் வாழ்வோர், பகைவர்களால் துன்புறுத்தப்பட்டு, கடல் அலைபோல் அலைக்கழிக்கப்பட்டபோது, திருமால், தான் பள்ளி கொண்டிருக்கும் பாற்கடலை விட்டு, வெளியேறி வந்து, தம் நெஞ்சில் வைத்துப் பூசித்து வந்த தியாகேசப் பெருமானிடமிருந்து, போர் செய்ய உதவும் சக்கரப்படையைப் பெற்றான்; அவ்வாறு அதனைத் திருமாலுக்கு ஈந்த புகழ் உடையவன் அன்றோ சிவபெருமான்.

2825. **மாலா யவனும் மறைவல்ல நான்முகனும்**
பாலாய தேவர் பகரில் அமுதுஊட்டல் பேணிக்
காலாய முந்நீர் கடைந்தார்க்கு அரிதாய் எழுந்த
ஆலாலம் உண்டுஅங்கு அமரர்க்கு அருள்செய்த தாமே (10)

அருஞ்சொற்பொருள்:

பாலாய தேவர் - பலராகிய தேவர். பகரில் - சொல்லப்புகின். அமுதுஊட்டல்பேணி - அமுது ஊட்டவேண்டும் என்று பாதுகாத்து. ஆலாலம் - ஆலகால விடம். காலாய முந்நீர் - கரிய நிறம் உடைய கடல்.

பொழிப்புரை:

திருமாலும், மறை ஓதுவதில் வலிமைஉடைய நான்முகனும், மற்றுமுள்ள தேவர் பலரும், 'அமுதம் உண்ண வேண்டும்' என்று விரும்பி, கரிய நிறமுடைய கடலைக் கடைய, அங்கு அரிதாக வெளிப்பட்ட ஆலகால விடத்தைத் தாம் உண்டு, தேவர்களைக் காப்பாற்றி அருள்செய்தவன் அந்த சிவபெருமான்தானே.

2826. **அற்றன்றி அந்தண் மதுரைத் தொகை ஆக்கினானும்**
தெற்றென்று தெய்வம் தெளியார் கரைக்குஓலை தெண்ணீர்ப்
பற்றின்றிப் பாங்குஎதிர்வின் ஊரவும் பண்பு நோக்கில்
பெற்றுஒன்று ஊர்ந்த பெருமான் பெருமானும் அன்றே (11)

அருஞ்சொற்பொருள்:

அற்றன்றி - அவை மட்டுமின்றி. தொகை - சங்கம். பற்றின்றிப் பாங்கு - பற்றற்றவர் மனம்போல. எதிர்வின் ஊரவும் - எதிர்த்துச் செல்லவும். பெற்று - (பெற்றம்) காளை.

பொழிப்புரை:

முன்சொன்ன பல்வேறு பெருமைகளுடன் மதுரையில் தமிழ்ச்சங்கம் உண்டாக்கிய பெருமையும் உடையவன் சிவபெருமான். தெய்வம் உண்டு என்பதைத் தெளிவாகப் புரிந்து கொள்ளாதவர், புரிந்து கொள்ளும்படி தெளிந்த நீரில் ஓலையானது, பற்றற்றவர் மனம், பிறவியாகிய ஆற்றை நீந்திக் கடப்பது போல, ஏடு எதிர்த்துச் செல்வதைக் காணும்போது, எருது ஒன்றில் ஏறி, அதனை ஊர்ந்து வரும் பெருமானே பெருமான் என்பது தெளிவாகிறது அன்றோ!

2827. நல்லார்கள் சேர்புகலி ஞானசம் பந்தன்நல்ல
எல்லார்களும் பரவும் ஈசனை ஏத்து பாடல்
பல்லார்களும் மதிக்கப் பாசுரம் சொன்ன பத்தும்
வல்லார்கள் வானோர் உலகுஆளவும் வல்லர் அன்றே   (12)

அருஞ்சொற்பொருள்:

பத்தும் - இலக்கணப்படி பத்து என்றாலும் இப்பதிகத்தில் திருக்கடைக்காப்பு நீங்கலாக பதினொரு பாடல்கள் இருக்கின்றன.

பொழிப்புரை:

நல்லவர்கள் சேர்ந்து வாழும் புகலியில் அவதரித்த ஞானசம்பந்தன், எல்லோராலும் நல்ல முறையில் போற்றப்படும் சிவபெருமானைக் குறித்துப் பாடிய பலராலும் மதிக்கப்படுகின்ற பாசுரமாக அமைந்த இந்தப் பாடல்கள் பத்தினையும் (பதினொன்றினையும்), பாடி வழிபட வல்லவர்கள், வானோர் உலகங்களையும் ஆளும் வல்லமை உடையவர் ஆவர்.

திருச்சிற்றம்பலம்

261

திருஏடகம்

பதிக வரலாறு:

ஏடு நீரில் ஏதிர்த்துச் செல்ல, அதனை எடுக்க அமைச்சர் குலச்சிறையார், குதிரையில் ஏறி, வைகையின் கரையில் சென்றார். அப்பொழுது ஏடு நிற்க வேண்டும் என்று வலியுறுத்திப் பிள்ளையார், இப்பதிகத்தைப் பாடி அருளுகின்றார்.

தல வரலாறு:

சோழவந்தான் இரயில் நிலையத்திற்குத் தெற்கில் 4.5கி.மீ தொலைவில் இருக்கின்றது. ஏடு தங்கிய இடமாதலின் ஏடகம் எனப் பெயர் பெற்றது. திருமால், கருடன், சேடன், சாத்தனார் ஆகியோர் வழிபட்டுப் பேறு பெற்ற தலம்.

சுவாமி	:	ஏடகநாதர்
அம்மை	:	ஏலவார் குழலி
தல மரம்	:	வில்வம்
தீர்த்தம்	:	வைகை

திருமுறை 3 - 290   திருஞான - 850

பண்: கொல்லி

2828. வன்னியும் மத்தமும் மதிபொதி சடையினன்
பொன்னியல் திருவடி புதுமலர் அவைகொடு
மன்னிய மறையவர் வழிபட அடியவர்
இன்னிசை பாடலர் ஏடகத்து ஒருவனே   (1)

அருஞ்சொற்பொருள்:

பொன்னிய - பொன்போன்ற.

பொழிப்புரை:

வன்னியின் தளிரும் ஊமத்தம் பூவும் சூடிய சடை உடையவன்; பொன்போன்ற அவனது திருவடிகளில் புதிய மலர்கள் தூவி மறையவர்கள் வழிபடவும், அடியவர்கள் இனிய இசையோடு கூடிய பாடல்களைப் பாடி வழிபடவும், ஆக ஏடகம் என்னும் தலத்தில் எழுந்தருளி இருக்கும் ஒப்பற்றவன் (அவன் சிவபெருமானே ஆவன்).

2829. **கொடிநெடு மாளிகை கோபுரம் குளிர்மதி**
வடிவுஉற அமைதர மருவிய ஏடகத்து
அடிகளை அடிபணிந்து அரற்றுமின் அன்பினால்
இடிபடும் வினைகள்போய் இல்லைஅது ஆகுமே (2)

அருஞ்சொற்பொருள்:

இடிபடும் வினைகள் - இடிபோல் மிரட்டும் வினைகள்.

பொழிப்புரை:

உயரமான மாளிகையின் மீது நீளமான கொடிகள் பறக்கவும், கோபுரத்தின் மீது குளிர்ந்த சந்திரன் உரசிச் செல்லவும், ஆகச் சிறந்து விளங்கும் ஏடகம் என்னும் தலத்தில் எழுந்தருளி இருக்கும் சிவபெருமானது, திருவடிகளைப் பணிந்து, அன்பு மிகுதியால் புலம்புங்கள்; அப்பொழுது இடிபோல் முழங்கி மிரட்டும் வினைகள் நம்மை விட்டு நீங்கி, இறுதியில் இல்லையாகி விடும்.

2830. **குண்டலம் திகழ்தரு காதுஉடைக் குழகனை**
வண்டுஅலம் பும்மலர்க் கொன்றைவான் மதிஅணி
செண்டுஅலம் பும்விடைச் சேடனூர் ஏடகம்
கண்டுகை தொழலும் கவலைநோய் கழலுமே (3)

அருஞ்சொற்பொருள்:

செண்டு - வட்டமாகச் சுற்றி வரும் நடை. அலம்பும் - மணிஓசை முதலியவை ஒலி செய்யும். சேடன் - மேன்மை உடையவன். கவலை - பல வழியிலும் வரும் துன்பம்.

பொழிப்புரை:

குண்டலம் அணிந்துள்ள காதுகளை உடையவனும், என்றும் இளமையோடு இருப்பவனும், வண்டு மொய்க்கும் கொன்றை மலர் மாலையும் வானில் உலவும் சந்திரனும் சூடி இருப்பவனும், வட்டாகச்

சுற்றிவரும் நடை உடைய இடபஊர்தி உடையவனும், மேலானவனும், ஆகிய இறைவன் எழுந்தருளி இருக்கும் ஏடகம் என்னும் தலத்தைக் கண்டு, கைகூப்பி வணங்க, கவலைகளும் நோய்களும் நீங்கும்.

2831. **ஏலம்ஆர் தருகுழல் ஏழிசையோடு எழில்பெறும்**
கோலம்ஆர் தருவிடைக் குழகனார் உறைவிடம்
சாலமா தவிகளும் சந்தனம் சண்பகம்
சீலம்ஆர் ஏடகம் சேர்தலாம் செல்வமே (4)

அருஞ்சொற்பொருள்:

ஏலம் - மயிர்ச்சாந்து. எழில் - அழகு. கோலம் - தோற்றம். சால - மிகுதியும்.

பொழிப்புரை:

மயிர்ச்சாந்து பூசிய கூந்தல்உடைய உமாதேவியோடு, அழகிய தோற்றம் உடைய இடபத்தில் ஏறிவருபவரும், எப்பொழுதும் இளமை மாறாது இருப்பவரும், ஆகிய சிவபெருமான் எழுந்தருளி இருக்கும் இடம்; மாதவி, சந்தனம், சண்பகம் முதலியன மிகுதியும் காணப்படும் சிறப்பு உடைய ஏடகமே ஆகும். அந்தலத்துக்குச் சென்று வழிபடச் செல்வம் சேரும்.

2832. **வரிஅரி நயனிநன் மலைமகள் மறுகிடக்**
கரியினை உரிசெய்த கறைஅணி மிடறினன்
பெரியவன் பெண்ணினோடு ஆண்அலி ஆகிய
எரியவன் உறைவிடம் ஏடகக் கோயிலே (5)

அருஞ்சொற்பொருள்:

வரிஅரி நயனி - செவ்வரி கருவரி படர்ந்த கண் உடையவள். மறுகிட - அஞ்சிட. கரி - யானை. கறை - விடக்கறை. எரிஅவன் - நெருப்பு உருவினன்.

பொழிப்புரை:

கருவரி செவ்வரி படர்ந்த கண் உடைய உமாதேவி அஞ்சுமாறு, ஒரு யானையின் தோலை உரித்தவனும், விடக்கறை பொருந்திய கண்டம் உடையவனும், பெருமை உடையவனும், பெண்ணாகவும் ஆணாகவும் அலியாகவும் விளங்குபவனும், சோதி வடிவம் உடையவனும், ஆகிய சிவபெருமான் எழுந்தருளி இருக்கும் இடம், ஏடகம் என்னும் தலத்தில் உள்ள, திருக்கோயிலே ஆகும்.

2833. **பொய்கையின் பொழில்உறு புதுமலர்த் தென்றல்ஆர்**
வைகையின் வடகரை மருவிய ஏடகத்து
ஐயனை அடிபணிந்து அரற்றுமின் அடர்தரும்
வெய்யவன் பிணிகெட வீடுஎளிது ஆகுமே (6)

அருஞ்சொற்பொருள்:

மருவிய - பொருந்திய. வன்பிணி - வலிய பிறவிப்பிணி.

பொழிப்புரை:

குளங்களிலும் சோலைகளிலும் பூத்துள்ள புதிய மலர்களில், தென்றல் பட்டுத் தவிழ்ந்துவரும், வைகை நதியின் வடகரையில் உள்ள, ஏடகம் என்னும் தலத்தில், எழுந்தருளி இருக்கும் தலைவனாகிய சிவபெருமானது, திருவடியில் பணிந்து, புலம்பி வழிபடுங்கள்; அப்பொழுது நெருக்கித் துன்பம் செய்யும் பிறவியாகிய பிணி நீங்கும்; வீடுபேறும் எளிதாகக் கிடைத்துவிடும்.

★ **(இப்பதிகத்தின் 7-ஆம் பாடல் கிடைக்கவில்லை).**

2834. **தடவரை எடுத்தவன் தருக்கித் தோள்அடர்**
படவிரல் ஊன்றியே பரிந்துஅவற்கு அருள்செய்தான்
மடவரல் எருக்கொடு வன்னியும் மத்தமும்
இடம்உடைச் சடையினை ஏடகத்து இறைவனே (8)

அருஞ்சொற்பொருள்:

தடவரை - பெரிய (கயிலை) மலை. அடர்பட - நெருக்குண்ண. மடவரல் - இளமை பொருந்திய.

பொழிப்புரை:

பெரிய கயிலை மலையைச் செருக்கு கொண்டு பெயர்த்த இராவணனது தோள்கள் நெரிபடுமாறு, விரல் ஊன்றி நசுக்கிப் பின் அவனுக்கு அருள் செய்தவனும், இளம் எருக்க மலர், வன்னியின் தளிர், ஊமத்தம்பூ, ஆகியவற்றைச் சூடிய சடை உடையவனும், ஆகிய இறைவன் எழுந்தருளி இருப்பது, ஏடகம் என்னும் தலத்திலே ஆகும்.

2835. **பொன்னும்மா மணிகளும் பொருதிரைச் சந்துஅகில்**
தன்உளார் வைகையின் கரைதனில் சமைவுஉற
அன்னமாம் அயனும்மால் அடிமுடி தேடியும்
இன்னவாறு எனஒணான் ஏடகத்து ஒருவனே (9)

அருஞ்சொற்பொருள்:

பொருதிரை - கரையை மோதும் அலை. சந்து - சந்தனம். ஒணான் - முடியாதவன்.

பொழிப்புரை:

பொன்துகள், மாமணிகள், சந்தனம், அகில், ஆகியவற்றை அலைகளால் தள்ளிக்கொண்டு வந்து, ஒதுக்கும் வைகையின் கரையில் உள்ள, ஏடகம் என்னும் தலத்தில், அமைக்கப்பட்டுள்ள கோயிலில் எழுந்தருளி இருக்கும் சிவபெருமான், அன்னமாக பிரமனும், பன்றியாகத் திருமாலும், முறையே முடியையும், அடியையும், தேடியும், அவை இன்ன தன்மை உடையன, என்று அறியமுடியாத தன்மையில் விளங்கியவன்.

2836. **குண்டிகைக் கையினர் குணமிலாத் தேரர்கள்**
பண்டியைப் பெருக்கிடும் பளகர்கள் பணிகிலர்
வண்டுஇரைக் கும்மலர்க் கொன்றையும் வன்னியும்
இண்டைசேர்க் கும்சடை ஏடகத்து எந்தையே (10)

அருஞ்சொற்பொருள்:

பண்டி - வயிறு. பளகர் - பாவிகள். இண்டை - தலையில் அணியும் மாலை.

பொழிப்புரை:

கமண்டலம் ஏந்திய கையுடன் கூடிய சமணர்களும், நற்குணமில்லாத பௌத்தர்களும், வயிறு வளர்க்கும் பாவிகள்; அவர்கள் சிவபெருமானை வணங்கமாட்டார்கள்; அவ்வாறு அவர்களால் வணங்கப்படாத எம்தந்தை ஆகிய இறைவன், வண்டு முரல்கின்ற கொன்றை மலர், வன்னியின் தளிர், ஆகியவை கொண்டு செய்யப்பட்ட தலைக்கு அணியும் மாலை உடையவராய், ஏடகம் என்னும் தலத்தில் எழுந்தருளி இருக்கிறார்.

2837. **கோடுசந் தனம்அகில் கொண்டுஇழி வைகைநீர்**
ஏடுசென்று அணைதரும் ஏடகத்து ஒருவனை
நாடுதென் புகலியுள் ஞானசம் பந்தன்
பாடல்பத்து இவைவல்லார்க்கு இல்லையாம் பாவமே (11)

அருஞ்சொற்பொருள்:

கோடு - யானைத்தந்தம். ஏடுசென்று அணைதரும் - ஏடுசென்று தங்கிய. ஒருவன் - ஒப்பற்றவன்.

பொழிப்புரை:

யானைத்தந்தம், சந்தனம், அகில் ஆகியவற்றைத் தள்ளிக் கொண்டு வரும் வைகை நீரில் எதிர்த்துச் சென்று, ஏடு கரை ஒதுங்கிய ஏடகத்தில், எழுந்தருளி இருக்கும் ஒப்பற்ற இறைவனை; கண்டார் விரும்பும் அழகிய புகலி நகரத்து ஞானசம்பந்தன்; பாடிய பாடல் பத்தும் பாடி, வழிபட வல்லவர்க்குப் பாவம் இல்லையாகும்.

திருச்சிற்றம்பலம்

262

திருஆலவாய்

பதிக வரலாறு:

அமைச்சர் ஏட்டினைக் கொண்டு வந்து, அனைவரும் காணுமாறு காட்டினார். மதுரையைச் சுற்றி இருந்த எட்டு மலைகளில் தங்கி இருந்த 8000 சமண முனிவர்களைக் கழுவில் ஏற்ற அரசன் உத்தரவிட்டான். அடியார்கள் தங்கி இருந்த திருமடத்தில் தீக்கொளுவிய சமணர் ஆதலின், ஞானசம்பந்தப் பிள்ளையார், அவர்களுக்குப் பரிந்து பேசாது, வாளா இருந்தனர். சமணர் எண்ணாயிரவரும் கழுவில் ஏறினர். அதன்பின்னர் பிள்ளையார் திருநீறு தர, அரசன் வாங்கி அணிந்தான். அதனைத் தொடர்ந்து, மதுரை வாழ்வார் அனைவரும் நீறு அணிந்து சைவராயினர். அனைவரையும் உடன்கொண்டு, பிள்ளையார் ஆலவாய் வந்து, கோயிலுக்குச் சென்று, இப்பதிகத்தைப் பாடி வழிபடுகின்றார்.

திருமுறை 3 - 310 **திருஞான - 866**

திருவிராகம்

பண்: கௌசிகம்

2838. **வீடல்ஆல வாயிலாய் விழுமியார்கள் நின்கழல்**
பாடல்ஆல வாயிலாய் பரவநின்ற பண்பனே
காடல்ஆல வாயிலாய் கபாலிநீள் கடி(ம்)மதில்
கூடல்ஆல வாயிலாய் குலாயதுஎன்ன கொள்கையே (1)

அருஞ்சொற்பொருள்:

வீடல் - (வீடு+அல்) வீடுபேறு அன்றி. காடல் - (காடு+அல்) காடு அல்லாது. கடிமதில் - காவல் அமைந்த மதில். குலாயது - திருவிளையாடல் செய்தது. (தன்னை ஒரு கருவியாக்கி, மதுரையில் சமணம் அழியவும், சைவம் தழைக்கவும், ஆக நிகழ்த்திய திருவிளையாடல்). விழுமியார் - மெய்ஞ்ஞானியர்.

பொழிப்புரை:

மெய்ஞ்ஞானியர் வீடுபேறு தவிர, வேறுஒன்றும் வேண்டாதவராய், நினது திருவடிப் பெருமைகள் குறித்துப் புகழ்ந்து பாடுமாறும், புகழ் பரவுமாறும், ஆலவாய் என்னும் தலத்தில் எழுந்தருளி இருப்பவனே! உமது இருப்பிடம் காடுஅல்லாது, வேறு இல்லை; கையில் பிரமகபாலம் ஏந்தி இருக்கும் கபாலி நீ; காவல் அமைந்த மதில்சூழ்ந்த மதுரையில் உன்னால் நிகழ்த்தப்பட்ட இந்தத் திருவிளையாடலை, எப்படிப் புரிந்து கொள்வேன்?

2839. பட்டுஇசைந்த அல்குலாள் பாவையாள்ஓர் பாகமா
ஒட்டுஇசைந்தது அன்றியும் உச்சியாள் ஒருத்தியாக்
கொட்டுஇசைந்த ஆடலாய் கூடல்ஆல வாயிலாய்
எட்டுஇசைந்த மூர்த்தியாய் இருந்தவாறுஇது என்னையே (2)

அருஞ்சொற்பொருள்:

ஒட்டு இசைந்தது - ஒட்டி உடன்இருந்தது. கொட்டு - ஒருவகைப் பறை.

பொழிப்புரை:

பட்டாடை அணிந்த அல்குல் உடைய பாவை (பதுமை) போன்ற அழகுஉடைய உமாதேவியை உடம்பில் ஒருபாகமாக ஒட்டிஉடன் வைத்துக் கொண்ட பின்னரும், உச்சியில் வேறொருத்தியை (கங்கையாளை) மறைத்து வைத்திருப்பவரே! கொட்டு என்னும் பறை ஒலிக்க, அதற்கேற்ப ஆடும் நடனம் உடையவரே! கூடல் என்றும், ஆலவாய் என்றும், பெயர் பெற்ற மதுரைநகரில், எழுந்தருளி இருப்பவரே! நீவிர் அட்டமூர்த்தமாய் (நிலம், நீர், நெருப்பு, காற்று, ஆகாயம், சூரியன், சந்திரன், உயிர்) விளங்குவது என்ன காரணம் பற்றியோ?

2840. குற்றம்நீ குணங்கள்நீ கூடல்ஆல வாயிலாய்
சுற்றம்நீ பிரானும்நீ தொடர்ந்துஇலங்கு சோதிநீ
கற்றநூல் கருத்துநீ அருத்தம்இன்பம் என்றுஇவை
முற்றுநீ புகழ்ந்துமுன் உரைப்பதுஎன் முக(ம்)மனே (3)

அருஞ்சொற்பொருள்:

அருத்தம் - பொருள் (சொல்லுக்குரிய பொருள்).

பொழிப்புரை:

கூடல் என்றும், ஆலவாய் என்றும், பெயர் பெற்ற நகரில், எழுந்தருளி இருப்பவனே! நீ, என்னில் காணும் குற்றமாக விளங்குகிறாய்; குணங்களாக விளங்குகிறாய்; உறவாக விளங்குகிறாய்; பிரானாக விளங்குகிறாய்; தொடர்ந்து ஒளிரும் சோதியாக விளங்குகிறாய்; நான் கற்ற நூல்களின் கருத்தாகவும், அக்கருத்தின் பொருளாகவும், அதுதரும் இன்பமாகவும், மற்றுமுள்ள அனைத்துமாகவும், விளங்குகிறாய்; அவ்வாறிருக்க, உன்னை நேரில் காணும்போது, முகமன் சொல்ல வேண்டிய தேவை என்ன உளது?

2841. **முதிரும்நீர்ச் சடைமுடி முதல்வன்நீ முழங்குஅழல்**
அதிரவீசி ஆடுவாய் அழகன்நீ புயங்கன்நீ
மதுரன்நீ மணாளன்நீ மதுரைஆல வாயிலாய்
சதுரன்நீ சதுர்முகன் கபாலம்ஏந்து சம்புவே (4)

அருஞ்சொற்பொருள்:

புயங்கன் - பாம்பை அணிபவன். மதுரன் - இனியன். சதுரன் - சாமர்த்தியம் உடையவன்.

பொழிப்புரை:

மதுரை ஆலவாயிலில் எழுந்தருளி இருப்பவனே! நீ சடாமுடியில் தூய கங்கையைத் தாங்கி நிற்கும் முதல்வன்; முழங்கி எரியும் நெருப்பைக் கையில் ஏந்தி வீசிநின்று நடனம் ஆடுபவன்; அழகிய தோற்றம் உடையவன்; பாம்புகளை அணிந்திருப்பவன்; இனிமை யானவன்; மணவாளன்; சாமர்த்தியம் உடையவன்; நான்முகனது மண்டைஓட்டை ஏந்திவரும் சிவபிரான்.

2842. **கோலமாய நீள்மதில் கூடல்ஆல வாயிலாய்**
பாலனாய தொண்டுசெய்து பண்டும்இன்றும் உன்னையே
நீலமாய கண்டனே நின்னைஅன்றி நித்தலும்
சீலமாய சிந்தையில் தேர்வதுஇல்லை தேவரே (5)

அருஞ்சொற்பொருள்:

கோலம் - அழகு. பாலன் - மார்க்கண்டேயன், விசாரசருமன் ஆகியோர். பண்டு - முன்பு. நித்தலும் - நாள்தோறும். சீலம் - ஒழுக்கம்.

பொழிப்புரை:

அழகிய நீண்ட மதில் சூழ்ந்த கூடல் என்றும், ஆலவாய் என்றும், பெயர் பெற்ற நகரில், எழுந்தருளி இருப்பவனே! விசாரசருமன், மார்க்கண்டேயன், முதலிய பாலகர்கள், அன்றும், இன்றும், வழிபட நின்றவனே! நீலநிறக் கண்டம் கொண்டவனே! தேவர்கள், தங்களது ஒழுக்கம் மிகுந்த சிந்தையில் நாளும் உன்னைத் தவிர, வேறு தெய்வத்தை நினைப்பதில்லை.

2843. **பொன்தயங்கு இலங்குஒளி(ந்) நலம்குளிர்ந்த புன்சடை**
பின்தயங்க ஆடுவாய் பிஞ்ஞகா பிறப்புஇலீ
கொன்றைஅம் முடியினாய் கூடல்ஆல வாயிலாய்
நின்றுஅயங்கிய ஆடலே நினைப்பதே நியமமே (6)

அருஞ்சொற்பொருள்:

பொன் தயங்கு - பொன்போல். இலங்கு - விளங்குகின்ற. தயங்க - அசைய. நின் - உனது. தயங்கிய - விளங்குகின்ற. நியமம் - முறை.

பொழிப்புரை:

கூடல் என்றும், ஆலவாய் என்றும், பெயர்பெற்ற நகரில், எழுந்தருளி இருப்பவனே! கொக்கு இறகால் ஆன தலைக்கோலம் அணிந்திருப்பவனே! பிறப்பு (இறப்பு) இல்லாதவனே! பொன்போல் ஒளிர்வதும், நலம் செய்வதும், குளிர்ச்சி உடையதும், மெல்லியதும், ஆகிய சடையானது பின்புறம் அசையுமாறு நின்று நடனம் ஆடுகின்றாய்! நீ ஆடுகின்ற நடனத்தைக் காண்பதே உயிர்களுக்கு நியமம் (முறை) ஆகும்.

2844. **ஆதிஅந்தம் ஆயினாய் ஆலவாயில் அண்ணலே**
சோதிஅந்தம் ஆயினாய் சோதியுள்ஓர் சோதியாய்
கீதம்வந்த வாய்மையால் கிளர்தருக்கி னார்க்குஅலால்
ஓதிவந்த வாய்மையால் உணர்ந்துஉரைக்கல் ஆகுமே (7)

அருஞ்சொற்பொருள்:

ஆதி - தொடக்கம். அந்தம் - முடிவு. கீதம் வந்த வாய்மை - அன்பு மேலீட்டால் வரும் இசைப்பாடல். தருக்கினார் - சிவனடியார் என்ற செருக்கு உடையவர். ஓதி வந்த வாய்மை - வேதம் முதலியவற்றை ஓதுவதால் வரும் நேர்மை. ஆகுமே - ஆகுமோ.

பொழிப்புரை:

ஆலவாய் என்னும் தலத்தில் எழுந்தருளி இருக்கும் தலைவனே! நீ தொடக்கமும் முடிவுமாய் இருக்கிறாய்; சோதியின் முடிவில் விளங்குகின்றாய்; உயிராகிய சோதியில் சோதியாய் விளங்குகின்றாய்; அன்பு மேலீட்டால் இசையோடு கூடிய பாடல்கள் பாடி, வழிபட்டு நிற்கும், சிவனடியார் என்னும் செருக்கு உடையவர்க்கு அன்றி, ஏனைய வேதம் முதலியவற்றை ஓதுதல் போன்ற செயல்கள் உடையவர், உம்மை உணர்ந்தேன் என்று சொல்ல முடியுமோ?

2845. கறைஇலங்கு கண்டனே கருத்துஇலாக் கருங்கடல்
துறைஇலங்கை மன்னனைத் தோள்அடர ஊன்றினாய்
மறைஇலங்கு பாடலாய் மதுரைஆல வாயிலாய்
நிறைஇலங்கு நெஞ்சினால் நினைப்பதே நியமமே   (8)

அருஞ்சொற்பொருள்:

கறை - விடக்கறை. கருத்து - குறிக்கோள். தோள் அடர - தோள் நெரிய. நிறை - சிவனை மட்டும் வழிபடும் கற்பு. நியமம் - முறை.

பொழிப்புரை:

மதுரை என்றும், ஆலவாய் என்றும், பெயர் பெற்ற தலத்தில், எழுந்தருளி இருப்பவனே! விடக்கறை பொருந்திய கண்டம் உடையவனே! கடலின் கரையில் உள்ள, இலங்கை நாட்டு அரசனும், கொள்கை இல்லாதவனும், ஆகிய இராவணனது தோள்கள் நெரிபடுமாறு, விரல் ஊன்றியவனே! மறைப்பாடல் பாடுபவனே! உன்னைத் தவிர, வேறு தெய்வத்தை வழிபடாத கற்பொழுக்கமுடன், மனதால் உன்னை நினைப்பதே, முறையான செயல் ஆகும்.

2846. தாவண(வ்) விடையினாய் தலைமையாக நாள்தொறும்
கோவண(வ்) உடையினாய் கூடல்ஆல வாயிலாய்
தீவண(ம்) மலர்மிசைத் திசைமுகனும் மாலும்நின்
தூவணம்(ம்) அளக்கிலார் துளக்கம்எய்து வார்களே   (9)

அருஞ்சொற்பொருள்:

தாவண - (தாவண்ண) தாவுகின்ற தன்மை. தீவண மலர் - (தீவண்ண மலர்) செந்தாமரை மலர். தூவணம் - (தூவண்ணம்) தூய தன்மை. துளக்கம் - கலக்கம்.

பொழிப்புரை:

கூடல் என்றும், ஆலவாய் என்றும், பெயர் பெற்ற நகரில், எழுந்தருளி இருப்பவனே! தாவிச் செல்கின்ற இடபஊர்தி உடையவனே! தலைமை உடையவனே! கோவணத்தை உடையாக உடுத்துபவனே! நெருப்பின் சிவந்த நிறம் உடைய தாமரை மலரில் அமரும் பிரமனும் திருமாலும் உனது தூய தன்மையை அளக்க முயன்று, முடியாதவராய், கலக்கம் அடைந்தார்களே!

2847. தேற்றம்இல் வினைத்தொழில் தேரரும் சமணரும்
    போற்றிஇசைத்து நின்கழல் புகழ்ந்துபுண்ணியம்கொளார்
    கூற்றுஉதைத்த தாளினாய் கூடல்ஆல வாயிலாய்
    நாற்றிசைக்கும் மூர்த்திஆகி நின்றதுஎன்ன நன்மையே   (10)

அருஞ்சொற்பொருள்:

தேற்றம் இல் - தெளிவில்லாத. தேரர் - பௌத்தர். கொளார் - கொள்ளார். கூற்று - இயமன். நாற்றிசைக்கும் - நான்கு திசைகளிலும் உள்ளவர்க்கும்.

பொழிப்புரை:

கூடல் என்றும், ஆலவாய் என்றும், பெயர் பெற்ற நகரில், எழுந்தருளி இருப்பவரே! தெளிவில்லாத செயல்களை மேற்கொண்டு ஒழுகும் பௌத்தர்களும், சமணர்களும், நினது திருவடியைப் போற்றவும், புகழவும், ஆன புண்ணியம் இல்லாதவராகவே, இருந்துவருகின்றனர். ஆனால் நீயோ உலகின் அனைத்து திசைகளில் உள்ளவர்களுக்கும் தலைமை உடையவனாகவே விளங்குகிறாய்; இது என்ன நன்மையினால் நிகழ்கிறதோ?

2848. போயநீர் வளம்கொளும் பொருபுனல் புகலியான்
    பாயகேள்வி ஞானசம் பந்தன்நல்ல பண்பினால்
    ஆயசொல்லின் மாலைகொண்டு ஆலவாயில் அண்ணலைத்
    தீயதீர எண்ணுவார்கள் சிந்தையாவர் தேவரே   (11)

அருஞ்சொற்பொருள்:

போயநீர் - ஓடுகின்ற நீர். பொருபுனல் - அலைவீசி ஆரவாரம் செய்கின்ற நீர். பாய - பரந்த. தீய - தீயவை.

பொழிப்புரை:

அலைவீசி ஆரவாரம் செய்து ஓடுகின்ற நீர்வளம் மிக்க புகலி நகரத்துப் பரந்துபட்ட கேள்விஞானம் உடைய ஞானசம்பந்தன், நல்ல பண்பொடு பொருந்திய சொற்கள் கொண்டு தொடுக்கப்பட்ட பாமாலையால், ஆலவாய் அண்ணலைத் துதித்தவற்றை, நினைக்கும் சிந்தை உடையவர்கள், தீயவை தீர, தேவர் நிலையை எய்துவர்.

குறிப்பு:

இறைவரைப் புகழ்ந்து பாடி, திருக்கோயிலைவிட்டு வெளியே வந்து, அரசர், அரசியர், அமைச்சர், முதலானவர்க்கு, விடைகொடுத்து அனுப்பி வைத்துவிட்டு, திருமடம் சென்று தங்கினார் சண்பை வேந்தர்.

திருஞானசம்பந்தர் தேவாரம் - இரண்டாம் பகுதி
பாடல் 1410 முதல் 2848 வரை
மூலமும் உரையும் முற்றிற்று.

திருச்சிற்றம்பலம்

உ
சிவமயம்

பாட்டு முதற்குறிப்பு அகரவரிசை

	பாடல் எண்		பாடல் எண்
அ		அணங்கோடு	1777
அகனமர்ந்து	2343	அணிபெறு	2309
அக்கரவ்வணி	1805	அணிமலர்	2628
அக்கிருந்த	2217	அணியார்	2102
அக்கினொடு	2377	அணியார்	2133
அங்கதிர்	2472	அண்ணல்	2732
அங்கமும்	1968	அண்ணாவும்	2448
அங்கோல்	1733	அத்தகு	2548
அசைஉறு	1547	அத்தகுபொருள்	2785
அஞ்சன	2613	அத்திர	2814
அஞ்சுஉளண்	1774	அந்தணாளர்	2764
அஞ்சும்ஒன்றி	2023	அந்தண்மதி	1783
அடல்எரு	1525	அந்தமில்	2730
அடல்மலி	1548	அந்தமறியாத	1620
அடலுளே	2285	அந்தமாய்	2042
அடிகள்	2737	அந்தரத்தில்	2082
அடிமுடி	1823	அந்தமும்ஆதி	1975
அடியவர்	2335	அந்தரம்	1457
அடியார்ந்த	1487	அந்திமதி	1729
அடியிரண்	2202	அப்பன்	2748
அடுத்தடுத்து	1761	அப்புஇயன்ற	2410
அடையாதவர்	2103	அம்பினேர்	2176
அடையார்	2129	அம்பினேர்	2590
அடையும்	2537	அம்பொன்	2733

920   திருஞானசம்பந்தர் தேவாரம் – இரண்டாம் பகுதி

	பாடல் எண்		பாடல் எண்
அயனுமாலு	2434	அலைபுனல்	1704
அயனொடும்	2313	அலைசேர்	1480
அரக்க	2433	அலையார்	1753
அரக்கன்	1503	அவ்வதிசை	1788
அரக்கன்	2038	அழகரை	2172
அரக்கன்தான்	2756	அழலது	2766
அரக்கனார்	2734	அழல்மல்	1674
அரவச்சடை	2097	அழவல்ல	2252
அரவம்	2635	அழிவல	2106
அரவம்	2442	அளவிடலுற்ற	2423
அரவம்	2141	அறத்தாலு	2514
அரவார்ந்த	1491	அறிவில்	1966
அரவிரி	1573	அறுத்த	2763
அரவுற்ற	1831	அறையார்	2101
அரன்உறை	2312	அறையார்	1959
அரியகாட்சி	2817	அறையார்	1798
அரியு	2459	அறையார்	1481
அரியொடு	1669	அறையும்மரி	2713
அருஞானம்	1759	அற்றன்றி	2826
அருத்தம	2799	அனல்நிகர்	2067
அருத்தனை	1815	அன்பாலடி	1434
அருமறை	1845	அன்றடர்	1552
அருமையன்	1652	அன்றிநின்ற	1502
அருவன்	2735	அன்றியல்	1570
அரையார்	1898	அன்றினர்	2332
அரைஆர்	2250	அன்றுமுப்	2769
அலரும்	2099	அன்னங்கன்னி	1982
அலர்மகள்	2327	ஆ	
அல்லல்	2502	ஆகமத்தொடு	2784
அல்லிய	2614	ஆடரவத்து	2076
அலின	1817	ஆடலர	1880

	பாடல் எண்		பாடல் எண்
ஆடல்அமர்ந்தானை	2227	இசைந்தவாறு	2416
ஆடல்ஏற்றினான்	2731	இச்சையர்	2380
ஆடும்	2821	இடங்கொள்	2006
ஆட்பால்	2819	இடமயில்	1519
ஆணலார்	2702	இடரினும்	1694
ஆணும்பெண்	1896	இடியார்	2100
ஆணும்பெண்ணும்	1984	இட்டம்	2065
ஆதிஅந்தம்	2844	இட்டுறு	2807
ஆதியன்	2568	இத்தேர்ஏக	1536
ஆதியாய்	2061	இந்துவந்	2597
ஆயாதன	2265	இமயமெல்	1887
ஆரநாக	2736	இயங்குகின்ற	2054
ஆரலாம்	1940	இயல்வு	2629
ஆரெரி	1581	இரக்கம்	2400
ஆலநீழ	2729	இரவன்	2319
ஆவில்ஐந்து	1557	இரவமருந்	2191
ஆழியானு	1504	இரவு மல்கு	2165
ஆறாடு	2344	இரவணன்	2071
ஆறினொடு	2508	இராவணன்	2801
ஆறுசூடி	2289	இருநிலம்	2328
ஆற்றல்	2547	இருநிலனது	2626
ஆற்றல்அடல்	2804	இருந்தவன்	2028
ஆற்றானே	2486	இருவர்க்கு	1636
ஆனவலியின்	2367	இரும்பொன்	2316
ஆன்முறை	1861	இலகும்	2104
ஆனூரா	1954	இலங்கைநகர்	1789
இ		இலங்கையர்	2301
இகலுறு	2168	இலங்கைவே	1613
இகழும்	2580	இலங்கை	1964
இகழ்உரு	2314	இலங்கைமன்னன்	2049
இகழ்ந்துரைக்கும்	1846	இலங்கைவேந்தன்	2583

	பாடல் எண்		பாடல் எண்
இலைமலி	1649	உருமலி	2066
இலைமலி	2073	உருவளர்	2654
இலைமரு	1976	உரைசேரும்	2341
இலைமல்கு	2186	உரையரும்	1665
இழையார்ந்த	1490	உளையா	2257
இழைவளர்	2622	உள்ளதன்	1813
இறைக்கொண்ட	2451	உள்ளமோர்	2012
இறைநின்றி	2209	உன்னிய	2381
இறையுறு	2552	**ஊ**	
இறைவர்	2427	ஊர்உலாவு	1496
இன்குரல்	1551	ஊழிகளாய்	2573
இன்புடை	1426	ஊனத்து	1773
ஈ		ஊனமரும்	2187
ஈசன்ஏறமர்	1993	ஊனார்	1590
ஈடல்இடபம்	2208	ஊனுடை	1424
ஈறாய்முதல்	2262	**எ**	
உ		எக்காரம்	2793
உடுத்ததுவும்	2665	எங்கும்	2143
உடையிலாது	2182	எடுத்தவன்	2356
உண்ணலாகா	1867	எடுத்தான்	2323
உண்ணினும்	1702	எடுத்தான்	1635
உம்பராலும்	1500	எடுத்தனன்	2553
உயர்ந்தவன்	1878	எண்ணார்	2277
உயர்ந்தபோதின்	1912	எண்ணிலா	2542
உய்யவேண்டில்	1985	எண்ணிற	2372
உய்யல்	2034	எண்ணிறந்த	2347
உய்யும்	2148	எண்ணும்	1630
உரவம்	2253	எண்ணொன்	2098
உரவெங்	1772	எண்திசை	2747
உருகு	2561	எந்தைஇரும்	1441
		எயிலது	2800

	பாடல் எண்		பாடல் எண்
எரிகிளர்	2612	**ஒ**	
எரிசரம்	1722	ஒண்திறலி	1790
எரிதர	2162	ஒருக்கிய	2334
எரிதருவார்	2196	ஒருக்கும்	1438
எரியன	2169	ஒலிநீர்சடை	1960
எரியார்	1965	ஒல்லையாறி	2053
எரியார்வேல்	2455	ஒழுகிய	1666
எழில்மலை	1558	ஒளிகொள்	2564
எழுந்துலகை	2340	ஒளிர்இளம்	1804
எறிகடல்	1428	ஒளிர்தரு	1524
என்பினாற்	2093	ஒள்ளியர்	2479
என்பொடு	2653	**ஓ**	
என்போடு	1533	ஓங்கிய	2192
என்றன்னுள்	1479	ஓடும்நதி	1476
ஏ		ஓடேகலன்	1617
ஏடுமலி	1870	ஓதமலி	2510
ஏதனை	1707	ஓதிநன்கு	2244
ஏதமலர்	1785	ஓதிமண்டல்	2493
ஏதம் வந்தடை	2461	ஓதியெல்லாம்	2669
ஏதுக்களாலும்	2820	ஓதியோத்	2752
ஏய்ந்தசீர்	2491	ஓதிவாயதும்	2405
ஏரிசையும்	2338	ஒத்துஅர	1574
ஏலமலர்க்	2185	ஓயாத	1602
ஏலமார்	2831	ஓவிலாதிடும்	2408
ஏழை	2634	**க**	
ஏறுதாங்கி	1863	கங்குல்கொண்ட	1762
ஏறுமால்	2092	கங்கைதிங்	2286
ஏனயிறு	1782	கங்கைபொங்கு	2026
ஏனத்து	1897	கங்கையோர்	1890
ஏனமருப்பினொடு	2617	கங்கையோர்	2015
ஏனவுரு	2368		

	பாடல் எண்		பாடல் எண்
கஞ்சிப்போது	2424	கதிமலி	2624
கஞ்சியை	2413	கதிரார்	3037
கடந்திகழ்	1787	கத்தரிகை	2646
கடலேறயி	1750	கந்நாறும்	1616
கடிசேர்ந்த	2822	கந்தமார்	1924
கடிபடு	2615	கந்தமுந்த	1917
கடிபடு	2247	கயலசே	1443
கடியயேற்றினர்	2004	கரத்தான்மலி	2267
கடையார்	2286	கரம்இரு	1569
கடுக்கொடுத்த	2193	கரம்இருப	2575
கடுக்கொள்	2040	கரம்பயில்	2333
கடுத்தவாள்	2422	கரம்முத	2621
கடுத்தானே	2488	கரவுஇன்றி	1771
கடுத்துவல்	1877	கரிதாகிய	2254
கடுத்துவந்த	2290	கரிந்தார்	1830
கடுவுடை	1725	கரிய கண்டத்தர்	2002
கடுவாய்ம்லி	1485	கரியமாலும்	1592
கட்டிணை	2616	கரியமாலும்	1614
கட்டுகின்ற	2407	கருஅடிய	1942
கட்டுர	1460	கருஅரு	2584
கணங்களாய்	2719	கருதார்	1629
கணிகையொர்	1523	கருதி வந்தடி	2181
கணிச்சியம்	1766	கருது சம்பந்தன்	1638
கணியணி	1718	கருத்தனே	2043
கண்டார்நாணும்	2237	கருத்தன்	1826
கண்ணார்	1469	கருத்தினா	1763
கண்ணார் கமழ்க	1627	கருந்தடங்கண்ணி	2173
கண்ணிற்	2320	கருப்பமிகும்	2345
கண்ணின்மிசை	1413	கருமானின்	2449
கண்ணு	2145	கருவார்	1594
கண்பாவு	1470	கரைஆர்	1514
கதமிகு	1546	கரையார்	1902

வீ.சிவஞானம்

	பாடல் எண்		பாடல் எண்
கலங்கொள்	2605	கள்ளநெஞ்ச	2025
கலமார்கடல்	1605	கறுத்தநஞ்சம்	2022
கலவம்சேர்	1840	கறைஇலங்கு	1956
கலவ	2179	கறைஇலங்கு	2845
கலவு	2585	கறைமலி	2625
கலைமலி	1562	கறையார்	1468
கலைமலி	1667	கற்றநன்	1463
கலைமகள்	2329	கற்பொலிசு	2642
கலைமான்	1599	கற்றமுற்றி	1770
கலைவாழும்	1486	கனக நந்தியும்	2788
கலையான்	1477	கனத்தார்	2523
கலையானே	2485	கன்றிய	2754
கலையிலங்	2352	கன்றியெழ	2509
கலையுடை	1655	கன்னியர்	2296
கல்லினற்	2350	கன்னெடிய	2224
கல்ஆல்	2266	**கா**	
கல்லால்	1727	காடுநாடும்	1497
கல்லால்	1466	காடுபயில்	2503
கல்லால்	1597	காட்டுமாவது	2749
கல்நவிலு	2081	காணஇனிய	2797
கல்லின்	1682	காணுமாறு	2342
கல்வியாளர்	1498	காதில்மிளிருங்	2236
கழலின் ஓசை	2123	காதுஇலங்கு	2119
கழலார்பூம்	1488	காமன் எரி	2300
கழல்மல்கு	2295	காமன்வேவ	2430
கழல்வளர்	2167	காயச் செவ்வி	2228
கழிகாடல	1751	காயமிக்க	2412
கழிக்கரை	2758	காய்ந்ததுவும்	2666
கழைவளர்	1578	காரார்	1801
களங்குளிர்ந்து	1768	காரானை	1709
களங்கொள்	2001	காரியன்	2644

	பாடல் எண்		பாடல் எண்
கார்மலி	2811	குண்டிகை	2836
காலகாலர்	2438	குண்டும்	2281
காலமும்	1427	குயிலார்	1517
காலனை	2569	குரவம்	2600
காலனை	2183	குருண்டவார்	1935
காலைமட	1412	குருந்தம்	2046
கால்விளங்கெரி	1807	குரையார்	1600
காவிமலர்	2782	குலமலர்	1526
காழிந்நக	2608	குலவராக	1983
காழி மாநகர்	2436	குலவுகோலத்த	2680
காளமேகம்	1611	குழலார்	1513
கானருகும்	1939	குளிரும்	1730
கானலில்	1431	குளிரும்	2233
கானல்உலாவி	1528	குளிர்ந்தார்	1828
கானமார்	2703	குறவர்	1608
கானமுறு	2507	குறிகலந்த	2118
கான்முக	2813	குறியியல்	1736
கி		குறைக்கொாண்	1941
கிடந்தான்	2324	குற்றம்நீ	2840
கு		குன்றடுத்த	2594
குடைமயி	1670	**கூ**	
குட்டத்தும்	1938	கூசநோ	1609
குணக்கும்	2450	கூசுமா	2419
குணங்கள்	2142	கூடல்ஆல	2770
குணம்அறிவு	1549	கூட்டின்	2787
குண்டமண	2369	கூரால்	1943
குண்டர்	2248	கூர்உலாவு	1501
குண்டர்தம்மொடு	2683	கூழையங்	1853
குண்டலம்	2830	கூனல்திங்	1903
குண்டிகை	2803	கூனல்பிறை	2715
		கூனிளம்	2632

	பாடல் எண்		பாடல் எண்
கே		கோணல்	2566
கேள்வியர்	2349	கோலத்தார்	1467
கை		கோலமலர்	2576
		கோலமாமயில்	2592
கைம்மாமத	2710	கோலமாய	2842
கையது	1698	கோளரவு	2504
கையார்சோறு	1538	கோனென்று	2606
கையில்	1998	**ச**	
கையின்மா	2152	சக்தியுள்	2111
கையிலங்கிய	1812	சங்கணி	2166
கையிலங்கு	2441	சங்கம்	2599
கொ		சங்கவார்	2157
கொக்கிறகோடு	2240	சங்குஅள	1559
கொக்கரவர்	1873	சங்குஒளி	2299
கொங்கார்ந்த	1493	சங்குலாவு	2024
கொங்குசேர்	2220	சங்கொளி	2108
கொங்குலா	2591	சடங்கொள்	2544
கொச்சை	2781	சடையன்	1835
கொடிஆர்	2695	சடையார்	2261
கொடிநெடு	2829	சடைஆர்	2255
கொடியுயர்	2194	சடையார்யெனு	1957
கொத்துலாவிய	1930	சடையானைத்	1708
கொத்தலர்	2661	சடையுடையானும்	2195
கொந்து	2132	சண்பை	2779
கொம்பியல்	1719	சதுரம் மறை	2598
கொய்யணி	1818	சந்த நன்	2109
கொலையார்	2136	சந்துசேனனும்	2786
கொல்லையே	2697	சந்தமார்	2403
கோ		சந்துஅளரு	2298
கோடல்சால	1444	சரிகுழல்	2113
கோடுசந்	2837	சலசல	1663

	பாடல் எண்		பாடல் எண்
சலமல்கு	1677	**சீ**	
சரிவிலா	1449	சீரணங்கு	1997
சனம்வெரு	2627	சீரார்	1432
சா		சீரார் சிரபுரம்	2777
சாக்கிய	2160	சீரும்சம்பந்தன்	2041
சாக்கியர்	1430	சீர்அணி	2239
சாமவேத	1996	சீர்மருவு	2360
சாயல்நல்	1521	சீலம்மிகு	2687
சி		சீறுலாவிய	1934
சிக்கார்	2325	**சு**	
சிட்டம்	1866	சுடப்பொடிந்து	1767
சிட்டனே	2741	சுடர்மணி	2199
சித்தம்	2031	சுருதிகள்	1545
சித்தந்தன்னடி	2536	சுரும்புசேர்	2678
சித்தனே	2739	சுலவும்	1478
சிந்தாளனு	1958	சுழலும்	1633
சிந்தைதிரு	1879	சுழித்த	2539
சிந்தையில்	1648	சுற்றாந்தடி	1436
சிவன்உறை	1561	**சூ**	
சிரமும்	2671	சூடக	1520
சிரம்கை	1778	சூடல்வெண்	2618
சிலையுய்த்த	1679	சூடும்பிறை	1465
சிலைதனை	2620	சூடுவர்	1425
சிறவார்புர	1596	சூலம்	2440
சிறுதேரும்	1626	**செ**	
சிறைஆர்	2137	செங்கண்	2007
சிற்றிடை	2815	செங்கண்	2744
சிற்றிடை	1739	செங்கயல்	1743
சினமலி	1544	செடிஅ	2468
சினமலி	2315	செடிகொள்	2091
சின்போர்வை	1681		

	பாடல் எண்		பாடல் எண்
செடிகொள்	2445	**சே**	
செடியாரும்	2490	சேடர்விண்	2355
செடிநுக	1955	சேடுலாவிய	1928
செந்தண்	1945	சேணியலு	2456
செந்தமிழர்	2363	சேர்த்தானே	2487
செந்தளிர்	2346	**சொ**	
செந்துளன	2759	சொல்தரு	1810
செந்துவர்	2018	சொல்லானைச்	1711
செந்துவர்	2718	**சோ**	
செந்துவராடை	2672	சோலையில்	2011
செந்நெல்	1741	**ஞா**	
செப்பிள	2658	ஞாலத்தை	1779
செம்பொன்	2161	ஞானமல்கு	2673
செய்தவத்தர்	2127	ஞாலம் ஏழுமாம்	2728
செய்த்தலை	1747	ஞாலம் புகழ்	1474
செய்பூங்	2274	**த**	
செய்ய தாமரை	2720	தக்கன்	1728
செய்யமேனி	2122	தக்கன்	2398
செய்யமேனி	2428	தக்கன்	2740
செய்யனே	2738	தக்கன் வேள்வி	2638
செருவுஅடை	1668	தங்களுக்கும்	2792
செருவரை	1746	தங்குமோ	2460
செவ்வழலாய்	2201	தஞ்சம்	2743
செவ்வழல்	2374	தடம்கொண்ட	1618
செழுமலிய	2780	தடநிலவிய	2305
செறிஆர்	2256	தடமலி	1660
செறிபொழில்	1744	தடவரை	2115
செறிமுள	2302	தடவரை	2834
செறுத்துவும்	2670	தடுக்கினை	1419
செற்ற அரக்கன்	2213	தடுமாறு	1755
செற்றினில்	1742		

	பாடல் எண்		பாடல் எண்
தடுக்குஅமரும்	2084	தாவண	2846
தடுக்கை	2694	தாவியவன்	2080
தட்டிடுக்கி	1615	தாயானே	2484
தண்ணந்	2776	தாயுநீயே	2059
தண்புனல்	1715	தாழ்ந்த	2112
தண்புனலும்	1869	தானவக்குலம்	2411
தண்வயல்சூழ்	2534	**தி**	
தணியார் மதி	1775	திகழ்சிவ	1550
தந்தைதாய்	2094	திக்கமர்	2357
தந்தையார்	2087	திகழுந்திரு	1475
தம்பலம்	2593	திங்கள்	1864
தருக்கின	1646	திங்களொடு	2619
தருவு	2499	திசையவர்	1745
தவந்த	2582	திடமலி	1738
தரைமுதல்	2069	திண்ணம்	2578
தரையொடு	2306	திருமலர்	1881
தலைதானது	2517	திருமால்	1900
தவந்தான்	2518	திரையார்	2131
தழல் தாமரை	2522	திரைபொரு	1816
தழைகொள்	1606	**து**	
தழை மயில்	2110	துகள்துறு	1462
தளிரென	1994	துங்கமிகு	2513
தளிர்இள	2805	துஞ்சுநாள்	2242
தளிர்இளவளர்	2609	துஞ்சும்போதும்	2057
தறிபோலும்	2117	துடிபடும்	1456
தனமணி	2116	துணிநீல	1961
தனமலி	2684	துணிவுடை	1565
தன்றவம்	2421	துணைநன்	1440
தா		துணையிறுத்து	1448
தாங்கரும்	2418	துண்டமரும்	2190
தாமலார்	2698		

	பாடல் எண்		பாடல் எண்
தும்மலொடு	1697	தெழுமாறு	1749
துவராடையர்	1692	தெள்ளிய	1740
துவருறு	1527	தெற்றலாகிய	1921
துவருறு	1659	தென்றல்	2447
துயராயின	1439	தென்னிலங்கை	2125
துளங்கும்	2259	**தே**	
துளமதி	1716	தேக்கும் திமிலும்	1623
துள்ளும்	2039	தேடித்தானயன்	2543
துறக்குமாறு	1764	தேடினார்	2554
துறையுலவு	1844	தேமருவார்	1854
துற்றரையார்	2358	தேய்ந்ததுமலி	2529
துன்பம்	2033	தேரரும்	2204
துன்பாய	1473	தேர் ஆர்தரு	2692
துன்றுபூ	2401	தேவரும்	1809
துன்றுகொன்றை	2404	தேற்றமில்	2847
துன்றுவார்	2562	தேனமர்	2662
துன்றுவார்	1929	தேனமர்	2072
துன்னங்	2664	தேனமர்	1748
துன்னலின்	2241	தேனர்	2130
தூ		தேன்சொல்	1995
தூசார்ந்த	1494	**தை**	
தூசுதான	2146	தையலார்	2525
தூவண	1855	**தொ**	
தூவினான	2746	தொங்கலும்	1949
தூயமலரானும்	1418	தொண்டசை	2478
தூயவிடை	2215	தொண்டர்	2284
தூர்த்தன்	2745	தொண்டர்	1991
தெ		தொண்டர்இசை	1776
தென்கடல்	2477	தொண்டராய்	2725
தெண்டிரைசேர்	1847	தொழுலார்	1433
தெரிந்ததுவும்	2668		

	பாடல் எண்		பாடல் எண்
தொன்னீரிற்	2775	நல்லபுனற்	2019
தொல்லை	2540	நல்லபோதில்	1911

தோ

தோடுடைய	1860	நல்லார்	1693
தோடுடையான்	1953	நல்லார்	1901
தோடார்	1437	நல்லார்கள்	2827
தோடொர்	1628	நளிரும்மலர்க்	1688
தோத்திரமா	1839	நளிர்காழி	2260
தோலொடு	1970	நளிர்பூஞ்	1495
தோளின்	2588	நறப்பொலி	1944
தோளின்மிசை	1784	நறவம்	1539
தோற்றவன்	1640	நறவார்	1754

ந

நக்குரு	2577	நறவூர்	1803
நகுவான்	1598	நறைகொண்	1946
நச்சித்	1435	நறுநீர்	1836
நஞ்சணி	2656	நறைமலி	1543
நஞ்சினை	2351	நற்றவர்	2556
நடைமரு	1650	நனவிலும்	1421
நண்ணலார்	2742	நனவினும்	1696
நதியதன்	2243	நன்மையா	2225
நம்பனைநல்	2085	நன்றுநகு	2077
நம்பனார்	2559	நனிவளர்	1645
நயர்காழி	1781		

நா

நரையார்	1832	நாகபணம்	2297
நலந்தானவன்	2516	நாகத்து	1735
நலமார்	1737	நாகந்தான்	2637
நலமிகு	2623	நாகம் வைத்த	2126
நலமிலராக	2721	நாடிநின்று	2555
நலமலி	2311	நாணார்	1593
நலிதரு	2070	நாணமுடை	2083
		நாணிலாத	1451
		நாதனும்	2197

வீ.சிவஞானம்

	பாடல் எண்		பாடல் எண்
நாமரு	1971	நீரார்	1511
நாமருவு	2226	நீரானே	2481
நாவணங்கு	2723	நீரின்மலி	1411
நாவாய	1842	நீரினார்	1452
நாலும் குலைக்க	1977	நீரினார்	2682
நாளாய	2075	நீரின்	2121
நாறுசேர்	2754	நீரிடை	2696
நி		நீருலாவிய	1926
நிணங்கு	2088	நீருளார்	2587
நிணந்தரு	1792	நீர்ஒடுங்கும்	2060
நிணம்படு	2546	நீர்கொள்	2677
நித்திலன்	2337	நீலவடிவர்	2234
நிருத்தன்	2417	நீலமா	2727
நிலந்தண்ணீரோடு	1535	நீலமார்	2557
நிலனொடு	2275	நீலமேனி	2768
நிழலின்	2464	நீலநெய்தல்	1916
நிறைபுனல்	1721	நீறணி	2016
நிறைவில்	1685	நீறார்தரு	1687
நிறையவன்	1644	நீறுஏறிய	2691
நின்றுஉண்	1516	நீறுதிரு	2645
நின்றுஉண்	1637	நீறுபூசி	2429
நின்றுஉண்	1780	நீற்றர்	2586
நின்றுமேய்ந்து	2174	நீற்று	2767
நீ		நீற்றானை	1705
நீடவல்ல	1499	நீற்றினார்	2154
நீண்டசடை	1512	**நு**	
நீதியர்	1876	நுண்ணி	2633
நீதியால்	2089	நுண்ணியான்	1951
நீரணி	2379	**நூ**	
நீரார	2218	நூல்நலம்	1883
நீரார்ந்த	1673		

	பாடல் எண்		பாடல் எண்
நெ		படர்ஒளி	1563
நெஞ்சமிது	1874	படர்செம்	2601
நெடியமால்	2095	படர்தரு	1811
நெடியமாலும்	2050	படியுளார்	2151
நெடியானொடு	1603	படைநவில்	2570
நெடியானொடு	1691	படையுடை	1641
நெடியானொடு	1713	பட்டிசை	2839
நெடியான்	1515	பட்டை நற்றுவர்	1923
நெடுமுடி	1580	பட்டம்பால்	1989
நெதிபடு	1522	பட்டமுழ	2361
நெதியம்	2144	பட்டில	2471
நெய்தவழ்	1969	பணிவாய்	2276
நெறிகமழ்	2476	பணைமுலை	1642
நெறிகொள்	2541	பண்டமரர்	2528
நெறிதீர்மையர்	2690	பண்டாலின்	1710
நே		பண்டிரை	2643
நேசமிகு	1417	பண்டு	2538
நேமியானும்	1986	பண்டுஅடித்த	2755
நேரியனாகு	1518	பண்டுஆழ்	2134
நேருமவர்	1852	பண்டுஏழ்	2269
நோ		பண்டிரைத்து	2700
நோதல்	1822	பண்ணமர்	2571
ப		பண்ண	1992
பக்தர்	2303	பண்ணிற்	2611
பங்கமார்	1841	பண்ணின்	2463
பங்கையம் மலர்	2558	பண்ணி	2595
பஞ்சின்	2178	பண்ணிலாவிய	2492
பஞ்சுதோய்	2551	பண்ணியல்	2809
படஅரவு	1820	பண்ணும்பதம்	2264
படங்கொள்	2291	பண்ணுலாம்	1888
		பண்ணொளி	2222

வீ.சிவஞானம்

	பாடல் எண்		பாடல் எண்
பண்பொலி	2200	பழையதம்மடி	2177
பண்டடவு	2505	பறிகொள்	2435
பண்தலை	2474	பறித்தவெண்	2029
பண்நிலா	2120	பறையுநும்	2462
பதிதான்	2515	பன்றியர்	1461
பத்திரட்டி	1910	பன்னலம்	2726
பத்துத்தலை	1471	பன்னினார்	1808
பந்தணம்மவை	2789	**பா**	
பந்தமரும்	2189	பாக்கியம்	2596
பந்தவிடை	1632	பாசம்	2036
பந்தார்விரல்	2689	பாசமான	2212
பந்துலா	2567	பாடலனான்	2010
பரவக்கெடும்	1683	பாடலார்	1492
பயிலும்	2318	பாடலார்	2527
பரந்த	2581	பாடல்மறை	1410
பரவின	2153	பாடல்முழுவும்	1972
பருக்கையானை	2020	பாடவல்ல	2589
பருமாமத	2708	பாடியாடு	2565
பலகாலங்கள்	2603	பாடினார்	1459
பலபலவேட	2660	பாடுகின்ற	2406
பலரும்பர	1962	பாடுவாரிசை	2496
பலவுநீள	2560	பாதிஒர்	2420
பல்லார்தலை	1531	பாதமொர்	2378
பல்லிதழ்	2096	பாய்திமிலர்	1838
பல்லில்	2636	பாராழி	2824
பல்லில்	2045	பாரியலும்	2572
பவனமாய்	2086	பாரோர்	1894
பவ்வம்	2147	பார்ஆர்	2107
பழகமா	2156	பார்மலிந்து	2249
பழகும்வினை	1689	பாலநடி	1875
பழுதில	1542	பாலினால்	1950

	பாடல் எண்		பாடல் எண்
பாலூரு	1464	புத்தர்தேரர்	2292
பாவண	2549	புத்தரும்	1714
பாறுபுத்தரும்	2501	புத்தரொடு	1571
பானிலவும்	1843	புந்தியர்	1572
பி		புந்தியார்ந்த	1988
பிடியதன்உரு	2068	புரவியேழும்	2287
பிணி கொள்	2431	புரிசடையாய்	2058
பிண்டம்	2035	புரிதரு	1455
பிண்டம்	2008	புரைசெய்	2535
பிண்டம்உண்டு	2446	புலியின்	2235
பிண்டி	2149	புல்கவல்ல	1862
பித்தொடு	1703	புல்குபொன்	2140
பிரமனூர்	2771	புவம்	1540
பிறப்பாதி	1829	புள்வாய்	2280
பிறவி	2032	புள்ளித்தோல்	2415
பிறவிபணி	1416	புறத்தினர்	2155
பிறவியால்	2090	புறவம்	2778
பிறைஆர்	1634	புற்றரவம்	1447
பிறைகொள்	1507	புற்றில்	2128
பிறைதான்	2520	புற்றேறி	2457
பிறைநிலாவிய	1931	புனமல்கு	1678
பிறையானே	2489	புனமுடை	1454
பிறையுறு	2353	புனைஅழல்	1973
பின்தாழ்	1510	புனைதல்	2251
பு		புனையும்	1892
புகர்ஏதும்	2512	புனல்இ	2466
புகலி	2773	**பூ**	
புகழ்மகள்	2331	பூசஇனிய	2798
புத்தர்	1769	பூண்தங்கு	1974
புத்தர்	1857	பூதஞ்சேர்ந்திசை	2003
புத்தர்கை	2402	பூதபதி	2364

வீ.சிவஞானம்

	பாடல் எண்		பாடல் எண்
பூமகற்கும்	2791	பொங்குதண்	1999
பூமனும்	1429	பொங்குநடை	1849
பூவார்	1588	பொங்குநற்	2676
பூவார்குழலார்	1624	பொங்குபூண்	2497
பூவார்சடையின்	2229	பொங்குவெண்	2631
பூவியல்	2064	பொச்சம்	2512
பூவிரி	1786	பொடிகொள்	2674
பூவுந்நீரும்	1981	பொடிகள்	2283
பெ		பொடிதனை	1882
பெண்ஆண்	1893	பொடிபுல்கு	1821
பெண்ணார்	1734	பொதியிலானே	2062
பெண்ணொர்	2005	பொய்கையின்	2833
பெண்ணொர்	1607	பொய்து	1909
பெரியவன்	1647	பொரிபடு	1653
பெண்டிர்மக்கள்	2055	பொருகடல்	1671
பெரியவாகிய	2640	பொருசிலை	2158
பெரியாய்	1756	பொருள்ஆர்	2693
பே		பொல்லாய்	1675
பேரிடர்	1701	பொழிலவன்	1643
பேரெழில்	1889	பொழிலார்	2688
பை		பொறியரவ	2339
பைங்கண்	2375	பொன்தயங்கு	2843
பைங்கோட்டு	1936	பொன்திகழ்	1825
பைத்தபாம்	1442	பொன்னங்	2279
பைம்பொன்	2458	பொன்றாது	2211
பைம்மாநாகம்	2272	பொன்னம்	1937
பையார்	1799	பொன்னெடு	1858
பொ		பொன்னன	2376
		பொன்னுமா	2835
		பொன்னொப்ப	1483
பொங்கார்	1508	பொன்னேர்	2230
பொங்கு	1672	பொன்னேர்	1595

	பாடல் எண்		பாடல் எண்
போ		மண்ணின்	2365
போகம்	1859	மண்ணுதல்	1824
போதகந்தனை	2397	மண்ணெலா	2724
போதார்	1587	மண்டையிற்	1560
போதுலவு	2532	மண்புனல்	1554
போதமர்	2806	மதிநுதல்	2655
போதுறு	2810	மதியால்	2322
போயநீர்	2848	மதியானே	2482
போர்அணாவு	2399	மத்தகம்	2470
போர்த்துவும்	2667	மத்தக்களிறு	2714
ம		மத்தரம்	1458
மங்குல் தங்கும்	1918	மத்தமலி	2370
மங்கை	2207	மத்தயானை	2750
மங்கை பங்கி	2432	மந்தமலி	1420
மங்கையர்க்கரசி	2716	மந்தமாரும்	2293
மங்கையோர்	2530	மந்திரமாவது	2794
மசங்கல்	2270	மந்தமுரு	2651
மஞ்சுலாவிய	1933	மந்திரநன்	2366
மஞ்சுறு	1423	மயில்புல்கு	2706
மடங்கொள்	1915	மயில்பெடை	1575
மடமாது	2473	மரவத்தொடு	2711
மடவரல்	2701	மரவம்	2216
மடுத்தவாளர	2681	மருதிடை	1658
மடையியினெய்	1980	மருந்தன்	1827
மட்டொளி	2371	மருந்தவன்	1639
மணிநீண்	1757	மருள்செய்து	2258
மணியார்	1731	மருவலர்	2308
மண்ணகத்	2751	மருவமுழவு	1414
மண்ணர்ந்நீ	1445	மருவார்குழலி	1793
மண்ணிமிழி	2362	மலம்பாவி	1604
மண்ணினை	2533	மலையார்	1586

	பாடல் எண்		பாடல் எண்
மலைநிலாவிய	1932	மன்மதன்	2336
மலை பல	1541	மன்னிய	2812
மலை மகள்	1553	மன்னிய	2074
மலைமகள்	2307	**மா**	
மலைமலி	1579	மாசார்	1802
மலையார்	2686	மாசில்மன	2506
மலையான்	1797	மாசுமெய்யர்	1868
மலையன	1723	மாசுமெய்யினர்	2051
மல்குதண்	1913	மாசூர்	2138
மழைநுழை	1651	மாடநீடு	2444
மழுவாள்	1796	மாடமர்	2330
மழுவமர்	2198	மாடமாளிகை	2563
மறப்பிலா	2454	மாதர்மடப்பிடி	1848
மறிதரு	2699	மாதுஇலங்கிய	2679
மறிதிரை	1662	மாலவன்	1724
மறியாரும்	1489	மாலாயவ	2825
மறைகளால்	2494	மாலினுக்கு	2245
மறைத்தான்	2521	மாலினோடு	1922
மறைபுனை	2164	மாலும்	2757
மறைமல்கு	1681	மாலைமதி	2647
மறையன்	2044	மாலோடு	1472
மறையவன்	1566	மாலோடு	2802
மறையவன்	1657	மால்ஆயிரங்	2321
மறையவன்	1819	மாறிலா	2114
மறையர்	1446	மாறுளதிர்	1556
மறையினர்	1891	மாறுதன்	2150
மறையினொலி	1415	மானினேர்	2783
மறைவழுக்க	2762	**மி**	
மற்றவின்	1884	மிக்கரை	1576
மனம் ஆர்	2685	மிண்டுதிறல்	1791
மனைகள்	2475	மிளிரும்	2697

	பாடல் எண்		பாடல் எண்
மிளிரும்	2135	மெய்யக	1717
மின்னியலும்	2348	மெய்யராகி	2056
மின்னும் சடை	1529	மென்சிறை	1814
மின்னுலாவிய	1925	**மே**	
மு		மேகத்து	2709
முடிகொள்	1509	மேயசெஞ்சடை	2414
முடித்தலைகள்	2649	மேலெனக்கு	2790
முடியார்	1585	மேல்நின்று	2326
முடியார்	1758	மேவாஅசுரர்	1530
முடையார்	1601	மேவில்	2439
முட்டாமுது	2712	**மை**	
முதிர்சடை	1567	மைச்சணி	2808
முதிரும்	2841	மைத்தகு	2373
முத்திதருவது	2796	மைந்தனது	1726
முத்தன்சில	2495	மையகண்	2163
முத்தின்தாழ்	2722	மையானகண்ட	1706
முந்திக்	2500	மையினார்	1952
முயல்வளாவிய	1990	மையுலாம்	2641
முள்ளார்	1537	மைம்மரு	2294
முறியுறு	1453	**மொ**	
முற்றாத	1625	மொழிசூழ்	1895
முன்நிற்பவர்	2268	**வ**	
முன்னுமா	1920	வசைஅறு	2630
மூ		வசையறு	2354
மூடிய	1582	வசையறு	2310
மூப்பூர்	1589	வஞ்சமனத்து	2079
மூவரும்ஆகி	2273	வஞ்சக	2648
மெ		வடிகொள்	2000
மெய்யத்து	1506	வடிவுடை	1568
மெய்யின்	1505	வடிவுடைவாள்	1577

	பாடல் எண்
வண்டிரைக்கும்	1837
வண்டலார்	2180
வண்டர்	2465
வண்டிரைத்த	1919
வண்டுபாட	1906
வண்ணமுகி	2511
வந்தமண	2078
வம்பலரும்	2188
வம்புநாறும்	1610
வம்மினடி	2263
வயஞானம்	1967
வரந்தையான்	1948
வரம்உன்னி	2105
வரியணி	2832
வரியரவே	2531
வரியரா	1450
வரியரா	2159
வரியமறையார்	2206
வரியேர்	1532
வருநல	1654
வருந்திய	1676
வருமாகரியின்	2214
வரைஆர்	1795
வரைஆர்த்து	1690
வரைகுடை	2203
வரைதிரிந்து	2704
வரைதிரிதர	1564
வரைத்தலம்	2027
வரைத்தலை	1760
வரையார்	1482

	பாடல் எண்
வரையார்	1591
வலங்கொள்	1899
வல்லியம்	2017
வல்லிசோலை	2030
வழிதலை	2171
வழுவால்	1963
வளம்என	1656
வளைக்கும்	1833
வளைக்கை	2048
வள்ளிமுலை	1534
வன்புயத்த	2498
வன்புற்று	1622
வன்னிகொன்றை	2052
வன்னிகொன்றை	2437
வன்னிகொன்றை	2063
வன்னியும்மத்	2828

வா

வாசம்	1732
வாசமலர்	2650
வாசம் கமழ்	1621
வாசி	2426
வாடிய	2663
வாதைப்	2317
வாய்த்தமேனி	2409
வாரணி	2550
வாரார்	1584
வாரார்	1794
வாருறு	1851
வாரேற்ற	1947
வார்கொள்	1907

	பாடல் எண்		பாடல் எண்
வார்கொள்	2047	விண்ணிழி	2304
வார்மலி	1856	விண்ணிலான்	2443
வாழினும்	1695	விண்ணியல்	1871
வாழ்க	2816	விண்ணுறு	1850
வாழ்ந்த நாளும்	1979	விதிவழி	2383
வாளார்கண்	2219	வித்தக	2391
வாளிசேர்	1806	விரித்தார்	2453
வாள்வரிய	2657	விரவிநாளும்	2175
வானார்	1800	விரிதரு	1661
வானில்பொலி	2705	விரியார்	1631
வானுலாவு	1914	விரும்பும்	2579
வானேமலை	1752	விரைமலி	2387
வானோர்	2602	விரைமலி	2384
வி		விலங்கல்	2389
விசையுறு	2388	விலங்கலே	2009
விசையி	2395	விலங்கொலொன்று	1904
விடமல்கு	2526	விழிக்கும்	1686
விடமடை	1720	விழைஆர்	2278
விடைத்தவல்	2246	விழையாதார்	2452
விடையார்	2232	விளங்கிழை	1872
விடையதேறி	1908	விளங்கொண்	1834
விடையினர்	1664	விளங்கு	2394
விட்டெழில்	2385	விற்றானை	1712
விண்களார்	2675	**வீ**	
விண்பயில்	2392	வீக்கினான்	2221
விண்டவெள்	2021	வீங்கினார்	2223
விண்டார்புர	1684	வீடலால	2838
விண்டு	2639	வீடிலான்	2469
விண்ணவர்	2288	வீடுபிறப்பு	2014
விண்ணானே	2483	வீழும்	2271
		வீறுநன்கு	1555

	பாடல் எண்		பாடல் எண்
வெ		வெற்பமர்	2390
வெங்கள்விம்மு	1978	வெற்றவே	2717
வெங்குரு	2774	வென்றிசேர்	2396
வெஞ்சுடர்	1865	**வே**	
வெண்கொடி	1583	வேகமத	2231
வெண்கோ	1619	வேடமுடைய	2238
வெண்ணிலா	1927	வேட்டு	2765
வெண்மதி	2382	வேணுபுரம்	2772
வெந்த	2205	வேதத்தில்	2795
வெந்த சாம்பல்	2818	வேதமாய்	1886
வெந்த நீற்றினார்	2545	வேவமுதல்வன்	2823
வெந்தவெண்	2480	வேதம் பல	2607
வெந்தவெண்	1885	வேதவேள்வியை	2760
வெந்தழல்	2610	வேதியன்	2184
வெந்தறு	2013	வேதியன்விடை	1422
வெந்துயர்	1699	வேதியர்	2359
வெரிநீர்	2139	வேந்தர்வந்து	2425
வெப்பொடு	1700	வேயுறுதோளி	2652
வெயிலின்	1484	வேயுதிர்	1612
வெயிற்கு	1765	வேர்த்தமெய்யர்	1987
வெய்யவினை	2037	வேலினேர்	2394
வெள்ளத்தா	2467	வேலாவ	2604
வெள்ளம்	2124	வேல்நிகர்	2386
வெள்ளையெரு	2210	வேள்பட	2659
வெறிகிளர்	2170	**வை**	
வெளிகொளாரும்	1905	வைதிகத்தின்	2761
வெறியார்	2519	வையமார்புக	2753